क्रांतिसिंह नाना पाटील

संपादक
डॉ. जयसिंगराव पवार

संपादनसाहाय्य
सौ. वसुधा ज. पवार
डॉ. दिनकर पाटील
डॉ. जे. के. पवार

मेहता पब्लिशिंग हाऊस

Please contact us at **Mehta Publishing House,** Pune 411030.
✆ +91 020-24476924 / 24460313 / Mob. No. 9545000513
Email : production@mehtapublishinghouse.com
Website : www.mehtapublishinghouse.com

- *या पुस्तकातील लेखकाची मते, घटना, वर्णने ही त्या लेखकाची असून, त्याच्याशी प्रकाशक सहमत असतीलच असे नाही.*

KRANTISINHA NANA PATIL by Dr. JAYSINGRAO PAWAR

क्रांतिसिंह नाना पाटील / चरित्रात्मक

Email : author@mehtapublishinghouse.com

प्रकाशक : सुनील अनिल मेहता, मेहता पब्लिशिंग हाऊस,
१९४१, सदाशिव पेठ, माडीवाले कॉलनी, पुणे – ४११०३०.

मुद्रक : ट्रिनिटी अॅकॅडमी फॉर कॉर्पोरेट ट्रेनिंग लिमिटेड

मुखपृष्ठ : मेहता पब्लिशिंग हाऊस

प्रकाशनकाल : १९८३ / २००३ /
मेहता पब्लिशिंग हाऊस यांची तृतीय आवृत्ती : जुलै, २०२१

किंमत : ₹ ९९५

P Book ISBN 9789391151157
E Book ISBN 9789391151300
E Books available on : amazonkindle Apple Books Google Play Books

---

* पायरेटेड पुस्तकांची खरेदी-विक्री हा कायद्याने गुन्हा आहे आणि अशा गुन्ह्याविरोधात कायदेशीर कारवाई होऊ शकते.

४२ च्या लढ्यातील क्रांतिसिंहांचे सहकारी
क्रांतिअग्रणी भाई **जी. डी. लाड,** क्रांतिवीर **नागनाथ नायकवडी**
ज्येष्ठ स्वातंत्र्यसेनानी **भाई नाथाजी लाड, भाई नामदेव कराडकर**
आणि
क्रांतिसिंहांचे अनुयायी **श्री. टी. डी. लाड**
यांना स्नेहपूर्वक अर्पण

अनुक्रमणिका

क्रांतिसिंह नाना पाटील : लेखसंग्रह

क्रांतिसिंह नाना पाटील : संकीर्ण साहित्य

पहिल्या आवृत्तीची प्रस्तावना

ग्रंथाचे प्रयोजन

मराठी समाजाची अनेक भलीबुरी वैशिष्ट्ये आहेत. क्षात्रपरंपरा, स्वाभिमान यांसारख्या चांगल्या गोष्टींचा वारसा आम्ही चालविला आहे; पण काही जुन्या सवयी आम्ही तशाच टिकवून धरल्या आहेत. त्यांपैकी एक म्हणजे आमच्या समाजसुधारकांची त्यांच्या हयातीत उपेक्षा करणे. महात्मा फुले यांच्यापासून महर्षी विठ्ठल रामजी शिंदे यांच्यापर्यंतचा महाराष्ट्राचा इतिहास हेच सांगतो. फुले व शिंदे यांचे मोठेपण अथवा आगरकरांचा बुद्धिप्रामाण्यवाद व सुधारणा - विचार आज आम्हाला पटतो आणि आज त्याचे गोडवेही आम्ही गातो; पण त्यांच्या हयातीत मात्र त्यांची उपेक्षाच झाली. याच उपेक्षितांच्या मालिकेत क्रांतिसिंह नाना पाटीलही जाऊन बसले आहेत. त्यांचे जीवनचरित्र व कार्य आज प्रत्येक दिवशी अंधूकअंधूक होत चालले आहे. हे इतक्या वेगाने घडते आहे की, आजच्या पिढीला त्यांचे फक्त नावच माहीत आहे, तिच्या पुढच्या पिढीला कदाचित तेही माहीत असणार नाही!

असे म्हणतात की, मराठ्यांनी इतिहास घडविला; पण इतिहास लिहिला नाही! याउलट मोगलांनी इतिहास घडविलाही अन् लिहिलाही! औरंगजेब २६ वर्षे दक्षिणेत मराठ्यांशी लढत असताना तो इतिहास घडवीत होता अन् त्यांच्या पदरी असलेले इतिहासकार तो लिहीतही होते. परिणामी, आज मोगलांचा म्हणजे आमच्या शत्रूचा, जेवढा इतिहास आम्हाला माहीत आहे, तेवढा आज आमच्या पूर्वजांचा माहीत नाही. एवढेच नव्हे तर आमचा म्हणून जो इतिहास आम्ही सांगतो तो बहुतांशी शत्रूंनी तयार केलेल्या साधनांवरच आधारलेला आहे! संताजी - धनाजीचे पराक्रम हे खरे तर मोगलांनीच वर्णिलेले आहेत, आम्ही नाही! हीच परंपरा आम्ही आजचे मराठे चालवीत आहोत. आम्ही आजही इतिहास घडवीत आहोत; पण इतिहास लिहीत नाही! ज्यांच्या आधारावर इतिहास लिहिला जातो अशा साधनांकडे आजही आम्ही

दुर्लक्ष करीत आहोत. जो समाज इतिहासाकडे दुर्लक्ष करतो तो एका मोठ्या सांस्कृतिक वारशाला कायमचा मुकतो आणि त्याची भावी वाटचालही चाचपडत होते, हा सिद्धान्त आता सर्वमान्य झाला आहे.

क्रांतिसिंहांना दिवंगत होऊन फार काळ लोटलेला नाही, तरीसुद्धा त्यांच्या चरित्राची साधने दुर्मिळ होत आहेत. त्यांच्या बरोबरीने काम केलेल्या व्यक्ती, समकालीन विचारवंत व त्यांना पाहिलेली पिढी आता अस्तमानाकडे कलली आहे; पण सुदैवाने त्यांचे अनेक सहकारी आज हयात आहेत. त्यांचे समकालीन विचारवंतही हयात आहेत. त्यांनी क्रांतिसिंहांचे जीवन व कार्य पाहिले आहे. त्याविषयी त्यांची अशी काही मते आणि विचार आहेत, त्यांना आताच ग्रथित करणे आवश्यक आहे. हा क्षण सुटला की, काळ आम्हास क्षमा करणार नाही, अशी आमची प्रामाणिक समजूत झाली आणि त्यातूनच या स्मृतिग्रंथाचे प्रयोजन निर्माण झाले.

स्मृतिग्रंथाची कल्पना आमच्या मनात आल्यावर त्याची योजना तयार होऊ लागली. अनेकांनी आम्हास या उपेक्षित नेत्याच्या व्यक्तिमत्त्वावर व कार्यावर या ग्रंथाने प्रकाश पडेल म्हणून आमचे अभिनंदन करून शाबासकीही दिली. मनास हुरूप आला. आम्ही जोमाने कामास लागलो. स्मृतिग्रंथाचे लेखक म्हणून आम्ही एकूण १२५ मान्यवर व्यक्तींशी संपर्क साधला. त्यात केवळ क्रांतिसिंहांचे सहकारीच होते असे नाही, तर सर्व पक्षांचे नेते, विचारवंत, अभ्यासक व साहित्यिक होते. या सर्वांच्या दृष्टिकोनांतून क्रांतिसिंहांच्या जीवित-कार्याचे मूल्यमापन व्हावे, हाच त्यामागचा हेतू होता. अशा प्रकारे प्रारंभी फक्त एकाच खंडाची योजना होती; पण हे काम हाती घेतल्यावर क्रांतिसिंहांच्या चरित्रासंबंधी विविध प्रकारची माहिती हाती येऊ लागली. त्यात क्रांतिसिंहांबद्दलच्या आठवणी, त्यांची भाषणे, पत्रे, पत्रके, टिपणे इत्यादींचा समावेश होता. क्रांतिसिंहांच्या चरित्रावर अधिक प्रकाश टाकणारी ही सामग्री आम्हाला मूल्यवान वाटल्यामुळे दुसऱ्या खंडाचीही योजना त्यातून सिद्ध झाली.

म. फुले यांचा वारसा

१८५७ च्या बंडानंतर हिंदुस्थानात एक नवे आधुनिक युग उदयास येऊ लागले. युरोपियन शिक्षणाच्या प्रसाराने प्रथम वरिष्ठ वर्ग जागृत

होऊ लागला आणि तो राजकीय जागृतीचे विचार मांडू लागला, त्या दृष्टीने त्याचे प्रयत्नही सुरू झाले. त्यातून राजकीय चळवळ उभी राहिली. तथापि, राजकीय चळवळीच्या बरोबरीने या देशात, विशेषत: महाराष्ट्रात, समाजसुधारणेचीही चळवळ उभी राहिली. इंग्रजी शिक्षणाच्या मुशीतून बाळशास्त्री जांभेकर, लोकहितवादी, विष्णूशास्त्री पंडित, न्या. रानडे असे अनेक सुधारक समाजात निर्माण झाले. आपल्या लेखणीद्वारे ते सुधारणेचे विचार समाजात पेरू लागले. बालविवाह-प्रतिबंध, विधवाविवाह, केशवपन-प्रतिबंध, स्त्रीशिक्षण यांसारख्या सुधारणांविषयीचे त्यांचे विचार वरिष्ठ वर्गापुरतेच मर्यादित होते किंबहुना त्यांचे हे विचार ज्यांना लिहितावाचता येत होते, अशा मोजक्या वरिष्ठ वर्गासाठीच होते. खेड्यापाड्यांतून पसरलेला तसेच शहरातून विखुरलेला जो शेतकऱ्यांचा, अस्पृश्यांचा, दलितांचा लक्षावधी जीवांचा समाज हा तसाच अज्ञानात व दारिद्र्यात खितपत पडला होता. या बहुजन समाजास सुधारणे म्हणजे एखाद्या तरफेने पृथ्वीगोल उचलण्याइतके बिकट व असाध्य काम वाटत होते. पण या असाध्य कामास प्रथम हात घातला तो महात्मा जोतिबा फुले यांनी. म. फुले यांची समाजसुधारणा ब्राह्मण गतभर्तृकापासून महारापर्यंतच्या दलित-पतितांसाठी होती. त्यात लक्षावधी गरीब, अडाणी व शूद्र मानले गेलेले शेतकरी होते, तसेच देहाची काष्ठे करणारे कामगार व कष्टकरीही होते. म. फुले यांचे कार्य म्हणजे समाजात शतकानुशतके भिनलेल्या गुलामगिरीवर, अज्ञानावर व अंधश्रद्धेवर घणाघाती आघात करणारे कार्य होते. ब्राह्मणांच्या धार्मिक मक्तेदारीवर व दंभ-ढोंगावर त्यांनी केलेले प्रखर हल्ले कडू वाटत असले तरी समाजपुरुषाच्या अंगात भिनलेला रोगच इतका दुर्धर होता की, अशा कडू औषधाचे डोसच परिणामकारक ठरणार होते!

म. फुले यांचा समाजसुधारणेचा वारसा कोल्हापूरच्या राजर्षी शाहू महाराजांनी पुढे चालविला. म. फुले यांच्या सत्यशोधक चळवळीचे स्वरूप पुढे बदलत गेले व तिला ब्राह्मणेतर चळवळीचे रूप प्राप्त झाले; पण चळवळीचा मूळ हेतू ब्राह्मण मक्तेदारीविरुद्ध बंड व बहुजन समाजजागृती हा नजरेआड झाला नाही. उलट सत्यशोधक तमाशाच्या द्वारे बहुजन समाजाला जागे करण्याची चळवळ वारणेपासून – नीरेपर्यंतच्या प्रदेशात अधिकच पसरली. ना. भास्करराव जाधव, केशवराव जेधे यांसारख्यांनी

या चळवळीला वैचारिक नेतृत्व दिले, तर भाऊराव पाटील व नाना पाटील यांच्यासारखे बहुजन समाजाचे उद्धारक याच चळवळीने उदयास आणले.

सत्यशोधक नाना पाटील

क्रांतिसिंह नाना पाटलांच्या कार्याची सुरुवात सत्यशोधक कार्यकर्त्यापासून झालेली आहे. वारकरी संप्रदायाच्या घराण्यात जन्म घेतलेल्या नानांना जेव्हा संतांनी प्रतिपादन केलेली समता समाजात दिसेना, तेव्हा सत्यशोधक चळवळ म्हणजे ती समता स्थापन करण्याचे एक साधन आहे, असे वाटल्यास नवल नव्हते. समाजातील अज्ञान, विषमता, दारिद्र्य, पिळवणूक ही सर्वांनाच दिसत असते, अनेकांना त्याबद्दल दुःखही होते; पण त्या पलीकडे सहसा कोणी जात नाही. त्या पलीकडे जातो तो एखादाच भाऊराव, एखादाच नाना पाटील! त्याला केवळ दुःख होत नाही, तो केवळ गरिबाच्या वेदना पाहून नुसता कळवळत नाही, तर तो अन्यायाची व पिळवणुकीची चीड उरात भरून सामाजिक बंडासाठी उभा ठाकतो!

बारशाच्या दिवशीच गळ्यात पडलेली माळ, लहानपणापासूनच भजन-कीर्तनाचा नाद आणि रामायण-महाभारत आदी पुराणांचे वाचन या सर्वांमुळे नानांवर ईश्वरभक्तीचे संस्कार झाले हे तर खरेच; पण त्यांचा पिंड ईश्वराचे भजन-पूजन करून केवळ आपल्याच आत्म्याचे कल्याण साधणारा नव्हता. ईश्वर दगडाच्या मूर्तीत नाही, तो लक्षावधी दलित-पतितांत आहे, असे प्रत्येक संत सांगून गेला; पण ईश्वरभक्तांनी त्याकडे सोयीस्करपणे पाठ फिरवून दगडांच्या मूर्तीकडेच तोंड केले व त्याच्याच पूजेत ते रमून गेले. नाना ईश्वर-पूजनाच्या विरुद्ध नव्हते, ते विठ्ठलभक्त होते आणि पंढरीचे वारकरीही होते; पण त्यांच्या हृदयात समाजातील गरिबांबद्दल कणवेचा सागर हेलावत होता. या गरिबांचा उद्धार ही ईश्वरभक्तीच आहे, अशी त्यांची मनोधारणा होती. म्हणून जेव्हा बहुजन समाजाचे मनोरंजन करीत त्यांच्या डोळ्यांत शहाणपणाचे अंजन घालण्याचे आणि त्याला जागे करण्याचे कार्य करणारे सत्यशोधक जलशे क्रांतिसिंहांनी प्रथम पाहिले, तेव्हा ते स्वाभाविकपणे त्याकडे आकृष्ट झाले आणि आपणही सत्यशोधक प्रचारक बनले!

भटभिक्षुक, सावकार व जमीनदार यांच्या पिळवणुकीविरुद्ध बंड हे या चळवळीचा एक कार्यक्रम होता. ब्राह्मण-भटांनी बहुजन समाजावर लादलेली धार्मिक व मानसिक गुलामगिरी फेकून द्या, असा म. जोतिबांचा संदेश होता. या संदेशानुसार ब्राह्मण पुरोहितावर बहिष्कार टाकले जात होते. पुरोहिताशिवाय अथवा ब्राह्मणेतर पुरोहितांकडून लग्ने उरकून घ्या, असा प्रचार केला जात होता. लोकांची मने या सुधारणेकडे वळवली जात होती. क्रांतिसिंह त्यामध्ये होतेच; पण जेव्हा त्यांच्यावरच लग्नाचा प्रसंग आला, त्या वेळी त्यांनी या चळवळीत पुढचे पाऊल टाकले. स्वतःच स्वतःची मंगलाष्टके म्हटली आणि आपले मुलखावेगळे लगीन साजरे केले! ब्राह्मण पुरोहिताशिवायच नव्हे तर कोणत्याही जातीच्या पुरोहिताशिवाय लग्न घडू शकते, हेच त्यांना दाखवून द्यायचे होते; पण क्रांतिसिंह येथेच थांबले नाहीत. त्यांना आजूबाजूच्या समाजासमोर आणखी एक धडा घालून द्यायचा होता तो म्हणजे स्त्री-शिक्षणाचा. त्यांचे आद्य गुरू म. फुले यांचा आदर्श त्यांच्यासमोर होता. त्यांनी जसे आपल्या पत्नीस लिहायला-वाचायला शिकवून सुज्ञ केले तसे आपल्याही पत्नीस करायचे असा ठाम निश्चय क्रांतिसिंहांनी केला आणि तो घरात जाहीरही केला! वडीलधाऱ्या मंडळींच्या प्रखर विरोधावरही त्यांनी आत्मसंयमाने मात केली; पत्नीस साक्षर बनवले. तिचे ते प्रथम शिक्षक बनले! आणि जेव्हा तिला सत्यशोधक समाजाची पुस्तके चांगल्या तऱ्हेने वाचावयास येऊ लागली, त्याच वेळी हे गुरू-शिष्येचे संबंध संपले व पतिपत्नीचे वैवाहिक संबंध सुरू झाले! ध्येयपूर्तीसाठी आत्मसंयमन असा क्रांतिसिंहांच्या जीवनातील हा पहिलाच धडा होता. ही त्यांची तपश्चर्याच होती.

१९३० च्या सुमारास क्रांतिसिंह ब्राह्मणेतर चळवळीतून म. गांधींच्या राष्ट्रीय चळवळीकडे आले; पण त्यांनी सत्यशोधकी जीवनकार्याकडे पाठ फिरवली नाही, हे ध्यानात घेतले पाहिजे. सत्यशोधक चळवळ पुढे मृतप्राय झाली, तरी त्या चळवळीस अभिप्रेत असणारी समाज सुधारणा क्रांतिसिंह हयातभर करीत राहिले. या अर्थाने ते हयातभर सत्यशोधकच राहिले, असे म्हटल्यास चुकीचे होणार नाही. पुढे स्वातंत्र्यचळवळीच्या ऐन धामधुमीत सातारा जिल्ह्यात क्रांतिसिंहांनी लोकप्रिय केलेला 'गांधी-लग्न' हा प्रकार सत्यशोधक विचाराचेच फलित आहे. या गांधी-लग्नात

वधू-वरांना खादीचे पोशाख घालून आणि गांधींच्या प्रतिमेला हार घालून विवाह साजरा केला जात असे. 'आमच्या पोटी जन्माला येणारे बालक स्वातंत्र्याच्या कामी येईल' अशी प्रतिज्ञा गांधींच्या प्रतिमेला साक्ष ठेवून घेतली जाई. ना मंडप, ना आरास, ना पंगत, ना वरात! असे हे लग्न म्हणजे गरीब शेतकरी समाजाला वरदानच होते. लग्न हा मानवी जीवनातील मंगल क्षण; पण या क्षणासाठी लक्षावधी गरीब शेतकरी कर्जबाजारी होऊन गुलामगिरीचे जीवन जगत होते. लग्नाच्या खर्चासाठी प्रत्येक गावी अनेक शेतकऱ्यांनी सावकाराकडे १०/१० वर्षे जमिनी गहाण टाकल्या होत्या. काही गावेच्या गावे कर्जबाजारी होऊन सावकारी पाशात गेली होती. क्रांतिसिंह हे सर्व पाहात होते. यावर एकच उपाय म्हणजे शेतकरी जागा करणे, शहाणा करणे, त्यास गांधी लग्नाचा उपाय सांगून होणाऱ्या कर्जबाजारीपणापासून त्याला दूर ठेवणे. क्रांतिसिंहांनी अशी शेकडो गांधी लग्ने लावली! आपल्या बहिणीचे लग्न ८/९ रुपयांत केले; पण त्यासाठी हजारो लोकांना निमंत्रित केले गेले! आजूबाजूचे लोक गाड्या जुंपून हे गांधी-लग्न पाहावयास आले! पंगत, वरात नसणारे हे गांधी-लग्न म्हणजे समाजसुधारणेचे प्रात्यक्षिकच होते. या लग्नातून प्रेरणा घेऊन अनेकांनी आपल्या मुला-मुलींची 'गांधी लग्ने' केली. एकाच वेळी अशी १०/१०, २०/२० लग्ने पार पडत. क्रांतिसिंहांनी अशा लग्नास यावे म्हणून आग्रह होई, मग क्रांतिसिंहांना लग्नांच्या तारखा द्याव्या लागत आणि या तारखांप्रमाणे मंडळी मुहूर्त साधत असत! या लग्नात लाडू-पोळ्यांची मेजवानी नसली तरी क्रांतिसिंहाच्या भाषणाची मेजवानी उपस्थितांना मिळे आणि या मेजवानीवर शेतकरी तृप्त होत! अशी लग्ने म्हणजे समाज-प्रबोधनाचे मेळावेच असत. गांधी-लग्नाच्या संदर्भात आणखी एक घटना नमूद करायला हवी की, क्रांतिसिंहांनी १९४८ साली कुंडल येथे एक विधवा-विवाहही घडवून आणला होता. ग्रामीण भागात केलेल्या या विधवा-विवाहास शेकडो कार्यकर्ते हजर होते!

क्रांतिसिंहांची समाजसुधारणा सर्वंकष समाजसुधारणा होती. त्यामध्ये शिक्षणप्रसार होता, अंधश्रद्धा व मूर्ख चालीरीतींवर हल्ले होते, अस्पृश्योद्धार होता, तसेच व्यसनमुक्तीही होती. सत्यशोधक क्रांतिसिंहांनी तासगावच्या परिसरात ग्रामीण भागात प्रौढ-शिक्षणाच्या शाळाही चालविल्या होत्या.

आस एकच होती की, बळीराजा शहाणा झाला पाहिजे आणि तो शहाणा करण्याचे एक प्रभावी साधन म्हणजे शिक्षण-ज्ञान. या शिक्षणाची गंगा खेडोपाडी नेण्याचे कार्य पुढे क्रांतिसिंहांचे सहकारी कर्मवीर भाऊराव पाटलांनी केले. शिक्षणप्रसार हे त्यांनी आपले जीवित-कार्यच मानले. क्रांतिसिंह कर्मवीरांना सहकार्य देत राहिले. कर्मवीर व क्रांतिसिंह यांचे कार्य एकमेकास पूरकच होते.

आतापर्यंत अनेक समाजसुधारकांनी समाजातील अंधश्रद्धा, भोळसटपणा, देवाच्या नावाखाली भोंदूगिरी, अनिष्ट चालीरीती यांवर हल्ले चढविले आहेत. अगदी कडाडून प्रहार केले आहेत; पण हे सर्व ग्रंथांतून अथवा वर्तमानपत्रांच्या रकान्यांतून झाले. क्रांतिसिंहांचे प्रहार त्यांच्या प्रचंड सभांतून व्हायचे आणि या सभांना हजर असायची, ज्यांनी कधी आयुष्यात पुस्तक अथवा वर्तमानपत्र हाती धरले नव्हते अशी हजारो शेतकरी व कष्टकरी माणसे. या हजारोंच्या समुदायासमोर क्रांतिसिंहांची भाषणे ३/३ तास चालत. शेतकऱ्यांच्या भाषेत, दैनंदिन जीवनातले दाखले देत, विनोद करीत, जमलेल्या शेतकऱ्यांचे डोळे उघडण्याचे काम ते मोठ्या कुशलतेने करीत असत. मग त्यात अंकलखोपच्या म्हसोबाच्या डोळ्यांच्या चोरीची कथा येई तर गावातील मरीआईच्या गाड्याची झालेली कुचंबणा सांगितली जाई, कधी पंढरीतल्या धटिंगण बडव्यांची हातचलाखीची गंमत तर कधी पिंडाला कावळा शिवतो, शिवत नाही या अंधश्रद्धेची रेवडी, अशी क्रांतिसिंहांची मुलूखमैदान तोफ एकसारखी धडाडत असे! शिवाशिव मानू नका, अस्पृश्यता हा मानवजातीला कलंक आहे, हे अज्ञ जनतेला सरळ सांगून पटणारे नव्हते. क्रांतिसिंह हेच वेगळ्या शैलीत अज्ञ बांधवास पटवून देत असत. : "अरं, म्हार, मांग, चांभार, भंगी ह्यास्नी लांब का ठेवता? ती घान काम करत्यात म्हणून? तुमचा सोताचा डावा हात सकाळी उठल्या उठल्या कसलं काम करतो? घानच नव्हं ते काम? त्येला तोडून वायलं ठिवता का? न्हाई? डावा हात घाण काम करतो, त्येला तुमी राख लावून, शाप धून काढता, त्याच हातावर मिसरी ठेवता उजव्या हाताच्या बोटानं ती मिसरी दाताला लावता खरं का न्हाई?"

पण समाजसुधारणा हे सतीचे वाण असते, याची क्रांतिसिंहांनाही कल्पना होती. सामाजिक क्रांती एका दिवसात नव्हे पण एका दशकातही

पूर्ण होत नाही, याची त्यांना जाणीव होती. समाजसुधारणेची गती नेहमीच मंद असते, म्हणून का आपण शांत बसायचे? समाजाला जागे करण्याचे प्रयत्न अहोरात्र झालेच पाहिजेत, हा जगन्नाथाचा रथ ओढला गेलाच पाहिजे, असे प्रतिपादन करताना क्रांतिसिंह म्हणतात, "शेकडो - हजारो वर्षांचे संस्कार आणि जुन्या कोत्या समजुती नाहीशा करण्यासाठी समाजसुधारकांच्या शेकडो पिढ्या खर्ची पडल्या तरी पूर्ण यश मिळणे अवघडच! हा जगन्नाथाचा रथ ढकलीत राहणे एवढेच आमच्या हाती आहे. रथ तसूतसूने पुढे सरकेल किंवा घसरून परत अंगावरही येईल. आम्ही चिरडून जाऊ; पण प्रयत्न करीत राहणार. तेवढेच आमच्या हाती आहे."

काँग्रेसच्या झेंड्याखाली

सत्यशोधक कार्यकर्ते असलेले क्रांतिसिंह १९३०च्या सुमारास म. गांधींच्या काँग्रेस चळवळीत सामील झाले. हा योगायोग नव्हता अथवा अपघातही नव्हता. ते क्रांतिसिंहानी विचारपूर्वक उचलले पाऊल होते. त्यांच्याप्रमाणेच केशवराव जेधे, म. शिंदे, भाऊराव पाटील, आत्माराम पाटील अशा सत्यशोधक (अथवा ब्राह्मणेतर) चळवळीतील अनेक नेत्यांनी हाच निर्णय घेतला होता. या मंडळींच्या निर्णयास म. गांधींचे नेतृत्व आणि त्यांचे तत्त्वज्ञान कारणीभूत होते. महात्माजींचा लढा हा केवळ राजकीय नव्हता, तर तो समाजसुधारणेचाही लढा होता. अस्पृश्यता-निवारण, साक्षरताप्रसार, व्यसनमुक्ती, स्वदेशी इत्यादी महात्माजींचा कार्यक्रम सत्यशोधक चळवळीतील नेत्यांना बहुजनांच्या उद्धाराचा वाटला, ही पहिली गोष्ट अन् दुसरी अशी की, समाजाची प्रगती व सुधारणा ही राष्ट्रीय स्वातंत्र्याशिवाय होणार नाही; राजकीय स्वातंत्र्य हे सामाजिक सुधारणेस केवळ पूरक नव्हे तर ते आवश्यक आहे, ही विचारसरणी या नेत्यांना मनोमन पटली. क्रांतिसिंहांपुरतेच बोलायचे झाले तर ते तलाठी असताना १९२० सालापासूनच राष्ट्रीय स्वातंत्र्याचे विचार त्यांच्या डोक्यात घोंगावत होते असे दिसते. त्यांचे एक जुने सहकारी काशीनाथ देशमुख यांनी आपल्या लेखात १९२० सालची क्रांतिसिंहांची भेट व इंग्रजांची सत्ता मुळासह कशी उखडून टाकता येईल यावर त्यांच्याशी झालेली चर्चा याचा उल्लेख केला आहे. खेड्यापाड्यांतील वतनदार,

जमीनदार, जहागीरदार, सावकार ही मंडळी समाजाचे शोषण करतात. त्यांच्या शोषणाविरुद्ध आंदोलन उभारायचे तर त्यांना ज्या इंग्रज राज्यकर्त्यांचा आश्रय आहे, त्यांच्याविरुद्धही आंदोलन उभारले पाहिजे, ही वैचारिक भूमिका क्रांतिसिंहांनी महाराष्ट्रातील काँग्रेसच्या चळवळीत प्रथम आणली, असे भाई जी. डी. लाड यांनी आपल्या लेखात म्हटले आहे, ते अगदी यथार्थ आहे.

क्रांतिसिंह स्वातंत्र्य चळवळीत उतरले ते घरादाराकडे पाठ फिरवून. त्या वेळी स्वातंत्र्य चळवळीत जाणे म्हणजे सोपी गोष्ट नव्हती. अटक, मारहाण, तुरुंगवास, घरादारावर जप्ती अशा प्रकारे अनेक संकटांना तोंड देण्याचे धैर्य असणारेच देशभक्त बनत. क्रांतिसिंहही एक दिवस असेच देशभक्त बनले. त्यांच्या कन्या सौ. हौसाताई त्याविषयीची आठवण सांगतात, "त्या वेळी आम्ही वाठारला राहात होतो. घरात मी, माझा ४/५ महिन्यांचा लहान भाऊ, आई व दादा (क्रांतिसिंह) असे चौघेजणच होतो. एक दिवस दादा 'चावडीवर जातो' असे सांगून घरातून बाहेर गेले, ते परत आलेच नाहीत. बाहेर पडताना त्यांनी धोतर, सदरा, कोट व डोक्याला फेटा असा पेहराव केला होता. थोड्या वेळाने गावचा कोतवाल त्यांचे कपडे घेऊन घरी आला. त्याने दादांचे कपडे आईच्या स्वाधीन केले व तिला सांगितले की, 'अण्णासाहेब, लुंगी लावून, टोपी, नेहरू शर्ट घालून व हातात तिरंगी झेंडा घेऊन कुठेतरी निघून गेले. माझी वाट पाहू नकोस' असा त्यांनी तुम्हाला निरोप दिला आहे." यानंतर क्रांतिसिंहांवर संकटांमागून संकटे कोसळली. एकुलता एक मुलगा वारला, पत्नी मार्गप्रतिक्षा करीत स्वर्गवासी झाली; त्यानंतर भावजय, वडील, आजी अशी रक्ताची माणसं एकामागून एक निघून गेली. नियतीनेच क्रांतिसिंहांचे पाश तटातट तोडून टाकले! एकुलत्या एक मुलीची जबाबदारी आपल्या भावावर सोपवून क्रांतिसिंह देशासाठी फकीर बनले! तलाठ्याची नोकरी यापूर्वीच गेली होती. आता देशाची चाकरी हीच नोकरी बनली. म. गांधींच्या आदेशाने सत्याग्रह, अटक, तुरुंगवास, चक्की पिसणे, सुटका, पुन्हा सत्याग्रह, अटक... असे चक्र सतत सुरू झाले. पॅरोलच्या काळात इस्लामपुरात असताना दोन वेळेच्या अन्नासही ते मोताद झाले. शेवटी हमाली केली. कपडे फाटले, मग पोत्याचे सदरे व हाफ पँट शिवल्या! देशासाठी खरेखुरे फकीर बनले!

पोतेबुवा बनले!

काँग्रेसच्या लढ्यातील क्रांतिसिंहांचे प्रारंभीचे कार्य तर 'एकला चलो रे' असेच होते. उंच सावरीच्या काठीस तिरंगी झेंडा लावावा, तो खांद्यावर घेऊन एखाद्या गावात जावे, बालचमू जमवून 'म. गांधी की जय', 'भारत माता की जय' अशा घोषणा द्याव्यात, देशभक्तीची गाणी म्हणत फेरी काढावी आणि शेवटी चावडीसमोर अगर मारुतीच्या देवळाच्या पटांगणात सभा घ्यावी, देवळातला देवच सभेला अध्यक्ष करावा आणि म्हणावे, "हे देवा! तूच आमच्या सभेचा अध्यक्ष समजून मी ही आज सभा सुरू करतो आहे! जर सरकारचे वॉरंट आले तर देवा, तुलाच ते वॉरंट लागू दे!" मग शड्डू ठोकून, शिवाजी महाराजांचा व महात्मा गांधींचा जयजयकार करून सभेला सुरुवात व्हायची आणि मग क्रांतिसिंहांनी "छत्रपतींचा पराक्रम सांगावा, काँग्रेसचे धोरण व कार्यक्रम मांडावा. व्यवहाराच्या दोन गोष्टी सांगून व्यसनात बुडू नका, सावकारीत अडकू नका, खोट्या प्रतिष्ठा बाळगू नका, अशा हिताच्या चार गोष्टी कळकळीने सांगाव्यात."

राष्ट्रीय स्वातंत्र्याच्या चळवळीत भाग घेणारे अनेक कार्यकर्ते त्या काळातही होते; पण आंदोलन संपले की, ते पुन्हा आपल्या संसाराला लागत व रमून जात ते पुन्हा आंदोलनाची हाक येईपर्यंत. क्रांतिसिंह त्यास अपवाद होते. तीस साली त्यांनी जी संसाराकडे पाठ फिरवली ती कायमचीच. हे त्यांच्या कार्याचे एक विशेष मानावे लागेल. तीस सालापर्यंत काँग्रेस ही काही पांढरपेशा मंडळींची राजकीय संघटना होती. शहराच्या बाहेर तिचा प्रभाव नव्हता की तिला फारसे कोणी अनुयायी नव्हते; पण तीस सालानंतर बहुजन समाजातील अनेक नेते काँग्रेसमध्ये आले व काँग्रेस खेड्यापाड्यांत गेली. या काँग्रेस-प्रसारात क्रांतिसिंहांचा सिंहाचा वाटा होता. तीस सालच्या क्रांतिसिंहांच्या वाईतील सभेचे वर्णन करताना रा. ना. चव्हाण म्हणतात. "त्या वेळी तमाम परिसर भरून गेला होता. वाई क्षेत्रात फार पूर्वीपासून काँग्रेसची शाखा होती; पण त्यात चिमूटभर शहरी पांढरपेशे लोकच होते. ही क्षेत्रस्थ शाखा खेड्यापाड्यांत कोणालाच फारशी माहिती नव्हती. नाना पाटलांच्या या सभेएवढी मोठी राष्ट्रीय सभा वाईत आतापर्यंत झालीच नव्हती. नाना पाटलांच्या सभेस शेतकरी, कष्टकरी, पांढरपेशे, राष्ट्रीय कार्यकर्ते,

गांधीवादी अशी सर्व जनता जमली होती.''

८ ऑगस्ट १९४२ चा ठराव

जागतिक महायुद्ध सुरू होऊन इंग्लंडची दमछाक झाली होती; पण ते आपली हिंदुस्थानवरील पकड ढिली करावयास तयार नव्हते. जपानने महायुद्धात उडी घेऊन आग्नेय आशियातील प्रदेश काबीज करून हिंदुस्थानच्या रोखाने मुसंडी मारली होती. इंग्रजाच्या हिंदुस्थानी साम्राज्याला फार मोठा धोका निर्माण झाला होता. अशा आणीबाणीच्या प्रसंगी काँग्रेसने म. गांधींच्या नेतृत्वाखाली 'चले जाव' आंदोलनाचा निर्णय घेतला. ८ ऑगस्ट १९४२ रोजी मुंबईच्या बैठकीत हिंदुस्थानातून आपली सत्ता लगेच काढून घेऊन त्यास स्वातंत्र्य देण्याचे इंग्रजांना आवाहन करण्यात आले. हिंदुस्थानला स्वातंत्र्य दिल्यास स्वतंत्र हिंदुस्थान आपली सारी शक्ती स्वातंत्र्य रक्षणासाठी खर्च करील; अन्यथा इंग्रज राज्यकर्त्यांविरुद्ध आम्हास संघर्ष करावा लागेल, असा इशाराही देण्यात आला. भावी लढा म. गांधींच्या नेतृत्वाखाली सुरू होणार होता. याप्रसंगी केलेल्या भाषणात महात्माजी म्हणाले होते. ''स्वराज्यासाठी आपणाला संघर्ष करावाच लागेल. ते काही आकाशातून पडणार नाही. आम्ही आवश्यक तो त्याग केला आणि आपली शक्ती दाखविली तर ब्रिटिशांना आपले स्वातंत्र्य द्यावेच लागेल... मी तुम्हाला छोटा मंत्र देतो. हा मंत्र असा : आम्ही करू अथवा मरू (We shall do or die). आम्ही हिंदुस्थानला स्वतंत्र करू अथवा स्वातंत्र्य मिळविताना मरून जाऊ. आता आम्ही गुलामगिरीत राहू शकत नाही. परमेश्वरासमोर प्रतिज्ञा करा व सदसद्विवेकबुद्धीस स्मरून निश्चय करा की, स्वातंत्र्य मिळेपर्यंत आम्ही विश्रांती घेणार नाही; स्वातंत्र्य मिळविण्यासाठी आम्ही आमचे बलिदान करावयास तयार राहू?''

पण काँग्रेसच्या या इशाऱ्याकडे लक्ष न देता हे आंदोलन दडपून टाकण्याचा इंग्रजांनी निश्चय केला होता. ठराव झाल्याच्या दुसऱ्या दिवशी पहाटे काँग्रेसच्या म. गांधी, पंडित नेहरू, मौलाना आझाद, कृपलानी, असफअली आदी प्रमुख नेत्यांना अचानक पकडून सरकारने अज्ञातस्थळी बंदिवासात टाकले. लोकांना हे समजताच सर्वत्र जोरदार निषेध-मोर्चे निघाले, हरताळ पडले; पण पोलिसांनी हा असंतोषाचा

उद्रेक हिंसाचाराने दडपून टाकला.

मुंबईच्या अधिवेशनाला सातारचीही काही मंडळी गेली होती. ती परतल्यावर त्यांनी सरकारच्या दडपशाहीचा निषेध करण्यासाठी प्रथम तालुका कचेरीवर मोर्चे काढले. लोकांचा उत्साह अमाप होता. आपल्या नेत्यास पकडल्याचा राग त्यांच्या मनात होता. परिणामी, हजारोंच्या संख्येत कराड, तासगाव, इस्लामपूर, वडूज या तालुक्यांच्या गावी प्रचंड निषेध-मोर्चे निघाले. कराड-तासगावचे मोर्चे यशस्वी झाले; पण वडूज-इस्लामपूरच्या मोर्चेवाल्यांवर पोलिसांनी निघृण गोळीबार केला. अनेकांना गोळ्या घालून ठार केले! हजारोंचा निःशस्त्र समुदाय पोलीस गोळीबारासमोर हतबल ठरला! निष्पाप स्वातंत्र्यवीरांचे बलिदान घडले!

सातारची भूमिगत चळवळ

काँग्रेसचे प्रथम श्रेणीचे नेते सरकारने तुरुंगात टाकले. 'चले जाव'चे उग्र आंदोलन सुरू होण्यापूर्वीच सरकारने कठोर कारवाई करून ते दडपून टाकले. हिंदुस्थानात सर्वत्र ठिकठिकाणी त्याची तीव्र प्रतिक्रिया उमटली; पण लवकरच पोलिसी अत्याचाराने लोकांच्या प्रतिकाराचा आवाज बंद झाला. सातारमध्ये मात्र काही वेगळे घडले. इथेही मोर्चेवाल्यांवर गोळीबार झाले. चळवळीत पोलिसी दहशत निर्माण झाली; पण इथल्या कार्यकर्त्यांनी चळवळ जिवंत ठेवण्याचा निश्चय केला आणि तो पार पाडला.

पण चळवळ चालू ठेवायची म्हणजे कोणत्या कार्यक्रमावर ती चालू ठेवायची? कशी चालवायची? हे प्रश्न सातारच्या मंडळींसमोर होते. वरिष्ठ नेतृत्व तुरुंगात गेलेले, शांततापूर्ण निषेध-मोर्चांना गोळीबाराने उत्तर मिळालेले आणि त्यातून सामान्य माणसाची विमनस्कता निर्माण झालेली! यातून मार्ग म्हणजे भूमिगत चळवळ सुरू करणे. सर्व बाजूंनी कोंडी झालेल्या स्वातंत्र्यवीरांना या मार्गाशिवाय दुसरा मार्ग दिसत नव्हता. त्यांनी महात्माजींच्या नावेच 'करेंगे या मरेंगे' या निश्चयाने लढा चालू ठेवला. सरकारी कचेऱ्यांवर व ठाण्यावर हल्ले करणे, पोस्टांवर हल्ले करून लुटणे, सरकारी डाक-बंगले, रेल्वे स्टेशने जाळणे, रेल्वे उलथणे, तारा तोडणे अशा प्रकारांनी सरकारशी सशस्त्र पण भूमिगत प्रतिकार करणे असे या चळवळीचे स्वरूप ठरू लागले.

महात्माजींच्या अहिंसेच्या तत्त्वात हा कार्यक्रम बसणारा नव्हता हे खरे; पण खुद्द महात्माजींना सरकारने अज्ञातवासात डांबलेले. अशा परिस्थितीत त्यांचा एकच आदेश सातारच्या कार्यकर्त्यांना स्मरत होता 'करेंगे या मरेंगे।' स्वतःच स्वतःचे नेते व्हायचे व स्वतःच्या बुद्धीला पटेल त्या प्रकारे स्वातंत्र्याचा लढा चालू ठेवायचा. या वेळी मश्रुवालासारखे गांधींच्या तत्त्वज्ञानाचे काही टीकाकार पुढे आले आणि त्यांनी चळवळीतील हिंसा-अहिंसावादाविषयी आपले मत प्रतिपादन केले - ''स्वातंत्र्य लढ्यातील अहिंसेचा अर्थ मानवाची हिंसा करायची नाही एवढाच समजावयाचा, शत्रूच्या उपयोगी पडणाऱ्या त्याच्या निर्जीव साधनांचा विध्वंस करणे हे हिंसेत येत नाही.'' खुद्द महात्माजींनीही या लढ्याच्या 'वर्षभर आधी जपान्यांच्या संभाव्य आक्रमणाच्या संदर्भात स्वसंरक्षणासाठी होणाऱ्या हिंसेचे समर्थन करणारी काही निश्चित विधाने केलेली होती.' या सर्व पार्श्वभूमीवर सातारची भूमिगत चळवळ सुरू झाली. येथे हे नमूद केले पाहिजे की, सातारा जिल्ह्यात सर्व भूमिगतांचा मिळून असा एकच गट नव्हता. क्रांतिसिंह नाना पाटील, यशवंतराव चव्हाण, वसंतदादा पाटील, स्वामी रामानंद, बाबूराव चरणकर इत्यादी नेत्यांचे त्यांच्या सहकाऱ्यांसह एकूण नऊ गट भूमिगत कार्य करीत होते. प्रत्येक गट आपापल्या क्षेत्रात सरकारविरोधी चळवळ १९४६ सालापर्यंत करीतच राहिला. त्यांचे परस्परांशी सहकार्यही असे आणि ते 'परस्परांशी सैलसर शिस्त व कार्यक्रम यांनी जोडले गेले होते.' या सर्व भूमिगतांच्या नेतृत्वस्थानी असणाऱ्या नेत्यास 'डिक्टेटर' म्हटले जाई. प्रथम या पदावर यशवंतराव चव्हाण होते. नंतरच्या काळात कासेगांवकर वैद्य ऊर्फ धन्वंतरी, नाथाजी लाड, किसन वीर हे डिक्टेटर होते; पण जनसामान्यांच्या पातळीवर क्रांतिसिंह नाना पाटील हे या चळवळीचे प्रतीक मानले गेले. गेल ओमवेट म्हणतात, ''१९४२ च्या सुरुवातीला नाना पाटलांचे नाव इतके व्यापक प्रमाणावर पसरले होते आणि लोकप्रिय झाले होते की, एखाद्या शाळकरी मुलाला पोलिसाने हटकल्यावर तोसुद्धा 'नाना पाटलांनी मला हे करायला सांगितले' असे उत्तर देई आणि म्हणूनच, चळवळीच्या संपूर्ण काळात नाना पाटील हे लपून होते तरी सातारचे प्रति-सरकार हे त्यांच्या नावाशी एकरूप झाले होते.''

प्रति-सरकारची निर्मिती

भूमिगतांची सरकारविरोधी कृत्ये चालू असता त्यांच्यासमोर एक नवेच संकट उभे राहिले. त्या काळात सातारा जिल्ह्यात दरोडेखोरांच्या अनेक टोळ्या होत्या. त्यांचा बंदोबस्त सरकारलाही करता आला नव्हता. या दरोडेखोरांनी आता 'म. गांधी की जय, नाना पाटील की जय' अशा घोषणा देऊन राजरोस दरोडे घालण्यास सुरुवात केली. रोज १०/२० दरोडे पडू लागले. स्वातंत्र्याची चळवळ व तिचे नेते क्रां. नाना पाटील हे बदनाम होऊ लागले. जनसामान्यांच्या मनात साशंकता निर्माण झाली. दरोड्यांनी त्रस्त झालेल्या जनतेने पोलिसांकडे जावे तर त्यांनी उलट सांगावे, "जा की, आता तुमच्या त्या पांढऱ्या टोपीवाल्यांकडे!" जनता असहाय बनत होती. दरोडेखोरांनी 'कामेरी कोर्ट' आणि 'वाघोली कोर्ट' अशी कोर्ट्स स्थापून जनतेकडून राजरोस खंडण्या वसूल करण्याचा सपाटा लावला होता. दिवसाढवळ्या खून पडत होते. बायकांच्या अब्रूवर घाला घातला जात होता.

दरोडेखोर हे एक आव्हान होते. क्रांतिसिंह नाना पाटील व त्यांच्या सहकाऱ्यांनी ते स्वीकारले. स्वातंत्र्याचा लढा द्यायचा तर जनतेचा पाठिंबा हवा, तो मिळविण्यासाठी जनमानसातील आपले स्थान भक्कम हवे, निर्मळ हवे, जनतेला तिच्या जीवित-वित्ताची हमी दिली पाहिजे, या भावनेतूनच प्रति-सरकार चळवळ साकार झाली. क्रांतिसिंह नाना पाटील या चळवळीचे दैवत बनले. प्रति-सरकारची स्थापना त्यांच्या नावे झाली. कविवर्य माडगूळकरांनी म्हटल्याप्रमाणे सिंहाला आयाळ लावावी लागत नाही. ती त्याच्या गळ्यात रुळतच असते. तसे क्रांतिसिंहांकडे या महान चळवळीचे नेतृत्व 'स्वयंमेवमृगेंद्रता' या न्यायाने चालून आले!

४३ सालच्या मध्यापासून प्रति-सरकार हळूहळू साकारू लागले. लवकरच त्यास स्वतःची शासनव्यवस्था निर्माण करण्याची क्षमता प्राप्त झाली. मिदनापूर, भागलपूर, बालिया इत्यादी हिंदुस्थानातील अनेक ठिकाणी ९ ऑगस्टनंतर उठाव झाले; पण नंतर ते शांतही झाले. साताराच्या या प्रति-सरकारच्या उठावाचे तसे न होता तो दिवसेंदिवस अधिकच प्रखर होत गेला. सातारा जिल्ह्याच्या एका लहानशा भागात का होईना पण ब्रिटिश साम्राज्याची सत्ता नष्ट होऊन स्वकीयांचे स्वराज्य

स्थापले गेले, ही घटनाच मोठी अभूतपूर्व होती. खुद्द क्रांतिसिंह नाना पाटलांनी प्रति-सरकारची व्याख्या 'इंग्रजांची गुलामगिरी फेकून स्वतंत्र म्हणून वावरणाऱ्या भारतीयांचे सरकार' अशी केली आहे.

हे भारतीयांचे खरे स्वतंत्र सरकार होते. म्हणूनच ब्रिटिशांच्या डोळ्यांत ते खुपत होते. एवढ्या प्रचंड सामर्थ्याच्या ब्रिटिश साम्राज्य-सत्तेस साताराच्या एका चिमुकल्या प्रति-सरकारने आव्हान द्यावे म्हणजे काय? ही गोष्ट ब्रिटनला अपमानास्पद वाटत होती म्हणूनच ब्रिटिश पार्लमेंटमध्ये सवाल उठत होता - साताऱ्यात ब्रिटिश सत्ता अस्तित्वात आहे काय? या सवालास गिल्बर्टसारखे गोरे अधिकारी साताऱ्यात नंगानाच घालून, दडपशाही आणि अत्याचार करून, उत्तर देण्याचा केविलवाणा प्रयत्न करीत होते.

ग्रामराज्याचा प्रयोग

प्रति-सरकारने गावोगाव स्थापन केलेली ग्रामराज्ये म्हणजे प्रति-सरकार चळवळीचे प्रशासकीय स्वरूप होते. आपल्या प्रदेशातून इंग्रजांची सत्ता नष्ट करायची तर आपली सत्ता निर्माण व्हायला हवी, आपले शासन निर्माण व्हायला हवे, या भूमिकेतूनच प्रति-सरकारची स्थापना झाली होती. गावोगावी यापूर्वीच राष्ट्र-सेवा दले तयार झाली होती. जेथे नव्हती, तेथे ती तयार केली गेली. शेकडो तरुणांना हाताशी धरून प्रत्येक गावी न्यायदान कमिट्या स्थापन करण्यात आल्या आणि त्यांच्या मदतीने ग्रामराज्याचा प्रयोग राबविण्यात आला. गावोगावचे गुंड, पोलिसांचे खबरे, जुलमी वतनदार, सरंजामदार आणि दरोडेखोर याचा बंदोबस्त करण्यासाठी जी. डी. लाड यांच्या नेतृत्वाखाली तुफान सेना निर्माण केली गेली. या तुफान सेनेनेच दरोडेखोरांची एकेक टोळी वेचून नाहीशी केली. गुंडपुंडांना आणि पोलीस खबऱ्यांना पत्र्या लावल्या. जुलमी सावकारांच्या गाढवावरून धिंडी काढल्या. सरकारधार्जिण्या मंडळींच्या मनात तुफान सेनेने दहशत निर्माण केली; पण ग्रामराज्यातील सामान्य माणूस दरोडेखोर व गुंड यांच्या भीतीपासून मुक्त केला. जनतेला हे प्रति-सरकार प्रतिशासन देणारे, आपले सरकार वाटू लागले. गुंडांना पत्र्या लावणारे सरकार जनमानसात 'पत्री सरकार' म्हणून जरी प्रसिद्ध झाले तरी ते जनतेचे खरे 'प्रीती सरकार' बनले!

ग्रामराज्याच्या चौकटीत गावोगावी स्थापन झालेल्या न्यायदान कमिट्यांचे कार्य विशेष उल्लेखनीय होते. या कमिट्यांनी अनेक गरीब, नाडलेल्या शेतकऱ्यांवरील अन्यायांचे निवारण करून त्यांना न्याय दिला; स्त्रियांवर अत्याचार करणाऱ्यांना जबर शासन केले, दारू गाळण्याचे व विक्रीचे उद्योग बंद पाडले. याशिवाय ग्रामराज्याने अनेक विधायक कार्यक्रम हाती घेऊन, ते राबविले.

ग्रामसफाई, खादीप्रसार, साक्षरताप्रसार, दारूबंदी, जुगारबंदी, हुंडाबंदी, गांधी लग्न प्रचार, अस्पृश्यता-निवारण इत्यादी विधायक कार्यक्रमांनी ग्रामराज्य केवळ 'स्वराज्य' न राहता सुराज्य बनवले गेले! क्रांतिसिंह नाना पाटलांनी म्हटल्याप्रमाणे साताऱच्या जागृत जनतेने स्वयंपूर्ण असा जो स्वावलंबनाचा मार्ग पत्करला त्यातून ग्रामराज्याच्या प्रस्थापनेचा एक राजकीय सिद्धान्त साकार झाला होता.''

प्रति-सरकारच्या यशाची मीमांसा

क्रांतिसिंह नाना पाटील यांच्या नेतृत्वाखाली सातारमधील प्रति-सरकारच्या अभूतपूर्व यशाची पार्श्वभूमी पश्चिम महाराष्ट्राच्या ऐतिहासिक व सामाजिक इतिहासात आहे. तीनशे वर्षांपूर्वी याच भूमीत सह्याद्रीच्या आश्रयाने गरीब मराठी माणसांना संघटित करून शिवाजी महाराजांनी स्वराज्याचा प्रयोग यशस्वी केला होता. त्यानंतर याच भूमीत औरंगजेबाशी सतत २५-२६ वर्षे झुंज देऊन आपल्या स्वराज्याचे रक्षण मराठ्यांनी संताजी-धनाजीच्या नेतृत्वाखाली केले होते. क्रांतिसिंह नाना पाटील व त्यांचे सहकारी त्याच शिवरायांचे वंशज होते. शिवाजी महाराजांच्या आणि संताजी, धनाजीच्या तेजस्वी क्षात्रधर्माचा वारसा ४२च्या लढ्यातील प्रेरणास्थानी होता.

सातारच्या ज्या खोऱ्यातून शिवाजी महाराजांच्या स्वातंत्र्य लढ्याचे वारे खेळून गेले होते, त्याच खोऱ्यातून म. फुले यांनी सुरू केलेले व राजर्षी शाहू महाराजांनी गतिमान केलेले सर्वंकष सामाजिक क्रांतीचे वादळवारे घुमत गेले होते, याचीही दखल घेतली पाहिजे. सत्यशोधक चळवळीमुळे या भूमीतील सामान्य माणूस सामाजिक गुलामगिरीविरुद्ध बंड करून उठला होता. मुळात प्रस्थापितांविरुद्ध बंड करून उठणे, आपल्या अस्मितेची राखण करणे, हा या मातीचा गुणच होता. याच

मातीतून १९४२ साली बंडखोर मनाची माणसे संधी मिळताच उसळून बाहेर पडली आणि त्यांनी इंग्रज राज्यकर्त्यांना आव्हान दिले!

प्रति-सरकार यशस्वी झाले; त्याचे आणखी एक कारण त्याला जनतेचे प्रेम, पाठिंबा व सहकार्य मिळाले. प्रति-सरकारच्या कार्यकर्त्यांनी पत्र्या लावल्या; पण त्या गुंडांना; गरिबांना नाही. खजिने तुटले; पण खासगी मालकीचे नाहीत तर सरकारी मालकीचे. रेल्वे उलथून टाकल्या; पण एकाही माणसांची गाडी पाडली नाही. असे हे प्रति-सरकार जनतेचे सरकार बनले होते. जनतेचा पाठिंबा त्यास नसता तर ते उभेच राहू शकले नसते; तगू शकले नसते. खुद्द क्रांतिसिंहांनी या जनतेच्या सहकार्याबद्दल म्हटले आहे. "सातारचा संग्राम म्हणून जो आज भारतवर्षात गाजला आहे, तो काही दहा-पाच व्यक्तींचा उठाव नव्हे; तर खेड्यापाड्यांतील हजारो स्त्री-पुरुष, बाल-वृद्ध यांनी स्वतःचे रक्त आणि अश्रू देऊन चेतविलेला तो एक महान यज्ञ आहे. एका भूमिगत वीराच्या पाठीमागे किती लोकांचे प्रेम, त्याग आणि धैर्य असते, याची तुम्हाला कल्पना आहे का? जीवावरच्या प्रसंगात स्वतःचे प्राण देऊन सहकार्य करणारे हजारो तरुण साथीदार, वेळी-अवेळी रात्री पोटच्या मुलांच्या किंवा पाठच्या भावाच्या प्रेमाने चूल पेटवून गरम भाकरी-कांदा हाती देणाऱ्या झोपड्याझोपड्यांतील शेकडो भगिनी, शाबासकीची थाप पाठीवर टाकून आशीर्वाद देणारे वृद्ध आणि ग्रामराज्याच्या संदेशाची साद घालीत गावोगाव हिंडणारे बालसैनिक या सर्वांच्या सामुदायिक तपस्येचा परिणाम म्हणजे सातारचा संग्राम आहे!" अशी प्रति-सरकारची चळवळ म्हणजे "आपल्या स्वाभिमानाचे रक्षण करण्यासाठी स्वातंत्र्यप्रेमी जनतेने केलेला एक स्वयंस्फूर्तीचा उठाव होता. आपल्या देशाची इज्जत शंभर पटीने वाढविणारा लढा होता."

हा संग्राम 'योग्य की अयोग्य' अशी तात्त्विक चर्चा करणाऱ्या आणि हिंसा-अहिंसेच्या पोकळ गप्पा मारणाऱ्या महाभागांना क्रांतिसिंहांनी अतिशय मार्मिक उत्तर दिले आहे. "९ ऑगस्टच्या पहाटे देशातील सर्वश्रेष्ठ पुढारी एकाएकी आपल्यातून हिरावून नेल्यानंतर काहीच नाही, अशा समजुतीने जनता स्वस्थ बसली असती तर काय झाले असते? 'हा देश नादानांचा आहे!' असे जग ओरडून म्हणाले असते आणि दीडशे वर्षांच्या गुलामगिरीने अगोदरच मानसिक दौर्बल्य आलेल्या या

देशात एवढे विलक्षण हीनगंडत्व निर्माण झाले असते की, ते नाहीसे करण्यासाठी आणखी एक शतकभर प्रयत्न करावे लागले असते! या झगड्याने आम्ही निश्चितपणे देशाला स्वातंत्र्याच्या मार्गावर चार पावले पुढे नेले आहे! जनतेमध्ये आत्मविश्वास निर्माण झाला आहे. देशाचा स्वाभिमान जतन झाला आहे! या संग्रामाने देशाचा आत्मा सुरक्षित ठेवला आहे!''

भूमिगत क्रांतिसिंह

येडे मच्छिंद्र गावचे 'वारकरी' नाना पाटील ४२च्या चळवळीने 'धारकरी' बनले. सत्यशोधक नाना जसे गांधीवादी राष्ट्रभक्त झाले, तसे गांधीवादी नाना ४२च्या लढ्यात सशस्त्र भूमिगत क्रांतिकारक बनले. हे असे कसे घडले? गांधीवादी क्रांतिसिंह सातारच्या सशस्त्र लढ्याचे प्रणेते कसे बनले? याचे उत्तर म्हणजे क्रांतिसिंहांच्या लढ्याचे एकच असे तंत्र ठरलेले नव्हते. इंग्रजांशी लढताना जेव्हा गांधीवादी तत्त्वज्ञान निरुपयोगी आहे असे त्यांना वाटले, तेव्हा त्यांनी सशस्त्र क्रांतीचा मार्ग अनुसरला. जी. डी. लाड म्हणतात. ''जंगल सत्याग्रहापासून वैयक्तिक सत्याग्रहापर्यंत सर्व लढातंत्रे नाना पाटलांनी अनुसरली; पण गांधीजींचीच लढासूत्रे त्यांनी अनुसरली असे नाही. इंग्रजी सत्ता मानायची नाही हे सूत्र धरून त्या सत्तेविरोधी स्वतःच्या लढातंत्रानेही जायचे हा त्यांचा मार्ग होता. इंग्रजी सत्ता हाच मुळी भारतावर अत्याचार होता, त्या सत्तेला विरोध करण्यासाठी वापरलेले कोणतेही लढातंत्र हे सदाचारातच मोडते असा विचार त्यांच्या प्रत्येक कृतीतून व्यक्त होत होता.''

क्रांतिसिंहांचे भूमिगत जीवन म्हणजे एखाद्या अद्‌भुत कादंबरीचा विषय ठरावा असे आहे. पूर्वी शिवाजी महाराजांविषयी स्वकीय व परकीय लोकांत जशा अद्‌भुत दंतकथा प्रसारित झाल्या होत्या, तशा क्रांतिसिंहांच्या भूमिगत अवस्थेतील कामगिरीबद्दल प्रसृत झाल्या. अशी अद्‌भुत कामगिरीही त्यांनी करून दाखविली होती. ४२च्या लढ्यात सतत ४४ महिने ते भूमिगत राहिले. पोलिसानी जंगजंग पछाडले, पाच हजारांचे इनाम जाहीर केले, गोळीवॉरंट काढले, सातारच्या गिल्बर्ट डी.एस्.पी.ने आकाशपाताळ एक केले; पण क्रांतिसिंह सापडले नाहीत! शिवाजी राजाप्रमाणे अनेक क्लृप्त्या करून त्यांनी शत्रूला चकविले.

अनेक वेळा पोलीस अगदी त्यांच्या जवळ पोहोचत; पण प्रत्येक वेळी ते त्यांना गुंगारा देण्यात यशस्वी झाले! भूमिगत अवस्थेतही कार्यकर्त्यांच्या शिबिरांना ते मार्गदर्शन करीत. एवढेच नव्हे तर त्यांच्या जाहीर सभाही होत. अगदी पोलिसांच्या समोर! ते त्यांची रेवडी उडवीत! पण हजारोंच्या सभेत क्रांतिसिंहांना पकडण्याची पोलिसांची छाती नव्हती. क्रांतिसिंहांची सभा आज इथे, तर उद्या २५ मैलांवर तर परवा आणखी २५ मैलांवर कुठेतरी असायची. शेवटपर्यंत क्रांतिसिंह-पोलीस हा पाठशिवणीचा खेळ चालला होता.

क्रांतिसिंह या प्रदीर्घ भूमिगत अवस्थेत पोलिसांच्या हाती पडले नाहीत, याचे श्रेय त्यांच्या सुरक्षिततेची काळजी घेणाऱ्या त्यांच्या सहकाऱ्यांना तर आहेच; पण त्याहीपेक्षा अधिक जनतेला आहे. लोकांना वाटायचे की, नाना पाटील आपल्या घरचाच माणूस आहे. अगदी शेतकऱ्यापासून वडारापर्यंत सर्वांची त्यांच्याबद्दल ही आपुलकीची भावना होती. देशासाठी तळहातावर शिर घेऊन लढणाऱ्या नाना पाटलांबद्दल लोकांच्या मनात आदर, प्रेम व विश्वास होता. इतका की, पोलिसांच्या पाठलागातून सोडविण्यासाठी एका शेतकरी बांधवाने त्यांना आपल्या घरी आसरा दिला, एवढेच नव्हे तर आपल्या अंथरुणात आपल्या बायकोच्या शेजारी झोपविले. बाहेर येऊन तो पहारा करीत बसला! जो जनतेचा एवढा विश्वास कमवितो तो पकडला जाणे शक्यच नव्हते!

भूमिगत क्रांतिसिंह हे साताराच्या प्रति-सरकार चळवळीचे प्रतीक होते. यशवंतराव चव्हाणांनी म्हटल्याप्रमाणे “सातारा येथील चळवळीचे नाव देशात सर्व ठिकाणी पोहोचले ते नाना पाटील यांच्यामुळेच.” ते अगदी काशीच्या पंड्यापर्यंत जाऊन पोहोचले होते! म्हणून तर भोळ्या यात्रेकरूंना लुबाडण्याचा धंदा करणाऱ्या पंड्यास दक्षिणा देताना साताराच्या एका कार्यकर्त्याने नाना पाटलांचे नाव सांगताच त्याने दक्षिणा तर घेतली नाहीच; पण ‘नाना पाटलांना माझा नमस्कार सांगा’ असे विनविण्याची त्याच्यावर पाळी आली! असा विलक्षण दरारा क्रांतिसिंहांनी सर्वत्र निर्माण केला होता. ही चळवळ क्रांतिसिंहांच्या नावाने चालली होती आणि म्हणूनच ते कोणत्याही परिस्थितीत पोलिसांच्या हाती लागता उपयोगी नव्हते, कारण त्यामुळे चळवळीचा प्राणच नष्ट झाला असता. जनसामान्यांचे नीतिधैर्य नष्ट झाले असते. म्हणून ऐन चळवळीत

त्यांना कित्येक महिने अत्यंत गुप्तपणे राहावे लागले. अशा परिस्थितीत आपणास मृत्यू आला तर तो जाहीर न करता आपणास गुप्तपणे पुरून टाकावे, अशी सक्त ताकीदही त्यांनी जवळच्या सहकाऱ्यांना दिली होती!

स्वातंत्र्योत्तर भ्रमनिरास

स्वातंत्र्य जवळ आले. मुंबई प्रांताच्या निवडणुका झाल्या. आपले स्वकीय सरकार स्थापन झाले. त्यांनी भूमिगतांवरील वॉरंटे रद्द केली. क्रांतिसिंह नाना पाटील आपल्या सहकाऱ्यांसह मे ४६ मध्ये प्रकट झाले. क्रांतिसिंहांचे महाराष्ट्रात सर्वत्र भव्यदिव्य सत्कार झाले. असे देवदुर्लभ सत्कार पूर्वी कधी झाले नाहीत! तद्नंतरही झाले नाहीत! जनतेच्या उत्साहाला उधाण आले होते. मुंबईतील चौपाटीवर तर ६/७ लाखांचा समुदाय सत्कारासाठी जमला होता.

क्रांतिसिंहांना आपल्या कामाची पावती मिळाल्याचा आनंद झाला. आता स्वातंत्र्य आले की, गरिबांचे-शेतकरी-कष्टकऱ्यांचे राज्य येणार हे क्रांतिसिंहांचे गणित होते. का येऊ नये? स्वातंत्र्याचा खरा अर्थ तोच होता. ठिकठिकाणच्या सत्काराला उत्तर देताना ते सांगत होते, ‘‘शेतकरी-कामकरी राज्याची स्थापना करून जो अंतिम विजय आपणास मिळवावयाचा आहे, त्याची ही सुरुवात आहे.’’ ज्या काँग्रेसने देशास स्वातंत्र्य मिळवून दिले त्या काँग्रेसबद्दल त्यांना जबर आत्मविश्वास होता की, ‘‘काँग्रेस ही नुसते ठराव करून ते दफ्तरांत बांधून बसणारी संस्था नाही. बोलल्याप्रमाणे ती आपल्या अंगात आहे नाही ती शक्ती पणाला लावून कृती करते, असा आजपर्यंतचा तिचा इतिहास आहे.’’ आणि म्हणूनच काँग्रेसच्या झेंड्याखाली परमेश्वराने आपणास मरण द्यावे अशी त्यांची प्रार्थना होती! याच भावनेपोटी दिल्लीला आचार्य कृपलानींना भेटावयास गेले असता आचार्यांना त्यांनी विचारले होते. ‘‘आपला भारत स्वतंत्र झाला, आता गरिबांचं राज्य येईल का?’’ आचार्यांचे उत्तर होते, ‘‘जगात कुठेच गरिबांचे राज्य झालेले नाही आणि होणार नाही! त्यांचे नाव घ्यायचे व राज्य करावयाचे!’’ हे उत्तर कटू होते; पण सत्य होते! क्रांतिसिंहांच्या स्वप्नास गेलेला पहिला तडा कदाचित हा असावा!

आणि मग स्वातंत्र्योत्तर काळात तड्यावर तडे व धक्क्यावर धक्के

बसत गेले. स्वातंत्र्यपूर्व काळातील राजकारण हे स्वराज्यासाठी, स्वातंत्र्यासाठी, स्वार्थत्यागाने करायचे होते; आता राजकारण हे सत्ताकारण बनले होते. सत्ताकारणात स्वातंत्र्य मिळविण्याचा प्रश्न नव्हता, मिळालेले स्वातंत्र्याचे अधिकार राबविण्याचा प्रश्न होता. ज्या काँग्रेसने स्वातंत्र्यपूर्व काळात शेतकरी, कष्टकऱ्यांच्या भल्यांचे ठराव केले ती काँग्रेस आता पूर्वीची राहिली नव्हती. क्रांतिसिंह तिचे बदलणारे स्वरूप थोपवू शकत नव्हते. ते हतबल झाले. निराश झाले. त्यांच्याप्रमाणेच केशवराव जेधे, शंकरराव मोरे, माधवराव बागल, तुळशीदास जाधव इत्यादी बहुजन समाजातील काँग्रेस नेत्यांचा भ्रमनिरास झाला होता. या मंडळींनी शेतकरी-कामकऱ्यांच्या राज्याचे स्वप्न साकार करण्यासाठी शेतकरी-कामगार हा मार्क्सवादी तत्त्वज्ञानावर उभारलेला नवा पक्ष स्थापन केला. हा खराखुरा बहुजन समाजाचा, शेतकरी-कष्टकरी यांच्या हितासाठीच झटणारा, मार्क्सवादी पक्ष बनला होता. क्रांतिसिंहांनी काँग्रेसचा त्याग करून या नव्या क्रांतिकारी पक्षात मोठ्या उमेदीने प्रवेश केला; पण तात्त्विक वादावादी आणि पक्षांतर्गत संघर्षातून १९५२ मधील निवडणुकीतील प्रचंड अपयश यांनी हा पक्ष ढासळून गेला. जेधे, मोरे, बागल, जाधव यांसारखे मातब्बर नेते पुन्हा काँग्रेसमध्ये गेले. क्रांतिसिंहांची मानसिक आणि वैचारिक कुचंबणा होऊ लागली. शेतकरी-कामगार पक्ष काळाची नवी आव्हाने पेलू शकेल ही त्यांची आशा मावळू लागली. शेतकरी-कष्टकरी राज्याकडे जाण्यासाठी क्रांतिसिंहांनी काँग्रेसबाहेर आपले पाऊल टाकले होते; ते परत काँग्रेसमध्ये जाणे शक्य नव्हते, कारण काँग्रेस तीच होती. तिच्याकडे परत जावे असा तिच्यात बदल झाला नव्हता. त्यांच्या दृष्टीने काँग्रेस ही भांडवलदारांची पाठराखण करणारी संस्था बनली होती. ज्या काँग्रेसवर त्यांनी मातृवत प्रेम केले, तिच्या हातून शेतकरी-कष्टकऱ्यांचे राज्य निर्माण होईल ही त्यांची आकांक्षा विफल ठरले होती. याच वैफल्यग्रस्त मानसिक अवस्थेतून क्रांतिसिंहांचा शेतकरी-कामगार पक्ष, नवजीवन संघटना, कामगार-किसान पक्ष अशा टप्प्यांतून पुढे प्रवास होत राहिला अन् ते शेवटी कम्युनिस्ट पक्षाच्या गोटात येऊन स्थिरावले.

साम्यवादाकडे : कम्युनिस्ट पक्षात

ज्या काँग्रेसने स्वातंत्र्य-संग्राम करून देशाला स्वातंत्र्य मिळवून

दिले, तिच्याकडून अपेक्षिलेले 'शेतकरी-कामगारांचे राज्य' साकार होऊ शकत नाही, अशी स्पष्ट कल्पना आल्यानंतरच क्रांतिसिंहांचा हा डाव्या पक्षातून साम्यवादी पक्षाकडे प्रवास झाला. या काळात क्रांतिसिंहांनी बरेच वैचारिक मंथन केले. मार्क्स-लेनिनवादाचा अभ्यास केला, चिंतन केले आणि शेवटी त्यांनी साम्यवादाचा स्वीकार करून कम्युनिस्ट पक्षात प्रवेश केला. क्रांतिसिंहांना आत्मा, ब्रह्म व माया यांच्या अध्यात्मापेक्षा कार्ल मार्क्सचे भाकरीचे अध्यात्म अधिक जवळचे वाटले. ते म्हणतात, "ऋषीमुनींना मी जरूर प्रणाम करतो; पण आम्हा सामान्य माणसांना अध्यात्म-बिध्यात्म काही कळत नाही. आम्हाला कळते ते भाकरीचे अध्यात्म आणि ते सांगणारा ऋषी कार्ल मार्क्स झाला. म्हणून मी कट्टर काँग्रेसवादी असूनसुद्धा कार्ल मार्क्सच्या वेदाचा अभ्यास करीत आहे. कार्ल मार्क्स माझ्या हृदयाला सारखा आव्हान देत असतो." आणि म्हणूनच कार्ल मार्क्सच्या ग्रंथांना त्यांनी वेदाइतकेच पूज्य मानले. साम्यवादाशिवाय श्रीमंत-कंगाल यांच्यामधील दरी नष्ट होणार नाही, अशी त्यांची अढळ श्रद्धा बनली. त्यासाठी कार्ल मार्क्सने प्रतिपादलेला वर्गीय लढा हेच रामबाण औषध आहे, असे त्यांना वाटत होते.

क्रांतिसिंहांच्या संपूर्ण जीवनकार्याकडे बारकाईने पाहिले तर त्यांनी शेवटी साम्यवादाची दीक्षा का घेतली याचे उत्तरही सहज सापडते. गरीब शेतकरी व कष्टकरी यांच्यावरील शतकानुशतकाची राजकीय, सामाजिक, आर्थिक व मानसिक गुलामगिरी नष्ट करण्यासाठी आणि त्यांचे जीवन सुखी करण्यासाठी धडपडणे हे क्रांतिसिंहांच्या सर्व जीवनकार्याचे मूळ सूत्र होते. खुद्द क्रांतिसिंहांनी म्हटले आहे, "मी मार्क्स-लेनिन-स्टॅलिनच्या मार्गाकडे वळलो; पण माझी आंतरिक तळमळ एकच होती, ती म्हणजे गोरगरिबांना सुखाचे दोन दिवस व घास मिळावेत."

कम्युनिस्टांच्या जागतिक क्रांती घडवून आणण्याच्या स्वप्नाने क्रांतिसिंहांना भुरळ पाडली असे म्हणता येणार नाही, कारण क्रांतिसिंहांच्याच नव्हे जागतिक राजकीय विचारवंतांच्या दृष्टिकोनातून असे स्वप्न फारच दूर आहे! क्रांतिसिंह जे भारतीय कम्युनिस्ट पक्षाकडे वळले ते त्यांना तो पक्ष अखिल भारतीय पातळीवर शेतकरी-कष्टकरी यांच्या हितासाठी झटणारा एक प्रभावी साधन वाटला म्हणून; पण एकदा या पक्षाला त्यांनी आपली निष्ठा वाहिल्यावर शेवटपर्यंत त्याच निष्ठेने ते राहिले.

त्यांना अनेक प्रलोभने दाखविली गेली; पण हा नरसिंह अशा प्रलोभनांस बळी पडणारा नव्हता. आपल्या ध्येयसिद्धीकडे जाणाऱ्या मार्गावर त्यांनी जंक्शन-जंक्शनवर गाड्या बदलल्या; पण ही कम्युनिस्ट पक्षाची गाडी मात्र ध्येयमंदिराकडे निश्‍चित पोहोचणार, असा प्रबळ आत्मविश्‍वास त्यांच्या ठायी शेवटपर्यंत होता.

हीच एक आस

आपल्या एका कार्यकर्त्याजवळ क्रांतिसिंहांनी आपली शेवटची इच्छा बोलून दाखविली होती, "आण एक आस हाय, स्वराज्य आलंय; पण सुराज्य यासाठी धडपडा; जिवात जीव असेपर्यंत!" याच आसेपोटी ते हयातभर झगडले, संघर्ष करीत राहिले. क्रांतिसिंह १९४७ च्या स्वातंत्र्याला खरे स्वातंत्र्य मानायला तयारच नव्हते. ते म्हणायचे, "खरं स्वातंत्र्य तेव्हाच आलं असं आपण समजू, जेव्हा शेतकऱ्यांना व मजुरांना सर्व सुखे मिळतील." आपण कोणी महान आहोत, महात्मा आहोत, असा क्रांतिसिंहांचा मुळीच दावा नव्हता. "नाना पाटील म्हणजे काळाच्या विशाल सागरावरील एक क्षणभंगूर लाट आहे; ती केव्हातरी नष्ट होणारच; पण त्या लाटेमुळे एखाद्या जरी श्रमजीवि माणसाच्या जीवनात थोडे जरी सौख्य व सौभाग्य आले तरी मी स्वतःस धन्य समजेन." ही त्यांची आंतरिक श्रद्धा होती आणि म्हणूनच त्यांच्या निधनानंतर श्रद्धांजली वाहताना दै. सकाळने "त्यांनी अनेक पक्ष बदलले; पण गरिबाचा पक्ष कधी सोडला नाही." असे म्हटले आहे, ते त्यांच्या जीवनकार्याचे अचूक मूल्यमापन आहे, असे वाटते.

क्रांतिसिंह शेतकऱ्यांतून निर्माण झाले व अखेरपर्यंत मनाने शेतकरीच राहिले. शेतकऱ्यांच्या हितासाठी अखेरपर्यंत ते झगडत राहिले. शेतमालाला भाव बांधून दिल्याशिवाय, त्यांच्यावरील कर्जे माफ केल्याशिवाय बळीराजा सुखी होणार नाही, अशी त्यांची ठाम भूमिका होती. ही भूमिका गावातील चावडीसमोरच्या चौकापासून संसदेच्या व्यासपीठापर्यंत हजारो सभांतून त्यांनी मांडली, पटवून दिली. त्यासाठी अखंड जनजागरण केले आणि शेतकऱ्यांस 'जागे व्हा, तुमचं भलं तुम्हालाच करावं लागेल' असे तळमळून बजावले. त्यांच्या शेवटच्या भाषणातही ते शेतकऱ्यांना म्हणाले होते, "कुठला परमेश्‍वर आता खाली येऊन तुमचे कल्याण

करील हे विसरा.'' शेतकऱ्याची लढाई शेतकऱ्यांनीच खेळली पाहिजे. तोच जागा होऊन, शहाणा बनून लढ्यात खंबीरपणे उभा राहिला पाहिजे. तो तसा उभा राहावा ही क्रांतिसिंहांची आंतरिक तळमळ होती. त्यासाठी ते शेतकऱ्यास सांगत होते की, "तुमच्या न्याय्य हक्कांसाठी सरकारबरोबर भांडलं पाहिजे. हे आपलं सरकार आहे! सरकारला निवडून देणारे आम्ही आहोत, तर मग सरकार हे का करू शकणार नाही?''

अनेक लढ्यांचे नेतृत्व

स्वातंत्र्योत्तर काळात क्रांतिसिंह नाना पाटलांनी दिलेल्या लढ्यांची नुसती यादी पाहिली तरी असे वाटते की, हा नेता आयुष्यभर अन्याय पीडितांसाठी प्रस्थापितांविरुद्ध लढतच राहिला. गिरणी कामगार, माथाडी कामगार, गोदी कामगार, साखर कामगार, रेल्वे कामगार यांचे लढे, खंडकरी शेतकऱ्यांचे लढे, शेतमजूर व भूमिहिनांचे लढे, आदिवासींचे लढे अशा अनेक लढ्यांचे त्यांनी नेतृत्व केले. या लढ्यांतील क्रांतिसिंहांचा सहभाग हा स्वतंत्र संशोधनाचा विषय होऊ शकेल. १९५४ साली क्रांतिसिंह अखिल भारतीय किसान सभेचे अध्यक्ष झाले आणि त्या पदावरून त्यांनी सर्व देशाचा दौरा करून, देशभरातील शेतकऱ्यांची व कष्टकऱ्यांची अवस्था अवलोकन केली. महाराष्ट्रातल्या शेतकरी-कष्टकऱ्यांप्रमाणेच इतर प्रांतांतही त्यांची तीच अवस्था होती. पुढच्या साली ते रशिया आदी साम्यवादी देशांच्या दौऱ्यावर गेले. तेथील शेतकरी-कामगारांची सुबत्ता व सुखी जीवन पाहून ते भारावून गेले. शेतकरी-कामगार राज्याचे जे विलोभनीय स्वप्न त्यांनी हयातभर उरी बाळगले होते ते तिथे साकार झाले आहे, असे त्यांना वाटले. या दौऱ्याने क्रांतिसिंहांचा साम्यवादावरील विश्वास अधिक दृढ केला असावा.

राजकीय आघाडीवर क्रांतिसिंहांनी संयुक्त महाराष्ट्र चळवळ, गोवामुक्ती लढा आणि सीमा लढा अशा तीन लढ्यांत मोठी अविस्मरणीय कामगिरी केली. संयुक्त महाराष्ट्र चळवळीत तर त्यांनी आपल्या खास ढंगाच्या वक्तृत्वाने सर्व महाराष्ट्र ढवळून काढला; सामान्य मराठी माणूस लढ्यास उद्युक्त केला. याच प्रश्नावर त्यांनी लोकसभेत मराठीत भाषण करून तिथेही हा प्रश्न धसास लावला आणि सर्व देशाचे लक्ष वेधवून घेतले.

संसदेत मराठी बोलणारा हा पहिला खासदार, ज्ञानेश्वर-तुकारामांची मराठी क्रांतिसिंहांनी संसदेच्या व्यासपीठावर अशी सुप्रतिष्ठित केली.

अशा अनेक लढ्यांचे नेतृत्व करीत असताना सरकारने क्रांतिसिंहांना अनेक वेळा तुरुंगात घातले. स्वातंत्र्यपूर्व काळात इंग्रज राज्यकर्त्यांशी संघर्ष करीत असता ते कारावासात गेले होतेच. आता स्वातंत्र्योत्तर काळातही स्वकीय राज्यकर्त्यांनी त्यांना वेळोवेळी तुरुंगात घातले; पण यात विशेष आश्चर्य नव्हते, कारण स्वातंत्र्याबरोबर क्रांतिसिंहांचा प्रस्थापितांविरुद्धचा संघर्ष संपला नव्हता, नव्हे तो अधिकच तीव्र बनत गेला होता. परिणामी, मंत्रिपदाऐवजी कारावास ही अटळ गोष्ट होती!

आयुष्याच्या अखेरच्या ५/६ वर्षांत त्यांच्या शरीराने त्यांना साथ दिली नाही. या काळात सक्रिय राजकारणापासून ते दूर झाले. शेवटी तर मधुमेहाच्या व्याधीमुळे त्यांना एक पाय गमवावा लागला. शरपंजरी पडलेल्या भीष्माचार्यांप्रमाणे त्यांची स्थिती झाली; पण त्यांच्यातील बंडखोर स्वातंत्र्यवीर शेवटपर्यंत जागा होता; याची प्रचिती आणीबाणीत त्यांनी केलेल्या, तब्बल सहा वर्षांच्या राजकीय संन्यासानंतरच्या एका समारंभात केलेल्या एका भाषणात येते. व्याजोक्ती, उपरोध आणि विनोद या शस्त्रांनी या स्वातंत्र्यवीराने ऐन आणीबाणीतही सरकारवर कडाडून हल्ला चढविला होता. आपल्या राज्यात शेतकरी, कष्टकरी सुखी करण्याची पावले सरकारला उचलायला भाग पाडली पाहिजेत, हे सांगताना आपल्या शेतकरी बांधवांना ते म्हणतात, "हे सगळं बदलायला पाहिजे आपल्या राज्यात. नाहीतर मग आपलं राज्य कसलं? आणि तुम्ही भिऊ नका! तुम्ही भिऊ नका! इंग्रजी राज्य असताना आपण बोललो अन् आता आपल्याच राज्यात आपल्याला बोलायची बंदी झाली तर हे राज्य कोणाचे आहे? अरे! दुसऱ्याच्या पुढं मागताना बंदी; आता आई-वडिलांच्यापुढे भाकरी मागताना बंदी झाली तर हे कुणाचे आई-बाप? अन् हा पोरगा तरी कुणाचा?" हीच चीड आणीबाणीत क्रांतिसिंहांना भेटावयास आलेल्या व आणीबाणीवर त्यांचे मत विचारणाऱ्या एका कॉँग्रेस पुढाऱ्यास मिळालेल्या उत्तरातही दिसून येते, "आम्ही जे स्वातंत्र्य मागत होतो, ते मिळाल्यावर आमच्या अपेक्षा होत्या, त्या तर पूर्ण झाल्या नाहीतच; आमच्या शेतकऱ्यास-कष्टकऱ्यास तर किंमत आली नाहीच; पण निदान या स्वातंत्र्यात आम्हाला बोलायला स्वातंत्र्य

असेल अशी आमची समजूत होती, तीसुद्धा फोल ठरली! आज तुम्ही आम्हाला मुसकं घातलं आहे!''

असा वक्ता होणे नाही!

क्रांतिसिंह नाना पाटील यांचे वक्तृत्व म्हणजे मराठी समाजजीवनातील एक अमोल अलंकार होता. हजारोंच्या सभेत शड्डू मारून, छत्रपती शिवाजीमहाराजांचा जयजयकार करीत व्यासपीठावर येणारा नाना पाटील हा एकमेव वक्ता होऊन गेला. २५/२५, ३०/३० हजारांचा जनसमुदाय त्यांच्या या एंट्रीने भारावून जात असे! लाखाची सभाही ते सहजासहजी काबीज करीत असत! अशा प्रचंड सभा ३/३, ४/४ तास चालत; श्रोतृसमुदाय मंत्रमुग्ध होऊन त्यांना ऐकत राही. अशा सभा व असा वक्ता यापूर्वी कधी झाला नव्हता आणि त्यानंतरही झाला नाही.

क्रांतिसिंह बोलत ते शाब्दिक कसरतीचे बौद्धिक नसे. त्यांचे बोल हृदयातून, अंतःकरणापासून येत. ते बोलत ते शेतकऱ्यांच्या, शेतमजुरांच्या, सामान्यांच्या भाषेत, त्यांच्या वेदनेनेच बोलत; त्यामुळे क्रांतिसिंह आपलीच वेदना, आपलेच दुःख बोलून दाखवीत आहेत असे लोकांना वाटे. क्रांतिसिंह व लोक यामधील अंतर केव्हाच नष्ट होई आणि क्रांतिसिंह व लोक मनाने एक होऊन जात. हेच क्रांतिसिंहांच्या असामान्य वक्तृत्वाचे खरे रहस्य आहे.

समोर बसलेल्या प्रचंड जनसमुदायास आपल्या पहिल्या एक-दोन वाक्यांतच क्रांतिसिंह कसे जिंकीत असत याचा प्रत्यय शनिवारवाड्यासमोरच्या त्यांच्या एका सभेच्या उदाहरणावरून दिसून येईल - ''हा नाना पाटील, येड्याचा रेडा, तुमच्यापुढे बोलत आहे! (प्रचंड हंशा व टाळ्या) जसा ज्ञानेश्वरांनी रेड्याच्या तोंडून वेद वदविला, तसा स्वातंत्र्याचा वेद महात्मा गांधी या येडे गावच्या रेड्याकडून वदवीत आहेत!'' (प्रचंड टाळ्या)

अनेक वक्त्यांची भाषणे असणाऱ्या सभेत संयोजक क्रांतिसिंहांना शेवटी बोलायला लावत, कारण लोक नाना पाटलांची सभा म्हणून उत्सुकतेने आलेले असत. त्यांचा रस नाना पाटलांत असे. अशा वेळी शेवटी क्रांतिसिंह आपल्या भाषणाची सुरुवात अशी करीत- ''पूर्वीच्या वक्त्यांनी मळणी केली आहे, खळ्यातील रास निघाली आहे! आता कणसाच्या फक्त पिश्या राहिल्या आहेत! त्या बडविण्याचे काम माझ्याकडे

आले आहे. बघू या काही दाणे मिळतात का?''

दैनंदिन व्यवहारातील उदाहरणे, शेतकरी जीवनातील दाखले देऊन क्रांतिसिंह आपला मुद्दा लोकांच्या मनात पक्का बिंबवून टाकीत. मग त्यांच्या भाषणाच्या ओघात ओझं डोक्यावर घेऊन घोड्यावर बसणारा दीडशहाणा येई, मोटेचं औत येई, अडतासे येत, तांदूळ खाणारा बकरा येई, अशा बऱ्याच गोष्टी येत. लोक क्रांतिसिंहांच्या दाखल्यांवर, सांगण्याच्या ढबीवर खळखळून हसून प्रतिसाद देत. त्यांचा विनोद हा खास वेगळ्या शैलीचा विनोद होता. तो समाजप्रबोधनाचे प्रभावी हत्यार होता. तो लोकांना हसवत हसवत अंतर्मुख करीत असे! साधी साधी वाक्यं विशिष्ट ढबीत उच्चारून क्रांतिसिंह सभेला खळखळून हसवून सोडीत; पण त्याचबरोबर समाजप्रबोधनाचा हेतू सहजगत्या साध्य करीत : आपल्या सरकारच्या बोलघेवडेपणावर व पोकळ आश्वासने देण्याच्या सवयीवर हल्ला चढविताना ते म्हणत, ''आता आमचं सरकार हाय. चांगलं हाय सरकार. सरकारबद्दल मला काय म्हणायचं न्हाय! सरकार चांगलं हाय! पण... पण हाय त्येच्यात! (हंशा) काय पण हाय सांगा? पण दुसरा तिसरा काय न्हाय. बोलंल ते करीत न्हाय! (हंशा व टाळ्या) लिहून ठेवतंय! लिहून ठेवतंय! (हंशा) इतकं लिहून ठेवतंय की, गाडाबर लिहून ठेवतंय! (हंशा) अन् पयलं काय लिहिलंय हे पुढच्याला कळंना अन् पुढच्याचं मागल्याला कळंना! (हंशा) असलं लिहतंय! असलं लिहितंय! आम्ही म्हणतोय, इतकं लिहू नका! कशाला कागद नासता? लय म्हाग झालेती! (हंशा) थोडं लिहा! थोडं लिहा! पण काम चांगलं करा!''

क्रांतिसिंहांच्या वक्तृत्वासंबंधी आणखी गोष्ट लक्षात घ्यावयास हवी. ती म्हणजे त्यांचा अभ्यासूपणा. ज्या विषयावर आपणाला बोलायचे असेल त्याच्यावर ते खूप कष्ट घेत असत. टिपणे काढीत असत. मग तो विषय ग्रामीण सहकारी संस्था असो वा संयुक्त महाराष्ट्राची निर्मिती असो. प्रवासातसुद्धा त्यांचे ग्रंथाचे व वृत्तपत्रांचे वाचन सुरूच असे. वृत्तपत्रांची हवी ती कात्रणे काढून ती भरसभेत वाचून दाखवून प्रतिपक्षावर हल्ला करणे ही तर क्रांतिसिंहांची नेहमीची पद्धत असे. भांडवलदारांच्याच वर्तमानपत्रातील कात्रणे वाचून दाखवून भांडवलशाहीवर ते हल्ला करीत आणि शेवटी म्हणत. ''मी हे काही पदरच सांगत नाही. तुका म्हणे तसे

हा पेपर म्हणे. हा त्यांचाच पेपर सांगतोय बघा!''

क्रांतिसिंह-एक माणूस

देशभक्ती, गरिबांबद्दल कणव, स्वार्थत्यागी वृत्ती, साधेपणा, मनाचा मोठेपणा, नम्रता, श्रद्धाळूपणा असे क्रांतिसिंहांच्या व्यक्तिमत्त्वाचे अनेक विलोभनीय पैलू होते. १९४२च्या लढ्याचा हा प्रति-सरकारचा अध्वर्यू, गुंडांच्या व दरोडेखोरांच्या हृदयात धडकी भरविणारा हा क्रांतिकारक अंतःकरणाने श्रद्धाळू व विनम्र होता. प्रति-सरकार चळवळीमुळे देशभर कीर्ती लाभूनही त्यांना अहंपणा वाटला नाही. अथवा केल्या कार्याचे सर्व श्रेय आपणच घ्यावे ही स्वार्थी भावना त्यांच्या मनास शिवली नाही. ४२ च्या प्रति-सरकार चळवळीत आपल्या सहकाऱ्यांचा व असंख्य बंधू-भगिनींचा मोठा वाटा आहे, असे त्यांनी अनेक ठिकाणी आवर्जून म्हटले आहे. चळवळीच्या नेतृत्वाविषयी ते म्हणत, ''मी म्हणजे गावातला मोठा खातेदार आहे! माझे कार्यकर्ते, सहकारी म्हणजे माझी मुलेबाळे आहेत. ती शेतीभाती करतात, उत्पन्न काढतात, करणारी तीच आहेत; मी फक्त नावाचा खातेदार आहे!''

क्रांतिसिंहांच्या ठिकाणी साधुसंतांसारखी विरक्ती होती. स्वतःच्या संसाराकडे पाठ फिरवून त्यांनी असंख्य शेतकरी-कष्टकऱ्यांचे संसार सुखी करण्याचा उद्योग केला. घर नाही, जमीन नाही, बँक बॅलन्स नाही, काहीच नाही. एवढेच नव्हे तर एवढी देशसेवा केली म्हणून एखादे मंत्रिपद नाही अथवा मानसन्मानाची जागा नाही; पण त्याबद्दल त्यांना खेद नव्हता, ते म्हणत, ''मी कसली अपेक्षा बाळगून या कार्यात पडलोच नव्हतो तर मला अपेक्षाभंगाचं दुःख व्हावं कसं? देशाकरिता थोडं फार कार्य करण्याची नियतीनं संधी दिली यातच मी कृतार्थ आहे!'' म्हणूनच बॅ. पी. जी. पाटील यांनी क्रांतिसिंह मिशन हॉस्पिटलमधील एका लहान खोलीत असताना विचारलं, ''आण्णा, जागा लई लहान हाय नाही का?'' त्यावर क्रांतिसिंहांचे उद्‌गार मोठे मार्मिक आहेत. ''आपल्या मालकीची एवढी तरी जागा या पृथ्वीवर मला कुठाय? ना गावात घर, ना रानात शेत. आन टेकायपुरती जागा मिळाली तरी माणसानं समाधान मानावं बघा आणि न्हाइतरी डोळे मिटल्यावर माणसास किती जागा लागते ती?''

सरकारवर साक्षी-पुराव्यानिशी कडाडून हल्ला करणारे क्रांतिसिंह निवडणुकीतील आपल्या प्रतिस्पर्ध्याविषयी आदरानेच बोलत असत. ते त्यांचा कधी उपमर्द करीत नसत. १९५७ च्या निवडणुकीत संयुक्त महाराष्ट्राच्या ऐन चळवळीत दादासाहेब अळतेकरांविरुद्ध निवडणूक लढवीत असताना ते विनोदाने म्हणत. "ही कौरव-पांडवांची लढाई हाय, मी हाय पांडवांकडं आणि दादा हाईत कौरवांकडं! आम्ही कुणालाबी मारलं तर आमचा आत्मा अमर हाय!" असा हा नेता दौऱ्यावर असे, तेव्हा त्यांच्या दौऱ्यांचे वृत्तान्त पाठविणाऱ्या सरकारी माणसांच्या व पोलिसांच्या व्यवस्थेची तो न चुकता चौकशी करीत असे. पोलीस झाले म्हणून काय झाले? ते बिचारे नोकर. त्यांना त्यांचे काम करायलाच हवे. माणूस म्हणून आपण त्यांच्या खाण्या-जेवणाची व्यवस्था बघायला पाहिजे, ही क्रांतिसिंहांची भावना असे. ते त्यांना म्हणत "अहो, तुमी-आमी भाऊभाऊ, तुमचा धंदा वेगळा, आमचा धंदा वेगळा; पण सोय नसली तर सांगा मला. मी हाईच की...!

क्रांतिसिंहांजवळ मनाचा मोठेपणा होता. मी मोठा नेता, माझी चूक मी कशी कबूल करणार? असा गर्व त्यांना कधीच नव्हता. संयुक्त महाराष्ट्राच्या चळवळीत सांगलीस त्यांचे भाषण होते. संयोजक त्यांचे एकेकाळचे सहकारीच होते. भाषणासाठी क्रांतिसिंह सांगलीस आले; पण संयुक्त महाराष्ट्र समितीच्या कार्यालयात न उतरता दुसरीकडेच उतरले. "आम्ही तुम्हाला बोलावले असताना तुम्ही दुसरीकडे कसे उतरलात?" असे कार्यकर्त्याने विचारताच त्यांनी आपली चूक प्रांजळपणे कबूल केली. एवढेच नव्हे तर ते स्वतः आपणहून आपली वळकटी घेऊन संयुक्त महाराष्ट्र समितीच्या कार्यालयात हजर झाले!

क्रांतिसिंहांनी आयुष्याची शेवटची वर्षे पंढरपूरच्या रामबाग आश्रमात ईश्वर चिंतनात घालवली. त्यांचे दर्शन घ्यायला अनेक शेतकरी स्त्री-पुरुष येत. त्यांनी क्रांतिसिंहांना भूमिगत असताना जीवापाड सांभाळलेले असायचे. अशांना त्यांच्या ऋणाची फेड म्हणून कुणास घोंगडी, कुणास साडी-चोळी अशी भेट ते देत अन् वर म्हणत, "ही रामाने भेट म्हणून तुम्हास दिलीय, घेऊन जावा."

पंढरीत जाऊन हा वारकरी आयुष्याचे शेवटचे पर्व व्यतीत करीत होता; पण ध्यान करीत होता प्रभू रामचंद्राचे! त्यांना वाटायचे की,

शतकानुशतके गरिबांवर अत्याचार होतो आहे अन् हा विठुराया कंबरेवर हात ठेवून नुसता उभाच आहे. निश्चल आहे. काही करीत नाही. प्रभू रामचंद्राचे तसे नाही. तो दुष्टांचा संहारक आहे आणि दीनांचा कैवारी आहे. आयुष्यभर आपण जी आस धरली, त्या आसेला साजेसे हे प्रभू रामचंद्राचे दैवत आहे. म्हणून विठोबापेक्षा प्रभू रामचंद्र त्यांना अधिक प्रिय वाटत होता.

क्रांतिसिंहांचे इतिहासातील स्थान

क्रांतिसिंहांनी आपल्या सार्वजनिक जीवनाची सुरुवात सत्यशोधक प्रचारक म्हणून केली आणि अखेर ते कार्ल मार्क्सच्या साम्यवादी गोटात विश्रांतीस गेले. महाराष्ट्रातील या थोर नेत्याचे चरित्र व जीवनाची वाटचाल मोठी अभ्यासनीय आहे. जीवनाच्या वाटचालीत अमुक एक तत्त्वप्रणालीशी त्यांनी बांधिलकी स्वीकारलेली होती असे दिसत नाही, म्हणूनच सत्यशोधक नाना पाटील गांधीवादी सत्याग्रही बनले, गांधीवादी सत्याग्रहीचे सशस्त्र क्रांतिकारक बनले आणि पुढे साम्यवादी विचाराचे पाईक झाले. वरवर पाहता हा प्रवास म्हणजे विसंगती वाटते; पण या विसंगतीच्या आत खोलवर सुसंगती होती. क्रांतिसिंहांच्या कार्याची अंतःप्रेरणा पूर्वी जी होती, तीच अखेरपर्यंत राहिली. समाजातील दुःखी, कष्टी, पीडित, दलित-पतित, शेतकरी-कष्टकरी, अस्पृश्य व आदिवासी असा जो लक्षावधी खालचा समाज आहे त्याचा अभ्युदय घडवून आणणे हीच ती प्रेरणा होती. ही त्यांची प्रेरणा त्यांनी अनेक पक्ष बदलले, आंदोलनाची साधने बदलली म्हणून नजरेआड झाली, असे दिसत नाही. या अर्थाने महाराष्ट्रात म. फुले व राजर्षी शाहू महाराज यांनी सुरू केलेल्या समाजसुधारणेच्या विचारांचे क्रांतिसिंह हे वारसदार होते; नव्हे त्यांची सुधारणा पुढे नेण्याच्या चळवळीतील ते मानकरी होते, असे म्हणता येईल.

क्रांतिसिंहांच्या पूर्वी महाराष्ट्रात आधी राजकीय सुधारणा की आधी सामाजिक सुधारणा हा वाद मोठा गाजला होता; पण क्रांतिसिंहांनी या दोन्हीही सुधारणा महत्त्वाच्या मानल्या. किंबहुना प्रौढ साक्षरताप्रसार यांसारख्या एखाद-दुसऱ्या समाजसुधारणा मोहिमेत आयुष्यभर गुंतून राहण्यास नकार देऊन देशभर प्रज्वलित झालेल्या स्वातंत्र्य-संगराकडे

त्यांनी धाव घेतली; याचे कारण त्यांचा पिंडच बंडखोर कार्यकर्त्याचा होता. साक्षरताप्रसाराचे महत्त्व त्यांच्या लेखी कमी होते असे नाही; पण त्याहीपेक्षा देशाची गुलामगिरी घालवून स्वातंत्र्य मिळवण्याची चळवळ त्यांना अधिक महत्त्वाची वाटली; पण त्याचा असाही अर्थ नव्हता की, त्यांनी समाजसुधारणेकडे पाठ फिरवली होती. उलट प्रति-सरकारचा राजकीय प्रयोग राबवीत असताना त्यांनी जे ग्रामराज्य स्थापन केले होते ते ग्रामराज्य म्हणजे अस्पृश्यतानिवारणापासून हुंडाबंदीपर्यंतच्या अनेक सामाजिक सुधारणा प्रत्यक्ष अमलात आणणारा तो एक महान प्रयोग होता!

तथापि, क्रांतिसिंहांना जी कीर्ती मिळाली, ती समाजसुधारकापेक्षा ते साताराच्या क्रांतिकारकांचे सेनापती व प्रति-सरकारचे संस्थापक बनले म्हणून मिळाली, हे मान्य करावयास हवे. यात अस्वाभाविक काही होते असेही नाही. इतिहासाकडे नजर टाकल्यास असे दिसते की, ज्यांनी समाजसुधारणेचे व्रत घेतले ते त्यांच्या हयातीत उपेक्षितच राहिले; पण ज्यांनी राजकीय चळवळी केल्या त्यांची नावे मात्र देशाच्या कानाकोपऱ्यात पोहोचली. क्रांतिसिंहांच्या १९४२ च्या लढ्याच्या बाबतीतही हाच संदर्भ लागू आहे.

४२ च्या प्रति-सरकार चळवळीने क्रांतिसिंहाचे नाव महाराष्ट्रातच नव्हे तर देशभर केले. त्यांच्या भूमिगत अवस्थेतील शौर्याच्या व धाडसाच्या गाथा आजही महाराष्ट्रात मोठ्या रसिकतेने सांगितल्या जातात. क्रांतिसिंहांच्या ४२ च्या संग्रामाकडे पाहून अनेक समकालीनांना ३०० वर्षांपूर्वी शिवाजी महाराजांनी गनिमी काव्याने केलेला स्वातंत्र्य-संग्राम आठवत होता. ज्या मातीने शिवरायास जन्म दिला, त्याच मातीत क्रांतिसिंह जन्मले होते. शिवरायाने जसे अफाट मोगली सत्तेला आव्हान दिले तसे क्रांतिसिंहांनीही अफाट ब्रिटिश साम्राज्यसत्तेला आव्हान दिले, असे महाराष्ट्रातील जनतेला वाटले तर त्यात काही नवल नव्हते.

काहींनी क्रांतिसिंहांच्या प्रति-सरकार कार्याची तुलना देशाबाहेर पडून लष्करी संघर्ष करणाऱ्या नेताजी सुभाषचंद्रांशी केली आहे. नेताजींनी देशाबाहेर आझाद हिंद सेना उभारून स्वातंत्र्य-संग्राम केला तर क्रांतिसिंहांनी देशांतर्गत प्रति-सरकार स्थापून स्वातंत्र्य-संग्राम केला. दोन्ही राष्ट्रभक्तांची प्रेरणा शेवटी एकच होती.

ज्ञानेश्वरांचे वैराग्य व तुकारामांची निस्पृहता ही जशी क्रांतिसिंहांच्या रोमारोमांत होती, तसे शिवरायांचे क्षात्रतेज आणि म. फुल्यांची बंडखोरी हीही त्यांच्या रक्तात भिनली होती. अशा प्रकारे क्रांतिसिंहांच्या व्यक्तिमत्त्वाचे अनेक पैलू होते. या पैलूंच्या सुरेख मिश्रणामुळेच आचार्य अत्रे यांनाही क्रांतिसिंहांना 'सातारच्या मुशीत तयार झालेले अद्‌भुत रसायन' असे म्हणावेसे वाटले, तर भगतसिंगांच्या बंधूस, सरदार कुलतारसिंहांस, ते 'महान संत' वाटले!

ही तर एक पाऊलवाट

क्रांतिसिंहांचा हा स्मृतिग्रंथ मराठी माणसांच्या हाती देताना आम्हास मनापासून आनंद होत आहे. क्रांतिसिंहांचे जीवन व कार्य एवढे विशाल आणि सर्वस्पर्शी होते की, त्या सर्वांचे दर्शन या ग्रंथात होईलच असे नाही. क्रांतिसिंहांच्या कार्याची झलक आणि त्यांचे सहकारी, विचारवंत तसेच अभ्यासक यांच्याकडून त्यांचे मूल्यमापन समाजासमोर ठेवण्याचा हा आमचा नम्र प्रयत्न आहे. क्रांतिसिंहांचे संशोधनात्मक विस्तृत चरित्र अद्याप लिहिले गेले नाही. ते भावी काळात लिहिले जाईलही; पण तोपर्यंत क्रांतिसिंहांच्या चरित्राकडे जाण्याची ही पाऊलवाट त्यांच्या जीवनकार्याच्या अभ्यासकांना मार्गदर्शक ठरावी हीच अपेक्षा.

डॉ. जयसिंगराव पवार

**

पहिल्या आवृत्तीचा ऋणनिर्देश

स्मृतिग्रंथासारखे कार्य म्हणजे एखाद्या संस्थेने हाती घेण्याचे कार्य होय. त्यास आम्ही हात घालण्यापूर्वी आमचे मन कार्याच्या यशाबद्दल साशंकच होते; पण स्मृतिग्रंथासाठी आपला लेख पाठवावा, अशी विनंती आम्ही मान्यवर मंडळींना करताच त्यांनी आपल्या दैनंदिन कार्याच्या व्यापातून सवड काढून क्रांतिसिंहांबद्दल वाटणाऱ्या आदरापोटी आपले लेख पाठवून दिले, हा त्यांचा मोठाच ऋणभार आमच्यावर आहे. तसेच क्रांतिसिंहांवर आजपर्यंत प्रकाशित झालेले लेख, अग्रलेख, आठवणी आम्ही पुढील नियतकालिकांतून घेतल्या आहेत : मासिक किर्लोस्कर, मा. एकता, मा. तात्पर्य, रयत शिक्षण पत्रिका, हुतात्मा स्मारक योजना पत्रिका, साप्ताहिक नवयुग, साप्ता. युगांतर, साप्ता. माणूस, दैनिक नवशक्ती, दै. सकाळ - पुणे, दै. सकाळ - कोल्हापूर, दै. केसरी, दै. महाराष्ट्र टाइम्स, दै. विशाल सह्याद्रि, दै. पुढारी, दै. तरुण भारत - पुणे, दै. नवसंदेश, दै. राष्ट्रमत, न्यू एज - दिल्ली. याशिवाय 'देशभक्त नाना पाटील चरित्र' आणि 'क्रांतिसिंह नाना पाटील अमृतमहोत्सव गौरव अंक' यातूनही काही लेख व आठवणी घेतल्या आहेत. या सर्वांनी उदार अंतःकरणाने आपल्या लेखांच्या पुनर्मुद्रणास संमती दिली याबद्दल आम्ही त्यांचे ऋणी आहोत.

श्री. नाथाजीराव लाड आणि श्री. भगवानराव पाटील यांनी आपल्या संग्रहातील क्रांतिसिंहांची छायाचित्रे, भाषणे, पत्रे, टिपणे इत्यादी साहित्य मोठ्या सहकार्याच्या भावनेने व आनंदाने दिले. याशिवाय श्री. वि. शि. आवटे (दुशेरे), श्री. रा. तु. पाटील (तडसर), श्री. रामचंद्र दत्तू पाटील (मोराळे), श्री. बाळकृष्ण माळी (आळते) यांनीही आपल्या जवळची पत्रे, मानपत्रे इत्यादी साहित्य दिले. या सर्वांच्या सहकार्यामुळेच स्मृतिग्रंथाचा दुसरा खंड तयार झाला, हे या ठिकाणी कृतज्ञतापूर्वक नमूद करावयास हवे.

श्री. नाथाजी लाड, श्री. टी. डी. लाड, भाई जी. डी. लाड, डॉ. सरोजिनी बाबर, श्री. नामदेवराव कराडकर, श्री. भगवानराव पाटील, श्री. रा. तु. पाटील या मंडळींनी ग्रंथ प्रकाशित होण्यासाठी केलेल्या

साहाय्याबद्दल आम्ही कृतज्ञ आहोत.

ग्रंथ-प्रकाशन कार्यात आमचे तरुण सहकारी प्रा. दिनकर पाटील, सौ. वसुधा पवार आणि प्रा. जे. के. पवार सर्वांनी जीवापाड मेहनत घेतली. त्यांच्या कष्टाचे कौतुक करावे तेवढे थोडेच आहे.

उपरनिर्दिष्ट सर्व मंडळींच्या सदिच्छा, सहकार्य व साहाय्य यामुळेच हा स्मृतिग्रंथ साकार झाला आहे.

डॉ. जयसिंगराव पवार

**

नव्या सुधारित आवृत्तीच्या निमित्ताने

१९८२ सालची एक घटना. गावाकडच्या काही मंडळींशी गप्पागोष्टी चालू होत्या. गावाकडची माणसे, त्यांच्या आठवणी निघाल्या. त्यातूनच क्रांतिसिंह नाना पाटलांची आठवण निघाली. गप्पांची गाडी तिथंच रेंगाळली आणि तिने चर्चेचे स्वरूप धारण केले. नाना पाटलांच्या कार्याचे मूल्यमापन जेवढे व्हायला पाहिजे तेवढे झालेले नाही, इथपासून ते त्यांच्या चरित्राची सामग्री जेवढी मिळेल तितकी जतन करून ठेवली पाहिजे, इथपर्यंत अनेक नवनवीन मुद्दे पुढे आले आणि त्यातूनच क्रांतिसिंह नाना पाटलांच्या स्मृतिग्रंथाची कल्पना सुचली.

क्रांतिसिंह नाना पाटलांचे १९४२ च्या लढ्यातील सहकारी डॉ. उत्तमराव पाटील आणि आप्पासाहेब लाड यांनी १९४७ साली लिहिलेले एक छोटेखानी चरित्र सोडल्यास क्रांतिसिंहांवर फारसे काही लिहिले गेले नव्हते, तेव्हा कल्पना अशी स्वीकारली गेली की, क्रांतिसिंहांसंबंधी त्यांच्या सहकाऱ्यांनी अथवा समकालीन महत्त्वाच्या व्यक्तींनी जे जे लिहिले असेल, ते ते सर्व या ग्रंथात समाविष्ट व्हावेच; पण त्याशिवाय ज्या त्यांच्या सहकाऱ्यांनी, स्वातंत्र्यलढ्यातील अन्य नेत्यांनी आणि अभ्यासकांनी त्यांच्यावर काही लिहिलेले नाही, त्यांनाही लिहिते करावे आणि त्यांच्या साहित्याचा समावेश ग्रंथात करावा.

हा हेतू मनाशी बाळगून आम्ही महाराष्ट्रातील क्रांतिसिंहांचे सहकारी, स्वातंत्र्य चळवळीतील सेनानी, विचारवंत आणि साहित्यिक अशा सुमारे सव्वाशे व्यक्तींशी प्रत्यक्ष भेटून किंवा पत्रव्यवहाराने संपर्क साधला. त्यामध्ये भाई जी. डी. लाड, नाथाजीराव लाड, शाहीर शंकरराव निकम यांसारखे क्रांतिसिंहांचे ४२ च्या लढ्यातील सहकारी होते; साथी एस. एम. जोशी, भाई माधवराव बागल, भाई तुळशीदास जाधव यांच्यासारखे स्वातंत्र्य चळवळीतील मान्यवर नेते होते; अच्युतराव पटवर्धन, बॅ. आप्पासाहेब पंत, बॅ. पी. जी. पाटील यांच्यासारखे विचारवंत होते; डॉ. वा. ना. कुबेर, रा. ना. चव्हाण, डॉ. अरुण भोसले यांच्यासारखे अभ्यासक होते; तर डॉ. सरोजिनी बाबर, शंकरराव खरात, शंकर खंडू

पाटील यांसारखे साहित्यिक होते.

ज्यांच्या ज्यांच्यापर्यंत आम्ही जाऊन पोहोचलो, त्यांनी आमच्या उपक्रमाचे कौतुक करून आम्हास उत्स्फूर्त प्रतिसाद दिला. या मान्यवर मंडळींनी आपापले लेख आपल्या हस्ताक्षरांत आमच्याकडे पाठवून दिले. ही सर्व हस्तलिखिते क्रांतिसिंहांच्या चरित्राची साधने म्हणून आमच्या संग्रहात आज आम्ही भावी पिढ्यांसाठी जतन करून ठेवली आहेत.

याशिवाय आचार्य अत्रे, ग. दि. माडगुळकर, शिवाजीराव सावंत, कॉ. डांगे, कॉ. दत्ता देशमुख, आचार्य जावडेकर, गेल ओमवेट इत्यादी मोठ्या व्यक्तींच्या क्रांतिसिंहांवरील पूर्वप्रसिद्ध लेखांचा शोध आम्ही घेतला आणि त्यांचे लेख प्रस्तुत ग्रंथात घेतले. तसेच अनेकांनी आमच्याकडे उत्स्फूर्तपणे क्रांतिसिंहांच्या आठवणी पाठवल्या. त्याही एकत्रितपणे ग्रंथात दिल्या. असे हे काम वर्षभर चालू होते. त्यासाठी आम्हास अनेक मित्रांचे व हितचिंतकांचे साहाय्य व सहकार्य लाभले. त्या सर्वांचा कृतज्ञतापूर्वक उल्लेख पहिल्या आवृत्तीत आला आहेच.

क्रांतिसिंहांच्या चरित्राचा अभ्यासक या नात्याने माझा या लेखांकडे बघण्याचा विशिष्ट असा दृष्टिकोन होता. माझ्या दृष्टीने प्रत्येक लेखकाचा लेख म्हणजे क्रांतिसिंहांचे त्याला भावलेले एक दर्शन होते. दुसऱ्या शब्दांत प्रत्येक लेखकाचा लेख म्हणजे क्रांतिसिंहांचे एक छोटेसे चरित्रच होते. आणखी असे की, ज्यांना आम्ही क्रांतिसिंहांवर लिहिण्यासाठी उद्युक्त केले, त्या सर्वांनी क्रांतिसिंहांवर पुढे कधी काही लिहिले असतेच नाही. तसे ते लिहिले नसते, तर त्यांच्या मनातील क्रांतिसिंहांबद्दलचे विचार, त्यांच्या कार्याचे मूल्यमापन तसेच त्यांच्याबरोबर अस्तास गेले असते. आम्ही ज्यांच्याकडे पोहोचलो होतो, त्यांच्यापैकी अनेकजण जीवनाच्या अस्ताकडे झपाट्याने वाटचाल करीत होते. त्यांच्या बाबतीत चालू क्षण पकडणे अत्यावश्यक होते. तसा अनेकांच्या बाबतीत आम्ही पकडला.

एक-दोघांच्या बाबतीत असे झाले की, त्यांनी आपले लेख/ आठवणी आमच्याकडे पाठवून दिल्या; पण ग्रंथ प्रकाशित होण्यापूर्वीच त्यांचा स्वर्गवास झाला आणि आज जर आपण या ग्रंथातील लेखकांच्या यादीकडे नजर टाकली तर आपणाला दिसून येईल की, निम्म्याहून

अधिक मंडळी आज आपल्यातून निघून गेली आहेत.

प्रस्तुतचा स्मृतिग्रंथ तयार करीत असता क्रांतिसिंहांची दुर्मिळ छायाचित्रे, स्वतःच्या हस्ताक्षरातील पत्रे, रोजनिशीतील नोंदी, वर्तमानपत्रांतील घटनांच्या त्यांनी केलेल्या नोंदी, त्यांच्या भाषणांची टिपणे, त्यांना मिळालेली मानपत्रे असे वैविध्यपूर्ण साधन-साहित्य आमच्या हाती आले. सर्वांत महत्त्वाचे होते, क्रांतिसिंहांनी ऐन आणीबाणीत शिवप्रतिमेच्या अनावरणप्रसंगी केलेले भाषण. या भाषणाची ध्वनिमुद्रित प्रतच आमच्या हाती लागल्यावर आम्हास जो आनंद झाला होता, तो अवर्णनीय होता, कारण तोपर्यंत (आणि आजपावेतोसुद्धा) क्रांतिसिंहांचे ध्वनिमुद्रित असे हे पहिले आणि शेवटचे उपलब्ध भाषण होते. ते प्रथमच आमच्या ग्रंथात प्रकाशित करण्याची संधी आम्हास मिळाली होती. अशा प्रकारच्या क्रांतिसिंहांच्या चरित्राच्या संकीर्ण साहित्यासाठी आम्हास या ग्रंथास दुसरा खंड जोडावा लागला.

आता २० वर्षांच्या प्रदीर्घ कालखंडानंतर या स्मृतिग्रंथाची सुधारित नवी आवृत्ती प्रकाशित होत आहे. त्यामध्ये दोन-तीन गोष्टींची नव्याने भर पडत आहे. त्यातील पहिली गोष्ट म्हणजे या आवृत्तीत १२ नव्या लेखांची आणि काही जादा छायाचित्रांची भर पडत आहे. त्यामध्ये कै. यशवंतराव चव्हाण, कै. वि. वा. शिरवाडकर (कुसुमाग्रज), 'शिवनेर'कार विश्वनाथराव वाबळे, प्रा. एन. डी. पाटील, आचार्य शांताराम गरूड, प्रा. ग. प्र. प्रधान, डॉ. भारत पाटणकर, डॉ. बाबूराव गुरव, श्री. सदानंद कदम, ॲड. सुभाष पाटील, श्री. आनंदराव पाटील आणि प्रा. टी. एस. पाटील यांच्या लेखांचा समावेश आहे. यशवंतराव चव्हाण आणि कुसुमाग्रज यांचे लेख ज्येष्ठ स्वातंत्र्यसैनिक श्री. संभाजीराव बाबा यांनी संपादित केलेल्या 'क्रांतिसिंह नाना पाटील' या छोटेखानी पुस्तिकेतून घेतले आहेत. कुसुमाग्रजांनी डॉ. उत्तमराव पाटील यांना त्यांच्या 'क्रांतिपर्व' या ग्रंथाच्या संदर्भात त्या ग्रंथाचे कौतुक करणारे जे पत्र पाठविले होते (जे आमच्या संग्रही आहे.) त्यातील काही उतारे कुसुमाग्रजांच्या लेखात समाविष्ट केले आहेत. एरवी या पत्रातील सातारच्या ४२ च्या लढ्यासंबंधी कुसुमाग्रजांचे विचार अप्रकाशितच राहिले असते. या लेखाच्या रूपाने ते प्रथमच वाचकांसमोर येत आहेत. 'शिवनेर'कार वाबळे यांचा लेख त्यांच्या 'माझे पुढारी' या लेखसंग्रहातून घेतला आहे. राहिलेल्या

लेखांपैकी बहुतेक लेख ॲड. सुभाष पाटील यांनी संपादित केलेल्या 'क्रांतिसिंह नाना पाटील स्मरणिके'तून घेतले आहेत. डॉ. बाबूराव गुरव यांचा लेख 'साधनेच्या' अंकातून घेतला आहे. श्री. सदानंद कदम, प्रा. टी. एस. पाटील यांनी आपले लेख नव्याने तयार करून दिले आहेत. यातील प्रत्येक लेखाची शैली वेगळी आहे. विचारांचा पोत वेगळा आहे.

पहिल्या आवृत्तीतील बहुतेक छायाचित्रे या आवृत्तीत दिलेली आहेतच. त्याशिवाय जादा छायाचित्रे आम्ही आता देत आहोत. पहिल्या आवृत्तीमधील छायाचित्रे क्रांतिसिंहांचे सहकारी व मेहुणे श्री. नाथाजीराव लाड यांच्याकडून प्राप्त झाली होती. आताची जादा छायाचित्रे क्रांतिसिंहांच्या येडेमच्छिंद्र गावचे श्री. विश्वासराव पाटील (माजी खासदार) यांच्या संग्रहातील आहेत. याशिवाय शाहीर शंकरराव निकम, भाई जी. डी. लाड, स्वामी रामानंद भारती, किसन वीर, पांडू मास्तर, वाय. सी. पाटील, नागनाथ आण्णा, त्यांच्या मातोश्री लक्ष्मीबाई, अच्युतराव पटवर्धन, डॉ. उत्तमराव पाटील व लीलाताई पाटील यांची छायाचित्रे डॉ. उत्तमराव पाटील व आप्पासाहेब लाड यांच्या 'क्रांतिवीर देशभक्त नाना पाटील' या ग्रंथातून घेतली आहेत.

या आवृत्तीत नव्याने भर पडणारी दुसरी गोष्ट म्हणजे क्रांतिसिंहांच्या कामगिरीचा पोलीस रेकॉर्डमधील पत्रव्यवहार प्रथमच प्रकाशित होत आहे. या संदर्भात आमचे एक स्नेही कै. विष्णूपंत सीताराम पाटील (गोटखिंडी, ता. वाळवा, जि. सांगली) यांची प्रकर्षाने आठवण होते आहे. विष्णूपंत क्रांतिसिंहांचे मोठे चाहते होते. लोकांनी क्रांतिसिंहांचे कार्य विसरू नये, म्हणून त्यांची सतत धडपड चालू असे. त्यांनी काही लेखही लिहिले होते. आकाशवाणीवर भाषणेही दिली होती. त्यांच्या संग्रही क्रांतिसिंहांचे ४२ च्या चळवळीतील पोलीस रेकॉर्ड आणि 'दै. मराठा'ची काही कात्रणे होती. क्रांतिसिंहांच्या चरित्राचा एक अभ्यासक म्हणून त्यांनी मला हे रेकार्ड आणि कात्रणे चार वर्षांपूर्वी दिली होती. या साहित्याचा उपयोग ग्रंथाच्या नव्या आवृत्तीसाठी करावा, म्हणून ते साहित्य तसेच ठेवून दिले होते.

दरम्यान, २००१ मध्ये विष्णूपंतांचे निधन झाले आणि आता त्यांनी दिलेल्या साहित्याचे दफ्तर तपासत असताना असे आढळून आले की, विष्णूपंतांनी मूळ कागदपत्रांच्या झेरॉक्स प्रती करून घेत

असताना त्यावरील संदर्भ क्रमांक स्पष्टपणे उमटलेले नाहीत. ऐतिहासिक साधनांच्या दृष्टीने पत्रांचे संदर्भ क्रमांक देणे महत्त्वाचे असते, कारण कुणाही अभ्यासकास त्या साधनाची सत्यासत्यता ताडून पाहावयाची झाल्यास ते शक्य व्हावे. अशीच स्थिती 'मराठा'मधील कात्रणांची होती. त्यातील काही बाजूंचे शब्दच उमटलेले नव्हते.

विष्णूपंत पाटलांनी दिलेले साहित्य महत्त्वाचे होते; पण आम्ही त्या अवस्थेत ते प्रकाशित करू शकत नव्हतो, तेव्हा पोलीस रेकॉर्डचा मागोवा घेण्याची कामगिरी आम्ही आमचे मित्र व इतिहास संशोधक प्रा. टी. एस. पाटील यांच्यावर सोपवली. प्रा. पाटील यांनी मुंबईच्या पुराभिलेखागारात १० दिवस ८-८ तास बसून, मोठ्या कष्टाने व जिद्दीने पोलीस रेकॉर्ड फाइल्समधील पत्रव्यवहार तपासून आवश्यक ती कागदपत्रे संकलित केली आणि तो पत्रव्यवहार तसाच देण्यापेक्षा त्यावर आधारित असा एक अभ्यासपूर्ण लेख त्यांनी या ग्रंथासाठी तयार केला. तो ग्रंथाच्या पहिल्या खंडात अंतर्भूत करण्यात आला आहे.

प्रस्तुत ग्रंथातील तिसरी महत्त्वाची भर म्हणजे 'दै. मराठा'मधील लेखांची होय. ३ ऑगस्ट १९६० रोजी मुंबईत क्रांतिसिंहांचा षष्ट्यब्दीपूर्ती सोहळा भव्य प्रमाणावर साजरा झाला. आचार्य अत्रे क्रांतिसिंहांचे मोठे चाहते होते. त्यांनी आपल्या २ ऑगस्टच्या 'मराठा'च्या अंकात क्रांतिसिंहांवर खास अग्रलेख लिहिला आहे. ३ ऑगस्ट रोजी षष्ट्यब्दीचा कार्यक्रम सविस्तरपणे जाहीर केला आहे. ४ ऑगस्टच्या अंकात आदल्या दिवशी साजऱ्या झालेल्या सत्कार समारंभाचा साद्यंत वृत्तान्त दिला आहे. त्यावरून त्या प्रसंगी कोण कोण वक्ते क्रांतिसिंहांवर काय काय बोलले हे समजून येते. शिवाय खुद्द क्रांतिसिंहांनी आपल्या सत्काराला दिलेले उत्तरही वाचावयास मिळते. याच अंकात आचार्य अत्रे यांनी आपल्या संग्रही असणारे क्रांतिसिंहांचे एक दुर्मिळ भाषण दिलेले आहे. एवढेच नव्हे तर त्यांनी 'नाना पाटलांच्या आठवणी' या शीर्षकाखाली आपला एक प्रदीर्घ लेख दिला आहे. त्या शेजारीच मुंबईतील एक प्रसिद्ध कामगार पुढारी आणि संयुक्त महाराष्ट्र चळवळीतील क्रांतिसिंहांचे सहकारी गुलाबराव गणाचार्य यांचा क्रांतिसिंहांवरील लेखही प्रसिद्ध केला आहे.

महाराष्ट्रातील अनेक जुन्या वृत्तपत्रांच्या संचिका (Back-files) मुंबई

मराठी ग्रंथ संग्रहालयात जतन करून ठेवल्या आहेत. तेथे 'दै. मराठा'तील उपरोक्त मूळ अंक शोधण्याचे काम आम्ही मुंबईतील आमचे दुसरे इतिहास - संशोधक मित्र श्री. रवींद्र लाड यांच्यावर सोपविले. त्यांनी ते उत्तम प्रकारे पार पाडून संबंधित सर्व साहित्य स्वतःच्या हस्ताक्षरात नकलून आमच्याकडे पाठविले; त्यामुळेच दुसऱ्या खंडातील क्रांतिसिंहांच्या षष्ट्यब्दीचा एक खास विभाग आम्हास सजविता आला. या उभय संशोधक-मित्रांनी केलेल्या सहकार्याची आम्ही कृतज्ञतापूर्वक नोंद घेत आहोत. कै. विष्णूपंत पाटलांचे स्मरण ठेवले पाहिजे; कारण त्यांच्यामुळेच आम्हास या साधन-साहित्याचा 'सुगावा' लागला आणि त्या अनुरोधाने त्याचा मागोवाही घेता आला.

प्रस्तुत ग्रंथाची कल्पना मनात आल्यापासून आमच्या मनास एक खंत लागून राहिली आहे, ती म्हणजे क्रांतिसिंहांच्या हयातीतच त्यांच्या सहकाऱ्यांनी तसेच महाराष्ट्रातील सामाजिक शास्त्रांच्या अभ्यासकांनी, त्यांचे आत्मकथन ध्वनिमुद्रित करून ठेवले पाहिजे होते. १९७१ साली क्रांतिसिंह सक्रिय राजकारणातून निवृत्त झाले; पण लवकरच त्यांना मधुमेहाने गाठले. पायाला झालेल्या लहानशा जखमेचे निमित्त होऊन त्यांचा पाय कापून टाकावा लागला. त्या अवस्थेत ते कधी वाळव्यास नागनाथ आण्णांच्याकडे, तर कधी पंढरपुरास रामबागेत आचार्य पुरुषोत्तमाचार्य यांच्याकडे वास्तव्यास होते. या कालखंडात महाराष्ट्राच्या कानाकोपऱ्यांतून त्यांचे असंख्य चाहते त्यांना भेटावयास येत होते. त्यात जसे शेतकरी-कामकरी होते, तसे राजकीय नेते-विचारवंत होते, शिक्षक-प्राध्यापक होते, अभ्यासक-संशोधक होते; पण कोणास असे का वाटले नाही की क्रांतिसिंहांचे आत्मवृत्त त्यांच्या तोंडून ऐकावे आणि ते ऐकत ऐकत त्याचे ध्वनिमुद्रण करून ठेवावे! ३० सालापासूनच्या अनेक राजकीय व सामाजिक लढ्यांत सहभागी झालेल्या, प्रसंगी त्या लढ्यांचे नेतृत्व केलेल्या या नेत्याजवळ इतिहासाचा अनमोल खजिना होता. आम्ही या खजिन्याचे द्वार खोललेच नाही. दुर्दैव असे की, हा रत्ना-माणिकांनी खच्चून भरलेला खजिना क्रांतिसिंहांच्या बरोबरच स्वर्गारोहण करता झाला!

असे फक्त क्रांतिसिंहांच्या बाबतीतच घडले आहे असे नाही. छत्रपती शिवाजी महाराजांच्या काळापासून हे घडत आले आहे; पण

२० व्या शतकात काळ बदलला होता. आम्ही बदलत्या काळाप्रमाणे बदलायला हवे होते. आमच्या इतिहासाचे जतन आम्हीच करावयास हवे. त्यासाठी आंध्रातील अथवा बंगालमधून कोणी येईल याची वाट पाहाणे उचित ठरणार नाही.

सुदैवाने या संदर्भात थोडीफार जाग आमच्या ठिकाणी उत्पन्न होते आहे, याचा आम्हास आनंद होतो आहे. गेल्या काही वर्षांच्या कालखंडात क्रांतिसिंहांचे ४२ च्या लढ्यातील सहकारी भाई जी. डी. लाड, डॉ. उत्तमराव पाटील आणि धन्वंतरी कासेगावकर वैद्य यांनी आपली आत्मवृत्ते प्रसिद्ध केली आहेत. ही आत्मवृत्ते म्हणजे भारतीय स्वातंत्र्यलढ्याच्या, विशेषतः सातारच्या ४२ च्या लढ्याच्या, इतिहासाची अनमोल साधनेच आहेत.

पण अद्यापही नागनाथ आण्णा नाईकवडींसारख्या थोर स्वातंत्र्यसेनानीचे आत्मवृत्त प्रकाशात आलेले नाही. त्यांची ४२ च्या लढ्यातील कामगिरी संस्मरणीय तर आहेच, शिवाय स्वातंत्र्योत्तर काळात त्यांनी शेतकऱ्यांचे, भूमिहीनांचे, धरणग्रस्तांचे, दुष्काळग्रस्तांचे दिलेले लढे आपल्या समोर आहेत. आण्णा स्वतःबद्दल बोलण्यास फारसे उत्सुक नसतात हे खरे; पण अभ्यासकांनी त्यांना आता त्या 'कार्या'साठी तयार केले पाहिजे.

हे सर्व आम्ही यासाठी तळमळीने मांडत आहोत की, ज्यांनी समाजातील अनेक चळवळींचे नेतृत्व केले आणि ज्यांनी त्यायोगे समाज घडविला, त्यांनी आपले अनुभव, आपली आत्मवृत्ते, भावी पिढ्यांच्या मार्गदर्शनासाठी, प्रेरणांसाठी लिहिली पाहिजेत. त्यांना जर ते शक्य होत नसेल तर समाजातील तरुण अभ्यासकांनी ते काम हाती घ्यायला पाहिजे.

क्रांतिसिंहांच्या चरित्राच्या संदर्भातही फार खोलवर संशोधन/लेखन झाले आहे असे नाही. गेल्या दोन दशकांत क्रांतिसिंहांचे जीवनदर्शन घडविणारे अनेक ग्रंथ अभ्यासकांनी सिद्ध केले आहेत आणि त्याबद्दल आपण त्यांचे अभिनंदनही करावयास हवे; पण क्रांतिसिंहांच्या कार्याचा मोठा भाग हिमनगाप्रमाणे पाण्यातच अदृश्य राहिला आहे. त्याचा शोध घेण्यासाठी आता तरुण अभ्यासकांनी पुढे यायला हवे.

१९३० सालापासून १९७०-७१ सालापर्यंत चार दशके क्रांतिसिंह सक्रिय राजकीय आणि सामाजिक जीवन जगले. त्यांनी अनेक राजकीय

व सामाजिक लढे दिले. भारतीय स्वातंत्र्यलढ्यात तर सातारा जिल्ह्यात आणि महाराष्ट्रात ते सतत आघाडीवर राहिले. स्वातंत्र्यासाठी संघर्ष करीत असतानाच सत्यशोधक क्रांतिसिंहांनी साक्षरताप्रसार, अस्पृश्यतानिवारण, दारूबंदी, हुंडाबदी, गांधी लग्न प्रचार, अंधश्रद्धानिर्मूलन यांसारख्या चळवळी अविरतपणे चालविल्या. पुढे देश स्वतंत्र झाल्यावर त्यांनी शेतकऱ्यांच्या व कामगारांच्या हक्कांसाठी लढे दिले. राजकीय आघाडीवर संयुक्त महाराष्ट्र लढा, गोवामुक्ती लढा, हैदराबाद-मुक्ती संग्राम अशा अनेक लढ्यांत ते आघाडीवर तळपत राहिले. शेकडो विराट सभा घेऊन त्यांनी प्रत्येक लढ्यात जान भरली. हे सर्व विस्ताराने नव्या पिढीसमोर आले पाहिजे. आज या लढ्यांची साधनेच उपलब्ध नसल्यामुळे त्यांचे त्रोटक वृत्तान्त देण्यावर आम्हाला समाधान मानावे लागते आहे. ही स्थिती दूर झाली पाहिजे.

महाराष्ट्राच्या विविध भागांतील प्रादेशिक वृत्तपत्रांच्या जुन्या संचिका अभ्यासकांची वाट पाहात खोळंबून राहिल्या आहेत. या संचिकांच्या ढिगाऱ्यात आणि मुंबईच्या पुराभिलेखागाराच्या पोलीस फाइल्समध्ये क्रांतिसिंहाचे चरित्र दडून राहिले आहे. ते प्रकाशात आणले गेले पाहिजे. तसेच क्रांतिसिंहांच्या सभांचे ध्वनिमुद्रण कुठे मिळते का, त्याचाही बारकाईने तपास केला पाहिजे. असे लहान-मोठे संदर्भ एकत्र करून क्रांतिसिंहांच्या चरित्राची साधनसामग्री आता प्रकाशात आणली पाहिजे; तरच त्यांच्या भावी चरित्रकारांना त्यांना उचित न्याय देता येईल.

डॉ. जयसिंगराव पवार

क्रांतिसिंह नाना पाटील
लेखसंग्रह

१
महाराष्ट्राचा माळकरी मार्क्सवादी

आचार्य प्र. के. अत्रे

थोर साहित्यिक, पत्रकार व राजकीय नेते

क्रांतिसिंह नाना पाटील यांचे चरित्र मोठे अद्‌भुतरम्य आहे. एका सज्जन, कुलीन आणि भाविक मराठा कुटुंबात त्यांचा जन्म झाला. वडील, आजोबा आणि पणजोबा हे वारकरी पंथाचे. दर महिन्याला पंढरीची वारी करावयाचे, तेव्हा जन्माला आल्यानंतर अवघ्या बाराव्या दिवशीच नानांच्या गळ्यात पंढरीची माळ पडली. लहानपणी नानांचे शिक्षणाकडे फार थोडे लक्ष; खेळणे व दांडगाया करणे एवढाच त्यांचा आवडता उद्योग होता. व्यायामाचा नि कुस्तीचाही त्यांना नाद लागला. आई-वडिलांना शेतावर ते मदत करीत असत. तेवढेच त्यांना समाधान. पुढे पोथ्यापुराणाचा नि भजनपूजनाचा त्यांना नाद लागला; त्यामुळे जुन्या पौराणिक ग्रंथांचे त्यांनी पुष्कळ वाचन केले. वयाच्या अठराव्या वर्षी ते मराठी शालान्त परीक्षा पास झाले.

आता पुढे काय करायचे हा त्यांच्यापुढे प्रश्न पडला. एवढ्यात सातारा जिल्ह्यात सत्यशोधक समाजाची चळवळ सुरू झाली. ठिकठिकाणी जलसे होऊ लागले. त्या चळवळीने महाराष्ट्रातला बहुजन समाज खडबडून जागा झाला. या चळवळीचा नाना पाटलांच्या तरुण मनावर फार परिणाम झाला. त्यांनी सत्यशोधक वाययाचा अभ्यास केला आणि बहुजन समाजातले सर्व धार्मिक विधी ते स्वतःच लावू लागले. त्याप्रमाणे पोराबाळांना शिक्षण द्या, लग्नसणात कर्ज काढून भरमसाट खर्च करू नका, सावकाराच्या घराची पायरी चढू नका, अफू, गांजा, दारू या व्यसनांपासून दूर राहा अशा सामाजिक सुधारणांचा प्रचार ते खेडेगावांतून करू लागले. तेव्हापासूनच त्यांना जनसमुदायासमोर भाषणे करण्याची

सवय लागली.

वीस साली कऱ्हाड तालुक्यात तलाठी म्हणून त्यांची नेमणूक झाली; पण तलाठ्याच्या कामाकडे त्यांचे लक्ष होते कुठे? कुठे सत्यशोधकी प्रचारासाठी गावगन्ना हिंड. कुठे मुंबई कौन्सिलच्या निवडणुकीसाठी ब्राह्मणेतर पक्षाच्या उमेदवारासाठी जिवाचे रान कर, तर बाकीचा सारा वेळ गावोगाव कुस्त्यांचे फड भरव, असे त्यांचे एकसारखे उद्योग चालू असत. एकदा तलाठ्याच्या कामात वसुलीची रक्कम दोन आठवड्यांनी उशिरा भरली, म्हणजे ती रक्कम आठवडाभर वापरली असा त्यांच्यावर अन् मुलकी पाटलांवर आरोप आला. त्यात पाटलांची काही चूक नाही, सारा दोष आपलाच आहे, असा नानांनी खुलासा केला, तेव्हा त्यांच्यावर पकड-वॉरंट निघाले. तेवढ्यात १९३० ची महात्मा गांधींची चळवळ सुरू झाली होती. नाना सत्यशोधक चळवळीतून बाहेर पडले आणि महात्माजींच्या नेतृत्वाखाली सुरू झालेल्या सत्याग्रही चळवळीत त्यांनी उडी घेतली. एका उंच काठीला तिरंगी झेंडा लावून ते गावोगाव महात्मा गांधींचा जयजयकार करीत हिंडू लागले अन् काँग्रेसचा प्रचार करू लागले. सातारा जिल्ह्यातल्या गावागावांतून ते अशा रीतीने लोकजागृती करू लागले. त्याबरोबरच त्यांना पकडण्याचे दुसरे सरकारी वॉरंट सुटले; पण नाना पुष्कळ दिवस पोलिसांच्या हाती सापडू शकले नाहीत. शिरोडे, सावंतवाडी, बेळगांव, पंढरपूर या भागात व्याख्यानाचा दौरा काढीत काढीत शेवटी ते मुंबईपर्यंत येऊन थडकले. मुंबईतले त्यांचे त्या वेळचे ते भाषण ऐकून श्रोते खूश झाले असे म्हणतात, कारण ग्रामीण भाषणाचा असा मनोरंजक नमुना त्यांनी पूर्वी कधी पाहिला नव्हता. दोन वॉरंट्स चुकवीत चुकवीत अशा तऱ्हेचे फरारीपणाचे आयुष्य नानांनी कित्येक दिवस कंठले. पुढे गांधी - आयर्विन समेट झाला. सारे लोक सुटले; पण नानांच्यावरचे वॉरंट तसेच शिल्लक राहिले. शेवटी मित्रमंडळींच्या आग्रहावरून अखेर नाना प्रकट झाले आणि तलाठी प्रकरणातल्या दोषाबद्दल त्यांना सहा महिने सक्तमजुरी आणि शंभर रुपये दंड झाला. राजकीय कैदी म्हणून तुरुंगात जाण्याऐवजी फौजदारी गुन्ह्यात त्यांना पहिला कारागृहवास घडला, हा एक चमत्कारिक योगायोगच म्हणावयास हवा. या शिक्षेतून ते बाहेर पडले; पण तोपर्यंत त्यांची पत्नी, आजी, वडील यांचा एकामागून एक काळ होऊन कौटुंबिक पाशातून त्यांची

जवळजवळ मुक्तताच झाली असे म्हणायला हरकत नाही.

त्यानंतर ते राजरोसपणे काँग्रेसच्या सत्याग्रहात शिरले. प्रथम दोन महिने ते स्थानबद्ध झाले; पण पॅरोलवर सुटले. पुढे पॅरोल मोडल्यावरून त्यांना सहा महिन्यांची आणि शंभर रुपये दंडाची शिक्षा झाली. त्यातून सुटल्यानंतर पुन्हा कायदेभंगाबद्दल त्यांना एक वर्षाची सक्तमजुरीची शिक्षा झाली. ही शिक्षा भोगून ते बाहेर आले तोच गांधीजींनी सामुदायिक सत्याग्रह बंद करून वैयक्तिक सत्याग्रह सुरू केला. त्यात ते पडले, तेव्हा त्यांना सहा महिने शिक्षा आणि पन्नास रुपये दंड झाला. ही शिक्षा भोगून नाना बाहेर पडले नि अवघ्या सात दिवसांच्या आत त्यांनी युद्धविरोधी घोषणा करून दुसऱ्यांदा सत्याग्रह केला. त्यात त्यांना तीन महिने शिक्षा व पंचवीस रुपये दंड झाला. ही शिक्षा संपल्यानंतर 'दुष्काळी परिषदे'चा प्रचार करीत नाना दक्षिणेतल्या संस्थानी भागातून प्रचार करू लागले; पण कोल्हापूर संस्थानात त्यांनी पाऊल टाकले न टाकले तोच संस्थानी पोलिसांनी त्यांच्या हातापायांत दंडाबेडी अडकवली. मग त्यांच्यावर रीतसर खटला होऊन त्यांना एक वर्षाची शिक्षा आणि पाचशे रुपये दंड झाला.

सारांश, ८ ऑगस्ट १९४२ चा 'छोडो भारत'चा ठराव काँग्रेसने मंजूर करण्यापूर्वी काँग्रेस-स्वातंत्र्याच्या चळवळीत नाना पाटलांना एकदा नाही, दोनदा नाही, चांगली आठ वेळा शिक्षा झाली होती. पुष्कळांना नाना पाटलांचे हे पूर्वचरित्र माहीत नाही. त्यांना वाटते की, बेचाळीसच्या चळचळीत साताऱ्याला 'पत्रि-सरकार' स्थापन करून नाना पाटील एकदम लोकप्रियतेच्या शिखरावर आरूढ होऊन बसले. तीस सालापासून ते बेचाळीस सालापर्यंतच्या बारा वर्षांत त्यांनी येरवड्याच्या अनेक वाऱ्या केल्यामुळे त्यांची स्वातंत्र्यनिष्ठा आणि देशाभिमान चांगलाच तावूनसुलाखून निघाला होता.

महात्मा गांधींनी 'भारत छोडो'ची घोषणा केल्यानंतर नाना पाटलांच्या जीवनातील दुसऱ्या तेजस्वी कालखंडाला प्रारंभ झाला. मात्र, या चळवळीत आता तुरुंगात म्हणून जायचे नाही असा त्यांनी मनाचा निर्धार केला. असा निर्धार करून त्यांनी सातारा जिल्ह्यात हजार-बाराशे सहकारी जमा करून, आपल्या तुफानी व्याख्यानांच्या प्रचारास सुरुवात केली. नाना पाटलांचे खरे स्वरूप आता प्रकट झाले. त्यांच्या वक्तृत्वप्रतिभेला

जणू काही नवीनच बहर फुटला. त्यांच्या व्याख्यानाला हजारो लोक जमू लागले. 'महात्मा गांधी की जय' आणि 'करेंगे या मरेंगे' या घोषणा करून ते आपल्या व्याख्यानाला प्रारंभ करीत. त्यांच्या भाषणाचा धबधबा तीन/तीन तास अस्खलितपणे वाहात असे आणि हजारो शेतकरीबांधव त्यांच्या त्या अथांग वाग्गंगेत मनसोक्त डुंबत असत; त्यामुळे नाना पाटलांची कीर्ती वाढू लागली आणि सर्वत्र पसरू लागली. सातारा जिल्ह्यातील गावागावांतून आणि दऱ्या-खोऱ्यांतून नवजवान हातात भाला, कुऱ्हाडी घेऊन बाहेर पडू लागले आणि नानांच्या मोर्चात सामील होऊ लागले.

२ सप्टेंबर १९४२ रोजी तासगावच्या मामलेदार कचेरीवर पहिला मोर्चा चालून गेला. तो सशस्त्र लोकसमुदाय पाहताच पोलीस आणि अधिकारी यांची पाचावर धारण बसली होती. मामलेदार सज्जन गृहस्थ होता. तो मुकाट्याने बाहेर आला आणि त्याने मोर्चाच्या पुढाऱ्यांशी बोलणे केले. पुढारी मामलेदाराला म्हणाले, "आम्ही मामलेदार कचेरीवर तिरंगी झेंडा लावणार. त्यानंतर तुम्ही सरकारी अधिकाऱ्यांनी गांधी टोप्या घातल्या पाहिजेत आणि यापुढे राष्ट्रीय सरकारचे नोकर म्हणून काम केले पाहिजे," मामलेदारांनी ते कबूल केले. एवढेच नव्हे, तर डोक्यावर गांधी टोपी चढवून त्यांनी चौकात ध्वजारोहण केले, तेव्हा महात्मा गांधींच्या नावाचा जयजयकार करीत मोर्चा विजयानंदाने परत गेला; त्यामुळे नाना पाटलांच्या चळवळीला आणखी जोर चढला. ठिकठिकाणी त्यांच्या प्रचाराच्या सभा होऊ लागल्या. पोलिसांच्या सशस्त्र तुकड्या त्यांना पकडण्यासाठी त्यांच्यामागे धावू लागल्या; पण नाना पाटलांना जनतेचा प्रचंड पाठिंबा असल्याने त्यांचा थांगपत्ता लोकांनी पोलिसांना लागू दिला नाही. वडार, रामोशी ही सर्व जमात नाना पाटलांच्या बाजूला सामील झाली आणि पोलिसांच्या हालचालीवर टेहळणी करून त्यांच्या इत्थंभूत बातम्या नानांना पुरवू लागली.

त्यानंतर दुसरा मोर्चा ८ सप्टेंबर १९४२ ला निघाला. या वेळेपर्यंत पोलीस चांगलेच सावध झाले होते. इस्लामपूरला चार-पाच हजारांचा मोर्चा येऊन पोहोचतो न पोहोचतो तोच त्यावर सशस्त्र पोलिसांनी हल्ला केला. किर्लोस्करवाडीचे पंड्या इंजिनिअर हातात तिरंगी निशाण घेऊन अग्रभागी चालले होते. त्यांना पोलिसांनी गोळी घालून ठार मारले.

त्याखेरीज आणखी एकजण ठार झाला आणि पंधराजण जखमी झाले. तिसरा मोर्चा त्याच दिवशी वडूज येथे काढण्यात आला. त्याच्या अग्रभागी हाती तिरंगी झेंडा घेऊन परशुराम पहिलवान चालला होता. मोर्चात एकंदर हजार/दीड हजार लोक होते. मोर्चा कचेरीजवळ येताच फौजदारांनी त्यांना दरडावले, 'मागे हटा!' मोर्चातले वीर गर्जले, 'आम्ही कचेरीवर झेंडा लावणार. त्याखेरीज मागे हटणार नाही!' त्याबरोबर पोलिसांनी गोळीबार सुरू केला. पहिली गोळी परशुराम पहिलवानाच्या छातीतून आरपार गेली. तो मटकन खाली बसला. तोच दुसरी गोळी त्याच्या कपाळाच्या कवटीमध्ये शिरली आणि तो धाडकन खाली पडला; पण त्याच्या हातातला तिरंगी झेंडा काही खाली पडला नाही. पोलिसांच्या गोळीबाराने सत्तर लोक जखमी झाले. कोणाच्या मांडीतून गोळ्या गेल्या होत्या, तर कोणाच्या हातातून गोळ्या गेल्या होत्या.

यानंतर नाना पाटील यांनी सरकारी कचेऱ्यांवर सत्याग्रही स्वरूपाचे निःशस्त्र मोर्चे नेण्याचे धोरण थांबविले, कारण त्यात निष्कारण प्राणहानी होते असे त्यांना आढळून आले. त्यानंतर सरकारी राज्ययंत्र बंद पाडण्यासाठी भूमिगत चळवळीला त्यांनी प्रारंभ केला. आता नाना पाटील यांच्यामागे पोलिसांचा खूपच ससेमिरा लागला. त्यांना उघडपणे जिल्ह्यातून हिंडणे-फिरणे मुश्किलीचे झाले. मग कुठं पिकात दडून राहा, मळ्यात मुक्काम कर किंवा एखाद्या खेड्यातल्या घराच्या माळ्यावर लपून बस अशा रीतीने ते पोलिसांना हुलकावण्या देऊ लागले. या कामी पुष्कळदा अगदी जिवावर बेतणारी अशी अनेक संकटे त्यांच्यावर येऊन गेली...

सातारा जिल्हा हा दरोडेखोरांचा जिल्हा म्हणून फार प्रसिद्ध आहे. मध्यंतरी नाना पाटलांना वाटले की, या जमातीच्या लोकांशी सहकार्य करून आपण पोलिसांना तोंड द्यावे; पण दरोडेखोर ते दरोडेखोर! त्यांना राजकीय दृष्टी कुठून असणार? उलट ते नाना पाटलांच्या नावाचा गैरफायदा घेऊन लुटालूट करू लागले; त्यामुळे काही काळ फार फसगत झाली आणि नाना पाटलांबद्दल कित्येक लोकांचा फार गैरसमज झाला. एका बाजूला पोलिसांचे अत्याचार आणि दुसऱ्या बाजूला दरोडेखोरांची लूटमार यांच्या जात्यात सातारा जिल्ह्यातील गरीब जनता भरडून निघू लागली, तेव्हा नाना पाटलांनी या दरोडेखोरांचा त्रास नष्ट

करण्याचे ठरविले. जे जे दरोडेखोर होते किंवा जे कोणी गावगुंड होते आणि जे पोलिसांना फितूर होऊन नाना पाटलांच्या बातम्या पुरवीत होते अशांना पकडून त्यांच्या तळपायावर पंधरा लाठ्यांचे तडाखे मारण्यात येत असत. याच प्रकाराला 'पत्री' मारणे असे म्हणत. या शिक्षेच्या धाकाने सर्व गुंडांचे धाबे दणाणले आणि नाना पाटलांचा सर्वत्र दरारा बसला. हे कार्य करण्यासाठी नाना पाटलांनी एक 'तुफान सेना' स्थापन केली. या सेनेतले सैनिक गावोगाव जाऊन तेथील गुंडांना आणि समाजकंटकांना अशी काही दहशत बसवू लागले की, त्यामुळे सातारा जिल्ह्यातील गुंडगिरी थोड्याच दिवसांच्या आत नेस्तनाबूत झाली.

आता नाना पाटलांच्यासमोर दुसरा महत्त्वाचा प्रश्न उभा राहिला. तो असा की, या गडबडीत सातारा जिल्ह्यातून इंग्रज सरकारचे अस्तित्व जवळजवळ नाहीसे झाले होते, तेव्हा लोकांच्या दैनंदिन रक्षणाची जबाबदारी जशी त्यांच्या अंगावर येऊन पडली त्याप्रमाणे त्यांची दैनंदिन गाऱ्हाणी दूर करणे आणि त्यांच्या सामाजिक हिताची व मार्गदर्शनाची कामे करणे या गोष्टींची जबाबदारीही नानांच्याच शिरावर येऊन पडली. या परिस्थितीमधूनच प्रति-सरकार स्थापन करण्याची आणि ग्रामराज्य सुरू करण्याची कल्पना निर्माण झाली. या ग्रामराज्याची घटना तयार करण्यात आली. ग्रामपंचायती स्थापन करण्यात आल्या. खेड्यापाड्यांतील जनतेची आपापसांतील भांडणे मिटविण्यासाठी तडजोड कमिट्या स्थापन करण्यात आल्या. साक्षरता प्रचाराची मोहीम, दारूबंदी, अस्पृश्यतानिवारण, अल्पखर्चाने 'गांधी विवाह' पद्धतीने लग्ने लावणे अशी अनेक उपयुक्त कामे ग्रामराज्यातर्फे यशस्वी रीतीने करण्यात आली. जवळजवळ तीन वर्षे साताऱ्याच्या दक्षिण भागात नाना पाटलांच्या या प्रति-सरकारची राजवट अबाधितपणे चालली होती. जवळजवळ चारशे गावांमध्ये ग्रामराज्ये स्थापन करण्यात आली होती. भारतीय राजकारणातील या अभूतपूर्व प्रयोगाने नाना पाटील आणि त्यांचे प्रति-सरकार यांची कीर्ती सर्व भारतवर्षात पसरून त्यांचे नाव सर्वतोमुखी झाले होते.

पुढे पंचेचाळीस साली दुसरे महायुद्ध संपले. त्याबरोबर मुंबई सरकारने आपले सारे लक्ष साताऱ्यावर केंद्रित केले. नाना पाटलांच्या प्रति-सरकारची बदनामी करण्यासाठी त्यांनी एक मोहीम सुरू केली.

नाना पाटील आणि त्यांचे सहकारी म्हणजे भयंकर गुंड असून ते गरीब जनतेवर अनन्वित अत्याचार करीत आहेत, कोणाचे ते खून करीत आहेत; तर कोणाचे हातपाय तोडीत आहेत; कोणाच्या पायांना बैलाप्रमाणे पत्र्या मारीत आहेत; सरकारी खजिने आणि आगगाड्या लुटीत आहेत; अशा एक ना दोन, छपन्न गोष्टी मुंबई सरकार तिखट-मीट लावून सांगू लागले. ज्यांचे हातपाय तोडण्यात आले अशा काही लोकांचे फोटोदेखील सरकारने 'टाइम्स'मध्ये छापून प्रसिद्ध केले. एवढे करून सरकार थांबले म्हणता की काय? त्याने साताऱ्याच्या दक्षिण भागात एक गोरे लष्करसुद्धा पाठवून दिले. लोकांना वाटले की, आता त्या ठिकाणी मोठी लढाई होणार; पण थोड्याच दिवसांत मुंबई सरकारचा हा प्रचार धादांत खोटा आणि एकतर्फी आहे असे लोकांना कळून आले. त्यानंतर काही दिवसांनी सार्वत्रिक निवडणुका झाल्या आणि मुंबई इलाख्यात काँग्रेस सरकारचे राज्य प्रस्थापित झाले. त्याबरोबर भूमिगतांना अभयदान मिळून ते जनतेपुढे भराभर प्रकट होऊ लागले.

७ मे १९४६ रोजी सातारा प्रति-सरकारचे नेते नाना पाटील आणि त्यांचे शेकडो पराक्रमी सहकारी मोठ्या वैभवाने एकदम प्रकट झाले. सातारा जिल्ह्यामधील जनतेला आनंदाने वेड लागायचेच काय ते बाकी राहिले. जिल्ह्याच्या कानाकोपऱ्यांमधून त्यांचे विराट सत्कार समारंभ झाले. २६ मे १९४६ रोजी मुंबई शहरात नाना पाटील आणि त्यांचे सहक्रांतिकारक यांचा जो अभूतपूर्व सत्कार झाला, तो ज्यांनी आपल्या डोळ्यांनी पाहिला असेल, तो ते आमरण विसरणार नाहीत. सतत चार वर्षे नाना पाटील यांनी इंग्रजांच्या हातावर तुरी दिली. एकदाही ते त्यांच्या हाती सापडले नाहीत. यामुळे नाना पाटलांच्या नावाभोवती एवढ्या चमत्कारांचे आणि दंतकथांचे वलय तयार झाले की, कुठला तरी पुराणातला वा कथा-कादंबऱ्यातला नायकच आपण बघतो आहोत असे लोकांना वाटू लागले. या गोष्टीला आज चौदा वर्षे झाली; पण नानांच्या अपरंपार लोकप्रियतेमधला एक कणही अद्याप कमी झाला नाही.

भूमिगत अवस्थेमधून नाना पाटील जेव्हा महाराष्ट्रापुढे प्रथम प्रकट झाले, तेव्हा ताबडतोब १२ मे १९४६ रोजी नवयुगने 'सातारा जिल्हा प्रति-सरकार विशेषांक' काढून त्यांच्या भूमिगत जीवनावर आणि पराक्रमावर इत्थंभूत प्रकाश टाकला. नाना पाटील यांच्या अद्भुतरम्य चरित्राची व

रोमहर्षक व्यक्तिमत्त्वाची ओळख 'नवयुग'ने प्रथमच महाराष्ट्राला करून दिली. याबद्दल साहजिकच आम्हाला अभिमान वाटतो. त्या वेळेपासून नाना पाटील आणि आम्ही यांच्यामध्ये जो स्नेहाचा बंध निर्माण झाला, तो आजतागायत कायम आहे.

१९४६ सालानंतर नाना पाटलांच्या जीवनात आमूलाग्र क्रांती झाली. स्वातंत्र्यप्राप्तीनंतर काँग्रेसचे भांडवलशाही आणि हुकूमशाही स्वरूप जेव्हा स्पष्टपणे लक्षात झाले, तेव्हा ते काँग्रेसमधून बाहेर पडले आणि 'शेतकरी-कामगार' पक्षात शिरले. या पक्षात आल्यानंतर मार्क्सवादी विचारसरणीशी त्यांचा प्रथम परिचय झाला. शेतकऱ्यांचे कल्याण हा त्यांच्या तळमळीचा एकमेव विषय होता. त्यांचा सारा जन्म शेतकऱ्यांतच गेला. शेतकऱ्यांचा उद्धार करणे हे त्यांच्या जीवनाचे एकमेव ध्येय होते. या देशात साम्यवाद आल्याखेरीज शेतकऱ्यांचे आणि कामगारांचे कल्याण होणे अशक्य आहे ही गोष्ट जेव्हा त्यांना उमगली, तेव्हा ते ५३ साली कम्युनिस्ट पक्षात दाखल झाले.

आज कम्युनिस्ट पक्षाविषयी या देशात नाना तऱ्हेचा प्रचार करण्यात येतो आणि त्याच्याबद्दल जनतेमध्ये नाना तऱ्हेचे गैरसमज निर्माण करण्यात येतात; पण नाना पाटील हे कम्युनिस्ट असूनही असे तसे नाहीत; पण 'मी कम्युनिस्ट म्हणूनच जगेन आणि कम्युनिस्ट म्हणूनच मरेन!' अशा निर्धाराचे ते ज्वलंत कम्युनिस्ट असूनही कम्युनिस्टविरोधी प्रचाराचा त्यांच्या लोकप्रियतेला यत्किंचितही उपसर्ग झालेला नाही. याचे कारण, नाना पाटील हे काय आहेत हे महाराष्ट्रातील जनता उत्तम तऱ्हेने ओळखते, तेव्हा काँग्रेस सरकारच्या किंवा प्रजासमाजवादी पक्षाच्या बेचाळीस पिढ्या जरी खाली उतरल्या तरी या महाराष्ट्रामध्ये नाना पाटलांविरुद्ध कोणीही गैरसमज निर्माण करू शकणार नाही, ही काळ्या दगडावरची रेघ आहे. नाना पाटील हे मराठी जनतेची अस्सल मराठमोळी भाषा बोलतात. शेतकऱ्यांच्या जीवनातल्या गोष्टी, रूपके आणि दृष्टांत सांगून ते शेतकऱ्यांच्या काळजास हात घालतात. त्यांचा मराठी बाणा आणि महाराष्ट्रप्रेम म्हणजे बावनकशी सोने आहे!

ज्या बेचाळीसच्या क्रांतीचा वारसा आपल्याकडे आहे, असे प्रजासमाजवादी मोठ्या आढ्यतेने सांगतात, त्या क्रांतीचे त्यांचे त्या वेळेचे तखलुबी पुढारी जयप्रकाश नारायण, अरुणा असफअल्ली अन्

अच्युतराव पटवर्धन आज कोठे आहेत? 'सर्वोदया'च्या भगव्या कफन्या अंगात अडकवून आज या साऱ्या पुढाऱ्यांनी राजकारणसंन्यास घेतला; पण बेचाळीसच्या क्रांतीचे एकमेव पुढारी जे क्रांतिसिंह नाना पाटील ते मात्र जनता क्रांतीच्या अग्रभागी होते तसे आजतागायत आहेत. भारत-चीनच्या सीमावादात कम्युनिस्ट हे चीनचे पक्षपाती म्हणून राष्ट्रद्रोही, अशी त्यांच्यावर टीका करण्यात आली; पण त्याबाबत नाना पाटलांची खणखणीत अन् दणदणीत भूमिका काय आहे ती पाहा, ते म्हणाले, "महाराष्ट्राचा शेतकरी वीतभर बांधाकरिता रक्त सांडतो. दिवाणी कोर्ट करतो. वळचणीचे पाणी कसे वाहील यासाठी झगडतो. तो शेतकरी चीन आपली शीव ओलांडू पाहील तर गय करील काय? शिवेच्या आत चीन आल्याचे नुसते जाहीर होऊ द्या; मग पक्ष असो- समिती असो-परवानगी द्या की न द्या; मी स्वतः शिवेवर झगडायला धावून जाईन!" असा जाज्वल्य महाराष्ट्राभिमान ज्यांच्या देहात धगधगतो आहे, तो कम्युनिस्ट पक्षात आहे म्हणून त्यांच्याविषयी कोण गैरसमज करून घेईल?

पंचावन्न सालापासून नाना पाटलांच्या जीवनात संयुक्त महाराष्ट्राच्या लढ्याचा तिसरा खंड सुरू झाला आहे. या चार वर्षांत नाना पाटलांनी आपल्या सिंहगर्जने महाराष्ट्रातले गाव अन् गाव हलविले आहे! त्यांनी कधी एक दिवसाचीसुद्धा विश्रांती घेतली नाही. साऱ्या महाराष्ट्रात झंझावाती दौरा काढून, त्यांनी प्रचाराच्या हजारो सभा घेतल्या आहेत. आपण 'मुंबईसह महाराष्ट्र राज्य' मिळविले म्हणून काँग्रेसवाल्यांनी आपले 'पटके' कितीही आभाळात उडविले तरी त्या श्रेयात नाना पाटील यांचा फार मोठा भाग आहे हे एखादा आंधळासुद्धा सांगू शकेल. अजूनही संयुक्त महाराष्ट्राचा लढा कुठे संपलाय? बेळगाव-कारवारसाठी समितीने सत्याग्रहाची घोषणा केलीच आहे आणि सत्याग्रहाच्या आघाडीवर आपण दंड थोपटून उभे राहणार असल्याची नाना पाटलांनीही गर्जना केली आहे! 'समाजवादी भारतात समाजवादी महाराष्ट्र निर्माण झाल्याचे सुवर्णदृश्य माझ्या डोळ्यांनी मला पाहू द्या!' अशी तळमळीची इच्छा नाना पाटलांनी आपल्या एकसष्टी समारंभाच्या वेळी परवा व्यक्त केली! यापेक्षा त्यांच्या महाराष्ट्रप्रेमाचा निर्वाळा अधिक तो आम्ही काय द्यायचा?

नाना पाटील हे 'माळकरी' आहेत यावरून महाराष्ट्राच्या प्राचीन परंपरेबद्दल त्यांची अथांग निष्ठा जशी व्यक्त होते, त्याप्रमाणे ते 'मार्क्सवादी' आहेत यावरून महाराष्ट्रात समाजवाद आणण्याचा त्यांचा निर्धार किती अभंग आहे हेही व्यक्त होते. म्हणून अठ्ठावीस युगे विटेवर उभ्या राहिलेल्या 'समचरण' पांडुरंगाच्याच आशीर्वादाने ते या शेतकऱ्यांच्या आणि कामगारांच्या महाराष्ट्रात 'समाजवाद' प्रस्थापित करू शकतील, अशी आशा करावयाला हरकत नाही.

(*साप्ताहिक* : नवयुग : ७ ऑगस्ट ६०, मधून)

**

दोनच वाक्यांत सभा जिंकली!

"पुण्याच्या शनिवारवाड्यासमोर नाना पाटलांची अशीच विराट सभा होती. प्रचंड जनसमुदाय नानाचे भाषण ऐकण्यास लोटला होता, नानांचे शब्द न् शब्द टिपण्यास उत्सुक झाला होता. नाना शड्डू मारतच व्यासपीठावर आले आणि खड्या आवाजात 'भारतमाता की जय' अशी घोषणा दिली. त्याबरोबर टाळ्यांचा कडकडाट झाला. नानांनी पहिल्या दोनच वाक्यांत ही सभा जिंकली. ते म्हणाले -

"हा नाना पाटील, येड्याचा रेडा, तुमच्यापुढे बोलतो आहे! (प्रचंड हशा व टाळ्या) जसा ज्ञानेश्वरांनी रेड्याच्या तोंडून वेद वदविला, तसा महात्मा गांधी स्वातंत्र्याचा वेद या येडे गावच्या रेड्याकडून वदवीत आहेत!" (प्रचंड टाळ्या)

आपल्या पुराणातील उपमा, शेतकऱ्यांच्या दैनंदिन जीवनातील दाखले देऊन आपले विचार श्रोत्यांपर्यंत इतक्या प्रभावीपणे पोहोचविणारा असा दुसरा वक्ता महाराष्ट्रात झाला नाही."

- कॉ. डी. जी. देशपांडे

२

असे होते आमचे नाना पाटील

साथी एस. एम. जोशी

स्वातंत्र्य चळवळीतील सेनानी, राष्ट्रीय कीर्तीचे समाजवादी नेते, विचारवंत

देशाला स्वराज्य मिळाले या गोष्टीला आता अनेक वर्षे झाली. ते मिळविण्यासाठी ब्रिटिशांच्या जोखडाखाली रखडणाऱ्या जुन्या पिढीतील लोकांनी आणि त्यांच्या नेत्यांनी किती परिश्रम आणि त्याग केला आहे याची जाणीव आजच्या तरुण पिढीला जशी द्यायला पाहिजे तशी दिली जात नाही. स्वातंत्र्यलढ्याचा इतिहास मुला-मुलींना शिकविण्यात येत नाही. जी काही माहिती देण्यात येते ती अगदी जुजबी स्वरूपाची असते. ग्रामीण समाजातील सामान्य लोकही त्या कालखंडात क्रमाक्रमाने कसे सामील झाले आणि त्यामुळे देशासाठी त्याग करणे हा लोकमानसाचा जणू स्वभावधर्मच कसा बनला होता याची कल्पना आजच्या तरुण पिढीला नसेल तर त्यांच्या मनात समाजाबद्दलची आपली बांधिलकी आणि त्यासाठी आवश्यक ती नैतिकता कशी जोपासली जाणार?

क्रांतिसिंह नाना पाटील यांचे जीवन त्या दृष्टीने महत्त्वाचे आहे. प्रारंभीच्या काळात स्वराज्याबद्दलचे विचार आणि आकांक्षा वरच्या वर्गापुरत्याच सीमित होत्या. बहुजन समाज चळवळीत सामील झालेला नव्हता. सन १९३० च्या जवळपास विठ्ठल रामजी शिंदे, केशवराव जेधे चळवळीमध्ये दाखल झाले. स्वातंत्र्याची चळवळ ही केवळ राजकीय स्वरूपाची असू शकत नाही. त्यात सामाजिक प्रश्नही गुंतलेले असतात. स्वराज्य कशासाठी आणि कोणासाठी असे प्रश्न अपरिहार्यपणे निर्माण होतात. सामाजिक विषमतेविरुद्ध महात्मा फुले यांच्यापासून चळवळ सुरू झाली. त्या चळवळीतील एक नेते केशवराव जेधे यांच्या विचारांची मंडळी स्वातंत्र्याच्या आंदोलनात प्रथम दाखल झाली. क्रांतिसिंह नाना

पाटील यांचा समावेशही त्यात करावा लागतो. चळवळीत उडी घेतल्याने भौतिक फायदा काहीच नव्हता. उलट त्यामुळे झळच सोसावी लागणार होती; म्हणूनच त्या वेळी आंदोलनामध्ये जे दाखल झाले त्यांचे गुणात्मकतेच्या दृष्टीने विशेष महत्त्व होते.

क्रांतिसिंह नाना पाटील यांचा त्याग आणि पराक्रम तरुणांच्या आणि लहान मुला-मुलींच्या मनावर ठसविला जाणे आवश्यक आहे. समाजामध्ये लोकशाही जीवनमूल्ये रुजवायला त्याचा फार उपयोग होईल. भारतीय लोकशाही दृढमूल करावयाची असेल तर त्यांच्यासारख्या देशभक्तांची चरित्रे सतत तरुणांच्या डोळ्यांपुढे राहिली पाहिजेत. सरकारने प्रसिद्धी माध्यमाचा उपयोग केवळ वर्तमान नेत्यांची प्रतिष्ठा वाढविण्यासाठी करायचा नाही तर ज्यांच्या त्यागामुळे ही साधने आपल्याला उपलब्ध झाली आहेत, त्यांचे स्मरण लोकांना करून देण्यासाठी केला गेला पाहिजे. लोकशाही जीवनपद्धतीचे संरक्षण करण्याच्या दृष्टीनेदेखील ते हितावह ठरेल.

स्वराज्यप्राप्तीमुळे आपल्या राष्ट्रीय जीवनाची नव्याने उभारणी करण्यासाठी आवश्यक ते अधिकार आपल्या शासनाला मिळाले आहेत. बहुसंख्य जनतेचे दैन्य आणि दारिद्र्य नष्ट करण्याचे प्रयत्न त्यामुळे शक्य झाले. त्यासाठी आर्थिक नियोजनांद्वारे प्रयत्न होत आहेत. थोडीफार प्रगती झाली आहे. किमानपक्षी विज्ञानयुगामध्ये राहण्यास आवश्यक त्या आधुनिक अर्थव्यवस्थेचा पाया निश्चितच घातला गेला आहे.

आपल्या आदर्शानुरूप राष्ट्रउभारणीच्या कार्याची मुहूर्तमेढ रोवली गेली असली तरी सध्या आपण अशा एका अवस्थेप्रत येऊन पोहोचलो आहोत की, आपल्या ध्येयधोरणांचा पुन्हा एकदा अधिक गंभीरपणे विचार करणे जरुरीचे झाले आहे. आपल्या विकासाची गती कुंठित झालेली दिसते. सर्वदूर पसरलेल्या भ्रष्टाचारामुळे कामे अडकून पडतात. पुढे सरकत नाहीत. विकासाच्या प्रक्रियेमध्ये अवरोध निर्माण होतो. त्याच्या जोडीला वर्गसंघर्ष आणि वर्गविग्रह उत्तरोत्तर तीव्रतर होत आहेत आणि आपल्या पाचवीला पुजलेल्या जातीय दंग्यामुळे त्या त्या ठिकाणचे समाजजीवन ठप्प झालेले आपण पाहात आहोत.

देशामध्ये संपत्तीचे उत्पादन वाढले आहे हे खरे; पण त्याचबरोबर लोकसंख्यादेखील जवळपास त्याच प्रमाणात वाढली नाही काय?

वाढलेल्या उत्पन्नाचे वाटप न्यायाने होत नाही. ज्याच्या हाती ससा तो पारधी हाच न्याय या ठिकाणीही अनुभवायला मिळतो. ज्यांच्या हाती सत्ता आहे, त्यालाच त्याचा लाभ घेता येतो. विकेंद्रीकरणाच्या आपण कितीही गप्पा मारल्या तरी मूठभर उच्चवर्णीय आणि उच्चवर्णीय गटाच्या हातातच आज सत्ता एकवटलेली आहे. सत्तेचा वापर जनसामान्यांच्या भल्यासाठी होत नाही. गरीब अधिक गरीब आणि श्रीमंत अधिक श्रीमंत झालेले आहेत. ज्यांच्या हाती सत्ता आहे ते ती आपल्या हातीच कशी राहील याचा विचार करतात. परिणामतः समाजामध्ये नैतिक मूल्यांचा झपाट्याने ऱ्हास होऊ लागला आहे. आपले झपाट्याने अधःपतन होत आहे. ते कसे थांबवावे हाच आजचा यक्षप्रश्न होऊन बसला आहे.

स्वातंत्र्यलढ्याच्या काळात तरुणांच्या पुढे गोखले, टिळक, महात्मा गांधी, सुभाषचंद्र बोस, नेहरू, आचार्य नरेंद्र देव, युसुफ मेहेर अली, जयप्रकाश नारायण, डॉ. लोहिया इत्यादी महान आदर्श होते. दुर्दैवाने आज त्या दर्जाचे महान आदर्श उपलब्ध नाहीत; पण त्या महापुरुषांची चरित्रे तरुण पिढीच्या पुढे ठेवणे शक्य नाही काय? निश्चितच त्यांच्यापासून आमच्या तरुण पिढीला स्फूर्ती मिळेल. त्यांच्या ठिकाणी सहकार्याची आवड निर्माण होईल. संकटे आली म्हणजे मगच माणसाला पूर्वी होऊन गेलेल्या महान व्यक्तींची आठवण होत असते.

क्रांतिसिंह नाना पाटील यांचे चरित्र त्या दृष्टीने फार उपयुक्त ठरते. आजच्या शिक्षणप्रणालीमध्ये एक फार मोठी उणीव दिसून येते. स्वातंत्र्यलढ्याची सविस्तर माहिती तरुणांना आणि मुला-मुलींना मिळत नाही. त्यात भाग घेतलेल्या पराक्रमी व्यक्तींची ओळख त्यांना करून दिली जात नाही. सामाजिक बांधिलकी म्हणजे काय? ध्येयनिष्ठा कशाला म्हणतात इत्यादी गोष्टी नाना पाटील यांच्या चरित्राची माहिती देऊन चांगल्या प्रकारे शिकवता येतील.

क्रांतिसिंह नाना पाटील यांची आणि माझी भेट प्रथम येरवड्याच्या तुरुंगात झाली. सत्याग्रहाच्या चळवळीत भाग घेऊन कायदेभंग केल्यामुळे शिक्षा झालेले आम्ही 'क'वर्गीय कैदी होतो. त्या वेळच्या नाना पाटलांचे चित्र आजदेखील माझ्या डोळ्यांपुढे स्पष्टपणे उभे आहे. ते वारकरी संप्रदायातील होते. त्यांच्या गळ्यातील तुलसीमाला भरदार शरीराला शोभून दिसे. वारकरी पंथाचा वारसा असल्याने त्यांचे जीवन निर्मळ होते

आणि बोलणे मधुर असे. या मराठमोळ्या वीराच्या ठिकाणी विनोदबुद्धीदेखील भरपूर प्रमाणात असलेली आम्हाला अनुभवायला मिळत असे; पण त्यांचे नाव झाले ते त्यांच्या 'चले जाव' लढ्यातील कामगिरीमुळे. इंग्रजांची आणि त्यांच्या दोस्तांची निरनिराळ्या आघाड्यांवर पीछेहाट सुरू होती. जर्मनी, इटली, तुर्कस्तान आणि जपान या देशांतील हुकूमशाही राजवटींची गट्टी झाली होती, ब्रिटिशांना ब्रह्मदेशातून परत यावे लागले. त्यांच्या सैन्याचा जपानी लोकांच्यापुढे आणि आझाद हिंद फौजेच्या पुढे टिकाव लागला नाही. भारतातदेखील त्यांच्यावर तशीच पाळी येणार नाही कशावरून? तसे झाले तर भारतीय जनतेने काय करायचे? महात्मा गांधींच्या नेतृत्वाखाली आम्ही स्वतंत्र होण्याचे ठरविले. परकीय सत्तेस 'चले जाव' म्हणून सांगितले. आपल्या देशाचा राज्यकारभार आपल्या हाती घेण्याचे ठरविले.

क्रांतिसिंह नाना पाटील यांनी त्याप्रमाणे इतिहासप्रसिद्ध सातारा जिल्यात प्रति-सरकार स्थापन केले. 'पत्री सरकार' या नावाने ते प्रसिद्ध आहे. नाना पाटील हे या प्रति-सरकारचे अनभिषिक्त राजेच होते. त्यांना 'महाराज' म्हणून संबोधिले जाई. ते पराक्रमी होते म्हणून काही त्यांना हे स्थान मिळाले नाही. पराक्रमाप्रमाणे त्यांचे मनही मोठे होते. त्यांच्या प्रति-सरकारच्या प्रयोगात ग्रामस्वराज्य साकार होऊ लागले होते. आमचे मित्र जी. डी. लाड यांच्या नेतृत्वाखाली तुफान सेना संघटित करण्यात आली होती. गरिबांना प्रति-सरकारमध्ये न्याय देण्याचे कार्यही चालू होते. क्रांतिसिंह नाना पाटील आणि त्यांचे सहकारी यांनी खऱ्या अर्थाने ब्रिटिश सत्तेला आव्हान दिले होते. नव्या पिढीला त्यांचे पराक्रम सांगितले तर निश्चितच त्यांच्या ठिकाणी पुरुषार्थाची ऊर्मी निर्माण होऊ शकेल.

नाना पाटील पुढारी होते. पुढारी पुष्कळ असतात; परंतु जनतेच्या अंतःकरणात स्थान मिळवणारे फारच थोडे असतात. त्यासाठी पराक्रमाबरोबरच जनतेबद्दल आत्मीयता आणि प्रेम असावे लागते. नाना पाटलांच्या ठिकाणी ते दोन्ही गुण असल्यामुळेच एवढ्या मोठ्या क्रांतिकारी चळवळीचे आणि प्रति-सरकारचे ते नेते होऊ शकले. ते नुसतेच नेते नव्हते तर लोकनेते होते.

येडे मच्छिंद्र हे त्यांचे गाव; पण त्या वेळी कुंडल हे त्यांची कर्मभूमी

होऊन बसले होते. १९४६ साली तुरुंगातून सुटल्यावर मी त्यांच्याबरोबर हिंडलो. त्या वेळी त्यांचे खेडोपाडी जे स्वागत होई ते अपूर्व होते, जेथे जेथे ते जातील तेथे जनसागर उचंबळून येई. त्यांची भाषणेही हृदयाला हात घालणारी आणि उद्‌बोधक असत. सामान्य लोकांना अवघड कल्पना समजावून देण्यात आणि प्रति-सरकारचे चित्र उभे करून त्यांनी आणि त्यांच्या सहकाऱ्यांनी केलेल्या पराक्रमी घटनांचे चित्र जसेच्या तसे उभे करण्यात त्यांचा हातखंडा होता. राहणी अगदी गरिबीची. कुंडल गावी मुक्काम असताना सकाळच्या न्याहरीला त्यांच्याबरोबर भुईमुगाच्या शेंगा, चटणी आणि ताजी ताजी जोंधळ्याची भाकरी खाल्लेली मला चांगली आठवते. ती मजा काही औरच होती.

मी देखील वर्ष-सव्वा वर्ष भूमिगत राहून कार्य केले आहे; पण नाना पाटलांनी भूमिगत राहून जी कर्तबगारी दाखविली, जो पुरुषार्थ केला, त्यामानाने आपण केले ते काहीच नाही असे वाटते. पुढे नाना पाटील कम्युनिस्ट पक्षात गेले. त्या आधी शेतकरी कामगार पक्षात होते. मनात आणले असते तर ते काँग्रेसमध्ये जाऊन बहुमानाची आणि सत्तेची पदे उपभोगू शकले असते; पण त्यांनी तसे काही केले नाही. पुढे कम्युनिस्ट पक्षाच्या तिकिटावर ते लोकसभेत निवडून गेले. मीदेखील त्याच वेळी लोकसभेत होतो. माझे मन लोकसभेत रमले नाही. माझा पिंडच मैदानात काम करण्याचा आहे. नाना पाटलांची अवस्थादेखील तशीच असे.

एक दिवस मी त्यांना विचारले, "अण्णा, तुम्हाला इथे बसून कंटाळा नाही का येत?" तेव्हा ते म्हणाले, "एस. एम. कंटाळा येतो. मला धड हिंदी चांगले बोलता येत नाही आणि इंग्रजीही नाही. इथे मराठीचा काय उपयोग? कंटाळा आला तरी काय करायचे? काँग्रेसचे लोक मला त्यांच्या पक्षात येण्याचा आग्रह करतात. तुम्हाला महाराष्ट्रात मंत्रिमंडळात घेऊ असे सांगतात; पण मी म्हणतो, मी ज्या पक्षाचा सभासद आहे तो पक्ष सोडण्याची माझी इच्छा नाही. एस. एम. अरे, निष्ठा म्हणून काही असते की नाही? निष्ठा नसेल तर कोणतेच मोठे काम होऊ शकणार नाही. म्हणून मी ठरवले आहे की, आपल्याला सत्तेचा तो मोठेपणा नको. निष्ठा सांभाळून जगणे हेच मला अधिक महत्त्वाचे वाटते." क्रांतिसिंहांचे ते बोल ऐकून मी चकित झालो आणि

उल्हसितही. हा मराठा गडी निष्ठेचे महत्त्व ओळखीत होता म्हणूनच त्यांच्या हातून एवढी मोठी देशसेवा घडली. असे होते आमचे क्रांतिसिंह नाना पाटील.

**

हा पठ्ठा शेतकरी आहे!

"जीवनाचा ढाचा जनतेच्या सामूहिक उपक्रमशीलतेतून आणि व्यवहारातून बदलणार आहे, हा धडा ते अनुभवांतून शिकले होते आणि त्यांच्या मनावर तो पूर्णपणे बिंबला होता. लोकमत तयार करण्याचे मर्म त्यांना पटले होते. नाना पाटील म्हणत, 'हा पठ्ठा शेतकरी आहे आणि शेताची नांगरट कशी करावयाची हे त्याला चांगले ठाऊक आहे.' नाना पाटील जनमनाची नांगरट उत्कटपणे करत; ते उत्तम प्रचारक होते. त्यांच्या प्रचाराचा थाट जुन्या वळणाचा होता, तरी प्रचार-पढीक धंदेवाईकांचा नव्हता. नाना पाटलांचा प्रचार ज्ञानवंताचा होता. नाना पाटील अडाणी आहेत, सुशिक्षित नाहीत; म्हणून टवाळी करण्याची उच्चभ्रू मंडळींत स्वाभाविक प्रवृत्ती होती. आधुनिक शिक्षणाचे संस्कार त्यांच्यावर होऊ शकले नाहीत हे जगजाहीर आहे; परंतु ते अत्यंत व्यासंगी आणि ज्ञानपिपासू होते आणि ते आपले मुद्दे पुराव्याने आणि बुद्धिगम्य प्रतिपादनाने मांडीत. आपले म्हणणे लोकांच्या मनात ठसले पाहिजे या एकाच विचाराने व्यासपीठावर उभे राहिल्यानंतर ते प्रेरित झालेले असत. आपल्या प्रचारकार्याशी त्यांचे इतके तादात्म्य असे की, हिवाळ्यातही मध्यरात्रीला भाषणानंतर ते घामाने निथळत असत."

- दत्ता देशमुख

३

महाराष्ट्राचा सेनानी

यशवंतराव चव्हाण

आधुनिक महाराष्ट्राचे शिल्पकार, थोर राष्ट्रीय नेते, विचारवंत, साहित्यिक आणि ४२ च्या लढ्यातील एक सेनानी.

वाळवे तालुक्यातील येडे-मच्छिंद्र या गावी क्रांतिसिंह नाना पाटील यांचा ३ ऑगस्ट, १९०० रोजी जन्म झाला. सार्वजनिक कामाच्या ओढीमुळे त्यांनी सरकारी नोकरीचा राजीनामा दिला. १९३० सालच्या असहकार चळवळीत, दांडीच्या मीठ सत्याग्रहात तसेच बिळाशीच्या जंगल सत्याग्रहात त्यांनी पुढाकार घेतला. पुढे त्यांना याबद्दल कारावासही भोगावा लागला.

१९४२ चा लढा म्हणजे स्वातंत्र्यलढ्याच्या इतिहासातील एक सोनेरी पान! नानांनी हा लढाही गाजवून सोडला. या लढ्याचे नाव देशात सर्व ठिकाणी पोहोचले ते क्रां. नाना पाटील यांच्यामुळे. ४४ महिने भूमिगत राहून त्यांनी ब्रिटिश सरकारला नामोहरम केले व भूमिगत चळवळ प्रभावीपणे चालविली. त्या वेळी त्यांना ग्रामीण जनतेनेच अधिकतर सांभाळून घेतले; कारण ते दुर्बलांचे वाली होते. गरिबांबद्दलचा जिव्हाळा, त्यांच्या उत्कर्षासंबंधी तळमळ यासाठी त्यांनी चळवळ सुरू केली होती.

१९४२ च्या लढ्याच्या क्रांतीमागची क्रां. नाना पाटील यांची प्रेरणा दुर्बल लोकांच्या मुक्तीचीच होती. नुसते भारताला स्वातंत्र्य मिळावे म्हणून ते भारले गेले नव्हते तर त्यांना सामाजिक पुनरुत्थानाची निकड जाणवत होती आणि त्यासाठी ते प्रयत्नशील होते. राजकारणात पडण्याअगोदर ते सत्यशोधक होते. लग्नासाठी खर्च कमी व्हावा म्हणून त्यांनी एक सामाजिक चळवळ सुरू केली होती.

१९४२ च्या लढ्यात केलेल्या उठावामुळे क्रां. नाना पाटील सातारा जिल्ह्यात अतिशय लोकप्रिय झाले. त्यांना पाहिले की, शेतकऱ्यांपैकी लहानापासून ते थोरापर्यंत सर्व त्यांच्या नावाचा जयजयकार करीत; परंतु त्याच वेळी गरिबांची पिळवणूक करणाऱ्या सावकारांचा मात्र थरकाप होत असे. या लढ्यातील कर्तृत्वामुळे महाराष्ट्रात त्यांचा दबदबा वाढला. क्रांतिसिंहांच्या वक्तृत्वाची एक ढंगदार शैली होती. ही शैली ग्रामीण जीवनातील जिव्हाळ्याच्या अनुभवांनी घडलेली होती. जिव्हाळा, तळमळ, निर्भयता, स्पष्टवक्तेपणा, कुणाला न झोंबणारा; पण विषय स्पष्ट करणारा विनोद हे त्यांच्या वक्तृत्वाचे गुणविशेष! कोणतीही सभा ते सहजासहजी जिंकत असत. मला माझ्या विद्यार्थीदशेपासून क्रांतिसिंहांचे साहचर्य लाभले होते आणि तसेच साहचर्य पुढेही लाभत गेले. स्वातंत्र्यप्राप्तीनंतर ते भारतीय कम्युनिस्ट पक्षाचे सदस्य झाले आणि त्याच निष्ठेने त्यांनी शेवटपर्यंत काम केले. जरी त्यांनी पक्ष बदलला असला तरी त्यांच्या माझ्या संबंधांत बदल झाला नाही, कारण सामान्य माणसाच्या जीवनात प्रकाश यावा, त्याची बौद्धिक, सामाजिक व सांस्कृतिक उंची वाढवावी हाच त्यांचा ध्यास होता. या ध्येयासाठी त्यांनी आपले सर्व आयुष्य वेचले. क्रांतिसिंह नाना पाटील यांनी केलेल्या कार्याची ओळख आजच्या विद्यार्थी वर्गाला, तरुण पिढीला होणे आवश्यक आहे.

**

जनतेने मला खूप दिले!

"मी आजवर जे कार्य केले ते केवळ माझे, माणूस या नात्याने जे कर्तव्य आहे त्यासाठी. मनाच्या समाधानासाठी. धनाची, अधिकाराची, स्तुतीची मी अपेक्षा ठेवलीच नव्हती; तरी पण मला वाटते, जनतेने मला खूप दिले. जनतेने स्वयंस्फूर्तीने दिलेली 'क्रांतिसिंह' ही पदवी लाखो रुपये किंमतीची आहे. तिचे मोल करणे कृतघ्नपणाचे होईल. जनतेनेच मला दिल्लीकडे पाठवले, भारतीय किसान सभेचे अध्यक्ष केले आणि या रांगड्या शेतकऱ्यावर सतत प्रेमाचा वर्षाव केला हे काय कमी झाले?"

- क्रां. नाना पाटील

४
नाना पाटील – पत्री सरकार आणि समाजवाद

कॉ. एस्. ए. डांगे

आंतराष्ट्रीय कीर्तीचे कम्युनिस्ट नेते, विचारवंत व लेखक

'छोडो भारत'च्या काँग्रेसच्या घोषणेनंतर देशभर जो उठाव झाला, त्यामध्ये इतर कालखंडातील चळवळींपेक्षा अगदी निराळ्या प्रकारच्या लढ्याच्या तंत्राचा, पुढारीपणाचा आणि विचारांचा आविष्कार झाला. या क्रांतिकारक आविष्काराचे नवीन प्रतीक म्हणजे – पत्री सरकार.

महाराष्ट्रात ते सातारा, सांगली, वाळवा वगैरे भागांतील शेतकरी गढ्यांमध्ये उभे झाले. तसाच प्रकार पण जरासा निराळा बंगालच्या मिदनापूर वगैरे भागांत उभा झाला. दिवंगत नाना पाटील या नव्या प्रतीकाचे प्रणेते होते. म्हणून ते 'क्रांतिसिंह' नाना पाटील असे ख्यातनाम झाले.

स्वातंत्र्य चळवळीच्या या नवीन प्रकाराची व प्रतीकाची अशी काय अपूर्व चिन्हे होती की, त्याने महाराष्ट्र-मनाची इतकी पकड घेतली?

प्रथम चिन्ह हे की, सत्य-सत्याग्रह, अहिंसेची गांधीवादी सर्व बंधने या पत्री सरकारने गुंडाळून बाजूला ठेवली. दुसरे चिन्ह हे की, त्यांनी स्वतःला 'सरकार' म्हणून जाहीर केले आणि या मावळच्या गढ्यांतून ब्रिटिश राजवट संपली, असा अमल बसविला. तिसरे चिन्ह असे की, सरकार-सत्ता म्हणून जाहीर केल्यावर राजसत्तेला आपली हत्यारे असावी लागतात, पत्री सरकारने अशी हत्यारबंदी उभी केली. भाले-बरचे, लाठी-काठीपासून तो बंदुकीपर्यंत. चौथे चिन्ह म्हणजे राजसत्ता चालवायला पैसा लागतो, तो तात्पुरता तरी करपट्टीतून घेणे अप्रशस्त; म्हणून त्याची उभारणी इंग्रजांचे खजिने लुटून केली. (उदाहरणार्थ, धुळ्याचा दरोडा इ.) पाचवे आणि अत्यंत महत्त्वाचे चिन्ह म्हणजे या सत्तेचा मुख्य पाया

शेतकरी होता; त्यामुळे या सत्तेला सर्वांत प्रथम शेतकरी-विमोचनाचे काही प्रश्न ताबडतोब सोडवावे लागले. सावकारी व मोठ्या जमीनधारकांची गुंडगिरी नष्ट करण्यासाठी प्रथम गावगुंडांचा आणि त्यांना साहाय्य करणाऱ्या गटाचा निःपात करण्यात आला. त्यांना जी शिक्षा देण्यात येई, त्याचा एक प्रकार 'पत्री मारणे' हा होता. अनेकांना गोळ्या घालून देहदंडही द्यावा लागला; त्यामुळे या 'सरकार-सत्तेला' खरा लढाऊ विश्वासू 'मास बेस' मिळाला. या कृतीने दरोडेखोरीचा धंदा करणारे व ज्यांना पोलीस व सावकाराचा पाठिंबा असे, असे लढाऊ बेरड जमातीचे अनेक पुढारी पत्री सरकारचे पाईक बनले. जे दरोडेखोर, बेरड असो वा मराठे असो, 'पत्री सरकार'ला अनुकूल झाले नाहीत व ज्यांच्याबद्दल शेतकऱ्यांविरुद्ध आणि विशेषतः स्त्रियांविरुद्ध बळाचा वापर करण्याच्या तक्रारी आल्या, त्यांना पत्री सरकारच्या न्यायाने 'वधदंडाची' शिक्षा देण्यात आली. गावातील तंट्यांचा निकाल गावच्या पंचायती बसून होई, एवढेच नव्हे, तर त्यात गरीब व मध्यम शेतकऱ्याला प्रथमच योग्य न्याय मिळू लागला; त्या निवाड्यात वकीलबाजीला व त्यांच्या कायदेबाजी आणि फी-बाजीला जागा नव्हती. बऱ्याच वेळा नाना पाटलांच्या समोरच त्यांच्या गुहेत निवाडा होत असे.

या पत्री सरकारने महाराष्ट्राच्या ज्या खोऱ्यात आपले लहानसे 'सरकार' स्थापन केले, त्या खोऱ्यातून शिवाजीच्या स्वातंत्र्यलढ्यातल्या खोऱ्याची हवा वाहत होती. म्हणून अजूनही महाराष्ट्रात 'पत्री सरकार' म्हटले की, एक स्वाभिमानी, लढाऊ, 'राष्ट्रगुणी' मराठीपण जागे होते. त्याचे काहीसे, छोटेसे, पण क्रांतिकारक विचारधारांचे लढाऊ प्रतीक म्हणून नाना पाटलांना 'क्रांतिसिंह' असे बिरुद लोकांनी लावले.

पण इंग्रजी सत्ता जाऊन स्वराज्य यायच्या आतच निवडणुकांच्या डब्यांतून जन्म घेतलेल्या काँग्रेस मंत्रिसत्तेने संपूर्ण सत्तांतर व्हायच्या अगोदरच या पत्री सरकारच्याच विरुद्ध 'पत्री' मारून हुकूम काढला की, हत्यारे ताबडतोब सरकारजवळ द्या, नाहीतर सरकारी फौज पाठवू. प्रकरण इथेच थांबले नाही, तर काहींना तुम्ही बेरड, तुम्ही दरोडेखोर, तुम्ही खून केलेत असे ठरवून फाशी देण्यात आले. नाहीतर ते पुढच्या येणाऱ्या सत्ताधीशांच्या गादीवर म्हणजे मंत्रिपदावर हक्क सांगतील आणि लोकही त्यांचे मानतील, असेही काहींचे सूड घेण्यात आले.

या मंडळींचा आणि आमच्या कम्युनिस्ट पक्षातील काहींचा संबंध असे. त्या वेळी मुख्य संबंध ठेवणारे म्हणजे कॉ. विष्णूपंत चितळे होते, शिवाय इतर काही; पण कम्युनिस्ट पक्षाबाबत म्हणाल, तर काहींना घुस्सा होता, तर काहींना रुसवा होता, कारण ते म्हणायचे की, तुम्ही मुंबईच्या कामगारांतर्फे सार्वत्रिक संपाचे हत्यार उचलाल, तर ते पत्री सरकार आणि येणारे स्वातंत्र्य, याला काही नवीन, उत्तम दिशा लागेल. १९४५ साली लढाई संपल्यावर सबंध देशभर बंडे उभी राहिली; त्यात अत्यंत प्रख्यात म्हणजे आपल्या आरमाराचे-नाविकांच्या संपाचे. मुंबई बेटाजवळ जे आरमार होते, त्यावर ब्रिटिश हवाई दलाने बॉम्बमाराची धमकी दिली. त्या दिवशी (फेब्रुवारी १९४६) मुंबईच्या कम्युनिस्ट पक्षाने सार्वत्रिक संपाची हाक दिली. तिला सरदार वल्लभभाई पटेल यांनी जाहीर विरोध केला. त्यांना वाटले, इंग्रज सरकारशी चाललेल्या त्यांच्या वाटाघाटीत हा संप आडवा येईल; पण संपूर्ण संप झाला. ब्रिटिश सोल्जरांनी गोळीबार केला. शंभरांवर कामगार स्त्री-पुरुष ठार झाले. त्यात कम्युनिस्ट पक्षाची एक तरुण स्त्री ठार झाली व एक जखमी झाली. सैतान चौकीवर काँग्रेस व कम्युनिस्ट कामगारांनी मिळून बॅरिकेड उभारले. मी करी रोडच्या पुलावरून गाडी घेऊन जात होतो; पण सर्वत्र ट्राफिकचा हरताळ होता. म्हणून तिथल्या एका नामवंत तालमीच्या तरुणांनी माझी गाडी अडविली; पण मला पाहताच ते म्हणाले, 'तुम्ही होय? आज आपले मतभेद मिटले, तुमची गाडी बिनदिक्कत जाऊ शकते.' त्या दिवशी मुंबईतही पत्री सरकारची झाक येऊन गेली. आरमार आणि इंग्रजी सरकार यांच्यामध्ये फोर्ट विभागात फायरी झडल्या.

त्या दिवशी नवे राजकारण जन्माला आले. नाना पाटील व त्यांच्या मित्रांनी पुढे शेतकरी-कामगार पक्षाचे स्वरूप घेतले. पत्री सरकारच्या पुढाऱ्यांना आणि धोरणधारकांना स्वराज्य, तडजोड, शांतता व सत्याच्या नावाखाली तुरुंगात डांबणाऱ्या काँग्रेस पुढाऱ्यांचा त्यांना व त्यांच्या सहकाऱ्यांना राग आला.

आणि मग होता होता, नाना पाटील कम्युनिस्ट पक्षात दाखल झाले. स्वराज्य आल्यावर आपल्या जुन्या काही सहकाऱ्यांमध्ये, नव्या राजसत्तेच्या झेंड्याखाली, धनवान व सत्ताधारी बनून, नव्या भांडवलदारी

पाटिलकीच्या नव्या गढ्या बांधण्यासाठी होणाऱ्या अंतस्थ कलहाच्या बातम्या ऐकून नाना पाटलांचा जीव विटून गेला. जुन्या जमीनदारी गढ्या गेल्या. गोऱ्यांचे राज्य गेले आणि स्वराज्यही आले, निझामशाही बुडाली आणि ब्रिटिश सनदेवर जगणारे राजेही आपापल्या लाखो रुपयांच्या गाड्या व सोन्याचे तोडे घेऊन परदेशी जाऊ लागले; पण नवे लखपती उभे झाले. जुन्या आंग्र्यांचे आरमार गेले आणि त्याऐवजी नव्या पॉवरयुक्त तारवांच्या तराफ्यांतून स्मगलर राजे रायगडाएवढे उंच राजवाडे बांधून मुंबईच्या आरसे महालात नाचू लागले आणि घाम गाळून मेहनत करणारे कामगार स्वराज्यात नीट पगाराला, बोनसला व सुखी संसाराला मुकले. भांडवलदार माजले व कष्टकरी झिजले. या कष्टकऱ्यांची एकजूट होऊ नये म्हणून भांडवलदारांनी आपल्या लुटीचा एक भाग देऊन बेरोजगारांच्या व तत्त्वहीनांच्या सुरेबाज सेना उभारल्या. त्यांच्या काही अनभिज्ञ तरुणांना रिझविण्यासाठी शिवाजी आणि पार्क अशा जोडगोळी नावाच्या मैदानावर कागदी पुठ्ठ्यांचा नकली रायगड उभा करून लाखो रुपये उधळले. समाजवादी तत्त्वांचा व घटनांचा विचका करणारी जनताविरोधी गिधाडे घेरा घालू लागली.

पण त्यांच्याविरुद्ध लढणाऱ्या जनतेला नव्या लढ्याची दिशा दाखविण्याचे त्राण नाना पाटील यांच्यात राहिले नव्हते. पंढरीची माळही काम देईना; तरीसुद्धा समाजवादाच्या कामगार-शेतकरी राज्याच्या, कम्युनिस्ट पक्षाच्या कार्यक्रमाच्या पताका त्यांनी शेवटपर्यंत धरून ठेवल्या; पण त्यांचे रोगग्रस्त गलितगात्र पाऊल पृथ्वीवर पुढे सरण्याऐवजी ते स्वर्गात पडले आणि इथून लुप्त झाले.

समाजवादाचे व कामकरी-शेतकरी सत्तेचे पाऊल पुढे पुढेच जात राहील, असे आश्वासन त्यांच्या अंत्यसंस्कारात हजारोंनी दिले. मग वाळवे भागातील त्यांच्या जुन्या भूमिगत गढीतून ते आश्वासनाचे आवाज दुमदुमले आणि मुंबईकरांच्या गिरण्यांच्या भोंग्यांत विलीन पावले.

(साप्ता. युगांतर : १२ डिसेंबर १९७६ मधून)

**

५

क्रांतिसिंह नाना पाटील

प्रा. ग. प्र. प्रधान

थोर विचारवंत, सामाजिक चळवळीचे अभ्यासक व नेते

भारताचा स्वातंत्र्यलढा हे एक महाभारत होते. या महाभारताच्या अखेरच्या पर्वात ज्यांनी अतुल पराक्रम केला, अशा स्वातंत्र्यसेनानींमधील क्रांतिसिंह नाना पाटील एक प्रमुख होत. महात्मा गांधींनी 'ब्रिटिशांनो, चालते व्हा' ही घोषणा केल्यानंतर देशभर जो स्वातंत्र्यलढा झाला, त्या लढ्यामध्ये त्या वेळच्या सातारा जिल्ह्याच्या (आताच्या सातारा आणि सांगली जिल्ह्याच्या) काही भागांतून ब्रिटिश सत्ता संपुष्टात आणण्याचे महान कार्य नाना पाटील आणि त्यांचे सहकारी यांनी केले. हे काम अचानक घडले नाही. त्या वेळच्या सातारा जिल्ह्यात ज्या अनेक चळवळी झाल्या त्यामधूनच अखेर ही प्रचंड शक्ती उभी राहिली. नाना पाटील हे तरुण वयापासून या सर्व चळवळींच्या मध्ये होते.

म. जोतिराव फुले यांनी बहुजन समाजाला जागृत करून जातीसंस्थेतील विषमतेविरुद्ध लढण्यासाठी प्रेरणा दिली आणि बहुजन समाजाने शेती उत्तम करतानाच शिकले पाहिजे, ज्ञान मिळविले पाहिजे ही शिकवणही दिली. यामधून निर्माण झालेल्या सत्यशोधक चळवळीचा संस्कार नाना पाटील यांच्या मनावर झाला. शेतकरी हा आपल्या समाजाचा कणा आहे हे त्यांनी ओळखले आणि शेतकरी समाजातच कार्याला सुरुवात केली. कोल्हापूरच्या राजर्षी शाहू महाराजांनी अस्पृश्यतेचे निर्मूलन करण्यासाठी जे धडाडीने कार्य केले आणि कर्मवीर भाऊराव पाटील यांनी म. फुले यांच्यापासून स्फूर्ती घेऊन ग्रामीण भागात ज्ञानाची गंगा पोहोचावी यासाठी ज्या कामाला तडफेने सुरुवात केली त्या दोहोंचाही खोलवर संस्कार नाना पाटलांच्या मनावर झाला.

आपला समाज अंधश्रद्धेतून मुक्त व्हावा, जातीपातींची बंधने तुटावीत आणि ज्ञानाच्या प्रकाशाने झोपड्याही उजळून जाव्यात असे नाना पाटलांना तीव्रतेने वाटले. या सामाजिक सुधारणा करतानाच इंग्रजांच्या जोखडापासून भारत मुक्त झाला पाहिजे, असे त्यांना वाटू लागले. एका वेळी सत्यशोधक समाजाचे नेते व कार्यकर्ते स्वातंत्र्य चळवळीपासून दूर होते; परंतु म. गांधींनी राजकीय स्वातंत्र्याची चळवळ आणि सामाजिक सुधारणेची चळवळ एकाच वेळी हातात हात घालून चालल्या पाहिजेत हे सांगितले आणि त्याप्रमाणे कृती सुरू केली. त्या वेळी सत्यशोधक समाजाचे तरुण व तडफदार नेते केशवरावजी जेधे यांनी, सत्यशोधक समाजाच्या कार्यकर्त्यांनी स्वातंत्र्यलढ्यात सामील व्हावे अशी भूमिका घेऊन सत्याग्रहात उडी घेऊन कारावास पत्करला. नाना पाटील यांना देशभक्त केशवराव जेधे यांची भूमिका मनोमन पटली आणि १९३२ सालापासून ते सातारा जिल्ह्यातील स्वातंत्र्यवादी तरुणांच्या मध्ये सामील झाले. १९३९ साली दुसरे महायुद्ध सुरू झाले आणि स्वातंत्र्यलढ्यासाठी अनुकूल असा क्षण जवळ येत आहे याची देशभर सर्वांना जाणीव झाली. ठिकठिकाणचे तरुण एकत्र येऊन या लढ्याचे स्वरूप काय असेल याचा विचार करू लागले. १९४१ साली जयप्रकाश नारायण हे राजस्थानातील देवळाली तुरुंगात स्थानबद्ध असताना त्यांनी बाहेर सहकाऱ्यांना एक पत्रक पाठविले. आगामी लढ्यात केवळ सत्याग्रह न करता भूमिगत चळवळ चालवून ब्रिटिशांचे राज्य खिळखिळे करावे लागेल असा संदेश या पत्रातून दिलेला होता. लढा भूमिगत रीतीने चालवावयाचा हा संदेश मिळताच नाना पाटील, पांडू मास्तर, वसंतरावदादा पाटील, किसन वीर, जी. डी. लाड, बर्डे मास्तर आणि त्यांचे सहकारी एकत्र जमले. शिवछत्रपतींच्या गनिमी काव्याचा उपयोग करून ब्रिटिश सरकारला नामोहरम करावयाचे असा निर्णय या तरुण क्रांतिकारी मंडळींनी घेतला.

८ ऑगस्ट १९४२ ला चले जावचा ठराव झाला आणि ९ ऑगस्टला म. गांधी, पंडित नेहरू आदी देशाच्या नेत्यांना पकडण्यात आले. १० ऑगस्टला जिल्हा व तालुका पातळीच्या कार्यकर्त्यांची धरपकड झाली. त्या वेळी सातारा व सांगली भागांतील तरुण कार्यकर्त्यांनी लढ्याची काळजीपूर्वक आखणी केली. जिल्हाभर अनेक ठिकाणी सरकारी

कचेऱ्यांवर मोर्चे नेण्यात आले. अनेक ठिकाणी गोळीबार झाले. वडूज व इस्लामपूर येथील भीषण गोळीबारात आघाडीचे कार्यकर्ते बळी पडले. यानंतर नाना पाटील आणि त्यांचे सहकारी यांनी भूमिगत चळवळ चालविण्याचा निर्णय घेतला. शस्त्रे मिळविण्यात आली, निधी जमविण्यात आला आणि ब्रिटिश सरकारऐवजी पर्यायी लोकांचे 'प्रति-सरकार' स्थापण्यात आले. धुळे येथे सरकारी खजिना लुटण्यात आला आणि अशी अनेक साहसी कृत्ये करून क्रांतिकारकांनी ब्रिटिश सरकारला हैराण केले.

नाना पाटील, बाबूराव चरणकर, कासेगावकर वैद्य, नागनाथ नायकवडी, नाथाजी लाड, जी. डी. लाड यांनी सातारा व सांगली भागांतील क्षेत्रे वाटून घेऊन तेथे स्वातंत्र्याची द्वाही फिरविली. या प्रति-सरकारने गुन्हेगारांना शिक्षा केली आणि शेतकऱ्यांना सावकारी पाशातून मुक्त केले. प्रति-सरकारचे मुखपत्र म्हणून 'स्वतंत्र भारत' हे पाक्षिक चालविण्यात आले. जनतेत एक नवा आत्मविश्वास निर्माण झाला. नाना पाटील यांचे वक्तृत्व आणि त्यांचे संघटनाचातुर्य यामुळे त्यांच्याकडे नेतृत्व होते. या संदर्भात ब्रिटिश पार्लमेंटमध्ये एका सभासदाने प्रश्न विचारला, "हिंदुस्थानात, मुंबई इलाख्यात, सातारा जिल्ह्यात नाना पाटील या भूमिगत बंडखोराच्या नेतृत्वाखाली 'पॅरलल गव्हर्नमेन्ट' चालते हे खरे का?"

त्या वेळी पंतप्रधान चर्चिल यांनी 'ही भूमिगत चळवळ आहे.' असे उत्तर दिले.

नाना पाटलांचे नाव साता समुद्रापलीकडे गाजले; परंतु ते सत्कार सभांमध्ये नेहमी सांगत, "सातारचे प्रति-सरकार हा जनतेचा विजय होता. माझे सहकारी हे माझ्याइतकेच महत्त्वाचे होते. मला एकट्याला श्रेय देऊ नका." महाराष्ट्रातील प्रति-सरकार हे स्वातंत्र्यलढ्यातील देदीप्यमान पर्व होते. स्वातंत्र्य मिळाल्यानंतर नाना पाटील हे समतेसाठी लढत राहिले. स्वातंत्र्य, समता आणि बंधुत्व ही त्यांच्या जीवनाची त्रिसूत्री होती. नाना पाटील यांची क्रांतीची कल्पना विशाल होती.

क्रांतिसिंह नाना पाटील यांच्या पवित्र स्मृतीस माझे शतशः प्रणाम!

(क्रांतिसिंह नाना पाटील स्मरणिकेतून)

**

६

नाना पाटील : इतिहासातील एक स्फुलिंग

भाई जी. डी. लाड

क्रांतिसिंहांचे सहकारी, प्रति-सरकारचे नेते, डाव्या विचाराचे राजकारणी व समाजकारणी

१९३२ चा काळ. इंग्रजी सत्तेचा प्रचंड दबदबा. इंग्रजांनी भारतात रेल्वे आणली होती. त्या रेल्वेचे रूळ ओलांडताना कृष्णाकाठी तर एक अजब घडलेले ऐकायला येऊ लागले! येड्याच्या नाना पाटलाने इंग्रजांविरुद्ध बंड उभारले आहे! नाना पाटलांबरोबर भाला, बरची, गोफणी घेऊन शेकड्याने रांगडी पोरे उभी राहिली आहेत. एक/एक ऐकावं ते आक्रीतच! सातारा जिल्ह्यात आणि दक्षिणी संस्थानात साऱ्या खेड्यापाड्यांत याची चर्चा सुरू होती. मी त्या वेळी दहा वर्षांचा होतो. माझी आई मला सांगत असे, ''नाना पाटलानं बंड केलंय. कुठं उगाच भटकू नगं. नीट शाळत जा आणि नीट घरला ये, न्हाईतर रानात चल माझ्या बरुबर.'' माझ्या आईप्रमाणे सर्वच पोरांच्या आया आपल्या पोराना तेच सांगत होत्या. आम्ही पोरंही शाळेत नाना पाटलांच्या कथा ऐकत असू आणि खरे खोटे चघळत असू.

शिवाजी महाराजांचा मार्ग

१९३२ साली इंग्रजी सत्तेविरोधात क्रांतिसिंह नाना पाटलांच्या दंड थोपटून उभा राहण्याने साताऱ्यातील ग्रामीण जीवन खळबळले होते. तालमीत, चावडीत, पारांवर, औतांवर, पाणवठ्यांवर, बाजारांत, शाळांत सर्वत्र नाना पाटलांचे बंड हा चर्चेचा विषय झाला होता.

गावातील वतनदार, टगे आणि सावकार नाना पाटलांच्या बंडाची टवाळकी करायचे; कोणी म्हणे, 'तो येड्याचा नाना? वाठारला तलाठी होता. शेतसारा जमा केला. गठलं बांधलं, फरारी झाला. पक्का लबाड

आहे. इंग्रज सरकारचा पैसा आहे म्हणावं. राज्य इंग्रजांचं आहे. ते काय पचायचं? असला लबाड माणूस.' कोणी म्हणायचे, 'गांधींचं नांव घेतोय. इंग्रज देशातून गेलं पाहिजेत म्हणतो. असं कधी होईल का? आत्ता सरकार त्याला पकडेल. इंग्रजांचे राज्य कसले कडक; पण हे निघाले ते राज्य घालवायला! इंग्रज घालवायचं आणि राज्य कोणी करायचं? सरकारी सारावसूल खंदाडीला लावणाऱ्या नाना पाटलानं?'

अशा उलट्यासुलट्या अफवा, चर्चा, स्तुती, निंदा चालत होती. गावागावांतील तरणीताठी पोरं बेचैन होती. नाना पाटलांच्या बंडाने त्यांच्या मनात खळबळ माजली होती. नाना पाटील इंग्रजाला भीत नाही. मग आपणच का भ्यावे? प्रत्यक्ष छत्रपती शिवाजी महाराजांनासुद्धा लुटारू म्हणत होते; पण त्यांनीच नाही का मोगलाई हटविली, स्वराज्य स्थापले? नाना पाटलांचा मार्ग तोच आहे.

त्या काळात नाना पाटलांचा स्वदेशीवर दांडगा भर. गोरगरीब लोक भारतात तयार झालेला जाडाभरडा कपडा वापरत आणि सणासुदीच्या दिवशी हौस म्हणून विलायती कपडे अंगावर घालत. नाना पाटलांनी सरळ तरटाचे पोतेच अंगावर चढविलेले. हातसुताची खादीची लुंगी कमरेला असायची आणि इंग्रज देशातून जाईपर्यंत डोईला पटका बांधायचा नाही, पायात चप्पल घालायची नाही ही प्रतिज्ञा! नाना पाटलांची धुम्मड आली की, १००-१५० तरणीबांड पोरे साथीला असायची. जंगली जनावरांचे खिल्लार आल्यासारखे - तो तांडा यायचा. दिसेल त्याचा मलमलचा कोशा - पटका ओढला जायचा आणि त्याची होळी व्हायची!

देवराष्ट्र्याचा कुस्त्यांचा फड

मी त्या वेळी असेन ११/१२ वर्षांचा; मला कुस्त्यांचा भारी नाद. देवराष्ट्र्याचा फड म्हणजे घाटावरील पहिलवान व घाटाखालील पहिलवानांची मोठी चुरस. सागरेश्वर देवाच्या नावाने कुस्त्या. फड जमला होता. भर दुपारची वेळ होती. श्रावणातील ऊन आणि श्रावणातीलच पाऊस अशात 'नाना पाटील आला! नाना पाटील आला!' असा एकच कल्लोळ उठला. कोसे, बादली, मलमल फेटेवाले काखेला पटके मारून धूम पळाले आणि काहीजण वादळासारख्या फडावर कोसळलेल्या नाना

पाटलांकडे धावले. 'नाना पाटील की जय,' 'महात्मा गांधी की जय' अशा घोषणा दुमदुमल्या. बघता बघता तरण्याबांड पोरांचे टोळके एकत्र एकजीव झाले. त्यांनी नाना पाटलांना खांद्यावर घेतले. रसरसलेल्या तारुण्याच्या युवकांच्या खांद्यावर उभे राहून क्रांतिसिंह गर्जत होते, 'महात्मा गांधी की जय!' 'भारत माता की जय!' आपल्या मांडीवर एक पहिलवानी शड्डु मारून त्यांनी जमलेल्या लोकसमुदायासमोर भाषण सुरू केले. त्या वेळी नाना पाटलांवर वॉरंट होते. मैदानात २५ पोलीस व फौजदार यांची पार्टी होती; पण ते या उसळत्या उत्साहाकडे बघतच राहिले. क्रांतिसिंहानी गर्जून सांगितले, 'शेतकरी सुखी व्हायचा तर या देशातून इंग्रजांचं राज्य गेलं पाहिजे. इंग्रज हे आपल्या साऱ्या दुःखाचं आगर आहे.' भाषण संपले. नाना पाटलांनी पोरांच्या खांद्यावरून उडी घेतली! जमिनीला पाय टेकले आणि जसे आले तसे वादळासारखे ते निघूनही गेले.

इंग्रजी सत्ता मानायची नाही हे सूत्र

नाना पाटील हे महात्मा गांधींच्या स्वातंत्र्यलढ्यातील एक कोडे होते. म. गांधींच्या सर्व लढातंत्रात भूमिगत लढा कधीच नव्हता; पण नाना पाटील १९३२ साली स्वातंत्र्याच्या लढ्यात उतरले ते भूमिगत होऊनच. म. गांधींनी सांगितलेली एकच गोष्ट त्यांना माहीत होती ती म्हणजे या देशातून इंग्रजी सत्ता गेली पाहिजे. त्या जोडीला जंगल सत्याग्रहापासून वैयक्तिक सत्याग्रहापर्यंत सर्व लढातंत्रे नाना पाटलांनी अनुसरली; पण गांधीजींचीच लढासूत्रे त्यांनी अनुसरली असे नाही. इंग्रजी सत्ता मानायची नाही हे सूत्र धरून त्या सत्तेविरोधी स्वतःच्या लढातंत्रानेही जायचे हा त्यांचा मार्ग होता. इंग्रजी सत्ता हाच मुळी भारतावर अत्याचार होता, त्या सत्तेला विरोध करण्यासाठी वापरलेले कोणतेही लढातंत्र हे सदाचारातच मोडते असा विचार त्यांच्या प्रत्येक कृतीतून व्यक्त होत होता.

वतनदार, सावकार, नोकरशहा यांच्यावर हल्ले

नाना पाटील हे पाटील घराण्यातील; पण पाटीलकीचा डामडौल त्यांनी कधीच मानला नाही, दाखवला नाही. गावात वतनाच्या, अधिकाराच्या बळावर दिमाख मिरवणारे पाटलांसह सर्व वतनदार असत. श्रमाचे नाव

नसे; पण सर्व सुखे त्यांच्या पायाशी असत. गावातील गोरगरीब बलुतेदारांनी अर्धपोटी राहायचे आणि या बड्यांसाठी संपत्ती निर्माण करायची. त्या वतनदारांची सर्व तऱ्हेची सेवा त्यांना करावी लागे. कायदा, धर्म व रूढी यांनी ते बांधलेले असायचे. क्रांतिसिंह नाना पाटलांना त्या किळसवाण्या जीवनाचा आत्यंतिक तिरस्कार असायचा आणि ते आपल्या रसाळ भाषेत या ऐतखाऊंची सेवाचाकरी करणाऱ्या जनतेची हसवत हसवत कानउघाडणी करायचे. त्यांना धक्के द्यायचे. स्वतःला स्वतःची लाज वाटावी इतकी अशी ती कानउघाडणी असायची.

इंग्रज सत्तेमध्ये ऐषआरामी जीवन जगणाऱ्या वतनदारांची नाना पाटील जीवघेणी टिंगल करीत. आपल्या भाईबंदांना दासाप्रमाणे वागविणारे ते ग्रामीण धटिंगण इंग्रजी सत्तेचे वरिष्ठ अधिकारी येत, तेव्हा त्यांच्यापुढे हांजी हांजी करीत. नाना पाटील त्यांच्या वतनदारी अस्सल रक्ताला त्यांच्या पूर्वजांच्या इतिहासाची ओळख देत. त्या शौर्यशाली पूर्वजांच्या पोटी जन्माला आलेल्या या महाभागांना स्वाभिमानाने जगण्याची शिकवण देत. लाचारीने वागून पूर्वजांच्या तेजस्वी परंपरेला काळीमा लावू नका, असे कळकळीने सांगत असत.

नाना पाटलांचा केवळ लाचार व रूढीप्रिय वतनदारांवरच हल्ला होई असे नाही, तर इंग्रज साम्राज्यशाहीचे हस्तक बनलेले सरंजामदार, इंग्रजांचा पक्का माल भारतात विकणारे भारतीय व्यापारी व दलाल, या व्यापाराच्या व दलालीच्या बळावर पैसा कमवून सावकारी करणारे सावकार आणि आपले बुद्धिसामर्थ्य इंग्रजी साम्राज्याच्या नोकरीत खर्ची घालणारे सरकारी देशी अधिकारी ही सर्व मंडळी नाना पाटलांच्या प्रखर हल्ल्याचे लक्ष्य बनत होती, कारण या सर्वांकडून पिळला जात होता ग्रामीण शेतकरी. गरीब शेतकरी अधिकच दरिद्री बनत गेला; कर्जबाजारी झाला. या शेतकऱ्यांचे दारिद्र्य घालवायचे झाले तर वर उल्लेख केलेल्या मंडळींचा मुख्य आश्रयदाता इंग्रज या देशातून घालवला पाहिजे ही वैचारिक भूमिका नाना पाटलांनी राष्ट्रीय स्वातंत्र्याच्या चळवळीत आणली. त्यांच्या इंग्रजविरोधाला अशा प्रकारचा नेमकेपणा होता; त्यामुळे ते आणि काँग्रेसचे इतर नेते यांच्यातील फरक चटकन डोळ्यांत भरत असे. याच कारणामुळे ते १९३२ सालापासून इतर कोणाही नेत्याशी फारसे समरस झालेले दिसत नाहीत. याच तत्त्वानुसार साताऱ्यात

जेव्हा प्रति-सरकार निर्माण झाले, तेव्हा इंग्रजी सत्तेच्या आश्रयाने वाढलेल्या व स्वजनांची पिळवणूक करणाऱ्या उपरिनिर्दिष्ट हितसंबंधियांवर घाव घातले गेले.

रूढीप्रियता व अंधश्रद्धा यावर घाव

नाना पाटलांचा मूळचा पिंड सत्यशोधकाचा. समाजातील उच्चभ्रूंचे ढोंग व थोतांड त्यांना कधीच मानवले नाही. त्यांच्या दंभाचा ते स्फोट करीत राहिले. त्याचप्रमाणे दरिद्री व श्रमिक माणसांनी लग्नकार्यादी समारंभात केलेली उधळपट्टीही त्यांनी सहन केली नाही. खर्चिक विवाहावर आपल्या भाषणांतून नुसते हल्ले करून कांतिसिंह नाना पाटील थांबले नाहीत तर आपल्या बहिणीचे लग्न अत्यंत साध्या पद्धतीने फक्त ९ रुपयांत करून त्यांनी लोकांसमोर आदर्श ठेवला. या लग्नास त्यांनीच 'गांधी लग्न' असे नाव दिले. गांधी लग्नात वध-ूवर खादीचे कपडे परिधान करीत आणि एक प्रकारे स्वदेशी चळवळीचा पुरस्कार केला जाई.

स्वतः नाना पाटील पंढरीचे माळकरी; पण ते अंधश्रद्धाळू कधीच नव्हते. 'ठेविले अनंते तैसेची राहावे' या अध्यात्मावर त्यांनी प्रखर हल्ले चढविले. 'स्वधर्मे निधनं श्रेयः' या पकडीतून सामान्य माणूस मुक्त व्हावा म्हणून ते आयुष्यभर झटले. दारिद्र्य हे मानवनिर्मित आहे, ते लुच्च्या आणि लबाड लोकांनी तुमच्यावर लादले आहे; तुम्ही जागे झालात तर ते नष्ट होऊ शकते, अशी शिकवण सामान्यांच्या मनावर बिंबविण्याचा प्रयत्न त्यांनी अखेरपर्यंत केला.

नाना पाटलांच्या कामगिरीचा विशेष

नाना पाटलांच्या नावाने ४२ चा सातारा जनतेचा प्रति-सरकारचा लढा सर्व देशभर गाजला. याचे कारण काय? या संदर्भात विचारवंत म्हणत आले की, नाना पाटील सतत काम करीत राहिले. माझे म्हणणे यात आणखी भर घालणारे आहे. ते असे की, क्रांतिसिंहांजवळ त्यांना सतत स्वातंत्र्य चळवळीत ठेवणारे विचार होते. त्यांना भारतीय जनता सर्व प्रकारच्या पारतंत्र्यापासून मुक्त करायची होती. सर्वंकष स्वातंत्र्याचे विचार लोकांच्या मनावर बिंबवणे हा आपला स्वधर्म आहे या भावनेने ते सतत चळवळीत राहिले.

नाना पाटलांविषयी असूया बाळगणारे अनेक देशभक्त आजही जिवंत आहेत; पण नाना पाटलांना मात्र कोणाविषयी कधी असूया नव्हती. १९३२ साली ते घर-प्रपंच सोडून बाहेर पडले, ते पुन्हा त्याकडे फिरकले नाहीत. त्यांच्या पिढीतील इतर नेते आणि ते यातील मोठा फरक हाच आहे.

समाजात असणाऱ्या अंधश्रद्धा, रूढीप्रियता, धर्मांधता, उधळपट्टी इत्यादी अनेक दुर्धर व्याधींवर ज्या काही मोजक्या सामाजिक सुधारकांनी हल्ले चढविले, त्यामध्ये नाना पाटील अग्रस्थानी राहिले. आपल्या विचाराप्रमाणे त्यांनी कृतीही केली आणि सामाजिक स्वातंत्र्याची चळवळ राष्ट्रीय स्वातंत्र्याच्या चळवळीशी जोडली.

क्रांतिसिंहांच्या कामगिरीचा हाच मोठा विशेष आहे, त्यांची स्वातंत्र्याची कल्पना मर्यादित नव्हती; म्हणून देशाला स्वातंत्र्य मिळाले तरी ते शेतकऱ्यांचे, भूमिहीनांचे, शेतमजुरांचे व कामगारांचे लढे देत राहिले. हे लढे क्रांतिसिंहांना अभिप्रेत असणाऱ्या सर्वंकष स्वातंत्र्यासाठीच होते.

**

माझी वाट पाहू नकोस...

“त्या वेळी आम्ही वाठारला राहात होतो. घरात मी, माझा ४/५ महिन्यांचा लहान भाऊ, आई व दादा चौघेजणच होतो. एक दिवस दादा ‘चावडीवर जातो’ असे सांगून घरातून बाहेर गेले, ते परत आलेच नाहीत. बाहेर पडताना त्यांनी धोतर, सदरा, कोट व डोक्याला फेटा असा पेहराव केला होता. थोड्या वेळाने गावचा कोतवाल त्यांचे कपडे घेऊन घरी आला. त्याने दादांचे कपडे आईच्या स्वाधीन केले व तिला सांगितले की, ‘अण्णासाहेब लुंगी लावून, टोपी, नेहरू शर्ट घालून व हातात तिरंगी झेंडा घेऊन कुठेतरी निघून गेले. माझी वाट पाहू नकोस, असा त्यांनी तुम्हाला निरोप दिलाय.’ ”

– श्रीमती हौसाताई पाटील

७

१९४२च्या संग्रामातील सातारा जिल्ह्याच्या घटनांचा अन्वय-संबंध

अच्युतराव पटवर्धन

स्वातंत्र्यलढ्यातील नेते, विचारवंत

बेचाळीसचा 'हिंद छोडो' संग्राम अनेक दृष्टींनी पूर्वीच्या सत्याग्रह-आंदोलनांपेक्षा वेगळा होता; त्यामुळे त्या लढ्याचे तंत्र सत्याग्रहाच्या पूर्वपरिचित पद्धतीपेक्षा निराळे असणे अपरिहार्य होते. त्या संग्रामानंतर इंग्रजी अधिसत्ता पूर्णपणे अस्तमान होईल अशी कल्पनाही फार थोड्या लोकांना १९४५ पर्यंत होती. इतकेच नव्हे तर १९४५ मध्ये हंगामी काँग्रेस-मुस्लीम लीग राजवट दिल्लीमध्ये अधिकारारूढ झाल्यावरही हिंदी स्वातंत्र्याबरोबर 'संस्थानी' राजवटी इतक्या झटपट विलीन होतील याची जाणीव राजेमहाराजांना आणि त्यांच्या दिवाणांना अगर समंजस प्रजापरिषदेच्या नेत्यांनाही फार कमी प्रमाणात होती. ४२ च्या लढ्याच्या अंतिम यशाचे श्रेय एकट्या 'चले जाव' आंदोलनाला, उठावाला देणे उचित होणार नाही. दुसऱ्या महायुद्धानंतरच्या जागतिक घटनांचा प्रभाव व दबाव, तसेच नेताजी सुभाषचंद्र बोस यांच्या आझाद हिंद फौजेचा पवित्रा इत्यादी अनेक कार्यकारण-संबंधांच्या सामूहिक परिपाकाला अंतिम यशाचा वाटा देणे अधिक वास्तवपूर्ण व उपयुक्त आहे. सत्तांतराविषयीच्या वाटाघाटींत महात्माजींना युद्धविरामाचा संकेत मान्य होता. अंतिम स्वातंत्र्याची रूपरेषा ठरताना ४२ च्या लढ्यातील घटनांना गौण स्थान प्राप्त होणे हेही स्वाभाविक होते.

दुसऱ्या महायुद्धाच्या सात वर्षांत एक असा ऐतिहासिक प्रसंग आला की, जेव्हा त्या युद्धाच्या यशाचा काटा इंग्लंड-अमेरिकेच्या

विरुद्ध कलला होता. १९४२ मध्ये जपानच्या गरुडभरारी चढाईमुळे एकीकडे हिटलरच्या जर्मन फौजांची उभारी व दुसरीकडे जपानचे वेगवान आक्रमण या दुहेरी माऱ्यापुढे इंग्लंड-अमेरिकन फौजांची सर्वदूर पीछेहाट होत होती. जपानी फौजा इंफाळपर्यंत येऊन पोहोचत होत्या. ही मोक्याची वेळ साधून गांधीजींनी देशव्यापी लढ्याचे आव्हान स्वीकारले होते. जरी ब्रिटिश राज्यकर्त्यांनी युद्धोत्तर भारताला स्वायत्त राज्य म्हणून मान्यता देण्याचे जाहीर आश्वासन दिलेले असले तरीही त्यांचे कुटिल डावपेच चालूच होते. पाकिस्तान व देशी राजे-संस्थानिकांचे स्वतंत्र घटक-राज्य निर्माण करून राष्ट्रीयत्वाच्या विभाजनाचे कारस्थान ते शिजवीत होते. क्रिप्स योजनेतील संदिग्ध मुद्द्यांबाबत खोलवर वाटाघाटी करून काँग्रेसने ती योजना अमान्य केल्यानंतर काही निर्वाणीचे पाऊल टाकणे आवश्यक होते. इंग्रजी शासनाचा अंतिम आधार त्यांचे लष्करी वर्चस्वच होते. ते १९४२ मध्ये फारच शिथिल झाले होते. पूर्वेकडील रणक्षेत्रावर व पश्चिमेच्या हिटलर-रोमेलच्या चढाईचा मुकाबला करण्यासाठी भारतातील फौजा दोन्ही दिशांनी पांगल्या होत्या. व्हिएटनाम, कंबोडिया, हिंदोनेशिया, मलाया, ब्रह्मदेश इतका मोठा पल्ला जिंकून जपानी सेना भारताच्या सरहद्दीवर आल्या. केवळ लष्करी वर्चस्वावर व पोलीस सत्तेच्या जोरावर भारतासारखा विशाल प्रदेश काबूमध्ये ठेवणे व आपले वर्चस्व सांभाळणे कठीण दिव्य होते. उलटपक्षी सर्व देशभर एकाच वेळी उठाव करण्याइतपत चढाऊ संघटनेची शक्ती काँग्रेसजवळ नव्हती; परंतु इंग्रजी सत्तेला सतत ठिकठिकाणी शह देत राहण्याचा पवित्रा प्रयत्नसाध्य होता. हा बेचाळीसच्या लढ्याच्या प्रतिकाराचा आकृतिबंध लढ्याचे नेतृत्व करणाऱ्या नेत्यांना अवगत होता. लढ्याचे स्वरूप स्पष्ट झाल्यानंतर त्या दिशेने प्रभावी कार्यक्रम तयार करून त्याची अंमलबजावणी करणारी देशव्यापी संघटना बांधणे ही एक कसोटीची समस्या होती. ब्रिटिश शासनाला जो शह १९४२ च्या लढ्यामुळे बसत होता तो पहिल्या सहा महिन्यांनंतर जरी उग्र नसला तरी त्यामुळे देशभर जे अस्थिर वातावरण पसरले होते त्याची आच इंग्रज शासनाला जाणवत होती.

बेचाळीसचा लढा सुरू होण्यापूर्वी देशातील इंग्रजी सत्तेला व्यापकपणाने शह देण्याचा कार्यक्रम आखून त्या दृष्टीने प्रत्येक प्रांतात गटवार पूर्वतयारी बांधणारे निवडक संच तयार करण्यासाठी स्व. युसुफ मेहेरअली

यांच्यासारख्या काँग्रेस-सोशालिस्ट पक्षाच्या काही नेत्यांनी यथाशक्ती प्रयत्न केला होता आणि हा लढा तुरुंग भरण्याचा नाही असे लढ्याचे स्वरूप स्पष्ट केले होते. तरीही एवढ्या विशाल देशाच्या मानाने हा उद्रेकाचा प्रयास फार तोकडा होता, सांकेतिक होता हे कबूल केले पाहिजे. या चढाईच्या व्यूहाचे आकलन इंग्रज शासनाला झाले होते व या गनिमी डावपेचाची स्फोटक भूमिका त्यांना जाणवली होती, असे म्हणणे अयोग्य होणार नाही. या दिशेने ९ ऑगस्टनंतर जे पहिले उठाव झाले, ते लाक्षणिक परंतु नेत्रदीपक होते. महाडला सहा-सात तास मामलेदार कचेरीचा ताबा घेऊन तेथे स्वातंत्र्याचा तिरंगी झेंडा लावण्याचा विक्रम करणारे महाड तालुक्यातील शेतकरी 'रायगड'च्या पायथ्याला राहणाऱ्या पिढीचे वारसदार होते. नेरळजवळ कर्जत तालुक्यात स्व. भाई कोतवाल यांनी मुंबईचा वीजपुरवठा तोडण्याचे तंत्र अवलंबिले होते. त्यामुळे जरी मोठा उत्पात झाला नसला तरी सात-आठ महिने राज्यातील उत्पादनाला बेचाळीसच्या लढ्यामुळे शह बसला होता. या घटनांसारखेच बलिया वगैरे पूर्व उत्तर प्रदेशात सतत रेल्वे वाहतूक रोखण्याचे जे तंत्र घडले त्याचाही प्रभाव जनतेला जाणवत होता.

याच सुमारास गुजरातमधील एक वृद्ध अनुभवी व कर्तबगार काँग्रेस पुढारी अभिनव आक्रमणाचा एक आराखडा तयार करीत होते. स्व. छोटूभाई पुराणी बरूच जिल्ह्यात आणि गुजरातमधील इतर क्षेत्रांत 'आखाडा' कार्यक्रम सुरू करण्यामुळे सर्वांच्या परिचयाचे होते. १९४२ चा लढा तीव्र करण्याच्या कामातील त्यांचे मार्गदर्शन फार परिणामकारक ठरले. हिटलरव्याप्त हॉलंड, डेन्मार्क, नार्वे, फ्रान्स आदी देशांत हिटलरशाहीला तीव्र विरोध करण्यासाठी जे साहित्य इंग्लंड-अमेरिकेतून त्या देशांत विमानातून वाटले जात होते, त्याच्या प्रती स्व. छोटूभाईंनी मिळविल्या व "ABC of SABOTAGE" सारख्या पुस्तिकांचे भाषांतर भारताच्या अनेक भाषांतून तयार करवून वाटण्याची कामगिरी त्यांनी पार पाडली. आंध्र-कर्नाटकापासून आसाम-बंगालपर्यंत हे साहित्य त्यांनी हिमतीने पोहोचविले. गनिमी प्रतिकाराचे अनेक पर्याय या पुस्तिकांतून जनतेपुढे ठेवून त्यांनी प्रतिकाराची एक नवी दिशा कार्यकर्त्यांना दाखविली.

बेचाळीसच्या लढ्याचे नेतृत्व ज्या लोकांनी केले त्यांमध्ये स्व. जयप्रकाश नारायण, डॉ. लोहिया, अरुणा असफअली व सुचेता

कृपलानी आदी तडफदार नेत्यांची नावे देशभर प्रसिद्ध आहेत. महात्माजी, सरदार पटेल, पं. नेहरू आदी पहिल्या श्रेणीचे व इतर अनेक दुय्यम श्रेणीचे वेगवेगळ्या प्रांतांतील पुढारी ९ ऑगस्ट रोजी तुरुंगात गेल्यानंतर देशाचा संग्राम नेतृत्वहीन नाही याची ग्वाही नव्या नेतृत्वाने दिली. हा आधीच ठरलेला काँग्रेसचा लढाऊ पवित्रा होता. नेतृत्वातील बदल आणि लढ्याच्या तंत्रातील बदल हे सर्व काँग्रेसचे पूर्वयोजित तंत्र होते, असा आरोप त्या वेळी इंग्रजी शासनाने केला. नव्या नेतृत्वात काही निष्ठावान गांधीवादी नेते जातीने मार्गदर्शन व कार्यक्रमाची आखणी आणि कार्यवाही करीत होते. त्यात स्व. अण्णासाहेब सहस्त्रबुद्धे हे प्रमुख होते. स्व. साने गुरुजीही त्यात होतेच. देशाचे सर्वमान्य आदरणीय नेते तुरुंगात गेल्यानंतर जनता निराश होऊ नये आणि इंग्रजी सत्तेच्या विरुद्ध झुंजण्याची जिद्द पुढाऱ्यांना तुरुंगात टाकून बोथट होत नाही हे सिद्ध करण्याची जबाबदारी नव्या नेतृत्वावर होती. सरकारी रिपोर्टातही स्व. अण्णासाहेब सहस्त्रबुद्धे यांचे नाव प्रामुख्याने नमूद केले आहे.

स्व. छोटूभाई पुराणी हेदेखील असेच एक अज्ञात परंतु कसलेले अनुभवी नेते होते. जयप्रकाश, लोहिया यांनी असा निर्णय केला की, त्या वेळच्या राजकीय परिस्थितीच्या संदर्भात स्व. छोटूभाई पुराणी यांचे लढ्याचे तंत्र हा सर्वांत अधिक परिणामकारक कार्यक्रम ठरेल. त्या तंत्राचा अवलंब करण्याची जबाबदारी अनेक कर्तबगार कार्यकर्त्यांनी आपापल्या प्रांतापुरती स्वीकारली. या तंत्राचा तपशील थोडक्यात असा आहे.

सर्वसाधारणपणे इंग्रजी वर्चस्वाची मदार १०-२० खेड्यांसाठी एक पोलीस ठाणे असते. त्या ठाण्यावरच वर्षभर असते. त्या पोलीस ठाण्यावर १२-१५ पोलीस आणि एक हवालदार असतो. आळीपाळीने एकजण सशस्त्र पहारा करीत असतो. अशा ठाण्यावर वीस-पंचवीस खंबीर जवान घेऊन छापा मारणे व पोलिसांना बंदुकांच्या जागी बंद करून त्यांच्या बंदुका काढून घ्यायची तयारी करणे अशा या कार्यक्रमाचा प्रचार व कार्यवाही गुजरात-महाराष्ट्रापासून बिहार व आसामपर्यंत अनेक ठिकाणी होऊ लागली. हा हिंसात्मक कार्यक्रम आहे असा सरकारी प्रचार चालूच होता; परंतु एकंदर ४२च्या लढ्यात सर्व देशभर फारच क्वचितपणे पोलिसांची हत्या झाल्याचा पुरावा मिळाला. एकदा पोलीस ठाणे लुटले म्हणजे पुन्हा तेथे पोलीस निर्भयपणे वावरू शकत नव्हते

आणि अशा भागात सत्तेची पोकळी निर्माण झाली तर सर्वसाधारण गावकरी नागरिकांच्या जीवित-वित्ताची सुरक्षा धोक्यात येऊ नये यासाठी स्व. नाना पाटील यांनी सातारा जिल्ह्यात प्रति-सरकारचा उपक्रम सुरू केला. ज्याची देशभर चर्चा झाली. हा कार्यक्रम सर्वसाधारण नागरिकांचे स्वातंत्र्य रक्षण करण्यासाठी आणि गुंड प्रवृत्तीला आळा घालण्यासाठी आवश्यक होता. हा प्रति-सरकारचा कार्यक्रम स्व. छोटूभाईंच्या कार्यक्रमाचा तर्कशुद्ध उत्तरांग होता. "आर्त त्राणाय नः शस्त्रम् न प्रहर्तुम् अनागसि" (आमची शस्त्रे दलित, नाडलेल्या, अडलेल्या दीनांच्या रक्षणासाठी आहेत. निरपराध लोकांना उपद्रव देण्यासाठी नाहीत.) या कालिदासाच्या सुभाषिताची शिकवण स्व. नाना पाटील यांनीच नव्हे तर सातारा जिल्ह्यातील सर्व नेत्यांनी कार्यकर्त्यांना दिली. ते एक असे व्रत होते की, "आपल्या वर्चस्वामुळे कोणावर अन्याय झाल्याची तक्रार करण्याला निमित्तच असू नये."

स्व. छोटूभाईंचा कार्यक्रम त्यांच्या स्वतःच्या नेतृत्वाखाली गुजरातमध्ये प्रभावीपणाने होत होता. त्याचे मुख्य सूत्र होते की, पोलीस ठाणी बंद झाली म्हणजे पोलीस मोठ्या संख्येने धाड घालीत. त्यांच्याशी कधी आमनेसामने सामना द्यायचा नाही, तर आपल्या लोकांची पांगापांग करून सर्व कार्यकर्ते अदृश्य होत असत. आठ-दहा दिवसांनी पोलिसांच्या तुकड्या परत इतरत्र गेल्यावर त्यांना खबर देणारे किंवा त्यांची हेरगिरी करणाऱ्या लोकांना प्रति-सरकार शासन करी; त्यामुळे पोलीस तुकड्या परत गेल्यानंतर गावावर पोलिसांचा वचक उरत नसे. याबाबतीत प्रति-सरकारच्या कारभारासाठी योजनेची रूपरेषा, कार्यकर्त्यांचे शील, शिस्त व नियम सर्व प्रांतांतून गुप्तपणे प्रचारिले गेले. काँग्रेसच्या लढ्यात कोणाची हत्या होऊ नये अशी खबरदारी घेण्याचा प्रामाणिक प्रयत्न कार्यकर्ते करीत होते. स्व. नाना पाटील सातारा जिल्ह्यातील कार्यकर्त्यांमध्ये पूर्वी अनेक वेळा काँग्रेसच्या लढ्यात तुरुंगवास भोगून आलेले अनुभवी व तावूनसुलाखून निघालेले पुढारी होते; त्यामुळे सातारा जिल्ह्यात व इतरत्रही महाराष्ट्रातील खेड्यांमधील जनतेचा त्यांच्यावर विश्वास होता. जसे स्व. नाना पाटील एक अनुभवी व कसलेले पुढारी होते, तसेच वाई भागात व उत्तर सातारा जिल्ह्यात स्व. किसन वीर वजनदार व लोकप्रिय होते. सांगली भागात श्री. वसंतरावदादा पाटील यांनाही तितकाच

विश्वास व लोकप्रियता होती. कोल्हापूर भागात श्री. रत्नाप्पा कुंभार यांची कामगिरी, लौकिक आणि जनतेवर तितकेच वजन होते. स्व. पांडू मास्तर, स्व. बर्डे गुरुजी, वैद्य कासेगावकर इत्यादी अनेक इतर गटप्रमुख आपआपल्या क्षेत्रांत लढ्याची शिस्त पाळण्यासंबंधी कार्यदक्ष होते. या सर्व कार्यकर्ते - पुढारी मंडळींच्या शौर्याने व जिद्दीने सातारा जिल्ह्यातील ४२ च्या लढ्याच्या कामगिरीबद्दल देशभर वाखाणणी व आदरपूर्वक निर्देश होत होता. एखाद्या हौशी मंडळींचा संच मनोरंजनासाठी आणि सार्वजनिक कार्यासाठी एखाद्या नाटकाचा प्रयोग बसवतो, तेव्हा कोणी राजाचा पार्ट करतो, कोणी हुजऱ्याचा करतो. त्याप्रमाणे सर्वश्रेष्ठ पुढारी तुरुंगात गेल्यानंतर जिद्दीने व समंजसपणे देशभर लढा चालू ठेवण्यासाठी सर्व कार्यकर्ते आपआपल्या परीने, प्राणपणाने झुंजत होते. त्या सर्व कार्यकर्त्यांत उच्च-नीच भावना नव्हती. ते सर्वजण पडेल ते काम करण्यास तत्पर होते. पुढे लवकरच स्वराज्य मिळेल आणि आपण मंत्री होऊ, अध्यक्ष होऊ, असे शेख महमंदी विचार कोणाच्या मनात येण्यालाही अनुकूल परिस्थिती नव्हती. सर्वजण इंग्रजी सत्तेच्या जुलमाखाली बेडरपणे लढ्याचे व्रत न सोडता संघटना बांधीत होते. कार्यकर्त्यांना स्वार्थी वृत्तीचा स्पर्श झाला नव्हता, कारण त्या लढ्याचे स्वरूपच एक सतीचे वाण होते. त्यांच्यामध्ये किरकोळ बेबनाव झाले तरी ते सहज मिटविता येत होते. परस्पर विश्वासाचे वातावरण होते. ४२ च्या लढ्याचे वातावरण निर्मळ होते. आपल्या जिल्ह्याचा किंवा प्रांताचा दुरभिमान कार्यकर्त्यांना नव्हता.

स्व. नाना पाटील यांचे नाव देशभर गाजले; परंतु ज्या छोटूभाई पुराणींनी पोलीस ठाणी काबीज करण्याचा कार्यक्रम प्रथम आम्हा सर्वांना समजावून सांगितला त्यांचे नाव आजही फार थोड्या लोकांना माहीत आहे. स्व. नाना पाटील यांनी प्रसिद्धी मिळविण्याचा मुळीच प्रयास केला नाही; परंतु त्यांचे व्यक्तिमत्त्व प्रभावशाली होते. योगायोगाने येणारी लढ्यातील संकटे आणि हालअपेष्टा त्यांनी जशा जिद्दीने सहन केल्या, तसाच लोकप्रियतेचा अनाहूत अनुभवही विनयाने स्वीकारला.

पुढे जेव्हा पुढारीपणाच्या चढाओढीचे राजकारण सुरू झाले, तेव्हा त्यांचे मन विटले; परंतु ४२च्या लढ्यात प्रति-सरकारची यंत्रणा घडविण्याचा त्यांचा उपक्रम इतिहासात सुवर्णाक्षरांनी नमूद करण्यासारखा राहील.

आजच्या लोकशाही जीवनाची भिस्त केवळ पोलीस व शासनावर न राहता एका नैतिक नेतृत्वाची छाप ग्रामीण जीवनावर कशी राहील; कोणावरही मग्रुरी, अन्याय, बेअब्रू होऊ नये असे नेतृत्व प्रत्येक गावात कसे उभे राहील हा ग्रामीण लोकशाहीचा यक्ष-प्रश्न आहे; परंतु यासंबंधी अधिक विवेचन करण्याचे हे स्थान नाही. तरीही सर्वच राजकीय पक्षांचे नैतिकस्थान लोकमानसातून घसरले आहे आणि पोलीस व शासन शिथिल झाल्यामुळे लोकजीवनाला अस्थिरता आली आहे. अशा वेळी नव्या व जनतेशी इमान राखणाऱ्या कार्यकर्त्याला ग्रामीण जीवनात प्राणवायूइतके महत्त्व प्राप्त झाले आहे. प्रत्येक खेड्यातील पाणवठा सर्व जातींच्या लोकांसाठी खुला झाला तरच अस्पृश्यतेचा कलंक पुसला गेला हे सिद्ध होईल. जोपर्यंत हे कार्य अपुरे आहे, तोपर्यंत 'स्वराज्य' शब्दच अर्थहीन आहे. सर्व पक्षांच्या व स्तरांच्या गावकरी मंडळींनी एकजुटीने एक कार्य पुरे करण्याची निकड आहे. ही नव्या नेतृत्वाची नैतिक कसोटी आहे. अशा ग्रामीण नेतृत्वाची पुनर्रचना कशी करता येईल आणि पक्षनिष्ठा बाजूला ठेवून या समस्येचा सहविचार करणाऱ्या तरुणांना कसे प्रोत्साहन मिळेल याचा शोध घेणे हाच स्व. नाना पाटील यांना आदरांजली वाहण्याचा सर्वांत उचित मार्ग आहे.

नाना पाटलांच्या कामगिरीचे विशेष

नाना पाटलांनी सत्ता, संपत्ती हे ध्येय कधीच मानले नाही. सारे आयुष्य समाजाला दिले. म. फुले, राजर्षी शाहू महाराज यांच्या ठिकाणी जे जनकल्याणी गुण होते, तेच थोड्या फार प्रमाणात नानांच्या ठायी होते. त्यातल्या त्यात आद्य छत्रपती व त्यांचा गनिमा कावा यांचे प्रतिबिंब नानांमध्ये लोकांना आढळत असे. अशा प्रकारे शिवाजी महाराजांचे दर्शन नानांच्या शूर व वीर कृतीत होत असे.

- रा. ना. चव्हाण

८
महाराष्ट्राच्या अस्मितेचा वारसदार

बॅ. आप्पासाहेब पंत

औंधचे राजपुत्र, ४२ च्या लढ्याचे साह्यकर्ते, राजकीय मुत्सद्दी

क्रांतिसिंह नाना पाटील यांची प्रथम भेट रेठरे (बुद्रुक) येथे श्री छत्रपती शिवाजी महाराजांच्या जन्मदिन समारंभाच्या वेळी १९३७ साली झाली. महाराष्ट्राची जी एक विशेष अस्मिता अनेक शतकांच्या इतिहासाने घडविलेली आहे आणि जे चैतन्य महाराष्ट्रात बहुतकरून सुप्तावस्थेतच असते त्याची झलक नानांच्या भाषणातून व व्यक्तिमत्त्वातून त्या दिवशीच्या प्रथम भेटीतच स्पष्ट झाली!

एका अर्थाने महाराष्ट्र सतत स्वतंत्रच राहिला आहे. मग त्याच्या आजूबाजूला कोणी परका, दुष्ट किंवा सुष्ट राज्य करणारा असो वा नसो, स्वयंपूर्ण व स्वयंशासित हा महाराष्ट्र अनेक वेळा थोडा दिङ्मूढ, थोडा विषण्ण, कधी त्रासलेला, रागावलेला; पण स्वतंत्रच राहिला - खेड्यांतून, गावांतून, पंचायतींतून. श्री शिवछत्रपतींच्या नंतर या महाराष्ट्राला नवचैतन्य देण्याचा प्रयत्न अलीकडील काळात श्री छत्रपती शाहू महाराजांनी केला. या असल्या देदीप्यमान, समर्थ, महाराष्ट्राचे दर्शन होत आहे असे नानांच्या सानिध्यात त्या दिवशी नक्की वाटले.

महात्मा गांधींचे "स्वराज्याचे-ग्रामराज्याचे" स्वप्न व परकीयांच्या दास्यातून मुक्ततेचा त्यांचा कार्यक्रम नानांच्या स्वभावाला पटणारा, पचणारा, रुचणारा नव्हता, हेही त्याच वेळी दृष्टोत्पतीस आले.

१९४२-४६ सालांच्या स्वातंत्र्यसंग्रामात अनेक वेळा नानांची भेट झाली - अर्थात गुप्त रीतीने!! तासन्तास हिंसा-अहिंसा, स्वार्थत्याग, 'स्वातंत्र्या'चा खरा अर्थ, गावागावांतील दुफळी, अज्ञान, दारिद्र्य, शोषण, स्त्री-मुक्ती यासंबंधी आमची चर्चा होत होती. स्वातंत्र्याचा लढा

कसा, केव्हा, कोणाशी करावयाचा? सैनिकांची जुळवणी गुप्त रीतीने करावयाची की उघड उघड? ब्रिटिशांचे हस्तक, गुप्तहेर व सैन्यही महाराष्ट्रभर पसरलेले असताना कार्यक्रम कसे आखावयाचे? कसे पार पाडावयाचे? याला पैसा कसा जमवावयाचा? लुटालूट कशी व कोठे करावयाची?

अच्युतराव पटवर्धन, जयप्रकाश नारायण, अरुणा असफअली, अण्णासाहेब सहस्त्रबुद्धे यांच्याशी संपर्क ठेवून, विचारविनिमयाने कार्यसिद्धी करणेची; पण अडचणी अनेक. कट, संकट, आजारीपण या सर्वांना तोंड देण्याचा प्रश्न. तसेच राहावयाचे कोठे? कुठे थोडासा तरी विसावा मिळू शकेल? असे अनेक प्रश्न.

१९४२च्या आधी पाच वर्षे श्री. भवानराव पंतप्रतिनिधींनी महात्मा गांधींच्या प्रेरणेने आपल्या प्रजाजनांना 'स्व'-राज्याची-ग्रामराज्याची देणगी दिली होती. औंध संस्थानातील ७२ खेडी स्वतंत्रपणे आपला कारभार करू लागली होती. एक नवीन आत्मविश्वासाचे, अभिमानाचे, कर्तव्यकर्माचे चैतन्य या खेड्यांतून दिसत होते!

प्रत्येक खेडे स्वतंत्र. खेड्याचा वसूल, साराकर खेड्यातच खर्च करणेचा. औंधला काहीही पाठविण्याची जरुरी नाही. हेलपाटे, खर्च करणेचा नाही. कोर्ट, कचेरी, शाळा, दवाखाना, सुधारणा खेड्यातच. खेडे स्वावलंबी, स्वयंपूर्ण. त्याने स्वतःचाच अधिकार संयमाने, शिस्तीने, नीतीने वापरावयाचा.

नाना औंधच्या खेड्यांतून, कुंडल, औंध, आटपाडी, खरसुंडी, अळसंद-रामापूर येथे भूमिगत म्हणून विश्रांतीसाठी येत. विचार आला. औंधची खेडी जर स्वतंत्र तर सातारा जिल्ह्यातील सर्व खेडी का नाहीत स्वतंत्र? विचारानंतर आचार अन् झाले 'प्रति-सरकार' निर्माण!!

'प्रति-सरकार'ने इंग्रजांचे राज्य शेकडो खेड्यांतून अनेक महिने बंद केले. सारा बंद. कोर्ट-कचेरी बंद. पोलिसांची (ब्रिटिश) जरुरी नाही. राज्य गावाचे! गोऱ्यांचे नाही! महाराष्ट्राच्या 'स्व'-भावाला अनुसरूनच हे सर्व नानांतर्फे घडत गेले!

अनेक कारणांमुळे या कार्यात पुढे विकृती निर्माण झाली. त्याला नाना जबाबदार नव्हते हे निश्चित! त्यांच्या प्रचंड व्यक्तिमत्त्वाचा, चैतन्याचा, लोककल्याण संकल्पाचा गैरफायदा इतरांनी वैयक्तिक अहंकार,

सूड, क्रोध, व्यक्तिसत्ता, व्यक्तिमत्ता याकरिता करण्याचा यत्न केला. अधिकार, शक्ती, सत्ता व पैसा हाती आल्यावर संयम-शिस्त-नीती नसेल तर नाशच होतो. नानांनी हे अनेक वेळा सांगितले होते. ते रागावलेही असतील! पण १९४७ च्या स्वातंत्र्य - सूर्यानंतर सर्व नाटकच बदलले.

नानांची शेवटची भेट आटपाडीला १०० बैलजोड्यांच्या रथातून मिरवणूक झाल्यावर प्रचंड जनसमुदायासमोर झाली. नाना भारावून सर्वांना भारून नेहमीप्रमाणे बोलले-आनंद झाला. त्यानंतर ३० वर्षांच्या काळात त्यांचे कार्य जवळून पाहण्याची संधी लाभली नाही; पण महाराष्ट्राची अस्मिता व नाना यांची खूणगाठ आहे हे विसरणे कधीही शक्य नाही!

**

क्रांतिसिंह नाना पाटलांची सभा

आम्ही आमच्या गावच्या धानाईच्या यात्रेत क्रांतिसिंह नाना पाटील यांची सभा घेतली होती. त्याच रात्री कार्वेजवळच्या आसपास १०० वस्तीच्या छोट्या कोरेगावात सभा झाली. इंग्रजी सत्तेवर जहरी टीका केल्याने सभा रंगली. त्या वेळचा प्रसंग व नानांच्या भाषणातील प्रभावी वाक्ये आजही आठवतात, 'आपण शिवाजी राजांचे वारसदार आहोत. तो शूर मराठा बाणा विसरून आपण इंग्रजांचे गुलाम बनलो आहोत. तो जुलमी इंग्रज ५००० मैलांवरून येथे येऊन आपणावर राज्य करीत आहे! आपण सर्वजण त्याची मेंढरे बनलो आहोत! दिल्लीला एक मोठा मेंढपाळ आहे. त्याला व्हाइसरॉय म्हणतात. त्या बकासुराला महिना २२,००० रुपये पगार आहे!' 'तुमच्या गावची चावडी (शेतसारा) किती?' नानांनी सभेस असा प्रश्न विचारला. सभेतील एकजण म्हणाला, 'असेल हजार अकराशे' त्याबरोबर नाना म्हणाले, 'आता गम्मत पाहा. त्या दिल्लीच्या साहेबाला कोरेगावसारखी महिन्याला बावीस गावे खायला लागतात. असा हा गोरा इंग्रज या देशातून घालवू या. त्यासाठी आपली एकी करू या.'

- संभाजीरावबाबा थोरात

९
क्रांतिसिंह आणि मी

भाई माधवराव बागल

स्वातंत्र्यसेनानी, समाजसुधारक, सत्यशोधक विचारवंत,
पत्रकार, साहित्यिक, कलावंत

नाना पाटील -

नाव घेतलं की, ब्रिटिश अमदानीतील सातारा जिल्ह्यातील नोकरांच्या, पोलिसांच्या आणि अमलदारांच्या छातीत धडकी भरणार. गरिबांना पिळणाऱ्या सावकारांना थरकाप सुटणार.

पण, नाना पाटील यांना पाहिलं की, शेतकऱ्यांची पोरे नानांचा जयजयकार करणार. नानांची सभा आहे म्हणून समजलं की, सारं गाव सभेला लोटणार. आसपासचे शेतकरी गाड्या भरभरून, तांबड्या मातीचे फवारे उधळत नानांना पाहण्यासाठी, तर थोरवड माणसे भाषण ऐकण्यासाठी आणि जवळची जागा पकडण्यासाठी गाड्यांची शर्यत लावत भरधाव सुटणार; त्यामुळे बैलांच्या गळ्यातली घुंगरं ताल धरणार. साऱ्या देवांच्या जत्रा फिक्या पडणार!

राजे-महाराजांनी हेवा करावा अशा ऐश्वर्यात नानांची मिरवणूक निघणार. नानांनी व्यासपीठावर चढून शड्डू ठोकून 'शिवाजी महाराज की जय', 'गांधीमहाराज की जय' म्हणून ललकारी दिली की, सारा जनसागर त्या प्रतिसादाने उफाळून वर येणार. जनसमुदायात नवचैतन्य उड्या मारू लागणार.

शिवछत्रपतींनी लंगोट्यांची सेना काठ्या, कुऱ्हाडी, भाले, बरच्या घेऊन तयार केली. तशीच सातारच्या या नेतृत्वाने आपली मोजकी सेना नागनाथ नायकवडी, जी. डी. लाड या नेत्यांच्या आधिपत्याखाली

मरणाच्या जिद्दीने उभी केली.

शिवछत्रपतींनी कल्याण-खजिना लुटला. नानांनी धुळे-खजिना आणि पे-ट्रेन अडवून लुटली. हैदराबाद संस्थानातील रझाकारी अत्याचाराचा प्रतिकार केला.

ज्यांच्या सत्तेचा सूर्य जगावर मावळत नव्हता, त्या ब्रिटिशांची साताऱ्यावरची सत्ता नानांनी संपुष्टात आणली. तुटपुंज्या शस्त्रांवर; पण आत्मबलाच्या प्रचंड शक्तीवर सातारा जिल्ह्यावर सामान्य जनतेची सत्ता, थोडाच काळ का असेना पण त्यांनी प्रस्थापित केली होती. चव्वेचाळीस महिने भूमिगत राहून त्यांनी ब्रिटिश सरकारला चकवले आणि भूमिगत चळवळ प्रभावीपणे चालवली. त्यांना पकडून देणाऱ्यास किंवा ठार मारणाऱ्यास ५००० रुपये इनाम जाहीर केले होते; पण त्यांना पकडून देण्याचा मोह कोणालाही झाला नाही. खेडुतांनीच त्यांचा सांभाळ केला. दडले असतील त्या जंगलात व डोंगरात; खेडूत स्त्रियांनी शिदोरी नेऊन त्यांना अन्न पुरवले. या कथांनी अनेक साहित्यिकांना स्फूर्ती दिली.

या त्यांच्या कर्तृत्वामुळे यशवंतरावजी चव्हाण त्यांच्याकडे आकर्षित झाले होते. महाराष्ट्रात त्यांच्या नावाचा दबदबा व्यापून राहिला होता!

नाना केवळ राजकीय क्रांतिकारक होते असे नाही. ते गांधींच्या अहिंसा राजकारणात पडण्याअगोदर सत्यशोधक म्हणून माझ्याकडे ओढले गेले.

हा क्रांतिवीर कष्टकरी खेडूतांत जन्मला. त्यांची सुख-दुःखे, सावकार व जमीनदार यांच्याकडून होणारी पिळवणूक त्याने पाहिली, स्वतः भोगली. ती निवारण्याचा प्रयत्न करताना त्याने जी पावले टाकली, ती मार्क्सवाद न वाचता मार्क्सवादाला धरूनच पडली.

इंग्लंडमध्ये यंत्रयुगामुळे झालेली गिरणी मजुरांची पिळवणूक आणि त्या पिळवणुकीमुळे गिरणीमालकांच्या संपत्तीची बेसुमार वाढ मार्क्सने पाहिली. त्यातून त्याने जो सुटकेचा मार्ग काढला तोच मार्क्सवाद!

नाना पाटलांच्या कार्याची पावले सावकार-जमीनदार यांनी चालवलेली पिळवणूक पाहून, मार्क्स व मार्क्सवाद या नावाची ओळखसुद्धा नसताना मार्क्सच्या दिशेने पडत गेली.

पुण्यश्लोक डॉ. आंबेडकरांनी कुठेतरी म्हटल्याचे आठवते, 'ब्राह्मणशाही ही मजूर संघटनेची शत्रू होय.'

सत्यशोधक समाजाचा रोख मुख्यतः ब्राह्मणशाहीवरच होता. ब्राह्मणशाहीने देवधर्मालाच उचलून धरले होते. त्याच आधारावर ते विषमतेची राखण करीत आले. देव मानला की, स्वर्ग-नरक, कर्मविपाक ही साधने अज्ञ जनतेला मानसिक, सामाजिक, धार्मिक व आर्थिक, राजकीय गुलामगिरीत टाकण्यास साहाय्यभूत होतात.

सत्यशोधक समाजाचा कल मार्क्सवादाकडे झुकणे क्रमप्राप्तच होते. सत्यशोधक समाजाचे पुढारी राजकारणात शिरल्यामुळे त्यांचे नुकसान झाले असा आरोप सत्यशोधक समाजाच्या पुढाऱ्यांवर केला जातो. माझ्या दृष्टीने ती चूक आहे.

जेधे, मोरे, खाडिलकर या सर्वांचे पक्षपुढारी शंकरराव मोरे हे होते. ते स्वतःला कम्युनिस्ट म्हणवून घेत आणि आपल्या पक्षाला कम्युनिस्ट म्हणून मान्यता द्यावी अशी त्यांनी खटपट केली होती.

मी स्वतः कम्युनिस्ट सभासद नाही; पण विचाराने माझा कल त्यांच्याकडेच आहे.

जीवनात मिळालेल्या अनुभवांतून माझा कल सत्यशोधक समाजाकडे गेला. अनुभवांतून देव-धर्मांचा द्वेष्टा झालो. त्याची परिणती हिंदू धर्माचा त्याग करण्यात झाली.

वडिलांची दैनंदिन पूजा-अर्चा-गीतावाचन आणि आईची क्षयरोगात सापडलेली काया यातून माझ्या या विचारांचा उद्‌भव झाला. संस्कारांमुळे आई बरी व्हावी म्हणून देवाचा धावा करू लागलो. शाळेला जाताना वाटेत शेंदूर फासलेले जे जे देव दिसतील, त्यापुढे पै-पैसा ठेवून, कापूर जाळू लागलो. देवालयात गेल्यावर गाभाऱ्यापुढे पळी-पंचपात्र घेऊन बसलेल्या भटजीला पळीतले त्याने दिलेले पाणी म्हणजे तीर्थ घेऊन मी उरलेले सर्व पैसे देऊन टाकी. हा क्रम जवळजवळ दोन महिने केला; पण व्यर्थ! आई मला सोडून गेली. यामुळे देवाधर्माचं व भटजीच्या प्राबल्याचं स्थान माझ्या डोक्यातून गेलं ते कायमचं. ही शिकवण मला कोणा नास्तिकाने दिली नाही.

मी पाहिलं, हिंदूंच्या लग्नसमारंभात ब्राह्मण-भटजींचंच प्राबल्य. फुले यांनी ते प्राबल्य काढून टाकलं आणि खर्चात काटकसर केली.

मी राहात होतो राजारामपुरीतील मातंग वसाहतीत. जवळच शाहू मिल. त्या गिरणीत बहुतेक सर्व मजूर मातंग समाजाचे. घरापुढेच मातंग व्यक्तीचे घर; त्यामुळे त्यांची परिस्थिती समजून आली. मजुरांची यंत्राबरोबर पिळवणूक होत होती. कामाचे तास १४. महिन्याचा पगार ९. बायकांचा ७. मुलांचा ५. जगदंबा मंदिरप्रवेशाला अस्पृश्याला बंदी.

मजुरांच्या पिळवणुकीविरुद्ध संघटना करून दाद लागावी हा प्रयत्न करताना सरकारला न खपून मला हद्दपारीची शिक्षा केली. तेथे मी मार्क्सवादाचा अभ्यास केला व शिक्षा संपल्यानंतर काही दिवस डॉ. मोरे यांच्या घरी राहिलो. ते कम्युनिस्ट पक्षाचे सभासद होते. त्यांची पत्नीही कम्युनिस्ट झाली होती. नाना पाटील त्यांच्याकडे उतरत असत. कोल्हापुरात आले म्हणजे रुईकर कॉलनीत मोऱ्यांच्या पत्नीच्या भावाच्या बंगल्यातही उतरत. तेथे मी सोप्या भाषेत नानांना कम्युनिझमच्या तत्त्वज्ञानाची ओळख करून दिली. मी 'बेरोजगारी व त्यावरील उपाय' हे पुस्तक लिहिले होते. नाना मार्क्सवाद न वाचता त्या अनुरोधाने कार्य करीत होते.

या अगोदर ते सामाजिक कार्य करीत होतेच. लग्नातील खर्चाने खेडूत कर्जबाजारी होई, म्हणून भटाला न बोलावता परस्परांना माळ घालून टाळ्यांच्या गजरात ते लग्न लावीत. माझ्या अध्यक्षतेखाली त्यांनी अशी काही लग्ने घडवून आणली होती.

कोल्हापूर संस्थान-प्रजापरिषदेच्या लढ्यात त्यांनी मला साहाय्य केले होते व कोल्हापूरच्या तुरुंगातही ते गेले होते.

कोल्हापूरच्या सरकारी नोकरांच्या पगारवाढीबद्दल मी नऊ दिवसांचा उपवास केला होता. त्या वेळी नाना मला साहाय्य करण्याकरता पुढे झाले. त्या वेळी नानांनी मला पत्र लिहिले होते –

मी बंदीहुकूम मोडून येऊ काय? मी कोल्हापूरच्या वाटेवर होतो. गाडी कोल्हापूर हद्दीत घुसली. झोपेतच माझ्यावर बंदीहुकूम बजावण्यात आला. माधवरावांच्या शांतता युद्धाचा भंग करू नये म्हणून मी तो हुकूम मानला... माधवरावजी, तुम्ही इच्छा दर्शवा. तुमच्याभोवती पसरलेली अफाट स्वातंत्र्यप्रेमी शूर मानवप्रजा तुमच्या साहाय्याला धावेल. शेतकऱ्यांच्या रक्तामांसाचा गोळा समजल्या जाणाऱ्या मला आदेश द्या. मी बंदीची

तटबंदी तोडून न्याय्य युद्धासाठी रणांगणात उतरण्यास केव्हाही तयार आहे.

जय हिंद

आपला,

कुंडल : १४-२-४७ **नाना पाटील**

१९४२ च्या चळवळीत ते एकदम पुढे सरकले आणि महाराष्ट्राच्या प्रथम श्रेणीतल्या लढाऊ पुढाऱ्यांमध्ये त्यांची गणना होऊ लागली. अच्युतराव पटवर्धन त्यांच्या सभा ठरवीत. त्यांच्या परवानगीशिवाय कार्यक्रम ठरवण्याचे स्वातंत्र्य नानाही आपल्याकडे घेत नव्हते.

नानांच्या वक्तृत्वापुढे कोणा भारतीय विद्वत पुढाऱ्याचे तेज पडत नसे. साताराचे ते अनभिषिक्त राजे झाले होते. 'पत्री सरकार' म्हणून त्यांची सर्वत्र दहशत बसली होती. एक आश्चर्याचे, आदराचे व भीतीचे वलय निर्माण झाले होते. आता ते नाहीत म्हणून 'झाले होते' असं म्हणताना मला दुःख होतं.

त्यांनी आपल्या तऱ्हेने न्यायनिवाडा करण्याकरिता पंचायती स्थापन केल्या होत्या. ते तडकाफडकी न्याय देत. लोकांसमक्ष शिक्षा देत.

मीही कोल्हापूर संस्थानातील कागल विभागात पंचायती स्थापन केल्या होत्या. सभेत लोकांना पंच निवडण्यास सांगत असे. त्यात एक अस्पृश्य आणि एक मुसलमान अशा जागा ठरवल्या होत्या. न्यायनिवाडा त्यांनीच करायचा.

आमचे ध्येयधोरण एक; पण साधन निराळे!

नाना राजारामपुरीत माझ्या घरी उतरत. तेथल्या गिरणीसमोरच्या चौकास 'माधवराव बागल चौक' असं नाव नानांच्या अध्यक्षतेखाली सभा भरवून देण्यात आलं.

उत्तर सातारा जिल्ह्यात सातारा जिल्हा बोर्डाने माझ्या अध्यक्षतेखाली नानांना व भाऊराव पाटलांना मानपत्र दिले. नाना मला वडील बंधूप्रमाणे मानत होते.

नंतर काँग्रेसमध्ये फूट पडली. शंकरराव मोरे, केशवराव जेधे, र. के. खाडिलकर यांनी शेतकरी कामगार पक्ष स्थापन केला. नानांनीही काँग्रेस सोडून शेतकरी कामगार पक्षात प्रवेश केला. मीही कोल्हापूर

संस्थान विसर्जित करून शे. का. पक्षात गेलो. त्यानंतर अनेक प्रसंगी केव्हा मी अध्यक्ष, तर केव्हा नाना अध्यक्ष अशा अनेक सभा व परिषदा आम्ही गाजवल्या. शेतकरी कामगार पक्षाच्या बुद्धीचा खजिना म्हणजे शंकरराव मोरे, तेच नेते व पक्षाचे मार्गदर्शक होते. पूर्वीच्या सत्यशोधक चळवळीत लोकप्रियता मिळालेले. दाजी देसाई, दत्ता देशमुख, व्ही. एन. पाटील, लाड यांच्यासारखे तरुण जीव तोडून काम करीत होते. तुळशीदास जाधवांसारखा चिकाटीचा लढवय्या नेता अहोरात्र घसा फोडत होता. हे ऐक्य टिकले असते तर महाराष्ट्राचा राजकीय इतिहास बदलला असता; पण दुहीचा शाप नेहमी महाराष्ट्राला भोवत आला आहे. नाना पाटलांसारखा मोहरा कम्युनिस्ट पक्षात गेला. जेधे, मोरे, तुळशीदास जाधव, खाडिलकर एकामागून एक काँग्रेसमध्ये गेले. मी - माधवराव बागल - मुंबईसह संयुक्त महाराष्ट्र झाल्यानंतर यशवंतरावजी हे मुख्यमंत्री झाल्याने आपला शेतकऱ्याचा मुलगा मुख्यमंत्री झाल्याचे पाहून मीही काँग्रेसमध्ये गेलो. बेळगावसह संयुक्त महाराष्ट्र लढ्यात सेनानी म्हणून सत्याग्रह करून तुरुंगात गेलो. नाना कारवारला सत्याग्रह करून तुरुंगात गेले.

कम्युनिस्ट पार्टीने नानांना खासदारीसाठी उभे केले. त्यांच्या लोकप्रियतेमुळे ते सहज निवडून आले. पार्टीचा फायदा झाला; पण ते त्यांचे क्षेत्र नव्हते. पार्टीच्या सल्ल्याने त्यांना प्रचारकार्य करावे लागले; त्यामुळे त्यांच्या भाषणाचा प्रभाव कमी झाला. त्यांना पार्टीने रशियात पाठवले हा एक फायदा झाला म्हणावा लागेल. खासदारकीमध्ये त्यांना राम वाटत नव्हता. उघड्या जागेवरचे व्यासपीठ हीच त्यांची जागा. ती गेली.

नाना मधुमेहाने आजारी पडल्यावर त्यांना मिरजेच्या दवाखान्यात जावं लागलं. पायाच्या अंगठ्यास झालेली जखम वाढून त्यांचा सबंध पाय काढावा लागला. मी भेटीला जात असे. तेथेच त्यांचा अंत झाला.

**

१०
साताऱ्याचे प्रति-सरकार व क्रांतिसिंह

ग. स. ऊर्फ दादासाहेब अळतेकर

स्वातंत्र्यसैनिक, १९५७ च्या निवडणुकीतील क्रांतिसिंहांचे प्रतिस्पर्धी

भारतीय स्वातंत्र्याच्या लढ्यात क्रांतिसिंह नाना पाटील यांनी केलेले कार्य धडाडीचे आणि अजरामर कीर्तीचे आहे. स्वातंत्र्याच्या लढ्यात आपल्या देहाचे पोलिसांच्या गोळीबारात काय होईल याची पर्वा न करता त्यांनी त्यात बेधडक पण आनंदाने उडी घेतली. कोणाचेही हृदय जिंकणाऱ्या आपल्या अमोघ वाणीने सामान्य जनतेच्या अंतःकरणात शिरून त्यांना स्फूर्ती देऊन, प्रचंड संख्येने स्वातंत्र्यसंग्रामात लढण्यास त्यांना उद्युक्त केले. कठीण परिस्थितीत आपण इतर नवोदित पुढाऱ्यांबरोबर भूमिगत राहून त्यांच्याबरोबर 'करेंगे या मरेंगे' या महात्माजींच्या आदेशाची योजनाबद्ध रीतीने इतक्या निकराने व कौशल्याने अंमलवारी केली की, आधुनिक शस्त्रास्त्रांनी सज्ज व अत्यंत बलाढ्य अशा ब्रिटिश सरकारच्या दडपशाहीशी स्वातंत्र्य मिळेपर्यंत लढत दिली आणि त्याला जेरीस आणले; त्यामुळे त्यांना जनतेने 'क्रांतिसिंह' ही अपूर्व पदवी बहाल केली. जनतेच्या अंतःकरणात त्यांचे स्थान अद्वितीय होते. स्वातंत्र्याच्या लढ्यात जनतेला ओढणारी त्यांची सहजसुलभ वाणी साधी; पण हृदयाला भिडणारी होती. तिने दिलेल्या स्फूर्तीने ग्रामीण जनता त्यांच्या मागोमाग स्वातंत्र्यसंग्रामात धावत येई.

असे हे क्रांतिसिंह नाना पाटील महाराष्ट्रात प्रसिद्धी पावले ते महात्माजींच्या नेतृत्वाखाली सुरू झालेल्या राष्ट्रीय स्वातंत्र्याच्या संग्रामाने. १९३० च्या महात्माजींच्या असहकार चळवळीत त्यांनी घरादाराकडे पाठ फिरवून उडी घेतली होती. पुढे या चळवळीत गांधी-आर्विन

समझोता होऊन सामोपचाराचे वातावरण तयार झाले; पण दुसऱ्या गोलमेज परिषदेला महात्माजी विलायतेला जाऊन येताच ब्रिटिश सरकारच्या प्रतिगामी धोरणाने हे वातावरण बदलले. लॉर्ड विलिंग्डन व्हाइसरॉय म्हणून आले आणि पुन्हा दडपशाही सुरू झाली. **अखिल भारतीय काँग्रेस**च्या पुढाऱ्यांना आणि पूर्वीच्या लढ्यातील प्रमुखांना पुन्हा स्थानबद्ध करण्यात आले. साताराचे भाऊसाहेब सोमण, नाथ घाणेकर, डॉ. आठल्ये, तासगावचे आबासाहेब जोग, कऱ्हाडचे पांडुअण्णा शिराळकर, आप्पासाहेब अळतेकर आणि मी अशा कार्यकर्त्यांना स्थानबद्ध करून आणले होते. यांपैकी बरीचशी मंडळी व आणखी काही अशा छत्तीसजणांना तुरुंगातील एका हॉलमध्येच ठेवण्यात आले होते. तेथे दिवसा बाहेरच्या पटांगणात व स्नानाच्या हौदावर दुसऱ्या हॉलमधील मंडळींची गाठभेट व बोलणे-चालणे होई. त्यात क्रांतिसिंह नाना पाटीलही असत. अशा प्रकारे महाराष्ट्रातील पुढाऱ्यांकडून राजकारणातील विविधांगांचे स्वरूपदर्शन व तत्त्वदर्शन क्रांतिसिंहांना झाले. या स्थानबद्धतेतून सुटका झाल्यावर काही काळ चळवळ चालली. त्यात नाना पाटलांना तुरुंगवास घडला. पुढे ही चळवळ मागे घेण्यात आली.

नंतर १९३६ साली प्रांताचे गव्हर्नर हे मंत्रिमंडळाच्या कामात ढवळाढवळ करणार नाहीत असे आश्वासन महात्मा गांधींना दिले गेल्यामुळे काँग्रेसने प्रांतिक स्वायत्ततेच्या कारभाराचा स्वीकार करण्याचे ठरविले. १९३७ सालच्या प्रारंभी झालेल्या प्रांतिक सरकारांच्या सर्व विधिमंडळांच्या निवडणुका काँग्रेसने जिंकल्या व बहुसंख्य प्रांतांत काँग्रेसची मंत्रिमंडळे अधिकारावर आली. स्वराज्याचा सुखद अनुभव प्रांतोप्रांती जनतेच्या अनुभवास येऊ लागला.

१९३९ साली हिटलरने दुसरे महायुद्ध सुरू केले. त्यात ब्रिटिश सरकारने भारतास मध्यवर्ती सरकारात राज्यसत्ता देण्याचे तर टाळलेच; पण युद्ध संपताच ती देण्याचे अभिवचनही नाकारले व हिंदुस्थानला त्याच्या संमतीशिवाय आपल्या अधिकाराच्या जोरावर युद्धाच्या खाईत लोटले; त्यामुळे ब्रिटिशांनी भारताच्या संमतीशिवाय चालविलेल्या या युद्धास हातभार द्यायचा नाही असे काँग्रेसने ठरविले व काँग्रेसच्या आदेशामुळे सर्व प्रांतांतील मंत्रिमंडळांनी राजीनामे दिले.

नव्या लढ्याला तोंड लागून ८ ऑगस्ट १९४२ चा अखेरचा 'करेंगे

या मरेंगे' हा स्वातंत्र्यसंग्राम काँग्रेसने पुकारला. पहिल्या दर्जाच्या बऱ्याच पुढाऱ्यांना ९ ऑगस्ट रोजी स्थानबद्ध करण्यात आले. बाकीचे बरेचसे भूमिगत झाले, नव्या दमाच्या पुढाऱ्यांनी महात्माजींचा 'करेंगे या मरेंगे' हा आदेश शिरसावंद्य मानून ज्याने त्याने आपल्याला योग्य दिसेल त्या मार्गाने; पण शक्यतो अहिंसेचे तत्त्व पाळून अखेरपर्यंत लढा चालविण्याचे ठरविले. या लढ्याला महाराष्ट्रात सूत्रबद्धता आणण्यासाठी अण्णासाहेब सहस्त्रबुद्धे, अच्युतराव व रावसाहेब पटवर्धन, जयप्रकाश नारायण, एस. एम. जोशी अशी मध्यवर्ती मंडळी आणि त्यांचे अध्यक्ष अण्णासाहेब सहस्त्रबुद्धे हे प्रामुख्याने सूत्रधार होते. त्यांच्या सल्ल्यानुसार महाराष्ट्रातील चळवळ चालत असे. पुढाऱ्यांना भराभर पकडण्याचे सत्र सुरू झाल्यामुळे व घनघोर दडपशाहीमुळे उरलेल्या पुढाऱ्यांना भूमिगत झाल्याशिवाय निकराने चळवळ चालविणे आणि भूमिगतांना व जनतेला तिचे मार्गदर्शन करणे शक्यच नव्हते.

मश्रुबाला हे गांधी तत्त्वज्ञानाचे एक विख्यात व मान्यता पावलेले विवेचक टीकाकार होते. या चळवळीमधील अहिंसेच्या पालनाविषयी त्यांनी प्रतिपादन केले होते की, "स्वातंत्र्य लढ्यातील अहिंसेचा अर्थ मानवाची हिंसा करणेची नाही एवढाच समजावयाचा. शत्रूच्या उपयोगी पडणारी त्याची निर्जीव साधने यांचा विध्वंस करणे हे हिंसेत येत नाही." हे त्यांचे विवेचन कार्यकर्त्यांना मान्य झाले. शत्रूच्या साधनांचा विध्वंस करण्याची कामे म्हणजे तारा तोडणे व त्यांचे खांब उपटणे, रेल्वे स्टेशनांची नासधूस करणे, पूल पाडणे व त्यांच्या साहित्याची वाहतूक करणारी वाहने वगैरेंची मोडतोड करणे, सरकारी विश्रांती बंगले भस्मसात करणे, पोलिसांच्या बंदुका आणि काडतुसे पळविणे, मेल मोटारी व पोस्टाच्या पेट्या लुटणे, सरकारी खजिना आणि पे ट्रेन लुटणे ही व यांसारखी सरकारला खच्ची करणारी व सतावून सोडणारी कामे होत. त्याचबरोबर लोकांच्या हिताची कामे करूनदेखील त्यांचे प्रेम व आदर भूमिगतांनी सांभाळावयाचे असे ठरले.

वरीलप्रमाणे महाराष्ट्रातील वेगवेगळ्या जिल्ह्यांतील कामे एकसूत्रीपणाने कशी पार पाडावयाची याची रूपरेषा ठरली तरी ज्या त्या जिल्ह्यात आणि ज्या त्या जिल्ह्याच्या विविध भागांत तेथील कामे कोणी व कशी चालवावयाची याची योजना ज्या त्या जिल्ह्याने आखणे आणि ती

योग्य प्रकारे पार पाडणे ही गोष्ट ज्या त्या जिल्ह्याच्या प्रमुख कार्यकर्त्यांनी ठरविणे जरूर होते. त्या वेळच्या सातारा जिल्ह्यात विटे, खानापूर, तासगाव व शिराळा या पेट्यांसह वाळवा तालुका हे विभाग व त्यांच्यासह हल्लीचा सातारा जिल्हा या सर्वांचे एकंदर नऊ गट करण्यात आले. त्या गटांचे प्रमुख व त्यांचे एकूण कार्यकर्ते येणेप्रमाणे ठरविण्यात आले. १) नाना पाटील यांचा गट ७५ लोकांचा, २) यशवंतराव चव्हाण यांचा ७५ मंडळींचा, ३) काशीनाथ देशमुख यांचा २५ लोकांचा, ४) वसंतराव पाटलांचा ४० तरुणांचा, ५) गोविंदराव खोत यांचा २५ लोकांचा, ६) स्वामी रामानंद यांचा २५ कार्यकर्त्यांचा, ७) बाबूराव चरणकर यांचा ३१ युवकांचा, ८) बाबूराव बोराटे यांचा ५० साथींचा, ९) भूपाल कत्ते यांचा १५ सहकाऱ्यांचा असे ९ गट करण्यात आले. हे गट नाना पाटील, यशवंतराव चव्हाण, वसंतराव पाटील, स्वामी रामानंद आणि बाबूराव चरणकर वगैरे प्रमुख मंडळींनी ठरविले. प्रत्येक गटाचे कार्यक्षेत्रही वाटून दिले होते. या नऊ प्रमुखांनी आपापल्या विभागात वर निर्दिष्ट केलेली कामे अगर त्यासारखी कामे करता येतील ती पार पाडून चळवळीत खंड पडू द्यायचा नाही असे ठरविले. स्वराज्य दिल्यावाचून आपली सुटका नाही हे ब्रिटिशांना खडसावून जाणवून द्यायचे. हे इर्षेने घडवून आणण्याचा जणू विडाच या कार्यकर्त्यांनी उचलला आणि ते नेटाने भूमिगत राहून या कार्यवाहीस लागले.

भूमिगतांच्या नऊ गटांतील त्यांच्याकडील सहकाऱ्यांची संख्याच तीनशेच्यावर होती. त्याशिवाय त्यांना साथ देणारे आणखी अनेक भूमिगत होते. यांतील बरीचशी मंडळी गरीब होती. त्यांच्या कुटुंबांचा चरितार्थ चालविणे आणि ज्या ग्रामीण जनतेचा आपण आश्रय घेतो, त्यांच्या हिताच्या कामासाठी पैसा उभा करणे जरूर होते. त्यासाठी शत्रूच्या रेल्वेसारख्या वाहनांतून जाणाऱ्या पैशावर आकस्मिक हल्ला करून संपत्ती प्राप्त करून घेणे व स्वतःच्या संरक्षणार्थ आणि धाडसाची कामे पार पाडण्यास पोलिसांवर अगर शस्त्रसाठ्यावर छापा घालून बंदुका, काडतुसे व अन्य शस्त्रे मिळविणे आवश्यक झाले. ती शस्त्रे हाती आल्याशिवाय शत्रूच्या दळणवळण व संदेशवाहक यंत्रणेचा विध्वंस अगर मोडतोड करणे शक्य नव्हते. ग्रामीण जनतेच्या कल्याणासाठी ग्रामराज्य व प्रति-सरकार स्थापनेच्या कामात हात घालून ती कामे पार

पाडण्याची जेव्हा शिकस्त केली, तेव्हा त्या जनतेच्या आश्रयाने व मदतीने भूमिगतांना दीर्घकाळ स्वातंत्र्याचा लढा चालविता आला. भूमिगतांच्या विशेषतः क्रांतिसिंहांच्या अशा कामाचा थोडक्यात आढावा घेऊ. यातील काही कामे इतर गटांच्या आणि मग जिल्ह्यातील कार्यकर्त्यांच्या सहकार्याने करावी लागली.

नाना पाटील समूहाने कुंडल बँक लुटली. चळवळे व पोलीस यांच्यामध्ये नागठाणे येथील रानात गोळीबार होऊन पोलीस पळून गेले; नागराळेहून किर्लोस्करवाडीस जाणाऱ्या लष्करी पोलिसांच्या बंदुकी लांबविल्या. २७ नोव्हेंबर १९४२ रोजी गोळीबाराच्या जोरावर सरकारी कोठ्यातील ३५ पोती धान्य लुटून गोरगरिबांना वाटण्यात आले. यामुळे भूमिगतांवर ग्रामीण जनतेची श्रद्धा बसली.

मिरजेहून रेल्वेतील लोकांचा पगार घेऊन जाणारी पे ट्रेन ७ जून १९४३ रोजी नाना पाटलांच्या समूहाच्या १४ लोकांनी लुटली आणि वीस हजार रुपये लांबविले. ही पे ट्रेन बिचुद-शेणोली स्टेशनांच्या दरम्यान लुटली. या पैशाचा उपयोग गरिबांसाठी, अनाथ भूमिगतांच्या कुटुंबांसाठी आणि चळवळ चालविण्यासाठी केला गेला. वर्धनगड टपाल मोटार लुटून कोल्हापूर पोलिसांच्या तीन रायफली काढून आणल्या. कऱ्हाडचे सदूभाऊ पेंढारकर आणि त्यांच्या सहकाऱ्यांनी शिरवडे रेल्वे स्टेशन जाळून पाच बंदुका व १५० काडतुसे लांबविली.

सर्वांत मोठी लूट म्हणजे खानदेशी जिल्ह्याचा खजिना इंपिरियल बँकेतून नंदुरबारला जात होता त्याची होय. खजिना नेहमी सर्व्हिस मोटारीने जाई. सातारचे गणपती लाड व नागनाथ नायकवडी या नाना पाटलांच्या भूमिगतांनी खानदेशचे उत्तमराव पाटील व त्यांचे भूमिगत साथी यांच्याशी संधान साधले. त्यात सातारा जिल्ह्यातील धोंडीराम माळी, निवृत्ती कळके आदींचा समावेश होता. 'खजिना नंदुरबारला जाणार आहे, त्यात पाच लाख पन्नास हजार आठशे पंचेचाळीस रुपये आहेत' असा संदेश भूमिगतांना मिळाला. तो लुटण्याच्या कामी अनेकांचे सहकार्य होते. १४ एप्रिल १९४४ रोजी खजिना ज्या सर्व्हिस मोटारीतून जात होता, ती सर्व्हिस मोटार चिमठाणा स्टँडवर आली. पुढच्या कंपार्टमेंटमध्ये खजिन्याच्या आठ पेट्या ठेवल्या होत्या व त्याचे संरक्षण हत्यारी ड्रेसमधील २ पोलीस, साध्या ड्रेसमधील हवालदार व दोन

कारकून करीत होते. चिमठाणे स्टँडवर काही उतारू उतरताच चार भूमिगत आत घुसले आणि नंदुरबारला लग्नाला जाण्याची निकड असल्याची सबब सांगितली. तिघा भूमिगतांची बैठक बसवून डॉ. उत्तमराव पाटील उतरले आणि मालमोटारीने पुढे रवाना झाले. मोटार जंगलातून जाणाऱ्या रस्त्यावरून चालली असताना बाहेरील चार भूमिगतांनी आपसांत भांडण चालल्याचे दाखवून रस्ता अडविला. नागनाथ नायकवडीने ड्रायव्हरला मोटार थांबविण्यास सांगितले. तो ऐकेना. तसे नागनाथने त्याच्या हातावर दोन गोळ्या झाडल्या. धोंडीराम माळीने मोटारीत रिव्हॉल्व्हर झाडले, हवालदार जखमी झाला. धोंडीरामने पोलिसालाही गोळी घालून जखमी केले. बंदुका, काडतुसे व पोलिसांचे ड्रेस भूमिगतांनी ताब्यात घेतले. चाके पंक्चर केल्याने मोटार रस्त्यातच थांबली. भूमिगतांनी प्रवाशांना झाडाखाली बसवले आणि सर्व नोटा धोतरात बांधून ते डोंगराच्या रस्त्याने पसार झाले. या प्रकाराची बातमी लागताच धुळ्याहून पोलीस आले. त्यांची व भूमिगतांची अर्धा तास गोळीबाराची लढाई झाली. धोंडीराम रिव्हॉल्व्हर झाडीत होता. गणपती लाड व नागनाथ बंदुकी चालवीत होते. डॉ. उत्तमराव ओढ्याच्या बाजूस गाठोडी पुरण्यात गुंतले होते. अखेर अंधार पडल्याने ही लढाई थांबली आणि पोलीस मोकळ्या हाताने निघून गेले.

१५ एप्रिल रोजी दोरकुड गावी जाऊन सरकारी अधिकारी असल्याच्या दमात बैलगाड्या मिळवून खजिना साताराकडे रवाना होण्याची व्यवस्था केली गेली. शिरस्त्याप्रमाणे २५ टक्के म्हणजे सव्वा लाख रुपये खानदेशाकरिता उत्तमरावांच्याकडे दिले. खर्च वगैरे वजा जाता सातारा जिल्ह्यास सव्वा दोन लाखाच्या वर रक्कम मिळाली. ती भूमिगतांच्या कुटुंबांच्या पोषणासाठी व इतर कामांसाठी खर्च केली गेली.

१६ ऑगस्ट १९४२ रोजी नाना पाटलांच्या लोकांनी किर्लोस्करवाडी व भिलवडीदरम्यान मालगाडीचे २७ डबे रूळावरून पाडून अनेक दिवस रेल्वे वाहतूक बंद पाडण्याचे काम घडवून आणले.

वरीलप्रमाणे सर्वत्र सरकारी सामग्रीची विध्वंसक चळवळ चालू असताना कुपवाडला बॉम्बस्फोट करून सारा-वसुलीचे ५०० रुपये लुटले आणि पाटलांची बंदूक भूमिगतांनी हस्तगत केली. कुपवाड ते मिरज रेल्वेचे इंजिन व तेरा डबे बरबाद केले.

वसंतराव पाटलांना पकडण्यास एक हजार रुपयांचे बक्षीस लागल्याने त्यांना व हिंदुराव पाटील वगैरे सहाजणांना २२ जून १९४३ रोजी सांगलीस पकडले. २४ जुलैला वसंतराव, हिंदुराव वगैरे १४ लोकांनी जेलवर असलेल्या पोलिसांच्या ११ बंदुका व २४० काडतुसे घेऊन तटावरून उड्या मारल्या व ते जेलमधून पळाले. तटावरून उडी मारताना हिंदुरावांचा पाय मोडल्याने ते पोलिसांना सापडले. वारणेचा प्रवाह ओलांडताना बाबूराव जाधवांना पोलिसांची गोळी लागून ते ठार झाले. दुसरा एक सहकारी पत्रावळे यास पोलिसांनी गोळी घालून ठार केले, तर इतर चारजण सहीसलामत सुटले. वसंतराव पोलिसांना झुंज देत होते; पण त्यांच्या छातीजवळ व खांद्यास गोळ्या लागल्याने ते पडले. पोलिसांनी त्यांना व इतर सहा लोकांना पकडले. वसंतराव व हिंदुरावांवरील खटला एक वर्ष चालू होता. त्यांना निरनिराळ्या आरोपांखाली प्रत्येकी तेरा वर्षांची शिक्षा झाली.

३ जून १९४३ रोजी जिल्ह्यातील प्रमुख भूमिगतांची सभा घेण्यात आली. त्यात यशवंतराव चव्हाणांना अच्युतरावांचा निरोप आला की, दडपशाही फार वाढल्याने चळवळ बंद करण्याचा निर्णय घ्यावा. कार्यकर्त्यांना तर जनता आपल्याकडे अधिक जवळ येत असल्याचे प्रत्ययास येत होते. अच्युतरावांच्या निरोपात अशी खोच होती की, जनता आपल्यापासून दूर जात असेल तर ताबडतोब काम बंद करावे, तेव्हा जिल्ह्यातील खरी स्थिती समजून देण्यास खास मंडळी मुंबईस पाठविली. त्यांनी ताबडतोब जाऊन वस्तुस्थिती सांगितल्यावर काम सुरू ठेवण्याचे अच्युतरावांचे पत्र आणताच ३ ऑगस्ट १९४३ रोजी जिल्ह्याची प्रमुख मंडळी पणुंब्रे येथे जमली आणि जिल्ह्याचे सर्व संघटन संपूर्ण झाले आहे याची प्रचिती म्हणून २० ऑगस्ट १९४३ रोजी रात्री १२ वाजता कोल्हापूरच्या टोपपासून नीरेपर्यंत ४० ठिकाणी २००० तारा तोडून त्याचे खांब एकाच वेळी मोडले. अधिकाऱ्यांना त्याचा फार अचंबा वाटला. मोटारी सोडून मशीनने हे केले असावे अशी त्यांनी आपली समजूत करून घेतली. या वेळी क्रांतिसिंह भूमिगत पुढाऱ्यांच्या हरएक बैठकीस उपस्थित राहून मार्गदर्शन करीत.

'करेंगे या मरेंगे'च्या चळवळीस गावोगावचा हार्दिक पाठिंबा मिळावा म्हणून त्यांच्या हिताची खालील कामे भूमिगतांनी सुरू करून पुढे

शिस्तबद्धपणे चालविली होती. खेड्यापाड्यांच्या या देशात शेतकरी व कामकरी यांची लोकशाही नांदवायची तर ग्रामराज्य ग्रामपंचायतीच्या रूपाने सुरू करून नांदणार. त्यासाठी गावाच्या लहान-मोठेपणाप्रमाणे ग्रामराज्याच्या सदस्यांची संख्या ५, ७, ९ याप्रमाणे ठेवली. हे सदस्य निर्व्यसनी असावेत आणि देशद्रोही नसावेत. त्यांनी न्यायबुद्धीने होता होईल तो एकजुटीने काम करावे असे ठरून न्यायमंडळे सुरू करण्याचे काम शिराळा पेटा, शाहूवाडी व मलकापूर जहागिरीतील मिळून ४०० गावांत १९४३ पासूनच सुरू केले. दारूबंदी हाती घेऊन अनेक गावांत ती यशस्वी केली. उदाहरणार्थ आर्वी, नाझरी अशा बारा गावांत दरसाल बेकायदा साडेतीन लाख रुपयांची, १५ वर्षे गाळण्यात येत असलेली दारू बंद केली; त्याची सरकारी अधिकारीही प्रशंसा करू लागले. गावगुंडांची जाहीर चौकशी करून लोकांचे पैसे काढण्याची त्यांची कारवाई बंद करणे; चोऱ्या व बेनवाड, फसवाफसवीची प्रकरणे उघडकीस आणून गुन्हेगारांना शिक्षा करणे, समारंभातील व लग्नातील खर्च मर्यादित करणे आणि अत्यंत कमी खर्चात सामुदायिकपणे लग्ने करणे, अनाथ स्त्रियांच्या पोटापाण्याचे प्रश्न सोडविणे, अस्पृश्यता निवारण, साक्षरताप्रसार, ग्रामीण वाचनालये आणि जातीजातींतील ऐक्याचा प्रचार अशी अनेक प्रकारची कामे भूमिगतांनी हाती घेतली.

न्यायदान मंडळाचा प्रयोग हा शिस्तबद्ध करण्यात आला. प्रथम स्थापलेले न्यायदान मंडळ ८० टक्क्यांवरील तंटे तडजोडीनेच मिटवी. पुढे त्याला नियम करून शिस्तबद्ध स्वरूप देण्यात आले. गावची कमिटी १०० रुपयांच्या आतील दावे चालवी. एकमताने झालेल्या दिवाणी दाव्यावर अपील नाही. स्थावराचे दावे, मृत्युपत्रे, वारसाहक्क वगैरे कायम स्वरूपाचे दावे गाव कमिटीने शिफारस करून दोन इन्स्पेक्टर्स व एक कायदेतज्ज्ञाच्या गट कमिटीकडे पाठवावयाचे. गट कमिटीला गाव कमिटीच्या निकालावर निकालापासून १५ दिवसांत अपील करण्याचा आणि गट कमिटीच्या निकालावर मध्यवर्ती कमिटीकडे अपील करण्याचा अधिकार १५ दिवसांत करण्याचा असे. फौजदारी स्वरूपाचे खटले पहिल्या वर्गाच्या मॅजिस्ट्रेटच्या अखत्यारीपर्यंतचे गाव कमिटीकडे, त्यावर पहिले अपील गट कमिटीकडे व तिच्यावर अपील मध्यवर्ती न्यायमंडळाकडे. विशेष गुंतागुंतीच्या व कायद्याच्या बिकट विचाराच्या कामी जुन्या व

तज्ज्ञ काँग्रेस कार्यकर्त्यांचा अभिप्राय घेण्यात येत असे. असले दोन दावे माझ्याकडे अभिप्रायार्थ आले होते. कामांचा निकाल पाहिला तर सर्व न्यायमंडळांकडे आलेल्या एकूण ५९०० कामांपैकी ३८३५ दाव्यांचा निकाल झाला. यावरून न्यायमंडळे चालली त्या काळात या संस्थेचे काम केवढ्या मोठ्या प्रमाणात आणि प्रति-सरकारचे एक महत्त्वाचे अंग म्हणून चालत असे हे लक्षात येईल; त्यामुळे ग्रामराज्याच्या कार्यालाही विधायक स्वरूपाचे व प्रतिष्ठेचे स्वरूप आले. या कामामुळे परकीय सत्तेला एक प्रतिस्पर्धी प्रति-सरकार निर्माण झाल्याची जाणीव झाली व त्यामुळे भूमिगतांच्या कार्याची अधिक दडपशाही सुरू झाली. जनतेला मात्र भूमिगत त्यांच्या विधायक कामांमुळे अधिकाधिक हितकर्ते वाटू लागले.

नाना पाटलांच्या अधिकार गटाच्या क्षेत्रांत कुंडल येथे व्यायामशाळा स्थापन करण्यात आली. विधायक कार्यप्रवृत्तीचा परिपोष करण्यासाठी काहीशा लष्करी पद्धतीवर ग्रामीण तरुणांची तुफान सेना, आझाद सेना या नावाने सेना तयार केली. त्यात ५००० सैनिक व २५० कॅप्टन होते. ही मूळ कल्पना आप्पासाहेब लाड यांची असून या सैनिकांची व्यवस्था आप्पासाहेब व जी. डी. लाड हे क्रांतिसिंहांच्या देखरेखीखाली पाहात. पोलिसांच्या हालचालींची माहिती मिळविणे. न्यायदानप्रसंगी उपस्थित राहणे, भूमिगतांची पत्रे व निरोप पोहोचविणे वगैरे कामे ही सेना करीत असे. न्यायदान मंडळांच्या कामासाठी यातील ३० कॅप्टन विशेष बौद्धिकाने तयार केले होते. विधायक कार्याने जनतेची सेवा करणे, न्यायदान मंडळाने जनतेच्या हक्कांना संरक्षण व स्थैर्य देणे आणि त्यासाठी लष्करी धर्तीची सेना तयार ठेवणे यामुळे प्रति-सरकारला विशेष महत्त्व प्राप्त झाले.

कार्यकर्ते किती उत्साही व तत्पर असतात हे पाहण्यास आणि त्यांना उत्तेजन देण्यास ४-१०-४४ रोजी नाना पाटील पेट्यातील पणुंब्रे गावी गेले व त्यांची सभा घेतली. त्या वेळी आसपास पोलिसांची धामधूम चालू असताना व धरपकड केली जात असताना क्रांतिसिंहांच्या मार्गदर्शनासाठी २०० कार्यकर्ते उपस्थित होते. नाना पाटलांच्या गटाचे स्थान तेथून फार दूर असताना या भागातील कार्यकर्त्यांची पाहणी करून आणि त्यांना अधिक स्फूर्ती व उत्तेजन देऊन ते परत गेले.

स्वामी रामानंदांची ६-१-४५ रोजी तुरुंगातून सुटका होताच त्यांनी ताबडतोब नाना पाटील व इतर पुढाऱ्यांची भेट घेतली. त्यांच्याशी विचारविनिमय करून ग्रामराज्याच्या प्रचारासाठी खेडोपाडी दौरा सुरू केला. सभाबंदी व भाषणबंदी होती तरी १०८ सभा घेऊन भूमिगतांमध्ये व जनतेमध्ये या कार्याबद्दल त्यांनी फार मोठे चैतन्य व आवड निर्माण केली.

खानदेशचे उत्तमराव पाटील यांनी आपल्याबरोबर तिकडील भूमिगत घेऊन १९४५ च्या प्रारंभापासून नाना पाटील, जी. डी. लाड व आप्पा लाड यांच्याशी चर्चा व सहकार्य करून त्या सर्वांनी प्रति-सरकार व त्याच्या कार्याची रूपरेखा निश्चित केली. गावोगाव सभा घेऊन या कार्याचा प्रचार व प्रसार केला आणि ग्रामन्यायालये मूर्त स्वरूपात आणली.

मध्यवर्ती मंडळाचे सूत्रधार अच्युतराव पटवर्धन क्रांतिसिंहाच्या कुंडलच्या बैठकीला या जिल्ह्यात १४-७-४५ रोजी प्रथम आले. तुफान सैनिकांनी त्यांना मानवंदना दिली. त्या वेळी त्यांनी सेवादल व तुफान संघटना कशी एकमुखी झाली पाहिजे हे विशद करून सांगितले. त्या वेळी जिल्ह्यातील सुमारे ७५ कार्यकर्त्यांची अच्युतराव पटवर्धन यांच्याबरोबर आणि या सभेसाठी आलेल्या शंकरराव देव व रावसाहेब पटवर्धन यांच्याबरोबर येथील कार्यासंबंधी चर्चा झाली.

अशा प्रकारे साताऱ्यातील प्रति-सरकारचा लढा निकराचा पण सूत्रबद्ध होता. भूमिगत पुढाऱ्यांच्या वारंवार विचारविनिमयाने व एकविचाराने तो शिस्तीत चालला होता. जो तो आपल्या कार्यक्षेत्रात कार्य करीत असला तरी पुढाऱ्यांच्या सभा व विचारविनिमय वारंवार होई. जिल्ह्यातील पुढाऱ्यांना मुंबईतील मध्यवर्ती मंडळाच्या सूत्रधारांचे वारंवार मार्गदर्शन होई. कोणत्याही अडचणीच्या प्रसंगी भूमिगत आपले दूत मुंबईस पाठवून आणि मध्यवर्ती मंडळही आपले दूत अगर कार्यकर्ते येथे पाठवून माहिती घेत व मार्गदर्शन करीत. सरकार घाईला आणणारा विध्वंसक कार्यक्रमदेखील एक विचाराचा व शिस्तशीर होता. त्याला त्यांनी प्रारंभी महत्त्व दिले हे तर खरेच; पण नंतर ग्रामराज्य व प्रति-सरकार स्थापून गुंड व दरोडेखोरांचा बंदोबस्त, न्यायदान इत्यादी पूर्वी वर्णन केलेल्या ग्रामीण जनतेच्या उत्कर्षाच्या विधायक बाबींना विध्वंसक

कार्याहून अधिक महत्त्व दिले आणि विधायक कार्यक्रम विशेष जोमाने अमलात आणला. शिस्तबद्धता आणण्यात सेवादल व तुफान सेना यांना महत्त्व देऊन संघटना बळकट केली. म्हणूनच सातत्याने चाललेल्या ४-५ वर्षांच्या कार्याबद्दल जयप्रकाश नारायणांनीही धन्योद्गार काढले.

स्वातंत्र्योत्तर काळात क्रांतिसिंह नाना पाटील यांना पक्षाने उत्तर सातारा जिल्ह्यात माझ्याविरुद्ध १९५७ च्या लोकसभेच्या निवडणुकीत उभे केले होते. त्या पूर्वीच्या १९५२ सालच्या लोकसभेच्या पहिल्या निवडणुकीत मी यशस्वी होऊन काम केले होते आणि माझ्या कामगिरीमुळे मला पुन्हा तेथेच १९५७ साली काँग्रेसने उभे केले. क्रांतिसिंहांना या मतदारसंघात उभे करणाऱ्या त्यांच्या पक्षातील प्रमुखांना ते असे म्हणाल्याचे कानावर आले की, "मला कशाला वाघाच्या तोंडी देता? दुसऱ्या कोठल्या तरी जागी उभे करा." त्यांच्या पुरस्कर्त्यांनी त्यांना सांगितले की, "तुम्ही सिंह आहात, तुम्हालाच तेथे उभे राहिले पाहिजे, यशस्वी व्हाल!" राज्य पुनर्रचनेच्या पार्लमेंटच्या दोन्ही सभागृहांच्या जॉइंट-सिलेक्ट-कमिटीवर सभासद म्हणून माझी नेमणूक करण्यात आली. त्यामध्ये संयुक्त महाराष्ट्राच्या मागणीबद्दल मी जोरदार पुरस्कार केला; पण त्या कमिटीचा रिपोर्ट जेव्हा आम्ही केलेल्या मागणीप्रमाणे झाला नाही, तेव्हा मी व मामासाहेब देवगिरीकरांनी त्या रिपोर्टास आपली भिन्न मतपत्रिका जोडली. त्यात मुंबईसह संयुक्त महाराष्ट्राचा, कर्नाटकातील मराठी भाषक भागाचासुद्धा, जोरदार संयुक्तिक पुरस्कार केला होता; पण ही मागणी मान्य करण्यास काँग्रेस सरकार तयार नव्हते. म्हणून मराठी जनता काँग्रेसवर फार रुष्ट झाली. तिने निवडणुकीत इतर अनेक नामांकित उमेदवारांना पराभूत केले, तसेच नाना पाटलांच्या करवी मलाही पराभूत केले. त्या वेळी क्रांतिसिंहांनी काँग्रेस सरकारास महाराष्ट्रातील लोकमताचा विजय असा स्पष्टपणे जाणवून दिला.

**

११

क्रांतिसिंह नाना पाटील - एक सत्पुरुष

भाई तुळशीदास जाधव

स्वातंत्र्य चळवळीतील नेते, शे. का. पक्षाचे एक संस्थापक

क्रांतिसिंह नाना पाटील म्हणजे आधुनिक महाराष्ट्राच्या इतिहासातील एक मोठी विभूती. खरे साधुपुरुष. ते आधुनिक काळातील संत तुकारामांसारखे संतपुरुषच होत. संत तुकारामांनी जसा संस्कृत भाषेत अडकून पडलेला वेदान्त सामान्य जनांसमोर आपल्या गाथेतून उघडा करून बहुजन समाजाला आत्मदर्शन घडविले आणि वरिष्ठ वर्गाचा कनिष्ठ वर्गावर होत असलेला जुलूम नाहीसा करण्याचा प्रयत्न केला, तसाच प्रयत्न नाना पाटलांनी अलीकडील काळात केलेला आढळतो. नाना पाटलांनी केवळ आपल्या समाजातील वरिष्ठ जातींविरुद्धच लढा दिला असे नसून आपल्या देशातील जुलमी राजकीय सत्ता इंग्रज याविरुद्धही सर्वसामान्य जनतेस पाठीशी घेऊन संघर्ष केला. त्यांचे हे कार्य हे देशभर गाजले.

पत्री सरकार या नावाने पुढे सर्व भारतात प्रसिद्ध झालेली चळवळ म्हणजेच नाना पाटील असे सुसंगत गणित त्या काळी सर्व देशभर मांडले गेले. लोकांची ही भावना खरीही होती. प्रति-सरकार स्थापन करून नाना पाटील आणि त्यांचे सहकारी यांनी सातारा जिल्ह्यातील गुंड व समाजकंटक यांच्या अन्यायास व अत्याचारास पायबंद घालून, सर्व वातावरण बदलून टाकले. यासाठी नाना पाटलांना आपल्या साथीदारांसह फार मोठा लढा द्यावा लागला.

इंग्रजी अमलातील वरिष्ठ अधिकाऱ्यांनी नाना पाटलांना पकडून देण्यासाठी ५,००० रुपयांचे बक्षीस लावले होते; परंतु बक्षिसाच्या लोभाने कोणीही त्यांना धरून दिले नाही. एवढेच नव्हे तर नाना पाटील म्हणजे गरिबांचा वाली, अशी जनमानसात त्यांची प्रतिमा असल्याने

खेड्यापाड्यांतील सर्व जनतेने त्यांना भूमिगत ठेवून सांभाळले.

'साधी राहणी, उच्च विचारसरणी' या तत्त्वानुसार नाना पाटलांची राहणी अतिशय साधी होती. ते संत तुकारामांप्रमाणेच पंढरीच्या विठोबाचे भक्त होते; पण वारकरी पंथातील मंडळींप्रमाणे ते चंद्रभागेच्या वाळवंटी भजनात वेळ घालवीत नसत. श्रमजीवि, कष्टकरी जनता हाच त्यांचा खरा विठ्ठल होता.

नाना पाटील फर्डे वक्ते होते. अमूक ठिकाणी त्यांचे भाषण होणार आहे असे ऐकल्याबरोबर सभास्थानी लोकांची मुंग्यांसारखी रांग लागत असे. त्यांचे भाषण बहादुरीच्या दंडथोपटीने सुरू होत असे. त्यांच्या वक्तृत्वाने व आविर्भावाने ऐकणाऱ्या जनसमुदायास स्फूर्ती व उत्तेजन मिळत असे. अन्यायाचा प्रतिकार करण्यासाठी पंढरपूरच्या वाळवंटात त्यांची व आमची कित्येक भाषणे झाली असतील. पंढरपूरचे सनातनी आमच्या सभांत अनेक अडचणी निर्माण करीत, गुंडगिरी करीत; पण नाना पाटील शेरास सव्वाशेर वागून अशाही अडचणीतून सभा उत्तमपणे पार पाडत.

'गांधी-लग्न' ही नाना पाटलांची आवडती समाजसुधारणा. त्यांनी व आम्ही एकाच मांडवात पन्नास/पन्नास - साठ/साठ लग्ने एका वेळी साजरी केलेली आहेत. अशा लग्नात वरपक्षांना मुलींच्याकडून हुंड्याच्या रूपाने कधीही पैसा घेऊ दिला नाही. आम्ही केवळ फुलांच्या हारांत मोठमोठी लग्ने केली आहेत.

सन १९४७ साली मी, भाऊसाहेब राऊत, शंकरराव मोरे, ज्ञानोबा जाधव, भाई कडू आदी पुरोगामी विचाराच्या ४०-५० कार्यकर्त्यांनी आळंदी येथे शेतकरी कामगार पक्षाची स्थापना केली. काही काळानंतर नाना पाटीलही शे. का. पक्षात आमच्याबरोबर आले. पक्ष स्थापन होण्यापूर्वी व स्थापनेनंतर मी, नाना पाटील आदी बहुजन समाजातील पुढाऱ्यांनी महाराष्ट्रात फार मोठ्या प्रमाणावर दौरे सुरू केले होते.

या दौऱ्यांचा परिणाम होऊन शेतकरी कामगार पक्षाची ताकद खूपच वाढली. त्या वेळी या पक्षात दत्ता देशमुख, केशवराव जेधे, शंकरराव चव्हाण, व्ही. एन. पाटील, जी. डी. लाड, लाड मास्तर इत्यादी अनेक नामवंत मंडळी होती. नाशिकचे काकासाहेब वाघ, नगरचे बापूसाहेब भापकर, भाई सठ्ठा, बाबूराव गायकवाड, बाबूराव जेधे इत्यादी कित्येक

मोठे पुढारी महाराष्ट्रात चोहोकडे नाना पाटलांच्या सभा घडवीत होते. नाना पाटलांच्या व माझ्या सर्वत्र होत असलेल्या सभांमुळे बाळासाहेब खेर, शंकरराव देव, देवगिरीकर आदी पांढरपेशा वर्गातील पुढारी आपल्या स्वतःच्या राजकीय अस्तित्वाविषयी साशंक बनले होते. महाराष्ट्रात नाना पाटलांच्या सभा होऊ नयेत व सर्वसामान्य जनता जागृत केली जाऊ नये, असाही प्रयत्न काही दुष्ट मनोवृत्तीच्या पुढाऱ्यांनी केला. तथापि, या विरोधास न जुमानता आम्ही सर्व लोकांनी महाराष्ट्रभर नाना पाटलांचे दौरे यशस्वी केले.

ज्या ज्या ठिकाणी नाना पाटलांच्या सभा झाल्या, त्या त्या ठिकाणी हजारो- लाखो लोकांनी गर्दी केली होती. अशा प्रचंड सभांतून जनता नाना पाटलांच्यावर पैशाचा पाऊस पाडत असे. दागिने, कपडे, पैसे यांचे ढीग गोळा होत. या सर्व संपत्तीचा उपयोग त्या त्या गावी कमिटी नेमून शेतकरी-कष्टकरी जनतेच्या हिताच्या संस्था काढण्यासाठी आम्ही करत असू.

शेतकरी कामगार पक्षाची मुहूर्तमेढ रोवल्यावर पहिले अधिवेशन सोलापूरला घेतले गेले. दिवसेंदिवस पक्ष लोकप्रिय बनून बहुजन समाजातील अनेक पुढारी त्यात सामील होत गेले. दुर्दैवाने शंकरराव मोरे यांचा फटकळ व बेबनावी असा स्वभाव राही; त्यामुळे शेतकरी कामगार पक्षात फूट पडली. नाना पाटील हे दत्ता देशमुख, एस. के. लिमये, व्ही. एन. पाटील आदींबरोबर पक्षातून बाहेर पडले. तेथेही त्यांनी आत्यंतिक टोकाचे कष्ट उपसून खेड्यापाड्यांतून जागृतीचे कार्य केले.

पुढे नाना पाटील कम्युनिस्ट पक्षात गेले. तेथून पार्लमेंटमध्ये निवडून गेले. त्यांनी स्वतःची अथवा जवळच्या नातेवाइकांची कधीच चिंता वाहिली नाही. एकदा आम्ही पार्लमेंटच्या इनर लॉबीमध्ये बसलो असताना मी सहज त्यांना म्हटले, "पार्लमेंटमध्ये आपणास भत्त्याच्या, पगाराच्या रूपाने जे काही मिळते त्यातून म्हातारपणासाठी काही व्यवस्था करून ठेवावी." यावर नाना पाटलांनी उत्तर दिले, "कशी होणार दादा? मिळतात त्या पैशातून ऑल इंडिया कम्युनिस्ट पार्टीची, महाराष्ट्र कम्युनिस्ट पार्टीची, जिल्हा कम्युनिस्ट पार्टीची व तालुका कम्युनिस्ट पार्टीची वर्गणी देऊन माझ्या मतदारसंघात असलेल्या ऑफिसचा व कार्यकर्त्यांचा खर्च करावा लागतो. काहीही पैसा शिल्लक राहत नाही."

वस्तुस्थिती लक्षात येताच मी ताबडतोब जवळच बसलेल्या कम्युनिस्ट पार्टीच्या पुढाऱ्यांकडे जाऊन नानांकडून या सर्व वर्गण्या न घेण्याची विनंती केली. माझ्या विनंतीचा विचार होऊन नानांच्या सर्व वर्गण्या लवकरच बंद झाल्या.

नाना पाटील हे सरळ, साधे, खरेपणाने वागणारे व गरिबांसाठी हाडे झिजविणारे सत्पुरुष होते. दुर्दैवाने त्यांच्या पायास जखम होऊन शेवटी ते अपंग झाले. ते मिरज हॉस्पिटलमध्ये असताना दोन-तीन वेळा त्यांना भेटण्याचा मला योग आला; पण या भेटीतल्या चर्चेतही ते लोकहिताच्या, लोकसेवेच्याच गोष्टी बोलत आणि जनताजनार्दन परमेश्वराची आठवण करत.

असा हा आधुनिक काळातील सात्त्विक प्रवृत्तीचा नेता स्वभावाने अति धीट, गंभीर, हिंमतबहादूर, जनसेवापरायण व निःस्वार्थी होता. या थोर नेत्याची आठवण तरुण पिढीने सतत ठेवली पाहिजे. तसे केले तर नाना पाटलांचे गुण त्यांच्या ठायीही निर्माण होतील.

म. फुले यांच्या नंतरचा थोर पुढारी!

नाना पाटलांच्या कार्याचे, व्यक्तिमत्त्वाचे, वक्तृत्वाचे वर्णन करावे तेवढे थोडेच आहे. ज्ञानोबा-तुकारामांच्या, शिवरायांच्या, महात्मा फुले यांच्या, टिळक-गांधींच्या, आंबेडकरांच्या परंपरांतील श्रेष्ठ भाग आत्मसात करून आणि आधुनिक मार्क्सवादाची दृष्टी स्वीकारून नाना पाटलांनी प्रचंड ग्रामीण समाजाला नवी दृष्टी देण्याचे प्रयत्न केले आणि राष्ट्रीय, महाराष्ट्रीय, वर्गीय लढ्यांत महत्त्वाची कामगिरी बजावली. महात्मा जोतिबा फुले यांच्या नंतर ग्रामीण मराठी जनतेच्या मनाची पकड घेणारा नाना पाटलांएवढा थोर पुढारी दुसरा झाला नाही असे म्हटल्यास त्यात अतिशयोक्ती होणार नाही.

– कॉ. प्रभाकर वैद्य

१२
क्रांतिसिंह : एक संस्मरणीय व्यक्तिमत्त्व

समाजभूषण पु. पां. ऊर्फ बाबूराव गोखले
स्वातंत्र्यलढ्यातील नेते, लेखक

क्रांतिसिंह नाना पाटील हे एक संस्मरणीय व्यक्तिमत्त्व सातारा जिल्ह्यात असे प्रज्वलून गेले की, त्याची स्मृती ही खेडुतांची, दलितांची आणि अन्यायितांची सेवा करण्यास कोणाही विवेकवंतास स्फुरणच देत राहील. क्रांतिकारक विचारांचे काँग्रेस कार्यकर्ते म्हणून आणि विशेषतः १९४२ च्या 'चले जाव' आंदोलनातील सातारा जिल्ह्यातील प्रति (पत्री) सरकारचे प्रवर्तक म्हणून ते महाराष्ट्राच्या व पर्यायाने भारताच्या ऐतिहासिक क्षितिजावर झळकले हे खरे; पण ते तसे चमकावयास त्यांचा मूळ पिंडच कारण होता.

मुलकीपर्यंतचे त्यांचे प्राथमिक शिक्षण होताच त्यांनी तलाठी म्हणून ब्रिटिश सरकारच्या नोकरीत प्रवेश केला असला तरी समाजात जातिभेदाने आणि सावकारीप्रमाणेच सुशिक्षित उच्चभ्रूंची जी उच्च-नीचता प्रस्थापित झाली होती, तिची चीड त्यांना जन्मजात असल्याकारणाने, ते आपल्या कार्यक्षेत्रात त्या विषमतेविरुद्ध जळजळून बोलत आणि कडकडून झगडत. हे त्यांच्या सहकारी मित्रांप्रमाणेच समाजनिरीक्षकांच्याही केव्हाच लक्षात आलेले होते. त्याबाबत त्यांनी महात्मा फुले किंवा राजर्षी शाहू महाराज यांचा संप्रदाय जरी प्रत्यक्ष दीक्षेने पत्करला नसला तरी तशापैकी काही कार्य आपल्या हातून आपल्या मगदुराप्रमाणे व्हावे ही महत्त्वाकांक्षा त्यांच्या मनात होतीच.

पाने का कुजतात? घोडा का बुजतो? भाकरी का करपते? या तीनही प्रश्नांना जसे 'फिरवले नाही' म्हणून हे एकच उत्तर आहे. तसेच

हिंदुस्थानातील दैनंदिन जीवनाच्या बारीकसारीक गोष्टींत, विळ्या-कोयत्यापासून ते चोळी-कुडत्यापर्यंत इंग्रजी राजवटीची पद्धतशीर पण चंगीजखानी लूट शिरली आहे; म्हणूनच हिंदुस्थानातील आणि हिंदुस्थानावरील सर्व आपदा आहेत आणि म्हणूनच राजकीय पारतंत्र्य प्रथम निपटले पाहिजे, हे लो. टिळकांचे मत नाना पाटलांना पटले नव्हते. ते पटावयास अस्पृश्यता निर्मूलनापासून वस्त्रस्वावलंबनापर्यंत आणि असहकारापासून अन्याय-कायदेभंगापर्यंत महात्मा गांधींच्या चळवळीतील प्रेरणा कारण झाल्या आणि १९३० च्या चळवळीत सरकारी नोकरीच्या रुपेरी बेड्या तोडून नाना पाटील राजकीय आखाड्यात उतरले आणि आपल्या कार्यक्षमतेने व लोकमताच्या पाठिंब्याने महाराष्ट्र प्रदेश काँग्रेस कमिटीतही जाऊन बसले.

पण अधिकाराच्या किंवा पदवीच्या जाळ्यात गुरफटणारी नानांची मनोवृत्तीच नव्हती. नानांची प्रकृती, प्रवृत्ती आणि प्राप्त परिस्थितीला प्रतिसाद देण्याची कृती ही मर्दुमकीची होती. १९३५ नंतर म. गांधींच्याच शब्दांत सांगावयाचे तर 'संसदीय मनोवृत्ती घर धरू लागल्याने' विधिमंडळाच्या निवडणुका काँग्रेसने लढविल्या व त्या यशस्वी करण्यासाठी नाना पाटील झटलेही; पण विधिमंडळाच्या चार भिंतींच्या आत परकीय सत्तेशी करावयाच्या झटापटीपेक्षा त्यांच्या नेतृत्वाखाली १९३० साली सातारा, कऱ्हाड येथे हजारो माणसांनी राज्यपालांचे काळ्या निशाणांनी जे पारतंत्र्याच्या धिक्कारात स्वागत केले ते त्यांना अधिक मानवले, असा माझा आढळ आहे; त्यामुळेच १९४२ साली म. गांधींनी 'चले जाव'ची चळवळ सुरू करताच त्यांनी आपले सहकारी कुंडलचे लाड बंधू व तांबट काका (मूळ कऱ्हाडचे, शोभेच्या दारूचे दुकानदार) यांच्यामार्फत, इंग्रज सरकारने भारतातून गाशा गुंडाळताच येथे स्थापन व्हावयाच्या देशी कारभाराची साधने तयार हवीतच या ध्येयाने, कुंडल येथे व्यायामशाळा, सेवादल, शिक्षण, गनिमी काव्याने लढणारी सशस्त्र सेना अशा ज्या उभारण्या केल्या, त्यात तांबट काकांची संघटनकुशलता, लाडबंधूंची बुद्धिप्रधान अशी रेखीव आखणी आणि 'दे दान गुप्त' अशी जनतेची साथ जी निर्माण झाली ती आरंभी नंदादीपासारखी शांतपणे तेजाळली.

तिच्या जोरावरच ब्रिटिश राजवटीचे निर्मूलन करण्याकरता नानांच्या

'करणे ते लोकांकरवी करवावे' या लोकशाही शिक्षणाच्या धोरणाने परकीय सत्तेवरील आक्रमक चढती सुरू झाल्या. खेड्यातील पाटील-तलाठ्यास जबरीने सारा वसूल न करण्याच्या सूचना देणे, परकीय सत्तेच्या 'खबऱ्यांना' आणि वेळप्रसंगी 'महात्मा गांधी की जय' म्हणून देशभक्तीचा डिंडिम वाजवीत पण आपल्या स्वभावधर्माप्रमाणे व वहिवाटीप्रमाणे समाजात राजरोस गुंडगिरी करणाऱ्यांना पायाच्या तळव्यावर लाठीचे ठोके मारून जाम करणे, खेड्यापाड्यांतील परकीय सत्तेची प्रतीके असलेली पोस्ट, पोलीस स्टेशने अग्निदिव्यात घालणे इत्यादी प्रकारांनी परकीय सत्तेला जीव मुठीत घ्यावयास नानांच्या नेतृत्वाने कमी केले नाही.

एका बाजूने परकीय सत्ता हटविण्याचे, आटविण्याचे निदान अडविण्याचे प्रयल चालू असतानाच, ती सत्ता गेल्याबरोबर तिच्या जागी स्वदेशी विधायक शासन उभे राहिलेच पाहिजे म्हणून त्याच्या निर्मितीकरता लागणारा पैसाही ताकारी स्टेशनवर पे-ट्रेन लुटण्यापासून सावकारीचे झाडे घेण्यापर्यंत, इतकेच नव्हे तर संगिनीच्या पहाऱ्यात चाललेला धुळ्याचा खजिना ताब्यात घेण्यापर्यंत नानांनी व नानांच्या सहकाऱ्यांनी उभा केला आणि?

आणि प्रत्येक खेडे स्वयंपूर्ण व्हावे म्हणून त्या खेड्यातील लोकांनी निवडून दिलेल्या पंचांनी, त्या खेड्याचा कारभार, सामाजिक व आर्थिक व्यवहारांसह आणि कुरबुरी तंट्यांच्या न्याय-निवाड्यांसह लोककल्याणाच्या दृष्टीने चालवावा म्हणून यंत्रणाही उभी केली. फार काय खेड्याखेड्यांच्या संरक्षणाकरता स्वयंसैनिकाची संरक्षक पथके उभारली. अंतर्गत चहाडखोर आणि बाहेरच्या हरामखोरांनासुद्धा स्वतःच्या तुंबड्या भरून प्रतिष्ठा मिरविण्यास सोकावलेल्या अगर परकीय सत्तेने चतुराईने घुसविलेल्या अरेरावांवर टेहळणी करून त्यांना झकासपणे भकास करण्याकरताही 'बहिर्जी नाईका'ची अभेद्य अशी एकेक फळी प्रत्येक गावी उभारण्यात आली. कऱ्हाड, वाळवा या तालुक्यांतून आणि कोल्हापूरच्या आसमंतातून अशी ही प्रति-सरकारची मांडमांडणी सुमारे पावणेचारशे गावांतून कार्यान्वित झाली. ती एवढी प्रभावित झाली की, पंडित नेहरूंनीही 'जय सातारा' असा आनंदोद्घोष केला!

जर्मनीने उभारलेल्या हिटलरी होरपळीने युरोपात आपली प्रतिष्ठा

राजरोस अधःपतित होत आहे, हे उघड्या डोळ्यांनी पाहणाऱ्या इंग्रजी साम्राज्याच्या राजवटीने आपली अब्रू सांभाळण्यासाठी मग भारतीय काँग्रेसशीही गोडीगुलाबीची बोलणी करून १९४६ साली विधिमंडळाच्या निवडणुका घेतल्या आणि काँग्रेस मंत्रिमंडळ दिल्लीपासून गल्लीपर्यंत लोकप्रिय झाल्याचे सूर्यप्रकाशात स्पष्ट पाहिले; त्यामुळे भूमिगत राहून प्रति-सरकार स्थापणारे देशभक्तही खुलेपणाने भारतीय नागरिक म्हणून लोकगौरवाचे हार घेऊ लागले.

भारताला १९४७ साली स्वातंत्र्य मिळाले आणि स्वतंत्र भारताची घटनाही १९५० साली २६ जानेवारीपासून कार्यान्वित झाली. ती पाहण्याचे भाग्य ज्यांना लाभले, त्यांना नाना पाटलांच्या 'दास डोंगरी राहतो, यात्रा देवाची पाहतो' अशा निःस्वार्थी कर्मयोगाच्या तपश्चर्येची जाणीव असल्यामुळे कृतज्ञतेने नाना पाटलांना 'महाराज' म्हणविल्याशिवाय राहवले नाही. एवढेच नव्हे तर 'महाराजांना' दिल्लीच्या मध्यवर्ती विधिमंडळात आपला प्रतिनिधी म्हणून बसविल्याशिवाय चैन पडले नाही. 'फड नासोचि नेदावा' म्हणून नानांनी त्या लोकमताला मान देऊन कम्युनिस्ट पक्षातर्फे मध्यवर्ती विधिमंडळात आसन मांडले आणि एक-दोन प्रसंगी शड्डु ठोकून आपला मराठी बाणा गाजविला! पण दिवसेंदिवस 'घटना लोकशाही, कारभार नोकरशाही आणि लोकयातना दिशा दाही' असा अनुभव येऊ लागल्यामुळे नानांनी संसदीय खुर्चीवरील कामापेक्षा लोकांत मिळूनमिसळून लोकांचे संघटनचैतन्य कायम ठेवण्यातच आपल्या देशभक्तीचे समर्पण करण्याचे ठरविले व तसे आयुष्याच्या अखेरपर्यंत केले. सेवासमर्पण बुद्धीचे नाना पाटलांचे हे व्यक्तिमत्त्व असे संस्मरणीय आणि अनुकरणीय आहे.

वे कर्म के धनी थे।

"श्री. पाटील को निकट से देखने का अवसर मुझे उस समय मिला जब वे लोकसभा के सदस्य निर्वाचित हुए। वे बातों के वीर नहीं, कर्म के धनी थे। १९४२ अगस्त क्रान्ति में उनका योगदान हमेशा स्मरण किया जायेगा।"

– अटल बिहारी वाजपेयी

१३
देशभक्त नाना पाटील यांचे कार्य

आचार्य शं. द. जावडेकर

राजकीय विचारवंत, लेखक, पत्रकार

देशभक्त नाना पाटील यांची-माझी पहिली ओळख १९३२ च्या जानेवारीत येरवडा तुरुंगात डिटेन्यू असताना झाली. त्यानंतर इस्लामपुरास राहू लागल्यापासून अनेक सभांतून त्यांची गाठ पडत असे. खेड्यातील जनतेच्या मनावर छाप पाडणारे आणि तिला थरारून सोडणारे असे वक्तृत्व त्यांच्या वाणीत आहे. शेतकरीवर्गाला अत्यंत प्रिय असा कुस्त्यांचा नाद त्यांना आहे आणि त्यांचे पहिलवानी शरीर कुस्त्या खेळून कसलेले आहे. बोलण्यास उभे राहिल्याबरोबर श्रोत्यांचे मन आकर्षित करण्यासारखा त्यांचा बांधा व चेहरा आहे. हजारोंचा समाज जमला असता त्याला ऐकू जाईल, असा त्यांचा आवाज आहे.

या सर्वांहून महत्त्वाचा असा जो गुण व ज्या गुणामुळे त्यांच्या अंगच्या इतर गुणांना मोल चढले आहे, तो म्हणजे त्यांची क्रांतिकारक देशभक्ती हाच होय. याच गुणामुळे ते म. गांधींचे आणि काँग्रेसचे एकनिष्ठ भक्त बनलेले आहेत. गांधी-युगात सातारा जिल्ह्यात काँग्रेसची शक्ती वाढविण्याचे काम अनेक देशभक्तांनी केले; परंतु नाना पाटील यांच्याइतकी छाप किंवा मोहिनी इतर कोणत्याही व्यक्तीला शेतकरीवर्गावर पाडता आलेली नाही.

खरा हिंदुस्थान खेड्यांत आहे आणि खेड्यातील खरी शक्ती शेतकरीवर्गात आहे. या शेतकरीवर्गाला स्वातंत्र्याच्या क्रांतीची प्रेरणा देण्यास नाना पाटील कारण झालेले आहेत. यामुळे १९४२ च्या क्रांतिकालातील आंदोलनांत साताऱ्यात ज्या क्रांतीची ज्योत पेटली

तिचे बरेच श्रेय नाना पाटील यांच्याकडे जाते.

नाना पाटील अगदी तरुण असताना साताऱ्यात प्रभाव पाडू लागलेल्या सत्यशोधक व ब्राह्मणेतर चळवळीत पडले. या वेळेचे त्या चळवळीचे नेते भास्करराव जाधव हे होते. काही काळाने या ब्राह्मणेतर चळवळीतील तेजस्वी तरुणांना भास्करराव जाधव यांचे धोरण मवाळ वाटू लागले आणि त्यांनी १९३० पासून शेतकरीवर्गाची शक्ती म. गांधी व काँग्रेस यांनी चालविलेल्या स्वातंत्र्याच्या क्रांतीमागे आणून उभी केली. ब्राह्मणेतर चळवळीत १९३० सालच्या सुमारास हे जे मोठे धोरणांतर झाले, त्यात नाना पाटील यांनी आपली शक्ती क्रांतिवादाकडे टाकली. १९३० साली मराठावर्गातील जे देशभक्त धडाडीने काँग्रेसकडे वळले, त्यात १९३४ ते १९४० या दरम्यान फुटाफुटी झाल्या आणि अनेक वाद माजले; पण नानांनी राष्ट्रसभेच्या स्वातंत्र्यनिष्ठेला साजेल असेच आपले धोरण ठेवले आणि १९४२ साली विद्यार्थी-वर्गातून जी नवी क्रांतिकारक पिढी साताऱ्यात पुढे आली, तिला प्रेरणा देऊन साताऱ्यात एक प्रचंड क्रांतिज्योत पेटविली.

ही १९४२ ची क्रांतिशक्ती अखिल भारतीय शक्ती होती आणि तिचे नेतृत्वही अखिल भारतीय होते, हे विसरून चालणार नाही. तथापि, या भारतीय क्रांतिशक्तीचे लोण शेतकरीवर्गात पोहोचविण्याचे कार्य साताऱ्यात फार मोठ्या प्रमाणावर झाले असून तेथे त्या शक्तीस एक विशिष्ट आकार येऊ लागला आहे.

१९४२ पासून साताऱ्यातील खेड्यांत एक प्रचंड शक्ती प्रकट होऊ लागली असून शिवाजी महाराजांची स्वातंत्र्यनिष्ठा आणि गनिमी कावा, समाजवादाचे शेतकरी-कामकरी राज्य आणि नेताजी सुभाषचंद्र यांचे आझाद हिंद सरकार व आझाद हिंद सेना या सर्वांपासून या क्रांतिशक्तीला प्रेरणा व चालना मिळाली आहे. या क्रांतिकारक आंदोलनातून गावराज्याचे ध्येय मूर्त स्वरूपात आणण्याचे प्रयत्न झाले आहेत.

(देशभक्त नाना पाटील : प्रस्तावनेतून २१-१-४७)

**

१४
कॉ. नाना पाटील : एक वादळी व्यक्तिमत्त्व

कॉ. दत्ता देशमुख

लाल निशाण पक्षाचे नेते, डावे विचारवंत

२३ नोव्हेंबर १९७६ रोजी दक्षिण महाराष्ट्रातील काही संघटित विद्यार्थ्यांनी, विशेषतः ग्रामीण भागातील विद्यार्थ्यांनी, नाना पाटील यांच्या अमृतमहोत्सवानिमित्त ग्रामीण जनतेचा एक मोठा मेळावा सांगली जिल्ह्यातील विटे येथे आयोजित केला होता. विद्यार्थ्यांनी वर्गणी जमा करून नाना पाटलांच्या नावे उभ्या केलेल्या प्रशस्त अभ्यासिकेचे उद्‌घाटनही याच वेळी झाले. मार्क्सवादी-लेनिनवादी वाययाच्या अभ्यासाची विशेष तरतूद त्या अभ्यासिकेत व्हावयाची होती. विटे तसे आडवळणी गाव आणि तरीसुद्धा हजारो लोक या मेळाव्याला उपस्थित होते. निरनिराळ्या वयोगटातील व निरनिराळ्या शेतकरी थरांतील ही ग्रामीण मंडळी होती. स्त्रियांची उपस्थिती डोळ्यांत भरत होती. चटचटत्या उन्हात हा समुदाय अत्यंत भाविकपणे व कृतज्ञ भावनेने तेथे जमला होता. गेल्या पन्नास वर्षांत नाना पाटील यांनी सार्वजनिक जीवनाचा जो प्रवास केला, त्यातील प्रत्येक टप्प्याचे साक्षीदार नाना पाटील यांना मनोभावे अभिवादन करण्यासाठी ते तेथे आले होते.

ज्या युवकांनी हा सोहळा संघटित केला होता, त्यांची मार्क्सवादी-लेनिनवादी तत्त्वज्ञानाबद्दल आस या सभेच्या सोहळ्यापाठीमागची प्रेरणा होती. या सभेच्या निमित्ताने मार्क्सवादी-लेनिनवादी विचारप्रणाली प्रमाण मानणाऱ्या कार्यकर्त्यांनी जाहीररीत्या चिंतन करावे, अशी त्यांची योजना होती. या जाहीर चिंतनाच्या सभेत सहभागी होण्याचे मला निमंत्रण होते आणि त्याप्रमाणे सभेत सहभागी होण्यासाठी मी विट्याला गेलो होतो.

सभेच्या ठिकाणी माझी नाना पाटलांची भेट झाली. ती शेवटची ठरली. वस्तुतः ही सभा काही महिन्यांपूर्वीच व्हावयाची होती. नाना पाटलांची प्रकृती ढासळली आणि सभा पुढे ढकलली गेली. सभेत निरनिराळ्या कार्यकर्त्यांनी रीतसर भाषणे केली व नाना पाटील बोलावयास उठले. नेहमीच्या पद्धतीने नाना पाटलांनी जनतेला आवाहनात्मक प्रणाम केला आणि 'कान असून ऐकायचे नाही, डोळे असून पाहावयाचे नाही व तोंड असून बोलायचे नाही' हे वाक्य तीन वेळा घोळले. भाषणाची गाडी पुढे जाऊ शकली नाही. हे जे वाक्य त्यांच्या तोंडात घोळत राहिले होते, त्यातून त्यांच्या मनातील जिवंत कल्लोळ व्यक्त होत होता. केवळ स्वतःच्या इच्छाशक्तीच्या जोरावर ते सभेला आले होते. निसर्गाचे आक्रमण जोरात सुरू होते आणि माझ्या मनात पाल चुकचुकली. अमृतमहोत्सवाच्या सभेचे रूपांतर श्रद्धांजली अर्पण करण्याच्या सभेत होणार काय? त्यांच्या देहाची विकल अवस्था मन विषण्ण करणारी होती; पण मला वाटते की, जीवनाच्या अंताच्या उंबरठ्यावर उभे असताना या सभेमुळे नाना पाटलांना काहीसे आत्मिक समाधान लाभले असावे. त्यांनी उत्तर आयुष्यात अत्यंत उमेदीने क्रांतिकारक विचारप्रणालीचा जो स्फुलिंग महाराष्ट्राच्या ग्रामीण जीवनात फुलवण्याचा प्रयत्न केला होता, तो तेवता ठेवण्यास वैचारिक पातळीवर अत्यंत धुमश्चक्री चालू असताना तरुण पिढीचे ग्रामीण घटक पुढे सरसावत आहेत. ग्रामीण जीवनातील धग जिवंत आहे आणि आपले स्त्री-पुरुष सगेसोयरे जीवनाचा उलगडा करून घेण्याकरिता आसुसलेले आहेत; या दृश्यामुळे त्यांच्या विचारशील मनाला निश्चितच विरंगुळा लाभला असला पाहिजे.

शल्य मनीचे

नाना पाटील गेले आणि एक विचार मनाला चटका लावून गेला की, इतिहास एका प्रचंड सामर्थ्याचा पुरेपूर उपयोग करू शकला नाही. ज्या विचारप्रणालीला, मार्क्सवादी-लेनिनवादी विचारप्रणालीला - अत्यंत उत्कटतेने, विश्वासाने व विचारपूर्वक नाना पाटलांनी कवटाळले, त्या विचारप्रणालीला नाना पाटील आपल्या हातखंडा पद्धतीने त्यांच्या प्रिय मराठी शेतकरी समूहाकडून भरघोस साथ मिळवू शकले नाहीत. हे जे काही घडले, त्याचे शल्य त्यांना कायम सलत असले पाहिजे; पण ते

खचले नव्हते. त्यांच्या रूपाने उभ्या राहिलेल्या सामर्थ्याचा आणि इतिहासाचा बेमालूम संपर्क त्यांच्या प्रदीर्घ जीवनामध्ये वारंवार साधत गेला होता आणि त्यांना काळाचा वेध घेण्याची कुवतही प्राप्त झाली होती; त्यामुळेच बहुधा आत्मबळाच्या जोरावर ते विट्याच्या सभेस आले.

स्वातंत्र्य संपादनानंतर देशात एका नव्या राजकीय पर्वाला सुरुवात झाली आणि महाराष्ट्राच्या सामाजिक जीवनाचा एका विशेष रीतीने आविष्कार होऊ लागला. ब्रिटिश साम्राज्यशाहीविरोधी लढ्यातील कार्यकर्त्यांना संघटनात्मक, कार्यक्रमात्मक, वैचारिक, सांस्कृतिक, राजकीय पातळीवर निरनिराळ्या समस्यांना आणि तद्नुषंगिक संघर्षांना सामोरे जाण्याचा, हात घालण्याचा प्रसंग आला. या उपक्रमांत अनेकांबरोबर मी नाना पाटलांचा सहकारी होतो. महाराष्ट्रात त्या वेळी जे घडत होते, ते देशाच्या घडामोडीच्या संदर्भात महाराष्ट्राचे म्हणून असे खास वैशिष्ट्यपूर्ण घडत होते.

सातारा चळवळ

काँग्रेसच्या पुढारीपणाने ४२च्या ऑगस्ट ठरावाने हाक दिली आणि देशात ब्रिटिश साम्राज्यशाहीविरोधी राष्ट्रीय स्वातंत्र्यवादी आंदोलनाचा विशाल प्रवाह वाहण्यास सुरुवात झाली. या आंदोलनात महाराष्ट्राचे ग्रामीण जीवन तळापासून ढवळून निघाले आणि साताऱ्याच्या आसमंतात 'पत्री सरकार' / 'प्रति-सरकार' या अभिधानाखाली आत्मनिर्धारित, स्वयंशासित, सशस्त्र संघटना स्वरूपात ग्रामीण जीवनात एक नवा उन्मेष आकार घेऊ लागला. सामाजिक, सांस्कृतिक, आर्थिक अशा निरनिराळ्या अंगांवर निरनिराळ्या मार्गांनी महाराष्ट्राच्या ग्रामीण जीवनाला फुलवण्याकरिता धडपडणारी आंदोलने सातारा चळवळीचे उपप्रवाह झाले. सातारा चळवळीचा संचार आणि प्रचार ग्रामीण जनतेच्या कुशीतून होत होता. मुंबईच्या संघटित कामगारवर्गाने आपल्या रक्तामांसाच्या ग्रामीण चळवळीभोवती संरक्षक कवच उभे केले होते. ग्रामीण जीवनाचे आणि त्याच्याशी संबंधित अशा सर्वांचे रंध्र अन् रंध्र उमलले होते. अशा या ग्रामीण जीवनातील प्रचंड सामाजिक बदलात नाना पाटील हे प्रातिनिधिक आसामी झाले. त्यांना हे स्थान प्राप्त होणे म्हणजे प्रसंगवशात

झालेला तो नियतीचा खेळ नव्हता.

मानाचे इंगित

नाना पाटलांनी सत्यशोधक म्हणून समाजजीवनाच्या प्रगतीचा धागा धरला तो त्यांनी हातून गळू दिला नाही. तो धागा धरूनच नाना पाटलांनी स्वातंत्र्यसंग्रामाकरिता ग्रामीण जनतेला सिद्ध करण्याचा उद्योग आरंभला. ४२ चे आंदोलन सुरू झाले आणि ग्रामीण जीवनातील मूळ शक्तींची अस्मिता प्रखरपणे व्यक्त होऊ लागली आणि त्या अस्मितेच्या संरक्षणाकरिता नाना पाटलांनी आपल्या तरुण सहकाऱ्यांसह निःसंकोचपणे हातात शस्त्र घेण्यास मागेपुढे पाहिले नाही.

नाना पाटलांच्या जीवनात ही जी स्थित्यंतरे होत गेली, ती प्रवाहपतिताच्या जीवनातील नव्हती. ज्या ग्रामीण जीवनाचा नाना पाटील जैवघटक होते, त्या जीवनात सर्वांगीण आणि आमूलाग्र परिवर्तन घडवून आणण्याच्या ध्यासातून आपला व्यवहार संघटित करण्यास नाना पाटील उद्युक्त होत असत. अशा व्यवहाराचा मार्ग उजळ करणाऱ्या विचाराची कास, तो विचार पटल्यावर नाना पाटील धरत असत आणि तो विचार लोकसमुदायाच्या मनामध्ये मुरावा म्हणून व त्या विचाराप्रमाणे जनसमूह व्यवहारास प्रवृत्त व्हावा म्हणून अशा कार्यात ते आपल्या खास वावटळी पद्धतीने आपला जीव ओतीत. त्यांच्या जीवनातील स्थित्यंतराचे हे सूत्र होते व त्यांना प्राप्त झालेल्या स्थानाचे इंगित या स्थित्यंतरांमध्ये सामावलेले होते.

जीवनाचा ढाचा जनतेच्या सामूहिक उपक्रमशीलतेतून आणि व्यवहारातून बदलणार आहे, हा धडा ते अनुभवातून शिकले होते आणि त्यांच्या मनावर तो पूर्णपणे बिंबला होता. लोकमत तयार करण्याचे मर्म त्यांना पटले होते. नाना पाटील म्हणत, 'हा पठ्ठा शेतकरी आहे आणि शेताची नांगरट कशी करावयाची हे त्याला चांगले ठाऊक आहे.' नाना पाटील जनमनाची नांगरट उलट करत. ते उत्तम प्रचारक होते. त्यांच्या प्रचाराचा थाट जुन्या वळणाचा होता तरी प्रचारपढीक धंदेवाईकांचा नव्हता. नाना पाटलांचा प्रचार ज्ञानवंताचा होता.

नाना पाटील अडाणी आहेत, सुशिक्षित नाहीत म्हणून टवाळी करण्याची उच्चभ्रू मंडळींत स्वाभाविक प्रवृत्ती होती. त्यांच्यावर आधुनिक

शिक्षणाचे संस्कार होऊ शकले नव्हते हे जगजाहीर आहे; परंतु ते अत्यंत व्यासंगी आणि ज्ञानपिपासू होते आणि ते आपले मुद्दे पुराव्याने आणि बुद्धिगम्य प्रतिपादनाने मांडीत. आपले म्हणणे लोकांच्या मनात ठसले पाहिजे या एकाच विचाराने व्यासपीठावर उभे राहिल्यानंतर ते प्रेरित झालेले असत. आपल्या प्रचारकार्याशी त्यांचे इतके तादात्म्य असे की, हिवाळ्यातही मध्यरात्रीला भाषणानंतर ते घामाने निथळत असत.

अशा नाना पाटलांना स्वातंत्र्यसंपादनानंतरच्या आपल्या जीवनाच्या शेवटच्या टप्प्यात सुरुवातीस संघटनात्मक, कार्यक्रमात्मक, सांस्कृतिक, राजकीय पातळीवर फार झपाझप पावले उचलणे भाग पडले आणि तशी पावले त्यांनी तत्त्वनिष्ठेने उचलली. व्यवहार जाणता पाहिजे आणि त्यापाठीमागे बुद्धिगम्य, जीवनसिद्ध विचारप्रणालीचे सूत्र पाहिजे, हे तत्त्व त्यांना मनोमन पटले असल्याकारणाने तशी पावले ते उचलू शकले.

काँग्रेसअंतर्गत शेतकरी कामगार संघ, शेतकरी कामगार पक्ष, चीनमधील यशस्वी पार्श्वभूमीवर मार्क्स-लेनिनवादी व्यवहाराबद्दल झालेला झगडा, हा सर्व क्रम शीण आणणारा होता, दमछाक करणारा होता. या सामाजिक प्रक्रियेत मी नाना पाटलांच्या खांद्याला खांदा लावून होतो. आमचे जिवाभावाचे संबंध तयार झाले होते; परंतु आमचे संघटनात्मक सहकार्य टिकू शकले नाही. तात्कालिक सामाजिक पोकळी तयार झाली असताना आपले सर्वस्व हरपल्यासारखे वाटू लागते. अशा अवस्थेत नाना पाटील व त्यांचे आम्ही सहकारी यांमध्ये मतभेद झाले आणि आमची संघटनात्मक फारकत झाली. नाना पाटलांनी कम्युनिस्ट पक्षात प्रवेश केला.

पंचवीस वर्षांपूर्वी नाना पाटलांनी अत्यंत विचारपूर्वक खांद्यावर घेतलेले मार्क्स- लेनिनवादाचे क्रांतिकारक निशाण शेवटपर्यंत खाली ठेवले नाही. महाराष्ट्राचे वैशिष्ट्यपूर्ण वादळी व्यक्तिमत्त्व आता निमाले आहे; पण जगात व देशात वादळ घुमू लागले आहे. अशा वेळी या व्यासंगी, क्रियाशील ज्ञानवंतांचा निर्धार महाराष्ट्राच्या जनतेत मुख्यतः कष्टकरी जनतेने समजावून घेतला पाहिजे आणि नाना पाटलांच्या जीवनाचा धडा गिरवला पाहिजे.

**

१५

क्रांतिसिंह नाना पाटील

प्राचार्य डॉ. एन. डी. पाटील

थोर विचारवंत, फुले-शाहू-आंबेडकर यांचे
अभ्यासक आणि सामाजिक चळवळीतील आघाडीचे नेते

सातारा जिल्ह्याला दिगंत कीर्ती मिळवून देण्याचा मान मुख्यत्वेकरून दोन पाटलांच्याकडे जातो. एक कर्मवीर भाऊराव पाटील आणि दुसरे क्रांतिसिंह नाना पाटील. रयत शिक्षण संस्थेच्या माध्यमातून कर्मवीर भाऊराव पाटलांनी विद्यामंदिराची कवाडे जी सर्वसामान्य शेतकरी, शेतमजुरांच्या आणि बारा बलुतेदारांच्या मुला-मुलींसाठी अक्षरशः हजारो वर्षे बंद होती ती सताड उघडून देण्याचे ऐतिहासिक कार्य केले. हे शिक्षण शेतकरी-शेतमजुरांच्या आणि पददलितांच्या चंद्रमौळी झोपडीपर्यंत नेण्यासाठी कर्मवीरांनी अक्षरशः भगीरथालाही लाजवील असे परिश्रम घेतले. जन्मजात जातिभेदाच्या आणि उच्च-नीचतेच्या खोट्या तटबंदी जमीनदोस्त करून एक 'नवा माणूस' घडविण्याची मूस त्यांनी महाराष्ट्राला बहाल केली.

जो ग्रामीण समाज अज्ञान, अंधश्रद्धा, दारिद्र्य व दैन्यावस्था यांच्या खोल गर्तेत खितपत पडलेला होता, त्या समाजाला कर्मवीरांनी प्रकाश दाखविला. ज्ञान व श्रम यांच्या दरम्यान इंग्रजी शिक्षणाने जी फारकत व सतत रुंदावत जाणारी दरी निर्माण केलेली आहे ती नष्ट करण्याचा अभिनव प्रयोग अमलात आणून ग्रामीण महाराष्ट्राची व ग्रामीण गरिबांची चेहरेपट्टी बदलण्याची प्रचंड प्रक्रिया कर्मवीर अण्णांनी सुरू केली. ग्रामीण गरिबांच्या शिक्षणासाठी कर्मवीरांनी केलेले योगदान अभूतपूर्व तर आहेच; परंतु ते केवळ महाराष्ट्रापुरते अगर भारतापुरतेच मर्यादित

नसून 'तिसरे जग' म्हणून ओळखली जाणारी जी अविकसित व अशिक्षित राष्ट्रे आहेत, त्यांच्या शैक्षणिक समस्या सोडवायच्या झाल्यास त्या सर्वांनाच कर्मवीर भाऊराव पाटील यांच्याच शैक्षणिक तत्त्वज्ञानाचा व प्रयोगाचा अवलंब करावा लागेल, ही काळ्या दगडावरची रेघ आहे.

सातारा जिल्ह्याचे दुसरे अण्णा क्रांतिसिंह नाना पाटील यांनी आपली उभी हयात सर्वसामान्य जनतेच्या राजकीय, सामाजिक व आर्थिक मुक्ततेसाठी जो संग्राम करावा लागतो त्यासाठीच आणि त्यासाठीच खर्च केली. या मुक्ती संग्रामामध्ये क्रांतिसिंहांनी केलेला त्याग कोणाचेही डोळे दिपविणारा ठरेल. वर्षानुवर्षे सक्तमजुरीची शिक्षा भोगताना व इंग्रज सरकारच्या तुरुंगात चक्की पिसताना त्यांना जो शारीरिक त्रास सहन करावा लागला असेल, त्यापेक्षा कितीतरी वाईट असा मानसिक त्रास त्या काळात त्यांना सोसावा लागला. त्यांच्या जागी कुणी लेचापेचा माणूस असता तर केव्हाच ढेपाळला असता आणि स्वातंत्र्य संग्रामाला रामराम ठोकून मोकळा झाला असता; परंतु क्रांतिसिंह नाना पाटील हे 'बाजार बुणगे' देशभक्त नव्हते. ते एक वेगळेच रसायन होते.

ऐन तारुण्यामध्ये क्रांतिसिंहांना त्यांच्या पत्नीचे निधन झालेले पाहावे लागले. हे तर काहीच नव्हे; पण त्या आजारी जिवाला ते औषधपाणीदेखील करू शकले नाहीत. अशा विकल मनस्थितीत त्यांच्या जिवाची कशी 'काहिली' झाली असेल याची कल्पना करणेदेखील कठीण! या आजारामध्ये त्यांची पत्नी मरण पावल्यानंतर तिच्या अंत्यविधीला हजर राहणे तर सोडाच; परंतु तिचे साधे अंत्यदर्शनदेखील त्यांना घेता आले नाही. पत्नीच्या मृत्यूपाठोपाठ जन्मदात्या वडिलांचा व आजीचाही मृत्यू व्हावा का! आणि त्याही प्रसंगी क्रांतिसिंहांना त्यांचे अंत्यदर्शन घेता आले नाही. या सर्व प्रसंगी त्यांच्या मनाची किती घालमेल झाली असेल याचे वर्णन करण्यासाठी माझ्याजवळ पुरेसे शब्दभांडार नाही.

तुरुंगवासाबद्दल बोलायचे तर तुरुंगाची भीती त्यांच्या मनाला कधी शिवलीच नाही! "देशभक्ता प्रासाद बंदीशाला" या न्यायाने जेव्हा जेव्हा त्यांना तुरुंगात डांबण्यात आले, तेव्हा तेव्हा राजाच्या खास निमंत्रणाने एखाद्या शाही पाहुण्याने राजवाड्यात प्रवेश करावा अशा थाटात ते तुरुंगाच्या वाऱ्या करीत राहिले! हा साराच कालखंड त्यांच्या

कसोटीचा होता. त्यातले एक उदाहरण पुरेसे बोलके ठरावे. इस्लामपूरच्या मामलेदार कचेरीत दररोज २ वेळा हजेरी देण्याची शिक्षा जेव्हा त्यांच्या वाट्याला आली, त्या वेळी ती हजेरी देण्यासाठी त्यांना इस्लामपूर येथेच राहणे भाग होते. इकडे गावाकडे त्यांची कौटुंबिक आघाडी तर सर्वस्वी उद्ध्वस्त झालेली. इस्लामपुरात राहायचे तर दररोज खाण्या-पिण्याचे काय करायचे? तशातच भरीत भर म्हणून की काय इस्लामपुरातील पांढरपेशा आणि बोलघेवड्या 'देशभक्तांनी' त्यांच्या जेवणा-खाण्याची सोय करणे दूरच; परंतु त्यांना आपल्या दारातदेखील उभे राहू दिले नाही! त्या तथाकथित 'देशभक्तां'चे 'शाडूचे पाय' पाहून क्रांतिसिंहांच्या मनाला काहीच यातना झाल्या नसतील असे कसे म्हणावे? परंतु असल्या कसोटीच्या क्षणीदेखील ते आपल्या अंगीकृत कार्यापासून तसूभरही ढळले नाहीत! याउलट त्या बिकट प्रसंगीसुद्धा त्यांनी इस्लामपूरच्या मोटार स्टँडवर अक्षरशः हमाली करून आणि चणे, चुरमुरे खाऊन आपल्या पोटाची खळगी भरली; परंतु जो झेंडा त्यांनी आपल्या खांद्यावर घेतलेला होता तो त्यांनी खाली पडू दिला नाही. तो दिमाखाने फडकतच ठेवला.

भारतीय स्वातंत्र्यलढ्याच्या गौरवशाली इतिहासात क्रांतिसिंह नाना पाटील हे एक स्वतंत्र व देदीप्यमान प्रकरण आहे. त्यांच्या पराक्रमाने त्यांनी सातारा जिल्हा तर दुमदुमत ठेवलाच; परंतु ब्रिटिश सत्तेला त्यांनी जो दणका दिला, त्यामुळे "आमच्या साम्राज्यावर कधीही सूर्य मावळत नाही" अशी घमेंड बाळगणारी इंग्रजी सत्ता पुरेपूर हादरून गेली. क्रांतिसिंहांच्या आणि त्यांच्या शूर सहकाऱ्यांच्या पराक्रमाचे पडसाद सातासमुद्राच्या पलीकडे ब्रिटिश पार्लमेंटमध्येदेखील उमटले! "ऐका हो ऐका, आज रात्री जेवल्या-खाल्ल्यावर चावडीच्या म्होरं नाना पाटलांची सभा हाय होऽऽऽ" अशी दवंडी ऐकू आल्याबरोबर त्या त्या गावातली लहान-थोर माणसं वारं प्यालेल्या वासरागत चावडासमोरच्या पटांगणाकडे पळत सुटायची असा एक कालखंड होता. मात्र, या दवंडीच्या मागे एक निराळीच 'ग्यानबाची मेख' असायची. ही दवंडी देणारा माणूस नेहमीसारखा चावडीतला कोतवाल नसायचा. आज कोणाचाही विश्वास बसणार नाही; परंतु ही दवंडी देण्याचे कामही खुद्द नाना पाटीलच करायचे! या देशात तसेच जगाच्या पाठीवर अनेक वक्ते होऊन गेलेले आहेत आणि

येथून पुढेही अनेक वक्ते होतील; परंतु आपल्या सभेची जाहिरात करण्यासाठी आपण स्वतःच दवंडी देणारा एकच वक्ता इतिहासाला ठाऊक आहे आणि तो म्हणजे क्रांतिसिंह नाना पाटील!

नाना पाटलांना वक्तृत्वाची निसर्गदत्त देणगी लाभलेली होती. खऱ्याखुऱ्या अर्थाने ज्याला 'पहाडी' म्हणता येईल असा त्यांचा आवाज होता. ढगांचा गडगडाटदेखील त्यांच्या आवाजापुढे फिका पडावा. वाक्यावाक्याला श्रोत्यांनी टाळ्यांची दाद द्यावी अशी विनोदी व गावरान भाषा. त्यांचे भाषण म्हणजे चमचमीत मेजवानीच! हसून हसून साऱ्या श्रोत्यांच्या मुरकुंड्या वळायच्या. सुरुवातीपासून ते अखेरपर्यंत सारी सभा हास्यरसाच्या कारंजात आणि धबधब्याखाली नखशिखान्त न्हाऊन निघायची. गारुडी ज्याप्रमाणे पुंगीच्या तालावर नागाला डुलत ठेवतो, तसे नाना पाटील आपल्या ग्रामीण ढंगाच्या वक्तृत्वाने हजारो लोकांना त्यांच्या जागेवर खिळवून ठेवायचे. नाना पाटलांच्या उपमा ही त्यांची एक खासियत होती. उपमांचा वापर करावा तर तो फक्त नाना पाटलांनीच! उपमा आणि तरल विनोदबुद्धी ही त्यांच्या भात्यातली अतिशय अमोघ अशी हत्यारे होती. शेतकऱ्यांचे दैन्य व दारिद्र्य पाहून त्यांचे हळवे आणि भाबडे अंतःकरण अक्षरशः फाटून निघायचे. त्यांच्या या अनुभूतीमुळे त्यांच्या सभा ग्रामीण गरिबांच्या काळजाला जाऊन भिडायच्या.

प्राथमिक शिक्षणापलीकडे ज्यांना शिक्षण घेता आले नाही अशा फार थोड्या आणि अपवादात्मक वक्त्यांनाच शहरी श्रोत्यांनाही खिळवून ठेवण्यामध्ये यश आल्याचं आपण पाहतो. नाना पाटील हे त्या अपवादात्मक वक्त्यांमध्ये मोडतात. खेड्यापाड्यांतल्या श्रोत्यांना तासन्तास मंत्रमुग्ध करून ठेवणाऱ्या नाना पाटलांच्या वक्तृत्वामध्ये पुण्या-मुंबईसारख्या शहरांतील चोखंदळ श्रोत्यांनादेखील त्याच पद्धतीने खिळवून ठेवण्याचे सामर्थ्य होते. केशवराव जेधे, शंकरराव मोरे, कर्मवीर भाऊराव पाटील अशा तुफानी वक्त्यांच्या एक्सप्रेस गाड्या, मेल गाड्या सुटल्यानंतर सर्वांत शेवटी क्रांतिसिंहांची 'मालगाडी' सुटायची! अशा सभांमधून त्यांचे व्याख्यान सर्वांत शेवटी होत असल्याने आपल्या व्याख्यानाच्या वेळी श्रोतृवृंद बसून राहील किंवा कसे याची कसलीही धास्ती आम्हाला त्यांच्या चेहऱ्यावर कधीही पाहायला मिळाली नाही. क्रांतिसिंहांच्या

अनेक सभा मी ऐकल्या. प्रत्येक सभेनंतर एक प्रकारची अवीट गोडी श्रोत्यांच्या मनःपटलावर तरंगत राहायची. माझ्यापुरते बोलायचे झाल्यास माझ्या कोवळ्या वयामध्ये १९४१ साली बहे (तालुका वाळवा, जिल्हा सांगली) येथील विशाळी यात्रेमध्ये मी त्यांचे भाषण प्रथमच ऐकले. एखाद्या जगज्जेत्या मल्लाप्रमाणे शड्डू ठोकून 'भारत माता की जय' अशी सिंहगर्जना करीत व्यासपीठावर उडी घेणाऱ्या नाना पाटलांची अविस्मरणीय अशी प्रतिमा माझ्या मनावर ठसलेली आहे. माझ्या सार्वजनिक जीवनातील ती एक अनमोल अशी ठेव आहे.

क्रांतिसिंहांचे एक वेगळेपण कोणाच्याही मनात ठसठशीतपणे भरावे असे आहे. लौकिक अर्थाने फारसे शिक्षण घेता आले नसताना आणि 'घराणेशाही'चा कसलाही आधार पाठीशी नसताना त्यांनी हे यश मिळविले आणि खऱ्याखुऱ्या अर्थाने आपले नाव अजरामर करून ठेवले ही गोष्ट प्रकर्षाने लक्षात घेतली पाहिजे. आज आपण अनेक 'नेते' पाहतो की, ज्यांचे ते नेतेपद हे त्यांच्या कर्तृत्वापेक्षा त्यांच्या घराणेशाहीवर अगर कोणत्या ना कोणत्या तरी देवपित्या (गॉड फादर)च्या कृपाप्रसादावरच अवलंबून असते. क्रांतिसिंहांना असा कोणीही 'देवपिता' (गॉड फादर) लाभला नव्हता; परंतु ते जन्मतःच असे काही अलौकिक गुण घेऊन आले होते की, त्या गुणांच्या जोरावर त्यांच्या मार्गात जी जी संकटे आली, त्या सर्वांवर मात करून आपल्या अंगीकृत ध्येयाशी ते एखाद्या खडकाप्रमाणे अविचल राहिले. त्यांनी पत्करलेली वाटचाल अतिशय खडतर होती. त्यांचे घरदार, जमीनजुमला त्या वेळच्या इंग्रज सरकारने जप्त केला तरी ते यत्किंचितही डगमगले नाहीत. त्यांच्या गळ्यात पंढरीच्या वारकऱ्यांच्या गळ्यात असते तशी माळ होती. लहानपणी त्यांच्या आई-वडिलांनी त्यांच्या गळ्यात घातलेली ही माळ त्यांनी आयुष्याच्या अंतापर्यंत तशीच भावूकपणे सांभाळली हेही खरे; तथापि, हा माळकरी पंढरीच्या वाऱ्या करण्याऐवजी एकापाठोपाठ एक अशा तुरुंगाच्या वाऱ्या करीत राहिला!

१९४२ च्या स्वातंत्र्यलढ्यात ते 'भूमिगत' झाले. त्या 'चले जाव' आंदोलनात ते शेवटपर्यंत इंग्रज सरकारच्या हाती लागले नाहीत. तथापि, त्या लढ्यापूर्वी ते किमान ७-८ वेळा दीर्घ मुदतीच्या शिक्षा भोगण्यासाठी तुरुंगात गेलेले होते. खरे तर त्या काळात त्यांचा एक

पाय जेलमध्ये, तर दुसरा पाय जाहीर सभेमध्येच असायचा! प्रत्येक शिक्षेच्या वेळी त्यांना काही महिन्यांची सक्तमजुरी आणि त्याच्या जोडीला दंड झालेला असायचा. क्रांतिसिंहांनी त्यांना झालेल्या दंडाची रक्कम कधीच भरली नाही. दंड न भरल्याबाबत त्या मोबदल्यात सक्तमजुरीची जी वाढीव शिक्षा भोगावी लागत असे ती त्यांनी प्रत्येक वेळी भोगली. साधी शिक्षा झालेले नेते जितक्या सहजतेने चरख्यावर सूत कातीत असत तितक्याच सहजतेने हा सातारी पठ्ठ्या तुरुंगात चक्की पिसत असायचा! एक-दोन वेळा तर सक्तमजुरीची शिक्षा भोगून तुरुंगाच्या बाहेर आल्यानंतर सातव्याच दिवशी सत्याग्रह करून पुन्हा तुरुंगात जाण्याच्या घटना त्यांच्या रोमहर्षक जीवनात घडलेल्या पाहायला मिळतात. एरवी त्यांना भूमिगत राहायचे होते, त्या वेळी पोलिसांनी जंग जंग पछाडले तरी ते कधीही सापडले नाहीत. पोलिसांचा ससेमिरा त्यांच्या पाचवीला पुजलेला होता. पोलिसांना ते बघता बघता गुंगारा द्यायचे. प्रसंगविशेषी नदीच्या महापुरात उडी घेऊन पसार व्हायचे!

अशा रीतीने पोलिसांची झोप उडविणाऱ्या नाना पाटलांना स्वतःलाही सुखाची झोप अगर उसंत मिळत नव्हती आणि त्या गोष्टीचा त्यांनी कधी विचारही केला नाही. 'रात्रंदिन आम्हा युद्धाचा प्रसंग' हेच त्यांच्या जीवनाचे सूत्र होते. त्यांचे एकूण जीवन हाच मुळी एक महान संगर होता.

एरवी स्वातंत्र्यसंग्रामात तुरुंगात जाणारे अनेक नेते असतील; परंतु त्यांपैकी किती नेत्यांनी अंगात गोणपाट घालून मोटार स्टँडवर हमाली केलेली आढळेल? पोलिसांची दडपशाही तर इतकी बेगुमान बनली होती की, नाना पाटलांचे अनेक नातेवाईकदेखील त्यांच्याशी नातेसंबंध आहेत असे सांगायला धजत नसत. मात्र, नाना पाटील स्वातंत्र्य आंदोलनात सर्वस्वाचा होम करूनच उतरलेले आहेत ही जनतेची खात्री पटल्यामुळे त्यांच्याशी रक्तामांसाचे, कसलेही नाते नसलेल्या असंख्य लोकांनी आपल्या देहाची ढाल करून त्यांचे संरक्षण केले. अनेक माता-भगिनींनी पोलिसांना संशय येऊ नये म्हणून नाना पाटलांना व त्यांच्या भूमिगत सहकाऱ्यांना आपल्या माजघरात झोपायला दिले होते. असे भाग्य फार थोड्या लोकांच्या वाट्याला येते.

नाना पाटलांनी या देशाच्या स्वातंत्र्य आंदोलनामध्ये जे योगदान

दिले आहे, त्याला एक ऐतिहासिक महत्त्व आहे. ज्या काळात ते सर्वस्व पणाला लावून स्वातंत्र्य आंदोलनात उतरले, त्या काळात बहुजन समाजातील फारच थोडे नेते काँग्रेसच्या झेंड्याखाली आले होते. फार मोठा समाज काँग्रेसच्या चळवळीपासून अलिप्त राहिलेला असे. काँग्रेस पक्षाचे त्या वेळचे स्वरूप आणि त्या पक्षाचे नेतृत्व हेच या गोष्टीला कारणीभूत होते हेही या संदर्भात लक्षात घेतले पाहिजे.

ज्या कालखंडात नाना पाटील काँग्रेसच्या झेंड्याखाली आले, त्या वेळपावेतो काँग्रेसचे स्वरूप काय होते? काँग्रेसची प्रारंभीची चळवळ उच्चवर्णीय आणि उच्चवर्गियांपुरतीच मर्यादित होती. ही चळवळ मुख्यत्वे करून दोन वर्गांच्या हितसंबंधांभोवतीच फिरत राहिलेली होती. त्यांपैकी एक वर्ग होता, तो अर्थातच इंग्रजी शिक्षण घेऊन उच्चविद्याविभूषित झालेल्या आणि आर्थिकदृष्ट्या, सामाजिकदृष्ट्या आणि सांस्कृतिकदृष्ट्या अतिशय अनुकूल वातावरण लाभलेल्या उच्चवर्णियांचा. या वर्गाला भारतीय प्रशासन व्यवस्थेत उच्च पदावरच्या आणि लठ्ठ पगाराच्या जागा हव्या होत्या.

१८५८ साली राणीच्या जाहीरनाम्यात सरकारी नोकऱ्यांचे 'भारतीयकरण' (इंडियनायझेशन) करण्याचे धोरण इंग्रज राजकर्त्यांनी घोषित केले होते. १८८५ साली काँग्रेसची स्थापना होत असताना तिचे नेतृत्व करणाऱ्या 'राष्ट्रीय' नेत्यांना मूठभरांच्याच पुरती मर्यादित असणारी आय.सी.एस.ची परीक्षा ही करोडो लोकांच्या प्राथमिक शिक्षणापेक्षाही महत्त्वाची वाटली, याचा अर्थ काय घ्यायचा?

दुसरा वर्ग होता, नव्याने पुढे येऊ इच्छिणाऱ्या उद्योगपतींचा. या वर्गाला ब्रिटिश मालापासून जकातीच्या भिंतीचे संरक्षण हवे होते. त्यांच्या नवजात उद्योगधद्यांना संरक्षण, प्रोत्साहन व आर्थिक साहाय्य मिळावे ही या वर्गाची मागणी होती.

हे दोन्ही वर्ग त्या वेळच्या काँग्रेसच्या ध्येय-धोरणावर आपापला पगडा प्रस्थापित करून बसलेले होते. आय. सी. एस. ची परीक्षा इंग्लंडप्रमाणे हिंदुस्तानातही व्हावी; आणि त्या परीक्षेला बसणाऱ्या हिंदी उमेदवारांना वाढीव वयाची सवलत मिळावी, असे ठराव करणारी ही काँग्रेस सर्वसामान्य जनतेसाठी प्राथमिक शिक्षण सक्तीचे व मोफत करावे, अशी मागणी करीत नव्हती, ही गोष्ट काँग्रेसच्या त्या वेळच्या

स्वरूपावर पुरेसा प्रकाश टाकणारी ठरावी.

पुढे 'रौलट ॲक्ट'च्या माध्यमातून इंग्रज राज्यकर्त्यांनी या खंडप्राय देशात दडपशाहीचा वरवंटा फिरवायला सुरुवात केली. या दडपशाहीच्या विरोधात महात्मा गांधी आपले सत्याग्रहाचे अहिंसक शस्त्र घेऊन उभे राहिले. लोकमान्य टिळकांचे निधन झाल्यामुळे टिळकयुग संपून गांधीयुग सुरू झाले. काँग्रेसच्या नेतृत्वामध्ये हा जो बदल झाला, त्याचा परिपाक म्हणजे जो मध्यमवर्ग व बहुजन समाज काँग्रेसमध्ये सहभागी झाला नव्हता तो वर्ग आता हळूहळू काँग्रेसच्या झेंड्याखाली येऊ लागला.

महाराष्ट्रापुरते बोलायचे झाल्यास येथील काँग्रेसचे नेतृत्व, गांधीजींच्या आगमनानंतर देखील टिळकपंथीयांकडे किंवा केळकरकंपूकडेच असल्याने आणि त्यांची एकूण एक ध्येय-धोरणे आणि कार्यक्रम जनताविरोधी असल्याने महात्मा फुले यांना मानणारा बहुजन समाज या काँग्रेसपासून पूर्णपणे फटकून राहिलेला असल्यास त्याबाबत आश्यर्च वाटण्याचे कारण नाही.

१९२५ सालची एक घटना या ठिकाणी उद्‌धृत केल्याखेरीज त्या वेळच्या परिस्थितीचे चित्र स्पष्ट होणार नाही. त्या वर्षी देशभक्त केशवराव जेधे यांनी पुणे नगरपालिकेने पुणे शहरात महात्मा फुले यांचा पुतळा बसवावा असा ठराव पुणे नगरपालिकेच्या सर्वसाधारण सभेत मांडला. अतिशय दुर्दैवाची गोष्ट अशी की, हा ठराव त्या वेळच्या 'केळकरकंपू'ने - स्वतःला टिळकपंथीय म्हणवून घेणाऱ्या दुढ्ढाचार्यांनी नापास केला! महाराष्ट्राचे वातावरण ब्राह्मण-ब्राह्मणेतर वादाने अशा प्रकारे गढूळ झाले होते.

तथापि, या गदारोळातून एक प्रकारे निकोप भूमिका घेण्याचे ऐतिहासिक कार्य केशवराव जेधे, दिनकरराव जवळकर. महर्षी विठ्ठल रामजी शिंदे, शंकरराव मोरे व त्यांच्या सहकाऱ्यांनी पार पाडले. सामाजिक व राजकीय विचारप्रवाहाचा संगम घडवून आणण्यात त्यांना निश्चितच यश आले. ब्राह्मण-ब्राह्मणेतर वादाला मूठमाती देण्याचा निर्धार करून त्यांनी बहुजन समाजाला एकाच वेळी सामाजिक व राजकीय अशा दोन्ही आघाड्यांवर लढाऊ व पुरोगामी भूमिका घेण्याची दीक्षा दिली. एका बाजूला डॉ. बाबासाहेब आंबेडकर यांच्या खांद्याला खांदा लावून ते महाड येथील चवदार तळ्याच्या किंवा पुणे येथील

पर्वतीच्या सत्याग्रहात धूमधडाक्याने सामील झाले, तर दुसऱ्या बाजूला त्यांनी महात्मा गांधींच्या चळवळीचा काँग्रेस पक्षाचा झेंडा आपल्या खांद्यावर घेतला.

क्रांतिसिंह नाना पाटील हे महाराष्ट्रात घडलेल्या या नव्या स्थित्यंतराचे एक अपत्य होते.

नाना पाटील हे चांदीचा अगर सोन्याचा चमचा तोंडात घेऊन जन्माला आलेले नव्हते. एका सर्वसामान्य शेतकऱ्याच्या चंद्रमौळी झोपडीत जन्माला येणाऱ्या मुलाच्या वाट्याला ८०-९० वर्षांपूर्वी जेवढे शिक्षण मिळण्याची शक्यता होती, तेवढेच म्हणजे सातव्या इयत्तेपर्यंतचेच शिक्षण त्यांना मिळू शकले. त्या वेळच्या रिवाजानुसार एवढे शिक्षण घेतलेले तरुण प्राथमिक शिक्षक अगर तलाठी होत असत. नाना पाटील तलाठी झाले; परंतु त्या नोकरीच्या बेड्या त्यांना ऐन तारुण्यातच तोडाव्या लागल्या. नोकरीत असतानाही सर्वसामान्य जनतेचे प्रबोधन करणारा हा मराठमोळा तरुण मुक्त झाला. अंधश्रद्धा, सावकारी पाश, पुरोहितशाहीची दंडेली, बहुजन समाजाचे अज्ञान या प्रश्नांबाबत आपल्या सभांमधून सातत्याने जनतेला नवा विचार देण्याचे कार्य त्यांनी अतिशय तळमळीने केले. महात्मा फुले यांचा अनुयायी असलेला हा तरुण महाराष्ट्राच्या त्या वेळच्या ऐतिहासिक प्रक्रियेत महात्मा गांधींचा अनुयायी झाला असल्यास ते केवळ स्वाभाविक होते.

महाराष्ट्रातला बहुजन समाज राष्ट्रीय काँग्रेसच्या प्रवाहात आणण्याचे कार्य केशवराव जेधे, दिनकरराव जवळकर, महर्षी विठ्ठल रामजी शिंदे, शंकरराव मोरे प्रभृतींनी केले याचा उल्लेख यापूर्वी येऊन गेलेलाच आहे. सातारा जिल्ह्यापुरते हे श्रेय क्रांतिसिंह नाना पाटील यांनाच द्यावे लागेल. काँग्रेसच्या प्रचारासाठी त्यांनी त्या काळात जेवढी पायपीट केली आणि जेवढी घसाफोड केली, तेवढी कोणीही केली नाही हे मान्य करायलाच हवे. गावोगावच्या जत्रांमधून कुस्त्यांचे फड हे हमखास असायचे. हे फड जसे हमखास तशीच नाना पाटलांची त्या फडातली सभाही तितकीच हमखास!

महात्मा गांधींच्या शिकवणुकीवर श्रद्धा ठेवून स्वातंत्र्यलढ्यात वर्षानुवर्षे सत्याग्रही तंत्राचा अवलंब करणाऱ्या नाना पाटलांनी १९४२च्या आंदोलनात प्रति-सरकारच्या रूपाने एक गौरवशाली पर्व निर्माण केले. गांधीजींनी ८

ऑगस्ट १९४२ रोजी मुंबईच्या गवालिया टँकवर भरलेल्या अधिवेशनात ब्रिटिश सरकारला 'चले जाव'चा इशारा दिला; 'करेंगे या मरेंगे' असाही मंत्र दिला. हा लढा शेवटचा आणि निर्णायक असल्याचीही ग्वाही त्यांनी आपल्या भाषणात दिली. तथापि, त्यांनी या लढ्यासाठी जो तपशीलवार कार्यक्रम देण्याची गरज होती, तो कार्यक्रम मात्र गांधीजींनी दिला नव्हता. 'आता प्रत्येकाने आपण स्वतंत्र झालो आहोत असे समजून वागावे' अशा स्वरूपाचे संदिग्ध मार्गदर्शन त्यांनी केलेले असले तरी १९४२ साली ९ ऑगस्टपासून जे आंदोलन सुरू झाले त्यावर काँग्रेस वर्किंग कमिटीने आपल्या मान्यतेचे शिक्कामोर्तब कधीच उठविले नाही!

तथापि, या आंदोलनाबाबत नाना पाटील यांचे विचार सुस्पष्ट व निःसंदिग्ध होते. या आंदोलनाबाबत काँग्रेसच्या नेत्यांनी जी अवसानघातकी भूमिका घेतली आणि भारतीय जनतेशी जी निर्लज्ज दगाबाजी केली, त्यामुळे नाना पाटील हे मुळीच बिचकले नाहीत. उलट ते अधिकच कणखर भूमिका घेऊन १९४२ च्या लढ्यात उतरले. सुरुवातीच्या काळात तारा तोडणे, रेल्वेगाड्या पाडणे, चावडीच्या इमारती पेटवून देणे, पूल पाडणे, डाकबंगले भस्मसात करणे अशा स्वरूपाची घातपाती चळवळ यशस्वी करण्यावर भर देणाऱ्या नाना पाटील व त्यांच्या सहकाऱ्यांनी प्रति-सरकारच्या स्वरूपात ही भूमिका साकार केली. नाना पाटील व त्यांच्या सहकाऱ्यांनी या देशाच्या स्वातंत्र्यलढ्यात केलेले हे एक अभूतपूर्व व गौरवशाली योगदान मानले पाहिजे.

नाना पाटलांच्या प्रति-सरकारचा प्रयोग साधासुधा नव्हता, तो एक विकेंद्रित लोकशाहीचा छोटा; परंतु शास्त्रशुद्ध आणि निकोप प्रयोग होता. एरवी प्रचंड दिसणाऱ्या वटवृक्षाला जन्म देण्याचे सामर्थ्य डोळ्यांतल्या बुबळापेक्षाही लहान असणाऱ्या बीजामध्ये असते. हा दाखला चपखल रीतीने या प्रति-सरकारला लागू करता येईल. नाना पाटलांच्या या प्रति-सरकारने ब्रिटिश साम्राज्यवाद्यांच्या पाशवी दमनशक्तीच्या नाकावर टिच्चून तब्बल १४ महिने 'राज्य केले'. या प्रयोगाचे व्यवच्छेदक लक्षण म्हणजे हा प्रयोग पूर्णतः सामान्य जनतेच्या सहभागावरच आधारलेला होता.

या प्रति-सरकारने सर्वसामान्य जनतेच्या अंतःकरणाची पकड घेतलेली

होती. त्याच्या मुळाशी ज्या प्रेरणा होत्या, त्या अतिशय महत्त्वाच्या ठराव्यात. दारूबंदी, न्यायदान मंडळे, गुंडांचा बंदोबस्त, स्त्रियांच्या अब्रूचे संरक्षण, सावकारशाहीला आळा, अस्पृश्यता निवारण, काळा बाजार बंद करणे, गांधी पद्धतीची लग्ने रूढ करणे, शेतकऱ्यांनी काढलेल्या कर्जावर दरसाल दर शेकडा ६ टक्क्यांपेक्षा अधिक व्याजाची आकारणी करायला बंदी घालणे हे प्रति-सरकारचे कार्यक्रमच इतके बोलके आहेत की, त्यांची अंमलबजावणी करणाऱ्या यंत्रणेला जनतेने आपल्या अंतःकरणाशी कवटाळल्यास आश्चर्य वाटण्याचे कारण नाही.

नाना पाटलांच्या प्रति-सरकारच्या न्यायदान मंडळाचे काम तर अक्षरशः हजारो लोकांच्या उपस्थितीत व खुल्या वातावरणात चालत असे. तेथे उपस्थित असलेल्या लोकांमधूनच न्यायदान मंडळाच्या पंचांची निवड केली जायची. सरकारी वकील, आरोपीचे वकील, साक्षीदाराची उलटतपासणी, पुढे आलेल्या पुराव्यांची छाननी हे सारे सोपस्कार पार पडल्यानंतरच त्या त्या प्रकरणाचा निवाडा केला जात असे.

अनेक वर्षे अन्यायापुढे मान तुकविण्याची आपत्ती सहन करणाऱ्या व न्यायाला वंचित असलेल्या जनतेला हा नवा प्रयोग म्हणजे फार मोठा दिलासा होता. आपल्या छातीचा कोट करून या प्रति-सरकारचे संरक्षण करण्यासाठी सर्वसामान्य जनता पुढे येणे स्वाभाविक होते. या चळवळीतले नेते 'भूमिगत' होते म्हणजे नेमके काय? शासनाच्या दृष्टिकोनातून 'भूमिगत' असणारे हे नेते खऱ्याखुऱ्या अर्थाने 'भूमिगत' नव्हतेच मुळी! ते इतर चारचौघांसारखे निर्भयपणे वावरत असत. फरक एवढाच की, त्या ठिकाणची इंग्रजांची शासनयंत्रणा ठप्प झालेली असायची. चळवळीच्या नेत्यांचे पाय तिथल्या मातीत खोलवर रुजलेले होते.

पोलिसांना बातम्या पुरविणाऱ्या देशद्रोही लोकांच्या बाबत आणि स्त्रियांकडे वाकडा डोळा करून पाहणाऱ्या लोकांच्या बाबतीत प्रति-सरकारची यंत्रणा अतिशय कठोर उपाययोजना करीत असे. स्त्रियांच्या संदर्भात नीतिमूल्यांची मनस्वी जपणूक करण्याच्या प्रति-सरकारच्या धोरणामुळे ग्रामीण भागातील स्त्रीसमाज प्रति-सरकारच्या बाजूला ठामपणे उभा राहिला. भूमिगत कार्यकर्त्यांनी ऐन मध्यरात्री जरी दारावर टकटक केली तरी त्या वेळी त्या त्या घरातल्या भगिनी कसलाही संकोच न बाळगता दार उघडून त्या भूमिगतांना आपल्या माजघरात आश्रय देत

असत. जनतेच्या केवळ प्रेमाचीच नव्हे; तर विश्वासाची ती अग्निपरीक्षाच होती आणि नाना पाटील आणि त्यांचे सहकारी या परीक्षेत तावूनसुलाखून उतरले होते.

स्वातंत्र्यप्राप्तीनंतर क्रांतिसिंहांच्या जीवनामध्ये फार मोठे स्थित्यंतर झाले आणि ते स्वाभाविक होते. कॉंग्रेसच्या नेतृत्वाने जनतेशी दगाबाजी करून इंग्रज साम्राज्यवाद्यांच्या बरोबर सिमल्याच्या थंड हवेत दिलजमाईच्या व सत्तावाटपाच्या गोष्टी सुरू केल्या. दुसऱ्या महायुद्धानंतर जगाच्या पाठीवर सर्वत्रच जी परिस्थिती आकार घेत होती, त्यामधून ब्रिटिश साम्राज्यवाद्यांना फार काळ हिंदुस्थानवर साम्राज्य गाजविणे शक्य नाही ही गोष्ट सूर्यप्रकाशाइतकी स्वच्छ झालेली होती. नाविकांच्या बंडामधून ती गोष्ट अधिकच स्पष्ट झाली. इंग्रज साम्राज्यवाद्यांच्या ताब्यातील राजसत्ता अलगद आपल्या हातात यावी असा प्रयत्न कॉंग्रेस नेतृत्वाने सुरू केला. त्यात त्यांना यशही आले. देश स्वतंत्र झाला. तथापि, देशाची फाळणी होऊन हिंदुस्तान व पाकिस्तान असे दोन तुकडे झाले. मात्र, कॉंग्रेसच्या हातात देशाची सूत्रे आली.

स्वातंत्र्यपूर्व काळात कॉंग्रेस पक्ष ही एक चळवळ होती. स्वातंत्र्यप्राप्तीसाठी लढणाऱ्या अनेक पक्षांची ती संयुक्त आघाडी होती. स्वातंत्र्य मिळाल्यानंतर कॉंग्रेसने आपले अस्तित्व विसर्जित करावे आणि लोकसेवा संघात तिचे रूपांतर करावे अशी म. गांधीजींची इच्छा होती. तथापि, सत्तेचा आस्वाद घेतलेल्या नेहरू, पटेल आदी गांधींचे अनुयायी म्हणविणाऱ्या कॉंग्रेस नेत्यांनी कॉंग्रेस पक्ष जिवंत ठेवण्याचा निर्णय घेतला.

नेहरू-पटेल तेथेच थांबले नाहीत, त्यांनी कॉंग्रेस पक्षाच्या घटनेत दुरुस्ती करून उपपक्षांना कॉंग्रेस पक्षात राहण्याची बंदी केली!

जो कॉंग्रेसचा झेंडा नाना पाटलांनी वर्षानुवर्षे आपल्या खांद्यावर मिरविला, ज्या कॉंग्रेस पक्षाची शक्ती वाढविण्यासाठी त्यांनी सक्तमजुरीची शिक्षा आनंदाने सहन केली, त्याच कॉंग्रेस पक्षाची सरकारे सर्व आश्वासनांवर बोळा फिरवून राज्यकारभार करू लागताच नाना पाटलांच्या जिवाचा कोंडमारा सुरू झाला. जनतेच्या चळवळी रक्ताच्या थारोळ्यात डुबविण्यासाठी कॉंग्रेसचे राज्यकर्ते जी दमनशक्ती वापरीत होते ती पाहिल्यानंतर 'इंग्रज सरकार यापेक्षा वेगळे काय करीत होते?' असा प्रश्न नाना पाटील यांच्या मनाला हैराण करीत राहिला. तथापि, ही वैचारिक ओढाताण

फार काळ चालणे शक्य नव्हते. क्रांतिसिंह नाना पाटलांनी काँग्रेसचा त्याग करून शेतकरी कामगार पक्षात प्रवेश केला.

पुन्हा एकदा नाना पाटलांच्या सभा गर्जू लागल्या. नांगराचे रुमणे धरून औतापाठीमागून चालणाऱ्या आणि विहिरी-विहिरीवर मोट हाकणाऱ्या मराठमोळ्या शेतकऱ्यांना व शेतमजुरांना साम्यवादाचा विचार सर्वप्रथम नाना पाटलांच्या तोंडूनच ऐकायला मिळाला, ही इतिहासाची साक्ष आहे. लाल बावटा आणि मार्क्सवादी विचारसरणी महाराष्ट्राच्या ग्रामीण भागांत प्रत्येक खेड्यात आणि वाड्या-वस्त्यांपर्यंत पोहोचविण्याचे ऐतिहासिक कार्य शेतकरी कामगार पक्षाने पार पाडले. या कार्यात नाना पाटलांचा अक्षरशः सिंहाचा वाटा आहे.

त्यानंतरच्या काळात क्रांतिसिंह नाना पाटील शेतकरी कामगार पक्षातूनही बाहेर पडले. सरतेशेवटी ते कम्युनिस्ट पक्षात सामील झाले. सत्यशोधक समाजापासून कम्युनिस्ट पार्टीपर्यंतच्या त्यांच्या राजकीय प्रवासाचे ते बहारदार वर्णन करीत असत. गोरगरीब जनतेला न्याय मिळावा याचसाठी त्यांचा अट्टाहास असल्याने त्याचा भाग म्हणून त्यांना पक्षबदल करावा लागला असला तरी तो पक्षबदल म्हणजे 'दलबदलूपणा' नव्हे असे त्यांचे मत होते. 'मुंबईला जाण्यासाठी प्रवासात गाड्या बदलाव्या लागतात. त्या बदलल्या नाहीत तर तुम्ही मुंबईला पोहोचू शकणार नाही. शेवटच्या मुक्कामाला पोहोचण्यासाठीच मीही गाड्या बदलल्या' असा युक्तिवाद ते करीत असत.

नाना पाटील कोणत्याही पक्षात गेले तरी तेथे त्यांनी सातत्याने सर्वसामान्य जनतेसाठी जो संघर्ष करावा लागतो तो संघर्ष निकराने व पोटतिडकीने केला. मग ती जनतेची उपासमारविरोधी चळवळ असो, अगर संयुक्त महाराष्ट्राची चळवळ असो, अगर सीमा भागाची चळवळ असो, त्या त्या आंदोलनात क्रांतिसिंहांनी आपला गौरवशाली वाटा उचललेला आहे. महाराष्ट्राच्या भूमीमध्ये असे एकही आंदोलन नाही की, ज्यामध्ये त्यांनी भाग घेऊन कारावास भोगलेला नाही. साहजिकच, स्वातंत्र्योत्तर काळातही नाना पाटलांना अनेक वेळा तुरुंगवास सहन करावा लागला. तुरुंगवासाच्या काळात त्यांच्या सानिध्यात राहण्याची संधी ज्यांना लाभली असेल, ते लोक खरोखरच भाग्यवान म्हटले पाहिजेत. त्यांच्या बरोबर येरवडा जेलमध्ये ज्या काळात राहायला

मिळाले तो काळ माझ्यासारख्या कार्यकर्त्यांच्या जीवनातला एक अभिमानास्पद ठेवा आहे असे मी मानतो.

क्रांतिसिंहांचे एकूण जीवनच ऊन-पावसाच्या खेळासारखे होते! त्यांच्या जीवनात अनेक चढउतार आले; परंतु प्रत्येक वेळी ते स्थितप्रज्ञाप्रमाणे त्या त्या घटनेला सामोरे गेले; निवडणुकीमध्ये ते जसे निवडून आले तसेच काही वेळा त्यांना पराभवही पचवावा लागला. त्यांचे नाव घेतल्याबरोबर ब्रिटिश सत्ताधाऱ्यांचा थरकाप उडत असे. ते मंतरलेले दिवस मागे पडले. आयुष्याच्या शेवटी त्यांच्या पायावर शस्त्रक्रिया करून त्यांचा पाय कापून काढावा लागला. त्या वेळी हा एकेकाळचा योद्धा शरपंजरी पडलेल्या भीष्माप्रमाणे भासत होता. सर्वसामान्य जनतेच्या न्याय्य हक्कांसाठी वर्षानुवर्षे धडाडत राहिलेली आणि जुलमी राज्यकर्त्यांच्या विरुद्ध आग ओकणारी ही तोफ थंडगार पडल्याचे पाहूनच अनेकांच्या अंतःकरणामध्ये कालवाकालव व्हायची.

सरतेशेवटी, ६ डिसेंबर १९७६ रोजी जेव्हा ही तोफ कायमची थंड झाली, तेव्हा उभा महाराष्ट्र हादरला आणि गहिवरला. जनसामान्यांशी बावनकशी निष्ठा बाळगणारा हा नेता गेल्यानंतर प्रत्येकाला आपल्या कुटुंबातलाच एक कर्ता माणूस गेल्याचे दुःख झाले. असा माणूस सहजासहजी जन्माला येत नसतो. असा माणूस सहजासहजी घडत नसतो. त्याची जडणघडण ही आगळीवेगळीच; सर्वसामान्य समाज हेच त्यांचे विद्यापीठ होते आणि तळागाळातल्या जनतेचे दैन्य व दारिद्र्य याबाबतची अनुभूती हाच त्यांचा शिक्षक होता.

क्रांतिसिंह नाना पाटील गेल्यानंतरच्या काळात श्रमजीवि जनतेच्या चळवळीत अनेक चढउतार झालेले आहेत. साम्यवादी चळवळ एका मोठ्या वळणावर उभी आहे. वीस वर्षांपूर्वी क्रांतीसिंहांची श्रमजीवि जनतेला नितांत गरज होतीच; परंतु आज वीस वर्षांनंतरही त्याची फार मोठी गरज जाणवावी अशी आज श्रमजीवि जनतेच्या चळवळीची एकूण अवस्था आहे. ते हवे असताना आपणामध्ये नाहीत; म्हणूनच त्यांचे ऋण मानणाऱ्यांची जबाबदारी कितीतरी पटीने वाढते हे सर्व संबंधितांनी समजून घेण्याची गरज आहे.

(क्रांतिसिंह नाना पाटील स्मरणिकेतून)

❋❋

१६
क्रांतिसिंह व प्रति-सरकार : काही पूर्वस्मृती

नाथाजी लाड

४२ च्या लढ्यातील भूमिगत नेते, क्रांतिसिंहांचे चिटणीस

नाना पाटलांच्या कार्याचे वैशिष्ट्य

क्रांतिसिंह नाना पाटील यांच्या स्वातंत्र्यचळवळीतील कार्याचे एक वैशिष्ट्य होते; ते म्हणजे म. गांधीजींची चळवळीची हाक आली की, चळवळीत पडणारे अनेकजण होते; पण चळवळ थांबताच ते पुन्हा आपल्या संसाराकडे वळत. नाना पाटील अशी व्यक्ती होती की, तिने १९३० साली जी घरादाराकडे पाठ फिरवली ती कायमचीच. ते पुन्हा संसारात गुरफटले नाहीत. ऐन तारुण्यात असताना वयाच्या तिसाव्या वर्षी पत्नी निधन पावली; पण त्यांनी पुन्हा लग्न केले नाही. देशाचा संसार हाच त्याचा संसार बनला!

४२च्या स्वातंत्र्यलढ्याने नाना पाटलांचे नाव महाराष्ट्रातच नव्हे तर देशात प्रसिद्ध झाले. या संदर्भात कोणी त्यांना विचारले तर ते म्हणत असत, ''अरे, उकिरड्याचासुद्धा पांग फिटतो म्हणतात. मी तर माणूस आहे! ३० सालापासून ४२ सालापर्यंत मी जी तपश्चर्या केली, त्याचे हे फळ आहे. यात विशेष काय आहे? शिवाय मी म्हणजे गावातला मोठा खातेदार आहे! माझे कार्यकर्ते, सहकारी म्हणजे माझी मुलेबाळे आहेत. ती शेतीभाती करतात, उत्पन्न काढतात, करणारी तीच आहेत. मी फक्त नावाचा खातेदार आहे!''

आपली भूमिका आखाड्यातील वस्तादाची आहे असेही ते म्हणत : ''मी माझ्या कार्यांचा वस्ताद आहे. माझ्या कार्यकर्त्यांनी कुस्ती केली तर

वस्ताद म्हणून मला भूषणास्पदच आहे. त्यात मी काय विशेष करतो आहे?'' नाना पाटलांची आपल्या कार्यकर्त्यांविषयी, आपल्या सहकाऱ्यांविषयी इतकी व्यापक, थोर मनाची व निगर्वी भूमिका होती.

४२ च्या क्रांतीपूर्वी नाना पाटील एकूण आठ वेळा तुरुंगात गेले होते. एकदा तुरुंगातून सुटून आले की, आठ दिवसांच्या आत ते पुन्हा सत्याग्रह करीत, कायदेभंग करीत आणि तुरुंगात जात; पण ८ ऑगस्टच्या 'करेंगे या मरेंगे या महात्माजींच्या आदेशानंतर त्यांनी व आम्ही त्यांच्या सहकाऱ्यांनी ठरविले की, आता पोलिसांच्या ताब्यात म्हणून जायचे नाही.

तासगाव मोर्चा

प्रथम तालुका कचेऱ्यांवर मोर्चे काढायचे ठरले. त्याप्रमाणे कुंडलच्या आसमंतातील दुधोंडी, बुर्ली, आमणापूर, किर्लोस्करवाडी, पलूस इत्यादी गावांच्या तरुण कार्यकर्त्यांना आम्ही गोळा केले. या प्रत्येक कार्यकर्त्याजवळ पिस्तूल, ठासणीच्या बंदुका, फिरकीचे भाले, लाठ्या अशी काही ना काही हत्यारे होती. बुर्ली - आमणापूरचे लोहार फिरकीचे भाले करण्यात कुशल होते. त्यांनी तयार केलेले भाले आमच्या कार्यकर्त्यांजवळ होते. आमच्या या मोर्चाचा गाजावाजा खूप झाल्याने गावोगावचे शेकडो तरुण त्यात सहभागी झाले होते. प्रत्येक गावातून छकडे, बैलगाड्या भरून कार्यकर्त्यांसाठी जेवणाची सामग्री आली होती. सर्वांनी मिळून प्रथम भिलवडी रस्त्यावर सहभोजन केले. थोडी विश्रांती घेतली आणि पुढे आम्ही तासगावात शिरलो. तत्पूर्वी नाना पाटलांच्या जिवास धोका आहे असे समजल्यावरून आम्ही त्यांना भिलवडी नाक्याजवळच ठेवले आणि पुढे गेलो. आमचा मोर्चा अतिशय शिस्तबद्ध व शांत होता. कोणाच्याही खासगी मालमत्तेस हात लावायचा नाही, या नाना पाटलांच्या आदेशाचे काटेकोर पालन आम्ही करत होतो.

पुढे मामलेदार कचेरीवर आम्ही गेलो. ''इंग्रजांचे राज्य संपले आहे, काँग्रेसचे राज्य आले आहे, आजपासून तुम्ही स्वराज्याचे अधिकारी आहात'' असे मामलेदारांना सांगून त्यांच्या डोक्यावर आम्ही गांधी टोपी घातली आणि कचेरीसमोरचा युनियन जॅक खाली ओढून तिरंगा फडकविला!

तासगावचा मोर्चा यशस्वी झाल्याचे पाहून कार्यकर्ते उत्साहित झाले

होते; पण इस्लामपूर - वडूज येथील मोर्चांवर पोलिसांनी निघृण गोळीबार केला आणि ते पाहून आम्हाला आमचे धोरणच बदलावे लागले. आता भूमिगत राहूनच चळवळ तीव्र करायची, पोलिसांना सापडायचे नाही; गनिमी काव्यानेच लढत राहायचे असा आमचा निर्णय झाला.

शंकरभाऊ किर्लोस्करांचे सहकार्य

आमच्या भूमिगत चळवळीचा एक भाग म्हणून आम्ही आमच्या परिसरातील किर्लोस्करवाडीचा कारखाना बंद पाडला. कारखाना बंद पडताच जे खेड्यातील कामगार होते ते शेतावर राबू लागले; पण जे वाडीतील कामगार व इतर सेवक होते त्यांच्यावर उपासमारीची वेळ आली, तेव्हा शंकरभाऊंनी कारखाना पुन्हा सुरू केला.

ही बातमी आम्हा भूमिगत कार्यकर्त्यांना समजताच आम्ही कामगारांना कारखान्यात जाण्यास मज्जाव केला आणि शंकरभाऊंकडे निरोप पाठविला, "आमच्या विरोधात तुम्ही कारखाना चालू ठेवलात तर आम्ही कारखानाच नष्ट करून टाकू आणि या ठिकाणी पूर्वीसारखा भोंडा माळ तयार करू. पोलिसांच्या किंवा लष्कराच्या बळावर तुम्ही किती दिवस कारखाना चालवाल?" तेव्हा शंकरभाऊंनी कारखाना दुसरे दिवशी बंद केला. लवकरच कामगारांच्या बिकट परिस्थितीची आम्हालाही जाणीव होऊ लागली. शंकरभाऊंनीही आमच्याशी संपर्क साधून यातून काही मार्ग काढण्याचा प्रयत्न चालविला होता. शेवटी त्यांची-आमची गुप्त बैठक होऊन असे ठरले की, कारखाना पुन्हा चालू करायचा. जे कामगार चळवळीसाठी हवे आहेत, तेवढे भूमिगतांनी काढून घ्यायचे. अशा कामगारांच्या कुटुंबासाठी कामावर असलेल्या कामगारांनी दरमहा वर्गणी काढायची. जेवढी कामगारांची वर्गणी गोळा होईल तेवढी रक्कम शंकरभाऊंनी घालायची!

कारखाना चालू झाला. काही कामगार भूमिगत झाले. त्यांच्या घरी कामगार कौन्सिल दरमहा नियमित पैसे पाठवू लागले. ही गोष्ट सरकारच्या नजरेस यायला फारसा अवधी लागला नाही. पोलिसांनी कारखान्यावर ५/६ वेळा छापेही घातले. कामगार कौन्सिलच्या हिशेबाच्या वह्या जप्त केल्या; पण त्यात बेकायदेशीर असे काही आढळलेच नाही. तुरुंगात गेलेल्या कामगारांच्या कुटुंबास 'फॅमिली पेन्शन' देण्याची तरतूद कायद्यात

असल्याने आणि त्या तरतुदीखालीच सर्व पैसा खर्ची घातल्याने पोलिसांना कारखान्याविरुद्ध काही कारवाई करता आली नाही. तथापि, किर्लोस्करवाडीचा कारखाना व शंकरभाऊ यांच्यावर सरकारचा कायमचा दात राहिला.

बॅ. आप्पासाहेब पंतांचे साहाय्य

औंध संस्थानचे राजपुत्र बॅ. आप्पासाहेब पंत यांचे आमच्या भूमिगत आंदोलनास पूर्ण सहकार्य व साहाय्य होते. आप्पासाहेब हुशार, बुद्धिमान, राजकारणाचा अभ्यास केलेले एवढेच नव्हे तर काँग्रेसच्या ज्येष्ठ नेत्यांपासून तळातल्या कार्यकर्त्यांपर्यंत सर्वांशी परिचित होते. औंध संस्थानातील प्रजाजनांस स्वराज्य देऊन त्यांनी 'ग्रामस्वराज्याचा' प्रयोग केला होता. प्रति-सरकार स्थापन करणे म्हणजे काय याची चर्चा आम्ही त्यांच्याशी केली होती. आम्ही भूमिगत मंडळी बाळासाहेब पंत प्रतिनिधी व आप्पासाहेब यांच्या पंगतीला जेवत असू. आमचे हे घनिष्ट संबंध ब्रिटिश सरकारच्या लक्षात येताच त्यांच्यावर 'तुम्ही काँग्रेसवाल्या भूमिगतांना सामील आहात' असा आरोप करण्यात आला, तेव्हा आप्पासाहेबांनी उत्तर दिले की, "काँग्रेसमध्ये माझे अनेक मित्र आहेत, हे तुम्हासही माहीत आहे; पण चळवळ करणारे कोण भूमिगत तुम्हास हवे आहेत हे आम्हास कसे कळणार? तुम्ही नावे द्या, आम्ही त्यांना पकडून देतो." तेव्हा ब्रिटिश पोलिसांनी यादी पाठवून दिली. त्यात नाना पाटलांपासून शाहीर शंकरराव निकमापर्यंत सर्वांची नावे होती. आप्पासाहेबांनी ती यादी कुंडलचा संस्थानी फौजदार मोहिते यांच्यामार्फत आमच्याकडे पाठवून दिली व आम्हाला सावध राहण्याचा इशारा दिला. "जरूर पडली तर मी कुंडलला येईन; पण तुम्ही औंधला येऊ नका" असा निरोपही दिला.

लवकरच आप्पासाहेब आणि त्यांच्या डॉक्टर पत्नी सौ. नलिनी पंत कुंडलला आले. ते एका बंगल्यात उतरले होते. भोवती ब्रिटिश सी.आय.डी.चा गराडा होता, तेव्हा रात्री आमच्यापैकी काहीजण बंगल्यात गेले आणि 'एका अडलेल्या बाईस सोडवण्यास चला' म्हणून डॉ. नलिनी पंत व त्यांच्यासोबत आप्पासाहेब यांना घेऊन बाहेर पडले ते थेट आमच्या भूमिगतांच्या बैठकीत आले. त्या बैठकीत आप्पासाहेबांनी विचारले की "तुमच्या चळवळीतील कमी महत्त्वाचे किंवा ज्यांना भूमिगत

राहणे अवघड आहे अशा लोकांची नावे माझ्याकडे द्या; तेवढ्यांनाच मी स्थानबद्ध करून ठेवतो.'' त्याप्रमाणे आम्ही २५ लोकांची नांवे आप्पासाहेबांकडे दिली. पुढे त्या लोकांना स्थानबद्ध म्हणून औंधला एका बंगल्यात सर्व सोयीनिशी ठेवले. आप्पासाहेबांच्या या साहाय्यभूत धोरणामुळे संस्थानी पोलीसही सहानुभूतीने वागत. त्यांच्यासमोरच स्थानबद्धांचे वाचन, चर्चा व इतर भूमिगतांशी गाठीभेटी व खलबते चालत.

धुळे खजिना लुटीपैकी एक लाख रुपये आमच्याकडे आले होते. धोंडीराम माळींनी ते आप्पासाहेबांच्याकडे दिले होते. पुढे आप्पासाहेबांनी ते व्यंकटराव ओगले यांच्याकडे दिले. तिथून आम्ही आम्हाला ते जसे लागतील तसे मागवत असू. 'इतक्या इतक्या सुताच्या गुंड्यांची गरज आहे' अशा कोड भाषेत आम्ही हे पैसे मागवीत असू.

धुळे खजिन्यातील आमच्या वाट्यास आलेल्या पैशाची सर्व व्यवस्था माझ्याकडे होती. त्याचा हिशेब व्यवस्थित ठेवला गेला आणि पुण्याच्या रामभाऊ अभ्यंकरांकडून त्याची तपासणीही करून घेतली. चळवळ संपल्यावर पुण्यात प्रांतिक काँग्रेसच्या बैठकीत केशवराव जेधे, आप्पासाहेब पंत इत्यादींच्या समोर तो हिशेब आम्ही सादर केला.

संस्थानी पोलीस भूमिगतांना सामील आहेत असा पक्का संशय आल्याने शेवटी ब्रिटिश पोलिसांची तुकडी कुंडलवर नेमली गेली; पण याच वेळी संस्थानी गावातील गस्त पद्धती भूमिगतांच्या उपयोगी पडली. चोर-दरोडेखोरांचा बंदोबस्त करण्यासाठी संस्थानी पोलिसांबरोबर नागरिक रात्री रस्त्यातून गस्त घालीत असत. या गस्तवाल्या तुकडीला संशयास्पद माणसाला गोळी घालण्याचाही अधिकार होता, तेव्हा भूमिगत कार्यकर्ते या गस्तवाल्या तुकडीत शिरले. गस्तवाले रात्री फिरत असताना ब्रिटिश पोलिसांनाही रस्त्यात सांगावे लागे की, आपण पोलीस आहोत! अनेक वेळा हेच पोलीस आम्हास (गस्तवाल्यांस) सांगत की, आज रात्री आम्ही अमुक दिशेला छापा टाकण्यास जाणार आहोत! या सर्वांचा फायदा आम्ही उठवला म्हणून आम्ही ब्रिटिश पोलिसांच्या जाळ्यात सापडलो नाही.

गिल्बर्टचा वेढा

सातारच्या प्रति-सरकारचे प्रमुख क्रांतिसिंह नाना पाटील यांना पकडले की, सातारची चळवळ थांबेल म्हणून ब्रिटिशांनी गिल्बर्ट

नावाच्या खास डी.एस.पी.ची नेमणूक केली. गिल्बर्टने नाना पाटलांना पकडण्याचा जंगजंग प्रयत्न केला. एकदा तर त्याने दोन हजार हत्यारी पोलिसांसह कुंडलला पहाटेच वेढा दिला. गावातले प्रत्येक घर अन् घर पिंजून काढून, झाडून सर्व पुरुष चावडीवर गोळा केले. शौचाला जाणारी माणसेही तांब्यासह धरून आणली. या पकडून आणलेल्यांत आमचे २५-३० जण भूमिगत होते. गिल्बर्टने विचारले, ''गावातल्या सर्व माणसांना कोण ओळखते सांगा.'' तेव्हा गणपती गायकवाड चटकन पुढे झाला व म्हणाला, ''मी न्हावी हाय सायेब. गावातल्या लोकांच्या दाढ्या करत फिरत असतो. मी गावातल्या सगळ्यांना ओळखतो.'' गिल्बर्ट साहेबाने 'ठीक आहे' म्हणून त्यास संमती दिली.

गिल्बर्टजवळ भूमिगतांची यादी होती; पण प्रत्येक भूमिगताला टोपणनाव होते हे त्यास माहीत नव्हते. गणपत न्हावी टोपणनावानिशी सर्वांना ओळखत होता. गिल्बर्ट प्रथम न्हाव्यास हळूच नाव विचारी आणि नंतर लांब उभ्या केलेल्या व्यक्तीस मोठ्याने नाव सांगण्यास सांगे. न्हावी व भूमिगत यांची नावे एकच येत. अशा प्रकारे टोपणनावांमुळे सर्व भूमिगत सुखरूप सुटले.

भूमिगत नाना पाटील

गिल्बर्टच्या वेढ्याच्या प्रसंगी नाना पाटील कुंडलमध्येच होते. कुंडलमधील धनगराच्या एका पडक्या घरात त्यांनी आश्रय घेतला होता. या पडक्या व बाहेरून कुलूप लावलेल्या घराकडे त्या पहाटेच्या संधिप्रकाशात पोलिसांचे लक्ष गेले नाही.

भूमिगत अवस्थेत नाना पाटलांचा रहिवास एका ठिकाणी असा कधीच नव्हता; कुंडल, पारे, चिखलगोठण, कुंभारगाव, आटपाडी अशा गावी त्यांनी बराच काळ घालविला. आटपाडी येथे धडकू तानाजी ठाकरे आणि भाऊराव देशपांडे या दोघांचा आश्रय नाना पाटलांना होता. ठाकरे हे मूळचे खानदेशातील. इथे ते चरखा संघाचे कार्य करीत असत.

एकदा पोलिसांचा असाच छापा पडला असताना नाना पाटलांना एका घराच्या माळ्यावर लपून बसावे लागले. दुपारचा समय होता, उन्हाने घराचा पत्रा तापला व एक अस्सल नाग बिळाबाहेर पडून नाना

पाटलांसमोर फडा काढून डोलू लागला. बाहेर पडून पोलिसांच्या हाती सापडण्यापेक्षा नागाकडून मृत्यू स्वीकारणे श्रेयस्कर असा विचार करून ते शांतपणे बसून राहिले. थोड्या वेळाने नाग निघून गेला.

भूमिगत अवस्थेत असे जिवावरचे अनेक प्रसंग नाना पाटलांवर गुदरले; पण ज्या ज्या मंडळींकडे ते आश्रयाला असत त्यांना ते सांगत की, ''माझ्या जिवाचे काही बरेवाईट झाले तर मला लगेच पुरून टाका. फक्त सुरेशबाबूस (माझे टोपणनाव) सांगा. चळवळीतील इतर कोणासही ते कळता कामा नये. चळवळ जिवंत राहिली पाहिजे.''

चळवळीतील सरकारविरोधी कृत्ये

गांधीजींच्या सत्य-अहिंसेच्या तत्त्वानुसार जेवढे शक्य होते, तेवढे भूमिगत कार्यकर्ते वागत होतेच; पण मग्रूर ब्रिटिश सत्तेला वठणीवर आणण्यासाठी आम्हास निराळा मार्ग चोखाळावा लागला. अहिंसेच्या तत्त्वानुसार आम्ही माणसांची एकही रेल्वेगाडी पाडली नाही; पण मालगाड्या पाडल्या, पे-ट्रेन लुटल्या, स्टेशने जाळली, तारा तोडल्या आणि सरकारने रेल्वेमार्गाचे रक्षण करावयास ठेवलेल्या रखवालदारांना ते जेव्हा आमच्या खबरा देऊ लागले, तेव्हा त्यांना चोपूनही काढले! मिरज ते कऱ्हाड या दरम्यान आम्ही म्हणेल त्या ठिकाणी रेल्वे उलथवू शकत होतो. शेवटी सरकारने पेट्रोलिंगसाठी खास पोलीस गाडी ठेवली. प्रत्येक दोन स्टेशनांच्या दरम्यान १४० रखवालदार रात्रीचा पहारा करण्यासाठी ठेवले. हे रखवालदार जेव्हा भूमिगतांना पकडू लागले, तेव्हा आम्ही एकाच रात्री एकाच वेळी मिरजेपासून सातारा-कोरेगांवपर्यंतच्या रखवालदारांना ठोकून काढले. ते जेव्हा गयावया करू लागले, तेव्हा आम्ही त्यांना सांगितले की, तुम्ही नोकरी करा, पगार घ्या; पण आमच्या कार्यकर्त्यांना तुम्ही अडथळा करता कामा नये!

प्रत्येक रेल्वे स्टेशनवर आठ हत्यारबंद पोलीस ठेवले होते. यांपैकी चार एका दिशेने आणि चार दुसऱ्या दिशेने रेल्वेमार्गावर बंदोबस्तासाठी जात. दोन्ही स्टेशनांच्या मध्ये पोलिसांची भेट होई आणि नंतर ते परत येत. दरम्यानच्या काळात स्टेशन तसे मोकळेच असे. याचा फायदा घेऊन आम्ही पोलीस निघून जाताच शेणोली स्टेशनवर हल्ला करून ते जाळून टाकले. या हल्ल्यात सोनकिरे, शिरसगाव, असद, वडगाव,

दुशिरे, कापील, कोडोली, शेणोली, कुंडल, ताकारी, दुधोंडी इत्यादी ठिकाणचे लोक आले होते. या वेळी रॉकेलची वॅगन आली होती. रॉकेलचे डबे ओतून आम्ही सर्व स्टेशन बेचिराख केले! आमचे एक सहकारी तांबट काका यांनी तयार केलेले टाइमबॉम्बही आम्ही यावेळी वापरले!

यानंतर आम्ही शेणीलीजवळचा इरिगेशन बंगला जाळला. या ठिकाणी काही सरकारी अधिकारी वस्तीला होते. आमच्यापैकी काहींनी या अधिकाऱ्यांची घड्याळे काढून घेतली. पुढे ही गोष्ट आमच्या नेत्यांच्या लक्षात येताच ही घड्याळे त्यांच्याकडून काढून घेऊन, अधिकाऱ्यांचे पत्ते मिळवून त्यांच्याकडे ती आम्ही रजि. पोस्टाने पाठवून दिली. कोणाचीही खासगी मालमत्ता घ्यायची नाही असे आमच्या चळवळीचे तत्त्व होते. आमच्या या कृत्यांनी सरकारला दहशत बसली होती. आमची सर्व कार्ये नाना पाटलांच्या प्रेरणेने चालली होती. नाना पाटलांच्या नावानेच सर्वत्र आमची धामधूम चालू असे. अनेक ठिकाणी बिचारे पोलीस आम्हास घाबरून असत. पाऱ्यासारख्या गावी सरकारने प्युटिनी टॅक्स बसवून आठ पोलीस ठेवले होते; पण ते भूमिगतांना घेऊनच चहास जात असत. 'आमच्या हत्यारांना हात लावू नका, आमच्या नोकरीचा प्रश्न आहे, आमच्याकडे काही बातमी आली तर तुम्हाला कळवू' असे ते म्हणत.

आमचे प्रति-सरकार

क्रांतिसिंह नाना पाटलांच्या प्रेरणेने व त्यांच्या मार्गदर्शनाखाली आम्ही प्रति-सरकार स्थापन केले. औंध संस्थानातील ग्रामराज्याची कल्पना नजरेसमोर ठेवून आम्ही प्रति-सरकारची रचना केली होती. आमच्या प्रति-सरकारच्या कक्षेतील गावात आम्ही पंचायती स्थापन केल्या. या पंच समित्यांत गावातील प्रतिष्ठित लोक घेतले जात. प्रथम गावची सभा घेऊन गावगुंडांची यादी वाचली जाई आणि त्यांना चांगले वागण्याबद्दल इशारा दिला जाई. या पंच समित्याच न्यायदानाचे कार्य करीत. प्रति-सरकारमार्फत गावात एक सुपरवायझर नेमला जाई. असे सुपरवायझर तयार करण्याचा ट्रेनिंग कँप आम्ही कुंडलला चालवला होता. गावातील पंच समिती या सुपरवायझरच्या मदतीने गावातील

न्यायनिवाडा करीत असे. गावातील निवाड्यावर अपील करण्याचीही तरतूद असे. ७ ते १० गावांवर अपील कोर्ट असत.

कुंडल ही आमची 'राजधानी' होती. तेथील व्यायामशाळेचा आम्ही तुरुंग म्हणून उपयोग करीत असू. आम्ही जेलरही नेमलेला होता. दगड फोडणे, सूत कातणे यांसारखी कामे आम्ही कैद्यांना लावत होतो. काही गुन्हेगारांवर आम्ही सामाजिक बहिष्काराचे शस्त्र उगारले, तर काहींना त्यांचे गाव सोडून जाण्यास भाग पाडले. गुन्हेगारास फटक्यांची अथवा फाशीची शिक्षा मात्र आम्ही देत नव्हतो!

आमच्या प्रति-सरकारची व्याप्ती कऱ्हाडच्या कृष्णेअलीकडील तीरापासून दुशेरे, कापील, खानापूर, तासगांव, वाळवा तालुका, खटाव तालुक्यातील औंधजवळचा भाग अशी होती.

शिराळा पेट्यातील भूमिगतांनी १०१ पाटलांना राजीनामे द्यावयास भाग पाडले. तसे आम्ही पाटलांचे राजीनामे घेतले नाहीत; पण आम्ही त्यांच्यावर आम्हाला अनुकूल असे रिपोर्ट सरकारकडे पाठविण्याचे व प्रति-सरकारच्या कारभारास साहाय्य करण्याचे बंधन घातले. सुरुवातीस ठरावीक तारखेस आम्ही गावकऱ्यांना शेतसारा द्यावयास सांगत असू. असा शेतसारा जमला की, तो ज्या दिवशी तालुक्याच्या गावी जात असे त्या दिवशी आम्ही त्यावर हल्ला करून तो ताब्यात घेत असू.

आमच्या चळवळीस पैशाची अत्यंत गरज होती. ही गरज भागविण्यासाठी आम्ही पोस्ट ऑफिस, चावडी, सरकारी खजिने लुटले. खासगी संपत्तीची लूट करायची नाही असा दंडक नाना पाटलांनी निर्माण केला होता. भूमिगतांमध्ये काहींचे मत असे होते की, ज्या सावकाराने अथवा व्यापाऱ्याने अन्यायाने पैसा जमा केला असेल त्यास लुटावयास काय हरकत आहे? पण नाना पाटलांनी स्पष्ट केले की, ज्या कोणी सावकाराने गरिबांचे पैसे घेतले असतील, लुबाडले असेल, त्यास त्या गरिबाचे पैसे परत करावयास लावा; पण ते पैसे आपल्या स्वातंत्र्य चळवळीला नकोत, कारण सावकार-व्यापाऱ्याकडून पैसे वसूल करण्याची पद्धत पडली तर चळवळीस नैतिक अधिष्ठान राहणार नाही. चळवळीच्या नावावर दरोडेखोरी बोकाळेल आणि त्यावर कोणाचेच नियंत्रण राहणार नाही.

महात्माजी-नाना पाटील भेट

मे १९४४ मध्ये महात्माजींची तुरुंगातून सुटका झाली. त्यानंतर ते पाचगणीस आल्यावर नाना पाटील व आम्ही काही प्रमुख कार्यकर्ते त्यांना भेटावयास गेलो. भेटीत मोडक्यातोडक्या हिंदीत नाना पाटलांनी महात्मा गांधींना सागितले, ''मी व माझ्या सहकाऱ्यांनी सातारा जिल्ह्यात जे कार्य केले, ते तुमच्या सत्य-अहिंसेच्या तत्त्वांत कुठे बसते हे मला माहीत नाही; पण आम्ही काम करतेवेळी तुमची तत्त्वे शक्य तेवढी अमलात आणण्याचा प्रयत्न केला. आम्ही रेल्वेगाड्या पाडल्या; पण माणसांची एकही गाडी पाडली नाही. जो हात खून, बलात्कार, दरोडे घालत होता, तो हात आम्ही तोडला; जे पोलीस खबरे होते त्यांना पत्र्याही लावल्या; पण आम्ही हे जर केले नसते तर आम्हाला काही करता आले नसते. आम्ही चळवळ करू शकलो नसतो. तुम्ही ऑगस्ट ४२ मध्ये 'करेंगे या मरेंगे' हा जो आम्हास आदेश दिला व राष्ट्रीय नेते तुरुंगात गेले तर प्रत्येक भारतीयाने स्वतःस स्वतंत्र समजून त्याच्या बुद्धीला पटेल त्यानुसार इंग्रजांना घालवून देण्याची चळवळ उभारावी हाही जो आदेश दिला त्यानुसार आम्ही आमच्या बुद्धीला पटेल त्याप्रमाणे चळवळ उभी केली. शिवाजी महाराजांच्या गनिमी काव्याच्या तंत्राने इंग्रजांशी लढलो.''

यावर गांधीजी उद्‌गारले, ''नाना पाटील, तुमची चळवळ माझ्या तत्त्वांत बसते न बसते यापेक्षा तुम्ही ४२ ची स्वातंत्र्यचळवळ जिवंत ठेवली. साताऱ्याने या चळवळीचे नाव राखले हे महत्त्वाचे होय. नाना, तुम्ही बहादूर आहात. भ्याडाच्या अहिंसेपेक्षा शूराची हिंसा परवडेल असं मानणारा मी आहे!''

नाना पाटील-मोरारजी चकमक

त्यानंतर १९४८ ची गोष्ट. गांधीजींचा खून झाल्यावर सातारा जिल्ह्यात सर्वत्र जाळपोळ सुरू झाली. नाना पाटील व आम्ही कार्यकर्ते पुण्याहून औंधकडे निघालो असता थोडा वेळ रहिमतपूर येथे थांबलो. तेवढ्यात गांधीहत्येची बातमी आम्हास समजली. आम्ही तसेच औंधला गेलो, त्या वेळी पेट्रोलटंचाई होती. रेशनिंग होते, तेव्हा औंधमध्ये आमच्या गाडीच्या पेट्रोलसाठी भरपूर कुपन्स घेतली आणि गांधीहत्येच्या

असंतोषाचा अग्नी भडकू नये म्हणून खेड्यापाड्यांतून हिंडू लागलो. दरम्यान, ब्राह्मणांच्या घरादारांच्या जाळपोळीचा डोंब उसळला. आटपाडी भागात दंगलीचा जोर अधिक होता म्हणून आम्ही प्रथम तिकडे गेलो; पण आम्ही जाईपर्यंत लोकांनी ब्राह्मणांची घरेदारे जाळून, चीजवस्तू लुटून नेल्या होत्या. अशा गावांतून नाना पाटलांच्या सभा होत. त्यांच्या व्यक्तिमत्त्वाचा प्रभाव लोकांवर इतका होता की, त्यांच्या सांगण्यावरून लोक लुटून नेलेल्या चीजवस्तूंचे चावडीसमोर ढीग घालीत असत आणि मग नाना पाटील जळितग्रस्तांना त्यांच्या वस्तू परत देत असत.

याच वेळी गृहमंत्री मोराजीभाईंनी एक खास पोलीस अधिकारी नाना पाटलांच्या मागावर पाठविला होता. नाना पाटलांना आपल्या भेटीस घेऊन येण्याची खास कामगिरी त्यास मोरारजीभाईंनी सांगितली होती. आम्ही दिवसाकाठी ८/८ गावे करीत असल्याने त्यांची आमची भेट लवकर होऊ शकली नाही. शेवटी ८ दिवसांनी भेट झाली. त्याने मोरारजीभाईंचा लखोटा नाना पाटलांच्या हाती दिला. त्यात 'ताबडतोब भेटीस यावे' असा निरोप होता. तथापि, आम्ही ठरविले की, गांधीजींचा तेरावा झाल्यानंतर मोरारजीभाईंच्या भेटीस जावे, कारण त्या वेळी अधिक जाळपोळ होण्याची शक्यता होती आणि आमच्या भागात आमची अधिक गरज होती, तेव्हा मोरारजीभाईंचा हुकूम पोहोचल्यावरही आम्ही २/३ दिवस गेलो नाही. आम्ही आमच्या कामात व्यग्र राहिलो. नंतर मुंबईस भेटीस गेलो, त्या वेळी नाना पाटील व मी असे दोघेजणच होतो. भेटीत नाना पाटलांना पाहताच मोरारजीभाई उसळून म्हणाले, "पाटील, तुम्ही हे काय चालविले आहे? ब्राह्मणांची घरेदारे जाळायला लागला आहात काय?" नानांनी शांतपणे उत्तर दिले, "आपण गृहमंत्री आहात, तुमचे पोलीस रिपोर्ट काय सांगतात? नाना पाटलाने ब्राह्मणांची घरे जाळली की जळणारी वाचवली?"

नाना पाटलांच्या सभांचे वृत्तान्त पोलिसांनी वरपर्यंत धाडले होते, तेव्हा बाजू अंगावर येत आहे हे पाहताच मोरारजी म्हणाले, "रिपोर्ट काहीही असोत; पण तुम्ही ३० सालापासून महाराष्ट्रात ब्राह्मणेतर चळवळ केलीत. त्याचा परिपाक म्हणून ब्राह्मणेतरांनी ब्राह्मणांची घरे जाळली. तुमच्या ब्राह्मणेतर चळवळीचे प्रायश्चित्त ब्राह्मणांना घ्यावे लागत आहे!" मोरारजीभाईंच्या या वक्तव्यावर नाना पाटील संतापले

अन् म्हणाले, "मी ३० सालापासून ब्राह्मणेतर चळवळ केली आणि त्याचा परिपाक म्हणून ब्राह्मणांची घरे जळाली असे आपण म्हणत असाल, तर आणखी एक गोष्ट ध्यानात घ्या. ३० सालापासून ४५ सालापर्यंत स्वातंत्र्याचीही चळवळ केली, देश स्वतंत्र केला आणि या सर्वांचा परिपाक म्हणून तुम्ही सत्तेच्या खुर्चीवर बसलात! ब्राह्मणेतर चळवळीच्या परिपाकाप्रमाणे हाही परिपाक वाईट आहे असे समजून सत्तेच्या खुर्चीवरून तुम्ही खाली उतरा!" असा शब्दावरून शब्द वाढत गेला. शेवटी मोरारजीभाई उद्गारले, "आम्हाला माहीत आहे एक दिवस आम्हालासुद्धा तुम्ही गोळ्या घालाल!" तेव्हा नाना पाटील म्हणाले, "तुम्हाला गोळ्या कशाला घातल्या पाहिजेत? लोकशाहीत तुम्हाला गोळ्या घालून कशाला काढायला पाहिजे? लोकांनी मते दिली नाहीत की, तुम्ही आपोआप सत्तेवरून जाल! आम्ही गोळ्या घालणारे नाही. आम्ही गांधीवादी आहोत. आम्ही पूर्वीपासून स्वातंत्र्यचळवळीत आहोत. तुमच्यासारखी इंग्रजांची सेवाचाकरी करून धन्यता मानणारे आम्ही कधीच नव्हतो. गृहमंत्रिपदावर असणाऱ्या व्यक्तीने असे आरोप करताना जबाबदारीने केले पाहिजेत."

**

स्त्रियांनी स्वतःच्या मुक्ततेसाठी लढले पाहिजे

"नाना पाटलांच्या सभांना स्त्रिया फार मोठ्या प्रमाणावर जमत. याचे कारण त्यांची भाषाशैली हे तर होतेच, तसेच कथा-पुराणांतील अनेक उदाहरणे त्यांच्या भाषणात पेरलेली असत. आणखीही एक फार महत्त्वाचे कारण होते. कामगार आणि गृहिणी या दोन्ही जबाबदाऱ्या पार पाडताना शेतकरी महिलांना किती काबाडकष्ट करावे लागतात याचे फार सुंदर वर्णन कॉ. नाना पाटील यांच्या भाषणात असे. स्त्रियांनीही पुरुषांच्या बरोबरीने वर्गीयलढ्यात सामील झाले पाहिजे आणि स्वतःच्या मुक्ततेसाठी लढले पाहिजे हा त्यांचा आग्रह असे."

- कॉ. श्रीनिवास सरदेसाई

१७

क्रांतिसिंह : भविष्यकाळचे मानकरी

डॉ. उत्तमराव पाटील

४२ च्या लढ्याचे सेनानी, क्रांतिसिंहांचे सहकारी व चरित्र-लेखक

जुलमी इंग्रजशाहीविरुद्ध जनतेने दंड थोपटून उभे ठाकले पाहिजे म्हणून भगतसिंग, सुखदेव, राजगुरु, आझाद व सावरकर यांसारख्या क्रांतिवीरांनी जीवाची बाजी लावून या देशात बलिदानाची परंपरा निर्माण केली! पण याच वेळी भारतीय रंगमंचावर महात्मा गांधींनी भारतीयांना असहकाराचा मंत्र देऊन सुशिक्षित बुद्धिवाद्यांना राजकीय रिंगणात खेचले आणि नंतर सत्याग्रह व कायदेभंगाची हाक देऊन स्वातंत्र्याची चळवळ जनसामान्यांपर्यंत पोहोचविली. मिठाचा सत्याग्रह, जंगल सत्याग्रह अशा कार्यक्रमांनी जनजागृती करून खेड्यापाड्यांतून, झोपडीझोपडींतून स्वातंत्र्याचा वणवा पेटविला. देशातील असंख्य युवक-युवतींना स्वातंत्र्यसंग्रामाची दीक्षा दिली. त्याचबरोबर त्यांनी वाचिक, तार्किक, बौद्धिक आणि वैचारिक पातळीवरून स्वातंत्र्यलढ्यास बैठक दिली आणि स्वतः त्यागमय व सेवामय जीवन जगून इतर देशबांधवांना तो धडाही दिला. भारत हा झोपडीत राहणारा, उघडानागडा, दुःख, दैन्यात घाम गाळून जगणारा देश आहे हे पाहून स्वतः महात्माजींनी सुखोपभोगाचा त्याग करून ते झोपडीत, भंग्यांच्या वस्तीत राहू लागले आणि अंगावरची वैभवाची वस्त्रे उतरवून नंगे फकीर बनले. या आदर्शांतून प्रेरणा घेऊन सुखोपभोगाकडे, आपल्या कुटुंबाकडे पाठ फिरवून देशासाठी सर्वस्वाचा त्याग करणारे अनेक वेडे पीर जन्मले. क्रांतिसिंह नाना पाटीलही अशाच वेड्या पीरांपैकी एक होते. स्वातंत्र्याचे, समतेचे निशाण उंचावून खांद्यावर घोंगडी व कमरेला लंगोटी बांधून हा येड्याचा 'येडा' पीर शड्डू ठोकून ३० सालापासून स्वातंत्र्यलढ्यात उभा ठाकला होता.

स्वातंत्र्यपूर्व कालातील अशा या दीक्षांकित पिढीतील एक उदाहरण माझ्या मनीमानसी ठसले आहे. उच्च कुलातील खेड्यातला एक तरुण आईचा एकुलता एक मुलगा. त्याच्या आईचे कुटुंबीयांनी हालहाल केले. रस्त्यात तव्यावर उभे केले. अशा आईस चार दिवस सुखाचे दाखवू अशी जिद्द बाळगणारा हा युवक स्वातंत्र्यलढा सुरू झाला, तेव्हा त्याच्यासमोर प्रश्न निर्माण झाला. नोकरीसारखे साधन स्वीकारून आपल्या आईस सुखी करायचे की स्वातंत्र्यलढ्यात उडी टाकून असंख्य बांधवांच्या मातृभूमीची गुलामगिरी नष्ट करायची. या द्वंदातून त्याने मार्ग पत्करला भारतमातेच्या दास्याच्या शृंखला तोडण्याचा. भारतमाता म्हणजे असंख्यांची माता. तिच्या मुक्तीसाठी त्याने स्वतःला स्वातंत्र्य आंदोलनात झोकून दिले; ऊर फुटेपर्यंत धावला आणि त्याची आई? आपला पुत्र देशासाठी भूमिगत होऊन कार्य करीत असताना हाय हाय करीत निजधामास गेली! महात्माजींच्या ३० सालच्या संगरातून या तरुणासारखे अनेक वेडे निर्माण झाले. त्यांपैकीच नाना पाटील हा एक वेडा होता. ऐन तारुण्यात संसाराकडे पाठ फिरवून भिंगरीसारखा आपल्या परिसरात हा वेडा फिरत राहिला. गाडगे महाराजांप्रमाणे समाजातील अंधश्रद्धा, अज्ञान व दुष्ट रूढींच्या निःपातासाठी वणवण भटकला! महात्माजींचा ग्रामस्वराज्याचा, स्वावलंबनाचा, समतेचा व ऐक्याचा संदेश गावोगावी, घरोघरी आपल्या विनोदी व गावरान भाषेतून घुमवू लागला. कधी शेतकऱ्यांच्या झोपडीत तर कधी त्यांच्या मळ्यात मिळेल ती कांदा-भाकर खाऊन क्रांतीचा तो मिशनरी बनला. तुरुंगात दंडबेडीची शिक्षा भोगत असतानाही स्वातंत्र्याची ललकारी घुमवीत राहिला.

वरवर नाना पाटील राजकारणी वाटले तरी ते खरे समाजकारणी, जनकारणी होते. नेतृत्वाची, सत्तेची महत्त्वाकांक्षा डोळ्यांसमोर सतत ठेवणारी राजकारण्यांची जात त्या वेळीही अस्तित्वात होती. आता तर खंडोगणती राजकारणी सत्तेच्या पाठीमागे धावताहेत; पण नाना पाटील कधी सत्तेच्या मागे धावले नाहीत. त्यांच्या त्यागाचा, त्यांच्या वाणीचा, त्यांच्या जनप्रियतेचा इतरांनी मात्र भरपूर उपयोग करून घेतला. काँग्रेस प्रचाराचे काम उभे राहिले, जुंपा नाना पाटलांना! काँग्रेस निवडणुकांत झीलकरी, ढोलकरी झाले नाना पाटील. त्यांच्या चुलीवर इतरांनी सत्तेच्या भाकरी भाजून घेतल्या आणि मग कार्यभाग झाला नि कोण नाना?

क्रांतिसिंह नाना पाटलांच्या कार्यावर टीका-टिपणी करणारे सत्ताधारी, त्यांचे मुखंड, प्रति-सरकारला हिंसक भूत म्हणून दूषण देणारे शिखंडी अशांच्या उपेक्षेचे आम्हास मुळीच दुःख नाही; पण त्यांची कसलीही परंपरा शिल्लक राखली गेली नाही हे आमचे खरे दुःख आहे. ३० सालच्या त्या त्यागी, निष्ठावंत पिढीच्या बलिदानाचा वारसा संपवला गेला. बुद्धिपुरस्सर संपवला गेला याची आम्हाला घृणा आहे, चीड आहे.

३० सालच्या स्वातंत्र्य-संगरातून उदयास आलेली नाना पाटलांसारख्या राजकारण्यांची जात वेगळी होती. ते जरी राजकारणी दिसले तरी त्यांचे अंतरंग समाजकारणीच होते. म्हणून स्वातंत्र्योत्तर सत्ताबाजीत या पिढीतील नेत्यांना रस वाटला नाही. म्हणून ते अडगळीत टाकले गेले अथवा त्यांची उपेक्षा झाली याची आम्हास मुळीच खंत नाही. सत्ताधाऱ्यांनी, राजकारण्यांनी क्रांतिसिंहांची उपेक्षा केली म्हणून काय झाले? अंगाला राख फासून 'जय अलख निरंजन' वृत्तीने जगणाऱ्यालाच जनतेच्या हृदयात स्थान असते! सर्व सिंहासनांत श्रेष्ठ सिंहासन म्हणजे जनसिंहासन, त्यावर आरूढ होण्याचा मान अशाच फकिरांना असतो; मग कुणी त्यांची उपेक्षा केली म्हणून काय झाले? उद्याच्या भविष्यकाळचे तेच मानकरी राहातील!!

**

क्रां. नाना पाटलांची शिकवण

"क्रांतिसिंह नाना पाटील स्वतः पंढरीचे माळकरी; पण ते अंधश्रद्धाळू कधीच नव्हते. 'ठेविले अनंते तैसेची राहावे' या अध्यात्मावर त्यांनी प्रखर हल्ले चढविले. 'स्वधर्मे निधनं श्रेयः' या पकडीतून सामान्य माणूस मुक्त व्हावा म्हणून ते आयुष्यभर झटले. दारिद्र्य हे मानवनिर्मित आहे, ते लुच्च्या व लबाड लोकांनी तुमच्यावर लादले आहे. तुम्ही जागे झालात तर ते नष्ट होऊ शकते, ही शिकवण सामान्यांच्या मनावर बिंबविण्याचा प्रयत्न त्यांनी अखेरपर्यंत केला.

– भाई जी. डी. लाड

१८
क्रांतिसिंह : ना खेद ना खंत

लीलाताई पाटील

प्रति-सरकारच्या स्त्री-तुफान सेनेच्या सेनापती

ऑगस्ट ४२ चे बंड पेटले! खानदेशात आम्ही अमळनेरचे पोस्ट, कोर्ट, स्टेशन जाळून बेचिराख केले, मार्शल लॉचा भंग केला! मला पकडण्यात आले, सव्वासहा वर्षांची सक्तमजुरीची शिक्षा झाली; पण तुरुंगात ही शिक्षा भोगत असतानाच ४५ साली तुफान सेनेचे फील्ड मार्शल जी. डी. लाड यांच्या नेतृत्वाखाली तुफान सैनिकांनी मला मोठ्या चतुराईने तुरुंगाबाहेर काढले! बाहेर पडल्यावर आम्ही सर्वजण झुकझुक गाडीने साताराच्या प्रति-सरकारच्या राज्यात येऊन पोहोचलो.

प्रति-सरकारच्या राज्यात, स्वातंत्र्याच्या मोकळ्या वाऱ्यात, मनात दबून राहिलेली स्वातंत्र्याची खुमखुमी उफाळून आली. प्रति-सरकारच्या स्त्री-तुफान सैनिकांचे नेतृत्व माझ्याकडे आले. तुफान सैनिकांबरोबर आम्ही स्त्री-सैनिकाही खांद्यावर बंदुका घेऊन कार्यक्रमात भाग घेऊ लागलो.

या काळात क्रांतिसिंह नाना पाटलांशी माझ्या फारशा भेटीगाठी झाल्या नाहीत. भेटीगाठीसाठी स्तोम वर्ज्यच नव्हे तर शक्यच नव्हते. नाना पाटील त्या परिसरातील गावागावांनाच नव्हे तर प्रत्येक गावातील बायका-पोरांनाही परिचित होते. त्यांच्या प्रचंड ठुसक्या ठसठशीत देहयष्टीमुळे त्यांना बाहेर हिंडणे-फिरणेही मुश्कील होते. त्यांना कोण ओळखणार नव्हते? सरकार तर त्यांना पकडण्यासाठी जिवाच्या बाजीने पेटले होते. अशा परिस्थितीत क्रांतीच्या या नेत्याला सुरक्षित ठेवण्यासाठी फार मोठी कसरत करावी लागत होती; पण त्यांचा आशीर्वाद घेऊनच प्रति-सरकारच्या कार्यक्रमाची सांगता होई.

प्रत्येक चळवळीचे एक दैवत असते. सातारच्या प्रति-सरकार चळवळीचे दैवत होते नाना पाटील! त्या काळी नाना पाटलांचा तोंडाने नुसता नामोच्चार करणेही धोक्याचे होते. नाना पाटलांचा ठावठिकाणा मिळावा म्हणून पोलिसांनी कित्येकांच्या कातड्या लोळवल्या होत्या! कित्येकांच्या घरादारांवरून गाढवाचा नांगर फिरवला होता!

इंग्रजांच्या गुलामगिरीविरुद्धच नव्हे तर सर्व तऱ्हेच्या गुलामगिरीविरुद्ध, आर्थिक व सामाजिक गुलामगिरीविरुद्ध लढणे हेसुद्धा म. गांधीजींचे ध्येय होते. त्यासाठी त्यांना रामराज्याची, म्हणजे ग्रामराज्याची स्थापना करायची होती. गांधीजींचे हे स्वप्न सातारच्या क्रांतिकारकांनी साकार केले होते. त्यांनी स्वावलंबनाचे, ऐक्याचे, न्यायाचे सेवेचे व समतेचे ग्रामस्वराज्य निर्माण केले होते. या ग्रामस्वराज्यातील ग्रामसेना प्रति-सरकारच्या परिसरातील गावागावांतील सरकारी जुलूम-जबरदस्ती, राक्षसी अत्याचार, गुंडगिरी व दरोडेखोरी यांना तोंड देत होती. न्यायदान कोर्ट, प्रौढ व स्त्री शिक्षणप्रसार, व्यसनमुक्ती, सामुदायिक व साधे विवाह, अस्पृश्यतानिवारण यांसारखे सामाजिक सुधारणांचे कार्यक्रम राबविले जात होते. इंग्रजांचे आव्हान स्वीकारून या परिसरातील बच्चा बच्चा पेटला होता. त्यात स्त्रियाही मागे नव्हत्या. स्वातंत्र्याच्या या लढ्यात मांग-महारापासून पाटील-जहागिरदारांपर्यंतची पोरे एका थाळीत जेवत होती. एका ठिकाणी झोपत होती, संगसंग राहात होती, जिवाला जीव देत होती व प्रसंगी घराकडे पाठ फिरवून, जिवाची बाजी लावून लढत होती! आणि हे सर्व घडत होते क्रांतिसिंह नाना पाटलांना चळवळीचे दैवत मानून!

माझ्यासारख्या सामान्य कार्यकर्तीला वाटते की, नाना पाटील आम्हाला पचविताच आले नाहीत. ते उमगायला व आचरायला आमच्या अनेक पिढ्या जाव्या लागतील. जनसिंहासनावर आरूढ झालेल्या या क्रांतिनेत्याची आम्ही राजकारण्यांनी अक्षम्य उपेक्षा केली. जनसामान्यांनी आपल्या हृदयसिंहासनावर बसविलेल्या थोर विभूतींची अशीच उपेक्षा होत आली आहे हा इतिहास आहे. हे असे का घडते? का ते वरिष्ठ, उच्च समजल्या जाणाऱ्या बुद्धिवादी वर्गातील नव्हते म्हणून? महात्मा जोतिबा फुले, महर्षी अण्णासाहेब शिंदे, कर्मवीर भाऊराव पाटील, डॉ. आंबेडकर यांनाही ओळखण्यास बराच कालावधी लागला; पण अशी

उशिरा उमज पडण्यामुळे समाजाची हानीच झाली. आम्ही नाना पाटलांना अडगळीत टाकल्याने अशीच सामाजिक हानी झाली असे जेव्हा काळच आम्हास फटकारील तेव्हाच आम्हास आमची चूक उमजेल. या महापुरुषाची आम्ही त्यांच्या हयातीतही उपेक्षा केली आणि आजही करत आहोत. त्यांचे प्रति-सरकार, त्यांचे ग्रामस्वराज्य व त्यातून निर्माण झालेले ग्राम-उत्थापन या सर्व आदर्शांना आम्ही लाथाडलेले आहे.

४२ च्या क्रांतीच्या लढ्याचे नेतृत्व जयप्रकाश, लोहिया, अरुणा असफअली या भूमिगत समाजवाद्यांकडे होते. त्यांच्या नेतृत्वाचे पोवाडे गायले गेले आणि आजही गायले जातात. ते योग्यही आहे. मग क्रांतिसिंह नाना पाटलांचेच वावडे का? पत्री सरकारवर आकस का?

जयप्रकाशजींच्या, लोहियांच्या बिहार-उत्तर प्रदेशात ४२ ची चळवळ जशी उफाळली तशी विझलीही, बालिया पेटला तसा थंडही झाला; पण सातारच्या प्रति-सरकारचा तोफखाना धडाडत राहिला शेवटपर्यंत. हा तोफखाना शांत करावा म्हणून दिल्ली श्रेठींनी पाठविलेल्या शंकरराव देव, काकासाहेब गाडगीळ या महाराष्ट्र काँग्रेसच्या दिग्गजांना सातारच्या क्रांतिवीरांना हात जोडावे लागले! असा इतिहास भारतात इतरत्र कुठे घडला का? ज्या नाना पाटलांच्या प्रति-सरकारने इंग्रजांशी अखंड झुंज देऊन प्रति-सरकारची ध्वजा त्यांच्या छाताडावर नाचत, लहरत ठेवली त्याचे मूल्यमापन काय? खेड्यांच्या भारतात खेड्याचा आदर्श कसा असावा याचा, ग्रामस्वराज्याचा प्रयोग केला, जो एक लोकविलक्षण पायंडा पाडला, त्याची जाण आणि याद आज कुठेच दिसत नाही. नाना पाटीलही पुसटसे दिसत नाहीत; की भूमिगत नाना पाटलांना आम्ही कायमचेच भूमिगत करून टाकले आहे?

तथापि, प्रति-सरकारच्या इतिहासाची व क्रांतिसिंह नाना पाटलांच्या कर्तृत्वाची उपेक्षा झाली असली तरी भावी पिढ्यांना या इतिहासापासून आणि कर्तृत्वापासूनच स्फूर्ती मिळेल, नव्हे ती त्यांना तशी घ्यावी लागेल.

महात्मा जोतिबा फुले यांना आम्ही दुर्लक्षिले, उपेक्षिले, कस्पटासमानही लेखले; पण आज शंभर वर्षांनी त्यांचा आदर्श लोकशाहीच्या सेवकांपुढे, विधानसभेपुढे पुतळा उभारून का होईना पण स्वीकारावा लागला! हा काळाने घेतलेला सूड आहे!

क्रांतिसिंह नाना पाटलांसाठीही काळ असाच सूड उगवल्याशिवाय राहणार नाही. म्हणून आमच्या प्रति-सरकारच्या व आमचे नेते क्रांतिसिंह नाना पाटलांच्या या उपेक्षेचा आम्हाला खेदही नाही आणि खंतही नाही!

नाही चिरा नाही पणती ।
तेथे कर माझे जुळती।।

**

प्रभू रामचंद्र - आराध्य दैवत!

रामबागेतील मठातील एका खोलीत क्रांतिपर्व संपवून सार्थ जीवनाचे अखेरचे दिवस तो कर्मयोगी जगत होता. मला त्याचे ध्यान धीर-गंभीर आणि व्यक्तिमत्त्व कर्मयोग्यासारखे दिसत होते!

आमच्या समोर भिंतीला टेकून ठेवलेल्या प्रभू रामचंद्रांच्या तसबिरीकडे माझे लक्ष गेले. तसबिरीकडे बोट दाखवून मी म्हणालो,

"अण्णा, तुम्ही तर कम्युनिस्ट आणि इथे प्रभू रामचंद्रांची मूर्ती कशी काय?"

या माझ्या प्रश्नावर ते हसून म्हणाले, "संभाजीबाबा, बरा प्रश्न विचारलात. मी पंढरपुरात राहतो; परंतु स्मरणीय आणि पूजनीय आदर्श म्हणून मी विठ्ठल निवडलेला नाही, कारण विठ्ठलाने दोन्ही हात कमरेवर ठेवले आहेत. हे दैवत जगाकडे तिऱ्हाईत बुद्धीने पाहते. सुष्टांना अभय व दुष्टांना शासन करण्याचा त्याचा इरादा नाही. इथे पाहा - प्रभू रामचंद्र दुष्टांचा संहार करण्यासाठी, गरिबांचा कैवार घेण्यासाठी, नीतीचे राज्य उभे करण्यासाठी म्हणून हातात धनुष्य-बाण घेऊन सर्व सामर्थ्यानिशी उभे आहेत. हे दैवत कृतिशील आहे. म्हणून मी या आदर्श पुरुषोत्तमाची निवड केली आहे."

क्रांतिसिंहांची देवभक्तीही भाबडी नव्हती. भक्तीच्या क्षेत्रातही दुष्टांचा संहार करणारा व दीनांचा कैवारी प्रभू रामचंद्र यास त्यांनी आपले आराध्य दैवत म्हणून स्वीकारले होते. दीनांच्या कैवाऱ्याचे दैवतही दीनांचा कैवारीच असणार!

— संभाजीरावबाबा थोरात

१९
प्रति-सरकारची तुफानी सेना

भाई भगवानराव पाटील

४२ च्या लढ्यातील स्वातंत्र्यसैनिक, सामाजिक कार्यकर्ते, क्रांतिसिंहांचे जामात

काँग्रेसच्या व महात्माजींच्या ८ ऑगस्टच्या 'चले जाव'च्या आंदोलनाच्या आदेशाने सर्व देश पेटून उठला. साताऱ्यात प्रथम मोर्चे व नंतर भूमिगत चळवळ या स्वरूपात क्रांतिकारकांनी स्वातंत्र्याची चळवळ तेजपणे चालू ठेवली; पण वर्षभरात क्रांतिकारकांमध्ये, विशेषतः वरिष्ठ नेत्यांमध्ये, ही चळवळ चालू ठेवावी की बंद ठेवावी याबद्दल वैचारिक मतभेद सुरू झाले. ४३ सालच्या मध्यावर पणुंब्रे येथे क्रांतिकारकांची बैठक झाली. त्यात क्रांतिसिंह नाना पाटलांसह अनेक नेत्यांनी ही चळवळ जिवंत ठेवून ब्रिटिशांना प्रतिकार करण्याची जिद्द प्रकट केली. पुढे नाना पाटलांच्या नेतृत्वाखाली कुंडल गटाने ही चळवळ अधिक तीव्रतर बनवून सातारा जिल्ह्यात प्रति-सरकारची स्थापना केली. या प्रति-सरकारचे लष्करी व पोलिसी अंग म्हणजे तुफान सेना प्रति-सरकार आणि तुफान सेना यांचा उदय एकाच वेळी झाला असे म्हटल्यास चूक ठरणार नाही.

तुफान सेनेची गरज

त्या काळी सातारा जिल्ह्यात, विशेषतः दक्षिण भागात दरोडेखोर व गावगुंड यांचे मोठे प्रस्थ होते. ५/१० गावांच्या परिसरात अशी एखादी दरोडेखोरांची व फरारी मडळींची टोळी असायची. कामेरीचे ज्ञानू कुंभार व सखाराम बारबट्टे, राजापूरचे अण्णा व येश्या रामोशी, तांदुळवाडीचा सावळ्या धनगर, हिवताडचा दत्तू, मांजर्डर्याचे वडार, कोतवड्याचे रामोशी अशा अनेक टोळ्यांनी सर्वत्र दहशत निर्माण केली होती.

कामेरीचे ज्ञानू कुंभार आणि सखाराम बारबट्टे यांनी तर 'कामेरी कोर्ट' स्थापन केले होते. या कोर्टाचे फर्मान आले की, भल्याभल्यांना कापरे भरत असे. कोर्ट सांगेल तो दंड द्यावा लागे, दंडास काही मोजमाप नसे; तो देत नाही म्हणण्याची कोणाची छाती नसे!

कोतवड्याचे रामोशी म्हणजे मोठेच बंड. ८/९ तगडे रामोशी शिरवड्यास रेल्वे मालगाडीवर चढत व कऱ्हाडपर्यंत डब्यातून पोती ढकलून खाली टाकीत आणि गाडी जुंपून भरदिवसा तो माल घरी आणीत. अमुक एक झाड त्यांच्या डोळ्यांत भरले की, मालकाला न विचारताच ते तोडले जाई. त्यांना जाब विचारण्याची कोणाची बिशाद नव्हती!

इतरांच्या बाबतही असेच होते. राजरोस दरोडे घालणे, खून पाडणे, अब्रू घेणे अशा प्रकारांनी त्यांनी कमालीची दहशत निर्माण केली होती. या दरोडेखोरांसमोर सामान्य जनता हतबल होती. तिचे जीवित आणि वित्त सुरक्षित नव्हते, नव्हे ते धोक्यात होते.

अशा दरोडेखोरांचे व पोलिसांचे पूर्वीपासूनच सूत होते; पण भूमिगत क्रांतिकारकांना पकडण्यात यश येत नाही, असे दिसताच पोलिसांनी या दरोडेखोरांना चिथावणी देण्यास सुरुवात केली. आता दरोडेखोर 'महात्मा गांधी की जय!' 'नाना पाटील की जय!' अशा घोषणा देऊन दरोडे घालू लागले! आणि क्रांतिसिंह व त्यांचे सहकारी यांच्यासमोर एक नवीनच समस्या व आव्हान निर्माण झाले. लोक साशंक झाले. आता भूमिगत निराश होऊन चोऱ्या-दरोडे घालू लागले असा समज पसरू लागला.

ब्रिटिशांना प्रतिकार करून प्रति-सरकार राबवावयाचे असेल तर लोकांचा विश्वास संपादन केला पाहिजे आणि अशा विश्वासास दरोडेखोरांकडून जबर धोका निर्माण झाला होता. याचे निवारण कसे करायचे? या प्रश्नावर एकच उत्तर होते. ते म्हणजे तोडीस तोड, दहशतवादास दहशतवाद हेच ते उत्तर. याच उत्तरातून तुफान सेनेचा जन्म झाला.

तुफान सेनेचा उदय

युरोपातील जर्मनीच्या हिटलरची Storm Troopers व आपल्या लाडक्या नेताजी सुभाषचंद्रांची आझाद हिंद सेना या लष्करी संघटनांच्या

आदर्शास समोर ठेवून क्रांतिसिंह आणि त्यांचे सहकारी जी. डी. लाड, आप्पासाहेब लाड, नागनाथ नायकवडी, राजुताई पाटील इत्यादींनी तुफान सेनेची निर्मिती केली (१९४३-४४). जी. डी. लाड हे तुफान सेनेचे प्रमुख-फील्ड मार्शल झाले. नाना पाटलांच्या नावावर दरोडे घालणाऱ्या दरोडेखोरांवर व पोलिसांना खबरा पोहोचविणाऱ्या गावगुंडांवर तुफान सेना हा रामबाण इलाज ठरणार होता.

तुफान सेनेची कामे

तथापि, केवळ दरोडेखोर व गावगुंड यांचा बंदोबस्त एवढेच तुफान सेनेचे काम नव्हते. तिच्यासमोर ग्राम-सफाई, साक्षरताप्रसार, दारूबंदी, हुंडाबंदी, वस्त्र-स्वावलंबन, अस्पृश्यता निवारण, कर्ज-निवारण, सावकारशाही निर्मूलन यांसारखे कार्यक्रमही प्रति-सरकारने ठेवले होते. याशिवाय गावोगावी निर्माण झालेल्या न्यायदान कमिट्यांच्या निर्णयांची अंमलबजावणी करणे, तसेच भूमिगत अथवा कामी आलेल्या क्रांतिकारकांच्या कुटुंबीयांचे संरक्षण करणे, त्यांच्या अडी-अडचणींचे निवारण करणे हीही जबाबदारी तुफान सैनिकांवर असे. तुफान सेनेच्या या कार्यक्रमांकडे पाहिले तर लक्षात येईल की, हे सर्व कार्यक्रम विधायक स्वरूपाचे असून प्रति-सरकारच्या ग्रामराज्याचा प्रयोग यशस्वी करण्यासाठीच होते.

तुफान सेनेची रचना

प्रथम प्रत्येक गावी सेवादल संस्था स्थापन करण्यात आली. प्रत्येक गावातील सेवादल म्हणजे तुफान सेनेला सैनिक पुरविणारे झरेच होते. असे गावोगावीचे तरुण कुंडलला एकत्रित केले जात. त्यांना दोन महिन्यांचे प्रशिक्षण दिले जाई. त्यात छापे घालणे, हत्यारे काढून घेणे, पिस्तुले-बंदुका चालवणे इत्यादी गनिमी काव्याचे शिक्षण दिले जात असे. हा कोर्स पूर्ण झाल्यावर तुफान सैनिक आपल्या गावी जाऊन प्रति-सरकारचे कार्यक्रम राबवीत असे. प्रत्येक गावच्या तुफान सैनिकांवर एक कॅप्टन असे. अशा आठ कॅप्टन्सवर एक गट कॅप्टन असे आणि सर्व कॅप्टन्सवर फील्ड मार्शल जी. डी. लाड असत. साधारणपणे प्रत्येक कोर्ससाठी ५०० तरुण असत. अशा प्रकारे हजारो तरुण प्रशिक्षण घेऊन कुंडल येथून तुफान सैनिक म्हणून बाहेर पडले. या तुफान

सैनिकांपुढे अनेक नामवंतांची व्याख्याने व बौद्धिके होत. अच्युतराव पटवर्धन, उत्तमराव पाटील, आप्पासाहेब पंत, साने गुरुजी इत्यादी नामवंतांचे तुफान सैनिकांना मार्गदर्शन झाले होते.

सातारा जिल्ह्यातील खानापूर तालुका, तासगाव तालुका, कऱ्हाडचा आग्नेय भाग व साखराळे, कापूसखेडपर्यंतचा वाळवा तालुका अशी प्रति-सरकारची व्याप्ती होती आणि तेच तुफान सेनेचे कार्यक्षेत्र होते. सुमारे ५०० गावांत प्रति-सरकार व सेवादल केंद्रे निर्माण झाली होती.

तुफान सेनेचे कार्य

तुफान सेनेचे महत्त्वाचे व शौर्याचे कार्य म्हणजे दरोडेखोरांचा केलेला नायनाट. प्रथम सामोपचाराने या दरोडेखोरांच्या टोळ्यांना निरोप दिले गेले. त्यांची शक्ती राष्ट्रकार्यास, चळवळीसाठी त्यांनी वापरावी असे आवाहन केले गेले. काही दरोडेखोरांनी प्रतिसाद दिला; पण अशी उदाहरणे म्हणजे अपवाद! बाकीच्यांनी टवाळीच केली. अशांवर शस्त्र धरले गेले. वाळवा तालुका व शिराळा पेटा आपल्या टाचेखाली धरणाऱ्या सखाराम बारबट्टेस गोळ्या घातल्या गेल्या. आटपाडीपासून चरण-बिळाशीपर्यंत सुमारे १००च्या वर दरोडेखोर वेचून ठेचून काढले गेले. काही टोळ्या शरण आल्या, तर काही नष्ट केल्या गेल्या.

जी. डी. लाडांच्या नेतृत्वाखाली कोतवड्याच्या रामोशांवर छापा टाकला गेला. त्या वेळी प्रस्तुत लेखक तुफान सेनेसमवेत होता. तुफान सैनिक व इतर कार्यकर्ते अशा ४/५ हजारांच्या जमावाने नेर्ली, अपशिंगे व कोतवडे अशा तिन्ही गावांना पहाटेच वेढे दिले आणि रामोशांच्या सर्व टोळीस पकडून दुपारपर्यंत कोतवड्याच्या बाहेर एका ठिकाणी उभे केले. तिन्ही गावांतील प्रचंड जनसमुदाय जमला. या समुदायासमोर रामोशांच्या मुख्यावर नेम चुकवून गोळी मारल्याबरोबर सर्वजणांनी आपले अन्याय-अत्याचार सर्वांसमोर कबूल केले. कोणाचे पैसे, कोणाची झाडे, कोणाचे काय घेतले याची यादी तयार झाली. न्यायनिवाडा झाला. त्याप्रमाणे अंमलबजावणी झाली. रामोशांना जबर ताकीद दिली गेली. पुन्हा कधी या रामोशांनी गैरव्यवहार केला नाही. त्यांचे बंड मोडले ते कायमचेच.

कवठे एकंदचे रामोशी असेच शिरजोर. चोऱ्या व दरोडे हा त्यांचा

व्यवसायच. त्यांनी बुधगावकर सरकारचा खजिना दिवसा लुटला होता. अशा रामोशांच्या टोळीस जी. डी. लाड व त्यांच्या तुफान सैनिकांनी धरून आणले व कुंडलच्या चावडीसमोर मार देण्यास सुरुवात केली, तेव्हा त्यांच्यातील एका म्हाताऱ्या रामोशाने जी. डी. लाडांनाच प्रश्न विचारला की, "आम्ही चोऱ्या-दरोडे करू नयेत तर काय करावे? आम्हास काय जमीनजुमला आहे काय?" यावर जी. डी. म्हणाले, "तुम्हाला आम्ही जमीन दिली तर हा उद्योग सोडाल का?" तेव्हा म्हातारा लगेच उत्तरला, "आम्हाला जमीन देऊन तर बघा. आम्हाला काय चोऱ्या-दरोड्याची हौस हाय काय?" त्या म्हाताऱ्याच्या प्रश्नाने जी. डी. लाडांना विचार करावयास लावले. ही समस्या केवळ दहशतीने संपणार नव्हती. त्यासाठी काहीतरी वेगळा मार्ग शोधायला हवा होता. कवठे गावी बुधगावकर सरकारांची ५२ एकर जमीन काही शेतकरी खंडाने करीत होते. जी.डी.नी त्यांना बोलावून सांगितले की, "तुम्हास स्वतःची जमीन आहे. खंडाची जमीन सोडून द्या. ती हे रामोशी करतील." तुफान सेनेच्या पाठबळावर त्या रामोशांनी दरोडेखोरी सोडली आणि हाती जो नांगर घेतला तो आजतागायत तसाच आहे!

दरोडेखोरांप्रमाणेच सावकारांनी सातारा जिल्ह्यातील गरीब शेतकरी प्रजेस पिळून टाकले होते. सावकारी तिड्याने अनेक धनिकांनी शेकडो शेतकऱ्यांच्या जमिनी गिळंकृत केल्या होत्या. दुशेरे, कोडोली, गोंदी, कुंडल अशी अनेक गावेच्या गावे सावकारी पाशात अडकली होती. कुंडलचा हरि बळवंत ऊर्फ तात्या दांडेकर, कऱ्हाडचा पन्नालाल मारवाडी, शेणोलीचा कोळेकर अशी अनेक सावकार मंडळी गडगंज झाली होती आणि लोभातून गरीब शेतकरी अधिकच पिळला जात होता. सावकार जे करी ते कायदेशीर असे; त्यामुळे औंधच्या कनवाळू पंतप्रतिनिधींनाही गरीब शेतकऱ्यांची या कायदेशीर अत्याचारापासून मुक्तता करता येत नव्हती.

तुफान सेनेने ही कोंडी फोडायचे ठरविले. पहिला प्रयोग दुशेरे येथे झाला. तेथे कर्जवसुलीसाठी व जप्तीसाठी आलेल्या तात्या सावकारास तुफान सैनिकांनी पकडले, उघडे केले, तोंडास डांबर फासले व गाढवावर बसवून त्याची गावभर धिंड काढली. त्याच्याकडील कर्जरोखे चावडीसमोर फाडून टाकले! ही वार्ता सर्वत्र पसरताच सावकारशाहीचे धाबे दणाणले. अनेकांनी मूळ मुद्दल घेऊन गरिबांना कर्जमुक्त केले, तर अनेकांनी

अन्यायाने गिळंकृत केलेल्या जमिनी शेतकऱ्यांना परत केल्या. काहींच्यावर हत्यार उपसावे लागले; पण बरेच सावकार नुसत्या दहशतीने वठणीवर आले. त्यांचा अन्याय-अत्याचार बंद झाला. सावकारांनी अन्यायाने घेतलेली आणि या मोहिमेमुळे शेतकऱ्यांना परत मिळालेली रक्कम किती असावी? सुमारे ३२ लाख रुपये! रुपयाची किंमतही त्या वेळेची, आजची नाही.

दांडेकर सावकार खूप चरफडला. औंधला गेला. आप्पासाहेब पंतांना भेटला; पण आप्पासाहेबांना त्याची दृष्कृत्ये माहीत होती. त्यांनी त्याची तक्रार ऐकली नाही. पुढे तो पुण्यास शंकरराव देवांकडेही गेला; पण त्याच्या खटपटीचा काही उपयोग झाला नाही. अशा प्रकारे ग्रामसफाई ही केवळ गावातील केरकचऱ्याची होती असे नाही, तर गुंडपुंड, दरोडेखोर आणि सावकार या समाजशत्रूचेही उच्चाटन करून ग्रामसफाई होत होती.

तुफान सेनेचे आणखी एक नजरेत भरणारे कार्य म्हणजे तिने हैदराबादच्या मुक्ती-संग्रामात केलेले कार्य. मराठवाड्यात निजामाच्या हस्तकांनी - रझाकारांनी - चळवळ सुरू केल्यावर तेथील लोकांचे जीवित व वित्त वाचवण्यासाठी परभणीचे अण्णासाहेब गव्हाणे, उस्मानाबादचे उद्धवराव पाटील यांनी तुफान सेनाप्रमुख जी. डी. लाड यांच्याशी संपर्क साधला. स्वतः जी. डी. आणि त्यांचे अडीचशे कॅप्टन्स मराठवाड्यात गेले आणि तेथे त्यांनी साताऱ्यातील तुफान सैनिकांच्या धर्तीवर मराठवाड्यातील तरुणांची पथके तयार केली. लोकांत चैतन्य व आत्मविश्वास निर्माण केला. रझाकारांना प्रतिकार करून त्यांच्यापासून लोकांच्या प्राणांचे व अब्रूचे संरक्षण केले. अत्याचारी अशा शेकडो रझाकारांना ठेचून काढले! सातारच्या पराक्रमाचे पाणी तुफान सैनिकांनी रझाकारांनाही पाजले!

अशी ही तुफान सेना. या सेनेच्या निर्मितीचा व कार्याचा अधिक अभ्यास झाला पाहिजे आणि या पराक्रमी सेनेचा इतिहास नष्ट होण्यापूर्वीच तो लिहिला गेला पाहिजे, अशी अपेक्षा या प्रसंगी धरली तर ती चुकीची होणार नाही.

२०
सातारचा सिंह : नाना पाटील

स्वातंत्र्यशाहीर शंकरराव निकम

क्रांतिसिंहांचे सहकारी, प्रति-सरकारचे प्रचारमंत्री

माझं गाव कुंडल. पुढे बेचाळीसच्या लढ्यात प्रति-सरकारचे प्रमुख केंद्र म्हणून सर्व महाराष्ट्रात प्रसिद्ध पावलेले, औंध संस्थानातील छोटेसे गाव. त्या गावच्या मिडल स्कूलमध्ये मी शिकत असताना जी. डी. लाड, ईश्वर बापू, निवृत्ती कुंभार हे माझे सवंगडी होते. मिडल स्कूलमध्ये शिक्षक असणारे आप्पासाहेब लाड हे आमचे पहिले गुरू. त्यांनीच आमच्यावर बालपणी संस्कार केले, आम्हाला घडविले.

आप्पासाहेब लाडांचे कुटुंब हे नाना पाटलांच्या गावचेच नव्हे तर वाड्यातील होते. आप्पासाहेबांनीच पुढाकार घेऊन आपल्या गावातील नाथाजी लाड या तरुणाचा विवाह नाना पाटलांच्या बहिणीशी जुळवून आणला. नाना पाटलांचे व कुंडलचे नाते कायमचे जोडून टाकले! या विवाहाच्या संदर्भात एक गोष्ट सांगण्यासारखी आहे, ती म्हणजे नाना पाटलांनी पुढे जो 'गांधी-विवाह' हा अभिनव लग्न-प्रकार लोकप्रिय केला, त्या प्रकारातील हे पहिले लग्न होते. नाना पाटलांनी आपल्या घरापासून समाजसुधारणेस सुरुवात केली होती. या लग्नास सर्व मिळून आठ-दहा रुपये खर्च आला असेल. ही गोष्ट सन १९३५ च्या सुमाराची होय. याच प्रसंगी कर्मवीर भाऊराव पाटील व क्रांतिसिंह नाना पाटील यांना मी प्रथम पाहिले.

नाथाजीच्या लग्नानंतर नाना पाटील वारंवार कुंडलला येऊ लागले. आम्ही मुले त्यांच्या सहवासात राहू लागलो. त्यांच्या सभांत व व्याख्यानांत रस घेऊ लागलो. नाना पाटलांची रसाळ ग्रामीण वाणी शेकडो लोकांना

आपल्या जागी खिळवून ठेवीत असे. आम्ही त्यांच्याकडे आकृष्ट झाल्यास नवल कसले?

लहानपणापासून मला गाण्याचा नाद होता. काही राष्ट्रीय गाणी मला पाठ होती. नाना पाटलांना हे समजताच ते त्यांच्या सभांच्या कार्यक्रमास मला घेऊन जाऊ लागले. गावोगावच्या सभांना ते सायकलीवरून जात. आता त्याच सायकलीवर मला पुढे घेऊन ते जाऊ लागले. नाना पाटलांच्या भाषणापूर्वी मी गाण्याचा कार्यक्रम करी व नंतर त्यांचे भाषण होई. मला आठवते, मी त्या वेळी एक 'जानू शेतकऱ्याचा पोवाडा' केला होता. त्यात जानू शेतकऱ्यास व्यापारी लोक गोड गोड बोलून कसे फसवतात याचे वर्णन केले होते. लोकांना हा पोवाडा फार आवडायचा. पुढे या कामी माझे परमस्नेही रामभाऊ पवार व शामराव लाड यांचे सहकार्य मिळाले. रामभाऊ किर्लोस्करवाडीच्या कारखान्यात कामास होते. त्यांनी लवकरच कार्यक्रमास लागणारी पेटी, तबला अशी साधने घेतली. ते व शामराव असे दोघे दिवसभर काम करून रात्री आमच्या कार्यक्रमास साथ देण्यास सायकलीवरून येऊ लागले.

अशाच एका कार्यक्रमाहून येत असताना आम्ही येरळा नदी ओलांडत होतो. पात्राच्या मध्ये आलो नि अचानक पाणी वाढू लागले. नाना पाटलांनी मला खांद्यावर घेतले होते. आमच्या पायाखालची वाळू घसरू लागली आणि आम्ही दोघेही वाहून जाऊ लागलो; पण सुदैवाने पोहता येत असल्याने आम्ही दोघेही कसेबसे नदीच्या कडेला येऊन पोहोचलो.

पुढे १९३९ मध्ये दुसरे महायुद्ध सुरू झाले. त्याच्या पुढच्या साली म. गांधींनी राष्ट्रीय लढ्याचा भाग म्हणून वैयक्तिक सत्याग्रहाचे आंदोलन सुरू केले. देशातील अनेक भागांत या सत्याग्रहासाठी निवडक लोकांची निवड होऊ लागली. आमच्या भागातून नाना पाटील व आम्ही काही मंडळींनी म. गांधींना या सत्याग्रहासाठी परवानगी मागितली होती. आमच्यापैकी फक्त नाना पाटलांना ती मिळाली. आम्हास ती मिळाली नाही. महात्माजींकडून आदेश मिळताच नाना पाटलांनी खानापूर तालुक्यातील हनुमंत वडिये या गावी हा सत्याग्रह करण्याचे ठरविले. नाना पाटलांनी युद्धविरोधी भाषण केले की, त्यांना अटक होणार होती. आम्हीही स्वतःला अटक करवून घेण्यासाठी एक युद्धविरोधी पोवाडा

तयार केला होता -

शांतीचे आम्ही सेवक । सांगू रोखठोक । युद्धाला मदत नाही करणार ।
सत्तेसाठी प्राण नाही घेणार । रक्ताविना राज्य पदरी आणणार ।।

अशा युद्धविरोधी पोवाड्याचा कार्यक्रम नाना पाटलांच्या भाषणानंतर आम्ही केला; पण गंमत अशी की, पोलिसांनी आमच्याकडे बघितलेच नाही. त्यांना नाना पाटील हवे होते. त्यांना अटक करून ते घेऊन गेले. स्वतःला अटक करवून घेण्याची आमची योजना बारगळली. पुढे काही दिवसांनी नाना पाटलांची तुरुंगातून मुक्तता झाली.

यानंतर स्वातंत्र्य-संग्रामाला धार चढली. ७ ऑगस्ट ४२ रोजी मुंबईला ऑल इंडिया काँग्रेस कमिटीचे अधिवेशन भरले. ८ ऑगस्टला 'चले जाव'चा ठराव प्रचंड पाठिंब्याने मंजूर झाला आणि दुसऱ्या दिवशी पहाटेच सरकारने काँग्रेसच्या सर्व पुढाऱ्यांना पकडून अज्ञात स्थळी हलविले. या ऐतिहासिक बैठकीस तांबट काका, कृष्णाजी दवंडे, पुनमा मारवाडी, शंकरराव तांबट इत्यादी मंडळींच्या बरोबर मी गेलो होतो. आम्ही या अधिवेशनानंतर कुंडलला परत आलो. आता पुढे काय करायचे याविषयी जी. डी. लाड, रामभाऊ पवार, नागनाथ नायकवडी, नाथाजी लाड, आप्पासाहेब लाड इत्यादी कार्यकर्त्यांची नाना पाटलांच्या नेतृत्वाखाली एक बैठक झाली. नाना पाटलांवर सर्वांची निष्ठा होती. त्यांच्या नेतृत्वाखाली, त्यांच्या आदेशाप्रमाणे भूमिगत राहून आपल्या परीने व शक्तीनिशी स्वातंत्र्याचा लढा चालू ठेवण्याचा निर्णय आम्ही घेतला.

दसऱ्याच्या मुहूर्तावर आमच्या चळवळीची मुहूर्तमेढ रोवली गेली. आमचे एक बहाद्दर सहकारी रामभाऊ पवार यांनी पुण्याहून मिरजेकडे जाणारी मेल गाडी पेटवून धावत्या गाडीतून उडी मारली आणि ते सहीसलामत परत आले. त्याच रात्री मी, शंकरराव लुपणे व शंकरराव टेके यांना घेऊन ताकारीच्या पोलीस मोटारीवर बॉम्ब टाकून आलो. आता आमच्या कामाला सुरुवात झाली. आमच्या भागातील अनेक सरकारी बंगले आम्ही छापे घालून जाळून टाकले. सरकारी टपालगाड्या लुटल्या. पोलीस गेटवर बॉम्ब टाकून तेथे दहशत निर्माण केली. विशेष म्हणजे आम्ही वापरत असलेले हातबॉम्ब आमचेच एक सहकारी तांबट

काका तयार करत होते.

या चळवळीचा फायदा चोऱ्या, दरोडे घालणारे लोक घेऊ लागले. नाना पाटलांच्या नावे ते दरोडे घालू लागले. त्यांचा कायमचा बंदोबस्त करण्यासाठी व गरीब जनतेला त्यांच्या त्रासातून मुक्त करण्यासाठी नाना पाटलांनी जी. डी. लाडांच्या नेतृत्वाखाली 'तुफान सेना' तयार केली. या तुफान सेनेने भूमिगत राहून, गावोगावी जाऊन दरोडेखोरांना व पोलिसांच्या खबऱ्यांना शासन केले आणि त्यांच्यात दहशत निर्माण केली.

आमच्या चळवळीने गावागावांत शेकडो कार्यकर्ते निर्माण केले. अशा दहा-बारा गावांतील कार्यकर्त्यांना एखादे दिवशी एकत्र बोलावले जाई. तिथे नाना पाटील अचानक प्रकट होऊन मार्गदर्शन करून फिरून अज्ञात स्थळी रवाना होत.

नाना पाटील व आम्ही त्यांचे कार्यकर्ते यांना औंधच्या बॅ. आप्पासाहेब पंतांची फार मोलाची मदत झाली. आमचे गाव औंध संस्थानात असल्याने आम्हास अनेक गोष्टी निर्भयपणे करता आल्या. भूमिगत अवस्थेत नाना पाटलांचे बराच काळ औंध संस्थानच्या गावांतून वास्तव्य होते.

औंध संस्थानच्या सर्व अधिकाऱ्यांचीही आम्हाला सहानुभूती व आतून पाठिंबा होता. खुद्द आप्पासाहेब पंतांनी आमच्यापैकी काही लोकांना ब्रिटिश पोलिसांपासून संरक्षण मिळावे म्हणून आपल्या पोलिसांकडून पकडून आणून औंधच्या बाहेरच्या एका इमारतीत सुरक्षित ठेवले होते. ही असली कैदी मंडळी आपल्या चळवळीच्या योजना जिथे राजरोसपणे आखत असत.

सातारा जिल्ह्यात प्रति-सरकार स्थापन झाल्यावर नाना पाटलांनी प्रचारमंत्री म्हणून माझी नेमणूक केली व प्रति-सरकारच्या प्रचाराची जबाबदारी माझ्यावर टाकली. मी व माझे सहकारी भाऊराव सवाशे, शामराव लाड आणि गणपतराव गायकवाड असे सर्वजण मिळून सर्व महाराष्ट्रातील खेड्यापाड्यांतून शेकडो कार्यक्रम करून प्रति-सरकारची भूमिका लोकांसमोर मांडू लागलो.

"नाना पाटील नाही एकला । त्याच्या दिमतीला
आज उभा ठेला ।

पोलादी संघटना त्याच्यात
शेकड्याने शस्त्रसिद्धी हातात ॥ जी
पकडील कोण नानाला । आमच्या नेत्याला ।
बातमी जो देईल नीच इंग्रजास।
दिवा नाही ठेवणार त्याच्या वंशास ॥ जी
लाथेने उडवा पाटीलकी । झेलू नका थुंकी । सोडून लायकी ।
तुम्ही तर राजे देशाचे ।
हक्क मिळताच स्वराज्याचे । तुम्ही आमचे नि आम्ही तुमचे ॥ जी
हाकलून देऊ गोऱ्याला । हरामखोराला । नीच राज्याला ।
घेऊ या राज्य परत आपुले ।
कायद्याचे भय आता कसले । प्रति-सरकार सुरू झाले ॥ जी
कोण पकडील क्रांतिवीराला । नाना पाटलाला । आमच्या नेत्याला ।
पकडील कोण पळत्या वाऱ्याला । धरील कोण जळत्या अग्नीला
गवसणी कोण घालील आभाळाला ॥ जी

अशा प्रकारचा प्रचार सुरू झाल्याने आम्हाला लोकांची फार मोठी साथ मिळू लागली. जसा श्रोतृवृंद मिळे तसा आम्ही प्रचाराचा ढंग निर्माण करीत असू, तमाशातील लावणी खेड्यातील लोकांना फार आवडते म्हणून -

अगं स्वराज्य मिळवायचं औंदा गं ।
म्हणून कारभारणी सोडलाय धंदा ।
काय पाटीलकीत? मजा स्वराज्यात ।
राघू सोन्याच्या पिंजऱ्यात ठेवला ।
हिऱ्यामोत्याचा घास त्याला घातला ।
रानवाऱ्यास कायमचा मुकला ।
भारतमातेचा प्रकार तसला ।
इंग्रजाच्या लागू नका छंदा ।
सोडून द्यावा पाटीलकीचा धंदा ॥ जी

स्त्रियांसाठी आमच्या ओव्या होत्या -

गांधी माझा सखा गं, ओवी मी गाईन ।

तुरुंगात जाऊन मी स्वराज्य मिळवीन ।
जवाहर माझा बंधू गं, ओवी त्यांना गाऊ या ।
उठा उठा पतिराया स्वराज्य मिळवू या ।

तरुणांसाठी क्रांतिगीत -

क्रांतीची घे मशाल, सोड आता रंगमहाल ।
रणचंडी भारतात । पेटव तू प्रांत प्रांत ।

अशा तऱ्हेचे क्रांतिगीत गात असताना तरुणांच्या ओठावर -

नाही मरणाची आम्हा भीती गं ।
भरली अंगात स्वराज्य स्फूर्ती ।

अशा प्रकारच्या गीतांच्या ओळी स्फुरू लागल्या. तरुणांची अख्खी पिढी पेटून उठली. सातारा जिल्हा थरारून गेला. इंग्रजी राज्य नाहीसे होऊन प्रति-सरकारचा अंमल सातारा जिल्ह्यातील खेड्यापाड्यांवर बसला –

अधिकार दिला पंचाला । कोर्टाचा निकाल लागला ।
गुंडपुंड बसले कोपऱ्याला । गोरगरीब सुखी जाहला ।
दहशत बसली फितुराला । गावागावांत न्याय लागला ।
गुन्हेगार भिऊ लागला । धडकी भरली अधिकाऱ्याला ।
शिक्षा दिली गुन्हेगाराला । नाना पाटील जाई गावाला ।
बोलावून साऱ्या गावाला । सांगे, भिऊ नका गोऱ्या सायबाला ।
गांधी राज्य आले गावाला । हात लावील कोण अबलेला ।
फाशीची शिक्षा तयाला । जिल्हा सारा आनंदून गेला ।
आशीर्वाद प्रति-सरकारला । प्रति-सरकारचा जय बोला ।

अशा प्रकारे प्रति-सरकारचा प्रचार चालू असताना मी लोकांना आवाहन करीत होतो -

एक पाऊल तुमच्या गावात, दुसरं तुरुंगात,
तिसरं स्वर्गात । तमा नाही त्यांची शाहिराला ।
कोण कोण येतो मदतीला । वचन तेवढं द्यावं आम्हाला ।

शाहिराच्या या आवाहनाला शेकडो तरुणांनी प्रतिसाद दिला. त्यांच्यात राष्ट्राभिमान व जिद्द निर्माण करून तुफान सेनेचे फील्ड मार्शल जी. डी. लाड त्यांची अनेक शिबिरे घेत होते. गावोगावी अन्यायी गुंडांवर आणि पोलिसांवर दहशत बसवीत होते. नाना पाटलांच्या सभा या तुफान सेनेच्या सैनिकांच्या संरक्षणात पार पडत होत्या. आता या सभांनी खेड्यांची मर्यादा ओलांडली आणि कोल्हापूर, सोलापूर, नगर एवढेच काय मुंबईसारख्या शहरांतही त्या भरू लागल्या. मुंबईच्या क्रॉफर्ड मार्केटजवळ झालेल्या सभेस ३०० पोलिसांनी वेढले; पण सभा समाप्त होण्याच्या वेळी निर्माण झालेल्या गोंधळामध्ये पोलिसांतीलच काही राष्ट्रप्रेमी पोलिसांनी एका बाजूने वाट देऊन आम्हाला निसटू दिले!!

पुण्यात मंडईजवळच्या कार्यक्रमास लाखाचा समुदाय जमला. लोकांना बसायला जागा नाही अशी सभा झाली. शेवटी लोकांनी आमच्या अंगावर पैशाचा आणि अंगठ्यांचा पाऊस पाडला. प्रसिद्ध नगरसेविका भीमाबाई दांगट यांनी तर आपल्या अंगावरील सर्व दागिने काढून दिले! बेळगावच्या कार्यक्रमातही लोकांनी स्वयंस्फूर्तीने हजारो रुपये व दागिने बहाल केले. प्रसिद्ध कवी बा. भ. बोरकर यांनी आपली अंगठी दिली. त्या अंगठीचा जाहीर लिलाव दोन हजार रुपयांपर्यंत गेला! या पैशाचा वापर आम्ही तुरुंगात गेलेल्या आमच्या सहकाऱ्यांसाठी, त्यांच्या कुटुंबीयांसाठी आणि गोवा मुक्ती लढ्यासाठी केला.

आमच्या प्रचारसभांचा जनमानसावर किती प्रभाव पडत होता याचा एक किस्सा देतो. नगर जिल्ह्यात ज्ञानेश्वरांच्या नेवासे गावी माझा पोवाड्याचा कार्यक्रम होता. त्या पोवाड्यात एक कडवे असे होते -

तुम्ही म्हणाल, पटतंय आम्हाला, पोराबाळाला काय पोटाला?
चिंता करू नका पोटाची, कोठारं भरली सरकारची ।
आणि आता खुशाल ती लुटायची।

सकाळी अक्षरशः लोकांनी धान्याची कोठारे लुटली! नगरचा डी.एस.पी. आमची पकड वॉरंट्स घेऊन सर्व महाराष्ट्रभर आमच्या मागे फिरत होता! पण हजारोंच्या सभांत आम्हाला पकडण्याची त्याची छाती झाली नाही!

शेवटी १९४६ साली कऱ्हाडचा कार्यक्रम संपवून पहाटे चार वाजता मी यशवंतराव चव्हाण यांच्या घरी जेवावयास गेलो असताना पोलिसांनी वेढा घालून मला पकडले. देशाला जेव्हा स्वातंत्र्य मिळाले, तेव्हा मी तुरुंगात होतो. पुढे लवकरच खेर मंत्रिमंडळाच्या कारकिर्दीत आम्हा सर्वांची तुरुंगातून सुटका झाली.

या वेळी महाराष्ट्रात देव, देवगिरीकर आणि देवकीनंदन या त्रिकुटाचे राजकीय नेतृत्व होते. साताऱ्याच्या प्रति-सरकारच्या क्रांतीचे त्यांना वावडे होते. तथापि, ते महाराष्ट्राचे नेते म्हणून आप्पासाहेब लाड, जी. डी. लाड, नाथाजी व मी असे मिळून नाना पाटलांच्या नेतृत्वाखाली आम्ही त्यांची पुण्यात भेट घेतली. देशात गांधी-नेहरू व महाराष्ट्रात आपण सांगाल त्याप्रमाणे देशकार्य करण्यास आम्ही तयार आहोत असे आम्ही सांगताच शंकरराव देवांनी उद्धटपणे उत्तरे दिले, 'साताऱ्यात अगोदर बुवासाहेब गोसावी व काशीनाथ देशमुख यांचा विश्वास संपादन करा आणि मग माझ्याकडे या.' क्रांतिसिंह नाना पाटलांना अगोदर या मंडळींचा विश्वास संपादन करण्यास सांगणे म्हणजे जाणूनबुजून त्यांचा उपमर्द करणेच होते.

शेवटी प्रति-सरकारच्या लढ्याच्या समाप्तीच्या काळातील दोन आठवणी सांगून हा लेख पुरा करतो. प्रति-सरकार चळवळीत आणि चळीवळीनंतरच्या सत्कार समारंभात मिळालेल्या पैशाचा हिशेब देण्यासाठी आम्ही मंडळी आमचे नेते पं. नेहरू, पटेल, आझाद, राजेंद्रबाबू व आचार्य कृपलानी यांना भेटण्यास दिल्लीस गेलो. सरदार पटेल यांनी, 'हिशेब काय बघायचा? तुम्हा मंडळींनी पैशाच्या कितीतरी पटींनी अधिक मौल्यवान कार्य केले आहे!' असे म्हणून धन्यवाद दिले. नंतर आम्ही आचार्य कृपलानींना भेटलो. भेटीत नाना पाटलांनी आचार्यांना प्रश्न केला, 'काय हो साहेब, आता आपला भारत स्वतंत्र झाला. आता गरिबांचे राज्य होईल का?' आचार्य उद्‌गारले, 'खुळे आहात नाना तुम्ही! जगात कुठेच गरिबांचे राज्य झालेले नाही आणि होणार नाही! त्यांचे नाव घ्यायचे व राज्य करावयाचे!'

**

२१
क्रांतिसिंहांचे सामाजिक क्रांतीचे तत्त्वज्ञान

रा. तु. पाटील

४२ च्या लढ्यातील स्वातंत्र्यसैनिक, क्रांतिसिंहांचे सहकारी व चरित्र-लेखक

१९३४ ते ७६ पर्यंतच्या ४२ वर्षांच्या काळात मी क्रांतिसिंह नाना पाटील यांच्या कमीअधिक सहवासात होतो. त्यांचे जीवन व कार्य जवळून पाहण्याची, एवढेच काय १९४२-४६ च्या ऐतिहासिक स्वातंत्र्य-संग्रामात भूमिगत राहून आमच्या खानापूर तालुक्यातील प्रति-सरकार आणि ग्रामराज्याच्या प्रयोगात एक घटक म्हणून काम करण्याची संधी मला लाभली.

समन्वयवादी कार्य

आधी स्वराज्याची मागणी करायची, त्यासाठी लढा द्यायचा की स्वराज्य पेलण्यास समर्थ असा मनुष्य आणि समाज तयार करण्यासाठी सामाजिक सुधारणा करायच्या? हा वाद एकेकाळी महाराष्ट्रात, खुद्द पुण्यात गाजला. त्यातून लोकमान्य टिळक आणि सुधारकाग्रणी गोपाळराव आगरकर हे एकमेकांपासून दुरावले; पण क्रांतिसिंह नाना पाटलांच्या मनाला हा वाद स्पर्श करू शकला नाही. ‘‘ताटात वाढलेले खाद्यपदार्थ एकामागून एक खाऊन संपविण्याऐवजी सर्व पदार्थ रुचिपालटानुसार आळीपाळीने वरचेवर खाऊन संपविल्यानेच जेवणाला गोडी येते. त्याप्रमाणे सामाजिक, धार्मिक किंवा राजकीय सुधारणा एकसमयावच्छेदेकरून केल्यानेच समाज सर्वसमर्थ होईल.’’ असे ते म्हणत. या वादाचा उल्लेख न करताही प्रचारसभांमधून क्रांतिसिंह सर्वंकष सुधारणेचा पाठपुरावा करीत.

सत्यशोधकी पिंड

क्रांतिसिंह हे महाराष्ट्राबाहेर किंबहुना भारतात प्रसिद्धीला आले ते

राजकीय क्रांतिकारक म्हणूनच. साताऱ्याच्या प्रति-सरकारच्या प्रयोगाचे प्रेरक, सूत्रधार व उद्‌गाते म्हणूनच! पण त्यापूर्वी अखंड सातारा जिल्हा, त्याभोवतालची दक्षिणी संस्थाने, तसेच पुणे, सोलापूर, बृहन्मुंबई वगैरे ७-८ जिल्ह्यांएवढ्या प्रदेशातील प्रत्येक गावन्‌गाव, वाडी, वस्ती, शेतकऱ्यांच्या झोपडीपर्यंत, कामगारांच्या चाळीपर्यंत अण्णांनी समाजातील शेतकरी, कामगार, शेतमजूर वगैरे श्रमजीवि जनतेत काम केले होते; तसेच सर्व दृष्टींनी समाजपुरुष जागृत, समर्थ, स्वावलंबी बनावा; अनिष्ट रुढीतून मुक्त व्हावा यासाठी त्यांनी पोटतिडकीने लहान-मोठ्या सभांमधून, बैठकीतून, गप्पा-गोष्टी, विनोदाच्या माध्यमातून पुरोगामी विचार लोकांच्या गळी उतरविण्यासाठी प्रयत्न केले. ही गोष्ट प्रथम लक्षात घेतली पाहिजे.

बहुजन समाज अनिष्ट धार्मिक रूढीतून मुक्त होणे ही गोष्ट परमार्थजीवि अन् पोथिनिष्ठ ब्राह्मण समाजाच्या स्वार्थाआड येणारी किंबहुना त्यांच्या निर्वाहाला बाधक होती. प्रचाराची वृत्तपत्रासारखी माध्यमेही त्यांच्याच हाती असल्याने महात्मा जोतिराव फुले यांना ब्रिटिशधार्जिणे, ख्रिस्ती मिशनऱ्यांचे हस्तक ठरवून त्यांचे कार्य हाणून पाडण्याचे प्रयत्न १९ व्या शतकाअखेरीस झाले, तसेच शाहू छत्रपतींच्या काळीही झाले. 'स्वराज्यद्रोही छत्रपती' असा शिक्का त्यांच्यावर मारून सत्यशोधक चळवळ ही धर्मविरोधी, संस्कृतिविरोधी आणि केवळ 'निरुपद्रवी' ब्राह्मण जातीचा द्वेष करणारी आह, असा प्रचार सुरू झाला. क्वचित ठिकाणी समाजाची पिळवणूक करणाऱ्या ब्राह्मण जमीनदार सावकारांना गैरवाजवी त्रास झाला असेलही; पण 'ब्राह्मणद्वेष्टे', 'ब्रिटिश सरकारचे हस्तक' असा आरोप सत्यशोधक चळवळीतील सर्व कार्यकर्त्यांवर करणे चुकीचे होते; पण ही मंडळी 'ब्राह्मणेतर' म्हणूनच ओळखली जाऊ लागली आणि राजकारणात काम करताना या मंडळींचा पक्ष 'ब्राह्मणेतर पक्ष' म्हणूनच संबोधला गेला.

क्रांतिसिंह नाना पाटील काय किंवा इतर समाजसुधारक काय त्यांनी ब्राह्मणजातीला विरोध केला नव्हता. व्यास, वाल्मीकी ऋषींप्रमाणेच संत ज्ञानेश्वर, एकनाथ, तुळशीदास आदी भगवद्‌भक्तांबद्दल कोणी अनादर दाखविला नाही. लोकमान्य टिळकांच्यासारख्या राष्ट्रीय नेत्यांनाही विरोध नव्हता; पण पोथ्या-पुस्तकांत अवास्तव माहिती घुसडून अखेर पापक्षालनार्थ, इहपरलोकी सुखप्राप्तीसाठी यज्ञयाग, सत्यनारायण पूजा,

निरनिराळ्या देवतांच्या षोड्शोपचारे पूजा बहुजन समाजाला करायला लावून त्यातून दानदक्षिणा उपटणे, कष्टकरी जनतेच्या श्रद्धेचा, अज्ञानाचा गैरफायदा घेणे, त्यांना अज्ञानातच ठेवणे, त्यांच्या शिक्षणाला विरोध करणे अशा ब्राह्मणवर्गातील स्वार्थी वृत्तीला म. फुले यांच्याप्रमाणेच क्रांतिसिंहांचा विरोध होता.

सत्यशोधक समाजाच्या इतर अनुयायांना, समाजसुधारकांना बुद्धिजीवि समाजाचा जो त्रास झाला, तोच क्रांतिसिंहांच्या वाट्याला आला. त्यांच्या प्रचंड प्रचारसभांचे वृत्त बऱ्याच वेळा फारच त्रोटक दिले जाई. राजकीय सभा - परिषदांतूनही त्यांना अनुल्लेखानेच दूर टाकण्याचा प्रयत्न केला जाई. अण्णांच्या ज्वलज्जहाल, मर्मभेदी भाषणाचा उल्लेख वा परामर्ष नंतरचे वक्ते टाळत असत. त्यांच्यावर ब्राह्मणद्वेषाचा शिक्का मारला जाई. वास्तविक नाना पाटलांनी समाजाला ब्राह्मण-द्वेष शिकविला नाही. उलट ब्राह्मणांचे शिक्षणप्रेम, सहनशीलता, चिकाटी आदी गुण बहुजन समाजातील तरुणांनी अंगी बाणवावेत, स्वतःची सर्वांगीण प्रगती साधावी असेच ते सभा-बैठकीतून आवर्जून सांगत.

बहुजन समाज सुशिक्षित व्हावा, त्याला बरे-वाईट, हित-अहिताचे ज्ञान व्हावे हा तर सत्यशोधक समाजाच्या कार्याचा गाभा होता. क्रांतिसिंह १९१४ ते १८ या काळात बहे - इस्लामपूर येथे शिकत असताना त्यांच्या मनावर सत्यशोधक चळवळीतील प्रचाराची, विशेषतः काले येथील घाडगे, भिलवडीचे पाटोळे या सत्यशोधक चळवळीच्या तमासगीर प्रचारकांच्या कार्यक्रमांची चांगली मोहिनी पडली. 'ज्ञान हा तिसरा डोळा' या उक्तीची प्रचिती येऊन शिक्षण अर्धवट सोडून शेती, मजुरी व पहिलवानकी करणाऱ्या आपल्या सवंगड्यांना त्यांनी पुन्हा शिक्षणासाठी प्रवृत्त केले. त्या काळी शिक्षणाचा एवढा धूमधडाक्याने प्रचार आणि प्रसार झाला की, शेतात मोट आणि नांगर हाकणारे, दाढीमिशा आलेले, लग्न होऊन प्रपंचाला लागलेले तरुण पुन्हा व्ह.फा. पास होऊन शिक्षकांच्या, कारकुनांच्या आणि तलाठ्यांच्या नोकऱ्या करू लागले. सावलीला बसून चार पैसे मिळवू लागले. त्यांच्यामुळे त्यांचे भाऊ-बहिणी यांनीही शिक्षण पुरे केले. सत्यशोधक चळवळीमुळे शेकडो, हजारो लोकांच्या व कुटुंबांच्या जीवनात क्रांती झाली हे मी पाहिले आहे. या लाटेतूनच आमचेही कुटुंब सुशिक्षित बनले. हे श्रेय

क्रांतिसिंह नाना पाटलांच्यासारख्या ज्ञात आणि अज्ञात प्रचारकांना कृतज्ञतापूर्वक मी देतो.

'गांधी लग्ना'चा प्रचार

क्रांतिसिंहांनी कर्नाटकातून फिरत फिरत आलेले स्वामी रामानंद भारती यांच्या सहकार्याने व जोडीने शिक्षण प्रसाराप्रमाणेच काटकसर म्हणून थोड्या खर्चात लग्ने घडवून आणण्याची चळवळ - 'गांधी लग्ने'- त्या काळी खेड्यापाड्यांतून धूमधडाक्याने सुरू केली होती. स्वतःची लहान बहीण गंगूबाई हिचे लग्न नाथाजी लाड यांच्याशी, आपली एकुलती एक मुलगी हौसाबाई हिचे लग्न हणमंत वडिये येथे भगवानराव मोरे पाटील यांच्याशी, तसेच भावांची, मित्रांची, मुले-मुली यांचे विवाह त्यांनी सुधारक पद्धतीने घडवून आणले. त्या काळी अशा विवाहांची लाटच उसळली होती. क्रांतिसिंह व स्वामीजी गावोगाव फिरून प्रचार करीत व लोकांना अशा विवाहासाठी प्रवृत्त करीत असत.

त्या काळी आजच्यासारखे वरदक्षिणा किंवा हुंड्याचे हजारोंचे आकडे ऐकू येत नसत; पण चार-पाच दिवस लग्न, मांडव, बोहले, जेवणावळी, भारी कपडे व दागदागिन्यांचा खर्च यामुळे वर आणि वधू पक्षांची मंडळी जवळची पुंजी गमावून उलट कर्जबाजारी होत. त्याकाळी खालच्या मागास जातींमध्ये तसेच मराठ्यांतीलही खालच्या पातळीतील ग्रामीण समाजात मुलीच्या बापाला शे-पाचशे रुपये 'ठेवायला' द्यावे लागत. एवढेच काय गुजर समाजात तर हजारो रुपये व भारंभार सोने देऊन बायका 'विकत' घ्याव्या लागत. गुजरातमधून गरिबांच्या मुली आणून महाराष्ट्रात त्या भारी किमतीला विकण्याचा धंदा करणारे व्यापारीही असत. शेतकऱ्याचा पोरगा तर बिचारा लग्नात बोकांडी बसलेले कर्ज फेडण्यासाठी चुडा भरलेली ७-८ वर्षांची कोवळी नवरी आई-बापांच्याजवळ सोडून मुंबईला जाई. गोदीत हमाली अगर गिरणीत काम करून, पोटाला तिडा देऊन सावकाराच्या कर्जाचे हप्ते भरीत राही. कालांतराने इकडे नवी नवरी उपवर झाली तरी तिकडे बिचारा नवरा मुंबईत काबाडकष्ट करीत राही. वर्षातून एक-दोन आठवडे घरी येई. क्रांतिसिंह हा विषय आपल्या विनोदी शैलीत रंगवून सांगत. त्याचा लोकांच्या मनावर परिणाम होई; त्यामुळे असे शेकडोंनी गांधी-विवाह पार पडले.

देवदेवऋषींवर हल्ले

कळत नकळत शेंदूर लागल्यामुळे दगडांचे देव कसे बनतात व प्रतिवर्षी अशा देवांची पैदास कसकशी वाढत जाते, जत्रा-यात्रा, नवस-सायास, पुजाऱ्यांकडून भाबड्या भक्तांची पिळवणूक, देवांच्या नावावर ढोंगी लोकांकडून होणारी लोकांची पिळवणूक यांचे रसभरीत वर्णन क्रांतिसिंह करीत आणि लोकांच्या भावना न दुखावता वैचारिक क्रांती घडवून आणण्याचे कार्य करीत. लबाड देवऋषी आणि ज्योतिषी यांच्या कारवाया उघड करीत. या त्यांच्या कार्यास महाराष्ट्रात तोड सापडणार नाही!

आंतरजातीय विवाह आणि पुनर्विवाह

१९३८ साली आमदार आत्माराम पाटील यांनी पुणे येथे एका ब्राह्मण तरुणीशी प्रेमविवाह केला. वृत्तपत्रांनी तिकडे दुर्लक्ष केले तरी, गावोगाव चर्चा सुरू झाली. थोड्या दिवसांनी क्रांतिसिंहांची गाठ पडल्यावर मी त्यांचे मत विचारले. ते म्हणाले, "मराठा जातीपेक्षा ब्राह्मणजात श्रेष्ठ आहे ही कल्पना चुकीची आहे. तसेच एखाद्या ब्राह्मण मुलीने मराठ्याशी लग्न केल्याने ब्राह्मणजातीलाही कमीपणा येत नाही. आमच्या एखाद्या शेतकऱ्यांच्या सुस्वरूप कन्येला आमदार नवरा मिळाला असता, त्या बिचारीचा हक्क कोणा पुणेरी ब्राह्मणकन्येने हिरावून घेतला एवढेच!" १९४८ साली कुंडल येथे एका क्रांतिकारकाचा विधवा कार्यकर्त्या तरुणीशी विवाह खुद्द क्रांतिसिंहांच्या नेतृत्वाखाली पार पडला. जिल्ह्यातून शेकडो कार्यकर्ते आले; पण खुद्द वराच्या भावकीतील लोकांनी जवळजवळ बहिष्कारच टाकल्याचे दिसले; पण क्रांतिसिंह यामुळे नाउमेद झाले नाहीत.

जगन्नाथाचा रथ

क्रांतिसिंह म्हणत, "शेकडो - हजारो वर्षांचे संस्कार आणि जुन्या कोत्या समजुती नाहीशा करण्यासाठी समाजसुधारकांच्या शेकडो पिढ्या खर्ची पडल्या तरी पूर्ण यश मिळणे अवघडच. हा जगन्नाथाचा रथ ढकलत राहणे एवढेच आमच्या हाती आहे. रथ तसूतसूने पुढे सरकेल किंवा घसरून परत अंगावरही येईल. आम्ही चिरडून जाऊ; पण प्रयत्न करीत राहणार. तेवढेच आमच्या हाती आहे."

खुद्द क्रांतिसिंहांनी आपल्या हयातीत शेकडोंनी सुधारक पद्धतीचे विवाह घडवून आणले; पण त्यांच्या जिवलग सहकाऱ्यांनी, एवढेच काय त्यांच्या नातेवाइकांनी आपल्या मुला-मुलींचे विवाह वरदक्षिणा, वाद्य-वाजंत्री अशा थाटामाटात लावून दिले! पण हे सर्व पाहून त्यांच्या अंतःकरणास विलक्षण वेदना होत. आमच्यासारख्या निकटच्या मंडळींजवळ अंतरीचे दुःख ते कळवळून बोलून दाखवीत.

कावळ्याचा महिमा

क्रांतिसिंहांच्या निधनाच्या तिसऱ्या दिवशी रक्षा गोळा करायला साऱ्या महाराष्ट्रातून शेकडो कार्यकर्ते व जवळपासचे हजारो लोक जमले होते. नैवेद्य सेवन करायला कावळा खाली उतरेना. मग काय? त्याची समजूत काढण्यासाठी सारे नातलग सपत्नीक पदर पसरू लागले. विनवण्या करू लागले; पण कावळा प्रसन्न होईना. सर्वांचे प्रयत्न व्यर्थ गेले. क्रांतिसिंहांनी हयातभर जीर्ण व मूर्खपणाच्या रूढीवर, समजुतीवर हल्ले केले. "आमचे वडील, आजोबा कावळे कसे बनले?" असे ते उपहासाने म्हणाले. अखेर नातलगांनी व सहकाऱ्यांनी त्यांनाच 'कावळा बनविले' हे दृश्य पाहून बिचाऱ्या क्रांतिसिंहांच्या आत्म्यास काय वाटले असेल?

❊❊

...म्हणून मी तृप्त आहे!

"माझ्या आयुष्यात मानमरातब माझ्या वाट्याला फारसे आले नाहीत; पण माझी काही तक्रार नाही. मी कसली अपेक्षा बाळगून या कार्यात पडलोच न्हाई तर मला अपेक्षाभंगाचे दुःख व्हावं कसं? देशाकरिता थोडं फार कार्य करण्याची नियतीनं संधी दिली यातच मी कृतार्थ आहे. कृतज्ञ आहे. तृप्त आहे. मी मेल्यावर माझ्या प्रेतावर फक्त एक फूल वाहा आणि म्हणा, 'नाना पाटील - देशभक्त रयतसेवक' सगळे मला विसरले - पण अर्धनग्न शेतकरी - माझा बळीराजा - मला विसरला नाही, कारण आपल्या मातीचा गुणच तसा आहे आणि म्हणून मी तृप्त आहे!

- क्रांतिसिंह नाना पाटील

२२

निर्मळ मनाचा मराठा वीर : नाना पाटील

काशिनाथ राजाराम देशमुख

क्रांतिसिंहांचे सहकारी, स्वातंत्र्यसैनिक, गांधीवादी कार्यकर्ते

नाना पाटील आणि मी आमच्या वयाच्या बावीस-तेवीस वर्षापासून परममित्र होतो. सन १९२३ साली मी कऱ्हाडच्या मामलेदार कचेरीत निमसरकारी सेक्शन रायटर म्हणून नोकरीस होतो. तेथे जुन्या कागदपत्रांच्या नकला नेण्यासाठी ते अनेक वेळा मजकडे येत.

मी सन १९२० सालापासून, म्हणजे विद्यार्थीदशेपासून म. गांधीप्रणित स्वातंत्र्य चळवळीत भाग घेऊ लागलो होतो. अनेक गावी मी सरकारविरोधी सभा घेत असे; त्यामुळे माझे नाव सरकारच्या काळ्या यादीत नोंदले गेले होते.

अशाच एका सभेसाठी मी वाठार, ता. कऱ्हाड या गावी गेलो होतो. नाना पाटील त्या गावी तलाठी होते. तलाठी या नात्याने माझ्या सभेचा रिपोर्ट घेण्यासाठी ते सभेस आले आणि 'बेतानं बोला हं शेटजी' अशी त्यांनी मित्रत्वाची सूचना दिली. माझे भाषण सुरू झाले. 'बहिष्कार व स्वदेशीचा पुरस्कार' हे माझे विषय होते. मी म्हणालो, "प्रचंड लोकसंख्येच्या या अफाट देशावर मूठभर इंग्रज राज्य करतात ते केवळ आपल्याच देशातील पाटील-तलाठ्यांच्या आणि सरकारी नोकरांच्या बळावर, तसेच ब्रिटिश माल खपवून सरकारला पैसा देणाऱ्या व्यापाऱ्यांच्या बळावर. आम्ही जर सरकारी नोकऱ्या सोडल्या, परकीय माल घेतला नाही तर इंग्रजांचे राज्य क्षणभरही टिकणार नाही."

भाषण चालू असताना नाना पाटलांची लेखणी केव्हाच बंद पडली होती. भाषण संपताच त्यांच्यातील शिवकालीन मराठा जागा झाला व त्यांनी पहिलवानी थाटात उडी मारून 'शिवाजी महाराज की जय' अशी

गर्जना केली. सभेवर या सिंहगर्जनेचा व्हायचा तोच परिणाम झाला. सभेतून 'महात्मा गांधी की जय' असा प्रतिसाद उठला. सभा संपल्यावर नाना पाटलांनी मला आपल्या घरी नेले. इंग्रज साम्राज्यशाही मुळासह कशी उखडून टाकता येईल यावर आम्ही बरीच चर्चा केली. याच वेळी नानांच्या डोक्यात स्वातंत्र्याचे विचार खदखदत होते.

पुढे तलाठ्याच्या नोकरीवरून त्यांचे चित्त उडाले. सारा उशिरा भरला म्हणून त्यांच्यावर आरोप ठेवला गेला. न्यायालयात रीतसर खटला चालून ६ महिन्यांच्या सक्तमजुरीची शिक्षा झाली. नाना तुरुंगात गेले. ही पहिली शिक्षा भोगून तुरुंगातून सुटताच ते थेट माझ्याकडे आले. आपले जीवन स्वातंत्र्यासाठी अर्पण करण्याचा निश्चय त्यांनी मला बोलून दाखविला.

नाना पाटलांचे पहिले व्याख्यान सुपणे या गावी तेथील प्रतिष्ठित नागरिक दादा पाटील यांच्या अध्यक्षतेखाली झाले. त्या वेळी मी तेथे त्यांच्या समवेत होतो. स्वातंत्र्यासाठी आसुसलेल्या त्या भारतभूमीच्या सुपुत्राचे त्या दिवशीचे उद्‌गार ऐकून श्रोतृवर्ग गहिवरून गेला. त्या दिवसापासून नानांनी आपले जीवन मायभूच्या दास्य-विमोचनासाठी खर्ची घातले. ४२ च्या चळवळीत आम्ही दोघेही भूमिगत होतो. सरकारने नानांना व मला पकडण्यासाठी हजारो रुपयांची बक्षिसे जाहीर केली. मी विश्वासघाताने पकडला गेलो; पण नाना पाटील शेवटपर्यंत सापडू शकले नाहीत.

मी एक अल्पचिंतनशील मनुष्य आहे. माझ्या चिंतनात नाना पाटील हे एक कट्टर वारकरी साधू होते. ते एक निर्मळ मनाचे मराठा वीर होते. अंतःकरण स्वच्छ असल्याने त्यांच्या मनावर जनमानसाचे व समाजजीवनाचे चित्र हुबेहूब उमटत असे. तसेच लाखो लोकांच्या समुदायास आपल्या अमोघ वाणीने मंत्रमुग्ध करून टाकण्याचे सामर्थ्य त्यांच्याजवळ होते. जनतेसंबंधीची त्यांची तळमळ व प्रेमच त्यांच्या वाणीला धार आणत असे. त्यांचे भाषण विनोदप्रचुर असे. विनोदशास्त्रावरील पुस्तके वाचून जे विनोदी बोलावयास शिकले आणि अगदी प्रसिद्धीस आले; त्यांचे विनोद नाना पाटलांच्या विनोदासमोर लाजून मान खाली घालून बसत.

स्वातंत्र्योत्तर काळात स्वातंत्र्यास सत्ताभिलाषेचे ग्रहण लागले नसते

तर नाना पाटील हे महाराष्ट्राचे स्वातंत्र्यसूर्यच ठरले असते यात शंका नाही. छत्रपती शिवरायांनंतर महाराष्ट्रात नाना पाटील यांच्यासारखा थोर समाजोद्धारक झाला नाही हे सूक्ष्म समाजनिरीक्षकांच्या ध्यानात आल्याशिवाय राहणार नाही.

**

क्रांतिसिंह : सच्चे मार्क्सवादी शेतकरी

"या देशातल्या सामान्य कष्टकरी रयतेच्या वाट्याला भाकरी आणि भाकरीबरोबर तेलात कालवलेले तिखट व मीठ मिळावे ही त्यांची मागणी होती. घाम गाळणाऱ्या माणसाला पोटभर अन्न हा त्याचा हक्क म्हणून मिळावा अशी मागणी करणारे क्रांतिसिंह नाना पाटील हे भारतातले पहिले मार्क्सवादी शेतकरी होते. शेतकऱ्यांचे नेते होते. शेतकऱ्यांच्या, कामकऱ्यांच्या जीवनात क्रांती झाली पाहिजे, हीच त्यांच्या साऱ्या कृतींची प्रेरणा होती. महात्मा फुले यांनी सामाजिक आर्थिक शोषणातून मुक्तता मिळवणारी चळवळ उभी केली. 'शेतकऱ्यांचा आसूड' मोकळा करून शेतकऱ्यांच्या प्रश्नाना वाचा फोडली. राजर्षी शाहूंनी शेतकऱ्यांच्या झोपडीपर्यंत राजवाडा पोहोचविण्याचे काम केले. याच विचारांच्या आभाळाखाली उभे राहिलेले नाना पाटील सच्चे असे मार्क्सवादी शेतकरी होते. शेतकऱ्यांच्या भाषेत शेतकऱ्यांना मार्क्स समजावून सांगणारे ते भारतातील पहिले असे शेतकऱ्यांचे नेते होते."

– प्रा. बा. ह. कल्याणकर

२३
शेतकरी-कष्टकऱ्यांचा नेता : कॉ. नाना पाटील

कॉ. शेखकाका, सातारा
४२ च्या लढ्यातील स्वातंत्र्यसैनिक, राजकीय कार्यकर्ते

महात्मा गांधींच्या नेतृत्वाखाली १९३०ची स्वातंत्र्यलढ्याची कायदेभंगाची चळवळ सुरू होती. नाना पाटील या चळवळीत मोठ्या उत्साहाने सामील झाले होते. स्वदेशी व बहिष्कार या काँग्रेसच्या धोरणाचा खेड्यापाड्यांत सभा घेऊन ते प्रचार करीत होते. कऱ्हाड तालुक्यातील येळगाव या माझ्या गावी त्यांची या चळवळीतील जी सभा झाली, त्या वेळी मी ६/७ वर्षांचा असेन. या सभेस मी चोरून गेलो होतो व कोणाला दिसणार नाही अशा ठिकाणी बसून मोठ्या तन्मयतेने नाना पाटलांना ऐकत होतो. ही आठवण आजही माझ्या मनात ताजी आहे.

याच चळवळीत नाना पाटलांना सक्तमजुरीची शिक्षा झाली. जेलमध्ये त्रास देण्यासाठी जेल अधिकाऱ्यांनी त्यांना चक्की पिसावयाचे काम लावले. अंगात किलतानाचा सदरा घालावयास दिला; पण नाना पाटील डरले नाहीत. तुरुंगातून सुटून आल्यावर आपल्या जाहीर सभांतून याबाबत ते सांगत असत. "चक्की पिसताना मी जणू इंग्रजांची सत्ताच त्या चक्कीत पिसत आहे असे मला वाटत असे..."

पुढे १९३७ च्या निवडणुकीच्या नौबती झडू लागल्या. नाना पाटील काँग्रेसच्या उमेदवारांच्या प्रचारासाठी गावोगावी फिरू लागले. त्या वेळी सातारा जिल्ह्यात कूपरशाहीचे राज्य होते. अशा जबरदस्त प्रतिस्पर्ध्याविरुद्ध निवडणूक लढविणे सोपे नव्हते. काँग्रेसने आत्माराम पाटील बोरगावकर यांना आपल्या वतीने निवडणुकीस उभे केले होते. निवडणूक प्रचारात ग्रामीण मतदारांना आवाहन करताना नाना पाटील म्हणत, "आत्माराम पाटलांची निवडणूक निशाणी नांगर आहे. या

नांगराला मत देऊन, इंग्रजांच्या राज्यास फाळ लावून त्यांची सत्ता उलथवून टाका!'' अशा प्रभावी भाषणांमुळे आत्माराम पाटील त्या वेळी प्रचंड मतांनी निवडून आले!

४२ साल उजाडले आणि म. गांधींनी इंग्रजांना 'चालते व्हा' असे सांगितले आणि भारतीय जनतेला 'करेंगे या मरेंगे'चा आदेश दिला. 'प्रत्येक भारतीय सेनानी आहे असे समजून त्याने इंग्रजांशी लढा द्यावा' असे आवाहन ऑगस्टच्या अखिल भारतीय काँग्रेस कमिटीच्या बैठकीत करण्यात आले. त्याच रात्री सर्व प्रमुख राष्ट्रीय नेत्यांना इंग्रज सरकारने पकडून तुरुंगात टाकले. सर्व जनता ब्रिटिश राज्य नष्ट करण्यासाठी प्राणपणाने लढू लागली. कामगार, विद्यार्थी, शेतकरी अशा सर्व स्तरांतील लोक स्वातंत्र्यासाठी हौतात्म्य पत्करू लागले.

अशा वेळी नाना पाटील गप्प कसे बसणार? शिंगरोबाच्या डोंगरमाथ्यावर कार्यकर्त्यांच्या बैठका झाल्या. तासगाव मामलेदार कचेरी ताब्यात घेण्याची नाना पाटलांनी घोषणा केली. मिळेल ती हत्यारे घेऊन 'चलो तासगाव' हा मंत्रघोष उठला. तासगावला हजारो शेतकरी जमा झाले. मामलेदार कचेरीवरील युनियन जॅक उतरवून तिरंगी झेंडा फडकविला! मामलेदारसाहेबांस तिरंग्यास सलामी द्यावयास लावली!

तासगावचा मोर्चा यशस्वी झाला; पण वडूज, इस्लामपूर येथील मोर्चावर सरकारने निर्घृण गोळीबार केला. अनेक स्वातंत्र्यसैनिक हुतात्मा झाले; त्यामुळे चळवळीची नवी दिशा ठरली. इंग्रजांना न सापडता त्यांच्याशी लढावे आणि त्यांचे राज्य उलथून पाडण्याचा प्रयत्न करावा असा निर्णय झाला. शिराळा तालुक्यातील मिरुक्याची वाडी येथे उत्तमराव पाटील यांच्या अध्यक्षतेखाली भूमिगत कार्यकर्त्यांची बैठक होऊन 'प्रति-सरकार' स्थापन झाल्याचे घोषित करण्यात आले! प्रति-सरकारचे कार्यकारी मंडळ कारभारही पाहू लागले.

नाना पाटलांना पकडून देणाऱ्यास सरकारने ५००० रुपयांचे बक्षीस जाहीर केले. इतर छोट्या-मोठ्या कार्यकर्त्यांवरही ४२५०० रुपयांची बक्षिसे जाहीर झाली.

पण पोलिसांना गुंगारा देऊन नाना पाटलांच्या सभा होत असत. त्यांची अशीच एक सभा सशस्त्र भूमिगतांच्या पहाऱ्यात त्यांच्याच गावी झाली, त्या वेळी मी त्या ठिकाणी हजर होतो. भूमिगतांचा नेता म्हणून

त्यांना जे तेजोवलय प्राप्त झाले होते, त्यामुळे मी त्यांच्याकडे तासन्तास पाहात बसल्याचे मला अद्यापही आठवते.

पोलीस व गावगुंड यांच्यावर मात करून प्रति-सरकारचा कारभार प्रस्थापित झाला होता. या सरकारची दृष्टी समतेवर व सामाजिक न्यायावर आधारित होती. दलित व श्रमिक जनतेला त्याने संरक्षण दिले होते. सामान्य जनतेच्या पाठिंब्यावर या सरकारची सर्व मदार होती. या लढ्यामुळेच साताराचा मराठा गडी अभिमानाने छाती काढून चालू लागला. या लढ्यानेच नाना पाटील म्हणजेच सातारा आणि सातारा म्हणजे नाना पाटील हे समीकरण प्रसिद्धीस आले. ब्रिटिश पार्लमेंटमध्येही या प्रति-सरकारचे ध्वनी उमटले.

४६च्या निवडणुका जिंकण्यासाठी काँग्रेसच्या नेत्यांनी प्रति-सरकार चळवळीचा भरपूर उपयोग करून घेतला; पण लवकरच त्यांनी या जनशक्तीशी वैर मांडले. चळवळीत फूट पाडण्याच्या कारवाया सुरू झाल्या. गुंडांना स्वातंत्र्यसैनिकांविरुद्ध चिथावण्यात आले. जनतेच्या समताधिष्ठित सत्तेऐवजी धनिकांची गुंड सत्ता भक्कम करण्याचा प्रयत्न मुंबई राज्याचे त्या वेळचे गृहमंत्री मोरारजीभाई देसाईंच्या नेतृत्वाखाली सुरू झाला. यातूनच वर्गीय संघर्षाचा उदय झाला.

काँग्रेसमध्ये वैचारिक संघर्ष होऊन सोशालिस्ट मंडळी बाहेर पडली. महाराष्ट्रातही जेधे, मोरे आदी बहुजन समाजातील मंडळींनी काँग्रेसविरुद्ध बंडाचा झेंडा उभारून शे. का. पक्षाची स्थापना केली. नाना पाटलांचे राजकारण सत्तेसाठी कधीच नव्हते. त्यांनीही काँग्रेस सोडून शे. का. पक्षात प्रवेश केला. पक्षाच्या बांधणीसाठी ते खेडोपाडी हिंडू लागले; पण तेथे त्यांचे फारसे जमले नाही. व्यावहारिक मार्क्सवादी दृष्टिकोन घेण्याच्या प्रश्नावर त्यांनी शे. का. पक्षाचा त्याग केला आणि कालांतराने ते भारतीय कम्युनिस्ट पक्षात दाखल झाले.

स्वातंत्र्योत्तर काळात कॉ. नाना पाटलांनी शेतकऱ्यांचे, श्रमिकांचे अनेक लढे दिले. फलटण तालुक्यातील खंडकरी शेतकऱ्यांच्या जमिनी अल्प खंडाने व दीर्घ मुदतीच्या कराराने तेथील साखर कारखान्याने घेतल्या होत्या. या जमिनी शेतकऱ्यांना परत मिळाव्यात म्हणून 'किसान सभे'च्या नेतृत्वाखाली लढा सुरू झाला होता. या लढ्यात कॉ. नाना पाटलांनी उडी घेतली, तेव्हा सरकारने त्यांना तालुक्यात यावयास बंदी

घातली. सरकारचा बंदीहुकूम धुडकावून कॉ. नाना पाटलांनी फलटणमध्ये प्रवेश केला व शेतकऱ्यांच्या न्याय्य लढ्यास कृतिशील पाठिंबा दिला. सरकारने त्यांना अटक करून त्यांच्यावर खटला भरला. या खटल्यात ते निर्दोष सुटले तरी त्या क्षणी सरकारने त्यांच्यावर दुसरा हुकूम बजावला. अशा प्रकारे शेतकरी-कष्टकऱ्यांच्या हितासाठी त्यांचा स्वातंत्र्योत्तर काळातही स्वकीय सरकारशी संघर्ष चालूच राहिला.

अन्यायाविरुद्ध झगडणे हा कॉ. नाना पाटलांचा पिंड होता. फाजल अली कमिशनचा अहवाल प्रसिद्ध होऊन मराठी माणसावर अन्याय झाल्याचे दिसताच ते दंड थोपटून संघर्षास उभे राहिले. मुंबईचा कामगार व खेड्यातला शेतकरी त्यांनी या संघर्षास तयार केला. संयुक्त महाराष्ट्राच्या या लढ्यात सरकारने त्यांना स्थानबद्ध करून ठेवले. पुढे संयुक्त महाराष्ट्राची निर्मिती झाली. या निर्मितीत कॉ. नाना पाटलांचा सिंहाचा वाटा होता.

संयुक्त महाराष्ट्राच्या लढ्याचा भाग म्हणून सातारा जिल्ह्यात सं. म. समितीच्या वतीने भारतीय कम्युनिस्ट पक्षातर्फे कॉ. नाना पाटलांना लोकसभेच्या निवडणुकीस उभे केले गेले. त्यांना पोत्यांनी मते पडून ते निवडून आले! ते लोकसभेत गेले; पण तेथे ते रमले नाहीत. अखंड जनजागृती करणे हाच त्यांचा स्वभावधर्म होता. मैदान हेच त्यांचे क्षेत्र होते! अन्यायपीडित जनतेच्या हितासाठी लढा देणे हेच त्यांचे जीवितकार्य होते. स्वाभाविकच त्या वेळचे लोकसभेचे सदस्य कर्मवीर दादासाहेब गायकवाड यांनी चालविलेल्या दलित भूमिहीन जनतेच्या लढ्यास त्यांनी साथ दिली. कॉ. नाना पाटील हयातभर शेतकरी व कष्टकऱ्यांचे नेते म्हणूनच राहिले. धरणग्रस्तांच्या लढ्यापासून भूमिहीनांच्या लढ्यापर्यंत अनेक लढ्यांस त्यांनी लढाऊ नेतृत्व दिले. महाराष्ट्रात वारकरी संप्रदाय आणि मार्क्सवाद यांची सांगड घालून शेतकऱ्यांना नवी दृष्टी देण्याचा त्यांनी प्रयत्न केला. खरोखरच महात्मा फुले यांच्यानंतर मराठी मनाची पकड घेणारा एवढा थोर पुढारी महाराष्ट्रात झाला नाही असे म्हटल्यास ते यथार्थ मूल्यमापन ठरावे!

२४

लोकांचा क्रांतिसिंह : नाना पाटील

ल. गो. कासेगावकर वैद्य ऊर्फ धन्वंतरी

प्रति-सरकार चळवळीचे एक प्रमुख नेते

सातारा जिल्ह्यात म. फुले आणि राजर्षी शाहू महाराज याच्या समाजसुधारणांच्या विचाराचा प्रवाह वाहत होता. या सामाजिक सुधारणांच्या विचारांचे जनमानसावर पकड घेणारे साधन म्हणजे 'सत्यशोधक तमाशा'. शतकानुशतके ब्राह्मणवर्गाने बहुजन समाजाला अज्ञानी ठेवून कसे सामाजिक गुलामगिरीत बद्ध केले आहे याचे प्रभावी चित्रण हे सत्यशोक तमाशाचे प्रचारक गावोगावी करीत असत. पुराणांतील दाखले सोप्या भाषेत मांडून बहुजन समाजाला ब्राह्मणवर्गाबद्दल जो आदर वाटत होता तो त्यांनी उडवून लावला. आश्चर्य असे की, या सत्यशोधक तमाशाच्या प्रचाराची आग सर्व महाराष्ट्रभर अल्पकाळात पसरून सर्वत्र ब्राह्मणवर्गावरील बहिष्काराच्या गोष्टी सुरू झाल्या.

बहुजन समाजातच जन्मलेले व त्याची दुःखे अनुभवलेले नाना पाटील स्वाभाविकच या सत्यशोधक तमाशाच्या प्रभावाखाली आले. याच सुमारास सातारा जिल्ह्यात म. गांधींचा दौरा झाला. सत्यशोधक विचार असलेले नाना पाटील म. गांधींच्या सत्याग्रही तत्त्वज्ञानाकडे व राजकारणाकडे आकृष्ट झाले. कॉंग्रेसचे प्रचारक बनले. खादीधारी झाले. त्या काळी कॉंग्रेसभक्त होणे म्हणजे सोपी गोष्ट नव्हती. कॉंग्रेसभक्ताची बोलल्याप्रमाणे कृती असावी लागे. त्यागाची तयारी लागे. भरल्यापोटी कॉंग्रेसमध्ये शिरणे शक्य नव्हते. सर्वस्वाचा त्याग करण्याची जरुरी असे. वाटेल त्या हालअपेष्टा सोसण्याची मनाची व शरीराची तयारी असावी लागे. अशा व्यक्तीस समाजातही प्रतिष्ठा नव्हती. घरचे लोक मुलगा बिघडला, त्याचा आमचा काही संबंध नाही असे सांगून मोकळे

होत. याचे कारण घरच्या लोकांना असे वाटत असे की, याच्यामुळे आपले घर ब्रिटिश सरकारच्या 'ब्लॅक लिस्ट'मध्ये नोंदले जाणार; परिणामी, घरजप्ती, जमीनजप्तीसारखी संकटे उभी राहणार! या सर्व परिणामांस सामोरे जाण्याची मनाची व शरीराची तयारी नाना पाटलांनी केली होती.

राष्ट्रीय स्वातंत्र्याच्या चळवळीत उडी घेतल्यानंतर थोड्याच काळात नाना पाटलांच्या घरातील व्यक्तींनी एकामागून एक असा या जगाचा निरोप घेतला. पत्नी, वडील, आजी अशी रक्ताच्या नात्याची माणसे गेली. पत्नी एक लहान मुलगी मागे ठेवून गेली. पुढे तिचे लग्न हणमंत वडियेच्या भगवानराव पाटील यांच्याशी करून ते मुक्त झाले. जावई सात्त्विक, निर्व्यसनी व राष्ट्रीय विचारांचा मिळाल्याने नाना पाटील आपल्या मुलीबद्दल समाधानी असत. घरदार तर त्यांनी आपल्या भावांना केव्हाच देऊन टाकले होते. म्हणजे राष्ट्राचा संसार करण्यासाठी ते खऱ्या अर्थाने पाशमुक्त झाले होते!

नाना पाटलांचे नाव सर्व महाराष्ट्रभरच नव्हे तर देशभर झाले, ते ४२ च्या चळवळीने! या चळवळीत आपण सरकारच्या हाती लागायचे नाही या इराद्याने ते प्रथमपासूनच भूमिगत झाले. सरकारने त्यांना पकडण्याचा जंगजंग प्रयत्न केला. बक्षिसे जाहीर झाली. गोळी-वॉरंट झाले. सर्व प्रकार झाले; पण त्यांना पकडण्यात सरकारला यश आले नाही.

भूमिगत असताना नाना पाटलांचा काही दिवस दुधंडी गावी मुक्काम होता; पण त्यांच्या वास्तव्याबद्दल अत्यंत गुप्तता पाळली जात होती. त्यांची सर्व व्यवस्था नाथाजी लाडांकडे असे. मी एकदा नानांना भेटावयास दुधंडीस गेलो. रात्री १२ वाजता नानांची व माझी भेट झाली. आम्ही कडकडून भेटलो. पाहिलं तर सतत अंधारात, एकान्तात राहून त्यांचे सर्व शरीर पिवळे झाले होते. बोजड शरीरामुळे हाता-पायांतून मुंग्या येणे सुरू होते. हे पाहून मी त्यांना औषधे सांगितली व भूमिगत अवस्थेतसुद्धा शरीरस्वास्थ्यासाठी थोडे हिंडणे-फिरणे आवश्यक आहे, असा वैद्यकीय सल्ला दिला. त्यांनी तो सल्ला मानला. पुढच्या भेटीत पाहिले तर नानांचे शरीर पूर्ववत चांगले झाले होते.

साताऱ्याची प्रति-सरकारची चळवळ जिवंत राहण्यासाठी व लोकांचे

नीतिधैर्य टिकवून धरण्यासाठी नाना पाटील पोलिसांच्या हाती पडू नयेत म्हणून आटोकाट प्रयत्न केला जात असे. एखादा भूमिगत पकडला गेला (उदाहरणार्थ, एस. बी. पाटील, बर्डे मास्तर) तर लोकांत लगेच प्रतिक्रिया उमटू लागे. भूमिगत सापडू लागले! अशा बातम्यांनी लोकांचे मन खचले जाऊ नये म्हणून मी सांगत असे, "अरे, दर दोन वर्षांनी एखादा सापडतोय. आम्ही तर १५० जण आहोत. म्हणजे ३०० वर्षे सतत लढत राहू! आणि जोपर्यंत आमचे नाना पाटील सापडत नाहीत, तोपर्यंत सरकारच्या मिलिटरीने आणि पोलीस पार्ट्यांनी आमचे काही वाकडे होणार नाही!" या विचारांनी लोकांना चेव येई आणि ते पुन्हा जोमाने कामास लागत.

प्रति-सरकार चळवळीचा प्रभाव सातारा जिल्ह्यात नीरा नदीपासून वारणा नदीपर्यंत होता. अनेक ग्रूप त्यात काम करीत होते. उत्तर भागात किसनवीर, कऱ्हाड भागात माधवराव जाधव वगैरे; पूर्व भागात जी. डी. लाड, नागनाथ, नाथाजी लाड, रामभाऊ पवार, वसंतराव पाटील, धोंडीराम माळी, निवृत्तीकाका इत्यादींचा आमचा ग्रूप; पश्चिम भागात बाबूराव चरणकर, बर्डे मास्तर, गणपती पाटील, कत्ते, जोशीकाका, बाबूजी पाटणकर, शेखकाका इत्यादी तर पाटण भागात बुवा म्हावशीकर वगैरे. अशा अनेक ग्रूपनी जिल्ह्यात प्रति-सरकारची चळवळ चालू ठेवली होती. नाना पाटलांच्या ग्रूपने जी कामे केली, मग ती तुफान सेनेची असोत अथवा आझाद सेनेची असोत ती सर्व नानांच्या नावावर केली; त्यामुळे सर्वत्र त्यांचे नाव घेतले जाऊ लागले. भूमिगतांच्या प्रकटीकरणानंतर त्यांचे प्रचंड सत्कार झाले! मुंबईस चौपाटीवर सात लाख लोकांच्या समुदायाने प्रति-सरकारचा गौरव केला!

नाना पाटील स्वतः माळकरी, वारकरी, पंढरीचे भक्त. ते ज्ञानेश्वरी वाचत असत; पण त्यांनी कधी तिचे स्तोम केले नाही. चळवळीचे काम निघाले की, ज्ञानेश्वरी बाजूला ठेवून गडी कामास तयार!

परमेश्वराने नानांना प्रभावी वक्तृत्वाचा फार मोठा गुण बहाल केला होता. पहिल्यापासून पहिलवानी पेशा! सदा लुंगी आणि वर पांढरा नेहरू शर्ट! व्याख्यानाकरिता स्टेजवर चढले की, पहिलवानी पद्धतीप्रमाणे एक हात मांडीवर जोरात मारून एक हात वर करून गर्जना करणार 'भारत माता की जय'! समोर अगदी खेड्यातसुद्धा दहा-पाच हजारांच्या

खाली लोक नसणार. केव्हा पंचवीस हजारांहून अधिक; पण एकदा का नानांचे भाषण सुरू झाले की, लघवीसाठीसुद्धा कुणी उठत नसे!

जीवनाच्या अखेरच्या पर्वात नाना पाटील नागनाथ नायकवडी यांच्याकडे वास्तव्यास होते. नागनाथांनी त्यांची उत्तम व्यवस्था ठेवली होती. स्वतंत्र खोली, अवतीभोवती सुंदर फुलझाडे, खोलीत पाटावर ज्ञानेश्वरी, त्यामागे आसन, त्यावर मृगाजिन, समोर गुलाबाची फुले अशी चोख व्यवस्था होती. जणू आश्रमात आल्याचा भास होई!

अशा मोठ्या माणसांची शासनास किंमत नसली तरी जनमानसात त्यांना किंमत असते. लोकच पदव्या देऊन त्यांचा गौरव करतात. फुले यांना 'महात्मा', टिळकांना 'लोकमान्य', गांधींना 'महात्मा', बाबू अरविंदांना 'महर्षी' तसे नाना पाटलांना लोकांनीच 'क्रांतिसिंह' ही पदवी बहाल केली होती!

**

मी गाड्या बदलल्या; पण तिकीट बदललं नाही!

"महाराष्ट्र आंदोलनात त्यांनी केलेली कामगिरी जगजाहीर आहे. 'नाना पाटलांची सभा' म्हणजे विद्वानांना व अज्ञानांना मंत्रमुग्ध करणारा वीर, करुण, हास्यरसाचा धबधबा आणि विरोधकांना दबदबा! मुंबई महाराष्ट्राला मिळाली नाही तर किती कोटी रुपयांचे सालाबाद नुकसान होईल हे समजावून सांगताना ते चांदवडी रुपये, थैल्या, बैलगाड्या अशा गणिताने पटवून देत. पक्ष का बदलला, अशी शंका कुणी काढली की, ते सभांतून उत्तर देत, "माझ्या गळ्यात पंढरीची माळ आहे, हातात बावटा लाल आहे; पण माझ्या हृदयात गांधीजी आहेत. शेठ सावकारांची, भांडवलदारांची मक्तेदारी जावी, जातिभेद नष्ट व्हावेत, विषमता नष्ट व्हावी. सर्व थरांत शैक्षणिक, आर्थिक समता यावी यासाठी मी समता क्रांतीचे तिकीट घेऊन जीवनकार्याच्या प्रवासाला निघालो आहे. मी गाड्या बदलल्या; पण तिकीट बदललं नाही. तिकीट तेच हाय! तेच हाय!"

– शाहीर आत्माराम पाटील

२५

अखंड पेटलेली क्रांतिमशाल : नाना पाटील

श्रीमती इंदुमती पाटणकर

४२ च्या स्वातंत्र्यलढ्यातील स्त्री-स्वातंत्र्यसैनिक

८ ऑगस्ट ४२ च्या मुंबईच्या **अखिल भारतीय काँग्रेस** समितीच्या सभेत महात्मा गांधींनी ब्रिटिश सरकारला 'छोडो भारत'चा इशारा दिला आणि आपल्या देशबांधवांना 'करेंगे या मरेंगे' हा संदेश दिला. या संदेशाने भारावून जाऊन देशातील ठिकठिकाणचे कार्यकर्ते आपापल्या भागात परतले आणि पुढच्या स्वातंत्र्यसंग्रामाची तयारी करू लागले. तरुणांचे रक्त स्वातंत्र्यासाठी सळसळू लागले. तीव्र संघर्ष नजरेसमोर दिसू लागला. या संघर्षात तेजस्वी ऐतिहासिक परंपरा असणारा आमचा सातारा जिल्हा मागे राहणार नव्हता. छत्रपती शिवाजी महाराजांच्या काळापासून स्वातंत्र्याच्या लढ्यात सातारा जिल्हा अग्रेसर होता.

लो. टिळकांच्या निधनाने स्वातंत्र्यचळवळीतील एक पर्व संपले आणि म. गांधींचे लोकाभिमुख राजकारणाचे पर्व सुरू झाले. त्यांनी लोकांना पेलेल आणि प्रेरक ठरेल असे सत्याग्रही राजकारण अस्तित्वात आणले; त्यामुळे लाखो देशबांधवांनी त्यांच्या नेतृत्वाखाली स्वातंत्र्य आंदोलनात झोकून दिले. निःस्वार्थी अशा कार्यकर्त्यांची व नेत्यांची पिढी तयार झाली. क्रांतिसिंह नाना पाटील हे अशाच नेत्यांपैकी एक होत.

अण्णांनी (आम्ही त्यांना अण्णा म्हणत असू) सत्यशोधक चळवळीपासून आपल्या राष्ट्रीय चळवळीस आरंभ केला. देशाच्या स्वातंत्र्यासाठी लढा दिला; पण देश स्वतंत्र झाल्यानंतर त्यांना अभिप्रेत असणारे खरे स्वातंत्र्य न मिळाल्याने स्वातंत्र्योत्तर काळातही मरेपर्यंत त्यांना समाजपरिवर्तनाचा लढा चालवावा लागला. स्वातंत्र्यपूर्व काळात स्वातंत्र्यप्राप्तीसाठी त्यांना तुरुंगवास पत्करावा लागला होता. आता

स्वातंत्र्योत्तर काळातही शेतकरी-कामगारांसाठी आपल्या सरकारच्या तुरुंगाची हवा त्यांना खावी लागली.

स्वातंत्र्य चळवळीत अण्णांनी समाजप्रबोधनाचे मोठे कार्य केले. स्वातंत्र्याच्या लढ्यासाठी आपल्या आवेशपूर्ण वक्तृत्वाने त्यांनी सामान्य माणूस सज्ज केला. त्यांच्या सभा म्हणजे जनसामान्यांच्या प्रशिक्षणाचे भव्य मेळावेच म्हणावे लागेल. काही प्रसंगी रात्री १० वाजता सुरू झालेली अण्णांची सभा सकाळी उजाडले तरी चालूच असायची. हजारो शेतकरी आणि शेतमजूर मंत्रमुग्ध होऊन त्यांना ऐकत राहायचे!

स्वातंत्र्यपूर्व काळात अण्णा सभांतून सांगायचे : बंधूंनो, कृष्ण गोकुळात वाढत आहे! हा कृष्ण लवकरच इंग्रज साम्राज्यरूपी कंसाचा नाश करणार आहे. आता आपलं स्वातंत्र्य लांब नाही; पण कृष्ण कंसाचा वध करणार आहे म्हणून आपलं आता काहीच कर्तव्य नाही असं समजू नका. त्याच्या बरोबरीच्या पेंद्याचं काम आपणाला करायचं आहे.

स्वातंत्र्य चळवळीतील स्वदेशी आदी लढ्यांमध्ये अण्णांनी पूर्ण वेळ स्वतःस वाहून घेतले होते. त्यांना खासगी जीवन असे नव्हतेच. ऐन तारुण्यात पत्नी वारली; पण पुन्हा त्यांनी लग्न केले नाही. एक मुलगी; परंतु अण्णांनी मुलगा-मुलगी असा भेद मानला नाही. मुलीवरही मुलासारखेच प्रेम केले. स्त्री-पुरुष समान दर्जा हे तत्त्व प्रत्यक्ष आचरणात आणले.

अण्णा हाडाचे शेतकरी होते. शेतकऱ्याचे सर्व कसब पणाला लावून त्यांनी राष्ट्रीय वृत्तीच्या माणसांचे पीक आणले. हसतमुखाने स्वातंत्र्य-वेदीवर बलिदान करणारे शेकडो तरुण निर्माण केले. अशा शेकडो, हजारो तरुणांचे मोर्चे आणि त्या तरुणांचे निधड्या छातीवर गोळ्या झेलण्याचे धाडस व तेज पाहून गोऱ्या इंग्रज अधिकाऱ्यांचेही डोळे दिपून गेले.

स्वातंत्र्यानंतर अण्णा सत्तेच्या राजकारणात गेले नाहीत, कारण सत्तेचे राजकारण म्हणजे स्वातंत्र्याचे राजकारण नव्हते. आपल्या दारिद्र्याचे, बेरोजगारीचे व दुःखाचे प्रमुख कारण परकीय राज्य. ते घालविल्यानंतर खरे स्वातंत्र्य मिळेल; दैन्य, दुःख दूर होईल असे त्यांना वाटत होते; पण स्वातंत्र्याच्या आगमनानंतरही खऱ्या स्वातंत्र्यसूर्याचा उदय झाला नाही. गोरे गेले अन् काळे आले. असाच काय तो बदल झाला आणि

म्हणूनच अण्णांनी पुन्हा खरे स्वातंत्र्य मिळविण्यासाठी कामगार-शेतमजुरांच्या लढ्यात भाग घेण्यास सुरुवात केली. एका दृष्टीने पारतंत्र्यातील परक्यांशी झालेला लढा सोपा होता; पण आता स्वातंत्र्योत्तर काळात स्वकीयांशी होणारा लढा त्याहून अधिक खडतर होता. अण्णांना याची कल्पना होती, म्हणूनच तरुणाच्या आवेशाने ते पुन्हा या लढ्याचे नेतृत्व करू लागले.

आपले सरकार आपलेच शोषण करू लागले. गरीब अधिक गरीब होत चालले. बेरोजगारी वाढली. जातीय दंगली वाढल्या. जनतेचे प्रतिनिधी जणू संस्थानिकांप्रमाणे ऐश्वर्यात राहू लागले. हे सर्व पाहून सातारचा हा क्रांतिसिंह खवळला. त्याने शेतकऱ्यांच्या, शेतमजुरांच्या व कामगारांच्या राज्याची गर्जना केली. झंझावाती दौरे आणि प्रचंड सभांतून सरकारवर घणाघाती आघात सुरू केले. हे त्यांचे समाजप्रबोधनाचे व राष्ट्रीय जागृतीचे कार्य शरीर विकलांग होईपर्यंत चालूच होते.

शरीर विकलांग झाले तरी क्रांतीचा स्फुलिंग त्यांच्या हृदयी फुललेलाच होता. अण्णा गेले असले तरी त्यांचा हा स्फुलिंग तुम्हा-आम्हा सर्वांनाच प्रेरणादायी ठरो!

**

क्रांतिसिंह नाना पाटलांच्या चरित्राचा आदर्श

"क्रांतिसिंह नाना पाटील यांचा त्याग आणि पराक्रम तरुणांच्या आणि लहान मुला-मुलींच्या मनावर ठसविला जाणे आवश्यक आहे. समाजामध्ये लोकशाही जीवनमूल्ये रुजवायला त्याचा फार उपयोग होईल. भारतीय लोकशाही दृढमूल करावयाची असेल तर त्यांच्यासारख्या देशभक्तांची चरित्रे सतत तरुणांच्या डोळ्यांपुढे राहिली पाहिजेत. सरकारने प्रसिद्धी माध्यमांचा उपयोग केवळ वर्तमान नेत्यांची प्रतिष्ठा वाढविण्यासाठी करायचा नाही तर ज्यांच्या त्यागामुळे ही साधने आपल्याला उपलब्ध झाली आहेत त्यांचे स्मरण लोकांना करून देण्यासाठी केला पाहिजे. लोकशाही जीवनपद्धतीचे संरक्षण करण्याच्या दृष्टीनेदेखील ते हितावह ठरेल."

– साथी एस. एम. जोशी

२६

क्रांतिसिंहांचे धगधगते जीवन

शाहीर आत्माराम पाटील

४२ च्या स्वातंत्र्य चळवळीतील शाहीर व सामाजिक कार्यकर्ते

बारशाच्या दिवशीच गळ्यात पंढरीची माळ धारण करून क्रांतिसिंह अर्भकावस्थेतच पंढरीचे वारकरी बनले. महात्मा फुले यांच्या सामाजिक क्रांतिप्रचारासाठी ते जलशाचे झीलकरी बनले. तलाठ्याची नोकरी सोडून ते सत्याग्रहींचे पुढारी बनले. नोकरी गेली! उत्पन गेले! घराला ब्रिटिश सरकारने सील लावले! केवळ दोन वेळच्या घासासाठी महिना साडेतीन रुपये तरी मिळावेत म्हणून परिचित सहकाऱ्याकडे त्यांनी अपेक्षा केली; पण तेही मिळाले नाहीत. आपल्याच पुढारी माणसांकडून उपेक्षा झाली, म्हणून हमाली करण्याचे ठरविले; पण हमालांच्या माणुसकीला या मोठ्या माणसाने हमाली करणे रुचले नाही, ते स्वतःच्या रोज-मजुरीतून पै-पैसा मिळवून रोज देऊ लागले; पण ती गरिबांच्या श्रमाची कमाई ऐतखाऊपणे खाणे त्यांना आवडले नाही. म्हणून ती मदत प्रेमाने नाकारली. खाण्यासाठी पैसा नाही, काम मिळत नाही; मिळाले तर कुणी करू देत नाही आणि कुणाचे फुकट खाण्याची इच्छा नाही! कपडे फाटले, नवे शिवायचे कसे? प्रश्न पडला. मग क्रांतिसिंहांनी अक्षरशः पातळ पोती फाडून त्याचेच कुडते केले, त्याचीच तुमान केली आणि मग 'महात्मा गांधी की जय!' असे गर्जून स्वातंत्र्यक्रांतीची पोत उजळीत हे 'पोतेबुवा' सह्याद्रीच्या दऱ्या-खोऱ्यांत पुन्हा सत्याग्रह करू लागले. या पोतेबुवांचा दौरा आज सातारा, उद्या कोल्हापूर, रात्री सांगली तर सकाळी कोकणात असा तुफान झंझावाती, तर भाषणे ब्रिटिश अधिकाऱ्यांना कापरे भरावी अशी घणाघाती! निर्भीड वक्ता, खडा आवाज, गावरान भाषा. तिला कथा-पुराणातील उपमांचा साज. मधूनच आवेशयुक्त

भाषणात 'शड्डू'चा आवाज. खांद्यावर घोंगडी, हातात भाल्याची उंच काठी हजारोंच्या सभा 'महात्मा गांधी की जय!' सर्वांचा एकच गगनभेदी आवाज!!

१९३० पासून चाललेल्या पोतेबुवांच्या या जळजळीत प्रचाराने महाराष्ट्र दणाणून निघाला. सत्याग्रही चळवळीत उडी घेताना तलाठी कामात व्यत्यय आला होता आणि दाखल होण्याच्या नोटिशीनुसार ते दाखल झाले नाहीत. म्हणून एक पकड वॉरंट निघाले होतेच; पण या तुफानी स्वातंत्र्यप्रचारामुळे ब्रिटिश सरकारने पोतेबुवांवर दुसरे कडक पकड वॉरंट काढले. पोलिसांच्या हत्यारबंद तुकड्या गावोगाव त्यांचा पाठलाग करू लागल्या आणि मग 'काही झाले तरी पोलिसांच्या हातात सापडायचे नाही' असा पोतेबुवांनी निश्चय केला. पोतेबुवा भूमिगत झाले! त्यांना अनेक सहकारी मिळाले. चळवळीच्या सुरुवातीस सनदशीर सत्याग्रह केला. तुरुंगवासही भोगला होता. येरवड्याच्या तुरुंगात त्यांनी चक्की पिसण्याचे (हाताने दळण्याचे) यातनामय काम केले होते; पण आता तुरुंगात जायचे नाही, असे त्यांनी नक्की ठरवले होते. चार-पाच निवडक सहकारी बरोबर घेऊन ते गावोगाव सभा घेत रानोमाळ हिंडत होते; पाठीवरील पोलिसांना गुंगारा देत होते. या भूमिगत भरारीतील कथा चित्तथरारक! रोमहर्षक!

त्यांचे शेकडो नवजवान बहाद्दर सातारा, कोल्हापूर, सांगली, मिरज, नगर, रत्नागिरी या सर्व परिसरात पसरले होते. प्रत्येक काम योजनाबद्ध होते. दिवसा मळ्यात, जोंधळ्याच्या रानात, जंगलात, डोंगरात दडून राहायचे. गुप्तहेरांकरवी संबंधितांना संकल्पाचे संदेश पोहोचवायचे. क्रांतिहेरांचा संदेश परस्परांस खात्रीशीरपणे पोहोचावा म्हणून परिचयासाठी परवलीच्या खाणाखुणा होत्या. संदेश द्यावयास रात्री आलेल्या हेराने आधी पक्ष्याच्या आवाजासारखा आवाज काढायचा आणि नंतर विडी पेटवून ती पाच वेळा कस लावून ओढायची म्हणजे दुरूनही ते पाच अग्निइशारे संबंधितास समजत. दोन संदेशवाहक हेर एकमेकांस भेटत. मनसुबे कळवीत. पोतेबुवांच्या या अग्निसंदेशाद्वारे दुसऱ्या दिवशी ठरलेल्या गावी, ठरलेल्या वेळी, ठरलेल्या स्थळी भाषण करण्याच्या व भाषण करताच ताबडतोब फरारी होण्याच्या सर्व तयारीनिशी सभा व्हायची.

कसलीही जाहिरातबाजी न करता ही अचानक सभा महिला व

पुरुषांच्या हजारोंच्या संख्येने भरायची. या अकल्पित सभेच्या बातमीने भांबावलेले पोलीस धापा टाकीत सभास्थळी यायचे. तोपर्यंत कुणीतरी वक्ता सत्याग्रही स्वरूपात सनदशीर भाषणाचा बहाणा करी. सगळेच श्रोते सत्याग्रही; पण अनेकांच्या खांद्यावर परशू! हे सगळे परशुराम गांधीवादी! पेट्रोमॅक्सच्या झगमगाटात ते परशू तळपत असत. पोलिसांना पकडायचे असायचे फक्त पोतेबुवांना! इतक्यात सावरीच्या उंच काठीला तिरंगी झेंडा लावून 'महात्मा गांधी की जय' या घोषणेसरशी पोतेबुवा एकदम सभास्थानी उभे राहून भाषणाला सुरुवात करीत. हजारो 'तयार' लोकांत भाषण चालू असताना त्यांना पकडणे ही पोलिसांची टाप नव्हती. गोळीबार केला तर सत्याग्रही एकतर्फी नुसतेच मरणाला तयार असणाऱ्यांपैकी नाहीत याची जाणीव पोलिसांनाही असायची. म्हणून भाषण संपले की, मग पोतेबुवांना पकडायचे असा पोलिसांचा ''येळ ओळखून'' खाक्या असे.

एकदा कुस्तीगिरांच्या फडातच सभा होती. शेकडो कुस्तीगीर आणि हजारो लोक सगळेच अंगार अंगार! पोतेबुवा गर्जना करीत भाषणाला उभे राहिले. दोन तास भाषण दिले आणि भाषण संपताच त्यांनी एकदम मागे जमलेल्या लोकांच्या घोळक्यात मुसंडी मारली आणि टणकन उडी मारून, ठरल्याप्रमाणे आधीच उभा करून ठेवलेल्या वारूवर स्वार होऊन जवळच्या डोंगराकडे पळाले. वारू वाऱ्यासारखा डोंगरात गडप झाला आणि वॉरंटवाल्यांची वाऱ्यावरची वरात मागे गेली, परतली. एका गावमाळावरील सभेत भाषण संपल्याचा परवलीचा इशारा होताच तेथला बत्तीवाला बत्तीला हवा मारण्याचा बहाणा करीत बत्तीजवळ गेला आणि हवा मारता मारताच पटवन बत्ती घालवली. जयजयकार घुमला, गुडुप अंधार पडला आणि पोलिसांना चकवून हा क्रांतीचा पोतराज गुलामीचा अंधार चिरत पसार झाला.

आठवड्याचे बाजार, गावोगावच्या जत्रा, लग्नसमारंभ अशा ठिकाणी हे पोतराज एकाएकी 'दत्त' म्हणून उगवायचे, भाषण द्यायचे आणि लगेच पसार व्हायचे. गावोगावाच्या शिवेवर झेंडा लावणे हा त्यांचा कार्यक्रमही ठरलेला असे. पुनदी गावच्या मळ्यात त्यांनी झेंडा लावल्याची खबर एका फितुराने पोलिसांना दिली. हत्यारबंद तुकडी आली; पण पोतराज तेथली नेहमीची विसाव्याची जागा बदलून एका मळीत थांबले

होते. पोलीस आल्याची बातमी हेरांनी देताच पोतराज निघाले. समोर कृष्णा नदी दुथडी भरून वाहात होती. नाव नव्हती. पाठीवर पोलीस थांबायची वेळ नव्हती. मग सोबतच्या दोन सहकाऱ्यांसह मिळून या तीन शिलेदारांनी भाले-बरच्या पाठीस बांधून कृष्णामाईत उड्या टाकल्या आणि ते विशाल तसेच गतिमान पात्र पोहून पार केले.

जेव्हा अण्णांचे लग्न झाले, तेव्हा पत्नी अशिक्षित होती. सत्यशोधक विचाराने प्रेरित झालेल्या अण्णांनी स्वतःच्या पत्नीला स्वतःच शिकविण्यासाठी पाटी-पेन्सिल, अंकलिपी आणली, तेव्हा पतिपत्नींनी घरातील वडीलधाऱ्या मंडळींसमोर बोलणेही कुलक्षण मानले जात होते. स्त्री-शिक्षणाला तर जुन्या माणसांचा सक्त विरोध होता. अशा काळात अण्णांच्या विचारांना आई-वडिलांनी विरोध केला; पण "जोवर बायको शिकणार नाही, तोवर पतिपत्नी संबंध नाही." अशी अण्णांनी प्रतिज्ञा केली. शेवटी आई-वडील व पत्नी तिघांचाही विरोध मावळला आणि मग अण्णांनी स्वतःच्या पत्नीला स्वतःच शिकवून स्वयंसिद्ध बनवले. अण्णा फरारी असतानाच तीन वर्षांची एकुलती एक कन्या हौसाताईला सोडून पत्नी निवर्तली. पाठोपाठ काही दिवसांनी कॉलऱ्याच्या साथीत वडील गेले. पितृछत्र गेले. थोड्याच दिवसांत मायाळू आजीही मरण पावली. त्याच सुमारास मोठी भावजयही गमावली. भरल्या घरातील हे पाठोपाठ होणारे दारुण दुःख साहून "गांधींचे खूळ लागलेल्या" अण्णांची चिंता वाहण्यासाठी वृद्ध मातोश्री मात्र डोळ्यांत जीव साठवून राहिली होती. काळजावर दगड ठेवून आई अश्रू ढाळीत होती आणि दगडाचे काळीज करून हा बाळ क्रांती उजळत होता. घरची जमीन, जायदाद जप्त झाली होती आणि हा क्रांतिबाळ क्रांतीची दौलतजादा उधळीत महाराष्ट्रभर कडेकपारी दौडत होता. जोंधळ्याच्या ताटाचे पुंजके कणसाजवळ बांधून मुळांजवळ कृत्रिम ढोल बनवायची; त्या गुहेत हा वाघ दिवसभर चुपचाप पडून राहायचा. सहकारी जवान तेथेच चोरूनमारून चटणी-भाकर पोहोचवायचे. नाहीतर चणे आणि गूळ किंवा शेंगा हेच पक्वान्न!

या फरारी जीवनात अण्णा संधी मिळेल तशी इतरही अनेक विधायक कामे करीत. गांधी जयंती असली म्हणजे हातात खराटा घेऊन गावसफाई करीत. साक्षरता प्रसार करीत. गावकऱ्यांचे तंटे सोडवीत. एका गरिबाघरच्या मुलाचे लग्न १०० रुपयांसाठी अडले होते. अण्णांनी

१०० रुपये देऊन चार तासांत लग्न लावून दिले. काही पुंड, पाळेगार, दरोडेखोर अण्णांचे नाव घेऊन दरोडा घालू लागले होते. त्या अफवेमुळे लोकांचा बुद्धिभेद होण्याची वेळ आली होती. मग अण्णा आणि त्यांचे साहसी वीर दरोडेखोरांना जाऊन भेटत; त्यांची मने वळवीत. अण्णा म्हणत, "अरे तुम्ही चोर, दरोडेखोर हायीसा तसा मीबी चोर दरोडेखोर हाय; पण चोरी कुनाची करायची? दरोडा कुनावर घालायचा? आपल्याच माणसांवर? छाट्! भेकडाचं काम. आरं दरोडा घालायचा पोस्टांवर, लुटायचं सरकारी अधिकाऱ्यांना! फोडायचा सरकारी खजिना!" अशा वशीकरणानं काही दरोडेखोर अण्णांना मिळाले. काळाकभिन्न उंच धिप्पाड छातीचा पहाड परशा मांग हा त्यांचा पाठिराखा व बिकट प्रसंगातला म्होरक्या बनला.

राष्ट्रातील स्वातंत्र्यक्रांतीचे पारडे अधूनमधून बदलत जाई. कधी समेटाचे वातावरण होई. राजबंद्यांना सोडले जाई, अण्णांवरील वॉरंट ढिले होई. वरिष्ठ नेत्यांकडून कधी सार्वजनिक तर कधी वैयक्तिक सत्याग्रहाची आज्ञा होई. कुठे गवतकापणी तर कुठे जंगल सत्याग्रह होई. नेत्यांच्या आज्ञेला मान देऊन अण्णांनी अनेक ठिकाणी सत्याग्रहांत भाग घेतला. एकूण आठ वेळा तुरुंगवास भोगला. १ ऑगस्टला सर्व वरिष्ठ नेते पकडले गेले आणि मग अण्णा पुन्हा भूमिगत झाले! क्रांतीचे साल बेचाळीस आणि अण्णांचे वयही बरोबर बेचाळीस! देशासाठी लढणाऱ्या भूमिगत क्रांतिकारकांत अण्णांचा दरारा सर्वांत मोठा. गोऱ्यांना हा अगदी सह्याद्रीचा जमालगोटा! शेतकरी, कुणबी, मांग, रामोशी, स्त्रिया-मुले हा सर्व त्यांचा छुपा दळभार! अण्णांवर सर्वांचे जिवापाड प्रेम. पोलीस आल्याची वर्दी देण्याचे काम करण्यात व सुरक्षित गनिमी स्थलांतर करण्यात अनेक लोक व विद्यार्थीही जीव धोक्यात घालीत असत.

पोलिसांनी कुंडल गावाला वेढा घातला, अण्णा गावात होते; गावकऱ्यांनी त्यांना ताबडतोब हलवले. एका धनगराने स्वतः होऊन त्यांना आपल्या गावाकडच्या पडक्या पत्र्याच्या अडगळवजा घरात पहाटे साडेतीन वाजता नेले. त्यांना आत बसवले आणि पत्र्याचा दरवाजा बंद करून कुलूप लावून घेतले. झांजर पडताच पोलीस गावात घुसले. आळी आळी, घरे घरे धुंडाळली. दमदाटी केली. काहींना

मारझोड केली; पण कुणी कबूल झाले नाही. त्या अडगळी धनगरी वस्तीला पोलिसांनी महत्त्वच दिले नाही. दुपारी कडक उन्हात त्या ठेंगण्या पडवीचा वरचा पत्रा खूप तापला; पण बोलायची सोय नाही. खोकल्याची उबळ आतल्या आत दाबून टाकली. अण्णा स्थितप्रज्ञ, स्थिरदृष्टी बसले होते. इतक्यात जवळच्या कोपऱ्यातील बिळातून नाग निघाला. फणा उभारला! जीवन आणि मृत्यूत अवघे दोन हातांचे अंतर! पंचानन आणि पन्नग दृष्टीला दृष्टी भिडली! आणि भुजंगाने ओळखले, हा जंगबहाद्दर भूमिगत आहे! भुजंगही भूमिगत झाला!

पोलीस ठाणी लुटली, रायफली पळवल्या, बिचूद-शेणोली खिंडीत पगार नेणारी आगगाडी लुटली, धुळ्याचा खजिना घेऊन येणारी मोटार लुटली, ड्रायव्हरने मालगाडी रूळ सोडून शेतात वळवली, आंबा घाटातील चक्रीभोवर अरण्यातील हत्यारबंद पोलीस तुकडी लगीन जेवणाची लटकी मेजवानी देऊन पळवून लावली, साखरप्याच्या हनुमान मंदिरातील ५० पोलिसांच्या तुकडीला शरणागत आणून पळायला लावले, फितुरांना पत्र्या मारल्या, प्रति-सरकार स्थापन केले, महसूल वसुलीचे काम परभारेच होऊ लागले, अशा बातम्यांनी सह्याद्रीचे चैतन्य सळसळत होते. गोरे अधिकारी चळचळत होते. 'महात्मा गांधी की जय! पंडित नेहरू की जय! भारतमाता की जय!' अण्णांच्या नाना वीरांच्या जयघोषांनी राष्ट्र दुमदुमत होते.

स्वातंत्र्यप्राप्तीनंतर अण्णांनी आपला मोर्चा निजामशाहीकडे वळवला. सरदार वल्लभभाईंनी फौजा घुसवून निजामाला वठणीवर आणेपर्यंत हे पत्री सरकार हैदराबाद परिसरात भूमिगत क्रांती करीतच होते. शिवसृष्टीतील नाना पाटील हे नाव देशाच्या चतुर्शिवेवर दुमदुमत होते.

स्वातंत्र्यप्राप्तीनंतर काही वर्षांनी अण्णा आजारी पडले. नाशिक येथील रुग्णालयात होते. त्या वेळी ज्याची त्याची धाव खुर्चीपासून खुर्चीकडे होती. हे स्वातंत्र्यक्रांतीचे बर्चीवाले मात्र रुग्णालयात पडले होते. रुग्णालयात कॉ. डांगे यांनी भेट घेतली. त्यानंतर अण्णा साम्यवादी झाले. कामगार, शेतकरी, शेतमजुरांच्या आर्थिक क्रांतीचा ध्वज घेऊन फिरू लागले. संयुक्त महाराष्ट्र आंदोलनात त्यांनी केलेली कामगिरी जगजाहीर आहे. 'नाना पाटलांची सभा' म्हणजे विद्वानांना व अज्ञानांना मंत्रमुग्ध करणारा वीर, करुण, हास्यरसाचा धबधबा आणि विरोधकांना

दबदबा! मुंबई महाराष्ट्राला मिळाली नाही तर किती कोटी रुपयांचे सालाबाद नुकसान होईल हे समजावून सांगताना ते चांदवडी रुपये, थैल्या, बैलगाड्या अशा गणिताने पटवून देत. पक्ष का बदलला, अशी कुणी शंका काढली की, ते सभेतून उत्तर देत. ''माझ्या गळ्यात पंढरीची माळ आहे, हातात बावटा लाल आहे; पण माझ्या हृदयात गांधीजी आहेत. शेठ सावकारांची, भांडवलदारांची मक्तेदारी जावी, जातिभेद नष्ट व्हावा, विषमता नष्ट व्हावी, सर्व थरांत शैक्षणिक, आर्थिक समता यावी यासाठी मी समताक्रांतीचे तिकीट घेऊन जीवनकार्याच्या प्रवासाला निघालो आहे. मी गाड्या बदलल्या, पण तिकीट बदललं नाही; तिकीट तेच हाय! तेच हाय!''

नागपूर पोटनिवडणुकीत (लो. अणे - खोब्रागडे) अण्णांसह प्रचारदौरा करताना माझा आनंद गगनात मावेना. अण्णा म्हणजे कार्यकर्त्यांची माउली. खेड्यापाड्यांत कधी पायी चालत निघत, कधी रेंगी गाडीतून (छोटी बैलगाडी). काही गावी चणे, कुरमुरे खाऊन भोजन भागवीत! आजूबाजूला मुले झोपवून आत आईने झोपावे तसे अण्णा शाहीर लेकरांच्या मधोमध झोपत, कधी धर्मशाळेत, कधी एखाद्या शाळेत, कंठात गहिवर असे. नेत्रांत दहिवर दिसे. सभेत रुद्र महेश्वर भासे!

या क्रांतीच्या धारकऱ्याने आयुष्यभर विविध क्लेश सहन केले. तुरुंगवास, उपासतापास भोगले. उन्हातान्हात, सह्याद्रीच्या रानारानांत फिरणारे हे वनमाळी वार्धक्याने थकले आणि पंढरीच्या वनमाळीच्या राउळात जाऊन रामबाग आश्रमात हे देशाचे 'येडे मच्छिंद्रनाथ' वारकरी झाले!

अण्णांचा मधुमेहाचा आजार बळावला. मिरज रुग्णालयात नेण्यात आले. तेथे डॉक्टरांनी एक पाय कापून काढला. पाहावयास येणारा नेता असो, कार्यकर्ता असो; तो अण्णांची ही अवस्था पाहून गहिवरला की, ते धीरोदात्तपणे म्हणत, ''देशासाठी सीमेवर लढणारे किती सैनिक ठार झाले! कितीकांचे हात-पाय तुटले! माझा फक्त एकच पाय गेला!!

(दै. नवशक्ती : रविवार पुरवणी, ८ ऑगस्ट ७६, मधून)

**

२७

क्रांतिसिंह : साताराची क्रांतिशक्ती

भाई रंगरावदादा पाटील

४२ च्या लढ्यातील स्वातंत्र्यसेनानी

भारतीय स्वातंत्र्यलढ्यात सातारा जिल्ह्याने देशाला मार्गदर्शक ठरावा असा तेजस्वी इतिहास निर्माण केला. १९४२ चे प्रखर आंदोलन खेड्यांपर्यंत नेऊन खेड्यांतील तरुणांची शक्ती या लढ्यापाठीमागे उभी केली. ब्रिटिश सत्तेला हादरा देण्याचे काम या शक्तीने केले. १९४२ ची साताराची ही क्रांतिशक्ती अखिल भारतीय स्वरूपाची ठरली. हा इतिहास ज्या नरसिंहांनी घडविला त्यांचे म्होरके होते क्रांतिसिंह नाना पाटील.

एका सामान्य शेतकरी कुटुंबात जन्मलेल्या या तरुणाने स्वतःच्या कर्तबगारीवर इतिहास घडविला. वारणा आणि कृष्णा नद्यांच्या दोन्ही तीरांवर वास्तव्य करीत असणारा समाज इतिहासकालापासून समाजाच्या विविध क्षेत्रांत क्रांतिकारक धक्के देत आलेला आहे. त्यातही वाळवा तालुक्याचे पाऊल आघाडीचे. अगदी अलीकडील महात्मा फुले यांच्या चळवळीपासून ते या आंदोलनापर्यंत अनेक कर्तृत्वशक्तींनी म्होरकेपण पत्करले होते. पठ्ठे बापूंची लावणी खुलली ती याच कृष्णाकाठी आणि कर्मवीर भाऊराव अण्णांच्या शैक्षणिक कर्तृत्वाने महाराष्ट्र फुलला त्याचा श्रीगणेशाही याच वारणेच्या परिसरात झाला. सामाजिक, राजकीय, आर्थिक, धार्मिक आदी विविध आघाड्यांवर या विभागाने नेतृत्व केले, जागरूकता ठेवली. म्हणूनच जागरूक मनाच्या बंडखोर तरुणांचे जथेच्या जथे या स्वातंत्र्यआंदोलनात सामील झाले.

भारतीय राजकारणात १९३० च्या दरम्यान महात्मा गांधींच्या नेतृत्वाने मूळ धरले होते. त्यांची चळवळ सामान्य माणसांपर्यंत

पोहोचविण्यामध्ये ते यशस्वी होत होते. साहजिकच गांधींच्या चळवळीचे आकर्षण साताऱ्यातील बंडखोर तरुण मनाला वाटू लागले. सत्यशोधक चळवळीत तयार झालेल्या तरुणांची शक्ती काँग्रेसच्या झेंड्याखाली एकत्र आली.

सातारा जिल्ह्यामध्ये तरुण बंडखोरांची शक्ती आकार घेऊ लागली. नाना पाटील, आत्माराम पाटील, बाबूराव चरणकर, बापूसाहेब देशमुख, राघूअण्णा लिमये, पांडू मास्तर, बर्डे मास्तर हे लोक आघाडीवर होते. जनजागृतीचे लोण सातत्याने खेडोपाडी पोहोचविण्याचे काम ही मंडळी करीत होती. त्या वेळी या नेत्यांचे कार्य विविध अंगांनी आकार घेत होते. समाजातील विविध अज्ञानमूलक प्रश्नांवरही ही मंडळी आघात करीत होती. अन्यायाच्या अनेक स्तरांमधून भरडल्या जाणाऱ्या समाजाची सुटका करणे आणि ब्रिटिश सत्तेला विरोध करणे असे विविधांगी कार्य त्यांनी अंगीकारले होते. त्यामध्ये साहजिकच अमोघ वक्तृत्वशक्तीच्या नाना पाटलांचा प्रभाव वाढत होता. नाना पाटलांची सभा म्हटले की, अल्पावधीत स्त्री-पुरुषांच्या झुंडीच्या झुंडी हातचे काम टाकून जमत होत्या. नाना पाटलांचे भाषण तरुणांपासून म्हाताऱ्यांपर्यंत, शिक्षितांपासून अशिक्षितांपर्यंत सर्वांवर छाप पाडणारे असे. नाना पाटलांचे वक्तृत्व ही एक जबरदस्त शक्ती होती. स्वतः नाना पाटील माळकरी असल्याने त्यांचे धर्मग्रंथांचे वाचन मोठे होते; त्यामुळे व्याख्यानात पौराणिक कथा आणि दाखले यांची सुरेख संगती साधत होती. शेतकरी जीवनातील बारकावे आणि अडचणी, त्यांची विचार करण्याची पद्धती, अंधश्रद्धा या त्यांना ज्ञात होत्या. भरदार शरीरयष्टी, खणखणीत आवाज आणि वक्तृत्वाची दैवी देणगी यांचा मिलाफ त्यांच्या ठायी बेमालूम झालेला होता. त्यांची तरल विनोदबुद्धी त्यांच्या वक्तृत्वावर साज चढवीत होती आणि म्हणूनच जनसंमर्दामध्ये हास्याची खसखस पिकवत आपला मुद्दा श्रोत्यांच्या गळी उतरविण्यात ते वाकबगार होते; त्यामुळे रसिक श्रोता त्यांच्या वक्तृत्वावर बेहद्द खूश होता. समाजावर छाप पाडणारा असा वक्ता या क्रांतिकारकांमध्ये दुसरा कोणी नव्हता.

समाजामध्ये शैक्षणिक जागृती झाली पाहिजे, त्यासाठी जाणीवपूर्वक प्रयत्न झाले पाहिजेत, ही त्यांची धडपड होती; म्हणूनच त्यांनी घरापासूनच समाजशिक्षणाचा श्रीगणेशा केला. 'आधी केले मग सांगितले'

या उक्तीनुसार स्वतःच्या निरक्षर पत्नीला त्यांनी साक्षर केले. इतकेच नव्हे तर त्यांनी ठिकठिकाणी साक्षरता वर्गही चालविले. शिक्षणाविषयीची त्यांची तळमळ त्यातून दिसून येते.

समाजसुधारणेची चळवळ ही एकांगी असू शकत नाही. तिला अनेक उपांगे असतात. जीवनातील अनेकविध अंगांमध्ये ही सुधारणा व्हावयास हवी असते. त्यासाठी कृतिशील शक्ती निर्माण व्हावी लागते. त्यासाठी कोणताही समाजसुधारणेचा विचार समाजापुढे मांडताना त्याचे उदाहरण पुढे ठेवावे लागते, तेव्हाच तो विचार परिणामकारक ठरतो. जसे नाना पाटलांनी आपल्या पत्नीला साक्षर करून साक्षरतेचा संदेश समाजाला दिला तसेच समाजातील लग्नविधीमधील अवास्तव खर्च आणि ब्राह्मणांची उपस्थिती याविरुद्ध आवाज उठविताना स्वतःच्या लग्नाचा आदर्श त्यांनी समाजापुढे ठेवला. सत्यशोधक नाना पाटलांनी अत्यंत साध्या पद्धतीने भटजीविना स्वतःचे लग्न लावले. इतकेच नव्हे स्वतःच्या लग्नातील मंगलाष्टकेही स्वतःच म्हटली. त्यांच्या या कृतीचा बोलबाला होऊ लागला. अनेक तरुणांनी त्यांच्यापासून प्रेरणा घेतली. इतकेच नव्हे तर त्या काळात अत्यंत साध्या पद्धतीने परमपूज्य रामानंद महाराज व नाना पाटील यांनी पौरोहित्य पत्करून कित्येक लग्नविधी पार पाडले. सातारा जिल्ह्यामध्ये त्या काळात अशी शेकडो लग्ने पार पडली, हा इतिहास आहे. त्यांचे नेतृत्वही ओघानेच नाना पाटलांच्याकडे जाते.

केवळ शैक्षणिक जागृती आणि धार्मिक जागृती करून कार्य संपत नव्हते. सर्वसामान्य माणूस इंग्रजी राज्याच्या वरवंट्याखाली भरडला जात होता. इंग्रजांचे बगलबच्चे, गुंड आणि सावकार यांची झळ समाजाला पोहोचत होती. त्या मगरमिठीतून समाजाला मुक्त करण्याचे पुढचे पाऊल नाना पाटलांनी टाकले. आता त्यांना त्यांच्या पाठीमागील पिढीतील तरण्याबांड तरुणांचा संच हाताखाली मिळू लागला. या चळवळीने प्रेरित होऊन ठिकठिकाणी तरुण क्रांतिकारकांचे गट संघटित झाले. त्यांच्यात संघटनात्मक शक्ती निर्माण करण्यामध्ये त्यांना यश लाभले. नाना पाटील ही केवळ व्यक्ती राहिली नाही, ती आता शक्ती बनली आणि या शक्तीच्या जोरावर त्यांनी सावकारांच्या विरोधात आंदोलन उभे केले. खेड्यापाड्यांतील सावकारांच्यावर दहशत बसविली.

अनेकांना कर्जमुक्त केले.

सातारा जिल्हा बंडखोरीसाठी प्रसिद्ध आहे. तेथील माणसांच्या स्वभावात जन्मतःच बंडखोरी आहे. या बंडखोर प्रवृत्तीला विधायक वळण देण्याचे कार्य नाना पाटलांनी निर्माण केलेल्या चळवळीने केले. म्हणूनच सातारा जिल्हा अग्रेसर राहिला. तरीही या बंडखोरीतून जन्माला आलेली क्रिमिनल प्रवृत्ती संपूर्णतः नष्ट झालेली नव्हती. या विभागात अनेक बंडखोर फरारी होते. त्यांचा त्रास सामान्य जनतेस जाचक ठरत होता. हे नाना पाटलांच्या नजरेतून सुटले नाही. त्यांनी आपला मोर्चा फरारींकडे वळवला. या फरारींचा बंदोबस्त करण्यामध्ये क्रांतिकारकांना बरेचसे यश प्राप्त झाले. अशा बंडखोरांना दहशत बसविण्यासाठी त्यांना चोप देण्याची विशिष्ट पद्धत अवलंबिण्यात येत होती. अशा गुन्हेगारास उलटे करून त्याच्या पायावर लाठ्यांचा मार सार्वजनिक ठिकाणी आणून देत. त्याची दहशत इतरांनाही बसावी ही त्यातील भूमिका!

विपन्न अवस्थेतील समाज व्यसनाधीन असतो; त्यामुळे समाज अधिकच संकटाच्या खाईत ओढला जातो. या व्यसनाधीनतेमुळे कुटुंबेच्या कुटुंबे भुकेकंगाल होतात. व्यसनाधीन माणसे समाजाला लागलेली कीड आहे हे ओळखून त्याविरुद्धही हत्यार उपसले गेले. दारूगुत्ते बंद पाडणे, दारू, गांजा यांच्या आधीन असणाऱ्यांची धिंड काढणे, त्यांना पत्री लावणे हे कार्यही हाती घेतले गेले.

गुंड आणि फरारी यांना जसा पत्री लावण्याचा कार्यक्रम हाती घेतला होता त्याचप्रमाणे चळवळीतील लोकांच्या विरोधी इंग्रजांना सहकार्य करणाऱ्या समाजकंटकांचा बंदोबस्त करण्यासाठी त्यांनाही पत्रीचा प्रसाद देण्याची मोहीम हाती घेतली गेली. समाजातील गुंड, फरारी, सावकार, समाजकंटक यांची कीड निपटून काढण्याचे सामर्थ्य चळवळीस प्राप्त झाले होते. तेवढा सुजाण दृष्टिकोन या चळवळीच्या नेतृत्वाजवळ आला होता. आपापसांतील तंटेबखेडे, इतकेच नव्हे तर इतर कौटुंबिक आणि सार्वजनिक कार्यक्रमामध्ये या क्रांतिकारकांची उपस्थिती समाजाला गरजेची भासू लागली.

१९४२ च्या ऑगटमध्ये ब्रिटिशांविरोधात 'करेंगे या मरेंगे' या निर्धाराने उभे राहा असा भारतीय नेत्यांचा आदेश मिळाला, क्रांतिकारकांना

ती पडत्या फळाची आज्ञा वाटली. सर्व साताराभर इंग्रजांविरोधात प्रक्षोभक, स्फोटक वातावरण तयार झाले होते. नाना पाटलांच्या व्यक्तिमत्त्वासभोवार सशस्त्र आणि तरण्याबांड तरुणांचे मोहोळ सुसज्ज होते. नेतृत्वाचा आदेश मिळताच तरुण क्रांतिकारकांनी ब्रिटिशांच्या प्रातिनिधिक संस्थांवर हल्ले चढविले. ब्रिटिशांचे शासन खिळखिळे केले. ब्रिटिशांविरोधी सशस्त्र लढा उभारला. शस्त्रास्त्रे मिळविण्यासाठी ब्रिटिश पोलीस ठाण्यांवर हल्ले चढवून पोलिसांकडील हत्यारे हस्तगत केली. हत्यारे विकत घेण्यासाठी पैशाची गरज होती. तो पैसा उभा करण्यासाठी सरकारी खजिने, पे-ट्रेन, धुळे खजिना लुटण्यासारखे धाडस क्रांतिकारकांनी केले आणि त्यातील पैशातून हत्यारांची जुळवाजुळव केली. रेल्वे उखडणे, डाक बंगले पेटविणे, टेलिफोन तारा तोडणे, पोस्ट लुटणे यांसारखे हिंसक मार्ग चोखाळले. कुठे झाला नसेल इतका प्रखर आणि कडवा विरोध ब्रिटिशांना सातत्याने केला. ही अतिशयोक्ती नाही, वस्तुस्थिती आहे. त्या विरोधात प्रखर राष्ट्रनिष्ठा होती. त्यामध्ये छत्रपती शिवाजी महाराजांची स्वातंत्र्यनिष्ठा आणि गनिमी युद्धनीती, आझाद हिंद सेनेच्या सुभाषचंद्रांची स्फूर्ती आणि सामान्यजनांच्या, कष्टकऱ्यांच्या स्वतंत्र, समाजवादी राज्याची आस सामावलेली होती. त्यातूनच ४२ चे आंदोलन साकारले आणि प्रति-सरकारची निर्मिती झाली. महाराष्ट्राने इतिहासकालापासून जोपासलेल्या प्रवृत्तींनी पुष्ट झालेली श्रीमंत मनाची तरण्याबांड तरुणांची पलटण उभी करून ती कार्यान्वित करण्याचे जे कार्य या लढ्यामध्ये आमच्या पिढीच्या नेत्यांनी केले, त्या नेत्यांमध्ये नाना पाटील यांचे स्थान मोठे आहे. साताराच्या प्रति-सरकारची ती प्रेरणा आहे. भारतीय स्वातंत्र्यलढ्याच्या इतिहासात साताराच्या क्रांतीने शिरपेच चढविला आहे आणि त्या शिरपेचाचे मानकरी म्हणून नाना पाटील यांचे नेतृत्व वादातीत आहे!

(रयत शिक्षण पत्रिकेतून)

**

२८

प्रति-सरकार चळवळीचा नेता : नाना पाटील

कॉ. डी. जी. देशपांडे

४२ च्या लढ्यातील स्वातंत्र्यसैनिक

कॉ. नाना पाटील येडे मच्छिंद्र या खेड्यात एका गरीब शेतकरी कुटुंबात जन्मले. खेड्यातच वाढले. सातवीपर्यंत शिक्षण खेड्यातच झाले. सातवी झाल्यावर त्यांनी नोकरशाहीतील कनिष्ठ दुवा असणाऱ्या तलाठ्याची नोकरी पत्करली; पण तलाठ्याच्या नोकरीत त्यांचे मन रमले नाही. देशाच्या स्वातंत्र्यासाठी महात्मा गांधींनी चालविलेल्या चळवळीच्या हाकेने त्यांना काँग्रेसच्या झेंड्याखाली आणले.

खेड्यातील गरीब जनतेची दुःखे त्यांनी स्वतः अनुभवलेली व पाहिलेली. अशी जनता परकीय सत्तेच्या अमलाखाली भरडून निघत असताना तिला स्वातंत्र्य चळवळीसाठी उद्युक्त करण्याच्या हेतूने त्यांच्या प्रचारसभा सुरू झाल्या. प्रारंभीच्या प्रचारसभा लहान स्वरूपाच्या होत्या; पण लवकरच या सभांनी मोठे विलोभनीय स्वरूप धारण केले. नाना पाटलांच्या सभेपूर्वी गावात फेरी असे. फेरीत 'या गरिबांनो या' यांसारखी लोकप्रिय गाणी असत. मग गावाच्या चौकात अथवा चावडीसमोर सभा सुरू होई. सभेच्या सुरुवातीस शड्डू ठोकून 'भारतमाता की जय' अशा घोषणेने नाना पाटील सभेचे वातावरण भारावून टाकीत. भारतमातेच्या, गांधींच्या घोषणांनी सारा परिसर दुमदुमून जाई.

पुण्याच्या शनिवारवाड्यासमोर नाना पाटलांची अशीच विराट सभा होती. नानांचे भाषण ऐकण्यास प्रचंड जनसमुदाय लोटला होता. नानांचे शब्द अन् शब्द टिपण्यास उत्सुक झाला होता. नाना शड्डू मारतच व्यासपीठावर आले आणि खड्या आवाजात 'भारतमाता की जय' ही घोषणा दिली. त्याबरोबर टाळ्यांचा कडकडाट झाला. नानांनी

पहिल्या दोनच वाक्यांत ही सभा जिंकली. ते म्हणाले -

"हा नाना पाटील, येड्याचा रेडा, तुमच्यापुढे बोलत आहे! (प्रचंड हशा व टाळ्या) जसा ज्ञानेश्वरांनी रेड्याच्या तोंडून वेद वदविला, तसा महात्मा गांधी स्वातंत्र्याचा वेद ह्या येडे गावच्या रेड्याकडून वदवीत आहेत!" (प्रचंड टाळ्या)

आपल्या पुराणातील उपमा, शेतकऱ्यांच्या दैनंदिन जीवनातील दाखले देऊन आपले विचार श्रोत्यांपर्यंत इतक्या प्रभावीपणे पोहोचविणारा असा दुसरा वक्ता महाराष्ट्रात झाला नाही.

४२ च्या चळवळीत म. गांधींचा 'करू किंवा मरू' हा संदेश नाना पाटलांनी आपल्या सभासभांतून ग्रामीण जनतेपर्यंत पोहोचविला. हे परकीय सरकार आपण मानायचे नाही व स्वातंत्र्य चळवळीचे कार्य करताना पकडलेही जायचे नाही असा निश्चय त्यांनी आणि त्यांच्या सातारा जिल्ह्यातील सहकाऱ्यांनी केला. तालुका कचेऱ्यांवर मोर्चे काढून, त्या ताब्यात घ्यायच्या व त्यावर तिरंगी झेंडा फडकवायचा असे कार्यक्रम आखले गेले. कऱ्हाड-तासगावचे मोर्चे यशस्वी झाले; पण इस्लामपूर-वडूज येथील मोर्चेवाल्यांवर सरकारने निघृण गोळीबार केला. सरकारचा पोलिसी दडपशाहीचा वरवंटा फिरू लागला. नाना पाटील व त्यांचे सहकारी भूमिगत होऊन सरकारशी मुकाबला करू लागले. तारा तोडणे, रेल्वे उलटणे, लुटणे, डाक बंगले, स्टेशने जाळणे इत्यादी कार्यक्रम जिल्हाभर सुरू झाले. सरकारने चळवळीतील प्रमुख नेत्यांना पकडून देणाऱ्यास मोठमोठी बक्षिसे जाहीर केली; पण भूमिगतांना लोकांचा पाठिंबा असल्याने त्यांचा ठावठिकाणा सरकारला लागू शकत नव्हता.

लवकरच सर्व जिल्ह्यांत भूमिगतांची संघटना उभी राहिली. या संघटनेचे नाना पाटील हे पहिले प्रमुख होते. जिल्ह्यात एकूण अठरा गट होते. दर दोन महिन्यांनी या अठरा गटांचे कार्यकर्ते एकत्र येत, केलेल्या कामाची चर्चा होऊन पुढील दोन महिन्याचा कार्यक्रम आखला जाई; त्यामुळे कार्यक्रमात सुसूत्रता राहून जिल्हाभर एकाच प्रकारचे कार्यक्रम एकाच वेळी होत. भूमिगतांची संख्या किती, ते कुठे राहतात आणि त्यांना हत्यारे वगैरे कशी मिळतात याचा पत्ता सरकारला लागत नव्हता. काही गुंडांनी सरकारला खबरा दिल्या, तेव्हा अशा सरकारी खबऱ्यांना

भूमिगतांनी पत्र्या लावल्या. ज्यांना सरकारकडून अशा खबरीबद्दल बक्षिसे मिळाली होती त्यांच्याकडून बक्षिसांच्या दुप्पट रक्कम दंड म्हणून वसूल केली. पुढे सरकारने दरोडेखोर व फरारी गुन्हेगार यांच्या मदतीने भूमिगतांना पकडण्याचा डाव टाकला, तेव्हा भूमिगतांनी या दरोडेखोरांनाच शिक्षा करण्यास प्रारंभ केला. मारुती शेणेकरासारख्या गुन्हेगारास गोळ्या घातल्या गेल्या.

जनतेच्या पाठिंब्यावरच भूमिगतांचे प्रति-सरकार स्थापन झाले होते. सेवादल, तुफान सेना आदी संघटना गावोगाव काम करीत होत्या. दारूबंदी, गांजाबंदी, गांधी-लग्न, अस्पृश्यता निवारण, प्रौढ साक्षरता वर्ग इत्यादी कार्यक्रम हाती घेतले गेले होते. गावोगावी कार्यकर्त्यांची जनता कोर्ट्स स्थापन झाली होती. चळवळीसाठी रेल्वे व खजिने लुटले जात होते. काळाबाजार करणाऱ्या व्यापाऱ्यांकडून दंड वसूल करून त्यांना, 'स्वतंत्र भारत सरकार'च्या नावाने पावत्याही दिल्या जात होत्या. 'स्वतंत्र भारत' म्हणून एक पाक्षिकही कार्यकर्त्यांमध्ये प्रसृत केले जात होते.

प्रति-सरकारने स्वतःच्या दारूगोळ्याचीही व्यवस्था केली होती. पोलिसांपासून हिसकावून घेतलेल्या बंदुका आणि गोव्यातून आणलेली पिस्तुले व रिव्हॉल्व्हर्स त्यांच्याजवळ होते. देवळाली मिलिटरी डेपोमधून दारूगोळा चोरून आणला जात होता. गावठी बॉम्ब तयार केले जात होते. गव्हर्नर जॉन कोलव्हिलच्या सातारा भेटीच्या वेळी सातारा रोड खिंडीत पुरून ठेवलेला बॉम्ब मिलिटरी डेपोमधूनच आणला होता. भूमिगतांच्या दुर्दैवाने हा बॉम्ब ड्यूटीवर असलेल्या पोलिसाच्या अगोदरच नजरेस पडला आणि त्यामुळे गव्हर्नरसाहेब वाचले. मात्र, त्यांचे पुढचे सर्व कार्यक्रम रद्द केले गेले.

प्रति-सरकारच्या या सर्व चळवळीच्या नेतृत्वाची जबाबदारी नाना पाटील यांच्यावर होती. भूमिगत अवस्थेत ते फारसे मीटिंगांना येत नसले तरी पोलिसांच्या हाती सापडलेल्या भूमिगताचे सपाटून मार खाल्यावर 'हे पत्र अथवा हे रिव्हॉल्व्हर तुला कोणी दिले' या प्रश्नावर 'मला नाना पाटलांनी गावाच्या बाहेर झाडाखाली दिले' हेच उत्तर असायचे! त्यामुळे नाना पाटील म्हणजे फार भयंकर प्रकरण आहे, असे सरकारला वाटू लागले. सरकारच्या पोलीस खात्याने त्यांना पकडण्याचा

आटोकाट प्रयत्न केला; पण लोकांच्या पाठिंब्यामुळे स्वातंत्र्य मिळेपर्यंत नाना पाटील पोलिसांच्या हाती लागले नाहीत.

ग्रामीण भागातील छोटा शेतकरी, शेतमजूर, अस्पृश्य यांच्या दुःखाबद्दल नाना पाटलांना वाटणाऱ्या कणवेपोटीच ते शेतकरी कामगार पक्षाच्या कार्यात सहभागी झाले आणि पुढे कम्युनिस्ट पक्षात आले. शेतकरी व शेतमजूर यांच्या हितासाठी कम्युनिस्ट पक्षाने केलेल्या सर्व लढ्यांत ते अग्रभागी राहिले. शेतकऱ्यांची कर्जे, त्यांच्या शेतमालांचे भाव, त्याच्यावर बसवलेली धान्य-लेव्ही, शेतमजुरांची मजुरी यांसारख्या अनेक प्रश्नांवर आपल्या सभांतून शेवटपर्यंत ते लोकजागृती करीत राहिले. आम्ही कम्युनिस्ट पार्टीचे कार्यकर्ते त्यांच्याबरोबर असूच. शेतकरी व शेतमजूर यांच्याबद्दल त्यांची तळमळ व त्यांच्या उद्धारासाठी त्यांनी केलेली धडपड पाहून महाराष्ट्रात खऱ्या अर्थाने मार्क्सवादी चळवळीचे लोण पहिल्यांदा खेड्यात पोहोचविणारा नेता असे त्यांचे वर्णन केल्यास चुकीचे ठरणार नाही.

**

क्रांतिसिंह : जनतेचा योद्धा व सेनापती!

अहंकार व गर्व निर्माण होईल असे काही नानांच्या जवळ नव्हते आणि त्यांनी ते जमाही केले नाही; त्यामुळे ते सतत सर्वसामान्य लोकांपुढे राहिले. त्यांच्या पश्चात बहुजन समाजात त्यांचे स्थान ध्रुवासारखे अढळ आहे, कारण अमूक एक मुदत संपली म्हणजे त्यांच्या कार्याची महती संपली असे कधी घडलेच नाही.

उमाजी नाईक पहिले स्वातंत्र्यसैनिक म्हणावे लागतात. शाहिरांनी त्यांच्यावर पोवाडे रचले. तशाच प्रकारे क्रांतिसिंह नाना पाटलांवरही अनेक पोवाडे झाले व येथून पुढेही होतील. मर्दाचे पोवाडे मर्दच गातात. शिवाजी महाराजांच्या चरित्रात जसे अनेक चित्तथरारक प्रसंग आहेत, तसेच रणगाजी नाना पाटलांच्या जीवनातही आहेत. म्हणून आधुनिक काळातील जनतेचा योद्धा व सेनापती म्हणूनच इतिहास त्याची नोंद घेईल यात शंका नाही.

– रा. ना. चव्हाण

२९
क्रांतिसिंह : स्मृती जयाची चैतन्य फुले

संभाजीरावबाबा थोरात

स्वातंत्र्यसैनिक, सामाजिक प्रबोधन चळवळीचे पुरस्कर्ते

सन १९३७ सालातील एक मंगल सुप्रभात. कऱ्हाडच्या कृष्णा-कोयनेच्या प्रीतीसंगमावर, वाळवंटाच्या काठावर, स्वामीच्या बागेत माणसांची मुंग्यांसारखी रांग लागलेली होती. प्रचंड जनसमुदाय होता. आत्माराम पाटील बोरगांवकर यांच्या विधानसभेच्या उमेदवारीच्या निवडणूक प्रचारासाठी ती सभा होती. भारताचा लाडका भूमिपुत्र पंडित जवाहरलाल नेहरू त्या सभेचे खास आकर्षण होते. फुलांनी सजवलेल्या उंच अशा सभास्थानी पंडितजी आले आणि त्यांचा प्रचंड जयजयकार सुरू झाला.

स्वातंत्र्यशाहीर शंकरराव निकम यांच्या स्वागतपर गीताने सभेला सुरुवात झाली. पंडितजींनी काँग्रेस पक्षाची भूमिका समजावून सांगितली. आभार मानण्यासाठी क्रांतिसिंह नाना पाटील उभे राहिले. दोन-चार मिनिटांतच आपल्या अमोघ शेतकरी भाषेत जनमनाचा ठाव घेऊन त्यांनी पं. नेहरूंची स्वराज्याची भूमिका समजावून सांगितली. शेवटी ते म्हणाले, ''पंडितजींनी आपल्या ओजस्वी वाणीने तुमच्या मनाची मशागत केली आहे. आपण आत्माराम पाटील यांना, या शेतकऱ्याच्या मुलाला मते देऊन, निवडून आणणार आहातच. निवडणूक तर आम्ही जिंकलीच आहे. आमच्या उमेदवाराच्या निवडणूक प्रचाराची खूण 'नांगर' आहे. या नांगराने इंग्रजी सत्तेची पाळेमुळे उखडून काढू या. आता तुमच्या मनाचे शेत नांगरून तयार आहे! आता मी फक्त आडतासे घेऊन आभार मानतो.'' (प्रचंड टाळ्या)

आजही तो क्षण आठवला तर मन भरून येते. पंडितजींचे ते देखणे व्यक्तिमत्त्व, त्यांचा भाषणातील आवेश आणि क्रांतिसिंह नाना पाटील

यांचे भाषण आणि त्यांचे राष्ट्रवादी विचार या सर्वांचा माझ्याच काय पण अनेकांच्या मनावर चिरंतन ठसा उमटून राहिला आहे. त्या वेळी मी प्रथमच नाना पाटील यांना पाहिले आणि त्यांच्या व्यक्तिमत्त्वाच्या मी प्रेमात पडलो. हे त्यांच्यावरील माझे प्रेम अखेरपर्यंत टिकले.

माझे आजोबा सुधारणावादी शेतकरी आणि सत्यशोधक होते. कऱ्हाडचे आद्य क्रांतिकारक भाऊसाहेब कळंबे यांच्या राष्ट्रवादी व क्रांतिकारी प्रयत्नांत त्यांनी मोलाची साथ दिली होती. त्यांच्या त्या विचारांचा मला काही अंशी वारसा मिळाला होता. स्वाभाविकच सत्यशोधक नाना पाटलांविषयी मला अधिक जिव्हाळा वाटू लागला.

देशावर ब्रिटिश आमदानीचा करडा अंमल सुरू होता. सबंध भारतीय जनतेची अस्मिता मरगळून गेली होती. स्वत्व विसरलेल्या या देशात जागृती करून देश स्वातंत्र्यलढ्याला तयार करणे हे सोपे काम नव्हते.

आधी स्वराज्य की आधी समाजसुधारणा अशा लोकमान्य टिळक व प्रिं. आगरकर यांच्या मतप्रवाहांचे वारे महाराष्ट्रात वाहात होते. महात्मा फुले व राजर्षी शाहू महाराज यांच्या सामाजिक क्रांतीचे विचारही जनमानसावर उमटत होते. धार्मिक कर्मकांड व अंधश्रद्धा या समाजातील अज्ञानमूलक दोषांचा गैरफायदा घेऊन काही मतलबी लोक समाजशोषण करीत होते. जगावर साम्राज्य करणारा व आधुनिक शास्त्रांच्या बळावर राज्य करणारा इंग्रज या देशावर करडा अंमल गाजवीत होता; पण याच कालखंडात देशभर राष्ट्रीय काँग्रेसने चांगले मूळ धरले होते. लोकमान्य टिळकांची होमरूल चळवळ, गांधीजींचे सत्याग्रही राजकारण तसेच महाराष्ट्रातील बहुजन समाजाची सत्यशोधक चळवळ असे विचारप्रवाह प्रामुख्याने महाराष्ट्रात वाहात होते. याच वेळी सातारा जिल्ह्यात औंध संस्थानचे अधिपती श्रीमंत बाळासाहेब पंत आणि तरुण राजपुत्र बॅ. आप्पासाहेब पंत यांनी राष्ट्रीय चळवळीला मनोमन साथ दिली. लक्ष्मणराव किर्लोस्कर यांनी स्वदेशीचा पुरस्कार केला. कर्मवीर भाऊराव पाटील यांनी शिक्षणप्रसाराचे कार्य हाती घेतले आणि क्रातिसिंह नाना पाटील यांनी सामाजिक सुधारणा करीत करीत राष्ट्रीय काँग्रेसचा प्रचार सुरू केला. ग्रामसफाई, अस्पृश्यतानिवारण, स्त्री-शिक्षण, धार्मिक कर्मकांडविरोधी प्रचार, अंधश्रद्धामुक्ती, व्यसनमुक्ती,

लग्नकार्यातील अनाठायी खर्चाविरोधी प्रचार, हुंडाबंदी असे समाजजागृतीचे कार्यक्रम त्यांनी निष्ठेने सुरू केले. हा लोकजागृतीचा कालखंड मी स्वतः पाहिला आहे.

लोकांच्या इंग्रजधार्जिण्या मनात राष्ट्रवाद निर्माण करण्यासाठी गावोगावी सभा-संमेलने भरवण्यात क्रांतिसिंह नाना पाटलांचा पुढाकार असे. गाव-यात्रा, लग्नसोहळा अशा वेळी लोक मोठ्या संख्येने जमत असत. त्या संधीचा फायदा घेऊन गावोगावी शेतकरी भाषेत नानांची भाषणे रंगत. नाना पाटलांची सभा म्हटले की, लोकांची पुनःपुन्हा अफाट गर्दी व्हायची.

आम्ही आमच्या गावच्या धानाईच्या यात्रेत क्रांतिसिंह नाना पाटील यांची सभा घेतली होती. त्याच रात्री कार्वेजवळच्या आसपास १०० वस्तीच्या छोट्या कोरेगावात सभा झाली. इंग्रजी सत्तेवर जहरी टीका केल्याने सभा रंगली. त्या वेळचा प्रसंग व नानांच्या भाषणातील प्रभावी वाक्ये आजही आठवतात, "आपण शिवाजीराजांचे वारसदार आहोत. तो शूर मराठा बाणा विसरून आपण इंग्रजांचे गुलाम बनलो आहोत. तो जुलमी इंग्रज ५००० मैलांवरून येथे येऊन आपणावर राज्य करीत आहे! आपण सर्वजण त्याची मेंढरे बनलो आहोत! दिल्लीला एक मोठा मेंढपाळ आहे. त्याला व्हाइसरॉय म्हणतात. त्या बकासुराला महिना २२,००० रुपये पगार आहे! "तुमच्या गावची चावडी (शेतसारा) किती?" नानांनी सभेस असा प्रश्न विचारला. सभेतील एकजण म्हणाला, "असेल हजार - अकराशे." त्याबरोबर नाना म्हणाले, "आता गंमत पाहा. त्या दिल्लीच्या साहेबाला महिन्याला कोरेगावसारखी बावीस गावे खायला लागतात. असा हा गोरा इंग्रज या देशातून घालवू या. त्यासाठी आपली एकी करू या."

'भारत माता की जय' या जयघोषाने नानांची सभा संपली.

सामाजिक सुधारणा व्हावी म्हणून लोकजागृतीसाठी क्रांतिसिंह नाना पाटलांची अखंड भ्रमंती सुरू होती. सुधारक पद्धतीच्या गांधी-लग्नाची चळवळ त्यांनी सुरू केली होती. माझ्या गावी माझ्या बहिणीचे लग्न सुधारक पद्धतीने करण्याचा निर्णय आम्ही घेतला होता. मात्र, त्यासाठी नानांना आणण्याचा आमचा आग्रह होता. नाना आले. एका मंडपात सामुदायिक पद्धतीने दहा लग्ने उरकण्याचा समारंभ आम्ही त्याच वेळी

घडवून आणला. प्रत्येक लग्नास एक्कावन्न रुपये खर्च आला. त्या वेळी नानांनी आपल्या विनोदी भाषणाने मोठी धमाल उडविली व लग्नकार्यातील साधेपणाची आवश्यकता जनसामान्यांवर ठसविली.

राष्ट्रीय काँग्रेसने महाराष्ट्रात चांगले मूळ धरले होते. असहकाराची भावना फोफावली होती. परदेशी मालावर बहिष्कार, स्वदेशीचा स्वीकार, जंगल सत्याग्रह व मिठाचा सत्याग्रह यांनी सर्व देश ढवळून निघाला. अशा चळवळीने देशात खूप जागृती झाली. इंग्रजी राजवट संपली पाहिजे असे सर्वांना जाणवू लागले. अशा काळातच क्रांतिसिंह नाना पाटील यांनी वाळवा तालुक्यातील बहे येथील पवित्र रामलिंगाच्या बेटावर, कृष्णाकाठी सत्याग्रह केला. त्या वेळचे त्यांचे भाषण आणि हजारो माणसांनी त्यांना दिलेली साथ ही एक अविस्मरणीय घटना होय.

पुढे ४२ साली महात्मा गांधींनी देशाच्या नाडीवर बोट ठेवून स्वातंत्र्याच्या अंतिम लढ्यासाठी 'चले जाव'ची घोषणा केली. सर्व देश पेटून उठला. इंग्रजाला 'दे माय, धरणी ठाय' झाले.

सातारा जिल्ह्यात क्रांतिसिंह नाना पाटील आणि त्यांचे निकटचे राष्ट्रवादी मित्र यांचा गुप्त मेळावा कुंडल येथे भरला. त्यात भूमिगत राहून स्वातंत्र्याचा लढा जोमदारपणे चालविण्याचा निर्धार व्यक्त केला गेला. नाथाजी लाड, आप्पासाहेब लाड, जी. डी. लाड, रामभाऊ पवारमामा आदी मंडळींनी आपल्या अनुयायांसह आपापले कार्यक्षेत्र निवडले. या सर्व लढ्यांचे नेतृत्व नानांकडे होते.

गावोगावी सेवादल चालविणे, प्रतिक्रियावादी इंग्रजधार्जिण्यांचा बंदोबस्त करणे, बंदुका, पिस्तुले मिळविणे, राज्ययंत्रणा बंद पाडणे, न्यायदान केंद्रे स्थापन करणे, सैनिक भरतीला विरोध करणे अशा अनेकविध कार्यांमुळे सातारा जिल्ह्यात इंग्रजी सत्ता खिळखिळी झाली,

क्रांतिसिंह नाना पाटील यांच्या नेतृत्वाखाली 'प्रति-सरकार' स्थापन झाल्याचे जाहीर करण्यात आले होते. या सरकारतर्फे प्रतिक्रियावादी इंग्रजधार्जिण्या लोकांना शासन करण्याची पद्धत म्हणजे पत्री लावणे सुरू झाले. मृत्यू न येता मनुष्य निकामी करावयाचा असे या शिक्षेचे स्वरूप होते. पुढे पुढे या संघटनेलाच 'पत्री सरकार' हे नाव प्राप्त झाले. खरे म्हणजे ही संघटना इतकी लोकप्रिय झाली होती की, काही लोक या संघटनेला 'प्रीती-सरकार' असेही म्हणत असत!

१९४२ ते १९४६ च्या या क्रांतिलढ्याच्या कालखंडात क्रांतिसिंह नाना पाटील हे क्वचितच उघडपणे फिरले. सह्याद्रीच्या जंगलात आणि दऱ्या-खोऱ्यांतून पुढील लढ्याच्या दिशा ठरविण्यासाठी त्यांच्या नेतृत्वाखाली गुप्त रीतीने भूमिगतांचे मेळावे भरत, कारण नानांना पकडण्याचा अगर दिसताक्षणीच गोळी घालण्याचा इंग्रज सत्ता आटोकाट प्रयत्न करीत होती.

या सशस्त्र क्रांतीच्या लढ्याच्या कार्यक्रमाविषयी गांधीवादी मंडळींचा विरोध होता हे खरे आहे; परंतु देश पेटून उठला होता. भारताच्या या महान स्वातंत्र्यलढ्यात अनेक देशभक्तांच्या प्राणांची आहुती पडली होती. अशा वेळी अच्युतराव पटवर्धन, क्रांतिसिंह नाना पाटील आणि त्यांचे अनेक समकालीन साथीदार यांच्या प्राणरक्षणाची जबाबदारी जीव मुठीत घेऊन आमच्या शूर साताऱ्याने पार पाडली.

या ठिकाणी शिवरायांच्या हिंदवी स्वराज्याची आठवण होते. त्यांनी स्वकीयांशी आणि परकीयांशी संघर्ष करून सामान्य मावळे मंडळींच्या बळावर स्वराज्य स्थापण्याचा प्रयत्न केला. त्या शिवरायांच्या जिवावर बेतलेल्या प्रतापगडावरील प्रसंगाने सबंध मराठी मुलूख प्राण मुठीत घेऊन श्वास रोखून बसला होता, तो प्रसंग -

आणि १९४२ च्या भूमिगत नेत्यांच्या आणि क्रांतिसिंह नाना पाटलांच्या जिवाचे रक्षण करण्यासाठी महाराष्ट्राने, विशेषतः साताऱ्याच्या शूर मंडळींनी सर्व शक्ती एकवटून त्यांच्या प्राणांचे रक्षण केले, तो प्रसंग -

मला हे दोन्ही प्रसंग ऐतिहासिक आणि तोलामोलाचे वाटतात.

स्वातंत्र्याचा दिवस जवळ आला. सशस्त्र क्रांती विसर्जित करण्यासाठी वरिष्ठ नेत्यांकडून आज्ञा आल्या; पण सातारा जिल्ह्यातील प्रति-सरकारचे कार्य काही दिवस तसेच चालू राहिले; त्यामुळे काँग्रेस नेत्यांमध्ये एकमेकांवर दोषारोप सुरू झाले. देशाच्या महान क्रांतिलढ्यातील सेनानी क्रांतिसिंह नाना पाटील आपल्या अनुयायांसह कऱ्हाड तालुक्यातील कोणेगावी जाहीररीत्या प्रकट झाले. तो आनंदसोहळा प्रचंड लोकसमुदायाच्या उपस्थितीत पार पडला.

क्रांतिसिंह आपल्या भाषणात म्हणाले, "स्वराज्य आता जवळ आले आहे. परकीय सत्ता निश्चित जाणार; परंतु या देशातील गरिबांचे शोषण करणारे शत्रू मात्र शिल्लक आहेत. आता आपल्याला त्यांच्याशी

लढा सुरू करावयाचा आहे. या देशात रामराज्य आले पाहिजे.''

अनेक वर्षांच्या भूमिगत अवस्थेतून बाहेर पडून क्रांतिसिंहांनी महाराष्ट्रभर जो विजयी दौरा काढला तो दिमाख, तो उत्साह, तो प्रचंड जनसमुदाय, ते देवदुर्लभ स्वागत अनेक शतकांनंतर महाराष्ट्रभूमीने पाहिले. त्या विजयाच्या सभा-घोषणांनी महाराष्ट्र दुमदुमून गेला. तो क्रांतिसिंहांच्या जीवनातील भाग्यवान क्षण आम्ही आमच्या डोळ्यांनी पाहिला आहे.

स्वराज्य स्थापनेसाठी ज्यांनी आयुष्यभर प्राणांची बाजी लावून कष्ट उपसले त्या शिवरायांच्या रायगडावरील राज्याभिषेकाचा आनंदसूर्य ज्या महाराष्ट्राने पाहिला त्याच महाराष्ट्राने अनेक शतकांनंतर तशाच दुसऱ्या रणगाजीचा दिग्विजय अनुभवला. क्रां. नाना पाटलांच्याच नव्हे तर महाराष्ट्राच्या इतिहासातील तो महान क्षण होता.

माझे अनेक मित्र म्हणतात की, नाना पाटलांनी काँग्रेस पक्ष सोडला नसता तर त्यांचे सोने झाले असते; परंतु माझ्या मित्रांना माहीत नाही की, त्यांना स्वतःचे सोने करून घ्यावयाचे नव्हते! त्यांना गरिबांना सोन्याचे दिवस दाखवायचे होते! ते आयुष्यभर सत्ता आणि मत्ता सोडून गरिबांसाठी झटले, लढले आणि त्यांनी देशबांधवांच्या सेवेच्या असीधाराव्रताचे पालन केले यातच त्यांचा मोठेपणा आहे

आपली जीवन-ज्योत मावळेपर्यंत जनमानसाच्या मनोमंदिराचे ते अखंडपणे दैवत राहिले. माझ्या मनावर त्यांच्या कर्तृत्वाचा, समाजसेवेचा, देशसेवेचा, साध्या राहणीचा व मला मिळालेल्या त्यांच्या अल्प सानिध्याचा चिरंतन ठसा उमटला आहे. माझ्या पिढीतील अनंत तरुणांचे व गरिबांचे ते स्फूर्तिस्थान आहेत!

क्रांतिसिंह नाना पाटलांच्या जीवनातील ते अखेरचे दिवस होते. पंढरपुरातील रामबागेत औषधोपचारासाठी ते एका संन्यस्त साधूकडे ते राहिले होते. मी आवर्जून त्यांना भेटण्यास गेलो. क्षेमकुशल झाले. पूर्वस्मृतीने चर्चा रंगली. राजकीय, सामाजिक अशा विविध विषयांवर आम्ही बोललो. दोन तास केव्हा निघून गेले हे ध्यानी आले नाही.

रामबागेतील मठातील एका खोलीत क्रांतिपर्व संपवून सार्थ जीवनाचे अखेरचे दिवस तो कर्मयोगी जगत होता. मला त्यांचे ध्यान धीरगंभीर आणि व्यक्तिमत्त्व कर्मयोग्यासारखे दिसत होते!

आमच्या समोर भिंतीला टेकून ठेवलेल्या प्रभू रामचंद्रांच्या तसबिरीकडे

माझे लक्ष गेले. तसबिरीकडे बोट दाखवून मी म्हणालो,

"अण्णा, तुम्ही तर कम्युनिस्ट आणि इथे प्रभू रामचंद्राची मूर्ती कशी काय?"

या माझ्या प्रश्नावर ते हसून म्हणाले, "संभाजीबाबा, बरा प्रश्न विचारलात. मी पंढरपुरात राहतो; परंतु स्मरणीय व पूजनीय आदर्श म्हणून मी विठ्ठल निवडलेला नाही, कारण विठ्ठलाने दोन्ही हात कमरेवर ठेवले आहेत. हे दैवत जगाकडे तिऱ्हाईत बुद्धीने पाहते. सुष्टांना अभय व दुष्टांना शासन करण्याचा त्याचा इरादा नाही. इथे पाहा - प्रभू रामचंद्र दुष्टांचा संहार करण्यासाठी, गरिबांचा कैवार घेण्यासाठी, नीतीचे राज्य उभे करण्यासाठी म्हणून हातात धनुष्य-बाण घेऊन सर्व सामर्थ्यानिशी उभे आहेत. हे दैवत कृतिशील आहे. म्हणून मी या आदर्श पुरुषोत्तमाची निवड केली."

क्रांतिसिंहांची देवभक्तीही भाबडी नव्हती. भक्तीच्या क्षेत्रातही दुष्टांचा संहार करणारा व दीनांचा कैवारी प्रभू रामचंद्रास त्यांनी आपले आराध्य दैवत म्हणून स्वीकारले होते. दीनांच्या कैवाऱ्याचे दैवतही दीनांचा कैवारीच असणार!

**

शेतकरी राजाला गोड पाणी कधी मिळेल?

"भांडवलवाले गरीब शेतकऱ्याला नागवितात. माळावर पाच खडं मांडून शेतकरी त्यांची पूजा करतो. त्यांनाच हळदी-कुंकू लावतो, उदबत्ती लावतो व मग त्या देवापुढं नारळ वाढवितो. एका मोठ्या दगडावर नारळ आपटतो आणि नारळाच्या पाण्याचा थेंबसुद्धा त्या दगडावर दवडू न देता त्या ऐतखाऊ पाच दगडांवर ते सारं पाणी वाहतो. बिचारा तो दगड पूर्वीप्रमाणेच कोरडा तो कोरडा. वर त्याच्या डोक्यावर मात्र वज्रप्रहार; पण पाणी न्हाई मिळायचं तेला. माझा शेतकरीराजा त्या गोल दगडाप्रमाणं आहे, त्याला ते गोड पाणी कधी मिळंल?"

– क्रांतिसिंह नाना पाटील

३०

क्रांतिसिंहांचे बहुरंगी व्यक्तिमत्त्व

कॉ. श्रीनिवास सरदेसाई

क्रांतिसिंहांचे कम्युनिस्ट पक्षातील सहकारी, मार्क्सवादी विचारवंत

प्रत्यक्ष शेतकऱ्यांतून निर्माण झालेला कार्यकर्ता राजकीय नेतृत्वाच्या इतक्या उच्च पातळीवर चढल्याचे कॉ. नाना पाटलांसारखे दुसरे उदाहरण आपल्या देशात नाही, हे माझ्या मते त्यांच्या व्यक्तित्वाचे वैशिष्ट्य आहे.

१९४२ च्या उठावात साताऱ्यातील प्रति-सरकारचे नेते म्हणून कॉ. नाना पाटील यांना प्रथम व्यापक प्रसिद्धी मिळाली, तेव्हाच क्रांतिसिंह ही गौरवाची पदवी सर्वसामान्य जनतेने त्यांना बहाल केली. तो काळ त्यांच्या राजकीय विकासातील एक अत्यंत महत्त्वाचा टप्पा होता हे निर्विवाद आहे; परंतु तेवढ्याने त्यांच्या जीवनाचे मूल्यमापन होऊ शकत नाही किंबहुना ते अपुरेच राहते.

हाडाचा शेतकऱ्याचा मुलगा आणि कष्टकरी शेतकऱ्यांचा कैवारी म्हणून राष्ट्रीय क्रांतीच्या चळवळीतून कॉ. नाना पाटील कामगार-शेतकऱ्यांच्या वर्गीय चळवळीकडे वळले, वर्गीय तत्त्वज्ञानाकडे वळले, मार्क्सवाद आणि कम्युनिस्ट पक्षाकडे वळले, सोविएत युनियनकडे वळले; कॉ. नाना पाटील यांची राजकीय घडण, त्यांनी केलेली वाटचाल यांचे मर्म या घटनेत आहे.

कॉ. नाना पाटील आणि माझा प्रत्यक्ष संबंध १९५१ नंतर आला. त्यानंतर अनेक वर्षे पक्षात, किसान सभेत, संयुक्त महाराष्ट्राच्या चळवळीत आम्ही सहकार्याने काम केले. हळूहळू त्यांच्या तत्पूर्वीच्या कार्याशीही मी परिचित झालो.

कॉ. नाना पाटील यांचे वक्तृत्व अनेक वर्षे महाराष्ट्रात गाजले; पण

त्याचे बाह्यांग आणि अंतरंग शहरी बुद्धिजीवि वक्त्यांच्या भाषणापेक्षा अजिबात वेगळे असे. त्यांचे बोलणे विशेषतः ग्रामीण जनतेच्या हृदयाला जाऊन भिडे. अत्यंत सोप्या भाषेत हे त्यांना कसे जमते याचा आम्हाला नेहमी अचंबा वाटे; पण त्याचेही कारण हेच होते की, ग्रामीण जीवनाचे जिवंत चित्र श्रोत्यांपुढे उभे करून त्यातून ते वर्गीय चळवळीचा मार्ग श्रोत्यांना पटवून देत असत. ही गोष्ट बुद्धिजीविवर्गातून आलेल्या कार्यकर्त्यांच्या आवाक्यापलीकडची होती.

१९५१ नंतरच्या काळात तर ही गोष्ट आमच्या रोजच्या परिचयाची झाली. कॉ. नाना पाटील यांच्या भाषणांतून सामाजिक, आर्थिक, राजकीय इ. कोणत्याही प्रकारचा जुलूम वा अन्याय सुटत नसे. कष्टकऱ्यांच्या स्वातंत्र्यासाठी या अन्यायाविरुद्ध लढले पाहिजे, त्यांचे परिमार्जन झाले पाहिजे हा मुद्दा अनेक उदाहरणे देऊन, घोळून ते प्रत्येक भाषणात मांडीत असत.

तथाकथित वरिष्ठ जातीचे शेतकरी अस्पृश्यांवर किती प्रकारचा जुलूम करतात यावर कॉ. नाना पाटील विदारक प्रकाश टाकीत असत. त्यात कोणाची भीडभाड नाही. हा अन्याय नष्ट केल्याशिवाय शेतकरीवर्गाची एकजूट होणार नाही आणि जमीनदार-सावकारांविरुद्धचा लढा यशस्वी होणार नाही, यावर त्यांचा भर असे.

नाना पाटलांच्या सभांना स्त्रिया फार मोठ्या प्रमाणावर जमत. याचे कारण त्यांची भाषाशैली हे तर होतेच, तसेच कथा-पुराणांतील अनेक उदाहरणे त्यांच्या भाषणांत पेरलेली असत. आणखीही एक फार महत्त्वाचे कारण होते. कामगार आणि गृहिणी या दोन्ही जबाबदाऱ्या पार पाडताना शेतकरी महिलांना किती काबाडकष्ट करावे लागतात याचे फार सुंदर वर्णन कॉ. नाना पाटील यांच्या भाषणात असे. स्त्रियांनीही पुरुषांच्या बरोबरीने वर्गीय लढ्यात सामील झाले पाहिजे आणि स्वतःच्या मुक्ततेसाठी लढले पाहिजे हा त्यांचा आग्रह असे.

कॉ. नाना पाटील यांनी शेतकऱ्यांच्या आणि भूमिहीनाच्या किती लढ्यांचे नेतृत्व केले यांची गणती करणे कठीण आहे. अखिल भारतीय किसान सभेने त्यांना अध्यक्षपदावर निवडले. महाराष्ट्राच्या बाहेरही किसान सभेच्या व्यासपीठावरील त्यांची भाषणे श्रोत्यांना फारच आवडत. त्यांच्या भाषणाचे भाषांतर करणे हे महाकठीण काम असे. ते माझ्याकडे

येई. भाषांतराच्या चाळणीतून जे काही श्रोत्यांपर्यंत पोहोचणे शक्य होते, तेवढे त्यांच्या कानावर पडे. तरीही वेळोवेळी टाळ्या पडत आणि हास्याचे फवारे उडत.

कॉ. नाना पाटील हे राजकीय नेतृत्वाच्या उच्च पातळीवर चढले असे मी वर म्हटले आहे. ही गोष्ट केवळ शेतकरी जीवनाच्या प्रत्यक्ष अनुभवाने होऊ शकली नसती. तो अनुभव इतर अनेक शेतकरी कार्यकर्त्यांना होता. तेवढ्याने राजकीय नेतृत्व संपादन करता येत नाही. त्यासाठी आणखीही एका गुणाची गरज असते आणि तो म्हणजे अभ्यास. नाना पाटील अत्यंत अभ्यासू होते. या त्यांच्या गुणाची त्या काळात बहुतेक लोकांना कल्पना नव्हती, कारण त्यांचे वाचन कसल्याही प्रकारचा गाजावाजा न करता होत असे. सभा, समारंभ, मिरवणुका इ. वगळता उरलेल्या वेळात कुठल्यातरी खोलीच्या कोपऱ्यात पसरलेल्या पथारीवर बसून मुकाट्याने व संथपणे त्यांचे वाचन चालू राही. रोजचा प्रवास हा त्यांच्या बारशालाच पुजला होता; परंतु प्रवासातही पुस्तकांचे आणि वर्तमानपत्रांचे बोचके त्यांच्या सोबतीला असायचेच. थोडीशी फुरसत मिळाली की, बोचके उघडले जाई.

दैनिक वृत्तपत्र हे तर नाना पाटलांचे न्याहरीचे खाद्य असे. त्यातील वेचक कात्रणे बाळगून आणि सभांत वाचून दाखवून विरोधकांची रेवडी उडवायची हा त्यांचा प्रघात फार सुप्रसिद्ध होता. श्रोत्यांना पटे की, चोर मुद्देमालासह सापडला! कधीकधी भोळे शेतकरी म्हणत की, "हे वेडे हे सर्व काही नाना पाटलांना लिहून कशाला देतात?"

परंतु नाना पाटलांचे वाचन वृत्तपत्रांपुरते मर्यादित नव्हते. मार्क्स आणि लेनिनचे मराठीत प्रसिद्ध झालेले साहित्य ते फार काळजीपूर्वक वाचीत. त्यावर आमच्याशी बारकाव्याने चर्चा करीत आणि ते लिखाण त्यांच्या स्वतःच्या बौद्धिक रसायनक्रियेतून बाहेर पडून अखेर शेतकऱ्यांच्या भाषेत शेतकऱ्यांच्या हृदयाला जाऊन भिडे. या त्यांच्या गुणांमुळे ते केवळ शेतकरी नेते नव्हे, तर कम्युनिस्ट पक्षाचे एक राजकीय नेते झाले.

आणखी एका गोष्टीचा उल्लेख केला पाहिजे तो म्हणजे, कॉ. नाना पाटील यांच्या स्वभावातील नम्रता. त्यांचे सहकारी असोत किंवा कोणी अडाणी खेडवळ माणूस असो, त्यांच्याशी वागताना नाना पाटील

यांच्या वर्तनात अरेरावीचा लवलेशही नसे. ज्यांच्या सभांना महाराष्ट्राच्या कानाकोपऱ्यांतून झुंडीच्या झुंडी लोटत, क्रांतिसिंहांचा जयघोष करीत, ते नाना पाटील लहान मुलाशीही बरोबरीच्या नात्याने वागत. कोणाकडूनही काही नवी माहिती किंवा एखादा नवा मुद्दा मिळाला तर अत्यंत प्रांजळपणे ते त्याचा स्वीकार करीत. त्याबाबत त्यांना कसलाही संकोच वाटत नसे.

इतिहासाचा ओघ नेहमी पुढे वाहात असतो. नवी परिस्थिती, नवे प्रश्न, नव्या व्यक्ती देशापुढे येत असतात; परंतु ही प्रगती पूर्वीच्या कमाईवरच आधारलेली असते. ही पूर्वकमाई ज्यांनी केली, त्यांचे आपण सतत स्मरण केले पाहिजे. कृतज्ञतेने केले पाहिजे; त्यामुळे नवीन पिढीला स्फूर्ती आणि मार्गदर्शन मिळते. कॉ. नाना पाटलांच्या कार्याने तरुण पिढीला अशीच स्फूर्ती व मार्गदर्शन मिळो हीच सदिच्छा!

(साप्ताहिक युगांतरमधून)

**

इंग्रजी सत्ता मानायची नाही हे सूत्र

नाना पाटील हे महात्मा गांधींच्या स्वातंत्र्यलढ्यातील एक कोडे होते. म. गांधींच्या सर्व लढातंत्रात भूमिगत लढा कधीच नव्हता; पण नाना पाटील १९३२ साली स्वातंत्र्याच्या लढ्यात उतरले ते भूमिगत होऊनच! म. गांधींनी सांगितलेली एकच गोष्ट त्यांना माहीत आणि ती म्हणजे या देशातून इंग्रजी सत्ता गेली पाहिजे. त्या जोडीला जंगल सत्याग्रहापासून वैयक्तिक सत्याग्रहापर्यंत सर्व लढातंत्रे नाना पाटलांनी अनुसरली; पण गांधीजींचीच लढासूत्रे त्यांनी अनुसरली असे नाही. इंग्रजी सत्ता मानायची नाही हे सूत्र धरून त्या सत्तेविरोधी स्वतःच्या लढातंत्रानेही जायचे हा त्यांचा मार्ग होता. इंग्रजी सत्ता हाच मुळी भारतावर अत्याचार होता, त्या सत्तेला विरोध करण्यासाठी वापरलेले कोणतेही लढातंत्र हे सदाचारातच मोडते असा विचार त्यांच्या प्रत्येक कृतीतून व्यक्त होत होता.

– भाई जी. डी. लाड

३१
आमचे स्फूर्तिस्थान : क्रांतिसिंह नाना पाटील

बॅ. बाबासाहेब भोसले

माजी मुख्यमंत्री, महाराष्ट्र राज्य

क्रांतिसिंह नाना पाटील म्हणजे सातारा जिल्ह्यातील 'चले जाव' आंदोलनाचे प्रतीक व प्रति-सरकारचे उद्‌गाते! त्यांच्या संबंधीच्या माझ्या आठवणींचा आढावा घेताना माझे मन गतकालात बरेच दूर म्हणजे अगदी माझ्या राजकीय जीवनाच्या प्रारंभाजवळ जाऊन पोहोचले. शाळकरी मुलगा असताना १९३० साली स्वातंत्र्य चळवळीशी माझा प्रथम निकटचा संबंध आला. देशभक्तीच्या प्रबळ भावनांनी मला तेव्हाच स्वातंत्र्यलढ्यात ओढून नेले. याच सुमारास आमच्या सातारा जिल्ह्यात बहुजन समाजातील बहुसंख्य शेतकरी समुदायात क्रांतिसिंह नाना पाटील आणि देशभक्त आत्माराम पाटील यांच्या नेतृत्वाखाली विस्तृत प्रमाणात राष्ट्रीय जागृती झाली. परिणामी, जिल्ह्यात शेतकऱ्यांचे जोमदार जंगल सत्याग्रह होऊन राष्ट्रीय चळवळीच्या कक्षा रुंदावल्या आणि स्थानिक पातळीवर नवे लढाऊ नेतृत्व आकाराला येऊ लागले.

नाना पाटलांची आम जनतेवर विलक्षण छाप होती. त्यांचे अमोघ वक्तृत्व सर्वसामान्य जनतेला प्रभावित करीत असे. गावोगाव, खेड्यापाड्यांत फिरून व राष्ट्रीय विचारांचा प्रचार करून स्वातंत्र्याची चळवळ ग्रामीण भागातील शेतकऱ्यांत रुजविण्याचे महान कार्य सातारा जिल्ह्यात नाना पाटलांनी केले. १९३० च्या कायदेभंगाच्या चळवळीत त्यांना दीर्घ कारावास व हालअपेष्टा सोसाव्या लागल्या. त्यांच्या व्यक्तिमत्त्वाभोवती एक आकर्षक तेजोवलय तयार झाले.

राष्ट्रीय चळवळीतील लढा असो अथवा नसो, नाना पाटलांचे जनजागृतीचे कार्य अखंड चालत असे. जीवनातील प्रत्यक्ष अनुभवांतून

प्रत्ययास आलेले विचार ते जनतेला समजावून सांगत. राजकीय विषयाप्रमाणेच सामाजिक, ऐतिहासिक विषयांवरही ते गावोगाव व्याख्याने देत. गोरगरीब जनतेबद्दल त्यांना खरेखुरे प्रेम वाटत असे; त्यामुळे त्यांचे प्रभावी वक्तृत्व शेतकरी, कष्टकरी जनतेच्या मनावर विलक्षण प्रभाव पाडत असे. जनजागृतीच्या व राष्ट्रीय विचार-प्रसाराच्या महान कार्यामुळे 'चले जाव'च्या चळवळीची सुरुवात होण्यापूर्वीच नाना पाटलांचा सातारा जिल्ह्यात सर्वत्र प्रभाव पडला होता आणि ते स्वातंत्र्य चळवळीचे प्रतीक बनले होते.

नाना पाटलांशी माझी प्रत्यक्ष ओळख होण्याचा योग १९३९-४० सालच्या सुमारास आला. १९४० साली माझ्या गावी कलेढोण येथे त्यांची जाहीर सभा झाली. त्या सभेचा मी अध्यक्ष होतो. क्रांतिसिंह नाना पाटील व पू. स्वामी रामानंद भारती या दोन नेत्यांना माझ्याबद्दल सुरुवातीपासूनच आपुलकी, प्रेम वाटत असे. त्यांच्या प्रेरणेने १९४२ च्या चले जाव आंदोलनात काही काळ भूमिगत राहून कुंडल, कोल्हापूर, सातारा, पुणे या परिसरात मी चळवळीचे कार्य केले. नाना पाटलांनी १९४२ साली सातारा जिल्ह्यात राष्ट्रीय चळवळीचे प्रचंड तुफान उठवले. ते प्रदीर्घ काळ भूमिगत राहिले. त्यांच्या मार्गदर्शनाखाली जिल्ह्यातील भूमिगत चळवळ प्रभावी बनली व सातारा जिल्ह्यात प्रति-सरकारची स्थापना झाली. नाना पाटील व सातारा यांचा साऱ्या देशभर बोलबाला झाला. चले जाव आंदोलनापासून त्यांची गणना महाराष्ट्रातील अग्रगण्य काँग्रेस पुढाऱ्यांत होऊ लागली. स्वातंत्र्य चळवळीत नाना पाटलांनी निःस्वार्थीपणे काम केले. स्वातंत्र्य चळवळीतील त्यांचे कार्य म्हणजे निष्काम कर्मयोगाचा वस्तुपाठच होय!

नाना पाटलांशी एकदा जडलेला लोभ शेवटपर्यंत टिकून राहिला. चळवळ संपली व नाना पाटील आपल्या सहकाऱ्यांसह भूमिगत अवस्थेतून प्रगट झाले. त्यानंतर महाराष्ट्रात सर्वत्र त्यांचा झंझावाती दौरा झाला. ठिकठिकाणी त्यांचे भव्य सत्कार झाले. नाना पाटलांच्या या ऐतिहासिक दौऱ्यात मी त्यांच्या बरोबर होतो. स्वातंत्र्यप्राप्तीनंतर अल्पावधीत महाराष्ट्रात शेतकरी कामगार पक्षाची स्थापना झाली. शेतकरी-कामकऱ्यांच्या उद्धारासाठी डावे राजकारण प्रभावी करण्याच्या उद्देशाने नाना पाटील शे. का. पक्षात दाखल झाले. तेथेही त्यांचे व माझे श्वशुर श्री. तुळशीदास जाधव यांचे

निकट संबंध होते व माझे त्यांच्याशी असलेले जिव्हाळ्याचे व्यक्तिगत संबंध तसेच पुढे चालू राहिले.

संयुक्त महाराष्ट्र आंदोलन, गोवामुक्तीची चळवळ, खंडकरी-शेतकऱ्यांची चळवळ इत्यादी आंदोलनांत नाना पाटलांनी लढाऊपणे लोकांचे नेतृत्व केले, हा भाग सर्व सर्वश्रुतच आहे. सक्रिय राजकारणातून १९७०-७१च्या सुमारास ते निवृत्त झाल्यावर त्यांच्या भेटी कमी होऊ लागल्या. तथापि, व्याधिग्रस्त क्रांतिसिंहांना त्यांच्या शेवटच्या दिवसांत मी पंढरपूर येथे व वाळव्यात नागनाथ नायकवडी यांच्याकडे जाऊन भेटलो होतो. गलितगात्र होऊन पडलेल्या त्या नरशार्दुलास पाहून माझे मन हेलावून गेले.

नाना पाटील जग सोडून गेले, त्याला आता बरीच वर्षे झाली. तथापि, त्यांच्या कार्यकर्तृत्वाच्या स्मृती मराठी जनतेच्या अंतःकरणात अजूनही ताज्या व टवटवीत आहेत. नाना पाटलांचे जीवन व कार्य आपल्या भावी पिढ्यांना देशप्रेमाचा व निरपेक्ष समाजसेवेचा अमर संदेश देत राहील यात संदेह नाही.

**

क्रांतिसिंह आणि नेताजी

"देशाच्या स्वातंत्र्यासाठी ब्रिटिशांच्या हातावर तुरी देऊन कडेकोट बंदोबस्तामधून नेताजींचे निसटणे आणि सतत चार वर्षे ब्रिटिश सत्तेला आव्हान देऊन क्रांतिसिंहांचे भूमिगत राहणे; आझाद हिंद फौजेचे आधिपत्य स्वीकारून आणि आझाद हिंद सरकारची स्थापना करून (की, ज्या सरकारास जगातील ७/८ सरकारांनी राजनैतिक मान्यता दिली होती.) ब्रिटिश फौजांशी नेताजींनी लढा देणे आणि आपल्या तरुण मावळ्यांची तुफान सेना निर्माण करून व प्रति-सरकार स्थापन करून ब्रिटिशांशी क्रांतिसिंहानी प्रतिकार करणे; या घटना भिन्नभिन्न वाटल्या तरी त्यामागील भूमिका व प्रेरणा एकच होत्या. एकाने देशाबाहेरून ब्रिटिश सत्ता नष्ट करण्याचा प्रयत्न केला, तर दुसऱ्याने देशात राहून ती खिळखिळी करण्याचा प्रयत्न केला. दोन्ही कार्यांत समानधर्मीय वैशिष्ट्ये आहेत."

– प्रा. वा. गो. बिडकर

३२
वारकरी आणि धारकरी

यदुनाथ थत्ते

सामाजिक कार्यकर्ते, लेखक व पत्रकार

नाना पाटील ही १९४४-४५ साली सेवादलाच्या सैनिकांत एक सुरस आख्यायिका बनली होती. त्यांच्या नेतृत्वाखाली सातारा जिल्ह्यात जे प्रति-सरकार स्थापन झाले होते, तो आम्हा सर्व स्वातंत्र्यप्रेमींचा एक अभिमानाचा विषय होता. नाना पाटील नुसतेच वारकरी नव्हते तर धारकरीही होते.

साताऱ्याला सेवादलाचा एक भव्य मेळावा भरला होता. त्या वेळी नाना पाटलांच्या लोकप्रियतेची व कार्याची थोडी कल्पना आली. मेळाव्याच्या सैनिकांसाठी गावोगावी, घरोघरी भाकऱ्या भाजल्या जात होत्या आणि ट्रक भरभरून त्या मेळाव्याच्या जागी येत होत्या. भाकरीसाठी पीठ दळताना बायका ज्या ओव्या म्हणत, त्या राष्ट्रीय भावनेने ओथंबलेल्या असत -

गांधी माझा सखा गं, ओवी त्यां मी गाईन,
देशासाठी मरेन, तुरुंगात जाईन!

देशाच्या स्वातंत्र्यासाठी निर्भयपणे तुरुंगात जायची आणि प्रसंगी प्राणांचे बलिदान करण्याची प्रेरणा देणाऱ्या अशा या ओव्या. नाना पाटलांच्या प्रति-सरकारच्या चळवळीमुळे वातावरणात विद्युत-संचार झाला होता. स्वातंत्र्याची भावना चुलीपर्यंत जाऊन पोहोचली होती.

सेवादलाच्या मेळाव्यात अनेकांप्रमाणे नाना पाटील यांचेही भाषण झाले. क्रांतिसिंहांची गर्जना सेवादलाच्या हजारो सैनिकांनी उत्साहाने ऐकली. स्वातंत्र्य म्हणजे शोषणाचा अस्त, स्वातंत्र्य म्हणजे निर्भयता हे नाना पाटलांनी लोकांच्या शैलीने अगदी सहजपणे समजावून सांगितले.

आता इंग्रजांचे राज्य राहात नाही अशी सर्वांचीच खात्री होऊन चुकली होती. परदास्यमुक्तीनंतर स्वजनांच्या आर्थिक आणि सामाजिक दास्याविरुद्धही निकराची झुंज द्यावी लागणार आहे, हे जाणवून देण्याचा त्यांचा प्रयत्न होता. ग्रामीण लोकांच्या हृदयाची सहज पकड घेईल असे ते विवेचन होते. तुकाराम महाराज 'रात्रंदिन आम्हा युद्धाचा प्रसंग। अंतर्बाह्य जग आणि मन' असे म्हणत; त्या कोटीतले सदातत्पर लढवय्ये नाना पाटील होते. त्यानंतर कित्येक वर्षांनी सांगलीला गेलो, तेव्हा कळले की, नाना पाटील गँगरीनने आजारी आहेत आणि मिरजेच्या रुग्णालयात आहेत. त्यांना भेटायला विठ्ठल जोगळेकर यांच्याबरोबर रुग्णालयात गेलो. नाना पाटील भीष्माचार्यांप्रमाणे शरपंजरी पडलेले होते; पण त्यांच्या चेहऱ्यावरचे निरागस स्मित मावळले नव्हते.

त्यांच्या उशाशी प्रभू रामचंद्रांची हार घातलेली एक तसबीर होती. गप्पांच्या ओघात मी त्यांना विचारले, "नाना, तुम्ही वारकरी. मग इथे विठ्ठलाऐवजी रामाची तसबीर कशी?" नाना पाटील हसले, म्हणाले, "मी वारकरी तर खराच; पण धारकरीही आहे. आमचा पंढरीचा विठुराया जग इतके पिडलेले असतानाही कडेवर हात ठेवूनच उभा आहे! किती अन्याय, किती दास्य, किती विषमता, किती वैर, विद्वेष, किती शोषण, किती नागवणूक, तरी कटेवरचे कर कटेवरच! प्रभू रामचंद्रांचे तसे नाही. तो धनुर्धारी आहे. अन्याय, विषमता, दास्य, वैर, विद्वेष, शोषण यांच्याविरुद्ध लढायला तो तयार आहे. म्हणून ही रामाची तसबीर!" नाना पाटील अस्खलितपणे विवेचन करीत होते. गँगरीनमुळे पाय कापावा लागला होता तरी लढण्याची, शस्त्र परजण्याची तयारी होती. त्यासाठी विठुरायाऐवजी रामरायाची तसबीर उशाशी ठेवली होती. नाना पाटील कम्युनिस्ट बनले होते; पण ते आस्तिक कम्युनिस्ट होते. नास्तिक बनल्यावाचून अन्याय, दास्य, विषमता, वैर-विद्वेष, शोषण यांच्याविरुद्ध लढता येत नाही असे थोडेच आहे? उलट उद्याच्या उज्ज्वल भवितव्याची आशा बाळगणारा आस्तिकच असतो; मग तो देवपूजा करो की न करो!

नाना पाटील म्हणजे निर्मळ मनाचा आणि प्रसन्न वदनाचा वारकरी आणि धारकरी. त्यांच्या स्मृतीला अभिवादन!

❋❋

३३
क्रांतिसिंह नाना पाटील : व्यक्तिदर्शन

बा. बा. महाराज

स्वातंत्र्यसैनिक, इतिहास संशोधक व पत्रकार

सन १९७६ सालचा ऑक्टोबर महिना. शहीद भगतसिंह यांचे धाकटे बंधू सरदार कुलतारसिंह महाराष्ट्राच्या दौऱ्यावर आले होते. त्यांचा दौरा भरगच्च कार्यक्रमांनी व्यापला होता. या संपूर्ण दौऱ्यात मी त्यांच्याबरोबर होतो.

कुलतारसिंह यांचा सांगलीत १२ ऑक्टोबरला कार्यक्रम होता. या मुक्कामात सवड करून क्रांतिसिंह नाना पाटील यांना भेटण्याची त्यांची इच्छा होती.

सांगली जिल्हा परिषद व नगरपरिषद यांचा मानपत्र कार्यक्रम सायंकाळी सात वाजता संपला. कुलतारसिंह यांनी नानांच्या भेटीस जाण्याचे ठरविले. त्या अगोदर कुलतारसिंह नानांच्या भेटीस येणार असल्याचा निरोप मी नाथाजी लाड यांच्यामार्फत पाठविला होता.

आठच्या सुमारास कुलतारसिंह यांची गाडी नानांच्या दारात उभी राहिली; सर्वांनी त्याचे स्वागत केले.

कुलतारसिंह नानांच्या खोलीत गेले. त्यांनी बरोबर आणलेला हार नानांच्या गळ्यात घातला.

'बस्स, आज महान संत का दर्शन हो गया! मैं खूश हूँ!' असे सर्वांकडे पाहात कुलतारसिंह म्हणाले. त्या वेळी त्यांचे डोळे पाणावले होते!

नाना व कुलतारसिंह यांचे बोलणे दहा वाजेपर्यंत चालले होते. इकडे जेवणासाठी निरोपामागून निरोप येत होते; पण त्याकडे कुणाचेच लक्ष नव्हते.

दुसऱ्या दिवशी कुलतारसिंह यांची सकाळी १० च्या सुमारास वाळव्यास भेट होती. सांगली ते सातारा रस्त्यावर गावोगावी लोकांनी कमानी उभारल्या होत्या. ठिकठिकाणी कुलतारसिंह यांच्या स्वागतासाठी हार घेऊन लोक उभे होते. वाळव्यात कुलतारसिंह यांची गाडी येताच त्यांचे वेशीवर सुवासिनींनी ओवाळून स्वागत केले.

या सुवासिनींच्या मागे नागनाथ नायकवडी यांच्या वृद्ध मातोश्री उभ्या होत्या. त्या पुढे आल्या. कुलतारसिंह गाडीतून उतरले. नागनाथ यांच्या मातोश्रींचा परिचय करून दिला, तेव्हा कुलतारसिंह व त्यांच्या पत्नी यांनी त्यांच्या पायाला स्पर्श करून नमस्कार केला!

नागनाथ यांच्या मातोश्री माझ्याकडे पाहात म्हणाल्या, ''तुम्ही सांगलीहून आला ना?

नाना भेटला का? नाहीतर तोच विसरायचा.''

''काल रात्री कुलतारसिंह नानांच्या भेटीस घरी गेले होते.''

''लेका बरं केलंस. नाहीतर आजकाल त्याला कोण इच्यारतोय? सारं पोळीचं मानकरी!''

नागनाथ यांच्या मातोश्रींच्या चेहऱ्यावर आनंद ओसंडत होता.

वाळव्याचा कार्यक्रम संपवून आम्ही पुढे निघालो...

आज या घटनेला सात वर्षे झाली; पण नागनाथच्या मातोश्रींचे ते शब्द आजही माझ्या कानात घुमत आहेत.

महाराष्ट्राच्या गेल्या शंभर वर्षांच्या काळात साम्य असलेल्या अशा दोनच व्यक्ती होऊन गेल्या आणि त्या म्हणजे वासुदेव बळवंत आणि नाना पाटील!

या उभयतांनी नोकरीवर लाथ मारून परकीय सत्तेला स्वतःच्या बळावर आव्हान दिले. दोघांच्या वाट्याला कट, तुरुंगवास, उपेक्षा; पण त्याबद्दल कदापि नाउमेद न होता आयुष्याच्या अखेरच्या क्षणापर्यंत स्वजन आणि स्वदेश यासाठी दोघांनीही आयुष्य खर्ची घातले!

नानांच्या जीवनाचा मी जेव्हा विचार करतो, तेव्हा असे वाटते, खांद्यावर पताका, डोक्यावर तुळस घेऊन पंढरीच्या वाटेवर टाळमृदंगाच्या नादात पावले टाकणारा आणि माता-पित्यांच्या मागोमाग भगवी पताका घेऊन 'ज्ञानबा-तुकाराम' म्हणणारा हा युवक कधी काळी लाल पताका घेऊन दिल्लीच्या दिशेने घोडदौड करील असे कुणाला वाटले असेल

का?... आणि आता आपले कार्य संपले असे मानून हा साम्यवादी नेता रामनामाचा दुपट्टा पांघरून आत्मचिंतनात मग्न होईल असे कुणा भविष्यवेत्त्याने भविष्य वर्तविले असेल का?

नानांचा जन्म ३ ऑगस्ट १९०० साली येडेमच्छिंद्र गावी वारकरी सांप्रदायिक पाटील घराण्यात रामचंद्र पाटील व गोजराबाई या माता-पित्यांच्या पोटी झाला. थोडी शेती आणि उरलेला वेळ विठ्ठलचिंतन ही या पाटील घराण्याची परंपरा. नानांचे प्राथमिक शिक्षण गावीच झाले. व्ह.फा.ची परीक्षा त्यांनी नजीकच्या नरसिंहपूर गावी दिली. नाना १९१८ साली व्ह.फा. परीक्षा पास झाले. आता पुढे काय करावयाचे असा विचार करीत असताना १९२० साली नानांची सुरली (तालुका कऱ्हाड) येथे तलाठी म्हणून नेमणूक झाली.

नानांचे बालपण शेती, तालीम व धार्मिक वाचन यात रमलेले. त्यांना नोकरी करावी असे वाटत नव्हते... पण वडीलधाऱ्या माणसांच्या आग्रहास्तव त्यांनी नोकरी पत्करली. नानांनी दोन वर्षे तलाठ्याची नोकरी केली. या काळात नानांचे लक्ष नोकरीपेक्षा सार्वजनिक कार्यातच अधिक होते. याचा परिणाम त्यांचे नोकरीकडे दुर्लक्ष झाले. शेतसारा उशिरा भरल्याचे निमित्त करून सरकारने त्यांच्यावर खटला भरला. त्यांना शिक्षा झाली. हा काही ईश्वरी संकेत असावा. नाना सरकारी नोकरीतून मुक्त होऊन देशसेवेसाठी सज्ज झाले. त्यांचा मूळ पिंडच नोकरशाहीचा नसून देशसेवेचा होता; सत्यशोधकाचा होता.

१९११ सालापासूनच सातारा जिल्ह्यात राजर्षी शाहू महाराज आणि नामदार भास्करराव जाधव यांच्या प्रेरणेने सत्यशोधक चळवळीचे वारे वाहू लागले होते. अस्पृश्यता निवारण, साक्षरता प्रसार, स्त्री-शिक्षण, सावकारशाही व ब्राह्मणशाहीस विरोध अशा तत्त्वांचा प्रचार करणाऱ्या सत्यशोधक समाजाकडे नाना आकृष्ट झाल्यास नवल नव्हते. सत्यशोधक विचारांचा प्रसार करण्यासाठी नानांच्या सभा खेड्यापाड्यांतून धूमधडाक्यात सुरू झाल्या.

नाना केवळ तत्त्वानेच सत्यशोधक नव्हते तर आचरणानेही होते. दुधोंडीच्या पाटलाच्या कन्येबरोबर- आकुबाईशी- १९२० साली त्यांचा विवाह झाला; पण हा विवाह मुलखावेगळा होता. त्यात पुरोहित नव्हता. नानांनी स्वतःच्या लग्नाची मंगलाष्टके स्वतःच म्हटली आणि कमी

खर्चाच्या सत्यशोधक परंपरेतील विवाहाचा आदर्श समाजासमोर ठेवला. नानांनी पुढे आपल्या बहिणीचे लग्नही असेच साजरे केले. एवढेच नव्हे तर म. फुले यांचा आदर्श समोर ठेवून त्यांनी आपल्या निरक्षर पत्नीस लिहावयास, वाचावयास शिकविले. प्रथम घर साक्षर केले व नंतर खेडोपाडी शेतकरी जनतेस साक्षर करण्याचे वर्ग चालविले. साक्षरता प्रसाराबरोबर दारूबंदी, हुंडाबंदी यांसारख्या त्यांच्या अनेक सामाजिक सुधारणा चळवळीही चालू होत्या.

या सुमारास राष्ट्रीय स्वातंत्र्य चळवळीत टिळक-युगाचा अस्त होऊन गांधी-युग सुरू झाले होते. सत्यशोधक समाजाचे जेधे, जवळकर आदी नेते या म. गांधींच्या नेतृत्वाखालील राष्ट्रीय काँग्रेसमध्ये सामील झाले होते. काँग्रेसच्या राष्ट्रीय शिक्षण, स्वदेशी, दारूबंदी, सावकारशाहीस विरोध, सत्याग्रह आदी तत्त्वांशी आता नानांना जवळीक वाटू लागली. अस्पृश्यता निवारण, खेड्यांचे स्वावलंबन, स्त्रीशिक्षण, साधी राहणी या संदर्भातील म. गांधींचे विचार नानांच्या विचारांशी जुळणारे होते. स्वाभाविकच नाना काँग्रेसच्या झेंड्याखाली आले.

१९२९ साली काँग्रेसने स्वातंत्र्याचा ठराव मंजूर केला. १९३० च्या २६ जानेवारीस पहिला स्वातंत्र्यदिन पाळावयाचा आदेशही जाहीर झाला. त्या दिवशी सर्व भारतभर प्रतिज्ञावाचन करण्याचे ठरले. नानांनी काँग्रेसचा हा आदेश आपल्या सभांतून खेड्यांपर्यंत पोहोचविला. वाठारच्या चावडीवर हातात तिरंगा घेऊन सत्याग्रह केला. नाना आता काँग्रेसचे पाईक बनले. काँग्रेसच्या नेत्यांनी सातारा जिल्ह्यातील प्रचारदौऱ्यांची जबाबदारी त्यांच्यावर टाकली.

आता कायदेभंगाची चळवळ सुरू झाली. म. गांधींनी मिठाचा सत्याग्रह करण्याचे ठरवले आणि त्याप्रमाणे त्यांची इतिहास-प्रसिद्ध दांडीयात्रा निघाली. या वेळी नानांनी आपल्या तगड्या भाषणांनी मुंबई गाजवून सोडली. ग्रामीण भागातील या फर्ड्या वक्त्याचे ढंगदार वक्तृत्व नागरी जनता प्रथमच ऐकत होती. महात्माजींच्या सत्याग्रहाची भूमिका ते आपल्या खास शैलीत मांडत होते. मुंबईहून परत येताच सातारा जिल्ह्यात त्यांच्या प्रचार सभा सुरू झाल्या. त्यांच्याच हस्ते या जिल्ह्यात जंगल सत्याग्रहाची मोहीम सुरू झाली. नानांवर पोलीस वॉरंट जाहीर झालेले होतेच; पण ते सापडू शकत नव्हते.

अशातच नानांची पत्नी निवर्तली. आपल्या सहधर्मचारिणीची ते अखेरची भेटही घेऊ शकले नाहीत. लवकरच नानांच्यावर पितृवियोगाचे दुसरे संकट कोसळले. लौकिक अर्थाने नानांचा संसार संपला होता. तीन वर्षांची छोटी कन्या आणि आपला छोटा जमीन-जुमला आपल्या भावावर सोपवून नाना देशासाठी आता फकीर बनले!

गांधी-आयर्विन करारानंतर नाना पोलीस कचेरीत आपणहून हजर झाले. ब्रिटिश कायद्याप्रमाणे त्यांना ६ महिन्यांची सक्तमजुरी झाली. नानांचा हा पहिला राजकीय कारावास. कारावासातून मुक्तता होताच इस्लामपूर ठाण्याच्या पोलिसांनी दररोजच्या हजेरीचा ससेमिरा त्यांच्या मागे लावला. नाना त्यांना 'सव्वाशेर' निघाले. गोणपाटाची वस्त्रे परिधान करून त्यांनी पोलीस कचेरीसमोरच ठाण मांडले. उदरनिर्वाहासाठी प्रसंगी मजुरीही केली!

पहिल्या गोलमेज परिषदेत काँग्रेसने भाग घेतला नव्हता; पण दुसऱ्या गोलमेज परिषदेत काँग्रेसने भाग घेऊनही काही निष्पन्न झाले नाही. म. गांधी इंग्लंडहून परत येताच त्यांना अटक झाली. धरपकड, सभाबंदी, लाठीहल्ले वगैरे सरकारी दडपशाही सुरू झाली. या आंदोलनात नानांच्या प्रचार सभा पूर्वीसारख्या सुरू झाल्या; पण १९३३च्या सुरुवातीपासून सत्याग्रह चळवळीचा जोर मंदावला. तथापि, १९३५च्या सुधारणा कायद्याने पुन्हा तिला जोर चढला. या कायद्यान्वये होणाऱ्या निवडणुकांत भाग घ्यायचा असे ठरवून काँग्रेसने आपला निवडणूक जाहीरनामा प्रसिद्ध केला. सातारा जिल्ह्यात काँग्रेसतर्फे आत्माराम बापू पाटील, भाऊसाहेब कुदळे व पांडुअण्णा शिराळकर हे दक्षिण भागासाठी उमेदवार म्हणून मुक्रर झाले. काँग्रेसच्या उमेदवाराविरुद्ध कल्याणी, मोहिते, आचरेकर वगैरे उमेदवार निवडणुकीत उतरले.

काँग्रेस उमेदवारांच्या प्रचारासाठी पं. नेहरूंनी महाराष्ट्राचा दौरा काढला. कऱ्हाड येथे स्वामीच्या बागेत एक लाख लोकांच्या समुदायापुढे पं. नेहरूंचे भाषण झाले. त्यांच्या हिंदी भाषणाचा अनुवाद अच्युतराव पटवर्धन यांनी केला. शिराळकरांच्या माडीवर पं. नेहरूंना भेटण्यासाठी जे पुढारी आले, त्यात भाऊसाहेब सोमण, पांडुअण्णा शिराळकर, गणपतराव आळतेकर, बाबूराव गोखले, शंकरराव साठे, घाणेकर बंधू, कासमशेठ कच्छी ही मंडळी होती. नानांची पण भेट झाली. लुंगी, नेहरू

शर्ट व टोपी अशा पहिलवानी खाक्यात नाना होते. नानांच्याकडे पाहात पं. नेहरू भाऊसाहेब सोमण यांना म्हणाले,

"सोमणजी, अब हार नही होगी! मेरे सामने ये कौन हैं देखा आपने?" सर्वजण जोरात हसले, नानाही त्यात सामील झाले!

निवडणुका संपल्या. सहा प्रांतांत काँग्रेसचे उमेदवार बहुमताने निवडून आले. मुंबई प्रांतात खेरांचे मंत्रिमंडळ अधिकाररूढ झाले. भारतात काँग्रेस मंत्रिमंडळे स्थिर होतात न होतात तोच जगाच्या क्षितिजावर युद्धाचे ढग जमू लागले. युरोपमध्ये हिटलर-मुसोलिनीचे प्राबल्य वाढले; पहिल्या युद्धात गमावलेला प्रांत जर्मनीने ताब्यात घेतला. सर्व राष्ट्रे युद्धाच्या तयारीला लागली. १९३९ च्या सप्टेंबरमध्ये ब्रिटनने जर्मनी-इटलीविरुद्ध युद्ध जाहीर केले. भारत ही त्यांची वसाहत. तोही ब्रिटनच्या बाजूने युद्धात उतरल्याची घोषणा व्हाइसरॉयनी केली. व्हाइसरॉयचा हा निर्णय काँग्रेसला मान्य नव्हता. सरकार व काँग्रेस यांच्यात वाटाघाटी झाल्या; पण त्यातून काही निष्पन्न झाले नाही, तेव्हा काँग्रेस मंत्रिमंडळांनी राजीनामे द्यावेत, असा काँग्रेस वर्किंग कमिटीने आदेश दिला व त्याप्रमाणे सहा प्रांतांतील काँग्रेस मंत्रिमंडळांनी राजीनामे दिले. त्या प्रांतांत गव्हर्नरची राजवट सुरू झाली. आता राष्ट्रीय स्वातंत्र्याच्या चळवळीने जोर धरला. लवकरच म. गांधींनी आपल्या देखरेखीखाली वैयक्तिक सत्याग्रह मोहीम सुरू केली. पहिले सत्याग्रही म्हणून विनोबाजींनी सत्याग्रह केला.

सातारा जिल्ह्यात गांधीजींनी निवडलेल्या सत्याग्रहींमध्ये नानांची निवड झाली. नानांनी बहे - बोरगाव येथे सत्याग्रह केला. त्यात त्यांना नऊ महिने शिक्षा झाली. नाना शिक्षा भोगून बाहेर पडले आणि पुन्हा सात दिवसांत त्यांनी हणमंत वडिये येथे सत्याग्रह केला. त्यात त्यांना पुन्हा चार महिने शिक्षा झाली. नाना तुरुंगातून सुटतात तोच त्यांना अर्जुनवाड (कोल्हापूर) येथे दुष्काळी परिषदेसाठी आमंत्रण आले. परिषद संपताच त्यांनी शिरोळ व कुरुंदवाड येथे भाषणे केली. नानांच्या या हालचाली धोकादायक वाटून कोल्हापूर दरबारने त्यांना अटक केली आणि खटला भरला. त्यात त्यांना १५ महिने शिक्षा झाली. शिक्षेचे सहा महिने पुरे होत असतानाच दरबारने त्यांची मुक्तता केली.

या अवधीत सुभाषबाबू भारतातून निसटले व जर्मनीत गेले. तेथून

ते जपानमध्ये गेले. तेथे स्थापन झालेल्या आझाद सेनेचे त्यांनी नेतृत्व पत्करले. १९४१च्या जानेवारीत जपानी युद्ध दाराशी आले. जपानी विमानांनी मद्रास, कलकत्त्यावर बॉम्ब टाकले. मध्यंतरी पुन्हा सरकार - काँग्रेस वाटाघाटीचा घोळ सुरू झाला; पण त्यातून काहीच निर्णय झाला नाही. ८ ऑगस्ट १९४२ रोजी काँग्रेसने मुंबईत अ. भा. काँग्रेसची बैठक बोलावली. साऱ्या जगाचे त्याकडे लक्ष लागले होते. देशात गंभीर वातावरण पसरले. काँग्रेसच्या सर्व प्रयत्नांना शह देण्यासाठी सरकार दडपशाहीची कडेकोट तयारी करू लागले.

८ ऑगस्ट रोजी काँग्रेस अधिवेशनात 'छोडो भारत' ठराव मंजूर झाला. हा ठराव मंजूर झाला, त्याच्या दुसरे दिवशी म. गांधी व इतर सर्व नेत्यांना अटक करण्यात आली. संपूर्ण भारतात अटकेचे सत्र सुरू झाले. काँग्रेस कचेऱ्या, खादीभांडार वगैरेंना कुलपे ठोकून ताब्यात घेण्यात आली. हजारोंना तुरुंगात डांबण्यात आले. सर्वत्र सभा, मोर्चे व सरकारी मालमत्तेची होळी यांचे सत्र सुरू झाले.

सरकारने सर्रास अटकेचे सत्र सुरू करताच समाजवादी पक्षाचे अच्युतराव पटवर्धन, राममनोहर लोहिया, सादिक अली, रामानंद मिश्र, गंगासरण बाबू, सुचेता कृपलानी, बॅ. पुरुषोत्तम दास, एस. एम. जोशी, साने गुरुजी, शिरुभाऊ लिमये, कमलादेवी चटोपाध्याय, अरुणा असफअली, पूर्णिमा बॅनर्जी, उषा मेहता, अशोक मेहता, बाबा राघवदास, मोहनलाल सक्सेना भूमिगत झाले. सातारा जिल्ह्यात नाना पाटील, जी. डी. लाड, रामभाऊ लाड, बर्डे मास्तर, पांडू मास्तर, काशीनाथ देशमुख, वाय. सी. पाटील, वसंतराव पाटील, धन्वंतरी, उमाशंकर पंड्या, पेंढारकर, यशवंतराव चव्हाण, धोंडीराम माळी, माधवराव जाधव हे भूमिगत झाले.

ब्रिटिश सरकारच्या दडपशाहीच्या हत्याराला तितक्याच प्रभावीपणे जनतेने तोंड देण्याचे ठरविले. सभा, मोर्चे, हरताळ यांनी सर्व महाराष्ट्र पेटून उठला. ब्रिटिश सरकारने गोळीबार, लाठीमार, अश्रुधूर प्रसंगी लष्कराचाही वापर करण्यास सुरुवात केली, तेव्हा मात्र जनतेने घातपाताचा अवलंब सुरू केला. नांद्रे व ताकारी रेल्वे स्टेशनचे रूळ उखडून मालगाड्या पाडण्यात आल्या, पे ट्रेन लुटण्यात आली. शिरवडे स्टेशनला आग लावण्यात आली. कोल्हापूरजवळच्या हातकणंगले व रुकडी या

स्टेशनांना आग लावून देण्यात आली. मिरज, हुबळी रेल्वेमार्गावरील बागेवाडी वगैरे स्टेशने आगीत नष्ट झाली. पोस्टाच्या पेट्यांत स्फोटक द्रव्ये टाकण्यात आली. रेल्वे मार्गावरील टेलिफोन तारा व खांब उखडण्यात आले!

तासगाव, वडूज व इस्लामपूर येथील तालुका कचेऱ्यांवर झेंडा लावण्यासाठी मोर्चा काढण्याचे ठरले. तासगांवचा मोर्चा यशस्वी पार पडला. कचेरीवर तिरंगी ध्वज फडकविण्यात आला; पण इस्लामपूर व वडूज मोर्च्यावर पोलिसांनी बेछूट गोळीबार केला. इस्लामपूरला उमाशंकर पंड्या हे तर वडूजला परशराम घारगे पहिलवान आदी पोलिसांच्या गोळ्यांना बळी पडले.

ब्रिटिश सरकारचे दडपशाहीचे पाऊल पुढेच पडू लागले. त्याला प्रभावीपणे तोंड देण्यासाठी प्रति-सरकार स्थापन करावे असे नाना पाटील व त्यांचे काही सहकारी यांच्या मनात आले व तशी योजना आखण्यात आली. सातारा जिल्ह्यातील भूमिगत कार्यकर्त्यांपैकी बहुतेक सर्वांनी त्याला साथ दिली आणि त्याप्रमाणे प्रति-सरकारचा कारभार सुरू झाला. सरकारी अधिकाऱ्यांना साहाय्य न देणे, दारू न गाळणे, चोरी, दरोडे यांचा अवलंब न करणे, स्त्रिया व अनाथ यांच्याशी दुर्वर्तन न करणे, भूमिगतांच्या हालचालींची माहिती अधिकाऱ्यांना न पुरविणे अशी ताकीद जनतेला देण्यात आली. याविरुद्ध कोणी वर्तन केल्यास त्याबद्दल कडक कारवाई करण्यात येईल, असा कडक इशारा प्रति-सरकारकडून गावोगावी देण्यात आला. ज्यांनी विरुद्ध वर्तन केले, त्यांचा बंदोबस्तही करण्यात आला.

प्रति-सरकारच्या स्थापनेची बातमी वरिष्ठ अधिकाऱ्यांना समजताच ते खडबडून जागे झाले. त्यातच नानांकडे याची सर्व सूत्रे आहेत हे समजल्यामुळे तर ते अधिकच बेचैन झाले. लवकरच हत्यारबंद 'तुफान सैनिक पथक'ही तयार झाले. यानंतर मात्र सरकारची झोपच उडाली.

नाना पाटील यांना जिवंत अगर मृत पकडण्याचे हुकूम सुटले. काही लोकांनी पैशाच्या लोभाने तसा प्रयत्न केला; पण शेवटी तो त्यांच्या अंगाशी आला. पलुसच्या गाजलेल्या सभेनंतर भूमिगत झालेले नाना १९४६ साली कऱ्हाडजवळ कोणेगाव येथेच प्रगट झाले. तोपर्यंत ते पोलिसांना सापडू शकले नाहीत. या भूमिगत चळवळीच्या काळातील

नानांच्या कार्याचे हजारो पानांचे खंड तयार होतील. नानांच्या भूमिगत काळात त्यांची व माझी तीन वेळा भेट झाली. पहिली काशीनाथ देशमुखांसमवेत कऱ्हाडजवळ पारे या गावी, दुसरी कडेपूरच्या विठू दाजी यादव यांच्या शेतात आणि तिसरी ताकारीजवळच्या कमळभैरी डोंगरावर!

दुसऱ्या महायुद्धात पहिली दोन वर्षे जरी जर्मनीची सरशी झाली, तरी जेव्हा हिटलरने रशियावर चाल केली त्या वेळेपासून त्याच्या यशाला उतरती कळा लागली. रशियाच्या कडव्या प्रतिकाराला जर्मन सैन्याला तोंड देणे कठीण झाले. त्याच वेळी इंग्लंडचे सैन्य फ्रान्सच्या किनाऱ्यावर उतरले आणि त्यांनी आगेकूच करायला सुरुवात केली. या दुहेरी चढाईत सापडलेल्या जर्मनीने पुढे शरणागती पत्करली. राहाता राहिले ते जपान; पण पुढे जपानही शरण आले. युद्धात परिस्थिती अनुकूल होत असल्याचे दिसताच ६ मे १९४४ रोजी सरकारने म. गांधींची तुरुंगातून मुक्तता केली. त्या मागोमाग काँग्रेस वर्किंग कमिटीच्या सदस्यांनाही मुक्त करण्यात आले.

जागतिक परिस्थिती मोठी चमत्कारिक होती. इंग्लंडला युद्ध संपल्यामुळे आर्थिक प्रश्नांना तोंड देणे अतिशय अवघड होत होते. यापुढे हिंदुस्थानवर फार वर्षे राज्यकारभार करता येईल ही शक्यता दिसत नव्हती. त्यातच इंग्लंडमध्ये निवडणुका होऊन मजूर सरकार आले.

स्वातंत्र्य जवळ येऊ लागले होते. अशा वेळी ज्या प्रति-सरकारच्या शूर वीरांनी तळहातावर शिर घेऊन इंग्रजांशी सामना दिला त्यांच्यावर काँग्रेसमधील काही गांधीवादी नेते टीका करू लागले. त्यांच्या मते गांधीजींच्या अहिंसेच्या मार्गात प्रति- सरकारचे तत्त्व बसत नव्हते. त्यांनी म. गांधी आणि पं. नेहरू यांची मने कलुषित करण्याचा प्रयत्न केला, तेव्हा श्रीमती अरुणा असफअलींसारख्या भूमिगतांच्या नेत्यांनी पं. नेहरूंची भेट घेऊन त्यांना प्रति-सरकारच्या चळवळीचे सत्य स्वरूप विशद केले. लवकरच मुंबईच्या विराट सभेत 'साताऱ्याची चळवळ आमची आहे - जय सातारा' अशी घोषणा करून पं. नेहरूंनी प्रति-सरकार चळवळ आणि क्रांतिसिंह नाना पाटील यांचा यथार्थ गौरव केला.

पुढे १९४६ साली निवडणुका झाल्या. मुंबई प्रांतात खेर मंत्रिमंडळ

अधिकारावर आले. स्वकीय सरकारने भूमिगतांवरील वॉरंट्स रद्द करण्यात पक्षपाती भूमिका स्वीकारली. नाना अद्याप भूमिगतच होते. त्यांनी सरकारला बजावले की, सर्व भूमिगतांची वॉरंट्स सरकारने रद्द केल्याशिवाय मी प्रकट होणार नाही. शेवटी सरकारला नमावे लागले. सर्वांची वॉरंट्स रद्द झाली. सर्वांबरोबर नानाही प्रकट झाल्यावर महाराष्ट्रातील जनतेने त्यांचे प्रचंड उत्साहाने स्वागत केले! कारावासातून सुटलेल्या नेत्यांचे या महाराष्ट्रात असे भव्य स्वागत पूर्वी कधी झाले नव्हते!

१५ ऑगस्ट १९४७ रोजी देश स्वतंत्र झाला. क्रांतिसिंह नाना पाटलांसारख्या असंख्य क्रांतिवीरांनी उरी बाळगलेले स्वप्न साकार झाले. त्या दिवशी पुण्याच्या शनिवारवाड्यासमोर प्रचंड जाहीर सभा झाली. नाना या सभेच्या व्यासपीठावर होते. बाबूराव सणस यांनी त्यांना भाषण करण्याची विनंती केली. त्या दिवशी नाना त्या प्रचंड जनसमुदायासमोर हात जोडून उभे राहिले. त्यांच्या डोळ्यांत आनंदाश्रू उभे राहून त्यांचा कंठ दाटून आला. त्या दिवशीचे त्यांचे भाषण अत्यंत भावनाप्रधान झाले. 'आमच्या देशसेवेची आज आम्हास पावती मिळाली' या शब्दांत नानांनी आपले भाषण संपविले. त्या वेळी टाळ्यांचा कडकडाट झाला.

प्रति-सरकार चळवळीवर बाळासाहेब खेर, मोरारजीभाई वगैरे काँग्रेसचे नेते नाराज होते. त्यांनी आपली नापसंती आपल्या अनेक भाषणांतून प्रगट केली होती. तथापि, या नापसंतीचे कारण वेगळे होते. प्रति-सरकारच्या चळवळीची वार्ता सर्व देशात पसरली होती. या चळवळीबद्दल जनतेमध्ये औत्सुक्य होते. परदेशी वृत्तपत्रांत त्याची रसभरीत वर्णने झळकली आणि यामुळे सत्याग्रही आंदोलनात बार्डोली लढ्याला आलेले महत्त्व विरले गेले. याची खंत या नेत्यांना वाटत होती. प्रति-सरकारच्या नावावर आपल्या पक्षासाठी अच्युतरावांनी लाखो रुपये जमा केले असा आरोप ठाण्याचे दत्ता ताह्मणे व ग. बा. नेवाळकर यांच्या भेटीत खेरांनी केला; पण हे विधान खोटे असल्याचे व त्यावर प्रचंड वादळ उठणार असे दिसताच खेरांनी सारवासारव केली. प्रति-सरकारच्या चळवळीत जमा झालेला पैसा चळवळीसाठीच खर्ची पडला. कोणीही तो स्वतःसाठी वापरला नाही, हे कोणीही नाकारू शकणार नाही. प्रति-सरकारच्या नावावर ज्यांनी दरोडे घातले, त्यांना त्याची किंमत मोजावी लागली हे

सर्वश्रृतच आहे.

स्वातंत्र्य मिळाले; पण सामाजिक व आर्थिक स्वातंत्र्य आले नाही. शेतकरी, शेतमजूर, कामगार, पददलित अशा लाखो लोकांची गुलामगिरी संपली नाही. स्वातंत्र्योत्तर काळातील काँग्रेसची पावले ही गुलामगिरी नष्ट करण्याच्या दृष्टीने पडत नाहीत, ही खंत नानांसारख्या अनेक निष्ठावान काँग्रेस नेत्यांना होती. नाना तर सामान्यांचे नेते होते. शेतकऱ्यांचे कैवारी होते. त्यांना स्वातंत्र्यानंतरच्या सत्तास्पर्धेत रस नव्हता. स्वाभाविकच काँग्रेस पक्षाचा त्याग करून त्यांनी नुकत्याच स्थापन झालेल्या जेधे, मोरे, तुळशीदास जाधव यांनी स्थापन केलेल्या शेतकरी कामगार पक्षात प्रवेश केला. १९५० साली शे. का. पक्षाने दाभाडी प्रबंधाने मार्क्सवादाचा स्वीकार केला. स्वातंत्र्यपूर्व काळात तिरंगी ध्वज खांद्यावर घेऊन नानांनी जशा सभा गाजविल्या, तशा आता त्या शे. का. पक्षाच्या झेंड्याखाली गाजू लागल्या. खेड्यापाड्यांतील ग्रामीण जनतेत नानांनी फार मोठी जागृती केली. तथापि, दुर्दैवाने शे. का. पक्षांतर्गत अनेक वादंग निर्माण झाले. परिणामी, नानांनी तो पक्षही सोडला आणि काही काळ ते लाल निशाण गटात सामील झाले; परंतु या पक्षातही ते फार काळ राहिले नाहीत. कम्युनिस्ट पक्षच देशात खरा समाजवाद आणू शकेल, असे त्यांचे मत बनत गेले. अखेर नाशिक जिल्ह्यातील रानवड येथील परिषदेत त्यांनी कम्युनिस्ट पक्षात प्रवेश केला - (१९५३).

या घटनेचे श्रीमती कमल भागवत यांनी समर्पक भाषेत वर्णन केले आहे - "१९४७ ते ५२ ही पाच वर्षे प्रदीर्घ विचारमंथन आणि मार्गशोधन करून अण्णा (नाना पाटील) कम्युनिस्ट पक्षात आले. ज्ञानदेव-तुकारामांची परंपरा घेऊन, जोतिबा फुले यांची अन्यायाची चीड व समाजसुधारणा घेऊन, डॉ. बाबासाहेब आंबेडकर यांची दलितांवरील अन्यायाची चीड घेऊन, लोकमान्य टिळक व महात्मा गांधी यांचा साम्राज्यशाहीस विरोध घेऊन आणि श्रमिकांच्या मुक्तीलढ्याची स्वतःची जीवननिष्ठा घेऊन अण्णा कम्युनिस्ट पक्षात आले. मार्क्सवाद-लेनिनवादाच्या जागतिक दिंडीत ते सामील झाले."

आपण शेतकरी कुटुंबात जन्मलो, त्या समाजासाठी आपले जीवन व्यतित करणे हेच योग्य असे नानांना वाटत होते. त्यांचा ध्येयवाद फसवा नव्हता. निष्ठा व्याभिचारी नव्हती. अनेक वेळा सत्ताप्राप्तीची

संधी आलेली असताना 'आम्हा सत्ता मृत्तिकेसमान' म्हणून त्यांनी झिडकारली. भूमिगत चळवळीत काम केलेल्या अनेकांनी आपल्या गतकार्याचे भांडवल केले. आर्थिक फायदाही उठवला; पण नाना शेवटपर्यंत दरिद्री नारायणाचे पुत्र म्हणूनच राहिले. प्रखर ध्येयवाद, निष्कलंक चारित्र्य, सहृदय व सरल मनोवृत्ती यांमुळे नाना सर्वांच्या आदराला पात्र ठरले आणि म्हणूनच खेड्यातील झोपडीतील दलितांपासून नागरी उंच हवेल्यांतील श्रीमंतांपर्यंत सर्वजण नानांबद्दल बोलताना आदरयुक्त भावनेनेच बोलत असत.

कम्युनिस्ट पक्षात प्रवेश केल्यावर लगेच नानांची पक्षाच्या प्रांतिक कार्यकारिणीवर निवड झाली. या वेळी महाराष्ट्रात दुष्काळ पडला होता. नानांनी महाराष्ट्रातील अनेक दुष्काळग्रस्त खेड्यांना भेट देऊन तेथील जनतेस दिलासा दिला. मदत केली.

दुसऱ्या वर्षी म्हणजे १९५४ साली कम्युनिस्ट पक्षाच्या अखिल भारतीय किसान सभेच्या अध्यक्षपदी त्यांची निवड झाली. आता नानांच्या कार्याचे क्षेत्र विशाल बनले. किसान सभेचे अध्यक्ष म्हणून त्यांनी सर्व देशभर दौरे व भाषणे केली. महाराष्ट्राप्रमाणेच इतर राज्यांतील शेतकऱ्यांचे दैन्य व दारिद्र्य जवळून पाहण्याची व त्याचा अभ्यास करण्याची संधी त्यांना मिळाली. महाराष्ट्राबाहेरही त्यांची भाषणे मराठीत होत. या भाषणाचा अनुवाद लोकांना सांगितला जाई. अशा अनुवाद करून सांगितलेल्या भाषणांनाही टाळ्या व हास्यांचे फवारे यांनी प्रतिसाद दिला जाई!

१९५५ साली नाना आपल्या कम्युनिस्ट सहकाऱ्यांबरोबर रशिया, झेकोस्लोव्हाकिया आदी समाजवादी देशांच्या दौऱ्यांवर गेले. या देशातील शेतकरी व कामगार यांच्या जीवनाचे त्यांनी जवळून निरीक्षण केले. अभ्यास केला. या दौऱ्यावरून परतल्यानंतर आपल्या दौऱ्यातील काही अनुभव व तेथील सुखी शेतकऱ्यांच्या गोष्टी नाना आपल्या खास ढंगात आपल्या भाषणांत रंगवून सांगत असत.

या दौऱ्यावरून ते परत येतात तोच गोवामुक्तीसाठी लढा सुरू झालेला. राष्ट्रीय स्वातंत्र्यासाठी जिद्दीने लढलेला हा योद्धा अशा प्रसंगी स्वस्थ बसणे शक्यच नव्हते. नाना आपला झेंडा व काठी घेऊन या लढ्यात सामील झाले. आपल्या अमोघ वक्तृत्वाने त्यांनी या लढ्यात

जान भरली. सातारच्या प्रति-सरकारच्या धर्तीवर गोव्यात संघटना बांधण्याचा प्रयत्न केला.

गोव्याचा स्वातंत्र्याचा लढा चालू असतानाच संयुक्त महाराष्ट्र चळवळ सुरू झाली. संयुक्त महाराष्ट्रासाठी मराठी जनतेने महायज्ञ आरंभिला होता. या लढ्यात एस. एम. जोशी, नानासाहेब गोरे, आचार्य अत्रे यांच्या बरोबरीने नाना पाटलांच्या वाणीला व कर्तृत्वाला धार चढली. संयुक्त महाराष्ट्रास विदर्भातील जनतेचा फारसा पाठिंबा नव्हता; पण वैदर्भीय जनतेचे नाना पाटलांवर निस्सीम प्रेम होते. त्यांच्याबद्दल आदर होता. या आधारावर नानांनी विदर्भात दौरे काढले, प्रचंड सभा घेतल्या व तेथील जनतेची संयुक्त महाराष्ट्र चळवळीस अनुकूलता संपादिली. नानांची ही महाराष्ट्र-सेवा केवळ महान आहे. संयुक्त महाराष्ट्र चळवळीच्या पार्श्वभूमीवर १९५७ च्या निवडणुका गाजल्या. काँग्रेसच्या भल्याभल्यांना समितीच्या उमेदवारांनी आपटी दिली. नानांनी प्रचंड विजय मिळवून लोकसभेत प्रवेश केला.

याच वेळी सीमा लढा सुरू झाला. या लढ्यात सीमावासीय मराठी बंधूंचे नेतृत्व करण्यास नाना पुढे सरसावले. मराठी बांधवांसाठी त्यांनी कारावासही पत्करला. विशेष म्हणजे या वेळी नानांची आई गोजराबाई व कन्या हौसाताई याही या लढ्यात सत्याग्रही म्हणून सामील झाल्या.

६४ साली भारतीय कम्युनिस्ट पक्षाच्या राष्ट्रीय कार्यकारिणीवर नाना निवडून गेले तर १९६७ साली मराठवाड्यातील बीड जिल्ह्यातून लोकसभेवर ते प्रचंड बहुमताने दुसऱ्यांदा निवडून गेले. १२ जुलै ६७ रोजी त्यांनी आपल्या मायबोली मराठीत लोकसभेत भाषण केले. मराठीत भाषण करणारा हा संसदेतील पहिला मराठी खासदार! ज्ञानोबा-तुकारामांची भाषा संसदेने प्रथमच ऐकली!

नानांनी असंख्य लढे दिले. भूमिहीन शेतकऱ्यांचा लढा, खंडकरी शेतकऱ्यांचा लढा, तुकडेजोड-तुकडेबंदी कायद्याविरोधी लढा, धरणग्रस्तांचा लढा, भूकंपग्रस्तांचा लढा, हरिजनांचा लढा, कामगारांचा लढा अशा अनेक लढ्यांतील नानांच्या कामगिरीचे मूल्यमापन करायचे झाल्यास स्वतंत्र ग्रंथच तयार होईल. या छोट्या लेखात तेवढा अवकाश नाही.

७२ साली भारतीय स्वातंत्र्याचा रौप्यमहोत्सव; त्यानिमित्ताने नानांचा भारत सरकारने ताम्रपट व मानधन देऊन अपूर्व सत्कार केला.

नानांच्या कर्तृत्वाचा फुलोरा असा फुलत असतानाच १९७३ साली मधुमेह आणि पक्षाघात यांनी त्यांना पछाडले. जखम झाल्याचे निमित्त होऊन त्यांना पायही गमवावा लागला. आजारामुळे विकलांग शरीर त्यांना दगा देऊ लागले. नानांचे निष्ठावंत भक्त नागनाथ नायकवडी व नाथाजी लाड यांनी त्यांची काळजी घेतली. त्यांना काहीही कमी पडू दिले नाही. नानांचे जे सहकारी त्यांच्या भांडवलावर सत्तेवर गेले, ते नानांना विसरले.

२३ नोव्हेंबर १९७६ रोजी पुरोगामी युवक संघटनेतर्फे नानांचा भव्य सत्कार करण्याचे ठरले. त्याला महाराष्ट्रातून व परप्रांतांतून हजारो लोक आले. सभेला प्रचंड समुदाय जमला. त्यांच्या भव्य मिरवणुकीत त्यांच्यावर पुष्पहारांचा वर्षाव होत होता. त्यांच्या प्रकृतीमुळे ते भाषण करू शकतील असे वाटत नव्हते. त्यांच्या नेहमीच्या पद्धतीने नानांनी भाषणाला सुरुवात केली, "बांधवांनो, शांतपणे भाषण ऐका... कान असून ऐकायचे नाही, तोंड असून बोलायचे नाही... डोळे असून पाहायचे नाही...." नाना त्याच शब्दांत घुटमळू लागले. आवाज क्षीण झाला होता. बोलवत नव्हते... सारं अंतःकरण मोकळ करावं असं त्यांना वाटत असणार; पण शब्द फुटेनात... हात जोडून त्यांनी अभिवादन केले.

नाना आता अल्पकाळाचे सोबती असे प्रत्येकाला वाटू लागले.

सभा संपली. नाना घरी आले; पण लगेच त्यांना मिरजेच्या दवाखान्यात न्यावे लागले. आजार बळावला होता. डोळ्यांवर झापड आली. शरीराची हालचाल मंदावली.

६ डिसेंबर १९७६ च्या दुपारी १-४५ वाजता नानांनी इहलोकीची यात्रा संपवली.

या जगातील नानांचे वास्तव्य संपले; पण नागनाथ यांच्या मातोश्रींचे शब्द आजही कानात घुमत आहेत.

'नाना! आम्ही तुम्हाला विसरणार नाही!'

**

३४
श्रमिकांचा, शेतकऱ्यांचा कीर्तनकार नेता

कमल भागवत
सामाजिक व राजकीय कार्यकर्त्या, लेखिका

६ डिसेंबर, १९७६ रोजी कॉ. नाना पाटील यांचे देहावसान झाले. त्यांच्या मृत्यूनंतर महाराष्ट्रातील खेड्यापाड्यांत, गिरण्या-कारखान्यांत, शहरांतील गल्लीवाड्यांत लोकांनी त्यांना श्रद्धांजली अर्पण केली. खेड्यापाड्यांतील गोरगरिबांच्या, शेतकऱ्यांच्या मनात तसेच शहरातील कष्टकऱ्यांच्या मनात कॉ. नाना पाटलांनी स्थान मिळवले होते. इतिहासात वरचेवर न दिसणारे त्यांचे व्यक्तिमत्त्व होते.

धार्मिक प्रवृत्तीच्या एका गरीब शेतकरी कुटुंबात त्यांचा जन्म झाला. बारशाच्या दिवशीच त्यांच्या आजीने त्यांच्या गळ्यात वारकरी पंथाची माळ घातली. वारकरी पंथाच्या वातावरणात अण्णा लहानाचे मोठे झाले. सातारा जिल्ह्याची रगेल क्रांतिकारक परंपरा त्यांनी आत्मसात केली. तालमीत जाऊन, दंड-बैठका काढून त्यांनी शरीरसंपदा मिळविली.

दशावधानी दृष्टी

त्या काळात शिक्षण बेताचेच, ग्रामीण भागात तर त्याचा अभावच, तशात अण्णांची घरची गरिबी; त्यामुळे शिक्षण जेमतेम! त्यांनी कथा-कीर्तनांतून, ग्रामीण जीवनाच्या अनुभवांतून खरे शिक्षण घेतले. चौकसपणाने चौफेर नजर टाकणारे अण्णा लहानपणीच जोतिबा फुले यांच्या सत्यशोधक चळवळीकडे आकर्षित झाले. बुद्धिनिष्ठ बनले. समाजसुधारणेचा अर्थ त्यांना लहानपणीच कळून चुकला, तो त्यांनी आत्मसातही केला. अण्णांच्या ऐन उमेदीच्या काळात भारताच्या स्वातंत्र्यलढ्याला उधाण आले. साताऱ्यात या लढ्याचे महान दर्शन प्रति-सरकारच्या रूपाने

झाले. त्यात अण्णा आघाडीवर होते. या देशात स्वातंत्र्याचा लढा खऱ्या अर्थाने श्रमिकांनी, शेतकऱ्यांनी, मध्यमवर्गाने केला. त्यासाठी या साऱ्यांनी अपरंपार कष्ट सोसले. अण्णा त्यांचे पुढारी होते. श्रमिकांचे, शेतकऱ्यांचे पुढारी होते. त्यांच्या प्रश्नांसाठी ते झगडलेच; पण त्यांना त्यांनी देशभक्ती, स्वाभिमान, त्यागवृत्ती शिकविली.

अण्णा कम्युनिस्ट पक्षात

स्वातंत्र्यानंतर अण्णा नवजीवन संघटनेबरोबर (आताचा लाल निशाण पक्ष) काम करीत होते. ते शे. का. पक्षातही होते. नंतर कम्युनिस्ट पक्षात आले. आपण पक्ष का बदलले या संबंधात अण्णा म्हणायचे, 'कोल्हापुराहून मुंबईस जाताना मी मिरजेला, पुण्याला रेल्वेगाडी बदलली; पण मुंबईला पोहोचण्याचं ठिकाण बदललं नाही. कामकरी, कष्टकरी जनतेचे कल्याण या ध्येयापासून तसूभरही मी ढळलेलो नाही.' खरोखरच अण्णांनी आपले ध्येय कधी सोडले नाही. कामकरी व शेतकऱ्यांत सतत प्रचार करून, वर्गलढ्याचे कथा-कीर्तन सांगत, लाल बावट्याची दिंडी खांद्यावर घेऊन अण्णा समाजवादाच्या लढ्यात सामील झाले. कामकरी व शेतकऱ्यांची दिंडी त्यांनी कधी सोडली नाही; शेतकरी व कामकऱ्यांच्या दिंडीचे ते नेते होते.

अण्णांचे पंचतारकी कर्तृत्व

अण्णांच्या जीवनकार्याचा मागोवा घेतला तर ते सतत क्रियाशील होते असे दिसते. श्रमिकांच्या, जनतेच्या, स्वराज्याच्या, समाजसुधारणेच्या, समाजवादाच्या अनेकविध प्रश्नांवर ते गावोगाव प्रचार करीत. उभ्या आयुष्यभर भटकले. आपल्या वैशिष्ट्यपूर्ण वक्तृत्वशैलीने, कीर्तनी थाटाने आणि पहिलवानगिरीच्या आवेशाने ते हजारो खेडुतांना डोलायला लावीत. ती त्यांना नैसर्गिक देणगी होती. अभ्यासाने त्यांनी ती विकसित केली होती. अण्णांची भाषणे इतकी ढंगदार असत की 'झाले बहु, होतील बहु । परंतु यासम हा ।' अशीच इतिहासाला त्यांची नोंद घ्यावी लागेल. अण्णा शेतकरी-कामगारांच्या क्रांतिकारक लढ्याचे कीर्तनकार होते. श्रमिकांच्या लढ्याचे ते गद्य शाहीर होते.

अण्णांच्या एकंदर कार्याचा विचार करता त्याचे पाच पैलू होते असे दिसते. या पाच पैलूंच्या आविष्कारांतून त्यांचे श्रमिकांचे व शेतकऱ्यांचे

नेतेपद निर्माण झाले होते.

१) समाजसुधारक : समाजसुधारणेचे बाळकडू त्यांनी सत्यशोधक चळवळीतून घेतले. ते बुद्धिनिष्ठ होते. त्या काळात - विसाव्या वर्षी आपला विवाह त्यांनी पुरोहितावाचून बिनखर्चाने केला. बहिणीचा ८/९ रुपयांत केला. सामुदायिक विवाहाची प्रथा पाडली. स्त्री-शिक्षणाचा, अस्पृश्यता निवारणाचा, मानवतेचा प्रचार केला; त्यामुळे समाजसुधारणेच्या काळात पुढे येत असलेल्या शेतकरी कामगारांशी त्यांची जवळीक साधली गेली.

२) साम्राज्यशाहीविरोधी लढा : स्वातंत्र्यलढा हा तर अण्णांचा पिंडच होता. त्यातूनच मिठाचा सत्याग्रह, जंगल सत्याग्रह, प्रति-सरकार या साऱ्यात अण्णांनी मोठी कामगिरी केली. अण्णा या लढ्यात होते म्हणूनच कामगार-शेतकऱ्यांच्या लढ्यात ते त्यांचे नेतृत्व करू शकले. त्यांना अर्थवादापासून थोडेफार दूर ठेवू शकले.

३) दलितांसाठी लढा : दलितांसाठी त्यांनी कर्मवीर दादासाहेब गायकवाडांबरोबर महाराष्ट्रभर दौरे केले. त्यांच्या साऱ्या लढ्यांत सामील झाले. दलित विभाग हा मोठ्या प्रमाणावर श्रमिकांतच जमा आहे. दलितांच्या प्रश्नांवर सक्रिय सहानुभूती असल्यावाचून कोणालाच श्रमिकांचे खरे नेतृत्व करता येणार नाही.

४) वर्गलढ्याचा प्रचारक : कम्युनिस्ट पक्षात आल्यावर आणि त्याच्या अगोदर अण्णांनी मार्क्सवादी दृष्टिकोन समजावून घेतला. पक्ष कार्यकर्त्यांची अनेक शिबिरे होत. त्यांना अण्णा हजर राहात. कॉ. डांगे यांनी महाराष्ट्रात अनेक शिबिरे घेतली. कॉ. डांगे यांची शैली व कॉ. नाना पाटलांचा ढंग या वेशात मार्क्सवादी वर्गलढ्याचा विचार महाराष्ट्राच्या भूमीत रुजला. अण्णांच्या कामगार-शेतकरी नेतृत्वाचा पाया असा तयार झाला. ते वर्गलढ्यात भाग घेऊ लागले.

५) आंतरराष्ट्रीय कम्युनिस्ट चळवळीतील कार्यकर्ता : अण्णा सोव्हिएट युनियनमध्ये व इतर समाजवादी देशांत गेले. तेथील परिस्थिती त्यांनी प्रत्यक्ष पाहिली; त्यामुळे त्यांचे मन अतिशय भारावून गेले. समाजवाद आणि तो घडवणारा श्रमिक कामगार व शेतकरी हे त्यांना वेगळ्या रूपांत दिसू लागले. त्यांना समर्थ बनविण्याच्या

कामात त्यांनी नेतृत्व केले.

अण्णांच्या या पंचरंगी कार्यामुळे त्यांच्या कामाचे वर्णन पंचतारकी कर्तृत्व असे केले तर यथार्थच ठरेल. या कार्याचा जरा बारकाईने विचार केला तर असे दिसेल की, कामगार, श्रमिक, शेतकरी, गरीब यांच्यावरील अन्याय निवारण्याचा वसा घेतल्यावाचून अण्णांना ही पंचविध कार्ये पुढे रेटताच आली नसती. हे काम पुढे नेण्यासाठी त्यांनी अमाप कष्ट सोसले व आपले एक आगळे नेतृत्व निर्माण केले.

कामगार-शेतकऱ्यांचा एक आगळा नेता

अण्णा एक आगळे नेते होते असे म्हणण्याचे कारण असे की, ते कामगार नेत्याच्या व्याख्येत बसत नव्हते. कामगार नेता म्हटले की, त्याच्या युनियन्स किती, त्याने किती संप लढवले, युनियनने किती पगारवाढ, महागाई भत्ता व बोनस मिळविला याचा विचार केला जातो. ते एका अर्थाने बरोबरही आहे; पण कामगारवर्गाची एवढी ताकद असताना राष्ट्रव्यापी प्रश्नावर त्या वर्गाचे ठाम पाऊल व हस्तक्षेप का नाही या प्रश्नाचे उत्तर या देशात अजून सापडले नाही. हे उत्तर बौद्धिक पातळीवरून न देता व्यवहारात दिले पाहिजे. कामगार चळवळीच्या आजच्या परिस्थितीच्या दृष्टीने अण्णा कामगार संघटनेचे नेते नव्हते; पण कामगारांचे नेते नक्कीच होते.

कामगारांचे नेते कसे?

आपल्या देशात उद्योगधंद्यांचा विकास प्रामुख्याने स्वातंत्र्योत्तर काळात झाला. त्यापूर्वी शिक्षण, तंत्रज्ञान, कारखाने, कामगारवर्ग हे काहीच मोठ्या प्रमाणावर नव्हते. स्वातंत्र्योत्तर काळात कारखान्यांतून, मोठमोठ्या प्रकल्पांतून काम करणारे कामगार अगर त्यांचे आई-बाप, स्वातंत्र्यपूर्व काळात भारताच्या ७ लाख खेड्यांतून शेतारानात राबून दारिद्र्यात दिवस कंठत होते. उपाशीपोटी राहात होते. ज्या सातारा जिल्ह्यात अण्णा काम करीत होते तेथे किर्लोस्करवाडी, ओगलेवाडी, सातारा रोड येथे नुकतेच कारखाने सुरू झाले होते; परंतु ज्या काळात सारेजणच इंग्रजांच्या जोखडातून मुक्त होण्याचा प्रयत्न करीत होते, त्या काळात अण्णा आपल्या रसाळ वाणीने साऱ्या गरिबांना, दलितांना, कामगारांना ब्रिटिशविरोधी लढ्यास उद्युक्त करीत होते. सातारा जिल्ह्यातील

स्वातंत्र्यलढ्यात अनेक मातब्बर कार्यकर्ते होते. स्वातंत्र्यप्राप्तीनंतर अनेकजण सत्तेच्या राजकारणात शिरले, काही दूर झाले; पण जे काही थोडेफार समाजवादी चळवळीकडे, श्रमिकांच्या चळवळीकडे आले त्यात अण्णा अग्रगण्य होते.

स्वातंत्र्य चळवळीत हजारो शेतकऱ्यांनी भागीदारी केली होती. भूमिगतांना आश्रय दिला होता. त्यांपैकी अनेक सातारा जिल्ह्यातून तसेच इतर जिल्ह्यांतून शहरांत गेले. बरोबर आपली राष्ट्रीय भावना घेऊन गेले. १९४६ च्या नाविक बंडाच्या वेळी आणि त्यानंतर गोवा व संयुक्त महाराष्ट्र संग्रामाच्या वेळी कामगारांच्या राष्ट्रीय जागृतीची व त्यांच्या वर्गशक्तीची लोकांना चांगलीच प्रचिती आली. मुंबईत आजही गोदी कामगार, माथाडी कामगार यांच्यात मोठ्या प्रमाणावर सातारा जिल्ह्यातील कामगार आहेत. त्या सर्वांना अण्णांच्याविषयी एक वेगळी आपुलकी व आदर होता. ते त्यांना आपला नेता समजत असत.

१९५४ मध्ये समाजवादी देशांत जाऊन आल्यावर तेथे प्रति-सरकारचे उद्दिष्ट साकार झाल्याचे त्यांना दिसले. श्रमिकांचे राज्य, समाजवाद ही त्यांची जीवननिष्ठा बनली. आता यापुढे सारा खटाटोप कामगारवर्गाच्या लढ्यासाठी, जागृतीसाठी, समाजवादासाठी असा त्यांनी निर्धार केला. पट्टीचा सत्यशोधक, रगीचा प्रचारक, कट्टर साम्राज्यशाहीविरोधक, लढवय्या क्रांतिकारक आपल्या मागे असलेल्या साऱ्या परंपरा घेऊन समाजवादी फौजेत दाखल झाला. त्या लढ्यातील कामगारवर्गाचे बिनीचे महत्त्व त्यांना समजू लागले. त्यांचे नेतेपणही अधिक डोळस व जाणते झाले. कामगारवर्गाचे ते एक विश्वासू आधारस्तंभ बनले.

सर्व संप-लढ्यांत सहभाग

स्वातंत्र्योत्तर काळातील सर्व राष्ट्रव्यापी व राज्यव्यापी लढ्यांत अण्णा आघाडीवर होतेच; पण या लढ्यांत कामगारवर्गाला आणण्याचे मोठे काम आपल्या प्रचाराने त्यांनी केले. याशिवाय रिपब्लिकन पक्षाचे नेते कर्मवीर दादासाहेब गायकवाड यांच्याबरोबर दलितांच्या निरनिराळ्या प्रश्नांवर संयुक्त दौरे करून या विभागात त्यांनी मोठी जागृती निर्माण केली. या दौऱ्यांमुळे कामगारवर्गाचा, श्रमिक जनतेचा एक मोठा विभाग

पुरोगामी चळवळीकडे आला. या दोघा पुढाऱ्यांबद्दल दलित विभागाच्या मनात अत्यंत आदर निर्माण झाला, ते त्यांचे नेते बनले.

कामगारांच्या प्रत्यक्ष संप-लढ्यांत अण्णा त्याच हिरिरीने उतरत. फलटणचे साखर कामगार, मुंबईचे माथाडी कामगार, गोदी कामगार, गिरणी कामगार यांच्या प्रत्यक्ष संप-लढ्यांत अण्णा असतच, अगदी ठाण मांडून बसत; पण याशिवाय बँक कामगार, इन्शुरन्स कामगार, सरकारी कामगार, रेल्वे कामगार, साखर कामगार, शिक्षक इ. विविध विभागांच्या संप-लढ्यांत अण्णा सहभागी होत. आपल्या प्रभावी भाषणांनी ते त्यांचे नीतिधैर्य टिकवून ठेवीत. यापेक्षा वेगळा असा कामगारनेता कसा असतो?

या सर्व संपाच्या वेळी अण्णा तो प्रश्न समजावून घेत, आपल्या परीने अभ्यास करीत, कात्रणे जमवीत. पुण्यास आल्यावर अण्णा अनेकदा आमच्या घरी उतरत. आपले अनेक अनुभव ते आम्हाला सांगत अन् निरनिराळ्या प्रश्नांवर अनेक प्रकारची माहितीही आम्हाला विचारीत.

स्वयंसिद्ध, नैसर्गिक शेतकरी नेतृत्व

अण्णा गरीब शेतकरी कुटुंबात जन्माला आले. ग्रामीण जीवनात, कष्टकरी शेतकऱ्यांत ते लहानाचे मोठे झाले. सर्व प्रकारच्या, सर्व थरांतल्या शेतकऱ्यांचे जीवन त्यांनी जवळून पाहिले.

आयुष्यातील पहिली ३५-४० वर्षे त्यांनी त्यांच्यातच घालवली. उभ्या हयातीत ते त्यांना विसरले नाहीत. खासदार झाले; पण शेतकरी डोळ्यांसमोर ठेवला.

स्वातंत्र्यपूर्व काळात शेतकऱ्यांत काम म्हणजे त्यांच्यात राष्ट्रीय जागृती निर्माण करणे, त्यासाठी सतत प्रचार करणे, त्यांची गाऱ्हाणी वेशीवर टांगणे. अण्णा हे सततच करीत. त्यांचे सारे जीवन शेतकऱ्यांशी इतके निगडित होते की, त्यांचे पुढारीपण नैसर्गिकरीत्या शेतकऱ्यांचे पुढारीपण बनले.

स्वातंत्र्यानंतर अण्णांनी शेतकऱ्यांच्या अनेक लढ्यांत पुढाकाराने भागीदारी केली. तुकडेजोड - तुकडेबंदी कायद्याविरोधी लढा, खंडकरी शेतकऱ्यांचा लढा, सारामाफीचा लढा, सीमा भागातील साराबंदीचा

लढा, धरणग्रस्तांचा, भूकंपग्रस्तांचा, दुष्काळग्रस्तांचा लढा, शेतमजुरांचा लढा या साऱ्यांत ते अग्रभागी होते. साऱ्या महाराष्ट्रात बुलंद आवाजाने दुमदुमलेल्या भूमिहीनांच्या लढ्यात कर्मवीर दादासाहेब गायकवाड व क्रांतिसिंह नाना पाटील हेच अग्रभागी होते. या लढ्यातून महाराष्ट्रात एक नवी क्रांतिकारी शक्ती विकसित झाली.

किसान सभेचे अध्यक्ष

महाराष्ट्रातील किसान सभेचे अण्णा आधारस्तंभ होतेच; परंतु १९५४ मध्ये अखिल भारतीय किसान सभेच्या अध्यक्षाचा मान त्यांना मिळाला. अध्यक्ष म्हणून साऱ्या भारतभर हिंडून त्यांनी सर्व प्रांतांतील किसान चळवळीची माहिती घेतली; हजारो शेतकरी-कार्यकर्ते त्यांनी अगदी जवळून पाहिले. ते खऱ्या अर्थाने अखिल भारतीय शेतकरी पुढारी झाले.

अण्णांनी शेतमजूर आणि आदिवासींच्या प्रश्नांकडेही पुरेसे लक्ष दिले. **अखिल भारतीय शेतमजूर संघटना** १९६८ मध्ये त्यांच्या अध्यक्षतेखालीच स्थापन झाली. महाराष्ट्रातील आदिवासींच्या लढ्यातही अण्णांनी चांगली भागीदारी केली.

शेतकऱ्यांच्या सर्व थरांत, सर्व विभागांत अण्णा लोकप्रिय होते; हवेहवेसे होते. त्यांना लोक आपल्या घरी आदराने, मानाने ठेवून घेत. श्रीमंत शेतकऱ्यांचे व शेतमजुरांचे आतिथ्य त्यांना सारखेच होते.

अण्णांच्या लोकप्रियतेची प्रचिती २३ नोव्हेंबर १९७६ रोजी विटे येथे त्यांची सत्कारसभा झाली, त्या वेळी आली. या समारंभास मार्क्सवाद-लेनिनवाद यावर निष्ठा असलेले हजारो कामगार, शेतकरी, युवक कार्यकर्ते व पुढारी हजर होते. ग्रामीण भागातील प्रचंड जनसमुदाय सभेस उपस्थित होता. अण्णा कामगारांचे, श्रमिकांचे, शेतकऱ्यांचे नेते होते ही गोष्ट त्या दिवशी पुन्हा एकदा स्पष्ट झाली!

३५
श्रमिकांच्या राज्याचे स्वप्न पाहणारा नेता

डॉ. एस. एस. भोसले

मराठीचे ख्यातनाम प्राध्यापक, लेखक, संशोधक

वारकरी संप्रदायाचा वारसा

वारकरी घराण्याचा वारसा घेऊन सातारा जिल्ह्यातील एका गरीब शेतकरी कुटुंबात जन्म घेतलेले नाना पाटील 'महाराष्ट्राचे माळकरी मार्क्सवादी' झाले. त्यांनी बलाढ्य ब्रिटिश शासनाला 'दे माय धरणी ठाय' करणाऱ्या 'पत्री सरकार'ची प्रतिसंघटना स्थापून वारकऱ्याचा वारसा सांभाळला. नानांचे घराणे विठ्ठलभक्तीत रमलेले. तो भक्तिरस त्यांच्या आई-वडिलांमध्ये पुरेपूर उतरला होता. वारकरी संप्रदायातील वासकर महाराजांच्या पंथाचे हे घराणे शिष्य होते. नाना हे पहिले अपत्य. साहजिकच वारकरी पंथाची माळ नानांच्या आजीने त्यांच्या गळ्यात घातली; अगदी बारशाच्या दिवशीच! नानांना दोन भाऊ व एक बहीण गंगूबाई, अशी ही चार भावंडे. येडेमच्छिंद्र गाव खेडे, जेमतेम मराठी तिसरी इयत्तेपर्यंत शाळा. तिथपर्यंतचे नानांचे शिक्षण तिथेच झाले. इतर वेळात किंवा शाळेच्या वेळातसुद्धा गुरे चारणे, शेतीत कामे करणे, नदी-नाल्यांत पोहणे आणि उघड्यावाघड्या रानात तालीमबाजी करणे इत्यादी मर्दानी शिक्षण सुरू होतेच. नानांनी पहिल्यापासूनच शरीरसंपत्ती कमावण्याकडे लक्ष दिले. शरीराची तालीम आणि लोकांची सेवा यात नानांनी कधीही हयगय केली नाही. असिधाराव्रत म्हणून ते पाळले. नानांचे सगळे जीवन 'व्रती' होते. या शरीर संपादनाच्या काळातच खेड पुंदी गावच्या रामपुरी बुवांशी नानांची ओळखदेख झाली. रामपुरी बुवा कीर्तन छान करीत. तल्लख, चुणचुणीत आणि चलाख

नानांनी बुवांच्या कीर्तनाचा 'ढंग' उचलला; त्यात ते रंगले. पुढे ते बुवांचे कीर्तनातील साथीदार बनले. आयुष्यभर रसाळ कीर्तनकाराच्या विचारप्रेरक ढंगाने नानांनी लोकांचे शिक्षण केले, त्यावरील आपले लक्ष जराही ढळू दिले नाही. त्याचे बीज नानांवर अशा अनेक थरांतून झालेल्या संस्कारांमध्ये प्रकर्षाने दिसते. याच वेळी नानांची शिक्षणासाठी 'त्रिस्थळी' सुरू होती. येडेमच्छिंद्र, नरसिंगपूर, इस्लामपूर, नागराळे येथील शाळांतून कित्येक धक्केचपेटे खात नाना व्ह. फा. झाले. साधारणपणे १९१८ साली शिक्षण, कीर्तन, तालीम, कुस्ती सगळे चढते-वाढते होते आणि नानांचे व्यक्तिमत्त्व घडत होते.

कार्यामागील अधिष्ठान

नानांच्या काळी व्ह. फा. पास होणे म्हणजे आजच्या काळातील बी.ए., एम.ए.च्या तोलाची डिग्री होती. व्ह. फा.चे मानचिन्ह साधे नव्हते. व्ह. फा.च्या पूर्ततेनंतरचे पोटा-पाण्याचे उद्योग ठरलेले होते. शेतीची मशागत, आखाड्याची मळणी किंवा तलाठी, गुरुजींची चाकरमानी. पहिले दोन्ही करताकरता तलाठ्याची नोकरी धरावी असा नानांच्या वडिलांचा आग्रह पडला. तलाठी म्हणून त्यांची नेमणूकही झाली; पण नानांना तलाठीपण मानवले नाही. त्यांनी आयुष्यभर 'तलाठीपण' केले ते सामान्य लोकांचे. लोकांचे हृदय, त्यांचे मन आणि त्यांचे हित नानांच्या जवळ सदैव राहिले. हे घडले त्यासाठी जशी नानांच्या घराण्याची हरिदासी परंपरा होती, तसेच सत्यशोधक चळवळीमधील विधायक संस्कारांचे बीजारोपणही होते. सातारा जिल्ह्यात १९११ पासून सत्यशोधक चळवळीच्या प्रचाराला आणि त्यानंतरच्या काही काळातच कार्याला सुरुवात झाली होती. त्या वेळी नानांचे वय ११ वर्षांचे होते. वय संस्कारी. समाजाचे दैन्य विदारक, उदारमतवादाच्या नावाखाली ब्रिटिश सरकारचा जुलूम चालू असलेला. नाना हे सारे पाहात होते. त्यातूनच नानांच्या मनावर देशाच्या राजकीय स्वातंत्र्याबरोबर जनतेच्या सामाजिक स्वातंत्र्याचा प्रश्न ठसण्यास मदत झाली. पुढील आयुष्यात सहसा सामाजिक प्रश्नोपप्रश्नांबाबत उदासीन प्रकृतीच्या पक्षोपपक्षांत राहूनही नाना सामाजिक सुधारणांबाबत सतत आघाडीवर राहिले; त्यामागचे मर्म हेच. राजकीय स्वातंत्र्यात सामाजिक स्वातंत्र्य

असतेच असे नाही; पण सामाजिक स्वातंत्र्यामुळे राजकीय स्वातंत्र्याला निश्चितच बळकटी येते, हे क्रांतिसिंहांसारख्या लोकार्थाने 'अनपढ' माणसाने उत्तम जाणले होते आणि त्याचा आचारही त्यांनी हयातभर केला. सत्यशोधक चळवळ आणि म. गांधीजींची सत्याग्रही चळवळ यांनी प्रारंभीच्या काळात नानांच्या मुळच्या बंडखोर प्रवृत्तीला खतपाणी घातले. तलाठीपण सोडून, पारतंत्र्याच्या साखळ्या तोडून, नानांनी राजकीय स्वातंत्र्याची नांदी म्हटली आणि सत्यशोधकाच्या परंपरेने स्वतःचे लग्न पुरोहिताशिवाय कमी खर्चात लावून सामाजिक सुधारणेचा श्रीगणेशा केला. इतकेच नव्हे तर पुढे म. फुले यांचा आदर्श ठेवून नानांनी आपल्या पत्नीला साक्षर केले. कित्येक दिवस साक्षरतेचे वर्ग चालविले. दारूबाजीसारख्या अनिष्ट रूढींविरुद्ध प्रचारआघाडी उघडली. या सगळ्या प्रयत्नांमागे जनजागृती आणि त्याद्वारे धनिकांच्या साम्राज्याला सुरुंग, म्हणजे श्रमिकांच्या राज्याचे प्रस्थापन हे प्रमुख उद्दिष्ट होते. छत्रपती शिवाजी महाराज आणि म. जोतिबा फुले हे त्यामागचे अधिष्ठान होते. त्या काळी नाना बहुजन समाजाचे प्रतिनिधित्व करणाऱ्या काँग्रेसमध्ये सामील झाले. राष्ट्रीय स्वातंत्र्याच्या चळवळीत विलीन झाले, खादीधारी बनले; हातात तिरंगी झेंडा घेऊन त्यांनी वाठारच्या चावडीवर सत्याग्रह केला. जंगल लाकूडतोडबंदीविरुद्ध ते जंगल सत्याग्रहींत सहभागी झाले. त्यासाठी सहा महिने सक्तमजुरी व शंभर रुपये दंड अशी शिक्षा भोगली. तुरुंगातून सुटून आल्यावर पाहतात तो घर उद्ध्वस्त! ते पाहिले. पुढे गृहपाशातून ते मुक्त झाले. त्यामागे नानांची जिद्द, रगेलपणा, चिवटपणा, अस्मितापूर्ण जीवनाची आच, गोरगरिबांसाठी वाटेल तो पराकोटीचा त्याग करण्याची दृष्टी हे गुण होते तसेच अधिष्ठात्री देवतांचे प्रेरक वैभवही होते.

श्रमिकांच्या राज्याचे स्वप्न

या प्रारंभकाळानंतरच्या पुढच्या चाळीस-पन्नास वर्षांमध्ये महाराष्ट्रातील (आणि भारतातीलही) अनेकविध चळवळींशी नानांचा निकटचा संबंध होता. १९४२ चा स्वातंत्र्याचा अभूतपूर्व लढा, त्या दरम्यानची 'पत्री' (प्रति) सरकारची स्थापना, शेतकरी-कामकरी लढे, जमीनमुक्तीचे, भूआंदोलनाचे लढे, गोवा मुक्ती-संग्राम, सीमाप्रश्न, बँक-राष्ट्रीयीकरण,

दलित-भूमी आंदोलन अशा अनेक लढ्यांत नाना सतत अग्रभागी राहिले. लढ्यात भाग घेताना त्यांचे डोळे सत्तेवर कधीच नव्हते. पुढच्या पदाची कधी अभिलाषा नव्हती, होती ती निखळ सेवावृत्ती आणि उराशी बाळगलेले श्रमिकांच्या महान राज्याचे स्वप्न! जातपात, पंथभेदांपलीकडचे हे स्वप्न होते. 'मराठा' नानांनी शिबीच्या निष्ठेने ते अंगीकारले, युधिष्ठिराच्या श्रद्धेने ते जोपासले. क्रांतिसिंह नानांनी श्रमिकांच्या राज्याचे स्वप्न पाहिले. त्यासाठी त्यांनी भक्ती केली ती जनतेची!

सुदृढ शरीरसंपदेमुळे निकोप मन जोपासले जाते; नानांच्या ठायी ते होते. स्वातंत्र्यपूर्व काँग्रेसच्या चळवळीपासून तो तहत कम्युनिस्ट पक्षातील सहभागापर्यंत नानांनी हे निकोप मन आणि सामाजिक चळवळीतील लोकशिक्षणाची अतूट भूमिका धरून ठेवली. बहुजन समाजाच्या जीवनाचे परिवर्तन साधणारी सत्यशोधक चळवळ व तिचे तत्त्वज्ञान यातून, महाराष्ट्राच्या खेड्यापाड्यांत अस्ताव्यस्त पसरलेला खेडूत समाज हा धार्मिक कचाट्यात, आर्थिक ओढग्रस्तीत, जातीय पेचात आणि शैक्षणिक मागासपणात कसा रुतून पडला आहे त्याचे दर्शन नानांना घडले होते. म्हणूनच केवळ राजकीय स्वातंत्र्यावर त्यांना समाधान नव्हते. राजकीय स्वातंत्र्याइतकेच सामाजिक स्वातंत्र्याचे युद्धही जबर असते. या युद्धातले शत्रू प्रायः स्वकीयच असतात आणि ते नेहमी समोरासमोर उभे असतात. शिवाय सामाजिक स्वातंत्र्याचा लढा पुढे भव्य काही ठेवीत नाही : ना मानमरातब, ना प्रतिष्ठा, ना सिंहासन, ना कीर्ती; धनी व्हावे लागते ते प्रामुख्याने जहरी टीकेचेच! बरे, ज्यांच्यासाठी हे सामाजिक सुधारणेचे अभियान उभे केलेले असते तेच अज्ञानामुळे, शहाणपणाच्या अभावामुळे त्यात सामील न झाल्याची दृश्ये काही कमी दिसतात असे नाही. मग लढा खूपच कठीण बनतो; पण क्रांतिसिंहांनी हा खूप कठीण लढाच पहिल्यापासून हाती घेतला. स्वतःच्या हळूहळू होत जाणाऱ्या उत्क्रांतीबरोबर आणि त्या त्या वेळी सापडलेल्या आणि योग्य वाटलेल्या साधनांसह हा लढा सामाजिक सुधारणांना अधिक गती देणारा त्याचा एक अंगभूत भाग म्हणूनच क्रांतिसिंहांनी वारंवार हाती घेतला असे दिसते; त्यामुळे राजकारणातला संघर्ष नानांना मनापासून आवडला; पण सत्तेसाठी जीवतोड मात्र त्यांना मानवली नाही. त्यापासून ते सदैव अलिप्तच राहिले. मुळात घराण्यात वारकरी पंथाच्या वैराग्याचे दान देणारा वारसा,

सत्तेची हाव हा मूलतःच नसलेला दृष्टिकोन वगैरेमुळे क्रांतिसिंहांनी अनेकांकरिता सिंहासनाचे राजमार्ग खुले करून दिले. ते वारंवार साफसुफी आणि बांधबंदिस्ती करीत राहिले; पण स्वतः सत्तेकडे वळलेच नाहीत. म. फुले, भालेकर, दिनकरराव जवळकर, केशवराव जेधे, रावसाहेब पटवर्धन, एस. एम. जोशी या 'व्रतस्थ' परंपरेतील नाना पाटील हे अखेरचे सेनापती होते. कशीबशी 'सात बुकं शिक्षान' झालेल्या क्रांतिसिंहांनी सामाजिक जीवनाच्या मुक्ततेचा वसा उचलला होता; त्यामुळे सिंहासनाधिष्ठित बंदिस्त विचारांपासून ते मुक्त होते आणि अखेरपर्यंत मुक्तच राहिले. म्हणून जीवनाच्या सगळ्या पातळ्यांवर क्रांतिसिंहांनी 'लोकशिक्षणाची', 'लोकजागृतीची' आणि अनिष्ट रूढी व पारतंत्र्य यांनी भाजून निघणाऱ्या 'सामाजिक जीवनाच्या सुधारणांची' मशाल सतत पेटती ठेवली.

चौकटीविना चळवळीचा ध्यास

क्रांतिसिंहांच्या सामाजिक-राजकीय कार्यामागची प्रेरणा म. फुले, राजर्षी शाहू महाराज, ना. भास्करराव जाधव, कर्मवीर भाऊराव पाटील, स्वामी रामानंद महाराज यांच्या कार्यातून उद्‌भूत झालेली होती; पण कार्य कुठलेही असो, चळवळ कोणतीही असो, ती चौकटीविना करावयाची ही नानांची रीत होती. तत्त्वज्ञानाची बैठक भक्कम, मार्गांची निश्चिती पक्की; पण ती कशाला तरी बांधून घेऊन करायची हे त्यांना मान्य नव्हते. नानांची उसळती प्रवृत्ती तसे करायला मुळी राजीच नव्हती. कार्याभोवती कुंपणे नकोत, कार्य चौकटीविना चालणारे असावे, हे क्रांतिसिंहांचे गणित होते. निघायचे आणि पोहोचायचे स्टेशन ठरले की, परिस्थितीनुरूप चालायचे, या भूमिकेमुळे क्रांतिसिंहांची अनेक स्टेशने चुकली. शेवटी ते ज्या स्टेशनवर स्थिरावले, त्या स्टेशनवरून मागे वळून पाहताना हा धगधगता अंगार जेवढा फुलायला हवा होता, तेवढा फुलू शकला नाही हे जाणवते. गोरगरीब जनतेचे राज्य यावे म्हणून समाजातल्या खालच्यातल्या खालच्या थराशी जवळीक साधून 'शिवकार्य' करू पाहणाऱ्या क्रांतिसिंहाचे वर्णन त्या वेळचे पोलीस अधिकारी रोच यांनी केले आहे; ते असे - ''नाना पाटील हा सह्याद्रीमध्ये उद्रेक पावलेल्या छत्रपती शिवाजी महाराज, सातारचे प्रतापसिंह महाराज, उमाजी नाईक, रंगो बापूजी, वासुदेव बळवंत फडके, नारायणराव

जोगळेकर इत्यादींच्या परंपरेतील भयंकर घातकी निखारा आहे.'' असा हा निखारा सर्वांगांनी फुलला नाही, त्याने स्वप्नी देखिलेले स्वप्न त्यांच्या हयातीत सिद्ध झाल्याचा प्रत्ययही मिळाला नाही.

आकाशात चमकणाऱ्या ताऱ्याइतके स्वच्छ, निर्मळ व स्पष्ट जीवन जगणाऱ्या क्रांतिसिंह नानांची अंतिम इच्छा ''या देशातल्या कष्टकरी-कामकरी, मजूर-शेतकऱ्याला, गरिबातल्या गरिबाला भाकरी आणि भाकरीबरोबर तेलात कालवलेले तिखट व मीठ मिळावे, 'प्वाट भरून' मिळावे'' ही होती. नानांनी अनेक स्टेशने बदलली, अनेक स्टेशनांवर ते उभे राहिले; पण गरिबांचा उद्धार या मूळ तत्त्वापासून ते जराही ढळले नाहीत! दुनियेतल्या या सनातन झगड्यात क्रांतिसिंहांची जिंदगीभरची ती जिद्द राहिली. त्यांनी त्याबाबत कधीच तडजोड केली नाही!

**

मी फक्त नावाचा खातेदार आहे !

४२ च्या स्वातंत्र्यलढ्याने नाना पाटलांचे नाव महाराष्ट्रातच नव्हे तर देशात प्रसिद्ध झाले. या संदर्भात कोणी त्यांना विचारले तर ते म्हणत, ''अरे, उकिरड्याचासुद्धा पांग फिटतो म्हणतात. मी तर माणूस आहे! ३० सालापासून ४२ सालापर्यंत मी जी तपश्चर्या केली, त्याचे हे फळ आहे यात विशेष काय आहे? शिवाय मी म्हणजे गावातला मोठा खातेदार आहे! माझे कार्यकर्ते, सहकारी म्हणजे माझी मुलेबाळे आहेत. ती शेतीभाती करतात, उत्पन्न काढतात, करणारी तीच आहेत. मी फक्त नावाचा खातेदार आहे!''

आपली भूमिका आखाड्यातील वस्तादाची आहे असेही ते म्हणत. ''मी माझ्या कार्यकर्त्यांचा वस्ताद आहे. माझ्या कार्यकर्त्याने कुस्ती केली तर वस्ताद म्हणून मला भूषणास्पदच आहे. त्यात मी काय विशेष करतो आहे?'' नाना पाटलांची आपल्या कार्यकर्त्यांविषयी, आपल्या सहकाऱ्यांविषयी इतकी व्यापक, थोर मनाची व निगर्वी भूमिका होती.

– नाथाजी लाड

३६
क्रांतिसिंह नाना पाटील : पारमार्थिक समतेपासून सामाजिक व आर्थिक समतेकडे

शंकरराव खरात

माजी कुलगुरू, सुप्रसिद्ध साहित्यिक

क्रांतिसिंह नाना पाटील यांच्या जीवनाची वाटचाल वैचारिकदृष्ट्या, तात्त्विकदृष्ट्या वैशिष्ट्यपूर्ण अशा क्रांतिकारक वळणाची दिसते. वरवर पाहता त्यांच्या वाटचालीतील वळणांना वैचारिक बैठक नाही, असे वाटेल; पण त्यांच्या जीवनाच्या खोलात जाऊन पाहिले असता, तपासले असता त्यांच्या जीवनाच्या वाटचालीतील प्रत्येक वळणाला वैचारिक-तात्त्विक बैठक दिसते आणि ती आपोआपच आलेली आहे.

नाना पाटील यांचे घराणे वारकरी सांप्रदायिक; त्यामुळे त्यांच्या घराण्यावर भागवत पंथाचा - भक्तिपंथाचा प्रभाव होता. तो भक्तिपंथातील - संतसांप्रदायिक पंथाचा वारसा घेऊन नाना पाटील जीवनात उभे राहिले. भागवत पंथाचा, वारकरी पंथाचा म्हणजेच पारमार्थिक समतेचा, आध्यात्मिक समतेचा वारसा त्यांना मिळाला होता. त्यांच्या गळ्यातील माळ ही आध्यात्मिक समतेचे प्रतीक होते. देवाची, परमेश्वराची भक्ती करण्यात सर्व समान आहेत, देवाची भक्ती करण्यात हा उच्च व तो नीच असा जातिभेद नाही; हीच संतपंथातील पारमार्थिक समतेची भावनादृष्टी नाना पाटील यांच्या प्रारंभीच्या जीवनात त्यांच्या माळकरी जीवनाने दिली.

याच पारमार्थिक समतेच्या जीवनातून नाना पाटील यांच्या जीवनात उत्क्रांती होत गेली आणि ते जेव्हा प्रत्यक्ष व्यावहारिक जीवनात-दैनंदिन जीवनात-उतरले, तेव्हा त्यांना प्रत्यक्षात वेगवेगळ्या प्रकारच्या विषमतेने

भरलेले दैनंदिन जीवन समोर पदोपदी दिसू लागले. त्यातच नाना पाटील जेव्हा सार्वजनिक जीवनात उतरले, तेव्हा त्यांच्यावर म. फुले, छत्रपती शाहू महाराज यांच्या विचारांचा, त्यांच्या कृती-कार्याचा परिणाम होऊन ते सत्यशोधक चळवळीकडे आकर्षिले गेले. सत्यशोधक समाजाच्या चळवळीमुळे त्यांनी अंधश्रद्धा, परंपराप्रियता, उच्च-नीचता, श्रेष्ठकनिष्ठता अशा समाजात मूळ धरून असलेल्या चालींवर आपल्या वाणी-विचारांचे व प्रत्यक्ष कृतीचे प्रहार केले. पारमार्थिक समतेचा वारसा घेऊन आलेले नाना पाटील सत्यशोधक समाजाच्या चळवळीमुळे सामाजिक सुधारणेच्या चळवळीकडे खेचले गेले. समाजातील अनिष्ट चालीरीती मोडल्या पाहिजेत, रूढीप्रिय समाजात जागृती करून त्यास नवीन युगाचे नवे विचार देऊन, समाजात परिवर्तन करून, सर्व समाज नवीन, आधुनिक मूल्यांवर उभा करून, त्यातूनच समतेवर, बंधुतेवर व न्यायावर आधारलेला नव-समाज निर्माण झाला पाहिजे अशी त्यांची भूमिका त्यांच्या वाटचालीतील वाणी-विचारांवरून व प्रत्यक्ष कृतीवरून दिसते.

नाना पाटील यांच्या अगोदरच्या कालखंडात सामाजिक सुधारणा अगोदर की राजकीय सुधारणा अगोदर? असा वाद महाराष्ट्रातील नेत्यांत होता. त्यात दोन्हीही विचारधारा मानणारे नेते होते; पण शेवटी त्या काळात राजकीय सुधारणावाद्यांचाच विजय झाल्यासारखा दिसतो आणि सामाजिक सुधारणावाद्यांना समाजात म्हणावा तसा प्रतिसाद मिळाला नाही. म्हणून सर्व समाजात सामाजिक सुधारणेला वेग आला नाही. अर्थात सत्यशोधक चळवळीतील नाना पाटील यांच्या सामाजिक सुधारणा आणि त्यांच्या अगोदरच्या कालखंडातील समाजसुधारकांच्या सामाजिक सुधारणा यांत मूलभूत फरक दिसतो. पूर्वीच्या समाजसुधारकांच्या सामाजिक सुधारणेला कौटुंबिक स्वरूप होते. त्या सुधारणा फक्त कुटुंबाच्या मर्यादेतील सुधारणा होत्या. एका अर्थाने त्या कुटुंबसुधारणाच होत्या. त्या सुधारणा म्हणजे बालविवाह प्रतिबंध, विधवाविवाह, स्त्री-शिक्षण, केशवपन-विरोध इत्यादी. मध्यमवर्गीय कुटुंबांतच निर्माण झालेल्या या प्रश्नांभोवती सुधारकांच्या सुधारणेचे विचार फिरत होते; म्हणूनच ते सुधारणेचे विचार फक्त कुटुंबाच्या मर्यादेत, कौटुंबिक स्वरूपाचे होते; ते खऱ्या अर्थाने समाजसुधारणेचे सामाजिक विचार नव्हते. इथेच नाना पाटील यांच्या सामाजिक सुधारणेच्या विचारांचे व कृतीचे वेगळेपण

उठून दिसते.

नाना पाटील यांच्या सामाजिक सुधारणेच्या विचाराला व वृत्तीला व्यापक अशी बैठक आहे. सामाजिक समता निर्माण करण्याचा आधार आहे. त्यांच्या विचारांत व कृतीत समाजपरिवर्तन करण्याची दृष्टी दिसते. तसेच परंपरागत चालीला, रूढीला, परंपरेला नष्ट करून समाजाला आधुनिक विचारांची बैठक देण्याचीही दृष्टी दिसते. त्यांच्याच जीवनातला, त्यांच्याच विवाहाचा आपण विचार केला तरी त्यात त्यांनी नव्या विचाराची नवी पावले टाकलेली दिसतात. नाना पाटील यांचा १९२० साली अगदी साध्या पद्धतीने विवाह झाला. त्यात लग्न लावणारा पुरोहित नव्हता. परंपरागत म्हटली जाणारी मंगलाष्टकेही त्यात नव्हती. त्यांचा विवाह सत्यार्थाने सत्यशोधक विचारांवर आधारलेला विवाह होता. आपल्या विवाहाच्या प्रसंगातूनच परंपरागत रूढीला, अंधश्रद्धेला धक्का देऊन त्यांनी एक प्रकारे आव्हानच दिलेले होते. यात म. फुले व छत्रपती शाहू महाराज यांच्या विचारांचा त्यांच्यावर फार मोठा प्रभाव दिसतो. लग्नसमारंभासारख्या उत्सवी प्रसंगामुळे गोरगरीब लोक कर्जबाजारी होतात आणि त्यातच त्यांचे जीवन बरबाद होते. यासाठी नाना पाटलांनी स्वतःच्या कृतीने समाजापुढे एक आदर्श ठेवला होता.

नाना पाटलांची सामाजिक सुधारणा अधिक व्यापक स्वरूपाची होती. त्यांच्या सामाजिक सुधारणेला म. फुले यांच्या सामाजिक सुधारणेच्या आचार-विचारांची बैठक होती. त्यांनी समाज सुधारण्यासाठी, समाजाची प्रगती करण्यासाठी हुंडाबंदी, दारूबंदी, स्त्री-शिक्षण, जातिभेदनिवारण, अस्पृश्यतानिवारण, स्वदेशीचा वापर, स्वावलंबन आणि परंपराशाही नष्ट करणे अशा आघाड्यांवर सतत आपल्या मायबोलीच्या ग्रामीण ढंगाच्या प्रभावी वक्तृत्वाने सार्वजनिक जीवनाच्या ऐन भरात सतत कार्य केले. या सामाजिक सुधारणेच्या कार्यावर त्यांची परम निष्ठा व श्रद्धा होती. बहुजन समाजात या प्रश्नांवर जी जागृती घडून आली, त्यात नाना पाटील यांचा सिंहाचा वाटा आहे; हे समाजसुधारकांना विसरता येणार नाही. नाना पाटील यांच्या सामाजिक सुधारणेच्या कार्याचा असा व्याप होता - असे त्याचे स्वरूप व्यापक होते. त्यांच्या सामाजिक सुधारणेच्या मुळाशी सर्व समाजाचा इमलाच नव्या, आधुनिक मूल्यांवर उभा करण्याची त्यांची दृष्टी होती.

समाजातील जातिभेदावर आधारलेली उच्च-नीचता, श्रेष्ठकनिष्ठपणा नष्ट करून, समाज समपातळीत आणावा अशीही त्यांची विचारधारा होती. समाजहितासाठी व राष्ट्राच्या प्रगतीसाठी अस्पृश्यता नष्ट केली पाहिजे, असा विचार तर त्यांनी सतत लोकांपुढे मांडला होता. पुण्यातील शनिवारवाड्यासमोर झालेल्या एका विराट सभेत आपल्या मायबोलीच्या शैलीत-ढंगात बोलताना अस्पृश्यतेच्या प्रश्नावर नाना पाटील सवर्ण-स्पृश्य समाजाला उद्देशून म्हणाले, "तुम्ही, अस्पृश्यांनी पिकवलेलं अन्न-धान्य, फळे-भाजीपाला रोज खाता; अस्पृश्य कामगारांनी खोदलेल्या विहिरीतील पाणी रोज पिता; अस्पृश्य समाजातील गवंडी-कारागिरांनी बांधलेल्या मंदिरांत देवळात-तुम्ही रोज जाता; इस्पितळात तुम्ही आजारी असल्यावर अस्पृश्य समाजातील माणसाने बाटलीतून दिलेले रक्त तुम्हाला चालते. असे अस्पृश्य माणसांनी तुम्हाला अन्न, पाणी, मंदिर व रक्त देऊन वाचविले, वाढविले असताना तुम्ही अस्पृश्यता का पाळता? तुम्ही अस्पृश्यता नष्ट केली पाहिजे. अस्पृश्यांना बंधुभावाने वागविले पाहिजे." असाच विचार ते आपल्या अनेक सभांतून मांडत असत.

नाना पाटील खासदार म्हणून दिल्लीत वास्तव्य करत असताना डॉ. बाबासाहेब आंबेडकरांच्या चळवळीतील एक नेते खासदार दादासाहेब गायकवाड यांच्याशी त्यांचा अगदी जवळचा संबंध आला. या दोन नेत्यांनी अनेक सभांत एकत्रित भाषणे केली होती. दलित-भूमिहीन आंदोलनांत दादांच्या बरोबर नानांनीही भाग घेतला होता. अशी त्यांची दलितांच्या प्रश्नांशी जवळीक साधली होती. गोरगरीब-शेतकरी-कामकऱ्यांचा आर्थिक प्रश्न सोडविला पाहिजे; तसाच दलितांचा अस्पृश्यतेचा प्रश्नही सोडविला पाहिजे. अस्पृश्यता नष्ट करून, सामाजिक समता निर्माण केली पाहिजे, असाही आपला विचार नाना पाटील मांडत असत. ते स्वतः खेड्यात जन्मले, वाढले आणि त्यांचे सार्वजनिक जीवनही खेड्यातच गेले; त्यामुळे त्यांना खेड्याच्या समाजातील जातिव्यवस्था, जातिपद्धती, जातीमुळे निर्माण झालेला उच्च-नीचपणा, अस्पृश्यता, भेदाभेद, शिवाशिव यांची पूर्ण कल्पना व जाणीव होती. म्हणूनच जातिभेद नष्ट करून, अस्पृश्यता नष्ट करून, सामाजिक समता निर्माण केली पाहिजे, असा विचार नाना पाटील यांनी सतत मांडला. त्यांचा हा सामाजिक सुधारणेतील सामाजिक समतेचा मूलगामी असा विचार होता.

त्यांच्या सामाजिक सुधारणेच्या विचाराला अशी व्यापक दृष्टी होती. त्यात व्यक्ती, समाज आणि राष्ट्र यांच्या हिताचा, प्रगतीचा विचार होता. म्हणूनच त्यांच्या या सामाजिक सुधारणेच्या विचाराला महत्त्व होते.

स्वातंत्र्याच्या लढ्यात त्यांनी केलेल्या क्रांतिकार्यामुळेच त्यांना जनता 'क्रांतिसिंह' म्हणू लागली. १९४२ ते १९४६ या काळात त्यांनी भूमिगत राहून केलेले अमोल असे कार्य आणि त्यांच्या प्रति-सरकारचे कार्यही असेच नवसमाज बांधणीचे-नवसमाज निर्मितीचा पाया घालणारे होते. त्यात त्यांच्या प्रति-सरकारची भूमिका सामाजिक समता व आर्थिक समता निर्माण करणारी होती, असे त्यांनी त्या काळात हाती घेतलेल्या प्रत्यक्ष विधायक कार्यावरून दिसते. गोरगरिबांना न्याय, गुंडापुंडांचा बंदोबस्त, स्त्रियांचे संरक्षण, सावकारी पाशातून कर्जदारांना मुक्त करण्याची घेतलेली भूमिका, इस्टेटीच्या प्रकरणात योग्य तो न्याय तसेच जातिभेद व अस्पृश्यता यांचे उच्चाटन अशी विधायक स्वरूपाची कामे नाना पाटील यांच्या नेतृत्वाखाली प्रति-सरकारने हाती घेतलेली दिसतात. या प्रति-सरकारच्या कामात नाना पाटलांचा अंगीकृत ध्येयवाद, त्यांच्या जीवनातील आशा-आकांक्षा दिसून येतात.

आपल्या देशाला स्वातंत्र्य मिळाले; पण हे स्वातंत्र्य कुणासाठी? असा इतर विचारवंतांप्रमाणे, नेत्यांप्रमाणे नाना पाटील यांच्यापुढेही प्रश्न उभा राहणे साहजिकच आहे; त्यातच त्यांच्या प्रति-सरकारने जनहिताचा कार्यक्रम हाती घेऊन एक प्रकारे प्रात्यक्षिकच केलेले होते. अशा परिस्थितीत नाना पाटील यांच्यापुढे 'हे स्वातंत्र्य कुणासाठी?' असा प्रश्न पुनःपुन्हा उभा राहणे साहजिकच होते. जेव्हा या स्वातंत्र्यात आर्थिक व सामाजिक समता निर्माण करण्याची योग्य दिशा व वाटचाल त्यांना स्पष्ट दिसेना, तसेच हे स्वातंत्र्य देशातील गोरगरीब, शेतकरी-कामकरी व दलितवर्ग यांच्या प्रगतीसाठी, उद्धारासाठी दिसेना, तेव्हाच नाना पाटील यांनी काँग्रेस पक्षाचा त्याग करून आपल्या ध्येयसिद्धीसाठी शेतकरी-कामगार पक्षात प्रवेश केला आणि शेवटी ते कम्युनिस्ट पक्षाचे सभासद बनले. कम्युनिस्ट पक्षातच आपल्या जीवनाचा ध्येयवाद साध्य करण्यासाठी ते शेवटपर्यंत संघर्षमय जीवन जगत राहिले.

कम्युनिस्ट पक्षात आल्यावर कामगार-आघाड्या, किसान-शेतकऱ्यांच्या

आघाड्या, भूमिहीन-मजुरांच्या आघाड्या अशा अनेक आघाड्यांवर नाना पाटील आर्थिक समता प्रस्थापित करण्यासाठी; कामगार, मजूर व शेतकऱ्यांना आर्थिक न्याय मिळवून देण्यासाठी सतत लढत, संघर्ष करीत राहिले. ते अशा डाव्या विचारसरणीच्या पक्षात आले याला कारण त्यांना आपल्या मूळ ध्येयवादाला प्रत्यक्षात मूर्त स्वरूप द्यावयाचे होते. काँग्रेस पक्षात राहून त्यांना मोठमोठी अशी मान-सन्मानाची पदे भूषविता आली असती; पण त्यात त्यांना आपले जीवन-ध्येय साध्य होण्याची आशा दिसत नव्हती. ते स्वतःकरिता जगत नव्हते, तर ते गोरगरीब, सामान्य जनतेच्या हितासाठी, कल्याणासाठीच जगत होते. म्हणूनच ते डाव्या पक्षात सामील झाले, डाव्या पक्षात आपल्या ध्येयवादाला धरून ते कार्य करू लागले. अर्थात त्यांचा अधिक काळ आर्थिक समता निर्माण करण्याच्या दिशेने खर्च होत होता. आर्थिक समतेतून सामाजिक समता निर्माण होण्याची वाट मोकळी होईल, असेही त्यांना वाटले असावे. वर्गीय दृष्टीतूनच सामाजिक समतेची वाट निर्माण होईल आणि अस्पृश्यता व जातीयता निवारण होईल असेही त्यांच्या विचाराला दिसले असावे. पण आर्थिक समतेतून सामाजिक समता निर्माण होऊ शकत नाही आणि वर्गीय दृष्टीतून जातीयता आणि अस्पृश्यता निवारण होऊ शकत नाही, असा प्रत्यक्षात दैनंदिन समाज व्यवहारातला अनुभव आहे हे खरेच! म्हणूनच नाना पाटलांचा मूळ ध्येयवाद अमलात आणण्यासाठी आज व उद्याही, त्यांच्या सर्वच चाहत्यांनी, त्यांच्या सहविचारवाद्यांनी सतत भगीरथ प्रयत्न केले पाहिजेत, असेच हे मूलभूत प्रश्न आहेत.

क्रांतिसिंह नाना पाटील यांच्या जीवनात त्यांचा असा हा पारमार्थिक समतेकडून सामाजिक व आर्थिक समतेकडे प्रवास झालेला होता, हे त्यांच्या जीवनकार्याचा अभ्यास केला असता दिसते.

❋❋

३७

भारतातील पहिला मार्क्सवादी शेतकरी-नेता

प्रा. बा. ह. कल्याणकर

साहित्यिक, पत्रकार

क्रांतिसिंह नाना पाटील यांचं नाव मी फार लहानपणी ऐकलं. आमचे बापू म्हणजे माझे वडील पारावर गप्पा मारताना 'पत्री सरकार लई भारी सरकार' म्हणून चर्चा करीत असत; त्या वेळी आमचं ते खेळण्याचं वय होतं. तरी ते नाव कोवळ्या मनावर कोरलं गेलं. आमचा कंधार तालुका आणि मन्याडचं खोरं हे क्रांतिकारी खोरं म्हणून प्रसिद्ध आहे. जसं खेळताना, मोठ्या माणसांच्या जवळ बसताना क्रांतिसिंह नाना पाटलांचं नाव इकडून तिकडून मनात रुतत जात होतं, तसंच शेतकरी कामगार पक्षाच्या लढाऊ मोर्चातून, जंगी सभांमधून, धडक मिरवणुकीतून सहभाग घेताना नाना पाटील, प्र. के. अत्रे, एस. एम. जोशी, उद्धवराव पाटील. दाजीबा देसाई अशी नावं मनात उतरत होती. ब्राह्मणेतर चळवळ, संयुक्त महाराष्ट्राची चळवळ हे शेतकरी-कामगार पक्षाच्या चळवळीचे जिव्हाळ्याचे विषय असल्यामुळे अगदी वयाच्या आठव्या, दहाव्या वर्षी ते माझेही आवडीचे विषय बनले होते. अशाच माझ्या चळवळ्या रक्तात क्रांतिसिंह नाना पाटलांचं नाव कोरलं गेलं. नाना पाटलांना आमच्या गावातली मोठी माणसं 'नाना पत्र्या' म्हणत आणि हे नाव ऐकून त्या वेळीच मला या माणसाचं काहीतरी वेगळे अस्तित्व असलं पाहिजे याची कल्पना येत होती. आपल्या स्वतःच्या मर्दुमकीवर क्रांतिसिंह नाना पाटील महाराष्ट्राच्या खेड्यापाड्यांतील शेतकरी-कामकरी जनतेपर्यंत पोहोचलेले होते. तेव्हा आताच्याएवढी वर्तमानपत्रे नव्हती; तरी त्यांचं नाव, त्यांचं कार्य, त्यांची क्रांतिकारी वादळी चळवळ या गोष्टी लोकांच्या जिव्हाळ्याचा विषय बनलेल्या होत्या. हेच त्यांचं मोठेपण

होय असं मी मानतो.

साताऱ्याचं बंडखोर वादळ

क्रांतिसिंह नाना पाटील यांच्या व्यक्तिमत्त्वात एक वादळी पल्ला होता. साताऱ्याच्या बंडखोर मातीत हे वादळ सुरू झालेलं असलं तरी या वादळानं केवळ साताऱ्याच्या मातीतच कुस्ती केली नाही तर अख्ख्या महाराष्ट्राच्या गावरानात, खोपड्याखोपड्यांत वसलेल्या वाड्या-तांड्यात आपलं अस्तित्व जाणवून दिलं. एक अभूतपूर्व असं Mass appealing त्यांच्या व्यक्तिमत्त्वात होतं. मराठमोळ्या वळणाचा शेतकऱ्यांचा आणि कामगारांचा, शोषितांचा आणि कष्टकऱ्यांचा हा रांगडा नेता होता. खऱ्या अर्थाने महाराष्ट्रातील जनतेचे ते Mass Leader होते.

नाना पाटील : एक लोक चळवळ

क्रांतिसिंह नाना पाटील लोकांचे नेते होते. त्यांच्याच भाषेत बोलणारे, घरगुती जिव्हाळा असलेले नेते होते. स्वार्थाच्या सौद्यात हरवणारे आपले लोकशाहीतले नेते यांच्याकडे पाहून आपण नाना पाटलांचं मूल्यमापन करूच शकत नाही. लोकांविषयीची अपार आस्था नाना पाटलांच्या शब्दाशब्दांतून पाझरत असायची. ते त्यांचे केवळ शब्द नसत, तर ते त्यांचं वादळी काळीजच त्यांच्या भाषणातून लोकांच्या हृदयावर धडकत असे. ते लोकांचे आणि लोक त्यांचे कधीच होऊन जात असत. नाना पाटील आणि लोक यांच्यामध्ये अंतराय असा राहातच नसे. सत्तेच्या नशेत कुणी काही काळ लोकांना काबूत ठेवूही शकेल; पण केवळ आस्थेच्या, प्रेमाच्या आणि मायेच्या बळावर लोकांच्या मनावर राज्य करणं ही साधी गोष्ट नाही. नाना पाटलांनी महाराष्ट्राच्या लाखो-लाखो जनतेच्या मनावर हे राज्य केलं. हा लोकांचा नेता स्वतःजवळ जनतेचंच काळीज घेऊन या कार्यात उतरला होता. लोकांच्या काळजात उतरलेली आणि लोकांच्या बळावर चाललेली नाना पाटील एक लोकचळवळच होती असं म्हटल्यास वावगं ठरू नये. त्यांच्या सभांना प्रचंड असा जनसागरच जमत असे. त्यामध्ये प्रामुख्याने शेतकरी, कामगार, मजूर अशी श्रमिक माणसेच अधिक असत. त्यांच्याच भाषेत, त्यांच्याच दुःखांना बुलंद आवाजात ऐकण्यासाठी हजारो माणसे जिवाचा कान करून ते ऐकत असत. अन्यायाच्या, शोषकांच्या, जुलमाच्या रोखानं

त्यांची मुलूखमैदान तोफ तास न् तास बरसत असे. वक्तृत्वाचे, संघर्षाचे, मानवी मूल्यांची हाक असलेले त्यांचे विचार समोरच्या जनसागरात जणू वादळी लाटा पेरत असत. वक्तृत्वाचे सगळे पहाडी गुण या पहाडाएवढ्या रांगड्या नेत्यात होते. सह्याद्रीच्या दऱ्या-खोऱ्यांतून खळखळत वाहणाऱ्या निर्मळ आणि ओघवत्या झऱ्यांची ओढ त्यांच्या प्रत्येक हालचालीतून लोकांना जिंकत असायची. एक झुंज देणारा आणि घेणारा, एक व्यासपीठच वाटावा इतक्या धिप्पाड बांध्याचा, बुलंद व मर्दानी आवाजात सर्व सभांमध्ये गडगडाट करणारा असा मराठ्यांचा दुसरा नेता मी पाहिलेला नाही!

लोकमान्यतेचा सन्मान

शिवाजी महाराज, उमाजी नाईक यांच्या पोवाड्याप्रमाणेच क्रांतिसिंह नाना पाटलांचा पोवाडा माझ्या लहानपणी कितीतरी वेळा मी ऐकला आहे. जनतेची ही किती मोठी मान्यता नाना पाटलांच्या कार्याला मिळाली आहे! राष्ट्रपतींनी दिलेल्या पद्मश्री, भारतरत्न इत्यादी पदव्यांपेक्षा सामान्य जनतेने दिलेली ही मान्यता मी मोठी मानतो. हे मोठेपण व्यावहारिक मानदंडाच्या चाकोरीत बसत नाही. अशा गौरवाला शब्दांत मांडता येत नाही. अशा माणसांचं कार्य शब्दांच्या पलीकडे भिडलेलं असतं. नाना पाटलांचं आयुष्य हाच न थांबणारा क्रांतीचा प्रवास होता, न शमणारा वणवा होता. ज्या मातीत ते घडले, वाढले त्या मातीची आणि त्या मातीत आपलं आयुष्य रंगवणाऱ्या श्रमिक माणसांची पत वाढावी यासाठी त्यांनी आपलं अख्खं आयुष्य क्रांतीच्या प्रवाहात झोकून दिलं.

सामान्य माणूस हाच क्रांतीचा प्राण

'शेतकऱ्यांच्या झोपडीपाशी जाऊन त्यांच्या चुलीवरची भाकर खाऊन ढेकर देणारा राजर्षी शाहू' यांच्या चळवळीचं पाणी पिऊन वाढलेले नाना पाटील म्हणूनच मला मोहवून टाकतात. 'उपाशी लोकांना कोंड्याच्या भाकरीची सोय करण्याअगोदर या दहांच्या पोळीवर साजूक तूप वाढा असा ओरडा करणाऱ्यांना रयतेची कितपत कळकळ आहे हे उघड आहे' असा सवाल छत्रपती राजर्षी शाहूंनी, आपली मक्तेदारी जात आहे म्हणून शाहूंच्या कार्यावर टीका करणाऱ्या धर्ममार्तंडांना चपखलपणे

केला होता. तीच रग 'श्रमजीवि लोकांच्या मुखात चार सुखाचे घास पडतील तर मी संतृप्त आहे' या नाना पाटलांच्या कळकळीत सापडते. या देशातल्या सामान्य कष्टकरी रयतेच्या वाट्याला भाकरी आणि भाकरीबरोबर तेलात कालवलेले तिखट व मीठ मिळावे ही त्यांची मागणी होती. घाम गाळणाऱ्या माणसाला पोटभर अन्न हा त्याचा हक्क म्हणून मिळावा अशी मागणी करणारे क्रांतिसिंह नाना पाटील हे भारतातले पहिले मार्क्सवादी शेतकरी होते. शेतकऱ्यांचे नेते होते. शेतकऱ्यांच्या-कामकऱ्यांच्या जीवनात क्रांती झाली पाहिजे, हीच त्यांच्या साऱ्या कृतींची प्रेरणा होती. महात्मा फुले यांनी सामाजिक, आर्थिक शोषणातून मुक्तता मिळवणारी चळवळ उभी केली. 'शेतकऱ्यांचा आसूड' मोकळा करून शेतकऱ्यांच्या प्रश्नांना वाचा फोडली. राजर्षी शाहूंनी शेतकऱ्यांच्या झोपडीपर्यंत राजवाडा पोहोचविण्याचे काम केले. याच विचारांच्या आभाळाखाली उभे राहिलेले नाना पाटील सच्चे असे मार्क्सवादी शेतकरी होते. शेतकऱ्यांच्या भाषेत शेतकऱ्यांना मार्क्स समजावून सांगणारे ते भारतातील पहिले असे शेतकऱ्यांचे नेते होते. सामान्य माणसाला पोटभर अन मिळावे याच तत्त्वात त्यांना अभिप्रेत असलेली क्रांतीची दिशा स्पष्ट होते. गरीब आणि शोषित माणूस हाच त्यांना अभिप्रेत असलेल्या क्रांतीचा आशय होता. सामान्य माणसांच्या मोबदल्यात त्यांना कोणतीच तडजोड मान्य नव्हती. सामान्य माणसांच्या जीवनात आनंदाचे दिवस पेरणे हेच त्यांचे तत्त्वज्ञान होते. कोणत्याही स्वरूपाची पोथीनिष्ठा त्यांच्या या क्रांतिकारी कृतीला थांबवू शकली नाही, रोखू शकली नाही; याच दिशेने नाना पाटील आपले आयुष्य वेचत होते. कोणत्याही साचेबंद सांगाड्याच्या सापळ्यात अडकून पडून, चर्चेचा घोळ घालून प्रत्यक्ष कृतीला बगल देण्याचा उद्योग त्यांनी कधीही केला नाही. त्यांचं नेतृत्व आंधळ्या ध्येयवादाच्या आहारी जाणारं नव्हतं आणि सत्तेच्या हव्यासापोटी स्वतःचा स्वाभिमान गहाण टाकणारं भ्रष्ट राजकारणही त्यांनी चुकून कधी केलं नाही.

कोयनेच्या मातीवरचा भूकंप

मराठी माती ही उद्रेकी माती आहे. कोयनेच्या भूगर्भात काय अन् कोयनेच्या मातीवर जगणाऱ्या माणसांच्या उरात काय भूकंप असल्याच्या

सबळ खुणा राजर्षी शाहू, कर्मवीर भाऊराव पाटील आणि क्रांतिसिंह नाना पाटील यांच्यासारख्या ध्येयवादी वादळाच्या गर्जनांतून स्पष्ट दिसतात. आपल्या जनतेची योग्यता वाढविण्यासाठी धडपडणारी ही माणसे भारतीय लोकशाहीच्या रोपाला फुलविण्यासाठी येथील समाजमनाची मशागत करीत होती. सामान्य माणसाला लढ्याच्या मैदानात आत्मविश्वासानं उभा राहता येईल याची काळजी घेऊनच नाना पाटलांनी आपलं कार्य निश्चित केलं होतं.

मैदानी व मर्दानी सिंह

१९४२ च्या लढ्यात काँग्रेसमध्ये राहून अग्रभागी असलेले बंडखोर नाना पाटील काँग्रेसच्या हातात सत्ता येऊनही तिच्यामध्ये रमले नाहीत. सामान्य माणसांच्या शोषणाचा अंत करणाऱ्या मार्क्सवादी विचारांची कास त्यांनी जाणीवपूर्वक धरली. पुढे मरेपर्यंत कुठेच तडजोड केली नाही. ते ज्या भारतीय कम्युनिस्ट पक्षात राहिले आणि त्याच पक्षात कार्य करीत आले त्या पक्षातही त्यांना अंतर्गत संघर्ष करावा लागत होता. बाहेर सत्ताधाऱ्यांशी संघर्ष आणि आत पक्षातल्या 'ऑर्थाडॉक्स' प्रवृत्तीशी झुंज असा त्यांना लढा द्यावा लागत होता. तथापि, त्यांची ही धडपड पिंजऱ्यातल्या सिंहाची नव्हती, तर मैदानात गर्जना करणाऱ्या मर्दानी सिंहासारखी ती विजिगीषु चाल होती.

सर्वांगसुंदर गुणांचा सुरेल संगम

क्रांतिसिंह नाना पाटलांचं नेतृत्व राजकारणातला आणि समाजकारणातला, समाजातला आणि पक्षातला असा चौफेर संघर्ष करणारं होतं. जेवढा संघर्ष प्रखर तितकी त्यांच्या व्यक्तिमत्त्वाला तेजस्वीपणाची झळाळी येत होती. एक वणवा निर्माण करील इतका दाहक निखारा त्यांच्या व्यक्तिमत्त्वात फुलत असे. वादळी नेतृत्व, क्रांतिकारी कर्तृत्व, प्रलयंकारी वक्तृत्व आणि लोण्याहूनही मऊ असं सर्वांगसुंदर व्यक्तिमत्त्व यांचा सुरेल असा संगम मला क्रांतिसिंहांइतका अन्यत्र दिसत नाही. असला तरी तो अपवादच म्हणावा लागेल.

सत्यशोधक पद्धतीने अगदी साध्या वातावरणात आपले स्वतःचे लग्न उरकून घेऊन समाजक्रांतीची कृती आपल्या स्वतःपासून त्यांनी सुरू केली. 'आधी केले मग सांगितले' हाच खाक्या त्यांनी आयुष्यभर

स्वीकारला होता. शोषकांच्या राजधानीला सुरुंग लावल्याशिवाय श्रमिक माणसांची ताकद उभी राहणार नाही असा त्यांचा स्पष्ट विचार होता. म्हणूनच पुरोहितशाही, भांडवलशाही, ब्रिटिश पद्धतीची नोकरशाही आणि आपलाच माणूस ओरबाडणारी सरंजामशाही याविरुद्ध त्यांनी घणाघाती प्रहार केले.

स्वातंत्र्याच्या बाजूने शेतकऱ्यांचा उठाव

सातार्‍याचं प्रति-सरकार हे नाना पाटलांचं लोकविलक्षण असं धाडसच होतं. ब्रिटिश सत्तेला एक जबरदस्त असा तो धक्काही होता आणि धोकाही होता. क्रांतिसिंह नाना पाटील प्रति-सरकारच्या निर्मितीमुळं राष्ट्रीय पातळीवर चाललेल्या आणि आंतराष्ट्रीय राजकारणाचे लक्ष वेधून घेत चाललेल्या स्वातंत्र्य चळवळीतले पराक्रमी असे सेनानीच बनले. ब्रिटिश सरकारसमोर ते एक आव्हान म्हणूनच खंबीरपणे उभे राहिले. या चक्रीवादळाला कुठं गाठावं आणि कसं कोंडावं असा प्रचंड प्रश्नच त्यांच्यामुळे उभा राहिला. निजामाची राजवट असलेल्या मराठवाड्यातल्या खेड्यापाड्यांतल्या जनतेपर्यंत नाना पाटील पोहोचले ते याच प्रति-सरकार लोकभाषेत. 'पत्री सरकार' या लोकलढ्यामुळेच. प्रति-सरकारची चळवळ ही सामान्य माणसांची ब्रिटिश सरकारविरुद्धची जळजळीत अशी प्रतिक्रिया होती. स्वातंत्र्याच्या बाजूनं शेतकऱ्यांनी केलेला नियोजनबद्ध असा तो उठावच होता.

केवळ भारताच्याच नव्हे तर जगाच्या इतिहासात याची 'शेतकऱ्यांचा स्वातंत्र्याच्या बाजूने झालेला उठाव' अशीच नोंद करावी लागेल. छत्रपती शिवाजी महाराजांच्या आभाळाएवढ्या स्वराज्याची प्रेरणा नाना पाटलांच्या या कृतीवर पडल्याचे स्पष्ट जाणवते. नाना पाटलांची ही ऐतिहासिक कृती होती. पारतंत्र्याच्या काळात स्वातंत्र्यासाठी इतकं धाडसी बंड फार कमी ठिकाणी पाहायला मिळते. स्वतःचे सरकार स्थापन करावे ही साधी आकांक्षा बाळगणंही हा जिथं गुन्हा होता, तिथं क्रांतिसिंह नाना पाटलांनी 'समांतर सरकार' स्थापना करणारी आणि भारतीय जनतेच्या राजकीय गुलामगिरीचा अंत करणारी प्रत्यक्ष कृती करून साम्राज्यवादी ब्रिटिश सत्तेच्या मनात धडकी निर्माण केली. हे त्यांचे काम केवळ राजकीय नाही तर ऐतिहासिक स्वरूपाचे आहे. हे कार्य

भारतीय स्वातंत्र्याच्या इतिहासाचा प्राण असेल असं मानणाऱ्यांपैकी मी आहे.

लोकमुक्तीसाठी उभ्या केलेल्या या लोकयुद्धात तळागाळातली शेतकरी रयत सहभागी झाली होती ही घटनाच मुळी इतिहास निर्माण करणारी आहे!

अनेक वॉरंटांवर स्वार झालेला नेता

तासगावच्या तहसील कचेरीवर नाना पाटलांच्या नेतृत्वाखाली पहिला मोर्चा निघाला. तहसील कचेरीवर राष्ट्रध्वज लावण्यास व सरकारी अधिकाऱ्यांना राष्ट्रीय सरकारचे नोकर म्हणून गांधी टोपी घालावयास लावण्यास त्यांनी भाग पाडले. 'भारत छोडो' या घोषणेनं नाना पाटलांतला तरुण हा चळवळीचं वादळ म्हणूनच साताऱ्याच्या ग्रामीण जीवनात क्रांतीचं चैतन्य भरू लागला. सातारा जिल्ह्याच्या ग्रामीण परिसरातली माणसं हातात भाले-कुऱ्हाडी घेऊन त्यांच्यामागे धावत निघाली. दऱ्या-खोऱ्यांतून स्वातंत्र्याचे जयघोष निनादू लागले. नाना पाटलांच्या अंगातलं वादळवारं कितीतरी वेगानं सर्वत्र दणाणत होतं. सरकार या वाऱ्याला रोखू शकत नव्हतं अथवा थांबवू शकत नव्हतं. ब्रिटिश सरकारनं नाना पाटलांना पकडण्यासाठी वॉरंटावर वॉरंट्स काढली; पण नाना पाटील या वॉरंटांवर स्वार होऊनच 'करेंगे या मरेंगे' या आवेशात शेतकऱ्यांसमोर तीन तीन तास बोलत होते. जनतेचा उस्फूर्त असा पाठिंबा त्यांच्या चळवळीला मिळालेला मोठा आधार होता; त्यामुळे ते पोलिसांना हुलकावण्या देऊ शकले. शेतकऱ्यांच्या मळ्यांमध्ये, माळावर, घराच्या माळ्यावर लपून बसत होते. शेतकऱ्यांना स्वातंत्र्याच्या बाजूनं ओढत होते. सतत चार वर्षे नाना पाटील ब्रिटिश साम्राज्याला चकवत होते. आपल्या चळवळीची ब्रिटिशांच्या मनात धडकी भरवत होते. जनतेचं मन सांभाळत होते. दरोडेखोरांचा बंदोबस्त करीत होते. अशा अनेक आघाड्या त्यांना या काळात सांभाळाव्या लागल्या. नाना पाटलांच्या धाडसी नेतृत्वामुळे, त्यांच्यातल्या प्रखर स्वातंत्र्यसेनानीमुळे, त्यांच्याबद्दल भल्याबुऱ्या कहाण्या रचल्या जाऊ लागल्या. त्यांच्या व्यक्तिमत्त्वाला एक लोकविलक्षण असं वलय प्राप्त झालं. सातारा जिल्ह्यातून ब्रिटिशांना पळता पाय काढावा लागला. ब्रिटिश सरकारचं अस्तित्वच तेथून हद्दपार

झालं. इतका तडाखा नाना पाटलांच्या तडफदार नेतृत्वानं ब्रिटिशांना दिला होता.

शोषणाविरुद्ध लढा

क्रांतिसिंह नाना पाटलांच्या व्यक्तिमत्त्वात नानाविध गुणांचं आणि तत्त्वांचं मिश्रण झालेलं होतं; त्यामुळे त्यांच्या व्यक्तिमत्त्वाला अद्‌भुतरम्यता प्राप्त झाली होती. मराठा कुटुंबात जन्मलेले. सर्व घर वारकरी संप्रदायाच्या संस्कारात वाढलेलं. दर महिन्याला त्यांच्या वडिलांची पंढरीची वारी चुकत नसे. नाना पाटील हे पोर इतकं अवखळ निघालं की, पंढरीच्या वाऱ्या करण्याऐवजी चळवळीचं वादळवारं बनून येरवड्याच्या जेलच्या वाऱ्या करू लागलं. स्वातंत्र्य मिळाल्यानंतर ते सांगत असत, "ब्रिटिशांविरुद्ध आम्ही जो लढा दिला, तो ब्रिटिश माणसांविरोधी म्हणून नाही तर त्यांची पिळून खाण्याची, शोषण करण्याची प्रवृत्ती मोडून काढण्यासाठी दिला. स्वतंत्र भारतातही अशाच पिळून खाण्याच्या प्रवृत्तीविरुद्ध, स्वकीयांच्या बेछूट वर्तनाविरुद्ध आम्ही लढा देत राहणार आहोत." पुढे आपल्या भाषणाच्या धबधब्यात ते सांगत असत, "आमचं स्वातंत्र्य रात्रीच्या वेळी गुपचूप आलं, त्याचा अंधार अजून चहूकडं पसरला आहे. खरं स्वातंत्र्य तेव्हाच आलं असं आपण समजू, जेव्हा शेतकऱ्यांना आणि मजुरांना सर्व सुखं मिळतील." शोषण करणाऱ्या व्यापाऱ्यांना आणि भांडवलदारांना उद्देशून ते म्हणत असत, "आमचं धान्य वाळत टाकलेलं असताना बकऱ्या, शेळ्या, मेंढ्या त्या उघड्यावर पडलेल्या धान्यावर चरतात. आमच्या आळशीपणामुळे त्यांना हाकलून लावण्याची हयगय होते. चरू देत त्यांना. क्रांतीच्या देवीला नैवेद्य दाखविण्यासाठी या बकऱ्यांना आम्ही कापणारच आहोत!"

भाकरीचे अध्यात्म

क्रांतिसिंह नाना पाटलांमध्ये वारकरी मृदुता, गांधीवादी सच्चेपणा आणि मार्क्सवादी प्रखरता मोठ्या चपखलपणे एकत्र गुंफली गेली होती; त्यामुळे मला ते भारतातले पहिले मार्क्सवादी शेतकरी नेते वाटतात. एकदा त्यांनीच सांगितलं होतं,

"ऋषीमुनींना मी जरूर प्रणाम करतो. आम्हा सामान्य माणसांना अध्यात्मबिध्यात्म काही कळत नाही. आम्हाला कळते ते भाकरीचे

अध्यात्म आणि ते सांगणारा ऋषी कार्ल मार्क्स झाला. म्हणून मी कट्टर काँग्रेसवादी असूनसुद्धा कार्ल मार्क्सच्या वेदाचा अभ्यास करीत आहे. कार्ल मार्क्स माझ्या हृदयाला सारखा आव्हान देत असतो.''

मार्क्सवादी शेतकरी

१९४२ च्या चळवळीनंतर क्रांतिसिंह नाना पाटलांची वर्षे खूपच धावपळीत गेली. १९४६ च्या दरम्यान त्यांच्या आयुष्यातील बदलत्या कालखंडाला सुरुवात झाली. स्वातंत्र्य मिळाले. काँग्रेस पक्ष सत्तेवर आला आणि या पक्षाचे भांडवलशाहीकडे जाणारे स्वरूप प्रकट होऊ लागले. हे लक्षात येताच सामान्य माणसांच्या दुःखांशी बांधिलकी स्वीकारलेले नाना पाटील काँग्रेस पक्षात थांबणे शक्यच नव्हते. त्यांनी काँग्रेस पक्षाचा त्याग केला. ते शेतकरी-कामगार पक्षात दाखल झाले, शेतकरी-कामगार पक्षात त्यांच्यावर मार्क्सवादी विचारांचा खूपच प्रभाव पडला. शेतकऱ्यांच्या जीवनात क्रांती झाली पाहिजे हा ध्यास त्यांना अगोदरपासूनच होता. त्याचं चिंतन, मनन आणि जीवन शेतकऱ्यांचंच झाल्यामुळे शेतकऱ्यांची संस्कृती समृद्ध करणं यासाठी त्यांनी खूपच परिश्रम केले. साम्यवाद आल्याशिवाय शेतकऱ्यांचे, कामगारांचे शोषण थांबणार नाही याची खात्री होताच ते कम्युनिस्ट पक्षात दाखल झाले आणि भारतात कम्युनिस्टविरोधाचे वारे वाहात असतानाही नाना पाटलांच्या लोकप्रियतेला ओहोटी अशी कधीच लागली नाही.

समाजवादी भारतात समाजवादी महाराष्ट्र कणखरपणे उभा करण्याचं एक सुंदर स्वप्न नाना पाटील पाहात होते. समाजवादावरची त्यांची निष्ठा अढळ होती. 'मी कम्युनिस्ट म्हणूनच मरेन' अशी त्यांची श्रद्धा होती. कोणतीही गोष्ट मनापासून करणे हे शेतकरी माणसाचे वैशिष्ट्य असते. शेतकरी हा आपल्या शब्दाचा पक्का असतो. आपली पत सांभाळण्याची तो फार काळजी घेतो. नाना पाटील हाडाचे शेतकरी होते. हा सच्चा मार्क्सवादी शेतकरी होता. चीनचे भारतावरील आक्रमण म्हणजे त्या वेळी कम्युनिस्ट पक्षावर फार मोठा आघात होता. कम्युनिस्टांना देशभर त्यांच्याविषयीच्या असंतोषाला तोंड द्यावे लागत होते. त्या वेळी क्रांतिसिंहांमधील शेतकरी उसळून सांगत होता, ''महाराष्ट्राचा शेतकरी वीतभर बांधाकरिता रक्त सांडतो, दिवाणी कोर्ट करतो, वळचणीचे

पाणी कसे वाहात राहील यासाठी झगडतो; तो शेतकरी चीन आपली शीव ओलांडू पाहील तर गय करील काय? चीन शिवेच्या आत आल्याचे नुसते जाहीर होऊ द्या मग पक्ष असो - समिती असो, परवानगी द्या की न द्या - मी स्वतः शिवेवर झगडायला धावून जाईन!'' असा रांगडा, असा दणदणीत शेतकऱ्यांचा आवाज चिनी आक्रमणाविरुद्ध गर्जत होता. शेवटी त्यांच्या अंगात शेतकऱ्याचं रक्त होतं आणि बुद्धीत मार्क्स होता आणि म्हणूनच क्रांतिसिंह मला मार्क्सवादी शेतकरी वाटतात, माळकरी शेतकरी नव्हे.

गुलामगिरीच्या भावनेला खुडून टाकून शेतकऱ्यांच्या अंगात शिवछत्रपतींनी स्वराज्याचं स्वप्न पेरलं. महाराष्ट्रातला शेतकरी तीच जाज्वल्य परंपरा सांभाळून आहे याचा प्रत्यय नाना पाटलांनी आणून दिला. साताऱ्याचं प्रति-सरकार ही स्वातंत्र्यासाठी आसुसलेल्या जनतेची मागणी होती. साताऱ्याचा फेटेवाला माणूस मुखात स्वातंत्र्याचा जयघोष आणि हातात स्वातंत्र्याचा झेंडा घेऊन शेतकऱ्यांचं आत्मतेज सलामत ठेवत होता.

क्रांतिसिंह नाना पाटील सातारा जिल्ह्यातीलच नव्हे तर जवळच्या जिल्ह्यातील लक्षावधी स्वातंत्र्येच्छू जनतेचे नेते, 'पत्री सरकारचे' प्रवर्तक होते. या सरकारने सातारा जिल्ह्यातून इंग्रजी अंमल उधळून लावला. अशा प्रकारचा चमत्कार महाराष्ट्रातील साताऱ्याचाच शेतकरी करू शकला. या प्रति-सरकारने ब्रिटिश सरकारचे हातच कलम केल्यामुळे या जिल्ह्यातील शेतकऱ्यांवर हात उगारण्याची ब्रिटिश सरकारची हिम्मतच झाली नाही. या सरकारने दुसरे महायुद्ध थांबताच या जिल्ह्यातल्या क्रांतिकारी शेतकऱ्यांची कंबरडी मोडण्याचा मनसुबा केला; पण या जिल्ह्यातील शेतकरी इतका मर्द की, सरकारी अत्याचाराच्या ज्वालामुखीचे तोंड बंद करण्याची उमेद ठेवून या लढ्यात तो कायम उभा राहिला, डगमगला नाही. महाराष्ट्रातला शेतकरी भ्याड नाही, हे साताऱ्याच्या मर्द मावळ्यांनी क्रांतिसिंह नाना पाटलांच्या नेतृत्वाखाली सिद्ध केले आहे!

**

३८

क्रांतिसिंह नाना पाटील आणि आजचा काळ

डॉ. भारत पाटणकर

सामाजिक चळवळीतील कार्यकर्ते व श्रमिकांचे, विस्थापितांचे नेते

आज क्रांतिसिंह नाना पाटील आपल्यात नाहीत. आपल्यात आज आहेत त्या त्यांच्या विचारांच्या, कार्याच्या स्मृती. क्रांतिसिंहांसारखी माणसे अमर होतात ती त्यांच्या कार्यामुळे आणि विचारांमुळे! आजच्या काळात या विचारांचा आणि त्यांनी त्यांच्या कार्यातून घालून दिलेल्या आदर्शांचा संदर्भ, त्याचे महत्त्व आपल्याला शोधायचे आहे. आजच्या परिस्थितीत क्रांतिसिंहांसारखे कार्य पुढे नेण्यासाठी काय करावे लागेल, याचा विचार त्यांच्याच विचारांच्या संदर्भात करायचा आहे.

क्रांतिसिंहांच्या विचारांची आणि कार्याची मूलतत्त्वे काय होती या आधारावरच आपल्याला हा विचार करावा लागेल.

अण्णांची मूळ घडण सत्यशोधक परंपरेमध्ये झाली होती. आज शालेय पुस्तकांमधून आणि सर्वसाधारण समजुतीमध्ये म. फुले यांच्या सत्यशोधक मांडणीचा व कार्याचा अर्थ फारच संकुचितपणे लावला जातो. जोतिबांचा विचार केवळ बहुजन दलित जाती-जमातीच्या मुलांना आणि मुलींना शिकविण्यापर्यंत मर्यादित नव्हता. अस्पृश्यांना पाण्याचा हौद खुला करून देण्याच्या मर्यादेत सुधारणा करणारा नव्हता. तो जातीव्यवस्था समूळ मोडण्याची आणि स्त्रियांचे शोषण संपवून स्त्री-मुक्ती साधण्याची भूमिका मांडणारा विचार होता. दुसऱ्या बाजूला कष्ट करणाऱ्या शेतकऱ्यांची शोषणमुक्ती होण्याची दिशा मांडणारा आणि पर्यावरणाच्या निरोगी संतुलनाची भूमिका घेऊन पाणी-जमीन संबंधांची शास्त्रीय मांडणी सुरू करणारा विचार होता. जोतिबांच्या विचारांवर आधारित कार्य करणाऱ्या लोखंडे या सत्यशोधकाने मुंबईला कामगारांची

पहिली संघटना बांधली, हासुद्धा काही अपघात नव्हता.

क्रांतिसिंहांच्या घडणीवर या सत्यशोधक परंपरेचा प्रभाव होता. याचा अर्थ त्यांनी जोतिबांचे सर्व लिखाण वाचले होते असा नाही. त्यांचा जन्म ज्या येडेमच्छिंद्र गावी झाला त्या गावाचा, आजच्या कऱ्हाड-वाळवा तालुक्याचा परिसर हा सत्यशोधक चळवळीचे एक केंद्र होता. इथे अनेक गावांत सत्यशोधक जलसे चालत होते. या वातावरणातून झालेले संस्कार हीच अण्णांची शिदोरी होती; त्यामुळे केवळ ब्रिटिशांच्या गुलामीतून स्वतंत्र व्हायचे एवढेच सर्वसाधारण उद्दिष्ट ठेवून क्रांतिसिंह चळवळीत उतरू शकत नव्हते. ब्राह्मणी सरंजामशाही-जातिव्यवस्था मोडण्यासह स्वातंत्र्यच त्यांना अपेक्षित होते. कामगार, शेतमजूर, दलित, शेतकरी व स्त्रिया इत्यादींना शोषणापासून मुक्त करणारे स्वातंत्र्यच त्यांना पाहिजे होते.

म्हणूनच इंग्रजांना घालवून भारतीय भांडवलदार, जमीनदार आणि ब्राह्मणी धुरीण यांच्या हाती सत्ता देणारे स्वातंत्र्य १९४७ साली मिळालेले पाहिल्यावर त्यांनी काँग्रेस पक्षाला राम राम ठोकला.

काँग्रेस पक्ष हा सत्ताधारी भांडवली वर्गाचा पक्ष झाल्यामुळे तो पक्ष सोडून क्रांतिसिंह थांबले नाहीत. कामगार - कष्टकऱ्यांच्या मुक्तीचे ध्येय समोर ठेवणाऱ्या शेतकरी कामगार पक्षात त्यांनी पुढाकाराने भाग घेतला. नंतर शेतकरी कामगार पक्षापेक्षाही अधिक क्रांतिकारक जास्त शास्त्रीय भूमिका घेणारे असे जे पक्ष त्यांना वाटत गेले त्याप्रमाणे त्यांच्याबरोबर राहण्याची भूमिका त्यांनी घेतली. कामगार किसान पक्ष आणि नंतर भारतीय कम्युनिस्ट पक्ष असा त्यांचा प्रवास झाला.

आयुष्याच्या अखेरपर्यंत अण्णांनी कोणत्याही भांडवली पक्षाशी कधीही सोयरीक केली नाही. यशवंतराव मोहिते, तुळशीदास जाधव, जेधे-मोरे यांसारखे लोक एकापाठोपाठ एक काँग्रेसमध्ये गेले तसे करण्याचे क्रांतिसिंहांच्या मनाला शिवणेही शक्य नव्हते. भांडवली दलाबरोबर किंवा जातीयवादी संघटनांबरोबर आघाड्या करणेसुद्धा त्यांच्या सत्यशोधक लढाऊ पिंडात बसणारे नव्हते. डावपेचांच्या आणि निवडणुका लढविण्यासाठी केलेल्या 'करामतींच्या' नावाखाली भांडवली व्यक्तीशी किंवा काँग्रेसमधल्या गटांशी आघाडी करणे हा त्यांच्या व्यवहाराचा भाग होऊ शकत नव्हता. सर्वांशीच चांगले संबंध ठेवून अजातशत्रू राहण्याचा

प्रयत्न करणारे त्यांचे व्यक्तिमत्त्व नव्हते. ते आयुष्याच्या अखेरपर्यंत ब्राह्मणी जातीयवादी शक्तींचे, जमीनदारशाहीचे आणि भांडवलदार वर्गाचे आणि त्यांच्या सर्व पक्षांचे कट्टर शत्रू म्हणूनच जगले. यामुळेच १९३० सालापासून १९७६ साली त्यांची अखेर होईपर्यंत एक सर्वहारा पूर्णवेळ कार्यकर्ता म्हणून त्यांनी स्वाभिमानी जीवन कंठले. जनतेने त्यांना वाढविले, जनतेने व जनतेच्या कार्यकर्त्यांनी त्यांना पोसले.

आजच्या काळात क्रांतिसिंहांकडून काही शिकायचे असेल तर हा धोरणात्मक कणखरपणा शिकला पाहिजे. व्यक्तिगत आचरणाच्या पातळीवरसुद्धा मूल्यांच्या बाबतीत तडजोड न करण्याची वृत्ती शिकली पाहिजे. ज्या सत्यशोधक परंपरेत त्यांचा मूळ पिंड घडला त्या परंपरेचे, विचारांचे जागरण तर आज अत्यावश्यक झाले आहे. म. फुले यांच्या मूलभूत विचारांचा धागा मजबूत करून तो विचार अनेक अंगांनी विकसित करण्याची आज आवश्यकता आहे. सत्यशोधक विचारांपासून ते प्रखर स्वातंत्र्यवादी होणे आणि पुढे शास्त्रीय समाजवादी विचारांपर्यंत पोहोचणे हा त्यांचा प्रवास अखंड क्रांतिकारक बदलांचा भाग होण्याचाच आहे. आजच्या काळातला क्रांतिकारी विचार विकसित करण्यास स्फूर्ती देणारेच हे उदाहरण आहे.

देशाच्या किंवा जगाच्या परिस्थितीचे पृथक्करण करून, त्या आधारावर जनतेच्या क्रांतीची एक व्यूहरचना मांडून या मांडणीच्या आधारावर क्रांतिकारी पक्ष संघटित करण्याची एक प्रक्रिया असते. अशा स्वयंघोषित क्रांतिकारी संघटना मग कामगार-कष्टकरी जनतेच्या समस्यांच्या संदर्भात तिला संघटित करायला सुरुवात करतात. क्रांतिकारी चळवळ संघटित होण्याची ही एक प्रक्रिया आहे. या प्रक्रियेत धुरिणत्व करणारे कार्यकर्ते बौद्धिक पातळीवर विचार पटून चळवळीकडे येतात.

दुसरी प्रक्रिया जनतेच्या स्वयंस्फूर्त हालचालींमधून घडणारी आहे. कष्टकरी समाजाचा भाग म्हणून जी दुःखे भोगावी लागतात; यातना आणि समस्यांना तोंड द्यावे लागते त्या अनुभवांतून बंड करून उठणारी काही माणसे तयार होतात. इतिहासाच्या ओघात व्यवस्थाविरोधी मूल्यांच्या आणि विचारांच्या ज्या परंपरा जनमानसात तग धरून असतात, त्या परंपरा व विचारच या माणसाच्या बंडखोर प्रवृत्तींचा आधार असतात. ही माणसे कष्टाच्या जीवनातून, जनतेतून आणि जनतेला व्यवस्थाविरोधी

संघटित करतच वाढतात; पुढारीस्थानी जातात.

क्रांतिसिंह नाना पाटील हे या दुसऱ्या प्रक्रियेतून वाढलेले पुढारी कार्यकर्ते होते; त्यामुळेच ते कष्टकरी जनतेच्या भावना तिच्याच शब्दांत, तिच्या अनुभवविश्वाच्या परिघात आणि त्याचबरोबर क्रांतिकारी विचारांच्या पायावर मांडू शकत होते. त्यांची मांडणी जनतेला 'घरची' मांडणी वाटत होती, याचे हेच कारण आहे.

शास्त्रीय समाजवादी विचारांच्या पायावर समाजाचे पृथक्करण करणे, अभ्यास करणे आणि या पायावर क्रांतिकारी चळवळीची दिशा ठरविणे अत्यावश्यक आहे; पण हे विचार जनजीवनाच्या जिवंत झऱ्याशी नाते सांगणारे नसतील तर चळवळ उभी राहू शकत नाही, कारण हे विचार विचारवंतांचे विचार म्हणून पुढे येतात आणि तसे ते असतातही याचसाठी जनजीवनाच्या संघर्षमय जीवनातून पुढे येत जाणारे विचार आणि सैद्धान्तिक निष्कर्ष यांचा मिलाफ, यांचे एकत्रीकरण होण्याची आवश्यकता असते. या प्रक्रियेत सैद्धान्तिक विचारामधील अनेक चुका दुरुस्त होऊ शकतात आणि जनतेच्या संघर्षमय जीवनातून, अनुभवविश्वातून पुढे येणाऱ्या रसरशीत विचारांना शास्त्रीय आधार मिळू शकतो. क्रांतिसिंहांसारखे पुढारी कार्यकर्ते विकसित झाल्याशिवाय अशी प्रक्रिया घडूच शकत नाही.

आजच्या काळात हे समजून घेण्याला अनन्यसाधारण महत्त्व आहे. आज एका बाजूला समाजवादाचे साचेबंद फॉर्म्युले यांत्रिकपणे मांडत जनचळवळीत काम करणारे अनेक कार्यकर्ते प्रामाणिकपणे काम करताना दिसतात. दुसऱ्या बाजूला जनजीवनातील जिवंत हालचालींची, नव्या अंकुरांची, नव्या समस्यांची नोंदसुद्धा न घेता सिद्धान्ताची मांडणी करणारी चळवळीची धुरीण मंडळी दिसतात. या दोन्हींच्या मिलाफामुळे हजारो वर्षांपूर्वी भूमीत गाडल्या गेलेल्या आणि हजारो वर्षे जशाच्या तशा अवस्थेत राहिलेल्या एखाद्या वृक्षासारखी अवस्था प्राप्त झाली आहे. भांडवलदारांचे जग प्रचंड वेगाने बदलत आहे. नवी रूपे घेऊन परिस्थितीला मूलभूतरीत्या नव्या प्रकारे आकार देत आहे. अशा वेळी ही आपापल्या कोशात घट्ट होऊन बसणारी अवस्था चळवळीला मृत्यूकडे नेणारीच ठरणार. क्रांतिसिंहांचे उदाहरण समोर ठेवले तर अशाही परिस्थितीतून क्रांतिकारी विचारांचे नवे, ताजेतवाने अंकुर तरारून उठू

शकतात. तसे व्हायचे झाले तर क्रांतिसिंह नाना पाटील यांच्याप्रमाणेच जनजीवनाचा सतत वाहणारा संघर्षमय प्रवाह अंगी बाणवून नव्या विचारांच्या घडणीला सुरुवात केली पाहिजे. साचलेल्या डबक्यांना स्वच्छ, जोमदार प्रवाहाचा भाग बनवून व्यापक प्रवाहामध्ये रूपांतरित करण्याचे सामर्थ्य क्रांतिसिंहांच्या जीवनाच्या शिदोरीत नक्कीच आहे.

(क्रांतिसिंह नाना पाटील स्मरणिकेतून)

**

व्यापारी, दलाल, सावकार यांच्यावर प्रखर हल्ले!

"नाना पाटलांचा केवळ लाचार व रूढीप्रिय वतनदारांवरच हल्ला होई असे नाही, तर इंग्रज साम्राज्यशाहीचे हस्तक बनलेले सरंजामदार, इंग्रजांचा पक्का माल भारतात विकणारे भारतीय व्यापारी व दलाल, या व्यापाराच्या व दलालीच्या बळावर पैसा कमवून सावकारी करणारे सावकार आणि आपले बुद्धिसामर्थ्य इंग्रजी साम्राज्याच्या नोकरीत खर्ची घालणारे देशी सरकारी अधिकारी ही सर्व मंडळी नाना पाटलांच्या प्रखर हल्ल्याचे लक्ष्य बनत होती, कारण या सर्वांकडून पिळला जात होता ग्रामीण शेतकरी. गरीब शेतकरी अधिकच दरिद्री बनत गेला. कर्जबाजारी झाला. या शेतकऱ्यांचे दारिद्र्य घालवायचे झाले तर वर उल्लेख केलेल्या मंडळींचा मुख्य आश्रयदाता इंग्रज या देशातून घालवला पाहिजे ही वैचारिक भूमिका नाना पाटलांनी राष्ट्रीय स्वातंत्र्याच्या चळवळीत आणली. त्यांच्या इंग्रजविरोधाला अशा प्रकारचा नेमकेपणा होता; त्यामुळे ते व काँग्रेसचे इतर नेते यांच्यातील फरक चटकन डोळ्यांत भरत असे. याच कारणामुळे ते १९३२ सालापासून इतर कोणाही नेत्याशी फारसे समरस झालेले दिसत नाहीत. याच तत्त्वानुसार साताऱ्यात जेव्हा प्रति-सरकार निर्माण झाले, तेव्हा इंग्रजी सत्तेच्या आश्रयाने वाढलेल्या व स्वजनांची पिळवणूक करणाऱ्या उपरनिर्दिष्ट हितसंबंधितांवर घाव घातले गेले."

– भाई जी. डी. लाड

३९

क्रांतिसिंह नाना पाटील : मूलभूत परिवर्तनाचे उद्गाते

प्रा. डॉ. बाबूराव गुरव

सामाजिक चळवळीचे अभ्यासक व कार्यकर्ते, लेखक

बृहन्महाराष्ट्रातील श्रमिक जनता आपल्या या लाडक्या नेत्याची जन्मशताब्दी त्याच्या त्यागाला, शौर्याला, समर्पण वृत्तीला, तळमळीला आणि ध्येयवादाला साजेशा पद्धतीने साजरी करावी या प्रामाणिक हेतूने व्यापक हालचालींचे मनसुबे रचते आहे. मुंबईच्या कामगार चळवळीतील नाना पाटलांचे एक सहकारी, बहुजनांच्या शिक्षण प्रसाराच्या चळवळींमधील कर्मवीर भाऊराव पाटलांचे अनुयायी, रयत शिक्षण संस्थेचे विद्यमान उपाध्यक्ष आणि एक त्यागी, विनम्र सत्शील समाजप्रबोधक श्री. बाळकृष्ण रावजी तथा बाळकू मोहिते यांच्या अध्यक्षतेखाली एक कमिटी सध्या कार्यरत आहे. क्रांतिवीर नागनाथअण्णा नायकवडी यांच्या अध्यक्षतेखाली एक समिती सुरुवातीला प्रादेशिक पातळीवर आणि पुढे राष्ट्रीय पातळीवरच्या कार्यक्रमांचे संयोजन करते आहे. मुंबईचे कामगार जगत, सर्व डावे, समाजवादी आणि कम्युनिस्ट पक्ष, इचलकरंजीमध्ये शांताराम गरुड यांच्या नेतृत्वाने चाललेली समाजवादी प्रबोधिनी, क्रांतिअग्रणी जी. डी. बापू लाड यांच्या नेतृत्वाखालील विविध संस्था, महाराष्ट्रातील नियतकालिके, आकाशवाणी, दूरदर्शन, प्रकाशन संस्था, तासगावची 'परिवर्तन परिक्रमा', पुण्याची 'क्रांतिसिंह नाना पाटील ॲकॅडमी' अशा संस्था, चळवळी क्रांतिसिंह नाना पाटलांची जन्मशताब्दी एका विद्रोही, लोकसांस्कृतिक चळवळीच्या रूपाने साजरी करण्याचे मनसुबे रचत आहेत. थोडक्यात, समोरचे वर्ष महाराष्ट्राच्या मातीत समाजवादाच्या आग्रही, तैलजस्पर्शी मांडणीचे जाग्रण घालणार असे उत्साही चित्र सध्या तरी दिसते आहे. अशा वेळी क्रांतिसिंह नाना पाटलांच्या युगप्रवर्तक व्यक्तिमत्त्वाचा मूलग्राही

वेध घेणे आवश्यक ठरते.

संस्कारी जडणघडण

नाना रामचंद्र पाटील यांचा जन्म ३ ऑगस्ट १९०० रोजी त्यांचे आजोळ बहे, ता. वाळवा, जि. सांगली (जुना दक्षिण सातारा) येथे झाला. त्यांचे गाव येडेमच्छिंद्र, ता. वाळवा हे होय. नाना पाटलांच्या वडिलांचे नाव रामचंद्र पिसाळ पाटील, तर आईचे नाव गोजराबाई. पिसाळ पाटलांच्या वाड्यात माणसांची ददात नव्हती. सारेजण कष्ट करून गुण्यागोविंदाने नांदत होते. रामचंद्र पाटलांना सदाशिव, महादेव, राघू असे तीन भाऊ होते. त्यांची बायका-मुले असे एकत्र कुटुंब. रामचंद्र पाटलांना मोठा नाना, त्याच्या पाठीवर ज्ञानू व दादा आणि शेवटची मुलगी गंगूबाई अशी चार मुले. पोटापुरती शेती, गाई-म्हशींचे खिल्लार, घराणे कष्ट करून, खाऊन-पिऊन सुखी. श्रीमंत नव्हे, समृद्ध! छोटे कष्टकरी शेतकरी. वाड्याला सुसंस्कार, वारकरी संप्रदाय, शाकाहार, कुस्ती अशा परंपरांचा वारसा. गावात, परिसरात शेतकऱ्यांत प्रतिष्ठा लाभलेली.

नाना पाटलांना पाळण्यातच पंढरपूरची माळ घालण्यात आलेली. संत तुकारामांच्या, गाडगे महाराजांच्या विद्रोही वारकरी परंपरेचे सखोल संस्कार बालपणीच नाना पाटलांवर झालेले. बालपणीच नाना पाटलांना व्यायाम आणि कुस्तीची दीक्षा मिळालेली. कीर्तने, भजने, सप्ताह, जन्मोत्सव, पुराणकथा वाचन, सोंगी भजने, प्रवचने यांच्या संस्कारांत नाना पाटील वाढले. पुढे महाराष्ट्रभर गाजलेले, आपल्या ग्रामीण बाज आणि ढंगाने झळकलेले नाना पाटलांचे नवरसाने बहरलेले पहाडी वक्तृत्व आणि क्रांतिकारी नेतृत्व या संस्कारसत्रातच विकास पावले. कुस्ती आणि व्यायामाबरोबरच धावणे, आखाडा खोदणे, दोरीवरून चढ-उतार करणे, झाडावर चढणे, डोंगरदऱ्या धुंडाळणे, कबड्डी, खो-खो, सूर-पारंब्या, लाठी, काठी, बोथाटी चालविणे, दांडपट्टा चालविणे, दगडी गुंड उचलणे, घोड्यावरून रपेट मारणे याचे बाळकडू कृष्णाकाठच्या बहुतेक मुलांना मिळत होते तसेच नाना पाटलांना मिळाले. दूध, दही, ताक, लोणी, तूप, गहू, केळी, आंब्यासारखी फळे, मक्याची कणसे, हरभऱ्याचे डहाळे, गूळ, काकवी, मध अशा वस्तू लाडक्या मुलांना देताना मोजमाप करण्याची करंटी पद्धत पारतंत्र्यातल्या मराठी मुलखात

नव्हती; त्यामुळे नाना पाटील भराभर वाढत गेले. बालपणी गुटगुटीत असणारे बाळ यौवनात पिळदार, गोटीबंद बनले. लालजर्द, गोरा वर्ण, लाल मातीने जोपासलेली लखलखीत रेशमी, नाजूक त्वचा. "मनगट दणकट, बळकट छाती, हातात रूमणं एकीचं" हे क्रांतिगीत लिहिताना अमर शेखांच्या समोर क्रांतिसिंहांचं बलदंड व्यक्तिमत्त्वच असणार. नाना पाटलांची उंची पाच फूट नऊ इंच होती. छाती बेचाळीस इंच, वजन शहाण्णव किलो. त्यांचा रोजचा आहार चार माणसांना सरणार नाही एवढा होता. ते पहाटे चारला जागे व्हायचे, लंगोट कसून टपऽऽटप घाम पडेपर्यंत व्यायाम करायचे. थंड पाण्याच्या पाच-दहा बादल्या अंगावर ओतून घ्यायचे. तरुण वयात दोन तास व्यायाम, दोन तास कुस्ती करायचे, कृष्णेचा महापूर लीलया ओलांडून पलीकडे जायचे. प्रसंगी डोंगर-दऱ्यांतून सलग तीस-चाळीस मैल चालायचे, हजारोंच्या गर्दीतून शेकडो पोलिसांच्या हातावर तुरी देऊन नाहीसे व्हायचे. तासन् तास गर्दीला झुलवणारी, त्वेष, रागाने बेभान करणारी भाषणे करत राहायचे.

त्या काळात बहुजन समाजात म. जोतिराव फुले यांच्या प्रभावातून शिक्षणाचे नवे वारे सुरू झाले होते. काही जाणकार पालक आपल्या मुलांना शिकविण्याचा रोमांचकारी छंद जोपासत होते. कोल्हापूरच्या शाहू महाराजांनी सुरू केलेल्या शिक्षण प्रसाराच्या कामाचे काही परिणाम परिसरात जाणवत होते; पण उत्पादक हितसंबंधांच्या रूपात बहुजन समाजाने अजूनही शिक्षण स्वीकारले नव्हते. सर्वदूर शिक्षणाच्या सुविधा उपलब्ध नव्हत्या. मुलांना शिकणे आवडत नव्हते. सातवीची परीक्षा देण्यासाठी शंभर/शंभर किलोमीटर अंतरावर जिल्ह्याच्या ठिकाणी जावे लागत होते. तरीही आजीच्या आग्रहामुळे आणि स्वतःच्या प्रयत्नांतून सातवी पासपर्यंतचे शिक्षण त्यांनी पूर्ण केले. त्या काळात ग्रामीण शेतकऱ्यांत एवढे शिक्षण म्हणजे फारच झाले असे मानले जायचे. नाना पाटील पहिली दोन वर्षे गावातच शिकले. पुढची दोन वर्षे एका रामदासी बुवाबरोबर राहून दुधोंडी या गावात त्यांनी शिक्षण घेतले. पुढे जुने खेड आणि बहे येथे पाहुण्यांच्या घरी राहून, दररोज दहा किलोमीटर चालत जाऊन नाना पाटलांनी पाचवी ते सातवीपर्यंतचे शिक्षण पूर्ण केले. आपल्या विद्यार्थीदशेत नाना पाटलांनी भरपूर वाचन आणि लेखन केले.

त्यांचे हस्ताक्षर मोत्यासारखे सुंदर होते. नियमितपणे डायरी लिहिण्याचा छंद त्यांनी जोपासला होता. वाचलेल्या पुस्तकांच्या संदर्भात ते मुद्देसूद नोट्स काढत असत. राजकीय, सामाजिक, आर्थिक आणि वारकरी संप्रदायाच्या संदर्भातील अनेक उपलब्ध पुस्तके त्यांनी शिस्तबद्धपणे अभ्यासली होती.

अव्वल दर्जाचे तत्त्वचिंतक आणि वक्ते

नाना पाटील मूलतःच अभ्यासू, चिंतनशील प्रवृत्तीचे; संशोधकाला आवश्यक अशी चिकित्सा वृत्ती लाभलेले. तर्कशुद्ध, विज्ञाननिष्ठ पद्धतीने विचार करणारे, गंभीर, तत्त्वनिष्ठ व्यक्ती होते. त्यांचे चारित्र्य, समर्पण वृत्ती, तळमळ, तलस्पर्शी विचारपद्धती आणि ध्येयवाद हे सारे गुण अव्वल दर्जाच्या तत्त्वचिंतक बंडखोर क्रांतिकारकाचे त्यांनी जाणीवपूर्वक जोपासलेले, घडविलेले, विकसित केलेले व्यक्तिवैभव होते. नाना पाटलांचे चळवळीत येणे आणि जनतेच्या विश्वासाला पात्र क्रांतिनेता बनणे हा अपघात नव्हता, योगायोग नव्हता. क्रांतिसिंह काळावर आरूढ झालेले क्रांतिकारक नव्हते; आपल्या कार्यपरिसरात त्यांनी दीर्घकाळ व्रतस्थ राहून केलेल्या तपश्चर्येचे ते फळ होते.

खादीचा साधा पांढराशुभ्र लांबसडक नेहरू शर्ट, खादीची सैलसर बांधलेली लुंगी, डोक्यावर कधी गांधी टोपी, कधी कोल्हापुरी पहिलवानी पद्धतीचा पटका हाच त्यांचा सततचा वेष राहिला १९२० ते १९३० या काळात काही वेळा अपवाद म्हणून त्यांनी उंची मलमलचे धोतर, चायना सिल्कचा शर्ट, उलनचा कोट, कोशा-पटका किंवा मंदील वापरला. पायात महागडे बूट वापरले; पण ते काही काळच! नाना पाटील सतत ग्रामीण ढंगाच्या स्वतः कमावलेल्या अस्सल गावरान गावठी भाषेत बोलत राहिले. विनोदी पद्धतीने विषय मांडणीची शैली त्यांनी विकसित केली होती. आपले व्याख्यान त्यांनी दीर्घसूत्रावर बेतलेले असे. सैलपणे सोप्या गोष्टी, विनोदी किस्से, लोककथा सांगत सांगत आपले स्वीकृत प्रमेय ते श्रोत्यांच्या गळी उतरवत राहत. त्यांच्या भाषणाचा प्रभाव व्यापक, सखोल आणि दीर्घकाळ टिकणारा असायचा; त्यात हसू, खेद, विषाद, टीका, आत्मभान, आत्मविश्वास, लोकनैतिकतेचा आदर, दंभस्फोटकता, संस्कृतीचे दर्शन, शोषणमुक्तीची आस,

अन्यायाविरुद्धची चीड अशी एकाहून एक आयुधे असायची. हे व्याख्यान ऐकणे हा एक स्वतंत्र अनुभव असायचा. ''अंतरीचे धावे स्वभावे बाहेरी'' असे त्याचे रूप असायचे. ''बुडती हे जन देखवेना डोळा'' या भूमिकेने नाना पाटील बोलत राहायचे; त्यामुळे श्रोता त्यांचा अनुयायी बनायचा.

नाना पाटलांच्या शब्दांवर फिदा होऊन अनेकांनी हौतात्म्य पत्करले, कितीतरी लोकांनी आयुष्यभराचे दारिद्र्य आणि कष्ट सहन केले. नाना पाटलांच्या शब्दांना मंत्राचे सामर्थ्य लाभले ते शब्दांच्या पाठीमागच्या सात्त्विकतेमुळे, स्वराच्या पाठीमागच्या थरथरणाऱ्या भावनेमुळे, विनोदाच्या पाठीमागच्या विषण्ण करणाऱ्या विषादामुळे.

नाना पाटलांचे हे रूप त्यांच्या हयातीत भल्याभल्यांना उमगले नाही. काहींना उमगले; पण रुचले नाही. काहींना ते गावठी वाटायचे. काहींना ते वेळखाऊ वक्ते वाटायचे. काहींना त्यांचा बहुजनवादी ध्येयवाद बोचायचा. असे लोक नाना पाटलांविषयी काही काही बोलत राहायचे. त्यांच्याविरोधात आघाडी उघडायचे. काही लोक त्यांच्या सभा उधळण्याचा अयशस्वी प्रयत्न करायचे. या साऱ्याच्या पाठीमागे छुपा व्यक्तिद्वेष असायचा; पण तो कोणाच्याही बाबतीत यशस्वी झाला नाही. नाना पाटलांच्यावर मनापासून प्रेम करणाऱ्या सर्वदूरच्या कष्टकरी जनतेने हे सारे कुटिल डाव उधळून लावले आणि नाना पाटलांना जनतेचा 'क्रांतिसिंह' बनविले.

काही लोकांनी नाना पाटलांना मनस्ताप दिला; पण अनेकांनी त्यांचा सदैव आदरच केला. पं. जवाहरलाल नेहरू नाना पाटलांचा सदैव सन्मान करायचे. त्यांचे ऐसपैस व्यक्तिमत्त्व नेहरूंनी मुळातून समजून घेतले. १९३२ साली कऱ्हाडच्या सभेत नेहरूंनी नाना पाटलांचे दीर्घ भाषण ऐकले आणि ''जब ऐसे पहेलवान हमारे साथ हैं, तो अब दिल्ली कितनी दूर है?'' असा सवाल श्रोत्यांनाच विचारला होता. राममनोहर लोहिया नाना पाटलांच्यावर मनापासून प्रेम करायचे. एके ठिकाणी नाना पाटलांविषयी ते म्हणाले. ''ये आदमी कभीकभी बोलते वक्त जादा गुस्सा करता है । ये पोलिटिशियन कम और क्रांतिकारी जादा है । अगर ये आदमी थोडासा गुस्सा पी जायेगा तो पुरे भारत का नेता होगा।'' ऐन चळवळीच्या काळात आपला जीव धोक्यात घालून, भाऊसाहेब नेवाळकरांना बरोबर घेऊन अच्युतराव पटवर्धन नाना पाटलांना भेटायला, त्यांच्याबरोबर

बोलायला कुंडलला आले होते. साने गुरुजी, डॉ. बाबासाहेब आंबेडकर, गाडगेमहाराज, कॉ. एस. ए. डांगे, एस. के. लिमये, कर्मवीर दादासाहेब गायकवाड, आचार्य अत्रे, मास्टर विनायक अशा कितीतरी मोठ्या मंडळींनी नाना पाटलांना आदर, प्रेम, स्नेह आणि सदिच्छा दिल्या होत्या.

प्रति-सरकारचा नेता

१९४२ च्या 'चले जाव'च्या लढ्यानंतर सातारा जिल्ह्यात ऐतिहासिक स्वरूपाचे 'प्रति-सरकार' उभे राहिले. हे प्रति-सरकार छोट्यामोठ्या अठरा गटांत विभागले होते. या चळवळीत जीवावर उदार होऊन हत्यार घेऊन उठलेले पाचशेच्या वर क्रांतिकारक संघटित झाले होते. या लढ्यात अनेकजण हुतात्मे झाले. क्रांतिवीर नागनाथअण्णा नायकवडी यांच्या एका गटातील हुतात्मा किसन अहिर, नानकसिंग, बाबूराव कोकाटे आणि प्रताप पाटील हे हुतात्मे झाले. या सर्व हुतात्म्यांनी आणि क्रांतिकारकांनी प्रति-सरकारचे प्रमुख प्रेरणादायी नेते म्हणून क्रांतिसिंह नाना पाटलांनाच मान्यता दिली. कॉ. दत्ता देशमुख आणि क्रांतिवीर नागनाथअण्णा नायकवडी यांनी क्रांतिसिंह नाना पाटलांच्या मान-सन्मानांना आपल्या श्वासाहून अधिक महत्त्व दिले. लोकशाहीर अण्णाभाऊ साठे यांनी आपल्या वगनाट्यातील नायक उभा करताना क्रांतिसिंह नाना पाटलांचे व्यक्तिमत्त्वच समोर ठेवले होते.

श्रमिकांचा कैवारी

बालपणापासून नाना पाटील जिज्ञासू, अतिसंवेदनशील, झुंजार होते. ते सतत फिरत असत. ते कमालीचे माणूसवेडे होते. नवी नवी माणसे जोडणे, त्यांच्या व्यथा-वेदना, प्रश्न तासन्तास ऐकून घेणे, हे प्रश्न कसे सोडविता येतील याचा विचार करणे, मार्ग सुचला की, तो प्रश्न सोडविण्याची चळवळ सुरू करणे, माणसे पेटविणे, त्यांना कृतिशील बनविणे, प्रश्न मार्गी लावला की, नेतृत्वाचा सातबारा सांभाळत तेथेच बसून न राहता नव्या, अधिक अवघड प्रश्नाकडे मरणाच्या तयारीने झेपावणे ही त्यांची कार्यपद्धती होती. खेड्यातला छोटा कष्टकरी-शेतकरी, शेतमजूर, बलुतेदार, स्त्रिया, दलित, फिरत्या जमाती, मुंबईतला कामगार हा त्यांचा खरा जीवनसखा होता. १९५७ साली या गरीब

कष्टकऱ्यांनी नाना पाटलांना खासदार म्हणून दिल्लीला पाठविले. १९६७ साली बीड जिल्ह्यातल्या ऊसतोडणी मजुरांनी नाना पाटलांना पोत्याने मते दिली आणि पुन्हा लोकसभेत पाठविले. हमालाच्या बैलगाडीत बसून लोकसभेकडे जाणारा हा एकमेव खासदार होता. कॉ. इंद्रजित गुप्ता, कॉ. गीता मुखर्जी, साथी नाथ पै, साथी मधू लिमये, राम मनोहर लोहिया अशा तरुण खासदार नेत्यांच्या चांगल्या भाषणांना गहिवरून साद घालणारे नाना पाटील एक भावनाप्रधान लोकप्रतिनिधी होते.

नाना पाटलांचे बालपण विविध चळवळींच्या प्रभावक्षेत्रात गेले. त्यांच्या बालपणी शाहू महाराजांनी कोल्हापुरात समतेचे, विधायकतेचे अनेक प्रयोग सुरू केले होते. बालपणी नाना पाटलांवर संत तुकारामांच्या विद्रोही विचारांचा प्रभाव पडला. पुढे सत्यशोधक चळवळीच्या आणि तत्त्वज्ञानाच्या प्रभावात येऊन नाना पाटील फुलेवादी बनले. १९१४ साली महर्षी विठ्ठल रामजी शिंदे यांच्या नेतृत्वाखाली खेड, ता. वाळवा, येथे शेतकऱ्यांची मोठी परिषद झाली. १९१६ साली महाराष्ट्रात डेक्कन पार्टी नावाचा बहुजनांचा राजकीय पक्ष आकार घेऊ लागला. पुढे या पक्षाचे ब्राह्मणेतर पक्षात रूपांतर झाले. १९१९ साली कर्मवीर भाऊराव पाटलांनी काले, ता. कऱ्हाड येथे रयत शिक्षण संस्थेची स्थापना केली. याच वर्षी महाराष्ट्रात शाहू राजे आणि पुढे १९२२ साली मद्रासमधून पेरियार यांनी जातीय निवाड्याची मागणी केली. माणगावच्या परिषदेमध्ये शाहू राजांनी डॉ. बाबासाहेब आंबेडकरांचा सत्कार केला. भारताच्या राजकारणात म. गांधींनी प्रवेश केला. याच काळात भारतीय कम्युनिस्ट पक्षाची स्थापना झाली. बाबासाहेबांनी भारतीय राजकारणात प्रवेश केला. गाडगे महाराज पश्चिम महाराष्ट्रात कीर्तनाचे फड गाजवू लागले. या सर्व घटनांचा तरुण नाना पाटलांच्या मनावर अनुकूल परिणाम घडत होता. शिक्षण संपवून सत्यशोधक चळवळीचा पूर्णवेळ कार्यकर्ता म्हणून ते काम करू लागले. एक झंझावाती प्रबोधक कार्यकर्ता म्हणून ते गावोगावी सभा गाजवू लागले. अंधश्रद्धा निर्मूलन, फुले पद्धतीचे लग्न, दारूबंदी, शेटजी-भटजींच्या शोषणातून बहुजनांची मुक्ती, कर्मकांडांना, उपास-तापासांना फाटा देण्याचा आग्रह, साक्षरताप्रसार, स्त्रीशिक्षण, शिक्षणप्रसार, अस्पृश्यता निर्मूलन, भावकीतील भांडणे टाळणे, उत्पादकता, काटकसर अशा विषयांवर भर देऊन नाना

पाटील बोलत राहत.

विरागी जहाल क्रांतिकारक

१९२२ साली दुधोंडीच्या नलवडे घराण्यातील आक्काताई यांच्याबरोबर त्यांचा विवाह झाला. संसार सुरू करण्यापूर्वी नाना पाटलांनी आपल्या सहचारिणीला साक्षर बनविले. पुढे आक्काताई साक्षरतेचे स्त्रियांचे वर्ग चालवू लागल्या. आजीच्या आग्रहाखातर नाना पाटलांनी कऱ्हाड तालुक्यातील सुर्ली व वाठार या गावांत काही दिवस तलाठ्याची नोकरी केली. लवकरच नोकरी सोडून ते पूर्णवेळ राष्ट्रीय चळवळीचे कार्यकर्ते म्हणून मैदानात उतरले. १९२८ ते १९३२ हा काळ अनेक अर्थांनी त्यांची कसोटी पाहणारा ठरला. त्यांच्या व्यक्तिगत जीवनात सुख-दुःखाचे अनेक प्रसंग या काळात आले. १९२६ साली त्यांची कन्या हौसाताईंचा जन्म झाला. १९३० साली त्यांना एक मुलगा झाला; पण तो अल्पायुषी ठरला. त्यांच्या पत्नी आक्काताई यांचेही अकाली निधन झाले. त्यांच्या मार्गदर्शक आणि भावनिक आधार असणाऱ्या आजी वारल्या. आपली छोटी मुलगी लहान बंधू दादा पाटील यांच्या हवाली करून नाना पाटील घरदार, संसार, प्रपंच, व्यक्तिगत हितसंबंध यातून पूर्ण मुक्त झाले. एक विरागी जहाल क्रांतिकारक, राष्ट्रवादी कार्यकर्ता म्हणून साऱ्या परिसरात क्रांतीच्या ठिणग्या पेरत ते झंझावाताप्रमाणे फिरू लागले. १९३२ ते १९४२ या दहा वर्षांत नाना पाटील आठ वेळा तुरुंगात गेले. येरवडा हेच त्यांचे माहेरघर झाले. सक्तमजुरीच्या शिक्षेने त्यांची कार्यक्षमता वाढविली. तुरुंगाच्या शाळेत अभ्यासवर्गांतून, चर्चेतून इतर क्रांतिकारकांच्या अनुभवांच्या देवाण-घेवाणीतून, वाचनातून नाना पाटील घडत राहिले. तुरुंगात त्यांना नरेंद्र देव, आचार्य जावडेकर, जयप्रकाश, अच्युतराव पटवर्धन, एस. एम. जोशी, नानासाहेब गोरे इत्यादी अनेक नेत्यांचा सहवास लाभला. साने गुरुजी, विनोबा भावे भेटले. सचिंद्रनाथ संन्याल यांचे 'बंदीजीवन', जोसेफ मॅझिनी, थॉमस पेन यांची चरित्रे, शहीद भगतसिंगांचा 'अखेरचा संदेश', 'ए. बी. सी. ऑफ सॅबोटाज' असे क्रांतिकारी ग्रंथ वाचायला मिळाले.

१९४२ च्या 'चले जाव' लढ्याचे प्रभावी लोकसंघर्षपर्व ओसरल्यानंतर नाना पाटलांच्या प्रेरणा, प्रभाव आणि मार्गदर्शनातून 'सातारचे प्रति-

सरकार' ३ ऑगस्ट १९४३ पासून सुरू झाले. मे १९४६ पर्यंत जिद्दीने ते चालविले. ४४ महिन्यांच्या या भूमिगत काळात नाना पाटलांना अनेक वेळा अग्निपरीक्षा द्यावी लागली. मृत्यू अनेक वेळा त्यांना स्पर्श करून गेला. सदासर्वकाळ यश-अपयश, सुख-दुःख, जीवन-मृत्यू यांचा पाठशिवणीचा खेळ त्यांना पाहावा लागला. खोलेवाडी, खेड, दुधोंडी, कुंडल, कुंभारगाव, चिखलगोठण, पारे, आटपाडी असा भूमिगत मुक्कामांचा प्रवास चालू असताना चिखलगोठण येथे इनामदारांच्या वाड्यातून पांडुरंग गुरवांच्या बसक्या पत्र्याच्या भुसकाटाच्या घरात राहावे लागे. चाचड, डास चावून अंगाला खाज सुटू लागली. एक नाग अनेक वेळा आढ्यावरून सळसळत जायचा. बाहेर ब्रिटिश पोलिसांच्या बुटांचे आवाज ऐकू यायचे. तब्येत पूर्ण बिघडलेली. आता आपण जगत नाही असे त्यांना वाटू लागले. नाना पाटलांनी आपल्या कार्यकर्त्यांना बोलावून घेतले आणि सांगितले. "आता माझे काही खरे नाही! काळ जवळ आलेला दिसतोय! काही भलेबुरे घडलेच तर रडत बसू नका, मी मेलो असे कुणालाही सांगू नका! एकट्या सुरेश बाबूला (नाथाजी लाड) बोलावून घ्या! गुपचूप शांतपणे अंत्यविधी उरका! मी अचानक नाहीसा झालो, पळून गेलो; मी जिवंत आहे. चळवळ वाढविण्यासाठी इतरत्र गेलो आहे; गुप्तपणे तुमच्या संपर्कात आहे असे सांगत राहा! देश स्वतंत्र होईपर्यंत असेच सांगत राहा! मी मेलो असे कळले तर माझी लढणारी पोरे अस्वस्थ होतील, धीर सोडतील. आपल्या चळवळीचा घात होईल. तेवढे होऊन देऊ नका!"

कष्टकऱ्यांच्या चळवळीत अग्रेसर

१५ ऑगस्ट १९४७ नंतर एक-दोन वर्षे नाना पाटील शेतकरी कामगार पक्षात राहिले. काही काळ लाल निशाण पक्षात राहिले. १९५३ साली ते भारतीय कम्युनिस्ट पक्षात दाखल झाले. या पक्षाच्या व्यासपीठावरून अखेरपर्यंत कामगार कष्टकऱ्यांच्या चळवळीत अग्रेसर राहिले. इस्कसमार्फत रशियाचा दौरा केला. संयुक्त महाराष्ट्राची चळवळ, चीनविरोधी युद्ध, अखिल भारतीय किसान सभा, अखिल भारतीय शेतमजूर सभा, भूमिहीन शेतकऱ्यांची चळवळ, कामगार चळवळ, महार वतन मुक्तीची चळवळ, धरणग्रस्त चळवळ अशा कष्टकऱ्यांच्या

सर्व आघाड्यांवर ते अखंडपणे लढत राहिले. तब्येत बरी नसतानासुद्धा आणीबाणीविरोधी लढणाऱ्यांना प्रेरणा देत राहिले.

वाळव्यातील शेतकऱ्यांनी प्रतिकूलतेवर मात करून वृद्ध, विकलांग क्रांतिसिंहांची अतिशय चांगली सेवा केली; पण मधुमेहाने त्यांना अस्वस्थ बनविले. मिरजेला डॉ. आनंदराव गायकवाडांच्या दवाखान्यात मृत्यूशी झुंज देत असताना आम्हा कार्यकर्त्यांना ते म्हणाले, "मृत्यूला अनेक वेळा चकविले; पण आता ते शक्य नाही. आम्ही आयुष्यभर ज्या प्रवृत्तींशी झुंजलो, त्या तशाच आहेत. खऱ्याखुऱ्या स्वातंत्र्याच्या शोधाचा लढा अधिक तीव्र करा. भांडवलशाही, शोषण, गुलामी नाहीशी करा! अज्ञान, दारिद्र्य, विषमता, अंधश्रद्धा, अनारोग्य आणि व्यसन अशा समाजशत्रूंचा निःपात करा! स्त्रिया, दलित यांना समता मिळाली पाहिजे. जातीभेद संपेपर्यंत लढले पाहिजे. तुम्हाला खरेखुरे स्वातंत्र्य मिळवायचे असेल तर संत तुकारामांच्या भाषेत म. फुले, कार्ल मार्क्स यांचे विचार कष्टकरी वर्गात पेरा! मी जात सोडीन; पण कष्टकऱ्यांची धरलेली पात सोडणार नाही अशी प्रतिज्ञा करा! लढत राहा! विजय आपलाच आहे!"

(साधना : ३१ जुलै १९९९ मधून)

**

क्रांतिसिंहांची अभ्यासू वृत्ती

"नाना पाटील अत्यंत अभ्यासू होते. या त्यांच्या गुणाची त्या काळात बहुतेक लोकांना कल्पना नव्हती, कारण त्यांचे वाचन कसल्याही प्रकारचा गाजावाजा न करता होत असे. सभा, समारंभ, मिरवणुका इ. वगळता उरल्या वेळात कुठल्यातरी खोलीच्या कोपऱ्यात पसरलेल्या पथारीवर बसून मुकाट्याने व संथपणे त्यांचे वाचन चालू राही. रोजचा प्रवास हा त्यांच्या बारशालाच पुजला होता; परंतु प्रवासातही पुस्तकांचे आणि वर्तमानपत्रांचे बोचके सोबतीला असायचेच. थोडीशी फुरसत मिळाली की, बोचके उघडले जाई."

-कॉ. श्रीनिवास सरदेसाई

४०
क्रांतिसिंहांची त्रिविध रूपे

टी. डी. लाड

सामाजिक कार्यकर्ते

क्रांतिसिंह नाना पाटील हे ४२च्या क्रांतिलढ्यातील झुंजार सेनानी म्हणून ओळखले जातात; परंतु याहीपेक्षा त्यांचे एकूण जीवन आणि कार्य विचारात घेतल्यानंतर ब्रिटिश आमदानीत सातारच्या प्रति-सरकारचे संस्थापक म्हणून त्यांच्या कार्याचे महत्त्व जितके आहे, तितकेच त्यांच्या अगोदरच्या आणि नंतरच्या कार्याचेही आहे; परंतु हे कार्य फारसे उजेडात येऊ शकलेले नाही. क्रांतिसिंहांच्या कार्याचे मूल्यमापन करावयाचे झाले तर त्यांचे संपूर्ण चरित्र विचारात घ्यावयाला हवे आणि त्यांचे चरित्र म्हणजे केवळ एका व्यक्तीची कथा नसून त्या काळातील सामाजिक, राजकीय, आर्थिक स्थितीचे दर्शन घडविणाऱ्या इतिहासाची ती कथा आहे.

देशभक्त नाना पाटील

ग्रामीण भागातील सर्वसामान्य विद्यार्थ्यांच्या वाट्याला येणारे सुख-दुःख नाना पाटलांच्या वाट्याला आले होते. वारकरी पंथातील दोन वेळचा घास खाणाऱ्या कुटुंबातील या मुलाला शाळेसाठी इष्टमित्रांच्या, पै-पाहुण्यांच्या गावांतून ७ वीपर्यंतचे शिक्षण घ्यावे लागले. पुढे तलाठ्याची नोकरी धरली; पण नोकरीत त्यांचे मन रमले नाही. मुळातील बंडखोर वृत्तीमुळे ते सत्यशोधक समाजाच्या चळवळीकडे ओढले गेले. त्या सत्यशोधक विचारांतूनच त्यांनी आपल्या अडाणी पत्नीस साक्षर केले.

याच सुमारास मध्यमवर्गीयांमध्ये असलेली काँग्रेसची चळवळ शेतकरी, कष्टकरी यांच्यामध्ये घेऊन जाण्याची गांधीजींची मोहीम सुरू झाली. सत्यशोधक समाज चळवळीचे काम करणारे केशवराव जेधे, जवळकर

यांनी बहुजन समाजाने काँग्रेसमध्ये यावे म्हणून प्रचार सुरू केला. नाना पाटील स्वतः काँग्रेसमध्ये सहभागी झालेच; पण इतरांनीही काँग्रेसमध्ये यावे म्हणून प्रचार करू लागले. काँग्रेसचे त्यांनी वेडच घेतले. त्या पायी तलाठ्याची नोकरी सोडून दिली. शेवरीच्या उंच काठीला झेंडा बांधून गावात शिरायचे आणि 'म. गांधीकी जय', 'भारतमाता की जय' अशा घोषणा द्यायच्या. सभोवती शाळकरी मुले जमायची, त्यांना गाणी शिकवायची आणि त्या बालचमूला घेऊन 'या गरिबांनो या, झेंडा हाती घ्या, काँग्रेसची हाक तुमा हाय हो' अशी गीते गात गावभर फिरायचं. चावडीसमोर जमून भाषण द्यायचं. तोपर्यंत आजूबाजूला माणसं जमलेली असायची. बाया-बापड्या दाराआड उभ्या राहून कौतुकानं बघायच्या; ऐकायच्या. सावकारी व सरकारी जुलमांच्या कथा ऐकून एखादा म्हातारा चरफडायचा. अनुभवलेलं सारं त्याच्या डोळ्यांपुढे तरळू लागयचं. एखादी म्हातारी 'तलाठ्याची नोकरी गेली म्हणून याचं डोकं फिरलंय' असं म्हणून कळवळायची; अनेक तरुण पोरं त्यांच्या भाषणानं आणि घोषणांनी भारावून जायची; पण गाव सोडताना शेवटी उरणार ते एकटे नाना पाटीलच!

सरकारविरुद्ध चाललेल्या प्रचारमोहिमेचा परिणाम म्हणून नाना पाटलांना अटक व्हायची. शिक्षा भोगायची आणि पुन्हा प्रचाराची मोहीम सुरू व्हायची. आता त्यांचं थोडसं कौतुक होऊ लागलं. गावात सभा व्हायची म्हणून कुणीतरी हौशी एखादी गॅसबत्ती देऊ लागला; पण आपल्या अंगावर सरकारची बिलामत नको म्हणून तो दूर असायचा. नाना पाटलांनी घोंगड्याची खोळ करून डोक्यावर बत्ती घ्यावी आणि गावभर दवंडी देत फिरावं. 'आज रात्री जेवल्यावर चावडीम्होरं नाना पाटलाची सभा हाय हो ऽऽऽ' एखादा खेडूत त्यांनाच विचारायचा, 'खरंच नाना पाटील आलेती काय हो?' नाना पाटील म्हणायचे, 'व्हय व्हय आलेत, तुमी सभेला या.' दवंडी संपता संपता चावडीसमोर यावं. लोक आजूबाजूला टवकारून बसलेले असत. पुढे यायला कोणीच तयार नसायचं. नाना पाटलांनी बत्ती चावडीच्या पायरीवर ठेवावी, घोंगडीवर झेंड्याची काठी टेकवावी, शड्डू मारून 'भारतमातेचा', 'गांधीबाबाचा' जयजयकार करावा आणि मग छत्रपतींचा पराक्रम सांगावा, काँग्रेसचे धोरण व कार्यक्रम मांडावा. व्यवहाराच्या दोन गोष्टी सांगून,

व्यसनांत बुडू नका, सावकारीत अडकू नका, खोट्या प्रतिष्ठा बाळगू नका, अशा हिताच्या चार गोष्टी कळकळीने सांगाव्यात.

भाषणाच्या रंगात रामायण-महाभारतातले दाखले, संतांच्या ओव्या आणि शेतकरी जीवनातले प्रसंग सांगताना नाना पाटील खळखळून हसायचे. शेतकरी या हास्यात सामील व्हायचे. कधीकधी त्यांची मने हेलावून जायची. तरुणांचं रक्त तापायचं, म्हाताऱ्यांची हुडहुडी कधीच गेलेली असायची. आपल्या भाषणाचा त्रास अध्यक्षाला व्हायला नको आणि अध्यक्षांचा त्रास 'वेळ संपली' म्हणून आपल्याला नको म्हणून नाना चावडीसमोरच्या दगडालाच अध्यक्ष करीत. अशी जगावेगळी सभा व्हायची. सभा संपली की, एखाद्या शेतकऱ्याच्या आग्रहानुसार नानांनी त्याच्याच घरी चटणी-भाकर खावी, तेथेच झोपावे व दुसरे दिवशी दुसऱ्या गावी चालू लागावे.

असा काँग्रेसचा प्रचार अनेक वर्षे पायी फिरून नाना पाटलांनी केला. गांधीजींच्या आदेशानुसार सत्याग्रह करावा, सक्तमजुरीची शिक्षा भोगावी आणि तुरुंगातून सुटताच पुन्हा मोहिमेवर निघावे. यात फड जिंकल्याचं समाधान मिळत असलं तरी त्यानं पोट भरत नव्हतं. जेव्हा इस्लामपूर पोलीस ठाण्याला रोजची हजेरी देण्याचे बंधन आले, त्या वेळचे त्यांचे दिवस फारच हालात गेले. ग्रामीण भागातील ओलावा शहरी शिकलेल्या माणसांकडे चटकन मिळेनासा झाला. दोन वेळच्या पोटाची भ्रांत, तेथे कपडालत्ता कुठून मिळणार? गाडगे महाराजांच्या शिष्याकडून एका वेळी चोरून का होईना जेवण मिळत होतं; पण काँग्रेस कमिटी त्यांना महिन्याकाठी तीन रुपयेसुद्धा द्यायला तयार नव्हती! हमाली करण्यासाठी पेठेत गेल्यावर तेथे मात्र वेगळाच जिव्हाळा दिसून आला. हमालांनी हमाली करू दिली नाही. उलट आणा-दोन आणे मदत देऊ केली. मात्र, पोत्याचा सदरा घालून इस्लामपुरात फिरणारा नाना पाटील आपल्या ध्येयापासून, विचारांपासून रतीभरही ढळला नाही.

पुढे १९३७ च्या निवडणुका आल्या. आत्माराम पाटील बोरगावकर हे साताऱ्यातील काँग्रेसचे उमेदवार होते. त्यांच्या प्रचाराची धुरा नाना पाटलांनी आपल्या खांद्यावर घेतली. गावोगावी नानांच्या सभा गाजू लागल्या. शेतकऱ्यांचा पाठीराखा कोण? सावकारशाहीचे स्वरूप कसे

असते? स्वातंत्र्य म्हणजे काय? हे सरकार कुणाचं आहे? कुणासाठी आहे? ते कोण चालवतंय? काँग्रेसचे धोरण काय? गांधीबाबांचा आदेश काय? या सर्व प्रश्नांची खुल्लमखुल्ला चर्चा गावागावांतून, सभासभांतून नानांनी मांडली. खऱ्या अर्थाने मुक्त विद्यापीठ उभे राहिले आणि नानांच्या या विद्यापीठामधून अनेक तरुणानी पदव्या घेतल्या. जो तो आपापल्या परीने स्वातंत्र्याची गीते आपापल्या गावात जाऊन गाऊ लागला. ग्रामसफाई, प्रभातफेऱ्या, सेवादल, साक्षरता मोहीम असे अनेक कार्यक्रम प्रत्येकजण आपापल्या कुवतीनुसार करू लागला.

आता नाना पाटलांची सभा म्हटले की, आजूबाजूच्या गावांतील लोक यात्रेप्रमाणे जमू लागले आणि गावची यात्रा मंडळे इतर गावांच्या लोकांनी आपल्या जत्रेला यावं म्हणून नानांची सभा ठेवू लागली. नानांच्या हस्ते कुस्त्यांच्या फडात नारळ फुटू लागले. प्रथम नानांची सभा, मग कुस्त्या. नाना पाटलांची सभा म्हटले की, परिसरातील गावच्या लोकांनी सकाळपासूनच गाडीबैलाची तयारी करावी, पटके रंगवावेत आणि गाड्या जुंपून नानांच्या सभेला गर्दी करावी!

नाना पाटील एखाद्या लग्नात उपस्थित राहणं हे प्रतिष्ठेचं मानलं जाऊ लागलं. पाच दिवस चालणारी लग्नं आर्थिक टंचाईमुळे तीन दिवसांवर आली होती; पण नानांनी आता 'गांधी लग्नाचा' प्रचार सुरू केलेला होता. भटजी असो वा नसो. एखाद्या तरुण कार्यकर्त्याबरोबर आपणच मंगलाष्टके म्हणावीत. वधू-वरांनी एकमेकांस हार घालावेत आणि मग नानांनी सर्व पाहुण्या-पैस सावकारकी, अंधश्रद्धा, शिक्षण, काँग्रेस आणि स्वराज्यावर झकास मेजवानी द्यावी. शेवटी त्यास रामराम करावा. ना वरात, ना आरास, ना पंगत, ना हुंडा! तास-दोन तासांचा सोहळा उरकून वऱ्हाडी मंडळी परत फिरत. देशप्रेमाने भारलेले तरुण जुन्या रीतीरिवाजाला फाटा देऊन, नाना पाटलांनी आपल्या लग्नाला यावं म्हणून आग्रह धरत, तेव्हा नाना गावागावांना तिथी वाटून देऊ लागले आणि मग एकाच तिथीवर एकाच मांडवात एकाच वेळेला २०/२०, २५/२५ लग्ने होऊ लागली. वेळेअभावी शेजारच्या गावातील वधू-वर लग्न ठरवून नानांच्या उपस्थितीसाठी गाड्या जुंपून ठरलेल्या मांडवात येत आणि लग्नसोहळा उरकून आपल्या गावी परत जात.

प्रौढ शिक्षणाच्या शाळा चालूच होत्या. जणू काही ४२ च्या

लढ्याचं स्वप्न नानांना आधीच पडलेलं होतं आणि त्याची पूर्वतयारी म्हणून या शाळांतून दणकट, बळकट, देशावर प्रेम करणारे लढवय्ये, कार्यकर्ते तयार केले जात होते. प्रभातफेऱ्या, ग्रामसफाई, सेवादलाची शिस्त आणि दारूबंदीचा कार्यक्रम गावोगावी सुरू झालेला होता. या काळात निर्माण झालेली नाना पाटलांची प्रतिमा हीच ४२ च्या लढ्याच्या मागे ढालीप्रमाणे उभी राहिली. तीच ४२ च्या संग्रामाची शक्ती होती. तिने इंग्रजी अत्याचार सहजी झेलले, प्रहार सहन केले.

क्रांतिसिंह नाना पाटील

८ ऑगस्ट १९४२ रोजी मुंबईतील काँग्रेस वर्किंग कमिटीच्या अधिवेशनात म. गांधींनी स्वातंत्र्ययुद्धाचे रणशिंग फुंकले. इंग्रजांना 'चले जाव'चा हुकूम दिला आणि भारतीयांना 'करेंगे या मरेंगे'चा आदेश दिला. 'तुरुंगात जाताजाता प्रत्येक भारतीयाने आपण स्वतः नेता आहे' असे समजून लढ्याचा मार्ग स्वीकारावा, असा संदेश दिला गेला. राष्ट्रीय नेते तुरुंगात डांबले गेल्याने जनता बेचैन झाली. तरीही गांधीजींच्या मार्गाचा आदर्श आणि सत्याग्रहाची पाऊलवाट शिल्लक होती. म्हणून देशभर पहिली लाट उभी राहिली ती मोर्चा, हरताळाची. तालुक्यातालुक्यांतून लोक मोर्चाने मामलेदार कचेरीवर जाऊ लागले. स्वातंत्र्याचा तिरंगा फडकविण्याचा अट्टाहास सुरू झाला. ४-५ हजार लोकांच्या जमावाने तासगावच्या कचेरीवर तिरंगा फडकविला. मामलेदाराला गांधी टोपी घातली. नाना पाटलांनी तरुण सहकाऱ्यांचं तोंडभरून कौतुक केलं; उत्साहाने सगळेच प्रचाराला लागले. परंतु विटा, इस्लामपूर, वडूज या ठिकाणांचा अनुभव पुष्कळच काही शिकवून गेला, तेव्हा नानांनी आपल्या सहकाऱ्यांची बैठक घेतली. शिवाजी महाराज, उमाजी नाईक, तंट्या भिल्ल, वासुदेव बळवंत ते थेट मिठाच्या सत्याग्रहापर्यंत इतिहासाची पाने चाळली गेली आणि गांधीजींचा आदेश पुन्हा विचारात घेता 'करेंगे या मरेंगे' एवढ्यावर थांबून चालणार नाही, असा विचार करून 'मरेंगे लेकिन स्वराज्य लेंगे' हे ठरवूनच मंडळी उठली. नानांनी आयुष्यातील उणीपुरी सात वर्षे एकामागून एक आठ वेळा सत्याग्रह करून तुरुंगात घालविली होती; पण आता इंग्रजांच्या तुरुंगात पुन्हा पाऊल ठेवायचे नाही, अशी प्रतिज्ञा करूनच ते कामाला लागले.

नवा लढा सुरू झालेला होता. त्याचा नवा मंत्र व नवे तंत्र लोकांना सांगायचे होते. पुन्हा नाना पाटलांचा दौरा सुरू झाला. आता वॉरंट असतानाही सभा चालूच होत्या. कोणातरी देशभक्ताच्या सभेत, नाहीतर कुस्त्यांच्या फडात आणि बऱ्याच वेळेला तमाशाच्या स्टेजवर, नाना चटकन येत. गगनभेदी आरोळी देत, शड्डू ठोकून 'शिवाजी महाराज की जय', 'महात्मा गांधी की जय' अशा घोषणा देऊन भारतमातेला वंदन होई. रांगड्या बोलीतून बालबोध वळणातून स्वराज्याचा धडा शिकवला जाई. टाचा वर करकरून जनता त्यांचे भाषण ऐकत असे आणि स्वातंत्र्यासाठी लढणारे शेकडो तरुण उभे राहात. सभेस बसलेली जनताच पोलिसांपासून त्यांचे संरक्षण करी. सभोवताली पोलीस असूनही नाना त्यांची टिंगल करत; पण सभेत घुसून त्यांना अटक करणं त्यांच्या शक्तीबाहेरचं होतं. नानांनी भाषण करताकरताच मध्येच एखादी आरोळी ठोकावी आणि पूर्वसंकेतानुसार बत्ती जावी! सभेने हुर्योऽऽ करावा आणि अंधाराचा फायदा घेऊन सेवादलाच्या तरुणांच्या साखळीच्या संरक्षणातून नानांनी बेपत्ता व्हावं, पोलिसांनी चरफडत बसावं. पुढे अनेकांना धरावं, ठोकावं, तुरुंगात डांबावं; पण नाना हाती लागत नसत.

१९४३ साल उजाडलं आणि क्रांतीच्या पहिल्या लाटेनं पलटी खाण्यास सुरुवात केली. महाराष्ट्रातल्या अनेक भूमिगत चळवळी चिरडल्या गेल्या. नेते तुरुंगात डांबल्यावर त्या त्या ठिकाणचे स्थानिक लोक हतबल होऊन बसले. उसळी मारून एखादा तरुण पुढे यायचा. चार-दोन महिने चमकायचा; पण गावटग्याचा पारध बनायचा आणि सरळ तुरुंगाची हवा खाऊ लागायचा. का कोण जाणे सातारची भूमिगत चळवळ तगून राहिली होती. निपाणीपासून धुळे खानदेशपर्यंतचा तडफेचा एकाकी राहिलेला तरुण सातारच्या चळवळीत येऊन सामील होऊ लागला. त्याला समजलं होतं, कुंडलच्या परिसरात देशभक्त मोकळे, उघडपणे वावरतात; लोकांचं कृपाछत्र आहे आणि धडाडीचे कार्यक्रम राबवले जातात. ज्यांच्यात धडाडी होती, उमेद होती आणि सातारच्या सत्त्वपरीक्षेला उतरण्याची तयारी होती, ते रक्तात न्हाण्याच्या तयारीने नाना पाटलांच्या छायेत येऊ लागले.

आता ब्रिटिशांनी या सातारच्या लढ्यावर एकवटून हल्ल्याला सुरुवात केली. प्रथम फितवले ते गावोगावचे टगे, सत्तेचे आधारस्तंभ

आणि तुरुंगातील गुंड-गुन्हेगार. त्यांनी देशभक्तांचा सुगावा लावून द्यावा आणि सरकारचे मेहमान म्हणून मुक्तपणे वावरावे. लोकांची दिशाभूल करून चळवळ बदनाम करण्यासाठी दरोडा घालताघालता, गांधीबाबाचा, काँग्रेसचा, नाना पाटलांचा जयजयकार करावा, खंडणी वसूल करावी, गोरगरिबांना तंबी द्यावी, अनेक तरण्याताठ्या मुलींची अब्रू घ्यावी, असा नंगानाच चालू झाला, तेव्हा लोक बावचळून गेले. लढ्यातला तरुण विचलित झाला. घरची आणि गावची काळजी करू लागला.

नाना पाटलांनी आपल्या सवंगड्यांना एकत्र केले. सरकार चालवलं जातं इंग्लंडच्या गोऱ्या माणसांकडून नाही तर ते गोऱ्यांच्या चाहत्या, आमच्याच गावच्या माणसांकडून. पहिला घावही तिथंच घालायला हवा. शेवटचा घावही तिथंच घालावा लागेल. गोरा येथे थांबणारच नाही. आज ना उद्या जाणारच!

काही महिने चळवळ शांत वाटली. गावोगावची तरुण, तडफेची बेडर मुलं एकत्र केली गेली आणि कुंडलच्या व्यायामशाळेत जी. डी. बापूंच्या कठोर शिस्तीखाली लष्करी शिक्षण दिले जाऊ लागले. 'तुफान सेना' तयार झाली. कडक शिस्तीचे सैनिक एका वेळी कुस्ती, मारामारीपासून पिस्तूल व रायफलीचं शिक्षण घेऊ लागले. दिवसाउजेडी प्रभातफेरी काढावी, घमेली-खराटा घेऊन ग्रामसफाई करावी. शाळेतील मुलांना औषधे द्यावीत, खादीचा पोषाख घालून दुपारी सूतकताई करावी आणि रात्री प्रौढशाळेचे वर्ग चालवावेत; अशी होती वादळापूर्वीची शांतता!

आता चर्चा, बैठका सुरू झाल्या. त्या चोर-दरोडेखोरांच्या बरोबर! त्यांनी नेहमीचा मार्ग सोडावा आणि सरकारी तिजोरीवर हल्ला करून स्वातंत्र्यचळवळीला मदत करावी, असे आवाहन त्यांना केले गेले; पण एक-दोन अपवाद सोडले तर अनेकांनी या आवाहनाची टवाळीच केली. दरोडेखोरांनी आणि गावगुंडांनी आपले उद्योग सुरूच ठेवले. भूमिगतांना पकडून देण्यासंबंधी सरकारशी संधान बांधून त्यांनी आपली नवीन मोहीम चालू केली. गावोगावच्या प्रस्थापित नेतृत्वानेही सरकारशी पूर्वीसारखी हातमिळवणी चालू ठेवली. हे त्यांचं कसब पूर्वापारच होतं; त्यामुळे आता दरोडेखोर, गावगुंड आणि प्रस्थापित नेतृत्व यांच्याशी भूमिगतांचा संघर्ष अपरिहार्य ठरला.

सातारच्या प्रति-सरकारने अगदी प्रतिकूल परिस्थितीतही अविवेकीपणा

केला नाही. कोणाच्याही अपराधाबद्दल साक्षीपुरावा, पंचनामा झाल्याशिवाय शिक्षा केली नाही. तक्रार करणाऱ्यांनी ती जाहीरपणे करावी. त्यासाठी त्याला अभय दिले जात असे. त्याचे साक्षीपुरावे जाहीरपणे घेतले जात, त्यासाठी शे-दोनशेपासून, हजार-दोन हजारांपर्यंत ग्रामस्थ हजर असत. गुन्ह्याच्या स्वरूपानुसार दंड, शिक्षा होई. खटल्यात सावकारीमधील खोटे दस्तऐवज, फसवणुकीची खरेदीपत्रे, वाटणीपत्रके यांचे प्रमाण अधिक असे. न्यायदान करणारे स्वतंत्र मंडळच असे. न्यायदान मंडळातील सभासदाच्या जागेसाठी पंचायतीच्या कारभाराचा अनुभव, शिक्षण यांचा प्रामुख्याने विचार होई.

पत्री सरकारने आपल्या कारभारात वेगवेगळी खाती निर्माण केली होती. त्यांच्याकडे अनुभवाची वाण असली तरी शिवछत्रपतींच्या राज्यकारभाराचा आदर्श त्यांच्यासमोर होता. न्यायदानामध्ये खाली गावचे कोर्ट, नंतर आठ-दहा गावांचे मिळून एक विभागीय कोर्ट आणि त्या सर्वांवर सुप्रीम कोर्ट अशी त्रिस्तरीय न्यायदानरचना होती. अपील करण्यास दोन्हीही पार्टीला मुभा होती. अंमलबजावणीसाठी स्वतंत्र यंत्रणा होती. याशिवाय संरक्षण, प्रचार, संपर्क आणि ग्रामविकास ही खाती आणि त्यांचे वेगवेगळे प्रमुख नेमलेले होते. संपर्काचे काम नाथाजी लाड तर प्रचारयंत्रणेचे काम शाहीर शंकरराव निकम यांनी सांभाळले होते. सर्वांत जास्त महत्त्व होते ते संरक्षण व्यवस्थेला. त्याकरिता कडक शिस्तीचे सैनिक तयार केले जात. त्यावर कॅप्टनच्या दर्जाचे अधिकारी नेमले जात आणि यावर सर्वोच्च सेनापती म्हणून फील्डमार्शल जी. डी. लाड काम पाहात. सुरुवातीच्या काळात दरोडेखोरांशी सामना करावा लागला तो या ‘तुफान सेनेलाच!’

अनेक गावांत ५ ते २५ दरोडेखोरांची टोळी वावरत असे. एकाएका टोळीकडे लष्करी बनावटीच्या १०-१० रायफली असत. भूमिगतांना वृत्तीने बेडर आणि परंपरेने दरोडे घालणाऱ्या टोळ्यांशी सामना करावयाचा होता. भूमिगतांना लोकांचं फार मोठं पाठबळ होतं आणि नाना पाटलांची अगोदरच्या दोन तपांतील तपश्चर्या त्यांच्यामागे उभी होती; त्यामुळे दरोडेखोरांचा ठावठिकाणा नक्की सापडत होता. गुन्ह्यांचा पत्ता लागला होता आणि अचूक वेळी छापा घालणं जमत होतं. तशी तुफान सेनेची शिस्त वाखाणण्याजोगी होती. एखादी मोहीम अचानक ठरल्यानंतरही

तुफान सैनिक पळत जाऊन शेजारच्या गावी निरोप देई. तिथला सैनिक पुढच्या गावी पळत जाऊन निरोप देई. दुपारपर्यंत ५-१० गावांत निरोप पोहोचलेला असे. सूर्यास्तापर्यंत १५-२० मैलांवरील ठरलेल्या ठिकाणी हळूहळू वेढा आवळला जाऊन ठरलेल्या वेळी नेमक्या ठिकाणावर हल्ला होई आणि सूचना मिळताच पहाटेपर्यंत जो तो सैनिक आपापल्या घरात पोहोचलेला असे.

सातारच्या पत्री सरकारबद्दल बोलताना भूमिगतांच्या दहशतीबद्दल बोललं जातं; पण ही दहशत गावगुंड, दरोडेखोर आणि अन्याय, अत्याचार करणाऱ्यांनाच होती. बाकी सगळा समाज निर्भय होता. गुंडांकडून दिवसाढवळ्या खंडणी वसूल केली जाई, लूटमार होई आणि रात्री झालेल्या आणि होणाऱ्या बलात्कारांची कुणकुण गावभर चाले; परंतु कोणी त्यांना अटकाव करू शकत नव्हते. अशी पिचलेली अनेक गावे पत्री सरकारच्या आश्रयाला आली आणि जाचातून मुक्त झाली. त्या वेळी प्रसिद्ध असलेल्या खानापूर, तासगाव तालुक्यांतील गुंडांनी पत्री सरकारला आव्हान दिले होते. दिवसाढवळ्या सांगूनसवरून तरण्याताठ्या पोरींची अब्रू घेतली जात होती. पत्री सरकारने ते आव्हान स्वीकारले. तुफान सेनेने अचानक छापा घालून अनेक गुंड-दरोडेखोरांना पकडले आणि त्याच गावच्या लोकांसमक्ष त्यांना शिक्षा केल्या.

अशा प्रकारे पाच-सहा महिन्यांतच अनेक गावे भीतीमुक्त करून तुफान सेनेने आपला मोहरा ब्रिटिश सत्तेकडे वळविला. रेल्वे रूळ उखडणे, तारा तोडणे, पोस्ट लुटणे, डाक बंगले जाळणे, पोलीस चौक्या लुटणे आणि सर्वांत कहर म्हणजे चालू रेल्वे बंद पाडून लुटमार करणे अशी कामे सुरू झाली. धुळ्याचा खजिना लुटला गेला. उत्तमराव पाटील, धडकू तानाजी ठाकरे, शंकरराव माळी, जी. डी. लाड, नागनाथ नायकवडी, आप्पा पाटील, रावसाहेब कळके, धोंडीराम माळी, किसन मास्तर या निवडक लोकांनी धुळ्याच्या खजिन्यावर धाड घातली आणि तो खजिना हस्तगत केला. सातारकरांना हा प्रदेश नवखा असला तरी अनेक युक्त्या- प्रयुक्त्यांच्या साहाय्याने त्यांनी निभावून नेले. ब्रिटिशांचा पैसा लुटला गेलाच; पण प्रतिष्ठाही धुळीला मिळाली. ब्रिटिश पार्लमेंटमध्येही 'सातारमध्ये इंग्लंडची सत्ता अस्तित्वात आहे काय?' असा सवाल उठला आणि मग पत्री सरकारची सत्ता नेस्तनाबूत

करण्याचा विडा उचलून आला गोरा डी.एस.पी. गिल्बर्टसाहेब.

सातारच्या गावागावांतून गिल्बर्टने आपली सशस्त्र सेना पेरली. एका वेळी दोनशे दोनशे उघड्या जीपमधून हजारो सैन्य, सोबती दुर्बिणी व छोट्या तोफा घेऊन त्याचा संचार सुरू झाला. तो काळ होता जपानच्या शरणागतीनंतरचा. जर्मनीचा यापूर्वीच पराभव झाला होता. जगाच्या पाठीवर ब्रिटिशांना शत्रू शिल्लक राहिला नव्हता आणि त्यांच्याच सत्तेखालील हिंदुस्थानात सातारा जिल्ह्यात मात्र त्यांची सत्ता मानली जात नव्हती. येथे सत्ता मानली जात होती नाना पाटलांच्या पत्री सरकारची. गिल्बर्टने अनेक छापे घातले. जंगजंग पछाडले. निरापराधांना मारहाण केली. तुरुंगात टाकले; परंतु पत्री सरकार स्थिर आणि बळकट पायावर उभेच राहिले.

एका प्रसंगी क्रांतिकारकांची बैठक चालू असताना रात्री अचानक कुंडलला पोलादी विळखा घातला गेला. पंचक्रोशीपासून वेशीपर्यंत मिलिटरीने तीन पोलादी साखळ्या तयार केल्या. दिसेल त्या माणसाला घराबाहेर खेचून लोकांना एकत्र जमा केले. गाव, नाव, ओळख यांची शहानिशा गावचा पोलीस पाटील आणि प्रमुख माणसांकडून करून घेतल्यानंतरच एकाएकाची सुटका झाली आणि शेवटी गिल्बर्टच्या पिंजऱ्यात एकही पक्षी शिल्लक उरला नाही. टोपणनावाने प्रसिद्ध असलेले भूमिगत ओळख परेडमधून केव्हाच सुटले होते. नाना पाटलांचे नखही दृष्टीला पडले नाही. गिल्बर्ट चरफडला. त्याने अनेकांवर लाथा-बुक्यांचा प्रहार केला, घराघरांवर सैनिक उभा करून लाथांनी कौलाचा चुरा केला. बंद घरे उघडून धुंडाळली; पण हाती काहीच लागले नाही. हातपाय आपटत तो निघून गेला. भूमिगतांच्या या यशाचे फार मोठे श्रेय लोकपाठबळाला आणि तुफान सेनेला होते. पोलिसांनी जंगजंग प्रयत्न करूनही नाना पाटील सापडत नाही हे पाहून जनता अधिकाधिक पत्री सरकारशी एकनिष्ठ राहू लागली.

गावोगाव शाळा काढा, काटकसरीने लग्न करा, गावे स्वच्छ ठेवा हा ग्रामराज्याचा संदेश प्रचंड सत्तेशी झुंज देतानाही सातारच्या चळवळीने सोडला नाही. विकासाची कामे आणि तुफान सेनेचे बळ एकाच वेळी हातात हात घालून चालत होते. याच वेळी भूमिगतांची धाडसी कृत्ये चालू राहिली. येरवड्याच्या पोलादी जेलमधून धुळ्याच्या लीलाताई

पाटील यांना तुरुंगाबाहेर काढण्याचा पराक्रम केला तो फील्डमार्शल जी. डी. लाड यांनी; हे साहस, धाडस सातारच्या हद्दीबाहेर पुणे, खानदेशमध्ये दाखविलेच; पण त्याहीपेक्षा गोव्याच्या तुरुंगात फाशीची शिक्षा झालेला बाळ जोशी याला तुरुंग फोडून आणणाऱ्या नेत्यांचे कौतुक करावे तेवढे थोडेच आहे. क्रांतिसिंहाची कन्या हौसाताई आपले तीन महिन्यांचे तान्हुले घरात ठेवून गोव्याला गेली, मैलभर खाडी पोहून पणजीचा जेल गाठला आणि जी. डींच्या मदतीने बाळ जोशीला सुखरूप सोडवून आणले.

क्रांतिसिंहांच्या प्रेरणेने सगळा साताराच भारावून गेला होता. नेत्यांचे साहस आणि जनतेचे कौतुक करणारे शेकडो प्रसंग घडले. कमालीची गुप्तता, कडेकोट संरक्षण व्यवस्था, अतूट श्रद्धा आणि अढळ देशभक्ती याची अनेक उदाहरणे या ४४ महिन्यांमध्ये घडून आली.

पाठीवर ब्रिटिशांचे सैन्य असताना कुंडलला जी. डीं.चे लग्न करण्याचे ठरले; सकाळी संदेशाची साखळी फिरली आणि संध्याकाळी कुंडलच्या पंचक्रोशीतील हजारो तुफान सेनेची फौज जमा झाली. तिरंगी झेंड्यांनी सजविलेले स्टेज, भोवती हजारो तुफान सैनिक, भाले, कुऱ्हाडी घेऊन आणि कॅप्टन मंडळी तलवार - बंदुका, घेऊन नंग्या तलवारींच्या पहाऱ्यात जी. डी आणि विजयाताई यांना तुफान सेनेने उभी सलामी दिली आणि खड्या स्वरात स्वातंत्र्याचे गीत गायले गेले. डॉ. उत्तमराव पाटील यांनी आपल्या अंगठ्यावर तलवारीचे पाते फिरविले आणि रक्ताचे टिळे वधू-वरांना लावले. नंतरचा मान सौ. लीलाताई पाटील यांचा आणि त्यानंतर तुफान सेनेचे इतर कॅप्टन यांनी आळीपाळीने आपापल्या अंगठ्याच्या रक्ताचे टिळे वधू-वरांना लावले. बंदुकीच्या फैरी झडल्या आणि केवळ १० मिनिटांच्या आत ब्रिटिश सैनिक येऊन पोहोचण्यापूर्वीच हजारो पाहुणे आले तसे निघून गेले. कोठे गडबड नाही. गोंधळ नाही. ब्रिटिशांनी पाहिली ती फक्त सर्वत्र सामसूम, शांतता आणि काळाकुट्ट अंधार. जणू काही घडलेच नव्हते!

एका वेळी शेकडो कार्यकर्ते जमत, बौद्धिक पाठ होत. कोण कोठून आला, कोठे गेला याची गुप्तता काटेकोरपणे पाळली जात असे. किती लोक जमले आणि काय बोलले हे तुफान सेनेच्या पहाऱ्यातून बाहेर पडत नसे. सर्वांच्या जेवणाची चोख व्यवस्था होई. कोठे धूर नाही;

गडबड नाही. प्रत्येकाच्या वाटणीनुसार दहा घरे फिरावीत, चटणा-भाकरी जमा करावी. ठरल्या ठिकाणी पोहोच करावी. तिथून हुलकावण्या देत सभेच्या ठिकाणी जेवण जमा होई आणि पंगत पडे. कोण आले, कोण जेवले, किती आले, कुठे होते आणि कुठं गेले याचा पत्ता भाकरी देणाऱ्याला नव्हता, तसा भाकरी जमा करणाऱ्यालाही नव्हता याबाबतीत कोणी कोणाला काही विचारावयाचे नाही हा संकेत सातारच्या चळवळीचा होता. तो कार्यकर्त्यांनी ऐकला आणि जनतेनं पाळला. म्हणून ही चळवळ अभेद्य राहिली व शेवटपर्यंत टिकली. तिच्या साक्षीनेच स्वातंत्र्यसूर्य उगवला.

क्रांतिसिंह हा खरा सिंह ठरला. सत्यासाठी तुरुंगाच्या वाऱ्या केल्या आणि लढा सुरू झाल्यानंतर स्वतः तुरुंगात तर नाहीच; पण पोलादी सत्तेचा पाया खिळखिळा करून टाकला. गांधीजींचा 'करेंगे या मरेंगे' हा संदेश घेऊन 'लेंगे लेंगे स्वराज्य लेंगे, जित्ते रहकर स्वराज्य लेंगे' हे कृतीत उतरवून दाखविले.

कॉम्रेड नाना पाटील

स्वराज्य जवळ आलं आणि इंग्रजांना साथ करणारे गावोगावचे प्रतिष्ठित भराभर काँग्रेसमध्ये आले. भारताला स्वातंत्र्य द्यावयाचे नक्की ठरले आणि मुंबई इलाख्यात फेब्रुवारी १९४६ मध्ये निवडणुकीची रणधुमाळी उडाली. पत्री सरकारवरील वॉरंट्स तशीच शिल्लक राहिली; त्यामुळे सातारचे खरे देशभक्त सत्तेपासून दूर ठेवण्याचा डाव टाकला गेला. कुरकुर करीतच मे १९४६ साली खेर मंत्रिमंडळाने नाना पाटील आणि त्यांच्या साथीदारांची वॉरंट्स मागे घेतली. तोपर्यंत काँग्रेसची पक्षीय रचना आणि हंगामी मंत्रिमंडळाची वाटचाल सुरू झालेली होती. कडवे देशभक्त, खरे लढवय्ये या सर्वांपासून दूर राहिले. काँग्रेस पक्षाच्या अंतर्गत शेतकरी कामगार यांच्या पातळीवर काम करणारे युनिट यापुढे स्वतंत्रपणे राहता कामा नये अशी भूमिका पक्षश्रेष्ठींनी स्वीकारली. परिणामी, शेतकरी-कामगारांच्या जीवनाशी निगडित असणारे, कष्टकरी कामगारांचे विश्वासू नेते काँग्रेसमधून बाहेर हुसकावण्याच्या डावाला सातारचे नेते बळी पडले. क्रांतिसिंहांबरोबर अनेक खरे लढवय्ये काँग्रेसमधून बाहेर पडले. शेतकरी कामगार पक्ष उदयास आला. नाना

या पक्षास मिळाले. कष्टकऱ्यांचे जीवन निदान दोन घास खाण्याइतपत सुखी व्हावे, यासाठी आयुष्याची पुढची ३० वर्षे त्यांनी खडतर तपश्चर्येत घालविली. आपल्या वाणीने राजकारणाचे तत्त्वज्ञान सामान्य कष्टकरी माणसाला समजावून सांगितले. अर्थकारण बोलीभाषेने व्यवहारात आणले. कष्टकरी जनतेची सत्ता आणण्याचे स्वप्न आयुष्यभर उराशी बाळगले. त्यासाठी मिळतील ते साथीदार घेऊन शे. का. पक्ष, किसान सभा, कम्युनिस्ट असा प्रवास केला; परंतु कष्टकऱ्यांच्या, शेतकऱ्यांच्या हिताशी प्रतारणा केली नाही. काँग्रेसच्या प्रचारात असताना घरातील ३-४ महिन्यांचा एकुलता एक मुलगा, पाठोपाठ पत्नी, भावजय, वडील, आजी अशी रक्ताच्या नात्याची माणसे देवाघरी निघून गेली, तरी नानांनी देशसेवेकडे पाठ फिरविली नाही. स्वातंत्र्याच्या यज्ञामध्ये एवढी मोठी आहुती त्यांनी दिली.

संयुक्त महाराष्ट्र लढा, गोवा लढा, भूमिहीनांचे लढे, शेतकरी-कामगारांचे लढे असे अनेक लढे नानांनी दिले. संयुक्त महाराष्ट्राच्या लढ्यात त्यांच्या सिंहगर्जनेने संपूर्ण महाराष्ट्र खवळून उभा राहिला. स्वातंत्र्यासाठी त्यांनी केलेला त्याग अपुरा पडला की काय म्हणून संयुक्त महाराष्ट्राच्या लढ्यात त्यांची कन्या आणि वृद्ध माता यांनीही निपाणी जेलमध्ये तीन महिने कारावास भोगला. नाना देशकार्यात पडले तेच मुळी घरावर तुळशीपत्र ठेवून! शेवटपर्यंत जगाच्या पाठीवर कोठे एक गुंठा जमीन नाही, एक खण घर नाही. कोठे काय विसरले-पासरले, राहिले म्हणावयाला जागा नाही. वर्षानुवर्षे संगे घेतलेली घोंगडी, दोन कपडे आणि अंगावरचा लंगोट हीच काय ती इस्टेट. वयाच्या ७६ वर्षापर्यंत या कसलेल्या पहिलवानाचा लंगोटा मात्र शिल्लक होता. समोरून येणाऱ्या प्रतिस्पर्ध्याला त्यांनी चारी मुंडी चीत केले; पण आपल्या लंगोटाला मात्र कोणाला हात घालू दिला नाही आणि लंगोटाशिवाय जवळ काही बाळगलेही नाही.

देशभक्त नाना पाटील स्वातंत्र्यपूर्व काळात समाजसुधारणेसाठी खेड्यापाड्यांतून हिंडले. अज्ञ जनतेला शहाणे करण्यासाठी त्यांनी जिवाचे रान केले, ४२ च्या लढ्यात ब्रिटिश सत्तेस आव्हान देऊन त्यांनी प्रति-सरकारचे नेतृत्व केले, तर स्वातंत्र्योत्तर काळात शेतकरी कष्टकऱ्यांची पंगत धरून, त्यांची कांदा-भाकर खाऊन, त्यांच्या हितासाठी

लढ्यापाठीमागून लढे देत राहिले. संस्कृतमध्ये अडकून पडलेला गीतेतील वेदान्त ज्ञानेश्वरांनी बहुजन समाजासाठी मायबोलीत आणला, सामान्य माणसासाठी खुला केला; तसा स्वातंत्र्याचा वेदान्त, महात्माजींचे स्वराज्याचे तत्त्वज्ञान, महाराष्ट्रात नाना पाटलांनी बहुजन समाजापर्यंत, शेतकऱ्यांच्या झोपडीपर्यंत नेले. एवढेच नव्हे तर जागतिक क्रांती घडवून आणणारे मार्क्सचे तत्त्वज्ञानही आपल्या रांगड्या भाषेत त्यांनी शेतकरी, कष्टकऱ्यांच्या घरांपर्यंत पोहोचविले, रुजविले. महाराष्ट्राच्या समाजकारणात व राजकारणात क्रांतिसिंह नाना पाटील म्हणजे एक वादळी व्यक्तिमत्त्व होऊन गेले. त्यांच्या व्यक्तिमत्त्वाचे अनेक पैलू निरनिराळ्या प्रसंगांतून, लढ्यांतून, संघर्षांतून मराठी जनतेला पाहावयास मिळाले. बहुजन समाजासाठी आपले सर्व जीवन अर्पण करणाऱ्या या देशभक्तावर, या क्रांतिसिंहावर, महाराष्ट्रातील जनतेनेही प्रेम केले. अशा या अष्टपैलू व्यक्तिमत्त्वाच्या नेत्याचे चरित्र आम्हास व पुढील पिढ्यांना स्फूर्तिदायी ठरो.

**

मी स्वतः शिवेवर चिन्यांशी लढेन!

नाना पाटील हाडाचे शेतकरी होते. हा सच्चा मार्क्सवादी शेतकरी होता. चीनचे भारतावरील आक्रमण म्हणजे त्या वेळी कम्युनिस्ट पक्षावर फार मोठा आघात होता. कम्युनिस्टांना देशभर त्यांच्याविषयीच्या असंतोषाला तोंड द्यावे लागत होते. त्या वेळी क्रांतिसिंहांमधील शेतकरी उसळून सांगत होता, "महाराष्ट्राचा शेतकरी वीतभर बांधाकरिता रक्त सांडतो, दिवाणी कोर्ट करतो, वळचणीचे पाणी कसे वाहील यासाठी झगडतो, तो शेतकरी चीन आपली शीव ओलांडू पाहील तर गय करील काय? चीन शिवेच्या आत आल्याचे नुसते जाहीर होऊ द्या, मग पक्ष असो - समिती असो, परवानगी द्या की न द्या - मी स्वतः शिवेवर झगडायला धावून जाईन!" असा तगडा, असा दणदणीत शेतकऱ्याचा आवाज चिनी आक्रमणाविरुद्ध गर्जत होता. शेवटी त्यांच्या अंगात शेतकऱ्याचं रक्त होतं आणि बुद्धीत मार्क्स होता आणि म्हणून क्रांतिसिंह मला मार्क्सवादी शेतकरी वाटतात, माळकरी शेतकरी नव्हे.

– प्रा. बा. ह. कल्याणकर

४१
क्रांतिसिंह : अनेक पैलूंचे व्यक्तिमत्त्व

प्रा. बी. बी. पाटील

राज्यशास्त्राचे प्राध्यापक व लेखक

क्रांतिसिंहांच्या राजकीय जीवनास सन १९३० च्या गांधीजींच्या सत्याग्रही आंदोलनापासून सुरुवात झाली; पण त्यांचे नाव सर्वतोमुखी झाले ते ४२ च्या स्वातंत्र्य संग्रामाने. साताऱ्यातील प्रति-सरकारच्या निर्मितीने! महात्माजींच्या 'करेंगे या मरेंगे' या आदेशाने प्रेरित होऊन नाना पाटील आणि त्यांच्या आत्माराम पाटील, बाबूराव पाटणकर, आप्पासाहेब लाड, नाथाजी लाड, बर्डे गुरुजी, किसन वीर, माधवराव जाधव, नागनाथ नायकवडी आदी सहकाऱ्यांनी ब्रिटिश सत्तेला आव्हान देऊन प्रति-सरकार निर्माण केले. स्वातंत्र्यासाठी घर सोडायला तयार असलेले, इंग्रजांशी सशस्त्र सामना करणारे आणि दरोडेखोरांना वठणीवर आणणारे शेकडो कार्यकर्ते तयार केले.

'तुफान सेना', 'आझाद सेना' अशी सशस्त्र दले तयार झाली. जिल्ह्यातील सरकारी कचेऱ्या, पोलीस ठाणी, पोस्ट, डाक बंगले, रेल्वे स्टेशने उडवून लावली जाऊ लागली. दरोडेखोर व फितुरांना पत्र्या मारल्या जाऊ लागल्या.

नाना पाटील आणि त्यांचे सहकारी भूमिगत होते. सरकारला ते हवे होते. त्यांना पकडून देणाऱ्यास बक्षिसे लावली होती; पण नाना पाटील गनिमी काव्याने संघर्ष चालवीत होते. पकड वॉरंट असताना, पोलिसांच्या समोर सभा घेत होते आणि त्यांच्यासमोर हां हां म्हणता निसटत होते. देवराष्ट्रेच्या सभेतून ते पोलिसांच्या हातावर तुरी देऊन निसटले आणि शेजारच्या चिंचणी - अंबककडे गेले. दुसरे दिवशी देवराष्ट्र्याच्या सभेचा रिपोर्ट लिहिण्यात पोलीस गुंग असताना अंबक-चिंचणीच्या लोकांपुढे

नाना पाटलांची जाहीर सभा चालू होती! धिप्पाड शरीराचा व पहाडी आवाजाचा हा नेता व्यासपीठावरून बोलू लागला की, सिंहगर्जनाच करीत आहे असे वाटत असे.

स्वातंत्र्योत्तर काळात नाना पाटलांनी काँग्रेस सोडली आणि शे. का. पक्षात प्रवेश केला, यामागे सत्ताकारण नव्हते. सामान्य गरीब शेतकरी व कामगार यांचे कल्याण व्हावे हीच त्यांची आंतरिक तळमळ होती. पुढे ते कम्युनिस्ट पक्षात गेले. नाना पाटलांनी अशी पक्षांतरे केली; पण यामुळे जनमानसातील त्यांची प्रतिमा डागाळली नाही. उलट मराठी जनतेने त्यांच्यावर पूर्वीसारखेच प्रेम केले, कारण जनतेला हे माहीत होते की, नाना पाटील पक्षांपेक्षा ध्येयाला जास्त महत्त्व देणारा नेता आहे. श्रमजीवि जनतेस दोन घास सुखाने मिळावेत हीच त्यांची तळमळ आहे. या संदर्भात लेनिनचे उद्‌गार आठवतात : 'In politics we must not expect mistakes not to be made, what is more important is to press forward and achieve something.'

नाना पाटलांसारखा अस्सल ग्रामीण भाषेत बोलणारा वक्ता होणे नाही. नाना पाटलांची सभा आहे असे समजताच हजारोंच्या झुंडीच्या झुंडी सभास्थानी येत. मग ती सभा संयुक्त महाराष्ट्राची असो की गोवामुक्ती आंदोलनाची असो किंवा निवडणुकीच्या प्रचाराची असो. सारा महाराष्ट्र त्यांनी आपल्या वक्तृत्वाने मंत्रमुग्ध करून टाकला होता.

प्रारंभी सत्यशोधक चळवळीत उतरलेला हा युवक पुढे अनेक राजकीय भूमिका बजावीत गेला. त्यांच्या राजकारणाला सामाजिक सुधारणेचे अधिष्ठान प्राप्त झाले. उत्तरोत्तर त्यांच्या व्यक्तिमत्त्वाचे अनेक पैलू प्रकाशमान होत गेले. समाजसुधारणेचा ध्यास घेतलेला व सत्यशोधक चळवळीचा प्रचार करणारा समाजसुधारक, स्वातंत्र्याच्या आंदोलनात आपले जीवन झोकून देणारा सत्याग्रही, गळ्यात पंढरीची माळ घालून येरवड्याच्या वाऱ्या करणारा स्वातंत्र्याचा वारकरी, सातारच्या प्रति-सरकारचे प्रतीक बनून ब्रिटिश सत्तेला हादरविणारा धडाडीचा सेनानी, संयुक्त महाराष्ट्राच्या लढ्यात अन्यायाविरुद्ध सिंहगर्जना करणारा क्रांतिसिंह, संसदेत शिवाजी महाराजांचा जयजयकार करणारा लोकविलक्षण खासदार, ग्रामीण बांधवांशी सुख-दुःखाच्या गोष्टी बोलणारा आणि त्यांच्या मनाचा ठाव घेणारा वक्ता, श्रमजीवि जनतेवर प्रेम करणारा आणि भारतात

समाजवादी राज्य निर्माण करण्याचे स्वप्न पाहणारा समाजवादी अशी नाना पाटलांची अनेक रूपे अर्धशतकभर महाराष्ट्राने पाहिली. महाराष्ट्राने त्यांच्यावर उदंड प्रेम केले आणि त्यांना आपल्या हृदयात अढळस्थानी विराजमान केले!

**

क्रांतिसिंहांनी लाखोंच्या मनावर राज्य केले!

"आस्थेच्या, प्रेमाच्या आणि मायेच्या बळावर लोकांच्या मनावर राज्य करणे ही साधी गोष्ट नाही. नाना पाटलांनी महाराष्ट्राच्या लाखो-लाखो जनतेच्या मनावर हे राज्य केलं आहे. हा लोकांचा नेता स्वतःजवळ जनतेचंच काळीज घेऊन या कार्यात उतरलेला होता. लोकांच्या काळजात उतरलेली आणि लोकांच्या बळावर चाललेली नाना पाटील एक लोक-चळवळच होती असे म्हटल्यास वावगे ठरू नये. त्यांच्या सभांना प्रचंड असा जनसागरच जमत असे; त्यात प्रामुख्याने शेतकरी, कामगार, मजूर अशी श्रमिक माणसेच अधिक असत. त्यांच्याच भाषेत, त्यांच्याच दुःखांना बुलंद आवाजात ऐकण्यासाठी हजारो माणसे जिवाचा कान करून ते ऐकत असत. अन्यायाच्या, शोषकांच्या, जुलमाच्या रोखानं त्यांची मुलूखमैदान तोफ तास न् तास बरसत असे. वक्तृत्वाचे, संघर्षाचे, मानवी मूल्यांची हाक असलेले त्यांचे विचार समोरच्या जनसागरात वादळी लाटांना पेरत असत. वक्तृत्वाचे सगळे पहाडी गुण या पहाडाएवढ्या रांगड्या नेत्यात होते. सह्याद्रीच्या दऱ्या-खोऱ्यांतून खळखळत वाहणाऱ्या निर्मळ आणि ओघवत्या झऱ्यांची ओढ त्यांच्या प्रत्येक हालचालीतून लोकांना जिंकत असायची. एक झुंज देणारा आणि घेणारा, एक व्यासपीठच वाटावा इतक्या धिप्पाड बांध्याचा, बुलंद व मर्दानी आवाजात सर्व सभेत गडगडाट करणारा असा मराठ्यांचा दुसरा नेता मी पाहिलेला नाही!"

- प्रा. बा. ह. कल्याणकर

४२
क्रांतिसिंह : एक मुलाखत

मो. वि. फडके

पत्रकार

सातारा जिल्ह्यात 'प्रति-सरकार' स्थापून ब्रिटिशांच्या उरात धडकी भरवणाऱ्या त्या प्रति-सरकारच्या क्रांतिसिंहाला पाहून मला एक तऱ्हेचा आनंद झाला. एका कॉटवर ते बसले होते; त्यांची ती विशाल छाती, स्वाभिमानी व करारी मुद्रा ही त्यांनी एके काळी कमावलेल्या शरीरसंपदेची अद्याप साक्ष देत होती. मी त्यांना माझा येण्याचा हेतू सांगितला. ते म्हणाले. ''आजवर कैकदा आपण माझ्याबद्दल ऐकलं असेल, वाचलं असेल; परत नव्याने काय सांगायचे?'' मी म्हणालो, ''अण्णा, तुम्ही इतिहास घडवला आहात. पारतंत्र्याचे जू झुगारून देऊन स्वातंत्र्याची पहाट दिसावी म्हणून प्रयत्नही केले आहेत, तेव्हा आपले जीवन स्फूर्तिदायी आहे. तीच 'स्फूर्तिगाथा' नवीन पिढीला वाचायला द्यावी अशी इच्छा आहे.'' यावर ते म्हणाले. ''ते खरे आहे. अनेकांपैकी मी एक आहे. शिवाय आता माझी विस्मृतीकडे वाटचाल सुरू आहे, तेव्हा मी जमेल तेवढे सांगतो. शिवाय तुम्ही माझ्याबद्दल जे लिखाण पूर्वी प्रसिद्ध झाले आहे, तेही वाचा.''

मी म्हणालो, ''यापूर्वी मी आपणास नाना पाटील एवढ्याच नावाने ओळखत होतो; पण मला असे समजले की, आपले सहकारी आपणास 'अण्णा' म्हणतात आणि जवळचे नातेवाईक 'दादा' म्हणतात, म्हणजे मला आपले ठिकाणी अण्णा, दादा व नाना यांची त्रिमूर्ती एकवटलेली दिसते.''

''अहो काहीही म्हणा. नावात काय असते? आपले आचरण, आपले निर्मळ कार्य नावाला महत्त्व आणून देतात.'' - अण्णा

"तेही खरेच. बरे ते असो." असे म्हणून मी मुलाखतीस सुरुवात केली - **जेव्हा आपण प्रारंभी चळवळीत झोकून द्यायचे ठरवले, त्या वेळी समाजाची अवस्था कशी होती?**

"लोकमान्य टिळकांचे नाव शहरी, मध्यमवर्गीय व थोड्याशा सुशिक्षित लोकांच्या तोंडी होते. मी त्या वेळी अठरा-वीस वर्षांचा होतो; पण नंतर महात्मा गांधींनी असहकारितेच्या चळवळीचे रणशिंग फुंकले, तेव्हा कोठे ग्रामीण जनतेला इंग्रज सरकार त्यांच्यावर अन्याय करते याची जाणीव होऊ लागली. तरीपण बहुसंख्य समाज त्यांना मिळालेल्या भाकरीच्या तुकड्यातच सुख मानून राहणारा होता. 'ठेविले अनंते तैसेची राहावे' ही त्याची अल्पसमाधानी वृत्ती होती. काही लोक तर अंधश्रद्धेने, इंग्रजांची लाल तोंडे पाहून त्यांना रामाच्या मारुतीचे वंशजच मानीत. रामरायानेच आमच्यावर राज्य करण्यास पाठवले आहे, असे त्यांना वाटत होते!"

"अशा वेळी आमच्यासारख्या काही तरुणांना मात्र इंग्रजी राज्याची चीड येई आणि आपल्या भोळ्या समाजाची कीव येई."

तुमच्या या बंडखोर वागण्याबद्दल लोकांची काय प्रतिक्रिया होती?

"आम्ही राजकारणात का उतरलो, गांधीबाबांची चळवळ कशापायी आहे, हे त्यांना समजतही नव्हते. अर्थात हा समाजाचा दोष नाही हं! त्यांना आम्हीच म्हणजे सुशिक्षितांनीच अज्ञानात ठेवले होते, तेव्हा आपणच त्यास जबाबदार नव्हतो काय? त्या काळात एखादा मुलगा थोडासा दांडगाईने वागू लागला तर त्याचे आई-बाप त्याला म्हणत, 'त्या नान्यासारखा बोंबलत हिंड म्हणजे घरादाराचं कल्याण होईल.' असा आमचा प्रथम प्रथम उद्धार होई; पण आज त्याच जनतेच्या डोळ्यांतील मजविषयीचे कौतुक पाहून, त्यांचे माझ्यावरील उदंड प्रेम पाहून मनाला एक तऱ्हेचा सात्त्विक आनंद लाभतो."

अण्णा, खरोखरच आपण धन्य आहात. आपण आपल्या राजकीय कार्यास आरंभ कसा केलात? याबद्दल थोडे सांगा ना.

"त्या वेळी म्हणजे १९२० च्या नंतर आम्हा तरुणांपुढे म. गांधीजींची उज्ज्वल प्रतिमा होती. परदेशी कपड्यांची होळी, स्वदेशीचे व्रत, ग्रामीण विकास या कार्यक्रमांनी आम्ही आकर्षित झालो होतो. मी माझी तलाठ्याची नोकरी सोडली आणि १९२९-३०च्या चळवळीत प्रथम

भाग घेतला. १९३७ च्या सुमारास पंडित नेहरू सातारा जिल्ह्यात निवडणुकीच्या दौऱ्यावर आले होते. कऱ्हाडला त्यांचे भाषण झाले. या सर्वांचा थोडाबहुत परिणाम माझ्यावर झाला. १९३१च्या सत्याग्रहातही मी भाग घेतला.''

''पुढे १९४२ मध्ये म. गांधींनी राष्ट्राला 'करा किंवा मरा' हा संदेश दिला, अनेक पुढारी गजाआड गेले. काही भूमिगत झाले. अशा वेळी मला व माझ्या सहकाऱ्यांनाही 'आपण या वेळी इंग्रज सत्तेला आव्हान द्यावे' असे वाटले.''

''मनी धरावे ते होते! विघ्न अवघेचि नासोन जाते ।' या रामदासांच्या उपदेशाप्रमाणे कार्यास लागलो, हां हां म्हणता कार्यकर्त्यांचे मोहोळ जमले. जे जमेल ते करायला सुरुवात केली.

त्या वेळच्या उठावाच्या आपल्या काही आठवणी सांगा ना.

''आता सगळे काही आठवत नाही; पण आचार्य अत्रे यांनी मे १९४६ च्या सुमारास एक विशेष अंक काढला होता, त्यात तुम्हाला बरीचशी माहिती मिळेल; पण थोडक्यात सांगतो, तासगावला मामलेदार कचेरीवर मोर्चा निघाला. आमच्या मागे पंधरा-वीस हजारांचा तरी जनसागर होता. मामलेदार कचेरीवरचे युनियन जॅक उतरवले. पारतंत्र्याची निशाणी पुसली. भारताचा तिरंगा तेथे चढवला.''

''अधिकाऱ्याच्या हॅटला रजा द्यायला लावली आणि त्याच्या डोक्यावर गांधी टोपी ठेवली. नंतर मला वाटते, तासगावपासून चार मैलांवर निमणी येथे एक डाक बंगला होता. साहेब व पोलीस अधिकारी तेथे उतरत. तो बंगला पेटविला. इस्लामपूर, वडूज या ठिकाणीही हाच प्रयोग झाला; पण त्या वेळी शिपायांनी गोळीबार केला, क्षणभर वाईट वाटले; पण त्या प्रसंगाने आम्हीही पेटलो. आता गोळीला गोळीने उत्तर द्यायचे हे पक्के झाले. कार्यात गुप्तपणा येऊ लागला, इंग्रजांनी मला पकडून देण्यासाठी बक्षीसही जाहीर केले होते; पण आमचे प्रति-सरकार मोठे कार्यक्षम होते. त्या बक्षिसाचा काही उपयोग झाला नाही.''

अण्णा, प्रति-सरकार म्हणजे नेमके काय? त्याने कोणते कार्य केले?

''प्रति-सरकार म्हणजे इंग्रजांची गुलामगिरी फेकून स्वतंत्र म्हणून वावरणाऱ्या भारतीयांचे सरकार. मग त्या सरकारला कार्यक्षम बनविण्यासाठी

आम्ही एक कार्यक्रम तयार केला. सैनिकी शिक्षण व हालचाली, न्यायव्यवस्था, अर्थव्यवस्था इत्यादींचा मिळून तो कार्यक्रम होता. त्याशिवाय प्रति-सरकारकडून सामाजिक जागृतीही केली जात असे.''

''आमच्या स्वातंत्र्यसैनिकांचे जे दल होते, त्याचे नाव 'तुफानी दल' असे होते. तरुणांना सैनिकी व संरक्षणाचे शिक्षण देण्यासाठी लहान लहान शिबिरेही घेतली जात. मळे, माळे, शुक्राचार्याचा डोंगर, कुंडलगाव ही आमची कार्यस्थळे बनली. त्यांना मार्गदर्शन करण्यासाठी काही कार्यकर्ते येत. व्याख्याने देत; पण आम्हाला नेहमी जागृत राहावे लागत असे.''

तुमची अवस्था अगदी संताजी-धनाजीसारखी असेल नाही?

''अगदी बरोबर! शिवाजीराजे आमचे स्फूर्तिस्थान होते. कार्य म्हटले की, पैशाची आवश्यकता आलीच. त्यासाठी आम्ही शिवरायाने केलेली सुरतेची लूट दृष्टीसमोर ठेवली. ताकारी येथील पगार गाडी, धुळ्याकडील खजिना आमच्या सैनिकांनी योजना आखून लुटला. कधीकधी आम्हाला सावकारांकडून राष्ट्रीय कार्यासाठी पैसा गोळा करावा लागला. शिवाय अनेक अज्ञात हात आम्हाला मदत करीत, आमच्या ग्रामीण महिलांनी आम्हाला भाकऱ्या भाजून देऊन वेळोवेळी आमच्या पोटाची सोय केली.''

पण तुमच्या सद्हेतूचा गैरफायदा कोणी उठवत होते की नाही?

''अगदी नेमका प्रश्न विचारलात. साताऱ्याकडील भागात सरकारी शिक्षा भोगलेले काही गुन्हेगार होते. त्यांनी आमच्या चळवळीला बदनाम करण्यासाठी आमच्या नावाने दरोडे घातले. मग आम्हाला त्यांचाही बंदोबस्त करावा लागला. या दरोडेखोरांना राष्ट्र, स्वातंत्र्य यांची काही जाणीवच नव्हती.''

वासुदेव बळवंत फडके यांनाही पूर्वी रामोशांचा असाच थोडासा वाईट अनुभव आला होता. बरे, आपल्या न्यायव्यवस्थेची थोडी कल्पना द्याल तर बरे!

''गरिबांनाही पोटे असतात, अब्रू असते. दुःखे असतात. हे ध्यानात घेऊन आम्ही त्यांच्यासाठी कार्य करू लागलो. एखादा सावकार गरिबाची फसवणूक करतो, हे कळल्यावर त्याला बोलावून घेऊन चौकशी केली जाई. सर्वांसमक्ष आमचे तुफानी सैनिक त्याच्या एक/एक मुस्कटात देत

असत. काही समाजकंटक आमच्या हालचालींची माहिती देत. त्यांनाही सजा केली जात असे. त्यांच्या पायावर सात ते आठ काठ्यांचे तडाखे दिले जात असत. खेड्यांतील आपापसांतील तंटे सामोपचाराने मिटवले जात. या सर्वांमागे म. गांधींच्या ग्रामराज्याची कल्पना होती. स्वावलंबनाची व स्वाभिमानाची शिकवणूक होती.''

''आम्हाला बदनाम करण्याचा सरकारने पुष्कळ प्रयत्न केला. 'प्रति-सरकार'ला 'पत्री सरकार' म्हणून आमच्या क्रौर्याबद्दल उगाचच गाजावाजा केला. अहो, टाइम्समधून अशा दोघांचे फोटोही प्रसिद्ध केले; पण ते सर्व खोटे होते. माझे सहकारी किंवा मी माणुसकीने वागणारे होतो. ज्ञानदेव-तुकारामाच्या शिकवणुकीला व्यवहारात उतरविणारे होतो. जवळजवळ तीन वर्षे दक्षिण साताऱ्यात 'प्रति-सरकारची' राजवट होती.''

मग तुम्ही उघडपणाने केव्हा वावरू लागला?

''काँग्रेसची राजवट मुंबई इलाख्यात आली. आम्हाला अभयदान मिळाले, तेव्हा म्हणजे ७ मे १९४६ रोजी आम्ही प्रकट झालो. आमच्यावर जनतेने स्तुतिसुमनांचा वर्षाव केला, तेव्हा आम्हाला आमच्या कार्याची पावतीच मिळाल्यासारखे झाले; पण एकट्या नाना पाटलांचे हे कर्तृत्व नव्हे. माझ्या सर्व सहकाऱ्यांचा, आम्हाला आशीर्वाद देणाऱ्या आया-बहिणींचाही यात वाटा आहे.''

अण्णा, आपण इतिहास घडवला आहात. आता आपल्या सामाजिक कार्याचा थोडा परिचय करून द्या.

''खरे म्हणजे माझ्या समाजाकरता काहीतरी केले पाहिजे याची जाणीव मला पूर्वीपासून होती. समाजातील अज्ञान दूर करण्यासाठी ज्ञानदीप प्रज्वलित केले पाहिजेत, समाजातील अंधश्रद्धा नष्ट केल्या पाहिजेत, सावकारी पाशातून भोळ्या शेतकऱ्यांना मुक्त केले पाहिजे, लग्नप्रसंगीच्या अफाट खर्चांना कात्री लावली पाहिजे, याबद्दल मी प्रयत्नशील होतो. सत्यशोधक समाजाच्या कार्याबद्दल मला प्रेम होते. शाळा काढणे, खोट्या धर्मकल्पनांना धक्का देणे, 'गांधी-विवाह' पद्धत रूढ करणे या गोष्टी मी केल्या. आधी केले मग सांगितले तर जनता आपल्या बोलण्यावर विश्वास ठेवते. म्हणून मी माझा विवाह अगदी साध्या पद्धतीने केला. पत्नीला लिहायला शिकविले. माझ्या बहिणीचे लग्न, नाथाजी लाड यांच्याबरोबर केवळ नऊ रुपयांत लावून दिले.

तरुणांच्या आरोग्याची वाढ व्हावी म्हणून आखाड्यांना उत्तेजन दिले.''

स्वातंत्र्यानंतर आपण आपल्या कार्याची दिशा का बदलली?

''मी दिशा बदलली नाही किंवा ध्येयापासून विचलितही झालो नाही. फक्त ध्येयमंदिराकडे नेणारे वाहन बदलले. शिवाय विरोधी पक्षात राहून चांगले कार्य करता येते. 'जे का रंजले गांजले' आहेत, त्यांची दुःखे वेशीवर निःस्वार्थीपणे टांगता येतात. मी कॉ. नाना पाटील झालो तरी शेतकरी व कामकरी यांच्याशी माझे संबंध कमी न होता वाढले. माझ्या गळ्यात माझ्या आजीने घातलेली पंढरीच्या वारकऱ्याची माळ आहे तशी आहे. माझ्याजवळची रामाची मूर्ती माझ्या हृदयात अजून आहे. माझे देशप्रेम आहे तसेच आहे.''

स्वातंत्र्यानंतरच्या महत्त्वपूर्ण कार्याची थोडक्यात माहिती सांगाल का?

''मी दोनदा दिल्लीत गेलो व लोकसभेत मराठीत बोललो. म्हणजे माझ्या मायबोलीचा अभिमान सोडला नाही. 'बहुजन हिताय, बहुजन सुखाय' यासाठी संयुक्त महाराष्ट्राच्या लढ्यात भाग घेतला. मुंबईत कामगारवर्गात जागृती केली. ग्रामीण भागात दौरे काढले. शेतकऱ्यांशी खूप बोललो. तसेच सीमाप्रश्नाविषयी कारवार भागात प्रचाराची आघाडी उघडली.''

स्वातंत्र्यानंतरही आपले कार्य चालू होते. आपल्या आजवरच्या सर्व कार्याबद्दल जनतेने व सरकारने आपले कर्तव्य पूर्ण केले आहे, असे आपणास वाटते का?

''मी आजवर जे कार्य केले ते केवळ माझे, माणूस या नात्याने जे कर्तव्य आहे त्यासाठी. मनाच्या समाधानासाठी. धनाची, अधिकाराची, स्तुतीची मी अपेक्षा ठेवलीच नव्हती; तरी पण मला वाटते, जनतेने मला खूप दिले. जनतेने स्वयंस्फूर्तीने दिलेली 'क्रांतिसिंह' ही पदवी लाखो रुपये किमतीची आहे. तिचे मोल करणे कृतघ्नपणाचे होईल. जनतेनेच मला दिल्लीकडे पाठवले, भारतीय किसान सभेचे अध्यक्ष केले आणि या रांगड्या शेतकऱ्यावर सतत प्रेमाचा वर्षाव केला हे काय कमी झाले का?''

''माझ्या सरकारनेही स्वातंत्र्यसंग्रामात संस्मरणीय भाग घेतल्याबद्दल मला ताम्रपट देऊन गौरव केला. शिवाय माझ्या औषधपाण्याचा खर्च

करण्याची तयारी केली. मानधन दिले. याबद्दलही मला समाधान आहे.''

आमची मुलाखत संपत आली होती. शेवटी मी म्हणालो, ''अण्णा, तुम्ही तुमचे जीवन यशस्वी केले. लोकमान्यता व राजमान्यता मिळविली. लोकसभेतही कार्य केले. या आपल्या आठवणी नव्या पिढीला खरोखरच मार्गदर्शक ठरतील.'' असे म्हणून कस्तुरीमृगासारखे जीवन जगणाऱ्या त्या प्रति-सरकारच्या 'क्रांतिसिंहाला', 'थोर सेनानीला', 'प्रखर राष्ट्रभक्ताला' मनातून मी वंदन केले. त्यांना परमेश्वराने दीर्घ आयुष्य आणि उत्तम आरोग्य द्यावे अशी प्रार्थना करून 'एकता'तर्फे श्रीफल, पुष्पगुच्छ आणि नुकताच प्रसिद्ध केलेला एकताचा 'वंदे मातरम' हा अंक देऊन त्यांचा निरोप घेतला.

('एकता' दीपावली अंकातून)

✻✻

क्रांतिसिंह आणि नाग!

''एकदा पोलिसांचा असाच छापा पडला असताना नाना पाटलांना एका घराच्या माळ्यावर लपून बसावे लागले. दुपारचा समय होता. उन्हाने घराचा पत्रा तापला आणि एक अस्सल नाग बिळाबाहेर पडून नाना पाटलांसमोर फडा काढून डोलू लागला. बाहेर पडून पोलिसांच्या हाती सापडण्यापेक्षा नागाकडून मृत्यू स्वीकारणे अधिक श्रेयस्कर असा विचार करून ते शांतपणे बसून राहिले; थोड्या वेळाने नाग निघून गेला.

''भूमिगत अवस्थेत असे जिवावरचे अनेक प्रसंग नाना पाटलांवर गुदरले; पण ज्या ज्या मंडळींकडे ते आश्रयाकडे असत, त्यांना ते सांगत की, माझ्या जिवाचे काही बरेवाईट झाले तर मला पुरून टाका. फक्त सुरेशबाबूंस (माझे टोपणनाव) सांगा. चळवळीतील इतर कोणासही ते कळता कामा नये. चळवळ जिवंत राहिली पाहिजे.''

- नाथाजी लाड

४३
मला दिसलेले नाना पाटील

प्राचार्य डॉ. आनंद अर्जुन कदम
इंग्रजीचे प्राध्यापक

क्रांतिवीर नाना पाटलांच्या क्रांतिकारी कर्तृत्वाचा आढावा स्वातंत्र्यपूर्व काळातील अशांत, धगधगत्या स्थितीच्या संदर्भात घेतल्यावरच आपल्याला त्यांच्या असामान्य धैर्याची व ज्वलंत देशभक्तीची कल्पना येते. त्यांच्या विलक्षण धाडसाच्या कथा ऐकून लहान-मोठ्यांना त्यांच्या नावाचा दरारा वाटत असल्यास नवल नाही. पत्री (प्रति) सरकारची दहशत घरभेद्यांना होती; पण तेच सरकार जनसामान्यांना दिलासा देणारेही होते. नाना पाटलांचे क्रांतिकारक कार्य केवळ थोड्या प्रदेशापुरते मर्यादित होते, म्हणून ते कमी महत्त्वाचे होते असे मानणे चुकीचे होईल. स्वातंत्र्यप्राप्तीसाठी ब्रिटिशांना हैराण करून त्यांना भारताबाहेर हुसकावून लावण्यासाठी अनेक क्रांतिवीरांनी बलिदान केले. कुणी पिस्तूल वा बॉम्बचा उपयोग केला, तर कुणी गुप्त संघटनेद्वारा सशस्त्र उठावाचे प्रयत्न केले. अशाच प्रकारचा पराक्रमी प्रयत्न नाना पाटलांच्या साथीदार देशभक्तांनी सातारा व आसपासच्या भूमीत केला. त्याचे महत्त्व कमी लेखता येणार नाही, कारण सशस्त्र उठावाचा व उघड प्रतिकाराचा आव्हानात्मक लढा नाना पाटलांनी दिला, तो आपल्या परीने आगळाच होता.

नाना पाटलांची संघटना म्हटली तर गुप्त; पण खरे तर ते ब्रिटिश सरकारला उघडउघड दिलेले आव्हान होते. त्यांची चळवळ म्हणजे शत्रूला समोरासमोर गारद करण्याचा बेडर देशभक्तांचा आत्मयज्ञ होता. सामान्य व अज्ञ अशा तमाम रयतेचा दऱ्याखोऱ्यांतून मिळणारा पाठिंबा पोलिसी राज्याच्या बंदुकांना पुरून उरणारा असल्यामुळे नाना पाटलांनी आपल्या क्रांतिकारी कार्याची द्वाही चारी दिशांना फिरविली. त्यांचे

साथीदार सैनिक प्राणपणाने त्यांच्या मागे उभे राहिले; म्हणूनच नाना पाटील ही एक व्यक्ती असली तरी तिचे सामर्थ्य व दहशत फार मोठी आहे, याची ब्रिटिश सरकारला तीव्र जाणीव झाली. खेड्यापाड्यांत रुजलेला हा क्रांतिकारी उठाव सनदशीर नागरी विरोधापेक्षा फारच भयंकर आहे, हे ओळखून नाना पाटलांना पकडण्यासाठी सरकारने जंग जंग पछाडले. हा सर्व रोमांचकारी इतिहास आहे.

या रोमांचकारी इतिहासातील काही क्षणांची चुणूक माझ्या बालवयात मला एका प्रसंगामुळे अनुभवावयास मिळाली. एक क्रांतिकारक लपला आहे अशी कुणकुण लागताच पोलिसांची टोळधाड तपास करावयास आली. घाबरून सर्वांनी दारे बंद करून घेतली. रस्त्यावर पोलिसांच्या पावलांचा खाड्खाड् आवाज तेवढा ऐकू येत होता. जीव मुठीत धरून मी दाराच्या फटीतून पाहात होतो. हृदयाची धडधड वाढत होती. एवढ्यात एकदम एक गर्जना कानी पडताच मी भेदरून गेलो. पाहतो तो एका धिप्पाड क्रांतिवीराला अनेक पोलीस जखडून नेत आहेत. त्याच्या कर्तृत्वाची निशाणी दाखवीत त्याच्या छातीवर काडतुसांची माळ रुळत होती. जखडलेल्या दोन्ही हातांना हिसके देत तो नाना पाटलांचा जयजयकार आणि ब्रिटिश सरकारचा धिक्कार करीत होता! त्याची चाल बेडर सिंहाची, विजयी मर्दाची होती! पकडला गेल्याची नामुष्की तर नाहीच; पण पुन्हा माती चारण्याची धमक त्याच्या मुख्य हालचालींतून जाणवत होती. त्या शूर वीराची ही कैद माझ्या बालमनावर कायमचा ठसा उमटवून गेली. नाना पाटील हे प्रकरण महाभयंकर व प्रतापी असणार आणि त्यांच्या धास्तीने ब्रिटिश सरकार वेडेपिसे झाले असणार अशी माझ्या बालमनाची ठाम समजूत झाली.

हा महान क्रांतिवीर दिसतो कसा, चालतो-बोलतो कसा, हे जाणण्याची जिज्ञासा मनात होती. त्यांना पाहण्याचा योग आला. त्यांचे भाषण ऐकले, त्या वेळी त्यांचे धिप्पाड शरीर, भरदार आवाज आणि मनसोक्त हसणे, या गोष्टी मनावर ठसल्या. अज्ञ खेडुतांविषयीची कणव व जिव्हाळा त्यांच्या शब्दाशब्दांतून प्रतीत होत होता. सांगण्याची विशिष्ट ढब, अस्सल ग्रामीण भाषेची खुमारी, अधूनमधून शरीर घुसळवून टाकणारी हास्याची लकेर आणि मनाचा ठाव घेणारे प्रसंग ही नाना पाटलांच्या भाषणाची वैशिष्ट्ये. शेतकऱ्याच्या जीवनातील काही प्रसंगांची उदाहरणे

देऊन ते सरकारवर जी उपहासगर्भ टीका करीत, ती विद्वत्तापूर्ण विश्लेषणापेक्षा जास्त प्रभावी ठरे. त्यांच्या त्या वेळच्या भाषणातील काही उदाहरणे मला अजूनही आठवतात. सरकार हे कसे धूर्त व स्वार्थी आहे हे सांगताना मनमोकळे हसून ते सांगत-

"शेतकरी शेरडाला धरायला बघतो पर ते त्येच्याजवळ येतच न्हाई. बेरकी शेतकरी खिशात हात घालतो न् हर्र ऽ र्र ऽ र्र करून त्येला पुन्हा बोलावतो. शेरडू तेच्या हाताकडं आशेनं बघतं. शेतकरी पुन्हा हर्र ऽ र्र ऽ र्र करून खिशातनं वळलेल्या मुठी भाइर काढतो. शेरडाला आशा वाटते की, मालक काय तरी खायला देणार. ते याक याक पाऊल पुढं येतं. पुन्हा हर्र ऽ र्र ऽ र्र करून शेतकरी दोन्ही मुठी पुढं धरतो. आन् जवा ते पुढं येतं तवा गप्पदिशी त्येचं कान पकडतो. आस्सं बेरकी हाय आपलं सरकार. त्येच्या मुठीत कायबी न्हाय. फसू नका. पुढं जाऊ नका. न्हाय तर तुमचं कान पकडलेच म्हणून समजा. या सरकारला दयामाया काय बी न्हाय. ते हाय त्या माकडिणीसारखं. नावंत पाणी भरल तसं आपल्या पिलाला ती वर घेती. पिलाचा जीव वाचवती; पण जवा पाणी तिच्या नाका-तोंडात शिरतं तवा पाण्याच्या वर धरल्याल्या पोटच्या गोळ्याला पायाखाली घेती न् आपला जीव वाचवती. आपल्या सरकारची माया अशीच हाय. फसू नका."

सरकारवर टीका करताना त्यांच्या अशा एकेक कथा ऐकून शेतकरी खुलून जायचा. त्यांचे मुक्त हास्य भाषणांची रंगत वाढवायचे. हे हास्य म्हणजे त्यांच्या निष्कपट हृदयाची आणि लोकांविषयीच्या जिव्हाळ्याची साक्षच असे. या हसण्याने साऱ्या सभेचे वातावरणच बदलून जायचे. हे जिव्हाळ्याची जवळीक साधणारे हास्य सर्व सभा जिंकून जायचे. प्रचारी थाटाची भाषणबाजी नाही की कोरड्या मायेचा उसना देखावा नाही. दिलखुलास गप्पांची जाहीर सभा नाना पाटलांच्या निर्मळ मनाची ग्वाही द्यायची. अशा अनेक सभा त्यांनी जिंकल्या.

काही वर्षांपूर्वी नाना पाटील पंढरपूरच्या रामबागेत मधुमेहावरील उपचारासाठी येत असत. त्यांच्याभोवती नेहमी मित्र आणि चाहत्यांचा परिवार असे. विचारपूस आणि गप्पा चालत. लहानपणी पाहिलेले तगडे, धिप्पाड क्रांतिवीर नाना पाटील ते हेच का असा प्रश्न त्यांच्या या रूपातील बदलांमुळे मनात उभा राहायचा; पण बोलणे सुरू झाले की,

त्यांच्या स्वाभाविक वृत्तीचे लगेच प्रत्यंतर यायचे. आपण खासदार म्हणून दिल्लीला गेलो तरी ज्ञानेशांच्या मराठीचा उपयोग आपण कसा करतो हे ते अगदी अभिमानाने सांगायचे. त्यांनी सांगितलेले एक उदाहरण त्यांच्या वृत्तीचे निदर्शक म्हणून उल्लेखिता येईल. दिल्लीला आपण राहात असलेल्या ऐसपैस जागेत त्यांनी एका नवविवाहित जोडप्याची सोय करून दिली. त्यांची आपुलकी ही त्यांना घरची माया वाटली. या उदाहरणावरून नाना पाटलांच्या दिलदार व प्रेमळ मनाची खात्री पटत असे, कारण दिल्लीसारख्या ठिकाणी ऐषआरामात राहण्यासाठी दिलेली जागा कोणी खासदार या प्रकारे कोणास देत असेल असे वाटत नाही.

स्वातंत्र्यपूर्व काळातील या क्रांतिकारी संग्रामसिंहाचे कार्य स्वातंत्र्योत्तर काळात लोकशाही सेवकाचे कर्तव्य बनले. सत्तेपासून दूर राहून जनसामान्यांचे प्रतिनिधित्व करणे आणि जनतेचा पाईक म्हणून काम करणेच त्यांना श्रेयस्कर वाटले असल्यास नवल नाही. नाना पाटलांचा स्वभाव हा स्वातंत्र्यासाठी बलिदान करणाऱ्या त्यागप्रेरित पिढीचा स्वभाव होता. त्यांची वृत्ती निःस्वार्थी मनाचे प्रतीक होते. त्यांचे देशकार्य निष्कलंक चारित्र्याचे ज्वलंत उदाहरण आहे. क्रांतिकारकांचा हा अग्रणी शेवटी शारीरिक व्याधींनी जर्जर झाला होता; तरीही भीष्माचार्यांच्या जिद्दीने तो शेवटपर्यंत झुंज देत राहिला. त्याच्या आदर्शाचा, त्यागाचा आणि सेवेचा आजच्या स्वतंत्र लोकशाही भारताला विसर पडू नये म्हणजे झाले.

(रयत शिक्षण पत्रिकेतून)

**

४४
क्रांतिसिंह आणि एक विद्यार्थी

प्रा. सुधाकर कुलकर्णी
अर्थशास्त्राचे प्राध्यापक

क्रांतिसिंह नाना पाटील म्हणजे स्वातंत्र्यसंग्रामातील एक वादळी व्यक्तिमत्त्व. प्रति-सरकार स्थापून त्यांनी सातारा जिल्हा संपूर्ण भारतात प्रसिद्ध केला. महाराष्ट्राबाहेर मी साताऱ्याचा आहे, असे सांगितले तर ऐकणारा म्हणे, 'म्हणजे नाना पाटलांच्या गावाचेच म्हणा की!' तर असा हा जबरदस्त माणूस! ग्रामीण भागातील अडाणी लोकांना आपल्या वक्तृत्वाने मंत्रमुग्ध करणारा, संसदेत 'आईच्या भाषेत' बोलणारा, प्रसिद्धीपासून दूर; पण ध्येयासाठी सर्वसंगपरित्याग केलेला एक राजकीय संन्यासी!

तो काळ होता १९६२-६४ च्या दरम्यानचा. मी कर्मवीर भाऊराव पाटलांच्या रयत शिक्षण संस्थेच्या छत्रपती शिवाजी महाविद्यालयात शिकत होतो. नाना पाटील आमच्या खोलीच्या शेजारी असणाऱ्या त्यांच्या स्नेह्याकहे येत. त्यातूनच त्यांची व आमच्या मित्रमंडळींची प्रथम ओळख व नंतर जवळीक निर्माण झाली. पहिलवानी देहयष्टी, तिला शोभणारा साधा पेहराव, हातात एक दंडा आणि काखेत एक वळकटी अशी ही मूर्ती पाहून आम्हाला त्यांच्याबद्दल उत्सुकता व आदर वाटू लागला. पहिल्या एक-दोन भेटींत आम्ही जरा दबकत असू, बिचकत असू; पुढे मात्र हे अंतर कमी झाले. ते चक्क आमच्या खोलीत येऊन बसू लागले; आम्ही त्यांना इतरांप्रमाणेच 'अण्णा' म्हणू लागलो.

पहिल्यांदा आले, तेव्हा आम्ही साहेबी शिष्टाचारांप्रमाणे त्यांना बसायला खुर्ची दिली. त्यावर ते म्हणाले, "मला अडाण्याला खुर्चीवर बसायला अवघड जाणार! एकतर खुर्चीवर बसायला लागणारं डोस्कं

आपल्याजवळ न्हाय आणि दुसरं म्हंजे मी शेतकरी असल्यानं खाली जमिनीवर मोकळेपणी बसता येतं- बांधावर बसल्यागत. तसंच माझ्या भारानं खुर्ची मोडायचं भ्या पर न्हाय.'' क्रांतिसिंहांची पहिल्या भेटीतील ही सलामी; त्यांनी 'खुर्ची'वर केलेले भाष्य अद्याप माझ्या मनात ताजे आहे.

१९६२ च्या चिनी आक्रमणानंतर भारतातील कम्युनिस्ट पक्षावर सर्व बाजूंनी टीकेचा गदारोळ उठला होता. काँग्रेसच्या एका नेत्याने तर नाना पाटलांवर नावानिशी टीका केली होती. साहजिकच मी एकदा अण्णांना त्यांच्या भूमिकेसंबंधी विचारले. तेव्हा त्या वयोवृद्ध नेत्याच्या डोळ्यांत आसवं उभी राहिली, ''ब्रिटिश राजवट उलथून टाकण्यासाठी आम्ही जिवाची पर्वा केली नाही. ही आज-कालची पोरं आम्हाला नावं ठेवतात याचं फार वाईट वाटतं. मरण पत्करू; पण असा देशद्रोह करणारी आमची अवलाद नाही!'' असे म्हणून त्यांनी १९५५ मध्येच चीनविरोधी आपले मत स्पष्ट करणारी स्वतःच्या जाहीर सभेतील छोटी पत्रकेच दाखविली. इतकेच नव्हे तर कऱ्हाडच्या सभेत आपणच सर्वप्रथम चीनचा निषेध केला, असे मोठ्या अभिमानाने सांगितले.

१९६० मध्ये महाराष्ट्र राज्याच्या निर्मितीनंतर महाराष्ट्राच्या राजकारणात बरीच उलथापालथ झाली. विरोधी पक्षातील विशेषतः शेतकरी-कामगार पक्षातील अनेक नेते काँग्रेस पक्षात सामील झाले. त्यांपैकी अनेकांना मानाच्या जागाही मिळाल्या. मी अण्णांना विचारले, ''तुमचे सर्व सोबती तुम्हाला सोडून जात असताना तुम्ही एकटे विरोधी पक्षात राहून काय साधणार?'' त्यावर ते लगेच म्हणाले, ''अरे, तुला माहीत आहे का, काड्याच्या पेटीत एक जरी काडी असली तरी सगळा गंजीखाना जाळून टाकते. तसंच माझ हायं. माझ्या शेतकरी राजासाठी शेवटपर्यंत हातपाय हलवायचे; पण सत्तेसाठी तत्त्व सोडायचं न्हाय.''

आमची परीक्षा जवळ आली होती. आम्ही अभ्यासात दंग होतो आणि एक दिवस दुपारी अण्णांची स्वारी आली. थोड्याशा बोलण्यानंतर आम्ही पुन्हा पुस्तकात डोकं घालून बसलो. चर्चा बंद झाली. अण्णांच्या हे लक्षात आलं असावं. त्यांनी मला विचारले, ''कशाचा अभ्यास करतोस?'' मी सांगितले, ''भारतातील सहकार चळवळ वाचतोय.'' तेव्हा ते म्हणाले, ''वाचायचं जरा बंद कर आणि माझं ऐक.'' आणि

मग त्यांनी जवळजवळ अर्धा तास व्याख्यानच दिलं. भारतात किती सहकारी संस्था आहेत. किती कर्जवाटप करण्यात आलं, थकबाकी किती प्रमाणात आहे. यांची अचूक आकडेवारी त्यांनी सांगितली. सहकारी चळवळीतील दोष साधार स्पष्ट केले. इतकेच नव्हे तर भविष्यात सहकारी संस्था सत्ताकेंद्रे बनतील, अशी भविष्यवाणीही केली. अण्णांची भविष्यवाणी आज खरी ठरली आहे. अण्णा वरवर साधे दिसत असले तरी त्यांनी भारतीय ग्रामीण अर्थशास्त्राचा केलेला अभ्यास, त्यांच्या जिव्हाग्रावर असणारी अर्थशास्त्रीय आकडेवारी पाहून विद्यापीठीय परीक्षेचा अभ्यास करणारे आम्ही विद्यार्थी त्यांच्याकडे पाहातच बसलो!

आजच्या शिक्षण पद्धतीवरील अण्णांचे विचार अधिक व्यावहारिक होते. ते म्हणायचे, ''शिक्षणाची आपली दिशा चुकते आहे. आपण खेड्यांत काही ठिकाणी प्राथमिक शाळांमधून शेती मूलोद्योग शिकवतो. आता या शेतकऱ्यांच्या पोरांना शेती विषय शिकवायला पाहिजे का? आरं, आमची खेड्यातली पोरं तंबाखू किंवा मिरची इतकी लायनीत लावत्यात की, तुझी मिलिटरीसुद्धा अशी लायनीत उभी राहणार न्हाय.'' सूत बेसिकबद्दलही असेच मत. ते म्हणायचे, ''ही पोरं जे सूत तयार करतात, ते सूत गिरणीतील मशीन पुसायलासुद्धा वापरत नाहीत. मग त्यापासून कापड कशाला बनवतील? असलं शिक्षण देशाला काय कामाचं? त्यापेक्षा आमच्या पोरांना गणित, इंग्रजी आणि शास्त्र शिकवा. त्याला पदवी नसली तरी चालेल; पण पोट भरायची अक्कल येऊ दे. मग त्याला कल्हई करायला शिकवलं तरी चालेल. हे पुस्तकी ज्ञान देशाला तारणार नाही!''

अण्णा रशिया, जपान आदी परदेशांत जाऊन आले होते. गप्पांच्या ओघात एकदा त्यांनी आम्हाला जपानमधला आपला अनुभव सांगितला ''एकदा काय झालं, जपानमधील एका हॉटेलमधून आम्ही बाहेर पडलो आणि अर्धा तास झाल्यावर आमच्यापैकी एकाला असं आठवलं की, आपलं पैशाचं पाकीट हॉटेलमध्येच विसरलं. आम्ही टॅक्सी पुन्हा हॉटेलकडे वळवली. हॉटेलच्या दारातच आम्हाला धक्का बसला. आम्हाला बघताचे हॉटेल मालक म्हणाले, 'तुमच्याच शोधात होतो. तुमचे पाकीट आमच्या शिपायाला सापडले. हे घ्या, नीट तपासून बघा.' आम्ही शिपायाला बोलावलं. त्याचं आभार मानलं. प्रामाणिकपणाचं देऊ केलेलं बक्षीस

त्यानं नाकारलं. पाकिटातील सारा ऐवज जसाच्या तसा होता. आमच्यापैकी एकानं शिपायाला विचारलं, 'पाकिटातले पैसे घेण्याचा मोह तुला का झाला नाही?' शिपाई म्हणाला, "साहेब, पैसे मला घेता आले असते, एक-दोन दिवस मी त्या पैशानं चैन केली असती; पण तुम्ही मात्र सदैव जेथे जाणार त्या ठिकाणी जपानी माणसं चोरटी आहेत असं सांगितलं असतं. माझ्या देशाची अशी अपकीर्ती मला सहन होणार नाही." हा प्रसंग सांगितल्यावर अण्णा सद्‌गदित होऊन म्हणाले, "देश मोठा बनवायचा तर समाजात अशी नीतिमत्ता निर्माण व्हावी लागते. गांधींसारखा मोठा माणूस आम्हाला मिळाला; पण त्याला आपण विसरू लागलोय!"

रशिया दौऱ्यासंबधी आम्ही अण्णांना खूप विचारायचो. विशेषतः त्यांना खिजवण्यासाठी रशियाविरोधी व अमेरिकेच्या बाजूने बोलायचो. तेव्हा ते म्हणायचे, "बाबांनो, रशिया चांगला की अमेरिका चांगली याचा विचार आपल्याला कशाला पाहिजे? आपण प्रथम फक्त आपल्या देशाचा विचार करू या. उगाच कशाला रशिया किंवा अमेरिकेच्या गोष्टी करायच्या?" एवढे बोलून ते आमच्या तोंडावर एक ग्रामीण म्हण फेकीत, "आपल्या गावंदरीत पडलंय गाढाव; पण दुसऱ्याच्या वेशीजवळ सुंदरी उभीय!"

या देशाचे राजकारण, अर्थकारण, समाजकारण, शिक्षण अशा विषयांवर अण्णांची काही निश्चित मते होती. या क्षेत्रातील समस्यांचा त्यांनी अभ्यासही केला होता. समस्यांची उत्तरे आणि उपायही त्यांच्याजवळ होते. चर्चेमध्ये ते आपली मते आग्रहाने मांडत. इतरांना समजेल अशा बोलीत बोलत. पांडित्याचा देखावा त्यांनी कधी केला नाही. आम्ही विद्यार्थी, अण्णा एवढ्या कीर्तीचे, अनुभवसंपन्न, वयाने कितीतरी वडील; पण यामुळे त्यांच्या आमच्या मैत्रीत अंतर निर्माण झाले नाही. त्यामुळेच माझ्यासारख्या सामान्य विद्यार्थ्याशीही ते मनसोक्त गप्पा मारू शकत. माझे भाग्य असे की, क्रांतिसिंहांच्या जीवनातील काही क्षण मला मिळाले!

**

४५
क्रांतिसिंह - एक सहवास

महंमद अब्दुल वाहद अब्दुल कादर काझी
मराठवाड्यातील सामाजिक कार्यकर्ते

अगदी लहानपणापासून मी क्रांतिसिहांचं नाव ऐकत होतो. ते वय म्हणजे अद्‌भुतरम्य गोष्टींत रमणारे आणि तो काळ म्हणजे देशाला नुकतंच स्वातंत्र्य मिळालेला. आम्ही मराठवाड्याचे - म्हणजे जुन्या हैदराबाद संस्थानचे. उमरगा हे आमचं गाव. स्वातंत्र्य चळवळीचे किस्से फारच उत्सुकतेनं आम्ही त्या काळी ऐकत असू. इंग्रजांच्या विरुद्ध कोणत्या देशभक्तानं कसा लढा दिला, काय पराक्रम केला त्याची वर्णनं आम्हाला तोंडपाठ असत. या सर्व देशभक्तांत आम्हाला क्रांतिसिंह नाना पाटलांबद्दल विशेष आकर्षण वाटायचं! नाना पाटलांजवळ एक 'दैवी' शक्ती आहे, ते इंग्रजांना कधीच सापडणार नाहीत, ते वाटेल तेव्हा गुप्त होऊ शकतात, त्यांनी 'पत्री सरकार' स्थापन केले आहे, ते समाजातील इंग्रजधार्जिण्या कंटकांना कंठस्नान घालतात, अशा कितीतरी गोष्टी आम्ही मित्रमंडळींत चढाओढीने ऐकवीत आणि ऐकत असू.

स्वातंत्र्यानंतर पुढे संयुक्त महाराष्ट्राचा लढा सुरू झाला. महाराष्ट्रात विरोधी पक्षाची एक अभेद्य आघाडी स्थापन झाली. वर्तमानपत्रांतून, भाषणांतून, संभाषणांतून आणि सभा-संमेलनांतून संयुक्त महाराष्ट्राशिवाय दुसरा विषय नव्हता. आचार्य अत्रे, दादासाहेब गायकवाड आणि क्रांतिसिंह यांच्या सभा गाजत होत्या. अशा वेळी आमच्या तालुक्यात संयुक्त महाराष्ट्र समितीची स्थापना झाली. दर दोन दिवसांनी सभा होऊ लागल्या. उमरग्याच्या आझाद चौकात (आताच्या शिवाजी चौकात) नामांकित पुढाऱ्यांची भाषणं होऊ लागली. या सभा म्हणजे आम्हा नवाट तरुणांना एक पर्वणीच! पुढच्या सभेपर्यंत झालेल्या सभेचा विषय

आम्हाला चर्चेसाठी पुरायचा.

अशातच अचानक कानावर आले की, क्रांतिसिंह नाना पाटील उमरग्याला येणार! माझ्या आनंदाला पारावार उरला नाही. संयुक्त महाराष्ट्र समितीचे स्थानिक नेते कॉ. श्रीनिवास अहंकारी, कॉ. विठ्ठल सागर, कॉ. प्रभाकर डिग्गीकर यांना गाठून नक्की बातमी मिळविण्याचा मी प्रयत्न केला; पण सभेच्याच निधीकरता ते बाहेरगावी गेल्याचं कळलं. अर्थात हे नक्की कळलं की, किसान सभेच्या जिल्हा अधिवेशनासाठी क्रांतिसिंह येणार आहेत.

दोन दिवसांनी किसान सभेच्या कार्यकर्त्यांची एक बैठक चालू असताना मी त्या बैठकीत घुसलो. अनेक विषयांवर चर्चा झाली. अनेक ठराव झाले; पण मला फक्त एकाच विषयात रस होता. क्रांतिसिंह उमरग्याला येणार ती नक्की तारीख कोणती?

शेवटी तो दिवस उगवला. साल १९६०. पण नक्की तारीख मात्र आठवत नाही. उन्हाळ्याच्या सुरुवातीचे दिवस. मार्च महिना असावा. सायंकाळी सात वाजता क्रांतिसिंहांचं आगमन होणार होतं. फरारे-फलक झळकत होते. व्यासपीठ तयार झालं होतं. खेड्यापाड्यांतून लोक बसनं, बैलगाडीनं आणि चालत येत होते. साडेसात वाजता क्रांतिसिंह उमरग्याला आले. त्यांची उतरण्याची व्यवस्था डाक बंगल्यात केली होती. क्रांतिसिंहांची भव्य मिरवणूक काढण्यात आली. घोषणांनी सारा परिसर दुमदुमून गेला. लोकांच्या उत्साहाला उधाण आलं होतं. मिरवणूक डाक बंगल्यावर पोहोचल्यानंतर लोक सभास्थानाकडे गेले आणि सर्व कार्यकर्ते सभेच्या पूर्वतयारीसाठी निघून गेले. याच वेळी अकल्पितपणे एक आनंदाची घटना घडली. कॉ. डिग्गीकरांनी मला हाक मारली आणि क्रांतिसिंहांची व्यवस्था पाहण्याची आणि त्यांना सोबत करण्याची जबाबदारी त्यांनी माझ्यावर टाकली. मला आणखी काय पाहिजे होते?

आता तिथं दुसरं कोणीच नव्हतं. मी क्रांतिसिंहांच्या खोलीत शिरलो. प्रचंड देहयष्टीचे नाना पाटील डाक बंगल्याच्या सिंगल कॉटवर डोळे मिटून पहुडले होते. मी जवळच्याच एका खुर्चीत वर्तमानपत्र खालीवर करीत अधीरतेनं बसलो.

अचानक बोलण्याचा आवाज आला. मी कॉटकडे मान वळविली. क्रांतिसिंह मलाच विचारीत होते. ''नाव काय तुमचं? काय करता

तुम्ही?'' ''महंमद अब्दुल वाहद काझी. किसान सभेच्या स्थानिक कार्यकर्त्यांचा मी एक सहकारी आहे. इथे आमची शेती आहे.'' मी गडबडीत कसाबसा उत्तरलो व उठून उभा राहिलो. त्यांनी मला बसण्याची खूण केली आणि अनेक प्रश्न विचारायला सुरुवात केली. यापूर्वी किती सभा झाल्या, कोण कोण आलं होतं, आजच्या सभेला किती शेतकरी जमतील, इकडची मुख्य पिकं कोणती, शेतमजुरांना किती मजुरी मिळते, पावसाची सरासरी किती आहे? मी सर्व प्रश्नांची समर्पक उत्तरं दिली. माझं अस्खलित मराठी बोलणं ऐकून त्यांना काहीसं आश्चर्य वाटलं असावं, कारण ते म्हणाले, ''तुमचं मराठी चांगलं आहे. कुठपर्यंत शिक्षण झालंय तुमचं?''

मी अभिमानानं उत्तरलो, ''फक्त मट्रिकपर्यंत, मराठी माध्यमातूनच हे शिक्षण झालंय; पण मला उर्दूही चांगलं लिहायला-वाचायला येतं. इथल्या एका उर्दू शाळेत मी उर्दू शिकून घेतलं.''

''शाबास! माणसानं आपल्या मातृभाषेला कधीही विसरू नये. सरकारनं तशी सोय करणंही आवश्यक आहे.'' क्रांतिसिंह उत्साहात उद्‌गारले. त्यानंतर क्रांतिसिंहांनी स्थानिक मुस्लिमांची सामाजिक व आर्थिक परिस्थिती आणि इतर जातिधर्माच्या जनतेशी त्यांचे संबंध यासंबंधी उत्सुकतेनं चौकशी केली. राजकीय चळवळीतील मुस्लिमांच्या सहभागासंबंधातही त्यांनी विचारणा केली. मी अभिमानपूर्वक सांगितले की, ''विघ्नसंतोषी व जातीयवादी - अर्थात दोन्ही बाजूंचे लोक काही प्रसंगी तणाव निर्माण करण्याचा प्रयत्न करतात; पण त्यांना उमरग्यात तरी यश मिळणे शक्य नाही. येथील निरनिराळ्या जातीं-जमातीतील प्रगतिशील लोक नेहमीच सावध असतात व आजपर्यंत कोणताही अनुचित प्रकार त्यांनी घडू दिला नाही.''

इथे मी काहीसा स्तब्धतेचा फायदा घेतला आणि बाहेर जाऊन चौकीदाराला चांगल्यापैकी चहा तयार करून आणायला सांगितला. चौकीदार मुस्लीम आणि माझ्या चांगल्या परिचयाचा होता. मी परत येऊन खोलीत बसलो. क्रांतिसिंह वर्तमानपत्रांतील कात्रणांची एक भली मोठी संचिका मांडीवर घेऊन त्यात कागदाच्या खुणा घालून ठेवीत होते. कात्रणं काळजीपूर्वक वाचत होते. दहा-पंधरा मिनिटांतच चहा आला; पण सगळंच मुसळ केरात गेलं. क्रांतिसिंह चहाच घेत नव्हते. ते हसले

आणि त्यांनी मला जवळ बोलावलं. स्मित करीतच त्यांनी सांगितलं, "ज्वारीची एक-दीड भाकर, शेंगाची चटणी आणि ताक हवं आपल्याला!" आणखी त्यांनी जे आवर्जून सांगितले तेही मी कधी विसरणार नाही. ते म्हणाले, "मी पंढरीचा वारकरी आहे, मी गळ्यात माळ घातली आहे आणि मी पूर्ण शाकाहारी आहे." त्यांच्या जेवणाचा 'मेनू' माझ्या घरी उपलब्ध होऊ शकला असता याचा मला खूप आनंद झाला. डाक बंगल्याच्या चौकीदारालाच मी माझ्या घरी पळवलं. इतक्यात कार्यकर्त्यांचा एक घोळका आत शिरला आणि त्यांनी सभेची वेळ झाल्याचं घोषित केलं. क्रांतिसिंह झटक्यात उभे राहिले आणि कात्रणांच्या संचिका माझ्या हातात देत म्हणाले, "चला. आल्यावरच भाकर खाऊ!" आणि हातात काठी घेऊन एखाद्या लहान मुलाच्या घाईनं ते खोलीबाहेर पडले.

आझाद चौक माणसांनी फुलून गेला होता. शाहीर हणमंत माडजकर नाना पाटलांवरचाच पोवाडा म्हणत होते. क्रांतिसिंह व्यासपीठावर चढू लागले तसा त्यांच्या नावाचा गगनभेदी जयजयकार सुरू झाला. सर्वांना प्रणाम करून क्रांतिसिंह खाली बसले, तेव्हा जयजयकार बंद झाला. स्थानिक नेत्यांनी दहा मिनिटांतच आपली प्रास्ताविक भाषणं संपविली आणि क्रांतिसिंह बोलायला उठले, तेव्हा पुन्हा एकवार त्यांच्या नावाचा जयजयकार झाला. क्रांतिसिंहांनी हसत हसतच पण ठासून सुरुवात केली. "हे पाहा, मला किंचित बोलता येत नाही. कुंचीत कुल्लई शिवता येत नाही (प्रचंड हशा) मी तुम्हाला बरंच काही सांगणार आहे. बराच वेळपर्यंत सांगणार आहे. अवघडून उभे राहू नका." लोक पुन्हा हसले आणि एकदम शांतता प्रस्थापित झाली.

क्रांतिसिंह सतत दोन तास बोलत होते. किती वेळा टाळ्यांचा कडकडाट झाला सांगता येणार नाही. बोलताबोलता एखादा उपहासगर्भ विनोद करताना क्रांतिसिंह स्वतःच हसत, तेव्हा लोकांत आपोआपच हास्याचा कल्लोळ उठे. या भाषणात त्यांनी दिलेली दोन उदाहरणं मी कधीच विसरणार नाही. भांडवलदारी समाजव्यवस्थेतील आर्थिक विषमता व घडामोडी इतक्या सोप्या ग्रामीण भाषेतून आणि शैलीतून समजून घेण्याचा माझ्या आयुष्यातील पहिलाच प्रसंग होता तो! पहिल्या उदाहरणात एक शेतकरी आपला गाडीभर कापूस विक्रीस नेतो. कापसाची किंमत शेकऱ्याच्या पदरात पडल्यापासून त्या कापसाचा कपडा बनून बाजारात

येईपर्यंतचा प्रवास, त्याप्रीत्यर्थ झालेला खर्च आणि त्याच वेळी त्याचे वाढत गेलेले मूल्य यांची आकडेवारी क्रांतिसिंहांनी जणू कापूस हळूवार हातांनी पिंजून काढल्याप्रमाणे जनतेसमोर ठेवली. मी तर अवाक् झालो आणि मला जणू भांडवलदारी अर्थशास्त्राच्या षड्यंत्राचे दर्शनच घडले. दुसऱ्या उदाहरणात टाटांच्या संपत्तीचे विराट स्वरूप क्रांतिसिंहांनी जनतेसमोर ठेवले. शंभराच्या शंभर नोटा एका मिनिटात मोजणारा चलाख कारकून टाटांची संपत्ती शंभराच्या नोटांत मोजू लागला तर त्याला किती काळ लागेल? क्रांतिसिंहांनी सर्वांना चटकन समजेल असा हिशेब करून सांगितले, "छत्तीस वर्षे!" कित्येक लोक आऽ वासून क्रांतिसिंहांकडे बघत राहिलेले मी पाहिलं.

प्रत्येक विश्लेषणाच्या शेवटी क्रांतिसिंह बजावून सांगायचे, "पाहा, मी हे माझ्या पदरचं सांगत नाही!" वर्तमानपत्राचं कात्रण जनतेसमोर धरून म्हणायचे, "तुका म्हणे, तसं हा पेपर म्हणे!" - वृत्तपत्राचं नाव आणि तारीख जाहीर करायचे आणि वर बजावायचे, "हा पेपर काही माझा नाही, माझ्या पक्षाचाही नाही, चक्क भांडवलदारांचाच आहे!" सभा संपली तसा मी त्यांच्याबरोबर पुन्हा डाक बंगल्यावर गेलो. दोन तास खड्या आवाजात बोलूनसुद्धा क्रांतिसिंहांच्या चेहऱ्यावर थकल्याचा लवलेशही नव्हता. ते त्याच उत्साहाने कार्यकर्त्यांशी बोलत होते, चर्चा करीत होते. पुढच्या खडतर काळाला तोंड देण्यासाठी तयार राहा म्हणून कार्यकर्त्यांना बजावीत होते.

चर्चा किती वेळ चालली मला माहीत नाही. सकाळपासून आपण जेवलो नाही हे माझ्या लक्षात आलं. भुकेची जाणीव झाली. टेबलावर जेवणाचा 'मेनू' ठेवला आहे, असं क्रांतिसिंहांना नम्रपणे सूचित करून मी अत्यंत उत्साही मनःस्थितीत बाहेर पडलो!

❋❋

४६

क्रांतिसिंह व रझाकारविरोधी चळवळ

हिराबाई भापकर

नगर भागातील सामाजिक कार्यकर्त्या

हैदराबादच्या निजामाच्या चिथावणीने सुरू झालेल्या रझाकार-चळवळीच्या अत्याचारास प्रतिकार करण्यासाठी साताऱ्यात 'प्रति-सरकार' स्थापन करून ब्रिटिशांना हैराण करून सोडणारे क्रांतिसिंह धावून आले. या सुमारास नगर जिल्ह्यात त्यांचा जो दौरा झाला, त्या वेळी आम्ही त्यांच्यासमवेत होतो. मराठवाड्यातील दोन कार्यकर्ते, श्री. अण्णासाहेब गव्हाणे आणि श्री. खुशालराव मोमाने हेही दौऱ्यात आमच्याबरोबर होते. अहमदनगर व निजामशाही यांच्या सीमाभागात क्रांतिसिंहांनी झंझावाती दौरा करून अत्याचारी रझाकारांशी दोन हात करण्यास तेथील पीडित जनतेला उद्युक्त केले. सीमाभागातील गावोगावी क्रांतिसिंहांच्या प्रचंड सभा होत. निजामशाही राज्यातील लोकही मोठ्या संख्येने या सभांना येत. मोठ्या औत्सुक्याने त्यांचे भाषण ऐकत. त्यांच्या वक्तृत्वाच्या प्रभावाने रझाकारविरोधी प्रतिकाराची भावना लोकांच्या ठिकाणी निर्माण होत असल्याचे दृश्य पाहावयास मिळे. क्रांतिसिंहांच्या वक्तव्यातून लोकांना अत्याचार निपटून काढण्याची प्रेरणा मिळे. रझाकार अनेक प्रकारे लोकांना त्रास देत असत. त्याचे एक उदाहरण. सुमारे हजार एक रझाकार हातात भाले-तलवारी घेऊन नगरजवळच्या बावी गावावर चालून आले. तेथील लोकांना त्यांनी एकत्रित करून, हत्यारांच्या जोरावर दम भरून त्यांना शेजारचे खांडवी गाव जाळण्यास भाग पाडले! खांडवी जाळून झाल्यावर हे रझाकार मागच्यामागे पसार झाले. लवकरच सरकारने बावीची ४००/५०० माणसे अटक केली आणि त्यांच्यावर खटला भरला. या बावी गावच्या निर्दोष व हतबल माणसांचे

वकीलपत्र श्री. भापकरसाहेबांनी घेतले होते. पुढे रीतसर खटला चालून ही मंडळी निर्दोष सुटली हा भाग निराळा! पण यावरून हे रझाकार जनतेस कशा प्रकारचा त्रास देत हे लक्षात येईल. सीमेवरील कोपरगावापासून जामखेडपर्यंतच्या सर्व लोकांना अशा प्रकारच्या रझाकारी अन्याय-अत्याचाराला तोंड द्यावे लागत होते. या लोकांच्या ठिकाणी अन्यायप्रतिकारशक्ती निर्माण व्हावी म्हणून आम्ही प्रत्येक गावी शिबिरे उघडली होती. अशा शिबिरांना भेट देऊन, तेथील लोकांना व कार्यकर्त्यांना धीर देऊन व मार्गदर्शन करून क्रांतिसिंह नाना पाटलांनी या भागात मोठे कार्य केले.

१९४६ साली क्रांतिसिंह भूमिगत अवस्थेतून प्रकट झाले; त्यानंतर त्यांचा महाराष्ट्रभर दौरा झाला. ते नगरच्या दौऱ्यावर आले असताना माझा त्यांचा प्रथम परिचय झाला. त्या वेळी मी नगर जिल्हा लोकल बोर्डाची अध्यक्षा होते. नगर जिल्ह्यात क्रांतिसिंहांचा सन्मान व सत्कार करण्याचा मान मला मिळाला होता. त्यानंतर नगर जिल्ह्यात अनेक ठिकाणी त्यांच्या सत्कार-सभा झाल्या. लोकांना त्यांच्याबद्दल अपरंपार औत्सुक्य, प्रेम व आदर असल्याने ते हजारोंच्या संख्येत सभांना हजर असत. या सत्कार-दौऱ्यात मी त्यांच्याबरोबर होते. प्रत्येक सभेत प्रथम 'आक्कासाहेब' म्हणून माझा उल्लेख करूनच ते भाषणाला सुरुवात करीत. यानंतर ते नगरला ज्या ज्या वेळी येत, त्या वेळी त्यांचा मुक्काम आमच्या घरीच असे. त्यांचे व्यक्तिमत्त्व, धीरगंभीर आवाज, प्रेमळपणा यांचा ठसा आमच्या अंतःकरणात खोलवर उमटला आहे.

४७
क्रांतिसिंह आणि नेताजी सुभाषचंद्र बोस

प्रा. वा. गो. बिडकर
लेखक, संशोधक

स्वातंत्र्याचा ध्यास हे कुणा कठोर कारावास ।
कुणास विरहोच्छ्वास कुणी हो जननिंदेचा घास ।
अंदमानचा वास, कुणाच्या गळ्यात येई फास ।
शाईने का लिहिला जाई राष्ट्राचा इतिहास? ।।

या काव्यपंक्तींप्रमाणेच आपल्या राष्ट्राच्या स्वातंत्र्याचा इतिहास आहे. त्यास नेताजी सुभाषचंद्र बोस व क्रांतिसिंह नाना पाटील यांचे जीवन व कार्य साक्ष आहेत.

ऐतिहासिक परंपरा लाभलेल्या सातारा जिल्ह्यात क्रांतिसिंह नाना पाटलांचा जन्म झाला. त्या वेळी हे बालक भारतीय स्वातंत्र्यसंग्रामात ब्रिटिशांच्या विरोधात 'प्रति-सरकार' स्थापन करील ही कल्पनाही कुणाच्या मनाला शिवली नसेल!

लौकिक अर्थाने क्रांतिसिंहांचे शिक्षण फारसे झाले नव्हते; पण शिक्षणाचा खरा अर्थ संस्कार करणे व संस्कारक्षम त्यागी जीवन घडविणे असा जो आहे, त्या अर्थाने त्यांचे शिक्षण परिपूर्ण झाले होते. सार्वजनिक जीवनाच्या सुरुवातीपासूनच त्यांनी स्वतःच त्यागाचे धडे घेतले होते.

नेताजी उच्च विद्याविभूषित. आय.सी.एस.ची परीक्षा पास झालेले; पण देशासाठी त्यांनी ब्रिटिशांच्या चाकरीच्या सुवर्णशृंखला तोडल्या. थोड्या फार निराळ्या स्वरूपात क्रांतिसिंहांनी आपल्या सार्वजनिक जीवनाच्या सुरुवातीस ब्रिटिशांच्या चाकरीवर असेच पाणी सोडले आणि राष्ट्रीय लढ्यात उडी घेतली.

भारतीय स्वातंत्र्यलढ्यात महात्मा गांधींचे कार्य मोठे आहे. त्यांच्या अहिंसेच्या मार्गानेच आपल्या देशाला स्वातंत्र्य मिळाले असे म्हणणाऱ्यांचा एक वर्ग आपल्या देशात आहे. तथापि, हे पूर्ण सत्य नाही. बॅ. छगला, डॉ. आंबेडकर आणि थोर इतिहासकार डॉ. रमेशचंद्र मुजुमदार या सर्वांच्या मते नेताजी सुभाषचंद्र बोस यांच्या आझाद हिंद सेनेच्या कामगिरीनेच भारतीय स्वातंत्र्य प्राप्त झाले आहे!

योगायोगाने नेताजींचा काळ, कार्य व त्यांची जडणघडण आणि क्रांतिसिंहांचा काळ, स्वातंत्र्यपूर्ण काळातील कार्य आणि त्यांची जडणघडण यात लक्षणीय साधर्म्य दिसून येते.

"The ways of History - like
The way of Providence
Are often mysterious"

एका इतिहासकाराने काढलेल्या या उद्‌गाराची या दोन क्रांतिवीरांच्या जीवनाकडे व कार्याकडे पाहिल्यावर आठवण होते.

देशाच्या स्वातंत्र्यासाठी ब्रिटिशांच्या हातावर तुरी देऊन कडेकोट बंदोबस्तामधून नेताजींचे निसटणे आणि सतत चार वर्षे ब्रिटिश सत्तेला आव्हान देऊन क्रांतिसिंहांचे भूमिगत राहणे; आझाद हिंद फौजेचे आधिपत्य स्वीकारून आणि आझाद हिंद सरकारची स्थापना करून (की ज्या सरकारास जगातील ७/८ सरकारांनी राजनैतिक मान्यता दिली होती.) ब्रिटिश फौजांशी नेताजींनी लढा देणे आणि आपल्या तरुण मावळ्यांची तुफान सेना निर्माण करून आणि प्रति-सरकार स्थापन करून ब्रिटिशांशी क्रांतिसिंहांनी प्रतिकार करणे, या घटना भिन्नभिन्न वाटल्या तरी त्यामागील भूमिका व प्रेरणा एकच होत्या. एकाने देशाबाहेरून ब्रिटिश सत्ता नष्ट करण्याचा प्रयत्न केला, तर दुसऱ्याने देशात राहून ती खिळखिळी करण्याचा प्रयत्न केला. दोन्ही कार्यांत समानधर्मीय वैशिष्ट्ये आहेत.

स्वातंत्र्यप्राप्तीनंतर मिळालेले स्वातंत्र्य टिकविण्यासाठी आणि भारतीय जनता सुखी करण्यासाठी आपण कोणत्याही पदाची अपेक्षा धरणार नाही, असे नेताजी अनेक वेळा म्हणत. दुर्दैवाने आपल्या म्हणण्याप्रमाणे आचरण करण्यासाठी नियतीने त्यांना संधी दिली नाही; पण क्रांतिसिंहांनी स्वातंत्र्योत्तर काळांत सत्तेच्या राजकारणाकडे पाठ फिरवून कोणत्याही पदाची अपेक्षा न धरता सामान्य जनता सुखी करण्यासाठी अखंड

जनजागरण केले.

क्रांतिसिंहांच्या प्रति-सरकारची प्रादेशिक व्याप्ती किती होती, यावरून त्यांच्या कार्याचे मूल्यमापन ठरविणे हे हास्यापद ठरेल, कारण त्यांच्या कार्यक्षेत्राच्या व्याप्तीपेक्षा त्यांच्या कार्यामागील प्रेरणा महत्त्वाच्या होत्या. जगाच्या इतिहासातील महान स्वातंत्र्यलढ्यांच्या मागील प्रेरणा आणि नेताजी व क्रांतिसिंह यांच्या लढ्यामागील प्रेरणा एकच होत्या!

नेताजींच्या कार्याचे मूल्यमापन करीत असताना इतिहासाचे एक व्यासंगी प्राध्यापक व प्रसिद्ध संसदपटू हिरेन मुकर्जी आपल्या Bow of Burning Gold या ग्रंथात म्हणतात -

"Subhas had been all his life a bow of burning gold, if the arrows flung at the target, somewhat missed their mark, for the timebeing there was to be no weeping and gnashing of teeth but only the recognition that orther battles were ahead. For himself Subhas Chandra Bose had given everything he had for his country's freedom, and so it is that he has left a memory that transcends even ideological disputes. No man wrought for Indian freedom more than did Netaji Subhash Chandra Bose. His shadow will never grow less. His name will stay linked forever with the lovely slogan he had coined : Jay Hind!"

क्रांतिसिंह नाना पाटील यांच्या स्वातंत्र्यलढ्यातील कार्याविषयी थोड्याफार फरकाने असेच म्हणता येणार नाही का?

६ डिसेंबर रोजी महाराष्ट्रातील दोन महापुरुषांचे महानिर्वाण झाले. भारतीय घटनेचे शिल्पकार डॉ. आंबेडकर व क्रांतिसिंह नाना पाटील! महाराष्ट्राचे हे दोन सुपुत्र. आधुनिक भारताचा इतिहास घडविणाऱ्या ज्या मोजक्या व्यक्ती आहेत, त्यात नेताजी सुभाषचंद्र, डॉ. आंबेडकर व क्रांतिसिंह नाना पाटील यांचे स्थान अढळ आहे! भारतीय इतिहास त्यांची कामगिरी विसरू शकत नाही -

“आकाशाहून विशाल भासे याचे व्यक्तित्व ।
कर्पूरसे जो अवघे जाळी आपले कर्तृत्व ।

चिरंजीव हा हौतात्म्याचा विजयी अभिमान ।
इतिहासाविण कुणी करावा याचा सन्मान ।।''

(कविवर्य ग. दि. माडगुळकर)

**

यशवंतरावांना त्यांच्या मार्गाने जाऊ द्या!

महाराष्ट्रातील या क्रांती-लढ्याला प्रांत पातळीवरून अच्युतराव पटवर्धन, उषा मेहता यांच्याकडून मार्गदर्शन मिळत होते. सातारा-सांगली-कोल्हापूर या भागांत यशवंतराव चव्हाणांचेही मार्गदर्शन मिळत होते.

प्रति-सरकारातील अतिउत्साही मंडळींच्या हिंसक क्रांतिकार्यामुळे गालबोट लागून जनतेमध्ये चळवळ बदनाम होऊ नये, या दृष्टीने यशवंतराव चव्हाण यांनी आपण विधायक आणि अहिंसक मार्गांनी चळवळीचा पाठपुरावा करू या असे मत मांडण्याचा प्रयत्न काही वेळा केला. हा सल्ला त्या वेळच्या जहाल तरुण क्रांतिकारकांना मानवला नाही. यशवंतराव चव्हाण या लढ्याच्या आणि प्रति-सरकारच्या स्थापनेच्याविरोधी आहेत असा तरुणवर्गात गैरसमज पसरला होता.

या संदर्भात सातारा क्रांतीच्या आणि प्रति-सरकारच्या कार्याचे अध्वर्यू मार्गदर्शक कॉ. नाथाजी लाड यांनी खुद्द क्रांतिसिंह नाना पाटील यांनाच समक्ष विचारले, ''अण्णा, यशवंतराव चव्हाण यांच्यासंबंधी तुमचे मत काय?'' त्या वेळी क्रांतिसिंह म्हणाले, ''नाथाजी, यशवंतराव चव्हाण हा एक तरुण अभ्यासू, दूरदृष्टीचा नेता आहे. त्याला राजकीय भवितव्य आहे. आपण काय म्हणून त्याचा दुस्वास करावा. त्याला त्याच्या मार्गाने जाऊ द्या.''

– संभाजी बाबा थोरात

४८

क्रांतिसिंहांचे एक आगळे आंदोलन

डॉ. म. वि. आठले

सामाजिक कार्यकर्ते

काही दिवसांपूर्वी शरद जोशीप्रणित शेतकरी संघटनेने हाती घेतलेले व चार दिवसांतच काहीही लभ्यांश पदरी न पडता मागे घेतलेले 'दूध बंद' आंदोलन, हा प्रयोग महाराष्ट्रात प्रथम अनुसरलेला नाही; तर एक ज्येष्ठ स्वातंत्र्यसेनानी क्रांतिसिंह नाना पाटील यांनी चाळीस वर्षांपूर्वी हा प्रयोग केला होता.

साधारणपणे १९४८-४९ या काळात क्रांतिसिंहांच्या प्रेरणेने इस्लामपूर गावी 'दूधबंदी'चा एक प्रयोग केला गेला. त्यात क्रांतिसिंहांच्या बरोबर धोंडजीकाका पाटील, तांबवेकर, ज्ञानूबुवा पाटील, कृष्णा विठू तथा किसनअण्णा पाटील, ढोबळे, बाबूराव पाटील अशी तरुण मंडळी नेते म्हणून कार्यरत होती.

दूधनिर्मिती हा शेतकरीवर्गाचा व्यवसाय असून, तो कष्टाचा व तोट्याचाही असतो. असे असूनही प्रत्यक्ष शेतकऱ्यांच्या घरी ते दूध त्यांच्या मुलाबाळांनाही न देता शहरी पांढरपेशा लोकांना विकले जाते. दूध मुख्यतः शहरी जीवनात चहा वगैरे चैनीकरिता वापरले जाते. शेतकऱ्यांच्या मुलांना मात्र त्याचा लाभ होत नाही. शेतकऱ्यांच्या घरीच ते वापरले जावे म्हणून खेड्यांतील दूध शहरात आणण्यास बंदी करणे हा या आंदोलनाचा एक मुख्य उद्देश होता.

दुसरा मुद्दा असा की, त्या वेळी साखर ही संपूर्णपणे शिधापत्रिकेवर मिळत असे. बाहेर बाजारपेठेत खुली विक्री नव्हती. त्या वेळच्या शिधावाटप पद्धतीप्रमाणे खेड्यातील माणसास अत्यंत अल्प प्रमाणात साखर मिळे, तर शहरी माणसाला भरपूर मिळे, असे विषम पद्धतीचे

वाटप होते. त्याचा परिणाम खेड्यातील माणसाला दूध नाही व चहा घ्यावा तर साखर नाही. 'आम्हाला साखर नाही, तर तुम्हाला दूधही नाही' असेही एक गणित बंदमागे अंतर्भूत होते. दिवाळी जवळ येत होती आणि म्हणून या मोक्याच्या वेळी हा कार्यक्रम हाती घेतला होता.

'दूधबंदी' सुरू करण्यापूर्वी आधी इस्लामपुरात शिवाजी चौकात एक मोठी जाहीर सभा घेऊन, त्यात 'दूधबंदी' जाहीर केली गेली. खेडेगावातील दूध हे इस्लामपुरात येऊ द्यावयाचे नाही व त्याकरिता प्रत्येक नाक्यावर कार्यकर्त्यांनी हजर राहून दूध गावात आणू द्यावयाचे नाही असे ठरले. ठरलेल्या दिवशी सर्व नाक्यांवर कार्यकर्ते व मुले हजर झाली आणि त्यांनी येणारे सर्व दूध रस्त्यावर ओतून देण्याचा कार्यक्रम सुरू केला. येणारे दूध रस्त्यात न टाकता ते गोरगरिबांना, मुलांना, बाळंतिणींना व गरजू आजारी व्यक्तींना विनामूल्य द्यावे, असा प्रस्ताव मी स्वतः कार्यकर्त्यांपुढे मांडला; त्यामुळे ते दूध वाया न जाता वाचले.

दूधबंदीची झळ गावातील पांढरपेशांबरोबरच शेतकरीबंधूंसह सर्व लहान, थोर, आजारी जनतेला लागली व त्याचा अंतिम परिणाम तीन दिवसांनी ती चळवळ आपोआप संपली. दूधबंदीची ही बातमी दुसऱ्या दिवशीच्या पुण्याच्या 'सकाळ'मध्ये 'इस्लामपुरात दूधबंदी' अशा तऱ्हेच्या मोठ्या मथळ्यात छापूनही आली होती.

त्या वेळच्या मुंबई विधिमंडळात या दूधबंदीबाबत एक प्रश्न एका आमदाराने विचारलाही होता; पण मजेची गोष्ट अशी की, 'कोणाही नागरिकांची दूधबंदीबाबत आमच्याकडे तक्रार आलेली नाही, सबब इस्लामपुरात दूधबंदी झाली नाही' असे उत्तर सरकारने दिले.

विनोदाची गोष्ट म्हणजे दूध नेण्यास अडथळा केला, अशा काही मुद्द्यांवर कार्यकर्त्यांपैकी काहींच्यावर सरकारने फौजदारी खटलाही भरला होता. तो रीतसर चालून आणि निकाल सरकारविरुद्ध लागून, आरोपी निर्दोष सुटले.

मला या सर्व घटना देऊन एवढेच निदर्शनाला आणावयाचे आहे की, दूधबंदीचे आद्य प्रणेते शरद जोशी नसून, ते श्रेय क्रांतिसिंह नाना पाटील यांच्याकडे जाते.

(रविवार सकाळ, कोल्हापूर, १५ ऑगस्ट ८२ मधून)

**

४९

क्रांतिसिंहांच्या नेतृत्वाचा उदय

सदानंद कदम

इतिहासाचे अभ्यासक, लेखक व पत्रकार

क्रांतिसिंह नाना पाटलांचे नेतृत्व हे बहुजनांचे, समाजसुधारणेच्या चळवळीतून उभे ठाकलेले नेतृत्व होते. वारकरी संप्रदायाबरोबरच म. फुले यांच्या सत्यशोधक चळवळीची परंपरा या नेतृत्वामागे होती. १८५७ च्या उठावानंतर इंग्रजी शिक्षणाचे 'वाघिणीचे दूध' प्यालेल्या कर्त्या मंडळींकडून राजकीय आणि सामाजिक चळवळी चालविल्या गेल्या; त्यामुळे हिंदुस्थानच्या राजकीय आणि सामाजिक परिस्थितीत खूपच स्थित्यंतरे झाली, हे खरे असले तरी या दोन्ही चळवळी उच्चशिक्षित आणि उच्चवर्णीयांपुरत्याच मर्यादित राहिल्या होत्या. तळागाळातील समाज या साऱ्यापासून दूरच होता. शतकानुशतके अज्ञान, अंधश्रद्धा, दैन्य, दुःख भोगत असलेल्या या समाजातूनच पुढे फुले, आंबेडकर यांचे नेतृत्व निर्माण झाले. महात्मा फुले यांच्या सत्यशोधक समाजसुधारणेचा वारसा राजर्षी शाहू व डॉ. आंबेडकरांनी चालविला; पण याच काळात या चळवळीचे स्वरूपही बदलत गेले. सत्यशोधक स्वरूपातून ब्राह्मण्याविरुद्ध सुरू झालेल्या या चळवळीने पुढे ब्राह्मणविरोधी वळण घेतले. परिणामी, तिला संकुचित स्वरूप आले आणि कालांतराने ती नष्टही झाली. यातूनच 'ब्राह्मण-ब्राह्मणेतर' वाद निर्माण झाला आणि तो 'पुरोगामी' म्हणविणाऱ्या महाराष्ट्राला अनेक वर्षे पुरला. हे जरी खरे असले तरी सत्यशोधक चळवळ आणि सत्यशोधक जलशांमुळे जागृत झालेल्या बहुजन समाजातूनच केशवराव जेधे, भास्करराव जाधव, कर्मवीर भाऊराव पाटील, क्रांतिसिंह नाना पाटील यांसारखे नेते, समाजसुधारक उदयास आले.

घराण्याची परंपरा ज्ञानोबा-तुकोबांच्या वारकरी संप्रदायाचे पालन करणारी असली तरी माळकरी नानांना मात्र त्या विचाराप्रमाणे आचार करणारे लोक कुठे दिसत नव्हते. संतांनी सांगितलेली समता कुठेच आढळून येत नव्हती. मनोभूमीवर चाललेल्या या वैचारिक द्वंद्वात नानांना वाट दाखविली ती म. फुले, छ. शाहूंच्या कार्याने, सत्यशोधक परंपरेने! संतांनी सांगितलेली समतेची तत्त्वे जेव्हा सत्यशोधक जलशांच्या माध्यमातून समाजात साकारू लागली, तेव्हा नानांना आपले कार्यक्षेत्र गवसल्याचा साक्षात्कार झाला आणि ते या चळवळीचे केवळ कार्यकर्तेच नव्हे, तर कृतिशील प्रचारक बनले.

१९३० नंतर या चळवळीतूनच त्यांनी म. गांधींच्या राष्ट्रीय कार्याकडे झेप घेतला; पण या चळवळीकडे पूर्णतः पाठ फिरवली नाही. सत्यशोधक चळवळीचे, बहुजन समाजाच्या जागृतीचे कार्य ते हयातभर करीतच राहिले.

क्रांतिसिंहांचे सामाजिक कार्य

क्रांतिसिंह नाना पाटलांची समाजसुधारणा ही सर्वव्यापी समाजसुधारणा होती. त्यात समाजवाद आणि धर्मनिरपेक्षतेची बीजे अंगभूत होती. व्यसनमुक्ती, शिक्षणप्रसार, प्रौढ शिक्षणाचे वर्ग, दलितोद्धार, गांधी-लग्न, समाजातील अनिष्ट प्रथांचे निर्मूलन अशा सर्वच क्षेत्रांत नानांनी आपल्या कर्तृत्वाचा ठसा उमटवला. आपले वेगळेपण सिद्ध केले. वर्षानुवर्षे अज्ञान-अंधकारात खितपत पडलेल्या बहुजनांना नवी दिशा देण्याचे कार्य अनेक समाजधुरीणांनी केले. तो वारसा चालविताना त्या कार्यातील अडचणींचीही नानांनी दखल घेतली. त्यांना अपेक्षित असलेली सामाजिक क्रांती ही एक दिवसात, एका वर्षात घडून येणार नाही हे त्यांनाही माहीत होते; म्हणूनच ते या कार्याला 'जगन्नाथाचा रथ' म्हणत असत. 'शेकडो वर्षांचे संस्कार आणि कोत्या समजुती नाहीशा करण्यासाठी समाजसुधारकांच्या शेकडो पिढ्या खर्ची पडल्या तरी पूर्ण यश मिळणे अवघडच! हा जगन्नाथाचा रथ ढकलत राहणे एवढेच आमच्या हाती आहे. रथ तसूतसूने पुढे सरकेल किंवा घसरून परत अंगावरही येईल. आम्ही चिरडून जाऊ; पण आम्ही प्रयत्न करीत राहाणार, कारण तेवढेच आमच्या हाती आहे अशी त्यांची भूमिका होती.

क्रांतिदर्शी विचाराच्या या नेत्याने स्वतःच्या आयुष्यात आपण मांडलेल्या सर्व मतांना दृश्य रूप दिले. स्वतःच्या लग्नात स्वतः मंगलाष्टके म्हटली. पुरोहित वर्गाचे वर्चस्व झुगारून दिले. 'आमच्या पोटी जन्माला येणारे बालक स्वातंत्र्याच्या कामी देऊ' अशी प्रतिज्ञा करणारी 'गांधी-लग्ने' लावून दिली. स्वतःचेच नव्हे तर बहिणीची, मुलींची लग्ने अशीच केली. सामाजिक क्रांती घडण्यासाठी प्रथम मानसिक क्रांती घडली पाहिजे, याची जाणीव ठेवून आयुष्यभर आपल्या रांगड्या वक्तृत्वाने समाजातील ढोंगावर, लग्नसमारंभातील खर्चावर, चालीरीतींवर आसूड ओढले. विधवाविवाह घडवून आणले. मात्र, म. फुले आणि शाहू महाराजांचा विचार कृतीत उतरविणाऱ्या या नेत्याला उपेक्षेचाच धनी व्हावे लागले. इथल्या राजकीय नेतृत्वाने त्यांची उपेक्षा केली हे तर खरंच; पण आयुष्यभर पुरोगामी विचारांची उपासना करणाऱ्या, काळाच्या पुढे दोन पावले चालणाऱ्या या नेतृत्वाच्या वाट्याला त्याच्या लोकांनीही उपेक्षाच बहाल केली. त्यांच्या म्हणविणाऱ्या लोकांनी आपल्या मुला-मुलींची लग्ने थाटामाटात लावून दिली, एवढेच नव्हे तर आमचे वडील, आजोबा कावळे कसे झाले? अशी पिंडदानाची टर उडविणाऱ्या नानांच्या रक्षाविसर्जनाच्या वेळी कावळ्यांना बोलावले गेले! यापेक्षा दैवदुर्विलास तो काय?

क्रांतिसिंह स्वातंत्र्य चळवळीत

नानांचे हे सामाजिक सुधारणेचे कार्य सुरू असतानाच देशाच्या राजकीय क्षितिजावर गांधीजींचा उदय झाला. म. गांधींचे विचार, नेतृत्व, तत्त्वज्ञान आणि त्यांची अस्पश्यांविषयीची कळवळ नानांच्या मनाला स्पर्शून गेली. साक्षरताप्रसार, स्वदेशी आणि व्यसनमुक्तीसाठी लढण्याची गांधीजींची जिद्द नानांना आणि त्यांच्या बरोबरीच्या बहुजन चळवळीतील नेतृत्वाला आपलीशी करावी असे वाटू लागले. समाजसुधारणेसाठी राजकीय स्वातंत्र्याची गरज गांधीजींनी प्रतिपादन केली अन् १९३० नंतरच्या काळात बहुजनांच्या नेतृत्वाने गांधीवाद स्वीकारला. गांधींचे नेतृत्व मानले. केशवराव जेधे, महर्षी शिंदे, भाऊराव पाटील, आत्माराम पाटील यांच्या बरोबरीने नाना पाटलांनी स्वातंत्र्य चळवळीत उडी घेतली आणि सत्याग्रह, अटक, तुरुंगवास व सुटकेचे

चक्र सुरू झाले. दरम्यानच्या काळात नानांचा एकुलता एक मुलगा, पत्नी, भावजय, वडील, आजी असे कुटुंबीय एकापाठोपाठ एक निवर्तले. नानांभोवतीचे हे कौटुंबिक 'पाश' संपले आणि नानांनी सर्वस्वाने संग्रामात उडी घेतली. देशाच्या स्वातंत्र्य चळवळीसाठी कोणत्याही तडजोडी त्यांनी स्वीकारल्या नाहीत. प्रसंगी पोत्याचे कपडे घालून इस्लामपूर स्टॅन्डवर हमाली केली; पण हृदयातील क्रांतीची मशाल विझू दिली नाही.

४२ चा स्वातंत्र्याचा लढा

८ ऑगस्ट ४२ च्या ठरावानुसार महात्मा गांधींनी स्वातंत्र्याच्या भावी लढ्याचे रणशिंग फुंकले. सरकारने काँग्रेसचे प्रमुख नेते अटकेत टाकले. देशभर उसळलेल्या असंतोषाचा उद्रेक दडपून टाकण्याचे प्रयत्न सुरू झाले. जनतेचा आवाज इतरत्र दडपला गेला तरी छत्रपतींच्या, फुले यांच्या साताऱ्यात वेगळेच चित्र होते. इथे बलिदान झाले तरी आंदोलन थांबले नाही. देशभरात चळवळ नेतृत्वहीन झाली तरी सातारा जिल्ह्यात ती नेतृत्वहीनही झाली नाही आणि दिशाहीनही झाली नाही. उलट जोमाने फोफावली. तिला भूमिगत चळवळीचे स्वरूप आले. सरकारी कचेऱ्या, पोलीस ठाणी, पोस्ट, डाक बंगले, रेल्वे स्टेशन लुटणे, जाळणे अशा प्रकारांनी इथल्या नेत्यांनी सरकारशी संघर्ष सुरूच ठेवला. गांधींच्या आणि काँग्रेसच्या अहिंसा तत्त्वात हे सारे बसत नव्हते, तरी साताऱ्यातील वेगवेगळ्या क्रांतिकारी गटांनी नाना पाटलांच्या नेतृत्वाखाली हा लढा पेटता ठेवला. असेच उठाव वर उल्लेखिल्याप्रमाणे मिदनापूर (बंगाल), बालिया (उत्तर प्रदेश), भागलपूर येथेही झाले. काही काळ तेथे समांतर सरकारे अस्तित्वातही आली; पण नंतर सारे थंडावले. याला अपवाद सातारा जिल्ह्याचा. या भागात मात्र नाना पाटलांच्या नेतृत्वाखाली हा लढा अधिकाधिक तीव्र बनत गेला. पेटतच राहिला.

याच दरम्यान या भागातील स्थानिक दरोडेखोरांनी म. गांधींच्या नावाचा जयजयकार करीत दरोडे घालण्यास सुरुवात केली. परिणामी, भूमिगत क्रांतिकारकांनी चालविलेली ही चळवळ बदनाम होते की काय अशी शंका नाना पाटील प्रभृतींच्या नेतृत्वाला येऊ लागली. जनताही साशंक होऊ लागली. अशा परिस्थितामध्ये क्रांतिकारकांना आपल्या

मार्गातील दरोडेखोरांचे काटे दूर करावे लागले.

प्रति-सरकारची स्थापना व कार्य

सत्यशोधक चळवळीतून गांधीवादाकडे ओढल्या गेलेल्या नानांच्या नजरेसमोर होती ती ग्रामराज्ये! म्हणूनच मग बेचाळीसचा लढा हा जनसामान्यांचा लढा बनला. प्रस्थापित शासनाविरुद्ध जनतेचा उठाव आणि नवी समाजरचना शोधण्याचे कार्य या लढ्याने केले. यातूनच मग ग्रामराज्याची आणि स्वयंपूर्ण शासनाची कल्पना अस्तित्वात आणणारी प्रति-सरकारे भारतातील निरनिराळ्या प्रांतात साकारली.

पण देशभरातील प्रति-सरकारे आणि इथलं प्रति-सरकार यात एक महत्त्वाचा फरक होता. बंगालच्या मिदनापूर जिल्ह्यातील तामलुक विभागातील प्रति-सरकार अडीच वर्षे चालविले गेले. त्याने स्वतःची सेना, पोलीस दल, तुरुंग, न्यायालयेही उभारली. अगदी जिल्हा प्रशासन ४/५ दिवस ताब्यात घेण्याचेही अनोखे कार्य केले. तरी दोन-अडीच वर्षांत सारे संपले, कारण त्यामध्ये वैचारिक पाठबळाचा अभाव जाणवत होता.

इथे मात्र वेगळे घडत होते. जिल्हा/तालुका प्रशासन ताब्यात घेण्यापेक्षा नानांच्या नेतृत्वाखाली लोकांनी गावागावांतून आपले स्वतःचे प्रशासन उभे केले. ग्रामसरकारची स्थापना केली. एका अर्थाने नाना पाटलांचे प्रति-सरकार हे स्वायत्त ग्रामसरकारचे संघराज्यच होते. क्रांतिसिंहांनी चालविलेले हे प्रति-सरकार हे केवळ शासन करण्यासाठी, समांतर प्रशासनातून ब्रिटिशांना राजकीय शह देण्यासाठी अस्तित्वात आले नव्हते, तर ते सामाजिक सुधारणेचेही प्रेरकस्थान होते. साक्षरता, कर्जमुक्ती - व्यसनमुक्ती, गांधी लग्न, विधवांचे विवाह, हुंडाबंदी, ग्रामस्वच्छता, बालविवाह बंदी अशा अनेक स्तरांवर या सरकारने गौरवास्पद कामगिरी केली.

प्रशासकीय पातळीवर पाहिले तर या सरकारचे विधीमंडळ, कार्यकारिणी, न्यायमंडळ, अर्थव्यवस्था, संरक्षक दले असे अनेक विभाग होते. या सरकारच्या कार्यकारिणीचे १८ गट होते. प्रत्येक गटाला प्रमुख, उपप्रमुख असत. फेब्रुवारी १९४५ पासून तर हे सरकार शासनव्यवस्थेच्या सर्व वैशिष्ट्यांसह कार्यरत झाले. औंधच्या राज्यघटनेनुसार, बॅ. आप्पासाहेब पंतांच्या सल्ल्यानुसार चालणाऱ्या या सरकारला अनेक गैरसमजुतींना

तोंड द्यावे लागले; परंतु या सरकारच्या कार्याकडे, आता तरी डोळसपणे पाहाण्याची गरज आहे.

या सरकारच्या कर्तृत्वाचे योग्य मूल्यमापन ही राष्ट्रेतिहासाच्या दृष्टीने महत्त्वाची गोष्ट आहे. हा केवळ क्रांतिसिंहांना न्याय देण्याचा प्रश्न नाही, तर खऱ्या अर्थाने ज्या सामान्य जनतेने देशातील हे एकमेवाद्वितीय सरकार उभारले, टिकविले, त्या जनसामान्यांना न्याय देण्याचा प्रश्न आहे.

नाना पाटलांची ही ग्रामराज्याची चळवळ केवळ त्या ठराविक काळापुरतीच मर्यादित नव्हती. त्या चळवळीने समाजवाद आणि धर्मनिरपेक्षतेच्या चळवळीलाही पुन्हा उर्जितावस्था प्राप्त करून दिली होती, असा इतिहासाचा दाखला आहे.

नेताजी आणि क्रांतिसिंह

प्रति-सरकारची देदीप्यमान पण उपेक्षित राहिलेली कारकीर्द अभ्यासताना क्रांतिसिंह आणि नेताजी यांच्या कार्यातील साम्यस्थळे लक्ष वेधून घेतात. दोघांचाही मूळ पिंड अध्यात्मवादी. भारताच्या स्वातंत्र्यासाठी समर्पणशीलतेचे प्रतीक बनलेले हे दोघे क्रांतिकारक - या दोघांनीही म. गांधींच्या नेतृत्वाखाली आपल्या राजकीय कारकिर्दीला सुरुवात केली. तरी अखेर दोघांनीही सशस्त्र क्रांतीला जवळ केले. इंग्रजी सत्ता झुगारून स्वराज्य, समांतर सरकार स्थापण्यात दोघांनाही कमी-अधिक काळ यश मिळाले.

नेताजींनी आझाद हिंद सरकार आणि आझाद हिंद सेना उभारली, तर क्रांतिसिंहांनी प्रति-सरकार व तुफान सेना उभारली. दोघांनीही आपल्या सरकारच्या सैन्यदलात स्त्रीसैनिकांसाठी खास पलटणी उभारल्या. कर्तृत्वाचा हा आलेख थोड्याफार फरकाने समांतर जात असतानाच दोघांनाही काँग्रेसच्या अहिंसावादी नेतृत्वाकडून उपेक्षा स्वीकारावी लागली आणि स्वातंत्र्योत्तर काळात तर जाणूनबुजून या दोन नरसिंहांना आजअखेर उपेक्षेचेच धनी व्हावे लागले. या साऱ्यांची कारणमीमांसा तपासणे स्वातंत्र्यलढ्याच्या दृष्टीने महत्त्वाचे आहे.

क्रांतिसिंहांचा राजकीय प्रवास

शाहूराजांची, म. फुले यांची सत्यशोधक परंपरा ते म. गांधींची

अहिंसावादी काँग्रेस असा राजकीय प्रवास नानांनी स्वातंत्र्यपूर्व काळात केला तरी स्वातंत्र्योत्तर काळात मात्र काँग्रेसविषयी त्यांचा भ्रमनिरास झाला. बहुजन समाजाच्या नेतृत्वानेही याच अवस्थेतून प्रवास करून शेतकरी-कामगार पक्ष काढला. हा खराखुरा बहुजनांचा, शेतकरी-कामगारांचा, पक्ष म्हणून नानाही त्यात प्रवेश करते झाले. पुढच्या काळात यातील मान्यवर मंडळी पुन्हा काँग्रेसमध्ये गेली, तरी नानांनी मात्र तो मार्ग पत्करला नाही. पुढे मग नवजीवन संघटना, किसान पक्ष या मार्गावरून ते कम्युनिस्ट पक्षात दाखल झाले.

आत्मा, ब्रह्म, ब्रह्मज्ञान आणि परलोक जीवन या साऱ्यांवर चर्चासत्र, मंथन करण्यापेक्षा मार्क्सचे भाकरीचे तत्त्वज्ञान नानांमधील सत्यशोधक कार्यकर्त्याला जवळचे वाटले. म्हणूनच ते म्हणत, 'ऋषीमुनींना मी जरूर मानतो, प्रणाम करतो; पण आम्हा सामान्य माणसांना अध्यात्म-बिध्यात्म काही कळत नाही. आम्हाला कळते ते भाकरीचे अध्यात्म आणि ते सांगणारा ऋषी कार्ल मार्क्स. म्हणून मी मार्क्सचा वेद अभ्यासतो. कार्ल मार्क्स माझ्या हदयाला सारखा आव्हान देत असतो.

आपल्यावर पक्ष बदलल्याबद्दल जी टीका झाली, त्याबद्दलही खुद्द नानांची भूमिका स्वच्छ होती. ते म्हणत, 'म. गांधींच्या रूपाने मला युगपुरुष भेटला. नंतर मी मार्क्स-लेनिनकडे वळलो; पण माझी आंतरिक तळमळ एकच होती. ती म्हणजे गरिबांना सुखाचे दोन दिवस व घास मिळावेत. म्हणून हा संघर्ष सनातन आहे. या संघर्षात अनेकांनी आपल्या जीवनांची पुष्पे वाहिली आहेत... मी केवळ निमित्तमात्र आहे. नाना पाटील म्हणजे त्या विशाल सागरावरची क्षणभंगुर लाट आहे, ती केव्हा तरी नष्ट होईल; पण त्या लाटेमुळे एखाद्या श्रमजीवि माणसाच्या जीवनात थोडे जरी सौख्य व सौभाग्य आले तरी मी स्वतःस धन्य समजेन.' ही त्यांची भूमिका समजून घेतली की, लक्षात येते, महाराष्ट्रात महात्मा फुले आणि छ. शाहू महाराज यांनी सुरू केलेल्या समाजसुधारणेच्या विचारांचे क्रांतिसिंह हे केवळ वारसदारच नव्हते तर ती चळवळ पुढे नेणारे ते एक मानकरी होते.

**

५०
क्रांतिसिंह नाना पाटील

'शिवनेर'कार विश्वनाथराव वाबळे
बहुजनवादी निःस्पृह पत्रकार, सामाजिक कार्यकर्ते

सातारा जिल्ह्यातील बंड

आचार्य अत्रे यांनी 'नवयुग' साप्ताहिकाचा विशेष अंक प्रसिद्ध करून क्रांतिसिंह नाना पाटील यांचे मुंबईमध्ये स्वागत केले. ४२ च्या बंडात क्रांतिसिंह नाना पाटील भूमिगत झाले होते. ते जेव्हा प्रगट झाले, तेव्हा त्यांचे मुंबईमध्ये मुंबईकरांनी प्रचंड स्वागत केले. आचार्य अत्रे यांनी 'नवयुग'च्या मुखपृष्ठावर नाना पाटलांचे हातात पिस्तूल असलेले छायाचित्र छापले आणि अंकामध्ये क्रांतिसिंह नाना पाटील यांनी ४२ च्या बंडात केलेल्या कामगिरीवर प्रकाश टाकणारे लेख प्रसिद्ध करण्यात आले. तो नवयुगचा खास अंक घेऊन मी अधाशासारखा वाचला. नाना पाटील म्हणजे छत्रपती शिवाजी महाराजांचा नवा अवतार असल्याची भावना माझ्या मनात त्या वेळी उचंबळून आली. ऐन पंचविशीत माझ्या मनावर झालेले ते संस्कार होते.

मराठी सातवीपर्यंत शिकलेला शेतकऱ्याचा मुलगा तलाठ्याची नोकरी सोडून म. गांधींच्या चळवळीत सामील झाला. ४२ च्या बंडात त्यांनी ब्रिटिश साम्राज्यशाहीला मर्द मराठ्याच्या मनगटाचा हिसका दाखविला. साऱ्या हिंदुस्थानात जे घडले नाही ते नाना पाटलांनी करून दाखविले. सातारा जिल्ह्यात नाना पाटील भूमिगत झाले. ब्रिटिश साम्राज्यशाहीने जंगजंग पछाडले; परंतु नाना पाटील साम्राज्यशाहीच्या हाती लागू शकले नाहीत. उलट साम्राज्यशाहीला चांगलाच हात दाखविण्याचे नाना पाटलांनी ठरविले. सातारा जिल्ह्यात त्यांनी 'पॅरलल

गव्हर्नमेंट' स्थापन केले. नाना पाटलांचे हे प्रति-सरकार 'पत्री सरकार' म्हणून ओळखले जाऊ लागले. सातारा जिल्ह्यातील स्वातंत्र्यसैनिकांची फौज ४२ च्या बंडात भूमिगत झाली. क्रांतिवीर नाना पाटील भूमिगत स्वातंत्र्यसैनिकांचे नेते होते. त्यांच्या नेतृत्वाखाली तासगावच्या कचेरीवर मोर्चा नेण्यात आला. ब्रिटिशांचे 'युनियन जॅक' खाली खेचण्यात आले. तासगावच्या मामलेदाराला गांधी टोपी घालण्यास भाग पाडले. तासगावप्रमाणेच ठिकठिकाणी ब्रिटिशांच्या सत्तेला शह देण्यात आला.

४२ च्या बंडातील सातारा जिल्ह्यातील हे बंड छत्रपती शिवाजी महाराजांच्या ऐतिहासिक परंपरेला शोभणारे होते. साताऱ्याच्या नाना पाटलांच्या सैनिकांनी या बंडामध्ये चालत्या गाडीवर हल्ला केला आणि सरकारी खजिना लुटला. सुरतेवर हल्ला करणाऱ्या शिवाजी महाराजांचा आदर्श समोर ठेवूनच क्रांतिवीर नाना पाटलांनी स्वातंत्र्याच्या लढ्यासाठी ही लुटालूट केली. धुळे येथील खजिन्यावर उत्तमराव पाटलांनी हल्ला करून तो लुटला. जेजुरीच्या खंडोबाच्या मूर्ती व शिवनेरीवरील शिवाईचे दागिने बंडखोरांनी लुटले; त्यामुळे महाराष्ट्रामध्ये प्रचंड खळबळ उडाली.

नाना पाटलांच्या प्रति-सरकारने खेड्यापाड्यांत साम्राज्यशाहीप्रमाणेच सावकारशाहीविरुद्ध लढा पुकारला. जे लोक गोरगरिबांवर अन्याय करीत होते, त्यांना न्याय देण्याची कामगिरी नाना पाटलांच्या नेतृत्वाखाली सातारा जिल्ह्यात खेड्यापाड्यांत पार पाडण्यात येऊ लागली. पंचांनी दिलेला न्याय मान्य करून अन्याय करणाऱ्यांना पत्र्या ठोकण्याची शिक्षा होऊ लागली. ज्या माणसाला ही शिक्षा करायची, त्याच्या पायाच्या तळव्यावर काठीचे फटके मारण्यात येत असत; त्यामुळे तो जायबंदी होत असे. या शिक्षेलाच पत्र्या मारण्याची शिक्षा असे म्हणत असत. अशा रीतीने सातारा जिल्ह्यातील जुलमी लोकांना ताळ्यावर आणण्याचे काम नाना पाटलांच्या पत्री सरकारने केले; म्हणूनच नाना पाटलांचे प्रति-सरकार पत्री सरकार म्हणून ४२ च्या बंडात गाजले. सबंध देशामध्ये ब्रिटिश राजवटीला आव्हान देणारे पत्री सरकार फक्त सातारा जिल्ह्यात चालत होते. बिहारमध्ये भागलपूर जिल्ह्यातही प्रति-सरकार निर्माण झाल्याचे बोलले जात होते.

पत्री सरकारची ही माहिती शहरात राहणाऱ्या समाजवादी साथींना मिळाली. अच्युतराव पटवर्धन शहरात लपून बसले होते; परंतु नाना

पाटलांच्या पत्री सरकारचे सूत्रधार अच्युतराव पटवर्धन असल्याचा खोटा प्रचार समाजवादी साथींनी सुरू केला. इतकेच नव्हे तर ज्याप्रमाणे छत्रपती शिवाजी महाराजांचे गुरू रामदास होते, त्याप्रमाणे क्रांतिसिंह नाना पाटलांचे गुरू अच्युतराव पटवर्धन असल्याचाही डंका उच्चवर्णीय पत्रकारांनी वाजविला. वास्तविक सातारा जिल्ह्यातील लढ्याशी पटवर्धनांचा काहीही संबंध नव्हता. डॉ. राम मनोहर लोहिया यांनी मात्र मुंबईमध्ये येऊन या लढ्याची माहिती घेतली आणि काँग्रेस रेडिओवरून ती ऐकविण्याची व्यवस्था केली. इतकेच नव्हे तर बिहारमध्ये डॉ. राम मनोहर लोहिया यांनी सातारच्या पत्री सरकारच्या धर्तीवर प्रति-सरकार स्थापन केले. इतर कोणत्याही जिल्ह्यात अशा तऱ्हेचा धाडसी प्रयत्न कोणत्याही नेत्याने केलेला नाही. तो क्रांतिसिंह नाना पाटलांनी केला; म्हणूनच शेतकऱ्यांचा हा साधासुधा नेता देशाच्या स्वातंत्र्यलढ्यात क्रांतिसिंह म्हणून साऱ्या भारतात प्रसिद्ध पावला.

गांधींच्या भेटीला क्रांतिसिंह

४२ चे बंड संपले होते. काँग्रेस पुढाऱ्यांची सुटका झाली होती. काँग्रेसचे सरकारही मोरारजीभाईंच्या नेतृत्वाखाली राज्यावर आले होते. अशा वेळी क्रांतिसिंह नाना पाटील भूमिगत अवस्थेतून बाहेर पडले आणि म. गांधींच्या भेटीसाठी महाबळेश्वरला गेले. म. गांधींचा मुक्काम हवापालट करण्यासाठी महाबळेश्वरला होता. क्रांतिसिंह नाना पाटील यांनी गांधीजींची भेट घेऊन आशीर्वाद घेतला. म. गांधींनी क्रांतिसिंहांच्या क्रांतिकारक कार्याचे कोडकौतुक केले.

नाना पाटील म. गांधींचे निष्ठावंत अनुयायी होते; म्हणूनच त्यांनी गांधीजींच्या नेतृत्वाखाली स्वातंत्र्यलढ्यात भाग घेतला होता, याची जाणीव म. गांधींनाही होती. गांधीजींना भेटल्यानंतर नाना पाटील मुंबईला आले आणि त्यांनी ठिकठिकाणी जाहीर सभांतून भाषणेही केली. नाना पाटील येणार असे समजताच त्यांच्या सभेसाठी तुफान गर्दी लोटू लागली.

नाना पाटलांच्या गावी

नाना पाटलांची ओळख झाल्यानंतर मी त्यांच्या गावी गेलो. त्या वेळी मराठा मंदिराची बँक त्यांच्या गावी सुरू करावी, अशी इच्छा नाना

पाटलांचे सहकारी आप्पासाहेब लाड यांनी व्यक्त केली होती. त्याप्रमाणे त्यांच्या गावी मी गेलो. रात्री मुक्काम केला आणि सकाळीच नाना पाटलांच्या भेटीसाठी गेलो. रोज सकाळी नाना पाटील आणि त्यांचे सेक्रेटरी नाथाजी लाड लोकांच्या अडचणी, तक्रारी समजून घेण्यासाठी व ऐकण्यासाठी बसत असत. नाना पाटलांचा तो दरबार पाहिला आणि ऐकला. बँकेसंबंधी चर्चा करून मी त्यांचा निरोप घेतला आणि मुंबईला आलो.

सोलापूरची प्रचंड सभा

क्रांतिसिंह नाना पाटील प्रगट झाल्यानंतर ठिकठिकाणी त्यांच्या प्रचंड सभा झाल्या. त्यांना पाहाण्याची उत्सुकता लोकांना लागली होती. म्हणूनच नाना पाटलांनी दौरा काढला. सोलापूर येथे पार्क मैदानावर त्यांच्या स्वागतासाठी प्रचंड जनसमुदाय जमला होता. पार्क मैदान माणसांनी तुडुंब भरून गेले होते; पण सभेसाठी जाहीर केलेल्या वेळी नाना पाटील येऊ शकले नाहीत. तरीसुद्धा लोक जागचे हलायला तयार नव्हते. अखेर अक्कलकोटहून ते सोलापूरला आले. स्टेजवर चढल्याबरोबर टाळ्यांचा प्रचंड कडकडाट झाला. त्यांच्या जयजयकाराने सारे आकाश दुमदुमले. सोलापूरचे काँग्रेस पुढारी छन्नुसिंग चंदेले यांनी नाना पाटलांचे स्वागत करणारे भाषण केले आणि नाना पाटील भाषणासाठी हनुमानाप्रमाणे उडी मारून उभे राहिले. त्यांना पहिलवानाप्रमाणे मांडीवर थाप मारली व आपल्या भाषणाला सुरुवात केली.

शेतकरी नेता

पंढरपूर तालुक्यातील माहुली गावातील शेतकऱ्यांच्या मेळाव्यासमोर होणाऱ्या नाना पाटलांच्या भाषणाला मी हजर होतो. शेतकऱ्यांच्या त्या मेळाव्याला केशवराव जेधे हजर होते. नाना पाटलांचे शेतकऱ्यांच्या मेळाव्यातील ते भाषण मला अतिशय स्फूर्तिदायक वाटले. शेतकऱ्यांचा खराखुरा पुढारी शेतकरीच होऊ शकतो, अशी शेतकऱ्यांच्या भाषेत भाषण करणाऱ्या नाना पाटलांचे भाषण ऐकून माझी खात्री झाली. शेतकऱ्यांचा उठाव करणारे शेतकरी नेते, ब्राह्मणेतर चळवळीत झाल्याचे मी ऐकले होते; परंतु त्यांची भाषणे मी ऐकली नव्हती. नाना पाटलांच्या भाषणात बैलांची, औताची, गवताची, धसकटाची उदाहरणे वाक्यागणिक

ऐकायला येत. 'आपण बोकड पोसतो, त्याला भरपूर खायला घालतो, कारण आपण त्याची कंदुरी करून खात असतो. तशीच गत सावकाराची केली पाहिजे.' अशी वाक्ये शेतकऱ्यांच्या हृदयाला जाऊन भिडत. शेतकरी हसायचे आणि टाळ्या वाजवायचे. नाना पाटील शेतकऱ्याला समजेल अशा भाषेत बोलत असत. साम्राज्यशाहीची आणि सावकारशाहीची भंबेरी उडवीत असत. गाडगे महाराजांच्या कीर्तनाला जसे लोक आपोआप धावून जात, तसेच ते नाना पाटलांच्या भाषणालाही गर्दी करीत असत.

शे. का. पक्षातून कम्युनिस्ट पक्षात

सोलापूर येथे स्थापन झालेल्या शेतकरी कामगार पक्षात नाना पाटील सामील झाले. पक्षाच्या प्रचारासाठी ते साऱ्या महाराष्ट्रात फिरले. १९५२ मध्ये झालेल्या निवडणुकीच्या प्रचारासाठी ते दौऱ्यावर गेले. मी जुन्नर मतदारसंघातून शे. का. पक्षाच्या तिकिटावर विधानसभेसाठी उभा होतो. काकडे नावाचे गृहस्थ लोकसभेसाठी माझ्याबरोबर उभे होते. आमच्या निवडणूक प्रचारासाठी नाना पाटील जुन्नरला आले. निवडणूक प्रचार संपण्यापूर्वी आदल्या रात्री जुन्नर नगरपालिकेसमोर प्रचारसभा घेण्यात आली होती. नाना पाटील जुन्नरच्या वेशीत आल्याबरोबर त्यांच्या जयजयकाराने जुन्नर शहर दुमदुमून गेले. लेझिमचा डाव, ताशे आणि डफड्यांच्या दणक्याने मिरवणूक काढण्यात आली. नाना पाटील सभास्थानी येताच मी प्रास्ताविक भाषण केले. त्यानंतर नाना पाटलांनी तोफ सोडली. काँग्रेसमधील सावकारशाहीवर आणि भिक्षुकशाहीवर नाना पाटलांनी त्या सभेत प्रचंड भडीमार केला. छत्रपती शिवाजी महाराजांच्या जन्मभूमीत शेतकऱ्यांचे पुढारी वाबळे पाटील यांना विधानसभेत निवडून द्या आणि काकडे पाटलांना लोकसभेत निवडून द्या, असे आवाहन केले. भाषण आटोपून ते पुढील दौऱ्यावर रवाना झाले.

'दाभाडी प्रबंध' मंजूर झाल्यानंतर नाना पाटील कम्युनिस्ट पक्षात गेले. संयुक्त महाराष्ट्राच्या चळवळीत त्यांनी सारा महाराष्ट्र दणाणून सोडला आणि लोकसभेतही ते निवडून गेले. त्यांना इंग्रजी व हिंदी भाषा येत नव्हती. याची जाणीव असल्यामुळेच निवडणुकीत विजयी झाल्यानंतर केलेल्या एका भाषणात ते म्हणाले, 'मी ज्ञानेश्वराच्या मराठीत लोकसभेत भाषण करून दिल्लीला ढिल्ली करून टाकेन.'

नाना पाटील यांनी कम्युनिस्ट पक्षात प्रवेश केल्यानंतर त्यांचा मुंबईतला मुक्काम नायगाव येथे डॉ. आर. बी. मोरे यांच्याकडे असे. सौ. कमलाताई मोरे यांनी नाना पाटलांच्या मुक्कामात मला बोलावले, माझ्यासाठी कमलाताईंनी काळजी आणली होती. ज्वारीच्या भाकरीबरोबर काळजी खाल्ल्याची आठवण होताच अजूनही तोंडाला पाणी सुटते. जेवता जेवता नाना पाटलांनी मुंबईसारख्या शहरामध्ये कामगार-शेतकऱ्यांचे पत्र चालविल्याबद्दल मला धन्यवाद दिले. पुढे शंकरराव मोरे यांच्या निधनानंतर दादर येथे ते आले असताना त्यांची भेट झाली. आचार्य अत्रे, यशवंतराव चव्हाण व नाना पाटील यांची शंकरराव मोरेंना श्रद्धांजली वाहणारी भाषणे झाली.

क्रांतिसिंह नाना पाटील महाराष्ट्राच्या इतिहासात आपल्या क्रांतिकारक कार्याने अजरामर झाले आहेत.

**

थोडं लिहा, पण काम चांगलं करा!

"...आता आमचं सरकार हाय. चांगलं हाय सरकार. सरकारबद्दल मला काय म्हणायचं न्हाय. सरकार चांगलं हाय. पण... पण हाय त्येच्यात! (हशा) काय पण हाय सांगा? पण दुसरा तिसरा काय न्हाय. बोलंल ते करीत न्हाय! (हशा व टाळ्या) लिहून ठेवतंय! लिहून ठेवतंय! (हशा) इतकं लिहून ठेवतंय की, गाडाबर लिहून ठेवतंय! (हशा) अन् पयलं काय लिहलंय हे पुढच्याला कळंना व पुढच्याच मागल्याला कळंना! (हशा) असलं लिहतंय! असलं लिहतंय. आम्ही म्हणतो, इतकं लिहू नका! कशाला कागद नासता? लय म्हाग झालेती! (हशा) थोडं लिहा! थोडं लिहा! पण काम चांगलं करा!"

- क्रांतिसिंह नाना पाटील : शेवटचे भाषण

५१
इथेच प्रथम गर्जला क्रांतिसिंह!

आनंदराव सीताराम पाटील

सामाजिक कार्यकर्ते

क्रांतिसिंह नाना पाटलांमधील स्वातंत्र्य-योद्ध्याची जडणघडण झाली ती सातारा जिल्ह्यातील कऱ्हाड तालुक्यातील वाठार या गावी. १९२२ ते १९३० हा कालखंड नाना पाटलांच्या जीवनातील परिवर्तनाचा कालखंड होय. या कालखंडात वाठार ही नाना पाटलांची कर्मभूमी होती. नाना पाटील तलाठी म्हणजे ब्रिटिश सरकारचा गाव पातळीवरचा प्रतिनिधी म्हणून वाठारला आले आणि त्याच ब्रिटिश सरकारविरुद्धच्या स्वातंत्र्यलढ्यातील एक योद्धा म्हणून त्यांनी वाठारचा निरोप घेतला.

१९२२ साली नाना पाटलांची सुर्ली, ता. कऱ्हाड येथून वाठार येथे बदली झाली. सामाजिकदृष्ट्या जागृत असणाऱ्या परिसरात-महात्मा फुले यांच्या सत्यशोधक चळवळीच्या विचाराने भारलेल्या परिसरात, मूळचेच सत्यशोधक असणारे नाना पाटील वाठार या गावी अत्यंत आनंदाने तलाठी म्हणून हजर झाले. त्या वेळी माझे वडील सीताराम बापू हे वाठारचे पोलीस पाटील म्हणून काम पाहात होते. वाठारला हजर झाल्याच्या पहिल्या दिवसापासून त्यांच्या आणि माझ्या वडिलांच्या मध्ये अतूट असे आपुलकीचे नाते निर्माण झाले. नाना पाटील वाठारला होते, तोपर्यंत ७/८ वर्षे आमच्याच वाड्यात राहात होते. त्याच वेळी श्रीपती कृष्णाजी पाटील हे वाठारचे मुलकी पाटील होते.

वाठारला हजर झाल्यानंतर नाना पाटलांनी नव्या उमेदीने सत्यशोधक कार्याला वाहून घेतले. त्यांनी आपल्या भोवतालच्या परिवारात जी माणसे जमविली, त्यामध्ये धोंडी चांभार या ज्ञानी सज्जन माणसाला आदरपूर्वक वागणूक देऊन प्रवचनकार-कीर्तनकार म्हणून त्यास सामाजिक

प्रतिष्ठा मिळवून दिली. बळवंत सुतार या भक्तिमार्गी सद्गृहस्थाला भजनी-मंडळाचा प्रमुख विणेकरी म्हणून सामाजाकडून प्रतिष्ठित स्थान मान्य करवून घेतले. भजनी-मंडळी व श्रोतेजन त्यांच्या चरणाचे दर्शन घेत. तसेच त्यांनी रामू कोष्टी, शंकर शिंपी या दोन तरुणांना आपले सहकारी म्हणून जवळ केले. चांभार, सुतार, शिंपी, कोष्टी या समाजातील गुणी माणसांना, प्रतिष्ठित समाजाकडून अशा प्रकारे त्यांनी सन्मान मिळवून दिला. याच कालखंडात त्यांनी आपल्या आक्काबाई या निरक्षर पत्नीस सत्यशोधक समाजाच्या शिकवणुकीनुसार साक्षर बनवले. यावरून नाना पाटील हे सत्यशोधक चळवळीत किती जाणतेपणाने भाग घेणारे क्रियाशील कार्यकर्ते होते हे दिसून येईल.

तलाठी म्हणजे गावपातळीवरचा शेवटचा सरकारी अधिकारी. गोरगरीब जनतेलाच नव्हे, तर सर्वच लोकांना सरकार-दरबारच्या कामासाठी तलाठ्याच्या जवळ गेल्याशिवाय गत्यंतर नसते. तलाठी जनतेचा रक्षक होऊ शकतो आणि भक्षकही होऊ शकतो. नाना पाटील जनतेचे रक्षक होते. ते अडल्यानडल्या गोरगरीब लोकांना मदत करीत होते; त्यामुळे ते सर्वत्र लोकप्रिय होते. लोकांची कामे करीत करीतच लोकांना ते समजावून सांगायचे. ‘‘बांधवांनो, तुमच्या दुःखाचे मूळ कारण ब्रिटिश सरकारची सत्ता हेच आहे. गांधीबाबांची काँग्रेस ब्रिटिश सत्ता नाहीशी करण्यासाठी जीव पणाला लावून चळवळ करीत आहे. त्या गांधीबाबांच्या मागे तुम्ही उभे राहा.’’ अशा तऱ्हेचा प्रचार ते केवळ आपल्या तलाठी समाजातील वाठार-मालखेड, बेलवडे बु ॥ या गावींच करीत होते असे नव्हे तर गावोगावच्या यात्रेच्या निमित्ताने कऱ्हाड तालुक्यातील शक्य त्या गावी ते गांधीबाबांच्या चळवळीचा प्रचार करीत होते.

१९२७ ते १९३० या कालखंडात भारतीय स्वातंत्र्यलढा उग्र स्वरूप धारण करीत होता. स्वातंत्र्यसैनिकांत जसे महात्मा गांधींच्या अहिंसात्मक मार्गाने लढणारे होते तसेच नेताजी सुभाषचंद्र बोस यांच्या क्रांतिकारक मार्गाने जाणारेही होते. मिठाचा सत्याग्रह व सायमन-कमिशनच्या विरोधात निघालेल्या मोर्चावर झालेल्या सैतानी लाठी हल्ल्यात लाला लजपतराय यांचा झालेला मृत्यू, परदेशी कापड बहिष्कार चळवळीत बाबू गेनू या गिरणी कामगाराचे अमर बलिदान, तसेच ‘भारत माता की जय’ म्हणत म्हणत फाशीच्या तख्तावर चढणारे

भगतसिंग-सुखदेव-राजगुरू यांनी देशासाठी केलेले बलिदान यांसारख्या इतर अनेक घटनांनी ऐन तिशीत असणाऱ्या तरण्याबांड नाना पाटलांचे मन अस्वस्थ व बंडखोर होत होते.

सविनय कायदेभंग चळवळीतील प्रभात फेऱ्या, मोर्चे - सभा या मार्गाने स्वातंत्र्यलढ्याला उधाण आले होते. अशीच एक सभा वाठारला झाली. ती काशीनाथ देशमुखांची होती. सभेचा रिपोर्ट सरकारला देण्यासाठी कर्तव्य म्हणून नाना पाटील त्या सभेच्या परिसरात बसले होते. काशीनाथ देशमुखांनी आपल्या ओघवत्या शैलीत-ब्रिटिश सरकारची दडपशाही, क्रांतिकारकांच्या झालेल्या क्रूर हत्या, शेवटी या जुलूमशाहीचा आपण प्रतिकार केलाच पाहिजे या मुद्द्यांचे केलेले विवेचन यामुळे सारी सभा भारावून गेलेली होती. या सभेचा नाना पाटलांवर इतका परिणाम झाला की, बसल्या जागीच उभे राहून 'भारत माता की जय' अशी सिंहगर्जना नाना पाटील करू लागले! लोक आश्चर्यचकित होऊन नाना पाटलांकडे पाहात होते आणि 'नाना पाटील की जय' अशा घोषणांनी त्यांना पाठिंबा देत होते. नाना पाटलांमधील 'स्वातंत्र्यसैनिक' मुक्त होऊ पाहात होता.

१९३० सालच्या लाहोर काँग्रेस अधिवेशनामध्ये संपूर्ण स्वातंत्र्याची घोषणा करण्यात आली आणि २६ जानेवारी हा दिवस 'स्वातंत्र्य दिन' म्हणून पाळण्यात यावा तसेच स्वातंत्र्य मिळेपर्यंत ब्रिटिश सत्तेविरुद्ध संघर्ष चालू ठेवू अशी प्रतिज्ञा घ्यावी, असा संदेश भारतवासीयांना दिला गेला. या घटनेने भारतभर नवचैतन्याचे वारे वाहू लागले. अशा वेळी नाना पाटील स्वस्थ कसे बसतील? त्यांनी सरकारी नोकरीच्या बंधनाची पर्वा न करता २६ जानेवारीला स्वातंत्र्य दिनाच्या प्रचारासाठी गावोगाव बैठका घेऊन लोकजागृती करण्याची चळवळ सुरू केली.

याच दरम्यान सरकारी अधिकाऱ्यांनी नाना पाटलांच्या विरुद्ध मोहीम सुरू केली. आता ते त्यांना शिक्षा करून वठणीवर आणण्याची संधी पाहू लागले. वाठार सजातील वाठार, मालखेड, बेलवडे बु ।। येथील तलाठी रेकॉर्डमधील एक तांत्रिक चूक त्यांना सापडली. बेलवडे बु ।। हे सरदार पाटणकरांचे इनामी गाव होते. त्या गावचा शेतसारा वसूल करून नाना पाटलांनी मुलकी पाटलाकडे सदरची रक्कम भरणा करण्यासाठी दिली होती. ती रक्कम ७ दिवसांच्या आत भरण्याऐवजी

१२ व्या दिवशी भरणा केल्याची तांत्रिक चूक तपासणी अधिकाऱ्याच्या नजरेस आली. त्या आधारे नाना पाटलांना नोकरीतून मुक्त केल्याचा हुकूम बजावण्यात आला. त्या वेळी नाना पाटील म्हणाले, "बरे झाले. सरकारचा मी आभारी आहे. मी आता उघडपणे स्वातंत्र्यलढ्यात भाग घ्यायला मुक्त झालो."

आणि मग एके दिवशी अंगात खादीचा नेहरू शर्ट, डोक्याला गांधी टोपी, कमरेला लुंगी अशा पोशाखात खांद्यावर तिरंगी झेंडा घेऊन - 'भारत माता की जय' - 'महात्मा गांधी की जय' अशा घोषणा देत नाना पाटलांनी वाठारमध्ये प्रवेश केला. त्यांच्या भोवती शेकडो लोक जमा झाले. खांद्यावर तिरंगी झेंडा घेतलेले नाना पाटील पुढे, त्यांच्या पाठोपाठ शेकडो लोक अशी फेरी घोषणा देत वाठारच्या चावडीपुढे आली. नाना पाटलांनी चावडीवर तिरंगी झेंडा फडकावून घोषणा दिली, 'बोला, 'भारत माता की जय!' लोकांनी त्या घोषणेला उंच स्वरात साथ दिली - 'भारत माता की जय' - 'महात्मा गांधी की जय'. नाना पाटलांनी लोकसमुदायापुढे बोलायला सुरुवात केली - "माझ्या गावकरी बांधवांनो, गांधीबाबांच्या आदेशाप्रमाणे - आपला भारत देश स्वतंत्र करण्यासाठी प्रयत्नांची शर्थ करू. प्रसंगी प्राणार्पण करू, अशी आपण या तिरंगी झेंड्यापुढे शपथ घेऊ या." बोला, 'भारत माता की जय', 'महात्मा गांधी की जय!' शेकडो मुखांतून तीच गर्जना घुमली - 'भारत माता की जय, महात्मा गांधी की जय.'

चावडीपासून जवळच असलेल्या राहात्या वाड्याच्या माडीवरून नाना पाटलांच्या धर्मपत्नी सौ. आक्काबाई आपल्या पतिराजांचे खादीच्या पोशाखातील नवे रूप डोळे भरून पाहात होत्या; हृदयात साठवीत होत्या. सभा संपली. सौ. आक्काबाई अधीर मनाने नाना पाटलांची वाट पाहात होत्या. तेवढ्यात गावचा तराळ येताना दिसला. 'वैनीसाब' म्हणून त्याने हाक मारताच त्या बाहेर आल्या. तराळाने हातातले गाठोडे समोर ठेवल्याबरोबर त्या तराळाला म्हणाल्या, "अरे, पाटील कुठायत?" त्यावर तराळ म्हणाला, "अण्णासाहेब मला म्हणाले - हे कपडे घरी नेऊन दे आणि सांग - माझी वाट पाहू नका. मी घरी येणार नाही."

गेल्या काही महिन्यांपासून आपल्या पतिराजांच्या मनात जो संघर्ष चालू होता, त्याची जाण सौ. आक्काबाईंना होती. या संघर्षाचा शेवट

काय हेही त्यांना कळून चुकले होते. नाना पाटलांनी संसार सोडला. त्यांच्या वादळी जीवनामध्ये सौ. आक्काबाईंची सुखी संसाराची स्वप्ने विरून गेली.

पुढे १९४२ चे महात्मा गांधीजींच्या नेतृत्वाखालील 'भारत छोडो' आंदोलन भारतभर एखाद्या वणव्यासारखे पसरले. स्वातंत्र्यलढ्याच्या प्रत्येक वळणावर नाना पाटील आपल्या कर्तृत्वाचे वेगळेपण निर्माण करीत होते. त्यांची भक्ती होती महात्मा गांधीजींवर. मात्र, कर्मसाधना होती नेताजी सुभाषचंद्र बोस मार्गावरची. त्याचा सुवर्ण कळस म्हणजे १९४२ च्या 'चले जाव' चळवळीत त्यांनी महाराष्ट्रात स्थापन केलेले 'प्रति सरकार' होय. या प्रति-सरकारचा ब्रिटिश पार्लमेंटमध्येसुद्धा गंभीरपणे विचार करावा लागला होता.

आझाद हिंद फौजेने अंदमान-निकोबार ही बेटे जिंकून आणि तेथे स्वतंत्र भारताचे सरकार स्थापन करून इम्फाळपर्यंत विजयी धडक मारली होती. ज्या भारतीय सैनिकांच्या साहाय्याने ब्रिटिश सत्ता भारतावर टिकून होती, त्याच सैनिकांनी ब्रिटिश सत्तेविरुद्ध बंडाचा पवित्रा घेतला. मुंबई बंदरात युद्धनौकेवरील सैनिकांनी युनियन जॅक निशाण खाली खेचून आणि तिथे तिरंगी झेंडा फडकवून ब्रिटिश सत्तेविरुद्ध तोफांचा भडीमार सुरू केला. मुंबईच्या गिरणी कामगारांनी त्या सैनिकांना बहुमोल साथ दिली. भारतीय जनतेच्या या अभूतपूर्व सामर्थ्यापुढे ब्रिटिश सरकार अखेर नमले. यापुढे भारत देश आपल्या ताब्यात ठेवण्यास आपण असमर्थ आहोत हे मान्य करून उन्मत्त ब्रिटिश साम्राज्यशाहीने १५ ऑगस्ट १९४७ रोजी आम्ही भारत सोडून जात आहोत अशी जगापुढे घोषणा केली.

१४ ऑगस्ट १९४७ च्या सायंकाळपासूनच पुणे शहरात आनंदोत्साहाला उधाण आले होते. काही तासांनंतर शनिवारवाड्याच्या दिल्ली दरवाजावर स्वतंत्र भारताचा 'अशोक चक्रांकित' तिरंगी झेंडा फडकणार होता. शतकभराच्या स्वातंत्र्य संग्रामाची यशस्वी सांगता होऊन, लाखो देशभक्त हुतात्म्यांचे स्वतंत्र भारताचे स्वप्न साकार होणार होते.

त्या मंगल क्षणाची भारतीय जनता अधीर मनाने वाट पाहात होती. सर्वत्र आनंद - स्वाभिमानमिश्रित गंभीर शांतता पसरली होती. ११-

५९/११-६० वाजले. स्वतंत्र भारताचा सुमुहूर्ताचा प्रथम सुवर्णक्षण अवतरला. १५ ऑगस्ट १९४७ हा स्वातंत्र्य दिन उगवला. तोफांच्या सलामीबरोबरच शनिवारवाड्याच्या दिल्ली दरवाजावरील ध्वजस्तंभावर स्वतंत्र भारताचा तिरंगी राष्ट्रध्वज सरसर चढत डौलाने फडकू लागला. राष्ट्रध्वज फडकविणाऱ्या नेत्याने घोषणा दिली. 'बोला, 'भारत माता की जय'. या ओळखीच्या आवाजाने जनसमुदाय थरारला. 'अरे, हे तर आपले क्रांतिसिंह नाना पाटील.' जनसमुदायाने तृप्त मनाने - थरारत्या आवाजाने घोषणेला प्रतिसाद दिला – 'भारत माता की जय' - 'क्रांतिसिंह नाना पाटील की जय.'

भारतीय स्वातंत्र्याचा सूर्योदय होताना शनिवारवाड्याच्या दिल्ली दरवाजावर क्रांतिसिंह नाना पाटलांच्या हस्ते स्वतंत्र भारताचा राष्ट्रध्वज फडकविला जात असताना पुणे शहराचा आनंद गगनात मावत नव्हता, कारण १३० वर्षांची गुलामगिरी संपून भारत स्वतंत्र होत होता.

ज्या क्रांतिसिंह नाना पाटलांनी स्वातंत्र्यलढ्याच्या अंतिम पर्वात प्रति-सरकार स्थापन करून ब्रिटिश सरकारला नामोहरम केले, त्या स्वातंत्र्ययोद्ध्याच्या हस्ते शनिवारवाड्यावर स्वतंत्र भारताचा राष्ट्रध्वज प्रथम फडकविला गेला. स्वातंत्र्यलढ्यात स्थापन झालेल्या प्रति-सरकारचा हा मोठा सन्मानच होता. वाठारवासीयांना तर वाटत होते की, वाठारच्या कर्मभूमीत तयार झालेल्या या स्वातंत्र्ययोद्ध्याच्या हस्ते शनिवारवाड्यावर राष्ट्रध्वज फडकवला गेला हा आमच्या वाठारच्या भूमीचा महान सन्मान आहे, कारण इथेच प्रथम १९३० साली वाठारच्या चावडीवर तिरंगी झेंडा फडकवून नाना पाटलांनी स्वातंत्र्यलढ्यात उडी घेतली होती! इथेच प्रथम गर्जला होता क्रांतिसिंह सह्याद्रीचा!

**

५२
नाना पाटील आणि त्यांचा काळ

डॉ. वा. ना. कुबेर

स्वातंत्र्यसैनिक, लेखक व संशोधक

साताऱ्यातील प्रति-सरकार ही क्रांतिकारक घटना होती. पोलीस व गावगुंड यांचा बंदोबस्त करूनच ती निर्माण झाली होती. या नवीन प्रति-सरकारची दृष्टी लोकाभिमुख, समतेवर व सामाजिक न्यायावर अधिष्ठित होती. तिचा ग्रामराज्याचा आदर्श समाजवादी आशयाचा होता. भांडवलदारांची सत्ता न स्थापन करता शेतकरी-कामगारांचे राज्य या नवसमाज निर्माण करण्याच्या ध्येयाचा ते पाठपुरावा करीत होते. सामान्यजनांचा पाठिंबा आणि सहकार्य हा त्यांचा आधार होता. काँग्रेसच्या धनिकधार्जिण्या पुढारीपणाचा त्याने धिक्कार केला होता; पण समाजवादी पक्षाच्या पुढारीपणालाही त्याने बाजूस सारले होते. नाना पाटील कम्युनिस्ट पक्षात गेले तरी इतर पक्षांत त्यांचे स्थान अनन्यसाधारण असे होते. बहुजन समाजाला नाना पाटील आपले वाटत. जनतेत त्यांचे स्थान अढळ होते.

नाना पाटील म्हणजे सातारा

क्रांतिसिंह नाना पाटील यांच्या नावाशी साताऱ्यातील प्रति-सरकार आणि 'चले जाव' चळवळ निगडित आहे. त्यांचे नाव घेतले की, संयुक्त महाराष्ट्र चळवळीतील त्यांच्या त्या अस्सल ग्रामीण भाषेत गाजणाऱ्या आणि लोकांना चेतवून लढ्यात खेचणाऱ्या सभा डोळ्यांपुढे उभ्या राहतात. भूमिहीनांच्या लढ्यात त्यांनी केलेली कामगिरी उभी राहते. आचार्य अत्रे यांच्या भाषेत नाना पाटील म्हणजे 'साताऱ्याच्या मुशीत तयार झालेले अद्‌भुत रसायन'... नाना पाटील हे घरातील

वडीलधाऱ्याप्रमाणे या क्रांतिकारक चळवळीत होते. एखाद्या मूर्धाभिषिक्त राजाप्रमाणे त्यांना मान होता.

१९४२ चा 'चले जाव' लढा आणि प्रति-सरकारची स्थापना, १९४६ साली भूमिगत प्रकट झाले, त्या वेळी जनतेने केलेले त्यांचे अभूतपूर्व स्वागत (लेखक सातारा, कऱ्हाड व इस्लामपूर या ठिकाणी झालेल्या सोहळ्याला हजर होता.) हा नाना पाटलांच्या जीवनात अत्युच्च क्षण होता. स्वातंत्र्यप्राप्तीनंतर त्यांनी शेतकरी-कामगार पक्षात प्रवेश केला आणि त्या पक्षानेही दाभाडी येथे मार्क्सवादाचा स्वीकार केला; कॉमिन्फॉर्मचे मार्गदर्शन मान्य केले. (नाना पाटील कॉमिन्फॉर्म साहेब म्हणत.) शे. का. पक्षातील संघर्ष, महाराष्ट्र किसानांचे लढे, त्यांचा कम्युनिस्ट पक्षात प्रवेश, संयुक्त महाराष्ट्राचा व सीमा लढा, १९६६ चा मुंबई कामगारांचा संप, १९६७ ची सार्वत्रिक निवडणूक या प्रत्येकात त्यांनी बहुमोल मार्गदर्शन केले.

एकेकाळी सातारा हा मराठी साम्राज्याची राजधानी झालेला, उच्च ऐतिहासिक परंपरा, बेडरपणा व रंगेलपणा हा जन्मजात गुण असलेला, छत्रपती शिवाजी, म. फुले. लो. टिळक यांच्या कार्याने भारलेला, सामाजिक समतेसाठी व सावकारविरोधी लढा केलेला, लहान व मध्यम शेतकरी हा पाया असलेला, नीरा आणि वारणा या नद्यांच्या मधील हा प्रदेश. शिवाजी महाराजांकडून मिळालेली क्षात्रवृत्ती, फुले यांचा समतेचा महामंत्र, लहान व मध्यम शेतकऱ्यांना ग्रासणारे आर्थिक अरिष्ट यांची शिदोरी घेतलेल्या येथील समाजाने त्या काळात काँग्रेस ही एकमेव संघटना जवळ केली व बळकट केली. साताराचा शेतकरी काँग्रेसमध्ये आल्यामुळे येथील काँग्रेसला शेतकऱ्यांचा पाया लाभला. नगर, खानदेश भागाला हे स्वरूप प्राप्त झाले नाही.

फुले यांचा वारसा

अशा या सातारा जिल्ह्यातील सामाजिक, राजकीय पार्श्वभूमी पाहणे जरूर आहे; ती पाहिल्याशिवाय सातारा भारताच्या नकाशावर कसा गेला याचे आकलन होणार नाही. सामाजिक समता, शिक्षण, अस्पृश्यांची उन्नती यांची पताका खांद्यावर घेऊन म. फुले यांचा जीवनक्रम चालू होता. १८९० मध्ये त्यांचा मृत्यू झाल्यानंतर त्यांच्या विचारांचा

प्रसार द्रुतगतीने होऊ शकला नाही. त्यांच्या विचारांना उजाळा दिला तो राजर्षी शाहू महाराजांनी. त्यांनी अस्पृश्यता निवारणाच्या कार्याला चालना दिली. ते उघडपणे अस्पृश्यांबरोबर हिंडू लागले. रोटी व्यवहार करू लागले. याच सुमारास डॉ. आंबेडकर अमेरिका व इंग्लंडमधील विद्यापीठांतून पीएच.डी. आणि डी. लिट्. अशा उच्च पदव्या मिळवून आले होते. म. फुले यांना ते आपले गुरू मानत. साहजिकच ते म. फुले यांच्या सत्यशोधक समाजाकडे आकृष्ट झाले. दलितांच्या अनेक परिषदांना त्यांनी चालना दिली. अशा अत्यंत **आणीबाणी**च्या वेळी शाहू महाराजांचे निधन झाले.

सत्यशोधक समाजाच्या चळवळीला पुढे जातीय स्वरूप प्राप्त झाले. ब्राह्मणविरोधाला अग्रस्थान प्राप्त झाले. आंबेडकरांनी महाडला चवदार तळ्यावर अस्पृश्यांना पाणी भरण्याचा हक्क असावा यासाठी १९२७ मध्ये सत्याग्रह केला; पण त्या लढ्यात काही ब्राह्मण भाग घेत आहेत हे पाहून सत्यशोधक समाजाच्या लोकांनी त्यात भाग घेतला नाही. सत्यशोधक समाजाचे स्वरूप हे जातीय व निखळ ब्राह्मणविरोधी होत आहे, तसेच ब्राह्मणविरोधी लढ्यात अस्पृश्यांची मदत घेऊन मराठाप्रभृती वरिष्ठ जाती प्रतिब्राह्मण होऊ पाहात आहेत हे पाहून डॉ. आंबेडकर त्यांच्यापासून दूर झाले. तरी पण सत्यशोधक चळवळीतील पुढारी मंडळी लवकरच सावरली आणि त्यांनी आपल्या कामाची दिशा बदलली.

या भूमीत समाजसमतेचा मंत्र व समाजाच्या नाड्या काबूत ठेवणाऱ्या भटजी, शेटजी या वरिष्ठ जातींविषयीचा कटाक्ष यांना निराळा अर्थ व निराळे स्वरूप प्राप्त झाले. वरच्या श्रेणीतल्या ब्राह्मणेतरांनी या महामंत्रातून सरकारी नोकऱ्या, वकिली, शिक्षकी वगैरे उद्योगांत समान भागीदारी हा अर्थ काढला तर शेतकीसंलग्न खालच्या श्रेणीने त्यातून सामाजिक न्याय व पिळवणुकीपासून मुक्तता असा मूलगामी अर्थ काढला. जातीच्या वर्चस्वाविरुद्ध हा संदेश होता; पण खालच्या समाजाने वर्गवर्चस्वविरोध असा त्याचा अर्थ लावला. लढाऊ वृत्तीला अनुकूल अशा दमदार व चढाऊपणाने सामाजिक व राजकीय चळवळीत त्याचा आविष्कार होऊ लागला. अशी परिस्थिती होती तरी ब्राह्मणेतर पुढारी जनतेच्या असंतोषाला वाट करून देण्यासाठी माध्यम देऊ शकले नाहीत; उलट शेतकरी

जनतेच्या उठावापासून ते लांब जाऊ लागले. राष्ट्रीय चळवळीच्या रेट्यामुळे जुने जातीय पुढारीपण गाडले गेले. एकेकाळचे मंत्री भास्करराव जाधव; पण त्यांना शेतकऱ्यांचा पाठिंबा मिळाला नाही. विठ्ठल रामजी शिंदे मिठाच्या सत्याग्रहात भाग घेऊन सहा महिने शिक्षा भोगत असताना चळवळीपासून दूर होऊन तुरुंगातून सुटका करून घेण्याची सूचना करण्याचे धारिष्ट्य भास्कररावांनी दाखविले, जवळकरही मुंबईत जुन्या विचारांनी पराभूत झाले. सत्याग्रहात भाग घेतल्यानेच ते तरले. अशा रीतीने सामाजिक समतेचा महान मंत्र देणारी ही सामाजिक चळवळ १९२९ पासून क्रमशः वठली. शेतकरी काँग्रेसकडे वळला. जगात येणारी मंदी लहान व मध्यम शेतकऱ्यांवर दारुण परिणाम करीत होती. अशा काळात साताराच्या काँग्रेसवर शेतकरी जनतेचे वर्चस्व प्रस्थापित झाले.

सत्यशोधक समाजाच्या कार्यात भाग घेणारे कर्मवीर भाऊराव पाटील हे शिक्षणाकडे वळले. त्यांनी सातारला रयत शिक्षण संस्था स्थापन केली आणि शाहू बोर्डिंग काढून म. फुले यांच्या बहुजन समाजाचे शिक्षण या कार्याला सक्रिय चालना दिली. केशवराव विचारे हे सहकारी चळवळीचे प्रवर्तक झाले. त्यांनी सत्यसमाजाच्या अ. भा. परिषदेचे अध्यक्षपदही भूषविले. केशवराव जेधे, जवळकर या मंडळींनी बहुजन समाजाची उन्नती गांधीजींच्या सत्याग्रह संग्रामात जनतेला सहभागी करूनच होईल या विचाराने सत्याग्रहात उडी घेतली. अशा समयाला नाना पाटील यांनीही महात्मा गांधींच्या पुढारीपणाखाली सुरू झालेल्या लढ्यात उडी घेतली. म. फुले, राजर्षी शाहू महाराज यांची परंपरा सांगणारा सातारा जिल्ह्यातील हा शेतकरी राष्ट्रीय लढ्यात सहभागी झाला. १९३० व १९३२ या लढ्यांत सहभागी होऊन अनेक वर्षांचा कारावास त्याने सहन केला व आपल्या राजकीय आयुष्याचा पाया घातला.

नुसता काँग्रेसचा पाईक नव्हे, तर म. फुले, शाहू महाराजांचा वारसा सांगणारा हा साधा कार्यकर्ता सातारा जिल्ह्यात ज्या ठिकाणी जात असे, तेथे आपल्या मराठमोळ्या भाषणशैलीने हजारो लोकांना मंत्रमुग्ध करीत असे. ग्रामीण भागातील उदाहरणे देत, चुटके सांगत, आर्थिक व सामाजिक समतेचा पुरस्कार करीत असे. अंगावर शुभ्र खादी, पिळदार

व पहिलवानी खाक्याचे गोटीबंद शरीर. वेळप्रसंगी सभेत शड्डू ठोकून व बैठका मारणे यामुळे अनेक विद्वानांच्या व्याख्यानांनी जे काम होत नसे ते त्यांच्या भाषणाने होई. खादी व गांधींच्या तत्त्वाचा प्रचार करीत ते शेतकऱ्यांची गाऱ्हाणी प्रभावीपणे मांडत. त्याचबरोबर वधू-वरांना खादीचा पोषाख घालून, गांधींच्या प्रतिमेला पुष्पहार घालून, टाळ्या वाजवून ते विवाह समारंभ साजरा करीत. विवाहानिमित्त होणारी उधळपट्टी थांबावी, तसेच राष्ट्रीय भावना वाढावी हा त्यामागचा हेतू असे. नाना पाटलांनी अशी शेकडो 'गांधी-लग्ने' लावली. १९३२ ते ४० या काळात त्यांनी जे विधायक कार्य केले, त्याला म. फुले यांच्या सामाजिक आणि म. गांधींच्या सामाजिक-राजकीय बैठकीची पार्श्वभूमी होती. एक राजकीय कार्यकर्ता, तसेच सामाजिक समतेचा पुरस्कर्ता अशी त्यांची जनमानसापुढे प्रतिमा होती. या गांधी-लग्नात पूर्वीची मंगलाष्टके बाजूला गेली. 'आमच्या पोटी जन्माला येणारे बालक स्वातंत्र्याच्या कामाला येईल' अशी प्रतिज्ञा गांधीजींच्या फोटोला हार घालून घेतली जाई. ही एक मानसिक क्रांतीच होती.

राजकीय पार्श्वभूमी

पहिले महायुद्ध संपले. साम्राज्यशाहीला जबरदस्त धक्का बसला. रशियात समाजवादी क्रांती झाली. भांडवलशाही समाजरचना बदलून तिच्या जागी कामगार, शेतकऱ्यांचे राज्य आले पाहिजे, असा विचार येऊ लागला. राष्ट्राला स्वराज्याचा मंत्र देणारे लो. टिळक म्हणाले, "...लेनिन हा शांततावादी आहे. वरिष्ठ वर्गातील लोकांशी कोणत्याही प्रकारे संबंध ठेवण्यास तो तयार नाही. वरिष्ठ वर्गातील लोकांच्या जमिनी लेनिनने लोकांना वाटून दिल्यामुळे रशियन सैन्यात व जनतेत लेनिनचे वजन वाढले." (केसरी, २९-१-१९१८). 'लढाई बंद झाली' या अग्रलेखात त्यांनी समाजवादाच्या नव्या तत्त्वांचे विवेचन करून युरोपमध्ये निर्माण होत असलेली नवी लोकशाही ही इंग्लंड, अमेरिकेमधील लोकशाहीपेक्षा वेगळी आहे हे त्यात दाखवून दिले असून इंग्लंडमधील लोकशाहीचे-भांडवली लोकशाहीचे-वेगळे स्वरूप उघड केले आहे. याच काळात मुंबई येथील लोकमान्यांची भाषणे गाजली. "मजूर संघाचा अधिकार दिवसेंदिवस वाढत जाऊन मजूर हेच राज्यकर्ते बनणार आहेत,"

असे त्यांनी पेरांबूर येथील भाषणात म्हटले होते. आजच्या समाजवादाच्या चौकटीत त्या वक्तव्याचा अन्वयार्थ लावणे चुकीचे आहे; पण भावी स्वराज्य कसे असेल याचे अस्पष्ट का होईना दर्शन यात होते.

लो. टिळकांच्या मृत्यूनंतर म. गांधीजींचा असहकाराचा कार्यक्रम आला. या लढाऊ कार्यक्रमामुळे सर्व देश खडबडून उठला. असहकाराचे आंदोलन झाले, पण चौरीचौरा येथे जमावाने पोलिसांना व फौजदाराला वेढून जिवंत जाळले. या हिंसेने गांधीजी व्यथित झाले आणि त्यांनी आंदोलन मागे घेतले. गांधीजींचा मार्ग राष्ट्राला पुढे नेणारा नाही, नवा मार्ग शोधला पाहिजे या तळमळीने कॉ. श्रीपाद अमृत डांगे यांनी 'गांधी विरुद्ध लेनिन' हे पुस्तक लिहून समाजवादी तत्त्वज्ञानाची कास धरली पाहिजे अशी राष्ट्राला हाक दिली. त्या मार्गाने तरुणांचा एक प्रवाह वाटचाल करू लागला. त्याचेच पर्यवसान कानपूर कट (१९२४) आणि मीरत कटात (१९२९) झाले. रॉय, डांगे, मुजफर अहमद, शौकत उस्मानी, मिरजकर, जोगळेकर इत्यादी क्रांतिकारक तरुणांची नवी पिढी उभी राहिली. पं. नेहरूंसारख्या अनेक पुढाऱ्यांनी आणि काँग्रेससारख्या संस्थेच्या कार्यकर्त्यांनी मीरत कटातील आरोपींना सर्व प्रकारची मदत केली.

राजकीय क्षेत्रात या घटना वेगाने घडत होत्या. १९२९ साली काँग्रेसने संपूर्ण स्वातंत्र्याचा ठराव संमत केल्याने राष्ट्रात नवे चैतन्य निर्माण झाले. कोणताही तरुण यापासून अलिप्त राहणे शक्य नव्हते. नाना पाटीलही त्याला अपवाद नव्हते.

गांधीवादी कार्यकर्ते

१९३२ च्या लढ्यात भाग घेतलेले कार्यकर्ते १९३४ च्या आसपास सुटले. त्यांच्यात वैचारिक मंथन चालू होते. समाजवाद, कम्युनिझम यांचा विचार काँग्रेस कार्यकर्त्यांत होऊ लागला. काँग्रेस समाजवादी पक्ष स्थापन झाला. सातारा जिल्ह्यातील नाथ, घोणेकरादी जुने काँग्रेस कार्यकर्ते समाजवादी पक्षात सामील झाले. समाजवादाची पताका खांद्यावर असलेला एक गट रॉयवादी झाला. तर्कतीर्थ जोशी, हणमंतशास्त्री महाजनी, आत्मारामबापू पाटील असे त्यांचे पुढारी होते. यशवंतराव चव्हाणही या विचारांनी झपाटले होते. १९३५ मध्ये नवी राज्यघटना

आली व नवीन निवडणुका झाल्या. मुंबई प्रांतात काँग्रेसचे लोकनियुक्त मंत्रिमंडळ स्थापन झाले. अशा काळात कम्युनिस्ट पक्ष बेकायदेशीर असला तरी त्या पक्षाचे कार्यकर्ते निरनिराळ्या भागांत काम करीत होतेच. सातारा जिल्ह्यात कॉ. व्ही. डी. चितळे हे कम्युनिस्ट कार्यकर्ते काँग्रेसमध्ये काम करू लागले. त्रिपुरा व रामगड या काँग्रेस अधिवेशनाचे प्रतिनिधी म्हणून चितळे सातारा जिल्ह्यातून निवडून आले. काँग्रेसमध्येच एक लहान गट स्थापन करावयाचा असा त्यांचा कार्यक्रम होता. त्याप्रमाणे सातारा जिल्ह्यात काले व इंदोली येथे कम्युनिस्ट विचारांचा गट स्थापन झाला होता.

रामगड काँग्रेस अधिवेशनात (१९४०) युद्धविरोधाचा कार्यक्रम जाहीर झाला. तो कार्यक्रम घेऊन काँग्रेसमध्ये असलेले निरनिराळे विचारसरणीचे गट जिल्ह्यात प्रचार करीत होते. अनेक कम्युनिस्टांना, समाजवाद्यांना शिक्षा झाल्या. नंतर वैयक्तिक सत्याग्रहाचा कार्यक्रम जाहीर झाला. सत्याग्रह्यांची निवड महात्माजी करीत. काँग्रेस कमिट्या रद्द झाल्या आणि जिल्हा सत्याग्रह समिती अस्तित्वात आली आणि यशवंतराव चव्हाण तिचे प्रमुख झाले. वैयक्तिक सत्याग्रहात भाग घेणाऱ्या शेकडो कार्यकर्त्यांत वसंतराव (आजचे वसंतदादा) पाटील, नाना पाटील अशांचा समावेश होता. नाना पाटील येरवड्यात गेले. (तेथे अंधेरी विभागात लेखक त्यांच्या सहवासात सुमारे दोन महिने होता. लेखकाची सुटका झाली, तेव्हा त्यांनी सुताचा हार त्याला घातला होता.) सर्व यथावकाश सुटले.

या सर्व दशकांत समाजवाद, कम्युनिझम, रॉयवाद यांची चर्चा सर्वत्र चालू होती. महाराष्ट्र प्रांतिक काँग्रेस कमिटीवर सातारा जिल्ह्यातून जहाल विचारसरणीचे कार्यकर्ते निवडून येत. १९३८ मध्ये आत्मारामबापू पाटील सातारा जिल्हा काँग्रेस कमिटीचे अध्यक्ष व यशवंतराव चव्हाण हे सेक्रेटरी होते. इतर लहानमोठे कार्यकर्ते कोठल्या तरी काँग्रेस कमिटीवर होते. काँग्रेस मंत्रिमंडळाच्या काळात (१९३७-३९) मुंबईकडे हेलपाटे मारून काम करणारे पुष्कळ होते. या गदारोळात फारशी मचमच न करता गांधीवादी कार्यकर्ता हीच नाना पाटलांची प्रतिमा राहिली. काँग्रेसचे प्रामाणिकपणे कार्य करावे, खेडूत जनतेला जागृत करावे, हेच त्यांचे कार्य होते.

१९३८ नंतर साताऱ्यात एक नवीन लढा सुरू झाला. काँग्रेसश्रेष्ठी नवीन क्रांतिकारक कार्यक्रम देऊ शकत नव्हते. तसेच रॉयवादीही घटना समितीचा कार्यक्रम घेऊन काँग्रेसमध्ये आले; पण प्रत्यक्ष प्रभावी कार्य करू शकले नाहीत; त्यामुळे काँग्रेसश्रेष्ठी व रॉयवादी यांना बाजूस सारून समाजवाद मानणारा असा एक जहाल गट साताऱ्यात निर्माण झाला. काँग्रेस समाजवादी पक्षालाही तो जवळ करीत नव्हता. त्या गटाने काँग्रेसमधील निवडणुका लढविल्या. उजव्या गटाला बाजूला सारले. १९४० साली महाराष्ट्र प्रांतिकवरील २६ जागांपैकी १६ जागा या गटाने काबीज केल्या आणि रामगड काँग्रेसला जहाल प्रतिनिधींचीच निवड केली. या चाललेल्या विचारमंथनाचा परिपाक होऊन खरे स्वातंत्र्य म्हणजे शेतकरी क्रांती विजयी होऊन कामगार-शेतकरी सत्ता प्रस्थापित होणे हा सिद्धान्त उदयाला आला. यामुळे सातारा काँग्रेस प्रधानतः शेतकरी संघटनेच्या स्वरूपाची बनली. म्हणून साताऱ्यात किसानसभा निघू शकल्या नाहीत.

प्रतिसरकार

८ ऑगस्ट १९४२ चा ठराव, ९ ऑगस्टला झालेली धरपकड, सर्व भारतभर पेटलेला वणवा, ९ सप्टेंबर १९४२ रोजी मामलेदार कचेरीवर निघालेले मोर्चे, वडूज व इस्लामपूर येथे झालेले गोळीबार, भूमिगत चळवळीचा वाढता जोर यांनी सातारा जिल्हा ढवळून निघाला. भारतातील इतर भागांत पहिल्या चार महिन्यांनंतर चळवळीचा पहिला बहर ओसरला; पण साताऱ्यात संघटित चळवळींना उधाण आले. भूमिगतांत निरनिराळे गट काम करू लागले. कोणत्या कार्यकर्त्याने कोणत्या कार्यक्रमात भाग घेतला, नाना पाटील यांनी कशात भाग घेतला याला महत्त्व नाही. सामुदायिकरीत्या जी प्रतिमा जनमानसात उभी राहिली, त्याला महत्त्व आहे. या सातारा आंदोलनासंबंधी विचार करता काही वैशिष्ट्ये दिसून येतात. गांधीप्रणित अहिंसात्मक मार्गाचा त्याग, इंग्रजविरोधी 'सरकार'ची स्थापना, हत्यारे मिळवून त्यायोगे इंग्रजांची किंवा समाजद्रोह्यांच्या पैशांची लूट. या सर्व परिवर्तनाचा पाया म्हणजे शेतकरी होता.

सातारा जिल्ह्यात जी चळवळ झाली, तिचे स्वरूप खालीलप्रमाणे होते : १) सरकारी दळणवळणाची साधने आणि सरकारी कार्यालये

यांवर हल्ले करणे, २) ब्रिटिश सरकार न मानणे, ३) मुलकी व पोलीस पाटील यांचे राजीनामे घेऊन सरकारी यंत्रणा बंद पाडणे, ४) पोलिसांची हत्यारे पळवून नेणे व तरुणांची सशस्त्र दले उभारणे, ५) महात्मा गांधी व नाना पाटील यांचा जयजयकार करीत दरोडे घालणाऱ्यांचा बंदोबस्त करणे, ६) गावातील कज्जे कोर्टातून काढून पंचायतीमार्फत त्यांचा निकाल लावणे आणि ते अमलात आणणे, ७) द्विभार्या प्रतिबंध करणे, ८) संपूर्ण दारूबंदीचा अंमल करणे, ९) लग्नविधी साधेपणाने करणे, १०) शिक्षणाला प्रोत्साहन देणे इत्यादी.

अशा प्रकारचे कार्य संघटितपणे चालू होते. सरकारी दडपशाहीसुद्धा जोरदार चालू होती. तिला यशस्वी तोंड देण्यासाठी क्रांतिसिंह नाना पाटील यांच्या नेतृत्वाखाली प्रति-सरकारची कार्यकारिणी जाहीर झाली. अध्यक्ष किसन वीर. कार्यकारी मंडळात होते शेख काका, अंतुकाका बर्डे, बाबूजी पाटणकर, नाथाजी लाड, जी. डी. लाड, नागनाथ नायकवडी, एम. एन. जाधव, कासेगावकर वैद्य (धन्वंतरी), डी. जी. देशपांडे, पांडूतात्या तोराटे. यासाठी शिराळा पेट्यात मिरुक्याची वाडी येथे भूमिगतांची सभा झाली होती. ही चळवळ मोडण्यासाठी दोन वेळा लष्कर आणण्यात आले; पण जनतेच्या अभेद्य पाठिंब्याने प्रति-सरकार अभंग राहिले.

साताऱच्या भूमिगतांची ही सर्व बाजू नेहरूंना सांगण्यासाठी कृष्णा हाथीसिंग यांच्या बंगल्यावर किसन वीर, नाथाजी लाड, भाई छन्नुसिंग इत्यादींनी पंडित नेहरूंची भेट घेतली. भाई बाटलीवाला यांनी याबाबत पुढाकार घेतला होता. पुढे पंडित नेहरूंनी साताऱ्याबद्दल गौरवोद्गार काढले आणि 'जय सातारा' ही घोषणा दिली. या लढ्याला मुंबईच्या कामगारांचे साहाय्य घेण्यासाठी 'सातारा जिल्हा राष्ट्रीय संघ' स्थापन करण्यात आला. शेतकरी क्रांतीला कामगारांची साथ मिळाली.

या चळवळीत नजरेत भरणारी गोष्ट म्हणजे सातारा जिल्ह्यातील बायकांना प्रति-सरकारबद्दल वाटणारा आदर व जिव्हाळा. आपुल्या शीलाचे, अब्रूचे व स्त्रीत्वाचे जतन करणारी शक्ती या नात्याने बायका त्याच्याकडे पाहात आणि खरोखर त्यांच्या शीलाचे संरक्षण तर चळवळीच्या कार्यकर्त्यांनी केलेच; पण बायका पळविण्याचा कलंकभूत धंदा खच्ची करून टाकला. पळविलेल्या बायकांना त्यांच्या घरात त्यांनी सुखाने

नांदवायला लावले.

चलनाचे फुगवटे आणि चढउतार, वस्तूंचा संघटित अभाव, अन्नसंकट ही गुन्ह्यांच्या वाढीला प्रोत्साहन देणारी असतात. अशा वेळी सुरू होणारी राष्ट्रीय चळवळ मोकाट सोडली आणि मोघम असंतोषाच्या वाऱ्यावर तरंगू दिली तर ती मोडतोडीच्या मार्गाने समाजविरोधी कृत्यात स्वतःला गुरफटून घेत घेत त्या त्या कृत्यावर आदळून भंग पावते; याउलट अशी चळवळ जिथे राजकीयदृष्ट्या शिस्तशीर व सामाजिकदृष्ट्या नियंत्रित असते तिथे सामाजिक अर्थसंपदेची संरक्षक अशी जोरदार समाज संघटना उभारण्याचे कार्य ती पार पाडते. सातारा हे दुसऱ्या प्रकारचे उदाहरण आहे. इतर भागांतील चळवळ अन्य संकटांच्या लाटांमध्ये बुडून गेली तरी साताऱ्यात ती आव्हानपूर्वक उभी राहिली.

झुंजार नेता

नाना पाटील हा फड मारणारी भाषणे करणारा शेतकऱ्यांचा पुढारी-पण अतिशय नम्र होता. सहकारी किंवा खेडवळ यांच्याशी वागताना त्यांची शालीनता दिसे. त्यांच्या वर्तनात अरेरावीचा लवलेशही नसे. क्रांतिसिंहांचा जयघोष होत असे; पण हजारो श्रोत्यांचा मंत्रमुग्ध करणारा हा पट्टीचा वक्ता लहान मुलाशीही अगदी त्याच्या बरोबरीच्या नात्याने वागे.

नाना पाटलांच्या कार्याचे वर्णन करावे तेवढे थोडेच आहे. महात्मा जोतिबा फुले यांच्यानंतर मराठी ग्रामीण जनतेच्या मनाची पकड घेणारा नाना पाटलांएवढा मोठा पुढारी झाला नाही, असेच दिसेल. ते तुळशीची माळ घालणारे पंढरीचे वारकरी होते; पण परंपरावादी नव्हते. ज्ञानोबा-तुकारामांची परंपरा त्यांनी समाजकारणात, राजकारणात चालविली. फुले, टिळक, गांधी आणि आंबेडकर यांचे विचार त्यांनी पचविले. असा हा कर्मवीर जनतेच्या हृदयात बसला यात आश्चर्य नाही. त्याच्या निर्वाणाला सहा वर्षे झाली; पण त्यांची स्मृति सदैव जागती राहील.

'गोरगरिबांसाठी, कष्ट करणाऱ्यांसाठी सतत झुंजणारा नेता ही त्यांची जनमानसातील प्रतिमा आहे. गरीब वा मध्यम शेतकऱ्यांतून निर्माण झालेला हा कार्यकर्ता राजकीय नेतृत्वाच्या उच्च पातळीवर चढला. असे हे देशातील एकमेव उदाहरण आहे. राष्ट्रीय स्वातंत्र्याच्या

चळवळीत भाग घेऊन नेतृत्व करणे एवढेच इतिकर्तव्य न मानता नाना पाटील वर्गीय चळवळीकडे वळले; वर्गीय तत्त्वज्ञान त्यांनी आत्मसात केले. ते मार्क्सवादी बनले आणि सोव्हिएट युनियन हा जगातील प्रागतिक चळवळीचा अग्रदूत आहे असा त्यांना विश्वास वाटू लागला.

असा हा शेतकऱ्यांचा पुढारी अभ्यासू होता. समारंभ, दौरे चालू असतानाही त्यांचे वाचन चालू असे. वेळच्या वेळी वर्तमानपत्रांतील कात्रणे काढणे आणि व्याख्यानात त्याचा चपखल उपयोग करणे हा तर त्यांच्या बोलीचा ढंगच! त्यांचे वक्तृत्व अस्सल मराठमोळे होते. शेतकरी जीवनातील उपमा देऊन ते व्याख्यान रंगवीत. त्यांचे शब्द शेतकऱ्यांच्या हदयाला भिडत. त्यातूनच ते जनतेला वर्गीय चळवळीकडे आणत. तथाकथित वरिष्ठ जातीचे शेतकरी अस्पृश्य शेतमजुरांवर कसा जुलूम करतात हे ते पोटतिडकीने मांडत. हा अन्याय नष्ट करणे हाच जामीनदार - सावकारशाहीविरुद्ध लढा यशस्वी होण्याचा मार्ग आहे, यावर ते भर देत असत. पुरुषांप्रमाणे स्त्रियांनीही लढ्यात उतरले पाहिजे असा त्यांचा आग्रह असे. त्यांच्या या अशा भूमिकेमुळेच त्यांना अखिल भारतीय किसान सभेचे अध्यक्षपद देण्यात आले होते.

क्रांतिसिंह नाना पाटलांची स्वातंत्र्योत्तर काळातील मोठी कामगिरी म्हणजे भूमिहीनांचा लढा. त्यामध्ये त्यांनी दादासाहेब गायकवाड यांना साथ दिली. रिपब्लिकन पक्षाच्या पुढाकाराने सुरू झालेल्या या लढ्याला एकूण ग्रामीण जनतेचा पाठिंबा मिळविणे आणि तिला या लढ्यामध्ये सहभागी करून घेणे ही त्यांची महान कामगिरी होय. दादासाहेब गायकवाड आणि नाना पाटील यांनी भूमिहीनांच्या लढ्याच्या निमित्ताने नंतर महाराष्ट्रभर अनेक संयुक्त दौरे काढले आणि भूमिहीनांच्या प्रश्नाबाबत जागृती केली.

बंडखोरीचे प्रतीक

नाना पाटील हे माळकरी होते. ते सतत तुळशीची माळ वापरीत. कम्युनिस्ट पक्षाचा कार्यकर्ता माळकरी आहे अशी टीका करणाऱ्यांना ते उत्तर देत, ''मी गळ्यात पंढरीची माळ घातली खरी; पण वाऱ्या केल्या येरवड्याच्या! ज्या देवळाला सोन्याचा कळस आहे आणि ज्याची दारे - कड्या चांदीची आहेत, त्या पंढरपुरात माझा विठोबा राहणे शक्य नाही.

माझा विठोबा येरवड्यामध्येच राहात होता. अशी माझी खात्री पटल्यामुळे त्याला भेटायला मला येरवड्यालाच पुनःपुन्हा वाऱ्या कराव्या लागल्या.''

नाना पाटील एक व्यक्ती नाही. ती आता बंडखोरीची प्रतीक आहे. गरीब मध्यम शेतकरी हा राष्ट्रवादाकडे ओढला जातो. नाना पाटील तसे ओढले गेले. सामाजिक या राजकीय हा वाद महात्माजींच्या पुढारीपणाखालील चळवळीत नाहीसा झाला. दोन्ही चळवळी एक झाल्या. ब्रिटिश साम्राज्यविरोधी मोर्चात सामील होणारा प्रत्येकजण सामाजिकदृष्ट्या पुरोगामी, जातीजातींत समानता यावी यासाठी झटणारा, लढाऊ, संपूर्ण स्वातंत्र्य हे ध्येय उराशी बाळगणारा, त्यासाठी प्राणपणाने लढणारा असा असला पाहिजे असा दंडकच झाला. नाना पाटील तसे होते.

**

जगात कुठेच गरिबांचे राज्य झालेले नाही!

प्रति-सरकार चळवळीत व चळवळीनंतरच्या सत्कार समारंभात मिळालेल्या पैशाचा हिशेब देण्यासाठी आम्ही मंडळी आमचे नेते पंडित नेहरू, पटेल, आझाद, राजेंद्रबाबू आणि आचार्य कृपलानी यांना भेटण्यास दिल्लीस गेलो. सरदार पटेल यांनी, 'हिशेब काय बघायचा? तुम्हा मंडळींनी पैशाच्या कितीतरी पटींनी अधिक मौल्यवान कार्य केले आहे!' असे म्हणून धन्यवाद दिले. नंतर आम्ही आचार्य कृपलानींना भेटलो. भेटीत नाना पाटलांनी आचार्यांना प्रश्न केला, 'काय हो साहेब, आता आपला भारत स्वतंत्र झाला. आता गरिबांचे राज्य होईल का?' आचार्य उद्‍गारले, 'खुळे आहात नाना तुम्ही! जगात कुठेच गरिबांचे राज्य झालेले नाही आणि होणार नाही! त्यांचे नाव घ्यायचे व राज्य करावयाचे!'

— स्वातंत्र्यशाहीर शंकरराव निकम

५३
क्रांतिसिंह नाना पाटील : एक चिंतन

रा. ना. चव्हाण

लेखक, संशोधक, ब्राह्मो समाजाचे कार्यकर्ते, सत्यशोधक

सातारा जिल्ह्याने महाराष्ट्राला आधुनिक काळीदेखील एकापेक्षा एक वीर आणि शूर पुरुष दिले आहेत. समाजसुधारणेच्या दृष्टीनेदेखील विचार केला तरी जोतिराव फुले व सावित्रीबाई या दोघांचे घराणे सातारा जिल्ह्यातीलच. त्यांची परंपरा व विचार घेऊन क्रांतिसिंह नाना पाटील सर्व महाराष्ट्राला नव्हे तर अखिल भारताला भूषण झाले. एवढेच नव्हे तर त्यांची कीर्ती सर्व जगाला ज्ञात झाली. मजबूत मनगट. विस्तीर्ण छाती आणि छाप टाकणारे वक्तृत्व, कर्तृत्व व नेतृत्व त्यांच्या ठायी होते. शिवाजी महाराजांनंतर गनिमी काव्याने लढणारा हा पुरुष मोठा चिंतनीय आहे.

वेदोक्त प्रकरणाची पार्श्वभूमी

नाना पाटील यांच्या सार्वजनिक आयुष्याचा जन्म सत्यशोधक चळवळीतून झाला. पूर्वी वाळवा तालुका सातारा जिल्ह्यात होता. स्वातंत्र्य आल्यावर प्रशासनाच्या सोयीसाठी सांगली जिल्हा वेगळा झाला. तरी नाना पाटील सातारा जिल्ह्यातीलच होते. शेवटचे छत्रपती प्रतापसिंह महाराज यांच्या १४ पेट्यांच्या राज्यात सांगली हा सातारा राज्यातील एक पेटा होता. प्रतापसिंह महाराजांच्या गादीचा अंत करण्यात सांगलीच्या संस्थानिकांचा हात होता. साताऱ्याच्या वेदोक्त प्रकरणात भोरकर, वाईकर, सांगलीकर इत्यादी भूदेवांनी प्रतापसिंहांच्या विरुद्ध पवित्रा घेतला व वेदोक्ताला विरोध केला. वेदोक्त प्रकरण बडोद्यास उपस्थित झाले. त्या वेळी 'केसरी'कारांनी सयाजीराव महाराजांना विरोध करून त्यांच्यावर ब्रह्मद्वेष्टेपणाचा आरोप केला. सयाजीराव महाराजांचा

पिंड समन्वयवादी असल्यामुळे त्यांनी वेदोक्ताचा विषय वाढू दिला नाही; पण दुर्दैवाने दोन-तीन वर्षांनंतर तिसरे वेदोक्त प्रकरण कोल्हापुरास उपस्थित झाले. राजर्षी शाहू महाराजांनी मात्र या प्रकरणाची तड लावली.

सत्यशोधक चळवळीचा उद्‌भव आणि प्रभाव

वेदोक्त प्रकरणाच्या अनुभवातून राजर्षी शाहू महाराजांनी सत्यशोधक चळवळीकडे लक्ष दिले व शिक्षणप्रसाराची चळवळ वाढविली. सातारा जिल्हा हा कोल्हापूरच्या सीमेवरच असल्यामुळे समाजजागृतीची ही चळवळ वाळवा - इस्लामपूर - कऱ्हाड - सातारा - वाई वगैरे भागांत लवकर फैलावली. भास्करराव जाधव आणि भाऊराव पाटील हे शाहूभक्त या चळवळीचे पुढारी होते. याच काळात नाना पाटलांचे मुलकी शिक्षण झाले व त्यांच्यावर सार्वजनिक कार्याचे पहिले संस्कार घडले. सत्यशोधक जलशांमध्येही त्यांनी कार्य केले आणि लोकांच्या लग्नांत त्यांनी पुरोहिताचीही भूमिका बजावली. ही सामाजिक कार्ये त्या वेळी क्रांतिकारकच होती. अशा प्रकारे नाना पाटलांचा पहिला परिचय लोकांना या कार्याने झाला. कर्मवीर भाऊराव पाटील व क्रांतिसिंह नाना पाटील यांच्यात संदर्भ व विद्रोह वगैरे दृष्टीने दोघांच्या चरित्रात खूप साधर्म्य आहे. दोघेही विशाल छातीचे, कणखर मनगटाचे, पहाडी वक्तृत्वाचे, स्वावलंबनाने पुढे जाणारे, लोकांवर छाप टाकणारे, रान उठविणारे व शत्रूशी झुंज देणारे नेते होते. दोघांचेही कार्यक्षेत्र सातारा जिल्ह्यातूनच विकास पावले. उच्चभ्रूंशी दोघांनीही झुंज घेतली. दोघांसंबंधी लिहिताना सत्यशोधक चळवळीचा उल्लेख अटळ होतो. या चळवळीला कोणास किती नावे ठेवावयाची असतील अगर अनुल्लेख करावयाचा असेल त्यांनी वाटल्यास खुशाल करावा; पण जागृत साताऱ्याची जागृती प्रथमतः राष्ट्रीय चळवळीने केली नाही; ती सत्यशोधक चळवळीने केली हे ऐतिहासिक सत्य आहे.

महात्मा फुले व राजर्षी शाहू महाराज यांच्या समाजसुधारणेच्या चळवळीतून नाना पाटलांचा पिंड घडत गेला. या चळवळीमुळे स्वातंत्र्य, समान संधी, समान हक्क वगैरे मानवतावादी तत्त्वे व दृष्टिकोन नानांना प्रथम लाभला.

राजर्षी शाहू महाराजांच्या कार्याचा प्रभाव त्यांच्यानंतरही

खेड्यापाड्यांपर्यंत पडला होता. एवढा प्रभाव अलीकडे कोणाचाही पडला नव्हता. पूर्वी शिवाजी महाराजांनी खेडोपाडी जागृती करून मावळे शेतकरी आणि कष्टकरी यांचे सैन्य जमवून स्वातंत्र्य मिळविले होते. तसेच कार्य सामाजिक क्षेत्रात राजर्षी शाहूंनी केले असे म्हणावयास हरकत नाही.

महाराष्ट्रात स्वातंत्र्यपूर्व काळात आधी सामाजिक की आधी राजकीय हा वाद चालला होता. म. गांधींनी हे दोन पृथक वाहाणारे देशातील प्रवाह एक केले आणि खेड्यापाड्यांतील सर्वसामान्य लोकांना काँग्रेसमध्ये आणले. महाराष्ट्रही त्यास अपवाद नव्हता. म. गांधींची धार्मिक व सामाजिक मते तुलनेने महाराष्ट्रातील बहुजन समाजाला व त्यांच्या नेत्यांना जवळची वाटली. स्वाभाविकच महर्षी शिंदे, जेधे, नाना पाटील वगैरे सत्यशोधक पुढारी काँग्रेसमध्ये गेले.

सत्यशोधक चळवळीमुळे विद्यानिवृत्त समाज विद्याप्रवृत्त झाला. पूर्वी म. फुले व राजर्षी शाहू यांच्या काळात बहुजन समाजाची स्वोद्धाराची चळवळ इंग्रजनिष्ठा पाळून चालत असे. बहुजन समाज पुढे आणण्यासाठी प्रथम समाजसेवापरायण मिशनरी आणि उदार गोरे अधिकारी यांचेही सहकार्य घ्यावे लागले, कारण असे सहकार्य सनातनी व स्वतःस श्रेष्ठ मानणाऱ्या स्वकीयांकडून मिळणे शक्य नव्हते. रानडे-गोखले यांचा उदार व विवेकी विचारप्रवाह महाराष्ट्रात उपलब्ध होता. त्याचे मिळेल ते आणि मिळाले ते सहकार्य राजर्षी शाहू महाराजांच्या काळात घेतले गेले; पण स्वोद्धार हा स्वावलंबनाने स्वतःच्या पायावर करावा लागतो हे सत्य लवकरच बहुजन समाजाच्या नेत्यांना कळून चुकले; म्हणून स्वोद्धारासाठी राजकारण मागे टाकून प्रथम भाऊरावांनी शिक्षण प्रसारासाठी 'रयत शिक्षण संस्था' स्थापन केली. नाना पाटलांचा या कार्यास पाठिंबा होताच.

नाना पाटलांचे राष्ट्रीय चळवळीतील कार्य

सातारा जिल्ह्यात १९३० नंतर नाना पाटलांच्या जाहीर सभा चालू झाल्या. आमच्या वाई येथे त्यांची पहिली मोठी सभा १९३० साली सिद्धेश्वरच्या पटांगणात झाली. त्या वेळी तमाम परिसर लोकांनी भरून गेला होता. वाई क्षेत्रात फार पूर्वीपासून काँग्रेसची शाखा होती; पण

त्यात चिमूटभर शहरी पांढरपेशे लोकच होते. ही क्षेत्रस्थ शाखा खेड्यापाड्यांत कोणासच फारशी माहिती नव्हती. आतापर्यंत नाना पाटलांच्या या सभेएवढी मोठी राष्ट्रीय सभा वाईत झालीच नव्हती. नाना पाटलांच्या सभेस शेतकरी, कष्टकरी, पांढरपेशे, राष्ट्रीय कार्यकर्ते, गांधीवादी अशी सर्व जनता जमली होती. लाउडस्पीकरशिवाय सर्वांना ऐकू जाईल अशा खड्या आवाजात नाना बोलत होते. अधूनमधून ते वृत्तपत्रातील कात्रणे एकत्र वाचून दाखवीत. प्रतिपक्षाचे दात त्यांच्याच घशात घालीत. नाना हे पहिलवानी पंडित होते. शत्रूशी सरळसरळ सामना देत. कधी दंड थोपटून तर कधी मांडीवर थाप मारून तर कधी पहिलवानी उडी मारून ते सभेत रंग भरीत आणि लोकांना काबीज करीत. अशा वक्तृत्वाने त्यांनी सारा जिल्हा राष्ट्रीयदृष्ट्या जागृत केला. शेतकऱ्यांना, बाया-बापड्यांना समजेल, उमजेल अशा भाषेत त्यांच्या भाषणाचा ओघ चालत असे.

अनेक लढे देतदेत शेवटी १९४२ मध्ये म. गांधींनी ‘भारत छोडो’ ही चळवळ उभारली. सातारा जिल्ह्यात यानंतर प्रति-सरकारचा प्रयोग करण्यात आला. ज्यांच्या राज्यावर सूर्य कधीच मावळत नव्हता, त्यांचे विराट राज्य संपले असे वाटू लागले. समांतर सरकार स्थापन झाले. दिवसेंदिवस सरकारची बाजू घेणारे पक्ष नगण्य झाले. पोलीस खात्यावरही धाक बसला. जे लोकांवर अन्याय करीत, जुलूम करीत अशा समाजकंटकांचा बंदोबस्त केला गेला. लोकांत व पोलीस खात्यात कित्येक देशाभिमानी असत. ते नोकरी सांभाळूनही प्रति-सरकारला गुप्तपणे मदत करीत. नाना पाटील, किसन वीर वगैरेंना पकडण्याचा सरकार प्रयत्न करी, तेव्हा कित्येकजण त्यांना घरात, शेतात आसरा देत. प्रति-सरकारचे कार्य दोन-तीन वर्षे चालले. प्रति-सरकारचा हा प्रयोग सातारा जिल्ह्यात यशस्वी झाला; त्यामुळे त्यांची कीर्ती सर्वत्र पसरली. सरकारही हादरले. आता भारतात अधिक काळ राहून राज्य करणे अवघड आहे, कठीण आहे, असे युरोपियन सनदी नोकरांनाही वाटू लागले. परिणामी, आपला देश १९४७ साली स्वतंत्र झाला. भूमिगत प्रकट झाले, तेव्हा ठिकठिकाणी त्यांचे देवदुर्लभ असे स्वागत व सत्कार झाले.

स्वातंत्र्य चळवळीत भूमिगतांमध्ये ऐक्य होते; पण हे ऐक्य पुढे

राहिले नाही; भूमिगतांच्या प्रकटीकरणानंतर लगेच सातारा जिल्हा बोर्डाची अध्यक्षीय निवडणूक आली. काँग्रेसचे तर बहुमत हुकमीच होते; पण अध्यक्ष कोणास करावे असा प्रश्न आला. साताऱ्याचे व्ही. एन. पाटील हे तरुण वकील काँग्रेसमध्ये येऊन कार्य करीत होते. विद्वत्ता, धडाडी वगैरे सर्व त्यांच्या ठायी होते. नाना पाटील यांच्या मते व्ही. एन. पाटील यांना अध्यक्षस्थान द्यावे असे होते; पण किसन वीर गटाने ऐनवेळी बाजी मारून बाळासाहेब देसाई यांना अध्यक्ष केले. या वेळेपासून भूमिगतांमधील बेकी निदर्शनास आली. नाना पाटील, यशवंतराव व किसनवीर यांच्या ऐक्याचे आणि एकत्र कार्य करण्याचे प्रसंग नंतर आलेच नाहीत. उलट पुढे वारंवार बेकीचे प्रदर्शनच झाले.

महाराष्ट्राच्या राजकारणातील उलथापालथ

महाराष्ट्र प्रांतिक काँग्रेस कमिटीतील खेर-देव-देवगिरीकर यांचे पक्षपाती व बहुजन समाजाला डावलणारे धोरण अनुभवून पुढे सन १९४७ नंतर जेधे, मोरे, बागल वगैरे ब्राह्मणेतर चळवळीतील प्रारंभीचे सत्यशोधक पुढारी काँग्रेसमधून बाहेर पडले आणि त्यांनी स्वतंत्रपणे शेतकरी कामगार पक्ष स्थापन केला. लवकरच नाना पाटील हेही काँग्रेसमधून बाहेर पडले आणि शे. का. पक्षाला मिळाले. पुढे संयुक्त महाराष्ट्राच्या चळवळीत ते प्राणपणाने लढले. ठाकरे, कोठारी, बागल, जेधे, मोरे वगैरे प्रारंभीच्या पुढाऱ्यांबरोबर नाना पाटील यांनी चळवळीत भाग घेतला. शे. का. पक्ष जरी प्रांतिक होता, तरी त्याची स्थापना त्या काळी अटळ होती आणि जनतेला ती हवी होती. नाना पाटील या पक्षाचे नेते म्हणून गाजले याचे कारण त्यांच्यावर पूर्ववयात झालेले सत्यशोधक चळवळीचे संस्कार हे होय.

अखिल भारतीय पातळीवरून व राष्ट्रीय देशाभिमानातून यशवंतरावांनी संयुक्त महाराष्ट्र लढ्यातही काँग्रेसची कास सोडली नाही. त्यांनी नेहरूंना शिरसावंद्य मानले. म्हणून त्यांना मध्यवर्ती सत्तेतही जाता आले; पण देव, देवगिरीकर यांना शह देणारा प्रांतिक पक्ष निघाला म्हणून पुढे त्यांची महाराष्ट्र काँग्रेसवरील पकड यशवंतरावांना दूर करता आली आणि स्वतःची पकड पुढे तीस वर्षे तरी राखता आली. या पकडीचे बळकटपण पाहून गोरे, एस. एम. डांगे यांनाही आश्चर्य वाटे!

त्यामुळे काही वर्षे तरी महाराष्ट्रात बहुजन समाज एकसंघ राहिला. तीस वर्षे तरी यशवंतरावांनी त्याचे नेतृत्व केले.

नाना पाटलांच्या कामगिरीचे विशेष

नाना पाटलांनी सत्ता, संपत्ती हे ध्येय कधीच केले नाही. सारे आयुष्य समाजाला दिले. म. फुले, राजर्षी शाहू महाराज यांच्या ठिकाणी जे जनकल्याणी गुण होते तेच थोड्याफार प्रमाणात नानांच्या ठायी होते. त्यातल्या त्यात आद्य छत्रपती आणि त्यांचा गनिमा कावा याचे प्रतिबिंब नानांमध्ये लोकांना आढळत असे. अशा प्रकारे शिवाजी महाराजांचे दर्शन नानांच्या शूर व वीर कृतीत होत असे.

नाना पाटलांनी 'फोडा व झोडा' या नीतीचे राजकारण कधीच केले नाही. अन्याय करणाऱ्यावर त्यांनी जरूर दहशत बसवली; पण स्वातंत्र्य आल्यावर भूमिगत असताना जी त्यांची कार्यपद्धती होती, तीच त्यांनी पुढे चालविली नाही. सत्तेवर येण्याची म्हणजे मंत्रीमहोदय होण्याची त्यांना संधी आली नाही किंवा कोणी त्यांना दिलीही नाही. त्यांच्या जोरावर कित्येकजण निवडून आले; मंत्री, आमदार, नामदार वगैरे सर्व काही झाले; पण त्यांनी नानांचा वापरच करून घेतला. अर्थात नानांना लोकांसाठी, देशासाठी जगावयाचे होते. नानांनी कोणास पुढे येण्यास अडथळा केला नाही. म्हणूनच सर्वपक्षीय, सर्व जातींचे, सर्व धर्मांचे लोक त्यांना मानत असत आणि अद्यापही मानतात. ज्यांचे त्यांच्याशी मतभेद झाले तेही त्यांना शिरसावंद्य मानतात. नाना पाटील म्हणजे शेतकरी समाजातून आलेला आणि खानदानी मनाचा असा मराठा वीर होता. तो अखिल महाराष्ट्राचा होता. जातीभेद, उच्च-नीच भाव त्यांना ठाऊक नव्हता.

नानांचा सर्वच मामला उघडा होता. आत एक व बाहेर एक असे काही नव्हते. प्रत्येक लढ्यात त्यांनी तो लढा जनतेचा आहे, असे समजून लढविला. त्यांनी लढविलेले सर्व लढे हे लोकमान्य लढे होते. शिवाजी महाराजांनंतर झालेली, सर्व वर्गांना आणि सर्व जाती-धर्मांना मान्य होणारी व सर्वांकडूनच ज्यांचे कौतुक झाले अशी एक व्यक्ती म्हणजे नाना पाटील होत. नानांनी विरोधी पक्षियांचा कधी अनादर केला नाही. झोड उठविली ती अन्यायावर, असत्यावर; जो अन्याय व

असत्य खपवून घेत नाही तोच खरा सत्यशोधक व सत्याग्रही असतो.

सत्यशोधक समाज निघण्यापूर्वी बहुजन समाजाला व दलितांना साधुसंतांचा वारकरी पंथ हा एकच पुरोगामी मार्ग उपलब्ध होता. नाना पाटलांच्या आई-वडिलांनीही तोच धरला होता. गेल्या पिढीत आता दलितांतील बौद्ध म्हणविणाऱ्यांचे बरेच पूर्वज वारकरी होते. ते पंढरीला जात. वारकरी साधुसंत दलितांतही झाले. पुढे सत्यशोधक समाज निर्माण होऊन बहुजन समाजाला आधुनिक काळातील दुसरा पुरोगामी मार्ग सापडला; पण सत्यशोधक चळवळ म्हणजे नंतरचा ब्राह्मणेतर पक्ष इंग्रजांच्या बाजूचा बनत आहे हे स्पष्ट झाल्यावर नानांनी तो सोडला आणि ते गांधींच्या नेतृत्वाखालील राष्ट्रीय काँग्रेसमध्ये गेले व शेवटी लाल बावटा खांद्यावर घेऊन ते निजधामास गेले. हा सर्व राजकीय प्रवास मोठा अभ्यासनीय आहे. नानांनी कोणत्याही विचारप्रवाहाचे सर्वप्रामाण्यत्व मानले नाही. त्यांची भूमिका सत्यान्वेषक होती. म्हणून त्यांच्यात परिवर्तनवाद सापडतो आणि तो कालानुरूपच ठरला गेला हे ध्यानात घेतले पाहिजे.

अहंकार व गर्व निर्माण होईल असे काही नानांच्या जवळ नव्हते व त्यांनी ते जमाही केले नाही; त्यामुळे ते सतत सर्वसामान्य लोकांपुढे राहिले. त्यांच्या पश्चात बहुजन समाजात त्यांचे स्थान ध्रुवासारखे अढळ आहे, कारण अमूक एक मुदत संपली म्हणजे त्यांच्या कार्याची महती संपली असे कधी घडलेच नाही.

उमाजी नाईक पहिले स्वातंत्र्यसैनिक म्हणावे लागतात. शाहिरांनी त्यांच्यावर पोवाडे रचले. तशाच प्रकारे क्रांतिसिंह नाना पाटलांवरही अनेक पोवाडे झाले आणि येथून पुढेही होतील. मर्दाचे पोवाडे मर्दच गातात. शिवाजी महाराजांच्या चरित्रात जसे अनेक चित्तथरारक प्रसंग आहेत, तसेच रणगाजी नाना पाटलांच्या जीवनातही आहेत. म्हणून आधुनिक काळातील जनतेचा योद्धा व सेनापती म्हणूनच इतिहास त्यांची नोंद घेईल यात शंका नाही.

**

५४

प्रति-सरकार चळवळीतील नाना पाटलांचे स्थान : एक चिकित्सा

प्रा. डॉ. अरुण भोसले

सातारच्या प्रति-सरकार चळवळीचे अभ्यासक, संशोधक

स्वातंत्र्य आंदोलनाच्या अंतिम पर्वात सातारा जिल्ह्यात क्रांतिसिंह नाना पाटलांचे स्थान एखाद्या अनभिषिक्त सम्राटासारखे होते. 'चले जाव'च्या चळवळीला त्या जिल्ह्यात व्यापक जनआंदोलनाचे स्वरूप देणारे ते कुशल सेनापती होते. १९४२ च्या चळवळीच्या उत्तरार्धात नाना पाटलांच्या नावाने सातारा जिल्ह्यात प्रति-सरकारची द्वाही फिरविण्यात आली. साताऱ्याचे प्रति-सरकार म्हणजे क्रांतिसिंह नाना पाटील आणि नाना पाटील म्हणजेच सातारा जिल्ह्यातील प्रति-सरकार अशी तत्कालीन मराठी समाजाची धारणा होती. मुंबई प्रांताचे ब्रिटिश राज्यकर्ते आणि सातारा जिल्ह्यातील सनदी व पोलीस अधिकारी यांनी नाना पाटलांना पकडण्याचे सतत प्रयत्न केले. त्यांना पकडून देण्यासाठी किंवा पकडण्याच्या कामी मदत करण्यासाठी सरकारने पाच हजार रुपयांचे इनाम जाहीर केले होते. क्रांतिसिंहांना गिरफ्तार करणे व सातारा जिल्ह्याच्या दक्षिण भागातील नाना पाटीलप्रणित प्रति-सरकारच्या हालचालींचा बीमोड करणे यासाठी १९४५ च्या सुमारास सातारा जिल्ह्यात, सिंध प्रांतातील हूर लोकांच्या उठावाचा यशस्वी बंदोबस्त करणाऱ्या, मूर गिल्बर्ट या अधिकाऱ्याची अतिरिक्त पोलीस अधीक्षक म्हणून नियुक्ती करण्यात आली होती. गिल्बर्टच्या नेतृत्वाखाली सशस्त्र पोलिसांनी व ब्रिटिश लष्कराने सातारा जिल्ह्यातील आपली कामगिरी फत्ते करण्यासाठी थैमान घातले; पण नाना पाटील त्यांच्या हाती पडले नाहीत. चळवळीचे

स्फूर्तिदाते नाना पाटील यांना पकडून कैद केल्याशिवाय सातारा जिल्ह्यातील चळवळ संपुष्टात येणार नाही अशी राज्यकर्त्यांनी मनाशी पक्की खूणगाठ बांधली होती. 'चले जाव'च्या चळवळीत इतकी महत्त्वाची भूमिका ज्यांनी बजावली त्या नाना पाटलांच्या चळवळीतील स्थानाच्या आणि भूमिकेच्या मापनाविषयी अजूनही प्रश्न निर्माण केले जातात. नाना पाटील हाच चळवळीचा केंद्रबिंदू होता हे त्याचे एक मापन! तर त्यांचे स्थान व भूमिका दुय्यम स्वरूपाची होती हे दुसरे मापन. यांपैकी पहिले मापन हे कसे यथायोग्य आहे आणि दुसरे मापन हे खरे तर त्यांच्या कार्याचे कसे चुकीचे मापन आहे, त्याचप्रमाणे हे चुकीचे मापन अभ्यासक व कार्यकर्ते यांच्याकडून का पुढे येते, या मुद्द्यांची चर्चा करण्याचा प्रयत्न प्रस्तुत लेखात केला आहे.

१९४२ पूर्वीचे कार्य

सामान्य शेतकरी कुटुंबात जन्मलेले, व्ह. फा. पर्यंत शिक्षण झालेले नाना पाटील सुरुवातीपासून चळवळ्या पिंडाचे होते. खेडूत जनतेला प्रभावित करणाऱ्या अमोघ वक्तृत्वाची देणगीच त्यांना लाभली होती. तलाठ्याची नोकरी पत्करून त्यांनी आपल्या जीवनाची सुरुवात केली. त्या वेळी बहुजन समाजात जागृती करणाऱ्या सत्यशोधक चळवळीचा सातारा जिल्हा हा बालेकिल्ला बनला होता. तरुण नाना पाटील सत्यशोधक चळवळीकडे ताबडतोब आकर्षिले गेले. अल्पावधीतच त्यांनी स्वतःला त्या चळवळीत झोकून दिले. ब्राह्मणेतर पक्षाचे उमेदवार भास्करराव जाधव यांच्या कौन्सिल निवडणूक प्रचारात नाना पाटलांनी बहुमोल कामगिरी केली. सत्यशोधक चळवळीच्या प्रचारकार्यातही नाना पाटलांनी आपल्या प्रभावी वक्तृत्वाने महत्त्वाची भूमिका बजावली; त्यामुळे त्यांची लोकप्रियता वाढली, जनमानसातील स्थान बळकट झाले आणि व्यापक जनसंपर्क प्रस्थापित झाला. सत्यशोधक चळवळीतील कार्यामुळेच नाना पाटलांच्या नेतृत्वाला सामाजिक पाया मिळाला व त्यांच्या भावी नेतृत्वाची पायाभरणी झाली.

१९३० च्या कायदेभंगाच्या चळवळीच्या वेळी महाराष्ट्रातील बहुजन समाज केशवराव जेधे, भाऊराव पाटील, नाना पाटील, आत्माराम पाटील आदींच्या नेतृत्वाखाली स्वातंत्र्यचळवळीत सहभागी झाला.

सत्यशोधक नाना पाटील राष्ट्रीय चळवळीचे निष्ठावान पाईक बनले. हे परिवर्तन दूरगामी परिणाम घडविणारे ठरले. स्वातंत्र्यचळवळीत प्रवेश केल्याबरोबर त्यांनी स्वतःच्या कल्पनेप्रमाणे गावोगावच्या चावडीवर 'गांधी महाराज की जय' अशी घोषणा करत तिरंगी झेंडा उभारण्याची अभिनव चळवळ हाती घेतली. आपल्या प्रभावी वक्तृत्वशैलीने खेडूत जनतेत राष्ट्रीय जागृती निर्माण करण्याचे कार्य केले. रेठरे धरण येथील गाजलेल्या जंगल सत्याग्रहात बापूसाहेब देशमुख यांच्याबरोबर प्रमुख नेते म्हणून त्यांनी भाग घेतला. सविनय कायदेभंग आंदोलनाच्या दुसऱ्या पर्वाच्या प्रारंभी सरकारने नाना पाटलांना दोन महिने डिटेन करून ठेवले व नंतर पॅरोलवर सोडले; परंतु पॅरोल मोडल्याबद्दल ६ महिने शिक्षा आणि १०० रुपये दंड झाला. त्यानंतर त्यांना कायदेभंग केल्याबद्दल एक वर्ष सक्तमजुरीची शिक्षा ठोठावण्यात आली. १९३० च्या राष्ट्रीय आंदोलनात नाना पाटलांना दीर्घ कारावास भोगावा लागला आणि त्याचबरोबर हालअपेष्टा, अतोनात कष्ट सोसावे लागले.

कायदेभंगाची चळवळ संपल्यावर बहुतेक सर्वजण आपापल्या संसार, प्रपंचाला लागले; परंतु नाना पाटलांनी प्रपंचावर तुळशीपत्र ठेवून स्वतःला राष्ट्रकार्याला वाहून घेतले. शांतता काळात काँग्रेसच्या प्रौढ-साक्षर मोहिमेत प्रचारक बनून त्यांनी मोराळे गावी कार्य केले. स्वामी रामानंद भारतींची व नाना पाटलांची चांगली गट्टी जमल्यावर रामानंद महाराजांच्या दलितोद्धाराच्या कार्यात त्यांनी मनोभावे सहकार्य केले. दलितोद्धाराच्या चळवळीचा त्यांनी अव्याहत प्रचार केला. १९३७ च्या निवडणुकीत काँग्रेस उमेदवार आत्माराम पाटील यांचा नाना पाटलांनी जिद्दीने प्रचार केला. १९३० ते ४० या दशकात राष्ट्रीय विचार, साक्षरताप्रसार, समाजसुधारणा, दलितोद्धार इत्यादींचा जनतेत प्रचार करून सातारा जिल्ह्यात नाना पाटलांनी अखंड जनजागरण केले. १९४०-४१ साली म. गांधींच्या नेतृत्वाखाली झालेल्या वैयक्तिक सत्याग्रह चळवळी त्यांनी बहे व हणमंतवडिये येथे दोन सत्याग्रह करून शिक्षा भोगली. त्यानंतर यशवंतराव चव्हाणांच्या अध्यक्षतेखाली होणाऱ्या अर्जुनवाड दुष्काळ परिषदेचा कोल्हापूर संस्थानात प्रचार केल्याबद्दल त्यांना एक वर्ष कारावास व ५०० रुपये दंड अशी शिक्षा झाली. १९४२ च्या आंदोलनाची सुरुवात होण्यापूर्वीच क्रांतिसिंह नाना पाटील यांना आठ वेळा शिक्षा

झाली होती. राष्ट्रीय चळवळीतील निःस्वार्थी कार्यामुळे व अखंड जनजागरणामुळे १९४२ च्या चळवळीपूर्वीच सातारा जिल्ह्यातील स्वातंत्र्य चळवळीचे ते प्रतीक बनले होते.

'चले जाव' आंदोलनाची उठावणी

९ ऑगस्ट १९४२ ला काँग्रेसच्या राष्ट्रीय नेत्यांची मुंबईत धरपकड झाली; त्याच दिवशी सातारा जिल्ह्यातील १३-१४ महत्त्वाच्या काँग्रेस नेत्यांना स्थानबद्ध करण्यात आले. नाना पाटील मात्र यातून सुटले. त्यांची त्या दिवशी विट्याला सभा होती. ती सभा आटोपून कुंडलला परतल्यावर नाना पाटलांनी, पोलिसांच्या हाती न सापडता 'चले जाव' चळवळीचा प्रचार करण्यासाठी सभा घ्याव्यात, असा निर्णय कार्यकर्त्यांच्या बैठकीत झाला. नाना पाटलांनी चले जाव चळवळ व प्रति-सरकारच्या कार्याचे कुंडल हेच सुरुवातीपासून केंद्र बनविले. १९४२ च्या आंदोलनाच्या पहिल्या दिवसापासून त्यांनी पोलिसांशी लपंडाव खेळण्याचे तंत्र अवलंबिले आणि ते शेवटपर्यंत पोलिसांच्या हाती लागले नाहीत. चळवळीच्या प्रचारासाठी तासगाव, वाळवा, खानापूर, कऱ्हाड इ. तालुक्यांतील बऱ्याच ठिकाणी त्यांच्या जाहीर सभा झाल्या. पलूस व देवराष्ट्रे येथील सभा विशेष गाजल्या. जनतेच्या निःसीम प्रेमामुळे व सहकार्याने जाहीर सभेत भाषण करणाऱ्या नाना पाटलांना पोलीस पकडू शकले नाहीत. सप्टेंबर १९४२ मध्ये सातारा जिल्ह्यात तासगांव, इस्लामपूर, वडूज, विटा, कऱ्हाड, पाटण येथील तालुका कचेऱ्यांवर काँग्रेसच्या आदेशानुसार मोर्चे निघाले. तासगाव, विटा, इस्लामपूर कचेऱ्यांवरील उठावणीत, पूर्वतयारीत नाना पाटलांचा सिंहाचा वाटा होता.

भूमिगत अवस्थेतील कार्य

इस्लामपूर आणि वडूज येथील मोर्चावर गोळीबार होऊन बारा कार्यकर्ते मृत्युमुखी पडले. सरकार दडपशाही करून राष्ट्रीय चळवळ मोडून काढण्याचा प्रयत्न करू लागले. म्हणून कार्यकर्त्यांनी भूमिगत होऊन 'चले जाव'ची चळवळ पुढे चालविण्याचा निर्णय घेतला. सुरुवातीपासूनच पोलिसांचा नाना पाटलांवर विशेष कटाक्ष असल्याने भूमिगत अवस्थेतील त्यांचा ठावठिकाणा त्यांचे सहकारी फारच गुप्त ठेवत असत. भूमिगत चळवळीच्या प्रारंभी नाना पाटील कुंडलमध्येच

असत असे दिसते. तेथे असेपर्यंत त्यांच्या रक्षणाची सर्व जबाबदारी औंध असेंब्लीचे सभासद ना. बाबूराव पाटील यांच्यावर होती. या काळात क्रांतिसिंह कुंडलनजीकच्या कुंभारगाव येथील आप्पासाहेब लाडांच्या पानमळ्यात बराच काळ राहिले होते. येथेच ५ नोव्हेंबर १९४२ रोजी रात्री यशवंतराव चव्हाणांनी त्यांची भेट घेऊन त्यांच्याशी चळवळीच्या भावी वाटचालीबाबत चर्चा केली होती.[१] पोलिसी कारवाईचे कुंडलवर दडपण वाढल्यावर नाना पाटलांना सावळा धनगर, वडार यांच्या घरी प्रसंगोपात आश्रय घ्यावा लागला होता. भूमिगत अवस्थेत पोलिसांचा ससेमिरा चुकवण्यासाठी ते कुंडलशिवाय चिखलगोठण, आळते, कार्वे, मोराळे, पारे, चिंचणी, बेलवडी, घोटी, खरसुंडी, आटपाडी इ. ठिकाणी काही काळ जाऊन राहिले होते. तथापि, तेथील त्यांचे मुक्काम अल्पसे असत व सुरक्षित वाटू लागले की, ते परत कुंडलला येत असत. चिखलगोठणचे गंगाधरराव चिटणीस, पाऱ्याचे मिरजेकाका व सदाशिवराव पवार, घोटी खुर्दचे एकनाथराव साळुंखे, नरसेवाडीचे ठोकळे यांनी भूमिगत क्रांतिसिंहाना आपापल्या ठिकाणी आश्रय दिला व त्यांच्या सुरक्षिततेची काळजी घेतली.[२] १९४५ च्या सुमारास कविवर्य ग. दि. माडगुळकर 'युद्धाच्या सावल्या' या त्यांच्या ग्रामीण नाटकाच्या कुंडल येथील प्रयोगासाठी सपत्नीक गेले होते, तेव्हा त्यांना नाना पाटील कुंडलमध्येच असल्याचे समजले.[३] वरील वृत्तान्तावरून काही गोष्टी स्पष्ट होतात. नाना पाटलांचा भूमिगत चळवळीचे मुख्य केंद्र कुंडलशी सतत संपर्क होता. चळवळीच्या धामधुमीच्या काळात राजकीय शांतता व सुरक्षिततेसाठी ते औंध संस्थानातील खरसुंडी, आटपाडीसारख्या दूरवरच्या ठिकाणी दीर्घकाल राहिले असतील असे वाटत नाही; त्यामुळे कुंडल या प्रति-सरकारच्या राजधानीतून भूमिगतांच्या ज्या हालचाली झाल्या, त्यांच्याशी नाना पाटलांचा सुरुवातीपासून शेवटपर्यंत निकट संबंध होता असे दिसते. दीर्घकाल भूमिगत राहून ते बऱ्याच विस्तृत प्रदेशात वावरत होते तरी पोलीस त्यांना पकडू शकले नाहीत. याला कारण जनतेचा या नेत्याला असलेला भक्कम आधार. चळवळीच्या केंद्रस्थानी असणाऱ्या नेतृत्वाच्या सुरक्षिततेसाठीच जनता आपल्या जिवाचा एवढा आटापिटा करते.

भूमिगत चळवळीला जेव्हा पोलीस, गुन्हेगार टोळ्या, ब्रिटिशधार्जिणे,

गावगुंड यांच्याशी संघर्ष करण्याचा पवित्रा घ्यावा लागला, तेव्हा शस्त्रास्त्रे, शस्त्रास्त्रखरेदीसाठी पैसा यांची गरज भासू लागली. या गरजेपोटी खासगी मालकीची व पोलीस ठाण्यातील शस्त्रे हस्तगत करणे, राजकीय स्वरूपाचे डाके (Political dacoity) घालून पैसा मिळविणे या मार्गांचा भूमिगतांनी अवलंब केला. अशा प्रकारच्या हालचालींत खुद्द नाना पाटील भाग घेत असत हे पुढील घटनेवरून दिसून येते. दि. २७ ऑक्टोबर १९४३ रोजी नाना पाटलांनी भाले, कुऱ्हाडी, बंदुकींनी सज्ज अशा सुमारे २०० लोकांसह सावळज पोलीस ठाण्यावर हल्ला केला. तेथील पोलिसांनी गावकऱ्यांच्या मदतीने हा हल्ला परतवून लावण्यात यश मिळविले. या हल्ल्यात नाना पाटलांच्या लोकांपैकी एकजण जखमी होऊन नंतर मरण पावला आणि इतर दोघेजण जखमी झाले.[४]

सातारा जिल्ह्यातील भूमिगत चळवळीतील घडामोडी व नाना पाटील यांच्यातील संबंध निकटचे होते. भूमिगतांच्या उपद्रवापाठीमागे नाना पाटलांचीच प्रेरणा असल्याचे मत मुंबई इलाख्याच्या गव्हर्नरच्या अहवालात नमूद केल्याचे पुढील दोन उताऱ्यांवरून स्पष्ट लक्षात येईल.

"There is a notorious Congressman in Satara District of the name of Nana Patil. It was he who tried to carry out raids against taluka treasuries and police outpots during the earlier days of the movement. It is belived that his gangs are responsible for some of the numerous dacoities that have taken place in the district. The police got remarkably little help from the people in tracing him or investing his crimes. On the 4th January a number of armed dacoities possibly connected with Nana Patil came to a village;... The villagers, however, held them at bay, got help from neighbouring villages and managed to drive them to the nearby hill...."[५]

हा अभिप्राय मुंबई इलाख्याच्या गव्हर्नरच्या जानवारी १९४३ च्या अहवालात व्यक्त केला आहे. नोव्हेंबर १९४३ च्या अहवालात पुढील अभिप्राय व्यक्त झाला आहे -

'It is clear form the several incidents that have been reported during recent weeks from Satara that the district continues to be a focus of serious disturbances. It is known that few gangs are still at large and such of them as have a political inspriation are working under the leadership of a local congressman who has remained underground since August 1942, one Nana Patil. Large rewards have been offered for information leading to his arrest and that of his associates and the C.I.D. is working in strength in the district.[6]

वरील दोन्ही अभिप्रायांवरून भूमिगतांच्या हालचालींची प्रेरणा व त्यांचे नेते नाना पाटीलच होते याबद्दल शंका उरत नाही.

प्रति-सरकार

तालुका कचेऱ्यांवर मोर्चे, घातपाती कारवाया, गुन्हेगारांच्या टोळ्यांशी संघर्ष या अवस्थांमधून सातारा जिल्ह्यातील चले जाव आंदोलन गेल्यानंतर अंतिम पर्वात भूमिगत कार्यकर्त्यांनी जिल्ह्यात प्रति-सरकार स्थापन केले, तेव्हा समाजातील सरकारधार्जिणे लोक, गावगुंड, गुन्हेगार व त्यांचे समाजातील साथीदार इत्यादींनी भूमिगत स्वातंत्र्यसैनिकांच्या चहाड्या करण्यास सुरुवात केली. काही गावगुंड गावातील लोकांवर अत्याचार करत, अनैतिक वागत; पण हे गावगुंड पोलिसी खबरे असल्यामुळे पोलीस त्यांना पाठिशी घालत, तेव्हा जनतेच्या सहकार्यावर, प्रेमाच्या बळावर चळवळ चालविणाऱ्या कार्यकर्त्यांनी जनतेच्या संरक्षणाचे आपले कर्तव्य पार पाडले. त्यांनी गुन्हेगारांना व गावगुंडांना पकडून त्यांना शिक्षा केली. अशा प्रकारे समाजकंटकांना, गुन्हेगारांना शासन करणारे प्रति-सरकार सातारा जिल्ह्यात अस्तित्वात आले. यशवंतराव चव्हाण 'चले जाव' आंदोलनाचे जिल्ह्यातील पहिले डिक्टेटर होते. नंतरच्या काळात धन्वंतरी कासेगावकर वैद्य, नाथाजी लाड, किसन वीर हे जिल्ह्याचे डिक्टेटर झाले.

जिल्ह्याच्या ग्रामीण भागात लवकरच प्रति-सरकारचे वर्चस्व प्रस्थापित झाले. खेड्यापाड्यांतील जनतेच्या प्राथमिक गरजा भागविण्याचा बराच यशस्वी प्रयत्न करून प्रति-सरकारने ग्रामराज्याचा प्रयोग जिल्ह्यात प्रत्यक्ष कार्यवाहीत आणला. सेवादल, तुफान सेना, न्यायमंडळ, मध्यवर्ती कार्यकारी मंडळ ही प्रति-सरकारची महत्त्वाची अंगे होती. प्रति-सरकारच्या न्यायमंडळींनी जमिनीचे वाद, चोरी, मारामारी, घरगुती भांडण इत्यादी स्वरूपाचे कज्जे झटपट निवाडा देऊन मिटविले. समाजाविरुद्ध आणि स्वातंत्र्यचळवळीविरुद्ध असणाऱ्या गुन्हेगारांना पत्र्या मारण्याच्या व इतर

प्रकारच्या शिक्षा फर्मावल्या आणि त्यांची अंमलबजावणी तुफान सैनिकदलांनी केली. न्यायमंडळांच्या अशा कार्यक्षम कामकाजामुळे प्रति-सरकारचे अस्तित्व ब्रिटिश राज्यकर्त्यांना खुपू लागले.

प्रति-सरकारची स्थापना नाना पाटलांच्या नावाने झाली होती. जिल्ह्यातील स्वातंत्र्यप्रेमी जनता हे प्रति-सरकार क्रांतिसिंह नाना पाटलांचे आहे, या जाणिवेपोटी त्यांच्या विविध उपक्रमांना सहकार्य करत होती. भूमिगत कार्यकर्त्यांत नाना पाटीलच प्रति-सरकारचे उद्‌गाते असल्याची भावना असल्याचे दिसते. प्रति-सरकारच्या मध्यवर्ती कार्यकारी मंडळात जेव्हा महत्त्वाचे निर्णय होत असत, तेव्हा नाना पाटील त्या बैठकांना हजर असत असे नाथाजी लाड सांगतात.[७] यावरून प्रति-सरकार व नाना पाटील यांचे निकटचे संबंध स्पष्ट होतात.

कार्याचे समकालीन मूल्यमापन

सातारा जिल्ह्यातील भूमिगत चळवळीचे नेते, प्रति-सरकारचे निर्माते व ग्रामस्वराज्याचे प्रणेते म्हणून क्रांतिसिंह नाना पाटील यांचे नाव सर्वतोमुखी झाले होते. जयप्रकाश नारायण, श्रीमती अरुणा असफअली, साने गुरुजी इ. राष्ट्रीय नेत्यांनी नाना पाटील व त्यांच्या भूमिगत सहकाऱ्यांच्या कार्याचा जाहीररीत्या गौरव केला होता. त्यांच्या या कार्यामुळे चळवळीच्या समाप्तीनंतर जुन्नर तालुका काँग्रेस कार्यकर्त्यांच्या शिबिराला मार्गदर्शन करायला रावसाहेब पटवर्धन, काकासाहेब गाडगीळ यांच्याबरोबर नाना पाटील उपस्थित होते. तर १० ऑगस्ट १९४६ च्या पश्चिम खानदेशातील एका जाहीर सभेत, ग्रामराज्याच्या स्थापनेसाठी सेवादल व शेतकरी संघाची उभारणी करण्यात कार्यकर्त्यांना उत्तमराव पाटील आणि नाना पाटील मदत करतील, असा विश्वास वक्त्यांनी व्यक्त केला होता.[८]

थोर विचारवंत व गांधीवादी नेते आचार्य शं. द. जावडेकर यांनी क्रांतिसिंह नाना पाटलांच्या कार्याचे मूल्यमापन करताना असे उद्‌गार काढले आहेत -

"गांधीयुगात सातारा जिल्ह्यात काँग्रेसची शक्ती वाढविण्याचे काम अनेक देशभक्तांनी केले; परंतु नाना पाटील यांच्याइतकी छाप किंवा मोहिनी इतर कोणत्याही व्यक्तीला शेतकरीवर्गावर पाडता आली नाही...

या शेतकरी वर्गाला स्वातंत्र्याच्या क्रांतीची प्रेरणा देण्यास नाना पाटील कारण झालेले आहेत; यामुळे १९४२ च्या क्रांतिकालातील आंदोलनात साताऱ्यात ज्या क्रांतीची ज्योत पेटली, तिचे बरेचसे श्रेय नाना पाटील यांच्याकडे जाते... पण नानांनी राष्ट्र सभेच्या स्वातंत्र्यनिष्ठेला साजेल असेच आपले धोरण ठेवले आणि १९४२ साली विद्यार्थीवर्गांतून जी नवी क्रांतिकारक पिढी साताऱ्यात पुढे आली, तिला प्रेरणा देऊन साताऱ्यात एक प्रचंड क्रांतिज्योत पेटविली.''[९]

टीकाकारांचे आक्षेप व त्यांचे निराकरण

यावरून सातारा जिल्ह्यातील 'चले जाव' चळवळीच्या केंद्रस्थानी नाना पाटील होते आणि त्यांनी चळवळीत महत्त्वाची भूमिका बजावली हे सिद्ध होते. तरीसुद्धा ते तसे नव्हते असे मुद्दे काहीजण उपस्थित करतात, त्याची येथे थोडक्यात शहानिशा अशी :

काही विद्वानांच्या मते 'चले जाव' चळवळीच्या काळात नाना पाटील औंध संस्थानातच भूमिगत स्थितीत राहात होते; शिवाय ते शरीराने स्थूल असल्यामुळे चळवळीत धावपळीच्या, धकाधकीच्या मामल्यात भाग घेऊ शकत नसत व त्यामुळे चळवळीत त्यांचा म्हणावा एवढा मोठा सहभाग नव्हता. धुळे खजिना लुटीच्या प्रकरणात असलेल्या क्रांतिसिंहांच्या एका कार्यकर्त्याने पत्राद्वारे दिलेल्या मुलाखतीच्या शेवटी नाना पाटलांसंबंधी खास उल्लेख पुढीलप्रमाणे केला आहे - 'तासगाव व इस्लामपूर आणि इतर किरकोळ एक-दोन ठिकाणी मोर्चा संघटित करण्याचे काम नाना पाटील यांनी इतरांबरोबर केले; पण त्यानंतर खुद्द नाना पाटलांनी स्वतः कोठे विशेष भाग घेतला नाही. त्यांच्या कामाच्या मानाने त्यांनी आपली कीर्ती अधिक वाढवून घेतली. ते फक्त भूमिगत होते. आप्पासाहेब पंत यांच्या आश्रयाने औंध, आटपाडी भागातच नाना पाटील पुष्कळ दिवस भूमिगत होते.''[१०]

स्वातंत्र्योत्तर काळात स्वातंत्र्यचळवळीच्या इतिहासाचे अवलोकन होऊ लागले, तेव्हा नाना पाटलांचे चळवळीतील स्थान कमी करण्याचे पद्धतशीर प्रयत्न होऊ लागले. त्याला अनेक कारणे असल्याचे दिसते. स्वातंत्र्यप्राप्तीनंतर अल्पावधीत त्यांनी काँग्रेस पक्षाचा त्याग करून शे. का. पक्षात आणि नंतर कम्युनिस्ट पक्षात प्रवेश केला. विरोधी पक्षातून

ते संयुक्त महाराष्ट्र चळवळ, गोवामुक्ती आंदोलन, खंडकरी शेतकऱ्यांची चळवळ इ. लढ्यांचे नेतृत्व करू लागले व त्यांच्या त्यागी नेतृत्वामुळे लढ्यांना जनतेचा भरघोस पाठिंबा मिळू लागला. नाना पाटलांचे लढाऊ पवित्रे सत्ताधाऱ्यांना व प्रस्थापितांना केवळ अडचणीचेच नव्हे तर जाचक वाटू लागले. महाराष्ट्रात तर राहोच; पण स्वतःच्या जिल्ह्यातसुद्धा नव्या नेतृत्वाची पकड बसण्यासाठी जुने नेतृत्व उखडले पाहिजे याची जाणीव झाली. क्रांतिसिंह नाना पाटलांची लढवय्ये स्वातंत्र्यसेनानी अशी असलेली तेजस्वी प्रतिमा नष्ट करण्याचे पद्धतशीर प्रयत्न सुरू झाले, तेव्हा सत्ताधाऱ्यांच्या आश्रित विद्वानांनी नाना पाटीलविरोधी हाकाटी सुरू केली.

इतिहास नेहमी सत्ताधाऱ्यांच्या बाजूने लिहिला जातो, असा इतिहास-लेखनाबद्दल एक आक्षेप आहे. मध्ययुगात राजेराजवाड्याची मर्जी संपादन करण्यासाठी राजावर स्तुतीपर लेखन करणारे दरबारी इतिहासकार, लेखक, विद्वान असत. अशा दरबारी इतिहासकारांचे आधुनिक अवतार आजही दिसतात. सत्ताधारी पक्ष व त्याचे सत्तास्थानी असलेले नेते यांच्या मेहरनजरा संपादन करण्यासाठी त्यांना अनुकूल ठरणारा इतिहास लिहू इच्छिणारे पक्षपाती संशोधक इतिहास- लेखनशास्त्रात अधूनमधून आढळतात. त्यांच्या संशोधनकार्याचे बळी नाना पाटील ठरले नाहीत तरच नवल!

केवळ पोलीस रेकॉर्डच्या आधारे नाना पाटलांचे स्थान व कार्य यांची निश्चिती करण्याचा प्रयत्न दिशाभूल ठरू शकतो. पोलिसांच्या अहवालात, कागदपत्रांत नाना पाटलांच्या भूमिगत हालचालींसंबंधी कमी प्रमाणात उल्लेख आहेत हे खरे; पण अजिबात उल्लेखच नाहीत असे मात्र नव्हे. नाना पाटील चव्वेचाळीस महिने भूमिगत होते आणि त्यांच्या गुप्त कामगिरीची पोलिसांना क्वचितच माहिती मिळत होती; त्यामुळे पोलीस रेकॉर्डमध्ये त्यांच्या हालचालीसंबंधी तुरळक उल्लेख आढळतात. वस्तुतः त्यामुळे नाना पाटलांच्या कार्यकुशलतेची पावतीच मिळते. याच संदर्भात अभ्यास पद्धतीविषयीच एक प्रश्न मी उपस्थित करू इच्छितो. नाना पाटलांसारख्या सातारा जिल्ह्यातील स्वातंत्र्य चळवळीचा प्रेरणादायी आत्मा असणाऱ्या नेत्याची भूमिका समजावून घेत असताना त्यांचे एकूण चळवळीतील गुणात्मक स्थान (Qualitative Position)

समजून घेणे आवश्यक ठरते. हे केवळ काही वरवर दिसणाऱ्या घटना किंवा नोंदी यावरून ठरविणे अशक्य आहे. अनुभवाधिठित संशोधन पद्धतीचा (Empirical Research Methodology) वापर करून वरवर दिसणाऱ्या घटनांच्या मागे दडलेल्या आशयाचे व अर्थाचे आकलन होणे अशक्य आहे. प्रेरणेची भूमिका ही आत्मनिष्ठ असते आणि ती समग्र चळवळीच्या संदर्भातच जाणून घ्यावी लागते. अनुभवाधिष्ठित संशोधन पद्धतीच्या पुढे जाऊन भूमिगत चळवळ, प्रति-सरकारची कामगिरी व त्यांच्या प्रेरणा तपासल्या तरच नाना पाटील हे भूमिगतांच्या हालचालींचे केंद्र होते हे स्पष्टपणे लक्षात येईल.

क्रांतिसिंह नाना पाटील तत्त्वचिंतक, संघटक यापेक्षाही चळवळे (agitator) अधिक होते आणि ते तहहयात चळवळे नेते म्हणूनच राहिले. प्रत्यक्ष शेतकऱ्यांतून निर्माण झालेले, राजकीय नेतृत्वाची एवढी उंची गाठणारे नाना पाटलांचे उदाहरण विरळाच म्हणावे लागेल. सातारा जिल्ह्यातील 'चले जाव' चळवळीचे ते प्रतीक होते; आत्मा होते. चळवळीतील आपल्या सहभागाविषयी स्वतः नाना पाटलांनी पुढीलप्रमाणे भाष्य केले होते -

'नाना पाटलानं चळवळीत काहीच केलं नाही आणि नाना पाटलाशिवाय काहीच झालं नाही.'

संदर्भ

१) पाटील उत्तमराव, लाड आप्पासाहेब - क्रांतिवीर दे. भ. नाना पाटील पृ. ९१

२) चव्हाण रघुनाथराव - क्रांतिसिंहांचा अज्ञातवास, पुरोगामी विद्यार्थी युवक संघटना - क्रांतिसिंह स्मरणिका, डिसेंबर १९७८, पृ. ९, ११-१२

३) माडगुळकर ग. दि. – 'मी सिंह पाहिला होता', 'रविवार सकाळ', १२-१२-७६

४) Govt. of Bombay : Six Months of the Congrss Movement, 9th August 1942 - 10 Jan. 1943, New Delhi, 1943
R/3/1/356-370, 356 secret, India Office Library and Records, London.

The report of the fortnight, 11th Oct. To 10th Nov.1943.

५) Governor's letters – Bombay , 1943, Confidential. From Home Department (Special) D.O. No. S.D. -186 Bombay 19th Jan 1943 to Secretary, Home Deptt. Govt. of India. I. O. L. & R., London.

६) Op. cit. – Confidential – Home Deptt. (Epl) D.O.No. S.D 2822, Bombay, 16th Nov. 1943. I.O. L.& R. London.

७) नाथाजी लाड यांची मी घेतलेली मुलाखत.

८) Kunte B.G., (Executive Editor) – Congress Activities, 1942-46, Vol. IV (Collected from Maharashtra State Records), Bombay, 1977, pp. 183, 190.

९) जावडेकर शं. द. - लाड, पाटीलकृत क्रांतिवीर नाना पाटील पुस्तकाची प्रस्तावना.

१०) Maharashtra Sub Committee to the Bombay State Committee for a History of Freedom Movement in India – Vol. III, p. 38-39.

**

अन्यायाविरुद्ध अखंड झुंज

"दुर्दैवाने त्यांच्याशी परिचय होण्याचे भाग्य मला लाभले नाही. फक्त चाळीस एक वर्षांपूर्वी कोल्हापूरच्या खासबागेत त्यांचे एक भाषण मी ऐकले होते. त्यांच्या भेटीचा योग आला असता तर ते क्षण मी आयुष्यभर जपले असते. सामान्य माणसाच्या हितासाठी सारं आयुष्य झोकून दिलेली ही माणसं. पारतंत्र्य जाऊन स्वातंत्र्य आलं तरी त्यांच्या जीवनातली अन्यायाविरुद्धची झुंज संपलीच नाही."

– पु. ल. देशपांडे

५५

क्रांतिसिंह : म. फुले यांच्यानंतरचा बहुजन समाजाचा सर्वश्रेष्ठ नेता

कॉ. प्रभाकर वैद्य

स्वातंत्र्यसैनिक, सामाजिक कार्यकर्ते व लेखक

क्रांतिसिंह नाना पाटील यांच्या जीवनातील ठळक गोष्टींची नोंद करणे म्हणजे खरोखर महाराष्ट्राच्या गेल्या चाळीस-पन्नास वर्षांतील ठळक घटनांनीच नोंद करण्यासारखे आहे, कारण या कालखंडातील प्रायः अशी एकही महत्त्वाची घटना सांगता येणार नाही की, जिचा नाना पाटलांशी संबंध नाही किंवा जी घडविण्यात त्यांचा महत्त्वाचा वाटा नाही!

१९३०-३४ कायदेभंगाचे आंदोलन, १९४२ चा लढा, साताऱ्यातील प्रति-सरकार, १९४६ ची सार्वत्रिक निवडणूक, १९४७-४८ मधील प्रचंड विचारमंथन, शेतकरी कामकरी पक्षाची स्थापना व त्याने केलेला मार्क्सवादाचा स्वीकार, महाराष्ट्र किसान सभेची स्थापना, नाना पाटलांचा कम्युनिस्ट पक्षात प्रवेश; किसान लढे, संयुक्त महाराष्ट्राचा लढा, सीमा लढा, भूमिहीनांचा लढा, संयुक्त महाराष्ट्राच्या निर्मितीनंतरचे विचारमंथन, १९५० आणि १९६६ चे गिरणी कामगारांचे संप, १९६७ ची सार्वत्रिक निवडणूक अशा या कालखंडातील प्रत्येक घटनेचा महाराष्ट्राच्या जीवनावर गंभीर परिणाम झालेला आहे आणि यांपैकी प्रत्येक घटना घडविण्यात क्रांतिसिंह नाना पाटलांचा महत्त्वाचा वाटा होता.

नाना पाटील यांचा जन्म सातारा जिल्ह्यातील वाळवा तालुक्यात एका शेतकरी कुटुंबात झाला. त्या वेळच्या खेडेगावात जे काय शालेय शिक्षण मिळण्यासारखे होते, ते थोडेफार त्यांना मिळाले; पण त्यांचे

खरे शिक्षण त्यांनी स्वतःच केले आणि ते त्यांना जन्मभर पुरले. त्यांचे हे स्वयंशिक्षण किती संपन्न होते, किती प्रगल्भ होते याचा प्रत्यय त्यांचे कोणतेही भाषण ऐकले किंवा त्यांच्याशी थोडा वेळ जरी संभाषण केले तरी प्रत्ययास येत असे.

श्रेष्ठ परंपरांचे वारसदार

त्यांच्या गळ्यातील वारकरी संप्रदायाची माळ पाहिली की, त्यांच्या संस्कारांची एक परंपरा ध्यानात येत असे. महाभारत, रामायण, पुराणे ही तर त्यांच्या जिव्हाग्री सदैव सिद्ध असत. शिवरायांचा व मराठ्यांचा इतिहास त्यांच्या रोमारोमांत भिनलेला असे. ग्रामीण मराठी जीवनाशी व बहुजन समाजाशी त्यांच्याइतका समरस झालेला नेता कोणीच आढळणार नाही. त्यांच्या भाषणातील भाषेचे वैभव व अलंकाराची समर्पकता यांचा शोध या सर्व जुन्या-नव्या संस्कारांतून लागण्यासारखा आहे.

पण नाना पाटलांचे वैशिष्ट्य असे की, आधुनिक विचारांची व संस्कारांची श्रेष्ठ परंपराही त्यांनी तितक्याच तत्परतेने आत्मसात केलेली होती. महात्मा जोतिबा फुले यांचे सर्वस्पर्शी क्रांतिकारक विचार, त्यांची कष्टकरी शेतकरी, श्रमिक व दलित जनतेच्या उन्नतीचा सर्वांगीण विचार करण्याची पद्धती, राजकीय स्वातंत्र्याबरोबर सामाजिक समतेचा अट्टाहास या साऱ्या गोष्टी नाना पाटलांनी फार सहजतेने आत्मसात केलेल्या होत्या. या सर्व परंपरा आत्मसात करून नाना पाटलांचा वैचारिक पिंड पोसलेला होता.

त्यांच्या स्वभावात विनय आणि निश्चय दोन्हीही प्रकर्षाने आढळत. ते फारसे बोलत नसत; पण त्यांचा एकदा संपूर्ण विचार झाला आणि निश्चय ठरला की, ते थोडकेच बोलत; पण बोलत ते निर्णायकच ठरे आणि ते केवळ बोलूनच थांबत नसत, तर करूनच दाखवीत असत. त्यांची कृतीही तितकीच निर्णायक ठरत असे. सर्व जुन्या श्रेष्ठ परंपरा आत्मसात करून नव्या विचारांचे आव्हान स्वीकारण्यास तयार असण्याच्या नाना पाटलांच्या या वृत्तीत त्यांच्या कामगिरीचे रहस्य सापडू शकेल. म्हणूनच विचाराने व कृतीने ते सदैव पुढेपुढेच जाताना आढळत. महाराष्ट्राच्या जीवनातील प्रत्येक **आणीबाणी**च्या आणि वळणाच्या प्रसंगी त्यांनी घेतलेली भूमिका अचूक व निर्णायक ठरलेली दिसते.

१९३०, ४२, ४८, ५२, ५६, ६०, ६७ या वर्षांतील घटनांची नुसती आठवण जरी केली, तरी या विधानाचा प्रत्यय येण्यासारखा आहे.

१९३० च्या स्वातंत्र्य लढ्यात त्यांचे नाव प्रथम लोकांसमोर ठळकपणे आले. सरकारी नोकरी सोडून त्यांनी स्वातंत्र्यलढ्यात उडी ठोकली आणि आपल्या उदाहरणाने आणि अमोघ वाणीने त्यांनी सातारा जिल्ह्यामध्ये नवचैतन्य निर्माण केले. १९३०-३४ चा प्रत्यक्ष लढ्याचा कालखंड संपल्यावर काँग्रेसमध्ये सत्तेचे राजकारण सुरू झाले. त्या सत्ताकारणापासून नाना पाटील फटकून बाजूस सरले. लोकजागृतीची आणि विधायक कार्याची भूमिका त्यांनी घेतली व अत्यंत निष्ठेने आणि निरलसतेने ती पार पाडली.

प्रति-सरकार व क्रांतिसिंह

दुसरे महायुद्ध सुरू झाल्यावर स्वातंत्र्यलढ्याचा कुजलेला डाव पुन्हा मोकळा झाला. हिंदी जनता नव्या इर्षेने व अपेक्षेने स्वातंत्र्यलढ्याकडे बघू लागली आणि मग लवकरच नाना पाटलांच्या स्वतंत्र नेतृत्वाचा व कर्तृत्वाचा खरा कस लागला. १९४२ ची ९ ऑगस्ट ही तारीख उजाडली आणि त्याबरोबरच नाना पाटलांच्या व महाराष्ट्राच्या जीवनातील एक अत्यंत देदीप्यमान पर्व सुरू झाले. 'चले जाव'ची घोषणा सातारा जिल्ह्याने ज्या दृष्टीने, ज्या ईर्षेने आणि ज्या तेजस्वीपणाने खरी करून दाखविली, त्याला भारताच्या स्वातंत्र्यसंग्रामात तोड नाही. साताऱ्यातील प्रति-सरकारचे नाव देशभर दुमदुमले आणि त्याबद्दल अनेक रोमांचकारी लोककथा देशभर पसरल्या. त्याबरोबरच त्या सरकारचे सर्वमान्य नेते म्हणून नाना पाटील यांचे नावही देशभर गाजले. 'क्रांतिसिंह' नाना पाटील हे नाव ऐकताच यच्चयावत मराठा गडी तेव्हापासून अभिमानाने छाती पुढे काढू लागला! साताऱ्यात काय काय घडले याबद्दल रोमांचकारी व विपर्यस्त अशा दोन्ही प्रकारच्या वार्ता उभयपक्षी जरी सतत पसरविण्यात आल्या तरी जनतेच्या मनाची पकड त्या घटनांनी कायमचीच घेतली यात शंका नाही आणि त्या घटनांचे श्रेय जनतेने नाना पाटील व त्यांच्या निकटवर्ती विश्वासू वीरांनाच दिले आणि ते योग्यच होते.

साताराच्या प्रति-सरकारचे आंदोलन म्हणजे एक स्वतंत्र आंदोलनच होते. तो एक उठाव होता. १९४२ च्या 'चले जाव' आंदोलनाची प्रेरणा

त्याला नक्कीच होती. 'चले जाव', 'करेंगे या मरेंगे' या म. गांधींच्या घोषणांनी पेटून उठलेल्या जनतेमधूनच हे आंदोलन उभे राहिले होते. ९ ऑगस्टनंतर देशभर जनतेने सुचेल त्या मार्गांनी, मिळतील त्या साधनांनी स्वयंस्फूर्तीने उठाव केला. काही ठिकाणी परकीय सत्ता हादरलीसुद्धा! पण लवकरच स्वयंस्फूर्त स्थानिक आंदोलनाचा जोर ओसरत गेला आणि सावरलेल्या ब्रिटिश सत्तेच्या दडपशाहीचा वरवंटा सर्वत्र फिरू लागला. परिणामी, देशभर सर्वत्र काही आठवड्यांच्या आतच सामसूम झाली. उठावांची बहुतेक स्थानिक केंद्रे उद्ध्वस्त झाली. केवळ प्रतीक रूपानेच प्रतिकार उरला!

बेचाळीसमध्ये मध्यवर्ती नेतृत्वाचा अभाव!

४२ च्या आंदोलनाच्या अशा या ओहोटीच्या काळात, आंदोलन चालू कसे ठेवावयाचे, निदान त्याची ज्योत कशी धगधगत ठेवायची, हा प्रश्न स्थानिक कार्यकर्त्यांपुढे होता. मध्यवर्ती किंवा वरिष्ठ नेतृत्व जवळजवळ अस्तित्वातच नव्हते. असलेच तर ते नाममात्र किंवा 'शब्द'मात्रच होते म्हणजे केवळ भूमिगत पत्रके काढणे, मतप्रदर्शन करणे, आंदोलनाच्या तुटपुंज्या वार्तांचे वितरण करणे एवढ्यापुरतेच ते मुख्यतः मर्यादित होते.

आणि १९४३ च्या प्रारंभी तर हे तथाकथित वरिष्ठ नेतृत्व सबुरीचा, सावधगिरीचा; थोडक्यात म्हणजे निष्क्रियतेचाच सल्ला देऊ लागले होते. फेब्रुवारी ४३ मधील गांधीजींचे २१ दिवसांचे (पण प्राणांतिक ठरू शकणारे) निर्वाणीचे उपोषण झाले; पण त्यामुळेही वरिष्ठ नेतृत्वामध्ये फारशी चेतना किंवा लढाऊपणा येऊ शकला नाही किंबहुना आंदोलन अधिक व्यापक, अधिक आक्रमक, अधिक उग्र करण्याच्या दृष्टीने गांधीजींनी प्राणपणाने केलेल्या आवाहनाचा उपयोग करून घेण्यात केंद्रीय नेतृत्व अपुरे आणि थिटे पडले. उलट त्यांचे आंदोलनविषयक आदेश म्हणजे खरोखर उग्र आंदोलनाच्या विघटनेच्या आणि विसर्जनाच्या स्वरूपाचेच होते. भूमिगत कार्यकर्त्यांनी बाहेर यावे, प्रतीकरूप सत्याग्रह करून तुरुंगात जावे, प्रतीकरूपाने किंवा एक प्रकारच्या औपचारिक पद्धतीने आंदोलन चालू ठेवावे, असेच जणू तथाकथित मध्यवर्ती नेतृत्वाचे 'मार्गदर्शन' होते.

प्रति-सरकार : स्वतंत्र, स्वावलंबी नेतृत्वाचा आविष्कार!

अशा ओहोटीच्या काळात क्रांतिसिंह नाना पाटील आणि त्यांचे निकटवर्ती कार्यकर्ते यांनी गंभीरपणे काही विचारविनिमय केला आणि स्वतंत्रपणे काही निर्णय घेतले. भूमिगत आंदोलनाचे व्यवहारतः विसर्जन करण्याऐवजी, त्यांनी त्या आंदोलनाच्या कक्षा वाढविण्याचा निर्धार केला. केवळ प्रतीकरूप आंदोलनाचा धिक्कार करून आंदोलन अधिक तीव्र, उग्र आणि आक्रमक करण्याचा पवित्रा त्यांनी घेतला. सरकारी सत्ताकेंद्रांना उघड आव्हान देऊन जनसत्तेची प्रतिस्पर्धी केंद्रे स्थापन करण्याचा धाडसी कार्यक्रम त्यांनी आखला. या क्रांतिकार्याला त्यांनी सामाजिक समतेच्या व लोकशिक्षणाच्या विधायक कार्याचीही जोड दिली. हा सर्व कार्यक्रम सर्वसामान्य जनतेच्या आणि आंदोलनाच्या क्रमांतून पुढे आलेल्या झुंजार कार्यकर्त्यांच्याच साहाय्याने अमलात आणण्याची हमी त्यांनी निर्माण केली.

प्रति-सरकार : एक अपूर्व ऐतिहासिक घटना!

देशाच्या एका अगदी लहानशा विभागात का होईना; पण ब्रिटिश सत्ता आणि तिचा दरारा, तिची हुकमत नष्टप्राय झाली होती आणि तिची जागा नाना पाटलांच्या प्रति-सरकारने घेतली होती आणि ती टिकविली होती. ही घटनाच भारतीय स्वातंत्र्यलढ्याच्या इतिहासात केवळ अपूर्व होती! असे अघटित आतापर्यंत केव्हाही, कोठेही घडले नव्हते आणि टिकले नव्हते आणि खुद्द ४२ च्या राष्ट्रीय उठावामध्येसुद्धा इतर कोठेही अशा प्रकारचे प्रति-सरकार प्रत्यक्षात निर्माण होऊ शकले नव्हते; पण नाना पाटलांनी ते अघटित प्रत्यक्षात घडवून दाखविले; केवळ जनमानसातच नव्हे तर प्रत्यक्ष जमिनीवरसुद्धा आणि तेही साध्यासुध्या, हाडामासांच्या, सामान्य जनतेच्या साहाय्याने, सहकार्याने!

नाना पाटलांचे हे प्रति-सरकार स्थापन झाले आणि बदनामीला आणि दडपशाहीला तोंड देऊन ते टिकू शकले. याचे मुख्य कारण असे की, त्या सरकारचे नेते, कार्यकर्ते सैनिक आणि सातारा विभागातील सर्वसामान्य जनता यांच्यामध्ये एक प्रकारचे सामंजस्य होते. मूलभूत एकमत होते. या सहकार्याची व सामंजस्याची पायाभरणी म. फुले यांच्या काळापासून अनेक दशके सतत होत होती. म. फुले यांच्यापासून

प्रेरणा घेऊन सर्वसामान्य श्रमिक जनतेने जी बहुविध आंदोलने केली, जे सामाजिक, सांस्कृतिक, शैक्षणिक आणि सहकारी उपक्रम अमलात आणले आणि त्यांना जेव्हा स्वातंत्रलढ्यातील श्रेष्ठ लढाऊ परंपरांची जोड मिळाली, तेव्हाच खरे तर प्रति-सरकारची वैचारिक, मानसिक पूर्वतयारी झाली होती आणि ज्या वेळी ४२ च्या 'चले-जाव', 'करेंगे या मरेंगे'च्या वातावरणात आंदोलनाचे वरिष्ठ नेतृत्व अपुरे - तोकडे पडले, तेव्हा नाना पाटील आणि त्यांचे सहकारी संपूर्ण आत्मविश्वासाने पुढे आले आणि त्यांनी प्रति-सरकारची स्थापना केली.

प्रति-सरकारची पायाभूत भूमिका

या प्रति-सरकारच्या मूलभूत भूमिकेमधील काही वैशिष्ट्ये विशेष उल्लेखनीय समजली पाहिजेत. पहिली गोष्ट म्हणजे ते स्वतःला सरकार म्हणवत होते. या सरकारला केवळ निर्णय घेण्याचा अधिकार नव्हता तर ते निर्णय प्रत्यक्ष अमलात आणण्याची जबाबदारी त्यांनी स्वीकारली होती. म्हणजे असे की, प्रति-सरकारचे निर्णय केवळ मतप्रदर्शनाचे किंवा सदिच्छा प्रकट करण्याचे किंवा शिफारसवजा नव्हते; तर ते प्रत्यक्ष अमलात आणण्यासाठी होते. या निर्णयांच्या अंमलबजावणीच्या आड कोणी येत असेल तर त्याला शासन करण्याची हमी प्रति-सरकारने निर्माण केली होती आणि हे सर्व अर्थातच सर्वसामान्य जनतेच्या हिताच्या दृष्टीने आणि तिच्या सहकार्याने होणार होते.

प्रति-सरकारचे रचनात्मक कार्य

प्रति-सरकारच्या सशस्त्र आणि दंडात्मक कार्याबद्दलच नेहमी मुख्यतः बोलले आणि लिहिलेही गेले आहे. सशस्त्र कार्यकर्त्यांच्या गुप्त भूमिगत हालचाली, बातम्या मिळवणारी बहिर्जी यंत्रणा, त्याचप्रमाणे त्यांची सशस्त्र 'तुफान सेनापथके' इत्यादी गोष्टींबद्दलच प्रायः अनेक दशके अनेक खऱ्याखोट्या कथा आणि दंतकथा प्रसृत झाल्या आहेत आणि त्याबद्दल उलटसुलट आक्षेपही घेण्यात आलेले आहेत. या सर्व गदारोळात प्रति-सरकारच्या विधायक, रचनात्मक, शैक्षणिक, संघटनात्मक टिकाऊ कार्याकडे संपूर्ण दुर्लक्ष झाले आहे; पण खरे म्हणजे या कार्यक्रमातूनच प्रति-सरकारच्या पायाभूत भूमिकेचा कस लागण्यासारखा आहे.

प्रति-सरकारच्या नावाने शेकडो गावांमध्ये न्यायपंचायती कार्यान्वित

झाल्या. खासगी, कौटुंबिक, सामाजिक स्वरूपाच्या अनेक अन्यायांची दाद या मंडळींनी लावली. अन्यायपीडितांना न्याय दिला आणि अन्याय करणाऱ्यांना आवश्यक ते शासनही केले. मुख्य म्हणजे जनतेने ते मानलेही!

समाजकंटकांना आणि दरोडेखोरांना शासन करून त्यांनी प्रति-सरकारचा दरारा उत्पन्न केला आणि गोरगरिबांना दिलासा दिला. त्याचप्रमाणे स्त्रियासंबंधीच्या गुन्हेगारांना जबर शासन करून त्यांनी स्त्रियांनाही अभय दिले; दारूबंदी, जुगारबंदी यांसारखे जनहिताचे कार्यक्रम जनतेच्याच साहाय्याने अनेक खेडोपाडी यशस्वी करून दाखविले. अनेक गावांतून दारूचे, दारू गाळणाऱ्यांचे, दलाल-विक्रेत्यांचे, त्याचप्रमाणे जुगारी अड्ड्यांचे उच्चाटन केले. जनजागृतीच्या मोहिमा काढून त्यांनी प्राथमिक शिक्षण, प्रौढ शिक्षण अशा उपक्रमांनाही चालना दिली. त्याचप्रमाणे सामाजिक समतेच्या प्रश्नांनाही त्यांनी आपल्या कार्यक्रमात महत्त्वाचे स्थान दिले. जातिभेद, अस्पृश्यतानिवारण या बाबतीत त्यांचे कार्य विशेष लक्षणीय झाले. हुंडाबंदी, साधे आणि बिनखर्चाचे सामुदायिक विवाह रूढ केले. गावोगावी छोटी छोटी ग्रामीण वाचनालये काढली आणि त्यांना सांस्कृतिक केंद्रे बनविण्याचा प्रयत्न केला. खेडोपाडी सेवादलाच्या शाखा प्रस्थापित केल्या. तेथे कार्यकर्ते घडवून, त्यांना संस्कारसंपन्न करून त्यांच्यामध्ये देशकार्यासाठी आणि समाजसेवेसाठी त्यागाची आणि समर्पणाची प्रवृत्ती निर्माण केली. याशिवाय सावकारांचे जुलूम, व्यापाऱ्यांचा काळाबाजार, नफेखोरी इत्यादींना पायबंद घातला. सहकारी संस्थांची जोपासना करून आर्थिक स्वरूपाच्या रचनात्मक कार्यालाही चालना दिली. ही सर्व कार्ये विधायक, रचनात्मक स्वरूपाची होती; पण ती केवळ चार समाजसेवकांच्या लहानशा वर्तुळातच घुटमळत नव्हती तर ती सर्व जनतेच्या डोळस, उत्स्फूर्त सहकार्यावर आणि शेकडो निष्ठावंत कार्यकर्त्यांच्या उपक्रमशीलतेवर आधारलेली होती.

प्रति-सरकारच्या या विधायक, रचनात्मक कार्याचे महत्त्व आज तर अधिकच उठून दिसते, कारण आज ४० वर्षे उलटून गेली आणि दारूबंदी, जुगारबंदी, स्त्रियांना अभयदान, अस्पृश्यतानिवारण, जातिभेदाचे उच्चाटन, हुंडाबंदी, विवाहसमारंभ या सर्व बाबतींत प्रगतीऐवजी पीछेहाटच झालेली दिसते. या सर्व सुधारणांबाबत कायदे झालेले आहेत. सरकारी

खात्यांमार्फत त्यासाठी कोट्यवधी रुपयांची उधळपट्टी दरवर्षी होत आहे आणि तरीसुद्धा त्याचे फलित म्हणजे पीछेहाट हीच आहे. निष्ठावंत कार्यकर्ते तर जणू अभावरूपानेच दिसतात आणि जनमानसांत तर याबाबत संपूर्ण उपेक्षा, अनास्था आणि विफलताच भरून राहिलेली आहे.

महाराष्ट्राच्या नव-नेतृत्वाचा उदय

प्रति-सरकारच्या या शासनात्मक आणि रचनात्मक कार्याच्या परिणामी सातारा, सांगली जिल्ह्यांत आणि एकूण दक्षिण महाराष्ट्रात एक देशप्रेमाने आणि समाजसेवेच्या भावनेने भरलेले नवेच वातावरण निर्माण झाले. त्यामधून शेकडो त्यागी, सेवाभावी, संस्कारसंपन्न आणि निर्भय तरुण कार्यकर्त्यांची पथके गावागावांत निर्माण झाली आणि त्यातूनच सातारा-सांगली जिल्ह्यांचे आणि काही प्रमाणात तरी स्वातंत्र्यसन्मुख महाराष्ट्राचे नवे नेतृत्व निर्माण झाले.

दक्षिण महाराष्ट्रात हा जो काही इतिहास घडत होता, त्याचा दुःस्वास करणारे केवळ परकीय इंग्रज सरकारच नव्हते तर त्यांच्या जागा घेऊ इच्छिणारे सत्ताकांक्षी राजकीय पुढारीसुद्धा होते; पण प्रति-सरकारची प्रतिष्ठा आणि लोकप्रियता इतकी उदंड होती की, त्याच्याविरुद्ध उघड भूमिका घेणे त्यांना अशक्य होते; म्हणूनच त्यांनी जरा सबुरीने घ्यावयाचे ठरविले असावे; पण त्यांच्या धोरणाचा रोख मात्र तेव्हासुद्धा त्यांच्या मनात तरी स्पष्ट झाला होता, यात शंका नाही. प्रति-सरकारबद्दल जमतील आणि पचतील असे गैरसमज निर्माण करणे, त्याच्या काही नेत्यांबद्दल, कार्यपद्धतीबद्दल कंड्या पिकविणे हा त्यातला एक भाग. दुसरा म्हणजे प्रति-सरकारला काँग्रेसश्रेष्ठींची मान्यता नाही; गांधीप्रणित अहिंसेच्या मार्गाला प्रति-सरकारने बट्टा लावला; प्रति-सरकार हे खरोखर पायात पत्र्या ठोकणारे 'पत्री सरकार'च आहे; दहशतीच्या जोरावर ते टिकून आहे; आता महायुद्ध संपल्यावर स्वराज्य (गांधी राज्य) येणारच आहे, म्हणून आता प्रति-सरकार बरखास्त करावे आणि नाना पाटलांसह सर्व भूमिगत नेत्यांनी प्रकट व्हावे; आपली शस्त्रे खाली ठेवावीत, प्रति-सरकारच्या सर्व नेत्यांनी व कार्यकर्त्यांनी काँग्रेसचे नेतृत्व बिनशर्त मान्य करावे आणि काँग्रेसची शिस्त पाळण्याची हमी द्यावी, असे एक एक सूर

क्रमाक्रमाने काढण्यात येऊ लागले. खुद्द प्रति-सरकारच्या कार्यकर्त्यांवरही (काही नेत्यांवर) चोहोबाजूंनी दडपण आणण्याचे प्रयत्न सुरू झाले. या सर्व प्रकारांमध्ये केवळ काँग्रेसवालेच नव्हते तर ज्यांना प्रति-सरकारची झळ लागली होती किंवा ज्यांच्या हितसंबंधांना धक्का लागला होता, अशा सर्व घटकांची (समाजकंटकांचीसुद्धा) या कामी मदत घेण्यास कुणालाही संकोच वाटेनासा झाला.

१९४४ च्या अखेरीस हा प्रकार सुरू झाला आणि ४५ मध्ये त्याचा दबाव सारखा वाढत गेला. सर्व काँग्रेस नेते सुटले आणि सरकारने निवडणुका जाहीर केल्या, तेव्हा परिस्थिती अधिकच वेगाने बदलत चालली.

नव-नेतृत्वाची कसोटी

आणि आता पुन्हा एकदा बहुजन समाजापुढे, मूलभूत धोरणाचे प्रश्न उभे राहिले. वरिष्ठ काँग्रेस नेत्यांनी आणि जुन्या अधिकृत नेत्यांनीसुद्धा आता निश्चितपणे सत्ताकारण स्वीकारले होते आणि त्याच दिशेने त्यांची पावले खंबीरपणे पडू लागली होती. इंग्रजांशी वाटाघाटी करून सत्तांतराबाबत काहीतरी 'व्यवहार्य' तोडगा काढणे हे आता मुख्य उद्दिष्ट बनले आणि त्याआड जर कुणी येणार असेल तर त्यांना निष्प्रभ करण्यासाठी योजनाबद्ध प्रयत्नही सुरू झाले. इंग्रजांशी वाटाघाटी करण्याची जबाबदारी वरिष्ठ नेत्यांची होती; पण प्रांताप्रांतांत सत्तांतरासाठी योग्य ती पूर्वतयारी करण्याची जबाबदारी प्रांतिक नेत्यांकडे आली आणि महाराष्ट्रापुरते बोलायचे तर शंकरराव देव, जेधे-गाडगीळ (मुंबईत एस. के. पाटील) वगैरे जुने आणि जाणते नेते त्या कामाला लागले. तसे निवडणुका जिंकणे आता काँग्रेसला अगदीच सोपे होते; पण एकूण काँग्रेसमध्येच १९४२ वाल्यांचा प्रभाव वाढला होता आणि त्यातही मुख्यतः साताऱ्यातील प्रति-सरकारचा महाराष्ट्रातच नव्हे तर साऱ्या देशात, साताऱ्याचे प्रति-सरकार आणि त्याचे नाना पाटील प्रभृती नेते हे ऑगस्ट क्रांतीचे खरेखुरे नेते आणि वीरनायक म्हणून पुढे आले होते आणि त्यांचाच जयजयकार सर्वत्र दुमदुमू लागला होता. त्यांच्या लोकप्रियतेला उधाण आले होते. त्यामानाने अधिकृत प्रांतिक पुढारी निस्तेज ठरत होते.

तीन प्रतिस्पर्धी नेतृत्व केंद्रे

नुसता निवडणुकीपुरताच प्रश्न असता तर नाना पाटलांचा काँग्रेसला, गांधी-नेहरू पुढारीपणाला सर्वसाधारण पाठिंबाच होता आणि त्यामुळे निवडणूक प्रचारात त्यांचे सहकार्य मिळणारच होते; पण प्रति-सरकार केवळ निवडणुकीत मते मिळविण्यासाठी नव्हते, त्याहूनही ते कितीतरी अधिक होते. खऱ्याखुऱ्या श्रमिक बहुजन समाजाचे, आशा-आकांक्षांचे, त्यातून पुढे आलेल्या नव्या लढाऊ कार्यकर्त्यांच्या कर्तृत्वाचे आणि नवनेतृत्वाचे ते प्रतीक होते आणि महाराष्ट्राच्या प्रस्थापित नेतृत्वास त्यामुळे एक जबरदस्त आव्हान निर्माण झाले होते. देव-गाडगीळ प्रभृती प्रस्थापित नेत्यांना नाना पाटलांचे सहकार्य निवडणुकीसाठी टाळता येण्याजोगे नव्हते; पण त्यांनी मात्र प्रति-सरकारच्या लोकप्रियतेला पायबंद घालण्याचे, त्यांचे पाय ओढण्याचे प्रयत्न चालविले होते.

वर उल्लेखिल्याप्रमाणे प्रति-सरकारच्या कार्याचे आणि कार्यपद्धतीचे अवमूल्यन करणे, जमेल त्याप्रमाणे अवहेलना करणे हा रीतसर उद्योगच काही जुन्या मंडळींनी आता सुरू केला. प्रति-सरकारने आपली शस्त्रे पोलीस अधिकाऱ्यांसमोर समर्पित करावीत, असा अत्यंत अपमानास्पद आग्रह धरण्यापर्यंत मोरारजीसारख्यांची मजल गेली, तर काँग्रेस कार्यकर्त्यांच्या आणि सेवादलाच्या शिबिरात स्वतः शंकरराव देव यांनी या नव्या नेतृत्वावर टीका केली आणि त्यांच्यावर काँग्रेसची म्हणजे प्रस्थापित सत्ताधाऱ्यांची शिस्त लादण्याचा प्रयत्न केला. त्याचप्रमाणे आगामी काँग्रेस सत्तेचे आमिष दाखवून खुद्द प्रति-सरकारमधील काही पुढाऱ्यांना आणि कार्यकर्त्यांना फोडण्याचे आणि नवनेतृत्वाला आतून पोखरण्याचे प्रयत्नही यशवंतराव चव्हाणांमार्फत सुरू झाले. शिवाय प्रति-सरकारच्या अनेक कार्यकर्त्यांना आणि काही नेत्यांनासुद्धा फौजदारी गुन्ह्यांच्या कचाट्यात पकडण्याचे प्रयत्न करण्यात आले.

अशा रीतीने देव-गाडगीळांचे प्रस्थापित काँग्रेस नेतृत्व आणि प्रति-सरकारच्या नाना पाटलांचे नेतृत्व ही दोन वेगवेगळी नेतृत्व केंद्रे महाराष्ट्रात निर्माण झाली. आणखी एक केंद्र अच्युतराव पटवर्धन, गोरे, एस. एम. इत्यादी समाजवादी नेत्यांभोवती होऊ लागले आणि या प्रतिस्पर्धी केंद्रांमध्ये एक सततचा ताण-तणाव निर्माण झाला. या तीन प्रतिस्पर्धी केंद्रांमध्ये रस्सीखेच सुरू झाली.

सत्तांतराचा संधिकाळ

महाराष्ट्राच्या काँग्रेस नेतृत्वामध्ये असा हा तिहेरी तणाव आतल्या आत वाढीला लागला होता आणि त्यातच निवडणुका आल्या. प्रथम दिल्लीच्या मध्यवर्ती असेंब्लीसाठी (भावी घटना परिषदेसाठी) आणि नंतर काही महिन्यांच्या आतच प्रांतिक सत्तेसाठी. आता होणाऱ्या निवडणुका मागील निवडणुकांप्रमाणे स्वातंत्र्यलढ्याच्या मोहिमेचा भाग राहिल्या नव्हत्या. तर तो आता स्वतंत्र भारतातील सत्ता काबीज करण्याच्या धडपडीचा भाग होता. आता राजकारण म्हणजे रोकडे सत्ताकारण बनत होते. आता इंग्रजांकडून स्वातंत्र्य मिळविण्याचा प्रश्न नव्हता; तर इंग्रजांकडून मिळविलेली सत्ता राबविण्याचा प्रश्न होता. आता गांधीजींचे राष्ट्रीय नेतृत्वसुद्धा व्यवहारांत संपुष्टात येत होते. (अनावश्यक ठरणार होते) आणि वल्लभभाईंचे शोषकवर्गीय सत्तानेतृत्व अधिकाररूढ होत होते.

आता एकूण राजकारणाचे स्वरूपच बदलत होते. गांधीजी आशीर्वाद देण्यासाठी, नेहरू पंतप्रधानकीच्या शोभेसाठी आणि वल्लभभाई प्रत्यक्ष सत्ता राबविण्यासाठी असा हा नवा जमाना सुरू होत होता.

मुंबईत मोरारजी राजवट

महाराष्ट्रामध्येही म्हणजे तत्कालीन मुंबई राज्यामध्ये त्यांचीच राजकीय प्रतिकृती साकार होत होती. बाळासाहेब खेर नामधारी मुख्यमंत्री असले, तरी वल्लभभाईंच्या खास विश्वासाचे मोरारजीभाई यांचेच राज्य सुरू झाले होते आणि त्यांनी मंत्रिमंडळाची रचना करतानाच सातारा जिल्ह्यात प्रारंभीच राजकारणाची खेळी खेळली आणि ती म्हणजे कऱ्हाडचे तरुण नेते यशवंतराव चव्हाण यांना मंत्रिमंडळात एक उपमंत्री करून! खरे म्हणजे यशवंतराव चव्हाणांना मंत्रिमंडळाच्या कारभारात विशेष काहीच काम नव्हते. त्यांच्याकडे सोपवलेली खरी कामगिरी अगदीच वेगळी होती. ती म्हणजे साताराच्या प्रति-सरकारच्या नावाने प्रतिष्ठा पावलेल्या नेतृत्वाला शह देणे ही होय. चव्हाणांनी ही कामगिरी किती हुकमेहुकूम पार पाडली आणि परिणामी, प्रथम साताऱ्याचे आणि नंतर महाराष्ट्राचे आणि अखेर संयुक्त महाराष्ट्र राज्याचे नेतृत्व कसे संपादन केले हा पुढील इतिहास सर्वश्रुतच आहे.

याच वेळी मोरारजी सरकारचा वरवंटा महाराष्ट्रभर फिरू लागला होता. गोळीबार, सरकारी दडपशाहीचे सत्र प्रथम जरी कम्युनिस्टांविरुद्ध सुरू झाले, तरी लवकरच सर्व जहाल, डाव्या शक्तीकडेही त्यांचा रोख वळला, कारण श्रमिक जनता आपल्या लढाऊ शक्तीनिशी मोरारजीभाईंच्या धनिकधार्जिण्या धोरणाविरुद्ध आव्हानपूर्वक उभी ठाकत होती आणि श्रमिक जनतेशी, खुऱ्याखुऱ्या बहुजन समाजाशी इमान राखणारे असंख्य कार्यकर्ते आणि काही नेतेसुद्धा स्वातंत्र्योत्तर काळातील या पहिल्या जनआंदोलनामध्ये झपाट्याने ओढले जात होते. १९४६-४७-४८ ही वर्षे महाराष्ट्रभर कामगार-शेतकऱ्यांच्या, विद्यार्थ्यांच्या, दलितांच्या आंदोलनांनी आणि त्यावर होणाऱ्या चौफेर सरकारी दडपशाहीमुळे गाजत होती.

महाराष्ट्रातील राजकीय ध्रुवीकरण (१९४८-५०)

या श्रमिक जनतेच्या आंदोलनाचे प्रतिध्वनी लवकरच ट्रेड युनियनमध्ये, सेवादलांमध्ये आणि खुद्द काँग्रेस संघटनेमध्येसुद्धा उमटू लागले आणि लवकरच या विरोधी जनशक्तींना संघटित रूपसुद्धा प्राप्त होऊ लागले.

जे. पीं.च्या नेतृत्वाखाली काँग्रेस सोशलिस्ट पार्टीला लवकरच काँग्रेसमधून बाहेर पडावे लागले आणि सोशलिस्ट पार्टी या नावाने एक स्वतंत्र पक्ष म्हणून तो काम करू लागला. त्याच सुमारास काँग्रेसमधील बहुजन समाजवादी कार्यकर्ते शेतकरी-कामकरी गट म्हणून एकत्र येऊ लागले होते. त्यामध्ये केशवराव जेधे, शंकरराव मोरे, माधवराव बागल, तुळशीदास जाधव, भाऊसाहेब राऊत वगैरे बहुजन समाजाच्या अग्रगण्य आणि लोकप्रिय नेत्यांचाही समावेश होता. शिवाय या नव्या प्रतिस्पर्धी ग्रामीण नेतृत्वामागे नाना पाटील, त्यांचे बहुतेक प्रमुख सहकारी आणि प्रति-सरकारचे गावोगावचे शेकडो कार्यकर्ते यांचीही भरभक्कम शक्ती आणि प्रतिष्ठा उभी होती आणि लवकरच शेतकरी-कामकरी पक्ष म्हणून महाराष्ट्रामध्ये ग्रामीण बहुजन समाजाचा एक नवा पक्ष स्थापन झाला.

शेतकरी-कामकरी पक्ष : नवा मार्क्सवादी पक्ष

शेतकरी-कामकरी पक्ष हा केवळ एक नवा पक्ष नव्हता; काँग्रेसमधून फुटून बाहेर पडलेला केवळ आणखी एक गट असेही त्याचे स्वरूप नव्हते; त्याचप्रमाणे जुन्या बहुजन समाजवादी (ब्राह्मणेतर) पक्षाचाही तो

नवा अवतार नव्हता; तर तो एक खऱ्याखुऱ्या बहुजन समाजाचा, मार्क्सवादावर, वर्गलढ्यावर आधारलेला, क्रांतिकारक पक्ष बनणार होता. अधिकृत कम्युनिस्ट चळवळीच्या चुका सुधारून घेणारा असा नवा खराखुरा अस्सल कम्युनिस्ट पक्ष बनण्याची आकांक्षा तो बाळगून होता; भारतातील आणि महाराष्ट्रातील मातीमधून स्वाभाविकपणे निर्माण झालेला, स्वातंत्र्यलढ्याच्या कुशीतून व साताऱ्यातील क्रांतिकारक प्रति-सरकारच्या मुशीतून घडलेला, म. फुलेप्रणित सर्वांगीण सामाजिक समतेच्या लढ्याची परंपरा सांगणारा असा हा नवा पक्ष असणार होता; पण या पक्षाचे आणखी एक वैशिष्ट्य म्हणजे तो पक्ष आंतरराष्ट्रीय कम्युनिस्ट आंदोलनाची बांधिलकीही मानणारा होता. आंतरराष्ट्रीय कम्युनिस्ट आंदोलनाची तत्कालीन अधिकृत मध्यवर्ती संघटना म्हणजे 'कॉमिंनफॉर्म'चे - कम्युनिस्ट इन्फर्मेशन ब्यूरोचे - नेतृत्वही मानण्याची त्याची भूमिका होती आणि भारतातील खराखुरा कम्युनिस्ट पक्ष म्हणून 'कॉमिंनफॉर्म'ची मान्यता मिळविण्याची उमेदही या पक्षाने तेव्हा धरली होती. नव्या शेतकरी-कामकरी पक्षाची ही भूमिका पक्षस्थापनेनंतर मंजूर केलेल्या इतिहासप्रसिद्ध 'दाभाडी' प्रबंधात ग्रथित करण्यात आली होती.

या पक्षाचे सैद्धान्तिक प्रबंधकार जरी शंकरराव मोरे हे असले तरी त्याचे नेते बहुजन समाजाचे परंपरागत नेते केशवराव जेधे यांच्या नावाने तो पक्ष ओळखला जाणार होता आणि नाना पाटलांच्या प्रति-सरकारची प्रतिष्ठा आणि लोकप्रियता यांचा भरभक्कम पाया त्याला लाभला होता. अशा प्रकारे शेतकरी-कामकरी पक्षाची स्थापना ही स्वातंत्र्योत्तर काळातील महाराष्ट्राच्या इतिहासातील एका वळणावरील महत्त्वाची घटना होती.

शे. का. पक्ष स्थापन झाला, त्यात बहुजन समाजाचे अनेक अग्रगण्य नेते सामील झाले. श्रमिक जनतेच्या लढ्यांना त्या पक्षाने पाठिंबा दिला आणि महाराष्ट्रभर नाना पाटलांचे दौरे झाले. कार्यकर्त्यांचे मेळावे झाले आणि त्यामधून मार्क्सवादाचा आणि आंतरराष्ट्रीय कम्युनिस्ट चळवळीचा आणि लाल झेंड्याचा जयजयकार करण्यात आला. कॉंग्रेसच्या भांडवलदारी सत्तेला उघड आव्हान देण्यात आले. अशा रीतीने महाराष्ट्राचा जणू कायाकल्प होणार असे वातावरण निर्माण झाले. त्यातच संयुक्त महाराष्ट्राची घोषणा पुढे आली आणि यशवंतराव चव्हाणांसारखे मोरारजींचे

पुरस्कर्तेसुद्धा जाहीर सभेत 'लाल लंगोट' दाखवू लागले!

पण स्वतंत्र भारताच्या नव्या घटनेनुसार पहिल्या सार्वत्रिक निवडणुका येत होत्या आणि त्याचे वेध इतरांप्रमाणेच शे. का. पक्षालाही लागले होते. काही अनाकलनीय कारणामुळे नव्या शे. का. पक्षात फूट पडली. एकाचे दोन पक्ष झाले. दोन्हीही पक्ष (शे. का. पक्ष आणि कामगार किसान पक्ष) मार्क्सवादच बोलत राहिले; पण एकमेकांवर आरोप-प्रत्यारोप सुरू झाले आणि अशा वातावरणात निवडणुका झाल्या (मार्च १९५२) आणि त्यात अधिकृत काँग्रेसचाच प्रचंड विजय झाला. आणि शे. का. पक्षासह साऱ्या डाव्या पक्षांच्या पदरी प्रचंड अपयश आले; त्यामुळे पक्षाच्या ठळक पुढाऱ्यांचाच अवसानघात झाला आणि जेधे, मोरे, माधवराव बागल, तुळशीदास जाधव वगैरे अनेक अग्रगण्य नेते पुन्हा सरळ काँग्रेममध्ये परत गेले. अशा रीतीने बहुजन समाजाच्या क्रांतिकारी मार्क्सवादी पक्षाचे स्वप्न चार-दोन वर्षांच्या आतच विरू लागले. अशा बिकट परिस्थितीतही नाना पाटलांनी मार्क्सवादी निष्ठा टिकवण्यासाठी आटोकाट प्रयत्न केले. त्या प्रयत्नांना पुरेसे यश मिळण्याची शक्यता दुरावल्यानंतर त्यांनी आपल्या आयुष्यातील एक महत्त्वाचा निर्णय अत्यंत विचारपूर्वक घेतला आणि शेकडो कार्यकर्त्यांसहित कम्युनिस्ट पक्षात प्रवेश केला.

कम्युनिस्ट पक्षात प्रवेश!

कॉ. नाना पाटील यांनी कम्युनिस्ट पक्षात प्रवेश केला तरी ग्रामीण जनतेचे पुढारी म्हणून त्यांचे अपूर्व स्थान कायमच राहिले. मराठी जनतेने केवळ पक्षपुढारी या नात्याने त्यांच्याकडे कधीच पाहिले नाही. म्हणूनच प. महाराष्ट्र, विदर्भ, मराठवाडा यांतील ग्रामीण जनतेचा कोणताही प्रश्न असो, लढा असो, उत्सव-समारंभ असो, त्यासाठी नाना पाटलांची आवश्यकता सर्वच विरोधी पक्षांना भासत असे आणि नाना पाटीलही संपूर्णपणे पक्षनिरपेक्ष भूमिकेवरून या सर्व गोष्टींत निःसंकोच भाग घेत असत.

नाना पाटील कम्युनिस्ट पक्षात गेल्यामुळे त्यांची लोकप्रियता व प्रतिष्ठा नष्ट होईल असे भविष्य काही अतिशहाण्यांनी व हितशत्रूंनी केले होते; पण हे भविष्य संपूर्णपणे खोटे ठरले. उलट नाना पाटील हे

जनतेच्या अधिकच जवळ गेले आणि जनता त्यांच्या व कम्युनिस्ट चळवळीच्या अधिकच जवळ येत गेली. गोवा, संयुक्त महाराष्ट्र लढ्याचा कालखंड सुरू होण्यापूर्वी महाराष्ट्रात काँग्रेसची प्रचंड चलती होती आणि शे. का. समाजवादी पक्षासह अनेक विरोधी पक्ष गिळून टाकण्याचा आव काँग्रेसने आणला होता. अशा **आणीबाणी**च्या प्रसंगी नाना पाटलांच्या ठाम भूमिकेचा ग्रामीण मराठी जनतेला व सर्वच डाव्या पक्षांना केवढा मोठा आधार वाटत होता हेही ध्यानात घेण्यासारखे आहे. नंतर काही दिवसांनी मे १९५५ मध्ये भारतीय किसान सभेच्या अध्यक्षपदाचा अत्युच्च बहुमान देऊन भारतीय शेतकऱ्यांच्या संघटित चळवळीने नाना पाटलांचा व त्यांच्या कामगिरीचा गौरव केला होता. त्यानंतर काही महिन्यांनी भारतीय शेतकरीवर्गाचे पुढारी म्हणून त्यांनी सोविएत युनियनला भेट देणाऱ्या किसान प्रतिनिधी मंडळाचे नेतृत्वही केले होते.

संयुक्त महाराष्ट्राचा लढा

१९५५-५६ मध्ये संयुक्त महाराष्ट्र लढ्याचे पर्व सुरू झाले; त्यात प्रथम मुंबईच्या कामगारवर्गाने पुढाकार घेऊन प्रचंड धडक मारली व त्यातच मुंबईची लढाई जिंकली. कामगारवर्गाने जी तयारी केली, त्या कामी नाना पाटलांची महत्त्वाची मदत झाली होती. त्यानंतर वर्षभर महाराष्ट्रभर जे अभूतपूर्व आंदोलन झाले, त्यात नाना पाटलांनी जागृत व संघटित केलेल्या शेतकरीवर्गाने महत्त्वाचा भाग घेतला होता. त्यानंतर या निवडणूक मोहिमेतही नाना पाटलांचा सिंहाचा वाटा होता. सातारा-कोल्हापूरमध्ये समितीने जे अभूतपूर्व यश मिळविले व खुद्द चव्हाणांच्या घरात काँग्रेसचा जो पराभव केला, त्याचे बरेचसे श्रेय नाना पाटलांना देणे योग्य ठरेल. ते स्वतः लोकसभेसाठी उभे राहिले व प्रचंड बहुमताने निवडूनही आले.

निवडून आल्यानंतर खासदार या नात्याने लोकसभेच्या व्यासपीठावर संयुक्त महाराष्ट्राचा आवाज अस्सल मराठमोळ्या भाषेत खणखणीतपणे उठविण्याचे कार्य त्यांनी केले; पण त्यांचे मन लोकसभेत रमत नव्हते हेच खरे! तेथील कुंद आणि दरबारी वातावरणात त्यांना गुदमरल्यासारखे होई. म्हणून लोकसभेत हजेरी लावून महाराष्ट्रभर संचार करण्याचा

त्यांचा आवडता कार्यक्रम त्यांनी सुरू केला.

मध्यंतरीच्या काळात जे मोर्चे-मोहिमा झाल्या, त्यात त्यांनी पुढाकार घेतला. प्रत्येक पोटनिवडणुकीतील प्रचारकार्यात त्यांचा सिंहाचा वाटा होता. सीमालढ्याचे शिंग फुंकताच त्यातील सर्वांत कठीण अशी कारवारची आघाडी त्यांनी लढविली आणि ती गाजविली.

भूमिहीनांचा ऐतिहासिक लढा

त्यानंतरची त्यांची मोठी कामगिरी म्हणजे भूमिहीनांच्या ऐतिहासिक लढ्यात कर्मवीर दादासाहेब गायकवाड यांना त्यांनी दिलेली साथ ही होय. किसानसभा आणि रिपब्लिकन पक्षाच्या पुढाकाराने सुरू झालेल्या या लढ्याला एकूण ग्रामीण जनतेचा पाठिंबा मिळविणे आणि तिला या लढ्यात सहभागी करून घेणे, ही मोठी कामगिरी नाना पाटलांनी केली. या लढ्याच्या यशाची पक्की ग्वाही यामुळेच निर्माण झाली, असे म्हणणे यथार्थ ठरेल.

संयुक्त महाराष्ट्राच्या लढ्याच्या कार्यात डॉ. बाबासाहेब आंबेडकरांच्या स्पष्ट आदेशानुसार नवबौद्ध समाज व रिपब्लिकन पक्ष समितीत सामील झाला; लवकरच मराठी जनतेच्या एकजुटीचा तो खंबीर आधारस्तंभ बनला. या लढ्याच्या क्रमांत खुद्द बौद्धजनांच्या आणि इतर मराठी जनतेच्या जाणिवेत तसेच परस्पर संबंधांत मूलगामी बदल होत गेले. या बदलांचे वास्तव व स्थायी स्वरूप नाना पाटलांना अत्यंत उत्कटतेने जाणवले होते. परिणामी, बौद्ध जनतेचे मन ते फार आत्मीयतेने ओळखू शकले. गाढ सहानुभूतीने ते त्यांच्याशी समरस होऊ शकले. नवबौद्ध समाज व इतर श्रमिक मराठी जनता यांच्यातील परस्पर सहकार्यात व एकजुटीतच महाराष्ट्राच्या भवितव्याची गुरुकिल्ली आहे, याची जाणीव त्यांना झाली. दिल्लीला लोकसभेच्या निमित्ताने कर्मवीर दादासाहेब गायकवाड यांचा निकट सहवास नाना पाटलांना लाभल्याने या दोन थोर नेत्यांमध्ये अत्यंत विश्वासाचे व जिव्हाळ्याचे संबंध निर्माण झाले होते. भूमिहीनांच्या लढ्याच्या निमित्ताने आणि नंतरही या दोघांनी महाराष्ट्रभर अनेक जिल्ह्यांत संयुक्त दौरे काढले. नाशिकला किसानसभेच्या निमित्ताने किसानलढ्याचा, वर्गसंघटनांचा विचार त्यांनी केला. या सर्वांतून महाराष्ट्रात एक महान शक्ती अवतरत होती.

संयुक्त महाराष्ट्राच्या लढ्याच्या ऐन भरातच १९५९-६२ मध्ये भारतावर चीनचे आक्रमण झाले आणि त्यामुळे भारतीय कम्युनिस्ट पक्षामध्ये एक प्रचंड वैचारिक आणि संघटनात्मक वादळ निर्माण झाले. पक्षाच्या जुन्या नामवंत नेत्यांपुढे त्यामुळे एक प्रकारचे 'धर्मसंकट'च निर्माण झाले. चिनी आक्रमणाचा फायदा घेऊन समितीच्या एकजुटीला सुरुंग लावण्याचे कामही काही कम्युनिस्टद्वेष्ट्या सोशॅलिस्ट पुढाऱ्यांनी सुरू केले. या बिकट परिस्थितीत चिनी आक्रमणाचा धिक्कार करण्याची भूमिका कॉ. डांगे आणि त्यांच्या काही सहकाऱ्यांनी घेतली आणि त्यांच्यामागे कॉ. नाना पाटील आपल्या सर्व प्रतिष्ठेसह खंबीरपणे उभे राहिले. कम्युनिस्ट आंदोलनाच्या दृष्टीने हा एक अत्यंत कसोटीचा क्षण होता आणि त्या प्रसंगीही कॉ. नाना पाटील यांची भूमिका महाराष्ट्रापुरती तरी निर्णायक ठरली. योग्य भूमिकेवरील पक्षाची एकजूट आणि सं. म. समितीची एकजूट टिकविण्याच्या कामी नाना पाटील यांची खंबीर भूमिका अतिशय उपयुक्त ठरली. १९६७ च्या निवडणुकीमध्ये समितीने आणि डाव्या पक्षांनी परत विजय मिळविले आणि स्वतः नाना पाटील हेही लोकसभेवर पुन्हा दुसऱ्यांदा निवडून गेले.

नाना पाटलांच्या कार्याचे, व्यक्तिमत्त्वाचे, वक्तृत्वाचे वर्णन करावे तेवढे थोडेच आहे. ज्ञानोबा-तुकारामांच्या, शिवरायांच्या, महात्मा फुले यांच्या, टिळक-गांधींच्या, आंबेडकरांच्या परंपरेतील श्रेष्ठ भाग आत्मसात करून आणि आधुनिक मार्क्सवादाची दृष्टी स्वीकारून नाना पाटलांनी प्रचंड ग्रामीण समाजाला नवी दृष्टी देण्याचे प्रयत्न केले आणि राष्ट्रीय, महाराष्ट्रीय, वर्गीय लढ्यांत महत्त्वाची कामगिरी बजावली. महात्मा जोतिबा फुले यांच्यानंतर ग्रामीण मराठी जनतेच्या मनाची पकड घेणारा नाना पाटलांएवढा थोर पुढारी दुसरा झाला नाही असे म्हटल्यास त्यात अतिशयोक्ती होणार नाही.

**

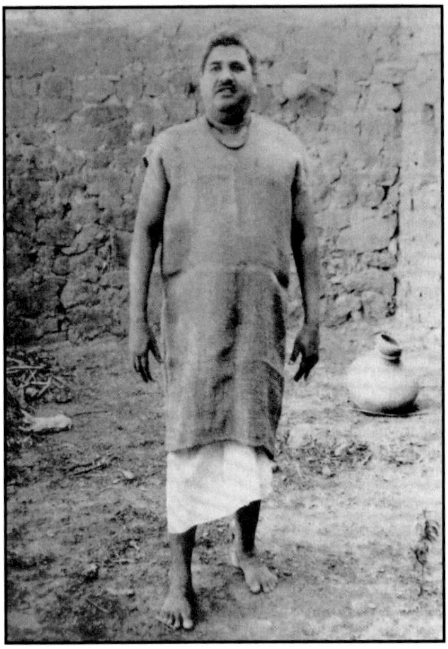

देशाच्या स्वातंत्र्यासाठी तलाठ्याच्या नोकरीवर लाथ मारून क्रांतिसिंह महात्माजींच्या असहकार चळवळीत सामील झाले. सत्याग्रह, अटक, तुरुंगवास यांचा ससेमिरा सुरू झाला. इस्लामपुरात पॅरोलवर असता अन्नासही मोताद झाले. शेवटी हमाली केली. कपडे फाटले. मग पोत्याचा सदरा केला. देशासाठी खरेखुरे फकीर बनले! (स. १९३०-३१)

बळीराजा शिकला पाहिजे, शहाणा झाला पाहिजे म्हणून ग्रामीण भागात साक्षरता मोहीम राबवली. त्या मोहिमेत सायकलवरून प्रवास करताना क्रांतिसिंह नाना पाटील : (स. १९३८-३९)

४२च्या चळवळीत भूमिगत असलेले क्रांतिसिंह नाना पाटील मे १९४६मध्ये आपल्या सहकाऱ्यांसह प्रकट झाले. त्यांचे महाराष्ट्रात सर्वत्र भव्यदिव्य सत्कार झाले. त्या प्रसंगीचे एक छायाचित्र.

मऱ्हाटमोळ्या पोशाखात क्रांतिसिंह : याच वेशात ते सोव्हिएट युनियनच्या दौऱ्यात वावरले. (सन १९५५)

प्रतिसरकारच्या तुफान सेनेचे दोन सेनानी :
डॉ. उत्तमराव पाटील व सौ. लीलाताई पाटील.

क्रांतिसिंहांचे गाव येडेमच्छिंद्र येथील गावकऱ्यांसमवेत. सगळ्यात पुढच्या रांगेत डावीकडून १.सागर बाळा पाटील २.सीताराम बळवंत पाटील ३. क्रांतिसिंह ४.कृष्णा आवजी पाटील ५.आण्णा आबाजी पाटील इत्यादी.

४२च्या प्रतिसरकारच्या चळवळीतील खंदे सेनानी
(तरुणपणची छायाचित्रे)

तुफान सेनेचे
फिल्ड मार्शल क्रांतिअग्रणी
जी. डी. (बापू) लाड

शाहीर शंकरराव निकम

क्रांतिवीर
नागनाथअण्णा नायकवडी

दोन थोर सशस्त्र स्वातंत्र्यसेनानी : आझाद हिंद सेनेचे कर्नल जगन्नाथराव भोसले व प्रतिसरकारचे सर्वेसर्वा क्रां. नाना पाटील.

कर्मवीर भाऊराव पाटील आणि क्रांतिसिंह नाना पाटील : साताराच्या या दोन सुपुत्रांची ही गळाभेट.

क्रांतिसिंह नाना पाटील व कर्मवीर भाऊराव पाटील यांच्यासोबत स्वातंत्र्यसेनानी नाथाजीराव लाड आणि त्यांच्या मागे क्रांतिवीर नागनाथअण्णा नायकवडी.

क्रांतिसिंहांचा परिवार : (डावीकडून) मेहुणे नाथाजीराव लाड, बहीण गंगूबाई, मातु:श्री, क्रांतिसिंह आणि त्यांचे जावई भगवानराव (बप्पा) पाटील.

अखिल भारतीय किसान सभेचे अध्यक्ष या नात्याने क्रांतिसिंह यांनी स. १९५५मध्ये सोविएट युनियनचा दौरा केला. त्यावेळी लेनिनच्या समाधी परिसरात फेरफटका मारत असताना.

झेकोस्लोवाकियामध्ये क्रां. नाना पाटील मुलांच्या समवेत (स. १९५५)

ग्रामीण भागात खेडोपाडी वाड्यावस्त्यांवर होणाऱ्या क्रांतिसिंहांच्या सभा.

गावोगावी क्रांतिसिंहांच्या स्वागतासाठी बैलगाडीच्या मिरवणुका काढल्या जात. त्यानंतर प्रचंड सभा होत.

मिरजेचे मिशन हॉस्पिटल : क्रांतिसिंहांना भेटावयास आलेले (डावीकडून)
१. श्री. आप्पासाहेब पाटील २. स्वामी रामानंद भारती ३. क्रांतिसिंह
४. स्वातंत्र्यसेनानी पांडू मास्तर आणि बॅ. पी. जी. पाटील

मिरज हॉस्पिटलमध्ये महाराष्ट्र शासनाच्या वतीने क्रांतिसिंहाना ताम्रपट देताना नाम. शंकरराव बाजीराव पाटील, संपतराव माने, राजारामबापू पाटील, भगवानराव सूर्यवंशी, सौ. प्रभाताई सूर्यवंशी, ईश्वर बापू लाड, सौ. गंगूताई नाथाजीराव लाड.

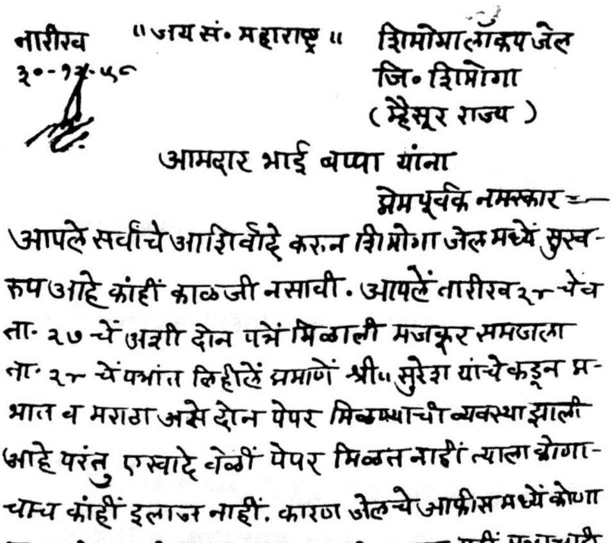

तारीख ३०-१२-५८ ॥ जय सं. महाराष्ट्र ॥ शिमोगा लॉकप जेल
जि. शिमोगा
(म्हैसूर राज्य)

आमदार भाई बप्पा यांना

प्रेमपूर्वक नमस्कार —

आपले सर्वांचे आशिर्वादे करून शिमोगा जेल मध्यें सुखरूप आहे कांहीं काळजी नसावी. आपलें तारीख २८ चें व ता. २७ चें अशी दोन पत्रें मिळाली मजकूर समजला ता. २८ चें पत्रांत लिहीलें प्रमाणें श्री. सुरेश यांचे कडून प्रभात व मराठा असे दोन पेपर मिळण्याची व्यवस्था झाली आहे परंतु एखादे वेळीं पेपर मिळत नाहीं त्याला शोगाचाच्य कांहीं इलाज नाहीं. कारण जेलचे आफीस मध्यें कोणाला मराठी भाषा येत नाहीं मला कानडी समजत नाहीं पत्राचाही असाच थोडासा घोटाळा असतो एकंदरीत बरे आहे —

आपलें तालुक्यांतू ५५ चेवर सत्याग्रही नें सत्याग्रह केल्याचे वाचून फार समाधान झाले. तालुक्यांत काम चांगले चालले आहे हे वाचून आनंद झाला करंजे येथील श्री. भिमराव पैलवान आदीनी सत्याग्रह केल्याचे वाचून आश्चर्य वाटले. भाई धोंडीराम भगतानातर फार च श्रम झाले सर्व कार्यकर्ते आपले परीने काम करीत असल्याचे वाचून फार आनंद झाला. चालू वर्षी पिकपाणी बरे असल्याचे व मळणी झाल्याचे वाचून समाधान झाले नाथिन विहीरीचे काम चालू असल्याचे वाचले तसेच सर्व

क्रांतिसिंहांचे हस्ताक्षर : भगवानराव पाटील (बप्पा) यांना पत्र

यावेळी क्रांतिसिंह संयुक्त महाराष्ट्राच्या चळवळीत
शिमोगा जेलमध्ये कैद होते.

लोक सभा

अध्यक्ष महाशय

आज भारतात भाषावार प्रांत रचनेच्या तत्वावर राज्या-ची पुर्न घटना झालेली आहे.

मराठी भाषीक लोकांच्यावर त्याच प्रमाणें गुजराथी भाषीक लोकांच्या-वर सरकारने जो घोर अन्याय केला व जनतेची लोकशाही मागणी दडपून टाकण्या करता जी घोर दडपशाही केली त्याचा निषेध करण्या करता मी बो-लणार आहे.

भाषावार प्रांत रचनेचा प्रश्नाचा इतिहास थोडक्यांत मी प्रथम देतो—

कॉंग्रेसने १९२० सालीच भाषावार प्रांत रचनेचे तत्व मान्य केलें.

१९२४ साली बेळगांवला अखील भारतीय कॉंग्रेसचे अधिवेशन झाले त्या अधिवेशनचे अध्यक्ष पुज्य महात्मा गांधी होते त्यांचे अध्यक्षते-खाली भाषावार प्रांत रचनेचा ठराव एक मताने पास झाला—

१९२८ साली कलकत्याला अखील भारतीय कॉंग्रेसचे अधिवेशन झाले त्या अधिवेशनचे अध्यक्ष पुज्य पंडीत मोतीलाल नेहरु होते त्यांचे अध्य-क्षतेखाली भाषावार प्रांत रचनेचा ठराव एक मताने पास झाला-

१९३५ चा घटना कायदा करतांना ओरीसा, सिंध व वायव्य सरहद्द-प्रांत याच धोरणानें प्रांत बनविण्यांत आले.

१९४५ च्या कॉंग्रेसच्या निवडणूकीच्या जाहीर नाम्यांत भाषावार प्रांत-रचना करु असे जनतेला आश्वासन देण्यांत आले आहे. केंद्रीय हे आश्वासन पुरे करण्यास सरकारला अवघड वाटण्याचे कारण नाहीं. आज भारतात भाषावार प्रांत रचनेच्या तत्वावर राज्याची पुर्नघटना झालेली आहे.

बंगाली भाषेचा बंगाल, हिंदी भाषेचा उत्तर प्रदेश व मध्य प्रदेश, उरीया भाषेचा ओरीसा आसामी भाषेचा आसाम, तेलगु भाषेचा

क्रातिसिंहांनी लोकसभेत जे मराठीत भाषण केले त्या भाषणाच्या टिपणाचे पहिले स्वहस्तलिखित पान

क्रांतिसिंहांनी लोकसभेत जे मराठीत भाषण केले त्या भाषणाच्या टिपणाचे पहिले स्वहस्तलिखित पान.

क्रांतिसिंह नाना पाटलांचा इस्लामपूर, ता. वाळवे येथील अमृत महोत्सव समारंभ : नोव्हेंबर १९७६ नाम. यशवंतराव चव्हाण प्रमुख पाहुणे. क्रांतिसिंह अत्यवस्थ असल्याने त्यांचा फोटो स्टेजवर ठेवला गेला.

आम्ही जातो
अमुच्या गावा ।
अमुचा रामराम घ्यावा ।
निधनापूर्वीचे
शेवटचे छायाचित्र

५६
सातारचे प्रति-सरकार आणि क्रांतिसिंह नाना पाटील

आचार्य शांताराम गरूड

समाजवादी विचारवंत व लेखक, सामाजिक चळवळीचे अभ्यासक व नेते

"हा जो सातारच्या प्रति-सरकारचा लढा माझ्या सहकाऱ्यांनी जीव धोक्यात घालून लढवला, त्या लढ्याचे सर्व श्रेय या माझ्या बहादूर लढवय्यांनाच आहे. जरी माझ्या विचाराने, तसेच माझ्या नावावर हा लढा दिलेला असला तरी या लढ्याचे भागीदार हे सर्व छोटे-मोठे माझे सहकारी आणि आम्हाला आधार दिलेले अठरापगड जाती-जमातींमधील माझे शेतकरी बंधू आणि माता-भगिनीच आहेत. या गोष्टीचा मी आपणासमोर जाहीर उल्लेख करीत आहे. आम्हास साहाय्य केलेल्या सर्व जनतेस अत्यंत आदराने आम्ही सर्व कार्यकर्ते अभिवादन करीत आहोत! या लढ्याचे श्रेय माझ्या नावावर जमा झालेले असले तरी ते माझे एकट्याचे नाही. मी एकत्र कुटुंबातील सर्वांत वडील मुलगा असल्यामुळे वडिलांच्या पश्चात जसे वडील मुलाच्या नावाने एकत्र कुटुंबाचा मॅनेजर म्हणून जमिनीच्या ७/१२ ला नाव लागते अगदी त्याप्रमाणे माझ्या नावावर नोंद झालेली आहे. ही लढ्याच्या कीर्तीची सर्व इस्टेट माझ्या सर्व सहकारी भावा-बहिणींच्या समान वाटणीची आहे. माझा एकट्याचा या दौलतीवर काही हक्क, संबंध नाही."

– क्रांतिसिंह नाना पाटील

१९४६ साली जेव्हा ब्रिटिशांनी भारतातील राजकीय सत्ता सोडण्याचे ठरविले आणि भारतात हंगामी सरकार स्थापण्यात आले, तेव्हा त्या

हंगामी सरकारने १९४२ च्या लढ्यातील भूमिगत कार्यकर्त्यांवरील पकड वॉरंट्स आणि त्यांच्या नावावर जाहीर केलेल्या प्रचंड रकमांच्या बक्षीस योजना मागे घेतल्या. भूमिगत प्रकट झाले आणि लोकसागराला पुन्हा एकदा विजयाची, आनंदाची, उत्साहाची उसळी आली. नुसता जिल्हाच नव्हे तर सारा महाराष्ट्र-मराठवाडा-विदर्भ उत्साहाच्या उर्मींनी उसळून आला. ठिकठिकाणी या भूमिगतांचे, या नेत्यांचे, कार्यकर्त्यांचे सत्कार समारंभ क्रांतिसिंह नाना पाटील याच्या प्रमुखत्वाखाली तासन्तास चालू राहिले आणि प्रत्येक ठिकाणी हजारोंच्या पटीतच मोजावे लागतील असे स्त्री-पुरुषांचे मेळावे संपन्न झाले. या प्रत्येक सत्कार समारंभात डोंगराएवढे हारांचे ढीग, आकाशाला भिडणारे जयजयकार आणि समोर अथांग लोकसमुदाय अशा धुंद वातावरणातही या सत्कारांना उत्तर देताना क्रांतिसिंह नाना पाटील आरंभी दिलेले विधान करण्याचे कधीही विसरले नाहीत. क्रांतिसिंहांचे हे विधान वास्तव, विनयशील आणि त्यांच्या मराठमोळ्या शैलीची साक्ष देणारे असेच आहे.

सातारचा प्रति-सरकारचा लढा हा सर्व अर्थांनी आणि सर्व अंगांनी केवळ लोकलढा होता. तो कोणा एका नेत्याचा वा संघटित अग्रदलाचा लढा नव्हता. अर्थात कोणत्याही प्रतिकाराच्या व प्रति-सरकारच्या लढ्याला प्रेरणा देणारा नेता आणि संघटित अग्रदल यांची आवश्यकता असतेच; सातारच्या प्रति-सरकारच्या या लढ्यालाही ती होतीच. ती कोठून बाहेरून वा वरून अवतरलेली किंवा लादलेली नव्हती, तर ती अगदी सामान्यातील सामान्य अशा लोकपातळीवरून उभी राहिली होती आणि विकसित झालेली होती. त्यामध्ये ही प्रेरक नेतृत्वाची जबाबदारी येड्याच्या नाना पाटलांनी पार पाडली आणि संघटित अग्रदलाची कामगिरी पार पाडायला पुढे सरसावली ती वाड्या-खेड्यातील विशी-पंचविशीतील तरणी खोंडे असेच म्हणावे लागेल, कारण नाना पाटील हे जरी १९३० च्या चळवळीपासून सर्वस्व वाहून लोकजागृतीचे आणि लोकसंघटनेचे काम करीत असले तरी त्या वेळच्या नेतेमंडळींत त्यांची गणना केली जात नव्हती. प्रस्थापितांनी नेतेपदाची एक महिरप तयार केलेली असते. जेव्हा खरेखुरे लोकआंदोलन उभे राहते आणि क्रांतिकारी लोकजथ्थे जेव्हा उघड्या मैदानात उतरतात, तेव्हा ती महिरप अडगळीत जाऊन पडते आणि नवे कर्तृत्व उदयाला येते आणि लोकमान्य होते. नाना

पाटील आणि सातारचे क्रांतिवीर यांच्या बाबतीत असेच घडले आहे आणि तेच वास्तव विजयाच्या धुंद वातावरणातदेखील विनयशीलपणे नाना पाटील लोकगंगेपुढे निःसंकोचपणे प्रगट करीत आले आहेत.

याच भाषणात 'हे श्रेय माझ्या एकट्याचे नाही' एवढे वाक्य बोलून नाना पाटील थांबले नाहीत तर ते आपल्या शेतकरी समाजाला समजावे म्हणून त्यांनी पुढे एकत्र कुटुंबातील मोठ्या मुलाच्या नावाने होणाऱ्या ७/१२ च्या उताऱ्यातील नोंदीचे उदाहरण दिले. हे त्यांच्या अडाण्यातल्या अडाणी माणसाच्या हृदयाला जाऊन भिडणाऱ्या भाषणशैलीचे वैशिष्ट्य आहे हे याही ठिकाणी स्पष्ट झालेले आहे.

मात्र, याचा अर्थ केवळ अगोदर जन्माला आल्यामुळे थोरला ठरलेल्या मुलाप्रमाणे वडिलांच्या दौलतीचे मालक म्हणून त्यांचे नाव लागले हे खरे नाही. ही उपमा वास्तवापेक्षा विनयाचा भाग म्हणूनच लक्षात घ्यायला हवी. १९४२ च्या लढ्यापूर्वी कितीतरी अगोदरपासून म्हणजे त्यांच्या बालपणापासूनच नाना पाटलांतील लोकनेता आकार घेऊ लागला होता. १९४२ चा लोकलढा ही त्यांच्या पूर्ण प्रगटीकरणाला मिळालेली संधी ठरली आहे.

बालपणीचे संतसाहित्याचे संस्कार, तरुणपणीची सत्यशोधक शिकवण आणि १९३० च्या असहकारच्या लढ्यातील राष्ट्रीय आवाहन यांच्या संकलित प्रभावातून नाना पाटलांचे व्यक्तिगत, सामाजिक व राजकीय व्यक्तिमत्त्व आकार घेऊ लागले होते. १९३०-१९३२ चे राजकीय लढे, त्यामधील तुरुंगवास यानंतर राष्ट्रीय स्वातंत्र्याशिवाय आपल्या सामाजिक सुधारणा आणि समाजपरिवर्तनाचे प्रयत्न यांना हमी प्राप्त होणार नाही हा विचार पक्का झाल्यामुळे नोकरी, संसार व व्यक्तिगत सुख-दुःख यात न गुरफटता फकिरी पत्करून परकीयांची सत्ता आणि रूढींची अंधश्रद्धा यातून आपल्या बहुजन शेतकरी समाजाला मुक्त करण्याचा मार्ग त्यांचा त्यांनीच निश्चित केला आणि तो एकाकी निर्धाराने एका तपाहून अधिक काळ न थांबता चोखाळला.

नाना पाटलांच्या या एकाकी वाटचालीत त्यांच्याबरोबर आपली लहानशी दोन पावले टाकण्याची संधी मला १९३८ साली मिळाली. ती आठवण अजूनही अंगावर मूठभर मांस चढवते. मी त्या वेळी तासगाव तालुक्यातील वसगडे या गावी मराठी सातवीत शिकत होतो. सेवा दल

आणि युवक संघटनेत मी त्या आधीपासूनच काम करीत असल्याने गावात नाना पाटील आल्याचा निरोप मला आला. त्या वेळी कोणीच मोठे पुढारी गावात नव्हते म्हणून आम्ही मुलांनीच त्यांना सांगितले, कोणी नसले तरी आम्ही सभा जमवतो. आमचा उत्साह पाहून नाना पाटीलही 'ठीक आहे' म्हणाले. मग आम्ही मुला-मुलींनी वसगडे व नांद्रे या दोन गावांत दवंडी पिटून सभा जाहीर केली. रात्री वसगड्याच्या चावडीसमोर तीन-चारशे स्त्री-पुरुष जमा झाले. अजूनही कोणी मोठे पुढारी आले नव्हते. आम्ही सभा सुरू केली. नाना पाटील दोन तास बोलले. सारी सभा तल्लीन झाली होती. अशा या सभेचा अध्यक्ष होण्याची जबाबदारी माझ्यावर आली होती. मीही ठसक्यात भाषण केले. लोकांनी टाळ्यांचा कडकडाट केला. नाना पाटलांनी पाठीवर थाप मारली. जणू आपल्या पंथात मला सामील करून घेतले. मीही आजतागायत माझे सारे आयुष्य राष्ट्रकार्यासाठीच वेचत आलो आहे. त्या वेळी पाठीवर पडलेल्या हाताचीच ही किमया असावी. हा माझा व्यक्तिगत अनुभव आहे; पण हा एकच असण्याची शक्यता बिलकूल नाही, कारण नाना पाटील अखंड बारा वर्षे पायाला भिंगरी बांधून सातारा जिल्ह्याच्या गाव- खेड्यांतून आणि शिवारातून फिरत होते. या फिरतीत त्यांनी कितीतरीजणांच्या पाठीवर असे हात फिरविले असतील. कितीतरी मने चेतवली असतील आणि कितीतरी माणसांना 'माणूस' बनविले असेल; त्यामुळेच १९४२ च्या लोकलढ्याची प्रेरक शक्ती असे त्यांना मानण्यात येऊ लागले आणि त्याचे नेतृत्व त्यांना बहाल करण्यात आले. सारे गावच्या गाव उभे करून इंग्रजांशी मुकाबला करायला सिद्ध करायची किमया केवळ त्यांच्या शब्दांत होती. तो काही कोणा दैवी शक्तीचा प्रताप नव्हता तर या एक तपाच्या पायपिटीच्या तपश्चर्येतून मिळालेले ते सामर्थ्य होते.

८ ऑगस्टच्या ठरावानंतर ९ ऑगस्टपासून भूमिगत होऊन लोकआंदोलन चालविण्याची प्रतिज्ञा करणारी जी कार्यकर्त्यांची दुसरी फळी उभी राहिली त्यामध्ये नाना पाटील असणार हे स्पष्टच होते. त्या क्षणापासून त्यांनी 'चले जाव'ची घोषणा, शेतकरी कामगार प्रजाराज्याचा संकल्प आणि 'करेंगे या मरेंगे' हा निर्धार आपल्या ओजस्वी वाणीतून सातारा जिल्ह्याच्या गावागावांत पोहोचविण्याची मोहीम हाती घेतली.

कुंडल हे केंद्र करून तासगाव व खानापूर तालुक्यांचे कार्यक्षेत्र त्यांनी प्रथम निवडले. नाथाजी लाड, जी. डी. लाड, आप्पासो लाड, शाहीर निकम, बप्पा, सदा पवार, भगवान सूर्यवंशी अशी अनेक मंडळी अंगावरच्या कपड्यांनिशी घराबाहेर पडली आणि नाना पाटलांच्या संचात सामील झाली.

तासगाव, इस्लामपूर कचेऱ्यांवरील मोर्चाचा पहिला टप्पा ऑगस्ट-सप्टेंबरमध्ये संपवून अल्पकाळात भूमिगत संघटनेची उभारणी करून तारा तोडणे, चावड्या, डाकबंगले, रेल्वे स्टेशने जाळणे आणि सरकारी पैसा लुटणे हे कार्यक्रम इंग्रजी सत्तेचा कारभार बंद पाडण्याच्या टप्प्याचे म्हणून स्वीकारण्यात आले आणि इंग्रजी सत्ता नष्ट करता आली नसली तरी खुडूक करून ठेवण्यात यश मिळाले. प्रत्यक्ष हे काम जरी पाच-पंचवीस निवडक लोकांचे असले तरी त्यामागे गावोगावच्या लोकबळाची व लोकाश्रयाची हमी असावी लागते. ती हमी नाना पाटलांच्या लोकजागरणाच्या मोहिमेतून तयार झालेली होती. चावडी, बंगला, स्टेशन जाळणारी किंवा रेल्वे पाडून लुटणारी ही तरुण मंडळी, त्यांना नावाने किंवा विश्वासाने ओळखणारे थोडेच; पण मी नाना पाटलांचा माणूस आहे असे म्हटले की, त्याला थेट स्वयंपाकघरात प्रवेश मिळे आणि अनोळखी छपरात अगदी काळजाच्या कोंदणात हा दागिनाही साधीसुधी माणसे जपून ठेवीत.

लोकलढ्याने हा टप्पाही जिल्ह्याच्या अर्ध्याहून अधिक भागात ओलांडला. सरकार ठप्प, माणसांच्या प्रपंचाचा गाडा तर चालूच, त्याला सोकावलेल्या दरोडेखोरांचे नवे अडथळे. हा एक नवाच प्रश्न भूमिगतांपुढे उभा राहिला. त्यांचा बंदोबस्त करण्याचा निर्णय घेण्यात आला आणि तो लगेच झालाही! त्यातून एक नवा प्रश्न उभा राहिला तो गावोगावच्या लोकांच्या प्रपंचाचा गाडा चालू ठेवण्यासाठी त्यांना साहाय्य करण्याची यंत्रणा हवी. कोणते तरी सरकार नसेल तर अराजक निर्माण होते आणि अराजकात लोकगाडा चालू शकत नाही. म्हणून मग सरकार हवे, ते लोकांचा विश्वास असणारे हवे. आता भूमिगतांनीच सरकार बनवावे अशी लोकांतूनच मागणी आली. तिला प्रतिसाद देण्याबद्दल भूमिगतांत चौफेर विचारविनिमय झाला. ही जबाबदारी आपण घ्यावी की नको असे दोन पक्ष तयार झाले. घ्यावी म्हणणाऱ्या पक्षाचे नेतृत्व नाना पाटलांकडे

आणि नको म्हणणाऱ्यांचे नेतृत्व यशवंतराव चव्हाणांकडे अशी परिस्थिती तयार झाली. मध्यवर्ती नेतृत्वाकडे - अच्युतराव पटवर्धन यांच्याकडे विचारणा करण्यात आली. 'बहुमताने ठरवावे' असा संकेत त्यांनी दिला. बहुमत अजमाविण्यासाठी आणि लोकपाठिंब्याची खात्री करून घेण्यासाठी मध्यवर्तीचे निरीक्षक म्हणून भाऊसाहेब नेवाळकर जिल्ह्यात आले. पाचुंद्रीला बैठक झाली. बहुमताची व लोकपाठिंब्याची खात्री देणारा निष्कर्ष निघाला. त्यातून प्रति-सरकार स्थापण्याचा निर्णय झाला. त्याचे अध्यक्षपद नाना पाटलांना एकमताने देण्यात आले. त्यांच्या समित्या नियुक्त करण्यात आल्या. एक कार्याध्यक्ष (डिक्टेक्टर) नेमण्यात आला. पहिली निवड किसन वीर यांची झाली. पुढे नाथाजी लाड, धन्वंतरी अशी साखळी सुरू झाली.

या प्रति-सरकारची द्वाही फिरविण्यासाठी नाना पाटलांचा एक दौरा झाला आणि नंतर त्यांनी अखेरपर्यंत पकडले जायचे नाही, प्रत्येक कामगिरीची जबाबदारी त्यांच्या नावावर नोंदवायची, यदाकदाचित शिक्षा झालीच तर या प्रत्येक कामगिरीची शिक्षा नाना पाटलांनी भोगायची असा हा निर्णय होता आणि कोणाही कार्यकर्त्याने शत्रूच्या हाती सापडल्यास फक्त नाना पाटील हे एकच नाव सांगायचे असा या अध्यक्षपदाचा, प्रमुखपदाचा, नेतेपदाचा अर्थ प्रत्यक्ष व्यवहारामध्ये होता. ती जागा तशी मानाची नव्हती तर मान अडकवणारी जागा होती आणि म्हणूनच ती नाना पाटलांनी स्वीकारली होती आणि ती त्यांनी नीटपणे पार पाडली अशी इतिहासाची साक्ष आहे.

१९४२ ते १९४६ या चार-साडेचार वर्षांच्या काळात नाना पाटील आणि त्यांची फौज भूमिगत होती, अशी ब्रिटिश सरकारच्या दफ्तरी नोंद असली तरी प्रत्यक्षात ही सारी मंडळी भूमीच्या वर अगदी माणसांत आणि केवळ माणसांच्याच संरक्षणात होती. भूमिगत होते किंवा माणसांत नव्हते ते इंग्रजी सरकार असे म्हणता येईल. दहा-दहा हजारांच्या सभा गॅसबत्त्या लावून किंवा ढळढळीत सूर्याच्या उन्हात अगदी पोलीस ठाण्यापासून पाच-दहा मैलांवर होत. आपल्या बंदुका आणि युनिफॉर्म यांची राखण करीतच पोलिसांना बसावे लागत होते.

सातारचे प्रति-सरकार हा भारताच्या स्वातंत्र्यलढ्यातील एक शौर्यशाली व गौरवशाली टप्पा ठरला आणि त्यामधील सातारा जिल्ह्यातील सर्वसामान्य

राबणारी जनता, तिच्यामधून पुढे आलेले ध्येयवादी तरुण कार्यकर्ते आणि त्यांचे नेतृत्व करणारी प्रेरक शक्ती क्रांतिसिंह नाना पाटील यांची ही ऐतिहासिक कामगिरी लोकेतिहासाचे एक गौरवशाली प्रकरण बनले हे खरे. मात्र, १९४२ च्या लढ्यातून ८ ऑगस्टच्या उद्दिष्टांची परिपूर्ती झाली नाही. ब्रिटिशांची राजकीय सत्ता गेली; पण जाताना भारतीय भूखंडाच्या फाळणीची कायम चिघळणारी जखम करून गेली. शिवाय संपूर्ण स्वातंत्र्याबरोबरच राबणाऱ्या जनतेचे सार्वभौमत्व, त्यावर आधारलेली लोकशाही, धर्मनिरपेक्षता आणि संघराज्यीय एकात्मता यांच्या पायाभूत आधारावर समाजवादी समाजव्यवस्था उभारण्याचे म्हणजे 'शेतकरी कामगार प्रजाराज्य' करण्याचे ध्येय साध्य झालेले नाही, याची अस्वस्थता आणि क्रांती अजून अपुरी आहे याची जाणीव १९४६ च्या विजयाच्या गुलाल उधळणीतसुद्धा साताराचे क्रांतिकारक विसरले नव्हते. एवढेच नव्हे तर ज्यांनी या श्रेयाचे राष्ट्रीय धुरीणत्व स्वीकारले, त्या नेतृत्वाबद्दल या क्रांतिकारकांचे मन पूर्ण भरवशाची हमी देत नव्हते याची साक्ष क्रांतिसिंह नाना पाटलांच्या भाषणांतून मिळे.

भाषणाच्या शेवटी ते म्हणत, ''आता आपले हंगामी मंत्रिमंडळ आले आहे. इंग्रजांचे पोलीस आता पांढरी गांधी टोपी घातलेल्या मंत्र्यापुढे 'जी हुजूर' करीत आहेत. हा आपल्या लढ्याचा विजय आहे. पाहू या आपले हे मंडळ गोरगरिबांचे कल्याण कसे करते ते!''

क्रांतिसिंह नाना पाटील आणि त्यांचे शेकडो क्रांतिकारी सहकारी यांच्या 'क्रांती अपुरी राहिली आहे' या जाणिवेची ही नांदी होती आणि म्हणूनच या विजयानंतरही क्रांतिसिंहांना आपले उरलेले आयुष्य या सत्तेचा उपभोग घेण्यासाठी नव्हे तर आपल्या क्रांतीतील 'शेतकरी कामगार प्रजाराज्य' निर्माण करण्याचे ध्येय पूर्ण करण्यासाठी पुन्हा क्रांतीच्या तयारीच्या वाटेवर पायपीट करण्याचीच भूमिका पार पाडण्यासाठी वेचावे लागले.

(क्रांतिसिंह नाना पाटील स्मरणिकेमधून)

❊❊

५७

'छोडो भारत' चळवळीतील मोर्चाचे महत्त्व

वि. स. पागे

स्वातंत्र्यलढ्यातील नेते, विचारवंत

सन १९४२ मधील 'छोडो भारत' चळवळीसंबंधी खूप विस्तृत लिहिण्यासारखे आहे; परंतु या छोट्याशा लेखासाठी विषय मुद्दाम मर्यादित केला आहे. महाराष्ट्राच्या दक्षिण भागात या चळवळीच्या प्रारंभी कऱ्हाड, तासगाव, इस्लामपूर, वडूज, महाड या ठिकाणी सरकारी कचेऱ्यांवर मोर्चे नेण्यात आले आणि त्यानंतर चळवळीचे स्वरूप भूमिगत बनले. या चळवळीशी प्रस्तुत लेखकाचा संबंध असल्यामुळे त्यासंबंधीचे काही विचार व्यक्त करणे योग्य ठरेल.

दिनांक ८ ऑगस्ट १९४२ रोजी गोवालिया टँकवर **अखिल भारतीय काँग्रेस** समितीची जी सभा झाली, त्या सभेत काँग्रेस अध्यक्षांसह अनेक नेत्यांची भाषणे झाली. महात्मा गांधींनी ब्रिटिश सरकारला 'छोडो भारत' असा इशारा दिला व भारतीय जनतेला 'करेंगे या मरेंगे' असा संदेश दिला. दुसऱ्या दिवशी गोवालिया टँकवर पूज्य माता कस्तुरबा यांच्या हस्ते ध्वजवंदन होणार होते आणि ते जाहीर झाल्यामुळे मोठा पोलीस बंदोबस्त ठेवण्यात आला होता. प्रथम तेथे अश्रुधुराची नळकांडी फुटली. चळवळीला सुरुवात झाली. काही मित्रांसह आम्ही पुण्याला पोहोचलो. आमचे नेते देशभक्त काकासाहेब गाडगीळ आणि देशभक्त केशवराव जेधे यांना स्टेशनवरच पकड वॉरंट देण्यात आले. त्यानंतर ४-५ दिवस पुण्यामध्ये रोज मिरवणुका निघत असत व पोलिसांचा या मोर्चा-मिरवणुकांशी सामना होत असे. गोळीबार झाले, मशिनगन चालली. महाविद्यालयांच्या आवारात पोलीस घुसू लागले. काही प्राचार्यांनी त्याला विरोध केला. सर परशुरामभाऊ कॉलेजसमोर आणि आप्पा बळवंत चौकात असे गोळीबारांचे प्रकार घडले. गुप्त बैठकाही चालू

होत्या. माने मॅन्शन या ठिकाणी झालेल्या अशा एका गुप्त बैठकीला प्रस्तुत लेखक हजर होता. तेथे अशा उघड मिरवणुका व मोर्चे यांच्याबद्दल थोडीशी चर्चा झाली, तेव्हा असे समजून आले की, ग्रामीण भागातदेखील असे मोर्चे काढावेत, असे अखिल भारतीय नेत्यांचे मत होते.

तासगाव येथील मोर्चा

त्यानंतर प्रस्तुत लेखक आपल्या गावी म्हणजे तासगाव येथे येऊन पोहोचला. अनेक साथी-सोबत्यांशी विचारविनिमय केल्यावर त्या भागात मोर्चे काढण्यासंबंधी एकमत झाले. पहिला मोर्चा कऱ्हाड येथील देशभक्त बाळासाहेब उंडाळकर (विलासराव पाटील यांचे वडील) यांच्या नेतृत्वाखाली निघाला. मोर्चा मामलेदार कचेरीपाशी गेल्यावर विसर्जित झाला. तासगाव येथील कार्यकर्त्यांना पुण्याहून आलेले एक परिपत्रक मिळाले. त्या परिपत्रकात चीनमधील चळवळीमध्ये जसा लाँग मार्च झाला, तसा मोर्चा काढावा आणि तो गावागावांमधून फिरत राहावा म्हणजे त्यात अनेक तरुणांची भर पडेल आणि शेवटी असा मोर्चा जिल्हा कचेरीवर नेता येईल, अशा तऱ्हेचा मजकूर होता. आम्ही याचा गंभीर विचार केला आणि अशा तऱ्हेचा मोर्चा काढणे व्यवहार्य नाही, असे आमचे मत पडले, कारण एका गावाहून दुसऱ्या गावाला जाताना पोलीस त्याविरुद्ध कृती करणार व मोर्चाचे पर्व तेथेच संपणार अशी शक्यता होती. म्हणून असे तंत्र ठरविण्यात आले की, लहान लहान गावातून त्या त्या गावातील चावडीवर मिरवणुकीने जाऊन राष्ट्रध्वजाची उभारणी करावी. तेथे प्रतिकार झाला तरी तो शांतपणे सहन करावा, हिंसाचार होऊ देऊ नये असा निर्णय करून तासगाव तालुक्यातील प्रमुख कार्यकर्त्यांना तो कळविण्यात आला. ही बैठक प्रथम सांगली येथे झाली. बैठकीतील कार्यकर्ते भूमिगत झालेलेच होते. या पद्धतीने तासगाव तालुक्यात सोनी, भिलवडी, चिंचणी अशा काही गावी छोट्या छोट्या मोर्चांनी लोक चावडीवर जाऊन त्यांनी तेथे राष्ट्रध्वज उभारला. कोठे कोठे पाटलांचा आणि सरकारतर्फेच्या लोकांचा अगदी सौम्य असा प्रतिकार झाला; पण तो न जुमानता लोकांनी आपले कार्य पार पाडले. त्यानंतर एका प्रचंड मोर्चाची उभारणी करण्यात आली.

प्रचंड मोर्चाची उभारणी

या मोर्चाची तारीख गुप्त ठेवण्यात आली आणि वेळ ठरवून, तारीख चिठ्ठ्या पाठवून सकाळी सहा वाजता सर्वांना कळवावयाची, असे ठरले आणि कळल्याबरोबर मोठ्या संख्येने लोकांनी राष्ट्रीय निशाणे घेऊन तासगाव येथे यावे असे सांगितले गेले. ही बातमी कोणास कळू नये म्हणून अशी व्यवस्था केली होती. सुमारे चार वाजेपर्यंत तासगाव येथे पोहोचण्याचा आदेश होता. सर्व भागांतून मोठी तयारी झाली. २ सप्टेंबर १९४२ ही तारीख असावी. सकाळी सहा वाजता सर्वांना संदेश मिळाला आणि सर्व भागांतून तासगावकडे मोठ्या संख्येने कार्यकर्त्यांचे सैन्य चालत येऊ लागले. या सैन्याचा मोठा भाग किर्लोस्करवाडी भागातून आला. त्या भागातील लोक फार मोठ्या संख्येने आले. पलूस, कुंडल, अमरापूर, बांबवडे या गावांतील अनेक कार्यकर्ते होते. दुसरा ओघ भिलवडी, अंकलखोप, येळावी, निमरी येथून आला. तिसरा सावळज भागातून आणि चौथा पदमाळे, रामडोळी, कुमठे, कवठे इत्यादी भागांतून आला. हे सर्व लोक मुळात तसे ठरले नसतानाही, स्वयंस्फूर्तीने हत्यारे घेऊन आले. भाले, कुऱ्हाडी व थोडीफार पिस्तुले, बंदुका असा सरंजाम होता. तासगाव गावाबाहेर प्रचंड मोठी सभा झाली. सर्व प्रमुख कार्यकर्त्यांनी एकजुटीने हा मोर्चा शिस्तबद्ध पद्धतीने पार पाडावा आणि कोठेही हिंसाचार होऊ देऊ नये, असे ठरले. मोर्चाचे उद्दिष्ट सरकारी कचेरीवर, मामलेदार कचेरीवर आणि शेवटी कोर्टावर राष्ट्रीय निशाण लावावे असे होते. फार मोठा समुदाय असल्यामुळे गडबड होण्याची भीती होती. शिवाय कार्यकर्त्यांच्या बाजूने जरी हिंसाचार झाला नाही तरी पोलीस काय करतील याचा भरवसा नव्हता; परंतु मोर्चाची आखणी करतानाच सर्व पोलीस तासगाव येथे राहू नयेत म्हणून काही खेडेगावी तेथल्या चावड्यांवर तेथे मोर्चे निघणार आहेत, अशी भित्तीपत्रके लावण्यात आली होती; त्यामुळे मुख्य फौजदार काही शिपाई घेऊन खेडेगावी गेले होते. मोर्चाच्या वेळी तासगावात प्रमुख फौजदार हजरच नव्हते. काही पोलीस आणि एक प्रोबेशनर तरुण फौजदार एवढेच सैन्य हजर होते.

मोर्चातील लोकांना शिस्तीत रांगेने उभे करण्यात आले आणि

महात्मा गांधी, पंडित जवाहरलाल नेहरू यांच्या नावाने प्रचंड मोठा जयजयकार करीत हे सैन्य गावातून मिरवणुकीने प्रथम दिवाणी कोर्टावर गेले. दिवाणी कोर्टाचे न्यायाधीश एच. एस. पाटील गांधी टोपी घालून माडीवरून खाली आले आणि त्यांनी स्वतः राष्ट्रीय निशाण चढविले. ते मूळच्या १९३७ सालच्या काँग्रेस मंत्रिमंडळाच्या वेळी सरकारी नोकरीत शिरलेले काँग्रेस सेवकच होते. तेथील काम झाल्यावर मोर्चा मामलेदार कचेरीकडे वळला. मामलेदार कचेरीपुढेही सैन्य पोहोचल्यानंतर कचेरीच्या फाटकाच्या आत १०-१५ प्रमुख कार्यकर्ते गेले आणि तेथील शिपायांना आणि मामलेदारांना त्यांनी आम्ही फक्त राष्ट्रीय निशाण लावणार आहोत; बाकी मोडतोड, हिंसाचार काहीही करणार नाही, असे स्पष्ट सांगितले. पोलीस व मामलेदार घाबरलेले होते. नंतर मामलेदारांना गांधी टोपी घालण्यात आली. राष्ट्रीय निशाण उभारण्यात आले. याच्या अगोदर तेथे ब्रिटिश युनियन जॅक होते ते उतरविण्यात आले. 'वंदे मातरम' म्हणून समारंभ संपला. दरम्यान, जेलचे कुलूप काढून आतील एक कैदी बाहेर आणण्यात आला आणि त्याचबरोबर सर्वत्र महात्मा गांधींच्या जयजयकाराच्या आरोळ्या उठल्या.

वडूजचा मोर्चा

त्या वेळच्या प्रमुख कार्यकर्त्यांपैकी बरेचसे कार्यकर्ते आज हयात आहेत; पण दिवंगत कार्यकर्त्यांपैकी क्रांतिसिंह नाना पाटील, देशभक्त कृष्णा रामा कुऱ्हाडे, डॉ. सोहोनी, दत्तात्रय सूर्यवंशी अशी काही नावे नमूद केल्यावाचून राहवत नाही. या लेखाचा मोर्चाचे सविस्तर वर्णन करण्याचा उद्देशच नाही; पण या मोर्चाने पुढील भूमिगत चळवळीचे बीजारोपण कसे केले एवढेच सांगण्याचा उद्देश आहे. तासगावच्या मोर्चानंतर सहाच दिवसांनी, ता. ८ सप्टेंबर १९४२ रोजी इस्लामपूर मामलेदार कचेरीवर असाच प्रचंड मोर्चा गेला होता; पण त्याआधी कचेरीपासून थोड्या अंतरावरच कार्यकर्त्यांची सभा झाली आणि त्या सभेनंतर एके ठिकाणी लोक जमून मग कचेरीवर गेले. तासगांवसारखेच हे होते; पण तासगावची सभा गावाबाहेर झाली होती. ही सभा कचेरीजवळच झाली आणि शिवाय येथे डी. एस. पी. हत्यारबंद पोलीस घेऊन हजर होते. हा मोर्चा कचेरीसमोर गेल्यावर थोडी गडबड झाली.

गोळीबार झाला. त्यामध्ये दोन स्वातंत्र्यसैनिक हुतात्मा झाले. त्यांपैकी एक पंड्या आणि दुसरे बारबट्टे होते. या दोन्ही हुतात्म्यांचे आता थोड्याच दिवसांत स्मारक होईल; परंतु लोकांच्या हृदयात त्यांचे जे स्मारक उभे आहे ते तसेच चिरकाल स्फूर्ती देत राहील. अर्थात गोळीबारामुळे कचेरीवर राष्ट्रीय ध्वज चढविण्याचा मनोदय पूर्ण होऊ शकला नाही.

ज्याच्यामुळे सातारा जिल्ह्याच्या उत्तर भागातील साऱ्या चळवळीला अंतःस्फूर्ती मिळाली तो तिसरा प्रचंड मोर्चा म्हणजे वडूजचा मोर्चा होय. तेथील कचेरीसमोर झालेल्या गोळीबारात नऊ स्वातंत्र्यसैनिकांचे बळी गेले. हे बहुधा ८ सप्टेंबर १९४२ रोजी घडले. त्यानंतर दुसऱ्या दिवशी महाडला असाच मोठा मोर्चा नेण्यात आला. त्यातही दोन हुतात्मे झाले. मोर्चाचे पर्व येथे संपले असे म्हटले तरी चालेल. या शेवटच्या दिलेल्या हकिगतीवरून असे दिसून येईल की, तासगाव मोर्चात बेसावध राहिलेली कारभार यंत्रणा, विशेषतः पोलिसांची शक्ती त्यानंतर जागी झाली आणि तिने कठोरपणे गोळीबार केले आणि मोर्चाची चळवळ दडपून टाकली; पण या सर्व मोर्चांमधून जी संघटित शक्ती तयार झाली होती ती अशी गोळीबारांनी मरण्यासारखी नव्हती. ब्रिटिश राज्य हिंदुस्थानातून जाईपर्यंत या मोर्चांनी भूमिगत चळवळीचे केलेले बीजारोपण, नवनवीन क्रांतिकार्याला जन्म देतच राहिले; स्फोट होतच राहिले. पुण्यामध्ये झालेल्या गोळीबारातून पुणे आणि आसपासच्या भागात असेच देशभक्तांचे संघ तयार झाले आणि भूमिगत चळवळीने उग्र रूप धारण केले. त्यातही काही ठिकाणी बॉम्बस्फोट झाले आणि भूमिगत चळवळीचा उग्र असा आविष्कार दिसून आला.

बिहारमध्येही अशाच तऱ्हेचा एक प्रचंड मोर्चा प्रांताच्या सचिवालयावर चाल करून गेला होता, असे वृत्त त्या वेळी आले होते. त्याचे पुढील चळवळीवर काय परिणाम झाले हासुद्धा एक संशोधनाचा विषय आहे. माझ्या मते मोर्चांमुळे भूमिगत चळवळ, भूमिगत चळवळीच्या प्रसारामुळे मोठे प्रकट आंदोलन आणि त्यामुळे अंती स्वराज्याची फलप्राप्ती, अशी कार्यकारणपरंपरा सूक्ष्म नजरेला दिसून येईल. स्वराज्य मिळण्याला अन्यही काही काही कारणे असतील, त्यांचा ऊहापोह येथे केलेला नाही. या लेखाचे उद्दिष्ट मोर्चाने केलेला प्रारंभ, आंदोलनाच्या स्फोटासाठी कसा उपयोगी पडला हे सांगणे एवढाच आहे.

या चळवळीमध्ये जो काही थोडाफार हिंसाचार झाला त्यासंबंधी चळवळ संपल्यानंतर बराच वादविवाद झाला; परंतु हा हिंसाचार प्रतिकाराच्या स्वरूपाचा होता. ब्रिटिश राज्याने जी हिंसक सिंहाची झडप घातली तिच्या मानाने हा प्रतिकार काहीच नव्हता. दुसऱ्या एका संदर्भात महात्मा गांधींनी त्या वेळी असे म्हटले होते की, मांजराने आपल्या तोंडात धरलेल्या उंदराने त्या मांजराच्या गळ्यावर आपल्या चोचीने ओरखडा काढावा तसे या हिंसाचाराचे स्वरूप होते. पोलंडने केलेल्या जर्मनीच्या प्रतिकाराबाबत महात्मा गांधींनी हे उद्‌गार काढले होते. हिंसा अहिंसेचा वादविवाद सोडून दिला तरी महाराष्ट्रातील १९४२ सालच्या चळवळीला खरा जोम प्राप्त झाला तो या भूमिगत चळवळीमुळेच याबद्दल कोणाच्याही मनात शंका राहील असे मला वाटत नाही आणि म्हणून भूमिगतांच्या त्यागाचे जेवढे स्मरण करावे, त्यांचे अभिनंदन करावे, त्यांचे उपकार मानावेत तेवढे थोडेच आहेत. अशा सर्व भूमिगतांना स्वातंत्र्यसैनिक म्हणून मान्यता मिळालीच पाहिजे. त्यांचा गौरव झाला पाहिजे. त्यांच्या शौर्याचे व त्यागाचे उदाहरण पुढच्या पिढीमध्ये जागत राहिले पाहिजे. मी मुद्दाम अनेकांचा नामनिर्देश, मतमतांतराचा उल्लेख टाळून केवळ भूमिगत चळवळीच्या उद्दिष्टांवर नजर ठेवून हा छोटासा लेख लिहिला आहे. फार काळ लोटला असल्यामुळे अनेकांच्या स्मृतीतही या आठवणी भिन्नभिन्न स्वरूपात असण्याची शक्यता आहे; पण काहीही असले तरी दीर्घ काळ चाललेल्या या भूमिगत चळवळीमध्ये एक धगधगीत, तेजस्वी देशभक्तीचा आविष्कार होता, याबद्दल कोणाचेही दुमत होणार नाही. हीच प्राणज्योत एका पिढीने दुसऱ्या पिढीच्या हाती द्यावयाची आहे आणि स्वराज्यानंतर या प्राणज्योतीने दिलेले जीवन प्रज्ज्वलित झाले पाहिजे, असा आग्रह आपण धरला पाहिजे व तशी परिस्थिती निर्माण केली पाहिजे. सर्व देशभक्तांना अभिवादन करून त्यांची सेवा सफल होईल अशी सदिच्छा प्रकट करून मी हा छोटासा लेख संपवीत आहे.

('हुतात्मा स्मारक योजना' या पत्रिकेतून)

❋❋

५८
प्रति-सरकारातील ग्रामराज्य-लोकराज्य

आप्पासाहेब लाड

४२ च्या लढ्यातील क्रांतिसिंहांचे सहकारी व चरित्र-लेखक

ग्रामराज्य-लोकराज्य

ग्रामराज्य, लोकराज्य, प्रति-सरकार या कल्पना प्रथमदर्शनी जिल्ह्यातील या लोकांच्या कल्पनेच्या साम्राज्यामध्येच वावरत होत्या!

"बिहारमध्ये लोकांची खूप शक्ती होती, लोकांनी सर्व सत्ता आपल्या हाती घेतली होती. सहा महिने तर ब्रिटिश सरकारचे राज्य अस्तित्वात नसल्यासारखे झाले होते!" अशा तऱ्हेच्या बातम्या काही वर्तमानपत्रांतून तर काही तोंडी ऐकू येत. या बातम्यांबरोबर आणखी काही गोष्टी ऐकू येत की - "सरकारचे अस्तित्व जरी नाहीसे झाले तरी लोकांची दैनंदिन गाऱ्हाणी कमी करण्याचे या लोकांना साधले नाही. सरकारी कोर्ट नाहीशी झाली तरी कोर्टात जाणारे तंटे कमी झाले नाहीत. पोलिसांना कमी केले तरी जातिवंत गुन्हेगार या जगातून कायमचे नाहीसे झाले नाहीत!" असे का व्हावे?

काँग्रेसच्या ८ ऑगस्ट १९४२ च्या घोषणेचा अर्थ लोक आतापर्यंत एकाच दृष्टीने लावत होते. 'चले जाव' म्हणजे 'ब्रिटिशांना या देशातून हाकलून लावा' हे काम येथे प्रत्येकाने, आपल्या मगदुराप्रमाणे थोडेबहुत केले. ब्रिटिशांचे राज्य नाहीसे करावयाचे म्हणजे काय? आणि तेही काँग्रेसप्रणित अहिंसेच्या मार्गाने कसे करावयाचे? पहिले काही दिवस सातारा शांत होता. त्याने खूप विचार केला. कट्टर अहिंसावाद्यांचे विचार ऐकले. तत्कालीन गांधीवादी यांनी दृष्टी देण्याची पराकाष्ठा केली. अहिंसेच्या नावाखाली निष्क्रियता की विधायक कार्यक्रम की गोळ्या

झेलण्याच्या दृष्टीने सक्रियता? असा प्रश्न पुढे उभा राहिला. ब्रिटिशांना 'चले जाव' म्हटले; पण काँग्रेसने अधिकृतरीत्या लढा कोठे पुकारला? हाही प्रश्न पुढे उभा होताच. काँग्रेसचा इतिहास डोळ्यांपुढे उभा राहिला. हिंदू महासभा. मुस्लीम लीग व काँग्रेस यामध्ये फरक काय? कदाचित मुस्लीम लीग व महासभा काँग्रेसपेक्षा सुंदर भाषेत ठराव पास करू शकतील; पण ते अमलात आणण्याची मारामार! काँग्रेसचे ध्येय व भूमिका विशेषतः महात्मा गांधीजींच्या नेतृत्वाखाली तयार झालेली; काँग्रेसचेही अनुयायी काँग्रेसकडे एका विशिष्ट दृष्टीने पाहतात. काँग्रेस बोलेल ते करील. कृती करण्यास ती केव्हाही मागेपुढे पाहणार नाही, हा त्यांचा विश्वास! आणि 'चले जाव'चा ठराव काँग्रेस आपल्या दफ्तरांत कधीही गुंडाळून ठेवणार नाही, ही त्यांची खात्री!

अर्थात काँग्रेसच्या आज्ञेप्रमाणे ब्रिटिश सुखासुखी चालते होत नाहीत, तर मग त्या श्रेष्ठ संस्थेच्या वचनाचे काय? ते चालते नाही झाले, तर त्यांना चालते करणे हे काँग्रेसचे पहिले आणि सर्वश्रेष्ठ कर्तव्य ठरते. त्यांची रेल्वे आहे म्हणजे इंग्रजी सत्ता आहे. त्यांची तारायंत्रे, पोस्ट ऑफिसे, त्यांच्या कामकाजाच्या कचेऱ्या या सर्व ब्रिटिश राज्यसत्तेच्या अस्तित्वाची साक्ष देतात. हे सर्व नाहीसे करणे म्हणजे ब्रिटिशांना 'चले जाव' म्हणण्याच्या कृतीची जाहीर नोटीस नव्हे काय? पण ब्रिटिश अस्तित्वाची खरी आणि मोठी खूण म्हणजे त्यांचे लष्कर, त्यांचे पोलीस व मुलकी अधिकारी. त्यांचे अस्तित्व घालवणे ही काय 'चले जाव' या कृतिसामर्थ्याची नोटीस? पण ते नाहीसे करावयाचे असतील तर त्यांना कोणत्या शक्तीने तोंड द्यावयाचे? एक म्हणजे हिंसा - मार्ग! आणि हा तर काँग्रेसने त्याज्य मानलेला! तो आचरावयाचा की काय?

१९२१ सालची चळवळ! महात्मा गांधीजी आणि कविवर्य रवींद्रनाथ टागोर यांच्यामध्ये झालेला पत्रव्यवहार आमच्या डोळ्यांपुढे होता. त्या वेळी चाललेला तो तो परदेशी कपड्यांच्या होळ्यांचा देखावा पाहून कविवर्यांनी महात्माजींना विचारले – "महात्माजी! ही हिंसा तुमच्या या अहिंसेच्या मार्गात कशी काय बसते? यामुळे ब्रिटिश राज्यकर्त्यांची मने दुखावली जाणार नाहीत काय?" महात्माजी उत्तरले, "बहुतेक हिंदवासीयांच्या मनात ब्रिटिश राज्यकर्त्यांविषयी द्वेषच आहे. तो मी काही नवीन उत्पन्न करीत नाही आणि तो कमी व्हावा, त्यांनी ब्रिटिश लोकांचा प्रत्यक्ष खून

करू नये, म्हणून तर मी जनतेला मनुष्यहिंसेपासून परावृत्त करून वस्तुहिंसेकडे त्यांची मने वळवीत आहे.''

१९३० च्या सामुदायिक सत्याग्रहामध्ये तर महात्माजींनी सरकारच्या मालकीची आणि जनतेच्या उपयोगाची जंगले, कुरणे व मिठागरे जनतेने आपली करावीत, ती वापरण्याची जनतेला मोकळीक असावी, असा आदेश दिला. या लढ्यामुळे बहुजन समाजाला काँग्रेस नावाची एक महान संस्था ब्रिटिशांबरोबर झगडत आहे, असे समजले. म. गांधी नावाचे तेजस्वी व शूर असे तिचे पुढारी आहेत, नेते आहेत, असे सारी हिंदी जनता त्या दिवसापासून मानू लागली. सन १९२०-२१ साली जो प्रश्न काँग्रेसने हाताळला, तोच वस्तु-विध्वंसनाचा व खजिने लुटीचा १९४२ च्या लढ्यात या लोकांनी अनुसरलेला मार्ग काँग्रेसप्रणित मार्गाला सोडून झाला, असे मानण्यास जागा आहे काय?

महात्माजींनी व काँग्रेसने ब्रिटिश लोक ही माणसे आहेत, असे गृहीत धरूनच १९१४ साली सुरू झालेल्या महायुद्धाच्या वेळी रिक्रूटिंग केले, त्याचे फल हिंदी जनतेला जालियनवाला बागेत मिळाले! १९२१ च्या चळवळीची पुनरावृत्ती १९३० साली करावी लागली. १९२९ ला सायमन कमिशनच्या बहिष्कारासाठी लाला लजपतरायांसारखे रत्न काँग्रेसला हरवावे लागले! १९३० सालच्या लढ्यात मोतीलाल अमर झाले! ही ब्रिटिश सरकारची नीती आहे, हे आता हिंदी जनतेला चांगले कळून चुकले होते.

महात्माजी साधुवृत्तीचे, सत्य आणि अहिंसेचे खरे अनुयायी. इतके कटू अनुभव घेऊनही त्यांनी १९३९ चा लढा किती सहृदयतेने - अहिंसेनेच केला बरे? ब्रिटिश सत्ताधारी वर्गाने तक्रार करावी नि महात्माजींनी आपल्या सत्याग्रह्यांना फर्मावावे की, 'तुम्ही अमुक ठिकाणी, अमुक वेळी उघड सत्याग्रह करा.' अधिकाऱ्यांनी १-२ पोलीस पाठवून द्यावेत व त्यांना पकडून घेऊन जावे. पुन्हा अधिकाऱ्यांनी तक्रार करावी : रविवार आमचा विश्रांतीचा दिवस, सुट्टीचा दिवस. महात्माजी, तुमचा सत्याग्रह आमच्या विश्रांतीच्या आड येतो. लगेच महात्माजींचे फर्मान : 'रविवारी सत्याग्रह करू नये.' महायुद्धाने संतप्त झालेल्या सरकारास महात्माजी एखाद्या टायफॉइडच्या रोग्याप्रमाणे जपत होते. महात्माजी खरेखुरे अहिंसेचे उपासक! म्हणूनच ते प्रतिपक्षीयांशीही इतक्या सज्जनपणाने,

शांत नि संयमी स्वभावाने वागू शकले. ज्यांनी क्रूरतेने निग्रोंचा छळ केला, हिंदवासियांचे अनन्वित हाल चालविले आहेत, त्यांच्या अंतःकरणात बदल घडवून आणण्याची महत्त्वाकांक्षा धरणे हे एका सत्त्वशील साधुपुरुषाखेरीज कुणाला तरी शक्य आहे काय? या सर्व भावनांचा शांतपणे विचार करणारे महात्माजींही ८ ऑगस्ट १९४२ च्या ठरावाने 'चले-जाव'च्या घोषणेने साथ देऊ लागले. एवढेच नव्हे तर ब्रिटिश राज्यकर्ते चालते झाले नाहीत तर 'करेंगे या मरेंगे' असेही म्हणू लागले. या अधिकृत ठरावाने ब्रिटिश राज्यकर्त्यांच्या चांगुलपणावर हिंदी जनतेचा विश्वास राहिला नाही. हृदयपरिवर्तन आणि समेटाची भाषा बंद झाली आणि खराखुरा स्वातंत्र्यस्थापनेचा लढा सुरू झाला.

एकांगी वाटणारा काँग्रेसचा हा ठराव बिहारने, मद्रासने, मिदनापूरने व अखिल हिंदुस्थानने आपल्या कुवतीप्रमाणे आचरला. ब्रिटिश राज्यकर्त्यांना चालते करण्याचीच भाषा काँग्रेस बोलते, एवढाच संकुचित अर्थ काही लोक धरून चालले होते; पण पाणी काढून घेताच हवा त्या ठिकाणी आलीच पाहिजे, हा सिद्धान्त काही लोकांच्या मनात येऊन गेला. ब्रिटिश राज्यकर्त्यांचे आसन ज्या प्रमाणात ढिले होईल, त्या प्रमाणात आपले राज्य स्थापन झालेच पाहिजे, त्याखेरीज आपण ब्रिटिश राज्य नाहीसे करू शकत नाही, हा साताऱ्याला अनुभव येऊन चुकला होता.

१९४२ च्या ठरावाने काँग्रेस ही राजदंड धारण करणारी संस्था म्हणून जगजाहीर झाले होते. क्रिप्स योजनेच्या वेळी हिंसा-अहिंसा प्रश्नावर 'न भूतो न भविष्यति' अशी चर्चा होऊन अंतर्गत शांततेकरिता पोलीस ठेवण्याची आणि जरूर तर लष्कराचाही उपयोग करण्याची भाषा काँग्रेस बोलून गेली होती.

या पार्श्वभूमीवर येथील लोकराज्य वा ग्रामराज्य याचा पाया रचला जात होता. प्रचलित राज्यसंस्थाच मुळी दहशतवादाचा सूर्यप्रकाशाइतका स्पष्ट असा नमुना आहे. ब्रिटिश राज्यसंस्थेने वडूज, इस्लामपूर येथील निःशस्त्र सत्याग्रही मोर्चावर गोळीबार करून लोकांना जी वागणूक दिली ती भयंकर हिडीस स्वरूपाच्या दहशतवादाचाच नमुना नव्हती काय? तेथून पुढच्या काळात कितीतरी निरपराधी लोकांना भरमाप्पा नि सुंद्रीचा मार मिळाला नि अब्रू मातीमोल झाली! पोलीस खात्याने जनतेकडून लाखो रुपयांची लाच उकळली, हजारोंना तुरुंगात डांबले. ही प्रत्यक्ष

कृत्ये, तर त्यापेक्षाही भयंकर अशी अप्रत्यक्ष कृत्येही झाली. सातारचा वीर शिरोमणी नाना पाटील याच्या नावावर दरोडेखोरांना दरोडे घालण्यास उत्तेजन दिले! त्यात युद्धवाले लोकही सामील झाले. दररोज १०-२० दरोडे पडले नाहीत, असा एक दिवस गेला नाही. त्यात कित्येकांचे खून झाले. तुरुंगात गेलेल्या अनेक काँग्रेसवीरांची घरे लुटली गेली. काही काँग्रेस अनुयायांच्या आप्तेष्टांचे खून झाले.

लोक पोलीस अधिकाऱ्यांकडे तक्रारी घेऊन जाऊ लागले तर - "आता जा की, तुमच्या पांढऱ्या टोपीवाल्याकडे." अशी उत्तरे पोलीस अधिकाऱ्यांकडून मिळू लागली. गुन्हेही नोंदविले जाईनात, मग विचारपूस कोठली? दरोडेखोरांनी पोलिसांच्या संगनमताने कामेरी कोर्ट आणि वाघोली कोर्ट ही दोन राक्षसी कोर्ट जिल्ह्याच्या दोन्ही टोकांच्या भागात डोंगराच्या आश्रयाने स्थापन केली. या कोर्टाची फर्माने म्हणजे राजरोस दरोडेखोरीच होती. एखाद्या व्यक्तीला अमुक दिवसांच्या आत अमूक रुपये दे, असे फर्माविताच त्या कोर्टाचा अपमान करण्याची कोणाचीही छाती नव्हती. वाटेल त्या वेळी हजारो रुपये आणून देण्याची फर्माने हे लोक सोडीत असत आणि त्यांचा अपमान करणारा वा हुकूम न मानणारा या जगात नांदूच शकत नसे. अशा तऱ्हेच्या दरोडेगिरीत प्रत्यक्ष पोलीसच सामील असल्याने गरीब जनतेचे भयंकर हाल चाललेले होते. त्यापासून जनतेचा बचाव व्हावा, म्हणून दरोडेखोरांवर मोर्चा काढण्याचे या लोकांनी ठरविले.

'इकडे आड, तिकडे विहीर' अशी सर्वसामान्य जनतेची स्थिती झाली. पोलिसांच्या साहाय्याने बातमीदारांनी जनतेला भरडून काढण्यास सुरुवात केली आणि जो कोणी पोलिसांच्या तावडीत सापडेल त्याला पकडून ठेव, मारहाण कर असे प्रकार सर्रास चालू झाले. लोक कचेऱ्यांकडे जाण्यास भिऊ लागले. सर्व जनता काँग्रेसच्या मागे येऊ लागली. ती काँग्रेस कार्यकर्त्यांच्या शब्दाला मान देऊ लागली. अशा रीतीने न्यायदानाच्या कार्याचा पाया जनतेला या लोकांच्या कार्याबद्दल वाटणाऱ्या आदराने घातला गेला. एखादा तंटा निर्माण झाला म्हणजे हे लोक दोन्ही पक्षकारांना आपल्यासमोर बोलावीत. दोघे पक्षकारच त्यांच्यासमोर चर्चा करीत; अशा कित्येक प्रसंगी गावातील जनतासुद्धा तेथे येई. खरे-खोटे लगेच बाहेर पडे. ब्रिटिश कोर्टात १०-१५ वर्षे चाललेले खटले; पण

गावपंचांना खऱ्या-खोट्याचा निकाल करण्यास दोन तासही लागत नसत. कदाचित प्रचलित कायद्यांची कलमे या लोकांना माहीत नसतील; पण हे पंच न्यायदेवीचे निस्सीम उपासक आहेत हे त्यांनी दिलेल्या निकालांवरून लक्षात आल्याशिवाय राहात नाही. याला कारण त्यांच्याजवळ असलेली मानसिक शक्ती व सात्त्विक प्रेम हे होय. हे लोक रानावनांत, थंडीवाऱ्यात जनतेकरिता वणवण हिंडत हे यांचे जीवन. अशा एखाद्या निकालाच्या वेळी, 'काय हो हा स्वार्थ?' असे त्यांनी विचारले, तर प्रतिपक्ष मान खाली घालीत. यांनी आपण होऊन न्याय करण्याऐवजी शेकडा ८० टक्के लोकांनी तडजोडीवरच भर दिला. यांच्या न्यायाची कसोटी हे लोक पुढीलप्रमाणे लावीत -

ज्या निकालामुळे अगर तडजोडीमुळे दोन्ही पक्ष निकाल झालेल्या दिवसापासून हातात हात घालून एकोप्याने नांदतील आणि एका ताटात जेवतील, तोच खरा निकाल होय, हे सूत्र यांनी ठरविले होते; त्यामुळे एखाद्या कायदेपंडिताला यांचा निकाल वा तडजोड बेकायदेशीर वाटण्याचा संभव आहे. दुसरी गोष्ट सावकार व कूळ या बाबतीत कुळाला कमीतकमी पोटाला पुरण्यापुरते तरी ठेवलेच पाहिजे, हा दंडक ठेवून काही वेळा हे लोक प्रत्यक्ष सावकारांचे पायही धरीत. यांनी सावकारांचे संरक्षण केले. दरोडेखोरांपासून त्यांना वाचविले. या सर्व कृत्यांमुळे ते त्यांचे ऐकू लागले. उलट ज्या भागात यांची संघटना प्रभावी नव्हती तेथल्या सावकारांचे फार हाल झाले, त्यांची घरे लुटली गेली, त्यांना खेड्यात राहता येणे अशक्य झाले; त्यामुळे तेही शेवटी यांचा निकाल मान्य करू लागले. प्रथम ४-५ महिने हे सर्व तोंडीच चाले; पण पुढे व्याप वाढू लागला. तसे यांना नियम करावे लागले. त्याकरिता सुपरवाइझरचे वर्ग काढले गेले. सेक्रेटरीचे वर्ग काढले आणि त्यांनाच न्यादानावर देखरेख करण्याचे काम देण्यात आले.

१०० रुपये ऐवजाच्या दिवाणी स्वरूपाच्या दाव्यात सर्व पंचांच्या एकमताने आणि गावाचा कौल घेऊन होणारा निकाल कायम समजण्यात येईल; पण फौजदारी स्वरूपाच्या कितीही लहान दाव्यात तीन अपिले करण्याची त्यात तरतूद करण्यात आली होती. दिवाणी स्वरूपाच्या १०० रुपयांवरील दाव्यावरही तीन अपिले ठेवण्यात आली होती. वरिष्ठ न्यायसभेत दिवाणी स्वरूपाच्या दाव्यात अनुभवी कायदेतज्ज्ञ असावेत,

असा नियम होता. अर्थात एकपक्षी निकाल न होईल अशी खबरदारी घेतली जात असे. न्यायदानात प्रत्यक्ष भूमिगत कार्य करणाऱ्या लोकांनी अजिबात भाग घ्यावयाचा नाही; त्यांच्याकडे फक्त अंमलबजावणी खातेच राहावयाचे, हा सिद्धान्त होता. एकपक्षी निकाल होऊ नये, याकरिता स्वयंसेवकांचे जाळेच असे. प्रत्येक स्वयंसेवकाने आपली डायरी त्याच्या वरिष्ठाला आठ दिवसांतून एकदा पाठविलीच पाहिजे, हा नियम असे. त्यात त्याने गावातील न्यायदानाच्या बाबतीत गावकऱ्यांची झालेली चर्चा, त्याचे त्या न्यायदान कमिटीविषयीचे मत लिहावयाचे. भूमिगतांची गावकऱ्यांशी वागणूक, त्यांच्या राजकारणाच्या सर्व विषयांवरील जनतेची मते आणि गावच्या परिस्थितीबद्दल त्यांचे मत, हे सर्व कळविण्याची व्यवस्था केली होती. यांच्या या गुप्त बातम्या काढणाऱ्या खात्यास 'बहिर्जी पथक' म्हणत. ८-१० महिन्यांनंतर आस्ते आस्ते निकालाची अंमलबजावणी होत नसेल, तर गावात सार्वत्रिक बहिष्काराची तयारी करावयास लावावयाची. चांभार, लोहार, सुतार, न्हावी वगैरे सर्व बलुती बंद करणे, असे करीत करीत बहिष्कार जालीम करीत जाणे हे प्रमुख कर्तव्य या खात्याकडे असे.

प्रथमदर्शनी न्यायदान-कमिटीच्या अस्तित्वानंतर निकालाच्या अंमलबजावणीकरिता कोणासही शारीरिक शिक्षा देण्याचा प्रसंग आला नाही.

न्यायदान-कमिटीला सरकारी मालमतेच्या विध्वंसनाचे कार्य करीत असताना सरकारला माहिती पुरविणाऱ्या भेद्यांचा, बातमीदारांचा बंदोबस्त करणे भाग पडले आणि त्यामुळे आपोआपच टगे लोकांवर वचक बसला. हेच टगे सामान्यतः बातमीदार असत. अशांचा बंदोबस्त करीत असतानाच न्यायदान-कमिट्यांचा पाया घातला जात असे.

१९२१ ची चळवळ या भागातील खेड्यांत जवळजवळ झालीच नाही. १९३० ची झाली. त्या वेळी गावच्या या टग्यांनी सर्रास सत्याग्रह्यांच्या जमिनी लिलावांत घेतल्या. १९३२-३९ च्या चळवळीत या टगे लोकांनी काँग्रेसच्या लोकांची भयंकर निंदा केली होती. तीन पैशांची गांधी टोपी घालून स्वराज्य मिळत नाही, अशा आरोळ्या हेच टगे ठोकत असत. त्यांनीच १९४२ च्या आंदोलनात देशातील वीरांची ठावठिकाणे दाखविण्यास सुरुवात केली.

या वेळी काँग्रेसने 'चले जाव'ने ब्रिटिशांचे स्वागत केले होते. तिच्याकडे राजदंड धारण करण्याची जबाबदारी आली होती आणि ऑगस्टवाले या स्वराज्याचे सैनिक होते. त्या सैनिकांच्या घरच्या बायकांना त्रास देणे, त्या वीरांना 'त्राही भगवान' करून सोडणे हे टग्यांचे धंदे झाले होते. अशा वेळी कोणते सरकार आपल्या सैनिकांना त्रास होऊ देईल? स्वतंत्र देशांत देशद्रोही लोकांना काय शिक्षा होतात? त्याच्या एकशतांशही या देशद्रोह्यांना शिक्षा मिळाल्या नाहीत! पण एवढ्याशा दाबाने टगे वचकले. दरोडेखोरांचा बंदोबस्त झाला आणि लोकराज्य किंवा ग्रामराज्याचा पाया घातला गेला.

पंचायती स्थापन झाल्याची पार्श्वभूमी वर आलीच आहे. आझाद सैनिकांच्या वास्तव्याच्या क्षेत्रात आपोआपच पंचायती स्थापन होऊ लागल्या होत्या. या लोकांचे आश्रयाचे किण जवळचा डोंगर असे. प्रथम तोंडीच तक्रारी ऐकल्या जात; परंतु पुढे जसजसा न्याय वाढत गेला, तसतसे त्यास कागदोपत्री स्वरूप येऊ लागले. मग अर्ज मागविण्याची पद्धत स्वीकारण्यात आली. प्रथम अर्ज बिनाफीचे स्वीकारले जात; परंतु लोक इतक्या किरकोळ स्वरूपाचे अर्ज करू लागले की, ते सामान्यतः विचारात घेऊ नयेत म्हणून प्रत्येक अर्जामागे थोडी फी ठेवण्यात आली. पुन्हा अपील करणे असेल तर अपील अर्जासही फी घेण्यात येऊ लागली. अपील कोर्टावर मध्य-कोर्ट म्हणून कायदेतज्ज्ञ माणसाकडे अपील करण्याची मुभा ठेवली. या जमलेल्या फीचा विनियोग सेवादलाच्या रॉकेल खर्च, खेळाचे सामान, दफ्तराचा खर्च आणि वरच्या मंजुरीने साथीचे आजार यांसारख्या बाबींवर होऊ लागला.

निवडणुकीचे तंत्र

सामान्यतः नेमलेल्या दिवशी गावात सर्व मंडळींना जमवून एकमतानेच ५, ७ किंवा ९ पंच निवडले जात. एकमताने पंचांची निवडणूक केली जाई. सर्व पंच एकमताने निवडून आले नाहीत तर १/४ पंच बहुमताने घ्यावयाचे व असेही न झाले तर ते गांव पंच-कमिटीतील काम करण्यास योग्य नाहीत, असे ठरविण्यात येई.

कचेरीचे दफ्तर, अर्जाचे दफ्तर, अर्जाचे छापील रजिस्टर, अर्जाच्या फीची कीर्द, जमा-खर्चाची कीर्द, अपील फाइल हे सर्व मिळून कमिटीचे

दफ्तर होई.

नोंदविल्याशिवाय तक्रारी घ्यावयाच्या नाहीत, असा नियम असे. तक्रारीच्या निकालांची अंमलबजावणी शेकडा ६० ते ८० आपोआपच होई व बाकीच्यांवर बहिष्कार घालण्यात येई.

तक्रारीचे स्वरूप

बांध-रेटी, जमीन, सावकारी स्वरूपाची खरेदी-पत्रे, वाटण्यांची भांडणे, चोऱ्या, इतर किरकोळ स्वरूपाची भांडणे, मारामारी, वहिवाटी हक्क, दत्तक प्रकरणे, व्यभिचार इत्यादी स्वरूपाच्या तक्रारी असत.

रचनात्मक

१. ९० टक्के दारूबंदी यशस्वीरीत्या करण्यात आली. शेणोली, पलूस, कुंडल आणि विटे तेथील दारूचे मक्ते १०००० वरून १००० पर्यंत खाली आले. सरकारने दारूचे काही मक्ते मुद्दाम मक्तेदार उभे करून त्यांच्याकडून घेवविले.
२. खासगीरीत्या बेकायदा दारू गाळण्याचा प्रकार अजिबात बंद करण्यात आला.
३. चोऱ्या व दरोडे ८० टक्के बंद झाले.
४. व्यभिचार-प्रकरणे ९० टक्के बंद झाली.
५. शाळेत मुलींची संख्या २५ टक्के वाढली.
६. गावांतील रस्ते साफसूफ करून, त्यावर मुरूम घालून पक्के करण्यात आले. बेलवडी, चिखलगोटण इत्यादी रस्ते संपूर्ण भरले.
७. दुशेरे, कुंडल, पलूस येथे सूतकताई सुरू करण्यात आली.

खटले व निकालांची माहिती

	गट नंबर	अर्ज आले	निकाल
खानापूर	७-१३	१५०	७०
	८-१३	१००	६०
	९-१३	१००	७५
		३५०	२०५
कऱ्हाड	१-१३	१७००	१५००
शेणोली	२-६	४००	३००

शेरे-दुशेरे	३-७	३००	२५०
		२४००	२०५०
वाळवे	१-१३	४००	१००
	२-१३	४००	१५०
	३-१३	३००	१५०
		११००	४००
तासगाव पूर्व		५०	१५
तासगाव उत्तर		२००	६०
तासगाव पश्चिम		३००	१५०
		५५०	२२५
खानापूर	१-१३	६५०	४००
	२-१३	५००	३५०
	३-१३	३००	१९०
	४-१३	२५०	१५०
	५-१३	१००	५०
	६-१३	५०	२०
		१८५०	११६०

ग्राम-राज्याची स्थापना

ग्रामराज्याच्या स्थापनेसाठी एक सैनिक-संघटन व तरबेज कार्यकर्ते निर्माण करणे भाग होते. म्हणून तुफान सैनिकांची निर्मिती करणारी व्यायामशाळा कुंडल येथे संस्था स्थापन झाली. सेवादल-शिक्षणाच्या नावाखाली ती आप्पासाहेब लाड चालवीत आणि तिचे सेनापतित्व बापूसाहेब ऊर्फ जी. डी. लाड यांच्याकडे होते. अशा तऱ्हेचे ५००० हजारांवर तुफान सैनिक जिल्ह्यात निर्माण झाले आणि या सैन्याकरवीच अवखळ गावांचा, दरोडेखोरांचा व टग्यांचा बंदोबस्त झाला. न्याय व अंमलबजावणी ही खाती विभक्त असणे जरुरीचे होते. दोन्ही खाती एकत्र असतील, तर फारच गोंधळ होईल; म्हणून स्वतंत्र न्यायदान खाते निर्माण केले आणि त्यावरील अधिकाऱ्यांचा सुपरवायझर क्लास आप्पासाहेब लाड यांनी चालू केला. १-१॥ वर्षाची स्थानबद्धता भोगून आल्यानंतर त्यांनी कामास धूमधडाक्याने सुरुवात केली. या सर्व गोष्टींकरता विशेषतः

न्यायदानकरता नाना पाटील यांनी नामदार बाबूराव लाड यांची नेमणूक केली. जिल्ह्यात लष्कर आल्यावर आप्पासाहेब लाड आणि बाबूराव लाड यांना पकडले.

ग्रामराज्याचे प्रिव्ही कौन्सिलर लाड बंधूंना पकडल्यावर नेर्ले येथील न्यायदान मंडळाची फिर्याद संपताच आप्पासाहेब लाड व बाबूराव यांच्यावर प्रिव्ही कौन्सिलर म्हणून केस दाखल करण्याचा पोलिसांनी खूप प्रयत्न केला; परंतु पुढचे सर्व संकट जमेस धरून पावले टाकण्याची नाना पाटील यांनी सूचना दिल्यामुळे काहीच पुरावा मिळेना, म्हणून केस बारगळली.

या ग्रामराज्याची उभारणी स्वयंपूर्ण व्हावी अशी योजना केली होती. प्रत्येक अर्जास ८ आणे फी, अपिलावर व ऐवजावर वाढत्या प्रमाणात फी ठेवून प्रत्येक गाव आपापल्या पायावर उभे राहील अशी व्यवस्था केली होती; परंतु ग्रामराज्याच्या स्थापनेस धुळे खजिना लुटीचा पैसा खरा उपयोगी पडला हे नमूद केले पाहिजे.

ग्रामराज्याची घटना

औंध राज्यघटनेच्या धर्तीवर सातारा ग्रामराज्याची घटना केली होती आणि त्यात सुधारणा करून पुढीलप्रमाणे घटना बनविण्यात आली.

तडजोड कमिटीचा उद्देश

१. उभय पक्षांच्या संमतीने खेड्यापाड्यांतील जनतेचे आपसांतील तंटे मिटविणे व त्वरित आणि स्वस्त न्याय सत्य परिस्थितीला धरून, सत्य व अहिंसेच्या मार्गाने मिळवून देणे. पैशाचा आणि वेळेचा अपव्यय वाचविणे.
२. चालू कायदा आणि शांतता यांना बाध न येता नित्य व्यवहारांतील कटकटी मिटविणे आणि गावात शांतता नांदेल असे करणे.
३. इंग्रज सरकारकडून नेहमी सांगण्यात येते की, 'हिंदी लोकांमध्ये एकोपा नाही. निरनिराळे गट आहेत.' तेव्हा खेड्यापाड्यांत एकोपा साधणे, सामाजिक संघटनेवर ब्रिटिशांच्या अंतरंगात आपण आपले ऐक्य साधणे आणि कणखर संघटना निर्माण करणे.
४. गावचे संरक्षण, शिक्षणप्रसार, ग्रामोद्योग, आरोग्य, रस्ते दुरुस्ती, पाणीपुरवठा इत्यादी कामे करणे.

५. प्रत्येक गाव आपल्या प्रौढ रहिवासी नागरिकांपैकी ५ अगर ७ सभासदांची एक तडजोड कमिटी एक वर्षापुरती नेमील. एक हजार वस्तीपर्यंत ५ सभासद व पुढे ७ सभासद निवडले जातील.

६. तडजोड कमिटीच्या सभासदांची निवडणूक प्रौढ लोकांच्या मताधिक्याने होईल.

७. तडजोड कमिटीच्या सभासदांची लायकी-सभासद व्यसनी व देशद्रोही नसावा. तो तसा आहे असे दिसून आल्यास त्यास कमी करण्याचा अधिकार सुपरवायझरच्या शिफारशीने वरिष्ठ कमिटी बजावील.

८. तडजोड कमिटीची सेक्रेटरी सभासदांकडून एकमताने निवडला जाईल. तसे न झाल्यास सुपरवायझर नेमील.

९. कबजेगहाण व तारणगहाण दस्त सावकाराकडून फेडण्याकरिता एखाद्याचा अर्ज येईल, त्या वेळी थकलेल्या वर्षांच्या व्याजाचा हिशेब ६ टक्क्यांप्रमाणे करावा. मात्र, सर्व मिळून व्याजाची रक्कम दामदुपटीपेक्षा जास्त होऊ नये. कबजेगहाणाच्या व्यवहारावर शक्य तो मुदलात सूट घालू नये; पण रक्कम थोडी व जास्त खर्चाची बाब असेल तर मुदलात सूट घालतेवेळी सुपरवायझरच्या अभिप्रायानंतर त्याची अंमलबजावणी व्हावी. अपिलाची मुदत सामान्यतः १५ दिवसांची ठेवली आहे व ती मुदत टळल्याशिवाय अपील होण्याच्या गोष्टीवर अंमलबजावणी होऊ नये. अपील गुदरणाऱ्या अर्जदाराने गाव कमिटीकडे व अपील कमिटीकडे किमतीच्या शेकडा २॥ रुपये फी म्हणून भरावेत.

१०. अपिलाचा निकाल लागेपर्यंत पूर्वीच्या वहिवाटीप्रमाणेच विल्हेवाट असावी.

११. एखाद्या पंचाच्या विरुद्ध अर्ज आल्यास त्यास न्यायदान कमिटीत बसता यावयाचे नाही. त्या अर्जाचा निकाल राहिलेल्या पंचांच्या बहुमताने होईल. खालील निकाल एकमताने न लागल्यास त्यावर मात्र अपील चालेल. म्हणून अपील अर्ज हा पंचायत कमिटीमार्फत असल्यास स्वीकारला जाईल. परस्पर अर्ज असल्यास योग्य ते अधिकारी पंचायत कमिटीतील मतनोंदणी पाहूनच त्याचा स्वीकार करतील.

गट-कमिटी

१. प्रत्येक गावाचा सेक्रेटरी व सुपरवायझर मिळून गट कमिटी होईल.

२. ही कमिटी सामान्यतः ज्या गावचे अपील असेल त्या गावी जातीने हजर राहून, योग्य ते सर्व पुरावे पाहून या कमिटीचे अध्यक्ष, सुपरवायझर्सचा अभिप्राय पाहून निकाल लावतील. या नियमाप्रमाणे ७ ते १३ गावचे गट निर्माण करावे लागतील.

३. प्रत्येक गावचा सेक्रेटरी मिळून एक गट कमिटी होईल आणि ती कमिटी आपल्यापैकी मताधिक्याने आपला सेक्रेटरी निवडील.

४. प्रत्येक गावच्या उत्पनाचा १/२ हिस्सा गाव कमिटीकडे राहील व राहिलेला अर्धा हिस्सा आणि एकाच वेळी ५० किंवा ५० पेक्षा जास्त वसूल केलेली रक्कम गट कमिटीकडे राहील आणि गट-कमिटीने आपल्या जमेपैकी निम्मा हिस्सा आपल्या खर्चाकरिता ठेवून राहिलेला निम्मा हिस्सा मध्यवर्ती कमिटीकडे पाठविणेचा आहे.

५. गाव कमिट्यांचा खर्च सुपरवायझरच्या मंजुरीने केला जाईल व गट कमिटीचा खर्च इन्स्पेक्टरच्या मंजुरीने केला जाईल.

६. कमिटीचा पैसा ज्या त्या कमिटीच्या सेक्रेटरीकडे राहील आणि पैशाच्या खर्चाची जबाबदारी सेक्रेटरीकडे राहील.

७. सर्व कमिटीवर मध्यवर्ती कमिटीचा अधिकार चालेल.

८. मध्यवर्ती कमिटी आपल्या धोरणाप्रमाणे वेळोवेळी आपले नियम प्रसिद्ध करील.

९. ज्या त्या कमिट्यांनी आपले अंदाजपत्रक तयार करून त्यावर आपआपल्या वरिष्ठांची संमती घेणेची आहे.

१०. वरिष्ठ कमिटी ही दोन इन्स्पेक्टर्स व एक कायदेतज्ज्ञ यांची बनेल आणि ज्या गावची केस असेल त्या गावचे पंच असेसर्स म्हणून मदतनीस घेईल.

कमिटीच्या कामकाजाचे नियम

१. गाव कमिटी - कलम २ प्रमाणे सर्व कामे करणेची आहेत. न्यायाच्या संबंधी कायम स्वरूपाची स्थावराची खरेदीपत्रे, मृत्युपत्रे, बक्षिसपत्रे, वारसाहक्कासंबंधी कामेखेरीज करून सर्व कामांचा

निर्णय करणेचा आहे.

२. कायम स्वरूपाची स्थावर कामासंबंधी चौकशी करून ती शिफारशीसह निर्णयाकरिता गट कमिटीकडे पाठविणेची आहेत.

३. दिवाणी दाव्यामध्ये १००० रुपये किमतीच्या आतील दाव्यात एकमताने निर्णय झाल्यावर त्यावर पक्षकारास अपील करता येणार नाही.

४. क्रि. प्रो. प्रमाणे फर्स्ट क्लास मॅजिस्ट्रेटचे अधिकारांतील फौजदारी कामे गाव - कमिटी चालवील. त्या सर्वांवर गट कमिटीकडे अपील राहील.

५. कमिटीने १९२६ पूर्वीचे कोणतेही दावे घेऊ नयेत.

६. अपिलाची मुदत १५ दिवसांची राहील.

७. अपील त्या त्या कमिटीचे सेक्रेटरीकडे दाखल करण्यात यावे.

८. गाव-कमिटीच्या निकालाची अंमलबजावणी सुपरवायझरमार्फत होईल.

९. क्रिमिनल अर्जाकरिता अर्जास ८ आणेपेक्षा केव्हाही कमी फी घेणेची नाही.

१०. अपील अर्जाच्या निकालाच्या किमतीवर शे. १ रुपया फी घ्यावी आणि फौजदारी केसेसकरता अपील अर्जास १ रुपया फी घ्यावी.

११. ज्या दाव्यात वादीसारखा निकाल होईल, त्या दाव्यात देवविल्या विषयाच्या किमतीवर शे. ५ रुपये कमिशन घेण्यात येईल.

१२. दाव्यातील ऐन दस्तांवरील व्याज कराराप्रमाणे न आकारता शे. कमीतकमी ३ आणि जास्तीतजास्त ६ अशी आकारणी करण्यात येईल. मात्र, कोणत्याही परिस्थितीत दामदुपटीपेक्षा जास्त रक्कम देवविली जाऊ नये.

१३. प्रत्येक कमिटीने मासिक रिपोर्ट आपापल्या वरिष्ठाकडे १ तारखेस पाठविणेचा आहे.

१४. सुपरवायझर्सनी १० तारखेच्या आत इन्स्पेक्टरकडे आपापले रिपोर्ट पाठविणेचे आहेत.

१५. गाव कमिटी आठवड्यातून एक वेळ भरेल. गाव कमिटीचा कोरम २/३ सभासदांचा राहील.

गट-कमिटीची कामे

१. ही कमिटी गाव कमिटीच्या निकालांवर अपील कोर्ट म्हणून राहील. २. गट-कमिटी - कलम ३ प्रमाणे गाव कमिटीच्या अधिकाराबाहेरचे दावे, गाव कमिटीने शिफारस केलेले या कमिटीने चालविणेचे आहेत. ३. गट - कमिटीचा कोरम सभासदांच्या २/३ ने होईल व त्या कमिटीचे सुपरवायझर हे अध्यक्ष म्हणून काम करतील. ४. ही गट - कमिटी महिन्यातून कमीतकमी २ वेळा भरेल. ५. ही गट-कमिटी जरूर त्या वेळी नियमांपेक्षा जादाही सुपरवायझर्स बोलावू शकेल. ६. १/३ सभासदांच्या सह्यांनी सभा बोलवण्यासंबंधी सूचना आल्याबरोबर ३ दिवसांच्या नोटिशीने सुपरवायझर सभा बोलावील. ७. क्रिमिनल केसच्या निकालावर अपील मनाई नाही. ८. गट-कमिटीकडे अव्वल कोर्ट म्हणून जी कामे चालतील, त्यावर अपील करण्यास मुभा राहील. ९. गाव कमिटीच्या निर्णयावर गट-कमिटी अपील कोर्ट म्हणून जो निर्णय देईल, त्यांपैकी ५०० रुपयांपर्यंत किमतीच्या निर्णयावर अपील करता येणार नाही. १०. गट-कमिटीने दिलेल्या निकालावर अपिलाची मुदत १५ दिवसांची राहील आणि ते अपील सुपरवायझरकडे दाखल करणेचे आहे.

मध्यवर्ती कमिटी

१. गट-कमिटीच्या निर्णयावरील या कमिटीचा निर्णय अखेरचा समजला जाईल. मात्र, एखाद्या मुद्द्याचे विवेचन करणे राहिल्याचे निदर्शनास आल्यास याच कोर्टापुढे तपासणी अर्ज म्हणून पक्षकारास करता येईल. २. या कमिटीकडे येणाऱ्या अपील अर्जावर विषयाच्या किमतीवर शेकडा दोन रुपये फी आकारली जाईल. ३. या कमिटीपुढे पक्षकारांना आपल्या वतीने आपली बाजू मुखत्यारामार्फत मांडता येईल.

बापूसाहेब लाड यांच्याकडे बंदोबस्ताचे खाते पूर्वभागी, पश्चिम भागी धन्वंतरी, दक्षिण भागी पांडू मास्तर आणि उत्तर जागी किसन वीर व बोराटे यांच्याकडे होते. त्याप्रमाणे निरनिराळ्या भागी थोड्याबहुत फरकाने एकाच स्वरूपाची घटना असे. परिस्थितीनुसार काही ठिकाणी बदलही केला होता.

ग्रामराज्याचा प्रचार करण्याचे काम कुंडलचे प्रसिद्ध शाहीर निकम यांच्याकडे देण्यात आलेले होते. ते काम त्यांनी आपल्या पोवाड्यांतून

ग्रामराज्याचे महत्त्व वर्णन करून, लोकांच्या हृदयात बिंबविले. त्याचा नाना पाटील यांना आपल्या कार्यात अत्यंत उपयोग झाला.

(दे. भ. नाना पाटील चरित्रामधून)

**

देवराष्ट्र्याचा कुस्त्यांचा फड

मी त्या वेळी असेन ११/१२ वर्षांचा. मला कुस्त्यांचा भारी नाद. देवराष्ट्र्याचा फड म्हणजे घाटावरील पहिलवान व घाटाखालील पहिलवानांची मोठी चुरस. सागरेश्वर देवाच्या नावाने कुस्त्या. फड जमला होता. भर दुपारची वेळ होती. श्रावणातील ऊन आणि श्रावणातीलच पाऊस. अशात 'नाना पाटील आला! नाना पाटील आला!' असा एकच कल्लोळ उठला. कोसे, बादली, मलमल फेटेवाले काखेला पटके मारून धूम पळाले आणि काहीजण वादळासारख्या फडावर कोसळलेल्या नाना पाटलांकडे धावले. 'नाना पाटील की जय'! 'महात्मा गांधी की जय' अशा घोषणा दुमदुमल्या. बघता बघता तरण्याबांड पोरांचे टोळके एकत्र एकजीव झाले. त्यांनी नाना पाटलांना खांद्यावर घेतले. रसरसलेल्या तारुण्याच्या युवकांच्या खांद्यावर उभे राहून क्रांतिसिंह गर्जत होते, 'महात्मा गांधी की जय!' 'भारत माता की जय!' आपल्या मांडीवर एक पहिलवानी शड्डू मारून त्यांनी जमलेल्या लोकसमुदायासमोर भाषण सुरू केले. त्या वेळी नाना पाटलांवर वॉरंट होते. मैदानात २५ पोलीस आणि फौजदार यांची पार्टी होती; पण ते या उसळत्या उत्साहाकडे बघतच राहिले. क्रांतिसिंहांनी गर्जून सांगितले, "शेतकरी सुखी व्हायचा तर या देशातून इंग्रजांचं राज्य गेलं पाहिजे. इंग्रज हे आपल्या साऱ्या दुःखाचं आगर आहे." भाषण संपले. नाना पाटलांनी पोरांच्या खांद्यावरून उडी घेतली! जमिनीला पाय टेकले आणि जसे आले तसे वादळासारखे ते निघूनही गेले.

– भाई जी. डी. लाड

५९
साताऱ्याचे प्रति-सरकार

गेल ओमवेट (सौ. शलाका पाटणकर)
ब्राह्मणेतर चळवळीच्या अभ्यासक, संशोधक

१९४२ च्या ऑगस्टमध्ये साऱ्या भारतभर क्रांतीची लाट उठली होती. ८ ऑगस्ट रोजी ऑल इंडिया काँग्रेस कमिटीने केलेल्या 'छोडो भारत'च्या ठरावाने प्रेरित होऊन लाखो सर्वसामान्य, शेतकरी, विद्यार्थी, कामगार, मध्यमवर्गीय कर्मचारी, कारागीर आणि नोकरदार यांनी मोर्चे, निदर्शने, पोलिसांबरोबरच्या चकमकी तसेच गाड्या पाडण्यासारखे भूमिगत कार्य यामध्ये भाग घेतला; स्वातंत्र्यासाठीच्या लढ्यातील ही शेवटची लढाई आहे या श्रद्धेने भाग घेतला. या खेपेला त्यांनी (हिंसात्मक धरून) सर्व मार्ग चोखाळायला आपण स्वतंत्र आहोत या कल्पनेनेच केवळ नव्हे, तर या ना त्या स्वरूपात आपण आपले स्वतःचे सरकार स्थापन करू शकू या कल्पनेने लढा दिला. राष्ट्रीय पातळीवर प्रत्यक्षात हा जनउठाव ब्रिटिशांच्या लष्करी सत्तेने दोन महिन्यांच्या आत त्या मानाने सहजपणे चिरडून टाकला; परंतु घातपात आणि इतर भूमिगत गनिमी हालचाली पुढे सुमारे वर्षभर जोमाने चालूच राहिल्या आणि नंतरही तुरळक स्वरूपात होत राहिल्या. एवढेच नव्हे, तर स्थानिक पातळीवर या ना त्या प्रकारचे भूमिगत कार्य विविध स्वरूपात १९४७ साली स्वातंत्र्य घोषित होईपर्यंत चालू राहिले.

सबंध महाराष्ट्रात १९४२ मध्ये आणि १९४३ च्या सुरुवातीला बऱ्याच व्यापक प्रमाणावर व तीव्रतेने उठाव आणि भूमिगत कार्य चालू होते - जरी ते बिहारसारख्या सर्वाधिक पेटलेल्या प्रांताएवढे नव्हते. मात्र, सातारा जिल्ह्यात आणखी पुढचेही काही घडले. भूमिगत पद्धतीने घातपाती कार्य तेथे होत राहिले. एवढेच नाही तर एक प्रति-सरकार

स्थापन करण्यात आले व ते सर्व विरोधाला न जुमानता १९४६ पर्यंत काम करू शकले. यात जनता न्यायालये किंवा न्यायदान मंडळे, तसेच विविध प्रकारच्या सशस्त्र हालचाली व विधायक कार्यक्रम यांचा समावेश होता. या चळवळीचे प्रमुख कार्यकर्ते १९४५ पर्यंत तरी ब्रिटिशांच्या हाती लागले नाहीत. जे थोडेबहुत पकडले गेले किंवा गांधीजींचा सल्ला मानून शरण गेले त्यांच्या जागी नव्यांची भरती झाली आणि बहुसंख्य तर बाहेरच राहिले. पोलीस त्यांना कधीच पकडू शकले नाहीत. वस्तुतः भारतात इतरत्र चळवळ दडपली जात असतानाच हे प्रति-सरकार स्थापन झाले. काम करू लागले आणि विकास पावले.

सातारा जिल्हा

१९४२ चा सातारा जिल्हा सध्याचा सातारा व सांगली जिल्ह्यांतील बराचसा भाग यांनी बनलेला होता. हा भाग सुरुवातीपासूनच मराठा राजकीय सत्तेचे केंद्र आहे. शिवाजीच्या उदयापासून ते २० व्या शतकाच्या सुरुवातीच्या दशकातील ब्राह्मणेतर चळवळ, १९४० ते १९५० मधील राष्ट्रीय चळवळ, संयुक्त महाराष्ट्र आंदोलन या चळवळी आणि महाराष्ट्रातील काँग्रेसचे अविरोध प्रभुत्व यामुळे साताऱ्याचे हे केंद्रत्व टिकून आहे. तसा तो 'शेतकऱ्यां'चा जिल्हा दिसतो; परंतु सध्याची उसाची हिरवीगार शेते, सहकारी साखर कारखाने, शिक्षण संस्था, दूध सोसायट्या आणि पाणीपुरवठा सोसायट्या यांनी या जिल्ह्याला महाराष्ट्रातील 'साखरसम्राटां'चे मध्यवर्ती केंद्र बनवले आहे. या जिल्ह्याने राज्याला सर्वश्री यशवंतराव चव्हाण, वसंतदादा पाटील, राजारामबापू पाटील आणि एन. डी. पाटील यांच्यासारखे प्रमुख नेते दिले आहेत.

या प्रदेशाचे वैशिष्ट्य म्हणजे तेथे वसलेल्या खेड्यांचा मोठा आकार; त्यांपैकी कित्येक खेडी १९ व्या शतकातही ४ ते ५ हजार लोकसंख्या असलेली होती आणि आज १०,००० हून अधिक लोकसंख्येची आहेत. मुख्य पीक ज्वारीचे होते. परंतु ऊस, तंबाखू व मिरची यांसारखी आज अर्थरचनेला केंद्रिभूत असलेली व्यापारी पिकेसुद्धा अगदी १८५० सालीही काढली जात असत. हे तालुके (आणि याबरोबरच डोंगराळ पाटण तालुका आणि तेव्हा वाळवा तालुक्याचा भाग असलेला शिराळपेट

तालुका) ही १९४२ च्या चळवळीची मुख्य केंद्रे होती. पूर्वेच्या खानापूर, खटाव, विटा व कोरेगाव या कोरड्या तालुक्यांनाही त्याची झळ पोहोचली होती; पण तितकीशी नाही. प्रति-सरकार चळवळीने सातारा शहराच्या उत्तरेकडील जिल्ह्याच्या प्रदेशालाही फारसा स्पर्श केला नाही; या भागात फलटण हे तेव्हाचे संस्थानी राज्य, माण व खंडाळा हे भाग येतात.

कुणबी (मराठा कुणबी) हे जिल्ह्याच्या एकूण लोकसंख्येच्या निम्म्याहून जास्त आहेत. १९३१ सालच्या शिरगणतीप्रमाणे ते ५३ टक्के होते. ही एक शेतकरी-लष्करी जात होती आणि हीच सांस्कृतिक परंपरा असलेल्या त्या प्रदेशातील इतर जातींबरोबरच ब्रिटिश नेत्यांकडून त्यांच्याकडे साशंकतेने पाहिले जाई, कारण हे लोक म्हणजे साम्राज्याला एक धोका तर होताच; पण त्याबरोबर शेतकरी म्हणून साम्राज्याचा सर्वांत भरभक्कम आर्थिक पाया होता. उदाहरणादाखल अगदी सुरुवातीच्या 'ईस्ट इंडिया गॅझेटियर'मध्ये त्याचे वर्णन 'रानटी व लुटारू मराठे' जे युरोपचे शौर्य व शिस्त यांचे आशिया खंडाने जन्माला घातलेले सर्वांत धोकादायक शत्रू बनू शकतात, असे केले आहे; पण त्यात पुढे म्हटले आहे की, 'मराठा शेतकरीवर्गाला अजूनही पूर्वीच्या आपल्या विजयी परंपरेचा अभिमान वाटतो आणि युद्धात पराक्रम गाजविण्याची आकांक्षाही त्यांच्यात शिल्लक आहे; परंतु त्यांची सध्याची राहणी मात्र काटकसरीची, नेमस्त व समंजस आणि मेहनतीची आवड असणारी आहे.'

सुरुवातीच्या काळात जवळजवळ सर्वच 'मराठ्यां'ना 'कुणबी' मानण्यात येई; परंतु नंतर सध्याप्रमाणेच त्यांच्यामध्ये शहाण्णवकुळी वगैरे कुलवान मराठे आणि सर्वसामान्य कुणबी असा भेद करण्यात येऊ लागला. मात्र, आताप्रमाणेच तेव्हाही दोन्ही विभागांत आंतरविवाह होऊ शकत होता व (अगदी वरची सरंजामी घराणी सोडली तर) दोन्ही विभाग हे मूलतः लष्करी परंपरा असलेले शेतकरीच होते.

अस्पृश्य जातींमध्ये महारांवर गावासाठी आणि त्यातील नाना सरंजामी वतनदारांसाठी सेवेची कामे करण्याचे बंधन होते. जातिव्यवस्थेने ते त्याला बांधलेले होते. मात्र, तामिळनाडू व केरळमधील अस्पृश्यांवर ज्या तऱ्हेची नीचतम गुलामगिरी लादलेली होती त्यापासून ते मुक्त होते. याच जातीने, आधुनिक महाराष्ट्रातील डॉ. बाबासाहेब आंबेडकरांच्या

नेतृत्वाखालील लढाऊ दलित चळवळीला सामाजिक आधार प्राप्त करून दिला. मांग वा मातंग ही अस्पश्यांपैकी एक दुसरी मोठी जात. ही परंपरेने महारांची प्रतिस्पर्धी जात होती आणि कणखरपणा व बंडखोरपणा याबद्दल जास्त प्रख्यात होती. त्या काळी वाळवा तालुका भागात नित्याच्या बनलेल्या दरोडेखोरीत रामोशांच्या बरोबरीने मांग सहभागी होते. इतके की, मांग-रामोशी म्हणजेच दरोडेखोर असे समीकरण भाषेत बनले होते.

आणखी एक महत्त्वाचे सामाजिक-आर्थिक वैशिष्ट्य गॅझेटियरमध्ये नोंदलेले आहे. बहुतांश जमीन जरी एक प्रकारच्या रयतवारी प्रकारात गणली जात असली तरीदेखील जमिनीच्या हस्तांतराचे प्रमाण खूप मोठे होते. ब्रिटिशांच्या विजयाच्या सुमारास, दोन शतकांच्या पेशवाई शासनाच्या परिणामी, अर्थातच ब्राह्मणांच्या हाती मोठ्या प्रमाणावर जमिनी हस्तांतरित झाल्या होत्या. अर्थात, मराठा सरंजामदार तरी राहिले होतेच आणि ब्रिटिशांच्या विजयानंतरही, कोल्हापूर व इतर काही लहान संस्थानांचा कारभार मराठा सरंजामदारांच्या हाती होता; परंतु इतर दोन मोठी (मिरज व सांगली) आणि काही लहान संस्थाने ब्राह्मण राजघराण्यांच्या हाती होती. या सर्वच भागांत बरीचशी इनामेही ब्राह्मणांची होती. फ्रँक पर्लिन यांनी केलेल्या एका अभ्यासपाहणीनुसार पेशवाईच्या उत्तरार्धापासून (१८ वे शतक) मराठा व ब्राह्मण सरंजामदारांनी गावपातळीवरच्या रचनेचा भाग असलेल्या वतन-विशेषाधिकारांचा आपल्या जमीनदाराचा आर्थिक पाया मजबूत करण्यासाठी वापर केला. एखाद्या गावाभोवताली पसरलेल्या अनेक खेड्यांमधील पाटीलकी, देशमुखी वा इनामे इत्यादी विविध हक्क विकत घेऊन एक मोठे जमीनदार घराणे त्या सर्व भागांवर नियंत्रण करू लागले. या जमीनदार वर्गाशिवाय, या भागातील नगदी पिकांच्या व्यापारावर मुख्यतः व्यापारी जातीच्या लोकांचे - स्थानिक वाणी, दक्षिणेकडचे जैन वाणी, तेली व इतर-आणि सर्वांत वर ब्राह्मण पेढीवाल्यांचे नियंत्रण होते.

अशा प्रकारे जिल्ह्यात जातीय-सरंजामदारी रचना होती. शोषक वर्गांमध्ये व्यापारी (ज्यांच्यापैकी बहुतांश व्यापारी जातीचेच व काही थोडे ब्राह्मण होते.) व जमीनदार (यांमध्ये वरचे ब्राह्मण व मराठा सरंजामदार यांच्यापासून अगदी खेड्यातील पाटलांपैकी असत आणि

यातले बहुतेक शहाण्णवकुळी समजले जात.) होते व यांच्या सत्तेला पुरोहितवर्ग व शासन कारभारातील अधिकारी (कुलकर्णी इ.) यांचा पाठिंबा होता. शोषित वर्ग स्तरीकरण न झालेला केवळ 'शेतकरी समुदाय' नव्हता, तर त्यात जातिधिष्ठित विभागणी होती. म्हणजेच त्यात कसणारे शेतकरी (कुणबी, माळी इ.), शेतीसाठी अवजारे तयार करणारे (सुतार, लोहार इ.), तसेच इतरत्र लागणाऱ्या उपभोग्य वस्तू बनविणारे कारागीर (सोनार, कोष्टी इ.) आणि अस्पृश्य (जे शेतीचे व इतर श्रम करीत, तसेच गरजेप्रमाणे इतर काही विशिष्ट नेमलेली कामे करीत.) या सर्वांचा समावेश होता. बहुतेक कारागीर व अस्पृश्य यांची गणना बलुतेदारांत केली जात असे व त्यांना ते करत असलेल्या कामाप्रीत्यर्थ गावात काही अधिकार होते व शेती-उत्पन्नातील काही भागही त्यांना मिळत असे; पण तरी खुद्द शेतजमिनीबाबत त्यांना काहीही हक्क नाहीत असे मानले जात असे. नंतरच्या ब्राह्मणेतर चळवळीने मांडलेल्या भूमिकेतील 'बहुजन समाज' एका बाजूला व 'शेटजी-भटजी' दुसऱ्या बाजूला या विभाजनाचे मूळ या काळच्या अशा परिस्थितीत होते.

वसाहतवादी शासनाने हे वर्ग-जातींचे विभाजन पक्के करून टाकले. १८५० ते १९४२ या जवळजवळ शंभर वर्षांच्या काळात जमीन महसुलात झालेली प्रचंड वाढ आणि व्यापारीकरण झालेल्या वसाहतिक अर्थव्यवस्थेतील उलथापालथ यांच्या परिणामी वारंवार दुष्काळ पडणे, शेतकरीवर्गात व्यापक प्रमाणावर कर्जबाजारीपणा वाढणे आणि नोकरशाहीतील विशिष्ट स्थानांमुळे शेतकऱ्यांच्या जमिनींचे त्या थराकडे झालेले हस्तांतर, हे सर्व होत राहिले. या प्रक्रियेचे विशेष असे होते की, त्यामुळे ब्राह्मण जमीनदारांचे वर्चस्व वाढायला मदत झाली.

ब्राह्मणेतर चळवळ : उठावाची नांदी?

महाराष्ट्रात सरंजामदारीविरुद्धची सर्वांत मोठी चळवळ-ब्राह्मणेतर चळवळ- या पार्श्वभूमीवर वाढली. हा मूलतः जातीय-सरंजामी वर्चस्वाविरुद्धचा सांस्कृतिक व आर्थिक या दोन्ही पातळ्यांवरील उठाव होता. सातारा जिल्हा हे त्याचे एक प्रमुख केंद्र होते. १८७३ साली जोतिबांनी स्थापन केलेला सत्यशोधक समाज त्या काळी या जिल्ह्यात

थोड्या प्रमाणावर पसरला होता; परंतु २० व्या शतकात शाहू महाराजांचा चळवळीत प्रवेश झाल्यानंतर आणि चळवळीला नवशिक्षित ब्राह्मणेतर नेते मिळाल्यावर तिला खरोखर गती आली.

आणि सातारा जिल्ह्यातच, १९१९-२१ शेतकरी उठावात, या चळवळीचा वर्गीय आशय स्पष्ट झाला होता. शेतकरीवर्गातील अनेक वर्षांच्या संघटनात्मक व प्रचारात्मक कार्यानंतर जिल्ह्यात सत्यशोधक जलसे हिंडू लागले. यामुळे लोकांच्या मनात शेतकरी बंडाची प्रेरणा चेतवली गेली. या उठावात एका बाजूला ब्राह्मणांचे उत्सव आणि विधी यांच्याविरुद्ध कृती करण्यात आल्या. विहिरी मुद्दाम 'अपवित्र' करण्यात आल्या आणि मूर्ती फोडणे, ब्राह्मणांच्याविरोधी शिवीगाळ व बीभत्सपणा करणे इत्यादी कृती घडल्या; तर दुसऱ्या बाजूला ब्राह्मण जमीनदारांच्याकडील धान्य लुटणे, शेतीची साधनसामग्री जाळणे आणि ठिकठिकाणी खंडबंदीचे 'संप' अशा गोष्टी घडल्या. त्या वेळच्या जिल्हाधिकाऱ्यांनी या दंगलीबद्दल लिहिले आहे-

'ब्राह्मणांविरुद्ध गुन्हे घडले हे मी नाकारत नाही; परंतु याबाबत केलेल्या पाहणीत असे आढळले आहे की, या हिंसाचाराच्या कृती ते केवळ ब्राह्मण आहेत म्हणून झाल्या नव्हत्या तर ते अप्रिय जमीनदार वा सावकार आहेत म्हणून झाल्या आणि असेही आढळले आहे की, ज्या ब्राह्मणांविरुद्ध गावात काहीही असंतोष नव्हता त्यांना शांततेने खेड्यात राहू दिले जाई.'

विशेष म्हणजे हा शेतकरी उठाव त्याच तालुक्यांमध्ये झाला जी पुढे १९४२ च्या चळवळीत महत्त्वाची केंद्रे होती. ते तालुके म्हणजे तासगाव, खानापूर, वाळवा, कोरेगाव व कऱ्हाड आणि काही प्रमाणात पाटण व सातारा. यावरून प्रश्न असा उभा राहतो की, ही ब्राह्मणेतर-सत्यशोधक चळवळ आणि नंतरचा १९४२ चा राष्ट्रीय उठाव यांचा परस्परांशी संबंध काय? कारण, साधारणपणे असा काही संबंध नाही असे गृहीत धरले जाते. एवढेच नव्हे तर या दोन्ही चळवळी परस्परविरोधातील आहेत असे मानले जाते. वस्तुतः १९३० पर्यंत दोन्ही चळवळींचे नेतृत्व व्यक्तिशः एकमेकांच्या विरुद्धच होते. ब्राह्मणेतर नेते व ब्राह्मणांचे संख्याधिक्य असलेली काँग्रेस हे एकमेकांकडे संशयाने व शत्रुत्वाने पाहात होते; पण असे असूनही, काही महत्त्वाच्या बाबतींत ब्राह्मणेतर

चळवळीने साताऱ्यात प्रति-सरकार आंदोलनासाठी भूमी नांगरून ठेवली होती. जनतेमध्ये निर्माण झालेल्या राजकीय व सामाजिक जाणिवांमध्ये, विशेषतः शिक्षण संस्थांच्या कार्यामध्ये आणि 'बहुजन समाजा'तंगत निर्माण झालेल्या वर्गऐक्याच्या भावनेमध्ये हे दिसते. सरंजामीविरुद्ध व जातपातीविरुद्ध झालेल्या पहिल्या काळातल्या लढ्याच्या प्रक्रियेत निर्माण झालेल्या या गोष्टी पुढच्या राष्ट्रीय चळवळासाठी महत्त्वाचे योगदान ठरल्या.

समाजात प्रभुत्वस्थानी असलेल्या वर्गांची, विशेषतः त्यांपैकी ब्राह्मणांची अधिकारशाही उचलून धरणाऱ्या जातीय विचारसरणीवर त्वेषाने हल्ले करण्यात आले होते. साताऱ्यातील शेतकरी उठावाचे वैचारिक अंतःसूत्र हे प्रामुख्याने फुले यांची समतावादी व बुद्धिप्रामाण्यावादी विचारसरणी होती. ही जातिव्यवस्था ईश्वराने निर्मिलेली नाही तर एका ऐतिहासिक प्रक्रियेतून निर्माण झाली आहे आणि ती नष्ट केली पाहिजे. विज्ञान व समता आधुनिक युगाचे आधारस्तंभ आहेत; या कल्पना प्रभावी होत्या. क्रांतिसिंह नाना पाटील यांच्या एका चरित्रकाराने म्हटल्याप्रमाणे, 'तळच्या वर्गापर्यंत अशी क्रांती पोहोचली होती की, विचारांचे सामर्थ्य त्यांच्यात निर्माण झाले होते...' आपल्यावर कोण अन्याय करताहेत, आपण या अन्यायाचा मुकाबला कसा करायला हवा, याबद्दल तळच्या वर्गांतील बहुसंख्य जनतेत जागृती करणारे हे सर्व लोक सत्यसमाजवादी होते... सत्यशोधकांचे विचार ऐकून माणूस जागा झाला, 'जागृती झाली' ही चळवळीतील एक प्रमुख मांडणी होती. खुद्द प्रचार व चळवळ सोडली तर हे सर्व वेगाने पसरवायचे एक प्रमुख माध्यम म्हणजे तेव्हा चळवळीची मुख्य केंद्रे बनलेल्या शैक्षणिक संस्था हे होते. कोल्हापूरमध्ये शाहू महाराजांनी व साताऱ्यामध्ये कर्मवीर भाऊराव पाटलांच्या रयत शिक्षण संस्थेने स्थापन केलेली वसतिगृहे व महाविद्यालये यांनी शेतकरी, कारागीर आणि अस्पृश्य विभागातीलसुद्धा शेकडो तरुणांना शिकवून तयार केले. १९३०च्या सुमारास हे नवयुवक व शिक्षण राष्ट्रवादी बनू लागले आणि ब्राह्मण वा उच्च जातींतील शिक्षकांच्या तुलनेने, ते काम करत असलेल्या खेड्यापाड्यांत त्यांची मुळे खोलवर रुजलेली होती आणि त्यांना पाठिंबा होता. विद्यार्थी व सहावी-सातवीपर्यंत शिक्षण घेतलेले तरुण शेतकरी हे १९४२ च्या भूमिगत कार्यकर्त्यांमधील प्रमुख

घटक होते, ते कार्यात आघाडीवर होते आणि शिक्षक हे या चळवळीत सहानुभूतीदार किंवा कार्यकर्ते म्हणून इतके केंद्रीय महत्त्वाचे होते की, अण्णाभाऊ साठे या मातंग समाजातील प्रसिद्ध साहित्यिकाने त्या काळी लिहिलेल्या एका कांदबरीचे नावच मुळी 'मास्तर' असे आहे.

हे शिक्षित युवक संपूर्ण बहुजन समाजाचे प्रतिनिधित्व करीत असल्याचा दावा सार्थपणे करत होते. हा बहुजन समाज काय होता? त्यात भूमिहीन व वेठबिगारीने अर्धवट बांधलेल्या अस्पृश्य मजुरांपासून आणि गरीब कारागिरांपासून श्रीमंत शेतकरी व वाढत्या शिक्षित मध्यमवर्गापर्यंत अनेक विभाग होते. असेही म्हणता येईल की, ब्राह्मण व मारवाडी सावकार-जमीनदारांविरुद्धच्या आंदोलनाचा फायदा घेऊन, स्वतःला प्राथमिक स्वरूपातले सहकारीकरण आणि १९२० पासून कूपर व किर्लोस्कर या कारखानदारांकडून या जिल्ह्यात विकले जाणारे लोखंडी नांगर व इतर उपकरणे वापरण्यास सुरुवात करून आणि ब्राह्मणेतर पक्षाच्याद्वारे राजकीयदृष्ट्या संघटित होऊन, श्रीमंत शेतकऱ्यांची एक नवी वर्गशक्ती जन्माला येत होती आणि ती स्कूल बोर्ड व जिल्हा परिषदेपूर्वीचे जिल्हा लोकल बोर्ड यांच्यावर सत्ता मिळविण्यासाठी धडपडत होती; परंतु हा वर्ग एक भक्कम, वेगळे अस्तित्व असलेला सत्ताधारी शोषितवर्ग बनलेला नव्हता. अद्यापही सरंजामी सत्ता व वसाहतवादी शासनकर्ते यांच्याविरुद्धच्या लढ्यात त्याचे हितसंबंध सर्व श्रमिकांच्या हितसंबंधांशी मिळतेजुळते होते आणि सातारा भागातील ब्राह्मणेतर चळवळीची विचारसरणी जी सामाजिक बंडखोरीचा विचार सांगत होती, ती बहुतांश या वर्गाने स्वतःची म्हणून स्वीकारलेली विचारसरणी होती; तिच्यामुळे पक्की व्यापक एकजूट व्हायला आणि ढोबळपणे पाहता या भागात वर्गजागृती व्हायला मदत झाली.

ब्राह्मणेतर चळवळ ही सुरुवातीला राष्ट्रीय चळवळीच्या विरोधात होती हे खरे आहे; पण स्वतःचा वसाहतवाद हाही शत्रू ओळखल्यानंतर बहुजन समाजाने राष्ट्रीय होणे हे साहजिकच होते. सरंजामशाही व जातिव्यवस्था यांच्याविरुद्धच्या लढ्याच्या प्रक्रियेत स्वतःची एकजूट व ताकद वाढविणे, सर्वदूर सामाजिक व राजकीय जागृती पसरविणे व खुद्द बहुजन समाजातूनच एक नेतृत्व निर्माण करणे, याद्वारे खरे तर ब्राह्मणेतर चळवळीने राष्ट्रीय आंदोलनासाठी भारतातील इतर भागांमध्ये आढळणार

नाही इतका सखोल व पक्का पाया तयार केला; पण जेव्हा ब्राह्मणेतर जाणिवा राष्ट्रवादी बनल्या तेव्हाच हे पुढचे पाऊल टाकले गेले.

१९२० मध्ये ही प्रक्रिया सुरू झाली; जेधे व जवळकरांसारखे तरुण व लढाऊ सत्यशोधक नेते राष्ट्रीय स्वातंत्र्यलढ्यात भाग घेऊ लागले. मात्र, १९३० नंतरच त्यांच्या नेतृत्वाखाली महाराष्ट्रातील शेतकरी समाज काँग्रेसच्या चळवळीत सामील झाला. सातारा जिल्ह्यात १९३२ चा जंगल सत्याग्रह हा निर्णायक वळण देणारा प्रसंग ठरला, कारण राष्ट्रीय लढ्यातील शेतकऱ्यांच्या हितसंबंधांना दाद देणारी ती पहिली महत्त्वपूर्ण मोहीम होती आणि काँग्रेसची ती एकमेव अशी मोहीम होती की, जिचे नेते पुढे १९४२च्या आंदोलनातही कार्यरत झाले. शिराळपेट तालुक्यात मोहिमेला जोरदार प्रतिसाद मिळाला. १९३२ मध्ये बिळाशी या गावात पोलिसांनी केलेल्या गोळीबारात तिरंगी झेंड्याचे रक्षण करणारे दोघे निदर्शक मृत्युमुखी पडले. १९३२ मधील सविनय कायदेभंगाची मोहीमसुद्धा लक्षणीय ठरली, कारण तिच्यात नाना पाटील यांनी संपूर्ण शक्तिनिशी सहभाग घेतला होता. त्या वेळी वाळवा तालुक्यातील शेतकरी थरातून आलेला हा तरुण एक तलाठी आणि काही काळ सत्यशोधक चळवळीतही होता. नाना पाटलांच्या प्रभावी भाषणांनी शेतकरीवर्गाला प्रथमच मोठ्या प्रमाणावर समुदाय म्हणून उठवले. (त्यांच्या चरित्रकारांच्या म्हणण्यानुसार) नाना पाटलांचे काँग्रेस नेतृत्वाबरोबरचे संबंध या वेळेपासून पुढेपर्यंत तणावाचे राहिले; नंतरच्या निवडणुकांमध्ये त्यांनी ब्राह्मणेतर पक्षाच्या नेत्यांना पाठिंबा दिल्याचा त्यांच्यावर आरोप केला गेला; पण असे असूनही इतर कोणापेक्षा नाना पाटील हे ब्राह्मणेतर समुदायांनी काँग्रेसमध्ये जाण्याच्या प्रक्रियेचे प्रतीक बनले होते आणि यामुळे खुद्द काँग्रेसच्या कार्याला एक नवी चालना मिळाली.

तरुण शिक्षित गटाच्या नेतृत्वाखाली बहुजन समाज जेव्हा राष्ट्रवादी बनला, तेव्हा त्याच्या राष्ट्रवादाचे केंद्र गांधीजी झाले होते, कारण महाराष्ट्रातील जनतेच्या दृष्टीने म. गांधी हे अशा एका नव्या सामाजिक सुधारणावादी काँग्रेस नेतृत्वाचे प्रतीक होते की, जे नेतृत्व लो. टिळकांना मानणाऱ्या जुन्या परंपरावादी नेतृत्वाच्या विरोधात होते; परंतु खऱ्या अर्थाने फारच थोडेजण गांधीवादी होते आणि महत्त्वाची गोष्ट म्हणजे १९४२ च्या पूर्वी त्यांचे काँग्रेस पक्षाशी संघटनात्मक संबंध मर्यादित

होते. तसेच या बहुजन समाजाचे डाव्या पक्षाशीही फारसे संबंध आले नाहीत. साताऱ्यामध्ये समाजवादी फारच थोडे होते व ब्राह्मणेतरांत तर हाताच्या बोटांवर मोजण्याइतकेच होते. कम्युनिस्टांबद्दल बोलायचे तर या जिल्ह्यात १९३९ मध्ये पहिला मराठा कम्युनिस्ट झाला आणि तोही वैयक्तिक सत्याग्रहामुळे जेलमध्ये गेल्यानंतर! जिल्ह्यात एवढेच नव्हे तर महाराष्ट्र राज्यातच संघटित किसान सभा अस्तित्वात नव्हती. (याचे कारण नीटसे कळत नाही.) फक्त अधूनमधून शेतकरी सभा होत असत. अशा प्रकारे राष्ट्रीय चळवळीत जी 'मराठा लाट' किंवा 'शेतकरी लाट' येत होती, तिच्या कृतींना आवर घालायला किंवा वरून तिला योग्य नेतृत्व द्यायला लागणाऱ्या कोणत्याही प्रकारच्या संघटनात्मक बांधणीशिवाय ती येत होती.

१९४२ : करा किंवा मरा

ऑगस्ट ८ : ऑल इंडिया काँग्रेस कमिटीच्या अधिवेशनात 'छोडो भारत'चा ठराव मंजूर केल्यानंतरच्या काही तासांतच इंग्रज राज्यकर्त्यांनी राष्ट्रीय चळवळीच्या प्रमुख नेत्यांना पकडून तुरुंगात टाकले; परंतु उलट अशा प्रकारे वरिष्ठ नेतृत्व दूर केले गेल्यानंतरच्या अवस्थेत, भारताने यापूर्वी कधीही पाहिला नव्हता असा जनतेचा प्रचंड उठाव झाला.

यानंतर झालेले मोर्चे, हल्ले, घातपात व ठिकठिकाणी झालेल्या भूमिगत हालचाली यांचे वर्णन 'उत्स्फूर्त क्रांती' असे केले गेले आहे; परंतु तिच्यातील सर्व हिंसाचार धरूनसुद्धा ही क्रांती गांधीजींनी (नेतृत्व केलेली नसली तरी) त्यांनीच जन्म दिलेली होती. याचे कारण म्हणजे, १९४२ च्या ऑगस्टच्या वर्षभर आधी गांधीजींनी जपान्यांच्या संभाव्य आक्रमणाच्या संदर्भात स्वसंरक्षणासाठी होणाऱ्या हिंसेचे समर्थन करणारी काही निश्चित विधाने केलेली होती. एवढेच नव्हे तर ब्रिटिश राज्याविरुद्ध असे मार्ग आचरण्यामध्ये अनैतिक काही नाही असा समज व्हावा अशा प्रकारे या राजवटीवर त्यांनी निषेधपर टीका सुरू केली होती. जनतेचे मानस उद्रेकाच्या अवस्थेत होते. खऱ्या अर्थी परिवर्तनवादी चळवळ करण्यासाठी डाव्या शक्तींकडून येणारा दबाव वाढत होता आणि अशा वेळी गांधीजींनी हळूहळू अभूतपूर्व प्रमाणावरच्या एका प्रचंड सत्याग्रह-आंदोलनाची तयारी केली. माहीत झालेले प्रत्येक तंत्र आणि काही नवी

तंत्रेही ज्यात वापरली जातील असा हा उघड विद्रोह असेल अशी या सत्याग्रहाबद्दल सर्वांची धारणा होती. सर्व सरकारी कचेऱ्यांवर बहिष्कार, कर व सारा न देणे, सामूहिक सविनय कायदेभंग, सरकारी नोकर व लष्करी कर्मचारी यांना उघडपणे पण अहिंसक मार्गाने राजीनामा द्यायला उद्युक्त करणे, 'शांततेने' दळणवळण बंद पाडणे आणि प्रति-सरकार स्थापन करणे, या सर्वांचा उल्लेख करण्यात आला होता. मात्र, अधिकृतपणे कोणताही कार्यक्रम दिला गेला नव्हता.

नेत्यांच्या अटकेमुळे अशा जनमोहिमेचे संकल्पित नेतृत्वच नष्ट झाले. मात्र, उठावाच्या मूडमध्ये असलेल्या जनतेला (साताऱ्यातील भूमिगत लोकांनाही) जे आठवत होते ते म्हणजे मुख्यतः दोन मुद्दे – 'करेंगे या मरेंगे' आणि 'प्रत्येकाने स्वतःलाच नेतृत्व देऊ या' आणि या दोन गोष्टी पुरेशा होत्या. याचा परिणाम असा झाला की, साताऱ्यातील भूमिगत कार्यकर्त्यांनी गांधीजींच्या नावानेच त्या काळी सर्व कृती केल्या. एवढेच नव्हे तर आजही ते असेच म्हणतात की, आम्ही त्या वेळी तारा कापल्या, बंदुका हस्तगत केल्या, दरोडेखोर व पोलिसांबरोबरच्या सशस्त्र चकमकींत सहभाग घेतला, जनता कोर्टात दोषी ठरलेल्यांना मारहाण केली आणि शेवटी १९४४ मध्ये गांधीजींनी व्यक्त केलेल्या इच्छेनुसार सरकारला शरण जायचे नाकारले. हे सर्व गांधीजींच्या मार्गाला अनुसरूनच आम्ही करत होतो.

वरिष्ठ नेत्यांना अटक झाल्यानंतर, साताऱ्याचे उरलेले प्रतिनिधी मुंबईत भेटले; त्यात यशवंतराव चव्हाण, रामानंद स्वामी, विठ्ठलराव पागे, वसंतदादा पाटील आदी होते. नंतर ते साताऱ्याला परतले आणि कऱ्हाडला त्यांनी दोन दिवसांची एक बैठक घेतली असे म्हटले जाते. काहीजण भूमिगत समाजवाद्यांशी संबंध ठेवून होते अशीही शक्यता आहे. सातारला परत आलेल्यांमध्ये बापूराव जगताप (ज्यांना पहिल्या तडाख्यात अटक झाली.) आणि पांडुरंग बोराटे (ज्यांनी या चळवळीत भाग घेण्यासाठी कामावर पाणी सोडले होते.) यांच्यासारखे गिरणी कामगारही होते. कऱ्हाडच्या बैठकीत एक भूमिगत गट आणि एक सत्याग्रहींचा उघड गट अशा दोन संघटना करायचे ठरले. अशी ही संघटना पहिल्यापासूनच अस्तित्वात होती. मात्र, प्रति-सरकार स्थापन केले ते या संघटनेने नव्हे!

पहिल्या मोहिमेत, तालुका व इतर सरकारी केंद्रांतील कचेऱ्यांवर जनतेचे मोर्चे नेण्यावर भर होता. खरे तर तो सत्याग्रह नव्हता. ते मोर्चे मूलतः अहिंसक होतेच असे नाही; तसेच शत्रूवर त्याचे 'हृदयपरिवर्तन व्हावे' म्हणून नैतिकतेचा आग्रह धरणारे, नीतिबळाचा दबाव आणणारेही ते नव्हते. उलट एक कार्यकर्ता म्हणाला त्याप्रमाणे त्यांचा रोख 'ब्रिटिशांच्या सत्तेची केंद्रे हस्तगत करण्यावर' होता. असे दिसते की, 'ऑगस्ट-क्रांती'च्या पहिल्या अपार उत्साहाच्या काही दिवसांत, आपण ही दुष्ट वसाहतवादी राजवट स्वतःच्या हातांनी नष्ट करू शकू आणि स्वतःची सत्ता स्थापू शकू अशाच कल्पनेने जनसमुदायांनी सरकारी कार्यालयांवर संचलन केले. चौदा ऑगस्ट ते दहा सप्टेंबरच्या दरम्यान कऱ्हाड (सुमारे ४०००), तासगाव (८०००), वडूज (७०००) आणि इस्लामपूर (६०००) असे चार प्रमुख मोर्चे झाले. अर्थातच शस्त्रहीन जनसमुदाय सत्ता ताब्यात घेईल हा भ्रम पोलिसांच्या गोळ्यांनी फार लवकर नष्ट झाला. वडूज व इस्लामपूर येथे पोलिसांनी केलेल्या गोळीबारात नऊजण ठार झाले.

खुल्या चळवळीवरील या दडपशाहीने भूमिगत कार्याला आणि घातपाताला जोर चढला. तारा तोडणे व रेल्वेवरील दोन दरोडे (१६ ऑगस्ट व १० सप्टेंबर) असे प्रकार सुरुवातीपासून घडत होते. आता तीच चळवळीची प्रमुख कृती बनली आणि केवळ सरकारवर दबाव आणण्याचा व त्याला जेरीला आणण्याचा एक डावपेच म्हणून नव्हे, तर सत्ता ताब्यात घेण्याच्या मार्गातील एक पुढचे पाऊल म्हणून त्याचे समर्थन करण्यात आले. क्रांतिकारक जर ब्रिटिशांची सत्ताकेंद्रे ताब्यात घेऊ शकत नसतील तर मग ते शहरी केंद्रे व भारताचे हृदय असणारा ग्रामीण भाग यांच्यातील संपर्क तर तोडू शकतात.

घातपात व भूमिगत प्रतिकाराचा पहिला कालखंड (सबंध देशातील चळवळीप्रमाणे) १९४३ च्या सुरुवातीपर्यंत चालला. या कालावधीत कुंडल बँकेची लूट, शिराळ्यामधील अनेक पोलीस पाटलांचे राजीनामे, बऱ्याच डोंगराळ भागांतील व पठारावरील खेड्यांतील जंगलजमिनी ताब्यात घेणे, पोलिसांबरोबरची गोळाबारी, बंदुका पळवणे व तुरुंग फोडणे इत्यादी प्रकार झाले. (पांडू मास्तर व किसन वीर हे प्रमुख नेते जेलमधून यशस्वीरीत्या पळाले तर वसंतदादा पाटील आणि त्यांच्या

सहकाऱ्यांनी निसटून जाण्याचा शौर्याचा पण अयशस्वी प्रयत्न केला होता.) बरेच स्थानिक गट आपापल्या परीने हालचाली करत असल्याने हा एकंदर खूपच गोंधळाचा कालखंड होता. ढोबळमानाने यशवंतराव चव्हाण सर्वसाधारण नेतृत्व करत होते. त्या वेळच्या काँग्रेसच्या भाषेत ते 'डिक्टेटर' होते आणि काँग्रेसच्या मुंबईतील भूमिगत केंद्राचे प्रतिनिधी अच्युतराव पटवर्धन यांच्याशी ते संपर्क ठेवून होते; परंतु पोलिसांच्या पाशवी दडपशाहीमुळे चळवळीचे कार्य मंदावले. १९४२ च्या शेवटी साताऱ्यातील २००० जण तुरुंगात होते. हे स्पष्ट झाले होते की, एकंदर भारतभरातील 'प्रतिकारा'चा कणा ब्रिटिशांनी मोडून काढला होता.

आणि अगदी याच घटकेला, १९४३ च्या सुरुवातीच्या महिन्यात, खुद्द 'प्रति-सरकार' आंदोलनाची सुरुवात करणारे काही महत्त्वाचे निर्णय घेतले गेले. केवळ समुदायांचे मोर्चे-निदर्शन व घातपात यांच्याऐवजी आता काहीतरी नवीन घडत होते. १९४३ च्या फेब्रुवारीत किवळ (ता. कऱ्हाड) येथे आणि ३ जूनला कामेरी (ता. वाळवा) येथे झालेल्या भूमिगत कार्यकर्त्यांच्या दोन बैठकांमध्ये हे निर्णय घेण्यात आले. वरवर पाहाता भारतभर चळवळ दडपली गेली असे दिसत असले तरी लढा चालूच ठेवायचा आणि खेड्यात न्यायदान मंडळे (किंवा जनता कोर्ट) स्थापन करून जनतेची सत्ता प्रस्थापित करण्याकडे जायचे असा ठराव किवळ येथील बैठकीत झाला. यामध्ये एका नव्या नीतीला जन्म देण्याचा प्रश्न होता. आदर्श स्वातंत्र्यसैनिक हा आता केवळ नीतिमान सत्याग्रही असणार नव्हता; तर तो ब्रिटिशांच्या तुरुंगातून यशस्वीरीत्या निसटून स्वतःचे कार्य चालू ठेवणारा कार्यकर्ता होता. आम्ही 'करू किंवा मरू' अशी शपथ घेतली आहे, ती पाळणारच ही कार्यकर्त्यांची धारणा होती. कामेरीच्या बैठकीमध्ये यशवंतराव चव्हाणांच्या गटाने या निर्णयाला विरोध केला. चव्हाणांना यापूर्वीच अटक झाली होती आणि कामेरी येथे त्यांच्या गटाने अशी भूमिका मांडली की, इतरत्र सर्वच ठिकाणी चळवळ पराभूत झालेली असताना, स्थानिक पातळीवर असा लढा देणे निरुपयोगी आहे; त्यामुळे केवळ साताऱ्यातील लोकांवर पोलिसांची वाढती दडपशाही होईल. खुद्द अच्युतराव पटवर्धन आणि समाजवाद्यांनी त्यांना हा सल्ला दिला आहे, असे या गटाचे म्हणणे होते.

परंतु अगदी १९४३ च्या मध्यालासुद्धा भूमिगत कार्यकर्त्यांची

अनुभवावरून अशी खात्री पटली होती की, चळवळ चालू ठेवण्यात वावगे व निष्फळ काही नाही. चळवळीत काम करायचे म्हणून शाळेला रामराम ठोकलेला एक कार्यकर्ता माधवराव जाधव याने किवळ येथील बैठकीनंतर लगेचच कऱ्हाडच्या पोस्ट ऑफिसवर चित्तथरारक दरोडा घातला आणि चळवळीच्या इतर नव्या नेत्यांना भेटण्यासाठी तो ग्रामीण भागात निसटून गेला. अशा कृत्यांनी तरुणांच्या हृदयात मोठी स्फूर्ती निर्माण होई. अकरा एप्रिलपर्यंत पोलिसांकडून वीस पिस्तुले आणि बारा-तेरा बंदुका पळवण्यात आल्या. दोन खेड्यांतील सरकारी कागदपत्रे नष्ट करण्यात आली. एका मुस्लीम तरुणाने (शेख काका) सरकारी गोदामांवर सशस्त्र हल्ला चढविला व ती फोडून, गरिबांना धान्य वाटून टाकले आणि प्रति-सरकारच्या कारभाराचीही सुरुवात झाली. जनता न्यायालयात सुमारे २५ खटल्यांचा निकाल लागला. या सगळ्या घटनांमुळे स्थानिक लढा चालू ठेवणे निष्फळ आहे हे स्थानिक कार्यकर्त्यांना पटणे शक्य नव्हते; याहून महत्त्वाचे म्हणजे या तरुण लढाऊ कार्यकर्त्यांपैकी बहुसंख्यजण चळवळीचा संघटनात्मक काहीही अनुभव नसताना वा प्रस्थापित नेतृत्वाशी जवळचे संबंध नसताना चळवळीत आलेले होते. ते जहाल राष्ट्रवादी होते; पण ब्राह्मणेतरवादाशी संबंधात आलेले असल्यामुळे काँग्रेसच्या प्रस्थापित नेतृत्वाविषयी त्यांच्या मनात साशंकता होती 'अधिकारी नेत्यां'चे आदेश ते मानणार नव्हते - जरी पटवर्धनांची भूमिका जाणून घेण्याकरता त्यांनी दोनजणांचे एक प्रतिनिधी मंडळ मुंबईला पाठविले होते.

अशा प्रकारे कामेरी येथील बैठकीत त्यांनी लढा चालू ठेवायचे ठरविले आणि नंतर फेब्रुवारी ते जून १९४३ या काळात, राष्ट्रीय पातळीवरील चळवळ ओसरली असताना, काँग्रेस संघटनेतील आपल्या ज्येष्ठ मराठा नेतृत्वाच्या सल्ला व उपदेश डावलून आणि स्थानिक पातळीवरील स्वतःच्या निर्णयानुसार सातारा जिल्ह्याच्या प्रति-सरकारचा जन्म झाला.

प्रति-सरकारची रचना अत्यंत सैल होती. घर सोडायला तयार झालेले, एका गावाहून दुसऱ्या गावात फिरणारे, न्यायदान मंडळाचे काम करणारे, पोलिसांशी व गुंडांशी प्रसंगी बंदुकींनी सामना करणारे अशा ८० ते १०० भूमिगत कार्यकर्त्यांचा पायाभूत संच हा त्याचा

गाभा होता. बंदुका व दारूगोळ्याच्या तुटवड्यामुळे फक्त प्रमुख नेतेच बंदुका बाळगत; पण बाकीचे लढायला सज्ज होते.

या केंद्रीय संचाबद्दल जी काही माहिती मिळते त्यावरून असे आढळते की, त्यामध्ये बहुजन समाजातील साधारणतः तरुण व शिक्षित विभागातून आलेले हे पुरुष होते. यांपैकी ४६ जणांची तपशीलवार माहिती मिळाली आहे, तीवरून असे दिसते की, त्यांपैकी २३ जण मराठा-कुणबी, ७ ब्राह्मण, ५ व्यापारी जातींपैकी (येथे हे लक्षात ठेवले पाहिजे की, दक्षिण महाराष्ट्रात जैन समाजाचा भाऊराव पाटलांसारख्या नेत्यांकरवी ब्राह्मणेतर चळवळीशी संबंध होता.), ७ बलुतेदार जातीचे व २ मुस्लीम होते. यांपैकी ३५ जण ४ थी ते ७ वीपर्यंत, तर ७ जण त्याहून अधिक शिकलेले होते. २१ जण शेतकरी कुटुंबांतील होते, तर ११ जण कामगार वा शेतमजूर कुटुंबांतील आणि उरलेले पांढरपेशा, जमीनदार व व्यापारी कुटुंबांतील होते. १९४२ व्या उठावाच्या वेळी यांपैकी २५ वर्षे वयाच्या आतील १९ जण होते, तर २५ ते ३५ च्या दरम्यान २३ जण होते.

संघटनात्मक रचना व निर्णय प्रक्रिया

हे कार्यकर्ते स्थानिक गटात काम करत. हे गट कृतिविषयक निर्णय घेणे व त्यानुसार कार्य करणे याचा पायाभूत आधार होते. असे चार मुख्य गट होते : १) जिल्ह्याच्या दक्षिण भागातील (पूर्व वाळवा व तासगाव) कृष्णा नदीकाठचा भाग आपले कार्यक्षेत्र म्हणून निवडलेला कुंडल वा पूर्वेचा गट. हा येडे-मच्छिंद्रचे नाना पाटील, कुंडलचे जी. डी. लाड, नाथाजी लाड व आप्पा लाड आणि वाळव्याचे नागनाथ नायकवडी या सर्वांच्या नेतृत्वाखाली कार्यरत होता. हे सर्वजण मराठा होते आणि चळवळीच्या सबंध काळात त्यांच्यापैकी एकहीजण पकडला गेला नव्हता! २) शिराळपेट वा पश्चिमेचा गट हा प्रथम एक वयस्कर ब्राह्मण काँग्रेस कार्यकर्ते बाबूराव चरणकर यांच्या नेतृत्वाखाली होता आणि नंतर बर्डेगुरुजी हे जैन समाजातील शाळामास्तर व वाटेगावचे काँग्रेस कार्यकर्ते यांच्या (शेवटी यांपैकी पहिले सरकारला शरण गेले व दुसरे १९४४ मध्ये पकडले गेले.) आणि नंतर कासेगावचे एक मराठा गरीब शेतकरी बाबूराव पाटणकर यांच्या नेतृत्वाखाली होता. ३) कऱ्हाड वा मध्य

भागाचा गट हा पहिल्यांदा यशवंतराव चव्हाण यांच्याशी संबंधित होता; परंतु नंतर तो माधवराव जाधव व कासेगावचे लक्ष्मणराव कुलकर्णी (धन्वंतरी) यांच्या नेतृत्वाखाली गेला. ४) उत्तरेचा गट हा वाईमधील शिंपी समाजातील किसन वीर यांच्या नेतृत्वाखाली होता. हे मुख्य गट वेळोवेळी त्याहून लहान अशा स्वतंत्र उपगटांना जन्म देत. उदाहरणार्थ, पाटण तालुक्यात काम करणाऱ्या बुवा म्हावशीकर या मराठा तरुणाच्या नेतृत्वाखालील असा एक गट होता, कोरेगाव तालुक्यात एक होता, कऱ्हाड तालुक्याच्या उत्तर भागातील तांबवे गावी आणखी एक गट होता.

हे गट परस्परांशी सैलसर समाईक शिस्त व कार्यक्रम यांनी जोडले गेले होते. अधूनमधून जिल्ह्यातील सर्व प्रमुख कार्यकर्त्यांच्या सभा होत; त्यामध्ये कार्यक्रमविषयक ठराव मंजूर करणे, महत्त्वाच्या प्रश्नांवर चर्चा करणे, कार्यकारी मंडळ व नेता (डिक्टेटर) निवडणे या गोष्टी होत असत. निवडलेले डिक्टेटर असे होते : १९४३ च्या फेब्रुवारी ते जून या काळात धन्वंतरी, १९४३ च्या सप्टेंबरपर्यंत किसन वीर, १९४४ च्या मार्चपर्यंत पुन्हा एकदा धन्वंतरी व त्यानंतर शेवटपर्यंत किसन वीर. याशिवाय त्यांचा मुंबईतील भूमिगत समाजवाद्यांशीही संबंध होता. सातारा जिल्ह्यातील कार्यकर्ते त्या नेतृत्वाचा सल्ला व संमती घेत. मात्र, ते त्यांच्याकडून आदेश घेत नसत. उदाहरणार्थ, १९४३ च्या ऑक्टोबरमध्ये मुंबईचा एक प्रतिनिधी चळवळीचे काम पाहायला पाठवण्यात आला होता, कारण समाजवादी नेत्यांना चळवळीत नक्की काय चालले आहे हे ठाऊक नव्हते आणि हिंसाचाराच्या वावड्यांनी त्यांना अस्वस्थ करून टाकले होते. ही गोष्ट प्रति-सरकार चळवळीचे काम किती प्रमाणात स्वतंत्रपणे चालू होते याची निदर्शक आहे. तसेच, पटवर्धनांनी जेव्हा सर्व दखखन भागासाठी डिक्टेटर म्हणून कोल्हापूरच्या एका नेत्याचे नाव सुचवले, तेव्हा सातारच्या गटाने निर्णायकपणे त्याला विरोध केला.

जनसमुदायांच्या पातळीवर क्रांतिसिंह नाना पाटील हे प्रति-सरकारचे प्रमुख प्रतीक बनले. मात्र, नाना पाटील हे केव्हाही डिक्टेटरपदी नव्हते किंवा आंदोलनातील मोठ्या प्रमुख कृतीमध्ये त्यांनी प्रत्यक्ष कधी भाग घेतला नाही. ज्या कुंडल गटाचे ते नेते होते, त्याने ब्रिटिशांच्या हाती ते पडू नयेत म्हणून असे करण्याचा निर्णय घेतला होता; इतके

चळवळीत त्यांचे स्थान महत्त्वाचे होते. याउलट त्यांचे नाव वापरून कुंडल गटाने जे जे करता येईल ते केले. १९४२ च्या सुरुवातीला त्यांचे नाव इतके व्यापक प्रमाणावर पसरले होते आणि लोकप्रिय झाले होते की, एखाद्या शाळकरी मुलाला पोलिसाने हटकल्यावर तोसुद्धा 'नाना पाटलांनी मला हे करायला सांगितले' असे उत्तर देई आणि म्हणूनच, चळवळीच्या संपूर्ण काळात नाना पाटील हे लपून होते तरी सातारचे प्रति-सरकार हे त्यांच्या नावाशी एकरूप झाले होते.

न्यायदान मंडळांची रचनासुद्धा साधी, सोपी, सैलसर होती. आधीच अस्तित्वात असलेल्या जात व गावपंचायती यांच्या आधारे ती निर्माण झाली नव्हती, त्यांच्यापासून ती स्वतंत्र होती. काही ठिकाणी मात्र काँग्रेस संघटनेची वा नंतर राष्ट्र सेवा दलाची केंद्रे यांचा स्थानिक पातळीवर संघटनात्मक आधार त्यांना प्राप्त झाला. त्यांच्या कामाची पद्धत मुख्यतः अशी होती : एखादी घटना झाल्यानंतर खटला चालवण्याचे ठरवल्यावर भूमिगत कार्यकर्ते त्या गावात येत, एखादी सभा बोलावत, लोकांचे म्हणणे ऐकत आणि सर्वांच्या सल्ल्याने पण स्वतःच निर्णय घेऊन तो अमलात आणत असत. यात फारच थोडी औपचारिक लोकशाही कार्यपद्धती होता. (अंशतः चळवळीतील उत्स्फूर्तता आणि काही बाबतींतली अपरिक्वता यामुळेच ही स्थिती होती.) मात्र, लोकशाहीचा आशय त्यात होता - निर्णय हे लोकांचे, लोकांच्या सल्ल्याने घेतले जात.

जसजसा काळ उलटत होता, तसतशी प्रति-सरकारची घडण जास्त घट्ट होत गेल्याचे चित्र दिसते. उदाहरणार्थ, १९४४ च्या मार्चमधील बैठकीत कार्यकारी मंडळी व डिक्टेटर यांची नियुक्ती केली गेली; एवढेच नव्हे तर तीन म्होरक्यांची नियुक्ती झाली (पश्चिमेकडील भागासाठी पांडूमास्तर, पूर्वेसाठी जी. डी. लाड आणि उत्तर-मध्य भागासाठी पांडुरंग बोराटे). संपूर्ण जिल्ह्याचे २० भाग पाडण्यात येऊन प्रत्येक भागाचा एक विभागनायक नेमला गेला. प्रत्येक खेड्यात न्यायदान मंडळ, सेवा दल व ग्रंथालय स्थापन करायचेही या बैठकीत ठरले. श्री. गोखले यांच्या 'जागृत सातारा' या पुस्तकात जी माहिती दिली आहे, त्यानुसार सुमारे ९५ गावांत न्यायदान मंडळे, १३० गावांत सेवा दलांची केंद्रे, तर १०० गावांत ग्रंथालये होती. गांधीजींच्या 'रामराज्या'च्या

कल्पनेवर आधारित एक राज्यघटना जवळच्या औंध संस्थानातील कार्यकर्त्यांनी बनवली होती, त्या धर्तीवर एक राज्यघटना १९४५ च्या मार्चमधील बैठकीत मंजूर करण्यात आली. त्या वर्षाच्या शेवटी 'तुफान सेना' या नावाने आपले सशस्त्र कार्य चालू ठेवणाऱ्या कुंडल गटाने या सेनेला औपचारिक स्वरूप द्यायला सुरुवात केली आणि दरोड्यांमधून जमा केलेला पैसा व्यायामशाळा बांधण्याच्या कामी, प्रशिक्षण देण्यासाठी व गणवेशांसाठी वापरण्यात येऊ लागला. असे सर्व असूनही प्रति-सरकारची रचना मूलतः स्थानिक व अनौपचारिक अशीच राहिली.

दरोडेखोर व न्यायदान मंडळे

लढा चालू ठेवायचा निर्णय झाल्यानंतर प्रति-सरकारच्या कार्यकर्त्यांना पडलेला प्रमुख प्रश्न म्हणजे फक्त पोलिसांशी संघर्ष करायचा की सातारा जिल्ह्याच्या दक्षिण भागात धुमाकूळ घालणाऱ्या दरोडेखोरांशीही संघर्ष करायचा? हे दरोडेखोर त्या काळी त्या भागातील एक शक्ती बनले होते आणि प्रति-सरकार स्थापन होणे ज्या कारणांमुळे शक्य झाले, त्यांपैकी काहींमुळेच हे शक्य झाले होते. डोंगरकपाऱ्यांमध्ये आसरा घेणे व ब्रिटिश पोलीस सहज जाऊ शकत नसत अशा लहानलहान संस्थांनी राज्यांचा फायदा घेणे दरोडेखोरांना शक्य झाले. बरेच लोक आधीच्या दरोडेखोरांचेच पहिले 'प्रति-सरकार' म्हणूनही वर्णन करतात. सामाजिकदृष्ट्या त्यांचे स्वरूप दुहेरी होते. एका बाजूला मुख्यतः गरीब, तळच्या जातींतील तरुण मुले त्यात असत; ही 'फरारी' होत आणि त्यांना उपजीविकेचे इतर सर्व मार्ग बंद असल्याने गुन्हेगार म्हणून जीवन जगत... काही कार्यकर्त्यांचे असे मत होते की, हे दरोडेखोर ब्रिटिशांना विरोध करणारी एक मोठी शक्ती आहे आणि त्यामुळे त्यांच्यासारख्या राष्ट्रवाद्यांनी स्वतःच्या लढ्यात दरोडेखोरांशी दोस्ती करण्याने फारसे काही बिघडणार नाही.

दुसऱ्या बाजूला हे दरोडेखोर गरीब व मध्यम शेतकरी, गरीब गुराखी, कारागीर व इतरांनाही लुटत; बऱ्याचदा गावातील श्रीमंतांमधील गटांच्या मदतीने ते ही कृत्ये करत आणि जरी त्यांनी त्यांची स्वतःची 'जनतेची न्यायालये' ही स्थापन केली होती, तरी त्यांचे नियम व नीतिमूल्ये (विशेषतः स्त्रियांविषयीची) ही प्रस्थापित शेतकरी वा सरंजामी

चालीरीतीपेक्षा फारशी चांगली नव्हती किंवा कित्येकदा अत्यंत खालच्या दर्जाचीच होती. म्हणून बहुसंख्य सातारचे राष्ट्रवादी असे मानत की, हे दरोडेखोर मुख्यतः लोकांना छळणारे, लोकांना अप्रिय असलेले गुन्हेगार आहेत आणि लोकांचे रक्षण करणे हे कोणत्याही खऱ्या सरकारचे प्रथम कर्तव्य आहे. जर त्या सरकारने हे केले नाही तर लोकांच्या दृष्टीने प्रति-सरकार व कायदे न पाळणारे दरोडेखोर यात फरक राहणार नाही.

हे मत विजयी झाले आणि १९४३ च्या मध्यापासून दरोडेखोरांशी सशस्त्र लढे दिले गेले, त्यांनी लुटलेले सामान परत मिळवले गेले, लूट व गुन्ह्यांबद्दल त्यांना शिक्षा देण्यात आली आणि त्यांच्याशी संगनमत करणाऱ्या गावांतील श्रीमंतांकडून दंड वसूल करण्यात आला. १९४३ च्या शेवटी त्या भागातील दरोडेखोरांची सत्ता जवळजवळ नष्ट झाली आणि एका कार्यकर्त्याने म्हटल्याप्रमाणे 'प्रति-सरकारचा मार्ग मोकळा' करण्यात आला.

आणि कार्याच्या केंद्रस्थानी अर्थातच न्यायदान मंडळे होती. त्यांनी विविध प्रकारचे नागरी, गुन्हेगारीविषयक व सामाजिक प्रश्न हाती घेतले. आर्थिक प्रश्नाच्या बाबतीत जरी या सबंध काळात त्या भागातील शेतकऱ्यांच्या जमीनदार (विशेषतः ब्राह्मण) आणि सावकार यांच्याविरुद्धचा असंतोष धुमसत होता, तरी जमीनदार व सावकार यांच्या स्थानाला एक वर्ग म्हणून सरळ विरोध करण्याचे प्रति-सरकारचे धोरण नव्हते. हा एक जाणीवपूर्वक घेतलेला निर्णय होता. एका कार्यकर्त्याने म्हटले आहे : 'आम्ही मालकी संबंधांना हात लावला नाही, आम्ही सावकारांना सांगतो की, आम्ही तुमच्या व्यवसायाविरुद्ध नाही तर (तुम्ही लोकांची) पिळवणूक व दडपणूक करणे हे चांगले नाही.' तरीही काही प्रमाणात दबाव टाकण्यात आला, जमीनदारांकडे गहाण ठेवलेल्या जमिनी गरीब शेतकऱ्यांना परत करण्यात आल्याच्या काही केसेस झाल्या होत्या. तसेच ६ टक्के (बहुधा दरमहा) व्याजदर सार्वत्रिकपणे अमलात आणण्याचा कार्यक्रम आखण्यात आला; पण प्रत्यक्षात याची अंमलबजावणी कशी झाली याबद्दल काहीच सांगता येत नाही.

न्यायदान मंडळाचे मुख्य काम सामाजिक प्रश्नांबद्दल होते. बलात्कार, दारूचे व्यसन, बायकोला मारहाण, गावातील गुंडांपासून संरक्षण इत्यादी प्रश्नांबाबत अनेक प्रकरणे हाताळली जात. त्यात एक प्रकारचा वर्गीय

रोख होता, कारण गरिबांवरची गुंडगिरी व त्यांच्या स्त्रियांची लैंगिक पिळवणूक हा ग्रामीण भारतातील अर्थसंरजामी वर्गाचा नियमबाह्य सत्ता गाजविण्याचा नेहमीच एक अविभाज्य भाग राहिला आहे. स्त्रियांवरील बलात्कार व त्यांची पिळवणूक या स्वरूपाच्या गुन्ह्यांत शिक्षा झालेल्यांपैकी बहुतेकजण श्रीमंत शेतकरी, जमीनदारवर्गातून आल्याचे आढळते...

शेवटी अर्थातच, ब्रिटिशांशी संगनमत केलेल्यांना, त्यांना जाऊन मिळालेल्यांना, खबऱ्यांना व फितुरांना शिक्षा झाल्या. प्रति-सरकार जिवंत राहण्यासाठी ही अत्यंत आवश्यक गोष्ट होती.

याचबरोबर विविध प्रकारचे विधायक कार्यक्रमही राबविण्यात आले. यांपैकी सर्वांत जास्त ठिकाणी राबविलेला कार्यक्रम म्हणजे दारूबंदी. दारूचे व्यसन असलेल्यांना शिक्षा झाल्या. एवढेच नव्हे तर दारूच्या भट्ट्या नष्ट करणे, सबंध गावच्या गाव दारूपासून मुक्त करणे हे कार्य झाले. सामुदायिक (एकावेळी १० ते २० जोडपी) आणि कमी खर्चाचे विवाह साजरे करण्यात आले. बँड नसलेले व विवाहपत्रिकेत देवतांऐवजी राष्ट्रीय झेंडा आणि गांधीजींचे चित्र असलेले असे 'गांधीवादी' विवाह साजरे झाले.

अस्पृश्यता नष्ट करण्यासाठी सहभोजनासारखे कार्यक्रमही करण्यात आले. गावोगावची ग्रंथालये हा प्रति-सरकारचा एक महत्त्वाचा कार्यक्रम होता. शिक्षणाचा जोरदार पुरस्कार केला जाई. शस्त्रधारी, भूमिगत कार्यकर्त्यांच्या केंद्रीय गटामध्ये स्त्रिया नसल्या तरी अशा विधायक कार्यक्रमांत तसेच सर्वसाधारण स्वरूपाची मदत करण्यात (उदाहरणार्थ, निरोप पोहोचवणे, शस्त्रे व दारूगोळा एका ठिकाणाहून दुसऱ्या ठिकाणी नेणे, त्याचे रक्षण करणे इ.) स्त्रियांचा सहभाग महत्त्वाचा होता. जी नंतर कार्यकर्त्यांची केंद्रे बनली, अशा राष्ट्र सेवा दलाच्या शाखा सुरू करण्यातही त्यांनी महत्त्वाचे सहाय्य केले. १९४५ साली कासेगावला स्त्रियांसाठीचे तीन दिवसांचे एक सेवा दल शिबीर भरविण्यात आले होते, त्यामध्ये स्त्रियांचा लक्षणीय सहभाग होता.

चळवळीचा विकास

प्रति-सरकार चळवळीचा प्रवास इथे थोडक्यात सांगायला हवा. १९४३ च्या सुरुवातीच्या सहा महिन्यांत तिने जन्म घेतला आणि त्या

वर्षाच्या अखेरपर्यंत तिचे कार्य मुख्यतः दरोडेखोरांशी सामना करणे आणि शस्त्रधारी कार्यकर्त्यांनी आपल्या सामूहिक ताकदीचे प्रदर्शन करणे हे होते. यशवंतराव चव्हाणांच्या गटाने सरकारला शरण जायचा जो निर्णय घेतला, त्याचा चळवळीवर फारच थोडा परिणाम झाला होता. तरीसुद्धा पोलिसांची दडपशाही फार जबरदस्त होती आणि १९४४ च्या मार्चमध्ये ३०-४० प्रमुख कार्यकर्त्यांना अटक झाली. मुंबईकर समाजवादी नेत्यांबरोबर एक बैठक झाली. त्यात तीन मुख्य गटांनी (कुंडल, शिराळपेट व कऱ्हाड) सबंध जिल्ह्यातील काम वाटून घेतले आणि याच्या जोडीला पश्चिम महाराष्ट्रातील इतर भागांत काम वाढवण्याची जबाबदारी त्यांनी वाटून घेतली. त्यानुसार कुंडल गटाने खानदेशात, कऱ्हाड गटाने पुण्यात आणि शिराळा गटाने सोलापूर भागात काम करण्याचे ठरले. याशिवाय मुंबईला एक कार्यालय सुरू केले गेले आणि मुंबईतील सुमारे एक लाख सातारी कामगारांशी संपर्क ठेवायचा निर्णय भूमिगतांनी घेतला. या निर्णयामागील कारण केवळ चळवळीचा विस्तार व्हावा एवढेच नसावे तर इतर ठिकाणाच्या चळवळीत या कार्यकर्त्यांना सामावून घेऊन साताऱ्यावरील दडपण कमी करावे हे असावे असे वाटते.

याचा एक परिणाम म्हणजे कुंडल गट व खानदेशातील स्थानिक राष्ट्रवादी युवक यांनी १४ एप्रिल १९४४ रोजी सरकारी तिजोरीवर घातलेला पाच लाख रुपयांचा दरोडा. हा दरोडा त्या काळातील सर्वांत चित्तथराराक होता. दुसरा एक जास्त दूरगामी स्वरूपाचा परिणाम म्हणजे मुंबईत वेळप्रसंगी तात्पुरता आसरा घेणारे हे कार्यकर्ते तेथील राष्ट्रीय लढ्यात भाग घेऊ लागले. एवढेच नव्हे तर प्रथमच कामगारवर्गाच्या चळवळीशी व मार्क्सवादी विचारप्रणालीशी त्यांचा संबंध येऊ लागला. अशा प्रकारे शासनाकडून दडपणूक होत असतानाही घडणारे असे चित्तथरारक दरोडे आणि ठिकठिकाणी न्यायदान मंडळे, सेवा दले व ग्रंथालये स्थापन करण्याचे प्रयत्न या सर्वांवरून मार्च १९४४ च्या मध्याला चळवळ वाढत होती व बलशाली बनत होती हे स्पष्ट होते. सरकारनेही हे जणू मान्य केले. त्याने कार्यकर्त्यांना पकडून देण्यासाठी बक्षिसांच्या रकमेत वाढ केली; परंतु नंतर वेगळ्या प्रकारचा एक आघात गांधीजींकडून झाला. मे महिन्यात तुरुंगातून सुटल्यानंतर भूमिगत

कार्यकर्त्यांच्या हिंसक कारवायांबद्दल त्यांनी स्पष्ट नाराजी व्यक्त केली आणि ऑगस्ट १९४४ मध्ये या कार्यकर्त्यांना आपण होऊन हजर होण्याचे आवाहन त्यांनी केले.

आणि मग गांधीजींच्या नावानेच काम करणाऱ्या भूमिगत कार्यकर्त्यांनी पुन्हा एकदा मुंबईत बैठक घेतली. वृत्तान्ताप्रमाणे या बैठकीला तीन-चारशे लोक होते. त्यांच्यात मोठा वाद झाला आणि अशी तडजोड झाली की, ज्यांना गांधीजींच्या मार्गाने जायचे आहे, त्यांना तसे करण्याचे स्वातंत्र्य आहे. सुमारे ६० जणांनी हजर होण्याचे ठरवले. त्यात दोन-तीन प्रमुख कार्यकर्ते होते. त्यांची जागा अर्थातच इतरांनी घेतली. जे गांधीजींच्या आदेशानुसार हजर झाले, त्यांपैकी बहुतेकजण १९४२ च्या आधी काँग्रेसचे कार्यकर्ते होते; बहुजन समाजातील युवकांची जी 'नवी लाट' चळवळीत होती त्यांपैकी ते नव्हते.

यानंतर लगेचच काही प्रमुख कार्यकर्ते पकडले गेले. (१९४४ च्या ऑक्टोबरात बर्डे गुरुजी, १९४५ च्या ऑगस्टमध्ये माधवराव जाधव आणि सप्टेंबरमध्ये धन्वंतरी); परंतु चळवळीचे काम थांबले नाही. भूमिगत कार्य, घातपाती कृत्ये व दरोडे चालूच राहिले. याबरोबरच न्यायदान मंडळाचे काम व दरोडेखोरांविरुद्धच्या हालचाली चालू राहिल्या. एवढेच नव्हे तर मुंबई व इतर ठिकाणांहून सातारा जिल्ह्यात कार्यकर्ते आल्यावर गावोगावी जास्त उघडपणे सभा होऊ लागल्या. १९४४ च्या ऑक्टोबरच्या सुमारास सातारा व कोल्हापूर संस्थान येथे पांडू मास्तरांच्या शंभरांहून अधिक सभा झाल्या. १९४५ च्या जानेवारी ते मार्च या काळात तरुण कार्यकर्त्यांसाठी राष्ट्र सेवा दलाची मोहीम झाली. सरकारी बंदी असूनही त्यामध्ये सुमारे १०८ सभा झाल्याची नोंद आहे. कित्येक वेळा १०० किंवा त्याहून अधिक संख्येने पोलिसांनी शिबिराची जागा घेरून टाकली आणि सहानुभूतीदारांना झोडपले, कार्यकर्त्यांना अटक केली आणि अन्न व इतर साहित्य उधळून टाकायचे प्रयत्न केले. तरीसुद्धा शिबिरांचे हे काम चालूच राहिले. राष्ट्र सेवा दलाचे एक गांधीवादी नेते स्वामी रामानंद भारती हे त्या शिबिरासाठी येत आणि मोका साधून अहिंसात्मक मार्गाविषयी सेवा दलाच्या कार्यकर्त्यांना उपदेश देत. मात्र, ही शिबिरे भूमिगत कार्यकर्तेच संघटित करत असत. १४ जुलै १९४५ या दिवशी कुंडल येथे झालेल्या प्रचंड सभेत

अच्युतराव पटवर्धन जिल्ह्यात प्रथमच आले. तुफान सेनेच्या सैनिकांची त्यांनी भेट घेतली. १ जानेवारी १९४६ रोजी येळगाव येथे एक मोठा शेतकरी मेळावा झाला. शेखकाका या मुस्लीम तरुण कार्यकर्त्याचे हे गाव; पण याच ठिकाणी चळवळीमध्ये प्रथमच निवडणुकींच्या प्रचाराला सुरुवात झाली.

अखेरचे दिवस

१९४६ च्या निवडणुकांमुळे खरे तर प्रति-सरकार संपुष्टात यायला सुरुवात झाली. कार्यकर्त्यांनी मोठ्या प्रमाणावर प्रचारमोहिमेत भाग घेतला, कारण जरी ते स्वतः निवडणुकीस उभे राहिले नव्हते तरी त्यांचा पाठिंबा मिळविणे हा एक महत्त्वाचा घटक होता आणि उभ्या असलेल्या सर्वच गटांनी त्यासाठी प्रयत्न चालवले होते. या वेळेपर्यंत देशाचे स्वातंत्र्य दृष्टिपथात आले होते, हीसुद्धा एक वस्तुस्थिती होती. ही अशा एका नवीन कालखंडाची सुरुवात होती की, ज्यात ब्रिटिशांच्या वसाहतिक सत्तेविरुद्ध लढण्याइतका प्रश्न सोपा राहिला नव्हता. आता खुद्द भारतीयांमधील आपसांतील वर्गसंघर्षाचा अस्वस्थ करणारा प्रश्न प्रमुख बनत होता आणि जातीय व जमातीय वैराचे न सुटलेले प्रश्न पुढे आले होते. फाळणीनंतरचा पंजाबमधील रक्तपात, तेलंगणातील पोलीस ॲक्शन-हिंसाचार, सार्वत्रिक उठाव आणि त्यावरील दडपणूक-दहशत यांचे हे वातावरण होते. त्यात केवळ कम्युनिस्टांवर दडपशाही झाली असे नव्हे तर कित्येक समाजवाद्यांना व जहालांनासुद्धा अटक झाली आणि यातूनच नंतर काँग्रेसपासून स्वतंत्र अशा शेतकरी कामगार पक्षाची व समाजवादी पक्षाची स्थापना झाली. गांधीहत्येनंतर सातारा जिल्ह्यात सर्वत्र ब्राह्मण जमीनदारांच्या घरांची झालेली जाळपोळ; काँग्रेसमधील सर्वांत प्रस्थापितधार्जिण्या गटाच्या नेतृत्वाखाली झालेली मुंबई सरकारची स्थापना याच काळातली. या सर्व घटनांनी प्रति-सरकारच्या कार्यकर्त्यांपुढे नवे प्रश्न उपस्थित केले.

राजकीय विभाजन

सातारच्या भूमिगतांनी आपली क्रांती ही साधारणपणे काँग्रेसशी किंवा इतर कोणत्याही राजकीय गटांशी संघटनात्मक संबंध न ठेवता सुरू केली होती. त्यांचे विचार रोमँटिक कडवा राष्ट्रवाद आणि जनसमुदायांशी

निष्ठा यांनी बनलेले होते; पण स्वातंत्र्य येताक्षणीच अनेक गोष्टींबाबत निवड करण्याच्या समस्येला त्यांना तोंड देणे भाग पडले.

प्रति-सरकार आंदोलनातील बहुतांश कार्यकर्ते काँग्रेसमध्येच राहिले; काँग्रेस पक्षाच्या सर्वसाधारण रचनेत त्यांना सामावले गेले; पण ब्राह्मण नेतृत्वाचा साताऱ्याच्या शेतकरी जनतेने पूर्वी दुःस्वास केला होता आणि ज्या मराठा नेतृत्वाने १९४३ नंतर लढा चालू ठेवण्याला विरोध केला होता तेच या रचनेत प्रभावी होते. त्यांपैकी पहिला गट (मोरारजींच्या नेतृत्वाखालील) ब्रिटिशांच्या सत्तेचा पहिला वारस ठरला; पण यशवंतराव चव्हाण प्रतिनिधित्व करत असलेला त्यांच्यातला दुसरा मराठा गटच नंतरच्या महाराष्ट्र राज्यात सत्तेवर आला आणि प्रति-सरकारच्या कार्यकर्त्यांच्या पाठबळामुळेच हे शक्य झाले, कारण जनतेमध्ये या कार्यकर्त्यांना प्रतिष्ठा होती आणि त्यांच्यापैकी बरेचजण सातारा जिल्ह्यातील काँग्रेसचा संघटनात्मक आधार बनले होते आणि ही सर्व चळवळ काँग्रेस व गांधीजींच्या नावाने चाललेली असल्यामुळे सातारा जिल्ह्यातील जनसमुदाय काँग्रेसमध्येच राहिला. कार्यकर्त्यांमधील वैचारिक स्पष्टतेअभावी, परंपरावादी, स्थितिवादी (अहिंसावादी) काँग्रेसजनांपासून स्वतःचे वेगळेपण जोखण्यास त्यांनी नकार दिला किंवा तसे करण्यात ते असमर्थ ठरले आणि परिणामी, त्यांची चळवळ काँग्रेसमध्ये शोषून घेतली गेली.

तरीही, बऱ्याच कार्यकर्त्यांनी त्यांच्या चळवळीचा खरा अर्थ नीट समजावून घेतला आणि ते १९४८ मध्ये काँग्रेसमधून फुटलेल्या डाव्या पक्षामध्ये सामील झाले. खुद्द नाना पाटील याविषयी म्हणाले होते, 'मी मुंबईचे तिकीट काढून कोल्हापुरात गाडीत चढलो. पुढे गाडी सांगलीला थांबली आणि सर्वजण उतरले. कारण काय? तर गाडी पुढे जाणार नव्हती; परंतु माझे तिकीट मुंबईचे होते; म्हणून दुसरी गाडी पकडणे मला भाग होते. अशाच प्रकारे, शेतकरी व कामगारांच्या स्वातंत्र्यासाठी आम्ही लढलो. स्वातंत्र्यानंतर काँग्रेस पक्ष देशाच्या स्वातंत्र्यप्राप्तीच्या तेथेच थांबल्याचे आमच्या लक्षात आले; पण आम्हाला मात्र पुढे जायचे होते...'

'सातारा क्रांती' या काही स्वातंत्र्यसैनिकांनी काढलेल्या पत्राच्या ९ ऑगस्टच्या अंकात ग्राम-राज्याचे वर्णन असे केले आहे : 'दारूबंदी, जनतेची न्यायालये, अत्याचारांपासून स्त्रियांचे संरक्षण, दरोडेखोर व

गुंडांचा बंदोबस्त करणे, खर्चिक कार्यक्रमांना आळा घालणे, सावकारांवर ६ टक्के व्याजाची मर्यादा, काळ्या बाजारावर व नफेखोरीवर निर्बंध, सहकारी चळवळ, अस्पृश्यता नष्ट करणे, सेवा दलांची स्थापना, स्वसंरक्षणाचे प्रशिक्षण व आंतराजातीय ऐक्य.' शेतकरी-कामगार राज्याच्या घोषणाही ऐकू येऊ लागल्या होत्या. स्वातंत्र्यानंतर १९४८-५० च्या सुमाराचा वाढता वर्गसंघर्ष व सरकारची पाशवी दडपणूक साताराच्या अनेक कार्यकर्त्यांनी व कामगार-शेतकऱ्यांच्या कुटुंबातून आलेल्या अनेकांनी पाहिली होती आणि हे स्वातंत्र्य म्हणजे ज्यासाठी ते लढले होते, ते श्रमिकांचे स्वातंत्र्य नाही, ते ग्रामराज्य नाही किंवा शेतकरी कामगारांचे राज्य नाही तर शेटजी-भटजींचे राज्य आहे, अशी त्यांची खात्री झाली. याचा पुरावा स्वातंत्र्यानंतर जनतेवर व कार्यकर्त्यांवर झालेले अत्याचार असे त्याचे निदान होते. त्यांपैकी अनेकजण काँग्रेसमधून बाहेर पडण्याच्या मार्गाने गेले आणि इतर प्रवाहांना जाऊन मिळाले.

नाना पाटलांसह सबंध कुंडल-गट शेतकरी-कामगार पक्षाला जाऊन मिळाला. या पक्षाने मार्क्सवादी विचारप्रणाली व ब्राह्मणविरोध यांची सांगड घातलेली होती. कोल्हापूरचे भाई माधवराव बागल यांच्यासारखे ब्राह्मणेतर नेते व हा गट दक्षिण महाराष्ट्रातील शे. का. पक्षाचा मुख्य कणा होता आणि परिणामी, काही काळ तरी तो पक्ष काँग्रेसच्या विरोधातील सर्वांत महत्त्वाचा पक्ष बनला; पण खुद्द नाना पाटील पुढे भारतीय कम्युनिस्ट पक्षात गेले आणि महाराष्ट्रातील त्या पक्षाचे सर्वांत लोकप्रिय नेते म्हणून प्रसिद्धीस आले.

शिराळपेट गटातील बरेचजण (विशेषतः बाबूजी पाटणकर व शेखकाका यांच्या नेतृत्वाखालील तरुणांचा विभाग), तसेच कऱ्हाड गटातील काहीजण हे एका वेगळ्या मार्गाने डावीकडे आले. हे कदाचित त्यांच्या राजकीय जाणिवांमुळे झाले असावे किंवा मुंबईत असताना त्यांचा जो कामगार कार्यकर्ते व समाजवादी यांच्याशी संबंध आला, त्यामुळे झाले असावे. काँग्रेसमधून बाहेर पडलेल्या काँग्रेस सोशॅलिस्टांबरोबर त्यांनी समाजवादी पक्ष काढला आणि त्या पक्षाचे सातारा हे केंद्र सुरू केले. लवकरच समाजवाद्यांच्या सुधारणावादाला ते कंटाळले आणि १९५१ मध्ये त्यांनी भारतीय कम्युनिस्ट पक्षात प्रवेश केला. मुंबईत कामगार कार्यकर्त्यांपैकी बाबूराव जगताप, गुलाबराव गणाचार्य, मनमाडचे

माधवराव गायकवाड यांसारख्यांनी हाच मार्ग चोखाळला. या सर्वांनी एकत्रितपणे मुंबईतील कापड कामगारांमधील भारतीय कम्युनिस्ट पक्षाचा पाया पक्का केला आणि त्याला दक्षिण महाराष्ट्रात पहिला भक्कम आधार प्राप्त करून दिला. केवळ जनतेच्या लढ्यात नेतृत्व केले म्हणून हा पाया कम्युनिस्ट पक्षाला मिळाला नव्हता, तर अशा नेतृत्वापैकी एक विभाग नंतर त्यांना येऊन मिळाला म्हणून हे शक्य झाले; परंतु हा पाया फार थोडा होता आणि आता उशीरही झाला होता. जनता मुख्यतः काँग्रेसबरोबरच राहिली. काँग्रेस सरकार स्वतःच कूळ-कायदे अमलात आणू पाहात होते. अशा १९५० च्या गोंधळाच्या या काळात कम्युनिस्ट पक्ष चळवळीला योग्य दिशा द्यायला असमर्थ ठरला आणि सातारा हा आजपर्यंत काँग्रेसचाच बालेकिल्ला राहिला.

प्रति-सरकारचा वर्गीय अन्वयार्थ

सातारचे प्रति-सरकार हा १९४२ च्या राष्ट्रीय उठावांपैकी जनतेत सर्वांत खोलवर रुजलेला आणि सर्वांत अधिक काळ टिकलेला उठाव होता आणि त्याने पार पाडलेली कामगिरी विशेषकरून लक्षणीय आहे, कारण त्यामागे राष्ट्रीय पातळीवरची कोणतीही राजकीय शक्ती नसताना त्याने हे करून दाखविले.

आता या लेखाच्या सुरुवातीला उपस्थित केलेले प्रश्न पुन्हा घेऊन, हा उठाव विशेषतः साताऱ्यामध्ये का घडून आला आणि त्याचा अंतिम परिणाम काय झाला याविषयी काही निष्कर्ष काढता येतात का ते पाहू.

सातारा जिल्हा खऱ्या अर्थाने प्रति-सरकारची कर्मभूमी व्हायला दोन मुलभूत कारणे घडली असे वाटते. एकतर सह्याद्रीच्या कडेकपाऱ्यांमध्ये दरोडेखोरांप्रमाणेच भूमिगत सैनिकांना आसरा घेणे सहज शक्य झाले. तसेच संस्थानी राज्यांच्या अस्तित्वामुळे त्या भागातून राजकीय आसरा व मदत घेणे शक्य झाले. दुसरे कारण सामाजिक होते. शिक्षणप्रसार व जातिभेदांविरुद्धच्या लढ्याद्वारे विविध मध्यम व कनिष्ठ जातींमध्ये आपसात झालेली एकजूट, आधुनिकीकरणासाठीचे प्रयत्न, शतकांची लष्करी नोकरीची परंपरा आणि शेतकरी वर्गातली आत्मविश्वासाची नवी जाणीव आदींद्वारे ब्राह्मणेतर सत्यशोधक चळवळीने त्या भागात प्रति-सरकार आंदोलनासाठी पायाभूत काम करून ठेवले होते. या शेतकऱ्यांपैकी

काही विभाग जिल्ह्यात सधन शेतीची परंपरा असलेले होते, तसेच शतकांपासून लढाऊ परंपरा असलेलेही होते. सत्यशोधक चळवळीचे सातारा जिल्ह्यात सर्वांत प्रबळ केंद्र होते. तिने जनतेमध्ये प्रचंड एकजूट व सामाजिक जाणिवा निर्माण केल्या होत्या आणि १९३० च्या सुमारास, जेव्हा काही ब्राह्मणेतर नेत्यांनी राष्ट्रवादविरोधी भूमिका सोडून राष्ट्रवादी भूमिका स्वीकारली, तेव्हा जनतेची एकजूट व जाणीव वसाहतिक अन्याय-दडपणुकीविरुद्धच्या उठावाद्वारे व्यक्त होण्याचा मार्ग मोकळा झाला.

प्रति-सरकारचे महत्त्व हे आहे की, दक्षिण महाराष्ट्रातील शेतकऱ्यांनी सरंजामशाही व जातिव्यवस्था याबरोबरच साम्राज्यशाहीविरुद्ध दिलेल्या लढ्यातील ती एक महत्त्वाची घटना आहे. मात्र, अखेरीस, या चळवळीस पुढे नेऊन भांडवलशाहीविरोधीसुद्धा पैलू देण्यासाठी आणि दडपलेल्या गरीब शेतकरी, शेतमजूर व दलितांमध्ये तिला खरा पाया मिळवून देण्यासाठी प्रयत्न करणारे क्रांतिकारी डावे नेतृत्व निर्माण झाले नाही. परिणामी, दक्षिण महाराष्ट्रात श्रीमंत जमीनमालकांची सत्ता पक्की होण्याच्या मार्गावरील एक महत्त्वाची घटना असेच या आंदोलनाचे स्वरूप राहिले.

प्रति-सरकार ही सर्वप्रथम बहुजन समाजाची चळवळ होती. इतर कोणत्याही प्रदेशापेक्षा सातारा जिल्ह्यात तिने व्यापक पातळीवर व तुलनेने एकसंध असलेल्या शेतकरी-कारागीर-मजूर विभागाचे प्रतिनिधित्व केले. बहुजन समाज हा काय होता? हा शब्दप्रयोग १९०० नंतर ब्राह्मणेतर चळवळीत प्रचलित पावला. शोषक व सत्ताधारी शेटजी-भटजींविरुद्ध ब्राह्मणेतर अशी मांडणी त्यात अभिप्रेत आहे. या बहुजन समाजामध्ये सर्व महत्त्वाच्या मध्यम जाती, मराठा-कुणबी, तेली, न्हावी, रामोशी, सुतार इत्यादींपासून ते महार-मांगापर्यंत सर्वजण येतात. (यांपैकी शेवटचा थर म्हणजे दलित. हे सत्यशोधक चळवळ व खुद्द प्रति-सरकार चळवळ यांचा भाग होतेही आणि नव्हतेही. मात्र, त्यांची चळवळ डॉ. आंबेडकरांच्या नेतृत्वाखाली एक स्वतंत्र ताकद म्हणून उभी राहिली तरी ब्राह्मणेतरांपैकी विविध विभागांशी सहकार्य करायचे त्यांचे धोरण होते. या चळवळीतील स्त्रिया व दलित यांचा सहभाग आणि १९४२ च्या लढ्यातील त्यांचे स्थान यांचे येथे जागेअभावी अपुरे विवेचन केलेले आहे, त्याविषयी अधिक अभ्यास होणे आवश्यक आहे.) वर्गदृष्ट्या

पाहिले तर, त्यामध्ये मोठी कुळे, श्रीमंत शेतकरी आणि शिक्षित मध्यमवर्ग यांच्यापासून ते गरीब शेतकरी व मजुरांपर्यंत सर्वजण येतात. म्हणजेच महाराष्ट्रापुरते बोलायचे तर त्यात सरंजामदारीविरोधी - जातिव्यवस्थाविरोधी लढ्यातील सर्व पायाभूत घटक येतात आणि (ब्राह्मण व जमीनदार - सावकार - व्यापारी कुटुंबांतील काही थोड्या व्यक्ती सोडल्या तर) या बहुजन समाजातूनच १९४२ च्या उठावातले बहुसंख्य कार्यकर्ते आलेले होते.

मात्र, हा बहुजन समाज म्हणजे स्वातंत्र्यानंतर सातारा जिल्ह्यात सत्तेवर आला तो 'बहुजन समाज' नव्हे, तर त्यातील फक्त एक विभाग. आता बहुजन समाज हा शब्द पूर्वी ज्या अर्थाने प्रचलित होता, त्या अर्थाने वापरला जात नाही. कासेगावचा एक मातंग शेतमजूर नेता आज म्हणतो : 'बहुजन समाज खेड्यात २० टक्के आहे, तर आम्ही ८० टक्के आहोत.' याचा अर्थ बहुजन समाज हा शब्द वरच्या मूठभर सधन शेतमालकांना उद्देशून आज वापरला जातो. वस्तुस्थिती अशी आहे की, शेतकऱ्यांमधील एक विभाग, जेव्हा श्रीमंत शेतकरी म्हणून स्थिर होऊ बघत होता, (व नंतर जो भांडवली शेतमालक झाला.) अशा काळात १९४२ ची चळवळ झाली. नेतृत्वस्थानी असलेले बहुसंख्य कार्यकर्ते (मग ते प्रथमतः गरीब कुटुंबांतून किंवा तळच्या जातींतून किंवा सामान्य कुणबी वा पाटील कुटुंबांतून आलेले असोत वा नसोत) हे स्वतः त्यांच्या शिक्षणामुळे या विभागाचे सभासद होते किंवा बनण्याच्या मार्गावर होते आणि क्रांतिकारी डाव्या नेतृत्वाअभावी चळवळीचा उपयोग सत्ताधारी भांडवली शेतमालक म्हणून स्वतःचे आसन स्थिर करण्यासाठी या विभागाने करणे अटळ होते. (अनुवादात सर्वत्र 'पीझंट'चे भाषांतर शेतकरी असे केले आहे. 'कॅपिटॅलिस्ट फार्मर'चे भाषांतर भांडवली शेतमालक असे केले आहे.)

खुद्द प्रति-सरकार चळवळ हा मूलतः साम्राज्यशाहीविरुद्धचा उठाव होता. भारतातील सर्वांत लढाऊ उठावांपैकी एक! मागे म्हटल्याप्रमाणे, न्यायदान मंडळांनी 'खुद्द खासगी मालकी संबंधांना हात लावला नव्हता.' गावपातळीवर सरकारचे प्रतिनिधी असलेल्या पाटील-कुलकर्णी यांना कार्यकर्त्यांनी विरोध केला; परंतु त्यांनी व्यापारी किंवा जमीनदार (ब्राह्मण वा मराठा) यांच्यावर वर्ग म्हणून हल्ले केले नाहीत. स्वतः हे

लोक बहुतांशी तटस्थ राहिले; काहींचा कार्यकर्त्यांना अप्रत्यक्ष पाठिंबाही होता, कारण राष्ट्रवाद्यांची वाढत चाललेली ताकद व येणारी सत्ता आता त्यांना दिसत होती; असे असूनही प्रति-सरकारचा खेड्यांवरील आधार श्रीमंत विभाग नव्हते तर गरीब व मध्यम शेतकरी हे होते आणि न्यायदान मंडळाच्या हाती आलेल्या सत्तेचा उपयोग काही प्रमाणात तरी जमीनदार व सावकारांकडून होणाऱ्या शोषणाला आळा घालण्यासाठी केला गेला. याहून महत्त्वाची गोष्ट म्हणजे हे लक्षात ठेवणे आवश्यक आहे की, प्रति-सरकार घडामोड ही दीर्घ कालखंडातील जनउठावातील (ज्याला ब्राह्मणेतर चळवळीच्या संपूर्ण प्रक्रियेपासून सुरुवात झाली होती.) एक घटना होती. १९२०-२१ साली याच तालुक्यांमध्ये की, जे पुढे प्रति-सरकारचे केंद्र बनले, शेतकऱ्यांची बंडे झाली; हे काही अपघाताने नव्हे असे मला वाटते. प्रति-सरकारनंतर लगेचच १९४८ साली गांधीहत्येनंतर ब्राह्मण जमीनदारांची घरे जाळण्याच्या हालचालींनी याच भागात वेग घेतला. हासुद्धा सरंजामशाहीविरुद्धचाच एक उठाव होता आणि या हिंसाचाराचा जरी स्वातंत्र्यलढ्याच्या नेत्यांनी निषेध केला असला तरी वस्तुस्थिती अशी आहे की, चळवळीशी संबंधित काहीजणांनी या हल्ल्यात भाग घेतला आणि धान्य व इतर सामान खेड्यातील गरिबांना वाटले. ब्राह्मण जमीनदारांची खेड्यातून झालेली ही हकालपट्टी आणि नंतर झालेले कूळ-कायदे यांच्या परिणामी मूळच्या सरंजामी वर्गाकडील (मराठा व ब्राह्मण दोन्ही) जमीन बऱ्याच अंशी त्यांनी गमावली. या कारणामुळे सातारा जिल्ह्यातील एकंदर सामाजिक चळवळीचे वर्णन साम्राज्यशाहीविरोधी, सरंजामशाहीविरोधी असे करता येते; वेगवेगळ्या कालखंडात तिची अभिव्यक्ती वेगवेगळ्या प्रकारे झाली.

प्रति-सरकार व आजचा दक्षिण महाराष्ट्र

मात्र, हे लक्षात घेणे जरुरीचे आहे की, कामगारवर्गाच्या नेतृत्वाअभावी सध्याच्या काळात साम्राज्यशाही-सरंजामशाहीविरुद्धचे लढे नव्या भांडवली वर्चस्वाला जन्म देतात. भांडवलदार वर्ग अशा लढ्यांचे नेतृत्व करू शकतो. (सुधारणावादी मार्गाने, लटपटत राहून) किंवा असे लढे जरी अधिक लढाऊ (उदाहरणार्थ, मध्यमवर्गीय) नेतृत्वाखाली झाले तरी

त्यांचा फायदा तो घेऊ शकतो. मूलतः प्रति-सरकारच्या बाबतीत असेच झाले. ब्रिटिशांची सत्ता गेल्यावर भारतीय भांडवलदार वर्ग केंद्रात सत्तेवर आला आणि सांगली - सातारा भागांतील राष्ट्रीय लढ्याच्या लढाऊपणाच्या परिणामी त्या लढ्यातूनच एक नवा भांडवली शेतमालकांचा वर्ग सत्तेवर आला. ब्राह्मण जमीनदारांविरुद्धचा लढा आणि कूळकायदे यांच्या परिणामी जुना सरंजामदारवर्ग नष्ट झाला; परंतु 'संपूर्ण शेतकरी वर्गा'ला या कायद्यांचा फायदा झाला नाही. (त्यांनी मार्क्सवाद्यांना मात्र गोंधळात टाकले. त्या वेळचे एक मार्क्सवादी स्वातंत्र्यसैनिक अजूनही असे समजतात की, 'कसणाऱ्याला जमीन' या त्यांच्या घोषणेची अंमलबजावणी म्हणजेच हे कूळकायदे होत.) या कायद्यांनी बहुसंख्येने असलेल्या श्रमिकांच्या शोषणाचे स्वरूप बदलले; आज हे सर्व शेतमजूर आणि गरीब वा मध्यम शेतकरी आहेत.

आजच्या सांगली-साताऱ्याच्या ग्रामीण भागातील वरिष्ठ थर (भांडवली शेतमालक) हा प्रति-सरकार व ब्राह्मणेतर आंदोलनाच्या मुशीत घडलेला आहे. याचा अर्थ असा नाही की, त्या भागांत ब्राह्मण बडे शेतमालक नाहीत किंवा जुने मराठा जमीनदार नाहीत; तसे म्हणणे अतिशयोक्तीचे होईल. हे दोन्हीही आजही पुष्कळ आहेत. मात्र, आज प्रभुत्वस्थानी असलेल्या सधन शेतमालकांच्या वर्गात नेमके असे लोक आहेत, जे पूर्वी सामान्य रयत (शेतकरी), खंडाने कसणारे, पाटील कुळातील काही खालचे थर, ज्यांना प्रतिष्ठा नव्हती अशा मराठ्यांतील काही लोक आणि बरेच मराठेतर आहेत. थोडक्यात, १९३० मधील बहुजन समाजातील हे लोक आहेत. या बहुजन समाजातील सधन विभाग हा जुन्या सरंजामदारांवर फारसे आघात न करता सत्तेवर आला आहे. (दोहोंमध्ये खरे तर फारसे मूलभूत वैर नव्हतेच.) व्यापाऱ्यांना मात्र त्याने काही प्रमाणात तडाखे दिले. (एकदा जमिनीवर व इतर सत्तेच्या स्थानांवरील नियंत्रण प्रस्थापित झाल्यावर त्यांनी या व्यापाऱ्यांबरोबर तडजोड केली.) मात्र, ब्राह्मण जमीनदारांवर त्याने जोरदार लाथा झाडल्या. थोडक्यात, सरंजामशाहीविरुद्ध त्याने जहालपणे नव्हे तर सुधारणावादी मार्गाने लढा दिला. तरीही तो एक नवा सत्ताधारी वर्ग होता. जमीनदार-सावकार यांच्याऐवजी भांडवली शेतमालकांची आज खंडपद्धती जवळजवळ नामशेष झाली आहे. (आणि श्रीमंत शेतमालक

खंडाने जितकी जमीन कसायला देतात, तितकीच घेतातदेखील.) मजुरीवर श्रम करणे प्रमुख बनले आहे. अजून कुळाची परंपरा महत्त्वाची आहे; परंतु मुलाच्या किंवा मुलीच्या लग्नात ती बाजूला ठेवली जाऊ शकते, कारण (निदान या भागात तरी) शिक्षण, पैसा आणि राजकीय नातीगोती या गोष्टी लग्नात महत्त्वाच्या बनल्या आहेत.

सातारा - सांगलीकडचे भांडवली शेतमालक हा आज एक चांगलाच सफाईदार ग्रामीण सत्ताधारी वर्गविभाग आहे. आम्हाला जनतेमध्ये खोलवर मुळे आहेत, ऐतिहासिक लढ्यात आम्ही नेतृत्व केले आहे, असा दावा ते करू शकतात. जातीयदृष्ट्या त्यांना भक्कम व विशाल पाया लाभला आहे; तसेच अल्पसंख्य जाती व दलित जाती यांच्यातून उदयाला येणाऱ्या मंडळींना घोळात घेऊन त्यांच्याशी दोस्ती करण्याइतके लवचीक धोरणसुद्धा त्यांच्याजवळ आहे. सहकारी साखर कारखाने, शिक्षण संस्था, दुग्ध-व्यवसाय आणि सहकारी पतपुरवठा सोसायट्या इत्यादी आधुनिक व विकासशील संस्थांद्वारे त्यांनी आपली सत्ता अधिकाधिक बळकट केली आहे. तसेच मजुरीवर जगणाऱ्या श्रमिकांच्या पिळवणुकीद्वारे त्यांचे भांडवल वृद्धिंगत होत आहे आणि त्या शोषणासाठी करायला लागणारी गुंतवणूक नफा व क्रेडिट सोसायट्या त्यांना पुरवत आहेत. मात्र, त्यांच्या सत्तेचा हा सुस्वरूप चेहरा म्हणजे पूर्ण सत्य नाही. दारूबंदीच्या मोहिमा, जनतेची न्यायदान मंडळे आणि गावातील गुंडांना शिक्षा ही प्रति-सरकारची कार्ये कधीच झाली नसावीत असे चित्र आज या भागात दिसते. आज भ्रष्टाचार, ग्रामीण गरिबांची दबावाखाली दडपणूक, दारूचे व्यसन, गुंडगिरी, स्त्रियांवरील बलात्कार व इतर अत्याचार हे सर्व राजरोस चालू आहेत. साखर कारखान्यांमध्ये जशी दारू बायप्रॉडक्ट म्हणून तयार होते तसेच कदाचित श्रीमंत शेतमालकांच्या सत्ताकारणाचे हे अटळ बायप्रॉडक्ट आहे.

अशा तऱ्हेने नवीन शहरी व ग्रामीण सत्ताधारी वर्गांनी प्रति-सरकारची कमाई स्वतः हडप केली आहे; पण अजून लढाई संपलेली नाही, कारण या भागातील भांडवली शेतीमालक जसे राष्ट्रवादी व सरंजामशाहीविरोधी लढ्याच्या परंपरेतून आले आहेत, तसेच तेथील कष्टकरी जनतासुद्धा या लढ्यांच्या मुशीतूनच घडलेली आहे. त्यांच्याही जाणिवा त्यातूनच बनल्या आहेत. लोकशाही परंपरा व लढ्यांचा वारसा

यांनी त्यांचा स्वभाव घडला आहे. सधन प्रतिष्ठितांपेक्षाही प्रति-सरकार हा त्यांचा वारसा आहे. तीस-पस्तीस वर्षांपर्यंत प्रति-सरकार आणि त्याने साम्राज्यशाहीविरुद्ध केलेला संघर्ष याकडे सध्याच्या सत्तेवर असलेल्या वर्गाने दुर्लक्ष केले, त्याचे विकृतीकरण केले, तसेच तो प्रकाशात न आणण्याचे प्रयत्न केले यात आश्चर्य काहीच नाही. आज दक्षिण महाराष्ट्रातील राबणारे लोक (त्यात कामगार, शेतमजूर, गरीब व मध्यम शेतकरी, दलित, स्त्रिया) सामाजिक न्याय व समतेसाठी पुन्हा एकवार लढा देत असताना त्यांच्या या परंपरा पुढे येत आहेत. प्रति-सरकारचा गौरवशाली वारसा आपलाच कसा आहे हे दाखविण्याचा प्रयत्न ग्रामीण प्रतिष्ठित करू देत, ज्यामुळे त्याचा सामाजिक आशय पुढे येणार नाही असा व्यक्तिवादी दृष्टिकोनातून त्याचा अर्थ लावला जाऊ दे; पण जनतेचा लढाऊ संघर्ष व जनतेची न्यायदान-मंडळे यांचा महत्त्वपूर्ण वारसा हे जनतेचे धन आहे.

(इंग्रजीवरून अनुवाद : पुरुषोत्तम पानसे)

(मा. 'तात्पर्य', जुलै-ऑगस्ट १९८२ मधून)

**

खाकी आणि खादी

"...दोन खाती हायती राज्यात! एक पोलीस खातं आन् दुसरं मुलकी खातं! याशिवाय राज्य चालत न्हाय! तर हे पोलीस खातं! हे काय काय खातं? (हशा) हे सांगतू तुमाला काय काय खातं! त्येच्या कापडाचं नाव, ड्रेसचं नाव हाय खाकी, खाऽऽकी! (हशा) आरं खाऽकी! आरं, खाऽकी! काय खायचं ते खाऽकी! (हशा) आणि देशभक्ताच्या कापडाचं नाव खाऽदी! खा आदी! मग घरला जा! (प्रचंड हशा) 'अरे, काय काय खाताय, जरा बेतानं खावा!' कोण हयगय करत न्हाय! कोण हयगय करत न्हाय!... बांधवांनो! तुम्ही वेळीच जागे झाला नाहीत तर ही खाऽकी आणि खाऽदी तुमची विल्हेवाट लावल्याशिवाय राहणार नाही!"

- क्रांतिसिंह नाना पाटील : शेवटचे भाषण

६०

पोलीस रेकॉर्डमध्ये व्यक्त झालेली क्रांतिसिंह नाना पाटील यांची कामगिरी

प्रा. टी. एस. पाटील

सामाजिक कार्यकर्ते व इतिहास संशोधक

भारताच्या स्वातंत्र्यलढ्यात क्रांतिसिंह नाना पाटील यांनी बजावलेली कामगिरी ही भारतमातेच्या प्रत्येक नागरिकाला निरंतर राष्ट्रीय प्रेरणा आणि त्याच्यामध्ये उज्ज्वल धर्मनिरपेक्ष राष्ट्रभक्ती निर्माण करणारी ठरली आहे. नाना पाटील यांनी महात्मा फुले यांच्या सत्यशोधक विचारांचा वारसा घेऊन आपल्या समाजसुधारणेच्या कार्यास सुरुवात केली; परंतु केशवराव जेधे इत्यादींनी काँग्रेसच्या राष्ट्रीय चळवळीत भाग घेतल्यावर देशाला स्वातंत्र्य मिळवून देण्याचा एकमेव ध्यास घेऊन नाना पाटील काँग्रेसचे सक्रिय कार्यकर्ते बनले.

प्रारंभापासून महात्मा फुले आणि महात्मा गांधी हे नाना पाटलांच्या जीवनकार्याचे आदर्श बनले होते. १९२७ पासून त्यांनी प्रभावीपणे काँग्रेसच्या चळवळीत भाग घेण्यास सुरुवात केली. १९३० च्या कायदेभंगाच्या चळवळीत नाना पाटील यांनी ब्रिटिश सरकारला फार त्रास दिला, असे सातारा डिस्ट्रिक्ट मॅजिस्ट्रेट यांनी आपल्या अहवालात नमूद केले आहे; तर काँग्रेस चळवळीमध्ये प्रभावी असणाऱ्या कार्यकर्त्यांची व नेत्यांची जी 'स्पेशल' यादी तयार केली गेली, त्यात जहाल काँग्रेस पुढारी म्हणून नाना पाटील यांची नोंद करण्यात आली आहे. १९३१ ते १९४२ अखेरच्या पोलीस रिपोर्टमध्ये अनेक ठिकाणी नाना पाटील यांनी केलेल्या सत्याग्रहांची आणि त्यांना ठोठावण्यात आलेल्या सक्तमजुरीच्या शिक्षांची नोंद सातारा डिस्ट्रिक्ट मॅजिस्ट्रेट यांच्या सचिव

होम डिपार्टमेंट (स्पे.) मुंबई सरकार यांना पाठविण्यात आलेल्या दैनिक व साप्ताहिक गोपनीय अहवालांमध्ये आलेली आहे.

१९४२ च्या लढ्यामध्ये नाना पाटील यांच्या नेतृत्वाखाली सातारा आणि इतर अनेक ठिकाणी सरकारविरोधी असहकाराची चळवळ सुरू झाली. नाना पाटील म्हटले की, पत्री सरकारचे नेते हे समीकरण सर्वत्र मान्य झाले आहे. 'पत्री सरकार' या नावाने मुंबई पुराभिलेख विभागात असलेल्या होम डिपार्टमेंटच्या फाइल्समधून नाना पाटील हे पत्री सरकारचे 'लिडर' होते; त्यांच्या नावानेच हा लढा चालला होता, यांचे अनेक आधार सापडतात. तसेच याच ठिकाणी उपलब्ध असणाऱ्या होम डिपार्टमेंटच्या 'कॉंग्रेस समाजवादी पक्ष' या विषयावरील फाइल्समध्ये १९४५ ते १९४८ अखेर नाना पाटील यांच्या अनेक सरकारविरोधी हालचालींची माहिती मिळते.

नाना पाटील यांच्यावर आज अनेकजण अभ्यासपूर्ण लेखन करीत आहेत; परंतु अद्यापही पोलीस रेकॉर्डचा आधार घेऊन नाना पाटील यांचे चरित्र लिहिण्यात आलेले नाही. कागदपत्रे हा इतिहासलेखनाचा आत्मा आहे (No Documents No History) असे म्हटले जाते. म्हणूनच या लेखामध्ये पोलीस रेकॉर्डच्या आधारे नाना पाटील यांच्या कार्याचा वेध घेण्याचा एक छोटासा प्रयत्न केलेला आहे.

आरंभीच्या मुद्दा क्र. १ ते क्र. १४ यासाठी डिस्ट्रिक्ट मॅजिस्ट्रेट सातारा यांनी सचिव होम डिपार्टमेंट (स्पे.) यांना वेळोवेळी पाठविलेल्या दैनिक आणि साप्ताहिक अहवालांतील उताऱ्यांचा आधार घेतला आहे. महत्त्वाच्या वाक्यांखाली मी अधोरेखन केले आहे.

1. 'A very Rabid Speaker'

१५ सप्टेंबर १९३१ रोजी डिस्ट्रिक्ट मॅजिस्ट्रेट सातारा यांनी तत्कालीन सातारा जिल्ह्यातील सरकारविरोधी काम करणाऱ्या राजकीय कार्यकर्त्यांची व नेत्यांची 'स्पेशल लिस्ट' तयार केली. या यादीमध्ये एकूण ६८ जणांची नावे समाविष्ट आहेत; त्यात नाना पाटील यांचे नाव इस्लामपूर पोलीस स्टेशनच्या कार्यक्षेत्रातील राजकीय नेत्यांच्या यादीमध्ये दिले आहे. या यादीमध्ये प्रत्येक कार्यकर्त्याबद्दल माहिती देताना 'नाना पाटील हे अतिजहाल वक्ते आणि ग्रामीण जनतेवर प्रभाव पाडणारे,

अनेक दिवस फरारी असलेले आणि अचानक मॅजिस्ट्रेटसमोर हजर होऊन सध्या आय. पी. सी. कलम ४०९ अ नुसार शिक्षा भोगत आहेत.' अशी नोंद केली आहे. मुळात नोंद अशी आहे -

List of all important Political agitators and Leaders in the Satara District.

Sr No. 1	Name and Position 2	Caste 3	Residence 4	Remarks 5
4	Patil Nana Ramchandra	Maratha	Yede Machindra	A Very rabid speaker Being a wrestler exercises influence over the villagers; was absonding for a Longtime and ultimately presented himself before the Magistrate; at present undergoing his term of imprisonment for an offence under section 409 I.P.C.[1]

2. A Very Violent Speaker

"नाना रामचंद्र पाटील, येडेमच्छिंद्र यास २२-१-१९३२ रोजी

ऑर्डिनन्स ॲक्ट ।। १९३२ च्या सेक्शन ३(१) खाली अटक करून येरवडा जेलमध्ये पाठविण्यात आले आहे; या माणसाने मागील कायदेभंगाच्या चळवळीमध्ये अत्यंत त्रास दिलेला आहे आणि शिवाय तो अत्यंत जहाल वक्ता आहे. त्याचे नाव स्पेशल लिस्टमध्ये आले आहे; यासाठी त्याला दोन महिने तुरुंगात बंदी म्हणून ठेवण्याचे आदेश व्हावेत आणि 'पुढील आदेश येईपर्यंत तुरुंगात ठेवावे' अशी विनंती मॅजिस्ट्रेट, सातारा यांनी येरवडा जेलच्या अधीक्षकाला या संदर्भात केली. यावर मुंबई सरकारच्या होम डिपार्टमेंटने लगेचच नाना पाटील यांना दोन महिन्यांची कोठडी देण्याची शिफारस केली. दि. २३ जानेवारी १९३२ च्या अहवालामध्ये मॅजिस्ट्रेट, सातारा यांनी नाना पाटील यांच्याबद्दल पुढीलप्रमाणे म्हटले आहे.

"I have the honour to report that Nana Ramchandra Patil of Yede Machindra was arrested on 22-1-1932 under section (3) (1) of 1932 and has been sent to Yeravada Jail with a requisite warrant of remand. The Suprintendent Yervada Prison has been requested to detain him in his custody pending further orders from Government.

2. This man caused a lot of trouble in the last civil Disobedient Movement and is also a very violent speaker. His name appears in the special list, His detention in the jail for a period of 2 months is, therefore, recommended. Govt. may, therefore, be pleased to pass early orders in the matter"[2]

३. गव्हर्नरास काळी निशाणे

३१ ऑगस्ट १९३२ रोजी मुंबई प्रांताच्या गव्हर्नरांनी साताऱ्यास भेट दिली, तेव्हा नाना पाटील, आत्माराम पाटील, कृष्णा तुकाराम हिंगमिरे व धोंडी तुकाराम मोहिते यांनी गव्हर्नरला काळी निशाणे दाखवून निदर्शने केली. या कृत्याची ताबडतोब दखल घेऊन नाना पाटील आणि त्यांच्या सहकाऱ्यांना अटक करण्यात आली. दि. ८-९-१९३२ च्या साप्ताहिक अहवालात पुढील मजकूर आहे -

"Sir,

The following persons were arrested in the Walwa taluka on the 3rd instant.

1) Nana Ramchandra Patil of Yede Machindra.

2) Atmaram Nana Patil of Borgaon.

3) Krishna Tukaram Hingmire of Rethare Harnax.

These arrests were made in the consequence of information obtained in the investigation of the black flag incident which took place at Satara on 31-8-32 on the occasion of His excellency the Governar's Visit (vide my last week's report). The name of the offender on the occasion is Dhondi Tukaram Mohite of Wangi. Of the persons mentioned above No. 1 was originally detained under section 3 of ordinance No. II. On his release he was served with an order under section 4 of that ordinance which is still in force."[3]

४. गव्हर्नरांना काळी निशाणे दाखविल्याबद्दल शिक्षा

नाना पाटील आणि त्यांच्या सहकाऱ्यांना गव्हर्नरला काळी निशाणे दाखविल्याबद्दल दोषी ठरवून पुढीलप्रमाणे शिक्षा दिल्या. दि. ६-१०-१९३२ च्या साप्ताहिक अहवालात पुढीलप्रमाणे मजकूर येतो -

"The following persons were convicted on 30-9-32 and sentenced as under.

I. Atmaram Nana Patil of Borgaon	2 Years R. I.
II. Nana Ramchandra Patil of Yede Machindra	2 Years R. I.
III. Krishna Tukaram Hingmire of Rethare Harnax	2 Years R. I.
IV. Dhondi Tukaram Mohite of Wangi	1 month R. I.

No. I, II and III were convicted under section 17(2) and No. IV under section (17) (1) of the criminal Law Amendment Act and Nos. II and III also under section 17 of ordinance No. X.

For further information about these persons please see my letter no. c/364 dated 8-9-32."[4]

५. पाडळीच्या यात्रेत सभा

नाना पाटील यांना सप्टेंबर १९३२ मध्ये २ वर्षांची सक्तमजुरीची शिक्षा देण्यात आली. ती भोगून ते सुटून आल्यावर लगेचच खानापूर तालुक्यातील पाडळी गावच्या यात्रेत जमलेल्या लोकांसमोर काँग्रेसचे पुढील काळातील कार्यक्रम काय असणार आहेत याबद्दल त्यांनी भाषण केले. या भाषणाची ताबडतोब दखल घेऊन नाना पाटील यांना या कृत्याबद्दल लवकरच अटक करण्याचे प्रयत्न सुरू आहेत, अशी माहिती दि. १३-४-१९३३ व्या साप्ताहिक अहवालात दिली आहे -

"Nana Ramchandra Patil of Yede Machindra, Taluka Walwa, who was one of those originally detained under section 3 of Ordinance No. II in January 1932, was on his release served with on order under Section 4, and was in September 1932 convicted under section 17(2) of the criminal Law Amendment Act and section 17 of ordinance No. X of 1932, appared at Padli in Khanapur Taluka on 3rd instant While a fair was in progress there and delivered a speech in furtherance of Congress activities. Steps are being taken to secure his arrest."[5]

६. नाना पाटलांना अटक

दि. २०-४-१९३३ च्या साप्ताहिक अहवालामध्ये नाना पाटील यांना अटक करण्यात आली असून त्यांच्यावर क्रिमिनल लॉ अमेन्डमेंट ॲक्टसनुसार कार्यवाही करण्यात येत असल्याचे सांगितले आहे.

"Nana Ramchandra Patil of Yede Machindra referred to in my last week's report has been arrested and being prosecuted under the criminal law Amendment Act."[6]

७. सहा महिन्यांची सक्तमजुरी व ५० रुपये दंड

२७-४-१९३३ च्या अहवालात नाना पाटील यांना सहा महिन्यांची सक्तमजुरी व ५०/- रुपये दंडाची शिक्षा दिल्याची माहिती देण्यात आली आहे -

"Nana Ramchandra Patil of Yede Machindra, whose arrest was reported last week, was convicted on 20-4-1933 and sentenced to six months regorous imprisonment under each of section 17(1) and 17(2) of the criminal Law Amendment Act together with a fine of Rs. 50/- under the latter section, the sentences of imprisonment to run concurrently."[7]

सन १९३४ ते १९४० अखेर मला उपलब्ध झालेल्या पोलीस रेकॉर्डमध्ये नाना पाटील यांचे नाव फारसे आढळत नाही; परंतु १९४१ पासून १९४७ पर्यंत होम डिपार्टमेंटच्या 'स्पेशल फाइल्स'मध्ये नाना पाटलांच्या सरकारविरोधी चळवळींची माहिती सलगपणे मिळू लागते. तिचा थोडक्यात तपशील पुढीलप्रमाणे-

८. सहा महिने सक्तमजुरी व १०० रुपये दंड

दिनांक २७-१-१९४१ रोजी नाना पाटील यांनी बहे (इस्लामपूर) येथे सत्याग्रह केला.[8] आणि त्यांच्यावर तातडीने कार्यवाही करून त्यांना सहा महिने सक्तमजुरी व १०० रुपये दंड करण्यात आला. दैनिक अहवाल २८-१-१९४१ व ४-२-१९४१ मधील नाना पाटलांच्या संदर्भातील महत्त्वाचा मजकूर असा -

Camp Shirala,
4th February, 1941

Daily confidential Letter

The action was taken against the following persons as noted below.

Name of the Satyagrahi	**Sentence**	**by what Magistrate & on what date**	**Under what section**
Nana Ramchandra Patil of Yede Machindra	Six months' R.I. and a fine of Rs. 100/- or 2 months' R.I.	The first class Magistrate Walwa Taluka on 31-1-41	Under Rule 38(5) read with rule 34(6) (d) and (k) of the Defence of India Rules"[9]

९. हणमंतवडिये येथे सत्याग्रह व शिक्षा

बहे येथे सत्याग्रह केल्याबद्दल नाना पाटील यांना ३१ जानेवारी १९४१ रोजी सहा महिन्यांची सक्तमजुरीची शिक्षा देण्यात आली. ही शिक्षा भोगून आल्यावर नाना पाटील यांनी लगेचच हणमंतवडिये, ता. खानापूर येथे ९ सप्टेंबर १९४१ रोजी सत्याग्रह केला. त्याच वेळी त्यांना अटक करण्यात आली. ३१-९-१९४१ रोजी फर्स्ट क्लास, सब डिव्हिजनल मॅजिस्ट्रेट, ईस्टर्न विभाग, सातारा यांनी त्यांना साधी कैद व २५ रुपये दंडाची शिक्षा दिली. त्यासंबंधीचा मजकूर-

Daily confidential Report : 12-9-1941

(1) Nana Ramchandra Patil of Yede Machindra Taluka Walwa offered satyagraha at Hanmantwadiye, a Village in Khanapur Taluka on 9th September 1941.

(2) He was convicted by the first class Magistrate, Walwa on 31-1-1941 and sentenced to suffer R.I. for 6 months and fine Rs. 100/- or 2 months' R.I. under rule 38(5) read with rule 34(6) (d) & (k) of the Defence of India Rules and this is his second time.

(3) He has been arrested.

i) A speech was made.

ii) A case against the Satyagrahi has been sent up and is subjudice."[10]

दि. १५-९-१९४१ च्या अहवालामध्ये नाना पाटील यांनी हणमंतवडिये येथे केलेल्या सत्याग्रहाबद्दल नाना पाटील यांना दिनांक १३-९-१९४१ रोजी फर्स्ट क्लास सब डिव्हिजनल मॅजिस्ट्रेट, ईस्टर्न विभाग, सातारा यांनी साधी कैद व २५ रुपये दंडाची शिक्षा दिल्याबद्दलची माहिती दिली आहे. शिवाय त्यामध्ये हा सत्याग्रह कसा करण्यात आला याचा सातारा डी. एस. पी. नी डिस्ट्रिक्ट मॅजिस्ट्रेट, सातारा यांना पाठविलेला रिपोर्ट व नाना पाटील यांनी लोकांसमोर केलेले भाषण दिले आहे.

Residency; Satara
15 September, 1941

Daily confidential Report

1. Nana Ramchardra Patil

2. Yes. He was convicted and this is his second time.

3. He was arrested on 9-9-1941 and convicted on 31-9-1941 by the Sub-Divisional Magistrate, 1st class, Eastern Division, Satara and sentenced to suffer S.I. for... months, and a fine of Rs. 25/- or in default of payment of fine one month's S.I. under rule 38(5) read with rule 34(6) (d) & (k) of the Defence of India rules."[11]

"Copy of letter (confidential) No. c/1918 dated 14th September 1941 from the District Superintendent of Police of Satara to the District Magistrate Satara."

With reference to your No. M. A. G. 2203 of 8-9-1941, forwarding the notice from Nana Ramchandra Patil of Yede Machindra, for further action, I have the honour to state that a procession of Satyagrahi N. R. Patil in a chariot driven by 69 bullocks was taken through the village Hanmantwadiye at about 12.30 p.m. on 9.9.41 and was terminated in an open space at about 3 p.m. when a regular meetings was commenced. The speakers including the Satyagrahi made their speeches on the present war. The Satyagrahi was then presented with a charakha and thread and was garlanded. After the meeting was declared closed the Satyagrahi made a speech advocating no help to the British Government in the present war. The details of the speeches are given in the accompanying statement. During the course of the meeting, one Shankar Keshav Nikam of Kundal sang a ballad narrating the deteriorated state of Indians owing to the predominance of the British rule etc. A copy of the ballad is enclosed herewith.

2. As soon as the Satyagrahi made his speech he was arrested by the Police Sub-Inspector, Vita. An offence was registered and a case has been sent up, the result of which will be communicated in due course."[12]

हणमंतवडिये येथे केलेल्या सत्याग्रहाच्या वेळी गावकऱ्यांनी नाना पाटील यांची ६९ बैलांच्या रथातून भव्य मिरवणूक काढून त्यांना चरखा व सूत देऊन, हार घालून त्यांचा सत्कार केला. त्या वेळी झालेल्या सभेत नाना पाटील यांच्यासह एकूण ५ जणांनी भाषणे केली. या सभेस सुमारे ८०० लोक जमले होते. बळी दौलत मोरे, हणमंतवडिये यांनी सभेचे अध्यक्षस्थान भूषविले. या वेळी नाना पाटील यांनी केलेल्या भाषणाचा गोषवारा पुढीलप्रमाणे -

'Statement of Meetings'

Sr. No.	Place and Date	No. of audience and Principal Speaker	Subject 4	Summery of the Speeches
1	2	3	4	5
	Hanmant wadiye (Vita) 9-9-41	About 800. president : Bali Daulata More of Hanmantwadiye Speakers : 1) Krishnaji Malhari Dounde of Kundal 2) Dr.G.V. Apte of Vita 3) Dhondilal Motichand shaha of Vita	Satyagrahi	Speaker No. 4 - N. R. Patil said that was his sixth time to offer satyagraha; he has been released from the jail 8 days ago. He has told about the Jaliyanwala Bag incident and said that Govern-

		4) Nana Ramchandra Patil of Yede Machindra, a satyagrahi 5) Shankar Keshav Nikam of Kundal.		ment says that help should be rendered to the present war if they wish so. Mrs. Hulland advised the public to help in the prosecution of the war by giving scrap ornamonts. But at present, they (Public) do not possess gold. Therefore, the speaker exhorted the audience to act according to Congress Commands. Speaker No : 4 N. R. Patil shouted that the present war is not for Democracy but is for Imperialism. Therefore don't help Gov-

				ernment with men or money in this war[13]

१०. सरकारच्या युद्धविरोधी भाषणे

कोल्हापूर संस्थानात शिक्षा

नाना पाटील व सदाशिव त्र्यंबक केळकर यांनी अहिर, असावली व लोणंद येथे दि. २१, २३ व २४ रोजी काँग्रेसच्या मीटिंगमध्ये सरकारविरोधी भाषणे केली व लोकांना, सरकारला कोणतीही मदत करू नका असे सांगितले. ब्रिटिश सत्तेने भारतातील सर्व सोने आणि चांदी आपल्या देशात नेली आहे; आता हे सरकार शेवटच्या घटका मोजत आहे, असेही जाहीर केले. ६-३-१९४२ च्या साप्ताहिक अहवालात म्हटले आहे की,

"The Congress held meeting at Ahir and Asavali on 23-2-42 and at Lonand on 21-2-42 and again on 24-2-42, the principal speakers being Sadashiv Trimbak Kelkar of Bhade in Bhor state and Nana Ramchandra Patil of Yede Machindra. The attendance at Lonand meetings was good. They both made anti-Govt. speeches telling the audience, that the British had drained the gold and silver from India; that the people should neither contribute towards the war funds nor join the army; that the Govt. was on their last legs and the bureaucracy would perish along with it. They exhorted the people to join the "Nagrik Swarakshak Dal" under the banner of the Congress.

Action is being taken against both the speakers under the Defence of India Rules."[14]

पण यानंतर नाना पाटील भूमिगत होऊन आपले कार्य करू लागले. कोल्हापूर संस्थानात जाऊन नाना पाटील यांनी ब्रिटिश सरकारविरोधी भाषणे करून लोकांना ब्रिटिश राजवटीविरुद्ध संघटित करण्याचा प्रयत्न सुरू केला. कोल्हापूर येथे केलेल्या भाषणांबद्दल

त्यांना १३ महिन्यांची सक्तमजुरीची शिक्षा ठोठावण्यात आली.[१५] परंतु पुढे लवकरच त्यांची सुटका झाल्याचे दिसते.

11. 'Nana Patil - a Notorious congressman!'

सातारा जिल्ह्यातील प्रति-सरकारचे नेतृत्व नाना पाटील यांच्याकडेच जाते. पोलीस रेकॉर्डमध्ये या संदर्भात अनेक संदर्भ सापडतात. दि. ६ नोव्हेंबर १९४२ च्या डिस्ट्रिक्ट मॅजिस्ट्रेट, सातारा यांच्या साप्ताहिक अहवालामध्ये नाना पाटलांच्या नेतृत्वाखाली किर्लोस्करवाडी आणि भिलवडीदरम्यान रेल्वे अपघात घडवून आणणे, रेल्वेमार्ग उखडणे, टेलिग्राफ वायर तोडणे इत्यादी गोष्टी करण्यात आल्याचा आणि त्याचबरोबर सावळज आउट पोस्टवर २०० लोकांनी कुऱ्हाडी, भाले, बंदुका यांच्या साहाय्याने हल्ला केल्याचा निर्देश आहे. नाना पाटील यांचा 'कुप्रसिद्ध काँग्रेसवाले' (Notorious Congressman) म्हणून या अहवालात उल्लेख करण्यात आला आहे.

``However, Some instances of telegraph wire cutting and of attempts to derail railway trains by removing fish-plates, bolts, nuts etc. continued to accur. The most serious incident which took place was an attack on the Savlaj out post by a mob of 200 people armed with axes, spears, guns, etc. headed by Nana Patil, a notorious congressman.''[16]

१२. नाना पाटलांसाठी १००० रुपयांचे बक्षीस

नाना पाटील व काशिनाथ देशमुख, तांबवे, कऱ्हाड यांना पकडून देण्यासाठी माहिती देणाऱ्यास एक हजार रुपयांचे बक्षीस जाहीर करण्याची विनंती डी.एस.पी., सातारा यांनी आय.जी.पी., मुंबई यांना केली होती. त्या अनुसार १८ डिसेंबर १९४२ रोजी आय.जी.पी., मुंबई प्रांत यांनी होम डिपार्टमेंटच्या सचिवांना पत्र लिहिले. त्यात ते म्हणतात की, नाना पाटील आणि त्यांचे सहकारी यांनी देशद्रोही कृत्ये आणि दरोडे घालणाऱ्यांची गँग तयार करून ते देशद्रोही कृत्ये करीत आहेत.

"The District Superintendent of Police, Satara, has in anticipation of sanction, proclaimed rewards of Rs. 1000 each for the arrest or information leading to the arrest of

(1) Nana Ramchandra Patil of Yede Machindra, Taluka Walwa, and

(2) Kashinath Rajaram Deshmukh of Tambave, Taluka Karad.

These are reparted to be organisers of gangs of dacoits and saboteurs and have been proclaimed. The superintendent's action may be approved."[17]

१३. बक्षिसाच्या रकमेत वाढ

नाना पाटील आणि त्यांच्या बरोबर सातारा जिल्ह्यातील अनेक कार्यकर्ते भूमिगत झालेले होते. नाना पाटील यांना अटक करण्यासाठी सरकारचे सर्व प्रयत्न सुरू होते. नाना पाटील यांना पकडण्यासाठी पोलिसांना माहिती देणाऱ्यांना प्रथम सरकारने १०००/- रुपये बक्षीस जाहीर केले. नंतर लगेचच या रकमेत वाढ करून नाना पाटील यांना पकडण्यासाठी २००० रुपयांचे बक्षीस जाहीर करण्यात आले. गव्हर्नर, मुंबई प्रांत यांच्या आदेशाने फरारी क्रांतिकारकांना पकडण्यासाठी ६०००/- रुपये इतकी रक्कम सातारा पोलीस सुपरिटेंडेंट यांच्याकडे देण्याचा जो आदेश झाला होता, त्यामध्ये ही माहिती मिळते.

Rewards,
Grant of ..... for imformation
leading to the arrest of certain absconders.
Government of Bombay, Home Department (Political)
Resolution No. S.D.V./-142
Bombay Castle, 8th January 1943

Express Letter from the Inspector General of Police, Province of Bombay, No. 71-B, dated the 18th December 1942.

RESOLUTION : A sum of Rs. 6,000 (Rupees Six Thousand) should be placed at the disposal of the District Superintendent of Police, Satara for payment of rewards as detailed below to any person, not being a Police Officer, Who gives information leading to the arrest of the following absconders :

	Name of the absconders	Amount of reward
1.	Nana Ramchandra Patil of Yede Machindra, Taluka Walwa	2,000
2.	Kashinath Rajaram Deshmukh of Tambave, Taluka Karad	1,000
3.	Pandurang Govind Patil of Yedenipani	1,000
4.	Yashwant Balvant Chavan, Pleader of Karad	1,000
5.	Gaurihar Eknath of Katarkhatav, Taluka Khatav	1,000

2. The action of the District Superintendent of Police, Satara in proclaiming rewards of Rs. 1000/- (rupees one thousand), in anticipation of the sanction of Government for information leading to the arrest of each of the persons named at (1) and (2) above is approved.
3. The Inspector General of Police, Province of Bombay, should be requested to meet the charge from the grants at his disposal under the head "29-Police."

By order of the Governor of Bombay,"[18]

१४. नाना पाटलांच्या धमकावणीची पत्रे

मुंबई पुराभिलेख विभागात असलेल्या होम डिपार्टमेंटच्या फाइल्समध्ये पत्री सरकार या विषयाची एक स्पेशल फाइल उपलब्ध आहे. या फाइलमध्ये सातारा, पुणे व अन्य ठिकाणी पत्री सरकारच्या नावाने सुरू असलेल्या चळवळींचा तपशील मिळतो. पोलीस अधिकाऱ्यांनी लिहिलेल्या या रिपोर्टसमध्ये नाना पाटील यांचा उल्लेख 'पत्री सरकारचे लिडर' असा केलेला सापडतो.

पत्री सरकारच्या नावाने ज्यांना ज्यांना धमकावणीची पत्रे पाठविण्यात आली ती नाना पाटील यांच्या नावाचा उल्लेख करून पाठविण्यात आली आहेत.

दिनांक ५ ऑक्टोबर १९४५ रोजी डिस्ट्रिक्ट मॅजिस्ट्रेट पुना यांना डिस्ट्रिक्ट सुपरिटेंडेंन्ट ऑफ पोलीस पुना, यांनी १९४५ मध्ये पुणे जिल्ह्यात पत्री सरकारच्या सुरू झालेल्या कारवायांबद्दल माहिती दिली

आहे.

त्यात ते म्हणतात की, राजे निंबाळकर इनामदार वडगाव यांना दहशत दाखविणारे पत्री सरकारच्या वतीने पाठविण्यात आलेले पत्र नाना पाटील यांच्या नावाने सही केलेले आहे.

About the first or second week of August 1945, Raje Nimbalkar, an Inamdar from Vadgaon Nimbalkar received one threatening letter signed in the name of "Nana Patil."[19]

१५. नाना पाटील : पत्री सरकारचे 'लिडर'

दिनांक २३ मे १९४६ रोजी डी.एस.पी. पुणे, यांनी डिस्ट्रिक्ट मॅजिस्ट्रेट, पुणे यांना पत्री सरकारच्या हालचालींबद्दल लिहिलेल्या पत्रात वीर येथे पत्री सरकारच्या समर्थकांनी घातलेल्या कथित दरोड्याची चौकशी करण्यासाठी पोलीस अधिकारी पाठवून चौकशी केली असता शंकर गजाबा चोर हा सातारा-पुणे-भोर सरहद्दीवर या कामात सक्रिय झालेला आहे. सदर चोर हा पत्री सरकारचे लिडर नाना पाटील यांचा सहकारी होता असे लिहिले आहे.

"As a result of his investigation into this case and into the contents of your No. Pol. 248/p.s. dated 7th may 1946, it transpires that a certain Shankar Gajaba Chor has been active in the south of Purandar, Taluka on the Satara-Poona-Bhor Border. This man was a lieutenant of Nana Patil the Satara Patri Sarkar Leader. He was in Patri Sarkar in charge of 42 villages in Bhor State and I think, Satara District."[20]

१६. नाना पाटील प्रकट : अभूतपूर्व स्वागत : प्रचंड सभा

नाना पाटील हे पत्री सरकार किंवा प्रति-सरकारचे नेते होते; त्यांच्या नेतृत्वाने हा अभूतपूर्व लढा सातारच्या भूमीवर लढला गेला, हे सांगण्यासाठी वरील कागदपत्रे पुरेशी आहेत. नाना पाटील यांच्या या लढ्याचे हजारो साक्षीदार होते की, ज्यांनी नाना पाटलांच्या प्रेरणेने स्वातंत्र्यलढ्यात भाग घेतला. १९२७ पासूनच नाना पाटील यांनी आपल्या अथक प्रयत्नांतून आणि आपल्या अमोघ वक्तृत्वातून महाराष्ट्रातील ग्रामीण जनतेला ब्रिटिश सत्तेच्या विरोधात लढण्यासाठी सिद्ध केले. १९४६

मध्ये सर्व भूमिगत प्रकट झाल्यावर सत्तेच्या मागे न लागता देश स्वतंत्र करण्याच्या एकमेव ध्येयासाठी नाना पाटील यांनी पायाला भिंगरी बांधून संपूर्ण महाराष्ट्रभर ब्रिटिश सरकारविरोधी शेकडो भाषणे दिली. नाना पाटील यांचे भाषण ऐकण्यासाठी हजारो-लाखोंचा जनसमुदाय लोटत असे, हे पोलीस रेकॉर्डवरून दिसून येते. नाना पाटील ज्या ज्या ठिकाणी जात त्या त्या ठिकाणी जनतेतून त्यांचे उत्स्फूर्त स्वागत होत असे. नाना पाटलांच्या प्रत्येक हालचालीवर पोलीस लक्ष ठेवून असत. पोलिसांनी सरकारला केलेल्या रिपोर्टमध्ये नाना पाटलांची जादा ओळख देण्यासाठी 'पत्री सरकार'फेम, 'पत्री सरकार लिडर' असे शब्द वापरले आहेत, तर काही ठिकाणी त्यांचा 'Notorious Congressman' असा उल्लेख सापडतो. खाली उल्लेख केलेल्या पोलीस रिपोर्टमधून नाना पाटील यांनी केलेली भाषणे व त्यांच्या सभेस किती लोक जमत असत; याची माहिती मिळते.

नाना पाटील यांनी पुणे येथे १५ मे १९४६ रोजी ५०,००० लोकांच्या समोर भाषण देऊन, ४२ च्या लढ्यात त्यांनी भूमिगत राहून केलेल्या कार्याची माहिती दिली. भूमिगत चळवळीत काम करताना शस्त्रे व दारूगोळा मिळविणे ही प्रमुख अडचण होती. या अडचणीवर मात करण्यासाठी आम्ही पोलीस रायफल्स लुटल्या असे त्यांनी सांगितले. या सभेत त्यांनी प्रामाणिकपणे कबूल केले की, त्यांनी दहशतवाद आणि हिंसेचा वापर गुंडगिरी नष्ट करण्यासाठी केला. याच भाषणात त्यांनी भविष्यात होणाऱ्या लढ्यासाठी हजारो क्रांतिकारक तयार केले पाहिजेत, असे ठासून सांगितले.

"At Poona on May 15th Mr. Nana R. Patil was accorded a reception by some 50,000 persons. Mr. Patil described the difficulties the underground suffered due to lack of arms and ammunition and how these difficulties had been surmounted by the looting of Police rifles. He candidly admitted that violence had to be used to suppress 'goondas' and affirmed that for the future struggle thousands of revolutionaries would be trained."[21]

१९ मे १९४६ रोजी बेळगाव येथे झालेल्या नाना पाटलांच्या सभेस ६००० चा जनसमुदाय जमला होता. या वेळी त्यांनी पत्री

सरकारच्या स्थापनेबद्दलची माहिती देऊन न्यायनिवाड्यासाठी तसेच गुन्हेगारीस प्रतिबंध करण्यासाठी ग्रामराज्याची स्थापना कशी केली याची माहिती दिली.

"At Belgaum Mr. Patil addressed a gathering of 6,000 on May 19th. He discribed the work of the "Patri Sarkar' in establishing a "Gram Raj" for the settlement of disputes and prevention of offences."[22]

दि. २५ मे १९४६ च्या रिपोर्टमध्ये नाना पाटील यांनी २६ मे १९४६ रोजी मुंबईस भेट दिली, तेव्हा त्यांचे मुंबई व्ही. टी. स्टेशनवर प्रचंड जनसमुदाने स्वागत केले. ही माहिती देऊन नाना पाटील यांना 'पत्री सरकार'फेम असे संबोधिले आहे.

Extract from the Bombay City weekly Intelligences Appreciation No. 21, for weekending May 25th 1946.

"Some enthusiasm was created in the city among the residents of Satara, Mr. Nana Patil of the "Patri Sarkar' fame, visited Bombay on May 26th. He was accorded reception by a large crowd at Victoria Terminus Railway station. He is addressing two important meetings at Nare park on May 27th and at Choupaty on May 28th"[23]

दिनांक २२ मे १९४६ रोजी निपाणी तालुक्यामध्ये नाना पाटील यांनी चार गावांमध्ये भाषणे दिली होती. या वेळी निपाणी येथे भाषण ऐकण्यासाठी १५०००चा जनसमुदाय हजर होता. या भाषणात त्यांनी आपल्या नेतृत्वाने सातारा जिल्ह्यात 'ग्रामराज' कसे संघटित केले याची माहिती दिली.

"Mr. Nana R. Patil delivered speeches at 4 Villages in Nipani Taluka (Belgaum) on May 22nd, the meeting at Nipani proper attaining an audience of 15,000. In the course of his address he described his exploits as chief organiser of the "Gram Raj' in Satara and assured his audience that Police officers who had committed atrocities would be punished"[24]

२६ मे रोजी नाना पाटील यांनी मुंबईला भेट दिली, तेव्हा मुंबईच्या

स्टेशनवर त्यांचे ६००० लोकांनी स्वागत केले. याच दिवशी संध्याकाळी झालेल्या प्रचंड सभेस शिवाजी पार्क येथे ५०,००० लोक हजर होते. मुंबईतील गिरणी कामगारांनी या सभेस गर्दी केली होती आणि या वेळी मुंबईतील आठ कापड गिरण्यांना सुट्टी जाहीर केली गेली होती-

"Mr. Nana R. Patil of Satara was accorded a reception by a crowd of 6,000 when he arrived in Bombay on May 26th. On the same evening he addressed a mammoth meeting of about 50,000 at Shivaji Park. He described his activities in Satara and appealed to the Bombay Government to enquire into the alleged police atrocities during the 1942 movement. A large proportion of his audience consisted of mill workers and 8 textile mills declared a holiday."[25]

सन १९४६च्या होम डिपार्टमेंटच्या फाइलमध्ये नाना पाटील यांची माहिती काँग्रेस सोशलिस्ट पार्टीच्या फाइल्समधून मिळते. १९४६ मध्ये नाना पाटील यांनी संपूर्ण महाराष्ट्रभर फिरून भाषणे करून लोकजागृती केली. ते आपल्या प्रत्येक भाषणात १९४२ मध्ये केलेल्या पत्री सरकारच्या कामाची माहिती देऊन लोकांना पुन्हा क्रांतिलढ्यासाठी सज्ज झाले पाहिजे याची जाणीव करून देत असत. ही माहिती देताना नाना पाटील यांना काँग्रेस सोशलिस्ट पार्टीचे समजण्यात आले.

सप्टेंबर १९४६ मध्ये नाना पाटील यांनी सोलापूर, सातारा आणि पुणे जिल्ह्यांत भाषणे दिली. या भाषणांमधून त्यांनी १९४२ च्या लढ्यात पत्री सरकारने कसे काम केले आणि ते पूर्ण लोकपाठिंब्यावर असल्यामुळे कसे यशस्वी झाले याची माहिती सांगून त्यांच्याबरोबर ५०० माणसे स्वातंत्र्यासाठी मरायला तयार असल्याचे त्यांनी सांगितले आहे-

"Mr. Nana R. Patil continues to prove the star attraction of the Congress Socialist Party. He addressed meetings at Solapur (1), Satara (2) and Poona (1). At Khanapur in Satara District, Mr. Patil attracted an audience of 3,000 and at Poona, 1,500. He described the work done by the underground in Satara during the 1942 Movement and affirmed that the 'Patri Sarkar' had succeded because they had a trusted following backed by full support of the people. He hoped that the Interim Government under the Hon'ble Mr. Pandit Jawaharlal Nehru would achieve India's freedom after a final struggle with the British. He himself would not rest until a rule of peasants and workers had been established and he had behind him 500 men who were ready to die for their country."[26]

मुंबईतील पुराभिलेख विभागात असणाऱ्या शेकडो, हजारो फायलींमधून क्रां. नाना पाटील यांच्या चरित्रास उपयुक्त असणाऱ्या फायलींचा मी शोध घेतला असता मला ज्या फायली मिळाल्या, त्यातील साधनांच्या आधारे हा लेख तयार केला. तथापि, माझा हा शोध समग्र आहे, असा माझा दावा नाही. आणखी शोध घेतल्यास क्रां. नाना पाटलांच्या कार्याविषयी बरीच साधने या दफ्तरखान्यात सापडतील, अशी माझी खात्री आहे. क्रां. नाना पाटील यांच्या चरित्राची सामग्री पोलीस रेकार्डमध्ये कशी आहे आणि तिचा पूर्ण वापर केल्याशिवाय क्रांतिसिंहांच्या भावी चरित्रकारास आपले चरित्र-लेखन समाधानकारक करता येणार नाही, ही बाब अभ्यासकांच्या नजरेस आणणे, एवढाच प्रस्तुत लेखाचा हेतू आहे हे वाचकांनी ध्यानात घ्यावे.

संदर्भ

१. मुंबई पुराभिलेख विभाग, महाराष्ट्र राज्य, होम डिपार्टमेंट (स्पे.), फाइल नं. ८००-अे-आय-१९३२, पृ. ३९७.
२. कित्ता, फाइल नं. ८०० (१४), अे (१४), १९३२
३. कित्ता, फाइल नं. ८०० (७४) (१४) १९३२-१९३४, पृ. ८५
४. कित्ता, पृ. ९५
५. कित्ता, पृ. १४३
६. कित्ता, पृ. १४५
७. कित्ता, पृ. १४७
८. कित्ता, होम डिपार्टमेंट (स्पे.) फाइल नं. १०२०(५)८(१३) १९४१, पृ. १०९.
९. कित्ता, पृ. १२३
१०. कित्ता, पृ. १८७
११. कित्ता, पृ. १८९

१२. कित्ता, पृ. १९१

१३. कित्ता, पृ. १९३

१४. कित्ता, होम डिपार्टमेंट (स्पे.) फाइल नं. ८००-७४-१४-३-१९४१-४३. पृ. ११९

१५. कित्ता, पृ. १३३

१६. कित्ता, पृ. १९७

१७. कित्ता, होम डिपार्टमेंट (स्पे.) फाइल नं. १११० (४८) अे-२ (१९४२-४३) पृ. १ व २

१८. कित्ता, पृ. १३

१९. कित्ता, होम डिपार्टमेंट (स्पे.) फाइल नं. ५०१ (आय) अे, १९४५-४६, पृ. ७७

२०. कित्ता, पृ. १४५

२१. कित्ता, पृ. ३३

२२. कित्ता,

२३. कित्ता, होम डिपार्टमेंट, फाइल नं. ५४०-२-१९४६, पृ. १७

२४. कित्ता, पृ. २९

२५. कित्ता, पृ. ३१

२६. कित्ता, पृ. १६५

**

६१
क्रांतिपर्वातील राजा माणूस : नाना पाटील

डॉ. सरोजिनी बाबर

स्वातंत्र्य चळवळीतील कार्यकर्त्या, सुप्रसिद्ध साहित्यिक

त्या वेळची काळवेळच अशी होती की, 'इन्किलाब झिंदाबाद'च्या नाहीतर 'भारतमातेऽ'च्या जयजयकारानं आमच्या अवतीभोवतीचं वातावरण अधूनमधून दुमदुमून जायचं आणि क्रांतिकारकांच्या या जयघोषानं रोमांचित झालेली माणसं 'कोण आलंय?' ते बघावं म्हणून राहात्या घराच्या दारांतून अगर खिडक्यांतून मान बाहेर काढायची. मोठ्या उत्सुकतेनं पुन'पुन्हा चौकशी करायची, "कोण आलयं बरं? फार मोठा माणूस दिसतोय नाही?"

तेवढ्यात कुठला तरी ओळखीचा मागमूस सांगत आवाज यायचा, "आहेत आपलेच. या बाहेर. ओवाळा. आरती घ्या हातात." करा जयजयकार! आणि मग शिगेला जातेलं कुतूहल उराशी बाळगीत माणसं भरारा घरांतून बाहेर यायची.

त्या दिवशीदेखील तसंच झालं. भारतमातेच्या जयजयकाराबरोबरच 'नाना पाटील की जय!'चा जयघोष आमच्या घराशी झाला. म्हणताना "अगं बाई! अण्णा इकडं कुठं?" असं स्वतःलाच विचारीत मी दाराकडं धावले? पाठोपाठ आमचं घरदारही मोठ्या कुतूहलानं पुढं सरसावलं. बघतोय तर अंगणात ही गर्दी लहान-मोठ्यांची अन् त्या जमावाला मागं सारीत अण्णांची धिप्पाड मूर्ती हसतमुखानं सगळ्यांकडे बघत आमच्या घरात शिरलेली... त्या सरशी "या या!" करीत आम्ही त्यांना सामोरे गेलो. त्यांचे पाय शिवले; त्यांना "कसे आहात?" म्हणून विचारलं व त्यांना घरात घेऊन येत माघारी फिरलो.

"अक्काताई, तू बी. ए. झालीस. लई आनंद झाला. शाबास! कळलं तशी वाऱ्यागत आलो सगळी कामं सोडून. अभिनंदन कुणीबी करील; पण त्या पलीकडं आणखीन सगळं!"... असं म्हणत कवतिकानं त्यांनी मला पोटाशी धरलं. त्या वेळी माझ्या मस्तकावर आनंदाश्रूंचा अभिषेक झाला... सगळं घर भारावून गेलं!... सुखावलं!... हवेतच तरंगलं जणू!... आम्हाला फारफार आनंद झाला.

क्रांतिपर्वातलं आमचं वडीलधारं घरी अवचितच उगवल्यामुळे आम्हाला जणू अस्मान ठेंगणं झालं. पत्री सरकारचा राजा माणूस आवर्जून आम्हाला भेटायला आल्यामुळे आम्ही भुलून गेलो...

हे अण्णा - नाना पाटील - आमच्या गणगोत्यातले असले तरी स्वातंत्र्य संग्रामातील त्यांच्या अविस्मरणीय कामगिरीमुळे त्यांचं स्थान उंचावलेलं. मानमरातब वाढलेला... पत्री सरकारच्या दबदब्यानं म्हणा अगर दहशतीनं म्हणा त्यांच्याएकी कुतूहल निर्माण झालेलं. हा माणूस आहे तरी कसा या उत्सुकतेनं प्रत्येकाच्या मनातील शीग ओलांडलेली...

त्यामुळे त्यांच्याएकी बोलताना त्यांच्या बरोबर स्वातंत्र्य चळवळीत भाग घेतलेली मंडळी सांगायची कशी, "आमच्या पत्री सरकारच्या वैभवाची कमान रात्री बारा-एकच्या सुमारास आकाशाच्या भव्य मंडपाला जाऊन भिडावी अशा झोकात वरवर चढायची. अण्णांचा दरबारदेखील भरायचा तो सगळी दुनिया झोपी गेल्यावर!... अशा वेळी पत्री सरकारच्या ताज्या दमाच्या खड्या सैनिकाला जाग यायची... दरबार भरला की, हे सैनिक गोळा व्हायचे. त्यांच्या अंगावर घोंगडी, हातात भाले-बर्चे, बंदुकी, कुऱ्हाडी, तलवार व चाकू असायचे... तर त्यांच्या गराड्यात बसलेल्या अण्णांनी कुणाचं तरी सोंग घेतलेलं असायचं. शेजारी शिवाजी राजांची प्रतिमा असायची. दांडगा माच बसायला व पैस अंगण उभं राहायला. असा या दरबारचा थाट! तिथं कुणालां कळणार नाही, उमगणार नाही अगर पत्ताही लागणार नाही अशा रीतीनं हितगुज चालायचं. अशा वेळी सगळ्यांची नजर खुशीनं चमकायची. कार्य करून दाखवायच्या ईर्षेनं चैतन्य भरून जायचं. अवतीभोवती या सगळ्यांचं रक्षण करणाऱ्या पहारेकऱ्यांचा कडक पहारा असायचा. तरीदेखील जर एखादा ब्रिटिश सरकारचा गुप्तहेर आलाच तर त्याला नजरकैदेत डांबून ठेवण्यात येई.

गॅस बत्तीच्या उजेडात गोरेगोमटे अण्णा तास न् तास जमलेल्या लोकांपुढं बोलत बसायचे. एखाद्या पहिलवानाच्या झोकात शड्डू मारून खड्या आवाजात मोकळ्या मनानं बोलायचे... ब्रिटिशांना सगळीकडे हादरून टाकणारे विचार मांडायचे. त्यांच्या साध्या पण कडक वाणीतून ईर्षा, जिद्द, हिरिरी भरभरून सांडायची!... अण्णांची भाषणं ऐकून माणसं वारं पिऊन उठायची, राष्ट्रभक्तीनं भारून जायची. देशाचा खरा राजा शेतकरी आहे, याची कल्पना ठासून सांगणारे नाना पाटील त्या वेळी लोकांना राजागत वाटायचे. माणसं क्रांतिकारक विचारांनी पेटून उठायची... ब्रिटिशांच्या नाड्या आवळून टाकीन तरच राहीन म्हणत व्रतस्थ होत गावोगाव फिरायची...

आमच्या घरात नाना पाटील आलेत हे कळल्यासरशी असल्या कितीक गोष्टी कानात घुमायला लागल्या... म्हणताना माझ्या आईनं त्यांना ओवाळलं... पाट मांडून जेवा म्हणाली. बुक्कीनं कांदा फोडून घेत आणि तोंडी लावायला भुईमुगाच्या शेंगा सोलून घेत अण्णांनी उसळ-भाकरीवर ताव मारला. तांब्याभर पाणी प्यायले अन् मग "आता कसं बरं वाटतंय सगळ्यांच्या घोळ्यामेळ्यात," असं म्हणत आमच्या घरात बराच वेळ सगळ्यांना जवळ बसवून घेऊन इकडच्या तिकडच्या गोष्टी केल्या...

भूमिगत असताना आपल्याबरोबर नेहमी असणाऱ्या लाड, आप्पा मास्तर, किसनवीर, नागनाथ, शाहीर निकम वगैरेंबद्दलच्या उलाढालीतल्या गमती त्यांनी सांगितल्या. त्या वेळी ते आमच्या वडिलांना म्हणाले, "गुरुजी, अवो, तुमच्या विद्यार्थ्यांनंच तर पैली गोळी झाडली राव!"... ते ऐकून आम्ही थक्क झालो. आमच्या वडिलांना खूप आनंद झाला. देशकार्यासाठी आपले विद्यार्थी पुढं आले यातला आनंद आम्हीही उपभोगला. आम्ही सुखावलो. मीसुद्धा मग पुण्यातील विद्यार्थ्यांच्या मोर्चात सामील होऊन क्रांतिलढ्यात भाग घेताना लाठीहल्ल्याला कसं तोंड दिलं ते त्यांना ऐकवलं; तशी ते सुखावले. "शाबास!" म्हणाले. आणि मग त्यांनी पोलिसांच्या चौफेर गोळीबारामुळे सातारा भागातील लोकांमध्ये भीतीचं वातावरण उभं न राहता ती माणसं त्वेषानं कशी थरारत त्यातल्या हकिकती ऐकवल्या. एवढंच नाहीतर अंतरंगात धुमसणाऱ्या परकीय सत्तेच्या विरोधातील त्वेषाग्नीनं उग्र रूप धारण करीत किती

प्रचंड तेज उभं केलं त्यातली माहिती दिली. प्राणांचीही पर्वा न करता तिरंगी निशाणाची दानत राखण्यासाठी देहार्पण करणाऱ्या शूर वीरांच्या गोष्टी सांगितल्या. आम्ही त्या ऐकून रोमांचित झालो. प्रति-सरकारच्या अनभिषिक्त सम्राटाला अभिवादन केलं आणि म्हणालो, "अण्णा, तुमची कमाल आहे!"

तशी त्यांनी महात्मा गांधींच्या ४२ च्या क्रांतिपर्वातील 'चले जाव'च्या घोषणेमुळे आपल्यातल्या बंडखोरीनं कशी कशी कृती केली, त्यातल्या रोमहर्षित कहाण्या ऐकवल्या... आचार्य अत्रे यांनी पुण्याच्या शनिवारवाड्यावर मोठ्या हिरिरीने गायलेल्या आपल्या 'चले जाव' या कवितेतील "हिंदुस्थान माझा देश. मी राजा या देशाचा... मालक मी या भूमीचा..." या भावनाविष्काराचा त्यांनी घेतलेला अर्थ समजावून दिला... आणि म्हटलं कसं, "आमच्या दरबारातून एक डाव माणूस बाहेर पडला की, ब्रिटिशांच्या नाड्या आवळून जायच्या... रेल्वे रस्त्यावरच्या तारांचा समूळ नायनाट करून, त्या उखडून टाकल्या जायच्या... श्रीमंतांच्या बँकांवर दरोडे घातले जायचे... पोस्ट खात्याची कामगिरी उलथून पाडली जायची. गावगुंडांना दहशत घालीत गोरगरिबांचं रक्षण केलं जायचं... हाती पडलेला पैसा चळवळीसाठी व गरिबांच्या सुखासाठी खर्ची पडायचा... गावोगाव आम्ही न्यायमंडळ स्थापीत असू... तिथूनच कोर्टकचेऱ्या चालू राहायच्या"...

हे सारं ऐकताना आमची काया रोमांचित व्हायची... आम्ही त्यांच्याकडे एकटक पाहात म्हणायचो, "अण्णा, ब्रिटिशांना जसा नेपोलियनचा दरारा तसाच इथं नाना पाटलांचा पण!..."

त्या वेळी अगोदरच त्या मानानं लहान वाटतेले अण्णांचे डोळे ते खुदुखुदु हसले की, आणखी लहान दिसायचे. संभाजीराजांच्या मृत्यूनंतर घराघरांतून औरंगजेबाला जसा प्रतिसंभाजी दिसायचा तशातली गोष्ट नाना पाटलांची झाली आणि हे लक्षात आल्याकारणानं मोठ्या आश्चर्यानं आम्ही त्यांना विचारले, "अण्णा, तुमची भीती फार होती नाही त्या वेळच्या सरकारातील अधिकाऱ्यांना? फौजदारदेखील घाबरायचा म्हणे तुमचं नाव ऐकलं तरी?..." तशी ते हसले. अभिमानानं म्हणाले, "खरंय सगळं!" ...म्हणताना आमच्या नजरा आणखी त्यांच्यावर रोखल्या गेल्या... आपल्या पाणीदार डोळ्यांतील अक्कल, मनगटातील

जोर या आधारावर प्रति-सरकार उभारलेल्या त्या महामानवापुढं आम्ही खरंच नतमस्तक झालो... हे माणूस आमचं होतं; पण किती मोठं होतं. त्यातले बारकावे शोधायच्या धांदलीत आमचं मन भांबावून गेलं...

आम्हाला भेटून त्या दिवशी अण्णा परत गेले तरी "लोक आपल्या स्वतंत्र आणि नवीन निर्माण केलेल्या साधनांनी आपली सर्व राजकीय कार्ये सरकारच्या कोणत्याही खात्याची अपेक्षा न करता उरकून घेऊ लागले, म्हणजे ही सरकारी खाती आपोआपच अर्धांगवायू झालेल्या अवयवाप्रमाणे लुळी आणि निर्जीव होऊन वाळून आणि गळून जातील आणि हेच खरे स्वराज्य." हे शिवरामपंत परांजपे यांचे स्वराज्यविषयक विचार नाना पाटलांनी प्रत्यक्षात निर्माण केल्याची किमया जगानं पाहिली; यातली कुणकुण बराच काळ मनात रेंगाळली.

नाना पाटलांची भाषाच मुळी नवचैतन्य निर्माण करणारी, साधी, सोपी, सोज्वळ, अर्थवाही, अवखळ पण ऐकणाऱ्याला भारून टाकणारी अशी प्रभावी. त्यामुळे "शेतातली सारी ज्वारी बाजरीची ताटं आपल्या माना डोलवून मला इच्यारू लागली की, दिल्लीसनं काय बातमी आणलीयास बाबा? त्या वेळी मी समाधानानं त्यांना सारं सांगू लागलो, तोच पायाखालच्या भुईमुगाच्या वेलांकडं माझी नजर गेली. त्येंची तोंडं पार काळवंडून गेलीवती, मी त्यास्नी म्हणालो, 'कार बाबा असं?' पण ती बोलनातच! त्यांच्या हिरव्यागार येलाला आडकाठी आणणारी मधीच उगवलेली गवताची घाण त्यास्नी नको होती हे काय कळत नाही?"... नाना पाटलांचं शेतकऱ्यांशी होणारं असलं हितगुज ऐकणाऱ्याचं काळीज जिंकून जायचं. असला हा लई भारी माणूस. ही स्वारी एका गावाहून दुसऱ्या गावाला जायची म्हणजे एखाद्या राज्यपालागत थाट असायचा. चार-सहा कासऱ्यांवर पहारेकरी असायचे. मागंपुढं सैनिक मंडळी. रोजचा वेष नवा. कधी घोड्यावर तर कधी पायी. कधी बैलगाडीतून तर कधी मोटारीतून. लई दांडगा जामानिमा-पण ढिम्म् कधी कुणाला पत्ता लागायचा नाही का शोधून काढीन म्हटलं तरी होणार नाही! सारा खाक्याच जगावेगळा!

नाना पाटील लई राजा माणूस. जिवाभावाच्या माणसांचा लोभी. अगत्याची विचारपूस करणारा. वेळप्रसंगी ठणकावून बोलणारा. गरज असेल त्याच्या उपयोगी पडणारा. शरीरानं पहिलवान गडी. तर ते अन्

आम्ही दिल्लीला खासदार असतानाची गोष्ट. मराठीतून भाषण करून सभागृहात आपलं खास स्थान निर्माण करणारे नाना पाटील अधूनमधून आमच्याकडे झुणका-भाकरी खायला यायचे. त्या वेळी कशा एकावरून कितीक गोष्टी निघायच्या. झाल्यागेल्या गोष्टींच्या आठवणींचं सहजी पेव फुटायचं... मग अण्णा सांगायचे, "अभिमानाची गोष्ट मजी आमाला बायकामाणसांची व लहान लहान मुलांची लई मदत झाली तवाच्या येळंला. ही खेड्यातली पोरं मजी बॉम्बगोळं राव! बिनतारी संदेश नेणारी-बिनबोभाट शत्रूच्या हातांवर बघताबघता तुरी देणार. या पठ्ठ्यापायी वेळ आलीच तर मरायबी तयार!... लई जीव लावला सगळ्यांनी... कवाबी जावा, कितीडावबी जावा, बायकांनी आमाला जेवूखाऊ घातलं, ववाळलं, घरात दडवून ठेवलं, स्वत्ता दारावर पहारा केला!... खावी भाकर कांदा । आणिक करावा देशाचा धंदा... असली गीतं त्या म्हणायच्या. जोर याचा मग आमालाबी. आक्काताई, आमच्या कातड्याचं जोडं करूनशान त्येंच्या पायात घातलं तरीबी रीण फिटायचं न्हाई त्येंचं. इतकं त्येंनी आमाला संबाळलंयबी अन् पाठबळबी दिलंया..."

हे ऐकताना अंगावर सरसरून काटा फुलायचा. त्या वेळची काळवेळ साईनसंगीत नजरेत यायची... शाहीर निकमांची तडफदार वाणी कानात घुमायची - अगं, सव्राज्य मिळवायचं अवंदा गं । म्हणून कारभारनी सोडलाय म्या धंदा... त्यांच्या हातातल्या डफाचा नाद अवतीभोवती निनादायचा...

शिवाजी महाराजांनी जसं मावळ्यांच्या व इष्टमित्रांच्या जिवावर स्वराज्य स्थापनेचं कार्य केलं, तसंच नाना पाटलांनीही आपल्या नागनाथ, किसनवीर, वसंतराव पाटील, बर्डे मास्तर, पांडू मास्तर, लाड यांच्यासारख्यांच्या मदतीनं अन् शेतकऱ्यांच्या पाठिंब्यानं आपलं राज्य उभं केलं. चालवून दाखवलं... स्वराज्यसूर्याची किरणं या भारतभूमीवर पसरलेली दिसावीत म्हणून त्यांच्या लोकांनी त्या वेळी बंदुकीच्या गोलंदाजीनं आपला दबदबा निर्माण केला...

"अण्णा, तुम्ही सुभाषबाबूंसारखंच काम केलं म्हणा की?" एक दिवस नॉर्थ ॲवेन्यूतील आमच्या घरापासून नाना पाटलांच्याबरोबर संसदभवनाकडे पायी चालत जाताना मी त्यांच्याशी गुजगोष्ट केली. तशी ते हसून म्हणाले, "अलबत! सुभाषबाबूंना पाठिंबा उभा केला.

सातासमींदरापलीकडं त्ये गेलं. आमी आमच्या साता पडदीनतल्या घराघरांतून रान पेटीवलं! ... जयहिंदची त्येंची गर्जना आमीबी ठोकली रानोमाळ!... आमीबी 'कदम कदम बढाअे जा' म्हणालो... सुभाषबाबूंच्या कार्याचा उठाव झाला... आमच्यातबी राजाक्कासारकी कॅप्टन लक्ष्मी हुती!... आमचा माणूस गळ्यात काडतुसांची माळ घालून अन् हातात बंदूक घेऊन चालायचा आपली वाट धरून! बघितेलायास न्हवं त्वां?''

''जी! म्हणून तर.'' त्यांच्या बोलण्याला मीही प्रतिसाद दिला, तशी ते सुखावले. म्हणाले कसे, ''तू हे लीव सगळं, चालू दे लेखणी तुझी बंदुकीगत!''...

तेवढ्यात संसदभवन आलं. आम्ही आत गेलो. त्यासरशी नाना पाटील आपल्या हातातला सोटा टेकीत पुढंपुढं निघाले. म्हणताना तिथली माणसं भराभर मागं सरली; त्यांना लवून अभिवादन करीत, 'जयहिंद!'... म्हणाली. त्यांनी पण त्यांना प्रतिसाद घातला, 'जयहिंद!'... तर असा हा आमचा वडीलधारा राजा माणूस. अंगानं धट्टाकट्टा, वृतीनं बेडर, निर्भय; पण आजारानं पछाडल्यासरशी शेवटीशेवटी लई खंगला. मधुमेहानं त्याला पोखरून टाकलं जसं!

मला आठवतं. त्यांचा एक पाय काढला म्हणताना मी त्यांना मिरजेला वॉनलेस इस्पितळात भेटायला गेलेवते. त्या वेळी त्यांच्या डोळ्यांची तपासणी करायला डॉक्टर आलेले. व्हील-चेअरवर बसवून त्यांना क्ष किरण विभागाकडे नेण्याची तयारी चाललेली... पण... मला पाहताच त्यांनी डॉक्टरांना सुनावलं, ''येऽऽ थांबा रंऽऽ पोरगी आलीया - मंगशानी या म्हणं !''... अण्णांना गहिवरून आलं... सिंहाची शेळी झालीया म्हणाले... मला पोटाशी धरून त्यांनी माझ्या पाठीवरून हात फिरवला...

घटकाभरानं दही-भाकरीची न्याहरी आणलेला डबा उघडला... आपल्या हातानं दोन घास माझ्या तोंडात भरवीत ते हसले... 'दुकून दुकून किती दुकंल?' म्हणाले... 'तू आलीस, प्वॉट भरलं' बोलले... 'आपल्या माणसांना विसरूनी' म्हणाले...

त्या वेळी काय वाटलं कसं सांगू? त्यांच्या या वागण्या-बोलण्यानं एवढं गदगदून आलेलं की, त्यातलं कोणतं एक सांगायला माझ्याजवळच्या शब्दांची हिंमतच होत नाही तर!... मनातलं काय ते ओठावर यायचं

सोडून फक्त तोंडावर उमटलं अन् डोळ्यांत उतरलं! बस्स!

आमचं हे हडबडलेलं ध्यान बघून शेवटी अण्णाच हसले. म्हणाले कसे, "मी काय आत्ताच्या आत्ता मराय लागलूया काय तवा घाबरलीयास पोरी?... माजं भ्या त्या येमदूतालाबी हाय!... चल, उचल ही भाकरी न खा. पोट भरूं दे"... पण... तरीदेखील त्यांची ती अवस्था बघून हबकून गेलेल्या मला बोलायला सुचलंच नाही! अंहं!... मी नुसती चित्रातल्या भावलीगत उभीच्या उभीच राहिले... बोललेच असतील तर फक्त माझे डोळे... आणिक म्हटलंच असलं काही पोटातल्या उमाळ्यानं तर ते दर्पणात दिसावं त्या रीतीनं तोंडावर उमटलेल्या भावभावनेनं!

बस्स! एवढंच!

**

६२

इतिहासातील एक अद्‌भूत व्यक्तिमत्त्व

वि. वा. शिरवाडकर (कुसुमाग्रज)

थोर मराठी साहित्यिक, ज्ञानपीठ पुरस्कार सन्मानित

क्रांतिसिंह नाना पाटील म्हणजे भारतीय स्वातंत्र्यसंग्रामाच्या इतिहासातील एक अद्‌भुत व्यक्तिमत्त्व. दंतकथेचं सारं द्रव्य असलेलं एक वास्तव चरित्र. नाना रसांनी आणि चमत्कारांनी शिगोशिग भरलेलं. नाना पाटील म्हणजे अस्सल मराठी मातीतून वर आलेला एक जबरदस्त पाषाणपुतळा. काळ्या मातीतील उत्कट उदारता आणि काळ्या पाषाणातील रणशील अभेद्यता यांचा अपूर्व मिलाफ या चरित्रात झाला आहे.

खेड्यापाड्यांतील व्यासपीठावर नमस्कार करून नव्हे, तर पहिलवानी दंड थोपटून भाषणाला प्रारंभ करणारा हा मराठी वीर महाभारतातील भीमाचा वंशज वाटावा. कुस्त्यांचे आखाडे गाजविणाऱ्या या वीरानं 'करा वा मरा' हा महात्मा गांधींचा संदेश ऐकला आणि त्यांच्या अवाढव्य देहातील प्रत्येक परमाणूनं 'मी करीन आणि जरूर तर मरेन' असा प्रतिसाद त्या हाकेला दिला. शारीरिक आणि मानसिक बळाच्या या दांडग्या कोठाराला आपलं जीवनकार्य सापडलं. चमत्कार व्हावा त्याप्रमाणे शेतकऱ्याचं रूपांतर सेनापतीत आणि मल्लाचं रूपांतर लोकनेत्यात झालं. आपल्या सीमित परिसरात का होईना; पण नाना पाटलांनी ब्रिटिश सत्ता खणून काढली आणि तेथे लोकांचं राज्य स्थापन केलं. म. गांधींच्या आदेशाचं पालन येथे झालं तसं भारतात इतरत्र कोठेही झालं नाही.

खरे तर क्रांतिसिंह नाना पाटील व त्यांचे सहकारी यांनी ब्रिटिश सत्तेशी दिलेला लढा म्हणजे भारतीय स्वातंत्र्य संग्रामाच्या महाभारतातील एक चिरस्मरणीय असे पराक्रम पर्व आहे. भारतात कोठेही न घडलेले हे पराभवपर्व मराठी मुलखात, सातारा-सांगलीच्या परिसरात घडलेलं आहे.

महाराष्ट्राला याचा सदैव अभिमान वाटावयास हवा आणि त्याहून अभिमानाची गोष्ट म्हणजे हे पर्व कोणी घडविले?

तर खेड्यापाड्यांतील, शेतमळ्यांतील किसान - कामगारांनी! सामान्य माणसे; पण इतिहासाचे आव्हान स्वीकारून असामान्यतेच्या शिखरावर पोहोचलेली! भारताचे स्वातंत्र्य कोणी मिळवले, या प्रश्नाचे उत्तर देताना मोठमोठ्या नेत्यांची नावे आपल्या डोळ्यांसमोर येतात. त्या महापुरुषांच्या श्रेयाबद्दल वादच नाही; पण हे श्रेय फक्त त्यांचेच नाही. लढाईचा विजय त्या लढाईचा व्यूह रचणाऱ्या सेनापतींच्या नावे नोंदविला जातो; पण त्या श्रेयावर प्राणांचे बलिदान करून तो यशस्वी करणाऱ्या सैनिकांचाही तितकाच किंबहुना अधिक अधिकार असतो.

१९४२ सालापासून सुरू झालेल्या स्वातंत्र्य-संग्रामात तर सेनानायकांनी कोठला व्यूहही रचला नव्हता. गवालिया टँकवर भरलेल्या अधिवेशनात म. गांधींनी मध्यरात्री सर्व देशाला आदेश दिला : "या क्षणापासून भारत स्वतंत्र झाला आहे, आता या स्वातंत्र्याचे रक्षण करण्याची जबाबदारी प्रत्येक नागरिकावर आहे." ती ऐतिहासिक रात्र सूर्योदयात विसर्जित होण्यापूर्वीच सरकारने देशातील सर्व नेत्यांना तुरुंगात टाकले.

'करा वा मरा' हा नेत्याचा आदेश; पण मरायला तयार असलेल्यांनीही काय करायचे? कोणतीही योजना नव्हती, नेतृत्व नव्हते. अशा संदिग्ध व धुकाळ वातावरणात या आदेशाचे पालन आपल्या अंतःप्रेरणेने करणारे क्रांतिसिंह नाना पाटील, उत्तमराव पाटील, किसन वीर, लाड यांच्यासारखे नरसिंह उभे राहिले. त्यांनी दास्यमुक्त झालेल्या राष्ट्राची केवळ घोषणाच केली नाही, तर स्वतंत्र सरकारची निर्मिती करून हजारो हातांचे आणि हत्यारांचे पोलादी कडे त्याच्या भोवती खडे केले!

क्रांतिसिंहांच्या नेतृत्वाखाली हे सरकार ब्रिटिश सत्तेशी टक्कर देत, जवळजवळ स्वातंत्र्य जाहीर होईपर्यंत अस्तित्वात होते. अशा या मातीतील क्रांतिकारकांची भाषणेही शेतकऱ्यांच्या शहाणपणाने आणि सैनिकांच्या आवेशाने ओथंबलेली असत. त्या भाषणांचे संकलन नव्या पिढीपुढे आले तर क्रांतिसिंह नाना पाटलांचे ग्रामीण भागातील समाज प्रबोधनाचे व त्यांच्या क्रांतिकार्याचे वास्तव स्वरूप लोकांच्या पुढे आल्याने प्रेरणादायी ठरेल.

पदोपदी पसरून निखारे आपुल्याच हाती

होऊनिया बेहोश धावलो ध्येयपथावरती
कधी न थांबलो विश्रांतीस्तव, पाहिले न मागे
बांधू न शकले प्रीतीचे वा कीर्तीचे धागे
एकच तारा समोर आणिक पायतळी अंगार
गर्जा जयजयकार क्रांतीचा गर्जा जयजयकार!

('क्रांतिसिंह नाना पाटील'मधून)

**

"शेतकऱ्याला सुट्टी हाय काय?"

"...आता शेतकरी बघा. इतरांकडंही बघा. सगळ्यांस्नी सुट्ट्या किती हायत्या? शेतकऱ्याला सुट्टी हाय का? त्याला सुट्टी न्हाय. त्येला एकदाच सुट्टी! त्या सुट्टीतनं गेला की, पाक मोकळा झाला! (हशा) आता तुमी बघा! शाळा मास्तर हायती. शाळा मास्तरांच्या सुट्ट्या किती? किती सुट्ट्या? त्याचा त्येलाच हिशेब घावंना! इतक्या सगळ्या सुट्ट्याच सुट्ट्या! कुणाला सकाळची हाय, कुणाला दुपारची हाय, कुणाला वीस-वीस दिवस, तीस-तीस दिवस सुट्टी! आणि माप त्यांचं कसं? यांचा अठ्ठावीस दिवसांचा महिना झाला की, महिना पुरा झाला. पगार दिलाच पाहिजे! पण त्येंच्या दुधवाली बाईचे बत्तीस दिवस झाल्याशिवाय महिना धरायचा न्हाय! का चार दिवस फुकटावारी गेलवी आमचं! (हशा) कारण का? तर ही शिकलेली हायती. यांचा अठ्ठावीस दिवसांचा महिना! फेब्रुवारी! (हशा) अन् दुधवालीचा बत्तीस दिवसांचा महिना ! त्योबी मोजतु कसा, सोमवार सोमवार आठ, मंगळवार मंगळवार आठ, बुधवार बुधवार आठ अन् बेस्तरवार बेस्तरवार आठ अन् उरलं तर बॉट! (हशा) आरं, त्यांचा कुणी धनी हाय का न्हाय? याला सुट्टी न्हाय! याला जुपी न्हाय! मोटंच्या औतागत झालंया आमचं! इतर औतं कवाबी उबी करावी; पावणा आला, मैतर आला. मोटंचं औत असं असत की हूंऽ म्हटलं अन् कच्च्यावर गेलं तर बरं; जर आदीमधी बंद केलं, तर मोटंसकट, गड्यासकट सगळं आत! ही काय मॉट आवारती का बैलास्नी मधी उबी केल्याली! तसं आमचं झालंय!"

- कां. नाना पाटील : शेवटचे भाषण

६३
मी सिंह पाहिला होता

ग. दि. माडगुळकर

सुप्रसिद्ध साहित्यिक

क्रांतिसिंह नाना पाटील निवर्तल्याचे ऐकले. हे असे घडणार होते. पिकले फळ कधीतरी गळून पडणार होते. जातस्यहि ध्रुवो मृत्युः । तो कोणालाच कधी चुकत नाही.

अर्थात नाना पाटलांसारखे धन्यतेचे मरण फार थोड्यांच्या वाट्याला येते. देशाचा संसार त्यांनी हिरिरीने केला होता. परक्या सरकारचा समाचार आणि पाहुणचार घेतला होता. शरीरकष्ट सोसले होते. अन्यायावर आसूड ओढले होते. परदास्याचे पाय बांधून त्यांनी त्यावर पत्र्या ठोकल्या होत्या. ते पुन्हा या देशाच्या दिशेनेदेखील वळणार नाहीत अशी खबरदारी घेतली होती. स्वातंत्र्याचा ध्वज वर चढताना पाहिला होता. देशाच्या सार्वभौम संसदेमध्ये मराठी भाषणे केली होती. संसद गाजवून सोडली होती.

मनाला पटेल तेच करण्याचे उमदे राजकारण खेळून ते अलगद बाजूला झाले होते. वृद्धापकाळी त्यांच्या मनातला भगवा रंग त्यांच्या वेषावर आला होता. मन विरक्तीच्या रंगात न्हाऊन परत कोरडे झाले होते. स्वतःच्या व्यथांना हसण्याइतकी अलिप्तता त्यांच्या स्वभावात आली होती.

अलीकडे त्यांच्या माझ्या गाठीभेटी होत नव्हत्या. आल्या-गेल्याकडून कुशल कळत होते. कुणीतरी सांगितले की, अण्णा आजकाल पंढरपूरला असतात. माझ्या मनाने प्रतिसाद दिला होता, ठीक आहे. त्यांच्या वारकऱ्यांच्या कुलगुरूने अनुशासन घालून दिलेच होते.

नाम स्मरणे हो शेवटी
घर चंद्रभागे काठी

नंतर कळले की, ते वाळव्याला विश्रांती घेत आहेत. 'कुठे, कुणाकडे?' असे मी विचारले नाही; पण ठाऊकच होते की, नागनाथ नायकवडी वाळव्याला आहेत. बेचाळीस साल गाजविणारे नायकवडी ऐन वयात राजकारणापासून दूर झाले होते. विध्वंसाचा काळ संपून गेला आहे, हे त्यांनी जाणले होते. आपल्या जन्मगावीच रचनात्मक कार्याची गुढी त्यांनी उभारली होती.

त्यांनी काढलेली शिक्षण संस्था वाढली होती. बहराला आली होती. आफ्रिकेसारख्या दूरच्या अविकसित खंडातले विद्यार्थीही त्यांच्या संस्थेत शिक्षणाचा लाभ घेत होते. संस्थेच्या मालकीच्या सुरेख वास्तू होत्या. उद्याने होती. पंढरपूरसारखे वाळवा हे गावही अण्णांच्या लेखी क्षेत्रच होते.

मी स्वतः नायकवडींच्या संस्थेत राहिलेलो आहे. मी तिथला पाहुणचार घेतलेला आहे. निवृत्तीच्या काळात वाळव्याला जाऊन राहावे हे माझ्यासारख्या सामान्य माणसालासुद्धा वाटले होते; मग अण्णा तर समुदायात वाढलेले, समुदायासाठी जगलेले. त्यांच्या एकान्ताभोवती उद्याच्या पिढीचा समुदाय असेल आणि परिसरभर शारदीय वीणेचे झंकार घुमत असतील तर त्यासारखे दुसरे विश्रांतिस्थान कुठले?

पंढरीत विठ्ठलाची वाणी. इथं विद्येची वीणा. शारदेचा झंकार. अण्णांचा स्वभाव रोखठोक, बोलणे परखड. त्या बोलण्याला विनोदाची हसरी जरतारी झालर. स्वतःच्या व्यथेचीही थट्टा उडविण्याइतके अलिप्तपण त्यांच्या अंगी आपसुकच मुरलेले होते.

वाळव्यात ते सुखात होते. अण्णा आपले काम करून वाहिले झाले होते. जरेला तिचे काम करणे भाग होते. वृद्धापकाळी शरीरातला विकार वाढला. अण्णांना मिरजेच्या इस्पितळाच्या वाऱ्या करणे भाग पडले. तिथल्या रुग्णशय्येवर पडावे लागले.

इंग्रज सरकारला फितूर असणाऱ्या बदमाशाचे पाय अण्णांच्या अनुयायांनी तोडले. जीवदान देण्याचे व्रत घेतलेल्या वैद्यकशास्त्राने अण्णांच्या संमतीनेच अण्णांचा पाय छाटून टाकला.

माझी खात्री आहे की, अण्णा त्या वेळी आभाळासारखे गडगडून

हसले असतील. म्हणाले असतील, 'आता पुढचं औक्ष जगायला एका पायावर हुबा हाय ह्यो गडी.'

ऐन क्रांतिकाळात अण्णांनी खादीचे कपडेही फेकून दिले होते. ते गोणपाटाचा अंगरखा घालून हिंडत. खादी काय अन् गोणपाट काय. फाटले की, फेकून द्यायचे. ही कपड्याची किंमत.

शरीराची किंमत तरी त्यापेक्षा वेगळी काय? वासांसि जीर्णानि यथा विहाय। नवानि गृण्हाति नरोपराणि । तथा शरीराणि विहाय जीर्णान्यानि। संयाति नवानि देहीन ।।

वैद्यांनी पाय काढून टाकला. एका नेमलेल्या क्षणी काळाने शरीर नावाचा वेषही उतरवून घेतला. अण्णांचा आत्मा मुक्त झाला, वैकुंठाला गेला.

विचाराला हे सारे संदर्भ समजतात, उमजतात; पण मन? अण्णा गेल्याची वार्ता ऐकून ते कळवळलेच, डोळे पाझरले, हुंदका अनावर झाला.

वृत्तपत्रांचे वार्ताहर विचारत होते. 'आपली प्रतिक्रिया काय?'

उपचार म्हणून मी उत्तरलो, "मंतरलेल्या दिवसांचा मांत्रिक काळाच्या पडद्याआड गेला..."

रात्री डोळ्याला डोळा लागेना. आठवणी गर्दी करू लागल्या. पापण्यांच्या पडद्याआडून कित्येक प्रसंग पुन्हा दिसू लागले. काहीसे अस्पष्ट... काहीसे तुटक.

खेडुतांची प्रचंड सभा. सारे मैदान फुलून गेलेले. पटके, पागोटी, गांधी टोप्या केसांची महिरप झाकून टाकतील असे शालीन पदर, काही उघडी डोकी, आंबाडे, वेण्या, पांढरे केस, काळे केस, करडे केस, मधोमध व्यासपीठ; स्थानिक कार्यकर्ते काहीबाही बोलतात. सर्वांचे लक्ष मुख्य वक्त्याकडे.

तो बलदंड वक्ता व्यासपीठावर उभा राहतो. उसळी मारून उठतो. पवित्र्यात उभा राहतो. पस्तिशीच्या आसपासचे वय, थोडीशी बुटकी; पण भरीव अंगलट, मोठमोठे डोळे, सावळा रंग, सरळ नाक, वरच्या ओठाबरोबर छाटलेली मिशी, दुहेरी हनुवट, भरलेली गर्दन, रुंद खांदे, डोईवर गांधी टोपी, अंगात नेहरू सदरा, उजव्या काखेकडून डाव्या खांद्यावर मारलेली खादीच्या नक्षीदार शालीची भाल, कमरेला भरड्या

खादीची लुंगी.

बत्त्यांच्या उजेडात श्रोत्यांना वक्ता दिसला. हजारो डोळे औत्सुक्याने पाहात होते. त्या वक्त्याचे शब्द झेलण्यासाठी हजारो कानांच्या ओंजळी झाल्या होत्या.

वक्त्याने पुन्हा उसळी घेतली. आखाड्यात उभा राहून ठोकावा असा शड्डू ठोकला आणि सिंहासारखी गर्जना केली, 'छत्रपती शिवाजी महाराज की जय-!'

गारांचा पाऊस पडावा तसा टाळ्यांचा कडकडाट झाला. वक्ता बोलू लागला. जणू मुसळधार पाऊसच सुरू झाला. वारीचा वरुण बरसू लागला - 'शेतकरी बंधूनो'...

जमलेल्या जमावाची काळजे जणू कानात येऊन बसली. वक्ता राजकारण बोलत नव्हता. शेतकरी समाजाशी शेतकऱ्याच्या बोलीतच तो संवाद करीत होता. त्याचा आवाज मोठा होता. बोलणे पोटतिडकीचे होते. ऐकणाऱ्यांना वाटत होतं, आपली आपणच कानउघाडणी करतो आहोत. परंपरागत भोळेपण, खुळचट रूढी यांच्यावर सपासप वाणीचे फटकारे बसत होते. कर्ज काढून पितरांचे दिवस घालणे, त्यांची श्राद्धे करणे याविषयी भाषण चालले होते.

नाना पाटील बोलत होते, "बा मेला, त्याला जाळला वढ्याच्या काठाला, त्याच्यासाठी पुन्हा भाताचं गोळं करून ठिवायचं, पिंडाला कावळा शिवला पायजे. याचा अन् कावळ्याचा काय संबंध ते एक मंतर सांगणाऱ्या बामनालाच ठावं."

"पिंड पाडनाऱ्यानं हुभा ऱ्हायचं. हात जोडायचं. कुणाला? झाडावरच्या कावळ्याला. त्याला आर्जवं करायची, ये महाराजा, पिंडाला निसती टोच हान. तुझ्या मनातल्या सगळ्या इच्छा मी पुऱ्या करीन, ये, ये. कावळा कशाचं येतोय? मानसाच्या गर्दीत कशाला ईल शाना कावळा. तो झाडावर बसूनच काव काव करीत ऱ्हातो. तास - दोन तास मिन्त्या केल्या तरी कावळा काय पिंडाला शिवत न्हाई. मग भडजी काय करतो? दरभाचा कावळा. त्यो खोटा कावळा पिंडाला शिवला की, मेलेला बा जेवला, थुः त्येच्या!"

"बाचं दिस संपलं की, पुन्ना हायच. आपलं रान, आपली जित्राबं, आपली पिकं. पिकाची राखण तर डोळ्यांत त्याल घालून कराया होवी.

ज्या हातानं पिंड पाडलं त्याच हातात मग गोफन. हातं काय कावळ्याला आवतान लागत न्हाई. झुंडीच्या झुंडी उतरत्यात वला जुंदळा खायला. मग कावळ्याला हात कोन जोडतंय? मग भिरीरी धोंडं, शिव्या! हे काय याड म्हणावं का खुळ?'' सारा जमाव हसू लागला. हसताहसता थबकला. वक्त्याने त्यांना समजावून सांगितले, ''आपुनच आपल्याला हसावं अशा या रूढी फेकून द्या, शानं व्हा –''

राजकारणाआधी नाना पाटलांची व्याख्याने ही असली असायची. सत्यशोधक समाजाच्या चळवळीचा नेमका सूर त्यांना त्या वेळी गावलेला होता. वारकऱ्याकुळी जन्मूनही वेड्या धर्माच्या विरुद्ध ते कडाडून बोलत होते.

असेच कुठेतरी एकदा ते अस्पृश्यतेवर बोलत होते. श्रोता खेडूतवर्गातला बव्हंशी शेतकरी. नाना पाटील कळवळून बोलत होते. ''अरं, म्हारं, मागं, चांभारं, भंगी ह्यास्नी लांब का ठेवता? ती घान काम करत्यात म्हणून? तुमचा सोताचा डावा हात सकाळी उठल्या उठल्या कसलं काम करतो? घानच नव्हं ते काम? त्येला तोडून वायलं ठिवता का? न्हाई.''

''डावा हात घाण काम करतो; त्येला तुमी राख लावून, शाप धून काढता, त्याच हातावर मिसरी ठेवता. उजव्या हाताच्या बोटानं ती मिसरी दाताला लावता. खरं का न्हाई?''

त्यांची ही भाषणे विलक्षण परिणाम करून जात. त्यांच्या बोलण्याचा बाज अस्सल ग्रामीण, उपमा, दृष्टांत सारे नित्याच्या आयुष्यातले. गाडगेबाबांच्या कीर्तनाला व्हायची तशीच गर्दी नाना पाटलांच्या व्याख्यानालाही.

जनजागरण हा त्यांच्या वाणीचा स्वभाव आणि लोककल्याण हा त्यांच्या मनाचा ध्यास होता. पूर्वी उल्लेख आलाच आहे की, त्यांचे घराणे वारकऱ्याचे. सेवेची सवय पिढीजात. गळ्यात तुळशीची माळ घालणे म्हणजे काय हे त्यांना ठाऊक होते. स्वतःच्या देहावर तुळस ठेवल्याशिवाय देव भेटत नाही. ते डोळस वारकरी होते. देव देवळातच असतो असे नाही. त्याचे अस्तित्व भूतमात्रांत सामावलेले आहे हेही त्यांनी ओळखले होते.

आयुष्याच्या आरंभी त्यांनीही चारचौघांसारखा संसार आरंभला होता. त्यांचे गाव येडे. सातारा जिल्ह्यातील मच्छिंद्रगडाच्या पायथ्याचे

एक छोटेसे खेडे. खरे तर ते वतनदार पाटील. इंग्रज बहाद्दराच्या राज्यात वतनदाऱ्या गेल्याच होत्या. मुलकी परीक्षा पास झाल्यावर नाना पाटलांनी तलाठ्याची चाकरी धरली होती.

अधिकाऱ्यांनी त्यांच्यावर काही खोटा आळ आणला आणि त्यांना ती नोकरी सोडावी लागली. त्या नोकरीबरोबर ते दास्यातून मुक्त झाले आणि असंख्यांची दास्यमुक्ती हे त्यांच्या जन्माचे ध्येय झाले.

सत्यशोधक समाजानंतर सत्यनिष्ठ महात्माजींच्या चळवळीने त्यांना मोह घातला. विठ्ठलाच्या नावाइतकेच त्यांना गांधीजींचे नाव प्रिय झाले. सामाजिक चळवळींनाही त्यांनी गांधींच्या नावाने पावन करून टाकले. अत्यल्प पैशात मुला-लेकींची लग्ने साजरी करण्याचा उपदेश ते शेतकऱ्यांना करीत आणि तशी लग्ने घडवून आणीत. त्या लग्नपद्धतीचे नावच त्यांनी 'गांधी-लग्न' ठेवले होते.

तीस सालच्या कायदेभंगात त्यांनी हिरिरीने भाग घेतला. अनुयायी मिळविले. जिल्हाभर संचार केला. संघटना बांधली. येडे, नागराळे, पुणदी, कुंडल यांसारखी खेडीच्या खेडी त्यामुळे जणू नाना पाटलांचीच होऊन गेली.

होता होता नाना पाटलांची वाणी हे काँग्रेस पक्षाच्या संघटनेचे एक महान साधन झाले. सदतीस सालाची निवडणूक त्यांनी आपल्या पक्षासाठी जिंकतो म्हणून जिंकून दाखविली. या काळात मी नाना पाटलांच्या राज्यात होतो. आमचे कुंडल नावाचे खेडेच्या खेडे नाना पाटलांच्या अनुयायांनी भरलेले होते. माझा वर्गमित्र नाथा लाड, नात्यानेच नाना पाटलांशी जोडला गेला. नाना पाटलांच्या बहिणीशी त्यांचे लग्न झाले. कुंडल गावात त्या वेळी स्वातंत्र्याच्या वेडाने झपाटलेले तीन लाड होते. आप्पा लाड, नाथा लाड आणि गणपत लाड. हे सारे लाड माझे दोस्तच होते. त्यांच्या साऱ्या चळवळीत भाग घेणे मला आवडत होते. या लाड मंडळींचे स्फूर्तिस्थान नाना पाटीलच होते.

एकदा एक गंमत झाली. नाना पाटलांच्याच एका सभेच्या निमित्ताने आम्ही दोघे-चौघेजण कऱ्हाडला निघालो होतो. कुंडलहून कऱ्हाडपर्यंतचा प्रवास सायकलीवरून करायचा होता. मला सायकलीवर बसण्याचा सराव नव्हता. उत्साह मात्र अमाप होता.

आम्ही सर्वजण निघालो. भरदुपारी निघालो. दहा-पाच मैल गेलो

आणि मी दमलो. पाय भेंडाळून आले. बरोबरच्या मंडळींत एक द्यानू कुंभार होता. सायकल हाती धरून घामाघूम अवस्थेत रखडणाऱ्या मला उद्देशून त्याने गाणे सुरू केले. पायउतारा करून नाचत हातवारे करीत तो गाऊ लागला.

अग दमलीस का?
आता शेंदाड खा

मी चिडक्या बिब्यासारखा चिडलो. द्यानूचे गाणे मुळीच थांबेना. मी झाडाखाली बसलो. रडकुंडीला आलो. वैतागून बोललो, "जा तुम्हीच अण्णांच्या सभेला. मी नाही येत." माझ्यासाठी सर्वांनाच अर्ध्या वाटेत थांबावे लागले. सभेला उपस्थित राहणे अशक्यच झाले, तेव्हा कुणीतरी म्हणाले, "आता परत चला. याला घ्या कुणीतरी डब्बल सीट."

"नाही" मी ओरडलो. मी भयंकर थकलो होतो. नाना पाटलांची सभा सापडली नाही म्हणून स्वतःवरच चिडलो होतो.

काय करावे ते कुणालाच कळेना. मग एकजण म्हणाला, "आता असेच येड्याला जाऊ या. जवळ आहे. अण्णांकडेच मुक्काम करू." येड्याला जायचे, नाना पाटलांच्या घरी जायचे या कल्पनेनेच मला इतका आनंद झाला की, मी दोन पायांवर उभा राहिलो. पुन्हा काही द्यानू कुंभार माझी चेष्टा करायला धजावला नाही.

येड्याला पाटलांच्या वाड्यात पोहोचेतो कडूसे पडले. नाना पाटील घरी नव्हतेच. घरच्या मंडळींनी विचारले, "कसे आलात?"

मी धिटाव्याने सांगितले, "कऱ्हाडला जायचे आहे. आम्ही पुढे आलो. नाथाजी पाठीमागून येताहेत."

नाथा लाड त्या घरचा नवा जावई. तो येणार आहे, म्हणताच घरात उत्साहाचे वारे पसरले.

पुरणा-वरणाचा स्वयंपाक रांधला गेला. दिवेलागण झाली. जेवणवेळ टळली. जावई काही आले नाहीत. शेवटी आम्हीच पुरणपोळ्यांवर ताव मारला. रात्रभर झोप ताणली आणि सकाळी परतलो.

ही घटना नाना पाटलांना कळली, तेव्हा ते गडगडून मोठ्यांदा हसले. म्हणाले, "बरी गंमत झाली. मी पन एक डाव असंच खोटं बोललो होतो."

साऱ्यांनी कान टवकारले. अण्णांनी ती कथा सांगितली; "एम. एम. एम. रेल्वेनं चाललो होतो. गर्दी लई. मान्साला मानूस खेटून बसल्यालं. लई इ्वाप आलीती. सबंद डब्यात वळखीचं कुनी न्हाई. बाकड्याच्या कडंवर बसलू हुतो. शेजाऱ्याला म्हलं, वाईचं सरका; त्यो खसकन अंगावर आला. मी म्हन्लं, रागेजू नका. वाईचं जागा द्या." त्यो म्हन्ला, "कोन लागून गेला असं तुमी?"

मी म्हन्लं, "कुनी न्हाई. गरीब भंगी हाय मी."

'भंगी म्हनल्याबरोबर त्या बाकावरली समदी मानसं उठली. लांब सरली. मला बसायला सपय्य जागा गावली.'

नाना पाटलांच्या कर्तृत्वाचा सूर्य माथ्यावर आला, तो एकोणीसशे बेचाळीसमध्ये. मुंबईत गवालिया टँकवर झालेल्या शेवटच्या सभेला नाना पाटलांच्या जथ्यातली मंडळी आवर्जून गेली होती. वृद्ध महात्म्याने परक्या सरकारला उद्देशून आरोळी ठोकली, 'चले जाव' आणि स्वकीयांना निर्वाणीचा संदेश दिला, 'आता जो तो आपला पुढारी!'

सातारा जिल्ह्यातील मंडळी रेल्वेने परतली ती हातात क्रांतीच्या मशाली घेऊनच. ठिकाणावर पोहोचताच त्यांनी आपला कार्यक्रम नाना पाटलांच्या कानी घातला. सैन्य सज्ज होतेच. सेनानीपद आपोआपच नाना पाटलांकडे आले. सिंहाला आयाळ लावावी लागत नाही. ती त्याच्या गळ्यात रुळतच असते. नाना पाटलांना स्वयमेवमृगेंद्रता मिळाली. दुसऱ्या दिवशी -

पकडले पुढारी सारे
देशात सांगती वारे
तापली जमीन धगधगली
'घ्या सूड' असे ओरडली

तो सूड घेण्यासाठीच नाना पाटलांच्या आधिपत्याखाली सातारा जिल्ह्यात बंडाचा झेंडा उभारला गेला.

नाना पाटलांच्या माणसांनी केवळ सातारा जिल्ह्यातच नव्हे, तर अवघ्या देशात धुमाकूळ सुरू केला. कुठे रूळ उखडले गेले, कुठे स्टेशने पेटली, कुठे पोस्टमन लुटले गेले. कुठे खजिना लांबविला गेला, कुठे चालत्या आगगाडीवर धाड पडली. परक्या सरकारचे पोलीस आणि

क्रांतिकारक यांचे जणू युद्धच चहू दिशांनी भडकले. भूमिगत कार्यकर्त्यांनी ठायीठायी भूकंपासारखाच कल्लोळ उडवून दिला. सरकारला सळो की पळो करून सोडले. त्याला राज्यकारभार करणे जड झाले. स्वतः नाना पाटलांनी तासगावच्या सरकारी कचेरीवर तिरंगी ध्वज उभारला. अनुयायांनी त्याचे अनुकरण केले. सरकारी वॉरंटाच्या वावड्या हवेत उडू लागल्या. नाना पाटलांना पकडण्यासाठी सरकारने पाच हजाराचे इनाम लावले.

नाना पाटील कसचे हाती लागतात; खेड्यापाड्यांतल्या गरीब, निरपराध जनतेसाठी त्यांनी प्रति-सरकार निर्माण केले होते. इंग्रजधार्जिण्या मुर्दाडांना धाक बसावा म्हणून त्या सरकारने आपली स्वतःची न्यायालये निर्माण केली होती. देशातील अराजकाचा लाभ घेणारे हरामखोर आणि भूमिगतांचा ठावठिकाणा सरकारला कळविणारे स्वार्थी भेकड यांना पत्र्या मारण्याचे सत्र सुरू केले होते. पत्र्या मारणे म्हणजे पायावर पत्रे ठोकणे अशी लोकवदंता पसरली होती; खरा प्रकार वेगळा होता. गुंडांना आणि खबऱ्यांना पकडून प्रति-सरकारचे अधिकारी त्यांचे तळपाय सडकून काढत होते. रक्त न सांडता त्यांची हालचाल बंद करून टाकणे हाच त्या शिक्षेचा हेतू होता. गावोगावच्या प्रति-सरकारच्या ठाण्यावर एक 'भरमप्पा' ठेवण्यात येत होता. हा भरमप्पा म्हणजे एक लांबलचक जोड्याच्या आकाराचा कातड्याचा तुकडा असे. फितुरांना हग्या मार देण्याचे काम तो चोख बजावी.

नाना पाटील भूमिगत होते तरी त्यांची भाषणे खेड्याखेड्यांत होत होती. त्यांच्या आगमनाने सामान्य जनता आनंदित होत होती. शेतकऱ्यांच्या सुवासिनी मंजूळ स्वरात समूहाने गात होत्या -

नाना पाटील फरारी आला
त्याला ओवाळू गं

सरकारच्या सहस्रावधी डोळ्यांना मात्र नाना पाटील सापडता सापडत नव्हते. त्यांच्यावरील अतीव श्रद्धेमुळे जनलोकांत त्यांच्याविषयी तऱ्हेतऱ्हेच्या नवलकथा प्रसृत होत होत्या. कुणी म्हणत होते, नाना पाटलांना एकाएकी गुप्त होण्याची विद्या अवगत झाली आहे. कुणी सांगत होते, 'तसे नाही, मी हजर होतो. प्रत्यक्षाला प्रमाण नको.' नाना पाटलांची आजी वारली अशी बातमी कळली म्हणून पोलीस पार्टी खुद्द येड्याला

आली होती. पोलीस पार्टी पुढच्या-मागच्या दरवाजांची दारे रोखून बसली होती. म्हातारीची तिरडी त्यांच्यासमोरून मसणवाटेकडे गेली. त्या तिरडीवर जिवंत नाना पाटीलच गाढ झोपलेले होते. एक ना अनेक. शिवाजी महाराजांविषयीच्या ऐतिहासिक दंतकथाच जणू समाजात पुन्हा नाचूबागडू लागल्या होत्या. नाना पाटील सरकारच्या हाती लागणे शक्य नाही, नव्हे ते लागून नयेत, असे जनसामान्यांना वाटत होते. हाच त्या साऱ्या कथांचा इत्यर्थ.

नाना पाटलांचा शाहीर तर चव्हाट्यावर उभा राहून आव्हान देत होता -

अरे, कोण पकडील नाना पाटलाला?
कोण धरील पळत्या वाऱ्याला?
नाना पाटील काय सरकारला वाटते तसा एकाकी
आहे? असुरक्षित आहे?
नाना पाटील नाही एकला ।
त्याच्या दिमतीला
आज उभा ठेला ।
मर्दाचा सारा सातारा प्रांत ।
पोलादी संघटना लोकांत ।
शेकड्यांनी शस्त्रसिद्धी हातात ।

ही कवने गाणाऱ्या शाहीर निकमालाही सुखासुखी पकडणे सरकारला शक्य झाले नाही. तो तर जिवावर उदारच होता. डफावर थाप मारून खणखणीत स्वरात सांगत होता -

एक पाय तुमच्या गावात ।
दुसरा तुरुंगात ।
अथवा स्वर्गात ।
तमा नाही त्यांची शाहिराला ।
राष्ट्राचा यज्ञ सुरू झाला ।
आहुती कोण देता तेवढं बोला ।
तुम्ही म्हणाल, 'पटतं आम्हाला' ।

पोराबाळांना ।
काय पोटाला? ।
चिंता नका करू रे पोटाची ।
कोठारं भरली सरकारची ।
खुशाल ती आता लुटायची... ।

लुटालुटीचा हा उघड आदेश लोकांना मानवणार नाही, या शंकेने शाहीर स्वतःच सावध होई आणि नाना पाटलांच्या नावावर एक संदर्भ स्वरबद्ध करून टाकी -

'सत्या'साठी सुखे लुटावा, सत्तेचा पैसा ।
शिवरायांनी घालून दिधला धडाच हा ऐसा ।

इतिहास ठाऊक असणाऱ्यांना सुरतची लूट आठवे. कल्याण खजिन्याचे स्मरण होई.

नाना पाटील, त्यांचे अनुयायी, त्यांचे शाहीर, त्यांचे प्रति-सरकार यांचा प्रभाव चार-पाच वर्षे असा विलक्षण रीतीने झळाळत होता की, काल लग्न झालेली तरणीताठी पोरं आपल्या कवळ्या कारभारणीला ठणकावून सांगत होती -

अगं, सौराज्य मिळवायचं औंदा ।
म्हणून कारभारणी सोडला धंदा ।

ते स्वराज्य मिळेपर्यंत नाना पाटलांचे जनमनावरील साम्राज्य वाढत राहिले.

शेवटी सत्तेचाळीसच्या ऑगस्टात ते स्वराज्य मिळाले. नाना पाटील नावाचा पुरुषसिंह आपल्या अनुयायांसह समोर प्रकट झाला. त्याच्या चालण्याची गती तीच होती. 'पायाखाली नमवीत भूमी' हीच त्या गतीची रीत होती.

नाना पाटलांच्या या अलौकिक प्रति-सरकारात यशवंतराव चव्हाण होते. वसंतराव पाटील होते. किसन वीर होते. नाथा लाड होते. जी. डी. लाड होते.

रामसेतूच्या बांधणीतील खारीसारखी माझ्यासारख्याची लेखनशक्तीही सामील झाली होती.

बहुधा १९४५ साल असावे. माझ्या 'युद्धाच्या सावल्या' नावाच्या

ग्रामीण नाटकाचा एक प्रयोग शाहीर नानिवडेकर यांनी कुंडल गावी योजला होता. मला आग्रहाचे निमंत्रण आले होते.

चार महिन्यांच्या छोट्या मुलीला बरोबर घेऊन मी आणि सौ. विद्याबाई कुंडलला गेलो.

कुंडल गाव जणू प्रति-सरकारची राजधानी, तिथे गेल्यावर कळले की, नाना पाटलांचा मुक्काम सध्या गावातच आहे.

भेटले पाहिजे असे माझ्या मनात आले. तोच माझी पत्नी अधीर औत्सुक्याने म्हणाली, "आम्हाला दर्शन तरी घडवा एवढ्या मोठ्या माणसाचे."

मी त्यांच्यातलाच एक होतो हे तिला ठाऊक होते. शाहीर निकम, जी. डी. लाड, नाथाजी, नायकवडी ही नाना पाटलांची माणसे ऐन क्रांतिकाळात आमच्या कोल्हापूरच्या बिऱ्हाडात गुप्तपणे राहून गेलेली होती. त्यांनी मिळवून आणलेल्या बंदुका आणि पिस्तुलांचे साठे पाहून तिचे अव्याज डोळे विस्फारित होऊन गेले होते. तिच्या हातची मोठभाकरी खाऊन त्या राष्ट्रभक्तांनी तृप्तीचे ढेकर दिले होते. मला नाना पाटलांची भेट मिळायला कसली अडचण?

कुंडल गावाबाहेर, मठाच्या पलीकडे गौतमगंगेच्या काठावर सावित्रीच्या वडाच्या छायेत अनेक तात्पुरती छपरे उभारली गेली होती. ते जणू प्रति-सरकारचे सचिवालय होते.

शाहीर निकम बरोबर होता; पण मला वाटते, नाथाजीही असावेत. नाना पाटलांच्या बसण्याच्या जागेत आम्ही प्रवेश केला. नाना पाटील उठले. फार दिवसांनी भेटलेल्या ऋणानुबंधी माणसासारखे त्यांनी मला उराउरी आलिंगन दिले. माझे शरीर रोमांचांनी मोहरून गेले. पत्नीने त्यांना पदस्पर्शपूर्वक नमस्कार केला. त्यांनी आशीर्वाद दिले.

निकमासाठी लिहून दिलेली कवने, पोवाडे त्यांनी ऐकले होते. संतोषाने ते म्हणाले, "छान चालविली कामगिरी."

स्वातंत्र्याचे युग सुरू झाले. मोठ्या लोकराज्यात छोटे लोकराज्य विलीन होऊन गेले. पुढे नाना पाटलांनी पक्ष बदलला. ते खासदार झाले. दिल्लीच्या संसदेत त्यांनी सातारी बोली गर्जवली.

एकदा क्रांतिकारकांपैकीच कुणाला तरी मी म्हटले,

"अण्णा पुनःपुन्हा पक्ष काय बदलताहेत?"

"मी काय सांगू? त्यांनी सांगितले तेच मी सांगतो. तुमच्यासारखाच प्रश्न त्यांना कुणीतरी विचारला, तेव्हा ते उत्तरले -

"मला कुठं जायाचं हे ठरल्यालं हाय. ततवर आगीनगाडी नसल तर बसनं गेलं पायजे. बस शेवटपातूर जाणार नसल तर बैलगाडी केली पायजे. ती बी नाही जमली तर पायीपायी.!"

अण्णा आस्तिक होते. तुळशीची माळ हा एकच अलंकार त्यांनी जन्मभर कंठी मिरवला. भगव्या वेषाचे त्यांना फार आकर्षण होते. भजन ऐकणे त्यांना मनापासून आवडत असे. जनसेवा हीच प्रभुसेवा अशा डोळस श्रद्धेने ते कृतकृत्य आयुष्य जगले. धन, दौलत, अधिकार यांचा लोभ त्यांना मुळीच नव्हता.

अशी देवासारखी माणसे क्वचितच जन्माला येतात. देव माणसात जन्माला आला तरीही त्याला एके दिवशी मरावे लागते. माणसे मरतात. मरून उरतात ती देवमाणसे. नाना पाटील पराक्रमाने सिंह होते. मनाने पूर्ण, परिपूर्ण माणूस होते.

चार-पाच वर्षांपूर्वी त्यांची माझी एस. टी. बसमध्ये गाठ पडली. मी माझ्या गावाकडे निघालो होतो. ते आपल्या लेकीच्या गावाला हणमंत वडिये येथे निघाले होते.

आम्ही पुष्कळ बोललो. राजकारण, धर्म, संस्कृती अनेक विषयांवर बोललो. समाधान वाटले. आमच्या बोलण्यात राजकीय मतांतरे डोकावलीदेखील नाहीत.

उतरताना ते म्हणाले, "बरंय भेटू कवातरी."

तो 'कवातरी' आता कधी उगवणार नाही.

यथा काष्ठंच काष्ठंच समेयाती महोदधौ । समेत्यच व्यपेयातां तद्वत भूतसमागमः । मी आहे तोवर मला एकच अभिमान वाटत राहील की -

"मी सिंह पाहिला होता. एवढेच नव्हे तर त्याने मला प्रेमालिंगन दिले होते."

(रविवार सकाळ, २२ डिसेंबर ७६ मधून)

**

६४

क्रांतिसिंह नाना पाटील : अखेरचे पर्व

बॅ. पी. जी. पाटील

शिवाजी विद्यापीठाचे माजी कुलगुरू,
इंग्रजीचे ख्यातनाम प्राध्यापक, वक्ते आणि लेखक

क्रांतिसिंह नाना पाटलांनी आपल्या आयुष्यातील शेवटची वर्षे घराबाहेरच घालविली. 'वसुधैव कुटुंबकम्' हेच त्यांचे ध्येय होते ना! १९५७ च्या संयुक्त महाराष्ट्राच्या लाटेवर आरूढ होऊन ते पार्लमेंटवर निवडून आले होते. त्यानंतर त्यांनी पुन्हा प्रयत्न केला; पण त्यात ते यशस्वी झाले नाहीत. त्यांनी ५-६ वर्षे विदर्भातच काढली. अधूनमधून ते सातारा-सांगली भागात येत असत; पण ते घरी राहात नसत. साताऱ्याला आले म्हणजे ते वसंतराव आंबेकर - एक जुना डाव्या गटाचा कार्यकर्ता - यांच्या माडीवर उतरत. तेथे जाऊन आम्ही त्यांची भेट घेत असू.

१९७२ व १९७३ या दोन वर्षी मी व सौ. सुमतीबाई पाटील पंढरपूर येथील 'रामबागेत' दसऱ्याच्या सुमारास नवरात्रात व उन्हाळ्यात एक/एक आठवडा असे राहण्यास जात असू. रामबागेचे अध्वर्यू - वै. श्रीमान पुरुषोत्तमाचार्य महाराज यांच्या चैतन्यदायी सहवासात तेथील दिवस कसे जात तेच कळत नसे. क्रांतिसिंह, आम्ही त्यांना अण्णा म्हणत असू, हे शेवटी शेवटी वर्षातील सहा एक महिने याच रामबागेत वास्तव्य करीत असत. दसऱ्यात गावातील मठात त्यांना एक स्वतंत्र खोली दिली होती. त्यात ते राहात व उन्हाळ्यात रामबागेची प्रशस्त आमराई होती तेथे त्यांची सोय करण्यात येत असे. या आमराईत त्यांच्यासाठी एक खास गोलाकृती झोपडी महाराजांनी बांधून दिली होती. मठात किंवा या आमराईत अण्णांचे अखंड ध्यान व नामस्मरण

चाललेले असे. श्रीराम पंचायतनाचा एक मोठा फ्रेम केलेला फोटो असे. पहाटे तीन- साडेतीनला ते उठत असत. शौच-मुखमार्जन झाल्यावर या फोटोपुढे ते निश्चल बसत व 'राम राम राम' असे मोठ्याने म्हणत. मग हळू आवाजात 'रामनाम' जप चालू राही. दिवसापोटी त्यांचा २५ ते ३० हजार जप होत असे, असे ते म्हणत. असे कित्येक वर्षे चालले होते.

अण्णा हे वारकरी. विठ्ठलाची माळ त्यांच्या गळ्यात असे. 'महाराष्ट्राचा माळकरी मार्क्सवादी' असे त्यांचे वर्णन केले जाई. विठ्ठलाचे दर्शन होईल, तेव्हा ते घेत असतच; पण त्यांचा हा रामनामजप मात्र अप्रतिहत सुरू असे.

या तीन-चार प्रसंगी एक/एक आठवडा अण्णांचा जो सहवास आम्हास लाभला, तो फार मोलाचा होता. राजकीयदृष्ट्या ते वानप्रस्थाश्रमात वावरत होते. सांसारिक पाश तर त्यांनी केव्हाच तोडले होते. त्यांना भेटण्यास क्वचित प्रसंगी कोणी आले आणि त्यांनी राजकीय विषय काढला तर मग ते मोठ्या चवीने त्यात रस घेत असत; पण बहुतेक वेळा ते चिडून बोलत.

एकदा मला ते चिडूनच म्हणाले, "मी लोकसभेची निवडणूक हरलो. पश्चिम महाराष्ट्र सोडून मी वऱ्हाडात गेलो. तिकडेच राहिलो; पण कोणीही मायेचा पूत मला भेटायला आला नाही व माझी साधी चौकशी त्यांनी केली नाही. तुम्हीसुद्धा पी. जी. दोन ओळींचे कार्ड मला पाठविले नाही." मी फार खजील झालो. आमची चूक झाली होती हेच खरे. 'अरं, मी जित्ता हुतो का मेलोतो हे तरी तुमी कधी पाहिलं होतं का? सगळ आनंद. गऽऽप!' अण्णांचा चेहरा विलक्षण व्यथित झाला होता.

भर उन्हाळ्यात आम्ही आमराईत राहात असू. महाराज व त्यांची मानसकन्या राधाक्का अण्णांची सर्वतोपरी काळजी घेत असत. आंब्याचा सीझन असे. अण्णांच्या पुढे एक लोखंडी घमेले भरून पाडाचे आंबे सकाळी ठेवत आणि मग अण्णा त्यावर हळूहळू ताव मारीत. मी विचारे, "अण्णा त्रास नाही का होणार?" अण्णा म्हणत, "होईना का! पोटाला होईल; आपलं काय जातंय त्यात!" देहात राहून विदेही होण्याचा हा जनकाचा आधुनिक प्रयोग तर नव्हे?

आम्ही सर्वजण विहिरीच्या पाटावर गार पाण्याने अंघोळ करीत असू. अण्णांचे शरीर पहिलवानी-व्यायामाने कसलेले आणि घोटीव. आता ते थकले होते; पण लंगोटबंद असत. लंगोटावरच अंघोळ करीत. त्यांचे ते कपडे आम्हास धुवू देत नसत. हळूहळू आपणच धूत आणि वाळत घालत.

आम्हा सर्वांचे दुपारचे जेवण आंब्याच्या झाडाखाली होई. जेवण झाल्यावर गर्द सावलीत आम्ही जरा आडवे होत असू. तासाभरात अण्णा उठून बसत. मग मी व सौ. सुमतीबाईही त्यांच्याजवळ बसत असू आणि मग कोठून चर्चा निघे आणि कोठे घसरत जाई याला काही धारबोळच नसे.

अगदी उमेदीतील आठवणी अण्णा सांगत. तलाठी कसा झालो, कुस्त्यांच्या फडाच्या नादात मामलेदाराला चुकवावे लागले. त्यातच बालंट अंगावर आले. अण्णा सांगायचे, 'दिला राजीनामा खरडून आणि घेतली उडी गांधीबाबाच्या चळवळीत! फरारी राहण्याचं पहिलं धडं तेव्हाच गिरवलं. लोकांना माझं करणं पटत नसे. येड्याचं येडं हाय नव्हं का! असं म्हणत असत. मी फक्त हसून घालवायचा. नाहीतर दुसरं करतुया काय?'

"येरवड्यात खूप हाल सोसले. ३-३ पायली जोंधळे चक्कीवर पिसायला लागत दररोज. हाताची सालटी निघत. भुजा ठणकू लागत; पण मी तेवढा गेलो नाही बघा.' काही कच्चे राजकीय कैदी असत. त्यांना हा दणका सहन होत नसे. ते रडत. कुढत. 'माफी मागून परत जातो' म्हणत. मी म्हणे, 'अरे लेकांनो, माफी मागितली तर आपल्या साताराचं नाव जातंय न्हवं का? तुम्हांस जमत नसलं तर मी तुमच्या वाटणीचं दळण दळतो; पण गड्यांनो, माफी तेवढी मागू नका बरं!

"सुटून आल्यावर रोज इस्लामपूर पोलीस ठाण्यावर हजेरी लागली मला - जणू काही मी खुनी कैदीच होतो. दिवसातून दोन वेळा. मग मी इस्लामपूरच्या पारावरच मुक्काम केला. जोंधळ्याच्या पोत्याचा सदरा शिवला व गोणपाट कंबरला लावलं. अशा प्रकारे आमचे ध्यान रोज दोनदा हजेरी देत असे. गावच्या अण्णा भांड नावाच्या माणसाची खानावळ होती. सकाळी एक भाकरी, वाटीभर आमटी आणि पोटभर पाणी. पुन्हा चोवीस तासांनीच जेवणाची भेट. रात्री मक्याची दोन

कणसं. त्याच्याच चुलीवर भाजून घेत असे. ती खाऊन पोटभर पाणी पीत असे! इस्लामपूर मोटार स्टँडवर मी हमालीसुद्धा केली राव! काय सांगायचं आमचं वैभव त्ये! मी पॅसेंजरांना 'हमाल पायजे का?' म्हटले की, ते माझ्याकडे बघायचे आणि न बोलताच पुढे जायचे, कारण त्यांना मी 'उचल्या' वाटायचा. खरं तर मी उचल्यांच्या वडगावचा नव्हतो तरी. दोन-दोन पैशाला मी डोक्यावरनं वझी, ट्रंका मैल मैल वाहून नेल्या आहेत. मक्याच्या कणसाला एक पैसा लागायचा. सकाळच्या जेवणाचं महिन्यात २ रुपये होत असत. ते मी हमाली करून मिळवीत असे.''

४२ च्या चळवळीतील अनेक रोमहर्षक प्रसंग अण्णा रंगवून सांगत. देहभान हरपून सांगत व मग आमचे ऐकणाऱ्यांचेही देहभान हरपून जाई. कधीकधी नकळत गदगदून येई. अश्रू अगदी अनावर होत; पण अण्णांचा वाक्प्रवाह अखंड चालू असे. इतकी धाडसाची कामे केली; पण कधी फुशारकी नाही की प्रौढी मारणे नाही. ते म्हणत, 'माझे सहकारी फार थोर मनाचे व निधड्या छातीचे होते. त्यांचा त्याग खरा त्याग; मी फक्त निमित्तमात्र होतो!'

१ ऑगस्ट ७६ रोजी बॅ. जी. डी. पाटील हे दीर्घ आजारानंतर मिरजेत हॉस्पिटलमध्ये वारले. त्यांचे प्रेत मिरजमळ्यात नेले. मी कवलापूरला गेलो असता बुधगावातच वार्ता कळली. त्या वेळी मी V. C. होतो. गाडी तशीच मिरजेकडे वळवली. आमचा एकेकाळचा वर्गमित्र, पहिलवान, स्वातंत्र्यवीर चिरनिद्रेत पहुडला होता! दुसरे दिवशी सकाळपर्यंत थांबणे जरूर होते. सायंकाळी मी बाहेर पडलो. अण्णांना मिशन इस्पितळात एका खास खोलीत सरकारी खर्चाने ठेवले होते. त्यांना न भेटता मी जात नसे. मी आणि निळकंठ गुरुजी अण्णांना भेटण्यास गेलो. बॅ. जी. डी. वारल्याची दुःखद वार्ता सायंकाळी त्यांना सांगणे प्रशस्त वाटले नाही. त्यांनी त्रास करून घेतला असता. मग आम्ही इतरच गोष्टी बोलत राहिलो. त्यांना दिलेली खोली फार लहान होती. भेटायला येणाऱ्यांना बसण्यासाठी जागाही अपुरी होती. मी म्हणालो, ''अण्णा जागा लइ लहान हाय, नाही का?'' अण्णा खळखळून हसले आणि म्हणाले, ''आपल्या मालकीची एवढी तरी जागा या पृथ्वीवर मला कुठाय? ना गावात घर, ना रानात श्यात. आंग टेकायपुरती जागा मिळाली तरी

माणसानं समाधान मानावं बघा आणि न्हाइतरी डोळे मिटल्यावर माणसाला किती जागा लागते अशी?'' मला टालस्टॉयच्या 'माणसाला किती जमीन लागते' या गोष्टीची प्रकर्षाने आठवण झाली.

''तुम्ही चळवळीत भाग घेतल्यावर सरकारने तुमची इस्टेट जमा केली होती ना?'' या माझ्या प्रश्नावर ते मोकळेपणाने हसले आणि म्हणाले, ''त्याचं काय आहे पी. जी., मी जेव्हा राष्ट्रीय चळवळीत उडी घेतली, तेव्हाच मनाशी हिशेब बांधला पक्का. आपलं काय आता खरं न्हवं. जे आसलं नसलं ते सगळं जाणारच. ब्रिटिश सरकार माझ्या घरादारावर गाढवाचा नांगर तर फिरवणारच; पण मी जर जिवंत त्यांच्या हाती लागलो तर मग मला ते हालहाल करून ठार मारणार. सुळावर देणार आणि यापेक्षा अधिक सुखाचं मरण ते कोणतं असणार? माझ्या देशासाठी, माझ्या बळिराजाच्या सेवेत माझा साडेतीन हात देह जर पडला तर सार्थक झालं बघा. एवढी पर्वणी तरी कुठली सगळ्यांस्नी मिळते? मी तर गांधीबाबांचं लई आभार मानायचो.

''नंतर पत्री सरकारवरून मला वर्तमानपत्रांनी लई बदनाम केलं. करोत बिचारे! त्यांच्या लेखणीस कधी यश लाभणार नाही बघा! नतद्रष्ट लोक आहेत ते. ४२ च्या चळवळीत रक्त सांडले सातारी फाकड्यांनी आणि लोण्याचा गोळा हाणला त्या बामणगड्यांनी. 'सातारच्या फाकड्यांची ताकद लई दांडगी; पण त्यांस्नी डोस्कं तेवढं नाही' असा गैरसमज पेपरवाल्यांनी पसरून दिला बघा आणि ते सगळं 'घबाड' पचवायसाठी मग एकेकजण 'राजकीय संन्यास' घेऊन लांब उत्तरेत लपून बसल्यात बघा.

''माझ्या म्हातारपणी मला राजकीय पेन्शन मिळवून देण्यात यशवंतरावांचा वाटा आहे, हे मी विसरत नाही. तसा गडी लई दमाचा. खरं तर कधी कुठं बोलायचा न्हाई. लई ख्वाल पाणी. कुणाला अंदाज लागायचा न्हाई. कुस्ती खेळण्यात पटाईत. खाली पडला तर अशी जोमानं माती धरल की, वरच्यालाच घाम फोडल. धीरानं, दमानं लई मोठा; पण तेनं जी माणसं जवळ केल्यात तीच त्याला दगा देत्याती का न्हाइ ते बघा. पुन्हा नाव सांगणार नाही. सगळे लेकाचे शाळूसोबती. शितं तंवर भुतं. मळणी उलगडली की, ही पाखरं भुर्रकन उडून जातील; मग यशवंतराव उघडा पडलं; तवा तेला कोण सांभाळल? सगळेजणच

स्वार्थाच्या भाऊगर्दीत, जत्रेत सामील झाल्यावर कुणाला दोष द्यायचा? आम्ही १९३० मध्ये चळवळीत पडलो, तवा आसलं चित्र डोळ्यांसमोर नव्हतं हे मात्र खरं.

"माझ्या आयुष्यात माझ्या वाट्याला फारसे मानमरातब आले नाहीत; पण माझी काही तक्रार नाही. मी कसली अपेक्षा बाळगून या कार्यात पडलोच न्हाई तर मला अपेक्षाभंगाचं दुःख व्हावं कसं? देशाकरिता थोडं फार कार्य करण्याची नियतीनं संधी दिली यातच मी कृतार्थ आहे. कृतज्ञ आहे. तृप्त आहे. मी मेल्यावर माझ्या प्रेतावर फक्त एक फूल वाहा व म्हणा, 'नाना पाटील-देशभक्त रयतसेवक' सगळे मला विसरले; पण अर्धनग्न शेतकरी - माझा बळीराजा - मला विसरला नाही, कारण आपल्या मातीचा गुणच तसा आहे आणि म्हणून मी तृप्त आहे!

"भांडवलवाले गरीब शेतकऱ्याला नागवितात. माळावर पाच खडं मांडून शेतकरी त्यांची पूजा करतो. त्यांनाच हळदी-कुंकू लावतो. उदबत्ती लावतो आणि मग त्या देवापुढं नारळ वाढवितो. एका मोठ्या दगडावर नारळ आपटतो आणि नारळाच्या पाण्याचा थेंबसुद्धा त्या दगडावर पडू न देता त्या ऐतखाऊ पाच दगडांवर ते सारं पाणी वाहतो. बिचारा तो दगड! पूर्वीप्रमाणे कोरडा तो कोरडाच! वर मात्र त्याच्या डोक्यावर वज्रप्रहार; पण पाणी न्हाई मिळायचं तेला. माझा शेतकरीराजा त्या गोल दगडाप्रमाणे आहे. त्याला ते गोड पाणी कधी मिळंल?"

शेतकरी हा तसा अडाणीच. सगळ्यांनी सरकारी योजनांचे फायदे उपटल्यावर मग याला जाग येते. तोवर त्याच्यावर कराचे ओझे लादले जाते. हा मुद्दा विशद करताना अण्णा एक उदाहरण सांगायचे, "एका गावाजवळून एक मोठी नदी वाहात असे. तिच्यावर पूल बांधला; पण कोणीही शेतकरी आपली बैलगाडी जुंपून त्या पुलावरून जायला तयार होईना, कारण त्याला वाटायचं, हा पूल पडंल-बिडंल. मग सरकारनं पहिल्या गाडीवानाला एक हजार रुपये इनाम व फेटा जाहीर केला. महादेवनं धाडस केलं; त्याला इनाम मिळालं. मग आठ दिवसानं रामानं धाडस केलं. त्याला ५०० रुपये व फेटा बांधला. रामा खूश! आता गोंद्याची पाळी. शेवटी तो तयार झाला. त्याला वाटलं, आपणास्नीबी बक्षीस मिळंल. रुबाबदार गाडी हाणली तेन पुलावरनं. ऐटीत दुसऱ्या बाजूला पोहोचला. बक्षीस मागायला गेला तर टोल कारकून म्हणाला,

'म्हाराज, बक्षीस कुठलं? ते संपलं मागंच! आता दोन आणे दस्तुरी (टोल टॅक्स) काढा झालं!' आपला भारतीय शेतकरी हा या येड्या गोंद्यासारखा आहे. त्याला ज्या दिवशी शहाणपण येईल, तो दिवस सोन्याचा.'' नाना पाटलांनी याकरता कष्ट उपसले. 'याचसाठी केली होती यातायात! शेवटचा दिस गोड व्हाया!'

मरणापूर्वी तेरा दिवस अगोदर २३ नोव्हेंबर १९७६ रोजी अण्णांचा विटे नगरीत देवदुर्लभ सत्कार झाला. लोक लांबलांबून बैलगाड्या जुंपून आले होते. कुलगरूंपासून लहान-थोरांपर्यंत सर्वजण त्यात सहभागी झाले होते. त्या दिवशी अण्णांना बरे नव्हते. अंगात ताप तर होताच; पण स्मृतिभ्रंशही होत होता. भव्यदिव्य मिरवणूक झाली. नगरपालिकेसमोरच्या मैदानात रात्री ९ वाजता जाहीर सभा झाली. एन. डी. पाटील, दत्ता देशमुख, जी. डी. लाड, प्रल्हाद कुरणे आदींची भाषणे झाली. अण्णा कॉटवर पडूनच होते. त्या अवस्थेत त्यांनी उत्तरादाखल भाषण सुरू केले. पहिली तीन-चार मिनिटे छान बोलले. खणखणीत आवाजात. ''सध्याच्या राजकारणाबाबत मी काय बोलावं? डोळे असून बघता येत नाही, कान असून ऐकता येत नाही, तोंड असून बोलता येत नाही. लाचलुचपत आणि वशिलेबाजी पराकोटीला पोहोचली आहे. माझ्या शेतकरीराजाला कोणी त्राता उरला नाही.'' आणि मग त्यांचा तोल सुटला. पुनःपुन्हा तेच शब्द बोलू लागले. स्मृतिभ्रंशच तो! एन. डी. पाटील यांनी लाउडस्पीकर अण्णांच्या तोंडाजवळ धरला होता. त्यांनी परिस्थिती जाणली आणि ते अण्णांना म्हणाले, ''अण्णा, आता 'राम' म्हणा - जास्त बोलण्याची तसदी घेऊ नका. आता 'राम' म्हणा!'' अण्णा 'राम' म्हणाले आणि सभा संपली. सगळ्यांनाच हिरमुसल्यासारखे झाले. पुढे तेराच दिवसांनी अण्णांनी मिरजेच्या इस्पितळात आपला देह ठेवला.

This indeed was a man! When as comes such another?

**

६५

क्रांतिसिंहांच्या सहवासात काही क्षण

सौ. सुमतीबाई पाटील

प्राचार्या, इंग्रजीच्या नामवंत प्राध्यापिका

क्रांतिसिंह नाना पाटलांना त्यांच्याजवळची मंडळी 'अण्णा' म्हणून संबोधत असत. अण्णांना मी प्रथम पाहिले ते १९४६ साली जेव्हा ते तुरुंगातून सुटून आले तेव्हा. त्या वेळी अण्णांचे ठिकठिकाणी जंगी सत्कार झाले. एके दिवशी सकाळी ११ च्या सुमारास शाळेत जात असताना एके ठिकाणी त्यांचा सत्कार समारंभ चालला होता. अनायासेच त्यांना पाहण्याची प्रथम संधी मिळाली. अण्णा शाल पांघरून बसले होते. अत्यंत शांत असा त्या वेळी त्यांचा चेहरा मला वाटला. त्या काळी नाना पाटलांचे नाव 'पत्री सरकार'शी जोडले जात होते. 'पत्री सरकार'ची लोकांना चांगलीच दहशत बसली होती. मला वाटले, पत्री सरकारचा लोकांच्या पायांना पत्र्या मारणारा हा माणूस इतका शांत कसा?

त्या काळी अण्णा भाषण करायला स्टेजवर चढत, तेच मुळी उडी मारून आणि शड्डू ठोकून! त्यांचे भाषण ऐकण्यास तुफान गर्दी जमे. रोजच्या व्यवहारांतील, ग्रामीण जीवनांतील दाखले देऊन ते आपला मुद्दा जनतेच्या मनावर पक्का बिंबवीत. विनोदी उदाहरणे देऊन श्रोत्यांची करमणूक करत. विनोद झाला की, 'खुंईऽऽऽ' करून स्वतःच हसत; मग पाठोपाठ श्रोतेही खदखदून हसत.

सातारला गांधी मैदानावर त्यांची अनेक वेळा भाषणे होत. अण्णांचे भाषण असले की, आम्ही सर्व कामे बाजूला ठेवून जात असू. सभेचे संयोजकही हुशारच! त्यांना माहीत असे की, श्रोते येतात ते नाना पाटलांचे भाषण ऐकण्यासाठी. ते इतर सर्व वक्त्यांची भाषणे आधी ठेवत आणि अण्णांना शेवटी संधी देत.

ते १९५७ साल होते. अण्णा लोकसभेसाठी सातारा मतदारसंघातून

उभे होते. त्यांच्या विरोधात **आळतेकर** वकील उभे होते. अण्णा प्रचंड मतांनी निवडून आले. निकालानंतर त्यांचा गांधी मैदानावर मोठा सत्कार झाला. अण्णा बोलायला उभे राहिले. 'म्हातारपणी कुस्ती केली बघा (खुंईऽऽऽ); पण जोड लई हलकी लागली बघा, म्हणून जमून गेलं.' (खुंईऽऽऽ)...

कोल्हापूर-रत्नागिरी भागातील लोकांचे वर्णन करण्याची अण्णांची एक खास शैली होती. ते म्हणत, 'मुंबईमध्ये सातारा - कोल्हापूर - रत्नागिरी भागातील लोकांच्या शिवाय डोक्याचं काम होतच नाही.' श्रोत्यांना वाटे वा! आपल्या लोकांना किती महत्त्वाचे स्थान आहे मुंबईसारख्या मोठ्या शहरात? तोपर्यंत अण्णा सांगू लागत, 'बस स्टेशनवर किंवा रेल्वे स्टेशनवर ओझं उचलायचं असलं की, दे डोस्कं! जहाजावरची ओझी उचलायची असली की, दे डोस्कं! आमच्या लोकांच्या डोक्यांशिवाय तिथं कामच होत नाही बघा!' पण या वरवर दिसणाऱ्या विनोदातून अण्णा मराठी जनतेच्या हलाखीचं हुबेहुब चित्र उभे करीत.

अण्णांची भाषणे केवळ विनोदी नसत; ती अर्थपूर्ण असत. आपल्या खास उदाहरणांनी ते मुद्दे पटवून देत, आपल्या जनतेची दुःखे श्रोत्यांपुढे मांडत आणि विरोधी पक्षांची स्थिती हास्यास्पद करीत.

अण्णांना त्यांच्या वृद्धापकाळी मधुमेहाचा विकार जडला. त्यांच्या प्रकृतीत वारंवार चढउतार होई. अण्णांवर पंढरपूरच्या रामबागेतील त्या वेळच्या मठाधिपतींचे फार प्रेम! अण्णांची प्रकृती बिघडल्याचे कळले की, महाराज त्यांना स्वतःच्या मोटारीने पंढरपूरला नेत. तेथे एखाद्या शाही पाहुण्याप्रमाणे त्यांची व्यवस्था करीत. आयुर्वेदिक औषधोपचार करीत. तेथे अण्णांची प्रकृती सुधारत असे. आंब्याच्या मोसमात अण्णांच्या समोर आंब्याची पाटी असे. जेवताना ते भातही खात. आम्ही विचारत असू, "अण्णा, तुम्हाला हे कसं चालतं?" अण्णांच्या उत्तराआधीच महाराज म्हणत, "खाऊ देत काय हवे ते. मी आहे येथे प्रकृती बिघडली तर पाहायला." आणि खरंच अण्णांची प्रकृती तेथे फार चांगली राहात असे.

एका उन्हाळ्याच्या सुट्टीत रामबागेत अण्णांच्या सहवासात राहण्याची संधी मला मिळाली. सकाळी अंघोळ वगैरे झाल्यानंतर एक सतरंजी व उशी काखोटीला मारून आणि हातात काही पुस्तके घेऊन आम्ही आमराईत जात असू. मी तेथे अण्णांच्या जवळपासच असे. अण्णांना भेटायला अनेक

लोक येत. येईल त्या माणसाला अण्णा सांगत, "या कोण आहेत माहीत आहे का? कॉलेजात प्रोफेसर आहेत. खरं वाटतंय का?" सर्वांशी अण्णा मोकळेपणाने बोलत. गावातील गप्पा, राजकारणातील गप्पा रंगत. एकदा एक गृहस्थ आले. अण्णांचा त्यांच्यावर काहीतरी राग असावा. त्या वेळी अण्णांचा एक वेगळाच अवतार मला पाहायला मिळाला. एरवी शांत असणारे अण्णा त्या वेळी वाघासारखे चवताळून बोलत होते. माझा तर भीतीने थरकापच उडाला.

दुसरे कोणी नसेल, तेव्हा अण्णा माझ्याशी मनमुराद गप्पा मारीत. त्यात राजकारण येई, सामाजिक परिस्थिती येई, घरगुती गोष्टी येत. बीड जिल्ह्यातून ते निवडणुकीला उभे राहिले, त्या वेळचे व त्यानंतरचे अनुभवही ते कथन करीत. अगदी एकटे असताना ते रामनामाचा जप करीत बसत.

आम्ही आंब्याच्या झाडाखाली असलो तरी ऊन इतके कडक की, वारंवार घसा कोरडा पडे. झाडाच्या फांदीला पाण्याने भरलेली एक कॅनव्हासची पिशवी बांधलेली असे. वाऱ्याच्या झुळकीने ते पाणी गार होत असे. अर्धा-पाऊण तास झाला की, मी पाणी घेण्यास उठे. अण्णांचे लक्ष असेच. मी उठले की, अण्णा उशाशी असलेला आपला पेला घेत आणि म्हणत, "ताई, मलासुद्धा द्या." हा कार्यक्रम दररोज चाले. पंढरपूरहून मी जाण्याच्या आदल्या दिवशी संध्याकाळी अण्णा मला म्हणाले, "ताई, उद्या तुम्ही जाणार होय? मग मला पाणी कोण देणार?" आम्हाला फार वाईट वाटले. अण्णांचे शरीर स्थूल; उठता-बसता त्यांना त्रास होई. वाटले, खरंच अण्णा येथे आहेत, तोपर्यंत तरी त्यांना पाणी देण्यासाठी येथे राहावे; पण आमचा नाइलाज होता आणि जड अंतःकरणाने आम्ही तेथून निघालो.

१९७२ साली सातारा येथे स्वातंत्र्यसैनिकांचा मेळावा आयोजित करण्यात आला होता. त्यासाठी अण्णा येणार होते. आम्हाला वाटले, संयोजकांनी त्यांची राहण्याची व्यवस्था केली असेल. आपण मध्येच ढवळाढवळ कशाला करा? अण्णा आल्यानंतर घरी बोलावता येईल; पण कार्यक्रमाच्या आधी दोन दिवस लोक चौकशीसाठी येऊ लागले की, अण्णा केव्हा येणार आहेत? आम्ही म्हटले की, ते संयोजकांना माहीत असेल. लोक म्हणत, 'नाही, संयोजक त्यांची व्यवस्था करणार होते; पण अण्णांनीच सांगितलं की, ते बॅ. पी. जी. पाटलांच्या घरीच राहणार आहेत.' हे ऐकून आम्हाला खूप आनंद झाला. आम्ही अण्णांना त्रास न होईल अशा प्रकारे त्यांची

बसण्याची, झोपण्याची वगैरे व्यवस्था करण्याच्या तयारीला लागलो. कार्यक्रमाच्या आदल्या दिवशी अण्णा आले. त्यांच्याबरोबर एक सेवक होता. अण्णा वारकरी पंथाचे; त्यामुळे त्यांचा आहार संपूर्ण शाकाहारी असे. त्यातून त्यांना मधुमेहाचा विकार; त्यामुळे गोड पदार्थ करण्याची सोय नव्हती. आम्ही आपले साधे भाजी-भाकरीचे जेवण त्यांना करून घातले; पण प्रत्येक वेळी जेवण झाले की, अण्णा म्हणत, "ताई, जेवण फार चांगलं होतं बघा. मी पोटभर जेवलो." आमच्याकडे स्टेनलेस स्टीलचे दोन मोठे पेले आहेत. त्यात अर्धा लिटर पाणी मावते. अण्णांनी आल्याबरोबर तो पेला पाहिला आणि खुदकन हसले. पाणी प्याले. नंतर दोन्ही हातांनी त्या पेल्याला कुरवाळत म्हणाले, "ताई, हे पेले कुठनं पैदा केले? अगदी आम्हाला साजेसे आहेत बघा. नाहीतर बारक्या फुलपात्रासंगं कुठवर खेळत बसायचं?" आणि जेव्हा जेव्हा तो पेला अण्णांच्या पुढे येई, तेव्हा अण्णा हसत व म्हणत, "ताई, हा पेला आम्हाला फार आवडला बरं का."

त्यानंतर ३/४ वर्षांनी अण्णांच्या पायाला ठेच लागल्याचे निमित्त झाले व जखम चिघळत गेली. महाराजांनी त्यांना पंढरपूरला नेले. पुन्हा मिरजेला हॉस्पिटलमध्ये ठेवण्यात आले. पायाचा काही भाग कापावा लागला. तरी लवकर जखम भरून येईना. अण्णांना खूप शारीरिक व मानसिक त्रास झाला. हे कळताच आम्ही हॉस्पिटलमध्ये त्यांना भेटण्यास गेलो. आम्हाला पाहताच त्यांनी आम्हाला जवळ बोलावले. त्या वेळी मात्र अण्णांच्या भावनेचा बांध फुटला आणि हातात हात घेऊन अण्णा ओक्साबोक्सी रडू लागले. एवढा वाघासारखा माणूस पण परिस्थितीपुढे इतका हतबल झालेला पाहून आम्ही फारच दुःखी झालो. काही वेळ तेथे थांबून, त्यांचा निरोप घेऊन जड अंतःकरणाने आम्ही तेथून निघालो. पुढे काही दिवसांनी अण्णांचे देहावसान झाले आणि या देवमाणसाला आम्ही कायमचे मुकलो.

अण्णांना स्वतःचे असे खास व्यक्तिमत्त्व होते. त्यांचे शिक्षण मराठी सातवीपर्यंतच झाले होते; पण सामाजिक परिस्थितीची त्यांना चांगली जाण होती. राजकारणातील बारकावे त्यांना अवगत होते. त्यांची भाषणे विनोदी असली तरी जीवनाचे तत्त्वज्ञान सांगून जात. बेचाळीसच्या चळवळीत परकीयांना सळो की पळो करून सोडणारा धिप्पाड शरीरयष्टीचा हा माणूस स्वकीयांच्या बाबतीत अत्यंत हळवा होता. देशद्रोह्यांवर चवताळून, तुटून पडणारा हा माणूस आपल्या देशबांधवांचे दुःख, हालअपेष्टा पाहून दुःखी-

कष्टी होत असे. अण्णांना आयुष्यात घरीदारी अनेक कटू अनुभव आले; पण एखाद्या व्यक्तीबद्दल तिच्या परोक्ष अण्णा कधी वाईट बोलल्याचे मला स्मरत नाही. या असामान्य व्यक्तिमत्त्वाचे आम्हाला जवळून दर्शन झाले हे केवढे आमचे भाग्य!

**

घरे, जमीन, कारखाने वाटले पाहिजेत!

"कर्जं किती वाढत चालली! आज एकाशी आमचं बोलणं झालं. मी त्येला इच्चारलं, 'कसं काय?' त्यो म्हणाला, 'बरं हाय!' मी म्हटलं, 'काय बरं हाय? याज वाढतंय का पोर वाढत्याती?' त्यो म्हणाला, 'काय नाही, दोनीबी संगटच वाढत्याती!' (हशा) अवो, याचा काही विचार कराल की नाही? आज शेतकऱ्यांवर किती कर्जाचा बोजा आहे? सरकारवरही कर्जाचा बोजा व शेतकऱ्यांवरही कर्जाचा बोजा! आणि तुम्ही कर्जाची मुक्ती केली, ती काय केली? कुणाचं तपेलं, तर कुणाचा हंडा, कुणाचं लोटकं ही ठेवलंय, त्येला म्हणत्याती ही बुडीव येवढं! म्हंजे पुन्हा ह्येला आठ आणंसुद्धा मिळू नयेत! (हशा) अवो! चांगली चांगली कर्जं हायती, ती बुडवा की! सोसायटी? ती बुडवायची न्हाय! (हशा) ती न्हाय बुडवायची! ती का बुडवायची न्हाय? का ती बुडनावी? ती वर पवतीया! (हशा) दुसरं, तिसरं आणखी काय कर्ज असंल तर ती आधी दिलं पाहिजे. ती आधी देतो आन् मग आमी बुडतो! (हशा) खरंच जर काय तुम्हाला आमच्या शेतकऱ्याचं करायचं असंल, तर करा काहीतरी भरीव!... जमीन वाटली पाहिजे! घरं वाटली पाहिजेत! कारखाने वाटले पाहिजेत! का नाही वाटत तुम्ही?..."

-क्रां. नाना पाटील : शेवटचे भाषण

६६
ही वाट एकट्याची

शिवाजीराव सावंत

सुप्रसिद्ध साहित्यिक

(स्वातंत्र्यपूर्व काळातील आणि स्वातंत्र्योत्तर काळातील समाजजीवनाशी ज्याचे मन सुख-दुःखाच्या क्षणी अखंडपणे स्पंदत राहिले, ज्याने महाराष्ट्राच्या इतिहासातील वळणांना निर्विवाद आकार दिला, लोकांनी भरल्या मायेनं ज्याचा 'क्रांतिवीर' म्हणून जयजयकार केला, तो सिंहाच्या काळजाचा पुरुष समाजापासून दूर जेव्हा पंढरपूरच्या परिसरात खेचला जातो, तेव्हा त्याच्या मनात असेच विचार-तरंग उठले असतील काय?)

समोरचं हे वाळवंट. भिवरेचं-चंद्रभागेचं. या वाळूच्या शिवारावर शेकडो वर्षं भक्तीचे मळे फुललेत. टाळ-मृदंगांच्या गजरानं या वाळूच्या अंगावर रोमांचांची बाभुळबनं फुटलीत. या नदीच्या लाटेलाटेबरोबर संतांच्या ओव्या फुलल्यात. अभंग उठलेत. मराठी मुलखाच्या कानाकोपऱ्यांतून वारकऱ्यांच्या दिंड्या गर्जत आल्या नि या वाळवंटाच्या उबदार मांडीवर विसावल्या.

जी हयात जगलो तिच्यात या वाळवंटाकडे लक्ष देणं जमलं नाही. खोटं तरी कशाला बोला? ज्यासाठी जगलो त्या रिवाजात या वाळवंटाला कवडीचंही मोल नव्हतं. ते आयुष्यच वेगळं होतं! कात टाकली की, साप तवाना होतो. बदलत नाही. सळसळ तीच राहते, डंख तोच राहतो. आपल्या फणीचा अभिमानी डौल तोच राहतो. माणसाचं तसं नाही! माणसानं कात टाकली की, केवढा पालट होतो त्याच्यात! होय. कधीकधी माणसालाही कात टाकावी लागते.

आज या वाळवंटाशीच नातं जडल्यासारखं वाटतं - छे! या वाळवंटात मला चक्क एक आरसा दिसतो. माझं बिंब मला त्यात स्वच्छ

व स्पष्ट दिसतं. हे वाळवंट आणि मी सारखाच असं वाटतं. वारकरी वाळवंट! वारकरी मी. कुठल्याही विठोबाकडे न जाणारा! जेव्हा संत नांदले, तेव्हा या वाळवंटालासुद्धा आपोआप फुलबागेचा मुखडा मिळाला. आज या वाळवंटाला वरच्या तळपत्या तापदेवाची जोड मिळालीय. इथलं ते भावजीवन निघून गेलंय. आजही इथं सटीसहामाहीला टाळ-मृदंग घुमतात. उखणल्या रस्त्याच्या कडेला वडाराकडून फुटणाऱ्या खडीच्या आवाजासारखे ते वाटतात. भावशून्य! आजही इथं अभंग गायले जातात, पावडरच्या दुधासारखे ते निःसत्व वाटतात. कसल्याही भावभक्तीच्या प्राप्तीसाठी इथं आलो नाही. या टाळांवर, या अभंगांवर कधी जीव जडला नाही. त्यांचा तिटकाराही कधी वाटला नाही. खरं तर यांची नोंद घ्यावी असं कधी घडलंच नाही. घडलं असतं तरी हे आवडलं नसतं का? तर पिंडच तसा नाही म्हणून! आणि कुणालाच आपला पिंड असाच का याचं उत्तर देता येत नाही.

आमचं 'दैवत' वेगळं होतं. आजही आहे. या पंढरीच्या विठोबापेक्षा वयानं लहान! आमचं दैवत - राजा शिवाजी! होय मार्क्सच्या साम्यवादाचा एक पाईक झालो - इथल्या भाषेत त्या दिंडीतला वारकरी झालो, तरी दैवत होतं नि आहे राजा शिवाजी! हेच दैवत का? तर त्याचा झटक्यात मिळणारा वर माझ्या रांगड्या, शेतकरी, कुणबाऊ मनाला पटणारा होता. पेलणारा होता. कसला तो वर? 'अन्यायाची चीड आणि त्याविरुद्ध क्रिया!' हेच जीवनभर करीत आलोय.

आयुष्याचा हिशेब कधी मांडला नाही; त्यामुळे ताळेबंद बघण्याची गरज उरली नाही. खूप बघितलंय. इतकं की, बघूनबघून नजर मरायला पाहिजे होती. मेली नाही. या देशाला थिजवणाऱ्या गुलामगिरीचा काळा दाट अंधार बघितला. कळायला लागलं तेव्हापासूनच त्या अंधारानं जीव घुटमळला. पेटून उठलो. अंगात हत्तीची रग होती, डोळ्यांत सिंहाच्या नजरेची आग होती. रक्तात कृष्णा-कोयनेच्या पाण्याची जाग होती.

फालतू नोकरीचा वीट आला. गोऱ्या साहेबाच्या सदरेवर उभं राहताना कुणबाऊ काळजाला काच पडू लागला. मग व्हायचं तेच झालं. राजीनाम्याची पत्रावळ भिरकावून दिली. भवतीच्या आगीत उडी घ्यायचं ठरवलं. महात्मा गांधींची कॉँग्रेस होती त्या वेळी. ती कॉँग्रेस म्हणजे

रावणानं हरवून नेण्यापूर्वीची सीताच होती! तिच्या पाण्याच्या तीर्थाचा एक थेंब एखाद्या तरण्या ओठांआड गेला की, त्याचं उभं गाव कसं संजीवनी घ्यायल्यासारखं निर्भय व्हायचं.

आमचा सातारा जिल्हा तर स्वातंत्र्याच्या चळवळीत बिनीवर होता. १९३० च्या सत्याग्रहासाठी प्रत्यक्ष म. गांधींनी माझी निवड केली. छातवान कसं अभिमानानं तटतटून आलं. त्या वेळचा सत्याग्रह चुटकीसरसा संपायचा. जनजागरण हाच त्याचा मूळ उद्देश असायचा. पोलीस सत्याग्रहींना तेही नीट करून द्यायचे नाहीत.

आमच्या सत्याग्रहाच्या वार्ता झळकल्या. वातावरण चढीला पडलं. सत्याग्रहाची जागा जाहीर झाली. ठरल्या वेळी मी सत्याग्रहाच्या जागेवर दाखल झालो. साताऱ्याच्या त्या वेळच्या डी.एस.पी.नं शे-पाचशे पोलिसांचं कडं त्या जागेभोवती आवळलं होतं. मी एका ट्रकच्या टपावर चढलो. माणसांचा मुंगीदाट थवा भवत्यानं दाटला होता. त्यांच्या मनातील मरणाचं भय हटवायला हीच वेळ नामी होती.

ट्रकच्या टपावरून मी घोषणा दिल्या, – 'वंदे मातरम'! 'म. गांधीकी जय!' ट्रकला पोलिसांनी घेराव टाकला. डी.एस.पी. काळ्या दंडुक्याचं कांडकं नाचवीत आपल्या पाळीव कुत्र्यांना मला कैद करण्याचा हुकूम देत ट्रक भवत्यानं हैदोसू लागला. बघी जनता 'आता काय होतंय?' म्हणून डोळ्यांत जीव गोळा करून बघू लागली. विजेसारखी विचाराची एक लकेर माझ्या मनात तरळून सरकली. चढलेला हा ताण एका क्षणात पलटीला घातला पाहिजे. हीच ती वेळ आहे, लोकशिक्षणाची!

डी.एस.पी.कडे तुच्छतेनं बघत बेदरकार, मिश्कीलपणे हसत मी म्हणालो, "आरं कशाला गोळा क्येलाय एवढा गोतावळा? माणूस ग्येलं तर तिरडीला लईतलईत चारजणं ब्येस होत्यात! मी धट्टाकट्टा हाय म्हणून हो तर सहाजणं ठेवा. ही जत्रा कशापायी आणल्येस? वंदे मातरम!"

भवतीचा सगळा जमाव थरथरला ते ऐकताना. माझ्या कानांवर घोषणांचा कल्लोळ पडला - 'क्रांतिसिंहांचा विजय असो!'

त्या सत्याग्रहानं गजाआड गेलो. त्या वेळी तुरुंगात जाणं म्हणजे आज २६ जानेवारीला दिल्लीच्या शाही सोहळ्यात भारतरत्न किताब स्वीकारताना वाटेल तेवढं भाग्याचं वाटायचं! एकवेळ तुरुंगाबाहेर असताना

क्षणभर देशाचा तरी विचार मनातून चुकार व्हायचा; पण गजाआड असताना तसं कधी व्हायचं नाही. आज जसे पोलीस सबइन्स्पेक्टर, रेंजर, मेजर यांचे ट्रेनिंगचे कँप असतात, त्या कँपवरचं शिक्षण झालं की, हा 'अफसर पठ्ठ्या' तयार होतो, तसे त्या वेळी तुरुंग होते! तिथली हवा कडवेपणा फुलतं करायला जबरी होती. तुरुंगात जाऊन आलेला मूळचा कच्चा, अधमुरा मायेचा पूतही बाहेर पडला की, मशालीचं काळीज घेऊनच यायचा. माणसाला मरण भाकरीच्या तुकड्यासंगं चटणी लावावी तसं स्वातंत्र्याच्या चळवळीला हलक्या हातानं कसं लावायचं याचं ट्रेनिंग देणारे होते ते तुरुंग! आमच्या वेळची एक पिढी तुरुंगानंच आपल्या मांडीवर वाढविली आहे.

भय मनात कधी नव्हतंच; त्यामुळे ते चेपायचं कारण नव्हतं. त्या पहिल्या सत्याग्रहानं छातीचा भाता मात्र एका जबरदस्त विश्वासानं चौथडी भरून आला. ही माती मोकळी झाली पाहिजे. इथला माणूस 'माणूस' म्हणून ताठ मानेनं जगला पाहिजे. शिवाजीराजांचा हा देश गुलामीच्या टापांखाली मावळमर्दानगी पार भुलून कसा गेलाय? तो पेटून उठला पाहिजे. त्यासाठी आता हातानंच आपल्या घरादारावर निखारा आणि तुळशीपत्र एकजोडीनं ठेवायला पाहिजे. आता बोहल्यावर चढायचं ते प्रसंग पडला तर मरणाच्याच. म्हणून लग्नाचा कधी विचार केला नाही. ते चुकलं असं आजसुद्धा वाटत नाही.

देशभर गांधींचा झंझावाती दौरा होत होता. कधी मिठाचा, कधी परदेशी मालांच्या चौकातील होळीचा; असा निषेधाचा वणवा देशभर पेटला होता.

एकीकडून सशस्त्र क्रांतीचा भडका उठवावा, सफेद कातडीची काळी राजवट उलथून टाकावी म्हणून तरुण रक्त सळसळत होतं. ऐन उमेदीच्या असंख्य माना दोरखंडी फासात पिळल्या जात होत्या. तरीही त्यावरचे अशरण ओठ बेहोषपणे गर्जत होते - 'इन्किलाब झिंदाबाद!' 'भारत माता की जय!'

त्या काळात स्वातंत्र्यप्राप्तीसाठी दोन ठसठशीत विचारप्रवाह वेडावून या देशात आड येणारे बांध फोडत, धावत होते. सत्याग्रहाचा स्वदेशीचा गांधीजींचा मार्ग आणि सशस्त्र क्रांतीचा इन्किलाबचा क्रांतिकारकांचा मार्ग. दोन्हीही मार्गांतील अनुयायांबद्दल आम जनतेत ऊरभर आदर

दाटून होता. कसे का होईना लोकांना स्वातंत्र्य हवे होते. स्वातंत्र्य! आमच्या पिढीने स्वतःवर नसेल एवढे प्रेम या अमृतसत्यावर केले.

'स्वातंत्र्य' म्हणजे काय? स्वतःचे राज्य. गोरे गेल्याखेरीज ते येणार कसे या देशात? गांधींच्या असहकाराच्या, सत्याग्रहाच्या मार्गांनी इंग्रज सरकारची नाकेबंदी करीत आणली होती. बरेच दिवस मी त्या तत्त्वाचा पाईक होतो. सत्याग्रह केले. विदेशी माल पेटविला, पिकेटिंग्ज घडविली. या मार्गांनी नाक दाबताच सरकार तोंड उघडील, त्यातून स्वातंत्र्यसूर्य बाहेर येईल या एकाच वेडानं पछाडलेले आम्ही घरादारांना, रक्तानात्यांना, इतर सुख-दुःखांना पारखे झालो होतो.

सरकार गांधीजींना अटक करीत होते. तुरुंगातूनही गांधीजी चळवळीला आदेश देत होते. स्वराज्याची मुद्रा काही गोऱ्या सुसरीच्या काटेरी टणक पाठीवर उमटत नव्हती. या जीवघेण्या तणावाचे प्रतिसाद प्रत्यक्ष काँग्रेसच्या श्रेष्ठींमध्ये उमटू लागले. सशस्त्र उठावाला हात घालावा म्हणून सुभाषचंद्रांनी काँग्रेसचे व्यासपीठ सोडले. ही घटना मला बोलकी वाटली. मनात विचारांची चक्रे फिरू लागली. सुभाष आम्हाला बंगालचे शिवाजी वाटत. तडफदार, सूर्यपेट पुरुषी नेता होता तो.

भारतात ही घटनाचक्रे फिरत असतानाच युरोपमध्ये जर्मनीने दुसऱ्या महायुद्धाचा भयानक आव्हानी भडका उडवून दिला. जर्मनी आणि दोस्त राष्ट्रांची सुंदोपसुंदी जुंपली असताना या देशाची 'स्वातंत्र्य-जगदंबा' पोत नाचवीत मोकळी करणं, मुक्त करणं अगत्याचं होतं. श्रेष्ठ नेत्यांपासून सामान्य नागरिकांपर्यंत सर्वांनाच आच लागली. 'स्वातंत्र्य- स्वराज्य!' देशभर इंग्रजविरोधी निषेधाची तीव्र लाट उफाळून आली. 'छोडो भारत! चले जाव!' बेचाळीसचा लढा सुरू झाला.

सर्वोच्च थराचं एकजात नेतृत्व इंग्रजांनी गजाआड तुरुंगात कोंडून टाकलं. 'चले जाव'ची निर्वाणीची चळवळ दुय्यम नेतृत्वाकडे तरुण रक्ताच्या हाती भारताच्या नियतीनंच सुपूर्द केली. शाळा, कॉलेज, सार्वजनिक स्थळं ओस पडली.

मला माझ्या पिंडाला पाहिजे तसा पोषक काळ सामोरा आला. भूमिगत होऊन आम्ही स्वातंत्र्यप्राप्तीच्या मार्गात येणारी सारी स्वकीय-परकीय बांडगुळं छाटण्याचा विडा उचलला. साताऱ्याची दरी-दरडींनी भरलेली भूमी त्याला नामी होती. गांधींना बगल देऊन मी क्रांतीकडे

वळलो.

सवाई, चक्रवाढ व्याजानं नडल्या गरिबांची राजरोस पिळवणूक करून, उलट उजळ माथ्यानं सरकारला मदत करणारे कृतघ्न धनलोभी, पैशाच्या लालचीनं भूमिगतांचा ठावठिकाणा सांगणारे बेईमान फितवेखोर, सरकारी चाकरीच्या अधिकाराचा गैरफायदा उठवून जनतेला छळणारे पोलीस व मुलकी अधिकारी यांना शासन देण्यासाठी आम्हीच आमचं एक 'शासन' निर्माण केलं 'प्रति-सरकार!'

सातारा आणि त्यालगतचा फाटा आमच्या 'प्रति-सरकार'च्या कल्पनेनं थरारला. जिथं 'वंदे मातरम्' ही घोषणा देताच तुरुंगात रवानगी व्हायची, तिथं दुसऱ्या सरकारची कल्पना बोलणाऱ्यांची रवानगी स्वर्गातच व्हायला वेळ लागणार नव्हता; पण माझं आणि माझ्या सोबत्यांचं मरणाचं भय केव्हाच मेलं होतं. खरं सांगायचं तर तेव्हा मरायलाही आम्हाला सवड नव्हती. जनजागरणाची देशभर उसळलेली लाट पकडून आम्हाला इथला माणूस सर्व भय - बंधनांतून मुक्त करायचा होता. कष्टणारा, श्रमणारा आणि कुणाच्याही टाचेखाली फुकाफुकी मूकपणे चिरडला न जाणारा माणूस.

आमच्या प्रति-सरकारची पाप्यांनी हाय खाल्ली. जनतेने उदंड मायेचा प्रतिसाद दिला. आम्ही क्रांतीचं अग्निकंकण मनगटी बांधलं. त्यातही समाजावरच्या उपकाराचा डौल नव्हता. होती ती स्वतःलाच सुखविणारी बेहोषी!

"पदोपदी पसरून निखारे
आपुल्याच हाती
होऊनिया बेहोष
धावलो ध्येयपथावरती
विश्रांतीस्तव कधी न
थांबलो, पाहिले न मागे
बांधू न शकले प्रीतीचे
वा कीर्तीचे धागे
एकच तारा समोर होता-
पायदळी अंगार."

या नमुन्याची ती बेहोषी होती. आम्ही आमच्यावरून आम्हालाच ओवाळून टाकले होते! कारण आम्ही म्हणजे दुसरे कुणी उरलोच नव्हतो. सरकारी खजिना घेऊन जाणाऱ्या रेलगाड्या लुटाव्या, ती संपत्ती भूमिगत देशभक्तांना, गरिबांना वाटावी. जुलमाचे अन्यायी गड्डे शोधून उखडावेत असा धडाका आम्ही सुरू केला. बेचाळीस सालाने भारताच्या इतिहासात सातारा जिल्ह्याचे नाव आघाडीवर आणले. राज्यकर्त्यांच्या लंडन दरबारी वाळव्यासारख्या कुणबाऊ गावाची गंभीर चर्चा झाली.

ते दिवस मंतरलेले होते. सूर्य उशाला घेऊन, आभाळ पांघरून साताऱ्याच्या कुठल्याही दरडीतल्या खोपटात अंग टाकताना कुडी धन्य व्हायची. रोज नव्याने उगवणाऱ्या दिवसाबरोबर नवनवीन मरणं आमच्याभवती घिरट्या घालू बघायची. कुठली अज्ञात शक्ती आम्हाला धकवून नेत होती, याचा आजही मला माग घेता आलेला नाही. पोलिसांचा ससेमिरा चुकविण्यासाठी कधी आम्ही मेलेल्या म्हातारीचं सोंग घेऊन जिवंतपणी तिरडीला आवळून घ्यावं, कधी मेंढरांच्या कळपात उडी घेऊन रात्ररात्र मेंढरू म्हणून काढावी.

परिस्थितीच आम्हाला शहाणपण शिकवीत होती. लोकांच्या सद्‌भावना तारीत होत्या. जीव वाऱ्यावर सोडलेला. भूमिगत कार्यकर्त्यांना दुसरं कोण तारणार?

४२ च्या लढ्यात अवघा देश घुसळून निघाला. महायुद्धाच्या खाईत होरपळून निघालेलं इंग्लंड साम्राज्यशाहीच्या जागतिक सिंहासनावर डळमळू लागलं. स्वातंत्र्याचं पीक आता अगदी पोटरीला आलंय हे आम्हाला कळून चुकलं. तो सोन्याचा दिवस अगदी उंबरठ्यावर येऊन ठेपला. दुभंगून का होईना देश स्वतंत्र झाला. आमच्या छातीतील फडफडती पाखरं उडून जातील की काय एवढा अभिमानी आनंद आमच्या उरात उसळला. आता दीडशे वर्षांची काळरात्र सरत होती. आम्ही घडवू ते गोमटं या देशात आता फळणार, फुलणार होतं. 'स्वातंत्र्य - स्वराज्य' या नुसत्या उच्चारानं आमच्या मिशांचे केस ताठरत होते.

या विजयी वळणावरही 'हुश्श' करून विसावा घ्यायला आम्हाला उसंत नव्हती; उलट, येणाऱ्या स्वातंत्र्यानं आता मागणीचा पदर पसरला

होता. इमान, कष्ट, निष्ठा, त्याग अशी वाणं ते मागत होतं. या लक्ष्मीला हे दिल्याशिवाय ती नांदती होणार कशी?

राष्ट्रपिता गांधीजींच्या भरल्या जिवाचं माप उंबरठ्यावर लवंडून ही स्वातंत्र्यलक्ष्मी भारताच्या गृहात आली. गरूड स्वर्गाप्रत भरारी मारून, गंगा पाताळापर्यंत सूर घेऊन ही सुवार्ता देव-देवतांना सांगून आली. या भाकड कथांवर माझा विश्वास बसणार नव्हता. माझा देव मी मानला होता या मातीतला माणूस. माझं रामायण ठरलं होतं साम्यवाद. मला माझ्या देवाकडे नेणारा दूत होता मार्क्स. माणसाला माणूस म्हणून जगू देणं हे माणसाच्याच हातात आहे एवढं सरळधोप सांगणारा. देव, देश, धर्म, सुबत्ता हे सारं माणसासाठी आहे. त्याला हे कुणी दिल्यानंतर मिळणार नाही. मिळवावं लागेल.

ज्या खांद्यावर गांधीजींचा चरखाधारी तिरंगा घेतला होता, त्याच खांद्यावर मी मार्क्सचा हातोडी - विळ्याचा लाल बावटा घेतला. जाणीवपूर्वक समजून-उमजून!

लोक म्हणायचे, तुम्ही पार्ट्या बदलताय ते का? मी हसून उत्तर द्यायचा, ''मला पंढरीला जायचं आहे. म्हणून निरनिराळ्या गाड्यांत बसलो. एक गेली साताऱ्याला, एक गेली विजापूरला नि एक गेली बेळगावला. म्हणून आता नीट पाटी बघून, दोन शहाण्यासुर्त्यांना विचारून या लाल बावट्याच्या गाडीत बसलोय. आता हीच मला पंढरीला नेणार!''

निवडणुका झाल्या. मी खासदार म्हणून निवडून आलो. पहिली पाच वर्षे जनतेच्या प्रश्नांवर आकांताने झगडलो आणि तिसराच एक स्वाभिमान डिवचणारा घोळ उभा राहिला. भाषावार प्रांतरचना केली तर कारभार सुखाचा होईल म्हणून नेहरू सरकारने त्या विषयाला हात घातला.

महाराष्ट्राची पद्धतशीर नाकेबंदी करण्याचा घाट त्या वेळचे मुख्यमंत्री मोरारजी देसाई आणि केंद्रातील काही श्रेष्ठींनी घातला. मुंबई महाराष्ट्राला द्यायची नाही हा त्या नाकेबंदीचा गाभा होता. महाराष्ट्रावर हा धडधडीत अन्याय होता.

आता न्याय मिळवून घ्यायला मराठी जनतेला जागवून उठविणंच भाग होतं. आचार्य अत्रे, एस. एम., दाजीबा देसाई, बागल असे

चहुबाजूंचे नेते गोळा झाले. सर्व राजकीय मतभेद विसरून, एक सर्वपक्षीय आघाडी बांधली गेली – 'संयुक्त महाराष्ट्र समिती' मराठी माणसाच्या जिव्हाळ्याच्या बाबीसाठी, मुंबईसाठी झगडा सुरू झाला. महाराष्ट्राची फरफरती मशाल झाली. ज्वाला गर्जू लागल्या – 'मुंबई, बेळगाव, कारवार, बीदरसह संयुक्त महाराष्ट्र झालाच पाहिजे!'

दिवसागणिक सत्याग्रह, निदर्शने, उपोषणे यांचा तणाव वाढू लागला. एका विराट मोर्चावर मोरारजींच्या खाकी डगलेवाल्यांनी अमानुष गोळीबार केला. १५० हुतात्म्यांचं रक्त मातीला अर्घ्य म्हणून मिळालं. सरकारशी जनता इरेसरीला पडली. बांद्यापासून चांद्यापर्यंत आमचे झंझावाती दौरे सुरू झाले. शहराचा, खेड्यांचा, चौक चौक भाषणासाठी फुलू लागला. नेते आणि जनता यांची दिलजोड झाली. मराठी मुलूख घुसळून निघाला. घर घर किल्ला बनला. मी पहिला सत्याग्रही म्हणून तुरुंगात गेलो.

यातच विधानसभेच्या निवडणुका आल्या. हुतात्म्यांच्या रक्ताला जागून मराठी जनतेने समितीवर भरघोस मतांचा वर्षाव केला. विधानसभेला हादरा बसला. शिष्टमंडळं दिल्लीच्या वाऱ्या करू लागली. नेहरू कुणाला दाद द्यायला तयार नव्हते. प्रत्यक्ष दिल्लीवर सत्याग्रह्यांचा मोर्चा नेण्याचा निर्णय घेतला गेला. मी सत्याग्रह्यांच्या मेळ्यातून दिल्लीला गेलो. दिल्लीच्या इतिहासप्रसिद्ध रस्त्यारस्त्यांवर 'शिवाजी महाराज की जय' म्हणताना अनुभवलेला बेहोष आनंद आजही आठवतो. अंगावर पसाभर मांस चढल्यागत वाटतं.

संयुक्त महाराष्ट्राच्या चळवळीच्या वेळीच २४ सालानंतर महाराष्ट्र मला जिवंत, पेटलेला दिसला. क्षणाक्षणानं तंग होणाऱ्या वातावरणामुळे सरकारला समितीपुढं नमतं घ्यावं लागलं. महाराष्ट्राला मुंबई मिळाली. मंगल कलश आला. स्वातंत्र्यप्राप्तीनंतर काँग्रेस विसर्जन व्हायला पाहिजे होती, ती झाली नाही. संयुक्त महाराष्ट्रानंतर समिती टिकायला पाहिजे होती, ती टिकली नाही! मराठी माणसाला विजय पचविता येत नाही हेच ऐतिहासिक सत्य पुन्हा एकदा सिद्ध झालं. समितीनं जनतेच्या आशा पालवल्या होत्या; ती मोडल्यानं त्या कोळपल्या.

माझ्यासमोर एक मार्क्सच मला भुरळ घालणारा होता. कम्युनिस्ट पार्टीचं काम करीत निवडणुका जिंकत, मोर्चे काढत माझ्यातील साम्यवादी

पाईक चालला होता. या देशात कधीतरी चीड उफाळेल, क्रांती उठेल ही माझी उमेद होती. काळ चालला होता. वय आयुष्याच्या उताराला लागलंय हेही मला कळलं नाही.

एकीकडून महागाईचा राक्षस अल्लाउद्दिनच्या दिव्यातून आल्यासारखा क्षणाक्षणाला वाढत चालला होता. गरीब दिवसेंदिवस गरीब, श्रीमंत कलेकलेनं अधिक श्रीमंत असं विचित्र सत्र भारताच्या स्वातंत्र्याला घेरू लागलं. मिळतील त्या चार शेंगा आपल्या बिळात नेऊन ठेवणाऱ्या उंदरासारखी माणसांची मनोवृत्ती झाली. देशभक्तीच्या नावाखाली बाजारबुणगे स्वातंत्र्य कुरतडू लागले. हताशवादाच्या प्रचंड डोंगराखाली समाज तडफडू लागला. स्वातंत्र्यानंतर या समाजानं २५ वर्षांत कमावलं काय? हताशवाद! आणि तीन युद्धं!

स्वराज्य लुटणारे लुटतच राहिले. त्यांना भोवतीच्या समुदायाची दुःखं ऐकायला सवड नव्हती आणि इच्छाही नव्हती. भ्रष्टाचार, जातीयता, आर्थिक विषमता, शैक्षणिक आबाळ या साऱ्यामुळे इथला रहिवासी गांगरून गेला. त्याला मायेनं थोपटणारा महात्मा उरला नाही. उलट्या पायानं भुतांची पिलावळ चालावी तशी या देशातील माणसं चालायला लागली. नजर ठरणार नाही असा पसरलेला हा समाज समोर येईल त्याला पाठ दाखवीत जगतो आहे. पाण्यातील प्रेत सडत जावं, येईल त्या माशानं त्याचा लचका तोडावा तशी त्याची स्थिती झाली आहे. पाण्यात मगर घुसावी तसे ढोंगी लोक सगळ्या आघाडीच्या कट्टीच्या जागा बळकावून बसले आहेत. हरिजनांच्या झोपड्यांत जाऊन त्यांच्या पोराबाळांना मांडीवर घेऊन अंघोळ घालणारा गांधी आता उरलेला नाही. वाली नसलेला हा विराट कंगाल समाज बांधावा म्हणून दोन्ही हात वर पसरून उमेदीनं झटलो. चहुवाटांनी धावणाऱ्या या भरतीच्या लाटा थोपवायला माझे हात थिटे पडले. कितीदा तरी वाटलं, या गर्जत्या लाटांचा पाणमारा नाका-तोंडात शिरून देह इथंच पडावा. समाजाच्या उंबरठ्यावर कुडीची धूळ पडावी; ते घडलं नाही. घडणार नाही. समाजाला मी मूक मरणं मान्य नाही. मी त्यांचा 'क्रांतिसिंह' आहे. 'क्रांतिवीर' आहे.

म्हणून या वाळवंटावर आलोय. चंद्रभागेच्या-भिवरेच्या. कसल्याही मोक्षाची आस मनात नाही. माझ्यासमोर चंद्रभागेचं क्षीण, कोरडं पात्र

आहे. याच नदीत लोकांच्या आग्रहासाठी, आपली जिवाच्या परिश्रमानं बांधलेली गाथा तुका वाण्याला सोडावी लागली होती. ती सोडून हिच्या काठाला तो तीन दिवस उपाशी बसला होता. त्याचा आपल्या मनाशीच संवाद चालला होता. माझाही तसाच चालला आहे. मीही माझ्या जीवनाची गाथा सोडून दिली आहे लोकगंगेत! ती तरेल की नाही याची मला चिंता नाही. तुका वाण्याचा संवाद तीन दिवसांनी संपला होता. मला माहिती आहे, माझा हा संवाद कधीच संपणार नाही.

मला विरक्ती आलेली नाही. मी जीवनभर एक वारकरी होतो. आजही आहे. माझी पंढरी मात्र देह पडला तरी मला भेटणार नाही. मग इथंच या या भागवतांच्या पंढरीत का आलो? इथल्या या वाळवंटानं मला इथं खेचून आणलं आहे; ज्या समाजाच्या उंबरठ्यावर माझ्या देहाचं पान टपकावं असं वाटतं त्याचं प्रतीकच आहे हे वाळवंट. पिढ्यान्‌पिढ्या या वाळूवर मी प्रेम केलेल्या भाबड्या जनसागराचे पाय उमटले आहेत.

मला विठोबाशी बोलायचं नाही. चंद्रभागेला साकडं घालायचं नाही. माझं नातं, माझी बांधिलकी या वाळवंटाशी आहे.

समाज मला विसरेल याची खंत बाळगण्याएवढा भाबडा मी कधीच नव्हतो. मी या जनसागरावर जे प्रेम केलं ते माझ्या समाधानासाठी होतं. त्याची परतफेड कधी मनी धरलेली नाही.

माझ्या मनात एकच प्रश्न रुजतो आहे. महात्मा गांधी, शिवाजी, मार्क्स आणि पंढरीचा विठोबा यांच्याशी मी कुठल्या धाग्यांनी जखडलो गेलो आहे? चार दिशांना चारीकडे तोंडं असलेले हे संकेत माझ्या जीवनवाटेला का आणि कसे भेटत गेले? ज्याचं उत्तर मलाही सापडलेलं नाही, ते महाराष्ट्रातील दुसरं कोणी देईल असं मला वाटत नाही. फक्त एकच आस, एकच जबरदस्त इच्छा आजही मनात उसळून उठते. वाटतं, समोरचं हे चंद्रभागेचं वाळवंट असंच पसरलेलं असावं. याच्या वाळूकणांची जागा धगधगीत अंगारांनी घ्यावी. हे अंगाराचं वाळवंट आभाळाला जाऊन भिडावं. ते तुडवीत मी शेवटच्या श्वासापर्यंत अखंड चालतच राहावं माझ्या तोंडी एकच काव्यपंक्ती असावी -

> "पदोपदी पसरून निखारे
> आपुल्याच हाती ।

होऊनिया बेहोष धावलो
ध्येयपथावरती ।''

मला विश्वास आहे, अशा या वाटेवरचा मराठी मातीत पूर्वी कुणी होऊन गेला असेल, असा एखादा का होईना अग्निपुत्र मला एखाद्या दिव्य क्षणी भेटेल. तोच फक्त मला समजावून देईल - माझे गांधी, शिवाजी, मार्क्स आणि विठोबाशी असलेले नाते! त्या क्षणासाठीच मी थांबलो आहे, थांबणार आहे!!

(साप्ताहिक 'माणूस' : २७ जानेवारी ७३ मधून)

**

घोड्यावर बसलेला दीडशहाणा?

''बांधवांनो, एक मनुष्य आपल्या घोड्यावर बसून गावाला निघाला आहे व त्याने आपल्या दोन्ही खांद्यांना भल्या मोठ्या दोन पिशव्या धाग्याने भरलेल्या अडकविलेल्या आहेत, तसेच तिसरे एक मोठे बोजाचे गाठोडे डोक्यावर घेऊन तो घोड्यावर बसला आहे. रस्त्याने जाणाऱ्या लोकांनी घोड्यावर बसलेल्या माणसाला विचारले, 'अहो पावणं, आपण डोक्यावर आणि खांद्यावर बोजा घेऊन घोड्यावर का बसला आहात? त्यापेक्षा तो बोजा खोगीराच्या दोन्ही बाजूला बांधला असता तर काय बिघडले असते?' यावर तो घोड्यावर बसलेला मनुष्य म्हणतो कसा, 'अहो, माझा बोजा घोड्यावर आहे व बाकीचा बोजा मी माझ्या अंगावर घेतलेला आहे.' त्याच्या या बोलण्यावर रस्त्याने जाणारे लोक पोट धरधरून हसू लागले. बिचाऱ्याच्या हे लक्षात आले नाही की, जरी आपण काही बोजा आपल्या स्वतःच्या डोक्या-खांद्यावर घेतला असला तरी एकूण सर्व बोजा त्या घोड्याच्याच अंगावर पडला आहे. अगदी तसेच व्यापाऱ्यांवर सरकारने लादलेले सर्व टॅक्स शेवटी गिऱ्हाईकाच्या, म्हणजे सर्वसामान्य जनतेच्याच माथी मारून व्यापारीवर्ग गिऱ्हाईकाकडूनच वसूल करीत असतो.''

— **क्रांतिसिंह नाना पाटील** - ('सातारचा सिंह'मधून)

६७

नाना पाटील : जिद्दीने लढणारा क्रांतिवीर

वृक्षमित्र धों. म. मोहिते

४२ च्या लढ्यातील स्वातंत्र्यसैनिक, लेखक व पत्रकार

बातमी काळजी करावयास लावणारी होती! सांगणाऱ्याचा ऊर भरून आला होता. त्याचा चेहरा पडला होता. माझे काळीज लख्खकन हलले! काळजात कालवाकालव सुरू झाली. पायातले त्राण गेले नि मी शेताच्या बांधावर मटकन बसलो! बातमी सांगणारा ४२ च्या चळवळीतील माझा एक सहकारी मित्र होता. तो नुकताच मिरजेला जाऊन आला होता नि येताना ही अस्वस्थ करणारी बातमी घेऊन आला होता.

एके काळी ज्यांनी सातारा जिल्ह्यातील दऱ्या-खोऱ्या दुमदुमून सोडल्या, ज्या पत्री सरकारने ब्रिटिश सरकारची झोप उडवली, त्याची शासनयंत्रणा खिळखिळी करून प्रति-सरकार स्थापन केले; काही काळ का होईना, सातारा जिल्ह्यातील जनतेने ग्रामराज्याचे खरेखुरे सुख उपभोगले, 'नही रखना, नही रखना, हराम सरकार नही रखना!' असे धडे देऊन ज्यांनी माझ्यासारख्या असंख्य तरुणांना क्रांतीच्या मैदानात उतरविले, लाख लाख लोकांच्या विराट सभेत ज्यांनी तीन/तीन तास श्रोत्यांना नागासारखे डोलायला लावले, ज्यांचे भाषण ऐकण्यासाठी दहा/दहा मैलांचे रान तुडवून खेड्यापाड्यांतील लोक पायी येत असत, ज्यांचे नाव ऐकताच गावगुंडांनाच काय; पण रझाकारांनासुद्धा कापरे भरत असे, ज्यांच्या नावाची चर्चा इंग्लंडच्या पार्लमेंटमध्ये झाली, असे एक थोर देशभक्त क्रांतिसिंह नाना पाटील यांच्या संदर्भात ती अस्वस्थ करणारी बातमी होती!

नाना पाटलांचा एक पाय दुखण्यात काढून टाकावा लागल्याची ती हृदयाला चटका लावणारी बातमी होती. त्यांना अलीकडे मधुमेहाचा

विकार जडला होता. त्यांच्या एका पायाला छोटीशी जखम झाली होती. औषधोपचाराला न जुमानता ती वाढतच गेली आणि चक्क त्यांच्या पायावरच शेकली. शस्त्रक्रिया घडली नि त्यांना आपला पाय पोटरीपासून खाली गमवावा लागला. माझ्यासारख्या त्यांच्या असंख्य अनुयायांनी गलबलून जावे अशीच ही दुर्घटना!

ज्या पायाने नाना पाटलांना जन्मभर साथ दिली, ज्या पायांनी पायपीट करून त्यांनी खेडे न् खेडे टिपले, शिवार न् शिवार तुडवून काँग्रेसचा संदेश घरोघर पोहोचविला, जे पाय तुरुंगात अवजड साखळदंडांनी जखडण्यात आले, ज्या पायांनी ते देवराष्ट्र्याच्या कुस्त्यांच्या फडातून...

पन्नास वर्षे लोटली या गोष्टीला. सालाबादप्रमाणे देवराष्ट्रे येथे सागरेश्वर यात्रेनिमित्त त्या दिवशी कुस्त्यांचा फड भरणार होता. त्या काळात कुस्त्यांसाठी नामांकित असलेला हा दक्षिण महाराष्ट्रातील एकुलता एक फड. घाटावरच्या आणि घाटाखालच्या पहिलवानांची येथे चुरशीची तशीच निकराची लढत होई; त्यामुळे कुस्त्या पाहण्यासाठी लोकांची या फडावर अलोट गर्दी जमत असे. आजही गावच्या चहुबाजूंच्या रस्त्यांनी लोकांचे थवेच्या थवे देवराष्ट्र्याकडे येत होते. तशात एक आगळी बातमी आधीच फैलावली असल्याने या गर्दीला उधाण आले होते. बिरोबाच्या देवळापुढे धनगरांचा गजा खेळ चालला होता. येणारे लोक तेथे थांबत होते. कुस्त्या सुरू होईतो हा खेळ चाले.

दिवस डोक्यावर चढला. धनगराचा गजा खेळ रंगात आला होता. तेवढ्यात सागरोबाच्या बाजूने शे-दोनशे लोकांचा घोळका झपाझप पावले उचलीत गावाकडे येऊ लागला. प्रत्येकाच्या डोक्यावर सहा इंच उंचीची गांधी टोपी, अंगावर खादीचा पोषाख, खांद्यावर उपरणेवजा खादीचे फडके आणि हातात काठ्या. धनगराच्या खेळाजवळ येताच घोळक्यातील लोकांनी एकदम घोषणा द्यायला सुरुवात केली, 'भारतमाता की जय!' 'महात्मा गांधी की जय!' तशी एकदम गडबड उडाली. 'नाना पाटील आला! नाना पाटील आला!' लोक अक्षरशः ओरडू लागले आणि कुस्त्यांच्या फडाभोवती जमलेली मंडळी बिरोबाच्या देवळाकडे धावत सुटली.

चालू वर्षी कुस्त्यांच्या फडावर देशभक्त नाना पाटील यांची जाहीर सभा होणार आहे हे आधीच जाहीर करण्यात आले होते. त्यांच्यावर

दोन पकड वॉरंट्स होती. ब्रिटिश सरकारच्या 'वॉन्टेड'च्या यादीत त्यांचे नाव होते; त्यामुळे आयती शिकार चालून येणार असल्याने मायबाप सरकारचे दक्ष फौजदारसाहेब पाच-पन्नास बंदूकधारी पोलिसांसह कुस्त्याच्या फडाला आधीच वेढा घालून बसले होते.

घटनास्थळी पोलीस पोहोचेपर्यंत सभेला सुरुवातही झाली होती. मध्यभागी उंच काठीवर तिरंगी झेंडा फडकत होता. एक व्याख्याता बोलत होता आणि सभोवताली आठ-दहा हजारांचा प्रचंड जनसमुदाय भाषण ऐकत शांतपणे बसला होता; पण बोलणारी व्यक्ती नाना पाटील नसल्याने फौजदार बुचकळ्यात पडला. तरीही जमावाभोवती पोलिसांचा वेढा टाकून त्यांना सावध राहण्याचा त्याने इशारा दिला.

तिघा-चौघांची भाषणे झाल्यावर नाना पाटील बोलायला उठले. टाळ्यांचा कडकडाट झाला, घोषणांनी सारे शिवार दुमदुमले. फौजदार सावध झाला. तथापि, एवढ्या जमावात पकडण्यापेक्षा सभा संपल्यावर अटक करणे सोपे. शिवाय नाना पाटील काय काय बोलतो ते लिहून घेऊन सरकारकडे त्याचे रिपोर्टिंगही करता येईल असा फौजदाराने विचार केला. टेबल-खुर्ची मांडून तो भाषण लिहून घेऊ लागला. त्याला ऊन लागते म्हणून गावच्या पाटलाने त्याच्यावर छत्री धरली.

नाना पाटील बोलू लागले. त्यांनी आपल्या भाषणातून प्रथम फौजदारावरच हल्ला चढविला. 'ह्यो, ह्यो. सावंत फौजदार... म्हातारा झालाय, दम्याचा विकार हाय ह्येला... चार-दोन वर्षांनी पेन्शनीत जाईल... पण इंग्रजांची इनामदारी सोडवत नाही. ह्यो आपल्या जातीचा नव्हं... मेल्यावर ह्येला खांदा द्यायलासुद्धा कुणी जाऊ नका... इंग्रज येऊन देतील खांदा... ह्येला थोडीथोडकी न्हाईत तर अकरा पोरं हायती. त्यांची लग्नं इंग्लंडातनं पोरी आणून कर म्हणावं... आणि त्याच्यावर छत्री धरणारा ह्यो जो हुजऱ्या पाटील...''

नाना पाटलांनी फौजदाराची नि पाटलाची अक्षरशः रळा रळा करून टाकली. फौजदार मनातून चडफडू लागला; पण करतो काय? शिवाय 'ही सभा संपताच मी हजर होणार आहे. स्वतःला अटक करून घेणार आहे. मला फरारीपणाचा कंटाळा आलाय. माझी ही शेवटचीच सभा.' असे नाना पाटील सुरुवातीलाच म्हणाले होते, तेव्हा पकडल्यावर याला बघून घेतो, असे फौजदाराने ठरविले आणि तो भाषण लिहीत बसला.

तब्बल दोन तास नाना पाटील बोलत होते. हशा, टाळ्या, घोषणांत गांधीबाबांचा संदेश ऐकणाऱ्याच्या मनात मुरत होता. जमाव पायाच्या चवड्यावर येऊन आणि कानामागे फेटा सारून वाक्य न् वाक्य ऐकत होता. जमावात बेहोषी चढत चालली होती आणि एकाएकी काय झाले कुणास ठाऊक? नाना पाटलांबरोबर आलेले शे-दोनशे लोक एकदम उठले. त्यांनी घोषणा द्यायला सुरुवात केली. तसा आठ-दहा हजारांचा जमावही उठून उभा राहिला आणि... आणि...

आणि नाना पाटलांनी गर्दीतून जो एकदम सूबांल्या केला तो थेट दोन फर्लांगावर आधीच आणून उभा केलेल्या चपळ घोड्यावर ते स्वार झाले आणि पोलिसांच्या समोर डोंगरातील जंगलात पसार झाले!

पूर्वीच्या सातारा आणि सध्याच्या सांगली जिल्ह्याच्या वाळवा तालुक्यातील येडेमच्छिंद्र हे नाना रामचंद्र पाटील यांचे गाव. घराणे साध्या शेतकऱ्याचे. पांडुरंगाचे भक्त. गेल्या तीन पिढ्यांपासून गळ्यात तुळशीची माळ आणि पंढरीची वारी कायम. नाना पाटील लहानपणी अतिशय हूड. मुलांच्या भांडणात मार देणे एवढेच त्यांना ठाऊक. दुसऱ्याचा मार खाणे त्यांच्या शब्दकोशातच नव्हते. कुस्त्यांचा दांडगा नाद. पहिलवानकीमुळे त्यांचे शरीर गोटीसारखे कमावलेले. अत्यंत अडीअडचणीला तोंड देऊन ते कसेबसे मराठी सातवीपर्यंत पोहोचले. या शैक्षणिक काळात त्यांनी पांडवप्रताप, हरिविजय, रामविजय, कृष्णलीलामृत, पंचरत्नगीता वगैरे धार्मिक ग्रंथांचे वाचन, मनन व चिंतन केले. शिवाय त्याच काळात सत्यशोधक चळवळीने या भागात जोर धरला होता. त्याचाही त्यांनी अभ्यास केला. सत्यशोधकांचा प्रचारकी तमाशा पाहण्यासाठी ते कितीतरी लांब पायीच चालत जात.

सातवी पास झाल्यावर थोड्याच दिवसांत नाना पाटलांना तलाठ्याची नोकरी मिळाली. कऱ्हाड तालुक्यातील सुर्ली सजास त्यांची नेमणूक झाली. महिनाभरात त्यांचे लग्नही झाले. लग्नात त्यांनी वेगळीच धमाल उडवून दिली. सत्यशोधक विचारसरणीमुळे त्यांनी स्वतःच्या लग्नात स्वतःच मंगलाष्टके म्हटली. पत्नी अशिक्षित. पाटी-पेन्सिल विकत आणली आणि तिला 'श्रीगणेशा'पासून स्वतःच शिकवायला सुरुवात केली. कमाल म्हणजे तिने जेव्हा चक्क रामविजय ग्रंथ वाचून दाखविला आणि माहेरच्या माणसांना स्वतःच पत्र लिहिले तेव्हाच त्यांनी तिच्याशी

असलेले गुरु-शिष्याचे नाते संपवले आणि पती-पत्नीचे नाते सुरू केले!

याच सुमारास मुंबई कौन्सिलची निवडणूक सुरू झाली. नाना पाटलांनी सत्यशोधक उमेदवाराचा प्रचार सुरू केला. मतदारांना वाजतगाजत मतदान-केंद्रावर आणले. विरोधकांना ही गोष्ट चांगलीच खटकली. त्यांनी नाना पाटलांच्या तलाठी सेवेतील एक चूक वरिष्ठांच्या नजरेस आणून दिली.

शेतसाऱ्याचा वसूल चालू असताना नाना पाटलांच्या सासुरवाडीची म्हणजे दुधोंडीची यात्रा आली. कुस्तीचा नाद असल्याने ते तिकडे गेले. सासुरवाडीहून परतायला जावईबापूंना दोन आठवडे लागले. परतल्यावर त्यांनी संबंधितांकडे शेतसाऱ्याची रक्कम भरली. वास्तविक हा पैसा गावकामगार पाटलाकडे असतो. तसा तो त्याच्याकडे होताही; पण तलाठी गावाला गेल्याने पाटलाने पैसे भरले नाहीत; पण वरिष्ठाला त्याचे काय? भरणा करण्यास विलंब झाल्याचा कायदेशीर धागा पकडून तलाठीच जबाबदार धरला गेला आणि त्याला सस्पेंड करून त्याच्यावर खटला दाखल केला. नाना पाटलांची नोकरी गेली आणि खटल्याचे लफडे त्यांच्यामागे लागले.

याच अवधीत म. गांधीजींनी १९३० च्या सत्याग्रहाचे रणशिंग फुंकले. बहुजन समाजाचे दारिद्र्य, अज्ञान, रोगराई, भेदाभेद याला खरे कारणीभूत इंग्रज सरकारच आहे. त्याला हाकलणे हेच आपले कार्य - हे पटून नाना पाटलांनी काँग्रेसचा झेंडा खांद्यावर घेतला. सत्याग्रहाच्या प्रचारासाठी त्यांनी गावन् गाव टिपले. हातात शेवरीच्या काठीला अडकविलेला तिरंगी झेंडा, खांद्यावर घोंगडी, अंगावर जाड्याभरड्या खादीचा पोषाख अशी ही स्वारी गावात शिरायची. चावडीपुढे जाऊन 'महात्मा गांधी की जय' म्हणून जोरात गर्जना करायची. तशी पाच-पंचवीस पोरे आपोआप जमायची; की, लगेच गावातून यांची फेरी सुरू. नाक्या-नाक्यावर स्वतःच दवंडी पिटायची, 'चावडीम्होरं नाना पाटलाची सभा ऐकायला या हो!' चावडीपुढे गाव जमायचे. त्यांची राणा भीमदेवी सभा व्हायची. सभा संपली की, पुढचे गाव.

नाना पाटील आपल्या भाषणात सांगत, 'आपण पिंपळाला पार बांधतो, त्याची पूजा करतो; पण या झाडाचा आपणाला काय उपयोग? त्याचे लाकूड कशाच्याच उपयोगाचे नाही शिवाय आपण ते जळणालाही

वापरू शकत नाही. ते सरपणासाठी वापरायचे ते फक्त ज्याला घरदार, संसार, प्रपंच नाही अशा संन्याशाने! तेव्हा आपण या पिंपळाची व्यर्थ पूजा करतो नि त्याला पार बांधतो. आता पिंपळाला पार बांधायचा नाही. पार बांधायचा तो बाभळीला! या झाडाचे हजार उपयोग. इमारती आणि शेतीची अवजारे यासाठी लाकूड. सालीने दात घासा, दात घट्ट. काटक्यांचे मजबूत कुंपण तयार. शेळ्या-मेंढ्यांना शेंगा आणि पाला घाला. इतकेच नव्हे तर याच्या काट्याने आपलाच काय पण कुणाचाही काटा सहजासहजी काढता येतो. म्हणून ध्यानात ठेवा, पार बांधायचा तो बाभळीलाच!'

खेड्यापाड्यांतील गावगुंड आणि जुलमी नोकरशाही यांचा बीमोड करण्यासाठी ते उदाहरण देत, 'शेतात हरळी आणि कुंदा फार माजलाय. ते तण पिकाला वर वाढूच देत नाही. त्याला मुळासकट काढलं पाहिजे आणि त्याचा नायनाट केला पाहिजे; पण या कामी लाकडी नांगर उपयोगाचा नाही. तो वरवर फिरतो. त्यासाठी किर्लोस्करांचा नऊ नंबरी लोखंडी नांगरच शेतात धरला पाहिजे आणि मग बघा या 'तणां'चा बीमोड कसा होतो तो!'

चळवळ पेटविण्याचे काम विद्युत् वेगाने चालू झाले. त्यांचा हा धावता जनभेदी प्रचार सरकारी नोकरशाहीच्या डोळ्यांत सलू लागला. नाना पाटलांना तुरुंगात घालण्यासाठी वॉरंट निघाले. तलाठी प्रकरणातील दुसरे वॉरंटही तयार झाले. ही दोन्ही वॉरंट्स घेऊन पोलिसांची घोडदौड सुरू झाली; पण नाना पाटलांची पायदौड त्यांच्या आवाक्यात येईना. येणार कशी? शिवाजी महाराजांचा गनिमी कावा औरंगजेबी डोक्यांच्या पोलिसांना कसा उमगावा?

हाच तिढा लढवून देवराष्ट्र्याच्या फडातून नाना पाटील राजरोस पसार झाले!

आपल्या सभांतून राजकीय प्रचाराबरोबरच ते समाजातील अनिष्ट रूढी, अंधश्रद्धा, भूत-भुताटकी वगैरेंची भंबेरी उडवून देत आणि त्याचबरोबर लोक जे भोळेपणाने मानतात, समजतात ते सारे कसे खोटे आहे हे कधीकधी कृतीनेही पटवून देत.

अंकलखोपचा म्हसोबा भारी कठीण! तो लोकांना लागीर होतो; त्यामुळे लोक त्याला वचकून असत. नाना पाटील एकदा त्या म्हसोबाकडे

गेले. त्याच्या पुजाऱ्याला म्हणाले, ''हा म्हसोबा फार भारी आहे म्हणतात, म्हणजे काय?''

''तो लोकांना लागतो.'' - पुजारी

''म्हणजे काय?'' - नाना पाटील

''म्हणजे तुम्ही त्याची काही आगळीक केली तर तो तुम्हाला लागतो. तुम्हाला जुलाब होऊ लागतात. तुमचे हाल हाल होतात. त्याच्या नावानं अंगारा लावला की, जुलाब थांबतात.'' पुजाऱ्याने म्हसोबाची 'ओळख' करून दिली.

''असं होय. भलताच भारी दिसतोय!'' नाना पाटील हसून म्हणाले आणि दूर झाडाखाली जाऊन थांबले. त्यांनी विचार केला, 'या म्हसोबाची खोडी काढायची. चार दिवस झाले; आपलं पोट बिघडलं आहे. जुलाबाच्या गोळ्या घ्यायला आपल्याकडे पैसा नाही, तेव्हा फुकटचकोट हे 'औषध' बरे आहे. पुजारी गावाकडे जाताच ते देवळात शिरले आणि म्हसोबाचे चांदीचे डोळे काढून घेऊन आले. हेतू हा होता की, चांदीचे चार पैसे मिळतील शिवाय जुलाब आहेतच.'

यांचा 'दौरा' सुरू होऊन दोन दिवस झाले, चार दिवस झाले, जुलाब होण्याची चिन्हे दिसेनात. नाना पाटलांना वाटले, 'म्हसोबाच्या मागे बऱ्याच लोकांची कामे असणार, ती संपल्यावर तो माझ्याकडे वळेल; पण कसले काय नि कसचे काय! दोन महिने उलटले तरी जुलाबाचा पत्ता नाही. ते पुन्हा म्हसोबाकडे गेले नि पुजाऱ्याला म्हणाले, ''कसला तुमचा म्हसोबा? मी त्याची आगळीक केली; पण दोन महिने झाले तरी अजून जुलाब नाहीत!''

''तुम्ही याची कसली आगळीक केलीत?''

''मी याचे डोळे काढून नेलेत!''

''मग बरोबर आहे.'' पुजारी हसून म्हणाला, ''तुम्ही म्हसोबाचे डोळेच काढून नेलेत तर तुम्ही कुठे आहात हे त्याला दिसणार कसे?''

१९४२ चा फेब्रुवारी महिना. पायात जाडजूड साखळदंड अडकवून नाना पाटील कोल्हापूरच्या तुरुंगात सक्तमजुरीची शिक्षा भोगत होते. 'गुन्हा' काय तर अर्जुनवाड येथे भरणाऱ्या एका परिषदेस हजर राहण्यासाठी त्यांनी संस्थानच्या हद्दीत प्रवेश केला. प्रवेश केला म्हणजे मोटारीने वगैरे नव्हे, पायीच. पोलिसांना हे कळेपर्यंत संस्थानातल्या तीन-चार गावांत

त्यांच्या सभा झाल्याच. कोल्हापूर सरकारनं पकडून यांना 'प्रवेशा'बद्दल किती शिक्षा ठोठावली? चक्क पंधरा महिने सक्तमजुरी! अर्थात तुरुंगात जायची यांची ही पहिली खेप नव्हती.

मधल्या दहा-बारा वर्षांच्या कालावधीत नाना पाटील एक तुरुंगात तरी असत अगर तिरंगी झेंडा खांद्यावर टाकून काँग्रेसचा संदेश गावोगावी पोहोचवीत तरी असत. संसार, प्रपंच यावर त्यांनी अक्षरशः तुळशीपत्र ठेवले. मच्छिंद्रनाथांच्या पायथ्याशीच त्यांचे नाव घेऊन यांचे गाव वसलेले. मच्छिंद्रनाथ ज्याप्रमाणे 'जय अलख निरंजन' म्हणत झोळी काखेला मारून गावोगावी फिरत, तसेच नाना पाटील स्वराज्याचा मंत्र गावोगावी पोहोचविण्याकरिता देशासाठी गोसावी झाले. पकड वॉरंटला न सापडल्याने त्यांचे घरदार, जमीन, इस्टेट सारे काही लिलावात निघाले होते. आजी, वडील देवाघरी गेले. तीन वर्षांच्या एका मुलीस मागे ठेवून पत्नीनेही इहलोक सोडला! मृत्युसमयी गाठभेट नाही, कारण हे तुरुंगात!

एकदा सरकारने सारे राजकैदी पॅरोलवर सोडले. नाना पाटलांना मात्र इस्लामपूर पोलीस ठाण्यावर दिवसातून दोन वेळा हजेरी देण्याचे बंधन घालून सोडण्यात आले. म्हणजे इस्लामपुरात कायम मुक्काम आला. खानावळीचा दर फक्त तीन रुपये; पण तेवढे पैसेही यांच्याकडे नाहीत. यांना जेवायला वाढून सरकारचा रोष कुणी पत्करावा? वखारीत हमाली करावी म्हटले तर हमाल पोत्याला हात लावू देईनात. 'तुमच्यासारख्या देशासाठी मरणाऱ्या माणसाला आम्ही काम करू देणार नाही. तुम्ही नुसते बसून ऱ्हावा. आम्ही तुम्हाला दररोज दोन आणे देऊ.' हमालांचे म्हणणे बरोबर होते; पण नाना पाटलांनी फुकट पैसे घेणे नाकारले आणि ते गावाबाहेर एका झाडाखाली उपाशीच झोपू लागले. ही गोष्ट एका मारवाड्याला समजली. त्याने खानावळवाल्याला गुपचूप पैसे देऊन यांची जेवणाची सोय केली. अंगावर कपडे नाहीत. नवे घ्यायचे कुठून? यांनी बारदानाची दोन पोती फाडली आणि त्याचे हाफशर्ट व हापपँटी केल्या. असे सारे कष्टप्रद जीवन!

बरे, तुरुंगात तरी आताच्या राजकैद्यांसारखे काही सुख? नाव नाही. मुंबई राज्यातल्या सर्व नामांकित आणि कुप्रसिद्ध तुरुंगांत यांची हजेरी लागली. शिक्षा होऊन तुरुंगात पाऊल पडले की, पहिले दोन महिने

जात्यावर दळण दळायचे. कमरेइतक्या उंबरठ्यावर जाते रोवलेले. उभ्याने दळावे लागे. जातेही जड. दररोज पाच पायलीचे बारीक पीठ दळलेच पाहिजे. जाते ओढताना मी मी म्हणणारे घाईला यायचे. लंगोटाशिवाय अंगावरचे सर्व कपडे काढून ठेवावे लागत, कारण घामाच्या इतक्या धारा लागत की, पायाखालची जमीन ओलीचिंब होई. शिवाय जाता-येता 'गंमत म्हणून' वॉर्डर राजकैद्याच्या पाठीत दंडा मारे आणि म्हणे, 'साले, चले राज लेने को! अब पीसो, पीसो, अच्छी तरहसे चक्की पीसो,' कोल्हापूर सरकारने तर हा 'वाघ' तुरुंग फोडून पळूनबिळून जाऊ नये म्हणून त्याच्या पायात जाडजूड साखळदंड अडकविले.

असा सारा दैवदुर्विलास. संसार व राजकारण यात कोठेही सुख नाही; पण समाधान अपरंपार! त्याला सीमा नाही. हसतखेळत नाना पाटलांनी सारे कष्ट, सारी दुःखे गिळली. एकच ध्यास देश आणि देशाचे स्वातंत्र्य! काँग्रेस आणि म. गांधी!

कोल्हापूरच्या तुरुंगात ते एकुलते एक राजबंदी होते. त्यांच्या शिक्षेचे सहा महिने होतात न होतात तोच श्रीमंत ताराबाई राणी सरकारांना रिजन्सीचे अधिकार मिळाले. त्या आनंदाप्रीत्यर्थ त्यांनी अनेक कैद्यांची मुक्तता केली. त्यात नाना पाटलांचा नंबर लागला.

१९४२ च्या जुलै महिन्यात नाना पाटील तुरुंगातून बाहेर आले आणि ८ ऑगस्टला काँग्रेस वर्किंग कमिटीने 'चले जाव'चा घोष केला. ही चळवळ तुरुंगभरतीची नाही हेही स्पष्ट करण्यात आले. गांधीजींनी जनतेला संदेश दिला, 'करेंगे या मरेंगे!' पुढाऱ्यांची धरपकड झाली. जमावावर अश्रुधुरांची नळकांडी फुटू लागली. चळवळ दडपण्याचे सर्व प्रकार सुरू झाले.

मग नाना पाटलांनी ठरविले, 'आता काहीही घडले तरी पकडले म्हणून जायचे नाही.' कुंडल म्हणजे कार्यकर्त्यांचा अड्डा! कार्यकर्त्यांची मीटिंग झाली. तालुका कचेरीवर मोर्चा काढून झेंडा फडकवायचा, असे ठरले. तासगावला हे यशस्वी झाले; पण इस्लामपूर आणि वडूज येथील मोर्चावर बेछूट गोळीबार झाला. किर्लोस्करवाडीचे पंड्या इंजिनिअर आणि बारबटे, जयराम स्वामीच्या वडगावचे परशराम पहिलवान आणि इतर सातजण असे या दोन्ही मोर्च्यांत ठार झाले! अनेकजण जखमी झाले. काही पकडले गेले.

तेव्हा या सत्याग्रही मोर्च्यांचा नाद सोडून देऊन मंडळींनी आपला मोर्चा दुसरीकडे वळविला. नाना पाटलांनी छोट्या छोट्या आडवळणी गावांतून सभा घेऊन रान उठवायला सुरुवात केली. सरकारला राज्य करणे ज्या गोष्टींच्या जिवावर सुलभ जाते ती रेल्वे, पोस्ट, तारा, डाक बंगले यांच्यावर हल्ले सुरू झाले. रूळ उखडले जाऊ लागले. आगगाड्या कोलमडू लागल्या. तारा गतप्राण झाल्या. डाक-बंगले, रेल्वे-स्टेशने आगीच्या भक्षस्थानी पडू लागली. पोस्टाच्या पेट्या फुटल्या, थैल्या लुटल्या. यात क्रांतिकारकांची सरशी होऊ लागली; त्यांना चेव आला. उत्तर प्रदेशात बालिया आणि मुंबई राज्यात सातारा अक्षरशः भडकू लागला, पेटू लागला.

पोलीस खाते गडबडून गेले. फोर्स वाढविण्यात आला. 'नाना पाटलाला ताबडतोब उचलले पाहिजे' असा वरिष्ठांचा आदेश आला. पोलिसांच्या हालचाली द्रुतगतीने सुरू झाल्या. त्यांची ती फुसकी धावपळ पाहून एका डोंगरी सभेत नाना पाटील म्हणाले, ''मी यांच्या' 'बा'ला सापडणार नाही, एवढे क्रांतिकारकांचे मोहोळ आता तयार झाले आहे. रान उठले आहे.''

पोलिसांनी एक निराळाच डाव टाकला. नाना पाटील आणि त्यांचे क्रांतिकारक यांना लोकांमध्ये बदनाम करण्याचे ठरविले. दरोडेखोरांना हाताशी धरून कारवाई सुरू केली. सातारा जिल्ह्यात दरोडेखोरांना काय तोटा? त्यांच्या टोळ्याच टोळ्या होत्या. 'म. गांधी की जय', 'नाना पाटील की जय' अशा घोषणा देत दरोड्यामागे दरोडे पडू लागल; लुटालूट होऊ लागली. मारझोड सुरू झाली. वेळप्रसंगी खुनापर्यंत मजल गेली. शिवाय याबरोबरच गावातील टग्यांनाही पोलिसांनी हाताशी धरले होते. हे टगे चळवळीच्या बातम्या आणि क्रांतिकारकांची माहिती पोलिसांना पुरविण्याचा प्रयत्न करीत; त्यामुळे पोलिसांची बाजू आता बरीच भक्कम झाली.

क्रांतिकारकांपुढे हे एक नवेच संकट उभे राहिले. या संकटाशी मुकाबला करून त्यांचा बंदोबस्त करायचा तर आपणाकडे बंदूक, पिस्तुलासारखी हत्यारे हवीत. पोलिसांच्या एकूण आक्रमक पवित्र्यामुळे नाही म्हटले तरी चळवळ मंदावली होतीच. हत्यारांशिवाय चळवळीलाही जोर चढणार नाही. गनिमी काव्याने लढा द्यायचाच. लढतालढता मरण

आले तरी बेहेत्तर! आता जर नाना पाटलांसारखा माणूस ब्रिटिशांना सापडला तर ते त्याला फाशीशिवाय दुसरी कोणतीही शिक्षा देणार नाहीत! तेव्हा हत्यारे हवीत आणि ही हत्यारे आता तर फक्त पोलिसांकडेच आहेत. तेथूनच ती पैदा केली पाहिजेत.

पोलीस ठाण्यापासून दहा-बारा मैलांवरचे एक गाव. गावकुसकडेस चावडी आहे. चळवळीनिमित्त त्या चावडीत हत्यारी पार्टी ठेवण्यात आली आहे. भर दुपारची वेळ. तीन पोलीस जेवणानंतरची वामकुक्षी घेत आहेत. त्यांच्या बंदुका खोप करून उभ्या आहेत. त्या शेजारी एक पोलीस हातात बंदूक धरून खडा पहारा करतो आहे. त्याच्यावरसुद्धा दुपारच्या जेवणाचा अंमल चढला आहे. तो कधी ताठ उभा असतो तर कधी भिंतीला टेकून डोळे मिटतो. सुगीचे दिवस असल्याने चावडीत किंवा गावात गावकरी नाहीत. सारे शेतावर!

तीन गबाळी माणसे त्या गावात आली आहेत. चेहऱ्यावर कसलाच भाव नाही. त्यांना भूक लागली आहे; पण या अनोळखी गावात त्यांना कोण जेवण देणार? सर्वांनी खिसे चाचपून पाहिले. फक्त बारा आणे निघाले. चणे-कुरमुरे घेऊन त्यांनी ते खाल्ले. गावच्या निर्मनुष्य रस्त्यावरून पाय ओढत ते चालू लागले. चावडी आली. सहज चावडीकडे नजर टाकली. पहाऱ्यावरचा पोलीस भिंतीला टेकून डुलकी घेत होता. बाकीचे भुईसपाट डाराडूर!

क्षणाचीही उसंत न घेता या तिघांनी चावडीकडे झेप घेतली! एकाने पोलिसाला जाम मिठी मारली. दुसऱ्याने त्याची बंदूक हिसकावून घेतली. तिसऱ्याने बाकीच्या बंदुका काखेला मारल्या. गडबड झाल्याने झोपलेले पोलीस खडबडून उठले; पण करतात काय? शिलकी काडतुसेही त्यांनी मुकाट्याने या लोकांच्या हवाली केली. बंदुका घेऊन हे शस्त्रधारी चावडी उतरले. आनंदाप्रीत्यर्थ हवेत एक बार मारला आणि वाटेला लागले!

हे जाताच एका पोलिसाने सायकलवरून ठाणे गाठले आणि पोलीस कुमक आणून तासाभरातच यांचा पाठलाग सुरू केला. पळणाऱ्या शस्त्रधाऱ्यांवर गोळीबार सुरू झाला, तेही पळतापळता मागे वळून गोळ्या झाडू लागले. दोन-तीन मैलांपर्यंत हे 'धावते युद्ध' सुरू होते. शस्त्रधाऱ्यांनी मध्येच झुकांडी दिली आणि पोलिसांना चकवले, मध्यरात्रीच्या सुमारास कुंडलला येऊन तो बंदुकांचा बिंडा त्यांनी नाना पाटलांपुढे

ठेवला. अशाच अन्य काही मार्गाने ढीगभर बंदुका, पिस्तुले जमा करण्यात आली.

आता पैसा? चळवळ उभारणीत पैशाचीही जोड हवीच. कऱ्हाड-मिरज रेल्वे रस्त्यावरील बिचूद आणि शेणोली स्टेशनांच्या दरम्यान गडाच्या खिंडीत रेल्वेची पे-ट्रेन लुटण्यात आली. अवघे तेराजण ही कामगिरी यशस्वी करून आले. धुळ्याच्या खजिनालुटीत असाच अमाप पैसा हाताशी आला.

आणि चळवळीने उचल खाल्ली. गावोगावी तुफान सेना उभारण्यात आली. क्रांतिकारकांनी आता गावगुंड, टगे, गुन्हेगार, दरोडेखोर यांच्याकडे मोहरा वळविला. 'धर टग्या की मार पत्री!' सुरू झाले. पत्री मारणे म्हणजे घोड्याच्या पायाला पोलादाची मारतात तशी नव्हे. गुन्हेगाराला उताणा पाडून त्याच्या पायाचे दोन्ही अंगठे दोरीने बांधायचे. त्यात काठी अडकवून पायाचे तळवे वर करायचे आणि त्यावर काठीने सपासप सटके मारायचे. इजा न होता अपरंपार वेदना होऊन, माणसाला जायबंदी करणारी अशी ही पत्री. यामुळे गावगुंडांना जबर दहशत बसली.

आणि दरोडेखोर?

शेळकबावचा लक्ष्मण रामोशी अट्टल दरोडेखोर. थोरल्या खेराड्याच्या दरोड्यात त्याचा चुलत भाऊ शंकर गावकऱ्यांकडून ठार झाला. हा फरारी होता. महिन्यातल्या काळोख्या रात्री तो ४० बकऱ्या चोरी. त्यांपैकी २ कडेगाव पोलीस स्टेशनाला, ४ विटे पोलीस स्टेशनाला, काही भागातील टग्यांना, बाकीच्या याला स्वतःला. अशी बकऱ्यांची वाटणी; त्यामुळे पोलिसांकडून याचे फरारीपण निर्धोक! त्याला क्रांतिकारकांनी पकडले. वांगीच्या हद्दीत लटक्याच्या लवणात त्याचा पाय गुडघ्यातून काढला. राजापूरला तर यशवंता, अण्णा वगैरे पाच-सहा रामोशांची एक धाडसी टोळी होती. त्यांनी मिरजेला एक लाखाचा दरोडा घातला होता. क्रांतिकारकांनी त्यांना पकडून संस्थानी पोलिसांच्या ताब्यात दिले. या रामोशांनी नंतर लोखंडी घमेल्याने सोने, चांदी, रुपये वगैरे माल पोलिसांना काढून दिला. ज्ञानू रामोशी भारी चलाख! तो क्रांतिकारकांना सापडेना; पण त्याचाही सुगावा लागला. एका रामप्रहरी तो लिंबळकच्या मांगवाड्यात कोवळी उन्हे खात औतावर बसला होता. लांब पल्ल्याच्या

बंदुकीने अचूक नेमबाजी करून त्याला टिपण्यात आले. हितवडचा दतू अतिशय क्रूर दरोडेखोर. दरोड्याच्या वेळी तो घरमालकाचा अमानुष छळ करी. दत्तूला पकडण्यात आले. त्याच पद्धतीने त्याचा छळ करून त्याला यमसदनास पाठविले. आसदच्या आकाराम रामोशाने पाच-पंचवीस दरोडे टाकून धुमाकूळ घातला होता, त्याला पकडून संस्थानी पोलिसांच्या ताब्यात देण्यात आले. अशा अनेक दरोडेखोरांचा केवळ याच पद्धतीने बंदोबस्त करण्यात आला असे नव्हे, तर आणखी एका गमतीदार प्रकाराने दरोडेखोरांची टोळीच्या टोळी शरण आणली गेली-

सातारच्या पूर्वेकडील डोंगरपठारावर वाघोली नावाचे एक छोटे ठिकाण आहे. या ठिकाणाला चहूबाजूंनी चार संस्थानांच्या हद्दी भिडलेल्या; त्यामुळे अशा 'सुरक्षित गुहेत' पाच-पंचवीस दरोडेखोरांची एक टोळी निर्धास्तपणे वास करीत होती. या टोळीला एका इनामदाराचा आश्रय होता. त्या इनामदारालाच घेऊन दोन क्रांतिकारक (होय दोघेच!) या टोळीच्या समाचाराला गेले. जिल्ह्यातील इतर दरोडेखोरांची क्रांतिकारकांनी काय हबेलंडी उडवली ही 'सुवार्ता' टोळीच्या कानी होतीच. क्रांतिकारकांपैकी एकजण म्हणाला, "तुमचे आमचे काय व्हायचे ते नंतर होईल, त्या आधी आमचा हा एक पहिलवान आहे, त्याच्याशी कुस्ती धरून तुम्ही त्याची पाठ लावा." कुस्ती सुरू झाली. क्रांतिकारक पहिलवानाने एकाच लंगोटावर एक नव्हे, दोन नव्हे, चांगले पंधरा दरोडेखोर भुईसपाट लोळविले! क्रांतिकारकांची ही अफलातून 'ताकद' पाहून दरोडेखोरांची ही सारी टोळीच शरण आली!

एकूण चळवळीच्या संदर्भात दोन-तीनशे कार्यकर्त्यांची नावे पोलीस दफ्तरात नोंद झाली. त्यांच्यावर पकड वॉरंट्स निघाली. त्यांना पकडण्यासाठी आणि चळवळ ठेचून काढण्यासाठी सातारा जिल्ह्याच्या दक्षिण भागात चौपट-पाचपट पोलीस कुमक वाढविण्यात आली. तीन-तीन मैलांवर पोलीस ठाणी वसविण्यात आली. प्रत्येक ठाण्यावर एक फौजदार आणि तीस-चाळीस पोलीस असत. या सर्वांच्यावर कंट्रोल करण्यासाठी ताकारी डाक बंगल्यावर डी.वाय.एस.पी.ने कायम तळ ठोकला.

नाना पाटलांना पकडण्याचा विडा उचलून आलेल्या गिल्बर्ट नावाच्या युरोपियन डी.एस.पी.ने तर अक्षरशः नंगानाच सुरू केला. एखाद्या ठिकाणी अगर गावावर छापा घालण्यासाठी तो किती पोलीस

घेऊन जात असेल? पाच-पन्नास, शे-दोनशे! छे! छे! हजार-हजार पोलिसांशिवाय त्याने कधीच रेड घातली नाही. दहशत बसविण्यासाठी आणि भूमिगतांचा ठावठिकाणा कळण्यासाठी छाप्यात सापडेल त्याला तो बेदम चोप देई. दिसेल त्याला जिथल्या तिथे थांबवून ठेवी. गावातले घर न घर आणि घराचा कोपरा न् कोपरा तपासणी होत असे. एवढेच काय; पण एखाद्या घरात तळघर आहे का हेही तो निक्षून पाही; पण त्याला एकही भूमिगत सापडू शकला नाही. नाना पाटलांचे नखही त्याच्या नजरेस पडले नाही.

गिल्बर्टला नाना पाटील सापडणार कसे? फरारी होण्यात नाना पाटील कसे चतुर होते ते एक दांगट आपल्या पोवाड्यात सांगतो -

एकदा काय प्रकार घडला ।
नाना पाटील बसला दाढी करायला ।
तेचा लागला सुगावा पोलिसाला ।
पोलीस गेलं पाटलाला पकडायला ।
नाना पाटील लई चतुराईवाला ।
मागून पोलीस येताना आरशात बघितला ।
चटकन आपल्या दाढीचा साबण पुसला ।
न् न्हाव्याच्या दाढीला साबण लावला ।
नाना पाटील लागला दाढी करायला ।
तोवर पोलिसांचा वेढा पडला ।
पोलिसांनी न्हाव्यालाच पकडून नेला ।
धोकटीसकट नाना पाटील पळून गेला ।
जी जी ॥

भूमिगतांनी प्रति-सरकार स्थापन करून ग्रामराज्य सुरू केले. न्यायदान कमिट्या अस्तित्वात आणल्या. कज्जा-खटल्यांचे निकाल होऊ लागले. वादी आणि प्रतिवादी हातात हात घालून एका ताटात जेवले की, निकाल बरोबर झाला असे मानण्यात येई. चोऱ्या-चपाट्याचे तर नाव नाही. साध्या सुतळीच्या तोड्यालासुद्धा कोणी हात लावत नसे. दारूचे गुत्ते, जुगार, व्यभिचार, भ्रष्टाचार औषधालासुद्धा शिल्लक राहिले नव्हते.

खुद्द आमच्या गावातील (मोहित्यांचे वडगाव) न्यायदान कमिटीने

त्या कालावधीत पन्नासहून अधिक खटले चालवून, त्यांचे योग्य निकाल दिले होते. गावात एका सावकारी करणाऱ्या इसमाने एका गरीब बलुतेदारास फसवून त्याचा अंगठा घेतला आणि त्याची दोन एकर भातशेतीची जमीन घशात घातली. या अन्यायाविरुद्ध या बलुतेदाराने गावकऱ्यांचे काम नाकारून बहिष्कार पुकारला; पण त्या काळात या गरिबाची दाद कोण घेणार? गावातील टग्यांनी दम देऊन त्याला काम करण्यास भाग पाडले. पुढे चळवळ सुरू झाली. न्यायदान कमिट्या आल्या. बलुतेदाराने कमिटीकडे अर्ज दिला. गावाला हा सारा किस्सा ठाऊक होताच. कमिटीने जमीन परत दिली आणि सावकारास पन्नास रुपये दंड केला.

अशा तऱ्हेने गावोगाव कमिट्या काम करीत होत्या. त्यांचा कारभार सुरळीत, व्यवस्थित आणि निष्पक्षपातीपणे चालला होता. सरकारी कोर्ट बंद पडली होती. एकदा वल्लीभाई मामलेदार आमच्या गावत आला नि म्हणाला, 'कमिटी कुठे आहे? आमचे काही खटले त्यांना चालवायला द्यायचे आहेत!' कित्येक महिने ग्रामराज्य सुरळीत चालले होते, ग्रामराज्यात केवळ न्यायदानाचेच फक्त काम चालले होते असे नाही; जुन्या रूढी, अंधश्रद्धा या कशा जातील आणि सामाजिक सुधारणा कशा होतील इकडेही लक्ष पुरविण्यात येत होते. गावोगाव प्रौढांसाठी साक्षरतावर्ग सुरू होते. ग्रामसफाईचेही काम चाले. हुंडा वगैरे न घेता लग्ने लावली जात. आमच्या गावात, एकाच वेळी एकदम अकरा जोडप्यांची लग्ने लावण्यात आली. देवळापुढे हा सोहळा संपन्न झाला. मांडवबिंडव, वाजंत्री इतकेच नव्हे तर हुंड्यालाही या लग्न-सोहळ्यात चाट देण्यात आली होती. लग्नासाठी आलेल्या पाहुणे मंडळींना सामुदायिक खिरीचे जेवण देण्यात आले. आणखी वैशिष्ट्य म्हणजे या अकरा जोडप्यांत दोन हरिजन जोडपीही उभी होती.

गिल्बर्टसाहेब थकला, दमला, निघून गेला. त्याने जिवाचा फार आटापिटा करून पाहिला. प्रमुखांना पकडून देणाऱ्यास हजारो रुपयांची बक्षिसे जाहीर केली; पण व्यर्थ! एवढ्या मोठ्या भूमिगतांच्या तांड्यातून फक्त एक-दोघांना कसेबसे पकडण्यात तो यशस्वी झाला. तो निघून गेल्यावर पोलीस खातेही ढिले पडले.

पूर्वी कधीच झाली नसेल आणि पुढेही कधी होणार नाही अशी

ही तेज चळवळ झाली. जनतेने आपले हृदय फाडून त्यात भूमिगतांना लपविले होते. क्रांतिसिंह नाना पाटील आणि त्यांचे सहकारी जनतेच्या विश्वासास पात्र ठरले होते म्हणूनच सातारा-क्रांतीने यशाचा पल्ला गाठला.

१५ ऑगस्ट १९४७ रोजी लाल किल्ल्यावर तिरंगी झेंडा फडकला. तत्पूर्वीच नाना पाटलांसह सर्व भूमिगतांची वॉरंट्स रद्द झाली. चहूकडे आनंदाला उधाण आले. नाना पाटील आणि त्यांच्या सहकाऱ्यांना लोकांनी खांद्यावर घेऊन अक्षरशः उड्या मारल्या. मुंबईला शिवाजी पार्क मैदानावर केवढे अफाट स्वागत! मा. विनायकांनी अतिभव्य स्टेज उभारले होते. स्टेजच्या दोन्ही बाजूंना दोन भले मोठे सिंह, मागे विद्युतरेषेने दाखविलेला भारताचा नकाशा, मध्ये हातात तिरंगा घेतलेल्या भारतमातेचे चित्र! न भूतो न भविष्यती असा जनसमुदाय जमला होता. शिवाजी पार्कचे विशाल मैदान अक्षरशः अपुरे पडले. नाना पाटलांना घातलेले हार गच्च दोन ट्रक भरून निघाले! शिवाय नोटांच्या हारांनी कापडी पिशवी गच्च भरली!

नाना पाटील म्हणजे अमोघ वक्तृत्व. विनोदाचा धबधबा. उपमा, अलंकार, शाब्दिक कोट्या, उदाहरणे यांचे भांडार. गारुड्याने पुंगी वाजवावी, नागाने डोलावे त्याप्रमाणे सभेत लोकांनी बेभान व्हावे, असे त्यांच्या शब्दांत सामर्थ्य. बुलंद आवाजात भारतमातेचा जयघोष करीत विजयी पहिलवानाप्रमाणे दोन्ही हात वर करून नाचत ते भाषणासाठी 'एन्ट्री' घेत. नागरी जीवनात आचार्य अत्रे आणि ग्रामीण जीवनात नाना पाटील. बस्स! तिसऱ्या कुणाचाही हक्क या 'गादी'वर नाही. आजही नाही. पुढे केव्हा एखादा 'वारसदार' निर्माण होईल तेव्हा खरे!

नाना पाटलांची राहणी सदैव साधी. लुंगी, लंगोट, कुडते, शर्ट आणि घोंगडे. घोंगडे देवराष्ट्र्याच्या सणगरानेच तयार केलेले. खासदार होते तरीही तेच. खासदार असताना ब्लँकेट वगैरे काही घ्यावे की नाही? छे! ते म्हणत, 'ही पाटीलकी पाच वर्षांची. तेव्हा नसते चोचले हवेत कशाला?' नाना पाटलांच्या बारशाच्या दिवशीच त्यांच्या गळ्यात तुळशीची माळ पडली. हा 'दागिना' त्यांनी आजन्म कायम सांभाळला. पंढरीची वारी त्यांनी कधीच चुकवली नाही. तुरुंगवासाचा

अपवाद सोडल्यास फरारीपणातसुद्धा! गळ्यात माळ असल्याने मद्य वा मांसाहार यांना स्पर्श नाही. इतकेच नव्हे तर यांना कशाचेच व्यसन नव्हते. सुपारीच्या खांडाचेसुद्धा! बँकेत खाते उघडण्याचा प्रश्नच नाही. खासदार असताना दरमहा भत्ता, मानधन वगैरे एक हजार रुपये मिळत; पण महिनाअखेर खलास! कुणी अडला नडला आणि पक्ष यांना ते देऊन टाकत. गावाकडे केव्हातरी पाच-सहा वर्षांनी जात. त्यांचे बंधूच वरचेवर येऊन त्यांना भेटत असत.

भ्रष्टाचार, काळाबाजार, दारू, स्मगलर्स, जुगार, व्यभिचार वगैरे जेवढे जेवढे वाईट ते सारे आज आघाडीवर आहे. यासाठीच का देहदंड भोगून, आपले सारे जीवन उद्ध्वस्त करून आपण देशाला स्वतंत्र केले? असे विचार कदाचित नाना पाटलांच्या मनात शेवटी शेवटी घोळत असावेत. 'याला पर्याय काय?' असे विचारून, मी जेव्हा त्यांच्या अगदी खनपटीसच बसलो तेव्हा ते म्हणाले, "फार कष्ट करून लोकांनी आड खणला. त्याला पाणी लागले. सर्वांना आनंद झाला. रहाटावरून बादली सोडून पाणी काढण्यात आले. प्रत्येकाला कुडचा भरून पिण्यास दिले. लोकांनी ते तोंडात घातले नि 'थूऽथू' करून थुंकून टाकले. पाणी चक्क अळणी! तेव्हा एक शहाणा उठला नि म्हणाला, 'बादली बदला. तिच्यामुळेच पाणी अळणी लागले. मग पितळेची, चांदीची, शेवटी रेशमाची दोरी बांधून सोन्याच्या बादलीने पाणी काढले; पण पाणी अळणी ते अळणीच!' आता याला काय उपाय? उपाय एकच! हा आडच संपूर्ण बुजवून दुसरा नवीन काढला पाहिजे."

आयुष्याच्या अखेरीस नाना पाटलांच्या पायाचे ऑपरेशन झाले; पण त्यांना त्याची ना खंत, ना खेद! त्यांच्या म्हातारपणी हे काय घडले? याची काळजी अनेकांना वाटत असे. मी तर म्हणालो, "अण्णा, तुमची ही शरपंजरी अवस्था....." मला मध्येच थांबवून ते म्हणाले, "छे, छे! यापूर्वीचे माझे सारे जीवनच खऱ्या अर्थाने 'शरपंजरी' होते. आता मी आरामात आहे. प्लॅस्टिकचा पाय बसवला की, मी हिंडा-फिरायला मोकळा झालो. तुमचे अभयारण्य मी पायांनी फिरून पाहतो की नाही ते बघा. सर्व थरांतले, सर्व पक्षांचे कार्यकर्ते, घरची मंडळी येऊन भेटतात. सरकारचे मानधन चालू आहेच. कॉट,

गादी, मच्छरदाणी घरच्यापेक्षाही अधिक सेवा आणि शुश्रूषा या ठिकाणी मिळत आहे. मला दुबळेपणा वाटावा असे काहीच नाही. अनेक जवानांचे लढाईत हात-पाय जातात. माझ्यासारख्या म्हाताऱ्याच्या पायाचे काय घेऊन बसलात?''

खरेच. शेवटी सिंह तो सिंहच! दात पडले म्हणून तो गवत थोडेच खाणार? मग या वनराजाला शरपंजरीतल्या शरांची टोकेही मखमलीसारखी वाटली नाहीत तरच नवल!

(किर्लोस्कर, नोव्हेंबर ७४ मधून)

**

क्रांतिसिंह खरे संत!

''झरे येथील त्या सभेत एका सणगराने क्रांतिसिंहांना एक घोंगडे भेट म्हणून दिले होते. सभा रात्री दोन वाजेपर्यंत चालली असताना रात्रीचा गारठा फारच जाणवत होता. अशा वेळी एक हरिजन गृहस्थ अंगावरील शर्ट फाटल्यामुळे आणि धोतराच्या चिंध्या झाल्यामुळे तसाच गारठून सभा ऐकत बसला होता. क्रांतिसिंहांनी स्टेजवर बसलेल्या एका स्थानिक पुढाऱ्याकडून त्या हरिजनाची चौकशी केली असता त्याच्या घरची परिस्थिती अत्यंत गरिबीची असल्याचे समजले. क्रांतिसिंहांचे अंतःकरण त्या गरीब माणसाबद्दल कळवळले आणि त्यांनी त्याला स्टेजवर बोलावून घेतले व आपणाला भेट म्हणून मिळालेले ते घोंगडे स्वतःच्या हाताने त्या गरीब हरिजनाच्या अंगावर शालीसारखे घातले. एखाद्या विद्वानाचा शाल व श्रीफळ देऊन व्यासपीठावर सत्कार करतात तसे ते दृश्य दिसले. जमलेल्या जमावाने अनपेक्षितपणे घडलेल्या त्या घटनेचे हार्दिक स्वागत केले. एकनाथ महाराजांनी तहानेने तडफडणाऱ्या मुक्या प्राण्याला गंगाजल पाजून त्याचा आत्मा शांत केला. अगदी तसेच क्रांतिसिंहांनी थंडीने काकडणाऱ्या एका गरीब हरिजनाचा आत्मा शांत केला. जो आत्म्याने आत्मा जाणतो तो संत नव्हे तर दुसरे काय असू शकेल? क्रांतिसिंह खरे संत होते.''

– राघव शिवणीकर ('सातारचा सिंह'मधून)

६८

क्रांतिसिंह- एक स्मरण

श्रीमती सुशीला पाटील

सामाजिक कार्यकर्त्या व पत्रकार

अण्णांचा निरोप घेऊन एक कार्यकर्ता आला : 'आपण जेवायला येणार आहोत आणि पिठलं-भाकरी, लसणाची चटणी असा बेत असावा.' मी निरोप स्वीकारला... पण अण्णा प्रथमच येणार. त्यांच्याबरोबर आणखी काही कार्यकर्ते असणार. त्यांनी सांगितलं म्हणून काय झालं? असं साधं जेवण कसं करायचं? म्हणून मी चपाती, केळांची शिक्रण, भजी, आमटी, भात, खोबऱ्याची चटणी, पापड असा स्वयंपाक तयार केला. तासाभरात अण्णा आणि त्यांचे चार कार्यकर्ते आलेच! मी तत्परतेनं पानं मांडली... अण्णा आत आले. पानावर बसले. त्यांना बसायला दिलेल्या पाटावर त्यांनी ताट ठेवलं, स्वतः खाली बसले. मला हाक मारली म्हणाले, 'अगं, मी तुला पिठलं-भाकरी करायला सांगितलं होतं. हे जेवण मला नको. बाकीचे जेवू देत. माझ्यासाठी पटकन भाकरी अन् त्याच तव्यात पिठलं कर बरं'...

अण्णांचं जेवणच साधं होतं असं नाही तर त्यांचं संपूर्ण जीवनच साधं होतं. या साधेपणातच त्यांचा मोठेपणा साठविलेला होता...

तसं तर ते पूर्वाश्रमी तलाठी म्हणून काम करीत होते. तलाठ्याचा संपर्क सातत्यानं शेतकऱ्यांशी. ते तलाठी असण्याचा कालावधी स्वातंत्र्यापूर्वीचा. ब्रिटिशांना भारताला लुटायचंच होतं. त्यांचं काम वसुली करण्याचं. शेतकऱ्याचं जीवन किती हलाखीचं आहे, शेतकरी वर्षानुवर्षे कर्जबाजारी कसा असतो याची जाणीव ब्रिटिशांना असावी अशी अपेक्षा करणं चुकीचं होतं; पण त्यांच्यापुढे लांगूलचालन करून स्वतःची तुंबडी भरून घेणारे आणि समाजावर अन्याय करणारे 'राजनिष्ठ'

गुंड उघडउघड गुंडगिरी करीत होते. तलाठी असलेले अण्णा हे जवळून पाहात होते.

ब्रिटिशांची नोकरी करीत असलेले एतद्देशीयसुद्धा ब्रिटिशांसारखेच बेफिकिरीने वागत होते. लोकल सेस घेतला जात होता; पण त्याचा फायदा शेतकऱ्यांना मिळत नव्हता. म. गांधींची असहकाराची कल्पना उत्तम असली तरी सर्वसामान्यांना त्यातील गांभीर्य कळत नव्हते.

खेडूत जनतेला स्वतःच्या गरजांसाठी खेड्याबाहेरच्या अर्थव्यवस्थेवर अवलबूंन राहावं लागत होतं. शैक्षणिक आणि सांस्कृतिकदृष्ट्या जागृती नसल्यामुळे मानवी जीवनाचा सर्वांगीण आनंद उपभोगावा ही भावना त्यांच्या मनाला स्पर्शत नव्हती...

अण्णांनी या सर्व वातावरणाचा अभ्यास केला. ब्रिटिशांचे एतद्देशीय अधिकारी आणि समाजात सभ्यतेचा बुरखा पांघरून वावरणारे गुंड यांच्या तावडीतून सामान्य समाजाची सुटका करावयाची असेल तर खेडे हा घटक मानून ग्रामराज्य निर्माण करणं आवश्यक आहे असं त्यांना वाटलं.

त्या दृष्टीने प्रयत्न करण्यासाठी त्यांनी काही मंडळींना पाचारण केलं... कल्पना समजावून दिली... खेड्याखेड्यांतून जागृतीची सुरुवात झाली; पण एतद्देशीय मुलकी अधिकारी दाद देईनात...

एवढ्यातच म. गांधींची 'चले जाव' चळवळ सुरू झाली. ८ ऑगस्टला मुंबईस लढ्याचा पुकार झाला आणि महाराष्ट्रात या चळवळीने लगेचच उग्र स्वरूप धारण केले. काही निरीक्षकांना वाटले, या 'चले जाव' चळवळीचाच - 'प्रति-सरकार' हा एक भाग आहे; परंतु 'प्रति-सरकार' ही अण्णांची स्वतंत्र कल्पना होती. हे प्रति-सरकार स्थापना करताना जे अडथळा आणतील त्यांना 'पत्र्या' मारल्या जात. या पत्र्या मारलेल्यांना पुन्हा आयुष्यात अपंग जीवन जगावं लागे; त्यामुळे सरकारी अधिकाऱ्यांना व गुंडांना दहशत बसली. अण्णा आणि त्यांचे सहकारी - वाय. सी. पाटील, नागनाथ नायकवडी, जी. डी. लाड, बळवंत बिरनाळे आणि आणखी कितीतरी सर्व भूमिगत झाले. या भूमिगतांना सामान्यांचा फार पाठिंबा होता, कारण प्रति-सरकारमुळे सामान्यांच्या जीविताला स्थैर्य येऊ पाहात होते, सामुदायिक शेतीचा प्रयोग यशस्वी होऊ लागला होता, ग्रामराज्यातील न्यायाला मान्यता दिली जात होती.

स्त्रीच्या शीलाला सुरक्षितता मिळाली होती. स्त्रियांशी अनुचित वागणाऱ्यांना कठोर शिक्षा दिली जात होती. सर्वांना समान वागणूक मिळत होती.

या सर्वांसाठी पैसा उपलब्ध करणे गरजेचे होते आणि म्हणून सरकारी खजिन्यांवर धाडी घालण्यात येत होत्या, पोस्ट लुटण्यात येत होती. विविध ठिकाणी असणारी सरकारी हत्यारे पळविण्यात येत होती.

अधिकाऱ्यांना, गुंडांना प्रति-सरकारची भीती वाटत होती; पण जनसामान्य या प्रति-सरकार - 'पत्री सरकार'वर खूश होते. खेड्याखेड्यांतून भूमिगतांच्या गुप्त बैठका होत होत्या. एखादा 'राजनिष्ठ' बातमी पुरवीत होता. पोलीस येत होते; पण गुराखी पोरंही पोलिसांना चकवत होती आणि भूमिगतांना मदत करीत होती! ग्रामीण स्त्रिया भगिनीप्रमाणे मदत करीत होत्या...

सर्व भूमिगत चारित्र्यसंपन्न होते. ते स्त्रियांच्या शीलाचे रक्षणकर्ते आहेत, ही जनसामान्यांची भावना होती. अण्णांबाबत घडलेली एक गोष्ट -

उत्तररात्रीची वेळ. कृष्ण पक्षातले फिके चांदणे पडलेले. पोलिसांकडून अण्णांचा पाठलाग होत होता... अण्णांच्या दृष्टिपथात एक चंद्रमौळी झोपडी आली. क्षणभराच्या विचाराने अण्णांनी झोपडीच्या दारावर थाप मारली. झोपलेल्या शेतकऱ्याने दार उघडले. क्षणभरात अण्णांनी त्याला कल्पना दिली. त्या शेतकऱ्याचं दिल आकाशापेक्षाही मोठं... त्यानं आतल्या पत्नीशेजारच्या अंथरुणाकडे बोट दाखविले. त्याची पत्नी आणि लहान मुलगी शांतपणे झोपली होती. अण्णा त्या शेतकऱ्याच्या जागी जाऊन झोपले. त्या शेतकऱ्याने आपलं घोंगडं घेतलं, दार ओढून घेतलं आणि सोप्यात घोंगडं अंथरून चिलीम भरली. अंदाजाप्रमाणे दोन पोलीस आलेच. त्यांनी शेतकऱ्याला अण्णांचा ठावठिकाणा विचारला. त्यानं सांगितलं, 'इकडं... कोणी आलं नाही'... 'मग आत कोण आहे?' 'माझी बहीण-मेहुणा झोपलेत'... 'तू कोण?'.. 'मी लांब तिकडचा पाहुणा आहे. बहिणीकडं आलोय काल.'.... 'खरं सांगतोस?'... 'देवाच्यान'.... पोलीस निघून गेलं. शांत मनानं पहाटेपर्यंत शेतकरी बाहेर सोप्यात घोंगड्यावर पडून राहिला! पहाट झाली. झोपडीचं दार उघडलं. अण्णांनी शेतकरी पती-पत्नीला नमस्कार केला आणि पहाटेच्या अंधूक प्रकाशात शेतकरी वेशात शेताकडे जाण्यासाठी म्हणून अण्णा

बाहेर पडले!

नाना पाटलांच्या किंचितसं उपयोगी पडता आलं म्हणून तो शेतकरी स्वतःला भाग्यवान समजत होता. निःशंक मनानं त्यानं आपल्या पत्नीशेजारी झोपण्यासाठी नाना पाटलांना सांगितलं होतं. केवढा विश्वास!! हेच अण्णांनी मिळवलं होतं, कमवलं होतं!

आणखीही एक आठवण. नेमकं वर्ष कोणतं होतं हे आठवत नाही. ब्यॅकूड येथे वसंतराव पाटील (माजी महसूलमंत्री, कर्नाटक राज्य) यांच्या विवाहासाठी दीड-दोनशे स्वातंत्र्यसैनिक गेले होते. वाय. सी. पाटील यांच्याबरोबर अर्थात मीही गेले होते. अण्णा, जी. डी. लाड इत्यादींवर तेव्हा वॉरंट्स होती. त्या विभागात कानडी भाषा प्रचारात होती. आम्ही मराठी भाषक; त्यामुळे जे काही बोलायचं ते वसंतराव पाटील यांना दुभाषा करूनच. ते तर नवरदेव! दुसरा दिवस लग्नाचा. पहाटेपासून घाई चालली होती. माडीवर बैठक मांडली होती. अण्णा येऊन बसले होते. बैठकीवर लोडाला टेकून नाही. खाली सतरंजीवर. त्या विभागातील पाध्ये फौजदारांना बातमी मिळाली होती. त्यानुसार ते अण्णांना पकडण्यासाठी आले होते. बैठकीवर नजर फिरवून ते जिना उतरून निघून गेले. वसंतराव पाटलांचा ३०-३५ खोल्यांचा वाडा त्यांनी छानून काढला; पण नाना पाटील मिळाले नाहीत! पाध्ये वसंतरावांना धमकी देऊ लागले. मुहूर्ताची वेळ आली. वसंतराव बोहल्यावर आले. मी जवळच बसले होते. पाध्ये माझ्यामागे नजर ठेवून होते. दरम्यान, वाय. सी. आणि भूमिगत कार्यकर्त्या राजमती पाटील यांनी अण्णांना धनगराचा वेश दिला, स्वतःही दूधवाल्या शेतकरी स्त्री-पुरुषाचा वेश घेतला आणि अण्णांना कोल्हापूर जिल्ह्याच्या हद्दीपर्यंत नेऊन सोडले!

लग्न लागले. वधू-वर खुर्च्यांवर बसले. आलेली मित्रमंडळी वसंतरावांना शुभेच्छा व्यक्त करून भेटी देण्यास येऊ लागली. एक, दोन, तीन... स्वातंत्र्यसैनिकांपैकी अनेकजण आले. कर्मवीर भाऊराव पाटलांमार्फत कोणीतरी येऊन गेले आणि क्रांतिसिंह नाना पाटील यांच्यामार्फत एका ९-१० वर्षांच्या मुलाने आपली भेट वसंतरावांच्या हातात दिली... फौजदार पाध्ये खवळले. आम्हा मंडळींच्या पोटात हास्याच्या उकळ्या फुटत होत्या!

कर्मवीर भाऊराव अण्णा परतले. रायबाग स्टेशन रस्त्यावर पाध्ये यांनी त्यांच्या गाडीला अडविले. कर्मवीर अण्णांनी पाध्ये यांना आपली दाढी दाखविली आणि म्हणाले, "हे बघा, मी आहे भाऊ पाटील. माझी दाढी बघितलीत. नाना पाटील तुमच्या हातावर तुरी देऊन केव्हाच निसटले!" पाध्ये क्षणभरही तिथे न थांबता पुन्हा लग्नघरी परतले. आता जेवणाच्या पंगती बसल्या होत्या. पाध्ये वसंतरावांकडे गेले. ते काही बोलणार तोच वसंतराव त्यांना म्हणाले, "फौजदारसाहेब, मी नवरदेव. नाना पाटील येऊन गेले असणार; पण मला कसे कळणार ते? आता मात्र ते इथं नाहीत हे मी शपथेवर सांगतो. आता आपण जेवण करूनच जावे!!"

अण्णांची अंगकाठी चारचौघांत लपण्यासारखी नव्हती. तरीही ते भूमिगत राहिले होते. त्यांची भाषा पांढरपेशी नव्हती; तरीही त्यांचं भाषण ऐकायला ग्रामीण भागातून गाड्या जोडून जसे शेतकरी येत, तसेच विद्यापीठातील प्राध्यापक आणि वकील हेही येत. धोतर कमरेला लुंगीसारखे गुंडाळलेले, वर नेहरू शर्ट, पिशवीत एखादी शाल आणि अनेक वृत्तपत्रीय कात्रणांची फाइल... एवढं त्यांचं सामान. विनोदगर्भ टीका, सत्याची कास, संपन्न व स्वच्छ चारित्र्य, बहुश्रुतता यामुळे त्यांच्या सहवासाची गोडी अवीट होती. अण्णा डाव्या विचारसरणीचे; परंतु गळ्यात वारकऱ्याची माळ! श्रद्धायुक्त अंतःकरण!

खंत एवढीच वाटते की, अण्णांच्या सरळपणाचा, भोळेपणाचा अनेक पक्षोपपक्षांनी स्वतःच्या फायद्यासाठी उपयोग करून घेतला. राजकीय पक्षोपपक्षांत राहूनही 'राजकारणा'पासून कमलपत्राप्रमाणे अलिप्त राहिलेल्या या साधुपुरुषाने महाराष्ट्रास निर्लेप, निरपेक्ष राष्ट्रनिष्ठेची दिशा दाखविली होती. पण...

**

६१

संग्रामाची धगधगती मशाल : नाना पाटील

शंकर खंडू पाटील

सुप्रसिद्ध लेखक, पत्रकार

वाळवा तालुक्यातील पंचायत समितीच्या कार्यालयावर एक वाक्य लिहिलेले आहे, 'सूर आणि गुणी लोकांचा तालुका-वाळवा' कृष्णा आणि वारणा या दोन लोकमातांच्या दुआबांत हा तालुका आहे. या तालुक्यामध्ये खरोखरच मोठी माणसे होऊन गेली. आचार्य जावडेकर, पठ्ठे बापूराव, अण्णाभाऊ साठे, कर्मवीर भाऊराव पाटील आणि आजच्या लेखनाचे नायक क्रांतिसिंह नाना पाटील. ही सर्व मंडळी वाळवा तालुक्याचा वारसा सांगत अवतरली होती. कृष्णाकाठच्या मातीचा आगळेपणा त्यांनी सर्व जगाला दाखवून दिला!

माझे गाव पेठ. तर तेथून अवघ्या आठ-दहा मैलांवर येडे मच्छिंद्र गाव. वाळवा तालुक्यात दोन येडे-गाव आहेत. एक येडे निपाणी (क्रांतिवीर पांडू मास्तर व कवी पी. सावळाराम यांचे गाव). दुसरे क्रांतिसिंहांचे - येडे मच्छिंद्र... या गावाशेजारी नाथपंथीयाचे आद्य नाथ मच्छिंद्रनाथ यांचे स्थान आहे... आता हा परिसर समृद्ध बनलेला आहे; पण त्या काळात हा गाव म्हणजे अतिशय गैरसोयींचा होता. अशा एका छोट्या गावात क्रांतिसिंहांचा जन्म झाला. क्रांतिसिंह नाना पाटील हे महात्मा गांधींनी सुरू केलेल्या महान लढ्याचे एक अग्रणी सेनानी होऊन गेले. ज्यांचे नांव ब्रिटिश पार्लमेंटमध्ये गाजले, ज्यांचे नाव ऐकले की, ब्रिटिश सोल्जर घाबरत, साताऱ्याचा डी.एस.पी. गिल्बर्ट खवळत असे, त्या नाना रामजी पाटील यांचे हे येडे मच्छिंद्र गाव. क्रांतिसिंह ही पदवी त्यांना आचार्य अत्रे यांनी दिली. त्यांच्या 'नवयुग' साप्ताहिकाच्या पहिल्या पानावर - नाना पाटील यांचा संपूर्ण फोटो छापून - त्यांच्या

क्रांतिकार्याचा गौरव करणारा अंक काढला. त्यानंतर सर्व भूमिगत लोकांवरची वॉरंट्स काढली गेली. सारे लोक साताऱ्याला - क्रांतिकारक जिल्ह्याच्या मायभूमीत जमले. सातारा जिल्ह्याने आणि सातारा शहराने केलेला तो अभूतपूर्व सत्कार आणि शानदार स्वागत आम्ही पाहिले आहे. लोकांचा उत्साह आणि हौस याला जणू उधाणाची भरती आली होती. हंड्या-घागरींच्या कमानी, नव्या सायकली, कापडांचे तागे यांच्या कमानी उभारलेल्या आम्ही आयुष्यात पहिल्यांदाच पाहिल्या! असले देवदुर्लभ स्वागत आम्ही पुन्हा पाहिले नाही! अशी चेतना, असा उत्साह खरोखरच आम्ही पुन्हा पाहिला नाही! नाना पाटील येडे गावीच तिसरीपर्यंत शिकले. पुन्हा नरसिंहपूर व इस्लामपूर येथे जाऊन सातवीपर्यंत मजल मारली. तलाठ्याची नोकरी धरली; पण देशाच्या स्वातंत्र्यलढ्यातील सेनानी होण्यासाठी जन्मलेले क्रांतिवीर सात-बाराच्या खोड्यात अडकले नाहीत. त्यांनी त्या नोकरीचा राजीनामा दिला आणि पहिल्यांदा त्यांना आकृष्ट केले सत्यशोधक चळवळीने. म. फुले आणि राजर्षी शाहू महाराज यांनी सुरू केलेली सत्यशोधक चळवळ वाळवा तालुक्यातील खेड्यापाड्यांत जाऊन पोहोचली होती. त्या चळवळीचा परिणाम झालेले दोन थोर नेते एक नाना पाटील आणि दुसरे कर्मवीर भाऊराव पाटील. एकाने देश स्वातंत्र्याच्या चळवळीला वाहून घेतले तर दुसऱ्याने शैक्षणिक प्रसाराला वाहून घेतले. दोन्ही माणसे फार मोठी. आपापल्या क्षेत्रामध्ये त्यांनी अद्वितीय कामगिरी बजावली. सत्यशोधक चळवळीने वाळवा तालुक्यात मूळ धरले होते. पुरोहित वर्गाची मिरासदारी संपुष्टात आणली होती. 'गांधी-लग्ना'चा प्रचार आणि प्रसार आम्ही स्वतः पाहिलेला आहे. त्या लग्नाच्या वेळी झालेली क्रांतिसिंहांची भाषणे आम्ही ऐकलेली आहेत. त्या वेळचे त्यांचे सामाजिक विचार खरोखर क्रांतिकारक होते.

आम्हाला क्रांतिसिंहांचे पहिले दर्शन झाले ते बहे येथे. कृष्णा नदीच्या पात्रात रामलिंगाचे बेट आहे. तेथे विशाळी अमावास्येला मोठी यात्रा भरते. त्या वेळी नाना पाटील यांनी म. गांधी यांच्या आज्ञेवरून वैयक्तिक कायदेभंगाचा सत्याग्रह केला होता. आम्ही शाळकरी मुले तो सत्याग्रह बघायला गेलो होतो. सजविलेल्या एक्कावन बैलांच्या गाडीतून क्रांतिसिंहांची मिरवणूक आली. बेटासमोरच्या वाळूत हजारो लोक जमले होते. तसल्या उन्हात शांतपणे बसले होते. सुमारे एक तासभर क्रांतिसिंहांनी

ब्रिटिशांवर तोंडसुख घेतले आणि युद्धविरोधी घोषणा करून कायदेभंग केला. फौजदाराने त्यांना अटक केली. तो प्रसंग... माझ्या मनावर एखाद्या फोटोग्राफसारखा उमटलेला आहे! खरं सांगायचं म्हणजे अजूनही तसाच दिसतो आहे!

या वैयक्तिक कायदेभंगाआधी क्रांतिसिंहांनी मिठाचा सत्याग्रह, जंगल सत्याग्रह यात भाग घेतला होता. याच सुमारास त्यांचा संसाराचा पाश नाहीसा झाला होता आणि त्यांनी आपले जीवित देशाला वाहिले होते.

८ ऑगस्ट १९४२ रोजी 'भारत छोडो'ची क्रांतिकारी घोषणा केल्यामुळे महात्मा गांधींचं जगाला विराट दर्शन झालं. सारं जग चकित झालं... सारा देश पेटला. अनेक लोक स्वातंत्र्याच्या वेदीवर आपल्या सर्वस्वाचा होम करायला आनंदाने तयार झाले. 'करेंगे या मरेंगे' या जिद्दीने अधिवेशनाला जमलेल्या लोकांनी बापूजींना अटक होताच रातोरात मुंबई सोडली. शेकडो कार्यकर्ते भूमिगत झाले. तासगावच्या कचेरीवरील युनियन जॅक ओढून काढला. वडूज, इस्लामपूर येथेही प्रचंड मोर्चे काढण्यात आले. त्या वेळी माणसं मोहोळासारखी उठलेली होती... डी.एस.पी. गिल्बर्ट याच्या अंगाची लाही-लाही झालेली होती. निःशस्त्र स्वातंत्र्यसैनिकांवर त्याने लाठीमार केला. बेछूट गोळीबार केला. अनेक क्रांतिकारकांना पकडून तुरुंगात डांबले; पण नाना पाटील त्यात सापडले नाहीत. स्वातंत्र्यसंग्रामाला लोकांची प्रचंड साथ मिळाली. साताऱ्याचा तुरुंग नागनाथ नायकवडींनी फोडला. येरवड्याहून किसनवीर आणि सांगली जेलमधून वसंतरावदादा सटकले. अशी चमत्कारिक किमया घडली! सारा देश चकित झाला! नाना पाटलांसारखा माणूस ब्रिटिशांच्या यंत्रणेला चार वर्षे सापडला नाही. भूमिगत राहून त्यांनी क्रांतिकारकांचे नेतृत्व केले. अनेक वेळा ते पोलिसांच्या वेढ्यात सापडले; पण प्रत्येक वेळी पोलिसांच्या हातावर तुरी देऊन निसटले. त्यांच्या सुटकेच्या अनेक सुरस कथा ऐकायला मिळतात. त्या ऐकून लोकांना चकित व्हायची पाळी येते. धुळ्याच्या खजिन्याची लूट... शेणोली आणि भवानीनगर या दोन रेल्वे स्टेशनांमध्ये रेल्वेची 'पे ट्रेन' लुटण्याचा केलेला धाडसी यशस्वी प्रयत्न... इत्यादी प्रकारांमुळे सरकारने खवळून गुंडांना आणि फरारी गुन्हेगारांना हाताशी धरले. क्रांतिकारक मंडळी दुहेरी पेचात सापडली. त्यांनी अनेक ठिकाणी या गुंडांशी मुकाबला

केला. शीस्त्रांचा वापर करून त्यांना ठेचून काढले; पण त्याचा गाजावाजा झाला तो प्रति-सरकारमुळे! म. गांधींनी मांडलेल्या ग्रामराज्य या कल्पनेची त्यांनी अंमलबजावणी केली. कोणताही कर सरकारांत जाऊ द्यावयाचा नाही, म्हणून 'ग्रामराज्य' उदयाला आले. या अभिनव प्रति-सरकारच्या प्रयोगामुळे ब्रिटिश सरकार हबकले. त्या परकीय सरकारने या प्रति-सरकारची 'पत्री सरकार' म्हणून हेटाळणी व संभावना केली.

स्वातंत्र्य द्यावयाचे ठरले, त्या वेळी क्रांतिकारकांची तुरुंगातून सुटका झाली आणि भूमिगतांवरील वॉरंट्स रद्द केली. त्या प्रकटीकरणांचा शानदार सोहळा सातारा येथे पार पडला... त्या वेळी सातारा जिल्हा एक होता. जिल्हा लोकल बोर्डाच्या निवडणुका झाल्या. जिल्हा लोकल बोर्डाचा प्रेसिडेंट काँग्रेसचा होणार म्हणून साऱ्या लोकांना आनंद झाला; पण तिथे मतभेद झाले. यशवंतराव चव्हाण, किसनवीर प्रभृतींनी बाळासाहेब देसाई यांचे नाव पुढे केले, तर नाना पाटील, पांडू मास्तर यांनी व्ही. एन. पाटील यांचे नाव पुढे केले. खूप वादावादी झाली. लढवय्या सरळमार्गी सेनानीला मुत्सद्देगिरीतील उणीव नडली व बाळासाहेब देसाई लोकल बोर्डाचे प्रेसिडेंट झाले; त्यामुळे नाना पाटील वगैरे मंडळी नाराज झाली. मोरारजींच्या हटवादीपणामुळे महाराष्ट्रातील बहुजन समाजाला काँग्रेसमध्ये राहाणे अवघड झाले. कै. केशवराव जेधे, शंकरराव मोरे यांनी शेतकरी-कामगार पक्ष काढला. नाना पाटील यांनी त्या पक्षाच्या प्रसारात पुढाकार घेतला. सर्व महाराष्ट्रभर दौरा केला आणि पक्षाला बलवान केले. त्या वेळी त्यांच्या भाषणांना हजारो लोकांचा समुदाय जमत असे. ग्रामीण भाषेत चपखल दृष्टांत देण्यामध्ये त्यांचा हातखंडा असे; त्यामुळे त्यांचे भाषण ऐकायला गर्दीचा पूर लोटत असे.

देशाच्या पाठोपाठ गोवामुक्ती-संग्राम सुरू झाला आणि क्रांतिसिंह त्या संग्रामाचे सेनापती झाले. या संग्रामाप्रमाणेच त्यांनी संयुक्त महाराष्ट्राचा संग्राम गाजवला. मोरारजी सदोबा कंपनीने संयुक्त महाराष्ट्र निर्मितीला कारस्थानी शह दिला, कारण नसताना मुंबई कोणाची? हा प्रश्न निर्माण करून मराठी मनाच्या अस्मितेला दंश केला. या दंशाने क्रांतिसिंह खवळले... माणूस पेटून निघाला. प्रसंगच असा होता की, कोणताही मराठी माणूस हा अन्याय सहन करणं शक्य नव्हतं. क्रांतिसिंह म्हणजे जागृत ज्वालामुखी. ते थोडेच स्वस्थ बसणार होते. हे नरशार्दूल खवळले

आणि त्यांनी संयुक्त महाराष्ट्राच्या चळवळीत उडी घेतली. त्या वेळी त्यांनी केलेली भाषणे म्हणजे उत्कट टीकेचा एक अतिउत्कृष्ट नमुना आहेत. संयुक्त महाराष्ट्राच्या विरोधकांवर म्हणजेच नेहरू, सदोबा, मोरारजी यांच्यावर त्यांनी आपल्या घणाघाती टीकेचा भडिमार सुरू केला. नेतेपद त्यांच्याकडे आपोआप चालून आले. त्यांची ती धडाडी, ती व्याजोक्तिपूर्ण भाषणे ऐकण्याचे भाग्य आम्हाला लाभले, त्याबद्दल आम्ही स्वतःला भाग्यवान समजतो!... पुढे प्रकृती साथ देईना. मधुमेहानं जोर केला. एक पाय कापावा लागला. मग त्यांनी पंढरपूरला वास्तव्य ठेवले आणि राजकारण-संन्यास घेतला. रामनाम सुरू झाले. आमचे मित्र नागनाथ नायकवडी यांनी त्यांना वाळव्याला आणून पितृतुल्य सेवा केली... अखेरच्या दिवसांत त्यांना रामनामाचा ध्यास लागला आणि एकोणीसशे शहात्तर साली त्यांनी सर्व मराठी माणसांचा अखेरचा निरोप घेतला.

**

भूमिहीनांचा लढा

क्रांतिसिंह नाना पाटील व कर्मवीर भाऊराव गायकवाड हे दोघे खासदार म्हणून, दिल्लीला लोकसभेत निवडून गेलेले होते; त्यामुळे तेथे त्यांनी महाराष्ट्रातील भूमिहीन शेतकऱ्यांना सरकारी पडीक जमिनी मिळाव्यात म्हणून कार्यक्रम ठरविला आणि प्रस्थापित सरकारविरुद्ध प्रचंड जनआंदोलन उभे केले. या भूमिहीन शेतकऱ्यांना जमिनी मिळाव्यात म्हणून उभारलेल्या लढ्यास मागासलेल्या सर्व थरांतून वाढता पाठिंबा मिळाला. त्यासाठी सत्याग्रह, मोर्चे, हरताळ इ. मार्गांचा अवलंब केला गेला आणि शासनाने भूमिहीनांना शेती करून उपजीविका करण्यासाठी काही भूखंड द्यावेत या मागणीचा आवाज सर्वप्रथम क्रांतिसिंह नाना पाटील व श्री. दादासाहेब गायकवाड या दोघांनी उठविला. त्यांच्या त्या प्रथम मागणीप्रमाणेच भारताच्या पंतप्रधान श्रीमती इंदिरा गांधींच्या काळात भूमिहीनांना घरे बांधण्यासाठी जागा मिळाल्या. भूमिहीनांच्या भूमिमागणीचे बीजारोपण क्रांतिसिंहांच्या या जनआंदोलनाने केले होते.

– **राघव शिवणीकर** ('सातारचा सिंह'मधून)

सिंहगर्जना

क्रांती - सिंहाची सिंहगर्जना । लढा बेचाळीसचा
यज्ञकुंड पेटला क्रांतीचा । भारत मुक्तीचा ॥ १ ॥

झेप घेऊनी सभा सांगतो । पुत्र साताऱ्याचा
लुंगी लावूनी वीर गर्जतो । भारतमातेचा ॥ २ ॥

पहिलवानी पेशा त्यांचा । बाणा मर्दाचा
धसका बसला होता ब्रिटिशांनी । प्रति-सरकारचा

भाषा रांगडी थेट मराठी । नेता शेतकऱ्यांचा ।
आवाज घुमला दरी पठारी । नाना पाटलांचा ॥ ४ ॥

पुंगी पुढती सर्प डोलतो । जसा गारुड्याचा
सभास्थानी समाज तेव्हा । लाखो लोकांचा ॥ ५ ॥

स्वातंत्र्यास्तव देह झिजवला । सदरा पोत्याचा ।
तुरुंगाच्या वाऱ्या सतरा । आवाज क्रांतीचा ॥ ६ ॥

शेतकऱ्यांचा राजा शोभे । मुजरा मानाचा ।
राघव कवीने हार वाहिला । भाव नि भक्तीचा ॥ ७ ॥

- राघव शिवणीकर

७०

माझे दादा-एक थोर पिता

श्रीमती हौसाताई भगवानराव पाटील

क्रांतिसिंहांची कन्या, ४२ च्या लढ्यातील व सीमा लढ्यातील कार्यकर्त्या

एके दिवशी एक राजकीय कार्यकर्ते आमच्या घरी आले. आमचे कुटुंब गेल्या अनेक वर्षांपासून राजकारणाशी निगडित असल्याने घरात कार्यकर्त्यांचा राबता ही तशी नित्याचीच बाब होता; पण त्या दिवशी आलेले कार्यकर्ते एका वेगळ्याच कामासाठी आले होते. त्यांनी आल्या आल्या आपल्या येण्याचा उद्देश स्पष्ट केला. ते म्हणाले, "ताई, आजचे माझे काम केवळ तुमच्याकडेच आहे."

त्यांच्या बोलण्याने माझे कुतूहल थोडेसे चाळवले. माझा राजकारणाशी थोडाफार संबंध आला होता हे खरे असले तरी माझी मुख्य भूमिका गृहिणीचीच होती; त्यामुळे त्यांनी माझ्याकडे कसले काम काढले असावे असा प्रश्न साहजिकच मला पडला. माझी प्रश्नार्थक मुद्रा पाहून त्या कार्यकर्त्याने स्पष्टीकरण केले, "ताई, मी तुमच्या वडिलांचा, क्रांतिसिंह नाना पाटलांचा अनुयायी म्हणवून घेतो. अण्णांच्यामुळेच मी राजकारणात आलो. त्यांच्याच प्रेरणेमुळे मी स्वातंत्र्यसंग्रामात उडी घेतली. आजच्या तरुण पिढीतील बरेचजण अलीकडे माझ्याकडे येतात आणि मला अण्णांच्या आठवणी सांगण्याविषयी आग्रह करतात. मी अण्णांचा जवळचा सहकारी, तेव्हा मला त्यांच्याविषयी बरीच माहिती असणार असे त्यांना वाटते. मीही माझ्या माहितीप्रमाणे व आठवणीप्रमाणे काही गोष्टी त्यांना सांगतो; पण काहीजणांचे तेवढ्याने समाधान होत नाही. त्यांना आणखी माहिती हवी असते."

अण्णांचा विषय निघाल्यावर माझाही उत्साह वाढला. मी त्या कार्यकर्त्याला म्हणाले, "या बाबतीत मी तुम्हाला पाहिजे ती मदत

करण्यास तयार आहे.''

''तुम्ही अण्णांच्या काही आठवणी व त्यांच्या जीवनातील काही महत्त्वाच्या घरगुती घटना मला सांगा. म्हणजे त्या मी मला भेटण्यासाठी येणाऱ्यांना सांगू शकेन.'' त्यांनी माफक अपेक्षा व्यक्त केली.

नंतर आम्ही बराच वेळ गप्पागोष्टी करीत बसलो. आमच्या गप्पांत आजूबाजूचे काही लोकही सामील झाले. गप्पागोष्टींच्या ओघात अण्णांच्या अनेक आठवणी एकमेकांना सांगून झाल्या; पण आलेल्या कार्यकर्त्यांचे समाधान झाल्याचे त्याच्या चेहऱ्यावरून दिसत नव्हते. अखेरीस ते मला म्हणाले, ''ताई, आपण खूप बोललो; पण बोलण्यात तुमच्या आईचा अजिबातच उल्लेख आला नाही. त्यांच्याविषयी काही माहिती सांगा ना. खरे तर आम्हाला त्यांच्याविषयी काहीच माहिती नाही.''

त्यांच्या शेवटच्या वाक्याने माझ्या काळजात थोडेसे हलल्यासारखे झाले. माझ्या समोरच्या लोकांना माझ्या आईविषयी काही ऐकायचे होते; पण मला स्वतःला तरी माझ्या आईविषयी विशेष माहिती कुठे होती? मला माझ्या आईचा चेहरा पुसटसाही आठवत नव्हता, कारण माझी आई वारली, तेव्हा माझे वय फक्त तीन वर्षांचे होते.

वरील प्रसंग माझ्या विशेष लक्षात राहण्याचे कारण असे की, त्या दिवसापासून एक गोष्ट माझ्या ध्यानात प्रकर्षाने येऊ लागली, ती म्हणजे अण्णांच्या जीवनाविषयी माहिती करून घेण्यासाठी बरेच लोक आमच्याकडे येत असत, त्यातील प्रत्येकाच्या बोलण्यात माझ्या आईचा विषय हटकून येत असे; इतकेच नव्हे तर अण्णांच्याबरोबर कार्य केलेल्या कार्यकर्त्यांनाही माझ्या आईबद्दल काही ऐकण्याची उत्सुकता असे.

माझ्या समजुतीप्रमाणे याचे कारण असे असावे की, एखाद्या नेत्याचे कौटुंबिक जीवन कसे असते याविषयी सर्वांनाच एक प्रकारचे कुतूहल असते. त्यातून अण्णांच्या कौटुंबिक जीवनाची तर त्यांच्या जवळच्या कार्यकर्त्यांनाही फारशी माहिती नव्हती, कारण ज्या सुमारास त्यांच्या सार्वजनिक जीवनाची सुरुवात झाली, साधारणतः त्याच सुमारास त्यांच्या संसाराची इतिश्री झाली होती!

मला स्वतःला माझ्या आईविषयी फारसे काही आठवत नसले तरी लहानपणी घरातील व शेजारपाजारच्या लोकांकडून तिच्या अनेक आठवणी मला ऐकायला मिळाल्या. मी आईविना पोरकी झालेली पोर, तशात

वडील ६/६ महिने घराकडे फिरकत नसत आणि कधी आलेच तर १/२ दिवसांपेक्षा जास्त काळ घरी थांबत नसत; त्यामुळे मी आजूबाजूच्या आया-बायांच्या सहानुभूतीचा विषय झालेली असे. त्या मला जवळ घेत आणि माझ्या आईच्या आठवणी काढून या पोरीवर आता ही कसली पाळी आणलीस म्हणून देवाला बोल लावत!

लहानपणी माझा सांभाळ माझ्या आजीने म्हणजे माझ्या वडिलांच्या आईने व चुलत्याने केला. अधूनमधून मी माझ्या आजोळी दुधोंडीलाही जात असे. माझ्या मामाचा माझ्यावर विशेष जीव होता. त्यांच्या एकुलत्या एक बहिणीची स्मृती म्हणून ते माझे खूप कोडकौतुक करीत. मी माझ्या आजीला नेहमी विचारत असे की, ''दादा रोज रोज का घरी येत नाहीत गं?'' (आमच्या घरातील सर्वजण वडिलांना 'दादा' म्हणून संबोधत असत. मीदेखील त्यांना दादाच म्हणत असे. पुढे त्यांच्या कार्यकर्त्यांचे ते 'अण्णा' झाल्यावर आम्हीही त्याच नावाने त्यांचा उल्लेख करू लागलो.) माझी आजी अशिक्षित होती. राजकारणाची तिला विशेष जाण नव्हती, तरीपण आपल्या मुलावर तिचा पूर्ण विश्वास होता. आपला मुलगा वावगे असे काहीही करणार नाही याची तिला खात्री होती. ती मला उत्तर देत असे, ''अगं, तुझे दादा सगळ्या जगासाठी झिजत आहेत. ते संत बनले आहेत. संतांप्रमाणेच त्यांनी जगासाठी संसाराचा त्याग केला आहे.'' माझी आजी वारकरी संप्रदायातील असल्याने तिला वारकरी संतांची आठवण होत असे. आजीच्या या उत्तराने माझे मुळीच समाधान होत नसे; पण तिला बरे वाटावे म्हणून मी समाधान झाल्यासारखे दाखवी.

माझ्या आईचे दादांवर किती प्रेम होते याची उजळणी आजीकडून वरचेवर होत असे. आजी मला जवळ घेऊन कुरवाळत असताना हमखास ती सुनेच्या आठवणीने गहिवरून जात असे. माझी आईपण अशिक्षितच होती. एके दिवशी दादा पाटी-पेन्सिल घेऊन घरी आले आणि माझ्या आईला लिहिण्या-वाचण्यास शिकविण्याचा आपला निश्चय त्यांनी जाहीर केला. आमच्या घरातल्या मराठमोळ्या वातावरणामुळे दादांच्या या निश्चयाने घरात काहीतरी अभद्र घडत असल्यासारखे सर्वांनी चेहरे केले. माझी आई तर बिचारी एकदम कावरीबावरी झाली; पण दादांनी एखादी गोष्ट एकदा मनावर घेतली की, ती तडीस

नेल्याशिवाय ते थांबणार नाहीत याची खात्री झाल्यावर माझ्या आईने शिकण्यासाठी कशी तयारी दाखविली आणि थोड्याच दिवसांत त्यात तिने कशी प्रगती केली, हे आजीने मला अनेक वेळा सांगितले होते.

दादांचे शिक्षण मराठी सातवीपर्यंत झाले होते. शिक्षण पूर्ण झाल्यानंतर लवकरच त्यांना तलाठ्याची नोकरी मिळाली. कऱ्हाड तालुक्यातील वाठार या गावी ते तलाठी म्हणून काम करू लागले. येडे मच्छिंद्र या गावी थोडी वडिलार्जित शेतीवाडी होती. त्यातून पोटापुरते उत्पन्न निघत असे. थोडक्यात, त्या वेळच्या परिस्थितीचा विचार केला तर आमचे कुटुंब एक सुखवस्तू कुटुंब होते.

पुढे लवकरच आमच्या कुटुंबात फार मोठी उलथापालथ झाली. साधारणतः १९३० च्या आसपासचा हा काळ असावा. महात्मा गांधींच्या नेतृत्वाखाली काँग्रेसने इंग्रज सरकारविरुद्ध स्वातंत्र्यासाठी चळवळ सुरू केली आणि आमचे दादा या चळवळीने झपाटल्यासारखे झाले.

त्या वेळी आम्ही वाठारला राहात होतो. घरात मी, माझ्या ४/५ महिन्यांचा लहान भाऊ, आई व दादा चौघेजणच होतो. एक दिवस दादा 'चावडीवर जातो' असे सांगून घरातून बाहेर गेले, ते परत आलेच नाहीत. बाहेर पडताना त्यांनी धोतर, सदरा, कोट व डोक्याला फेटा असा पेहराव केला होता. थोड्या वेळाने गावचा कोतवाल त्यांचे कपडे घेऊन घरी आला. त्याने दादांचे कपडे आईच्या स्वाधीन केले व तिला सांगितले की, "अण्णासाहेब लुंगी लावून, टोपी, नेहरू शर्ट घालून; हातात तिरंगी झेंडा घेऊन कुठेतरी निघून गेले. माझी वाट पाहू नकोस असा त्यांनी तुम्हाला निरोप दिलाय."

कोतवालाच्या या निरोपाने माझ्या आईच्या मनाला काय वाटले असेल हे जाणून घ्यायला घरात वडीलधारे माणूस कोणीच नव्हते. तथापि, या प्रसंगाचा तिच्या मनावर मोठा आघात झाला. या घटनेच्या दुसऱ्या दिवशी माझे आजोबा वाठारला आले आणि त्यांनी आम्हा सर्वांना येडे मच्छिंद्र या आमच्या गावी नेले; पण आई लवकरच आजारी पडली व तिची प्रकृती दिवसेंदिवस खालावत चालली.

आईच्या आजाराची बातमी माझ्या मामांना समजल्यावर ते येड्याला आले आणि हवापालटासाठी म्हणून आईला व मला दुधोंडी या आपल्या गावी घेऊन गेले; पण या बदलाचा विशेष अनुकूल परिणाम झाला

नाही. तशातच माझा लहान भाऊ किरकोळ आजाराचे निमित्त होऊन देवाघरी गेला; त्यामुळे तर माझी आई पुरतीच खचली. तिच्या आजाराने गंभीर स्वरूप धारण केले. शेवटचे काही दिवस तर तिने अन्नाचा एखादा कणही तोंडात घेतला नाही. तिने एकसारखा दादांचा ध्यास घेतला; पण या वेळी दादांच्यावर पकड वॉरंट होते; त्यामुळे ते येऊ शकत नव्हते. शिवाय दादांचा ठावठिकाणा घरच्या लोकांनाही माहीत नसल्याने आईची प्रकृती इतकी गंभीर झाल्याचा निरोपही त्यांच्यापर्यंत पोहोचू शकला नाही. शेवटी शेवटी ती बेशुद्धावस्थेत गेली. मध्येच काही वेळा डोळे उघडून मोठ्या मुश्किलीने 'पाटील आले का?' एवढे शब्द उच्चारायची व परत डोळे मिटायची. अखेरीस गौरीच्या सणाच्या दिवशी दादांच्या वाटेकडे डोळे लावूनच तिने आपला प्राण सोडला! या वेळी माझे वय तीन वर्षांचे होते.

माझी आई गेली ते साल आमच्या कुटुंबाच्या दृष्टीने अनेक संकटांची मालिका घेऊनच आले होते. आईच्या मृत्यूनंतर केवळ १० दिवसांतच माझी मधली चुलती वारली. त्यानंतर महिन्याभरात तिची छोटी मुलगी - माझी चुलत बहीण - आपल्या आईपाठोपाठ निघून गेली आणि पुढे दोन महिन्यांनी तर आमच्यावर दुःखाचा पर्वतच कोसळला, कारण आमच्या कुटुंबाची जबाबदारी आपल्या शिरावर घेतलेले व आम्हा सर्वांवर मायेचे कृपाछत्र धरणारे माझे प्रेमळ आजोबा, म्हणजे दादांचे वडील, कॉलऱ्याच्या आजाराचे बळी ठरले. आजोबांच्या मृत्यूने आमचे कुटुंब उघड्यावरच पडले. तथापि, आमच्या दादांच्या दृष्टीने तर या दुःखद घटना अधिकच क्लेशदायक होत्या, कारण आपल्या कुटुंबातील व्यक्ती एकापाठोपाठ एक अशा पद्धतीने मृत्युमुखी पडत असताना दादा त्यांच्या अंत्यदर्शनासाठीही येऊ शकत नव्हते. तसेच कुटुंबातील इतरांना घेऊन त्यांचे सांत्वनही करू शकत नव्हते. सरकारी अधिकारी व पोलीस त्यांच्यावर झडप घालायला टपूनच बसलेले होते. प्रियजनांच्या मृत्युमुळे कष्टी झालेल्या दादांच्या मनावर या प्रकाराने डागण्याच दिल्या जात होत्या.

संकटे कधी एकटी येत नाहीत असे म्हणतात. आजोबा जाऊन महिना झाला नाही तोवर माझ्या पणजीने अंथरूण धरले. ती त्या आजारातून उठलीच नाही. मृत्युपूर्वी दादांना भेटावे ही तिची तीव्र इच्छा

होती. दादा भूमिगत असल्याने उघडपणे येऊ शकत नव्हते. शेवटी एका पहाटे धाडसाने ते घरी आले. नातवाची भेट होताच माझ्या पणजीने प्राण सोडला. याच वेळी आमच्या घरावर पोलिसांची धाड पडली; पण दादा व त्यांचे साथीदार यांनी आपल्या बुद्धिचातुर्याच्या जोरावर पोलिसांच्या हातावर तुरी दिल्या आणि ते निसटले.

यापुढील काळात तर आमच्या कुटुंबाला अतिशय खडतर परिस्थितीला तोंड द्यावे लागले. सरकारने दादांना पकडण्यासाठी जंग जंग पछाडले; पण दादा पोलिसांच्या हाती लागले नाहीत; त्यामुळे सरकारने आमच्या कुटुंबाची सर्व बाजूंनी कोंडी करण्याचा प्रयत्न चालविला. त्यासाठी आमच्या राहत्या वाड्याला सील ठोकण्यात आले! जमिनीवर जप्ती आणली गेली! आमच्या उदरनिर्वाहाचे साधनच सरकारने हिरावून घेतले. वाड्याच्या एका लहानशा पडवीत संसार थाटण्याचा प्रसंग आमच्यावर आला. राहण्याची सोय कशीबशी झाली तरी पोटासाठी काय करावयाचे हा प्रश्न होताच. रोजगारासाठी दुसऱ्याच्या शेतावर जाणे हा एकच मार्ग आमच्यापुढे होता; पण आमचे पाटील घराणे! त्यामुळे रोजगारासाठी कसे जायचे? त्या काळी ते कुणालाच रुचले नसते. शिवाय आम्ही तशी तयारी दर्शविली असती तर आमच्यावर सरकारची वक्रदृष्टी असल्याने आम्हाला कामासाठी बोलावण्याचे धाडसही कुणी केले नसते.

त्या वेळी माझे मामा आमच्या मदतीला धावले. त्यांनी माझ्या मधल्या चुलत्यांना स्वतःच्या नावावर एक गाडी व दोन बैल घेऊन दिले आणि चुलते कऱ्हाडपासून ते ताकारी स्टेशनपर्यंत भाड्याने बैलगाडी चालवू लागले. त्यासाठी त्यांना पहाटेच घरातून बाहेर पडावे लागे आणि रात्री ते घरी परत येईपर्यंत ११/१२ ची वेळ होत असे. अशा प्रकारे दिवस-रात्र गाडी चालवावी, तेव्हा कुठे हातातोंडाची गाठ पडत असे.

या वेळी आमच्याकडे एक म्हैस होती; पण आमचे शेत गेल्यामुळे तिच्या वैरणीची अडचण निर्माण झाली. आमच्याच भावकीतील एकाची केळीची बाग होती. त्या बागेत खूप गवत माजले होते. बागेच्या मालकाने बाग खुरपून गवत नेण्याची परवानगी आम्हास दिली. माझे वय त्या वेळी अगदीच लहान होते; माझी आत्या माझ्याहून ३-४ वर्षांनी मोठी होती. आम्ही दोघीजणी सकाळीच बागेत जात असू व

दुपारपर्यंत बाग खुरपून म्हशीसाठी गवत आणत असू.

या काळातील एक प्रसंग माझ्या मनात अजूनही घर करून राहिला आहे. एकदा माझ्या आजीच्या चोळ्या फाटल्या होत्या. नवी चोळी विकत घेण्याइतकाही पैसा शिल्लक राहात नव्हता. शेवटी आजीने दादांची एक लुंगी शोधून काढली आणि त्या पांढऱ्या लुंगीच्याच दोन चोळ्या शिवल्या. पुढे आम्हाला जरा बरे दिवस आले; पण त्या प्रसंगापासून आजीने पांढऱ्या रंगाच्याच चोळ्या वापरण्याचे व्रत चालू ठेवले व ते अखेरपर्यंत पाळले.

१९३० पासून ते १९४२ पर्यंत वरीलप्रमाणे अनेक प्रसंग आमच्यावर आले; पण घरातील सर्वच माणसांनी मोठ्या जिद्दीने या सर्व प्रसंगांना तोंड दिले. माझे चुलतेही अशिक्षितच होते. त्यांना राजकारण फारसे कळत नव्हते; त्यामुळे ते दादांविषयी कधीकधी चिडून बोलत. त्यांना जे कष्ट उपसावे लागत होते, त्याबद्दलचा त्यांचा राग एखादे वेळी उफाळून येत असे. "हा स्वतः फकीर होऊन फिरतोय तो फिरतोय; पण आपल्याबरोबर आम्हालाही मरणाच्या दाढेला देतोय." अशा शब्दांत ते दादांचा उद्धार करीत. तथापि, त्यांनी या संपूर्ण काळात कुटुंबाविषयीच्या आपल्या कर्तव्यात कधीही कसूर केली नाही. तसेच आमच्यावर चुकूनही उपासमारीचा प्रसंग येऊ दिला नाही.

या काळात आमच्या आजूबाजूच्या लोकांनीही खूपच सहानुभूती दाखविली. वेळप्रसंगी आम्हाला शक्य ती मदतही केली; पण गावातील काहीजण आमचा उपहासही करायचे. ते दादांना उद्देशून म्हणायचे, "याला आपले घर सांभाळता येईना. घरादाराला भिकेला लावले आणि हा इंग्रज सरकारविरुद्ध लढायच्या बढाया मारतो! याला भिकेचे डोहाळे लागलेत, दुसरे काय?"

दिवस असे चालले होते. आम्हा सर्वांनाच प्रतिकूल परिस्थितीशी झगडावे लागत होते. त्यातच दादांविषयी वेगवेगळ्या बातम्या आमच्या कानांवर येत; त्यामुळे आम्हाला खूपच काळजी वाटत असे. कधीकधी माझ्या बरोबरीची मुले-मुली त्यांच्या कानावर पडलेली बातमी माझ्यापर्यंत आणून पोहोचवत असत. कुणी सांगे, 'तुझ्या दादाला पोलिसांनी धरून नेले. पोलीस धरून आणलेल्या माणसाला कोंडून घालतात आणि चाबकाने फोडून काढतात. आता तुझ्या दादालाही ते खूप मारणार.' तर

कुणी सांगे, 'तुझ्या बाला याड लागलंय, त्या इस्लामपुरात पोत्याची कापडं घालून फिरतुया.' अशा गोष्टी ऐकल्यांवर माझ्या डोळ्यांत पाणी उभे राहात असे. घरात कुणाला काही विचारावे तर घरातील सर्वजण मला धुडकावून लावत, कारण असल्या बातम्या माझ्यापर्यंत पोहोचू नयेत याची सर्वजण काळजी घेत असत. माझ्या आजीची तशी सर्वांना ताकीदच असे.

कधीतरी दादा घरी येत, तेव्हा मात्र माझ्या आनंदाला पारावार राहात नसे. अशा वेळी जास्तीतजास्त त्यांच्या सहवासात राहण्याचा मी प्रयत्न करीत असे. दादा रात्री झोपण्यासाठी शेतातील वस्तीवर जात, तेव्हा मीही त्यांच्याबरोबर जाण्याचा हट्ट धरीत असे; माझा हा हट्ट ते आनंदाने पुरवीत. माझी आजी त्यांना म्हणे, "मुलीच्या जातीला कशाला वस्तीवर नेता?" दादा हसून उत्तर देत, "आई, आता मुलींनीसुद्धा धीट झाले पाहिजे. त्यांनी आता घरात बसून नाही चालणार!"

१९४० साली माझे लग्न झाले. चळवळीच्या निमित्ताने दादांचे हणमंत वडिये या माझ्या गांवी येणे-जाणे असायचे. एकदा असेच ते हणमंत वडियेला आले असताना त्यांचा व माझ्या आजेसासऱ्यांचा परिचय झाला. त्यांच्याशी बोलताना "माझी एकुलती एक मुलगी लग्नाची आहे" असे दादांनी सांगितले. माझे आजेसासरे म्हणाले, "माझाही एक नातू लग्नाला आला आहे. तुम्हाला आमचे स्थळ पसंत असेल तर आपण बैठकीला बसू. तुम्ही काय देऊ शकता ते बोला!" दादा म्हणाले, "मी फक्त माझी मुलगी देऊ शकतो! देण्यासारखे माझ्याजवळ दुसरे काय आहे? मी कसा आहे हे तर तुम्हाला माहीतच आहे."

माझे आजेसासरेही मोठ्या जिद्दीचे गृहस्थ होते. ते म्हणाले, "पाटील, काही काळजी करू नका. केवळ तुमच्याकडे बघून तुमची मुलगी मी पदरात घेतो. हे लग्न ठरले असे समजा." अशा प्रकारे माझे लग्न ठरले आणि अगदी थोड्या खर्चात लग्न पार पडले.

पुढे लवकरच १९४२ साल उजाडले. या कालखंडातील दिवसांचे वर्णन ग. दि. माडगुळकर यांनी 'मंतरलेले दिवस' या शब्दांत केले आहे. खरोखरच ते मंतरलेले दिवस होते. या काळातही आमच्यावर संकटे येत होती; पण या संकटांना तोंड देण्यातही एक प्रकारचा आनंद

होता. दादा या वेळी भूमिगत होते. अनेक वेळा पोलीस अगदी त्यांच्यापर्यंत येऊन पोहोचले होते; पण प्रत्येक वेळी पोलिसांना चकविले जात होते आणि त्यांच्यावर हात चोळत बसण्याची वेळ येत होती. याचे प्रमुख कारण म्हणजे समाजातील अनेक लोकांना असे वाटत होते की, "नाना पाटील हा आपला घरचाच माणूस आहे व त्याचे रक्षण करणे ही आपली राष्ट्रीय जबाबदारी आहे." दादांना सगळ्या समाजाने जे उदंड प्रेम दिले, ते पाहून मनाला झालेला आनंद शब्दांत वर्णन करून सांगणे माझ्या आवाक्याबाहेरचे आहे.

अर्थात या आनंदावर उतारा म्हणूनच की काय आमच्यापुढे अनेक अडचणी निर्माण करण्याचा सरकारने जणू चंगच बांधला होता. माझे वडील व पती भूमिगत राहून स्वातंत्र्य आंदोलनाचे नेतृत्व करीत होते; त्यामुळे चिडून जाऊन सरकारने माझे सासरे व दोन्ही थोरले दीर यांना पकडून तुरुंगात टाकले. वास्तविक माझे सासरे व दीर राजकारणात नव्हतेच; पण या मार्गाने आम्हाला पेचात पकडण्याचा प्रयत्न सरकार करीत होते. तथापि, अशा परिस्थितीतही आम्ही शरणागती पत्करली नाही. माझ्या दोन जाऊबाई आणि मी अशा आम्ही तिघींनी दीड-दोन वर्षे घरचा संसार सांभाळला. आमच्या नातेवाइकांनीही आम्हाला वेळोवेळी मदत केली. दादा भूमिगत असताना मी एकदा त्यांना भेटण्यासाठी गेले. माझ्या तोंडून घराकडील सर्व हकिगत ऐकल्यावर दादा कौतुकाने मला म्हणाले, "आता खऱ्या अर्थाने तू माझी मुलगी शोभतेस." त्यांचे हे कौतुकाचे बोल ऐकल्यावर आतापर्यंतच्या सर्व श्रमांचे सार्थक झाल्यासारखे वाटले.

१९४७ साली देशाला स्वातंत्र्य मिळाले. आतापर्यंत ज्या काँग्रेसच्या झेंड्याखाली दादांनी इंग्रज सरकारशी झुंज दिली होती, त्या काँग्रेसच्या हाती देशाची सत्ता आली; पण स्वातंत्र्यानंतर दादांचे काँग्रेस पक्षाशी फार काळ जमले नाही आणि लवकरच त्यांनी काँग्रेसचा त्याग केला. या संदर्भात त्यांचे म्हणणे असे होते की, आमच्या शेतकऱ्याला, गोरगरिबांना स्वातंत्र्यानंतर चार सुखाचे दिवस पाहावयास मिळतील म्हणून मी इंग्रज सरकारशी लढलो होतो. तसेच हे कार्य काँग्रेसच करू शकेल या विश्वासापोटी काँग्रेसचा झेंडा खांद्यावर घेऊन गावोगाव फिरत होतो; पण स्वातंत्र्यानंतर काँग्रेसने आमच्या सामान्य जनतेचा विश्वासघात

केला आणि ती भांडवलदारांची बटीक झाली, तेव्हा ज्या उद्देशाने आतापर्यंत काँग्रेसमध्ये राहिलो ते उद्दिष्ट काँग्रेसच्या मार्गाने पूर्ण होणार नाही याची जाणीव झाल्यावर काँग्रेसचा त्याग करणे भागच होते.

स्वातंत्र्योत्तर काळात दादांनी डाव्या राजकारणाशी बांधिलकी स्वीकारल्यामुळे त्यांना सतत संघर्षाचे राजकारण करावे लागले. त्याचबरोबर प्रतिकूल परिस्थितीशी नेहमीच झगडावे लागले. मात्र, त्याबद्दल त्यांना कधीही खंत वाटली नाही. ते कृतार्थ जीवन जगले. अर्थात आपल्या अखेरच्या आजारात काही गोष्टींबद्दल ते कधीकधी खंत व्यक्त करीत. माझ्याशी बोलताना ते काही वेळा म्हणत, "ताई, मी सर्व गोष्टींबद्दल समाधानी आहे; पण राजकारणाच्या गडबडीत मला तुझ्याकडे लक्ष देता आले नाही. तुझ्याविषयीचे कर्तव्य मला पार पाडता आले नाही. एवढीच एक गोष्ट माझ्या मनाला लागून राहिलेली आहे." अशा वेळी त्यांची समजूत काढण्याचे काम मला करावे लागे. या अखेरच्या आजारात त्यांना आपल्या आईची व पत्नीची वारंवार आठवण होई. जेवणाच्या वेळी ताटातील भाकरीकडे पाहून ते म्हणत, "ताई, आज भाकरी छान झाली आहे. तुझ्या आईच्या हातची भाकरीही अशीच असायची." वास्तविक त्या दिवशीची भाकरी नेहमीप्रमाणेच असे; पण त्यांना अचानक जुनी आठवण होत असे आणि भूतकाळातील एखाद्या आठवणीत गढून गेल्याप्रमाणे ते ताटावर बसून राहात असत.

दादांचा मनोनिग्रह व जिद्द यांचा प्रत्यय त्यांच्या अखेरच्या आजारातही वरचेवर येई. मधुमेहावर कारले खाणे पथ्यकारक असते म्हणून साधे, उकडलेले कारले ते नेहमी खात असत. असले कडू कारले ते कसे खात असतील असा पाहणाऱ्यालाही प्रश्न पडत असे. या काळात डॉक्टरांनी त्यांना खूपच पथ्ये सांगितली होती; त्यामुळे त्यांचा आहार अगदी साधा व बेचव असा असे; पण असे जेवणही ते आवडीने घेत असत. ते नेहमीच सांगत की, माणसाने कोणत्याही परिस्थितीशी हसतमुखाने मुकाबला केला पाहिजे. त्यांच्याशी बोलत असताना जगात अशक्यप्राय असे काही असू शकते असे वाटतच नसे. अशा थोर पित्याच्या पोटी माझा जन्म झाला याहून अधिक भाग्याची गोष्ट कोणती?

७१

कुटुंबवत्सल दादा

ॲड. भाई सुभाष पाटील

क्रांतिसिंहांचे नातू, सामाजिक कार्यकर्ते व अभ्यासक

नाना पाटील महाराष्ट्रभर आणि देशभर एक स्वातंत्र्यसेनानी म्हणून 'क्रांतिसिंह' या विशेषणाने ओळखले जातात. त्यांचे सहकारी व सर्व परिचित त्यांना 'अण्णा' या नावाने संबोधत असत. आम्ही मात्र त्यांना 'दादा' या नावानेच बोलावीत असू.

दादांविषयी लिहिणारे त्यांचे चाहते, त्यांच्या विचारांचे व कार्याचे अभ्यासक हे त्यांच्या सामाजिक, राजकीय व इतर कामांबद्दल लिहितात. मी मात्र साऱ्या देशासाठी क्रांतिसिंह असणारा हा वीरपुरुष आणि करारी नेता आम्हा कुटुंबीयांशी कसा वागत असे हे सांगण्याचा प्रयत्न करणार आहे. वास्तविक अशा थोर पुरुषांचे जीवन हे सर्वस्वी सामाजिक असते. त्यांच्या वाट्याला खासगी आयुष्य फार कमी येते. त्यातच आमचे दादा म्हणजे सर्वस्वी समाजाच्याच मालकीचे बनलेले; त्यामुळे आमच्या वाट्याला त्यांचा निकटचा सहवास अभावानेच यायचा.

एखादा क्रांतिकारक हा अग्निपुत्र असतो. करारी, उग्र आणि कठोर असतो. त्याचे विचारही प्रखर आणि तेजस्वी असतात, अशा क्रांतिकारकाची प्रतिमाही तितकीच कणखर अशी समाजमानसात निर्माण होणे हे साहजिक व स्वाभाविक आहे; परंतु आम्हा नातवंडांना दिसलेले दादा मात्र अत्यंत निर्मळ, शीतल, शांत तितकेच मृदू आणि प्रेमळ होते. आज जनमानसात दिसणारी त्यांची करारी मुद्रा अगर स्वभाव आमच्या अनुभवास मात्र कधीच आला नाही.

दादा कधीतरी सार्वजनिक कामाच्या व्यापातून वेळ काढून घरी येत. तो दिवस अगर क्षण आम्हास अतीव आनंदाचा असायचा. दादा असे

कधीतरी घरी आले तरीसुद्धा आमच्या वाट्याला फारच कमी यायचे. त्यांच्याबरोबर अनेक माणसे, कार्यकर्ते असायचे. घरी आल्यानंतर त्यांचा दरबारच भरलेला असायचा. मुळातच आमचे घर हे सार्वजनिक कार्यकर्त्यांचा राबता असणारे घर. त्यात अशा वेळी तर घराला एखाद्या कार्यक्रमाचेच स्वरूप यायचे. त्यातही त्यांच्या चर्चा सुरू झाल्या की, मग बघायलाच नको. हवा, पाणी-पीक, शेतीच्या मशागतीपासून ते देशपातळीवरील राजकारणापर्यंत या चर्चा चालू असायच्या. यामध्येही मुख्य बोलण्याचा भाग अर्थातच दादांचा असायचा. एखादा कार्यकर्ता हळूच एखादा प्रश्न विचारायचा की, दादांचे शंका निरसन सुरू. या सर्व जंजाळातून वेळ काढून दादा बऱ्याच वेळाने आत घरात येणार आणि मग माझ्या आईला 'ताई' म्हणून हाक मारून आम्हा सर्वांची विचारपूस करणार. आमचे कुटुंब तसे खूप मोठे. वडील ति. बप्पा हे सार्वजनिक कार्यकर्ते, दोन्ही चुलते सामाजिक व राजकीय जाण असणारे - दोन चुलत्या व आम्ही पंधरा भावंडे असा भला मोठा कबिला; परंतु दादा या सर्वांची अत्यंत आस्थेने चौकशी करणार. कोण कोठे आहेत? कोण शाळेत जातो? कोण कोणत्या इयत्तेत आहे? कोण रानात गेले आहे? अशी प्रत्येक व्यक्तीची ते आठवणीने चौकशी करणार. नेहरू शर्टाच्या खिशात नेहमीच असणारा रानमेवा, कधी शेंगदाणे, कधी भाजलेले मके असा काहीबाही खाऊ हातावर ठेवणार.

दादा साऱ्या जगाच्या दृष्टीने उत्तुंग होते; परंतु त्यांनी कधीही आणि कोणालाच एकेरी नावाने अगर अरे, तुरे असे बोलावल्याचे माझ्या तरी स्मरणात नाही. वास्तविक आम्ही नातवंडे त्यांच्यापेक्षा कितीतरी लहान; परंतु तरीदेखील आमच्या नावाने त्यांनी आम्हाला बोलावल्याचे आठवत नाही. माझ्या थोरल्या बंधूंना ते 'अण्णासाहेब' म्हणून बोलावत, मधल्या बंधूंना 'दादासाहेब' म्हणत, मला तर सुरुवातीला 'बापूसाहेब' म्हणूनच बोलावत आणि पुढे एलएल. बी.साठी प्रवेश घेतल्यावर 'वकीलसाहेब' म्हणून हाक मारत. माझ्या आईला तर ते 'ताई' म्हणूनच बोलावत असत. माझ्याहून धाकट्या बहिणीला 'बेबी आक्का' किंवा 'बेबीताई' म्हणून बोलावत. इतकेच नव्हे तर माझ्या लहानलहान पुतण्यांनासुद्धा त्यांनी कधी त्यांच्या रणजित किंवा संग्राम या नावांनी हाक मारली नाही. तर त्यांनाही ते 'आप्पासाहेब' व 'काकासाहेब' म्हणूनच बोलावत.

त्यांना आमची आई अनेक वेळा म्हणायची, "दादा - आम्ही, ही मुलं तुमच्यापेक्षा कितीतरी लहान असताना तुम्ही नावानं का बोलावत नाही?" त्यावर ते म्हणणार, "लहानांना मोठ्यांनीच वळण लावायचं असतं. शिवाय आपणच आपल्या घरातल्या मुलां-माणसांचा आदर ठेवणार नसू तर जग तरी कसा ठेवेल?" असे आमच्यावर लहानपणापासूनच स्वतःच्या कृतीने संस्कार करणारे दादा.

आम्हाला त्यांच्या प्रत्यक्ष सहवासाचे क्षण फार कमी मिळाले. मला आठवतं, मी मराठी ५ वीला होतो. आमच्या आईचे मामा ताकारी स्टेशनवर राहायला होते. आम्हा सर्व भावंडांवर त्यांचा फार लोभ होता. आमचे सर्व लाड त्यांनी हौसेने व कौतुकाने पुरविले. मी त्यांच्याकडेच राहायला व शाळेला होतो. माझ्या हाताचे ऑपरेशन झाले होते. दादा त्या वेळी खासदार होते. दिल्लीहून त्यांचे ताकारीला पत्र आले. त्यात त्यांनी माझी प्रकृती, ऑपरेशन वगैरेची मुद्दाम चौकशी केली होती आणि काळजी घेण्याविषयी कळविले होते. दादा दरवर्षी श्रावणातील शेवटच्या सोमवारी देवराष्ट्रे येथील यात्रेसाठी येत असत. त्या वर्षी नेहमीच्या शिरस्त्याप्रमाणे आले. आल्याबरोबर त्यांनी सुरुवातीला माझी चौकशी केली. बापूसाहेब! अशी हाक मारून जवळ घेतले, त्यांनी पाठीवरून हात फिरवला. येताना माझ्यासाठी छान छान छोटी छोटी गोष्टीची पुस्तके आणली होती. मला चांगले आठवते, साने गुरुजींचे 'श्यामची आई' हे पुस्तक मला शाळेच्या ५ व्या इयत्तेत असताना दादांकडून मुद्दाम वाचावयासाठी मिळाले होते. अमर शेख यांच्या गाण्यांची दोन पुस्तकेही त्यामध्ये होती. अशा प्रकारे आम्ही काय वाचावे याबद्दल त्यांनी उपदेश न करताही योग्य वेळी, योग्य वयात आम्हास चांगल्या वाचनाची सवय लावली. त्या अर्ध्या दिवसाच्या मुक्कामातही जवळ बसवून सकाळच्या वेळी ते पेपर वाचून घेत असत. वर्तमानपत्रांत काय वाचावे हे सांगत. वर्तमानपत्रांतील अग्रलेख म्हणजे काय? तो का वाचावा? हेही त्यांनी मला त्याच वेळी शिकविले.

दुसऱ्या दिवशी देवराष्ट्र्याचे लोक बैलगाडी घेऊन त्यांना न्यायला आले होते. झूल घालून सजवलेल्या बैलगाडीतून आपणही जावे अशी इच्छा माझ्याही मनात निर्माण झाली; परंतु मी लहान असल्यामुळे मला नेतात की नाही अशी रुखरुख मनात होतीच. दादांनी जणू ते ओळखले

आणि मला म्हणाले, "बापूसाहेब, येणार का सभेला?" मला तरी दुसरे काय पाहिजे होते? मी लगेच तयार झालो. पुढे ते म्हणाले, "बघा हं, दिवसभर जेवण मिळणार नाही, बाहेर फिरायला मिळणार नाही. जमेल का?" मी बालस्वभावाप्रमाणे कसलाच विचार न करता हे सगळे जमेल म्हणून टाकले आणि त्या बैलगाडीतून त्यांच्याबरोबर ताकारी स्टेशन ते देवराष्ट्रे असा प्रवास केला. त्या ठिकाणी गेल्यानंतर वेशीतच गावकऱ्यांनी मिरवणुकीची प्रचंड भव्य तयारी केली होती. केळीचे खुंट बांधून, पताका लावून सजविलेली बैलगाडी, पुढे लेझीम पथक, बेहोश होऊन नाचणारा धुंद समाज, 'क्रांतिसिंह नाना पाटील की जय' म्हणून दिल्या जाणाऱ्या घोषणा या सगळ्याच वातावरणाने मी भारावून त्यांच्याच मांडीवर बैलगाडीत बसलो होतो. जवळजवळ दोन तास ही मिरवणूक चालली होती. जागोजागी सुवासिनी त्यांना ओवाळीत होत्या. त्यांनी दादांच्या हातावर ठेवलेली साखर माझ्या हातावरील साखरेत मिसळून माझ्या तोंडात पडत होती; त्यामुळे तर मी जास्त आनंदित झालो होतो. मिरवणूक संपल्यानंतर कार्यकर्त्यांशी चर्चा सुरू झाली; परंतु त्या अगोदर त्यांनी मला भूक लागली असेल म्हणून सर्वप्रथम मला जेवायला घालायची आठवण कार्यकर्त्यांना करून दिली. असे हे आमचे दादा. त्यांच्या आठवणी किती म्हणून सांगावयाच्या?

कविवर्य ग. दि. माडगुळकर यांनी तर त्यांच्या संदर्भात लिहिताना म्हटले आहे, 'मी सिंह पाहिला होता - नव्हे या सिंहाला मी उराउरी कडकडून भेटलो होतो.' माझे आणि आम्हा भावंडांचे भाग्य तर याहूनही थोर, कारण या सिंहाच्या अंगा-खांद्यावर बागडण्याचे, त्याच्या आयाळाशी खेळण्याचे देवदुर्लभ भाग्य आम्हाला लाभले. हीच गोष्ट आमच्यासाठी अभिमानाची आहे. या सिंहाचा वैचारिक वारसा हीच आमची आयुष्याची शिदोरी आहे.

(क्रांतिसिंह नाना पाटील स्मरणिकेतून)

**

७२

असे होते आमचे दादा

प्रा. व्ही. बी. पाटील

क्रांतिसिंहांचे नातू आणि चरित्रकार

क्रांतिसिंह नाना पाटील हे माझे आजोबा. माझ्या आईचे वडील. माझी आई ही त्यांची एकुलती एक मुलगी. महाराष्ट्रातील विविध राजकीय पक्षांचे कार्यकर्ते क्रांतिसिंहांना 'अण्णा' या नावानेच ओळखत; पण आमच्या घरातील आम्ही सर्वजण त्यांना 'दादा' म्हणत असू.

देशाला स्वातंत्र्य मिळाल्यानंतर दादा डाव्या राजकारणात सामील झाले. या देशातील सर्वसामान्य जनतेचे, विशेषतः गरीब शेतकऱ्यांचे व कामगारांचे काँग्रेसच्या हातून भले होणार नाही, कारण काँग्रेसवर भांडवलदारांनी आणि संधिसाधू लोकांनी ताबा मिळविला आहे, असे त्यांना वाटले. केवळ समाजवादी समाजरचनेतच या देशातील सामान्य व गरीब जनतेला चार सुखाचे दिवस पाहावयास मिळतील असे त्यांचे मत बनले; त्यामुळे स्वातंत्र्यप्राप्तीनंतर त्यांनी समाजवादी विचारप्रणालीच्या पक्षात प्रवेश केला. या देशात श्रमजीवि जनतेचे राज्य प्रस्थापित व्हावे हे त्यांचे स्वप्न होते. हे स्वप्न साकार करण्यासाठी देशातील आणि विशेषतः महाराष्ट्रातील शेतकऱ्यांपर्यंत समाजवादी विचार नेऊन पोहोचविण्यासाठी ते अहोरात्र झटले. गेली काही वर्षे ते कम्युनिस्ट पक्षात राहून आपले हे कार्य करीत होते. अखेरीस प्रकृतीने साथ देण्याचे नाकारले, तेव्हाच ते सक्रिय राजकारणातून बाजूला झाले.

दादांच्या आयुष्यातील बराच मोठा कालखंड सार्वजनिक कार्यासाठीच खर्ची पडला असल्याने आम्हा घरच्या मंडळींच्या ते फार थोडे वाट्याला आले. स्वातंत्र्याचा लढा चालू असताना तर घराकडे लक्ष द्यायला त्यांना परकीय सरकारने उसंतच लाभू दिली नाही. स्वातंत्र्यानंतरही त्यांचे

सभा, संमेलने, प्रचार-दौरे यांसारखे कार्यक्रम सतत चालू असत; त्यामुळे घरातील लोकांना त्यांचा सहवास क्वचितच लाभत असे. त्यातूनही कधी काळी ते घरी आले तरी त्यांच्याभोवती कार्यकर्त्यांचा व त्यांना भेटावयास आलेल्या लोकांचा गराडा पडलेला असे. या सर्वांतून त्यांच्या सहवासाचे जे क्षण आमच्या वाट्याला आले, ते क्षण आम्ही आमच्या हृदयात एखाद्या अमूल्य ठेव्याप्रमाणे जपून ठेवले आहेत.

डाव्या राजकारणातील लहान-मोठ्या सर्व कार्यकर्त्यांविषयी दादांना विलक्षण आपुलकी व जिव्हाळा वाटत असे. कोणत्याही लोभाची अपेक्षा न बाळगता केवळ तत्त्वनिष्ठा म्हणूनच ही मंडळी डाव्या राजकारणात काम करीत आहेत, त्यांच्या त्यागाला तोड नाही असे त्यांचे म्हणणे असे; त्यामुळे अगदी सामान्यातल्या सामान्य कार्यकर्त्याशीही दादा अगदी मोकळेपणाने व जवळिकीच्या नात्याने संबंध ठेवीत. या कार्यकर्त्यांनाही नाना पाटील हे मोठे नेते असले तरी ते आपल्यातीलच आहेत असे वाटत असे. इतर काही नेत्यांप्रमाणे त्यांच्या 'नेतेपणाचा' उपसर्ग त्यांनी कधी सामान्य कार्यकर्त्यांना पोहोचू दिला नाही. त्यांचा आहार अगदी साधा असे; ज्या कार्यकर्त्याच्या घरी जातील तेथे मिळणाऱ्या मीठ-भाकरीवरच ते खूश असत. उभ्या आयुष्यात ते कसल्याही व्यसनाला शिवले नाहीत. अगदी अलीकडील काळापर्यंत थंड पाण्यानेच स्नान करण्याचा त्यांचा शिरस्ता असे. कोणत्याही हंगामात, अगदी खासदार झाल्यानंतरही यामध्ये खंड कधी पडला नाही. आयुष्यात इतकी वर्षे त्यांनी महाराष्ट्राच्या कानाकोपऱ्यांत फिरती केली; पण त्यांचा बहुतेक प्रवास रेल्वेने किंवा एस. टी. च्या बसनेच होत असे. खासदार झाल्यावर ते जेव्हा एखाद्या ठिकाणी कार्यक्रमासाठी जात, तेव्हा तेथील कार्यकर्त्यांनी त्यांना प्रवासखर्च देऊ केला तरी ते स्वीकारीत नसत. एखाद्याने याबाबत आग्रह केलाच तर त्यांचे उत्तर ठरलेले असे - "अरे, सरकारने माझ्यासाठी एवढी व्यवस्था करून ठेवली आहे. रेल्वे प्रवासाचा फर्स्ट क्लासचा पास मला मिळाला आहे. शिवाय खासदारकीचा पगार व भत्ता आहेच. आणखी तुमच्याकडून पैसे घेऊन ते ठेवण्यास माझ्याकडे जागा तरी नको का?"

महाराष्ट्रातील असंख्य कार्यकर्ते दादांचा फार मोठा आदर करीत आणि या आदरास पात्र ठरण्यासाठी दादांचाही नेहमीच प्रयत्न असे.

एकदा ते दूरच्या प्रवासावरून घरी आले होते. बरेच दिवस दौऱ्यावर असल्याने त्यांची प्रकृतीही थोडीशी बिघडली होती. त्यांचा पुढील कार्यक्रम ठरलेला असल्याने दुसऱ्या दिवशी लगेच त्यांना प्रवासाला निघायचे होते. त्यांची बिघडलेली प्रकृती पाहून माझ्या आईने विचारले, "दादा, अशा अवस्थेत कार्यक्रमाला जाण्यापेक्षा 'प्रकृती अस्वास्थ्यामुळे मी येऊ शकत नाही', असे आपण कळविले तर चालणार नाही का?" तेव्हा त्यांनी चटकन उत्तर दिले, "छे, छे! तसे कसे चालेल? त्या ठिकाणचे लोक माझी किती आतुरतेने वाट पाहात असतील? मी तेथे गेलो नाही तर माझे कार्यकर्ते किती नाराज होतील, याची तुम्हाला कल्पना येणार नाही. माझ्या कार्यक्रमाला येणारी माणसे माझ्यावर जिवापाड प्रेम करणारी असतात, तेव्हा अशा माणसांची निराशा करण्यापेक्षा आपणालाच थोडासा त्रास झाला तरी त्यामुळे फारसे बिघडणार नाही."

दादांबरोबर गप्पा मारण्यात बोलणाऱ्याला एक वेगळाच आनंद मिळत असे. विशेष म्हणजे अशा वेळी लहान-मोठा असा भेदभाव त्यांच्याजवळ नसे. अगदी लहानाशीही ते समरस होऊन बोलत असत. तास न् तास जाहीर सभा रंगविण्याची विलक्षण हातोटी त्यांच्याजवळ होती हे सर्वांनाच अनुभवाने माहीत आहे; पण त्यांचे खासगी बोलणेदेखील असेच श्रवणीय असे. त्यांच्याशी गप्पागोष्टी करीत असताना वेळ कसा निघून जाई हे लक्षातच येत नसे. ते खासगी बैठकीदेखील विनोद, उपमा, पुराणातील प्रसंगांचा उपयोग करून खुलवीत असत. 'चले जाव' आंदोलनाच्या काळात त्यांनी प्रति-सरकार स्थापन केले होते, तेव्हा काही काळ त्यांना भूमिगत अवस्थेत राहावे लागले होते. त्यासंबंधी एकदा मी त्यांना सहज विचारले, "दादा, त्या काळात तुम्हाला बराच त्रास सोसावा लागला असेल नाही?" त्यावर त्यांनी सांगितले, "तुम्ही म्हणता तसा फारसा त्रास त्या वेळी मला झाला नाही. उलट माझे सहकारी त्या वेळी मला स्वतःच्या प्राणापेक्षाही जास्त काळजीने जपत होते. हां, आता जिवावरचे काही प्रसंग त्या वेळी आले; पण त्याची फिकीर कोणाला होती? उलट, आपल्या देशासाठी आपण काहीतरी करीत आहोत हा आनंद होता. जनता माझ्या कार्याचे कौतुक करते हे समाधान होते. मला खरा त्रास सुरुवातीच्या काळातच झाला. एक तर सरकारी छळाचा ससेमिरा सतत मागे होता आणि दुसरे म्हणजे लोकांना

राजकारणाची जाण नसल्याने त्यांच्याकडूनही अवहेलना सहन करावी लागत होती. आम्ही कशासाठी राजकारणात उतरलो, हेच भोवतालच्या लोकांना कळत नव्हते. त्या काळात माझ्या गावातील एखादे पोरगे वाह्यातपणा करू लागले तर त्याचे आई-बाप त्याला म्हणायचे, 'त्या नान्यासारखा बोंबलत हिंड म्हणजे घरदार पोटभर खाईल.' अशा परिस्थितीत त्या वेळी कार्य करावे लागले. केलेल्या कामाबद्दल सहानुभूतीचा एखादा शब्ददेखील लोकांकडून ऐकायला मिळायचा नाही. मग सहकार्य करणे तर बाजूलाच राहिले.''

इतक्या वर्षांच्या राजकारणात जे काही कार्य दादांच्या हातून घडले त्याबद्दल ते पूर्ण समाधानी होते. असेच एकदा ते घरी आले असताना काही लोक त्यांना भेटण्यास आले. बोलता बोलता त्यातील एकजण त्यांना म्हणाला की, ''अण्णा, तुम्ही फार मोठे कार्य केले; पण तुमच्या कार्याचे म्हणावे तसे चीज समाजाकडून झाले नाही.'' त्यावर ते उत्तरले, ''तुम्ही म्हणता तशी वस्तुस्थिती मुळीच नाही. समाजाने नेहमीच माझी योग्य ती दखल घेतली आहे. मी मराठी सातवी पास झालेला एक सामान्य कार्यकर्ता. माझ्या सुदैवाने देशासाठी काहीतरी करण्याची संधी मला मिळाली आणि मी जे थोडेबहुत कार्य केले, ते पाहून महाराष्ट्राच्या जनतेने माझे खूपच कौतुक केले. मला दोन वेळा दिल्लीला खासदार म्हणून जाण्याची संधी मिळाली. माझ्या शेतकरी बंधूंसाठी मी केलेले कार्य लक्षात घेऊन माझ्या पक्षाने अखिल भारतीय किसान सभेचा अध्यक्ष होण्याचा बहुमान मला दिला. रशियाच्या दौऱ्यावर जाण्याची संधी मला मिळाली आणि सर्वांत महत्त्वाचे म्हणजे स्वातंत्र्यचळवळीतील माझे कार्य लक्षात घेऊन या महाराष्ट्रातील जनतेने मला उदंड प्रेम दिले व 'क्रांतिसिंह' ही बहुमानाची पदवी मला बहाल केली. मला लाभलेल्या या गौरवापुढे बाकी सर्व मानमरातब मी कस्पटासमान समजतो. आता पैसा मिळविणे हेच जर माझे राजकारणातील उद्दिष्ट असते तर तो मिळाला नाही, म्हणून नाराज होण्याची पाळी माझ्यावर आली असती; पण माझे ते उद्दिष्ट कधीच नसल्याने मला नाराज होण्याचेही काहीच कारण नाही.''

दादांचे संपूर्ण आयुष्य सामान्य परिस्थितीतच गेले. प्रथमपासून घरची आर्थिक स्थिती बेताचीच होती; पण स्वाभिमान मात्र नसानसांत

ठासून भरला होता. त्यांनी आयुष्यात प्राप्त केलेल्या यशाचे खरे रहस्य हे होते की, ते परिस्थितीला कधी शरण गेले नाहीत. एकदा माझ्याशी बोलताना ते म्हणाले, “महाराष्ट्रातील अनेक मंत्र्यांशी माझा संबंध होता. यातील काही मंत्र्यांची राजकारणाशी मी ओळख करून दिली. काहींनी जाहीरपणे नाना पाटील हे माझे राजकीय गुरू आहेत, अशी कबुली दिली. अनेकांनी अनेक वेळा मला घरी येण्याचा आग्रह केला; पण असे असूनदेखील मी एकदाही माझ्या स्वतःच्या कामासाठी त्यांच्यापैकी एकाकडेसुद्धा कधी शब्द टाकला नाही. माझा शब्द ते खाली पडू देणार नाहीत, याची खात्री असतानाही टाकला नाही. माझ्या या संबंधांचा उपयोग करून घेऊन तुमच्यासाठी काहीतरी करणे मला कठीण नव्हते. म्हणूनच महाराष्ट्रातील अनेक विरोधी पक्षीय नेत्यांच्या काँग्रेस प्रवेशासंबंधीच्या अफवा मध्यंतरीच्या काळात उठल्या; पण माझ्याबद्दल चुकूनदेखील अशी अफवा उठली नाही.”

ओघानेच एक प्रसंग आठवला, त्याचा उल्लेख करण्याचा मोह आवरत नाही. १९६२ च्या निवडणुकीमध्ये दादांना अपयश आले. निवडणुका संपल्यावर महाराष्ट्रातील एका उद्योगपतीचे भाऊ दादांना भेटण्याच्या निमित्ताने आमच्या घरी आले. इकडच्या तिकडच्या गप्पागोष्टी झाल्यावर त्यांनी हळूच ‘विषयाला’ हात घातला. ते म्हणाले, “अण्णा, तुम्ही निवडणुकीत हरल्याने तुमच्या कार्याचे महत्त्व मुळीच कमी होत नाही. अजूनही तुम्ही काँग्रेसमध्ये आलात तर तुमच्या योग्यतेनुसार तुम्हाला सर्व काही मिळवून देण्याची जबाबदारी माझ्याकडे लागली.” त्या बिचाऱ्याला दादांच्या स्वभावाची कल्पना नव्हती. दादा एकदम संतापले. त्यांनी सांगितले, “शेटजी, तुम्ही माझ्या मुलीच्या घरी आला आहात, तेव्हा तुम्ही आज माझे पाहुणे आहात. म्हणूनच तुम्हाला मी काही कमी-जास्त बोलू शकत नाही; पण माझ्या कर्तृत्वाने मी जे मिळविले आहे, त्यापेक्षा तुम्ही मला अधिक काय देणार आहात? आणि जरी काही देणार असाल तरी मला त्याची आवश्यकता नाही. असे कुणीतरी फेकलेल्या तुकड्यांवर जगणारा हा नाना पाटील नाही हे लक्षात असू द्या. अरे, ज्या ब्रिटिशांच्या साम्राज्यावर सूर्य मावळत नव्हता, त्या ब्रिटिशांविरुद्ध ज्याने आपल्या सहकाऱ्यांच्या साहाय्याने काही दिवसांसाठी का होईना पण प्रति-सरकार स्थापन केले त्याला

तुमच्यासारखे पैशाच्या मागे लागलेले लोक कसला मोह पाडू शकणार?''

दादा असे कधीतरीच संतापत आणि एकदा संतापले म्हणजे चांगलेच संतापत, अगदी जवळच्या माणसावर किंवा कार्यकर्त्यावरही संतापत; पण त्यांचा हा संताप तात्पुरता असे आणि तो संतापही योग्य कारणासाठीच असे; त्यामुळे त्यांना ओळखणारी माणसे त्यांचे संतापणे मनाला लावून घेत नसत, कारण त्यांना हे माहीत असे की, जरी प्रसंगी अण्णा आपल्यावर चिडले तरी आपल्याविषयी त्यांना मनातून अतिशय जिव्हाळाच आहे आणि असे काही थोडे प्रसंग सोडल्यास दादांचे बोलणे खरोखरच अत्यंत गोड असे. इतके की, साखरेची गोडीसुद्धा त्यापुढे फिकी वाटावी. अगदी लहान मुलांशी बोलतानादेखील ते 'अहो जाहो' म्हणून बोलावत. त्यांना नावाने हाक न मारता आप्पासाहेब, भाऊसाहेब असे काहीतरी म्हणत. माझ्या ४ वर्षांच्या मुलालासुद्धा ते रणजित न म्हणता 'आप्पासाहेब' असे म्हणत.

त्यांच्या या स्वभाववैशिष्ट्यामुळेच महाराष्ट्रातील असंख्य कार्यकर्ते त्यांच्यावर जिवापाड प्रेम करत. त्यांच्या शेवटच्या आजारपणात आपली महत्त्वाची कामे सोडून लोक त्यांना भेटण्यासाठी येत आणि ''माझ्या या स्थितीतही लोक मला विसरले नाहीत हेच मला फार मोठे समाधान आहे,'' असे दादा म्हणत.

(रयत शिक्षण पत्रिकेतून)

**

रणांगणावरील गर्जना : क्रांतिसिंह नाना पाटील

वारकरी आणि धारकरी ही मराठी माणसाची विशेष बिरुदावली आहे. 'मऊ मेणाहूनी, कठीण वज्राहूनी' असे तुकोबा म्हणतात; तर महानुभावपंथी चक्रधर स्वामी 'आपण अनाचारू न करी, इतरां करू नेदी' असं महाराष्ट्रीयांचं वर्णन करतात.

क्रांतिसिंह नाना पाटील या वर्णनाचे मूर्तिमंत प्रतीक होते. शौर्य, धैर्य, त्याग आणि निरागसता असं ते मोठं मनोरम व्यक्तिमत्त्व होतं. साजरं-गोजरं मर्दानी व्यक्तिमत्त्व, खट्याळ, हसरी पण निर्धारी नजर आणि अस्सल गावरान मऱ्हाठी शब्दांतून उसळणारं मधाळ बोलणं. छत्रपती शिवरायांचा आणि भारतमातेचा जयजयकार करून शड्डू ठोकीत, व्यासपीठावर प्रवेश करणारे नाना पाटील सारी सभा तळहातावर घेतल्यासारखी उचलून घेत आणि हसवीत, खेळवीत आपलीशी करून सोडीत. मराठी वक्तृत्वाचा एक अजब अविस्मरणीय नमुना म्हणजे नाना पाटलांचे भाषण असे. श्रीकृष्णाच्या मुरलीने सारे गोकुळ जसे आनंदडोही डुंबत असे, तसे क्रांतिसिंहांचे भाषण सुरू झाले म्हणजे साऱ्या सभेच्या अंगावर रोमांच उभे राहात असत.

ते केवळ शब्द नव्हते. समाजसेवेसाठी, देशासाठी जाणूनबुजून फकिरी स्वीकारलेल्या त्यागी जीवनाचे ते अंकुर होते. समाजाच्या, गरिबांच्या कळवळ्यांतून उमाळून आलेले ते झरे होते. अन्यायाविरुद्ध पेटून उठलेल्या अग्नीच्या त्या ज्वाळा होत्या. स्वातंत्र्यासाठी तळहातावर शिर घेऊन लढणाऱ्या सैन्यापुढे कुशल सेनापतीने रणांगणावर केलेल्या त्या गर्जना होत्या.

महात्मा जोतिबा फुले, राजर्षी शाहू महाराज, महात्मा गांधी आणि नेताजी सुभाषचंद्र बोस यांच्या आचारविचाराने भारून जाऊन, आपल्या आयुष्याचीच मशाल पेटवून, गुलामीच्या अंधारातून रस्ता दाखवणारे ते सेनापती होते. भारताच्या स्वातंत्र्याच्या इतिहासात क्रांतिसिंहांचे कार्य अजरामर आहे.

- प्राचार्य पी. बी. पाटील

क्रांतिसिंह नाना पाटील
संकीर्ण साहित्य

७३
क्रांतिसिंहांच्या आठवणी

१ सुधारणेस घरापासून सुरुवात.*

कुस्त्यांचा नाद असल्यामुळे पत्नीला नानांनी आणलेच नव्हते. शेवटी आजी खूप मागे लागली, म्हणून वाठारला आजी, पत्नी व नाना असे तिघेजण राहू लागले; पण पत्नी निरक्षर होती. मुलींना काय मामलेदार व्हावयाचे आहे? उत्तम शेती, मध्यम व्यापार, कनिष्ठ नोकरी असे समजण्याचा तो काळ होता. मुलांना शाळा नसे, तर मुलींना कोण घालणार शाळेत? पहिल्या दिवसापासून नानांनी पत्नीला शिकविण्याचे ठरवले. कुटुंबात एकही माणूस निरक्षर असायला नको, तरच ते कुटुंब सत्यशोधक! ही सत्यशोधकाची भावना नानांच्या मनात असल्यामुळे त्यांनी निश्चय तर केला; पण घरात आजी. आता काय करावे? एकमेकांनी परस्परांशी बोलणे किंवा पाहणे हे जिथे पाप नि अभद्र, तिथे त्यातही तरुण नवऱ्याने आपल्या नववधूला शिक्षण द्यायचे आणि पुन्हा घरातल्या वृद्ध माणसांसमोर? हा नंगानाच नि वेडे चाळे जुन्या वळणाच्या आजीला कसे सहन व्हावे?

"बरं का, मी आज पाटी-पेन्सिल घेऊन येणार आहे. उद्यापासून शिकायला सुरुवात करायची." नाना म्हणाले.

आजीला ही काय भानगड आहे, याचा उलगडाच होईना. पाटी-पेन्सिल नि शिकणे? कोण शिकवणार? नि कोणाला? प्रश्नचिन्हांक्तिपणे आजी नानांकडे पाहू लागली. "आजी, तुला नाही; तिला मी हे सांगतो आहे."

"तिला म्हणजे कोणाला रे?" आजी कडाडली. "आम्ही दोन/दोन मुले होईपर्यंत एकमेकांकडे नुसती मान वर करून पाहिलेदेखील नाही.

---

* आठवणी क्र. १ ते क्र. १८ डॉ. उत्तमराव पाटील आणि आप्पासाहेब लाड यांच्या 'क्रांतिसिंह नाना पाटील' या चरित्रातून घेतल्या आहेत.

नि तू खुशाल माझ्यादेखत तिला नि मिला करतोस? काही लाजलज्जा आहे की नाही तुला! शिकायबिकायचे थेर बाहेर काय करायचे ते कर. लहान मुलींना शिकव ना? की बायकोलाच शिकवतोस? माझ्यादेखत माझ्या घरात असले चाळे मी कधी पाहिले नाहीत नि मला ते कधी सहन होणार नाहीत!''

सुनेपुढे पेचप्रसंग निर्माण झाला. मानावे कुणाचे? सासूचे की नवऱ्याचे? सासूचेच मानणे भाग होते. जुन्या वळणात वाढलेल्या मुलीलाही या गोष्टी मानवण्यासारख्या नव्हत्या. तिचे मन सासूकडे झुकले; पण नाना कसले पक्के! त्यांनी पाटी-पेन्सिल आणली, पत्नीला हाक मारली, ''मी काय म्हणतो, ऐकलंस का? इकडे ये, अशी दाराआड का? माझ्यासमोर ये. शिकणार की नाही?''

मानेनेच नकार मिळाला. आजी धावतच आली वाघिणीसारखी डरकाळी फोडीत व गरजली, ''तू कशाला गं दरवाजाजवळ आलीस? जा घरात. आपले काम कर.'' असे सुनेला बजावून नातवाकडे वळली, ''असले थेर घरात करू नकोस. पुरुषांसारखे बाया-माणसांनी कशाला शिकावे नि बिकावे? काय करायचे तिला शिकून! काय चावडीत तुझ्याजवळ बसवायची वाटते? अब्रू विकून खाल्लीस तू! ती नाही शिकणार! माझ्या सुनेला स्वयंपाकपाणी आले की मला बस्स आहे.''

पती-पत्नीचा अबोला सुरू झाला. आजीशीही नानांनी भाषण वर्ज्य केले. नानांनी सौभाग्यवतीला आजीसमोर बजावले की, ''तू शिकत नाहीस, तोपर्यंत तू माझी पत्नी होऊच शकत नाहीस; पत्नी व्हायला लायक नाहीस. लोकांना मी शिकवतो नि घरात माझी बायको अडाणी! शेण घालतील ते मला! मी बजावून सांगतो की, तू निरक्षर आहेस, तोपर्यंत पत्नी या नात्याने तुझा माझा संबंध येऊच शकत नाही. याउपर तुझी मर्जी!''

पत्नी आपली खाली मान घालून उभी, हूं की चूं नाही. आजी मात्र अंगारासारखे लाल डोळे करून नातवाला जणू डोळ्यांत सामावू पाहात होती! पत्नीपुढे मात्र खरा पेचप्रसंग; इकडे आड, तिकडे विहीर! नवरा म्हणतो, एक-सासू म्हणते, दुसरे. ऐकावे तरी कुणाचे? १ महिना गेला, २ गेले, ४ गेले. पत्नीला पतीचे म्हणणे पटू लागले; पण ते बोलण्याची वा तसे करण्याची प्राज्ञा नव्हती. नानांनी मुकाट्याने घरात यायचे,

पाटावर बसायचे; जेवण करायचे की मग दिवस-रात्र बाहेर. आजीच्या हे लक्षात आल्यावर तिला पश्चात्ताप होऊ लागला. आपल्या हट्टी नातवापुढे म्हातारी नमली नि तिने शिकवायला परवानगी दिली. घरात इतके दिवस पडलेली अढी सुटली नि दुर्मुखलेले घर आनंदाने भरले, दुर्मुखलेले चेहरे आनंदाने फुलले.

दुसऱ्या दिवसापासून शिकवणे सुरू झाले. नवरा गुरुजी, बायको विद्यार्थी. ही गुरू-शिष्यांची जोडी समोरासमोर बसलेली बघून मित्र हसत, लोक टिंगल करीत. ज्याच्या त्याच्या तोंडी हाच विषय. पहिल्या दिवशी पाटी-पेन्सिल हातात दिल्यावर नाना पत्नीला म्हणाले, "हे बघ, आता मी तुझा गुरुजी झालो आहे. जोपर्यंत विद्यार्थी उत्तम तयार होत नाही, तोपर्यंत आपले गुरू-शिष्याचे नाते राहील. पती-पत्नीचे नाही, हे लक्षात ठेव.'' हे बजावण्याचे कारण असे की, पत्नीने मन लावून शिकावे, त्यात तयार व्हावे; शिक्षणाचा अध्याय मध्येच अपूर्ण राहू नये. नाना आम्हाला सांगत, "तुम्हाला आश्चर्य वाटेल आणि सांगितलेले खरेही वाटणार नाही; पण पत्नीला पुढे बसवून मी दोन/दोन तास शिकवत असे; पण पत्नीला लिहायला चांगले येऊन हरिविजय, रामविजय वगैरे कथा व सत्यशोधक समाजाची पुस्तके चांगल्या तऱ्हेने वाचायला येईपर्यंत आम्ही पती-पत्नीचे नाते येऊ दिले नाही!''

२. मुंबईतील पहिले भाषण असे गाजले!

(१९३० च्या सत्याग्रहात भाग घेतल्यावर क्रांतिसिंह नाना पाटलांवर पोलीस वॉरंट निघाले; पण त्या वॉरंटास न जुमानता महाराष्ट्रभर नानांच्या सभा सुरू झाल्या. सावंतवाडी, बेळगाव, चंदगड, पंढरपूर, मराठवाडा असा भाषणांचा दौरा करून नाना व त्यांचे सहकारी यशवंत पुंदीकर प्रथमच मुंबई शहरात आले. आणि-)

सदोबा पाटलांच्या अध्यक्षतेखाली बारदान गल्लीत काँग्रेसची एक मीटिंग होती, तिला नाना आपल्या हमाल मित्रांसह गेले. नानांना आपले वक्तृत्व गाजविण्याची लहर आली. मुंबईची ती सभा. फळ्यावर वक्त्यांची नावे नि वेळ लिहिलेली. नानांच्या मित्रांनी परवानगी तर काढली. पहिलवानी खाक्याने दंडबिंड थोपटीत, उड्या मारीत नाना स्टेजवर आले नि 'महात्मा गांधी महाराज की जय'ची आरोळी ठोकली.

लोकांना मजा वाटली. कुतूहल वाटले की, ही काय भानगड आहे?

नानांनी लोकभाषेत सुरुवात केली : "तुमची मिन्टंबिन्टं मला माहिती न्हाईत. मी खेड्यातला माणूस हाय. आमच्या खेड्यात कासऱ्याने दिवस मोजत्यात. तवा तुमची मिन्टं मला कशी समजणार?... गांधी महाराज देव माणूस हाय! सरकार छळतंय तेस्नी. कोंडवाड्यात कोंडून ठेवलंया. बेट्या, कोंड म्हणावं. चाबकानं मार त्यांना; पण सरकारला म्हणावं, याद राख. तू देवमानसाला छळतुयास! घडा भरंल तुझा, आता वाईच थोडं राह्यलया. मी एक गोष्ट सांगतो तुम्हास्नी. ज्ञानोबारायाची. मोठमोठ्या बामनास्नी पंडित म्हणतात, त्यांनी ज्ञानोबारायाला छळलं. न्हावी, धोबी, कुंभार, चांभार सर्व बंद केलं. त्यांच्याजवळ गाडगं नाही, तर पाठीवरच धिरडं भाजलं. तवा लोक ज्ञानोबाची स्तुती गाऊ लागले. हे पंडितांना कळलं. ते ज्ञानोबारायाकडे गेले व म्हणाले, "काय रे ज्ञान्या, पाठीवर धिरडं भाजलं ते खरं का?..." "होय"... तिथून एक रेडा चालला व्हता, त्याला एका पंडिताने चाबकाने मारल्याबरोबर ज्ञानोबांनी 'आई आई' म्हणून पाठ वाकडी केली. पुन्हा चाबूक मारला, पुन्हा तसंच! "काय रे ज्ञान्या, काय झालं?' "मला चाबूक लागला..." "रेड्याला चाबूक हाणला नि तुला कसा रे लागला?" ...ज्ञानोबाच्या पाठीवर बघतात तर दोन वळ उठलेले. तसं सरकार आम्हाला फटके मारतं, लाठी-काठी मारतं; पण अरे, ते आम्हाला लागत न्हाय. ते आमच्या गांधीबाबाला लागतं. म्हणूनच सरकारचा घडा भरत आलाय. तेस्नी समजत नाही; पण त्येला म्हणावं, जवा इथनं पळायची पाळी येईल, तवा समजंल नि उमजंल. मग उपयोग व्हायचा न्हाई म्हणावं. बरं पुढं पंडितांनी विचारलं, "काय रे ज्ञाना, तू बोलतोस तसा रेडा बोलंल का?" "व्हय व्हय! तोंडानं काय पण ढुंगणानं बी बोलंल." नि रेडा खरंच वेद बोलू लागला... आता आम्ही रेडे (दंड थोपटून) तयार झालो आहोत; पण या रेड्यांस्नी बी स्वराज्याचा वेद बोलायला लावणारा एक गांधी हाय, हे इंग्रजांनी इसरू नये. त्यो गांधी, गांधी महाराज या रेड्यांस्नी हुकूम करंल तर एका धडाक्यात इंग्रजांची आक्काबाई पळंल!"

अशा तऱ्हेचे खुसखुशीत, चुरचुरीत व्याख्यान १।। तास चालले होते. १० मिनिटं कुणीकडेच राहिली! एक व्यापारी इतका खूश झाला की, त्याने २५ रुपयांचे एक घड्याळच नानांना घेऊन दिले!

३. बत्तीवाल्याची करामत

सत्याग्रही नाना आता शस्त्रधारी बनला. पेवातली तलवार परजून आणली. ती कंबरेला नाही तर हातात. भाला, कुऱ्हाड घेऊन नाना फिरू लागले. पोलिसांचीही कडक नजर सुरू झाली. पोलिसांना झुकांडी देऊन अधूनमधून नानांचा प्रचाराचा दौरा सुरूच होता. एकदा पलूसला व्याख्यान करायचे ठरले. मंडळी जमली. प्रथम विष्णू कुलकर्णी मसूरकरांचे व्याख्यान झाले. अचानक नाना बोलायला उभे राहिले. सभा चालू असताना पकडापकडी केली, तर दंगल होईल, म्हणून पोलीस गप्प बसले. तब्बल दोन तास सभा झाली. ठरलेल्या खुणेप्रमाणे 'गांधी महाराजांना आपणाला आता घ्यायला जायचे कोणत्या मार्गाने' हे शब्द उच्चारले जात असतानाच बत्तीवाला जणू हवा भरण्यासाठी म्हणून बत्तीपाशी गेला; तोच फुस् आवाज झाला नि गुडूप अंधार पडला आणि तेवढ्यात नाना पसार झाले. पोलिसांनी शोधाशोध केली; पण उपयोग काय होता?

४. वडिलांचे श्राद्ध असे केले

वडील वारल्यानंतर त्यांच्या उत्तरकार्याच्या वेळी नाना नेमका हजर राहील आणि न सापडणारा नाना या वेळी खास आपणाला सापडेल, या आशेने पोलीस टपून बसले होते. गावच्या पाटलाला त्याबद्दल सर्व वर्दी देऊन नानाला धरून दिल्यास बढतीच्या सर्टिफिकेटचे व बक्षिसाचे आमिषही लावले. पाटील सरकारी नोकर असला तरी त्यालाही हृदय, भावना, ओलावा म्हणून काही आहे की नाही? तो काय फत्तर, दगड निर्दयच आहे? त्याच्या रक्ताच्या, आतड्या-कातड्याच्या भावनेचाच शेवटी जय झाला. त्याने इकडे पोलिसांना सांगितले की, 'गडबड करू नका. नेमका दहाव्या दिवशी नाना येईल, त्या वेळी त्याला पकडता येईल. आतापासून गडबड केली तर तो सावध होईल, हातात येणार नाही.' इकडे नानांना त्यांनी सुचविले, 'हे बघ, दहाव्या दिवशी पोलीस येणार आहेत, तेव्हा सावध राहून काय करायचे ते कर.' नानांच्या पुढे पेच पडला; मी वडील मुलगा, वडिलांचे श्राद्ध माझ्या हातून होऊ नये का? वाटेल ते झाले तरी हे झालेच पाहिजे. मग काही का होईना! गुरवाच्या बाज्यात पगडी बांधण्याचा विधी तर झालाच पाहिजे. मग

काही का होईना! शेवटच्या दिवशी क्षौरमुंडन करून पगडी बांधायची आणि आलेल्या मंडळींनी जेवण करून घरोघर वा गावोगाव परतायचे. शेवटी नानांनी युक्ती काढली. नाना एका न्हाव्याला व गुरवाला घेऊन अर्ध्या फर्लांगावरील मळ्यात गेले. क्षौरमुंडन केले - तोच गावात गुरवाचे शिंग वाजले. त्याबरोबर मळ्यातले शिंग वाजले नि नानांनी पगडी बांधण्याचा विधी केला.

गुरवाचे शिंग वाजल्याबरोबर टपून बसलेले पोलीस गावात शिरले. नानांच्या व आजूबाजूच्या घरांना वेढा घालून वाटा रोखल्या. घरदार तपासले. नाना कुठे? नाना कुठे? घरातला माणूस नि माणूस तपासला. शेवटी पोलिसांनी लोकांना चावडीवर बोलावले, दरडावले, मारले; पण पगडी बांधून, वडिलांचे श्राद्ध उरकून नाना मळ्यातून केव्हाच पसार झाला होता...

५. पहिली शिक्षा : नानांचे मोठे मन

(क्रांतिसिंह नाना पाटलांवर पहिले वॉरंट निघाले होते, ते शेतसारा वेळेत न भरल्याचा गुन्हा केल्याबद्दल. वास्तविक शेतसाऱ्याची रक्कम गावकामगार पाटलांकडेच होती. या घटनेस तोही तेवढाच जबाबदार होता; पण नानांनी गांधी-आयर्विन करार झाल्यावर पोलिसांसमोर हजर राहण्याचे आणि गुन्ह्याची सर्व जबाबदारी आपल्या माथ्यावर घेण्याचे ठरविले. नानांनी प्रथम हजर व्हावे, आम्ही त्यांना जामिनावर सोडू असे आश्वासन नानांचे हितचिंतक व काँग्रेस कार्यकर्ते कऱ्हाडचे गणपतराव बटाणे यांना अधिकाऱ्यांनी दिले होते; पण प्रत्यक्ष नाना हजर होताच त्यांनी जामीन नाकारून नानांना लॉक-अपमध्ये टाकले. पुढे -)

रीतसर खटला सुरू झाला. श्री. बटाणे यांनी व त्यांच्या वकिलांनी नानांना परोपरीने सांगितले की, "मुलकी पाटलाची यांत चूक असताना तुम्ही तसा कबुलीजबाब द्या नि सरळ मोकळे व्हा." पण नानांस ते रुचले नाही. ते म्हणाले, "एवीतेवी माझी नोकरी गेलीच आहे. मला नोकरीची जरुरीही नाही; पण मुलकी पाटील वतनदार असून त्याचे पिढ्यान्‌पिढ्याचे वतन खालसा होऊन जन्माचे नुकसान होईल. त्यापेक्षा सर्व दोष मी अंगावर घेतला तर काय वाईट? शिक्षा होईल, होऊ द्या; पण मुलकी पाटलाला वाचविणे हे मी माझे कर्तव्य समजतो. मी माझा

शब्द त्याला दिला आहे. मला शब्दाला जागलेच पाहिजे.'' हाच नानांचा आग्रह शेवटपर्यंत राहिला. त्यांनी मुलकी पाटलाला मुक्त करून सर्व दोष आपल्या अंगावर घेतला. काँग्रेसचे झेंडे नाचवले, फरारीपणा केला; त्याचाही राग अधिकाऱ्यांच्या मनात होताच, म्हणून जास्तीतजास्त कडक म्हणजे सहा महिने सक्तमजुरी नि १०० रुपये दंड, दंड न भरल्यास त्याऐवजी २ महिने अधिक शिक्षा होऊन 'सत्याग्रही' म्हणून तुरुंगात जाण्याऐवजी 'क्रिमिनल फरारी' म्हणून नाना तुरुंगात गेले!

६. ...आणि नाना पाटील पोतेबुवा बनले!

(गांधी-आयर्विन समेट टिकू शकला नाही. आयर्विननंतर आलेल्या कट्टर साम्राज्यवादी वृत्तीच्या विलिंग्डनने हिंदुस्थानातील स्वातंत्र्य-चळवळ दडपून टाकण्याचा निर्धार केला. दुसऱ्या गोलमेज परिषदेतही काही निष्पन्न झाले नाही, तेव्हा महात्मा गांधींनी तहकूब केलेली कायदेभंगाची चळवळ पुन्हा सुरू केली. देशभर सरकारची दडपशाही व काँग्रेस कार्यकर्त्यांची चळवळ यांची मोठी धामधूम चालू झाली. महात्माजी, नेहरू व पटेलांपासून सामान्य कार्यकर्त्यांपर्यंत हजारो लोक तुरुंगात टाकले गेले (१९३२). नानांनाही तुरुंगात डांबले; पण दोन महिन्यांनंतर त्यांना पॅरोलवर सोडले.)

इस्लामपूरला नानांना पॅरोल द्यावा लागे; त्यामुळे ते तिथेच राहिले. घर ना दार. लोक भयभीत झालेले. नानांना कोणी जेवायलाही घालीना! गरीब खाणावळीत महिना ३॥ रुपये देऊन एक वेळ पोटभर भाजी-भाकरी खावी असे त्यांनी ठरवले; पण दरिद्री नानांजवळ तेवढे तरी पैसे कुठे होते? तिथल्या काँग्रेस कमिटीजवळ बरेच पैसे पडून होते. त्यांनी महिन्याला एक वेळ जेवणापुरते ३॥ रुपये तरी द्यावेत म्हणून नाना विनंती करायला गेले. तो त्या काँग्रेसच्या मंडळींनी रुद्रावतार धारण केला, ''कुठले पैसे नि काय? तुम्ही कोण आम्हाला हिशेब विचारणार?''

''अहो, मी तुमचा हिशेब मागायला नाही आलो; पण तुमच्याकडे पैसे पडले आहेत. मला खाण्यासाठी महिना फक्त ३॥ रुपये द्या. निदान माझी काहीतरी खाण्या-पिण्याची थोडीफार व्यवस्था तरी करा.'' नाना काकुळतीने म्हणाले.

पण हे ऐकून उलट त्या काँग्रेसभक्तांचा पारा चढला, ''व्यवस्थाबिवस्था आम्ही काही जाणत नाही. हमाली करा नि पैसे मिळवा. पोट भरता येत नाही, तर पडले कशाला या फंदात? उपास काढा. चला, चालते व्हा!''

नानांच्या अंतःकरणात काय झाले असेल? या दुःखद घटनेने नाना घायाळ झाले! खरोखर त्यांनी हमाली करायचा निश्चय केला. ते बाजारपेठेत गेले. ''मला हमालीत सामील करून घ्या.'' म्हणून विनविले; पण सर्व हमाल त्यांच्या ओळखीचे. ते पोते उचलायला गेले की, प्रत्येकजण एकेक आणा त्यांच्या हातावर ठेवी पण पोते उचलू देईना! ते म्हणाले, ''आम्ही सर्वजण तुम्हाला २/४ आणे देत जाऊ; तुम्ही हे करणे आम्हाला बरे वाटत नाही. थोर माणसे तुम्ही. देशाची सेवा करणारी नि आम्ही काय तुम्हाला पोते उचलायचे काम द्यावे?''

पण नाना म्हणाले, ''पोते उचलू द्याल तर मी पैसे घेईन. तुमच्या श्रमाचे पैसे मी फुकट कसे घेऊ? माझ्याने ते घेववत नाहीत.''

काँग्रेसभक्तांनी अस्पृश्याप्रमाणे दरवाजा बंद केला, हमालांनी पेचप्रसंग निर्माण केला. गल्लीत, माळावर उघडे पडता येईल; पण पोटाची आग? या वेळी इस्लामपुरात गाडगे महाराजांचे एक कीर्तनकार शिष्य येऊन राहिले होते; त्यांच्याकडे कित्येक लोक जेवीत असत. त्यांनी प्रथम नानांनाही बोलावले; पण हा गांधींचा माणूस, सरकारची अवकृपा होऊन आपल्यावर अशी पाळी आली तर? बुवा भ्याले; पण त्यांनी माणुसकी सोडली नाही. बुवा त्यांच्या ओळखीच्या माणसाच्या घरी दोन्ही वेळच्या भाकरी नि कोरड्यास एकाच वेळी गुपचूप पाठवून देत नि नाना तेथे केव्हातरी जाऊन खाऊन येत. खायला नाही, मग कपडे कुठले? नानांनी पोत्याच्या रकट्याचा सदरा नि हाफ-पँट शिवली नि ते पोतेबुवा बनले!

७. 'ले जाव इस बदमाषको!'...

एक दिवस इस्लामपूरचे फौजदार नानांना कलेक्टरकडे घेऊन गेले. शिरस्तेदार वगैरे मंडळींनी नानांना समजावले की, ''बघा, झाले गेले ते विसरा. तुम्ही साहेबांची माफी मागा, पुन्हा आपल्या कामावर रुजू व्हा. तुमचे कोटकल्याण होईल.'' ही पूर्वभूमिका सांगितल्यावर नानांना साहेबांपुढे

उभे करण्यात आले. साहेबांनी शिरस्तेदाराचेच आश्वासन दिले. "पण साहेब, मला शिक्षा झाली आहे. नोकरीवर कसे ठेवता येईल?" नानांना साहेबांची गंमत करायची होती. "हो, हो, ठेवता येईल, माझ्या अधिकारात आहे ते!" सावज हातात गवसल्याच्या आनंदाने साहेब म्हणाले, "फक्त तुम्ही चळवळीत पडणार नाही, असा एक जामीन व माफी तेवढी लिहून द्या की, आत्ताच्या आता त्याच गावाला नोकरीचा हुकूम देतो." हे वाक्य संपताच नानांनी पवित्रा बदलला आणि ते खड्या सुरात म्हणाले, "साहेब, इंग्रज सरकारची नोकरी करणे मी हराम समजतो! देशाची सेवा करणे हीच माझी नोकरी! देशासाठी मरणे हाच माझा धर्म! तुमच्या नोकरीवर मी लाथ मारतो!"

"ले जाव इस बदमाष को!" साहेब गरजला. साहेब चांगलाच गरम झाला; पण करतो काय? नानांचे हातपाय त्याला बेड्यात अडकवता येतील; पण मन कसे अडकवणार?

वाढल्या कारागृहाच्या भिंतीची उंची किती? मन्मना नाही क्षिती!
भिंतीच्या उंचीत आत्मा राहतो का कोंडुनी? मुक्त तो रात्रंदिनी!

८. तासगाव मोर्चाची पूर्वतयारी

(ऑगस्ट ४२ मध्ये महात्मा गांधींनी 'चले जाव' चळवळ सुरू केली. ९ ऑगस्टला पहाटेच नेते मंडळी पकडली गेल्यावर साताऱ्यातील क्रांतिकारकांनी प्रथम मोर्चे-निदर्शने यांची चळवळ सुरू केली. त्यातील तासगावचा मोर्चा हा पहिला. त्यापूर्वी नाना पाटलांनी तासगावचा आसमंत असा ढवळून काढला -)

पलूस हे आदम पहिलवान, कुऱ्हाडे, भोरे या कार्यकर्त्यांचे गाव होय. पिठासारखे चांदणे पडले होते. ४०००-५०००च्या वर सैनिक हातात भाले-कुऱ्हाडी घेऊन शांतपणे कोणाचीतरी वाट पाहात बसले होते. डोक्याला टापरी, खांद्यावर घोंगडी आणि खाली हाफ पँट किंवा दुटांगी धोतर नेसून सर्वजण मोठ्या उत्सुकतेने आपल्या पुढाऱ्याची वाट पाहात होते. गावात जवळच २०- २५ सशस्त्र (रायफलधारी) पोलिसांची गॅट! सभेच्या ठिकाणी बत्ती नव्हती, टेबल नव्हते. काही तरुण नाकेबंदी करण्यात गुंतले होते. एवढ्यात 'भारत माता की जय'ची गर्जना करीत मांडीवर शड्डू ठोकून एक धिप्पाड वीर सर्वांच्या पुढे उभा राहिला. सर्वांनी

टाळ्यांच्या गजरात त्याचे स्वागत केले. सर्वांनी पायाच्या पंजावर येऊन हनुमानी पवित्र्याच्या बैठकी घातल्या होत्या. भाले-कुऱ्हाडीच्या पात्यावर चंद्रप्रकाश पडून सर्वत्र तेजाची ज्योत निर्माण झाली होती. मेल्या मुडद्यातसुद्धा स्फूर्ती निर्माण होईल या वातावरणाने! त्यात वीर शिरोमणीचे भाषण! अथांग पसरलेला सेनासागर नाना पाटलांच्या भाषणाने सारखा हेलावत होता. मध्येच म. गांधींचा जयजयकार व्हायचा, वाग्देवीच्या प्रसन्नतेची आज बहारच उडून गेली होती! कधी भाषणाचा धीरगंभीर प्रवाह गंगारूप धारण करीत असे, तर कधी स्फूर्तीचे झोत गिरसप्पाच्या धबधब्यापेक्षाही धीरगंभीर स्वरूपात प्रचितीस येत.

तीन तास सभा चालून, सर्वांनी उभे राहून 'स्वराज्य लेके रहेंगे', 'करेंगे या मरेंगे'ची घोषणा दिली. 'वंदे मातरम्' गीत झाले. सभेत सांगितल्याप्रमाणे तासगावच्या मोर्चाची तयारी करण्याचे ठरले आणि त्या मोर्चाचे नेतृत्व देशभक्त कुऱ्हाडे यांच्याकडे सोपविण्यात आले.

९. सरकारला आता पायातला दागिना द्या...

तासगावच्या यशस्वी मोर्चाने सर्वांनाच स्फूर्ती दिली. किर्लोस्करवाडीचा कारखाना बंद ठेवण्याचा निर्णय घेण्यात आला. १५०० कामगार बाहेर पडले! चार/चार लोकांच्या टोळ्या करून खेडेन्‌खेडे टिपून काढण्याचा कार्यक्रम ठरला. नाना पाटील यांच्यासह १००० लोकांचा एक दौरा तासगाव-खानापूर तालुक्यांत प्रचारार्थ निघाला. एक मोठे लष्करच होते ते. दररोज सकाळी उठून गाव सफाई करावी, प्रभात फेरीतील पद्ये म्हणावीत. नंतर अर्धा तास परेड घ्यावी, असा कार्यक्रम चालू झाला. नंतर नाना पाटील यांचे 'व्याख्यान.' त्यांच्या व्याख्यानामध्ये शेतकरी नागासारखा डोलायचा. विनोदाच्या फवाऱ्यांतून स्वातंत्र्याच्या स्फूर्तिझऱ्याकडे समाज ओढला जाई. 'गावरान' भाषा हे नानांच्या भाषणाचे वैशिष्ट्य! लोकांना लढ्याचे आवाहन करताना ते सांगत : "युद्धासाठी लोकांनी फार फार दिले, याची जाहिरात ब्रिटिश सरकारकडून केली जाते. सरकार म्हणते, बायकांनी गळ्यांतले दागिने दिले, पायातलेही दिले. इतकी मदत आम्हाला जनतेने केली. मग सरकार अजून मदत का मागते? गळ्यातील व पायातीलही दागिने संपले. आता पायात एकच दागिना राहिला आहे. आता मागितले तर तो दागिना द्यायचा!"

१०. शेतकरी पोराने नानांवरील संकट टाळले!

(इस्लामपूरच्या मोर्चाच्या अगोदरची ही घटना) - नाना पाटील यांची सभा मंगरूळ - चिंचणी गावी असल्याची बातमी पोलिसांना लागली. पाऱ्याची सभा उरकून नाना चिंचणीच्या सभेला गेले. सभा ५ वाजता सुरू झाली, ती ७-७॥ पर्यंत चालू होती. सभा ऐन रंगात आली, इतक्यात शेतकऱ्याचा एक तरुण पोर पळत पळत आला. त्याने 'पाटील' म्हणून हाक मारली. नानांनी एकदम सर्व लोकांना जागेवर बसण्याचा हुकूम सोडून त्याला जवळ बोलावले. 'घात झाला' असा एकच आवाज त्याने काढला. पुढे त्याने सांगितले, "विट्याच्या पाटलांसह पोलिसांच्या ३-४ मोटारी आल्या आहेत. दिसेल त्या माणसाला मारहाण चालू आहे. कार्व्यापर्यंत मोटारी येऊन उभ्या आहेत. तेथून पुढे मोटारी येऊ शकत नाहीत."

'ऊठ जाव'ची आज्ञा झाली, वंदे मातरम् झाले. नानांनी सर्व हकिगत त्या तरुणाला विचारली, "तू येथे कसा आलास?"...

"माझे शेत कार्व्याच्या शिवेला आहे. येथून २ मैल आहे. पोलिसांनी एकदम नाकेबंदी केली आणि शिवारातील मनुष्य बाहेर न जाईल, अशी दक्षता घेत दिसेल त्या माणसाला मारहाणीस सुरुवात केली. मारूनमारून 'पाटील कोठे आहेत?' असा एकच प्रश्न ते विचारत आहेत. मीही त्यांच्या तावडीत सापडलो. मलाही खूप मारले. आपली सभा सकाळीच जाहीर झाली होती. काहीतरी घात होईल, या भीतीने मी एक युक्ती काढली."

"कोणती युक्ती काढलीस?"

"माझा तो कोसा खोंड सोडला. त्याचा कासरा धरला आणि थोडा चमकावला. मग काय चारी खूर वर करून तो जो उडाला तो थेट गावाकडे. मी डोकीचा पटका तेथेच टाकून त्याच्या मागे सुटलो. पोलिसांनी विचारले, 'कोठे निघालास?'... 'बैल सुटलाय ना,' असे उत्तर देऊन मी तसाच 'राजा, राजा' म्हणून त्याच्या मागे लागलो; पण बैल कसला ऐकतो! आलाच गावाजवळ तो. त्या पलीकडच्या शेतात लुंगे खात उभा आहे. मी मारली इकडे धूम. पाटील, तुम्ही येथून जा. नाहीतर थोड्याच वेळात काहीतरी दगा होईल!"

नाना पाटलांनी आपल्या बरोबरची सर्व माणसे तुकड्या करून निरनिराळ्या दिशांना रवाना केली आणि गावच्या लोकांना नमस्कार करून ते 'येतो हं' म्हणाले.

"पाटील, एवढे दूध तरी घ्या," पांडू पाटील उद्‌गारले. पांडू पाटील यांनी काँग्रेससाठी खूप त्याग केलेला. अगदी सात्त्विक माणूस. चटकन त्यांच्या डोळ्यांतून पाणी आले. "आमच्या गावी आल्यावर असा प्रसंग यावा ना?" म्हणून पांडू पाटील गहिवरले. नानांनी पांडोबांना घट्ट पोटाशी धरून, त्यांचे सांत्वन केले. इतक्यात गावाच्या पश्चिम बाजूस 'धाड् धाड्' असा गोळीबार झाला. सर्व प्रकार नानांच्या ध्यानी आला... लगेच सर्वजण गावाच्या बाहेर पडले...!

११...आणि सामान्य वडाराने असा पाहुणचार केला!

नाना पाटील चिंचणीहून होनाईच्या डोंगराच्या दिशेने निघाले : प्लेगने गाव बाहेर निघाला होता. नाना एका झोपडीजवळ गेले व त्यांनी पुरुष माणसाची पूसतास केली. ती झोपडी होती एका वडाराची. हातनूर गाव होते ते. वडाराने नानांना लगेच ओळखले. त्याने त्यांना बसावयास अंगावरचे घोंगडे टाकून, लगेच पळतपळत एका भुईमुगाच्या रानात जाऊन कवळाभर वेल उपटून आणले. शेंगा तोडून बाजरीच्या ताटांनी शेंगा भाजल्या आणि नानांच्या पुढे ठेवीत तो म्हणाला -

"पाटील, तुम्हास्नी आमचं खायचं नाही. एवढ्या शेंगा तरी खा." त्याचा तो निर्मळ भाव पाहून नाना सद्‌गदित झाले आणि म्हणाले, "कृष्णा! मला भूक लागली आहे. भाकरी नसली तर करायला सांग."

"पाटील आमचं कसं चालेल तुम्हास्नी?"... "चालेल, काय होते त्याला?" वडाराच्या घरधणिनीने लगेच चूल पेटवून भाकरी व कोरड्यास केले. नानांनी मोठ्या प्रेमाने त्या रात्री जेवण केले. शेंगदाणे, कांदा, गाजर, भाकरी व कालवण असे पंच-पक्वान्नांचे ताट जेवून नाना मोठ्या खुशीने उठले.

१२. गाडी आता कोंडवाड्यात घालू या...

(इस्लामपूरच्या मोर्चानंतर क्रांतिकारकांनी भूमिगत राहून सरकारशी प्रतिकार करण्याचा निर्णय घेतला. रेल्वे स्टेशन, पोस्ट ऑफिस, डाक बंगला यांची होळी होऊ लागली. रेल्वेगाड्या पालथ्या होऊ लागल्या.

अशाच उलथून पडलेल्या एका रेल्वेगाडीची ही कथा)

एका पाडलेल्या रेल्वेची हकिगत सांगताना नाना पाटील एक मजेदार गोष्ट सांगत – "एकदा आम्ही विचार केला की, रेल्वेगाडी पाडावी. मग त्या कामी काही सैनिकांची योजना केली. मग माणसांची गाडी केव्हा येते व मालगाडी केव्हा येते, याचे एक-दोन दिवस निरीक्षण केले. माणसांची गाडी आम्हाला काय पाडावयाची नव्हती. माणसे मारून आम्हाला काय करावयाचे आहे? महात्माजींच्या आज्ञेप्रमाणे हिंसा टाळून, आम्हाला ब्रिटिश सरकारच्या राज्याच्या चालू गाड्यांना खीळ घालावयाची होती.

"रात्रीची वेळ होती. बोल्ट काढून रूळ पहारेने ५-६ इंच थोडासा बाजूला टाकला आणि एका शेतात आम्ही मजा पाहात बसलो. गाडी अगदी भरधाव सुटली होती. तिला पुढचे स्टेशन गाठावयाचे होते. गाडी जी वेगात आली, ती त्या बाजूस सारलेल्या रूळाशेजारी एकदम शेताकडे वळली. कठीण जागा होती तोवर इंजिन पुढे ढकलले गेले आणि मऊ भुसभुशीत जमिनीत घुसले. इंजिन पुढे गेल्यावर आपला पुढारी गेला म्हणून मागचे डबेही त्याच्या भेटीस गेले आणि एकमेकांवर धडाधड आपटू लागले. त्या डब्यात एक खोबरेल तेलाची टाकी होती. तीही आदळून फुटली..."

पहाटेचे काही शेतकरी उठले. बघतात तो गाडी शेतात. एक शेतकरी दुसऱ्यास उठवून म्हणतो, 'अरे तुका, हे बघ ड्रायव्हरने गाडी शेतात घातली आहे. अशीच सवय पडली, तर शेतात सर्व वाटाच वाटा पडतील!' दुसरा म्हणतो, 'अरे बाबा, पीक उंच आले नाही म्हणून बरे. नाहीतर सर्व पिकाची नासधूस व्हायची. ड्रायव्हर काय, केव्हाही उठेल नि गाडी शेतात घालील, तेव्हा आताच तिला कोंडवाड्यात घालू या!'

१३. बाहेर पोलीस, आत अस्सल नाग!

१९४२च्या डिसेंबरच्या दुसऱ्या आठवड्यात १०००-१२०० पोलिसांनी कुंडल गाव वेढला. त्या वेळी नाना पाटील कुंडल गावीच होते. गावाच्या बाहेर मोटारी येऊन वेढा टाकण्याचे काम चालू होते. तोच एका शेतकऱ्याने येऊन बातमी दिली. संशयाची ठिकाणे बदलणे भाग होते. त्या दिवशी नाना आप्पा मास्तर यांच्या घरी होते. म्हणून चटकन त्यांना तेथून हलवून सावळाराम धनगर यांच्या घरी ठेवले. घर

अगदी छोटे. डोक्यास वरचा पत्रा लागत होता. घरी बायकामाणूस कोणी नव्हते; त्यामुळे पडझडही फार झालेली. विश्वासाच्या ठिकाणाखेरीज दुसरीकडे हलवणेही अशक्य; अशा परिस्थितीत नानांना पहाटे ४॥ वाजता त्या घरात ठेवण्यात आले.

सकाळी थंडी होती. नाना घरात जाऊन घोंगड्याच्या घडीवर पडले. पोलिसांनी गावभर धिंगाणा घातला. ५-७ हजार वस्तीचा गाव. दाद थोडीच लागणार? प्रथम आप्पा मास्तर, नाथाजी लाड, शंकरराव लाड, बाबूराव लाड, जी. डी. बापू, रामभाऊ पवार, शाहीर निकम यांची घरे तपासली. त्यांना तेथे काहीच मिळाले नाही. मग १०/११ च्या सुमारास ते परत जातील असा रंग दिसू लागला; परंतु त्यांनी एक नवीनच डाव टाकला. सर्व पुरुष चावडीवर गोळा करून ते प्रत्येकाची पूसतपास करू लागले. आम्ही १०/१५ जण एका घरात बसलो होतो. भागू कुंभारणीने ही बातमी सांगितली. मग सर्वजण हळूच एका पडक्या वाड्यामध्ये प्रवेश करून निर्धास्त झाले.

इकडे बाराच्या सुमारास नानांच्या घरावरील पत्रा भयंकर तापला. त्या उन्हाच्या उकाड्याने एका बिळातून एक भला मोठा सर्प बाहेर येऊन फणा काढून नानांकडे तोंड करून उभा राहिला. नानांची नजर गेली; पण करणार काय? बाहेरून कुलूप. ओरडण्याची सोयच नव्हती. बाहेर पोलिसांची पावले वाजतच होती. नाना तसेच त्याच्याकडे बघत शांतपणे बसले. तो नागही जागचा हलला नाही. पोलिसांच्या हातून मरण्यापेक्षा आणि नामुष्की पत्करण्यापेक्षा नाग चावून मेलेले बरे, असे म्हणून नानांनी बिलकूल हालचाल केली नाही. १-१॥ तासाने तो नाग बिळात निघून गेला. पोलीसही २-२॥ वाजता निघून गेले. नानांना कोणी भाकरी दिली नाही की दुसरी बातमी सांगितली नाही. लाखो रुपये खर्च करून लोकांना जे शिक्षण देता आले नसते ते धैर्याचे व देशभक्तीचे शिक्षण पोलिसांच्या त्रासामुळे आणि वरचेवर येणाऱ्या छाप्यांमुळे जनतेला मिळाले. जनताही अशी तयार होऊ लागली.

१४. बहिर्जी पथकाची कामगिरी

(नाना पाटलांनी कार्यकर्त्यांच्या घरी राहण्याची सोयच नव्हती. जेथे

संशय येणार नाही अशाच ठिकाणी राहणे क्रमप्राप्त होते. म्हणून नानांना एका वडाराच्या घरी ठेवण्यात आले...)

कुंडल गाव सी.आय.डी.चे जाळे बनले होते. रात्री-अपरात्री १०/२० लोक सारखे फिरत असायचेच. कऱ्हाड पोलीस ठाण्यावर नानांची बातमी मिळाली. पोलीस अधिकाऱ्यांत चर्चा सुरू झाली. १९४३ सालच्या जानेवारी महिन्याची ७ तारीख असावी. पहाटे कुंडलवर मोठा छापा घालण्याची तयारी चालू झाली. कैदेत ठेवलेल्या एका इसमाला तिचा सुगावा लागला आणि त्याने लाख भानगडी करून आमच्या बाजूच्या बहिर्जी पथकाचे काम करणाऱ्या माणसाला ६ तारखेच्या संध्याकाळी ५ ला बातमी दिली की, कुंडलला एका वडाराच्या घरी पाटील राहतात हे पोलिसांना समजले आहे. पहाटे ४ ला त्यांचा छापा येईल. त्या इसमाने २५ मैलांचे अंतर सायकलवरून दोन तासांत तोडून ही बातमी नाथाजी लाड यांना दिली. सर्व आश्चर्यचकित झाले आणि नानांना तत्काळ येथून १० मैल अंतरावरील चिखलगोटण गावी पोहोचते करण्याची कामगिरी आप्पा मास्तरांवर आली... रात्री १० ला जेवण करून नाना निघाले. चिखलगोटणमधील काँग्रेसचे निष्ठावंत कार्यकर्ते गंगाधरराव चिटणीस यांच्या घरी नाना बरोबरच्या मंडळींसह पहाटे ४ ला पोहोचले... तेथेच झोपले नि दुसऱ्या दिवशी एका आडवळणी घरात मुक्काम केला. संध्याकाळी कुंडलला छापा पडल्याची बातमी आलीच. बरोबर त्याच वडाराच्या घरावर पोलिसांनी छापा घातला होता!

१५. ही माझी तपश्चर्या आहे...

चिखलगोटणमध्ये नाना पाटलांना ज्या घरी राहावे लागले, ते एका गरीब गुरवाचे घर होते. त्याच्या घरात बायकापोरे कोणी नव्हते. घराची पडझडही झाली होती आणि विशेष म्हणजे दिवसा १२ वाजता त्या घरात इतका अंधार असावयाचा की, रात्रीचे बारा वाजले आहेत असेच वाटे; परंतु घरमालक गुरव एक सच्चा सैनिक होता. म्हणून कोणत्याही अडचणी येवोत, त्याच्या येथेच राहावे असे ठरले. त्या अंधारकोठडीत दीड महिना रात्रंदिवस राहावे लागले; परंतु त्यामुळे नानांच्या दृष्टीवर अनिष्ट परिणाम झाला. त्यांची दृष्टी कायमची अधू झाली. मोठ्याने बोलावयाचे नाही. खोकणे, हसणे तर अगदी बंद; त्यामुळे अगदी हळू

बोलणे पाटलांच्या अंगवळणीच पडले. तीन-चार तास सतत बोलणारे गृहस्थ; परंतु यानंतर हजार-पंधराशे कार्यकर्त्यांची एक बैठक घेतली असता, त्यात त्यांना १०-१५ मिनिटांपेक्षा (हलक्या आवाजातच) जास्त बोलता आले नाही. त्यांचा घसा अगदी बसून गेला.

दीड महिन्यानंतर आप्पासाहेब लाड पुन्हा त्यांच्या भेटीला गेले. ओलाव्यामुळे त्या घरात अगदी कुबट घाण येत होती. पिसवा तर तेथे मनस्वी होत्या. आप्पांना काही केल्या झोपच लागेना, तेव्हा त्यांनी नानांना विचारले, "अण्णा, तुम्ही राहता तरी कसे असल्या झोपडीत?" नाना उत्तरले, "ही माझी तपश्चर्या आहे! कोठे बस म्हणाल तेथे बसणे हीच आजची माझी कामगिरी आहे!"

१६. एक कठीण प्रसंग - असा निभावला!

(डॉ. उत्तमराव पाटील ५॥ लाखांच्या खजिनालुटीच्या कामी पोलिसांना हवे होते. ते पंढरपुरी भूमिगत असताना पोलिसांनी त्यांना पकडले होते; पण त्यांच्या हातावर तुरी देऊन ते नाना पाटलांकडे माणदेशी आले, तेव्हा माणदेशी गावांवर पोलिसांची कडक नजर बसली. पोलिसांचा वावर अधिक वाढला, तेव्हा आपले वास्तव्य माणदेशातून पश्चिमेकडे हलविण्याचा नाना पाटलांनी निर्णय घेतला...)

एका रात्री ते निघाले. पायी प्रवास. नानांची दृष्टी अधू झालेली. त्यात गेल्या दोन वर्षांत चालण्याची सवय कमी झाल्याने मांडीस मांडी घासून मांड्यांचे चामडे निघून गेले. खरसुंडीजवळ तांबडे फुटले. गावात राहावयाचे नाही, म्हणून घाट चढून गेल्यावर खानापूर-बलवडीच्या पूर्वेस १-१॥ मैलांवर भुवनेश्वरीचे देवालय लागते, त्या देवळात मुक्काम ठोकला...

भुवनेश्वरीच्या पूर्वेस एक लहानसा ओढा वाहतो. त्या ओढ्यावर सर्वजण हातपाय, तोंड वगैरे धुऊन न्याहारी करीत बसले होते. इतक्यात एक बाई खरसुंडीहून बलवडीस निघाली होती. तिने यांच्याकडे थोडी भाकरी मागितली. तिला दोन चपात्या दिल्या. त्याबरोबर तिने आणखी दोन चपात्या मागितल्या; परंतु प्रत्येकाच्या वाटणीस दोन-दोनच चपात्या येत होत्या; त्यामुळे तिला आणखी चपात्या देता आल्या नाहीत. त्या चपात्या घेऊन ती बाई थेट बलवडीस गेली. तिने चावडीवरील लोकांस

सांगितले की, 'भुवनेश्वरीच्या देवळात फरारी लोक आहेत; एक फार दांडगा आहे, अन् ते सारे चपात्या खात बसले आहेत.' बलवडीपासून दोन-तीन मैलांवर खानापूर गाव आहे. तेथे पोलीस पार्टी होती. गावकऱ्यांनी तिकडे एक महार पाठवून दिला आणि सर्व गावाने काठ्या, कुऱ्हाडी, भाले घेऊन भुवनेश्वरीस वेढा टाकला. हा सर्व प्रकार पाहाताच डॉ. उत्तमराव चटकन मेंढरे राखणाऱ्या धनगरांत जाऊन मिसळले व पाहुण्या-पैचे नाते लावीत त्यांच्याशी समरस झाले.

इकडे देवळात गोविंदराव मिर्गे, नाथाजी, सावळाराम वगैरे मंडळी होती. त्यांना गावकऱ्यांनी बराच दम भरला. त्यांनी 'आम्ही मद्रासकडचे पाहुणे आहोत. आत शेटजी झोपले आहेत. आम्ही खरसुंडीस देवाला आलो आहोत.' वगैरे थापा मारण्यास सुरुवात केली; परंतु त्यावर कोणाचाच विश्वास बसेना. शेवटी गावकऱ्यांनी विचारले, "तो दांडगा बुवा कोठे आहे?"... "ते आमचे शेटजी. आत झोपले आहेत." तेव्हा दाराच्या तोंडाशी उभे राहून प्रत्येकजण पाटलांना हाक मारू लागला... परंतु आत जाण्याचे धैर्य कोणासच होईना. शेवटी नाना पाटलांनी आपल्या उशाखालचे रिव्हॉल्व्हर पिशवीत घालून आपले अंग थरथर कापत आहे, असे भासवले व ते बाहेर येऊन आपल्या सहकाऱ्यांना म्हणू लागले, "मी नको म्हणत होतो यायला, तर उगीच मला आणले. मी शेटजी माणूस. साताऱ्यात नाना पाटलांचे लोक त्रास देतात अशी बातमी मी ऐकली, ती खरी ठरली शेवटी."

इतक्यात गावचा पोलीस पाटील पुढे आला. त्याने एकदम पाटलांच्या पायांवर डोके ठेवले व सर्व गावकऱ्यांना रागावून 'चला, बाजूला व्हा' असे म्हणून सर्वांना त्याने बाजूला सारले. नाना आणि त्यांचे इतर सहकारी यांना त्याने गावात घेऊन जाऊन दूध दिले नि गाडी करून पाऱ्यापर्यंत दिवसा पोहोचते केले!

१७. पे ट्रेन अशी लुटली...

भूमिगत चळवळीसाठी थोडीबहुत हत्यारे आली; पण पैसा मिळेना. प्रत्येक श्रीमंताने 'अहो, आमच्याकडून अमक्याने पैसे नेले!' असे म्हणावे. सांगली, कोल्हापूरहून नाना पाटील यांना हजारो रुपये मिळतात, म्हणून लोकांकडून पैशाची मागणी येऊ लागली; परंतु सर्व चळवळ पुरी

होईपर्यंत कोल्हापुरातून शंभर रुपये, सांगलीतून २५ रुपये आणि विट्याहून २५ रुपये अशी एकूण १५० रुपये मदत मिळाली. प्रांतिककडून थोड्या प्रमाणात मदत होई; पण लोक तर शंभर-दीडशे. त्यांचा खर्च कसा भागणार? आता प्रांतिकने जिल्ह्यामार्फत पैसा मिळणार नाही, म्हणून स्पष्टच कळविले होते. जबाबदार लोक सोडून बाकीच्यांनीही सत्याग्रह करून तुरुंगात जावे, असा आदेश देण्यात आला होता. मे १९४३ मध्ये आप्पा मास्तर, बाबूराव लाड, ईश्वर लाड आणि कुंडलचे १०/१२ लोक पकडले गेले. आता बजेटची सर्व जबाबदारी नाथाजी लाड यांच्यावर येऊन पडली. बापूसाहेब (जी. डी.) व नागनाथ यांनी पाटलांपुढे एक अभिनव योजना मांडली, ती म्हणजे पे स्पेशल ट्रेन लुटणे होय! नाना पाटलांना ते हवेच होते. त्यांनी तत्काळ संमती दिली. सरकारी मालमत्ता लुटण्यास नानांची संमती असे. मात्र, खासगीरीत्या एखाद्या सैनिकाने तसे काही केले, तर त्याबद्दल ते भयंकर संतापत.

बापूसाहेब, नागनाथ, नाथाजी लाड, अण्णा धनगर, आप्पा लाड, बंडू लाड, रामा तेली, एस. बी. पाटील, वस्ताद, रामू तात्या, एस. पी. जाधव, टेलर आणि दुधोंडीचे पाटील असे तेरा लोक या स्पेशल पे-ट्रेन लुटण्याच्या कामी होते. दरमहा ७ तारखेला मिरजेपासून पुण्यापर्यंत एक गाडी केवळ रेल्वे नोकरांचा पगार वाटत जात असे.

७ जून १९४३ हा दिवस पगारी आगगाडी लुटण्यासाठी मुक्रर झाला. बापूसाहेबांनी सर्व काम घड्याळाबरहुकूम करण्याचा कार्यक्रम आखला होता. शेणोली खिंडीत गाडी लुटावयाची. तेथून मुख्य पोलीस गॅट कऱ्हाडला आहे. ते १५/१६ मैल लांब. स्टेशनवरून टेलिफोन झाला तर अर्ध्या तासात पोलिसांचा वेढा पडेल. सर्व धोक्याची ठिकाणे व समय लक्षात घेऊन सर्व प्लॅन तयार करून तो पुढे मांडला गेला. ७ जून १९४३ ला सकाळी ८ वाजण्याच्या आत वरील सर्व लोक जाऊन शेणोली खिंडीत गाडीची वाट पाहात राहिले. सर्व काही संकेतांप्रमाणे व्हावयाचे. पे स्पेशलच असेल तर स्टेशनवरून एका सायकलवाल्याने १ मैलावर असलेल्या खिंडीत येऊन निरोप देऊन जावयाचे; एवढेच त्याचे काम.

बिचूद स्टेशनवरून गाडी सुटली. स्टेशनवर पहाऱ्याकरिता चार हत्यारबंद पोलीस होतेच. शेणोली स्टेशनवरही चार होते. दोन्ही स्टेशनच्या

मध्यावरच खिंड आहे. तेथील चढणाला गाडीच्या पुढे दगडांचा ढीग रचण्यात आला. त्या दगडांच्या अडथळ्याने गाडी उभी राहिली. संकेताप्रमाणे पाठीमागे खिळा रचण्यात ४-५ लोक गुंतले. बापूसाहेबांनी लगेच इंजिनवर चढून ड्रायव्हरला खाली ओढले व रिव्हॉल्व्हर छातीला लावून गडबड न करण्याची ताकीद दिली. गाडी थांबविण्यात पाच मिनिटे वेळ गेला. पैशाची पेटी फोडण्यात तीन मिनिटे खर्च झाली आणि पैसा घेऊन डोंगरावर जाण्यास २० मिनिटे वेळ लागला. याप्रमाणे अर्ध्या तासाचा ठरविलेला प्रोग्राम २८ मिनिटांतच उरकला. मात्र, पोलिसांना त्या ठिकाणी येण्यास अर्ध्याऐवजी पाऊण तास लागला आणि सर्व वीर आश्रयाच्या ठिकाणी निर्धास्त पोहोचले. या गाडी लुटीमध्ये एकूण १९,७१६ रुपये मिळाले.

१८. पहिली पत्री अशी लागली

जनतेला होणाऱ्या त्रासाच्या निवारणार्थ काही उपाय योजणे जरूर होते. पोलीस जनतेला दहशत बसविण्यासाठी भरमाप्पा व सुंदरी यांचा भयंकर मार देत. एखाद्या माणसास उघडा करून त्याच्या अंगावर चुन्याचे पाणी टाकून एका लांब जोडेवजा कातड्याच्या खेटराने तडाखे मारले जात. याला सुंदरी किंवा भरमाप्पाचा मार म्हटले जाई; त्यामुळे सर्व अंगाच्या कातड्याचा पोपडा होऊन जाई. निशाणी न राहाता पोलीस हे काम उरकत. काही प्रसंगी मांडीवर काठी ठेवून दोन्ही बाजूंस दोन गडी उभे करीत... भूमिगतांना मदत करणाऱ्या लोकांची नावे देण्याचे काम सरकारी बातमीदार करीत. आप्पासाहेब लाड यांच्या मळ्यात भूमिगत राहात आहेत, अशी बातमी देवराष्ट्रे येथील पाटील यांनी दिल्याच्या तक्रारी नाना पाटलांकडे येऊ लागल्या. गावात अन्यायाने पैसा जमवून तोही खाल्ला वगैरे बातम्या त्याच्याविरुद्ध येत. शेवटी नानांनी त्या गोष्टीची शहानिशा करून त्याला योग्य ते शासन देण्याचा निर्णय घेतला व त्यांचे सेक्रेटरी नाथाजी लाड यांस तो निर्णय त्यांनी सांगितला. त्याप्रमाणे १२/१५ लोकांनी पोलिसी ड्रेस करून देवराष्ट्रे गावात प्रवेश केला आणि महाराकडून मारुती पाटील यास बोलावून सांगितले की, 'भाऊसाहेब (फौजदार) बाहेर मोटार घेऊन उभे आहेत. तुमच्या बातमीप्रमाणे आप्पा मास्तर यांच्या मळ्यास वेढा घालावयाचा

आहे.’ मारुती पाटलांनी लगेच ‘चला’ म्हणून सांगितले. गावाच्या बाहेर पडताच पाटलांनीच बातमी दिली की नाही, याची शहानिशा सुरू झाली.

“काहो पाटील, आता असतील का मास्तरांच्या मळ्यात ते लोक?”

“हो, काल तर चार वाजता होते. मी काय खोटे सांगतो?”

“चला, तर मग!”

“काही माणसे घेऊ का?”

“नको, चार मोटारीभर पोलीस आहेत.”

“तुम्ही फक्त ठिकाण दाखवा.”

“बरे, तर चला.”

गावच्या पूर्वेस दोन फर्लांगांवर मारुती पाटलाला असे नेले आणि त्यास मानेवर एक थाप मारून खाली बसविले, तेव्हा त्याला निराळेच चिन्ह दिसू लागले.

‘परक्यांना बातम्या देतोस काय? हा काँग्रेसचा भाऊसाहेब आता तुलाच शिक्षा फर्माविणार आहे!’ असे म्हणून पाटलाला उताणे पाडून घोट्याजवळ त्याचे पाय बांधले; मग पाय उताणे करून तळपायावर १५ लाठ्या मारल्या. याच प्रकाराला पत्री म्हणतात. त्या मारात तो सर्व कबूल झाला. गावातील गोरगरिबांकडून त्याने १५०/२०० रुपये लाच खाल्ली होती, ती त्याच्याकडून तत्काळ वसूल करून यादीवार ज्याची त्यास सर्व गाव जमा करून दिली आणि त्यास पुन्हा असे न करण्याची ताकीद दिली.

हा प्रकार पाहताच सर्व टग्यांचे धाबे दणाणले. आता कोणीही बातमी देण्यास धजेना. काँग्रेसच्या फराऱ्यांचा भयंकर दरारा बसला आणि त्यामुळे पुढे जे ग्रामराज्य स्थापन झाले, त्याला उत्तम अशी परिस्थिती निर्माण झाली. देवराष्ट्र्याच्या पाटलास १९४३ च्या ऑक्टोबर-नोव्हेंबरात अशी पत्री लागली!

१९. ...मग देवळातला देवच अध्यक्ष होई - मा. ता. मोरे

१९३४ ते १९३७ च्या दरम्यान मी मसुराश्रमाचा हिंदूधर्म प्रचारक होतो; त्यामुळे प्रचारासाठी सर्व ठिकाणी मी प्रवास करीत असे. याच सुमारास नाना पाटील हे साक्षरता प्रसार मोहिमेत काम करीत होते.

कामाच्या प्रसंगाने नाना पाटलांची आणि आमची अनेक गावी भेट, चर्चा व बोलणे होत असे; त्यामुळे त्यांचा आमचा चांगला परिचय झाला होता. त्यांच्याशी झालेल्या गप्पागोष्टींत अनेक मनोरंजक प्रसंग ऐकायला मिळत -

एखाद्या गावात त्यांच्या व्याख्यानांची दवंडी देण्यास कोणीच मिळत नसे, तेव्हा नाना पाटीलच रात्रीची गॅसबत्ती आपल्या डोक्यावर घेऊन दवंडी देत असत. "आपल्या गावच्या देवळापुढे नाना पाटलांचे भाषण होणार आहे, तेव्हा सर्व लोकांनी भाषण ऐकण्यास यावे हो..."

सभा सुरू होण्यापूर्वी सभेला अध्यक्ष करावा लागतो; पण त्या वेळी ब्रिटिश सरकारच्या भीतीने अध्यक्ष होण्यास कोणीच तयार नसे. मग नाना पाटील त्या देवळातील देवाला उद्देशून म्हणत, "हे देवा, आज तूच आमच्या सभेचा अध्यक्ष समजून मी ही सभा सुरू करतो आहे! जर सरकारचे वॉरंट आले तर देवा तुलाच ते वॉरंट लागू दे!" या विनोदाने सभा खळखळून हसे आणि त्या हास्यात नाना पाटीलही सामील होत.

२०. 'हाणू मान'ची गर्जना करणारा आधुनिक हनुमान! - ग. स. ऊर्फ दादासाहेब आळतेकर

बिळाशीचे बंड म्हणून गाजलेल्या जंगल सत्याग्रहात तेथील सत्याग्रही समाजाने सरकारी जंगलातून उंच सागवानी सोट तोडून त्यावर स्वातंत्र्याचा तिरंगी ध्वज फडकत ठेवला होता; त्या ध्वजाच्या संरक्षणार्थ करोल सत्याग्रही तेथे सारखे सिद्ध असत. सशस्त्र पोलिसांच्या आणि किचनेर पलटणीच्या बेगुमान दडपशाहीला न जुमानता त्यांनी ध्वजाच्या संरक्षणार्थ असह्य मार सोसून हा जंगल-सत्याग्रह चालविला होता. या त्यांच्या त्यागाची व मर्दुमकीची तारीफ करून पुढील लढ्यासाठी अधिक जोमाने आणि उत्साहाने तयार राहण्यासाठी जिल्ह्याची सभा खुद्द बिळाशी येथे काकासाहेब गाडगीळ यांच्या अध्यक्षतेखाली भरली होती. व्यासपीठावर पुढारी मंडळींत क्रांतिसिंह नाना पाटील यांना अधिष्ठित केले होते. सभेच्या कामात मंडळी व्यग्र असताना क्रांतिसिंह नाना पाटील कुठे निघून गेले ते कोणाच्या लक्षातही आले नाही. त्यांनी सभेत मांडण्याचा ठराव निघताच अध्यक्षांनी त्यांना बोलाविले, तर ते तेथे दिसेनात. मग अध्यक्षांनी उठून मोठ्याने पुकारले की, "क्रांतिसिंह नाना पाटील,

असतील तेथून येथे येऊन ठरावावर भाषण करावे.'' तेव्हा व्यासपीठासमोरील अफाट जनसमूहाच्या पलीकडे सर्वांना गुंगारा देऊन जाऊन बसलेले क्रांतिसिंह नाना पाटील गुरऽगुरऽगुरऽ अशी सिंहगर्जना करीत 'हनुमान, हनुमान' अशी डरकाळी फोडत सरसावून पुढे येताना दिसू लागले. व्यासपीठाजवळ येताच जोराने गर्जू लागले, ''हनुमान... हाणू मान... हनुमान... हाणू मान.''

व्यासपीठावर चढताच क्रांतिसिंह गरजले, ''हनुमान... हाणू मान... कोणाची तरी हाणू मान... बांधवांनो, आम्ही कोणाची मान हाणू हे तुम्हाला सांगायला नकोच...'' क्रांतिसिंहांनी 'हनुमान' या शब्दावर केलेल्या कोटीवर बेहद्द खूश होऊन सभेने टाळ्यांचा प्रचंड कडकडाट केला!

बिळाशीच्या बहादूर सत्याग्रहींना धन्यवाद देताना क्रांतिसिंह म्हणाले, ''अशोक वनाच्या बंदिवासातून सीतेला सोडवून आणण्यास रामाने हाक देताच असंख्य वानरसैन्य सरसावून पुढे आले, तसे महात्मा गांधींनी ब्रिटिशांच्या बंदिशाळेतून भारतमातेला सोडविण्यासाठी हाक देताच साऱ्या देशाच्या कानाकोपऱ्यांतून सामान्य व अशिक्षित जनता स्वातंत्र्याच्या झेंड्याखाली हिरिरीने लढण्यास उत्साहाने गोळा झाली. तिने परकीय सत्तेच्या जुलूम-जबरदस्तीला दाद न देता, स्वातंत्र्यासाठी जिवाची पर्वा न करता, निकराची लढत दिली. सामान्य गरीब, अशिक्षित शेतकरी व कामकरी कष्ट करून कसेतरी पोट भरीत आहेत; पण गांधीजींच्या हाकेसरशी त्यांनी जंगलसत्याग्रह करून तोडून आणलेल्या सोटावर राष्ट्रीय ध्वज उभारला आणि त्याच्या संरक्षणासाठी लढताना पोलीस आले, त्यांना दाद दिली नाही. किचनेर पलटण आली तरी मागे हटले नाहीत. मारपीट केली तरी झुंजतच राहिले... धन्य ते वीर... माझ्या बंधूंनो! गांधीजींच्या व काँग्रेसच्या हाकेला ओ देऊन प्राणांची पर्वा न करता अखेरपर्यंत लढा, भारतमातेला सोडवा म्हणजे प्रभू रामचंद्रांच्या वानरसेनेला जसा देवपणा मिळाला तसा तो तुम्हालाही मिळेल...''

२१. ...आणि नाना पाटील तिरडीवर झोपले! - सौ. हौसाताई पाटील

क्रांतिसिंह नाना पाटील हे माझे वडील. आम्ही त्यांना दादा म्हणत

असू. दादांनी देशासाठी फकिरी स्वीकारल्यावर आमच्या कुटुंबाबर अनेक अस्मानी व सुलतानी आपत्ती आल्या. दादांच्या जवळची नात्याची माणसे माझी आई, आजोबा व पणजी एकामागून एक जगाचा निरोप घेऊन गेली. ही आठवण आहे माझ्या पणजीच्या म्हणजे दादांच्या आजीच्या मृत्यूसमयीची.

माझ्या आजोबांना जाऊन महिना होतो न होतो तोच दादांच्या आजीने अंथरूण धरले. अगोदरच तिचे वय झाले होते. त्यातच आमच्या कुटुंबावर होणारे मृत्यूचे आघात त्या बिचारीला सहन झाले नाहीत. तिचे आपल्या नातवावर म्हणजे दादांवर खूप प्रेम होते. शेवटच्या दिवसांत तिने आपल्या लाडक्या नातवाच्या भेटीचा ध्यासच घेतला होता. नात्यातील सर्वांनाच वाटत होते की, मृत्यूपूर्वी दादांची आणि तिची भेट व्हावी; पण हे घडावे कसे? दादांच्यावर सरकारचे पकड वॉरंट होते आणि पोलीस अहोरात्र त्यांच्या पाळतीवर होते.

भूमिगत अवस्थेत असणाऱ्या दादांच्या कानावर आजीचा आजार व तिने घेतलेल्या ध्यासाची वार्ता गेली. दादांच्या हृदयात कालवाकालव सुरू झाली. तिचा त्यांच्यावर विलक्षण जीव होता, या विचारांनी त्यांना बेचैन केले. शेवटी त्यांनी निर्णय घेतला की, पोलिसांच्या हाती सापडलो तरी बेहत्तर! पण आजीची शेवटची भेट घ्यायची!

आणि एक दिवस भल्या पहाटे निघून दिवस उजाडायच्या आत दादा घरात हजर झाले! बरोबर त्यांचे साथीदारपण होते व त्या सर्वांनी अत्यंत गुप्ततेने येण्याची योजना आखली होती. दादांना पाहाताच घरादाराला आनंद झाला. ते धावतच आजीजवळ गेले आणि तिला हाक मारून त्यांनी आपण आल्याचे सांगितले. लाडक्या नातवाला पाहून आजीच्या डोळ्यांत आनंदाश्रू आले. तिने त्यांच्या गालावरून आपले थरथरते हात फिरविले. दादांच्याही डोळ्यांतून अश्रू वाहू लागले. त्यांनी आजीचे मस्तक आपल्या मांडीवर घेतले. थोड्याच वेळात आजीने नातवाच्या मांडीवर प्राण सोडला. जणू याच क्षणाची ती वाट पाहात होती!

घरात मृत्यूने आपले काम पुरे केले. त्याच वेळी गावात वेगळेच नाट्य सुरू झाले होते. कशी कोण जाणे; पण दादा आपल्या साथीदारांसह आपल्या घरी आल्याची खबर पोलिसांना मिळाला. ते गावात येऊन

त्यांनी आमच्या वाड्यास वेढा घातला होता; पण घराजवळ येताच आतील रडारड ऐकून ते बाहेरच थबकले होते. अशा प्रसंगी दांडगावा करून आत शिरणे अप्रशस्त होईल अथवा त्यामुळे एखादा अनवस्था प्रसंग ओढवेल अशी पोलीस अधिकाऱ्याची भावना झाली असावी. कदाचित त्यांच्यातील माणुसकीही जागी झाली असेल किंवा त्याने असाही विचार केला असेल की, आता सावज तर हाती आले आहे; उगीच गडबड कशाला? एवढेच नव्हे तर आजीची अंत्ययात्रा काढावयासही त्याने परवानगी दिली!

आजीच्या निधनाचे दुःख आणि दादांच्या अटळ अटकेची चिंता अशा दुहेरी संकटाने सर्वांना घेरले होते. मृत्यू अटळ होता; पण पोलिसांची अटक टाळणे हे दादांच्या व त्यांच्या यशवंत पुंदीकरसारख्या साथीदारांच्या बुद्धिचातुर्यावर अवलंबून होते. बुद्धिचातुर्याने त्यांना दगा दिला नाही. त्यांनी एक क्लृप्ती योजली. आजीची तिरडी तयार झाली; त्यावर आता दादांनी झोपावे आणि आजीचे प्रेत शेणीच्या पोत्यात बांधून गाडीतून स्मशानापर्यंत न्यावे असे ठरले; पण दादांच्या आईला ही युक्ती पटेना. 'माझ्या लेकाला जिवंतपणी मी तिरडीवर बांधू देणार नाही' असा तिने पवित्रा घेतला; शेवटी दादांचे साथीदार यशस्वी झाले.

थोड्याच वेळात घरातून आजीची अंत्ययात्रा निघाली. सोबत शेणींची गाडीही होती. अंत्ययात्रा स्मशानापर्यंत पोहोचली असेल नसेल, तोच पोलीस घरात शिरले. दादांचा शोध घेऊ लागले; पण त्यांना दादा कुठेच दिसले नाहीत. सर्व बाजूंनी कडेकोट बंदोबस्त ठेवूनही नाना पाटील कसे निसटले हे त्यांना फार उशिरा समजले!!!

२२. मरण पत्करीन; पण हजर होणार नाही - भाई जी. डी. लाड

सन १९४३ साल होते. 'भारत छोडो' आंदोलन थोडे मंदावले होते. सातारा जिल्ह्यात आम्ही क्रांतिकारकांनी प्रति-सरकारची स्थापना करून भूमिगत अवस्था स्वीकारली होती. क्रांतिसिंहांना भयावह फरारीपण प्राप्त झाले होते. भूमिगतांपैकी काहींच्या मनात थोडी नैराश्याची भावना पसरली होती. "आता आपण इंग्रजांच्या हवाली होऊ या" असा विचार त्यांनी मांडला. क्रांतिकारकांपैकी आम्ही तरुण पिढीचे नेते म्हणालो,

“नाही. राष्ट्रीय सभेने ऐतिहासिक ठराव करून आम्हास आदेश दिला आहे की, तुम्ही स्वतः आहात आणि तुमचे स्वातंत्र्य टिकविण्यासाठी ‘करा अथवा मरा!’ जोपर्यंत हे घडत नाही, तोपर्यंत आम्ही हजर होणार नाही.”

शेवटी आम्ही क्रांतिसिंहांकडे गेलो आणि त्यांना विचारले, “अण्णा, आपण हजर होणार आहात का?” या प्रश्नावर क्रांतिसिंहांचे उद्गार त्याच्या जीवननिष्ठेस शोभणारेच होते. ते म्हणाले, “माझ्या तरुण मित्रांनो! मला मरण आले तरी पर्वा नाही; पण मी हजर होणार नाही. मी तुम्हा तरुणांबरोबरच राहाणार!” या उत्तराने आमच्या चित्तवृत्ती उल्हसित झाल्या व आम्ही जोमाने चळवळीच्या कार्यास लागलो.

२३. भूमिगत नाना पाटलांची बैठक - डी. बी. पाटील

१९४३ साली क्रांतिसिंह नाना पाटील यांची भेट झाली. त्या वेळी त्यांचे जवळचे सहकारी जी. डी. लाड, नागनाथ नायकवडी, वाय. सी. पाटील, वसंतरावदादा पाटील आदी क्रांतिकारकांचाही परिचय घडून आला. १९४२ चा ‘चले जाव’चा ठराव मुंबई येथे गवालिया टँक मैदानावर काँग्रेसच्या प्रचंड सभेत संमत झाला. त्या वेळी मी आणि माझे मित्र जाधव पुण्याहून मुंबईस गेलो होतो. दुसऱ्या दिवशीच महात्मा गांधी आणि इतर नेत्यांना ब्रिटिश सरकारने अटक केली. त्या दिवशी झेंडा वंदनाचा कार्यक्रम पार पडला; परंतु पोलिसांनी अश्रुधूर सोडल्यामुळे जमाव पांगला आणि आम्हाला लाठीमाराचा प्रसादही खावा लागला.

नंतर कोल्हापूर येथे बुलेटिन वगैरे गोष्टी चालू होत्या. त्यात मी सामील झालो. त्याच वर्षी मी कुंडल येथे गेलो. नागनाथ नायकवडी यांनी क्रांतिसिंहांची आणि माझी भेट घडवून दिली. त्या वेळी कुंडल गावात प्लेगची साथ चालू होती. तरीसुद्धा नाना पाटील एका वाड्यात ठाण मांडून बसले होते. पोलिसांचा ससेमिरा मागे असल्याने क्रांतिसिंह नेहमीच वेष बदलून राहत; त्यामुळे त्यांना ओळखणे कठीण जाई. एका रात्री क्रांतिसिंहांबरोबर बैलगाडीतून मी गेलो. त्यांचे तीन-चार सहकारी बरोबर होते. जवळ बंदुका होत्या. रात्री १२च्या सुमारास गाडी एका वडाच्या झाडाखाली थांबली. तेथे रामानंद महाराज येऊन अगोदरच थांबले होते. चोहोबाजूंनी उसाच्या फडात कार्यकर्ते दडून बसले होते.

शीळ घालताच सर्वजण बाहेर पडले. मग तेथेच मोठा जाळ करून सभेला सुरुवात झाली. १०-१५ गावांचे लोक सभेला तेवढ्या रात्री जमले होते! पहाटे ३ वाजता सभा संपली. त्या वेळी नाना पाटील यांना पकडून देणाऱ्यास सरकारने ५ हजारांचे बक्षीस लावले होते!

२४. नाना पाटलांचा दिवाळीसण - ल. ग. कासेगावकर ऊर्फ धन्वंतरी

दिवाळीच्या सणाचे दिवस होते. चळवळ ऐन रंगात आली होती. पाचुंब्री या गावी भूमिगतांची सभा ठरली होती. नाना पाटील विश्वास टाकून कुणाबरोबर सहसा बाहेर पडत नसत; पण या सभेला ते जाणार होते. मी आणि नाथाजी लाड त्यांना बरोबर घेऊन निघालो. वाटेत येवलेवाडीच्या रानात आमचा मुक्काम पडला. नाना पाटील आपल्या गावच्या रानात मुक्कामाला आले आहेत हे कार्यकर्त्यांकडून लोकांना कळताच आपल्या घरी केलेल्या गोडधोड फराळाची सामग्री घेऊन ते धावतच मुक्कामाच्या जागी आले! थोड्याच वेळात नाना पाटलांसमोर कानोले, कडबोळी, लाडू इत्यादी फराळाचा ढीग जमा झाला. जनतेचे आपल्यावरील अलोट प्रेम पाहून नाना पाटलांचे हृदय भरून आले. निरोप घेताना प्रत्येकाच्या डोळ्यांत पाणी भरे! आपल्या लाडक्या नेत्यास डोळाभर पाहून जड पावलाने ते परत जात.

पुढे आम्ही पाचुंब्रीस गेलो. भूमिगत नेत्यांच्या या सभेस १० हजार लोक आले होते! सभास्थानाच्या आसमंतात इस्लामपूर, नांदगाव, कऱ्हाड इत्यादी अनेक ठिकाणी पोलीस ठाणी होती; पण एकाही ठाण्यास सभेचा पत्ता लागला नाही. नाना पाटलांचे तासभर भाषण होऊन सभा संपली. आम्ही सर्वजण नियोजित स्थळी निघून गेलो व नंतर पोलीस पार्ट्या आल्या; पण त्यांच्या हाती काहीच लागले नाही! नाना पाटलांच्या सभेची इतकी गुप्तता कार्यकर्ते व जनताही पाळत असे.

२५. भूमिगत अवस्थेत जन्मगावीच सभा - ल. ग. कासेगावकर ऊर्फ धन्वंतरी

भूमिगत असताना नाना पाटलांना आपल्या जन्मगावी जाऊन तेथे

सभा घेण्याची इच्छा झाली. भूमिगत झाल्यापासून त्यांनी जन्मगावाचे दर्शन घेतले नव्हते. तो एक आनंद मिळणार होता. दुसरे पोलिसांचे एवढे जाळे पडले असतानाही नाना पाटील आपल्या जन्मगावी सभा घेतात ही गोष्ट आव्हानात्मक ठरणार होती! पोलिसांच्या व सरकारच्या प्रतिष्ठेला ते आव्हानच ठरणार होते.

नाना पाटलांनी ही इच्छा आपल्या सहकाऱ्यांच्या कानावर घालताच त्यांनी ती योजना एकदम उचलून धरली. बाबूजी पाटणकर, शेखकाका, बुवा अहमदभाई, नाथाजी लाड, जी. डी. बापू, नागनाथ, किसन मास्तर, गोदीकर व मी असे आम्ही सर्वजण कामाला लागलो. आमच्यापैकी काहीजणांनी येडेमच्छिंद्रला - नानांच्या जन्मगावी - जाऊन तेथील लोकांच्या भेटी घेतल्या आणि विश्वासाचे वातावरण निर्माण केले. लोकांनी विश्वासाने येण्याचे निमंत्रण दिले. आम्ही सुमारे पन्नास कार्यकर्ते नाना पाटलांसमवेत येडेमच्छिंद्रला गेलो. आमच्याजवळ १५/२० बंदुका होत्या. रात्र पडल्यावर रात्री ९ वाजता गावाच्या मध्य चौकात नाना पाटलांची जाहीर सभा झाली. सर्व गाव पोराबाळांसह सभेस हजर होता. गावात येणारे सर्व रस्ते रोखले गेले होते. तसेच सभेभोवती हत्यारी कार्यकर्त्यांचे कडे होते!

त्या दिवशीची सभा अविस्मरणीय अशी झाली. नाना पाटलांचे भाषण हृदय हेलावणारे झाले. आपल्या जन्मग्रामी आल्याचे समाधान त्यांनी आपल्या भाषणात बोलून दाखविले. 'मी माझ्या गावास येऊ शकत नाही ही आजपर्यंत माझ्या मनास खंत होती. ती आता दूर झाली. आज मी पूर्ण समाधानी आहे. माझ्या बंधू-भगिनींना भेटल्याचा मला अपूर्व आनंद होत आहे.' या नानांच्या उद्‍गारांनी जमलेल्या स्त्री-पुरुषांच्या डोळ्यांतही आनंदाश्रू उभे राहिले.

२६. काशीच्या पंड्याचा नाना पाटलास नमस्कार!
- ल. ग. कासेगावकर ऊर्फ धन्वंतरी

४२ च्या चळवळीने साताऱ्च्या प्रति-सरकारचे आणि त्याचबरोबर क्रांतिसिंह नाना पाटलांचे नाव सर्व भारतभर झाले होते. चळवळीच्या कालखंडात आमचे एक सहकारी भाई पेंडसे काशीस गेले होते. रेल्वे स्टेशनवर उतरताच काशीच्या पंड्यांनी त्यांना घेरले. 'तुमचे नाव काय?

वडिलांचे नाव काय? कुठून आलात?' आदी प्रश्नांची सरबत्ती चालवली. एकाने त्यांची वंशावळ काढून दाखवून त्यांना आपल्या घरी नेले. घरी पोहोचताच पंड्याने विचारले, "काशीस तुम्हास कोणकोणती श्राद्धे करायची आहेत?" पेंडसे उत्तरले, "सर्व श्राद्धे करायची आहेत. ब्राह्मण-भोजन घालायचे आहे!" हा कोणीतरी बडा आसामी कापावयास मिळाला असे वाटून पंड्यास मोठा आनंद झाला. त्याने सर्व विधी यथासांग करून ब्राह्मण-भोजन घालून जाण्याच्या वेळी सातशे रुपये खर्चाची यादी हातात ठेवली. यादीकडे पाहात पेंडसे म्हणाले, "ठीक आहे. मी साताराचा आहे! काशी क्षेत्री लोकांना पंड्यांचा फार त्रास होतो असे कानावर आल्यावरून नाना पाटलांनी मला प्रत्यक्ष वस्तुस्थिती काय आहे, हे पाहण्यासाठी पाठवून दिले आहे." हे वाक्य कानावर पडताच पंड्याचा चेहरा पडला. आपण भलत्याच माणसांच्या जाळ्यात अडकलो, हे लक्षात येताच तो घाबरून गेला. आता पंड्या त्यांना "काशीमध्ये आम्ही कोणाला त्रास देत नाही. नाना पाटलांना निरोप द्या. आम्ही तसं काही करत नाही, यादी तेवढी परत द्या." असे विनवू लागला. पेंडसे यांनी हातात यादी तशीच ठेवून 'थोडे तरी पैसे घ्या' म्हणून गळ घातली; पण पंड्या भलताच भेदरला होता. तो म्हणाला, "नको नको, मला तुमचे पैसे नकोत. नाना पाटलांना सांगा, येथे सर्व व्यवस्थित आहे आणि त्यांना माझा नमस्कारही सांगा!"

२७. तो चित्तथरारक समारंभ! - डॉ. उत्तमराव पाटील

४२ च्या स्वातंत्र्यलढ्याच्या पर्वात क्रांतिसिंह नाना पाटलांशी माझ्या पाच भेटी झाल्या. पहिली भेट धुळे खजिनालुटीनंतर लगेच आटपाडीला झाली. त्याच वेळी प्रथम मी त्यांना पाहिले. दुसरी भेट माझ्या पंढरपूरच्या पलायनानंतर घडून आली. आटपाडी गाव पोलिसांनी वेढल्यावर त्यातून नाना पाटील निसटले, त्यानंतरच्या रात्रीच्या प्रवासातील भेट ही तिसरी भेट. प्रति-सरकारचा बेलभंडारा कुंडलला झाला, त्या वेळी झाली. चौथी मी मांजर्डे गावी भूमिगत अवस्थेत एका ठिकाणी गडी म्हणून असताना अचानक झाली आणि पाचवी भेट क्रातिसंग्रामातील टिप्पर घाईची झाली. प्रस्तुतची स्मृती आहे तिसऱ्या भेटीची. ऐन क्रांतीच्या धुमश्चक्रीत साजऱ्या झालेल्या बेलभंडाऱ्याच्या समारंभाची. चित्तथरारक!

एका वेगळ्याच जगात घेऊन जाणारी -

आम्ही चिखलगोटणहून दुपारी एकच्या सुमारास निघालो होतो. माझ्यासोबत लढ्यातील एक सहकारी पांडू होता. गावे, नदी-नाले ओलांडत आम्ही एका गावाजवळ पोहोचलो. पांडूने मला एका आंब्याच्या झाडाखाली बसवले व तो पुढे गेला. एक-दोन घंटे तसेच निघून गेले. एवढ्यात ३-४ बंदूकधारी तरुण येताना दिसले. जवळ येताच त्यांनी खुणावले, तसा त्यांच्या मागून मी चालू लागलो. अर्ध्या तासात गाव आले! त्या तरुणांनी मला एका वाड्यात नेले आणि तेथे एका ठिकाणी बसवले. वाड्यात सर्वत्र धामधूम चालू होती. मी आपला मुकाटपणे सर्व पाहात होतो. एवढ्यात मला नेण्यासाठी पांडू आला. मी पांडूला विचारले, "अरे, हे काय आहे? आपण कुठे आहोत? हे गाव कोणते?"

"मामा, अहो हे कुंडल गाव. तुम्ही आता बसला होता ते जी. डी. लाड यांचे घर, शेजारचे नाथाजी लाडांचे." पांडूने खुलासा केला.

"मग इथं पोलीस पार्टी नाही?" मी कुतूहलाने विचारले.

"आहे की, १०० पोलिसांची गॅट, व्हॅन, वायरलेससह जय्यत तयार आहे!" पांडू सहज आणि हसत सांगत होता.

"१०० पोलिसांची गॅट गावातच आहे!" हे ऐकून माझ्या पोटात मात्र धस्स झाल्याशिवाय राहिले नाही!

आम्ही एक नाला उतरून पलीकडे गेलो. पलीकडे आमराई होती. झाडांना ८/१० बत्त्या टांगलेल्या होत्या. बाजूस एक खोपटे होते. त्यातही बत्तीचा उजेड होता. शेतात गुऱ्हाळाची घाई असते तशी सर्वत्र घाईगर्दी दिसत होती. उत्साह ओसंडून जात होता. त्या जागेस जत्रेचे स्वरूप आले होते.

"पांडू, अरे हे काय आहे?" मी काकुळतीला येऊन विचारत होतो; पण माझ्या या प्रश्नावर तो नुसता हसत होता.

"अरे, आहे काय ही भानगड पांड्या?" मी चिडून गेलो. तेव्हा पाडूंने माझा हात धरला अन् गर्दीतून वाट काढत पुढं नेत नेत मला त्या खोपटात रेटून घातले. खोपटाच्या आसपास बंदूकधारी तुफान सैनिक खडा पहारा देत होते. मी त्या खोपटात शिरलो. बत्तीच्या उजेडात एका बाजूवर क्रांतिसिंह नाना पाटील बसले होते. उदबत्त्यांचा घमघमाट सुटला होता. मी दियूढ झालो होतो! मला पाहताच नाना पाटील उठले, मला कडकडून

मिठी मारली आणि त्यांनी आपल्या शेजारी बाजेवर बसवून घेतले!

नाना पाटलांसमोर बेल, भंडारा आणि एक तळपणारी तलवार ठेवली होती. त्या खोपटाच्या प्रवेशद्वारातून ते बंदूकधारी द्वारपाल एकेकाला आत सोडत होते. आत येणारा प्रत्येकजण बेल भंडार उचली, तलवारीला हात लावी व नाना पाटलांना कडकडून मिठी मारी. कुणी त्यांच्या पायावर लोटांगण घेत. शेजारी उभे असलेले दोन तुफान सैनिक मग त्यास भंडारा लावीत व त्यांच्या अंगावरही तो उधळीत.

एवढ्यात एक करारी पण तेजस्वी तरुण आत आला. त्याने प्रथम बेल भंडाऱ्यास स्पर्श करून सरळ तलवारीसच हात घातला अन् डोळ्यांचे पाते लवते न लवतो तोच ती तलवार त्याने आपल्या दणकट मनगटावर सरकन फिरवली. रक्ताची चिळकांडी उडाली. त्या रक्ताचा टिळा त्याने नाना पाटलांना व शेजारी उभ्या असणाऱ्या मलाही लावला! माझ्या अंगावर रोमांच उभे राहिले!

दरम्यान, बाहेर एक गाडी उभी राहिली. त्यातून तीन स्त्रिया उतरल्या. त्या आत आल्या. त्या होत्या नाना पाटलांच्या कन्या, भगिनी आणि माता! नानांची कन्या हौसाताई त्यांना बिलगली, तर खाली मान घालून उभ्या असलेल्या आपल्या भगिनीला त्यांनी जवळ बोलावले, तिला प्रेमाने थोपटले. मग आपल्या वृद्ध मातेच्या पायावर त्यांनी डोके ठेवले. आईने आपल्या या क्रांतिपुत्राची इडापिडा टळो म्हणून कानशिलावर बोटे मोडली! पुन्हा भंडारा उधळण्यात आला!

बाहेर सर्व क्रांतिवीरांमध्ये उत्साह भरून वाहात होता. भाले, तलवारी, फरशा व बंदुका यांनी सज्ज असलेला स्वातंत्र्यवीरांचा तो समुदाय म्हणजे अजब दृश्य होते. मी तर अवाक् होऊन बघतच राहिलो! लवकरच प्रसाद वाटला गेला. भंडारा उधळला गेला आणि मग सर्वत्र 'छत्रपती शिवाजी महाराज की जय', 'महात्मा गांधी की जय' असा जयघोष दुमदुमला! या घोषणांनी वातावरणाचा उत्कर्षबिंदू गाठला गेला अन्... घोषणांचा निनाद आसमंतात विरतो न विरतो तोच सर्व बत्त्या विझवल्या गेल्या! क्रांतीचे ते दूत पाच मिनिटांच्या आत सर्व दिशांनी जसे आले होते तसे निघून गेले. मागे उरला चिडीगुप अंधार अन् आम्ही पाच-सहाजण. नाना पाटील, नाथाजी, पांडू, मी व आमचे दोन वाटाडे!

मग आम्हीही निघालो. पावसाची रिपरिप सुरू होती. आमची पावले पुढे पडत होती; पण माझ्या डोळ्यांसमोरून काही क्षणांपूर्वीचे ते तेजस्वी दृश्य काही बाजूला होत नव्हते. साताऱ्याचे हे अजब दर्शन मला प्रथमच घडले होते. ४२ ची चळवळ सुरू होऊन दोन वर्षांचा कालावधी लोटला होता. भारतातील स्वातंत्र्याचा लढा मरगळून पडला होता. या पार्श्वभूमीवर हा बेल भंडाऱ्याचा कार्यक्रम म्हणजे सर्वत्र पसरलेल्या काळ्याकुट्ट अंधारात लखकन कडाडणारी वीज वाटली! अंधाराचा छेद घेऊन वातावरण उजळून टाकणारी. सातारच्या जनतेचे हे दिव्य दर्शन होते!

२८. क्रांतीची सर्वांत अवघड तपश्चर्या - डॉ. उत्तमराव पाटील

पाऱ्याला शामराव पाटलांच्या दिवाणखान्यात बसल्यावर जेवायला खाली गेलो. जेवून परत दिवाणखान्यात आलो. तो नाना पाटील माझी वाट बघत होते. मी आश्चर्यचकित झालो. आताच जेवायला खाली गेलो तो नाना पाटील नव्हते. इतक्यातच ते आले कुठून. त्यांनी मला खांदे-भेट देऊन कडकडून मिठीच मारली.

नंतर कळले की, नाना पाटील शेजारच्या तिजोरीच्या खोलीत बंदिस्त होते. दिवस-रात्री गडी माणसांचा वावर, बायका-मुले, कामासाठी येणारी माणसे दिवाणखान्यात येत-जात, उठत, बसत; परंतु शामराव पाटील आणि त्यांच्या सौभाग्यवती यांच्याशिवाय कुणालाच याचा पत्ता नव्हता. आठ दिवसांपासून ते त्या खोलीत होते. आज माझ्या भेटीनंतर ठिकाण बदलायचे होते म्हणून ते दिवाणखान्यात येऊन बसले होते. खरोखरच, नानांची या बाबतीतली शक्ती, निग्रह, सोशिकपणाची कमाल होती.

एका वेळी तर एके ठिकाणी सतत दहा-पंधरा दिवस चाऱ्याच्या लहानशा ढोरघरातील अंधाऱ्या खोलीत, सालदार वगैरे सर्व नित्याची कामे उरकीत त्या खोलीत राहात होते; पण चाऱ्याच्या खोलीत मोठा बुवा आहे हे कुणाला कळले नाही. कुणाच्या लक्षातही आले नाही. जेवण-परसाकडे एकदाच; मध्यरात्री, त्यानंतर कसलीच भानगड नाही.

माझ्या मते क्रांतीची सर्वांत अवघड तपश्चर्या जर कोणती असेल तर ती ही. जीवघेणे काम असेल तर ते हे. निदान माझ्या बाबतीत

सर्वांत अवघडल्यासारखे उबून, वैतागून गेल्यासारखे हे काम होते. या सांदी-कोपऱ्यात निव्वळ दगडासारखे पडून राहण्याच्या अवस्थेचे हे काम सर्वांत अवघड होते.

चळवळ्या माकडासारख्या उड्या मारण्याचा माझा स्वभाव आणि वृत्ती. त्यांच्या गळचेपीने माझी या एकान्तवासाच्या अवस्थेने फार पंचाईत व केविलवाणी अवस्था होई. मी निव्वळ घायकुतीला येत असे. मनुष्याला दगड बनून पडायची जर सवय नसेल तर त्याला ही फरारी भूमिगत अवस्था फार गांजते.

ज्या वेळी माझ्यावर असे प्रसंग आले, ते सर्व मी सहन केलेच; पण त्या आठवणीने अजूनही जीव गुदमरल्यासारखा होतो व अंगावर काटे उभे राहतात. नुसत्या गोळ्या झाडणे, बंदूक, तलवार चालविणे, बंदुकीच्या गोळ्यांच्या वर्षावात लढणे किंवा बलाढ्य शत्रूवर बेदरकारपणे चालून जाणे म्हणजेच क्रांती करणे नव्हे; तर प्रबळ शत्रूविरुद्ध अंधारात दीर्घ काळ दबा धरून बसणे हाही क्रांतीचा एक अवघड भाग आहे.

क्रांतिकार्याचे दोन भाग असतात. एक चढाईचा नि दुसरा पीछेहाटीचा. एक पराक्रमी आक्रमणाचा नि दुसरा गनिमी काव्याचा. तेजाच्या पराक्रमाचा एक भाग, दुसरा भाग दगडाप्रमाणे थंडगार लोळागोळा होऊन पडण्याचा. इर्षेला आव्हान देऊन शरीराचा नि मनाचा कण न् कण अंगाराप्रमाणे फुलवणाऱ्या पहिल्या भागात मी पारंगत होतो; पण बर्फाप्रमाणे मन आणि शरीर गार ठेवणारा दुसरा भाग म्हणजे निव्वळ माझ्यासारख्याचे जिवंतपणी मरण घेणारा होता.

नाना पाटील माझ्या अगदी उलट प्रवृत्तीचे. आमच्या सर्वांमध्ये अपवाद होते म्हणा ना!

सभोवती घाण, सर्वत्र काळाकुट्ट अंधार, उंदीर, घुशी, रातकिडे, प्रसंगी सापही! याशिवाय कुणी बोला, बसायला नाही. जेवण-खाण, शौच-लघवी साऱ्यांवर नियंत्रण, खोकला, शिंक, आवाज, पावलाचाच काय, पण श्वासाचासुद्धा जोरात आवाज होऊ न देता अनेक दिवस एकाच ठिकाणी बसून काढायचे म्हणजे दिव्यच ते!

विचार ! विचार ! मनुष्य किती करणार? डोके फिरायची पाळी येते. पागल बनायची वेळ येते. शरीराचा नि मनाचा निव्वळ ऱ्हास होतो.

म्हणून तर मी मांजर्डे गावात गडी म्हणून राहण्याचे आनंदाने

पत्करले होते. अंधारातल्या एकटेपणाच्या दिव्यात मी कमजोर ठरलो होतो एवढे खरे!

('क्रांतिपर्व'मधून)

२९. देवीच्या देवळात तीन दिवस - डॉ. उत्तमराव पाटील

नाना पाटलांना सबंध ४२ च्या चळवळीत सातारा जिल्ह्यातच आधीचा एक वर्षाचा काळ सोडला तर बहुतेक सर्व काळ एकान्तवासात घालवावा लागला.

पूर्वीपासून त्यांच्या या भागातील गावोगावांत व घराघरांत ओळखी फार! त्यामुळे कुणी केव्हा ओळखतील याचा नेम नाही. शिवाय त्यांचा प्रचंड देह. चटकन कुणाच्याही सहज डोळ्यांत भरण्यासारखा. चळवळीचे नेतेपण त्यांच्याकडे आपसूक आलेले.

सर्व भारतात ४२ ची चळवळ थंडावली असतानाही साताऱ्यात मात्र ती जिवंतच नव्हे तर फोफावत राहिली. जोमाने वाढतच राहिली; त्यामुळे सरकार चिडून गेलेले. सरकारचे सारे लक्ष सातारची चळवळ मारण्यासाठी, तिचा नेता नाना पाटलांचा मुडदा पाडण्याकडे आणि जनतेचे लक्ष ४२ च्या या शिवाजीला बघण्याकडे. अशा परिस्थितीत नाना पाटील ४२ च्या चळवळीत खऱ्या अर्थाने भूमिगतच होते व राहिले; पण भूमिगत नेत्यांशी त्यांचा सतत संपर्क होता. पाठीवर त्यांची थाप घेऊनच पत्री सरकारचा प्रवास होत होता.

सबंध सातारच्या क्रांतीच्या लढाईत पोलीस व मिलिटरीही घातली असतानाही साताऱ्यातच ते अत्यंत गुप्तपणे राहू शकले.

सरकार व भूमिगतांमध्ये आट्यापाट्यांचा खेळ सुरू झाला. सरकारला त्यात यश येईना. म्हणून ते अधिकच चवताळले. भारतात इंग्रजशाहीला सातारचा हा बट्टाच लागला. तो कलंक धुण्यासाठी सरकारने जिवाचे रान केले. चवताळलेल्या सरकारने मुंबईचे पोलीस खाते मोकळे सोडले. भूमिगत त्यालाही पुरून उरले म्हणून मिलिटरीही घातली; पण सातारा दशअंगुळे वरच राहिला. नाना पाटीलही गुप्त तर गुप्तच राहिले.

एकदा पोलिसांनी चढाई करून गावेच्या गावे वेढली. ज्या गावाला पोलीस पार्टीचा तळ होता, त्याच्या शेजारीच मागच्या बाजूला देवीचे जुनाट देऊळ होते. त्या लहानशा देवळाला बंद दरवाजा होता. त्या

देवळाच्या गाभाऱ्यात नाना पाटील सतत तीन दिवस होते!

त्या गावच्या आमच्या क्रांतीच्या पुजाऱ्याने अगदी पोलिसांसमोर दिवसातून दोनदा नैवेद्य नेऊन दरवाजाला पुन्हा कुलूप लावावे. गावातल्या एकाही माणसाला भूमिगतांनासुद्धा याची खबर लागली नाही. मग पोलिसांना काय कळणार? अशा अंधारात राहण्याचा परिणाम म्हणजे नानांचे डोळे थोडे अधू झाले.

३०. पत्री सरकारची किमया व यंत्रणा - डॉ. उत्तमराव पाटील

नानांशी शेवटची आमची गाठभेट झाली ती मोठ्या चमत्कारिक अवस्थेत. अत्यंत नाट्यपूर्ण रीतीने.

आमच्या पत्री सरकारच्या नुकत्याच फुलू लागलेल्या रोपट्याला उपटून फेकण्यासाठी सरकारने आगीच्या लोळाने प्रखर हल्ला चढवला. त्यांनी गावेच्या गावे ठोकून काढायला सुरुवात केली. कोंबडीची पिसे निपटतात तशी गावांना व जनतेला पिसाटायला सुरुवात केली.

नाना पाटलांना पकडून भूमिगतांचा अंत करण्यासाठी विजेच्या वेगाने पोलीस पार्ट्या सर्व भागांत धावू लागल्या. पारे व पाऱ्याच्या आजूबाजूची सर्व खेडी हजारो पोलिसांनी अचानक वेढली. घराघरांच्या तपासणीचे व मारधाडीचे सत्र सुरू झाले. कसलीच सुरक्षितता राहिली नाही. नाना पाटील पाऱ्यात अडकून पडलेले. बाहेर लांबवर नेण्याची सोय राहिली नाही. पोलिसांनी १०-१५ मैलांचे कडेच्या कडे केले होते. दिवसाच काय; पण रात्रीसुद्धा बाहेर पडणे अशक्य होते.

दुर्दैवाने म्हणा अगर सुदैवाने म्हणा, काहीही पूर्वसूचना न देता मी अचानकपणे मांजर्ड्याहून पाऱ्याला निघालो. मांजर्डे हे पोलीस कारवाईच्या बाहेर होते; त्यामुळे पोलीस धाडीची काहीच कल्पना नव्हती. मनात तिकडे जायची इच्छा आली नि पाऱ्याचा रस्ता धरला.

पाऱ्याच्या गुराख्यांची रस्त्यावर टेहळणी चालू होती. मी त्यांच्याजवळ पोहोचताच त्यांनी मला घेरले.

"पावणं कोण? कुठलं?" छेडछाड सुरू केली. मी दाद देत नाही हे बघताच त्यांनी मला कैद्यासारखे धरून ओढलेच. मी तर स्तंभितच झालो. इतक्यात त्यांचा नायक त्यांनी घातलेल्या हाळीने तिथे आला. त्याने ताबडतोब मला ओळखले.

ते सर्व आमच्या चळवळीचे गनिमी सैनिक होते. पाऱ्याच्या आसपास पोलिसांचा वेढा पडल्यावर गावच्या आणि भूमिगतांच्या संरक्षणासाठी हा परकोट त्यांनी उभा केला होता. कुणी भूमिगत अथवा फितूर किंवा सी.आय.डी. वगैरे आलेच तर त्यांच्या बंदोबस्तासाठी हा जागता पहारा! फितुरीचे चिटपाखरूही गावात जाऊ नये म्हणून पोलिसांनी वेढलेल्या प्रत्येक गावाने असा परकोट उभा केला होता. गुराख्यांच्या सैनिकांनी!

जवळच गो. काकांचे शेत होते. त्यांची पत्नी गुराखीच बनली होती. गुरे सांभाळून तिच्या मार्फत या बाजूचे संदेश गावात देणे-आणणे हे काम तिच्याकडे होते. नायकाने मला तिच्याकडे पोहोचवले. मला गुरे वळायला सांगून ती तडक पाऱ्याला निघाली.

भूमिगतांचा संदेश घेऊन तासाभराने ती परत आली. एक फाटका शेतकरी तिच्या पाठोपाठ आला. त्याने मला त्याच्या मागून यायची सूचना देऊन, 'मी जिथे बसेन त्या शेतातील पाखरे उडवणाऱ्या म्हातारीकडे जावयाचे' असे मला सांगितले. मी त्याच्या मागून गेलो. त्या म्हातारीला पूर्वसूचना देऊनच तो आला होता. म्हातारी खाली उतरली आणि तिने मला शेजारच्या शेतापलीकडील शेतात एका माणसाकडे जायला सांगितले. मी तिथे पोहोचलो. त्याने मागे येण्याची खूण केली. शाळूने भरलेल्या शेताच्या मध्यभागी एक भले मोठे धूड घोंगडी पांघरून पसरले होते. त्याला चाहूल लागली. माझ्याकडे बघितल्याबरोबर घोंगडी फेकून ती व्यक्ती उठली नि तिने मला घट्ट मिठीत घेतले. नाना पाटील होते ते!

ते प्रेमाने पाठीवर हात फिरवीत राहिले. निःशब्द प्रेमाची देवाणघेवाण झाली. पंढरपूरहून निसटल्यानंतर आटपाडीच्या महादेवाच्या साक्षीने अंधाऱ्या रात्री झालेल्या जिवाशिवाच्या भेटीनंतर, स्वच्छ प्रकाशात सूर्यदेवाच्या साक्षीने शाळूच्या हिरव्यागार शेतात रंगलेली ही शेवटची हिरवीगार भेट घडली ती अशी!

आश्चर्य असे की, पोलिसांनी वेढलेल्या, ठिय्या देऊन बसलेल्या गावापासून काही अंतरावरील एका शेतात आमची गाठभेट रंगत होती! आहे की नाही पत्री सरकारची ही किमया! अशी होती सातारच्या पत्री सरकारची भूमिगत यंत्रणा.

सातारचा सिंह व खानदेशचा बिबट्या तेव्हा तब्बल आठ दिवस एकत्र आले.

('क्रांतिपर्व'मधून)

३१. नाना पाटलांचा गनिमी कावा डॉ. उत्तमराव पाटील

शाळूच्या शेतात मध्यावर नाना पाटील व मी हातात हात घालून घोंगडीवर बसलो; हसत एकमेकाकडे पाहात. मोठा सुखद क्षण होता तो. दोघांच्याही मनीमानसी, ध्यानी नसताना ही गाठ पडली होती...

"पण तुम्ही इथे कसे आलात हो?" मी मोठ्या औत्सुक्याने प्रश्न केला. मला कळले ते असे.

ध्यानीमनी स्वप्नी नसतानाही पोलिसांनी अचानक पारेगाव वेढले. कुंडलचा सावधानतेचा व पाऱ्यातून लांब जाण्याचा संदेश पोहोचण्याच्या आतच ही कारवाई झाल्याने क्रांतिकारकांची फसगत झाली. गावाभोवती व गल्लोगल्ली संगिनी धरून पोलीस उभे. घराघरांत झडल्या सुरू झाल्या. आमची सारे माणसे हबकून गेली. प्रसंग फारच बाका होता. पोलीस पाटलाच्या ढोरघरातच नाना पाटील.

या कोंडीतून नानांना बाहेर कसे काढायचे? भराभर डावपेच आखण्यात आले.

नाटक असे रंगले - पोलीस पाटील "मला वाचवा! मला वाचवा साहेब, मला वाचवा! माझा घात होणार!" असे ओरडतच चावडीत घुसला. मोठ्या साहेबांच्या पायावरच आदळला.

"अरे पाटील, झाले काय ते तरी सांग ना?" साहेबांनी पाटलाला उठवीत विचारले.

"साहेब मी मरणार. माझा जीव वाचवा हो साहेब!" म्हणून पाटलाने जोरातच गळा काढला. नंतर म्हणाला, "साहेब फराऱ्यांनी, मला आताच मारले, तोडून टाकू म्हणून दम दिला. मला तोडल्याशिवाय राहणार नाहीत ते साहेब. मी तुमचे लेकरू, मला तारा; जीवदान द्या!"

"कुठे आहेत? कुठे आहेत फरारी बोला."

"साहेब, ते एका घरात ते लपल्यात. चला, दाखवतो मी." असे पाटलाने म्हणताच साहेबाने शिटी फुंकल्याबरोबर, साऱ्या गावात शिट्याच शिट्या फुंकल्या गेल्या आणि सारे पोलीस धडाधड चावडीसमोर

गोळा झाले.

"साहेब, पळा माझ्या पाठीमागे. मी फरारी लपलेले घर दाखवतो." पोलिसांना हुकूम सोडले. सारी गल्ली वेढली गेली. पाटलांनी दाखवलेल्या घरात पोलिसांनी संगिनी रोखून प्रवेश केला. दोन-तीन भूमिगत आधीच त्या घरात बसलेले होते. त्यांना पकडून जाम करण्यात आले.

एवढ्या वेळात वेढा पडलेल्या गल्लीच्या विरुद्ध बाजूच्या गल्लीतील पाटलांच्या ढोरघरातून नानांना बाहेर काढण्यात येऊन नजीकच्या शाळूच्या शेतात घुसवले.

माझ्या शाळूसोबत्याची शाळूच्या शेतात गाठ पडली ती अशी! एवढा जीवन-मरणाचा प्रसंग; पण नाना स्थितप्रज्ञच! एवढ्या बाका प्रसंगातही नाना पाटलांचा एवढा शांतपणा कसा? सातारच्या रक्तातच तो गुण असावा का? मनात विचार आले आणि गेले.

"आपले दोन-तीन फरारी पकडले त्यांचे हालहाल होतील ना?" माझा प्रश्न.

"अवो, हाल तर आपल्या पाचवीलाच पुजूनच पाऊल टाकले आहे ना? कोण जुमानतो या हालांना? भूमिगत फरारी अगदी किरकोळ आहेत आणि त्यांनी हुकुमाप्रमाणे खुशीने हे केले; पण आमचा हा कावा आहे." नाना म्हणाले.

"तो कसा काय?" माझा प्रश्न.

"एक तर मला तिथून बाहेर पडायलाच पाहिजे होते. म्हणून ही युक्ती अपरिहार्यच नव्हती का? पण आपल्या बहादूर सैनिकांनी एका दगडात दोन पक्षी मारले. अहो, आता आपला पोलीस पाटील पोलिसांच्या गळ्यातला ताईत होणार. भूमिगतांना पकडून देणारा माणूस म्हणजे आपला खास विश्वासू माणूस म्हणून पोलीस त्याच्यावर पूर्ण विसंबणार! पण तो सरकारचा पोलीस पाटील तर आपल्या क्रांतीचा गाव पाटील आहे. शिवाय रामोशाचा गण्या सतत त्यांच्या दिमतीला राहणार! पाटील, फरारी मारतील म्हणून मला तुमच्यातच ठेवा म्हणून विनवेल. आता घरी न येता पोलिसांतच त्यांनी राहावे असे त्यांना सांगण्यात आले आहे. गण्या रामोशी घरी येण्याच्या निमित्ताने पोलिसांच्या हालचाली, कारवाया, त्यांचे पुढचे बेत यांची आगाऊ बित्तंबातमी गण्याच्या बायकोमार्फत मिळत जाईल. पोलिसांत राहून आता आपण पोलीस-प्रूफ

झालो बरं! आलं का ध्येनात!'' नाना पाटील त्यांचे ठेवणीचे गालातले गालात हसू हसत म्हणाले.

मी आश्चर्यचकित तर झालोच; पण हे ऐकत असताना अगदी सुन्न झालो होतो.

('क्रांतिपर्व'मधून)

३२. ...आणि गिल्बर्ट हरला! - साप्ताहिक नवयुग

गिल्बर्टसाहेब म्हणून सातारचे एक कडक डी.एस.पी. होते. नाना पाटील यांना पकडण्यासाठी त्यांच्याइतकी धावपळ कोणीच केली नसेल! नेहमी एक मोटार व चाळीस-पन्नास पोलीस आजूबाजूला जय्यत तयार ठेवून ते झोपी जात!

असेच एकदा झोपले असताना बारा वाजता 'नाना पाटील' - 'नाना पाटील' म्हणून झोपेतून ते ओरडत उठले आणि नंतर मोटारीत बसून नाना पाटलांच्या शोधासाठी एका गावी गेले. सर्व गाव त्यांनी धुंडाळले; पण नानांचा पत्ता लागला नाही. मग त्या गावी बाकीचे सर्व पोलीस ठेवून आणि एक-दोन पोलीस बरोबर घेऊन जवळच्या लोणंद स्टेशनवर बातमीदारांची गाठ घेण्यासाठी ते निघाले. इतक्यात एका हॉटेलमधून नाना पाटील आपल्या पंचवीस साथीदारांसह बाहेर पडले आणि गिल्बर्टसाहेबांशी हस्तांदोलन करून ते हसत म्हणाले, "साहेब, मीच तो नाना पाटील! आपको कभी नही मिलेगा, वो आज मिला है!'' गिल्बर्टसाहेब चाट पडले! नाना पाटील यांचा तेजस्वी चेहरा पाहून त्यांच्या मनात नानांबद्दल एकदम आदर निर्माण झाला. त्या दिवसापासून गिल्बर्टसाहेबाने नानांना पकडण्यासाठी फारशी दगदग केली नाही, असं म्हणतात!

३३. नाना पाटील बाजल्यावर... माधवराव कृ. कोकाटे

आपले साम्राज्य जाते म्हणून निष्ठुरपणे या चळवळीचा बीमोड करण्यास सरसावलेले इंग्रज सरकार आणि त्यांच्याविरुद्ध जनतेच्या हृदयसिंहासनावर आरूढ झालेले क्रांतिसिंहांचे प्रति-सरकार यांचा सामना १९४२ ते ४६ असा पाच वर्षे सतत चालू होता. या काळात अनेक क्रांतिवीरांना इंग्रजांच्या गोळ्यांना बळी पडावे लागले; पण भूमिगत प्रति-सरकारचे राजे हे त्यांच्या कधीच हाती लागले नाहीत. त्यांचे कार्य

जनतेसाठी स्वातंत्र्य मिळविण्याचे असल्याने अनेक देशभक्त नोकरांनीही क्रांतिसिंहांना निसटून जाण्याची संधी दिली. त्या काळातील अनेक प्रसंग रोमांचकारी आहेत. काही अद्‌भुत कथा आहेत! गोड दंतकथाही आहेत. त्यांपैकी एक -

एकदा नाना पाटलांना ब्रिटिश पोलिसांनी घेरले होते. बाहेर पडणे शक्यच नव्हते. अशा वेळी एका बाळंतीण बाईने आपली जागा नाना पाटलांना दिली. त्या बाईचे लहानसे अर्भक पुढ्यात घेऊन नाना पाटील तेथे बाजल्यावर झोपून राहिले. खाली शेगडी, खोलीत बाळंतिणीच्या वातावरणाचा वास दरवळत होता. ती ओली बाळंतीण बाजूला चुलीपुढे स्वयंपाकाच्या कामात गढून गेलेली. पोलिसांना वाटले, खरेच बाळंतीण बाजल्यावर आहे. ते निघून गेले व ही बाळंतीण उठून फरारी झाली!

(क्रांतिसिंह नाना पाटील गौरव अंकातून)

३४. पोर माझी भाग्याची - रा. वा. शेवडेगुरुजी

आम्हा तरुण मुलांना ४२ च्या भूमिगत चळवळीचे विलक्षण आकर्षण होते. कोल्हापूरचे रत्नाप्पाण्णा, सांगलीचे वसंतदादा आणि सातारचे नाना पाटील हे आमचे जणू दैवतच झाले होते.

मा. विनायक, बाबूराव पेंढारकर, पांडुरंगराव नाईक आदी सिनेमा क्षेत्रातली मंडळी कोल्हापूर सोडून गेली होती. पुढे मा. विनायकांनी तर मुंबईत प्रफुल्ल पिक्चर्स नावाची स्वतःची स्वतंत्र कंपनी थाटली होती. त्या काळी मी त्यांच्याकडे होतो. भूमिगतांना सढळ हाताने मदत करणे हा विनायकरावांचा बाणा होता. ही मदत ते इतक्या शिताफीने करीत असत की, उजव्या हाताने दिलेले दान डाव्या हाताला समजू नये. अशा गोष्टी त्यांच्या पत्नीला फारशा आवडत नसत. काहीतरी भलतंच संकट यामुळे आपल्यावर ओढवेल असे त्या कुटुंबवत्सल माउलीला वाटत असे. मा. विनायक त्यांच्या कंपनीत असलेल्या देशभक्त नोकरांशी आणि आमच्याशी चळवळीबद्दलचे सुखसंवाद करीत असत.

तो दिवस मला नक्की आठवतो; परंतु तारीख आठवत नाही. मा. विनायकांची मोठी मुलगी मीना हिचा वाढदिवस होता. त्यानिमित्त बासुंदीचा बेत केला होता. रात्रीची जेवणे झाली. दहाचा सुमार असेल. कॉल बेल वाजली. मा. विनायकांना भेटण्यासाठी कोणीतरी आले होते.

त्या व्यक्तीला विनायकांनाच भेटायचे होते. मा. विनायक भेटले. कोण आले? कशासाठी आले? त्यांनी वाच्यता केली नाही. वाढदिवसाला आलेली निमंत्रित मंडळी निघून गेली. घरचे लोकही झोपण्याच्या तयारीस लागले. मा. विनायकांनी मला आणि घरच्या नोकरांना बोलावून सांगितले की, बारा-एकच्या सुमारास कोणी महत्त्वाचे पाहुणे येणार आहेत आणि ते घाईत असल्यामुळे पहाटेच निघून जाणार आहेत, तेव्हा ते पाहुणे आल्यावर मला उठवा आणि त्यांची हॉलमध्ये झोपण्याची व्यवस्था करा.

एकच्या सुमारास कॉल बेल वाजली. पाहुणेमंडळी आली. १४/१५ खेडवळ पण तेजस्वी तरुण मंडळी होती. त्यात एक तरुण स्त्री होती. विनायकराव उठले. त्यांनी 'नमस्कार, नाना पाटील' असे म्हणून त्यांना दृढ आलिंगन दिले. मग माझ्या डोक्यात लख्ख प्रकाश पडला, स्वतःला धन्यता वाटली. पाहुण्यांचे स्वागत म्हणून त्यांना बासुंदी देण्यात आली. आश्चर्य वाटून नाना पाटील उद्‌गारले,

"आज बासुंदी कशासाठी?"

"आज माझ्या मोठ्या मुलीचा वाढदिवस आहे."

"मग मोठा योग म्हणायचा. मग उठवा ना तिला. पाहू द्या तरी तुमची कन्या!"

मीनाला उठविण्यात आले. विनायकरावांच्या सांगण्यावरून डोळे चोळतच तिने नाना पाटलांना नमस्कार केला. आशीर्वादपूर्वक मीनाच्या पाठीवरून नाना पाटलांनी हात फिरविला. त्यांनी मीनाचा उजवा हात आपल्या डाव्या हातात धरला. उजव्या हाताने कमरेत अडकविलेल्या पुरचुंडीतून घडी घातलेली एक नोट काढली. ती मीनाच्या हातात ठेवत नाना म्हणाले, "ही आमची वाढदिवसाची भेट!"

त्या नोटेची घडी मी उघडून पाहिली. ती नोट दहाची नव्हती, शंभराची होती! माझ्याप्रमाणे विनायकरावांनाही आश्चर्य वाटले. आपले नेहमीचे स्मितहास्य करीत मा. विनायक उद्‌गारले, "पोर माझी भाग्याची!"

३५. घोड्यावरचा दीड शहाणा - कॉ. शेखकाका

कॉ. नाना पाटलांच्या शेतकऱ्यांच्या सभांमध्ये सरकारच्या अन्यायी करपद्धतीवर जोरदार टीका - प्रहार असायचे. सरकारने व्यापाऱ्यांवर

म्हणून लादलेला विक्रीकर हा अप्रत्यक्षपणे शेतकरी व जनतेवरच कसा बसला आहे, हे स्पष्ट करण्यासाठी ते लोकांना एक गोष्ट सांगत -

एक शेतकरी आपल्या घोड्यावर सामान लादून शेजारच्या गावी निघाला होता. लवकरच त्याच्या लक्षात आले की, घोड्याला आपला व सामानाचा बोजा सहन होत नाही, घोडे थकून लटपटत आहे, तेव्हा त्या शेतकऱ्याने थोडे सामान आपल्या डोक्यावर घेतले व घोड्यावरच स्वार होऊन तो पुढे चालला. तोच त्यास रस्त्यात दुसरा शेतकरी भेटला. त्याला ही स्वारी पाहून अचंबा वाटला. त्याने विचारले, 'अवो पाव्हणं, डोक्यावर बोजा घेऊन घोड्यावर का?' तर हा शहाणा शेतकरी म्हणतो कसा, 'घोड्याला माझा व सामानाचा बोजा जास्त झालाय ते लटपटाय लागलंय, तवा बोजा कमी करण्यासाठी थोडा मी डोक्यावर घेतला.'

व्यापाऱ्यांवरचा विक्रीकर म्हणजे जनतेवरच कर आहे, हे पटवून सांगण्यासाठी या दाखल्यासारखा दुसरा दाखला असेल काय?

३६. नाना पाटलांचा रेल्वे प्रवास - कॉ. शेखकाका

कॉ. नाना पाटलांनी आपल्या हयातीत अनेक पक्ष बदलले. प्रारंभी ते कॉंग्रेसमध्ये होते. स्वातंत्र्य मिळाल्यावर ते शे. का. पक्षात गेले. तेथून ते लाल निशाण गट व शेवटी कम्युनिस्ट पक्षात आले. असे पक्षांतर त्यांनी केले, तेव्हा काही टीकाकार त्यांच्या या पक्षांतरावर आक्षेप घेत असत. अशा टीकाकारांना ते आपल्या जाहीर सत्रांतून आपल्या रेल्वे-प्रवासाचा दाखला देऊन समर्पक उत्तर देत -

"लोक म्हणतात, नाना पाटील पक्ष बदलतो. अहो, मी पक्ष उगीचच बदलतो का?... परवा मी रेल्वेनं कोल्हापूरहून मुंबईला निघालो होतो. गाडी मिरज स्टेशनात आली आणि कळलं गाडी पुढं जात नाही; बदलावी लागणार. दुसऱ्या गाडीत बसलो. पुणं आलं. स्टेशन येताच सर्व लोक उतरले. मी एकटाच डब्यात राहिलो. चौकशी केली तर मिरजेची गाडी पुण्यापर्यंतच आहे, असं समजलं. मग पुन्हा गाडी बदलली. आता मात्र ही गाडी बदलावी लागणार नाही. ही गाडी शेतकरी कामगारांच्या राज्यात नक्की जाणार."

सन १९५३ साली कम्युनिस्ट पक्षात आल्यावर नाना पाटलांनी अखेरपर्यंत पुन्हा गाडी बदलली नाही हे सर्वश्रुतच आहे.

३७. बनेल शेळीची गोष्ट - इंदुमती पाटणकर

कॉ. नाना पाटलांची भाषणे म्हणजे उदाहरणांनी खच्चून भरलेली असत. समोर खेडूत श्रोतृसमुदाय असला तर ते शेतकरी जीवनातील चपखल दाखले देत. काँग्रेसच्या भांडवलदार सरकारसंबंधी ते एक असाच दाखला देत -

''बंधूंनो! मी आपणास एक गोष्ट सांगतो. त्या गोष्टीप्रमाणे आहे आपले हे सरकार! ऐका. एक गरीब शेतकरी होता. त्याच्या घरी दूध नव्हते, तेव्हा त्याने विचार केला की, दुधासाठी म्हैस घ्यावी तर तिला बांधायला भरपूर जागा पाहिजे, भरपूर गवत पाहिजे. एवढी आपली आर्थिक स्थिती नाही. तेव्हा नवरा-बायकोने विचार केला की, आपण एक-शेळी घेऊ या. दुसरे दिवशी तो बाजारात गेला आणि एक पांढरीशुभ्र लहान बांध्यांची आखूड शिंगाची जास्त दुधाची शेळी त्याने विकत घेतली. बाजारात दूध काढून बघितले. शेळीने भरपूर दूध दिले. शेळीस घरी घेऊन आला. घराच्या बाहेर शेळी बांधली. दोघे नवरा-बायको दुधाची शेळी मिळाली म्हणून अगदी खूश झाले. निवांत झोपले. सकाळी धार काढावयास गेले तर शेळीच्या कासेत दूध नाही. अगदी नुसत्या पिशव्याच जणू; शेतकऱ्यास आश्चर्य वाटलं. च्यायला! काल एवढं दूध दिलं अन् आज असं काय झालं? का शेजारणीनं काढून नेलं? शेतकऱ्यानं विचार केला. आज शेळी घरात बांधायची. शेळी घरात बांधली. निवांत झोपला. सकाळी पुन्हा कासेत दूध नाही. शेतकऱ्यास काही अंदाज येईना. त्याने रात्री जागून दुधाचं काय होतंय हे पाहायचं ठरवलं. जागता जागता त्याचा डोळा लागला. इतक्यात चुरुचुरू वाजू लागलं. काय वाजतंय म्हणून पाहतोय तो काय! शेळी आपलंच दूध आपुन पितीया!''

तसं बंधूंनो! आपले हे सरकार, येणारा सगळा विकासयोजनेचा पैसा आपणच गट्टम करतंय. त्यासाठी चळवळीच्या शेणाचा बोळा शेतकऱ्याप्रमाणे आपण त्याच्या कासेला लावला पाहिजे. त्याबिगर हे सरकार आपलंच दूध पियाच थांबायचं नाही.'' (आपलेच दूध आपण पिणाऱ्या शेळीच्या कासेला शेणाचा बोळा लावून तिला प्रतिबंध केला जातो.)

३८. सातारचा नाना पाटील म्हणतात तो मीच... - वि. शि. आवटे

आमचं गाव दुशेरे. प्रति-सरकारच्या प्रयोगात महत्त्वाचा भाग घेणारं. त्या गावामध्ये क्रांतिसिंह नाना पाटलांची सभा प्रथम १९३५ साली दिनकर मास्तर, दिगंबर पाटील इत्यादी १०/१२ तरुणांच्या पुढाकाराने झाली. सभेचे अध्यक्ष गावचे तरुण मुलकी पाटील बाळासाहेब बंडू पाटील हे होते. सभा झाल्यावर गावच्या कुलकर्ण्याने लगेच वर रिपोर्ट पाठविला की, आमच्या गावी नाना पाटलांची सभा होऊन गावचे पाटील अध्यक्ष होते. या रिपोर्टावरून बाळासाहेब पाटलांना लगेच सस्पेंड केल्याची ऑर्डर मिळाली!

क्रांतिसिंह नाना पाटलांचा व आमच्या गावचा प्रेमसंबंध वाढतच गेला. ते भूमिगत असताना आमच्या गावी त्यांनी व पांडू मास्तर यांनी १४ गांधी लग्ने एकाच वेळी घडवून आणली. वधू-वर सर्व जातीचे होते. या लग्नात कमीतकमी खर्चात सामुदायिक खीर-भाताचे भोजन घालून हा सामुदायिक विवाह समारंभ साजरा केला.

नंतर क्रांतिसिंह शे. का. पक्षात असताना ते आणि आम्ही काही कार्यकर्ते पूर्व खानदेश जिल्ह्यात प्रचारदौऱ्यावर होतो. सर्वत्र सभा वगैरे घेत आम्ही कुंझर या गावी तेथील काही तरुण कार्यकर्त्यांच्या आग्रहाने सभेसाठी गेलो, पण ते गाव कट्टर जीर्णमतवादी व जमीनदारांच्या वर्चस्वाखाली होते. आम्हास निमंत्रण देणारे तरुण हतबल ठरले आणि सभा न घेताच आम्हास तेथून त्यांचा निरोप घेऊन निघावे लागले; पण तशी आमची सुटका होणार नव्हती. गावाबाहेर पडताच मोटारीवर तुफान दगडफेक सुरू झाली. आम्ही मोटार थांबवली, तेव्हा दगडफेकही थांबली. पुन्हा मोटार सुरू केली, पुन्हा दगडफेक सुरू झाली. आता काय करावे हे आम्हास सुचेना. एवढ्यात क्रांतिसिंह मोटारीतून बाहेर आले आणि गाडीच्या समोर लाइटमध्ये जाऊन उभे राहिले आणि आजूबाजूला झुडपात दबा धरून बसलेल्या लोकांना उद्देशून मोठ्याने म्हणाले, ‘‘सातारचा नाना पाटील म्हणतात तो मीच. काय करून घ्यायचे असेल तर करून घ्या. सामोरे या; दडून का बसता?’’ क्रांतिसिंहांचे धाडस व संकटातील शांतवृत्ती पाहून पाच-पन्नास भालेधारी

भिल्ल झुडपांतून बाहेर पडले. आपण एका मोठ्या माणसाचा गुन्हा केला आहे, हे त्यांच्या ध्यानात आले. ते सर्वजण क्रांतिसिंहांच्या समोर आले व म्हणाले, "आमची चूक झाली. आम्हाला गावच्या जमीनदारांनी पैसे दिले होते तुम्हाला मारण्यासाठी! आमच्या पोटासाठी आम्ही हे काम केलं. हे लोक आम्हाला आपल्या स्वार्थासाठी देवालासुद्धा मारायला पाठवतील." असे म्हणून भिल्ल तेवढ्यावरच थांबले नाहीत, तर त्यांनी क्रांतिसिंहांच्या पायांना स्पर्श करून नमस्कार केला व ते शांतपणे निघून गेले.

३९. सावकारशाहीचा समाचार - बाळकृष्ण गणेश परुळेकर

सन १९४७ साली क्रांतिसिंह नाना पाटील यांचा दौरा कोल्हापूर जिल्हा प्रजापरिषदेच्या वतीने आयोजित केला होता. गारगोटी तालुक्यात कडगांव येथे सभा होती. आम्ही कार्यकर्ते मंडळींनी सभेची तयारी केली. पाहुण्यांची जेवणाची व्यवस्थाही केली होती. दुपारी १२ वाजता नाना पाटील, माधवराव बागल, शंकरराव वारके अशी मंडळी गाडीतून न उतरता दुपारच्या जेवणासाठी एका बड्या सावकाराच्या घरी निघून गेली.

त्या काळात भुदरगड तालुक्याचा पश्चिम भाग सावकारशाहीच्या अनन्वित अत्याचाराने पिळला होता. प्रजा परिषदेच्या ४६ च्या गारगोटी अधिवेशनात सावकारशाहीवर खुद्द माधवराव बागल, नानासाहेब गोरे यांनी कडक टीका केली होती. सदर सावकार हे सावकारशाहीचे हिडीस प्रतीक होते. शिवाय ते ४२ च्या आंदोलनात सरकारच्या बाजूचे होते. अशा माणसाकडे पाहुणचार पाहून कार्यकर्ते अवाक् झाले. गावात चर्चा सुरू झाली. कोणीही कार्यकर्ता तिकडे फिरकला नाही. नाना पाटलांना ही गोष्ट खटकली; पण त्यांना वस्तुस्थिती समजेना. जेवण, विश्रांती झाल्यावर पाहुणे सभेकडे यायला निघाले. आम्ही कार्यकर्ते मंडळी वाटेत उभे होतो. माधवरावांना सोडून नाना पाटील कार्यकर्त्यांच्या घोळक्यात आले. सर्व परिस्थिती समजावून घेतली आणि उस्मानसाहेब काजी यांच्या खांद्यावर हात टाकून त्यांची स्वारी स्टेजकडे गेली. त्यापूर्वीच वारके यांनी माधवरावांच्या सांगण्याप्रमाणे सभेचे अध्यक्ष म्हणून सदर सावकाराचे नाव जाहीर केले होते. इतर सर्वांची भाषणे

झाल्यावर शेवटी नाना पाटील उठले आणि भाषणाची सुरुवातच 'सावकारशाही ठेवायची न्हाय, गाडून टाकायची हाय हो!' अशा जबरदस्त वाक्याने केली. तब्बल एक तासभर कठोर टीका करून नाना पाटलांनी सावकारशाहीचा समाचार घेतला. बिचारे अध्यक्ष खाली मान घालून बसले होते. अध्यक्षांनी एकही शब्द न बोलता सभा संपली. ते सावकार त्यांच्या आयुष्यात पुन्हा कधीही सार्वजनिक सभेला म्हणून गेले नाहीत!

(क्रांतिसिंह नाना पाटील गौरव अंकातून)

४०. कुऱ्हाडीचे दांडे मात्र होऊ नका - गो. ग. ताकटे

आमच्या गावी (खंडाळे, ता. राहुरी. जि. नगर) क्रांतिसिंह नाना पाटलांची सभा होती. त्यांचा मुक्काम येथील कम्युनिस्ट कार्यकर्ते बाबूराव थोरात यांच्याकडे होता. सभेनंतरच्या चर्चेत स्थानिक राजकारणाचा मुद्दा निघाल्यावर थोरातांनी क्रांतिसिंहांना सांगितले की, आमच्या गावात ताकटे गुरुजी काँग्रेसचे गांधीवादी कार्यकर्ते आहेत, तेव्हा त्यांनी विचारले की, त्यांची भेट होऊ शकेल का? थोरातांनी सांगितले की, ते सध्या आजारी असून घरी पडून आहेत. "तर मग आपणच उद्या सकाळी त्यांच्या भेटीस जाऊ या." असे म्हणून त्यांनी माझ्याकडे निरोप पाठविला. एवढ्या महान व्यक्तीचे पाय माझ्या घराला लागणार म्हणून मला मोठी धन्यता वाटली.

दुसऱ्या दिवशी १० वाजता थोरातांसह क्रांतिसिंह आमच्याकडे आले. थोरातांनी माझी 'हे काँग्रेमचे काम करतात' अशी ओळख करून दिल्यावर मीही थोरातांसंबंथी 'हे कम्युनिस्ट विचारसरणीचे पुरस्कर्ते आहेत,' असे म्हणालो, तेव्हा क्रांतिसिंह म्हणाले की, आपापल्या मतानुसार योग्य वाटणाऱ्या कोणत्याही पक्षाचा प्रचार करणे हा काही गुन्हा नाही. आपली भारतीय राज्यघटना तेच सांगते; पण काही पथ्ये आपण पाळली पाहिजेत हा मुद्दा स्पष्ट करताना त्यांनी एक गोष्ट आम्हास सांगितली -

एक मोठे जंगल होते. त्यात मोठमोठी झाडे होती. एके दिवशी नजीकच्या ग्रामस्थांनी जंगलातील झाडे तोडून जमीन वहिवाटीस आणण्याचा घाट घातला. ही कुणकुण काही झाडांना लागली, तेव्हा सर्व झाडांनी

एका ज्येष्ठ वडाच्या झाडाला अध्यक्ष करून सभा घेतली. तेथे भावी संकटाची चर्चा झाली. उपाय सुचविले गेले. शेवटी अध्यक्षीय भाषणात वड म्हणाला, "झाडेतोड करण्यासाठी गावकऱ्यांनी ट्रक भरभरून कुऱ्हाडी आणू द्यात. घाबरू नका; पण... आपल्यापैकी कोणी त्यांच्या कुऱ्हाडीचे दांडे होऊ नका एवढी गोष्ट लक्षात ठेवा!"

४१. एक्क्याची हुकमत चालवा - प्रा. चंद्रकांत श. पाटगांवकर

फितुरी, गद्दारी यामुळेच आपला देश पारतंत्र्यात पडला आणि मागे राहिला. राष्ट्रात एकी हवी तशी गावातही एकी हवी, या एकीचे महत्त्व शेतकरी बांधवांना रांगड्या भाषेत समजावून सांगावे ते नाना पाटलांनीच! स्वतः पहिलवानकी केल्याने कुस्तीच्या मैदानाप्रमाणे शड्डू ठोकूनच व्याख्यानाच्या व्यासपीठावर नानांचा प्रवेश व्हायचा आणि मराठमोळ्या खेडुतांनी टाळ्या वाजवून आणि फेटे उडवून त्यांना दाद द्यायची! रोजची उदाहरणे घेऊन ते शेतकरी बंधूंना स्वातंत्र्याचा अन् मुक्तीचा संदेश देत असत. पत्त्याच्या खेळाचा एक्का त्यांचा फार गाजला होता. नाना पाटील म्हणायचे, "माझ्या शेतकरी बंधूंनो, तुम्हाला पत्त्यांचा डाव माहीत आहे. गुलामावर राणीचा हुकूम चालतो. राणीवर राजाची हुकमत चालते! पण राजावरसुद्धा हुकमत चालते ती एक्क्याची! हा एक्का तुम्ही लोकांनी 'एकी' करून मिळविला पाहिजे! गांधी-नेहरू आम्हाला 'एकी' करा म्हणून शिकवत आहेत. इंग्रज राजाराणीवर हिंदुस्थानच्या जनतेची एकीच विजय मिळवू शकेल आणि स्वराज्य मिळाल्यावर ही एकीच लोकशाही आणि स्वातंत्र्य टिकवू शकेल!"

आपल्या भारताला अंतर्गत आणि बहिर्गत अशा दोन्ही शत्रूंकडून धोका आहे, असे देशाचे नेते सांगत असतात. या ऐक्याचा संदेश नाना पाटलांनी कितीतरी वर्षांपूर्वी तुम्हा-आम्हाला दिला आहे! (क्रांतिसिंह नाना पाटील गौरव अंकातून)

४२ गाठोडं बंगल्यात पोहोचलं - अ. म. जमादार

१९४७ मध्ये स्वातंत्र्य मिळाले. प्रति-सरकार बरखास्त झाले. नाना पाटील आणि त्यांचे सहकारी प्रकट झाले. जनतेच्या उत्साहाला उधाण आले; पण ते फार काळ टिकू शकले नाही. स्वातंत्र्याशी गाठ मारलेले 'शेतकरी राज्य' गायब झाले नि भांडवलदारी, जमीनदारी राज्य राबू

लागले. नाना पाटलांना या स्वातंत्र्याचे सत्य स्वरूप उमगायला वेळ लागला नाही. काँग्रेसच्या भांडवलदारी धोरणाविरुद्ध त्यांनी बंड पुकारले नि ते खेड्यापाड्यांत फिरून जनतेला हा घोटाळा उलगडून सांगू लागले - "गोऱ्या दरोडेखोरांच्या तावडीतून आपण स्वराज्याचे गाठोडे परत आणले; पण आपले काँग्रेसवाले 'दादा' वाट चुकले! झोपडीकडे जाणारी काट्या-कुट्यांची वाट त्यांना नको वाटली. टाटा-बिर्लांनी गाठोड्यासकट त्यांना मोटारीत बसवलं. हे खुशीत गाजरे खाऊ लागले; पण ती मोटार डांबरी रस्त्याने टाटा-बिर्लांच्या बंगल्यात घुसली! गाठोडं तिथंच राहिलं! नि तुम्ही-आम्ही वनवासी ते वनवासीच!"

(कांतिसिंह नाना पाटील गौरव अंकातून)

४३. आईचा गाडा कुठं नेता बोला? - शांता जाधव

अण्णांच्या बरोबर गप्पा-चर्चा म्हणजे एक पर्वणीच असायची. पूर्वायुष्यातील अनेक प्रसंग व अनुभव ते आम्हाला सांगायचे. लोकांच्या अंधश्रद्धा घालविण्याचे काम मोठे बिकट असते. अशा अंधश्रद्धा म्हणजे कशा मूर्ख कल्पना आहेत, हे लोकांना पटवून देऊनच त्या घालवाव्या लागतात.

एके दिवशी असेच आम्ही बसलो असताना अण्णा मला म्हणाले, "ताई, आमच्या गावातील एक गोष्ट तुम्हाला सांगतो. पूर्वी खेडेगावात अंधश्रद्धा, देवधर्म याच्या बऱ्याच भोळ्याभाबड्या कल्पना होत्या. एकदा गावात कॉलऱ्याची साथ सुरू झाली. मी आणि माझे सहकारी मित्र गावातील लोकांना पाणी उकळून घ्या, गाव स्वच्छ ठेवा असे सांगू लागलो; तर ते आमचे कुठले ऐकतात! तुम्हाला काय समजतंय, असे म्हणून आम्हालाच ते सांगत, 'अरे, हा देवीचा कोप हाय. तिची भाकणूक करून साडी-चोळीने ओटी भरून तिला घालवून दिली पाहिजे!' गावाने तशी तयारी केली. देवीला म्हणजे मरीआईला घालवण्याचा दिवस उजाडला. मग सुतार देवीचा बाप झाला. त्याने लाकडे तासून गाडा तयार केला आणि जाडजूड लाकडाची एक बाहुली तयार केली.

ज्या दिवशी देवीला नैवेद्य, नारळ करून घालवायचे त्या दिवशी गावात कुठलेच चाक फिरवायचे नाही, अशी प्रथा. म्हणजे जाते बंद, बैलगाडी बंद, मोटही चालायची नाही, कारण तिचे चाक फिरते. हे

ऐकल्यावर अण्णांनी गावकऱ्यांना विचारले, 'शेतात व कुठेच चाक फिरवायचे नाही?' सर्व गावकरी म्हणाले, 'तर! कुठलंच चाक फिरवायचं न्हाय; गावात अन् शिवारातसुद्धा!' त्यावर अण्णा म्हणाले, 'मग आपल्या शिवारातून रेल्वेगाडी जाते. तिला बरीच चाकं असतात, तेव्हा ती बंद झाली नाही तर पंचाईत होईल, तेव्हा आधी त्या गाड्या थांबवा. गावकरी निरुत्तर झाले आणि म्हणाले, 'त्या गाड्या आमाला कशा थांबवता येतील?'

ही विसंगती गावकऱ्यांच्या लक्षात आली तरी त्यांनी वाजतगाजत गाडा गावाबाहेर नेण्याचा घाट घातलाच. गाडा सजला. चोळी, कांकणे घालून आईची ओटी भरली. पुजाऱ्याच्या अंगात आलं. तो घुमू लागला. त्याला विचारायचे, गाडा कोणत्या दिशेने न्यायचा? ज्या दिशेच्या शिवेवर गाडा सोडला जाई, त्या शिवेच्या पलीकडील गावात साथ सुरू होई; आई तिकडे निघून जाई आणि त्या गावातली माणसे मरू लागत अशी श्रद्धा. आता लोकांनी पुजाऱ्याला विचारलं, 'आईचा गाडा कोणत्या बाजूनं न्यायचा?' पुजाऱ्याने घुमत घुमत पूर्वेची बाजू सांगितली.

अण्णांना हे समजताच त्यांनी गावच्या पूर्व शिवेच्या पलीकडील गावात ज्यांनी आपल्या मुली-बाळी दिल्या होत्या त्या सर्वांना एकत्र बोलावून सांगितले की, 'बघा, आई त्या गावाला निघाली आहे; आता तुमच्या मुली, जावई, त्यांचे आई-बाप मरणार, तेव्हा ती मंडळी खवळली. पूर्व दिशेला गाडा जाऊ देईनात. मग पुजाऱ्याने दुसरी दिशा दाखवली; पण त्या बाजूच्या गावातही आमच्या मुली-बाळी होत्याच. अशा तऱ्हेने प्रत्येक दिशेच्या गावात कुणाचे ना कुणाचे जवळचे पाहुणे-पै होतेच.' आईला सगळ्याच दिशा बंद झाल्या! गाडा जिथे होता तिथंच राहिला व शेवटी पावसाने कुजून गेला!

४४. अवघड जागेचे दुखणे - शांता जाधव

कांतिसिंह नाना पाटील सभेत आपल्या भाषणाची सुरुवात मोठ्या शैलीदार पद्धतीने करीत. एखादी गोष्ट अथवा किस्सा सांगून ते सभा काबीज करीत. संयुक्त महाराष्ट्र आंदोलनाच्या वेळी क्रांतिसिंह नाना पाटील यांचे भाषण होते. पोलीसही हजर होते. पोलिसांना उद्देशून ते

म्हणाले, “ब्रिटिश राजवटीत आमच्या मागे चालू असलेला पोलिसांचा ससेमिरा स्वराज्यातही आहे!” आणि सभेस उद्देशून ते म्हणाले, “मित्रहो, प्रथम तुम्हाला एक गोष्ट सांगावयाची आहे. एक जावई एकदा बायकोस आणावयास सासुरवाडीस गेला. सासूबाई एकट्याच घरी होत्या. त्यांना अवघड जागी करट झाल्याने त्या दुखण्याने त्या बेजार झाल्या होत्या. त्या सारख्या विव्हळत, कण्हत होत्या. जावई बिचारा भोळा! तो विचारी, ‘मामी, तुम्हाला काय झाले आहे?’ परंतु सासूबाई गप्पच! ते करट कुणीतरी फोडले पाहिजे होते; परंतु कोण फोडणार? घरात फक्त जावई आणि सासूच. आपल्या अवघड जागेचे हे करट जावयास दाखवणार कसे? शेवटी सासूस राहवेना आणि ते अवघड जागेचे दुखणे जावयास दाखविणे तिला भाग पडले, तेव्हा मित्रहो, त्या सासूप्रमाणेच माझी अवस्था झाली आहे!” (प्रचंड हशा आणि टाळ्या)

(क्रांतिसिंह नाना पाटील गौरव अंकातून)

४५. बडवेगिरीचा समाचार - मा. ता. मोरे

समाजातील देव-देवतांच्या नावावर भटभिक्षुक व पुजारी सामान्य जनतेला नागवितात. या लुबाडणाऱ्या मंडळींची क्रांतिसिंह नाना पाटील आपल्या सभांतून भंबेरी उडवीत असत. पंढरपूरचे बडवे भक्तगणांस कसे लुबाडतात, यासंबंधी त्यांनी एका सभेत सांगितलेली गोष्ट मला आठवते. ते म्हणाले, “माझ्या सहकाऱ्यांबरोबर एकदा मी पंढरपूरच्या विठोबाच्या दर्शनाला गेलो. बडव्यांना वाटलं, कूळ बरं आहे. चांगलं घबाड उकळावं. त्यांनी आमचं चांगलं स्वागत केलं. प्रसाद दिला. नंतर ते म्हणाले, “आता अभिषेक करा आणि आम्हास भरपूर दक्षिणा द्या!” आम्हाला विनासायास देवदर्शन घडलंच होतं; परंतु दक्षिणेचं नाव काढताच मी बडव्यांना म्हणालो, “आमच्यावर सरकारची पकड वॉरंट्स आहेत. तेवढेच आमच्याजवळ आहे. ती घ्या हवी तर!” आमचे हे उत्तर ऐकताच बडव्यांचे डोळे पांढरे झाले आणि त्यांच्या अंगास कापरे भरले! तेवढ्यात आम्ही सटकलो!”

“हे बडवे देवाचे पुजारी नसून पैशाचे पुजारी आहेत. देवाच्या नावावर अनेक गैरप्रकार, भोंदूगिरी मंदिरात चालू असते. दर्शनास येणाऱ्या भाविक भक्तास ते देवासमोर उभे करतात; पण त्याच्याकडून

दक्षिणा मिळताच दोन धटिंगण बडवे त्याला मागे ओढतात व मागच्या माणसास पुढे ढकलतात.''

''हे बडवे देवाच्या नावावर राजरोस लबाडी करून आपलं पोट जाळतात. हे बडवे आपलीच माणसे बाहेर ठेवून देवाच्या गळ्यात घालण्यासाठी हार विक्रीस ठेवतात. हे हार एक आण्यापासून ते पाच रुपयांपर्यंत असतात. देवाच्या गळ्यात हार जमा झाले की, ही मंडळी ते हार काढून घेऊन मागील दाराने परत दुकानात नेऊन ठेवतात! म्हणजे एकच हार बऱ्याच वेळा विकला जातो आणि या बडव्यांचा धंदा असा जोरात चालतो!''

४६. माजी आपली मालगाडी - वामन होवाळ

माणसं दोन-अडीच तास तमाशा ऐकायला थांबतात यात नवल नाही; पण कुणा एका वक्त्याचं भाषण दीड-दोन तास ऐकणं कुणाला तरी शक्य होईल का? आणि कुणी वक्ता तरी इतकं रसाळ बोलेल का? पण असाही एक वक्ता होता - नाना पाटील!

नाना पाटलांची सभा ऐकणं हा एक वेगळा आनंद होता. अशीच एक सभा.

संयुक्त महाराष्ट्राच्या चळवळीतली ही प्रचंड सभा शिवाजी पार्कला होती. मी बघत होतो, ऐकत होतो. व्यासपीठावर अत्रे, एस.एम., डांगे, उद्धवराव पाटील असे नेते होते. एस.एम. अध्यक्ष होते. कुणा वक्त्याचं भाषण झालं की, एस.एम. क्रांतिसिंहांना 'तुम्ही बोला' म्हणायचे.

'चालू द्या; मग बोलतो' क्रांतिसिंह म्हणायचे.

आठ-दहा वक्त्यांनंतर नाना पाटील बोलायला उठले.

''बाबांनो, मी मुद्दामच उशिरानं बोलतोय. म्हणलं, आधी डेक्कन जाऊ द्या, अत्रे बोलू द्या... मग एक्सेस जाऊ द्या. मग पॅसेंजर जाऊ द्या. माजी आपली मालगाडी हाय! ठोसं खात खात ही किती येळ चालंल ते सांगता यायचं न्हाय...! (प्रचंड हशा!)

४७. प्रतापगडाच्या पायथ्याचा बिकट प्रसंग - कॉ. गोविंद पानसरे

मराठी भाषेचे एक राज्य व्हावे, म्हणून महाराष्ट्रभर संग्राम सुरू होता. द्वैभाषिक राज्य स्थापन झाले होते. यशवंतराव चव्हाण द्वैभाषिक राज्याचे मुख्यमंत्री बनून द्वैभाषिक राबवीत होते आणि ''द्वैभाषिकात

'मराठी भाषिक' राज्य झालेच आहे,'' असा युक्तिवाद करीत होते. संग्राम सुरूच होता. राज्यकर्त्या काँग्रेस पक्षाला विरोध होत होता, तो कमी होण्याऐवजी वाढतच होता. यशवंतरावांनी एक डाव खेळून पाहिला. प्रतापगडावर छत्रपती शिवाजी महाराजांचा अश्वारूढ पुतळा बसवण्यात येत होता. संयुक्त महाराष्ट्राच्या लढ्यांचे स्फूर्तिस्थान म्हणजे शिवाजी महाराज. त्यांच्या पुतळ्याचा अनावरण समारंभ पंडित जवाहरलाल नेहरूंच्या हस्ते करण्याचे त्यांनी योजले; त्यामुळे महाराष्ट्रात पंडितजींची प्रतिमा उजळेल, हा हेतू होता.

लढ्याचे नेतृत्व करणाऱ्या संयुक्त महाराष्ट्र समितीने चाणाक्षपणे हा डाव ओळखला आणि प्रतिडाव टाकला. पंडितजींना उद्‌घाटनाला जाऊ द्यायचे; परंतु प्रतापगडाच्या पायथ्याशी प्रचंड निदर्शने करायची व पुन्हा एकदा असंतोष दाखवावयाचा. तारीख नक्की झाली. महाराष्ट्राच्या कानाकोपऱ्यांतून प्रतापगडाच्या पायथ्याशी निदर्शकांची रीघ लागली. पंडितजींच्या स्वागतासाठी म्हणून वर प्रतापगडावर जाणाऱ्या काँग्रेसवाल्यांच्या ट्रक्सचीही त्याच रस्त्याला गर्दी होऊ लागली. प्रतापगडाच्या पायथ्याशी बंदोबस्तासाठी अन् निदर्शकांना रोखायला प्रचंड फौजफाटा होता. प्रतापगडावर जायचे नाही, पंडितजी वर जातील, तेव्हा पायथ्याशी निदर्शने करायची, गाड्या आडवायच्या नाहीत. वर जायचे नाही, असे ठरले होते. निदर्शनांसाठी कोल्हापुरातून आम्ही काहीजण गेलो होतो.

कडेकोट बंदोबस्तात मोटारगाड्यांचा प्रचंड ताफा पंडितजींना घेऊन आला. घोषणांनी प्रतापगडाचा सारा आसमंत दुमदुमून गेला. जोरदार निदर्शने झाली. महाराष्ट्राचा असंतोष पुन्हा एकदा दाखविला गेला.

पण सारे निदर्शन जेमतेम १५-२० मिनिटांचे. सारे शांततापूर्ण. घोषणा आणि हातवारे करण्यात काय जोम दिसेल तेवढाच जोरदारपणा! मोटारींचा ताफा निघून गेला. कार्यक्रम संपला. दुरून दुरून आलेल्या निदर्शकांना एकूण सारा कार्यक्रम भलताच मिळमिळीत वाटला. भावना तीव्र होत्या. निदर्शकांची संख्या प्रचंड होती. त्या मानाने कार्यक्रम किरकोळ होता. या वातावरणात कुणीतरी घोषणा दिली आणि आम्ही सर्वांनी, सर्वच निदर्शकांनी ती उचलून धरली. ''समितीच्या नेत्यांनो, प्रतापगडावर चला.'' झाले; सारेच चित्र पालटले. प्रतापगडावर जायचे नाही असे ठरले होते; पण कुणीच ऐकेनात. ज्यांच्या हाकेला ओ देऊन महाराष्ट्रातून निदर्शक आले

होते, तेच निदर्शक त्याच नेत्यांचे ऐकेनात. सारी मातब्बर नेते मंडळी हजर होती. कॉ. डांगे होते, एस. एम. जोशी होते, भाई बागल होते. सारेच होते. क्रांतिसिंह कॉ. नाना पाटीलही होते.

कसेबसे करून निदर्शकांना एके ठिकाणी बसवण्यात आले आणि सभा सुरू झाली. नेते मंडळी निदर्शकांना शांत करू लागली. परोपरीने समजावून सांगू लागली. अधूनमधून शिस्त सांगून दमही देऊ लागली; पण कुणी ऐकेनात. प्रत्येक नेत्याचे भाषण संपले की, घोषणांचा एक ठेका कायम, "समितीच्या नेत्यांनो, प्रतापगडावर चला."

सुरू केलेल्या आंदोलनाला आवर घालता आला नाही, थांबवता आले नाही किंवा वळण देता आले नाही... म्हणजे आंदोलनाच्या नेत्यांची फार पंचाईत होते. तशी साऱ्यांचीच पंचाईत झाली. शेवटी क्रांतिसिंह नाना पाटील बोलायला उभे राहिले. त्यांनी सुरुवातच मुळी अशी केली की, पहिल्या वाक्यातच प्रचंड टाळ्यांचा प्रतिसाद मिळाला. त्यांनी सुरुवात केली -

"तुम्ही म्हणता प्रतापगडावर चला - मलाबी तसंच वाटतं; (प्रचंड टाळ्या व घोषणा.) समितीच्या नेत्यांना प्रतापगडाच्या वाटा माहीत असतील; पण मला आडवाटाबी माहीत आहेत (टाळ्या). पैज लावली तर कुणालाबी न दिसता सगळ्यांच्या अगुदर मी प्रतापगडावर जाईन अन् नेहरूंच्या अगुदर मी शिवाजी महाराजांच्या पुतळ्याचं उद्‌घाटन करूनबी मोकळा होईन! (टाळ्या); पण समितीचे नेते म्हणतात, जाऊ नका."

एव्हाना सारी सभा नाना पाटलांची झाली होती. आपल्याच भावना ते बोलताहेत अशी सर्वांची खात्री पटली होती. नाना पाटील पुढे बोलू लागले -

"मी आपला शिपाई गडी. सेनापती म्हणाला, 'हाण' की, मी ठोकला. 'थांब' म्हणाला की, थांबला; पण मी म्हणतो, थांबायचं का? इतकेजण जमलोय तर देऊ या की दणका! (टाळ्याच टाळ्या - प्रचंड घोषणा) मी म्हणतो, थांबायचं का?" (का? का? चा प्रचंड घोषणा प्रश्न!)

नाना पाटलांनी खास ढंगात त्यांचं भाषण चालू ठेवलं- "त्याचं असं हाय- एक शेतकरी होता." नाना पाटील गोष्ट सांगू लागले आणि

सर्व निदर्शक नीट बसून ऐकू लागले. "रस्त्याच्या कडेला त्याचं शेत होतं. शेतात चांगलं छातीएवढ्या तागाचं हिरवंगार पीक आलं होतं. हा गडी एका बाजूनं ते हिरवंगार पीक कापून त्याच शेतात गाडत होता. रस्त्यानं एक अडाणी चालला होता. त्याला समजेना की, इतकं हिरवंगार उभं पीक हा शेतकरी का गाडतोय? त्यानं इचारलं, "कारं बाबा, पीक गाडतुयास का? हे चांगलं पीक हाय." तवा शेतकरी म्हणाला, 'अगा, मी पीक गाडत नाही, 'बेवड' करतोय!' बेवड म्हणजे काय? तागाचं हिरवंगार पीक गाडायचं. त्याचं खत हुतंय आणि मग दुसरं उसाचं भारी पीक लावलं की, ते दुप्पट येतं. रस्त्यावरच्या आडाण्याला ते जरासं पटलंबी अन् जरासं न्हायबी."

"समितीचे पुढारी त्या शेतकऱ्यावाणी हायेत. चांगलं पीक कधी अन् कोणाचं घ्यावं, हे त्यांना समजतं. म्हणून ते म्हणतात, 'इतके सारेजण जमलात तरी थांबा.' आता थांबलो तर ते फुकट जायचं नाही. आताच्या निदर्शनाचा बेवड करून पुढच्या चळवळीत उसाचं पीक दुप्पटीनं काढू या. म्हणून थांबू या."

"मी शेतकरी हाय; पण चळवळीचं पीक कसं करावं अन् कधी करावं हे आपल्या पुढाऱ्यांना चांगलं कळतंय. म्हणून त्यांचं ऐकू या. मलाबी वाटत हुतं, जावं प्रतापगडावर; पण इचार केला अन् पुढाऱ्यांचं ऐकू या" भाषण संपलं. अन् नाना पाटील स्वतःच समितीच्या जयजयकाराच्या घोषणा देऊ लागले. सभा प्रतिसाद देऊ लागली अन् हळूहळू निदर्शक पांगू लागले...

४८. खासदारकी व चटणी-भाकर - सु. धों. मोहिते

क्रांतिसिंह अण्णा आमच्या गावच्या दवाखान्याच्या उद्‌घाटनाला आले, तेव्हा अण्णा खासदार होते. समारंभ संपल्यावर अण्णांनी माझ्या वडिलांना (धों. म. मोहिते) सांगितले, "मोहिते, दिल्लीला चाललोय. आपल्या प्रेमाची शिदोरी घेऊन; पण वाटेत भूक लागल्यावर पंचाईत नको म्हणून पोटाची शिदोरी - ज्वारीच्या चार भाकरी-झुणका, चटणी व शेंगा फडक्यात बांधून द्या."

बैलगाडीत बसल्यावर भाकरीचं गाठोडं देताना माझे वडील म्हणाले, "अण्णा, आपण खासदार, रेल्वेच्या फर्स्ट क्लासने प्रवास करणार नि

चटणी-भाकरी खाणार?''

यावर अण्णा खळखळून हसले अन् म्हणाले, ''मोहिते! ज्या चटणी-भाकरीने आयुष्यभर सोबत केली, तिला विसरून कसे चालेल? खासदारकी अन् रेल्वेचा फर्स्ट क्लासचा डबा आज आहे नि उद्या नाही; पण आपल्या चटणी-भाकरीची सोबत मात्र अखेरपर्यंत आहे.''

४९. क्रांतिसिंह आणि आणीबाणी - टी. डी. लाड

देशात आणीबाणी चालू होती. अण्णांच्या पायांचे ऑपरेशन होऊन ते विकलांग बनले होते. महाराष्ट्रातील अनेक लहान-थोर मंडळी त्यांची विचारपूस करावयास येत होती. असेच काँग्रेसचे एक उच्चपदस्थ अण्णांना भेटावयास आले होते. क्षेमकुशल, इकडच्या-तिकडच्या गप्पा झाल्यावर त्यांनी एकदम अण्णांना प्रश्न विचारला, ''अण्णा, आणीबाणीविषयी तुमचे मत काय आहे?''

अचानक विचारलेल्या या प्रश्नामुळे अण्णा एक-दोन क्षण गप्प राहिले. सर्वजण अण्णा काय म्हणताहेत इकडे आतुरतेने पाहू लागले. अण्णा उद्‌गारले, ''काय झालंय, माझं आता वय झालंय. पायाने तर माझी अशी अवस्था केलीय की, मला हिंडताफिरताही येत नाही. डोळ्यांनी दिसायचं कमी झालंय. कान मात्र अजून शाबूत आहेत. ही एक चांगली गोष्ट आहे. हे जे काय चाललंय ते ऐकायला येतं आहे. गडगडतंय पण बरसंल की नाही, हे मी कसं सांगू? तुम्ही डोळस माणसं. हिंडताफिरता; तुम्हीच सांगा हे बरसंल का? का हे नुसतंच पांढरं ढग आहेत?''

पण **आणीबाणी** विषयीचा आपला राग त्या अवस्थेतही अण्णा आवरू शकले नाहीत. ते त्वेषाने पुढे म्हणाले, ''आम्ही जे स्वातंत्र्य मागत होतो, ते मिळाल्यावर आमच्या अपेक्षा होत्या त्या तर पूर्ण झाल्या नाहीतच, आमच्या शेतकऱ्यांस-कष्टकऱ्यांस किंमत तर आली नाहीच; पण निदान या स्वातंत्र्यात आम्हाला बोलायला तरी स्वातंत्र्य असेल अशी आमची समजूत होती तीसुद्धा फोल ठरली! आम्हाला तुम्ही आज मुसकं घातलं आहे!''

बिचाऱ्या काँग्रेस पुढाऱ्यास कुठून हा विषय काढला असे झाले.

५०. क्रांतिसिंह आणि कोल्हापूरचा बिंदू चौक - वसंतराव बळवंतराव पाटील

क्रांतिसिंह नाना पाटील यांच्याशी माझी प्रथम ओळख १९३७-३८ साली झाली. त्या वेळी ते गांधी लग्नाच्या प्रचारासाठी कोल्हापूर संस्थानमध्ये आले होते. त्यांच्या प्रचार दौऱ्यात माझे वडील बळवंतराव रामजी पाटील यांनी माझ्या बंधूंचे लग्न 'गांधी लग्न' पद्धतीने साजरे केले आणि मलाही त्यांच्या प्रचार-दौऱ्यात भाग घ्यायला परवानगी दिली. तेव्हापासून त्यांचे-आमचे संबंध जिव्हाळ्याचे राहिले...

क्रांतिसिंहांच्या वयाला पंचाहत्तर वर्षे पूर्ण झाल्याच्या निमित्ताने त्यांचा मोठा सत्कार समारंभ कोल्हापूरच्या हुतात्मा बिंदू नारायण चौकात करण्याचा संकल्प त्या वेळचे कोल्हापूर जिल्हा परिषदेचे अध्यक्ष बाळासाहेब माने यांनी केला होता. सत्काराचे निमंत्रण देण्यासाठी मी, दत्तोबा तांबट व बाळासाहेब माने असे त्यांच्या भेटीस गेलो. आम्ही त्यांना सांगितले, "अण्णा, आम्ही कोल्हापूरच्या जनतेतर्फे बिंदू चौकात आपला अमृत महोत्सव साजरा करणार आहोत! त्याचे निमंत्रण द्यावयास आम्ही आलो आहोत." असे सांगताच त्यांचे डोळे पाण्याने भरून आले; ते उद्गारले, "अरे! ज्या बिंदू चौकात श्री छत्रपती शिवाजी महाराज की जय!' 'स्वातंत्र्य सौदामिनी ताराराणी की जय!' अशी आरोळी ठोकून मी भाषणास सुरुवात करीत होतो, त्याच चौकातील व्यासपीठावर एक पाय कापलेला माझा देह तुम्ही उचलून नेऊन ठेवणार काय? नको! आता सत्कार वगैरे काही नको!" क्रांतिसिंहांचे हे उद्गार ऐकून आमच्याही डोळ्यांत अश्रू उभे राहिले.

५१. मी पेळू बारीक करीत आहे! - बॅ. पी. जी. पाटील

नोकरीवर लाथ मारून अण्णांनी १९३० च्या चळवळीत उडी घेतली. तेथपासून ४६ वर्षे ते देशाची चिंता वाहात आले. जंगल सत्याग्रहात भाग घेतला म्हणून त्यांना येरवडा तुरुंगात स्थानबद्ध केले. तेथे दररोज ३-३ पायली जोंधळे दळावे लागत. हाताची सालटी सोलून निघत. कंबर मोडे; पण अण्णांनी कधीच तक्रार केली नाही. उलट एखाद्या दुर्बल राजकीय कैद्याच्या वाटणीचेही दळण ते करीत.

तुरुंगात एकदा ते सूत काढीत होते. टकळीवर सूत जरा मोठे निघू

लागले. काकासाहेब गाडगीळ तेथेच होते. ते अण्णांना म्हणाले, "नाना पाटील, याला कोणी सूत म्हणेल का?" यावर शांतपणे हसून अण्णा म्हणाले, "कोण म्हणतो मी सूत काढतो आहे? मी पेळू बारीक करीत आहे!"

५२. तो एक अभूतपूर्व सोहळा असे! - बॅ. पी. जी. पाटील

क्रांतिसिंह नाना पाटील हे हाडाचे कार्यकर्ते, कुशल संघटक, प्रखर चळवळे तर होतेच; पण ते अत्यंत प्रभावी असे वक्ते होते. त्यांच्या भाषणाची खुमारी प्रत्यक्ष चाखली पाहिजे अशी होती. ती सांगून समजणे कठीण! खेडुतांना समजेल अशा अत्यंत सुलभ, सुटसुटीत मराठीत त्यांचा श्रोत्यांशी संवाद सुरू होत असे. सभेत अनेक वक्ते बोलणार असतील तर नाना पाटलांचे नाव सर्वांत शेवटी ठेवण्यात येत असे. कितीही वेळ होवो, श्रोते नाना पाटलांच्या भाषणाकरिता तिष्ठत राहात असत. "पूर्वीच्या वक्त्यांनी मळणी केली आहे, खळ्यातील रास निघाली आहे, आता कणसाच्या फक्त पिश्या राहिल्यात, त्या बडविण्याचे काम माझ्याकडे आहे. बघू या काही जोंधळे मिळतात का?" असे म्हणून ते भाषणास सुरुवात करत असत. मग भाषणात ग्रामीण जनतेला समजतील अशी नित्याच्या व्यवहारातील उदाहरणे देऊन ते त्यात रंग भरीत असत. तसेच भाषणास सुरुवात करण्यापूर्वी ते धावतच स्टेजवर येत आणि पहिलवानी थाटाचा शड्डू मारून, 'छत्रपती शिवाजी महाराज की जय!' अशी घोषणा देत. मग पाच-पाच हजारांचा जनसमुदाय ती गगनभेदी घोषणा देत राही! हाही एक आगळा अनुभव होता!

१९५५ साली ते रशियाला गेले होते. तेथून परतल्यावर त्यांचे तेथील अनुभवांविषयी साताराच्या गांधी मैदानावर एक अविस्मरणीय भाषण झाले. रशियातील सर्वसामान्य माणूस कसा जगतो, कष्टकरी, कामकरी कसे जीवन जगतो, याबाबत त्यांनी माहिती सांगितली. राजकीय जीवनाचा ओझरता उल्लेख केला. किमती कशा माफक असतात हे सांगितले. सामान्य कामगाराच्या घराचे वर्णन करता करता ते त्या घरातील बाथरूमचे वर्णन करू लागले. संडास म्हणजे 'कमोड'. संडासात गुळगुळीत फरशी - त्यावर गालिचा. कमोडवरील गोल फळीवर कशिदा केलेल्या कापडाचे कव्हर. नाना पाटील म्हणाले, "हा

सर्व देखावा पाहून मी तर इतका बावरून गेलो की, मला काही केल्या त्या कमोडवर बसण्याचे धैर्यच होईना. बराच वेळ ऊठ-बस करून मग मी तसाच बाथरूमबाहेर आलो!'' हा किस्सा ऐकून सभेतून हास्याचे फवारे उडाले!

नाना पाटील सांगत, ''शेतकरी जेवावयास बसतो. पोट भरल्याची खूण काय? तर तो आपला हात कपाळास लावतो आणि तेच बोट पोटावर ठेवतो. पोट कपाळाइतके कठीण लागले तर मग त्याचे पोट भरले, असे मी समजतो.''

थंडीपासून संरक्षण करण्याकरिता श्रीमंत माणूस लोकरीचा रग वापरतो. नाना पाटील म्हणत - ''ज्याच्या अंगात रग नसते, तोच वुलनचा रग वापरेल.'' अशा प्रकारची घरगुती उदाहरणे देत देत नाना पाटील आपले भाषण रंगवीत व श्रोतेही त्या अभूतपूर्व आनंदात सहभागी होत असत. सद्‌गुरू गाडगे महाराजांचे कीर्तन किंवा क्रांतिसिंह नाना पाटील यांचे भाषण ऐकण्याकरिता पंचक्रोशीतील शेतकरी गाड्या जुंपून सहकुटुंब येत असत. तो एक अभूतपूर्व असा सोहळा असे!

५३. दुःखातही सुख पाहणारा तत्त्ववेत्ता - बॅ. पी. जी. पाटील

गेली अनेक वर्षे अण्णांना मधुमेहाने जर्जर केले होते. Diabetes म्हणजे Die by bits. रामबागेत फिरत असता ठेच लागल्याचे निमित्त झाले व उजव्या पायाच्या बोटांना सूज आली. खूप उपाय केले. शेवटी मिरजेस डॉ. गायकवाड यांच्याकडे आणले. तेथे त्यांच्या पायावर छोटीशी शस्त्रक्रिया करण्यात आली; पण जखम भरून येईना. शेवटी गुडघ्यापासून पाय कापण्याचा धाडसी निर्णय डॉक्टरांनी घेतला आणि ते महाकठीण ऑपरेशन करण्यात आले. या सर्व बिकट काळात मी सौ. सुमतीबाई व एन. डी. पाटील सारखे मिरजेला जाऊन अण्णांना भेटून येत असू. ऑपरेशनची जखम फार दुखत असे. भेटायला गेल्याबरोबर त्यांचे डोळे भरून येत. निरोप घेताना तर काही विचारूच नका. आता अण्णा जगत नाहीत असे वाटे; पण ते बिकट ऑपरेशनही यशस्वी झाले. अण्णांचा उजवा पाय गुडघ्यापासून खाली गेला; पण ते वाचले. ऑपरेशननंतर मी त्यांना म्हणालो, ''अण्णा, पाय कापला, काही दुखले-बिखले का?''

"नाही-भूल दिली होती."

"पण पाय कसा कापला?"

"वखारीतील लाकडं कापण्याची करवत वापरली असावी," असं ते म्हणाले आणि मग दिलखुलासपणे हसले. दुःखातही सुख पाहणारा व तेही हसऱ्या चेहऱ्याने पाहणारा हा तत्त्ववेत्ता पाहून मी त्यांना मनोमन नमस्कार केला.

५४. विशाल सागरावरील क्षणभंगुर लाट - बॅ. पी. जी. पाटील

पंढरपुरातील आमराईत काही दिवस राहात असताना, मी अण्णांना अनेक प्रश्न विचारून गतकालातील आठवणींना उजाळा देण्यास भाग पाडत असे. आम्रवृक्षाच्या गर्द राईत बसून अण्णा बोलू लागत. मग मी आणि सौ. सुमतीबाई जिवाचे कान करून ऐकत असू. "हे पाहा मुलांनो! माझे आयुष्य हे प्रभू रामचंद्राच्या हातातील जणू एक खेळणे. ज्या दयाधन प्रभूने मला जन्म दिला, त्यानेच माझ्या आयुष्याची आखणी केली. लहानपणापासून गरिबीची झळ बसल्यामुळे पददलित समाजाबाबत माझ्या मनात अपार करुणा वसत असे. या गरिबांकरिता माझे जीवन व्यतीत करावे ही माझी आंतरिक तळमळ होती. त्याचबरोबर माझे वैयक्तिक जीवन शुद्ध व मंगल राहावे हा माझा कटाक्ष असे."

" 'ताऱ्यासम हे होईल माझे जीवन कधी निर्मळ! लागली हीच सदा तळमळ!' या गरिबांचाही एक दिवस उजाडणार आहे, यावर माझी नितांत श्रद्धा आहे."

"जे कुणी नांगर घेऊनि खपती
घाम गाळून अन्न पिकविती
उपाशीच राहूनी आणती
उद्या स्वप्न धरेचे
त्यांचे राज्य उद्याचे ॥

हीच माझीही श्रद्धा आहे. महात्मा गांधींच्या रूपाने मला युगपुरुष दिसला. नंतर मी मार्क्स-लेनिन-स्टॅलिनच्या मार्गाकडे वळलो; पण माझी आंतरिक तळमळ एकच होती - ती म्हणजे गोरगरिबांना सुखाचे दोन दिवस व घास मिळावेत. म्हणून हा संघर्ष सनातन आहे. या

संघर्षात अनेकांनी आपल्या जीवनाची पुष्पे या वेदीवर वाहिली आहेत. माझे व माझ्या सहकाऱ्यांचे जीवन याच उदात्त हेतूने प्रेरित झाले होते. आम्ही खूप देहदंड सोसला. टीका आणि निंदा सहन केली; पण वाईट नाही वाटत त्याबाबत. 'ज्याने विठ्ठल मात्रा घ्यावी! त्याने पथ्ये सांभाळावी.' मी केवळ निमित्तमात्र आहे. नाना पाटील म्हणजे त्या विशाल सागरातील एक क्षणभंगुर लाट आहे, ती केव्हातरी नष्ट होईल; पण त्या लाटेमुळे एखाद्या जरी श्रमजीवि माणसाच्या जीवनात थोडे जरी सौख्य व सौभाग्य आले तरी मी स्वतःस धन्य समजेन. माझ्याबरोबर मी सहकाऱ्यांचे भले इच्छिले व इच्छितो. त्यांचा सदैव उत्कर्ष व्हावा असेच मी मानतो.'' हें ऐकून गीतरामायणातील प्रभू रामचंद्रांच्या खालील ओळी प्रकर्षाने आठवल्या –

नको आसू ढाळू आता पूस लोचनास
तुझा आणि माझा आहे वेगळा प्रवास ।
अयोध्येत हो तू राजा, रंक मी वनीचा
पराधीन आहे जगती पुत्र मानवाचा ॥

अण्णा बोलत राहात. सायंकाळच्या जांभुळसर सावल्या आमराईत अधिक लांबवर पसरू लागत आणि मग आमचीही तंद्री भंग पावत असे.

(रयत शिक्षण पत्रिकेतून)

५५. मी हाय पांडवांकडं... नामदेव कऱ्हाडकर

१९५७ ची गोष्ट, संयुक्त महाराष्ट्र समितीचे आंदोलन भरात आलेले. त्यात निवडणुकांचा रंग भरलेला. समितीच्या वतीने सातारा जिल्ह्यात लोकसभेसाठी अण्णांना उभे केले होते, तर विरोधात काँग्रेसच्या वतीने होते एक ज्येष्ठ काँग्रेस नेते दादासाहेब आळतेकर. सभांची व प्रचाराची रणधुमाळी चालू होती. अण्णांच्या सभा तुफान होत; पण आपल्या झंझावाती प्रचारातही अण्णा आपल्या प्रतिस्पर्ध्याबद्दल कधीही अनुद्गार काढीत नसत. दादासाहेबांच्या संदर्भात जेव्हा बोलण्याची वेळ यायची, त्या वेळी ते महाभारतातील एक दाखला देत : ही कौरव-पांडवांची लढाई हाय, मी हाय पांडवांकडं आणि दादा हाईत कौरवांकडं! आम्ही कुणालाबी मारलं तरी आमचा आत्मा अमरच हाय!

५६. तुमी-आमी भाऊ भाऊ - नामदेव कऱ्हाडकर

ऐतवड्यास किसान सभेचा मेळावा होता. त्याला अण्णा व आम्ही कार्यकर्ते गेलो होतो. स्थानिक लोकांनी आमची जेवणाची चांगली सोय केली होती. मटणाचे जेवण होते. अण्णा वारकरी म्हणून त्यांच्या जेवणाची दुसरीकडे वेगळी सोय केली होती. पंगती पडू लागल्या, त्या वेळी अण्णांच्या ही गोष्ट लक्षात आली, तेव्हा ते म्हणाले, "अरे सगळी जिथं जेवणार तिथंच मी जेवणार. मी काय वेगळा आहे? चला तिकडं मंडपात!" आणि अण्णा सर्वांबरोबर मटणाच्या पंगतीत बसले. एवढेच नव्हे तर आपल्या सहकाऱ्यांना 'रस्सा घ्या, नळी घ्या' असा आग्रह करीत स्वतः मात्र भाजी-भाकरी, कांदा चवीने खात होते!

आपल्या सहकाऱ्यांच्या बाबतीतच अण्णा असे जातीने लक्ष घालीत असे नाही, तर त्यांच्या सभांचा बंदोबस्त राखणाऱ्या पोलिसांच्या व वृत्तान्त लिहिणाऱ्या सरकारी अधिकाऱ्यांच्या बाबतीतही ते दक्ष असत. वास्तविक त्यांच्या सभांसाठी ड्यूटी म्हणून येणाऱ्या या सरकारी लोकांच्या जेवणा-खाण्याची व्यवस्था कशी झाली, हे बघण्याची अण्णांना आवश्यकता नव्हती; पण कोणत्याही गावी गेल्यास प्रथम गावकामगार पाटलास बोलावून त्यांची व्यवस्था कशी काय केली आहे, याची चौकशी अण्णा करत आणि सरकारी मंडळींना म्हणत, "अहो, तुमी-आमी भाऊभाऊ, तुमचा धंदा वेगळा, आमचा धंदा वेगळा; पण काही सोय नसली तर सांगा मला. मी हाईच की...!"

५७. माझं चुकलं तिकडे गेलो ते... - नामदेव कऱ्हाडकर

संयुक्त महाराष्ट्राचे आंदोलन चालू होते. अण्णांच्या सभा सर्व महाराष्ट्रभर गाजत होत्या. त्यांच्या सभांना प्रचंड जनसमुदाय हजर असायचा. त्या वेळी मी सांगली शहर सं. म. समितीचा सेक्रेटरी होतो. आम्ही सांगलीत अण्णांची सभा ठेवली होती. सभेच्या दिवशी आम्ही सर्वजण सं. म. समितीच्या कार्यालयात त्यांची वाट पाहात बसलो होतो. तेवढ्यात एक विद्यार्थी त्यांचा निरोप घेऊन आला. "अण्णा आलेत, महाराष्ट्र विद्यार्थी वसतिगृहात. तुम्हाला तिकडे बोलावलं आहे." त्यावर मी जरा रागानेच बोललो, "अण्णांना सांग, तुम्हाला संयुक्त महाराष्ट्र समितीनं बोलावलंय; महाराष्ट्र बोर्डिंगनं नाही." तो मुलगा

तसंच सांगत गेला. थोडा वेळ जातो न जातो तोच अण्णा आपली वळकटी घेऊन त्या मुलाबरोबर सं. म. समितीच्या ऑफिसमध्ये आले व म्हणाले, "बरोबर आहे तुमचं. माझंच चुकलं, तिकडे गेलो ते...." एवढं म्हणून त्यांनी मला विचारले, "आपला बंदोबस्त काय केलाय?" त्यावर मी म्हणालो, "अण्णा, आपल्या आवडीच्या गूळ-शेंगा आणल्यात की!".... "वा! वा!" असे कौतुक करीत अण्णा आमच्या समवेत गूळ-शेंगा, चिरमुरे खाण्यात रमून गेले.!

५८. धरली पंढरीची वाट - नामदेव कऱ्हाडकर

अण्णांनी 'आता या राजकारणात राहावयाचे नाही' असा निर्णय मनाशी घेतल्यावर ते माझ्याकडे आले आणि आपले मनोगत माझ्याकडे व्यक्त केले की, आपण सांगलीस राहून (नाथाजींच्या वसतिगृहात) रामनाम करीत बसणार आणि दरमहा वसतिगृहाचा खर्च देणार. तसेच सरकारकडे पेन्शन वगैरेसाठी अर्जही करणार नाही. त्यावर मी म्हणालो, "अण्णा, आपण पेन्शनकरता अर्ज करू नका. आम्ही पाच-सहाजण आपणास दरमहा प्रत्येकाकडून पन्नास रुपये पाठवू. तसेच आपण वसतिगृहात राहू नका. आपण रामनामासाठी पंढरी अगर आळंदीमध्ये राहा म्हणजे आमचीही अधूनमधून वारी होईल आपणाला भेटायच्या निमित्ताने." हे त्यांनी मान्य केले. माझ्याकडील एकनाथी भागवत, तुकारामांची गाथा, नामदेवाची गाथा वगैरे माझा वडिलार्जित ग्रंथसंचय मी त्यांना दिला आणि तो स्वीकारून त्यांनी पंढरीची वाट धरली.

त्यानंतर अण्णांना सरकारकडे अर्ज वगैरे काही न करता 'सेनापती योद्धा' म्हणून दरमहा पाचशे रुपये पेन्शन मिळाली. त्याचे काय करायचे हा प्रश्न पंढरपुरात निघाला. त्या वेळीही ते मला म्हणाले, "महाराज, माझ्या एका भावाच्या मुलाला काहीच मिळाले नाही. त्याला ही पेन्शनची रक्कम द्यावी म्हणतो." त्यावर मी म्हणालो, "अण्णा, खुशाल द्या. नाहीतरी आपण घरासाठी काय केले अगर दिले आहे? घराला निदान अखेरची पेन्शन तरी जाऊ द्या! आम्ही कार्यकर्ते आहोतच की, आपल्या सेवेला. निदान त्या पोराला तरी आपला आधार मिळू द्या!" त्याप्रमाणे अण्णांची पेन्शन त्यांच्या पुतण्याला दरमहा पोहोचवून त्याची पावती त्यांच्याकडे पाठविली जाई. अण्णा असतील तिथे!

५९. हार त्यांना, गुच्छ मला - नामदेव कऱ्हाडकर

भारताच्या २५ व्या स्वातंत्र्यदिनी सांगलीच्या 'दै. अग्रदूत'ने सातारच्या प्रति-सरकारवर एक खास अंक काढला. त्याचे प्रकाशन अण्णांच्या हस्ते करायचे ठरले. निमंत्रणाची जबाबदारी संपादकांनी माझ्यावर टाकली. मी पंढरपुरास जाऊन अण्णांना निमंत्रण दिले. त्यांनी होकारही दिला. नंतर मी गाडी घेऊन त्यांना पंढरपुराहून आणण्यास गेलो आणि घेऊनही आलो; पण प्रेस जवळ येताच त्यांनी गाडी थांबवली व म्हणाले, "महाराज, माझ्या वतीने तुम्ही प्रकाशन करा मी आणि तुम्ही यामध्ये भेद नाही." त्यांचा आग्रह कमी होईना. शेवटी मी त्यांना गाडीतच सोडून प्रेसमध्ये जाऊन अंकाचे प्रकाशन करून आलो. सोबत संपादक होतेच. त्यांनी अण्णांना देण्यासाठी हार व गुच्छ आणला होता. संपादक येताच ते त्यांना म्हणाले, "नामदेव महाराजांनी प्रकाशन केलंय. त्यांना हार घाला व गुच्छ द्या मला..."

६० ही रामाची भेट घ्या... - नामदेव कऱ्हाडकर

पंढरपुरात अण्णा रामबागेत राहात. तेथे सर्व महाराष्ट्रातून त्यांना भेटायला परिचित मंडळी येत असत. काहीजण खर्चासाठी म्हणून अण्णांकडे पैसे ठेवून जात. अण्णा या पैशाची घोंगडी, लुगडी, चोळ्या, धोतरे घेऊन ठेवीत. आषाढी-कार्तिकीला विठोबाच्या दर्शनाबरोबर अण्णांचेही दर्शन घ्यायला परिचित शेतकरी बंधू-भगिनी यायच्या. अण्णा भूमिगत असताना त्यांच्याकडे राहिलेले. त्यांनी प्राणापलीकडे त्यांचे संरक्षण केलेले. या बंधू-भगिनींचे उपकार आपण कसे फेडू शकणार, असे अण्णांना वाटायचे. मग अशी मंडळी भेटायला आली की, ते त्यांना म्हणत, "तुमी माझा भावाप्रमाणं सांभाळ केलात; आता मी थकलो. रामराम करीत इथं बसलो. रामानं तुमाला ही घोंगडी दिलीय, ती घेऊन जावा... हे लुगडे-चोळी दिलीय, ती घेऊन जावा..." अण्णांनी मलाही एक घोंगडे दिले आहे. ते मी त्यांची स्मृती म्हणून जपून ठेवले आहे!

६१. शेवटची इच्छा... - नामदेव कऱ्हाडकर

पंढरपुरात अण्णांशी बोलत असताना मी त्यांना म्हणालो, "अण्णा, तुम्ही थकत चाललात. तुम्ही आता मृत्यूपत्र करायला नको का?" त्यावर ते उत्तरले, "माझं काय आहे मृत्यूपत्र करायला? तुमी हायसा.

मी पंढरीत मेलो तर वारकरी म्हणून इथंच जाळा आणि तुमच्या भागात मेलो तर क्रांतीचा शिपाई म्हणून जाळा वाळव्याला हुतात्मा अहिरच्या पुतळ्यासमोर! आणि एक आस हाय. स्वराज्य आलंय; पण सुराज्य येण्यासाठी धडपडत राहा, जीवात जीव असेपर्यंत! माझ्या डोळ्यांदेखत रामराज्य येईल असं वाटत नाही; पण मी हाय तुमच्या बरोबर!''

६२. तुरुंगामधली ओळख - द. कृ. ढोले

क्रांतिसिंह नाना पाटलांची आणि माझी भेट, त्यांना १९४२ च्या आंदोलनामध्ये जनतेने 'क्रांतिसिंह' पदवी देण्याच्या पूर्वीची. १९३९ मध्ये महायुद्धाच्या सुरुवातीला आम्हा नगरच्या अकरा कार्यकर्त्यांना दीड वर्षाची - सक्तमजुरीची शिक्षा होऊन आम्हाला येरवड्याच्या तुरुंगात ठेवले. नंतर नाना पाटलांना सातार्‍यात दीड वर्षाची सक्तमजुरीची शिक्षा होऊन येरवड्याला आणले. पहिल्या दिवशीच पेच आला. तुरुंगातील कैद्यांसाठी बनवलेल्या चड्ड्या, बंड्या नाना पाटलांच्या भीमकाय देहाला अपुर्‍या पडू लागल्या. म्हणून तुरुंगाच्या अधिकार्‍यांना अण्णांसाठी खास कपडे शिवावे लागले. तेव्हा नाना पाटलांचे वजन सुमारे दोनशे पौंड होते. रोज त्यांचा अचाट व्यायाम चालूच होता! तुरुंगातले अन्न त्यांना अपुरे पडू लागले. तीन महिन्यांत त्यांचे वजन साठ पौंडांनी उतरले. तुरुंगाच्या नियमाप्रमाणे त्यांना दुधाचा व गव्हाच्या चपात्यांचा आहार सुरू झाला; पण अण्णा तुरुंगात 'चोरून लाडू खाणार्‍या' नि समाजवादाची बुवाबाजी करणार्‍यांच्या पंथातले नव्हते. सर्वांना सारखे ही वृत्ती त्यांच्या अंतःकरणातच भिनली होती. ते हा जादा आहार सर्वांना वाटून देत. तुरुंगामधल्या जळक्या अगर अर्ध्या-कच्च्या भाकर्‍या नि चोथ्यासारखी भाजी ज्यांनी खाल्ली असेल, त्यांनाच पंचपक्वान्नांपेक्षा रुचकर लागणार्‍या त्या दूध-चपातीचे मोल कळेल. वरच्या वर्गामधले कैदी म्हणून त्यांना मिळणार्‍या चहामधला वाटासुद्धा ते आम्हाला देत असत.

त्या वेळी नाना पाटील काँग्रेसमध्ये होते व आम्ही सुरुवातीपासूनच कम्युनिस्ट! पण नाना पाटलांनी या राजकीय मतभेदाखातर माणुसकी कधीच सोडली नाही. या त्यांच्या वृत्तीचा अनुभव १९४६ साली आला, तेव्हा नाना पाटील काँग्रेसच्या निवडणूक प्रचारासाठी नगर जिल्ह्यात

आले होते. आम्ही कम्युनिस्ट पक्षाचा प्रचार करीत होतो. ते कोपरगावला आले नि मी त्यांना दिसलो. लगेच त्यांनी मला मिठीच मारली. त्यांच्या बाजूचे 'सोवळे' काँग्रेसवाले बिचकले. ते नाना पाटलांच्या कानात कुजबुजले, "अहो, तो कम्युनिस्ट आहे!" नाना पाटलांनी ताडकन उत्तर दिले, "असेल; पण तो माझा तुरुंगामधला मित्र आहे." हे एकून काँग्रेसवाले गप्प झाले.

(दै. मराठा : ३ ऑगस्ट १९६० मधून)

**

अस्पृश्यांना बंधुभावाने वागविले पाहिजे!

समाजातील जातिभेदांवर आधारलेली उच्च-नीचता, श्रेष्ठ-कनिष्ठपणा नष्ट करून, समाज समपातळीत आणावा अशीही त्यांची विचारधारा होती. समाजहितासाठी व राष्ट्राच्या प्रगतीसाठी अस्पृश्यता नष्ट केली पाहिजे, असा विचार तर त्यांनी सतत लोकांच्यापुढे मांडला होता. पुण्यातील शनिवारवाड्यासमोर झालेल्या एका विराट सभेत आपल्या मायबोलीच्या शैलीत - ढंगात बोलताना अस्पृश्यतेच्या प्रश्नावर नाना पाटील सवर्ण-स्पृश्य समाजाला उद्देशून म्हणाले,

"तुम्ही, अस्पृश्यांनी पिकवलेलं अन्न-धान्य, फळे-भाजीपाला रोज खाता; अस्पृश्य कामगारांनी खोदलेल्या विहिरीतील पाणी रोज पिता; अस्पृश्य समाजातील गवंडी-कारागिरांनी बांधलेल्या मंदिरांत देवळात-तुम्ही रोज जाता; इस्पितळात तुम्ही आजारी असल्यावर अस्पृश्य समाजातील माणसाने बाटलीतून दिलेले रक्त तुम्हाला चालते. असे अस्पृश्य माणसांनी तुम्हाला अन्न, पाणी, मंदिर आणि रक्त देऊन वाचविले, वाढविले असताना तुम्ही अस्पृश्यता का पाळता? तुम्ही अस्पृश्यता नष्ट केली पाहिजे. अस्पृश्यांना बंधुभावाने वागविले पाहिजे."

असाच विचार ते आपल्या अनेक सभांतून मांडत असत.

– शंकरराव खरात

७४
क्रांतिसिंहांची भाषणे

भाषण पहिले : देशाची इज्जत वाढविणारा आमचा लढा!

(मे ४६ मध्ये ४४ महिन्यांच्या प्रदीर्घ भूमिगत अवस्थेतून क्रांतिसिंह नाना पाटील प्रकट झाले. त्या वेळी त्यांचे प्रथम सातारा जिल्ह्यात आणि नंतर सर्व महाराष्ट्रभर सर्वत्र भव्य सत्कार झाले. अशाच प्रकट झाल्यानंतरच्या प्रारंभीच्या सत्कार समारंभातील ही पहिली दोन भाषणे आहेत. ४२ चा सशस्त्र लढा, प्रति-सरकार, त्याने स्थापन केलेले ग्रामराज्य, त्याची भावी दिशा, भावी स्वातंत्र्याची रम्य स्वप्ने, देशभक्ताची स्वातंत्र्यातील कर्तव्ये व जबाबदारी आणि काँग्रेसबद्दलची असीम श्रद्धा याविषयीचे क्रांतिसिंहांचे हे विचार आहेत.)

चार वर्षांच्या दीर्घ, रोमांचकारी आणि ऐतिहासिक वियोगानंतर आज आपण सर्वजण पुन्हा एकदा उघडपणे एकत्र आलो आहोत आणि काँग्रेसच्या तिरंगी निशाणाखाली आज जनतेसमोर क्रांतिकार्याची घोषणा पुनरपि त्याच आवाजात करीत आहोत, ही केवढी आनंदाची आणि अभिमानाची गोष्ट!

हा आजचा प्रसंग म्हणजे साताराच्या जनतेने गेली चार वर्षे केलेल्या अपरंपार त्यागाचे एक छोटेसे फळ आहे. शेतकरी-कामकरी राज्याची प्रस्थापना करून जो अंतिम विजय आपणास मिळवावयाचा आहे, त्याची ही सुरुवात आहे. आपण आमचे स्वागत केलेत. फुलांचे अनेक हार आमच्या गळ्यात टाकलेत; पण आम्ही त्यांचे खरे धनी नव्हे! ज्यांची नावे तुम्ही कधी ऐकलेली नाहीत आणि पुढेही कधी ऐकणार नाही, अशा हजारो अज्ञात व अनामिक स्वातंत्र्यवीरांच्या चरणी मी हे सर्व हार अर्पण करतो!

साताराचा संग्राम म्हणून जो आज भारतवर्षात गाजला आहे, तो काही दहा-पाच व्यक्तींचा उठाव नव्हे; तर खेड्यापाड्यांतील हजारो

स्त्री-पुरुष, बाल-वृद्ध यांनी स्वतःचे रक्त आणि अश्रू देऊन चेतविलेला तो एक महान यज्ञ आहे. एका भूमिगत वीराच्या मागे किती लोकांचे प्रेम, त्याग आणि धैर्य असते, याची तुम्हाला कल्पना आहे काय? जीवावरच्या प्रसंगात स्वतःचे प्राण देऊन सहकार्य करणारे हजारो तरुण साथीदार, वेळी... अवेळी रात्री पोटच्या मुलाच्या किंवा पाठच्या भावाच्या प्रेमाने चूल पेटवून गरम भाकर-कांदा हाती देणाऱ्या झोपड्याझोपड्यांतील शेकडो भगिनी, पाठीवर शाबासकीची थाप टाकून आशीर्वाद देणारे वृद्ध आणि ग्रामराज्याच्या संदेशाची साद घालीत गावोगाव हिंडणारे बालसैनिक या सर्वांच्या सामुदायिक तपस्येचा परिणाम म्हणजे सातारचा संग्राम आहे.

या सर्व क्षात्रवृत्तीच्या, स्वाभिमानी पण साध्या भोळ्या सातारच्या जनतेला मी माझा पहिला प्रमाण करतो! या चार वर्षांच्या महान झुंजीत आपल्यातले अनेक वीर कामास आले. वडूज-इस्लामपूरच्या गोळीबारात बळी पडलेले परशुराम पहिलवान. पंड्या, बारबट्टे आणि इतर थोर हुतात्म्यांनाही मी प्रणाम करतो!

हा चार वर्षांचा कालखंड संपून आपण आज एका नवीन कालखंडास सुरुवात करीत आहोत. अशा वेळी थोडेसे वैचारिक सिंहावलोकन करणे आवश्यक झाले आहे. गेल्या चार वर्षांत नऊ ऑगस्टनंतर या देशात जी एक अभूतपूर्व घटना घडून आली, ती आपल्या देशाच्या इतिहासात एक स्वाभिमानाची गोष्ट होऊन राहिली आहे. नेत्यांच्या अभावी स्वाभिमानाचे रक्षण करण्यासाठी स्वातंत्र्यप्रेमी जनतेने केलेला हा एक स्वयंस्फूर्तीचा उठाव होता. माझ्या मते, या उठावाने आपल्या देशाची इज्जत शंभर पटीने वाढविली आहे. काही राजकीय तत्त्वज्ञ 'हा संग्राम योग्य झाला की नाही?' असा प्रश्न चिंतातुर होऊन विचारीत असतात. त्यांना मी एक उलट प्रश्न विचारतो की, '९ ऑगस्टच्या पहाटे देशातील सर्व श्रेष्ठ पुढारी एकाएकी आपल्यातून हिरावून नेल्यानंतर काहीच नाही, अशा समजुतीने जनता स्वस्थ बसली असती तर काय झाले असते?'

'हा देश नादानांचा आहे!' असे जग ओरडून म्हणाले असते आणि दीडशे वर्षांच्या गुलामगिरीने अगोदरच मानसिक दौर्बल्य आलेल्या या देशात एवढे विलक्षण हीनगंडत्व निर्माण झाले असते की, ते नाहीसे करण्यासाठी आणखी एक शतकभर प्रयत्न करावे लागले असते. या झगड्याने स्वातंत्र्याच्या मार्गावर आम्ही निश्चितपणे चार पावले देशाला

पुढे नेले आहे! जनतेमध्ये आत्मविश्वास निर्माण झाला आहे! देशाचा स्वाभिमान जतन झाला आहे! या संग्रामाने देशाचा आत्मा सुरक्षित ठेवला आहे!

खेड्यापाड्यांत वावरणाऱ्या माझ्या साऱ्या शेतकऱ्यांच्या दृष्टीने १९४२ च्या झगड्याचे खरे मूल्यमापन हेच होय.

सातारच्या संग्रामाच्या गुणावगुणांचे मूल्यमापन मी करणे योग्य नव्हे; पण या जागृत जनतेने स्वयंपूर्ण असा जो स्वावलंबनाचा मार्ग पत्करला, त्यातून ग्रामराज्याच्या प्रस्थापनेचा एक राजकीय सिद्धान्त हस्तगत झाला ही गोष्ट निःसंशय आहे. हा सिद्धान्त सातारने देशाच्या हवाली केला आहे. आता तो हिंदुस्थानच्या मालकीचा झाला आहे. त्याची सुधारणा, जोपासना, जी काय करावयाची असेल ती काँग्रेस नेत्यांनी जरूर करावी, अशी माझी त्यांना विनंती आहे. आमच्या प्रयोगात काही दोष होते, याची आम्हाला जाणीव होती आणि आहे. हे दोष काढून टाकण्याची आमची नेहमीच तयारी होती व आहे, ही गोष्टही तितकीच खरी आहे.

आज परिस्थिती बदलली आहे. आज काँग्रेसचे म्हणजे जनतेचे प्रतिनिधी राज्यकारभार हाकू लागले आहेत. त्यांनी आपल्या कामास चांगलीच सुरुवात केली आहे. सावकाश परंतु धैर्याने ते आपली पावले टाकीत आहेत, याबद्दल मी काँग्रेस मंत्रिमंडळास धन्यवाद देतो आणि त्यांना आश्वासन देतो की, आम्ही सर्व सातारकर त्यांच्या पाठीशी आहोत. आम्ही, आमचे सर्व सहकारी सेवकाच्या वृत्तीने जनतेच्या सेवेसाठी त्यांना सहकार्य द्यावयास तत्पर आहोत. मी आणि माझे अनेक सहकारी महात्माजींवरील अढळ श्रद्धेनेच गेली वीस वर्षे काँग्रेसमध्ये काम करीत आलो आहोत. काँग्रेसमध्येच आम्ही जन्मलो, वाढलो आणि परमेश्वराजवळ प्रार्थना अशी की, देशाच्या स्वातंत्र्यासाठी काँग्रेसच्या तिरंगी निशाणाखाली मरण दे! आमचा असा विश्वास आहे की, देशातील आम जनतेचे नेतृत्व पत्करून स्वातंत्र्याचा लढा देणारी काँग्रेस ही एकच संस्था आहे. त्याच संस्थेचे पाईक म्हणून आजन्म काम करण्याची आमची सर्वांची तीव्र इच्छा आहे. मात्र, या संस्थेची परिणामकारक संघटना तयार व्हावी, यासाठी आम्ही केव्हा आग्रह धरू, हट्ट करू; पण हे सर्व करण्याचा हेतू काँग्रेसची इभ्रत आणि सामर्थ्य वाढविणे हाच

राहील. मला वाटते, यापेक्षा अधिक मी या बाबतीत काय बोलू?

जनतेला आणि कार्यकर्त्यांना उद्देशून मला एकच गोष्ट सांगावयाची आहे. आपण जे सामर्थ्य निर्माण केले आहे, जी संघटना तयार केली आहे, ती टिकविण्याची आणि वाढविण्याची जबाबदारी तुम्हा सर्वांवर आहे. संयमशील वर्तन व काँग्रेसशिस्तीचे पालन या दोन गोष्टींची मी तुमच्याकडून अपेक्षा करीत आहे. गावोगाव काँग्रेस कमिटी आहेत. त्या अधिक कार्यक्षम करून लोकशाही पद्धतीने, शांततेच्या मार्गाने आपले प्रश्न सोडविण्याचा आपण प्रयत्न करू या. जनतेचे मंत्रिमंडळ आहे. त्यांच्याकडून जनतेची सोय करून घेण्यासाठी त्यांचे हात बळकट करू या. माझ्या अगर काँग्रेसच्या नावाचा उपयोग करून कोणीही परस्पर अशांततेचे अगर गैरशिस्तीचे वर्तन करू नये. त्याला त्याचे परिणाम भोगावे लागतील, अशी माझी सूचना आहे!

स्वातंत्र्य-संग्रामाचा यज्ञ पेटलेला आहे. तो अजून अपुरा आहे. पुरा करण्याची वेळ ज्या वेळी येईल, ज्या वेळी काँग्रेसचे नेते हाक देतील, त्या वेळी रक्त आणि अश्रू यांचे कुंभच्या कुंभ आपणास भरून द्यावे लागतील! आणि आपण ते देऊ; पण त्याची तयारी शांततेने, संयमाने आणि अहिंसात्मक सेवावृत्तीने करणे, हाच तुमचा व माझा आजचा कार्यक्रम आहे.

भाषण दुसरे : स्वातंत्र्याचे सेवक बना!

आज जवळजवळ चार वर्षांनी तुमचे दर्शन मला अत्यंत आनंददायी होत आहे. या चार वर्षांच्या अवधीमध्ये अनेक उलाढाली झाल्या आहेत, त्यांचे सविस्तर वर्णन करण्याचे हे ठिकाण नाही. १९३९ साली वैयक्तिक सत्याग्रहापासून आजतागायत युद्धाशी असहकार दाखविण्याच्या दृष्टीने काँग्रेसने ब्रिटनबरोबर लढा पुकारलेला होता, ही गोष्ट आपणा सर्वांस माहीत आहे. १९३० च्या लढ्याप्रमाणे १९३९ च्या वैयक्तिक सत्याग्रहात १९४२ चा लढा उठेपर्यंत मी तीन वेळा वैयक्तिक सत्याग्रह केला होता, ही गोष्टही आपणास माहीतच आहे. १९४२ च्या लढ्याचे रणशिंग फुंकल्यानंतर ज्या काही बऱ्या-वाईट गोष्टी झाल्या, त्यांची जबाबदारी मी नाकारू शकत नाही. आमच्या कृतीने आम्ही सर्वांनी काँग्रेसची सेवाच केली आहे, अशी आमची खात्री आहे. या लढ्याच्या

महान आंदोलनातून ग्रामराज्याचे रत्न निर्माण केल्याबद्दल सर्व हिंदुस्थान साताऱ्याला धन्यवाद देत आहे आणि याबद्दल मला अभिमान वाटत आहे! ग्रामराज्याचा प्रयोग कितीही अभिनव असला तरी तो अपूर्ण आहे, याची मला जाणीव आहे. सत्तेच्या विकेंद्रीकरणाच्या प्रतिकूल परिस्थितीतील तो एक अभिनव प्रयोग आहे. त्याच्या पूर्णत्वाची जबाबदारी आपणा सर्वांवर आहे आणि या अभिनव प्रयोगाचे संपूर्ण आणि स्वयंपूर्ण असे जे चित्र, तेच आमचे खरेखुरे स्वराज्य होय.

गुंडांपासून व दरोडेखोरांपासून त्रस्त झालेल्या आम जनतेचे आशीर्वादच आमच्या ग्रामराज्याच्या स्थापनेला कारणीभूत झाले आहेत, हे मी या ठिकाणी सर्व जगाला सांगू इच्छितो. ब्रिटनचे हात युद्धात गुंतले होते. म्हणूनच नव्हे, तर नोकरशाहीला दरोडेखोरांपासून व गुंडांपासून नोकरशाहीला जनतेचा बचाव करता आलेला नाही. विशेषतः युद्धाच्या विजयाकडे नोकरशाहीचे लक्ष लागल्यानंतर दरोडेखोरांनी जनतेवर नाहक अनन्वित अत्याचार केले, म्हणून आम्हास कंबरा बांधाव्या लागल्या.

'चले जाव'ची घोषणा केल्यानंतर ब्रिटनने सुखासमाधानाने 'चले जाव' केले नाही, ही गोष्टही सगळ्या जगाला माहीत आहे. अधिकाराच्या खुर्चीवर असणारी नोकरशाही ही आपल्या अधिकाराला किती लालचावली आहे, ही गोष्ट काँग्रेसने 'चले जाव'ची घोषणा करताच काँग्रेसला तुरुंगात टाकल्याने सिद्ध झाली आहे.

माझी अशी खात्री आहे की, काँग्रेस ही नुसते ठराव करून ते ठराव दफ्तरांत बांधून बसणारी संस्था नाही. बोलण्याप्रमाणे ती आपल्या अंगात आहे नाही ती शक्ती पणाला लावून कृती करते, असा तिचा आजपर्यंतचा इतिहास आहे. महात्माजींनी तडजोडीला पंधरा दिवसांची मुदत दिली असताना नोकरशाहीने विश्वासघात करून राष्ट्राला मोठे आव्हान दिले. ते आव्हान सर्व हिंदुस्थानप्रमाणे सातारनेही स्वीकारले. या लढ्यात माझे अनेक सहकारी पोलिसांच्या गोळीबारात बळी पडले. वडूजच्या मोर्चात परशुराम पहिलवान व त्यांचे सात-आठ सहकारी नोकरशाहीने बळी घेतले आणि शेकडो जखमी झाले. इस्लामपूरच्या मोर्चाची तीच गत झाली आणि वीर पंड्या व बारबट्टे कामास आले! चिमूर अष्टीस तर नोकरशाहीने नंगानाच घातला! अनेक आया-बहिणींची अब्रू घेतली. मिदनापूर-बलियावर तर विमानातून मशिनगन्सचा मारा

केला. माझ्या शेजारच्या कोल्हापुरात पोलिसांनी अत्याचाराचा कळस करून वीर बारके, स्वामी बिंदुनारायण यांचा बळी घेतला. स्वातंत्र्य-होमकुंडात ज्या हुतात्म्यांनी आत्मबलिदान केले, त्यांना माझे शतशः प्रणाम!

साम्राज्यशाहीच्या भुतांनी पछाडलेल्या नोकरशाहीने दुशेरे, कोडोली, शिराळा पेटा वगैरे ठिकाणी ससे-हरणांची शिकार करावी, त्याप्रमाण जनतेची शिकार केली. कंसास कृष्ण दिसावा, त्याप्रमाणे नोकरशाहीला जळी-स्थळी, काष्ठी-पाषाणी स्वातंत्र्यवीरच दिसू लागले; त्यामुळे कंसालाही लाजविणारी दुष्कृत्ये साम्राज्यशाहीच्या हस्तकांनी आमच्या देशात केली. या अन्यायाला सनदशीर मार्गाने तोंड देण्याची जनतेची प्रतिकारशक्ती मोडून काढल्यानंतर आम्हाला भूमिगत व्हावे लागले. या खडतर अवस्थेत ज्यांनी साहाय्य केले, त्या सर्वांचा मी अत्यंत ऋणी आहे.

१९४२ च्या आंदोलनात जी काही जाळपोळीची कामे झाली, त्यांच्या बुडाशी 'चले जाव'ची प्रतिष्ठापना करणे हा एक मूळ हेतू होता. गोंधळाच्या परिस्थितीत १६४६ साली श्री शिवरायांनी स्वराज्याची प्रतिष्ठापना केली, हा इतिहास शिवरायांचे वारस कसे विसरतील? इतिहासात लिहिलेल्या या सुवर्णाक्षरांच्या ओळींकडे मी जर सर्व हिंदुस्थानाचे लक्ष वेधू शकलो तर मी स्वतःला भाग्यवान समजेन. साताऱ्यात स्थापन झालेल्या स्वराज्याची वाढ महाराष्ट्रातच नव्हे तर सर्व हिंदुस्थानात झाली, हे ऐतिहासिक सत्य पुन्हा एकदा सिद्ध होण्याची वेळ मला तरी स्पष्ट दिसत आहे. अशा या आणीबाणीच्या काळात आपण उभे आहोत, याची जाणीव आपणा सर्वांस झालीच असेल आणि म्हणून आपणावर फार मोठी जबाबदारी आहे हे विसरता कामा नये. बेचाळीस ते चव्वेचाळीसच्या गोंधळाच्या काळानंतर ग्रामराज्याचा श्रीगणेशा झाला. ग्रामराज्याच्या स्थापनेसाठी आमच्या तरुण पिढीला अत्यंत त्रास सहन करावा लागला. ग्रामराज्याच्या स्थापनेची मोठी जबाबदारी जरी सर्व भूमिगतांवर होती, तरी त्याहीपेक्षा सामान्य जनतेच्या सहकार्यालाच मी जास्त भागीदार समजतो. भूमिगतांप्रमाणे जनतेतील सुज्ञ आणि व्यवहारी लोकांचा पाठिंबा या ग्रामराज्याला नसता तर आमचा हा प्रयोग इतका यशस्वी झाला नसता.

महात्मा गांधींच्या उपवासानंतर व सुटकेनंतर, सन १९४२ च्या आंदोलनाची गती वरिष्ठ आज्ञेनुसार कमी कमी होत गेली आणि वर्किंग

कमिटीच्या सुटकेनंतर आणि लोकशाही मंत्रिमंडळाच्या स्थापनेनंतर १९४२ च्या ठरावाची पेटी पॅकबंद होणार की काय, अशी भीती वाटत होती; परंतु ४२ चा ठराव मागे घेतला नाही, असे पुढाऱ्यांकडून जाहीर झाल्याने आम्हा सर्वांना खरोखर आनंद झाला. ४२ चा ठराव कायम ठेवून मंत्रिमंडळ अधिकार स्वीकारते, याचा अर्थ देशाला तयारी करण्यास दिलेली संधी असाच मी समजतो आणि त्या अवधीत सन्माननीय तडजोडीस दरवाजा रिकामा ठेवला गेला, हीदेखील आनंदाची गोष्ट आहे!

आपले सर्वांचे डोळे त्रिमंत्री वाटाघाटीकडे लागले असतील, आपण बरेच आशावादी बनला असाल. त्रिमंत्री जर काही देणार असतील, तर ते आपल्या शक्तीइतकेच देतील. ब्रिटिश लोकांची मुत्सद्देगिरी त्यांच्या राष्ट्राच्या हिताकरिताच उपयोगी पडेल, यावरही माझा मोठा विश्वास आहे. वाटाघाटी यशस्वी व्हाव्यात, अशी मीही आपल्याप्रमाणे प्रार्थना करतो; पण मला एक विनंती करावयाची आहे की, आपण त्यांच्यावर सर्वस्वी विसंबून राहू नका. वाटाघाटी अयशस्वी झाल्या तर लढा अटळ आहे. याकरिता आपण काँग्रेसच्या आज्ञेनुसार तयारी करण्यास लागावे, हे आपणा सर्वांचे कर्तव्य आहे. साम्राज्यशाहीच्या बुडत्या काळात हिंदुस्थानात भांडवलशाहीचे राज्य येणार की शेतकरी-कामकऱ्यांचे राज्य येणार हा महत्त्वाचा प्रश्न कार्यकर्त्यांपुढे उभा आहे. 'कसेल त्याची जमीन' हे तत्त्व महात्माजींनी मान्य केल्यामुळे शेतकरी-राज्याचा पाया घालण्याचे कार्य नक्की हातात घेतले गेले आहे; परंतु या गोष्टी तितक्याशा सोप्या नाहीत. आपल्या हिंदुस्थानातील निरक्षर शेतकरी-समाज पाहिला की, या भोळ्या देवाची लक्ष्मी कोणी हिरावून तर घेणार नाही ना, अशी शंका येते.

ज्या दिवशी शेतकरी-राज्याची मुहूर्तमेढ रोवली जाईल, त्याच दिवशी कामकरी राज्यही निर्माण होणार, यावर सर्वांनी विश्वास ठेवावा. शेतकरी-कामकरी राज्य म्हणजे ग्रामराज्य, लोकराज्य अशी मी व्याख्या करतो आणि या भावी स्वराज्यामध्ये हिंदू-मुसलमान, स्पृश्य-अस्पृश्य हे सर्व भेद मावळून जातील, याची मला खात्री आहे. आम्ही तर आता सर्वजण प्रकट झालो आहोत. अर्थात आता पुढे काय, हा प्रश्न सर्वांच्या पुढे उभा राहिला असेल आणि मला वाटते, हा प्रश्न थोडासा विचार केला तर अवघड नाही.

परकीयांच्या राज्याविषयी आपणास खरोखर चीड असेल, जर

किडा-मुंगीसारखे जगण्यास तुम्ही तयार नसाल, तर आपणास मार्ग हा दिसलाच पाहिजे. या पवित्र स्वातंत्र्याकरिता, आपणावरील एक पारतंत्र्याचे पाप नष्ट करण्याकरिता आपण देशाकरिता कमीतकमी देहाची कुर्बानी करण्यास शिकले पाहिजे. पुढच्या लढ्यामध्ये कोणासही फरारी राहण्याची आवश्यकता न वाटली पाहिजे. तुकाराम महाराजांचे कीर्तन ऐकावयास गेलेल्या शिवाजी महाराजांस पकडण्याकरिता आलेल्या मोगलांना ज्याप्रमाणे प्रत्येक माणूस शिवाजी दिसला, त्याप्रमाणे भावी चळवळीत प्रत्येक स्त्री-पुरुष, आबाल-वृद्ध, स्वकीय स्वातंत्र्याचे सेवक दिसले पाहिजेत. ४० कोटी आम जनता राष्ट्रभक्त बनली पाहिजे आणि म्हणून प्रत्येकापुढे कार्यक्षेत्र अफाट आहे, याची सर्वांनी कल्पना करावी. तुम्ही शेतकरी असाल तर शेतकऱ्यांची सेवा करून त्यांच्या पोलादी संघटना करा. तुम्ही नोकर असाल तर नोकरांत मिसळून त्यांची संघटना करा. तुम्ही विद्यार्थी असाल तर विद्यार्थी-संघटना करा. कामगार असाल तर तुम्ही कामगारांची संघटना करा आणि वल्लभभाई म्हणतात त्याप्रमाणे सार्वत्रिक संपाची तयारी ठेवा आणि याहीपुढे जाऊन मला आपणास सांगावयाचे आहे की, संप हे स्वातंत्र्याचे अगदी प्राथमिक हत्यार आहे. पुढे ४-८ दिवसांतच प्रत्येकाने आपल्या जागी राहून जे ते काम राष्ट्रहिताकरिता करीत राहावे. रेल्वे कामगारांनी संपावर न जाता परकीयांचे लष्कर नेण्याचे साफ नाकारले पाहिजे. त्यांनी देशाच्या उपयुक्त मालाची वाहतूक केली पाहिजे. स्टेशनमास्तर, तारमास्तर यांनी कोणतेही देशद्रोही काम करता उपयोगी नाही. चावड्या आणि बंगले जाळण्याची कल्पना सर्वांनी आपल्या डोक्यातून काढून टाकली पाहिजे. त्या चावड्या आणि बंगले उद्याच्या स्वातंत्र्यातील ऑफिसे बनली पाहिजेत. पाटलांनी राष्ट्रीय सरकारचे पाटील झाले पाहिजे. पोलीस हे राष्ट्रीय सरकारचे पोलीस होतील आणि मंत्रिमंडळावर राजीनामा देण्याची पाळी न येता, गव्हर्नराचा राजीनामा घेण्याची पाळी आली पाहिजे. या सर्व गोष्टी आपणा सर्वांवर अवलंबून आहेत. ग्रामराज्याच्या पाईकांनो, तुम्ही प्रत्येक खेड्यातील रस्ते सुधारा, साक्षरता वाढवा, शेतीची पद्धतशीर लागवड करा. कापड आणि धान्याच्या बाबतीत प्रत्येक गाव स्वावलंबी झालाच पाहिजे! उकिरड्यावर वसलेली खेडी ग्रामराज्यातील नंदनवने बनली पाहिजेत!

सत्तेच्या विकेंद्रीकरणाचा प्रयोग हा मध्यवर्ती सत्तेच्या कमजोरीस

कारणीभूत होता उपयोगी नाही. आपण काँग्रेसमध्ये वाढलो. काँग्रेसमध्ये नांदू आणि काँग्रेसमध्येच मरू! काँग्रेस आपणा सर्वांची आई आहे. जास्त भाकरीकरिता आपण तिच्याजवळ हट्ट धरू; पण रुसणार नाही!

आम्हा उपाशी शेतकरी आणि कामकरी लोकांकरिता काँग्रेस आम्हाला अन्न देईल, दूध देईल, ती आमचे संगोपन करील; तिला आम्ही कोणाचीही बटीक होऊ देणार नाही. तिच्या इज्जतीकरिता आम्ही आमच्या रक्ताचे सडे शिंपू आणि या सेवेच्या जोरावर आमच्या मांसाच्या चिखलाने व हाडांच्या दगडांनी स्वातंत्र्याची इमारत बांधूच बांधू!

दुसऱ्याच्या रक्ताचा विटाळ आम्ही तिला होऊ देणार नाही! तिला आम्ही अपवित्र होऊ देणार नाही!

भाषण तिसरे : संयुक्त महाराष्ट्र मिळविल्याशिवाय राहणार नाही!

(संयुक्त महाराष्ट्राच्या चळवळीत लोकसभेवर निवडून गेल्यावर क्रांतिसिंह नाना पाटील यांनी संयुक्त महाराष्ट्राच्या प्रश्नावर लोकसभेच्या व्यासपीठावर महाराष्ट्रावरील अन्यायास वाचा फोडली ती याच भाषणाने. संसदेच्या इतिहासातील हे पहिले मराठी भाषण, म्हणून ते सर्व देशात गाजले. विशेषतः महाराष्ट्रातील लोकांचा तो अनेक दिवस चर्चेचा आणि कौतुकाचा विषय बनला. अद्यापही मराठी माणसाला या भाषणाचे स्मरण आहे. हे भाषण करण्यापूर्वी ते क्रांतिसिंहांनी स्वतःच्या हस्ताक्षरांत लिहून काढले होते. प्रस्तुत भाषण ही त्यांच्या हस्ताक्षरातीलच प्रत आहे.)

अध्यक्ष महाशय,

मराठी भाषक लोकांवर त्याचप्रमाणे गुजराथी भाषक लोकांवर सरकारने जो घोर अन्याय केला आणि जनतेची लोकशाही मागणी दडपून टाकण्याकरिता जी घोर दडपशाही केली, त्याचा निषेध करण्याकरिता मी बोलणार आहे.

मी प्रथम भाषावार प्रांतरचनेच्या प्रश्नाचा इतिहास थोडक्यात देतो- काँग्रेसने १९२० सालीच भाषावार प्रांतरचनेचे तत्त्व मान्य केले आहे. १९२४ साली बेळगावला **अखिल भारतीय काँग्रेस**चे अधिवेशन झाले. त्या अधिवेशनाचे अध्यक्ष पूज्य महात्मा गांधी होते. त्यांच्या अध्यक्षतेखाली भाषावार प्रांतरचनेचा ठराव एकमताने पास झाला.

१९२८ साली कलकत्त्याला **अखिल भारतीय काँग्रेस**चे अधिवेशन

झाले. त्या अधिवेशनाचे अध्यक्ष पूज्य पंडित मोतीलाल नेहरू होते. त्यांच्या अध्यक्षतेखाली भाषावार प्रांतरचनेचा ठराव एकमताने पास झाला. नंतर १९३५ चा घटना-कायदा करताना ओरिसा, सिंध व वायव्य सरहद्द प्रांत याच धोरणाने प्रांत बनविण्यात आले.

१९४५ च्या काँग्रेसच्या निवडणुकीच्या जाहीरनाम्यातही भाषावार प्रांतरचना करू, असे आश्वासन जनतेला देण्यात आले आहे. हे आश्वासन पुरे करण्यात सरकारला अवघड वाटण्याचे काहीच कारण नाही. आज भारतात भाषावार प्रांतरचनेच्या तत्त्वावर राज्याची पुनर्घटना झालेली आहे. बंगाली भाषेचा बंगाल, हिंदी भाषेचा उत्तर प्रदेश व मध्य प्रदेश, उरिया भाषेचा ओरिसा, आसामी भाषेचा आसाम, तेलगू भाषेचा आंध्र, मल्याळी भाषेचा केरळ, कानडी भाषेचा कर्नाटक वगैरे भाषावार प्रांत झालेले आहेत. आता प्रश्न राहिलेला आहे मुंबईसह संयुक्त-महाराष्ट्राचा व महागुजराथचा. त्या बाबतीत मध्यवर्ती सरकार एवढे अडून का बसले आहे, समजत नाही! माझ्या मते मराठी भाषेचा मुंबईसह संयुक्त-महाराष्ट्र होण्याच्या बाबतीत मुंबई आड येते याचे कारण तारीख १३ डिसेंबर १९४८ रोजी दार कमिशनचे इतिवृत्त प्रसिद्ध झाले. त्याने मुंबई शहर महाराष्ट्रात समाविष्ट करू नये, असा अभिप्राय व्यक्त केला. पुढे जयपूर काँग्रेसने डिसेंबरच्या शेवटच्या आठवड्यात पं. नेहरू, सरदार पटेल आणि त्या वेळचे काँग्रेसचे अध्यक्ष डॉ. पट्टाभी सीतारामय्या या श्रेष्ठ त्रयींची जी समिती नेमली, तिने आपला 'जे. व्ही. पी. रिपोर्ट' या नावाने प्रसिद्ध असलेला निर्णय तारीख ५ एप्रिल १९४९ रोजी जाहीर केला आणि मुंबईशिवाय महाराष्ट्र प्रांत बनविण्यात यावा, असा अभिप्राय दिला. मुंबई महाराष्ट्रात नसती तर केव्हाच संयुक्त-महाराष्ट्र आणि महागुजराथ झाला असता. भारतामधील सर्व भाषकांना भाषिक राज्ये द्यावयाची आणि एकट्या मराठी भाषकांना मात्र द्वैभाषिक राज्यामध्ये दडपून टाकायचे हा कुठला न्याय?

काँग्रेसने ३० वर्षे भाषावार प्रांतरचनेची आश्वासने दिली. स्वातंत्र्य मिळाल्यानंतर देऊ, म्हणून सांगितले. आम्ही त्याची वाट पाहात राहिलो; पण स्वातंत्र्य मिळाल्यानंतर काँग्रेसने टोपी फिरविली. तीन वेळा कमिशन व समिती नेमली. शेवटी दिले मात्र काहीच नाही. भारतात सर्वांना भाषावार प्रांत दिले. मग मराठी भाषेच्या महाराष्ट्रावरच असा अन्याय

कशाकरिता? महाराष्ट्राने मुंबईसह संयुक्त-महाराष्ट्र मिळावा, म्हणून लोकशाहीच्या मार्गाने व शांततेने चळवळ सुरू केली.

ती चळवळ चालू असतानाच तारीख १६ जानेवारी १९५६ रोजी मुंबई केंद्रशासित केल्याची नेहरूंनी दिल्लीच्या नभोवाणीवरून घोषणा केली. ती घोषणा करण्यापूर्वी काही लोकांना स्थानबद्ध प्रतिबंधक कायद्याखाली पकडून तुरुंगात टाकले. संयुक्त-महाराष्ट्राची चळवळ नष्ट करण्याकरिता सरकारने हे केले; पण झाले भलतेच! त्यामुळे चळवळ अधिक फोफावली. नंतर हजारो लोकांना तुरुंगात टाकले. त्यानेही सरकारचे समाधान होईना. म्हणून निरपराध जनतेवर गोळीबार केला. तारीख १७ ते २३ जानेवारी १९५६ या सात दिवसांत जे गोळीबार करण्यात आले, ते गोळीबार करण्यामागचे हेतूच अत्यंत नीच, सैतानी स्वरूपाचे होते : मराठी माणसांचा स्वाभिमान मोडून काढावा, त्यांना लाचार बनवावे, मराठी माणसांनी कोणत्याही परिस्थितीत डोके वर काढू नये, कसल्याही अन्यायाविरुद्ध साधी ओरड करण्याचेसुद्धा धैर्य त्यांच्यात राहू नये, मुंबईसह संयुक्त-महाराष्ट्र व्हावा म्हणून जी चळवळ चालू आहे तिचे कंबरडे मोडले पाहिजे, हे ते हेतू होते. महाराष्ट्राविषयी द्वेषाने प्रेरित होऊन सूडबुद्धीने त्यांनी हे घोर अनन्वित अत्याचार केले. निरपराध जनतेवर गोळीबार करून जी माणसे मारली व जखमी केली त्या गोळीबाराची न्यायालयीन चौकशी झाली पाहिजे, अशी आमची मागणी आहे!

काँग्रेस सरकारला मुंबई, बेळगाव, कारवारसह संयुक्त-महाराष्ट्राच्या बाबतीत मला असे सांगावयाचे आहे की, अजून वेळ गेलेली नाही. मराठी भाषेचा मुंबई, बेळगांव, कारवारसह संयुक्त-महाराष्ट्र व गुजराथी भाषेचा गुजराथ करा, अशी आमची काँग्रेस सरकारपाशी मागणी आहे.

मुंबईसह संयुक्त-महाराष्ट्र द्या, म्हटले की, काँग्रेस सरकार सांगते, महाराष्ट्राची व गुजराथची भांडणे आहेत. मुंबईसह संयुक्त-महाराष्ट्राची मागणी नाकारण्याकरिता मराठी व गुजराथी लोकांची भांडणे आहेत, ही लंगडी सबब सरकार पुढे करते आहे.

महात्मा गांधी १९३१ साली राउंड टेबल परिषदेला इंग्लंडला गेले होते. त्यांनी अकरा मागण्या बरोबर नेल्या होत्या. त्या मागण्या ब्रिटिशांना मागत असताना ब्रिटिशांनी महात्मा गांधींना सांगितले,

"हिंदुस्थानात हिंदू-मुसलमानांची भांडणे आहेत म्हणून तुमच्या मागण्या देता येत नाहीत." तसेच आमचे काँग्रेस सरकार सांगत आहे, "मराठ्यांचे व गुजराथ्यांचे भांडण आहे म्हणून मुंबईसह संयुक्त-महाराष्ट्र देता येत नाही." आमचे म्हणणे हे भांडण कोणी लावले? या भांडणाच्या मुळाशी कोण आहे? आम्ही म्हणतो, हे भांडण काँग्रेस सरकारनेच लावले आहे.

दुसरे असे सांगण्यात येते की, भाषावार प्रांतांनी देशात फुटीर वृत्ती निर्माण होते, हे म्हणणेसुद्धा लंगडी सबब आहे. भाषावार तेरा प्रांत करताना फुटीर वृत्ती होत नाही. फक्त मराठी भाषेचा मुंबईसह संयुक्त-महाराष्ट्र झाला की, देशामध्ये फुटीर वृत्ती निर्माण होते, याला काय म्हणावे हेच समजत नाही! काँग्रेस सरकारने मराठी भाषेचा मुंबई, बेळगावसह संयुक्त-महाराष्ट्र दिला नाही तर आमची इच्छा नसताना नाइलाज म्हणून लोकशाहीच्या मार्गाने व शांततेने लढा करून मुंबई, बेळगावसह संयुक्त-महाराष्ट्र आम्ही मिळवू, असा आमचा आत्मविश्वास व निर्धार आहे. ही शिकवण आम्हाला भगवद्गीतेतून मिळाली आहे.

शेवटी मला यासंबंधी पुराणातील एक गोष्ट सांगावयाची आहे, कारण ती या बाबतीत तंतोतंत लागू आहे. कौरव-पांडवांमध्ये भांडण कसे लागले व त्यांच्यामध्ये युद्ध का झाले, हे सर्वांना ठाऊक आहे. शकुनीमामाने कौरव-पांडवांमध्ये भांडण लावले. त्या भांडणात कौरवांनी पांडवांना १२ बारा वर्षे वनवास आणि तेरावे वर्ष अज्ञातवास असे सांगितले. बारा वर्षे वनवास आणि तेरावे वर्ष अज्ञातवासात काढून आणि अनेक संकटे सोसून पांडव परत आले. पांडव वनवासातून परत आल्यावर त्यांच्या वतीने शिष्टाई करण्याकरता भगवान श्रीकृष्ण कौरवांकडे गेले. श्रीकृष्णाने कौरवांना सांगितले, "पांडव वनवासातून परत आले आहेत, तेव्हा त्यांचा न्याय्य हिस्सा त्यांना द्या." हे ऐकून कौरव रागावले, संतापले आणि श्रीकृष्णाला म्हणाले, "या राज्यातील सुईच्या टोकावर बसेल एवढी मातीसुद्धा मिळणार नाही." तेव्हा श्रीकृष्णाने सांगितले, "असे रागावू नका. संतापू नका. शांतपणाने विचार करून सांगा." पुन्हा कौरव म्हणाले, "एकदा सांगितले ना की, या राज्यातील काही मिळणार नाही." तेव्हा श्रीकृष्णाने सांगितले, "इच्छा नसताना नाइलाज म्हणून पांडवांना युद्ध करून हिस्सा मिळवावा लागेल." अखेर

कौरव-पांडवांच्या युद्धात काय झाले, ते सर्वांना माहीत आहे. म्हणून आम्ही पुन्हा एकवार काँग्रेस सरकारकडे मागणी करतो की, आम्हाला आमचा मराठी भाषेचा मुंबई, बेळगाव, कारवारसह संयुक्त-महाराष्ट्र द्या, नाहीतर इच्छा नसताना नाइलाज म्हणून आम्हाला लोकशाहीच्या मार्गाने व शांततेने लढा द्यावा लागेल. मुंबई-बेळगावसह संयुक्त-महाराष्ट्र निर्माण व्हावा, म्हणून महाराष्ट्राने आपले रक्त सांडले आहे; आपल्या आवडत्या पुत्रांचे बलिदान केले आहे. जोपर्यंत आमच्या जीवात जीव आहे, तोपर्यंत या महाद्वैभाषिक राज्याला आम्ही कधीही मान्यता देणार नाही! मुंबई, बेळगाव, कारवारसह मराठी भाषेचा संयुक्त-महाराष्ट्र मिळविल्याशिवाय राहणार नाही, हा आमचा निर्धार आहे!

भाषण चौथे : हे सरकार कोणाचे आहे?

(२१ सप्टेंबर १९७६ रोजी मोराळे, ता. तासगाव, जि. सांगली या गावी क्रांतिसिंह नाना पाटील यांच्या हस्ते, वसंतदादा पाटील यांच्या अध्यक्षतेखाली शिवछत्रपतींच्या पुतळ्याचा अनावरण समारंभ झाला. त्या प्रसंगी क्रांतिसिंहांनी केलेले हे भाषण म्हणजे गरिबांबद्दलची त्यांची कणव व तळमळ आणि शरीर विकलांग झालेले असतानाही प्रस्थापितांविरुद्ध लढा देण्याची ऊर्मी व जिद्द या त्यांच्या गुणांचे यथार्थ दर्शन घडविणारे आहे. ऐन **आणीबाणी**तले हे भाषण आहे! आणीबाणीमध्ये भलेभले विचारवंत व नेते (सत्ताधारी व विरोधकही) मूग गिळून बसले होते; त्या वेळी क्रांतिसिंहांनी गरिबांच्या बाजूने सरकारविरुद्ध, आणीबाणीविरुद्ध उठविलेला हा आवाज भावी पिढ्यांनाही प्रेरणादायी ठरावा!

क्रांतिसिंहांचे हे उपलब्ध असे एकमेव ध्वनिमुद्रित भाषण आधुनिक महाराष्ट्राच्या इतिहासाचे एक महत्त्वाचे साधन व क्रांतिसिंहांच्या चरित्राचा अमोल ठेवा. मृत्यूपूर्वी १२/१३ दिवस विट्यातील सत्कार सभेत ते शेवटचे जाहीरपणे बोलले; पण एक-दोन वाक्येच त्यांच्या तोंडून बाहेर पडली व त्यानंतर त्यांना स्मृतिभ्रंश झाला. पुढे त्यांना हॉस्पिटलातच हलवावे लागले. या अर्थाने मोराळे गावी झालेले हे भाषण (मृत्यूपूर्वी अडीच महिने) हे त्यांचे शेवटचेच भाषण समजायला हरकत नाही.

क्रांतिसिंह नाना पाटलांची भाषणे ज्यांनी ऐकली ते भाग्यवानच! पण ज्यांनी ऐकली नाहीत अथवा ज्या पिढ्यांना ती ऐकायला मिळणार

नाहीत, त्यांना ‘ताकावर’ का होईना पण तहान भागवल्याचे समाधान हे भाषण वाचून मिळेल.)

“अध्यक्ष महाराज (वसंतदादा पाटील), माझे एकेकाळचे मित्र व सहकारी बाबूराव पाटील ऊर्फ दादा, दुसरे येळावीचे पाटील आणि तिसरे जिल्ह्याचे अध्यक्ष व माझ्या प्रिय शेतकरी बंधूंनो आणि भगिनींनो -

मी आपणास दोन शब्द सांगणार आहे ते आपण शांऽऽतपणाने ऐकून घ्यावेत, अशी मी नम्रतेची विनंती करीत आहे (टाळ्या). बांधवांनो! मोराळेच्या मंडळींनी मला छत्रपती शिवाजी महाराजांच्या पुतळ्याचे अनावरण करण्याचा जो मान दिला, तो माझा मोठा बहुमान आहे; हे मी माझे भाग्य समजतो. छत्रपतींबद्दल मी निराळे सांगण्याची गरज नाही. आपल्या सर्वांपुढे छत्रपतींचे नाव अनेक वर्षे, गेली तीनशे वर्षे अहोरात्र गाजत आहे. अनेकांनी त्यांचा सारखा जयजयकार केला आहे.

मी या मोराळे गावामध्ये काही दिवस होतो. येथे मी एक प्रौढ साक्षरतेची शाळा काढली होती; त्यामुळे मोराळ्याशी माझं प्रेमबंधन सुरू झालं...

सभेच्या सुरुवातीलाच एक मुलांचे व एक मुलींचे अशी दोन गाणी झाली. मुलांच्या गाण्यात पुष्कळसं घेण्यासारखं आहे. त्या मुलांनी सांगितलं की, ‘सुम्बरान मांडिलं’ आणि कशाचं सुम्बरान मांडिलं? तर त्यांनी सांगितलं की, गरिबांकरिता जमीन वाटली पाहिजे. हे त्या सुम्बरानामध्ये मांडलं आहे. (एवढ्यात समारंभातील वीज जाते. सभेत गडबड सुरू होते. क्रांतिसिंह आपले भाषण तसेच चालू ठेवतात.) प्रिय बंधूंनो! आपल्याला इसावा लागतू तसा या यंत्रांनाही इसावा पायजे! (हशा).

प्रिय बंधूंनो! ज्या वेळेला इंग्रज आपल्यावर राज्य करीत होते, त्या वेळेला ती त्यांची दीडशे वर्षांची गुलामगिरी नाहीशी झाली पाहिजे, म्हणून काही तरुणांनी लढा द्यायला सुरुवात केली. त्यात मीही सामील झालो. सामील झाल्यावर मी पाहिलं की, आपली जी जनता आहे, तिचा फार मोठा हिस्सा शेतकऱ्यांचा आहे. दुसरा मोठा हिस्सा मजुरांचा आहे. त्यांचं काहीतरी कल्याण झालं पाहिजे. एकूण मी सबंध महाराष्ट्रात पाहिलं त्या वेळेला असं दिसलं की, आमच्या शेतकऱ्यांवर फार मोठी लग्नाची कर्जे झाली आहेत. प्रत्येक गावगन्ना गेलं तर लग्नाची इतकी कर्ज की, दहा-दहा वर्षे त्यांनी गहाण म्हणून दिलेली जमीन त्यांना परत

काही मिळाली नाही. लग्नाच्या कर्जाचा असा हा फार मोठा बोजा शेतकऱ्यांवर होता. यानंतर रूढी आणि चालीरीती. त्यांचं आमच्या मानगुटीवर फार मोठं वजन पडलं होतं. देवधर्म, त्यांचे भक्त व पुजारी यांचे दगड ठेवल्याप्रमाणं आमच्या मानगुटीवर ओझं होतं. पंढरपूरला जावा, खंडोबाला जावा, जोतिबाला जावा, महादेवाला जावा, कुठंबी जावा, हे देवधर्माचं प्राबल्य फार होतं. आम्ही साधारणपणे आकडेवारी काढली होती. सातारा जिल्ह्याचा जेवढा महसूल तेवढे पैसे लोकांचे पंढरपूरच्या वारीला जात असत...

...आता म्हणतात, बडव्यांचं तिथं आता काय राहिलं न्हाय; पण बडवे तुमच्या अन् आमच्या देवाला जायाचा न्हाय. दारातनं गेला तर सानंतन खाली उतरंल! इतकं त्याच्या हाडीमासी त्ये खिळल्यालं हाय. तुम्ही दोन पैसे नाही ठेवलं तर तिथलाच हार बाहेर येऊन तुमच्या गळ्यात घालतेली, एक नारळ देतील आणि तुमच्याकडून पाच रुपये काढतेली! पुना घरी गेलं की, देवब्राह्मण हायच... तर हे देवब्राह्मणाचं वेडही आमच्या मागं लागलेलं होतं.

तिसरी गोष्ट, म्हणजे सावकारकीचं भयंकर शुक्लकाष्ठ आमच्या मागं होतं. व्याजाचे व्याज, अन् पुन्हा काही राहिलं की, त्या व्याजाचे व्याज याखाली शेतकरी, शेतमजूर बेजार झालेले. आता ते काम (सरकारने) हातात घेतलंय असं म्हणतात. चांगली गोष्ट आहे...

...मी दादांना (वसंतदादा) मघाशी नम्रपणे विनंती केली की, दादा, तुम्ही त्या बेचाळीसच्या लढ्यात सत्तेच्याविरुद्ध फार मोठी कामे केली! एक मोठं काम म्हणजे जेलच फोडला अन् चौदाजण चौदा रायफली घेऊन बाहीर पडलं... अशी मोठी मोठी कामं तुम्ही केली. आता एक काम करायचं आहे. कोणतं? जसा रेल्वेचा रस्ता तुम्ही बदलला आणि दुसरा रस्ता तुम्ही काढला आणि मिरजेला गाडी नेली, तसा दादा, जमिनीच्या वाटपाचा रेल्वेचा हा एवढा रस्ता बदलून टाका. हे आमचं म्हणणं आहे, दुसरं काय नाही! (टाळ्या). त्याच्याशिवाय हे नुसतं कागदोपत्री जमीनवाटप होऊन काय उपयोगाचं नाही. त्याचा रस्ताच बदलायला पाहिजे. तुम्ही ड्रायव्हर व्हा, आमच्यासारखे रग्गड मागून येणारे आहेत. सरकार अशी जमीन बदलून देतंय की, तिथं लोखंडी नांगर गेला तरी त्याचा फाळ परत येणार नाही! अशी जमीन मिळून

काय होणार आहे? म्हणजे तुम्ही आमची चेष्टा करताय, क्रूर चेष्टा! असलं काय करू नका. खरंच काय द्यायचं असंल तर चांगलं द्या आणि तुम्ही जे देता ते चांगलं आहे असं वाटत असंल, तर ते तुम्ही करा ना! तुम्हाला काय पिकवायचं असंल ते पिकवा तिथं...

आम्हाला वाटत होतं, दादा काय रेल्वेचा रस्ता बदलत्याती! आम्हाला वाटायचं उगीचच काय तरी थाप देतात. रेल्वेचा रस्ता बदलतात! शेतातला रस्ता बदलता येत नाही अन् रेल्वेचा रस्ता कसा बदलणार? पण जेव्हा दादानं हा रस्ता बदलला, पहिली स्टेशनं बदलली, गाड्या बदलल्या, तेव्हा आता आम्हाला वाटतं की, या दादानं जर काही हाती धरलं तर मातीचं सोनंही होईल! (टाळ्या) असा खंबीर नेता पाहिजे! खंबीर नेता!

...आता आमचं सरकार हाय. चांगलं हाय सरकार. सरकारबद्दल मला काय म्हणायचं न्हाय. सरकार चांगलं हाय. पण... पण हाय त्येच्यात! (हशा) काय पण हाय सांगा? पण दुसरा - तिसरा काय न्हाय. बोलंल ते करीत न्हाय! (हशा व टाळ्या) लिहून ठेवतंय! लिहून ठेवतंय! (हशा) इतकं लिहून ठेवतंय की, गाडाभर लिहून ठेवतंय! (हशा) अन् पयलं काय लिहिलंय हे पुढच्याला कळंना व पुढच्याचं मागल्याला कळंना! (हशा) असलं लिहितंय! असलं लिहितंय. आम्ही म्हणतो, इतकं लिहू नका! कशाला कागद नासता? लय म्हाग झालेती! (हशा) थोडं लिहा! थोडं लिहा! पण काम चांगलं करा! न्हायतर तुम्हाला सांगतो, १९३० चा कराची काँग्रेसचा ठराव, १९३६ चा फैजपूरचा ठराव, मुंबईचे ठराव, सगळे ठरावच ठराव! लगीन एकबी न्हाय! ठरावच सगळं! (हशा) मग या लग्नात का तल्लाप भागती की काय! पोळ्याबी खाया न्हायत्या अन् कायच न्हाय! (हशा), तेव्हा असलं काय करायचं नाही. जे काय करायचं असेल ते एक घाव दोन तुकडे करा! आणि आता तुम्ही नाही केलं, तर जनता तुमच्या मागं लागल्याशिवाय राहाणार नाही. जनतेला आता कळलंय की, आता तुमच्या मागं लागलं पाहिजे. कंटाळून कंटाळून का होईना तुम्ही ते कराल...

मित्रहो! तुम्हाला मी एक उदाहरण सांगतो. एका बाईच्या बाळंतपणास तांदूळ पाहिजे होतं. उसनंपासनं करून तिला थोडं तांदूळ मिळालं. थोडं

बाळंतपणात वापरून तिनं त्यातलं थोडं बाजूला काढून ठेवलं. काही दिवसांनी ती आपल्या नवऱ्याला म्हणाली, 'तांदळात आळयाजाळ्या झाल्याती, वाळत घालायला पायजे. तवा मी हे तांदूळ उन्हात घालती. कुनीतरी आजारी पडलं तर पुना लागतील. त्येला खायला घालू.' तिनं त्ये तांदूळ उन्हात पोत्यावर पसरलं. थोड्या वेळानं नवरा म्हणाला, 'तू जा, धुणं धून ये. तंवर मी राखतो ह्या तांदळाला.' नवरा तांदूळ राखत बसला. मग चिलीम-बिलीम भरली. ती वडीत बसला. तंवर गोठ्यात एक बकरं बांधलेलं होतं. त्या बकऱ्यानं तांदळाकडं बघितलं अन् त्येनं आपल्या दाव्याला दिलं दोन हिसकं. त्या गीरबाचं दावंबी तसंच! ते तुटलं. बकऱ्यानं जाऊन तांदळात त्वांड खुपासलं. ह्येनं बघितलं. म्हणला, आता जर ह्येला हाणावं, तर काय तांदूळ तोंडात, काय इस्काटत्याली! (हशा) खाईना, खाऊ देत! तंवर त्या रस्त्यानं त्येचा मित्र आला. त्यो म्हणाला, 'अरं हरिबा, अरं बकरं तांदुळ खातंय अन् तू तंबाकू वडीत बसलास?'... 'ह्ये बघ' म्हणाला, 'हिकडं ये, लांबनं ये, बुजवू नकोस त्येला (हशा) आणि त्येला जवळ बोलावला अन् म्हणाला, 'वड तंबाकू' (हशा). त्यो म्हणाला, 'अरं, बकरं तांदुळ खातंय अन् तू तंबाकू वड म्हणतुयास?'

तवा हरिबानं सांगितलं, 'अरं, आनकी चार दिसांनी आमच्या देवाची जत्रा हाय. खाऊ दे काय तांदुळ खातंय ते! त्यानं जे वाडल रगात-मास ते त्या दिवशी हाय आमीच! आमीच त्याच्या मागं लागणार हाय! (हशा) त्येची तू काय काळजी करू नगस.'

तसं आपणाला मला सांगायचं आहे की, या काळाबाजार करणाऱ्यांची जत्रा आता हुयाची हाय! (हशा) तुम्ही काय काळजी करू नका! ही जत्रा झाल्याशिवाय राहात नाही तुम्हाला सांगतो. आम्ही दादाला म्हणणार, दादा आता व्हा पुढं आणि होऊन जाऊ द्या जत्रा एकदा त्येच्या मारी! ह्ये कुटवर ठेवता तांदूळ खात्यालं! (हशा)

आता आणीबाणी सुरू झाली! बरं झालं म्हटलं. वाटलं, आता ह्ये गडी काय तरी तांदुळ राखतील; पण ह्ये पोत्यासकट हाणायच्या बेतात हायती! (हशा) जशी त्या बकऱ्याची कंदुरी तसं हे आलंय बेताला. मित्रहो! विचार केला पाहिजे आपण. आमचं काय म्हणणं आहे? कंदुरी करायची म्हणजे यांना ठार करायचं नाही; पण या गोरगरिबांकरता काय

कराल की नाही?...

आता आणीबाणी हाय! दुकानदार पाट्या लावत्याती पाट्या! सरकारनं हुकूम सोडलाय, 'प्रत्येक जिनसाचा दर लावला पाहिजे.' हे दर लावत्याती. पाटी तिथं ठेवत्याती; पण त्या दरात इकीत न्हायती. अडीच रुपयाचा दर लावायचा पाटीवर व इकताना तीन रुपये दर! कुणी इच्चारलं, 'अवो, अडीच रुपयं पाटीवर अन् तुमी तीन कसं घेता?' तर त्यो म्हणतो, 'तुला घ्यायचं असंल तर घे, न्हाय तर जा निघुनश्यानी!' अरं, जा निघुनश्यानी? म्हंजे काय आमी कुटनं परगावाचं आलुया काय? (हशा).

आता दसरा जवळ आलाय. माणसांना त्याल पाहिजे. तर त्याल झालं गडप! आता त्याल कुटनं काढायचं सांगा! आमाला सांगत्याती, अवंदा श्यांग पिकली न्हाय! अन् त्याल लांबनं येतंय लांबनं! (हशा) लांबनं म्हंजे कुटनं? लांबनं म्हणजे गावंदरीतनं? (हशा) का लांबनं म्हंजे नळाखालनं? कुटनं येतंय ते सांगा ना! काय चाललंय हे? चेष्टा चालली आहे ही! म्हणून मला आपणाला सांगायचंय की, सरकारनं जर याचा विचार केला नाही, तर मग नाइलाजानं आम्हाला तुमच्या मागं लागावं लागेल. नाही तर काय करायचे? ते नको असेल तर हे करून टाका.

आता आम्हाला सांगत्याती, सरकारने एक पत्रक काढलंय. त्याच्यात सांगितलंय 'दर उतरलं पायजेती' असं हे दर उतरत्यात काय? तुमच्या लिखाणानं? हे दर तसं उतरणार नाहीत. आता लोक सांगत्यात, 'कमी दर केल्याती.' 'कमी दर केल्याती, बेतानं बोला?' अरं, कमी म्हणजे किती? बारा रुपयाचं नऊ रुपयं केल्याती. अरं, पण माल घेता कसा? साडेतीन रुपयानं! इकताय कसा? नऊ रुपयानं! हे दर कमी केल्याती काय? आणि प्रत्यक्षात आता त्यो दर तेरा-चौदापर्यंत जाईल. आणि गंमत बघा! पुना त्येला वळ लावायची! वळ लावायची! का? आणीबाणी हाय! आणीबाणी हाय! वळीशिवाय चालायचं न्हाय. अरं, तुमाला वळ लागली का!.. आणि पुना एकच किलो! एकच किलो! का? जास्ती का न्हाय? का आग लागली का त्येला? (आवाज चढवून) अरं, खाऊ दे की आमाला. अरं, आमच्या स्वराज्यात तरी खाऊ द्या! तुम्ही परक्या राज्यात आम्हाला खाऊ दिलं नाही. स्वराज्यात तरी खाऊ द्या! पण हे

तसे देणार नाहीत...

या सरकारशी आमचं भांडण आहे, झगडा आहे! (आवाज चढवून) सरकारशी भांडायचं नाही, तर कुणाशी भांडायचं? हॉटेलवाल्याकडं जाऊ का? आणि त्येला सांगू की, च्या तसा न्हाय द्यायचा. जरा सस्त द्या, त्ये काय करंल? लय झालं तर त्ये एकादा कप तसा देईल दोन पैसै कमी करून! त्या हॉटेलवाल्याकडं काय न्हाय! सरकारबरोबर भांडलं पाहिजे. हे आपलं सरकार आहे! ही आपली मंडळी आहेत! त्यांना सांगू या, हे तुम्ही जनतेकरता केलं पाहिजे. हे केलं पाहिजे. तर तुम्ही तिथं गेल्याचा काही फायदा. नाहीतर आम्ही कोणाच्या तोंडाकडं बघायचं?

म्हणून बांधवांनो! आपण विचार करू या. आपण मागणी करायची आहे. सरकारला काही शिवीगाळी करायची नाही... जसं शिक्षक लोक पगार वाढला पाहिजे, कामगार लोक पगार वाढला पाहिजे म्हणून मागणी करतात तशी ही मागणी आहे आणि मागणी आम्ही करायची नाही तर कुणी करायची? आम्हाला सांगा? मग हे केलं पाहिजे की नाही?...

आपण विचार करू या आणि विचार करताना मलासुद्धा कोडं पडतंय की, एखादा शब्द कठीण जाईल काय! (हशा) हो, मला ती सवय लागलेली बऱ्याच दिवसांची. (हशा) तरी मधी पाच-सहा वरसं बंद पडलं म्हणून बरं झालं! पुन्हा आता सुरू केलंय हे... (हशा)

बांधवांनो! शेतकऱ्याची काय सोय आहे. तुम्हीच सांगा. सरकार म्हणजे आपली माणसं आहेत. त्यांनी राग मानू नये. हे आतडं तळमळतंय म्हणून बोलतुय... मला ऊस न्हाय. उसाला जमीनबी न्हाय; पण आमचा शेतकरी ऊस लावतो. त्याचा ऊस तोडायला बाहेरून कुठनं गाडीवान येतात. ते उसाच्या वाड्याला आमच्या शेतकऱ्याला हात लावून देत न्हाईत. ते म्हणतात, वाड्यात तुमचा काय हिस्सा न्हाय. आरं वाडं कसं देत न्हाईस? आरं ज्या माज्या बैलानं नांगरलं, सरी पाडली, सगळं लावलं; त्या बैलाला वाडं न्हाय? त्या बैलानं दुसऱ्या बैलाला काय सांगावं? आमच्या धन्याचा ऊस हाय म्हणून सांगावं की त्येचं वाटूळं झालं म्हणून सांगावं? (हशा) न्हाय, तुमी विचार करा. अवो, गुराळ लागलं, तर माणूस शेजाऱ्यापाजाऱ्याला तांब्याभर रस

देतं; पण शेतकऱ्याच्या शेतातलं वाडं त्येच्या बैलाला न्हाय. मग हे वाडं कुनाला? त्या गाडीवानास्नी! आणि गाडीवान हे वाडं इकत्याती आणि नुसतं इकत न्हाईत तर उसाची वाडकांडी काढत्याती अन् ही वाडकांडीपण इकत्याती! ह्यांनी (वसंतदादा) पाहिलंय की न्हाय, मला माहीत न्हाई. ह्यांचं नोकर पाहातच असतील! अन् शेतकरी बोलायला लागला तर हे गाडीवान त्याच्या अंगावर जात्याती. काय करायचं शेतकऱ्यानं? शेवरी? अवो, शेवरीलासुद्धा हात लावायची सोय न्हाय. त्यो म्हणतो, बांधाच्या आत येऊ देणार न्हाय हे सगळं झाल्याशिवाय. शेवरीवर तुझा काय हक्क? शेतकऱ्याच्या शेरडास तिचा नांगासुद्धा न्हाय. गाडीवान शेतातली जी ती शेवरी खोपीला लावतुय आणि जाताना ती गाडी भरूनश्यान घेऊन जातुय. शेवरी कुणाची! ऊस कुणाचा! वाड कुणाचं! तुमी त्येला देऊ नका असं आमचं म्हणणं न्हाय; पण ऐन दुष्काळात आमच्या बैलाला वाडं न्हाय मिळालं, रस्त्याचा पाला गोळा करून घातला बैलांना! त्या बैलांना आपल्या वाड्याकडं बघून काय वाटलं असंल तुम्ही सांगा! हे मी तळमळीनं बोलतुय. हे काय माझ्या स्वोताच्या वाड्यासाठी न्हाय. हे हिथं बोलल्यावर माझ्या भावाचा ऊस यंदा जाईल असं वाटत न्हाय, कारण त्येच्या उसाची इकवरीच यायची न्हाय! कशी इकवरी ईल मी असलं बोलतुया म्हटल्यावर? त्येचा ऊस जायाचाच न्हाय! (हशा) यंदाचं वरीस बैलाला घालील व पुढं लावायचाच बंद करंल! (हशा) हो, त्येच्या आयला जाऊ दे, भानगड नको! (हशा) इकवरी बघायला मोळी मोळी ऊस नेत्याती. मोळीभर उसाची इकवरी, म्हणजे अर्ध मांदान पायजे इकवरी बघायला? याच्याशिवाय मग फॅक्टरीला ट्रक भरला म्हणजे किती ऊस रस्त्यानं जात्याती, हे जर तुमाला बघायचं असेल तर इस्लामपूरच्या रस्त्याला जावा. म्हणजे पेट नाक्यापर्यंत किती ऊस जात्याती हे त्यांच्याशिवाय दिसणार न्हाय तुमाला. कोण काय आमच्या मालाला धनी हाय? कोण या शेतकऱ्याचा वाली हाय? आणि तुमी जर या शेतकऱ्याची गैरव्यवस्था केली तर काय करील तो? काय करील तो?

हे झालं वाड्याचं, हे झालं गाडीवानाचं, हे झालं उसाचं... आता ऊस तोडणाऱ्याचं. त्येला निवद, नारळ, एक रुपाया देवावा लागतंय. न्हायतर त्यो वरनं वाड एक कांडी हाणतूय आण खालनं एक तसुभर

गेलं की सगळं गेलं. वजनाचंच कांड गेलं! बोलतुया कुणाला? गप बसलं पायजे आणि इतकं झालं तरी शेतकरी म्हणतू, माजं वावार रिकामं करा, माजं वावार रिकामं करा! कारण त्येला वाटतं की, ह्यो ऊस ह्यांनी असाच राखला तर काय करायचं? म्हणून तुम्हाला मला सागायचंय, याची दखल सरकारनं घेतली पाहिजे. सरकार आमचं आहे... सरकारला निवडून देणारे आम्ही आहोत. तर सरकार हे का करू शकणार नाही? शेतकऱ्याचं हे न्यायाचं असंल, तर करा असं आमचं म्हणणं आहे.

दुसरी गोष्ट मला सांगायची आहे. सरकार आमचं. त्याची पेंड घ्या, त्याचं खत घ्या, ज्या दिवशी घ्याल त्या दिवसापासून व्याज सुरू! विचारायला गेलं की, 'का फुकट आलंय का?' हे उत्तर. आणि आमच्या उसाचा शेवटचा हप्ता? दहा/दहा महिन्यानं. का? ऊस काय फुकट आलाय? (हशा) त्याला काय पडलंय का न्हाय कष्ट? हप्ता विचारायला गेलं की म्हणत्यात, 'उगीच कशाला हेलपाटं मारतुस. ये जा वरसाभरानं' (टाळ्या) काय चाललंय? मला सांगा कुणाकडं जायचं! कुणाकडं फिर्याद करायची! तुमच्याकडं जायचं न्हाय तर कुणाकडं जायचं मला सांगा! सांगा तुमी आम्हाला की तू आमच्याकडं येऊ नगंस, अमक्या अमक्याकडं जा. त्याच्याकडं जाऊ आमी आन् त्याला सांगू बाबा, तुझ्या खताला जसं याज हाय तसं आमच्याबी उसाला याज हाय; आमच्या उसाचं वजन झाल्यापासनं याज धर! निदान शेवटच्या हप्त्याचं तरी धर! मधलं फार तर हाण तसंच! (हशा)... हे माझं पोट बोलतंय हो! आणि ह्या गरिबांचं मी बोलायचं न्हाय तर कुणी बोलायचं मला सांगा!...

....बायका रानसटवाया पुजतात! रानसटवाया पुजायच्या म्हंजे गावाच्या बाहीर जावं लागतं... तिथं जाऊन तान्ह्या मुलासंगं ती बाई रानसटवाई उभा करती कशी? एक म्हण हाय. टाकीचा घाव सोसल्याशिवाय देवपण मिळत न्हाय. तसं चेपलीचा रट्टा मिळाल्याशिवाय रानसटवाई उभा राहात न्हाय! (हशा) बाई समोरच्या एकेका दगडाला चेपलीचा एकेक रट्टा देती आणि दर रट्ट्याला आपल्या सोबतच्या मुलीला म्हणते, 'ही एक उचल, ती एक उचल.' असं पाच बारकं बारकं दगाड गोळा करती. अन् साव्वा नेटका हुडकायचा. नेटका कशा करता? पाचाला वळीन मांडायचं. त्येना हळद-कुकू वाह्याचं. पाणी वाह्याचं आणि जवा

नारळ फोडायची येळ ईल तवा साव्वा हुडकायचा. का? त्यो नेटका हाय! दांडगा हाय! त्यो नारळाचा दणका सोशील! त्येला हातात घ्यायचा. आन् चलाखी त्या बाईची अशी, असा दणका देणार की, पाण्याचा एक थेंब त्या दगडावर पडणार न्हाय. ज्याच्या डोक्यावर नारळ फुटला त्याला पाण्याचा थेंब न्हाय तर खोबऱ्याचा तुकडा कुठला? (हशा) आता आमचं म्हणणं हाय की, आता आमाला त्या पाचाच्या वळीत बशीव! आन् बाइला सांगायचं, आता लाव दणका कुणालाबी त्येची आयला! ज्यो सोशील त्यो खाईल! (हशा) ह्यात काय गैर हाय सांगा की तुमी! (टाळ्या) जी दणका सोसत्याती त्येना पाण्याचा थेंब न्हाय आणि ही बाकीची हायती ती सगळं खात्याती. पयलंबी हाणत्याती आन् मागलंबी! सगळं निवादबी खात्याती! (हशा)

ही शेतकऱ्याच्या जीवनातील, त्याच्या भाषेतील उदाहरणे आहेत. अशी किती उदाहरणे सांगू तुम्हाला. म्हणून बांधवांनो! विचार करा या गोष्टीचा. सरकारनं जनतेला सुखी केलं पाहिजे. सरकारच्या तोंडाकडं जनतेनं बघायचं नाही तर कोणाच्या तोंडाकडं बघायचं?

आता दसरा आला. नंतर दिवाळी येणार! खोबरं तर आतापासून महागलं. खोबरेल तेलाचं नाव काढू नका. बायांना इचारा की, खोबऱ्याल त्याल त्या लावत्याती का? त्यांनी बहिष्कार घातलाय त्येच्यावर. (हशा) लावायचंच न्हाय! आता काय काय बाया खोबरं चावत्याती व लावत्याती! आणि गडी काय करत्याती कुणास ठावूक? (हशा) आमी तर त्येच्यावर बहिष्कार घातलाय... दिपवाळीला खोबरं म्हागणार, साखऱ्या म्हागणार, आन् खसखशीचं नावच काढू नका. खसखस पिकणार! आन् ती घालायची त्येच्यात (हशा). मग दिवाळी आन् दसरा असा गेला तर कुठल्या सणाला काय मिळणार आहे?

हे आम्ही बोलायचं नाही, तर कुणी बोलायचं? तुमच्यापुढं बोलायचं नाही तर कुणापुढं बोलायचं? ते म्हणत्याती, आणीबाणी हाय! आणीबाणी हाय! (आवाज चढवून) असंल आणीबाणी! आणीबाणी हाय तर काय तरी करा! न्हाय तर न्या आमाला आठचार रोज! (हशा) मग काय करायचं? व्हयं! आता पयलं गेलेलंच हाय पाचसात येळ. आणखी एक-दोन येळ काय खपलं तर खपलं! (हशा) मग काय करायचं? न्हाय तर बोलायचं कसं? आता सगळे शिकलेले आणीबाणी म्हणून

एक आक्षर काढत न्हायती. त्ये म्हणत्याती, आपल्या सरकारला कसं बोलायचं? आरं, बोलायचं न्हाय तर खुणा करा! (हशा) खुणा करा मुक्यागत 'खुणा करून काय जमतंय का बघा! (मुक्याचा हावभाव करून) असं काय करून जमलं तर जमलं! (प्रचंड हशा व टाळ्या)

म्हणून बांधवांनो! हे बोलल्याशिवाय मार्ग नाही. बोललं पाहिजे. बोलल्याशिवाय कोण दाता होईल मुक्याचा? तुम्हीच सांगा मला... कराची काँग्रेसच्या ठरावापासून शेतकऱ्याच्या मालाचे भाव अजून ठरताहेत! अजून कधी पक्कं ठरल्यालं नाही!

पूर्वी काँग्रेसवाल्यांची खेड्यात सभा व्हायची. आम्हीपण काँग्रेसमध्ये होतोच. आमचे पुढारी त्या वेळी भाषणं करायचे. काय? तर "निसर्गाने जो पाऊस डोंगरावर पाडला, त्या पावसानं जे पाणी वाहायला लागलं ते नाल्याला मिळालं, तो नाला ओढ्याला मिळाला अन् तो ओढा नदीला मिळाला अन् ते निसर्गाचं पाणी वाहतंय त्या पाण्यावर सरकारचा काय अधिकार आहे?" आणि आता? आता त्याच पाण्यावर तुमच्या सरकारचा अधिकार हाय. पाण्याची पट्टीबी वाढलीय. आरं, तुमीच म्हणत होता की नाही, 'निसर्गानं पाऊस पडतोय आणि आता पाणीपट्टी बसवताना त्यो पाऊस निसर्गानं न्हाय तर तुमी चिपळ्या उडवून पाडताय व्हय? (हशा) चिपळ्यानं पाऊस पडतोय असं काय हाय काय?'

आन् असं काय बोललं की, त्येला संताप यायचाच नाना पाटलाचा! लेका मरंना का ह्यो लवकर! तसा कसा मरंल ह्यो! दुसरा गुडगा पाक गेल्याशिवाय! (हशा)

म्हणून दादास्नी आमची एक विनंती हाय की, दादा, जसा रेल्वेचा रस्ता तुमी पाडला तसं हे तरुण हाताशी घ्या व नवीन एक रस्ता पाडा! त्या रस्त्यानं यायला तयार आहे ना? तयार आहे! करा सुरुवात. कसं सरकार देत नाही ते बघू!...

बांधवांनो! आपणही खंबीरपणे उभं राहिलं पाहिजे. आता तुम्हाला सांगतो, कुठला परमेश्वर खाली येऊन शेतकऱ्याचे कल्याण करील हे विसरून जावा... तुम्ही जरा खंबीरपणं उभं राहिलं पाहिजे...

मी आता जवळजवळ सहा वर्षांनी भाषण करायला लागलोय. मी बंद केलंय सगळं!... आणीबाणी हाय! आणीबाणी हाय! म्हटलं नको ही खटपट. दीड पायानं जाऊनश्यानी हे आणीबाणीच जमायचं न्हाय

(हशा) आपलं गप बसू या; पण काय लोकांनी सांगितलं, बोला की आता! आता आणीबाणी काय करतीया? काय झालं तर झालं न्हायतर राहिलं! तवा इच्चार केला, दादा आपलं अध्यक्ष हायती. आपल्या दादांच्या अध्यक्षतेखालीच सुरू करावं! काय सरकारला सवय लागली तर लागली! (हशा) म्हणून हे सुरू केलंय.

बांधवांनो! मी ह्या दोन-चार गोष्टी तुमच्यासमोर मांडल्या आहेत. त्याचा जरा विचार करा. त्यातली महत्त्वाची बाब म्हणजे शेतकऱ्याच्या मालाचे भाव बांधून मिळाले पाहिजेत. दरवर्षी शेतकरी पिकवतोय; पण त्याच्या मालाचे भाव बांधले जात नाहीत. जोपर्यंत शेतकऱ्याच्या घरात माल हाय, तोपर्यंत सगळं भाव पडत्याती. आन् एकदा व्यापाऱ्याच्या घरात माल गेला की, भाव शिडी लावून वर चढतुया! (हशा) मग व्यापारी म्हणतुया, 'वाटलं तर घे, न्हाय तर चालायला लाग!' आणि शेतकऱ्याच्या घरात माल आहे तोवर तालुकाबंदी, जिल्हाबंदी, प्रांतबंदी. वाटलं तर दे न्हायतर प्रांतबंदी झालीय, प्रांताच्या बाहेर माल जायचा नाही! एकदा शेतकऱ्याकडून माल गेला आणि व्यापारी घ्यायला लागलं की, तालुकाबंदी उठली, प्रांतबंदी उठली. कसंबी घ्या. पालथ्या आडशिरीनं घ्या न्हायतर उताऱ्या आडशिरीनं घ्या. हां! हयगय करू नका बहादुरानू! (हशा) असं चाललंय. काय करायचं? हे सगळं बदलायला पाहिजे आपल्या राज्यात. नाहीतर मग आपलं राज्य कसलं? आणि तुम्ही भिऊ नका! तुम्ही भिऊ नका! (आवाज चढवून) इंग्रजी राज्य असताना आपण बोललो अन् आता आपल्याच राज्यात आपल्याला बोलायची बंदी झाली तर हे राज्य कोणाचे आहे? अरे! दुसऱ्याच्या पुढं मागताना बंदी. का आई-वडिलांच्यापुढे भाकरी मागताना बंदी झाली तर हे कुणाचे आई-बाप? अन् हा पोरगा तर कुणाचा? (टाळ्या) याचा काही विचार करू या आपण. ही मागणी आहे. हे केलं पाहिजे. येईल एखादा झटका. नाही असं नाही; पण तो सोसला पाहिजे...

...आता शेतकरीबघा. इतरांकडंही बघा. सगळ्यास्नी किती सुट्ट्या हायत्या? शेतकऱ्याला सुट्टी हाय का? त्याला सुट्टी न्हाय. त्येला एकदाच सुट्टी! त्या सुट्टीतनं गेला की पाक मोकळा झाला! (हशा) तुमी आता बघा! शाळा मास्तर हायती. शाळा मास्तरांच्या सुट्ट्या किती? किती सुट्ट्या? त्याचा त्येलाच हिशेब घावंना! इतक्या सगळ्या सुट्ट्याच

सुट्ट्या! कुणाला सकाळची हाय, कुणाला दुपारची हाय, कुणाला वीस/वीस दिवस, तीस/तीस दिवस सुट्टी! आणि माप त्यांचं कसं? ह्यांचा अठ्ठावीस दिवसांचा महिना झाला की महिना पुरा झाला. पगार दिलाच पाहिजे! पण त्येंच्या दुधवाली बाईचे बत्तीस दिवस झाल्याशिवाय महिना धरायचा न्हाय! का चार दिवस फुकटावारी गेलवी आमचं! (हशा) कारण का? तर ही शिकलेली हायती. ह्यांचा अठ्ठावीस दिवसांचा महिना! फेब्रुवारी! (हशा) अन् दुधवालीचा बत्तीस दिवसांचा महिना! त्यो मोजतु कसा, सोमवार सोमवार आट, मंगळवार मंगळवार आट, बुधवार बुधवार आट आन् बेस्तरवार बेस्तरवार आट आन् उरलं तर बॉट! (हशा) आरं, त्येला कोण धनी हाय का न्हाय? ह्याला सुट्टी न्हाय! ह्याला जुपी न्हाय! मोटच्या औतागत झालंया आमचं! इतर औतं कवाबी उबी करावी. पावणा आला, मैतर आला. मोटंचं औत असं असतं की, हूंऽ म्हटलं आन् कच्च्यावर गेलं तर बरं, जर आदीमधी बंद केलं, तर मोटंसकट गड्यासकट सगळं आत! ही काय मॉट आवारती का बैलास्नी मधी उबी केल्याली! तसं आमचं झालंय!

...दोन खाती हायती राज्यात! एक पोलीस खातं आन् दुसरं मुलकी खातं! याशिवाय राज्य चालत न्हाय! तर हे पोलीस खातं! हे काय काय खातं? (हशा) हे सांगतू तुमाला काय काय खातं! त्येच्या कापडाचं नाव, ड्रेसचं नाव हाय खाकी, खाकी! (हशा) आरं खाऽकी! आरं, खाऽकी! काय खायचं ते खाऽकी! (हशा) आणि देशभक्ताच्या कापडाचं नाव खाऽदी! आदी खा! मग घरला जा! (प्रचंड हशा) अरे, काय काय खाताय? 'जरा बेतानं खावा! कोण हयगय करत न्हाय! कोण हयगय करत न्हाय!... बांधवांनो! तुम्ही वेळीच जागे झाला नाहीत तर ही खाऽकी आणि खाऽदी तुमची विल्हेवाट लावल्याशिवाय राहणार नाही!

कर्ज किती वाढत चालली! आज एकाशी आमचं बोलणं झालं. मी त्येला इच्चारलं, 'कसं काय?' त्यो म्हणाला, 'बरं हाय!' मी म्हटलं, 'काय बरं हाय? याज वाढतंय का पोरं वाढत्याती?' त्यो म्हणाला, 'काय नाही, दोनीबी संगटंच वाढत्याती!' (हशा) अवो, याचा काही विचार कराल की नाही? आज शेतकऱ्यांवर किती कर्जाचा बोजा आहे? सरकारवरही कर्जाचा बोजा व शेतकऱ्यांवरही कर्जाचा बोजा! आणि

तुम्ही कर्जाची मुक्ती केली, ती काय केली? कुणाचं तपेलं, तर कुणाचा हंडा, कुणाचं लोटकं ही ठेवलंय, त्येला म्हणत्याती हे बुडीव येवढं! म्हंजे पुन्हा ह्येला आठ आणंसुद्धा मिळू नयेत! (हशा) अवो! चांगली चांगली कर्ज हायती ती बुडवा की! सोसायटी? ती बुडवायची न्हाय! (हशा) ती न्हाय बुडवायची! ती का बुडवायची न्हाय? का ती बुडंनावी? ती वर पवतीया! (हशा) दुसरं, तिसरं आणखी काय कर्ज असंल तर ते आधी दिलं पाहिजे. ते आधी देतो आन् मग आमी बुडतो! (हशा) खरंच जर काय तुम्हाला आमच्या शेतकऱ्याचं करायचं असंल, तर करा काहीतरी भरीव!.... जमीन वाटली पाहिजे! घरं वाटली पाहिजेत! कारखाने वाटले पाहिजेत! का नाही वाटत तुम्ही?...

...माझा समाजवाद सोपा हाय! लय अवघड न्हाय. त्येला लय पुस्तकं चाळायचं काम न्हाय! एक घर हाय. त्या घरात एक मालक राहातुय. त्ये मालक इतकं खातंय दिवसभर की, त्याचं पचन होईना झालंय. रात्री झ्वाप येईना झालीय, आन् त्ये सारखं हिकडचं तिकडं, तिकडचं हिकडं हुतंय! आन् जवळ बसलेल्याला सांगतंय, 'मला काय झ्वाप ईना झालीय. 'का? लय काम केलंस व्हय? मग औषध घेतुय. गोळ्या खातुय. मग कसं तरी झोपतुय. सकाळच्या पारी म्हणतुय मला रातभर झ्वाप न्हाय. तसंच त्याच्या खाली पडवीला एकजण निजलाय. त्येलाबी झ्वाप न्हाय? त्येला का झ्वाप न्हाय? दिवसभर काम न्हाय. मनगट ताट हाय, पण रोजगार न्हाय. पोटाला न्हाय. पाणी पिऊनश्यानी काय झ्वाप लागतीया? त्येलाबी झ्वाप न्हाय आन् ह्येलाबी झ्वाप न्हाय! (हशा) आम्ही म्हणतो, हे दोघं आपलं शेजारी हायती. दोघानाबी झ्वाप आलीच पायजे! पण दोघानाबी कशी झ्वाप येणार? चांगला तज्ज्ञ डॉक्टर बोलवायचा. त्येला सांगायचं, या दोघांची परीक्षा करा. ज्यो जास्ती खातुया गरजंपेक्षा त्याचं कमी करा आणि ज्याला गरजंपुरतंसुद्धा मिळत न्हाय त्येला ते उरलेलं देऊ या! म्हंजे दोघांनाबी झ्वाप लागंल. याला समाजवाद म्हणतात. ह्यो माझा समाजवाद हाय! माझा समाजवाद हाय! (प्रचंड टाळ्या) काय एकेकाचा पैसा! अवो, त्येला मोजायला कटाळा येतुय. त्येला हे धक्का लावीनाती. थोरल्या दादाला कसा धक्का लावायचा? (हशा)

दादा, (वसंतदादा) मी तर आपणाला सांगतो, आश्चर्य वाटेल

आपणाला, प्रत्येक खेड्यात भयंकर गरिबी आहे. गरिबाचा वाली कुणी नाही! अवो, पुढाऱ्याची म्हस रात्रीची काय दाव्याला नसती. तुमी बघा जाऊनशिनी. नेमकी कुणाच्या तरी शेतात फिरलेली असती. त्या गरिबानं नुकतंच पाणी पाजलेलं. त्येनं रात्रीचं शेतात फिराय जावं तर म्हस नाचलेली. फिरलेली. पीक खाल्लेलं. तिला कोंडवाड्याला लावायची सोय न्हाय! जर कोंडवाड्याला लावली, तर त्या गरिबाचं छप्पार दुसरे दिवशी जाग्यावर राहील का? मग त्यो काय करतो! चांगला नवा कासरा घेतू, दोघा-तिघांना घेऊन म्हशीला अडवून तिच्या शिंगाला कासरा लावतू. मग कासऱ्यानं धरून ज्यो कोण दादासाहेब, अण्णासाहेब असंल त्याच्या दारात जातू व म्हणतू दादासाहेब, अण्णासाहेब, ह्या तुमच्या म्हशीनं रासारी शेतात सगळा इस्कोट केला बघा. मागून पाळी आणली, पाणी पाजलं आन् हे असं झालं. मग अण्णासायबानं त्येच्यासमोर दोन-चार शिव्या द्यायच्या गड्यास्नी, 'च्या आयला! भडव्यांस्नी लाज न्हाय! आब्रू न्हाय! म्हस रात्रीची सोडत्याती.' त्या गरिबाला वाटतंय, 'नगा लय शिव्या देवू, येवढ्या रग्गड झाल्या.' मग ती म्हस बांधाय त्यो जातो. तवा अण्णासाब म्हणतो, 'च्या आयल्या! त्यो कासरा तसाच लाव, न्हायतर संध्याकाळी पुना तुटला म्हंजी पुना जाईल शेतात.' म्हंजे त्या गरिबाचं पीकपण गेलं आन् नवा कासराबी गेला! (हशा) अशी सगळी परस्थिती हाय. आन् जास्ती जर बोलंल तर दारातलं बोकाड राह्याचं न्हाय तुमाला सांगतो! त्ये रात्रीच जाईल! सकाळी इच्यारावं, 'अवो अण्णा, आमचं बोकाड गेलं,' तर अण्णा म्हणतू, 'अरं, लेका ती नाना पाटील बोंबलत होतं त्येच्याकडं जा की!' (हशा) का तुझी मेंढरं राखायचं काम हाय नाना पाटलांकडं? (हशा)

...आणि तुमाला गंमत सांगतो, तुमी कुठल्याबी गावात जावा. जिथं स्वस्त धान्याचं दुकान हाय तिथं ह्या सगळ्या गोष्टी चालत्यात्या. तुमी जर दुकान कसं चालतंय म्हणून तिथं गेला... तुमी गेला रं गेला की, हे गावचं पुढारी सगळं जमलंच!... काय, का आलाय? न्हाय, ह्यांना च्या बी काय दिला की न्हाय? जेवणाची येवस्था केली की न्हाय? काय दोन अंडी-बिंडी बघा... लय ताटून आल्याती! जेवण-खाण झाल्यावर आपण तिथल्याच लोकांना विचारावं, 'कसं काय दुकान चालतंय?'... दुकान? नंबर एकच चालतंय! ह्या गावासारखं दुकान

आसपास कुटं न्हाय! का? बोलावं तर संध्याकाळी काय राह्याचं न्हाय! तुमी परसाकडं जावा आन् तिथं ह्यो गडी भेटल्यावर काय सांगतुया बघा. काय सांगावं तुमाला! बोलायची सुई न्हाय, अशी परस्थिती हाय! निम्मा साखऱ्या तर तालुक्यातच वाटत्याती! निम्मा आलेला आगुदर ही पुढारी मंडळी वाटून घेत्याती आन् उरला तर आमच्या वाटणीला! न्हाय तर सांगत्याती, ये पुढंच्या खेपेला! पुढंच्या खेपेला गेलं कीं म्हणत्याती तुझी पाळी गेली! बसा बोंबलत! (हशा) काय बोलायचं तुमी सांगा! हे असं चाललंय का न्हाय तुमी सांगा? हे मनमोकळेपणानं दादानं (वसंतदादा) इच्यारलं तर सगळेजणं हात करून सांगाल, दादा, हे असंच चाललंय; पण आता तुमी दादांपुढंबी बोलणार न्हाय! दादांपुढं बोलावं तर उद्या पाळी आली म्हंजी साखऱ्याची! (हशा) नानापुढं बोला! नानापुढं काय बोलायचं असंल ते बोला, कारण तुमाला म्हाईत हाय, ह्येच्या (नानाच्या) हातात बाकीचं काय न्हाय! हे वरडंल वरडंल आन् जाईल निघुनश्यानी! (हशा) पण ह्यो (दादा) तसा वरडणार न्हाय! (हशा)...

...किती गोष्टी सांगू तुम्हाला? किती सांगू? मी तुमचा बराच वेळ घेतला. मी तुमची क्षमा मागतो. या मोराळकरांनी सगळी माजी पतबी मोडली (हशा)... उद्याच्याला, मला भीती वाटतीया, या गारठ्यात काय हुतंय! दादाच म्हणत हुतं, आरं ह्येला आजारपणात आणलंय, ह्येला निवाऱ्यात उभं करा! (हशा) आमच्यातलं काय पुढारी म्हटलं, त्येला काय हुतंय? (हशा) हुतंय तर हुन जाऊ द्या! उद्या काय का हुईना! परवाच्या दिवशी सगळं बंद पडलं तरी चालंल (हशा) मग आता काय करायचं! न यावं तरी पंच्याती! बरं, आलो. तर बाबांनो आगुदर तुमची मिरवणूक काढा, मी सभेच्या वेळी येतो... न्हाय चालायचं... तुमी गाडीत बसलंच पायजे! आन् आमी गाडी जिथं उभी करू तितं राहिलीच पायजे, आन् सगळ्यांच्या आरत्या ववाळून झाल्याच पायजेत!... हुंद्या... मग मी तरी काय करतुया?

मोराळकरांचं मी फार मोठं अन्न खाल्लेलं आहे. खिशातनं चवळीच्या शेंगा, मुगाच्या शेंगा, भाजलेली कणसं, उकडलेली कणसं आणून ह्या शाळेत मला ते देत. मी इथं प्रौढ साक्षरतेचा क्लास काढला होता. एस. आर. भागवतांची पुस्तकं मी त्यांना देत असे व शिकवीत असे. अन्

रामुअण्णाच्यात मी जेवायला होतो, मग बाकीचीही मंडळी जेवायला ठेवू लागली. असा त्यांचा माझा संबंध आहे. नुसतं त्यांनी कुणाजवळ तरी पत्र दिलं की, आलं पाहिजे. तर मी जरूर येईन! माझं येण्याचं काम आहे मोराळला!... या मोराळ्याचा मोरआवळा बनला पाहिजे, ही माझी इच्छा आहे! इतर गोष्टी होताहेत. सरकार त्या करील. सरकारच्या जे हातात आहे ते सरकारनं करावं. बाकीच्या आहेत त्या गावानं केल्या पाहिजेत. त्यात आम्ही सहभागी आहोत.

आता मी बराचसा मोकळा झालोय. आणखी बरं वाटलं तर आणखी अधिक सभा घेईन.. आणि हे आता कसं झालंय... बैलाच्या मानंवर क्यास असत्याती तंवर शिवाळ जाचती! पण एकदा घट्टा पडला की, बेलाशक डोळं झाकून औत हाणावं! (हशा) असं हाय माझं काम!

असो. जास्ती वेळ न घेता आता बोलावं बाकीच्यांनी. अध्यक्षांनी त्यांना बोलायला सांगावं... आन् मोराळकरांना ज्या ज्या येळंला तल्लफ हुईल, त्या येळंला ह्या नाना पाटलाला बोलवा, हा गडी हज्जर न्हाय राहिला तर मला इच्चारा! (टाळ्या) हेच काम हाय माझं! हेच काम करीत आलोय... (टाळ्या)

**

४२ च्या स्वातंत्र्य लढ्यातील स्त्रियांच्या ओव्या

“गांधी माझा सखा गं । ओवी त्याला गाईन ।
तुरुंगात जाऊन मी । स्वराज्य मिळवीन ॥ १ ॥

जवाहर माझा बंधू गं । ओवी त्याला गाऊ या ।
उठा उठा, पती राजा । स्वराज्य मिळवू या ॥ २ ॥

सुभाष माझा सखा गं । ओवी त्याला गाईन ।
राखी त्याला बांधूनी । वनवासी होईन ॥ ३ ॥

नाना माझा भाऊ गं । ओवी त्याला गाऊ या ।
त्याच्या संगे लढता लढता । स्वराज्य मिळवू या ॥ ४ ॥

(‘सातारचा सिंह’मधून)

७५
क्रांतिसिंहांचे लेख, टिपणे व पत्रके

सरकारने शेतीमालाचे भाव बांधून द्यावेत!

(शेतीमालास भाव बांधून मिळाले पाहिजेत, ही मागणी क्रांतिसिंह नाना पाटलांनी आपल्या शेकडो भाषणांत अनेक वेळा केली आणि शेतकरी जागा व्हावा म्हणून सातत्याने चळवळ केली. त्यांची ही मागणी अभ्यासपूर्ण माहितीवर आधारलेली होती. सरकारने वेळोवेळी नेमलेल्या समित्यांनीच 'शेतकऱ्यांच्या मालाच्या किमतीची हमी सरकारने दिली पाहिजे' असे अनेक वेळा सुचविले असूनही सरकारने सतत तिकडे दुर्लक्ष केले, असा क्रांतिसिंहाचा आरोप होता. प्रस्तुतच्या त्यांच्या लेखामध्येही त्यांनी हा मुद्दा सरकारच्या समित्यांच्या अहवालांचा हवाला देऊन स्पष्ट केला आहे आणि शेतकऱ्यांची दुःस्थिती सुधारण्याचे काही उपायही सांगितले आहेत.)

भारत हा शेतीप्रधान देश आहे. भारतात शेकडा ७० टक्के शेतकरी आहेत. हिंदुस्थान सरकारने १९४४ साली नेमलेल्या शेतीविषयक धोरण समितीने, 'शेती हा कदाचित असा एकच व्यवसाय आहे की, ज्यामध्ये तोटा पत्करूनही (शेतकऱ्यांना) उत्पादन चालू ठेवावे लागते' असा अभिप्राय देऊन शेतीमालाच्या किंमती ठरावीक मर्यादेखाली घसरू देऊ नयेत, अशी सरकारला शिफारस केली होती.

पुढे काँग्रेसच्या हातात राज्यसत्ता आल्यानंतर डिसेंबर १९४७ मध्ये सुप्रसिद्ध गांधीवादी अर्थशास्त्रज्ञ डॉ. जे. सी. कुमारप्पा यांच्या अध्यक्षतेखाली नेमलेल्या काँग्रेस- शेती सुधारणा समितीने जून १९४९ मध्ये आपला अहवाल काँग्रेस अध्यक्षांना सादर केला. कुमारप्पा समितीच्या मते, शेतकऱ्यांना जास्तीतजास्त उत्तेजन देण्यासाठी म्हणून शेतीमालाच्या किमती किमान पातळीच्या खाली घसरणार नाहीत, अशी हमी देणे हे

सरकारचे कर्तव्य आहे, शेतीमालाच्या किमती व शेतीची मिळकत स्थिर ठेवण्याचीच केवळ हमी देऊन भागणार नाही, तर शेती क्षेत्रातील आणि औद्योगिक क्षेत्रातील मिळकतीच्या दरम्यान वाजवी समतोल प्रस्थापित करण्याचीही हमी मिळाली पाहिजे. (काँग्रेस- शेती सुधारणा समिती पृष्ठ १५०)

कृष्णम्माचारी समितीने आपल्या अहवालात खालील सूत्र सुचविले -

१. शेतकरी थराबरोबर ज्यांची सर्वसाधारणपणे तुलना करता येईल अशा इतर सामाजिक विभागांना जे जीवनमान लाभले असेल त्या जीवनमानाचा लाभ शेतकऱ्याला व त्याच्या कुटुंबीयांना घेता येणे शक्य होईल, या हिशेबाने शेतीमालाच्या वाजवी किमती ठरविल्या जाव्यात.

२. सर्वसाधारणपणे ज्याला योग्य जीवनमान म्हणता येईल, त्यासाठी लागणाऱ्या सुखसोयी आणि वस्तू लक्षात घेऊन त्यांच्या खर्चाचीही तरतूद केली जाणे जरूर आहे.

३. त्याचबरोबर शेतमजुरांना किमान वेतन देणे, पिकांच्या व जनावरांच्या विम्याचे हप्ते देणे इत्यादी आवश्यक गोष्टी पार पाडणे जेणेकरून शेतकऱ्याला परवडेल अशा हिशेबाने शेतीमालाची वाजवी किंमत ठरविण्यात आली पाहिजे.

कृष्णम्माचारी कमिटीने सुचविलेले हे सूत्र कुमारप्पा कमिटीनेही आपल्या अहवालात नमूद करून त्याची त्यांना शिफारस केली आहे. (कुमारप्पा कमिटीचा अहवाल, पृष्ठ १५०)

त्याचप्रमाणे शेतीमालाच्या उत्पादनखर्चात आणि शेतकऱ्याच्या राहणीमानात समाविष्ट होणाऱ्या औद्योगिक वस्तूंच्या आणि इतर सुखसोयींच्या किमती वाढत असताना शेतीमालाच्या किमती घसरत असतील, तर त्या परिस्थितीत सरकारने हस्तक्षेप करून शेतीमालाच्या व औद्योगिक वस्तूंच्या किमतीत समतोल प्रस्थापित केला पाहिजे, असा कुमारप्पा कमिटीचा आग्रह आहे; परंतु खुद्द काँग्रेस पक्षाने नेमलेल्या या कमिटीचा अहवाल धूळ खात पडला आहे!

भारताच्या पहिल्या पंचवार्षिक योजनेत नियोजन मंडळानेही ठरावीक मर्यादेच्या खाली शेतीमालाच्या किमती घसरल्या तर शेतकऱ्याच्या हितसंबंधांचे रक्षण करण्यासाठी सरकारने योग्य किमतीला शेतीमाल

खरेदी केला पाहिजे, असे मत व्यक्त केले होते. (पहिली पंचवार्षिक योजना, पृष्ठ १८९) नियोजन मंडळाची ही सूचनाही सरकारने धाब्यावर बसवली आहे!

दुसऱ्या पंचवार्षिक योजनेचा आराखडा तयार करणारे प्रा. महालनवीस यांनीही शेतीमालाच्या घसरणाऱ्या किमतीबद्दल सरकारने दाखविलेल्या अनास्थेसंबंधी खेद प्रदर्शित करून शेतीमालाच्या किमतीची घसरगुंडी ही एक अस्वस्थ करणारी घटना आहे असा अभिप्राय व्यक्त केला होता. दुसरी पंचवार्षिक योजना आली नि गेली; परंतु शेतीमालाच्या किमतीचा प्रश्न सुटू शकला नाही!

भारत सरकारच्या वतीने चीनमधील शेतीतंत्राचा अभ्यास करण्यासाठी १९५६ साली भारत सरकारच्या अन्न व शेतकी खात्याचे उपमंत्री नामदार एम. व्ही. कृष्णप्पा यांच्या अध्यक्षतेखाली तज्ज्ञ अधिकाऱ्यांचे एक शिष्टमंडळ पाठविण्यात आले होते. या शिष्टमंडळात भारताच्या अन्न व शेतकी खात्याचे सेक्रेटरी, त्या खात्याचे आर्थिक व आकडेवारीविषयक सल्लागार, भारतीय शेती संशोधन मंडळाचे जॉइंट सेक्रेटरी अशा उच्चपदस्थ तज्ज्ञांचा समावेश होता. या कृष्णप्पा कमिटीने आपल्या अहवालात पुढीलप्रमाणे शिफारस केली आहे -

गूळ, हळद, शेंग, मिरची, तंबाखू, अन्नधान्ये, कापूस, ज्यूट वगैरे प्रमुख शेतीमालाच्या किमान किमतीची सरकारने हमी देणे आणि त्या त्या किमतीला सदर शेतीमाल कितीही प्रमाणावर खरेदी करण्यास सरकार तयार असल्याची खात्री देणे, या गोष्टी शेतीउत्पादन वाढविण्याच्या दृष्टीने अत्यावश्यक आहेत. या किमान किमती अशा असल्या पाहिजेत की, जेणेकरून अधिकाधिक श्रमशक्ती, अधिकाधिक जंतुनाशक द्रव्ये, सुधारलेले बी-बियाणे व सुधारलेली अवजारे यांचा वापर करण्यास शेतकरी उद्युक्त होतील. हा अत्यंत महत्त्वाचा प्रश्न हाताळताना किमती स्थिर ठेवण्याचे कार्य धोक्यात येईल, अशी भीती बाळगण्याचे बिलकूल कारण नाही. (एम. व्ही. कृष्णप्पा शिष्टमंडळाचा अहवाल, पृष्ठ १९६-१९७) कसोशीने शोध घेतल्यास हा अहवाल अजूनही भारत सरकारच्या केराच्या टोपलीत सापडण्याची दाट शक्यता आहे!

समाजविकास योजनांची पाहणी करण्यासाठी १९५७ साली त्या वेळचे कॉँग्रेसचे खासदार गुजरातचे मुख्यमंत्री असलेले बळवंतराय मेहता

यांच्या अध्यक्षतेखाली एक कमिटी नेमण्यात आली होती. ही कमिटी आपल्या अहवालात म्हणते -

"शेतकऱ्यांना त्यांच्या श्रमाचा योग्य मोबदला मिळण्याची हमी दिली, तरच शेती-उत्पादन वाढविण्याची इच्छा व ती वाढ सातत्याने साधण्याची जिद्द शेतकऱ्याच्या ठिकाणी निर्माण करता येईल. काही विशिष्ट मर्यादेच्या खाली शेतीमालाच्या किमती घसरणार नाहीत, ही भावनाच अधिक उत्पादन वाढविण्यास उत्तेजन देणारी आहे." (बळवंतराय मेहता कमिटीचा अहवाल, खंड १, पृष्ठ ७८). याही कमिटीच्या शिफारशींना भारत सरकारने वाटाण्याच्या अक्षता लावल्या!

कारखान्यातून बाहेर पडणाऱ्या पक्क्या मालाच्या किफायतशीर किमती ठरवून देण्यास सरकार एका पायावर तयार असते; पण हेच सरकार शेतकऱ्याच्या मालाला किफायतशीर किमतीची हमी देण्यास मात्र तयार होत नाही! शेतकऱ्याला सुगीच्या दिवसांतच आपला माल विकून टाकण्याची घाई असल्याने सट्टेवाले आणि साठेबाज त्यांचे शोषण करतात. परिणामी, शेतकऱ्याच्या श्रमाचे लोणी त्याच्या पदरात न पडता सट्टेबाज व साठेबाज यांच्या विशाल पोटात गडप होते!

शेतीमालाचे उत्पादन करण्यासाठी आलेला खर्च आणि शेतकऱ्याचे जीवनमान या गोष्टी लक्षात घेऊन शेतीमालाच्या किफायतशीर किमतीची हमी सरकारने द्यावी आणि बाजारपेठेतील दलालांच्या पकडीतून शेतकऱ्याची मान सोडवावी, अशी मागणी शेतकरीवर्ग गेली अनेक वर्षे करीत आहे.

शेती-व्यवसाय हा एक किफायतशीर व्यवसाय होण्यासाठी सरकारने आपले किमतीविषयक धोरण आमूलाग्र बदलले पाहिजे.

शेतमजुरांना किमान वेतन ठरवून देण्यात यावे, अशी शिफारस पहिल्या व दुसऱ्या पंचवार्षिक योजनांतून नियोजन मंडळाने केली होती; परंतु दुर्दैवाने नियोजन मंडळाच्या शिफारशीचा हा कागदी घोडा तबेल्यात खिंकाळत राहिला आहे!

शेतमजुराला किमान वेतन कायद्यानुसार वेतन ठरविले गेले नाही. भूमिहीनाला जमीन देण्यास शेती-संबंध सुधारण्याचे कायदे उपयोगी पडले नाहीत; त्यामुळे ग्रामीण भागातही आज असे दिसते की, श्रीमंत शेतकऱ्याने आपली परिस्थिती काही प्रमाणात सुधारून घेतली; पण सर्वसाधारण शेतकरी व शेतमजूर कोरडाच राहिला. या व अन्य

परिस्थितीमुळे या मध्यम व गरीब शेतकऱ्यांकडे तगाईची व शेतसाऱ्याची थकबाकी दरवर्षी वाढत गेली व आज शेतकऱ्याकडून ही थकबाकी कधीच वसूल होणार नाही अशी परिस्थिती निर्माण झाली. या गोष्टीचा शेतकऱ्याच्या उत्पनावर विपरीत परिणाम होत आहे, तेव्हा सरकारने शेतकऱ्यावर असलेले हे तगाई कर्ज माफ करून त्याला कर्जमुक्त करावे. ते केल्याशिवाय अन्नधान्याचे उत्पादन वाढणार नाही. सरकारने हे कर्ज माफ केलेच पाहिजे. स्वातंत्र्यप्राप्ती होऊन वीस वर्षे झाली तरी राबणारा शेतकरी व शेतमजूर यांची परिस्थिती काही सुधारली नाही. ती जर सुधारावयाची असेल तर सरकारने खालील उपाय अमलात आणावेत -

१. शेतकऱ्याला मालाचे किफायतशीर भाव बांधून देणे. शेतकऱ्याच्या मालाचे भाव बांधून दिल्याने शेतकऱ्याला मालाचा योग्य तो मोबदला मिळण्याची शाश्वती निर्माण होईल आणि त्यामुळे उत्पादनवाढीसाठी नवा हुरूप चढेल.
२. तसेच शेतकऱ्याला लागणारे बी-बियाणे, सर्व प्रकारची खते, इंजिने, पंप, जीवनावश्यक वस्तू यांचे भाव शेतकऱ्याच्या शेतीमालाच्या भावाच्या समांतर असे बांधून दिल्याने शेतकऱ्याचा व गरीब शेतमजुराचा निर्वाहाचा प्रश्न फार मोठ्या प्रमाणावर सुटण्यास मदत होईल.

या देशातील शेकडा ७० टक्के लोकसंख्या शेतीवर राबत असूनही आमच्या लोकसंख्येला कसेबसे जगविण्यापुरतेदेखील अन्नधान्य आपण देशातल्या देशात पिकवू शकत नाही, ही गोष्ट सरकारच्या शेतीविषयक धोरणाच्या दिवाळखोरीची निदर्शक आहे. देश स्वतंत्र झाल्यापासून दिल्लीपासून गल्लीपर्यंतचे पुढारी अन्नधान्याच्या बाबतीत स्वयंपूर्ण होण्याची भाषा बोलत आहेत; परंतु गेल्या २० वर्षांत परदेशांतून अन्नधान्यांची आयात करण्यासाठी कॉंग्रेस सरकारने २१०० कोटी रुपये पाण्याप्रमाणे परदेशात ओतले आहेत आणि एवढे करूनही टाचा घासून उपाशीपोटी मरणाऱ्या भूकबळींची संख्या कमी झालेली नाही.

शेतकऱ्याच्या श्रमाचा योग्य मोबदला त्याला मिळत नसल्याने सुधारलेली खते, बी-बियाणे आणि अवजारे विकत घेण्यासाठी लागणारा पैसा त्याने कसा आणावा? स्वतःच्या आणि बायका-मुलांच्या पोटात भाकरीचा तुकडा कसा पडेल आणि बैलाच्या पोटात वैरणीचा घास कसा

घालता येईल या विवंचनेमुळे ज्याला झोप लागत नाही आणि सावकारांच्या आणि दलालांच्या भुंग्यांनी ज्याचे शरीर पोखरून काढले आहे; अशा शेतकऱ्याची शेती दिवसेंदिवस निकृष्ट होत गेली तर तो त्याचा दोष नव्हे!

जमीनदारांशी सख्य जोडण्याच्या धोरणामुळे काँग्रेस सरकारने देशात शेतीसंबंधी मूलभूत सुधारणा केल्या नाहीत आणि मोठ्या जमीनमालकांना आणि नफेबाजांना धुडगूस घालण्यास मुभा दिली; त्यामुळे अन्नसंकट वाढत गेले आणि रोजच्या अन्नासाठी अमेरिकेचे पाय धरण्याची वेळ आली!

काही वृत्तपत्रीय टिपणे

(क्रांतिसिंह नाना पाटील दैनंदिन वृत्तपत्रे फार बारकाईने वाचीत आणि आपल्या भाषणांसाठी त्यांची टिपणे तयार करीत, तसेच आवश्यक मजकुरांची कात्रणेही काढून ठेवीत. व्यासपीठावर भाषणास उभे राहिल्यावर त्यांच्या हातात अशा टिपणांचा व कात्रणांचा जुडगा असायचा आणि त्याच्या आधारावरच ते सरकारवर साक्षी-पुराव्यानिशी हल्ला चढवायचे; त्यामुळे त्यांचे भाषण केवळ विनोदी न होता, परिणामकारक ठरायचे. शेतकऱ्यांची कर्जे, त्यांची थकबाकी, बी-बियाणे व अन्नधान्य यांची सरकारी भोंगळ कारभारामुळे होणारी प्रचंड नासधूस हे त्यांच्या भाषणातील सरकारवर प्रहार करणारे मुख्य मुद्दे असायचे. अशा शेकडो टिपणांतून नमुन्यादाखल काही टिपणे सादर करीत आहोत.)

केंद्रीय शेतीमंत्री श्री. अण्णासाहेब शिंदे यांचे विचार -

शेतकऱ्यांना रास्त भाव मिळाला तरच उत्पादनवाढ होऊ शकेल.

देशातील शेतीचा प्रश्न मूलभूतपणे हाताळला नाही, शेतकऱ्यांना किमान भाव मिळत नाही, म्हणून उत्पादनवाढीत व्हावी तशी प्रगती होत नाही. धान्य आयातीसाठी ५२५ कोटी रुपयांपर्यंत आपण खर्च करतो. कापसासाठीच ५० ते ६० कोटी रुपये खर्च होतात. आपल्या गरीब देशाला हे परवडणारे नाही. असे विचार केंद्रीय अन्न व शेतकीमंत्री श्री. अण्णासाहेब शिंदे यांनी महाराष्ट्र राज्य कापूस उत्पादकांच्या परिषदेचे उद्घाटन करताना व्यक्त केले.

* * *

कापूसविषयक धोरण औद्योगिक पातळीवर ठरते. त्यात शेतकऱ्याच्या हिताऐवजी गिरणी मालकांच्या कल्याणावर भर असतो. ही स्थिती बदलली नाही तर शेती कापूस उत्पादकांची पीछेहाट होईल.

* * *

अन्नधान्याची आयात वाढत आहे. दुसऱ्या पंचवार्षिक योजनेपूर्वी ३० ते ४० लाख टन धान्य दरसाल आयात केले जाई. ते वाढत वाढत ६० लाख टनांवर गेले आणि १९६६ ऑक्टोबरपर्यंत आपण ९० लक्ष टन गहू आणि इतर धान्य यांची आयात केली. आयात केलेल्या धान्याची किंमत १५०० कोटी रुपये झाली आहे.

* * *

तिसऱ्या पंचवार्षिक योजनेच्या कालखंडात बेरोजगारी ८० लाखांवरून एक कोटी वीस लाखावर गेली.

* * *

वनमंत्री ना. चौधरी म्हणाले, १९६४-६५ व ६५-६६ या दोन वर्षांत जंगल थकबाकी अनुक्रमे इतकी आहे : १, ४४, ५९, २९४ रुपये आणि १, ६७, ७५, ३९१ रुपये. त्यांपैकी १, २३, ३४५ रुपये थकबाकी निर्लेखित करण्यायोग्य वाटते - नवशक्ती : ६-७-६७

* * *

सरकारने ७०, ३५, ५८, ४६० झाडे लावण्याचा संकल्प केला आहे - वनमंत्री चौधरी - नवशक्ती : ६-७-६७

* * *

नवी दिल्ली ता. १२ -

अन्नखात्याच्या मागण्यांवर आज लोकसभेत चर्चा झाली, तेव्हा श्री. नाना पाटील यांनी मराठीतून भाषण केले. शेतकऱ्यांवर असलेली निरनिराळ्या प्रकारची कर्जे जोवर रद्द केली जात नाहीत, तोवर धान्यउत्पादन वाढू शकणार नाही, असे ते म्हणाले. - महाराष्ट्र टाइम्स : १३-७-६७

नवी दिल्ली ता. १२

अन्नखात्याच्या मागण्यांवर काल लोकसभेतील चर्चेत भाग घेऊन

क्रांतिसिंह नाना पाटील यांनी मराठीतून भाषण केले. जोवर शेतकऱ्यांवरील निरनिराळी कर्जे रद्द होत नाहीत तोवर उत्पादन वाढणार कसे असा सवाल त्यांनी केला.

- मराठा : १५-७-६७.

* * *

लक्षावधी रुपये किमतीचे खत व बियाणे अधिकाऱ्यांनी कुजविले. जिल्हाधिकाऱ्यांच्या सभेत अर्थमंत्र्यांचे निवेदन.

माझ्या माहितीप्रमाणे अनेक ठिकाणांच्या गोदामांत लक्षावधी रुपयांचे बी व खत पडून राहिल्यामुळे ते आता निकामी झाले आहे - मराठा : २८-७-६७.

* * *

रेल्वेच्या बेपर्वाईमुळे ६३० पोती गहू कुजला. या गव्हाची किंमत ४०,००० (चाळीस हजार) रुपये होईल - तरुण भारत : ३०-७-६७.

लोकांना अर्धपोटी ठेवून लाखो रुपयांच्या बियाण्याची नासधूस. माढा येथे घडलेली एक अत्यंत शरमेची गोष्ट.

मोडनिंब, दि. १०.

दीड लाख रुपये किमतीचे संकरित बियाणे कुजून गेले. माढा तालुका पंचायत समितीच्या गोडावूनमधील २१७ क्विंटल संकरित ज्वारीचे बियाणे व दहा क्विंटल संकरित मक्याचे बियाणे असे एकूण दीड लाख रुपये किमतीचे बियाणे कुजून- सडून गेल्यामुळे सध्या संकरित ज्वारीचे एक किलो बी नऊ रुपये किमतीस विकले जात आहे. - मराठा : १२-११-६७.

नागपूर, दि. २२

महाराष्ट्राचे मुख्यमंत्री वसंतराव नाईक यांनी नागपूर जिल्हा परिषदेने देवळी सांगवी येथे आयोजित केलेल्या शेतकऱ्यांच्या मेळाव्यात राज्यातील शेतकऱ्यांना शासनाने १ अब्ज रुपये कर्ज दिल्याचे सांगितले. केसरी : २४-११-६७.

पनवेल, दि. २२

कुलाबा जिल्ह्यात विविध प्रकारच्या वसुलीपोटी या वर्षाचे एकूण येणे : रु. ४९, ६६, ३१४ - २६ पैसे. वेगवेगळ्या रूपांतील कर्जाचे

येणे : रु. ३३, ५०, २५५-५५ पैसे आहे. केसरी : २४-११-६७.

१. कुर्डूवाडी येथील गोदामात ठेवलेले सुमारे ३७०० पोती धान्य कीड पडल्याने खाण्यालायक राहिले नाही.
२. शिवडी येथील केंद्र सरकारच्या गोदामातील एका शेडमधील सुमारे १८०० पोती बासमती तांदूळ सडून जाण्याच्या अवस्थेत आहे.
३. भारताच्या अन्न महामंडळाच्या दिल्लीतील एका गोदामातील परदेशातून आणलेल्या सुमारे एक लाख मण गव्हाचा बहुतेक साठा नीट जोपासना न झाल्यामुळे खाण्यास अयोग्य ठरला.
४. बिहारमध्ये मुजफ्फरपूर येथील गोदामात ठेवलेला १६ हजार टन गहू पुरेशी काळजी न घेतल्यामुळे आणि पुढे त्याची नीट जोपासना न झाल्यामुळे तो फुकट गेला व सुमारे २ कोटी रुपयांचे हे धान्य नाश पावले.
५. मद्रासहून नागपूर भागात पाठविलेली सुमारे दोन हजार पोती लाल ज्वारी खुल्या वॅगन्समधून पाठविल्यामुळे पावसात भिजून तिला कोंब फुटले.

महाराष्ट्र टाइम्स : २७-११-६७.

* * *

सातारा जिल्ह्यात लागवडीखालील जमीन १८ लाख एकर आहे. अंदाजे ९ ।। लाख एकरांत ज्वारी, बाजरी, भात ही पिके घेतली जातात. जिल्ह्याची लोकसंख्या १५ लाख (१९६१ च्या शिरगणतीप्रमाणे) आहे.

महाराष्ट्र टाइम्स : २७-११-६७

क्रांतिसिंहांची काही पत्रके

(ही एकूण चार पत्रके आहेत. त्यातील पहिली दोन क्रांतिसिंह नाना पाटील भूमिगत अवस्थेत प्रति-सरकारचा लढा चालवीत होते, त्या वेळची आहेत. पहिले पत्रक ऐन चळवळीतील असून साहित्यिक भाषेत लिहिले आहे. सरकारने कितीही अत्याचार केला तरी शरण न जाता त्याचा तेजस्वीपणे प्रतिकार करा; या प्रसंगी सर्व स्त्री-पुरुषांनी धैर्य दाखविले पाहिजे, असे आवाहन या पत्रकात केले आहे. दुसरे पत्रक

मुंबई सरकारने १९४५ साली प्रति-सरकार चळवळीचा बीमोड करण्यासाठी सातारा जिल्ह्यात लष्कर घुसविले, त्या वेळचे असावे. सरकार निमित्ताला टेकले असून ते गुंडांनाही उत्तेजन देईल व अत्याचार करेल, तरी धीर सोडू नका; संयमाने वागा, असे आवाहन जनतेला केले गेले आहे. तिसऱ्या पत्रकात हैदराबाद संस्थानातील मुस्लीम गुंडांच्या अत्याचारांचे वर्णन करून त्याचा प्रतिकार करण्यासाठी जनतेने सरकारला सर्व प्रकारचे साहाय्य करावे असे सांगितले आहे. या लढ्यात सरकारला मदत करण्यासाठी महाराष्ट्र, नागपूर, मध्य प्रांत आणि मराठवाडा येथील पुढाऱ्यांची बैठक होऊन जी समिती नेमली गेली तिचे व लढ्याचे नेतृत्व, साताऱ्यात ब्रिटिशांशी यशस्वीपणे झुंजून लोकराज्य स्थापन करणाऱ्या क्रांतिसिंहांकडे आहे, असे म्हटले आहे. या पत्रकात क्रांतिसिंहांच्या हैदराबाद सीमाभागातील दौऱ्याचा कार्यक्रमही दिला आहे. चौथे पत्रक सीमालढ्यासंबंधीचे आहे. १ नोव्हेंबर १९५८ रोजी क्रांतिसिंहांनी कारवार आघाडीवर सीमासत्याग्रह केला. त्यापूर्वीचे हे मराठी बांधवांना उद्देशून काढलेले पत्रक आहे. त्यात मराठी भाषकांवर होणाऱ्या अन्यायाचा प्रतिकार आपली सारी ताकद लढ्यात फेकून केला पाहिजे, असे क्रांतिसिंहांनी म्हटले आहे.)

पत्रक एक

दुशेरे गावाकरिता-

प्रिय बंधू-भगिनींनो,

तुमचा गाव आज निखाऱ्यात आहे! आसपासची आग तुमच्या तेजःपुंज कर्तबगारीच्या दिव्य वृत्तीला लवकरच जाळण्याकरिता धावेल; परंतु तुमची वृत्ती दिव्य आहे! तुमचे तेज प्रखर आहे! सूर्य का अग्नी आपणास जाळील म्हणून घाबरतो? सूर्याचे तेज का काळे पडते? त्यावर ढग आले तर त्याची प्रखरता कमी होईल. (पण) ढगांना भेदून नाही का तो पृथ्वीला प्रकाश देत? सूर्य का राहू-केतूला घाबरतो? ४/२ तासांत तो शांतपणे आपली राहू-केतूपासून सुटका करून घेतो!

तुम्हाला ठोकतील, पकडतील; परंतु सोन्यावर घाव बसले की, त्याचे तेज वाढते. इतकेच काय परंतु लोखंडावर घाव घातले तरी त्याचे तेज वाढते! ऐरणीचा माथा पाहा कसा चकचकीत असतो. तुम्ही तर

सोने आहात! तुमचे तेज वाढू द्या. साऱ्या भारताला अभिमान वाटेल! चिमूर अष्टीबद्दल किती अभिमान वाटतो भारताला! तो मान कुठला मिळणार आम्हा दुर्भाग्यांना! परंतु नंबर तर लागेल! आज आपण भारताला एक धडा घालून देणार आहोत. तो आपल्या बलिदानातून शिकविला जाणारा आहे. तो त्रास नको का भोगायला? माता नाही का प्रसूतिवेदना सहन करीत? का? तिला एका दिव्य शक्तीला जन्म द्यायचा असतो. तुम्हाला तशा वेदना झाल्या तर त्या आपण सोसल्या पाहिजेत! यश तुमचेच आहे!

क्रांतिवीरांच्या मातांनो, भगिनींनो! गोरे पोलीस आले तर नका त्यांना भिऊ. नका त्यांना घाबरू. तुमची मुले भित्री होतील. भित्री मुले का तुम्हाला पाहिजेत? वाघिणीच्या पोटी मेंढरू जन्माला आलेले (तुम्हाला) आवडेल काय? दाखवा तेज! दाखवा धैर्य! डगमगू नका! विजय सहजासहजी का मिळतो? तो मिळवायला लागतो. तो आपण मिळवू या.

'तुमच्या यशाकडे अभिमानाची दृष्टी ठेवणारा एक'.

सूचना - हे पत्रक तुमच्या गावातील प्रत्येक स्त्री-पुरुषाच्या कानावर जाईल अशी व्यवस्था करा. याच्या कॉपीज काढून शेजारच्या गावी द्याव्यात.

पत्रक दोन
'वंदे मातरम्'
जाहीर विनंती

सर्व जनतेने महाराष्ट्र प्रांतिकचा आदेश व शांतता पाळावी. जनतेला मिलिटरीकडून त्रास होऊ नये म्हणून आम्ही दक्षिण सातारा भागातील सारे कार्यक्रम स्थगित केले आहेत. महाराष्ट्र प्रांतिकचे अध्यक्ष काकासाहेब व शंकरराव देव यांच्या आज्ञेप्रमाणे जनतेने शांतता पाळावी. आम्हाला खात्री आहे की, आमच्या नावावर पोलिसांची पथके दंगे करून मिलिटरीकडून जनतेला त्रास देतील. पोलीसही या गुन्ह्यात पूर्वीप्रमाणेच सामील होतील. तरी जनतेने सावध राहावे. सरकार या निमित्तावरच आलेले आहे किंबहुना सरकार नेहमीप्रमाणे गुंडांना उत्तेजन देईल. जनतेच्या परीक्षेची व कसोटीची हीच खरी वेळ आहे. आम्हाला खात्री आहे की, जनता या

वेळी धीर सोडणार नाही व कचरणार नाही. आम्ही काँग्रेसचे पाईक आहोत. काँग्रेस वर्किंग कमिटी जे धोरण ठरवील, त्याप्रमाणेच आम्ही वागू कळावे.

- नाना रामचंद्र पाटील (सही)

पत्रक तीन

हैदराबाद स्वातंत्र्याचे रणकुंड पेटणार!

हैदराबाद संस्थानात आज 'इत्तेहादुल-इ-मुसलमीन' या धर्मवेड्या संस्थेचे अर्थात मुसलमानांचे राज्य स्थापन झाले आहे. हैदराबादच्या लोकसंख्येत मुसलमानांचे स्थान शंभरात अवघे तेरा आहे; पण संस्थानाधिपती मुसलमान असल्याने त्याचे आसन स्थिर करून 'हैदराबाद'ला पाकिस्तानी मुसलमानांचा एक प्रबळ घटक करण्याचा घाट हे मूठभर पण जात्यंध मुसलमान करीत आहेत. या ध्येयाने धुंद बनून हैदराबाद हद्दीत हे मुसलमान अनन्वित अनाचार, अघोर कर्मे आणि अघोर अत्याचार करीत आहेत... त्यांच्या या क्रूर व पाशवी कृत्यांमुळे तेथील हिंदी जनता भयभीत झालेली आहे... निझाम महाशय या गुंडांच्या हातचे बाहुले बनले आहेत...

हैदराबादमध्ये हिंदू जनता बहुसंख्य असूनही ती या गुंडगिरीचा प्रतिकार करण्यास असमर्थ आहे. दिवसाढवळ्या हिंदूंची मालमत्ता लुटली जात आहे. गुंड गुरेढोरे हिरावून नेत आहेत, घरादाराचा व शेतांचा सक्तीने कब्जा घेण्यात येतो, पवित्र पूजामंदिरे भ्रष्ट केली जातात, बायका-मुली यांना पळवून नेण्यात येते... यामुळे हिंदूंना हैदराबादमध्ये राहणे अशक्यप्राय झाले आहे... या गुंडांची गुंडगिरी संस्थानच्या सरहद्दीवरील लोकांनाही जाचक होऊ लागली आहे.

अशा स्थितीत या भीषण हत्याकांडाचे निर्मूलन करण्यासाठी, तेथील बहुसंख्य हिंदूंना न्याय्य हक्क मिळवून देण्यासाठी, स्त्रियांच्या पवित्र अब्रूचे संरक्षण करण्यासाठी जनतेने आज संस्थानी जुलमी सत्तेविरुद्ध लढा पुकारला आहे. हा लढा म्हणजे स्वातंत्र्याचे रणकुंड आहे. लोकशाहीच्या तत्त्वानुसार हैदराबादमधील मूठभर लोकांची झोटिंगशाही नष्ट करून तेथे लोकांचे राज्य स्थापन करण्याचा हा लढा आहे. हैदराबादने भौगोलिकदृष्ट्या हिंदी संघराज्यात जावयाचा निर्णय लोकांनी सार्वमत घेऊन घ्यावयाचा

आहे. जनतेची तशी स्पष्ट मागणी आहे. या हक्क मागणीची पायमल्ली करून निझाम सरकार सर्वत्र गुंडांना गुंडगिरीला रान मोकळे करून देत आहे. हिंदूंची अमानुष कत्तल होत आहे, कारण या गुंडांना उत्तमात उत्तम शस्त्रास्त्रे पुरविली आहेत. हिंदू निराधार, निःशस्त्र व निर्बल आहेत. ज्या हिंदूंजवळ शस्त्रे होती, तीही निझामाने हिरावून घेतली आहेत.

मनुष्याच्या न्याय्य हक्कांचे रक्षण करण्यासाठी हैदराबाद संस्थानातील जातीय तेढ, सरंजामशाही राज्यपद्धती, राज्यकारभारातील विषमता व गोंधळ नाहीसा करणे हे सरकारचे कर्तव्य आहे आणि या कामी सरकारला मदत करणे हे जनतेचे कर्तव्य आहे. त्याच हेतूने महाराष्ट्र, नागपूर, मध्य प्रांत, मराठवाडा या भागांतील २४ जिल्ह्यांतील पुढाऱ्यांनी ता. ९/११/४७ रोजी अहमदनगर येथे सभा घेऊन कार्यास आरंभ करण्याचे ठरविले आहे. या समितीचे नेतृत्व ब्रिटिश साम्राज्यशाहीच्या हजारो सुसज्ज सैनिकांना व पोलिसांना दाद न देता सातारा जिल्ह्यात ४०० गावी लोकराज्य स्थापन करणाऱ्या आणि ते ४४ महिने यशस्वीपणे भूमिगत राहून चालविणाऱ्या क्रांतिसिंह नाना पाटील यांनी स्वीकारले आहे.

"हैदराबादी प्रजेला न्याय्य हक्क मिळवून देण्यासाठी, 'इत्तेहादुल-इ-मुसलमीन' या लोकशाहीविघातक संस्थेच्या तावडीतून जनतेला मुक्त करण्यासाठी आणि हिंदी संघराज्यात सामील होण्याच्या प्रजेच्या सनदशीर हक्कासाठी मी सन १९४२ च्याच जोमाने लढत राहीन." अशी प्रतिज्ञा क्रांतिसिंह नाना पाटील यांनी केली आहे. त्यांच्या या प्रतिज्ञेला वरील चार प्रांतांतील लोकांनी सक्रिय पाठिंबा दिला असून, सदर कार्यासाठी नेमलेली समिती लवकरच कार्यास प्रारंभ करणार आहे. या समितीला कायदेशीर सल्ला देण्याचे काम डॉ. पंजाबराव देशमुख, बार-ॲट-लॉ, माजी मध्य प्रांत मंत्री, भारतीय घटना समितीचे सदस्य हे करणार आहेत. या समितीने हैदराबादचे निजाम व त्यांची हस्तक इत्तेहादुल-इ-मुसलमीन ही संस्था यांच्या अत्याचारांना तोंड देऊन त्रस्त जनतेत धीर व आत्मविश्वास उत्पन्न होण्यासाठी एक दौरा काढण्याचे ठरविले आहे.

या दौऱ्याचा कार्यक्रम पुढीलप्रमाणे राहील -

ता. १७।११।४७ : पुसद, जिल्हा यवतमाळ.

ता. १८।११।४७ : पुसद आणि वासीम तालुक्यांच्या सरहद्दीत दौरा.
ता. १९।११।४७ : वासीम, जिल्हा अकोला.
ता. २०।११।४७ : वासीम, मेहेकर तालुक्यातील सरहद्दीवर दौरा.
ता. २१।११।४७ : मेहेकर
ता. २२।११।४७ : बोदवड, जामनेर, पूर्व खानदेश.
ता. २३।११।४७ : ता. नांदगाव व येवला, जि. नाशिक.
ता. २५।११।४७ : पंढरपूर, जि. सोलापूर.
ता. २७।११।४७ : सोलापूर
ता. २८।११।४७ : दहिरणे, जि. सोलापूर.
ता. २९।११।४७ : बार्शी, जि. सोलापूर.
ता. २।१२।४७ : वाघदरी, संस्थान अक्कलकोट.
ता. ४।१२।४७ : चापडगांव, जि. नगर.
ता. ५।१२।४७ : १. निमगाव ढाकू, जि. नगर.
: २. मिरजगांव, जि. नगर
ता. ६।१२।४७ : १. मालेवाडी, जि. नगर
: २. पुणतांबे, जि. नगर
ता. ७।१२।४७ : १. प्रवरा, संगम, जि. नगर.
: २. एरंडगाव, जि. नगर
ता. ८।१२।४७ : १. टाकळी मानूर, जि. नगर
: २. कारंजी, जि. नगर

सदर दौऱ्यात क्रांतिवीर नाना पाटील, डॉ. पंजाबराव देशमुख (अमरावती), श्री. काकासाहेब वाघ (नाशिक), श्री. भाऊसाहेब हिरे (मालेगाव), श्री. पंढरीनाथ पाटील (बुलढाणा), दत्ताजी देशमुख, चंद्रभान पाटील (नगर) वगैरे कार्यकर्ते भाग घेणार आहेत.

तरी राष्ट्रसंवर्धन, आत्मसंरक्षण, देशाचे रक्षण, पीडितांस साहाय्य या दृष्टीने हा दौरा यशस्वी करण्यास सर्व समंजस पुढारी सक्रिय प्रयत्न करतील, अशी आशा आहे.

सेक्रेटरी,

संयुक्त महाराष्ट्र हैदराबाद सहायक समिती

पत्रक चार

१ नोव्हेंबर १९५८ रोजी सुरू होणाऱ्या सीमालढ्यासंबंधी कॉ. नाना पाटील, (एम. पी.,) यांचे निवेदन

३ कोटी मराठी भाषकांसमोर आज सीमालढ्याचा प्रश्न अतिशय गंभीर स्वरूपात उभा आहे. खेडे विभाग हा घटक धरून, ज्या त्या भाषकांची सलग खेडी ज्या त्या भाषक राज्यात सामील करावी ही एक मूलभूत लोकशाही मागणी आहे; परंतु ही लोकशाही मागणी बाजूस सारण्याचा दिल्ली सरकारचा मनसुबा आज अगदी स्पष्ट दिसत आहे.

२॥ वर्षांपूर्वी महाराष्ट्राची लोकशाही मागणी फेटाळून मुंबई सरकारने व महाराष्ट्र काँग्रेस कमिटीने मराठी जनतेचा विश्वासघात केला. ही आठवण मराठी जनतेच्या मनात ताजी आहे. आजही बेळगाव, भालकी, कारवार, निपाणी या म्हैसूर राज्यात गेलेल्या सीमा विभागाच्या लढ्यात मुंबईचे चव्हाण सरकार पुन्हा एकदा मराठी जनतेचा तसाच विश्वासघात करणार आहे, असा धोका स्पष्ट दिसत आहे.

खेडे विभाग हा घटक धरून सलग प्रदेशांची अदलाबदल करण्यास म्हैसूर सरकार तसेच कर्नाटक काँग्रेस कमिटी बिलकूल तयार नाही. तसेच दिल्ली सरकार व काँग्रेस श्रेष्ठी या प्रश्नाच्या बाबतीत तत्त्वनिष्ठ भूमिका घेण्यास तयार नाहीत. राज्यांच्या सरहद्दी निश्चित करण्यासंबंधीची मूलभूत लोकशाही तत्त्वे विचारातही न घेता सीमावादाचा प्रश्न लवादाकडे सोपविण्याचा दिल्ली सरकारचा विचार स्पष्ट दिसत आहे. अशा परिस्थितीत सीमा प्रदेशाचा प्रश्न न्याय्य व लोकशाही हक्कांच्या भूमिकेवरून न सुटता तडजोडीच्या, देवाण-घेवाणीच्या भूमिकेने सोडविण्याचा दिल्ली सरकार प्रयत्न करणार हे स्पष्ट आहे. मुंबईचे चव्हाण सरकार आणि महाराष्ट्र काँग्रेस कमिटी मध्यवर्ती सरकारच्या या तत्त्वशून्य लवाद पद्धतीस मान्यता देऊन सीमा प्रदेशातील मराठी भाषकांचा विश्वासघात करण्यास सिद्ध झाले आहे. चव्हाण सरकारच्या या शरणागतीच्या राजकारणात म्हैसूर राज्यातील मराठी विभागातील निम्म्या अधिक विभागाची आहुती पडणार आहे.

म्हैसूर राज्यात अन्यायाने घातलेल्या बेळगाव, भालकी, कारवार, निपाणी या विभागातील मराठी भाषक जनतेच्या जीवनातील अतिशय

निकराचा व गंभीर असा हा काळ आहे. त्यांच्या जीवन-मरणाचाच हा प्रश्न आहे आणि म्हणूनच सं. म. समितीच्या सीमा लढा समितीने तारीख १ नोव्हेंबर १९५८ पासून सत्याग्रह आंदोलनाचे होमकुंड पेटविण्याचे निश्चित केले आहे. साऱ्या मराठी विभागांतील जनतेस लढ्यात सामील होण्याची हाक समितीने दिली आहे. अशा या निकराच्या प्रसंगी छत्रपती शिवाजी महाराजांच्या, लोकमान्य टिळकांच्या, जोतिबा फुले यांच्या, डॉ. बाबासाहेब आंबेडकरांच्या महाराष्ट्राची सारी लढाऊ ताकद सीमालढ्यात फेकली गेली पाहिजे! हजारो सत्याग्रहींनी लढ्याची वाटचाल केली पाहिजे!

सीमा सत्याग्रह लढ्याचे हे निर्णायक महत्त्व ध्यानात घेऊन तारीख १ नोव्हेंबर रोजी मी स्वतः कारवारच्या पुण्यभूमीवर सत्याग्रह करणार आहे. या कामी सीमा लढा समिती, सं. म. समिती आणि महाराष्ट्रातील जनता यांचा आशीर्वाद मी मागत आहे. मराठी मुलखातील बहाद्दूर जनता हा लढा निश्चित यशस्वी करील असा माझा मनोमन विश्वास आहे.

पुणे - ७-१०-५८

**

हे राज्य कोणाचे आहे?

"हे सगळं बदलायला पाहिजे आपल्या राज्यात, नाहीतर मग आपलं राज्य कसलं? आणि तुम्ही भिऊ नका ! तुम्ही भिऊ नका ! (आवाज चढवून) इंग्रजी राज्य असताना आपण बोललो अन् आता आपल्याच राज्यात आपल्याला बोलायची बंदी झाली तर हे राज्य कोणाचे आहे? अरे! दुसऱ्याच्या पुढं मागताना बंदी. का आई-वडिलांच्यापुढे भाकरी मागताना बंदी झाली तर हे कुणाचे आई-बाप? अन् हा पोरगा तरी कुणाचा? (टाळ्या)"

-क्रांतिसिंह नाना पाटील : शेवटचे भाषण

७६
क्रांतिसिंहांची पत्रे

(क्रांतिसिंहांची काही निवडक पत्रे आम्ही पुढे देत आहोत. पहिली दोन पत्रे ही रशिया आदी समाजवादी देशांच्या दौऱ्यावर क्रांतिसिंह असताना मॉस्को मुक्कामाहून लिहिली आहेत. पहिले आपल्या भावाला आणि दुसरे आपल्या एका सहकाऱ्याला. दोन्ही पत्रांत आपण रशियात काय काय पाहिले याची सविस्तर माहिती त्यांनी दिली आहे. क्रमांक तीन व चार ही पत्रे मोराळे, ता. तासगाव, जि. सांगली येथील क्रांतिसिंहांचे सहकारी व मित्र रामचंद्र दतू पाटील यांना नाशिक सेंट्रल जेलमधून लिहिलेली आहेत. या वेळी क्रांतिसिंह संयुक्त महाराष्ट्र चळवळीच्या परिणामी तुरुंगात होते. पाचवे पत्र १९४२ च्या स्वातंत्र्यलढ्यातील एक कार्यकर्ते रामचंद्र तुकाराम पाटील. मु. तडसर, ता. खानापूर, जि. सांगली यांना नाशिक सेंट्रल जेलमधूनच पाठविले आहे. येऊ घातलेल्या १९५७ च्या निवडणुकांच्या संदर्भात क्रांतिसिंहांनी या पत्रात लिहिले आहे, "संन्याशाच्या लग्नाला शेंडीपासून सुरुवात तशी (मला) डिपॉझिटपासून सुरुवात करावी लागणार आहे आणि डिपॉझिट गोळा होईपर्यंत निवडणुका संपूनही जातील, तरी निवडणुकीस उभे राहू नये असे माझे प्रामाणिक मत आहे." पत्र क्रमांक सहा, सात व आठ ही कर्नाटकातील शिमोगा लॉकअप जेलमधून लिहिलेली आहेत. त्यांपैकी क्रमांक सहा रामचंद्र दतू पाटील आणि क्रमांक सात व आठ आपले जामात भगवानराव पाटील, हणमंत वडिये, ता. खानापूर, जि. सांगली यांना लिहिलेली आहेत. या वेळी सीमालढ्यातील कारवार आघाडीवर क्रांतिसिंहांनी सत्याग्रह केल्याने म्हैसूर सरकारने त्यांना तुरुंगात घातले होते.

क्रांतिसिंहांची अनेक पत्रे त्यांच्या नातलगांकडून व सहकाऱ्यांकडून मिळतील अशी प्रारंभीची अपेक्षा होती; पण त्या दृष्टीने निराशाच पदरी

आली. त्या वेळी या पत्रांचे महत्त्वच आमच्या लक्षात न आल्याने आम्ही ती जपून ठेवली नाहीत, असे अनेकांनी आम्हास सांगितले. क्रांतिसिंहांच्या चरित्राची ही महत्त्वाची साधने आहेत. तीही नष्ट होऊ नयेत; ग्रंथरूपात ती प्रकाशित व्हावीत म्हणून येथे त्यांची संख्या कमी असली तरी ती आम्ही देत आहोत. क्रांतिसिंहांचे हस्ताक्षर सुंदर आणि वळणदार होते. ते कसे होते याची कल्पना येण्यासाठी एका पत्राचे छायाचित्रही आम्ही ग्रंथाअंतर्गत दिलेले आहे.)

पत्र क्रमांक एक

ALL INDIA KISAN SABHA

President :	63, North Avenue 2
NANA PATIL	New Delhi-
General Secretary :	Date : 7-9-55
N. PRASADA RAO, M. P.	मॉस्को

श्री ।। आप्पा यांना

नमस्कार

आपले सर्वांचे आशीर्वादिकरून मॉस्को मुक्कामी सुखरूप आहे. काही काळजी करू नये. आमचे शिष्टमंडळ दिल्लीहून मॉस्कोला जाणेकरिता तारीख ८-८-५५ रोजी सकाळी न निघता सायंकाळी आठ वाजून पंधरा मिनिटांनी विमानाने निघाले. आमचे विमान दिल्ली ते कराची (पाकिस्तान), कराची ते बेहरन (इराक), बेहरन ते कायरो (इजिप्त), कायरो ते रोम (इटली), रोम ते झुरीच (स्वित्झर्लंड), झुरीच ते व्हिएन्ना (ऑस्ट्रिया), व्हिएन्ना ते बुडापेस्ट (हंगेरी), बुडापेस्ट ते लिव्हाव (रशियाच्या हद्दीतील पहिला विमानतळ), लिव्हाव ते मॉस्को (रशिया) या मार्गे मॉस्को येथे सायंकाळी ७ ।। वाजता आमचे डेलिगेशन (घेऊन) सुखरूप पोहोचले. आमचे शिष्टमंडळ ता. ११ रोजी मॉस्को येथे पोहोचणार; परंतु कायरो, रोम व व्हिएन्ना ही शहरे पाहिली; त्यामुळे विमान वेळोवेळी बदलावे लागले असल्याने दोन दिवस उशिरा म्हणजे तारीख १३-८-५५ रोजी सायंकाळी मॉस्को येथे सुखरूप पोहोचलो. आमचा मुक्काम मॉस्को येथे ता. १७ पर्यंत होता. तारीख १४ रोजी सकाळी सोविएत

भूमीतील महान नेते कैलासवासी कॉ. लेनिन आणि कॉ. स्टालिन यांचे समाधीचे दर्शन घेतले. समाधीवर हारतुरे वाहिले. नंतर जेवण करून मॉस्को येथे ज्याकरिता आमचे शिष्टमंडळ आले, ते शेतकी प्रदर्शन पाहण्याकरिता जाणेपूर्वी सर्वजण मॉस्को ट्रेड युनियनचे ऑफिसवर गेलो. तेथील ट्रेड युनियनचे अध्यक्ष, सेक्रेटरी व कार्यकर्ते यांच्या ओळखी व भेटीचा कार्यक्रम झाला. त्याच वेळी पुढील कार्यक्रम आखला. नंतर प्रदर्शन पाहणेकरिता गेलो. हे प्रदर्शन ५५० (साडेपाचशे) एकर एवढ्या जागेत आहे. ते दोन दिवस पाहिले. पुढे ट्रॅक्टर ठेवण्याचे ठिकाण, भूमिगत रेल्वे, स्टेडिअम (सार्वजनिक खेळाचे ठिकाण), विद्यापीठाची इमारत वगैरे स्थळे पाहिली. मॉस्को येथील विद्यापीठात २२,५०० (बावीस हजार पाचशे) मुले (विद्यार्थी) शिकत आहेत. आमचे शिष्टमंडळ ज्या हॉटेलमध्ये उतरले आहे, त्या हॉटेलात १३०० खोल्या आहेत. एकाच वेळी चार हजार माणसे जेवतात. आम्ही मॉस्को येथील शेतकी कॉलेज पाहिले. त्यामध्ये ४००० (चार हजार) विद्यार्थी शिक्षण घेतात. तारीख १८ रोजी मॉस्को येथून विमानाने त्रास्नदार येथे सुखरूप पोहोचलो. त्रास्नदार हे क्युबान जि. मुख्य ठिकाण आहे. तेथे दोन दिवस राहून सहकारी व सरकारी शेती पाहिली. शेतकऱ्यांचे जीवनाबाबत शक्य तितकी माहिती मिळविली. शेतकरी व शेतमजूर यांची घरे पाहिली. घरे पाहून समाधान झाले. नांगरणे, कुळवणे, ढेकळे फोडणे, पेरणे, काढणी करणे, पेंढ्या बांधणे, खुडणे, उपनणे वगैरे सर्व कामे यंत्रांकडून करून घेतात. ती यंत्रे पाहिली. यंत्रे तयार करण्याचे कारखाने पाहिले. ता. २० रोजी विमानाने त्रास्नदारहून जॉर्जियात काळ्या समुद्राच्या काठी सुकोमी येथे सुखरूप पोहोचलो. कॉकेशस पर्वत व काळा समुद्र या दोहोमध्ये सुकोमी शहर आहे. तेथे एक दिवस राहून नंतर आगगाडीने सोची येथे गेलो. सोची येथे एक दिवस राहून तेथील विश्रांतीचे ठिकाण पाहिले. (कामगार, शेतकरी, शेतमजूर यांचे) सोची येथून विमानाने ताश्कंद येथे सुखरूप पोहोचलो. ताश्कंद येथे ४ दिवस राहून पुढे ताश्कंद येथून विमानाने मॉस्को येथे परत आलो. दुसरे दिवशी मॉस्को येथून आगगाडीने स्टालिनग्राड येथे पोहोचलो. तेथे दोन दिवस राहून परत मॉस्को येथे सुखरूप पोहोचलो.

मॉस्को येथून विमानाने लेनिनग्राड येथे पोहोचलो. तेथे दोन दिवस

राहून परत विमानाने मॉस्को येथे ता. ५-९-५५ रोजी सकाळी पोहोचलो. येथे चार दिवस मुक्काम करून येथून विमानाने ता. ९-९-५५ रोजी झेकोस्लोव्हाकिया येथे जाण्याकरिता आमचे शिष्टमंडळ निघणार आहे. तेथे आम्ही १० दिवस राहणार आहोत. म्हणजे तारीख २५-९-५५ पर्यंत इकडे राहून पुढे दिल्लीकडे परत निघणार आहोत. आमच्या सर्वांच्या प्रकृती उत्तम आहेत. काही काळजी करू नये. माझी खाण्याची सोय चांगली आहे. मला खाण्याकरिता पाव, लोणी, दही, दूध व फळे भरपूर मिळतात. माझ्याबरोबरचे सर्वजण मांसाहारी असल्यामुळे त्यांना काहीच अडचण येत नाही. आमच्याबरोबर मॉस्को ट्रेड युनियनचे उपाध्यक्ष व तीन दुभाषे आहेत; त्यामुळे भाषेची अडचण येत नाही. कपडे वगैरे भरपूर आहेत. इकडे सध्या उन्हाळ्याचे दिवस आहेत. इकडचा उन्हाळा म्हणजे आपल्याइकडचे थंडीचे दिवस. आमचा कार्यक्रम चांगला चालला आहे. बाकी सर्व ठीक आहे. हे पत्र कॉ. महादू जोती पाटील यांना दाखविणे. कळावे. आपले येथील सर्व कॉ. यांना लाल सलाम. तसेच बिचूद स्टेशन व शिरटे येथील कॉ ।। मारुती पहिलवान वगैरे कॉ ।। यांना लाल सलाम सांगणे. आपले घरातील श्री ।। नागूदादा, जोती, मारुती, दत्ता या सर्वांना आशीर्वाद, श्री ।। दादा पाटील यांना आशीर्वाद श्री ।। बापू शेटे व त्यांचे घरातील व श्री ।। रघुनाथ शेटे यांचे घरातील श्री ।। अण्णा पाटील, महादू पा. रंगराव पा यांचे घरातील सर्वच मंडळींस नमस्कार. ति ।। गं. काकू यांना सा. नमस्कार. ति. काकू यांना सांगावे की, तुमच्या आशीर्वादाने परदेशी जाण्याचे भाग्य मला लाभले. जास्त काय लिहू? त्यांची पुण्याई माझ्या पाठीशी आहे. श्री ।। बाबूराव मोहिते यांना पत्र दाखविणे. स्टेशनवर श्री ।। महादू पाटील यांना नमस्कार सांगणे. आपले शेजारचे श्री ।। दत्तू पाटील, शंकर पा ।, श्री ।। नानापंत या सर्वांना व त्यांचे घरातील मंडळींना नमस्कार. आपले गावातील सर्व लहानथोर मंडळींस नमस्कार. श्री ।। सीताराम बापू, कृष्णा पाटील, भगवान पा ।, सखाराम पाटील, मोहन पा।, बाबासो । पा ।, खाशाबा पा।, विठू पा।, हरी पा।, नागु पा।, तुकाराम पा। यांना नमस्कार. तुकाराम नाना पाटील, अण्णा पा ।, दतू जंगम, निवृत्ती पा।, दादा पा ।, महादू पा ।, येशवंत पा ।, श्री ।। सागर पा ।, गोविंदराव नांगरे, जनार्दन शिंपी, राजाराम सोनार,

राजाराम शेटे, तातोबा गुरव या सर्वांना नमस्कार. श्री ।। बाबालाल मुलाणी व त्यांचे घरांतील सर्वांना सलाम. श्री ।। मारुती तेली, नेर्लेकर वगैरे मंडळींस नमस्कार. श्री ।। दुर्गावळे यांचे घरातील सर्व मंडळींस नमस्कार. कळावे, हा आशीर्वाद. ति ।। बहेकर मामा यांना माझी खुशाली कळविणे. त्यांना माझा नमस्कार सांगणे.

तुझा दादा,
नाना पाटील

(पत्राच्या एका बाजूवरील मजकूर)

पत्रामध्ये कोणत्या ठिकाणी काय पाहिले ते (सर्व) लिहिणे शक्य नसल्यामुळे लिहिले नाही, तरी क्षमा असावी. मी रशियातून परत आल्यावर आपले गावी आपल्या सर्वांच्या भेटीकरिता येईन, तेव्हा सर्व माहिती सांगेन. ति बहेकर मामा व पांडूमामा, दत्तू ऊर्फ भाऊ, श्री ।। भाऊ व विष्णू पाटील यांना खुशाली कळविणे. कळावे, हा आशीर्वाद.

तुझा दादा,
नाना पाटील

※

पत्र क्रमांक दोन

ALL INDIA KISAN SABHA

President	63, North Avenue
NANA PATIL	New Delhi-2
General Secretary :	Date : 9-9-55
N. PRASADA RAO, M. P.	मॉस्को

...पाटील यांना
रामराम

आपले सर्वांचे आशीर्वादेकरून मॉस्को मुक्कामी सुखरूप आहे. काही काळजी करू नये. आमचे शिष्टमंडळ तारीख ८-८-५५ रोजी सायंकाळी आठ वाजून पंधरा मिनिटांनी दिल्ली येथून विमानाने मॉस्कोला (रशिया) जाण्याकरिता निघाले. आमचे विमान दिल्ली ते कराची

(पाकिस्तान), कराची ते बेहरन (इराक), बेहरन ते कायरो (इजिप्त), कायरो ते रोम (इटली), रोम ते झुरीच (स्वित्झर्लंड), झुरीच ते व्हिएन्ना (ऑस्ट्रिया), व्हिएना ते बुडापेस्ट (हंगेरी), बुडापेस्ट ते लिव्हाव (रशियाचे हद्दीतील पहिला विमानतळ), लिव्हाव ते मॉस्को (रशिया) या मार्गे मॉस्को येथे सायंकाळी आमचे शिष्टमंडळ घेऊन ७ ॥ वाजता सुखरूप पोहोचले. प्रवासात शारीरिक त्रास झाला नाही. आमचे डेलिगेशन (शिष्टमंडळ) तारीख ११-८-५५ रोजी मॉस्को येथे पोहोचणार, परंतु आम्ही कायरो, रोम व व्हिएन्ना ही शहरे पाहिली; त्यामुळे दोन दिवस उशिरा म्हणजे तारीख १३-८-५५ रोजी मॉस्को येथे सुखरूप पोहोचलो. तारीख १४ रोजी सकाळी. सोविएत भूमीतील महान नेते कॉ. लेनिन व कॉ. स्टालिन यांच्या समाधीचे दर्शन घेतले. नंतर मॉस्को येथील शेतकी प्रदर्शन पाहण्याकरिता गेलो. हे शेतकी प्रदर्शन ५५० साडेपाचशे एकर एवढ्या जागेमध्ये आहे. आम्ही ते तीन दिवस पाहिले. तसेच ट्रॅक्टर स्टेशन (ट्रॅक्टर ठेवण्याचे ठिकाण), **** विद्यापीठाची इमारत पाहिली. या विद्यापीठात २२,५०० (साडेबावीस हजार) विद्यार्थी शिक्षण घेतात. आमची मॉस्को हॉटेलमध्ये उतरण्याची सोय केली आहे. या हॉटेलात १३०० (तेराशे) खोल्या आहेत. तेथे रोज सरासरी ४००० (चार हजार) लोक जेवतात. माझी जेवणाची सोय चांगली आहे. मला पाव, लोणी, दही, दूध व फळे भरपूर असतात. माझ्याबरोबरचे सर्व लोक मांसाहारी असल्यामुळे त्यांना कसलीच अडचण येत नाही. तारीख १८ रोजी क्यूबान. जि. मुख्य ठिकाण त्रास्नदार, येथे विमानाने सुखरूप पोहोचलो. तेथे दोन दिवस सहकारी व सरकारी शेतीची माहिती घेतली ******** वरील फिरतीच्या दौऱ्यात नांगरणे, कुळवणे, ढेकळे फोडणे, पेरणे, भांगलणे, कापणी करणे, (काढणी) पेंढ्या बांधणे, खुडणे, मळणी करणे, उपनणे ही सर्व कामे, तसेच गवत कापणे, पेंढ्या बांधणे, गंजी लावणे ही कामे करणारी यंत्रे पाहिली व त्यांचे काम पाहिले. इकडे आता गव्हाची काढणी सुरू आहे. इकडे गहू व मका ही मुख्य पिके होतात. यंत्रे तयार करण्याचे कारखाने पाहिले. तसेच फळांच्या बागा, चहाचे मळे पाहिले. गाई पाळणे, इकडे बैलांऐवजी शेतीची कामे घोड्यांकडून करतात. कोंबड्या पाळणे : एका ठिकाणी २० वीस हजार कोंबड्या होत्या. डुकरे पाळणे : एका ठिकाणी ५०००

(पाच हजार) डुकरे होती. मेंढरे पाळणे वगैरे सर्व प्रत्यक्ष पाहिले. दवाखाने, मुलांच्या शाळा, सामुदायिक खेळांच्या इमारती, कालवे *** सर्व पाहिले. शेतकऱ्यांची, शेतमजुरांची व कामगारांची घरे पाहिली. वरील सर्व पाहून आम्हा सर्वांना समाधान झाले.

मॉस्को येथून तारीख १०-९-५५ रोजी सकाळी विमानाने झेकोस्लोव्हाकिया येथे जाण्याकरिता आमचे शिष्टमंडळ निघणार आहे. तेथे ७ दिवस मुक्काम करून पुढे विमानाने हंगेरीस जाणार आहोत. तारीख २५-९-५५ पर्यंत इकडे राहून नंतर दिल्लीकडे जाणेकरिता निघणार. आमच्या सर्वांच्या प्रकृती उत्तम आहेत. आता पत्र पुरे करतो. किती जरी लिहिले तरी त्याने त्यात सर्व माहिती देता येणार नाही. रशियातून परत आल्यावर आपल्या गावी आपल्या सर्वांची भेट घेण्याकरिता येईन. तेव्हा सर्व सांगेन. त्या वेळी आपले सर्वांचे समाधान होईल. एकंदरीत सोविएत रशियात एकही निरक्षर नाही. सर्वांना शिक्षण मोफत आहे. **** सर्वांना उद्योगधंदा (आहे), (भीक) मागणारा (कोणी) नाही.

श्री. भगवान पाटील, तुकाराम पा।, विष्णू पा।, निवृत्ती पा।, मारुती पा।, दादा पा।, बाबूराव पा।, सुतार पा।, **** श्री. भगवान सवाशे, नारायण सवाशे, भानुदास गुरव, बापू गोंधळी, येशवंता ****, बाळकू पा।, परशराम ***, अंतू पा। *** तसेच पहिलवान तरुणांना व गावातील सर्व लहान-थोर मंडळींना नमस्कार व रामराम. कळावे, ही विनंती.

तुमचा
नाना पाटील

❋

पत्र क्रमांक तीन

"जय महाराष्ट्र"

नाशिक सेंट्रल जेल,
नाशिक रोड,
तारीख : १४-३-५६

श्री ।। अण्णा यांसी
रामराम-

आपले सर्वांचे आशीर्वादेकरून नाशिक सेंट्रल जेलमध्ये सुखरूप आहे. काही काळजी नसावी. माझी प्रकृती उत्तम आहे. जेलमध्ये माझे पाच (५) पौंड वजन वाढले. सकाळी थोडा व्यायाम करतो. बाकी दिवसभर वाचन करतो. मुंबई येथे तारीख १६-१-५६ रोजी पहाटे ३ वाजता भायखळा ऑफिसवर मला अटक केली. आणखी दोन दिवसांनी पुरे २ दोन महिने होतील. मला अंदाजे १ एक वर्ष राहावे लागेल असे वाटते.

पत्र उशिरा लिहिल्याबद्दल राग मानू नये, कारण मला महिन्यातून १ वेळा भेट मिळते व आठवड्यातून एक कार्ड व एक पाकीट मिळते; त्यामुळे पत्र पाठविणेस उशीर झाला; तरी क्षमा असावी. आम्ही एकूण १३ (तेरा) जण एकाच वेळी अटक होऊन आलो. आपले येथील श्री. भगवान भाऊ, श्री. विष्णू पाटील, तुकाराम तात्या, खंडूनाना, श्री. मारुती पाटील, श्री. निवृत्ती बाबा, आबा, या सर्व बंधूना, श्री. सुतार पाटील, श्री. पांडू दादा, ईश्वर बापू, भगवान, नारायण सवाशे या सर्व सवाशे बंधूंना, श्री. येशवंता, श्री. भानुदास, बाळकू, येशवंत *** बापू गोंधळी तसेच परशराम, अंतू शंकर, गोंधळी यांना (व) इतर गावांतील सर्व लहान-थोर मंडळींस प्रेमपूर्वक नमस्कार व रामराम. श्री. दादा पाटील, श्री. बाबूराव पाटील, भागवत, श्री. कुंडला अण्णा, श्री. पांडू पाटील यांना रामराम. श्री. पवार यांना रामराम. श्री. येसू नाना व नामू यांना रामराम. पुन्हा एकवार आपले गावातील सर्व लहान-थोर मंडळींस प्रेमपूर्वक नमस्कार व रामराम. आपले गावचे तालमीतील पहिलवान मंडळींना रामराम. आपल्याला पत्र पोहोचताच पत्राचे उत्तर पाठवावे. माझा पत्ता कॉ. नाना पाटील, नाशिक सेंट्रल जेल, नाशिक रोड. या पत्त्यावर पत्र पाठविणे. कळावे. बहुत काय लिहिणे. लोभ असावा, ही विनंती.

तुमचा
नाना पाटील

*

पत्र क्रमांक चार

"जय महाराष्ट्र"

नाशिक सेंट्रल जेल,
नाशिक रोड,
ता. २०-३-५६

श्री. रामू अण्णा

यांसी सप्रेम नमस्कार. वि. वि

माझे पूर्वीचे पत्र आपणास पोहोचले असेलच. आपले सर्वांचे आशीर्वादिकरून मी सुखरूप आहे. काही काळजी नसावी.

मी हायकोर्टाकरिता बहुतेक २७-३-५६ तारखेच्या आत मुंबईस जाईन. त्याचा निकाल आपणास लवकरच कळेल.

मी रोज सकाळी नियमित व्यायाम करतो; त्यामुळे माझी प्रकृती चांगली आहे. त्याबद्दल काही काळजी करू नये. येथे सर्व सहकाऱ्यांत दिवस चांगला जातो व नियमितपणे माझे वाचन चालू आहे. मला रोज लोकमान्य किंवा लोकसत्ता, गावकरी व इंग्रजी फ्री प्रेस मिळतो. मी येथे हिंदीचा अभ्यास सुरू केला आहे. माझे काम मुंबईस हायकोर्टात आहे. त्याकरिता लवकरच मुंबईस जावे लागेल. मुंबईहून आल्यानंतर सविस्तर माहितीचे पत्र लिहीन. कळावे. श्री. सुतार पाटील व श्री. आबा हे तालुक्यात कोठे गेले होते का? आपल्या गावचे मोर्चात किती लोक गेले होते? आपण सविस्तर माहितीचे पत्र पाठविणे. वरचेवर पत्र पाठवून आपली सर्वांची खुशाली कळवीत जाणे. येथे मी आनंदात असतो. तरी आपण काही काळजी करू नये. बाकी सर्व ठीक आहे. श्री. भगवान ऊर्फ भाऊ, श्री. तुकाराम तात्या, श्री. खंडूनाना, श्री. मारुती पाटील, श्री. विष्णूपंत, निवृत्ती, श्री. बाबा, श्री. आबा, श्री. सुतार पाटील, श्री. कुंडलाअण्णा, श्री. नामू, श्री. येशवंता, येसूतात्या, श्री. पांडू (दादा) सवासे, श्री. ईश्वर बापू, श्री. भगवान, श्री. नारायण, श्री. पवार, श्री. गोविंद सवासे, श्री. शिलाई करणारे, श्री. दादा पाटील, श्री. बाबूराव पा। या सर्वांना प्रेमपूर्वक नमस्कार व रामराम. श्री. बापू गोंधळी, श्री. यशवंता, श्री. बाळकू. श्री. परशराम, श्री. अंतू, श्री. शंकर व त्यांचे इतर मंडळींना प्रेमपूर्वक नमस्कार व रामराम.

आपले गावातील सर्व लहान-थोर मंडळींस तसेच श्री. भागवत, श्री.

भानुदास, श्री. पांडुरंग सवासे यांचा मुलगा व पुतण्या यांना व पहिलवान मंडळींना प्रेमपूर्वक नमस्कार. श्री पांडू घोलप यांना रामराम. आणखी काही नावे लिहावयाची राहिली आहेत, तरी त्यांनी मला क्षमा करावी. श्री. विष्णू पाटील यांचे एका भावाचे नाव राहिले. तसेच श्री. भगवान भाऊचे पुतण्यांची नांवे राहिली आहेत, तरी त्या सर्वांना माझा नमस्कार. आपली सर्वांची आठवण वरचेवर होत असते. आपली प्रत्यक्ष जरी भेट होत नसली तरी पत्ररूपाने भेट होत जाईल. आपण वरचेवर पत्र पाठवीत जावे. श्री. सुबराव, हणमंता, भिमू वगैरेंना रामराम.

आपण कोणी तासगावला गेला तर श्री. दतू पाटील चिंचणीकर यांची भेट घेऊन त्यांना माझी खुशाली कळविणे. कळावे. बहुत काय लिहिणे. लोभ असावा. ही विनंती. पुन्हा एक वेळ आपले गावातील सर्व लहान-थोर मंडळींस प्रेमपूर्वक नमस्कार व रामराम लिहून पत्र पुरे करतो.

आपल्या जिल्ह्यात व तालुक्यात मोर्चे निघाल्याचे भाई बप्पा व दत्तू पाटील यांच्या पत्रांतून आणि लोकसत्ता व लोकमान्य या पेपरमधून वाचले; त्यामुळे मनास समाधान झाले. विट्याला सत्याग्रह केल्याचेही वाचून समाधान झाले. सांगलीचाही सत्याग्रह वाचून आनंद झाला. या सर्व मोर्चेवाल्यांना व सत्याग्रहींना लाल सलाम व रामराम करून लांबत चाललेले पत्र पुरे करतो. क. लोभ असावा. ही विनंती.

माझा पत्ता - तुमचा
कॉ. नाना पाटील नाना पाटील
नाशिक सेंट्रल जेल,
नाशिक रोड.

*

पत्र क्रमांक पाच

नाना पाटील
स्थानबद्ध,
नाशिक रोड, सेंट्रल जेल,
१६-१०-५६

श्री. रामचंद्र पाटील मास्तर,

यांना सप्रेम नमस्कार.

आपले ता. ८ चे पत्र पोहोचले. मी दक्षिण साताऱ्यातर्फे लोकसभेला उभे राहावे, असे एकंदरीत मंडळींचे मत दिसते; पण निवडणुकांमध्ये खर्चाचा प्रश्न हा लोकप्रियतेपेक्षाही महत्त्वाचा असतो; त्यामुळे निवडणुकीचा बोजा मी उचलू शकत नाही. आर्थिक दृष्टीने मी निर्धन माणूस आहे. माझी आर्थिक स्थिती आपण १९३० सालापासून पाहात आहात. शिवाय माझा पराभव करण्यासाठी काँग्रेसवाल्यांजवळ पैशाशिवाय दुसरे भांडवल नाही; त्यामुळे त्यांनी पैसा भरपूर खर्च केल्यास त्यामानाने आपली आर्थिक स्थिती दर्यामें खसखस ठरणार आहे. म्हणूनच निवडणुकीस उभे राहण्याचा विचार मी करू शकत नाही.

पैशाच्या मदतीच्या आश्वासनावर माझा मुळीच विश्वास नाही. मी एकदा आजारी असताना माझ्याजवळ औषधालाही पैसा नव्हता, हे तुम्हाला ठाऊक आहे. संन्याशाच्या लग्नाला शेंडीपासून सुरुवात तशी डिपॉझिटपासून सुरुवात करावी लागणार आहे आणि डिपॉझिट गोळा होईपर्यंत निवडणुका संपूनही जातील. तरी निवडणुकीस उभे राहू नये, असे माझे प्रामाणिक मत आहे. आपल्या सहकाऱ्यांना सप्रेम नमस्कार, कळावे.

आ. नाना पाटील

*

पत्र क्रमांक सहा

श्री

मु. पो. शिमोगा लॉकअप जेल,
जि. शिमोगा (म्हैसूर राज्य)
तारीख : ८-१२-५८

श्रीयुत अण्णा यांना

नाना पाटील यांचा सप्रेम नमस्कार.

आपले सर्वांचे आशीर्वादेकरून शिमोगा लॉकअप जेलमध्ये सुखरूप आहे. तरी काही काळजी नसावी. तारीख १ नोव्हेंबर १९५८ रोजी आम्ही १२ सत्याग्रहींनी कारवार येथे सत्याग्रह केला. तारीख ४-११-५८ रोजी आमची केस चालून आम्हा प्रत्येकास दोन महिने सात

दिवसांची साधी सजा झाली. सुरुवातीस कारवार जेलमध्ये ठेवण्यात आले. पुढे कारवार जेलमध्ये पुष्कळ सत्याग्रही आल्यामुळे त्यांपैकी ५० सत्याग्रहींची एक तुकडी वेल्हारी जेलमध्ये हलवण्यात आली. नंतर थोड्याच दिवसांनी आमची १० सत्याग्रहींची एक तुकडी काढली. त्यांपैकी चार सत्याग्रहींना म्हैसूर जेलमध्ये पाठविण्यात आले. तीन सत्याग्रही कोलार जेलमध्ये पाठविले. बाकी मी व मजबरोबर असलेल्या दोन सत्याग्रहींना, आम्हा तिघांना शिमोगा लॉकअप जेलमध्ये आणले आहे. आमची तिघांची प्रकृती चांगली आहे. येथे कानडी भाषा चालते. जेलचे अधिकारी इंग्रजीतून व कानडीतून बोलतात आणि जेलमार्फत इंग्रजी व कानडी पेपर मिळतो; त्यामुळे सीमा सत्याग्रहासंबंधाने काहीच समजत नाही. मला जेलमार्फत दोन व स्वतःच्या खर्चाने दोन पोस्टकार्डे मिळतात. म्हणून पत्र पाठविणेस उशीर झाला. तरी क्षमा असावी.

श्रीयुत भगवान ऊर्फ भाऊ, श्री. तुकाराम तात्या, श्री. खंडू नाना, श्री. हिंदुबाबा, श्री. विष्णू पाटील, श्री. निवृत्ती, श्री. बाबा, श्री. आबा, श्री. मारुती पाटील, श्री. दादा पाटील, श्री. बाबू पाटील, श्री. नामदेव, श्री. कुंडलीक अण्णा, श्री. पांडू पाटील, श्रीयुत पांडुरंग सुतार, श्री. पांडुरंग सव्वाशे, श्री. ईश्वर बापू, श्री. भगवान भाऊ, श्री. नारायण सव्वाशे, यशुतात्या, श्री. बाळकू. श्री. परशराम, श्री. आनंतू, श्री. शंकर, श्री. भानुदास, श्री. ज्ञानू पाटील, श्री. पांडू, श्री. तुकाराम यांना व गावातील सर्व लहान-थोर मंडळींना प्रेमपूर्वक नमस्कार. श्रीमती ताई यांना साष्टांग नमस्कार, सौ. आक्का यांना प्रेमळ आशीर्वाद. चि. भागवत, चि. शिवाजी, चि. पांडुरंग, चि. सूर्याजी आदी घरातील लहान मुलांना अनेक आशीर्वाद. कळावे, लोभ असावा. ही विनंती.

आपला

नाना पाटील

※

पत्र क्रमांक सात

"जय सं. महाराष्ट्र"

तारीख | शिमोगा लॉकअप जेल

३०-१२-५८ | जि. शिमोगा

(म्हैसूर राज्य)

आमदार भाई बप्पा यांना

प्रेमपूर्वक नमस्कार-

आपले सर्वांचे आशीर्वादिकरून शिमोगा जेलमध्ये सुखरूप आहे. काही काळजी नसावी. आपले तारीख २४ चे आणि ता. २७ चे अशी दोन पत्रे मिळाली. मजकूर समजला. ता. २४ चे पत्रात लिहिलेप्रमाणे श्री. सुरेश यांच्याकडून प्रभात व मराठा असे दोन पेपर मिळण्याची व्यवस्था झाली; परंतु एखादे वेळी पेपर मिळत नाही. त्याला कोणाचाच काही इलाज नाही, कारण जेलचे ऑफिसमध्ये कोणाला मराठी भाषा येत नाही. मला कानडी समजत नाही. पत्राचाही असाच थोडासा घोटाळा असतो. एकंदरीत बरे आहे. आपल्या तालुक्यातून ६५च्या वर सत्याग्रहींनी सत्याग्रह केल्याचे वाचून फार समाधान झाले. तालुक्यात काय चांगले चालले आहे हे वाचून आनंद झाला. करंजे येथील श्री. भीमराव पहिलवान आदींनी सत्याग्रह केल्याचे वाचून आश्चर्य वाटले. भाई धोंडीराम भगतांना तर फारच श्रम झाले. सर्व कार्यकर्ते आपल्या परीने काम करीत असल्याचे वाचून फार आनंद झाला. चालू वर्षी पीकपाणी बरे असल्याचे व मळणी झाल्याचे वाचून समाधान झाले. नवीन विहिरीचे काम चालू असल्याचे वाचले. तसेच सर्व माणसे सुखरूप असल्याचे वाचून आनंद झाला. भाई गोविंदराव अण्णा, भाई निंबाळकर आदी मंडळी दिल्लीच्या मोर्चात गेल्याचे पत्रात वाचले. एकंदरीत खानापूर तालुक्यात समाधानकारक काम चालले आहे. सांगलीची मीटिंग झाल्याचे समजले. शिमोगा जेलमधून मी तारीख १०-१-५९ रोजी सुटणार आहे. शिमोगा जेलमधून सुटल्यानंतर मी कारवारला जाणार आहे. तेथे गेल्यानंतर सविस्तर पत्र पाठवीन. आपल्या तालुक्यातील व आपल्या गावातील सर्व लहान-थोर मंडळींस प्रेमपूर्वक नमस्कार. ति. मामा, श्री. दाजी, श्री. तात्या त्यांना सप्रेम नमस्कार कळवणे. ही विनंती.

आपला

नाना पाटील, एम. पी.

⁂

पत्र क्रमांक आठ

॥ जय सं. महाराष्ट्र ॥

तारीख : १-१-५९

शिमोगा लॉकअप जेल
जि. शिमोगा
(म्हैसूर राज्य)

आमदार भाई बप्पा यांना

प्रेमपूर्वक नमस्कार

आपले सर्वांचे आशीर्वादिकरून शिमोगा लॉकअप जेलमध्ये सुखरूप आहे. काही काळजी नसावी. आपली तारीख २४, २७ व ता. ३० ची सर्व पत्रे मिळाली. आपल्या तालुक्यातून सत्याग्रहाकरिता ६५च्या वर सत्याग्रही गेल्याचे, शिवाय दिल्ली-मोर्चाकरिता भाई गोविंदराव अण्णा, भाई निंबाळकर आदी ५ मंडळी गेल्याचे व आणखी सीमा सत्याग्रहाकरिता जाणार असल्याचे वाचून फार आनंद झाला. आपल्या तालुक्यातील सर्व कार्यकर्त्यांनी एकजुटीने व श्रम घेऊन काम केल्याचे चीज झाल्याशिवाय राहणार नाही. भाई धोंडीराम भगत, भाई जयसिंगराव यादव, भाई राम शेटे, भाई दिनकरराव जाधव, भाई भीमराव पहिलवान, भाई जगन्नाथ पाटील, भाई राम हरी पाटील, भाई अंकुशभाऊ गायकवाड, भाई पंढरीनाथ शिंदे, भाई जोतिराम पवार आदी नेत्यांचे आणि भाई गोविंदरावअण्णा, भाई दत्ताजीराव नाईक निंबाळकर, कॉ. भागवत वकील व ग्रामपंचायतीच्या दोघा सभासदांचे, या सर्वांचे हार्दिक अभिनंदन! आपल्या तालुक्यातील वातावरण फार चांगले आहे आणि सर्व कार्यकर्ते आपल्या परीने व एकदिलाने, एकजुटीने व चिकाटीने काम करत असल्याचे वाचून समाधान झाले. वरचेवर पत्र पाठवून आपल्या तालुक्यातील कामकाजाची माहिती पाठवीत जाणे.

शिमोगा जेलमधून मी ता. १०-१-५९ रोजी सुटणार आहे. सुटल्यानंतर कारवारला व कोल्हापूरला जाणार आहे. नागपूरच्या निवडणुकीकरता जाणार आहे आणि आता तर बॅ. खोबरागडे यांना समितीने उमेदवार म्हणून उभे केले आहे. तरी या निवडणुकीकरिता अवश्य जाणार आहे. तसे आपण खासदार दादासो गायकवाड यांना

कळविणे. आपले सहकारी कुंडलचे डॉ. आंबेडकर पक्षाच्या आमदारांना कळविणे. कारवार आणि कोल्हापूरला जाऊन नंतर आपल्या तालुक्यात येऊन मग नागपूरला जाईन. आपल्या तालुक्यातील सर्व कार्यकर्त्यांना प्रेमपूर्वक नमस्कार. गावातील सर्व मंडळींस सप्रेम नमस्कार. कळावे, ही विनंती.

आपला

नाना पाटील, एम. पी.

**

ज्वालामुखी विझला!

आग ओकुनी निघुनी गेला । 'ज्वालामुखी' विझला
शेतकऱ्यांचा क्रांतिसिंह तो । कृष्णातीरी निजला ॥ १ ॥
श्वास असे तो गरिबांसाठी । झुंज देत लढला
मशाल घेऊनी करी क्रांतीची । समाज पेटविला ॥ २ ॥
मांत्रिक होता व्यासपीठाचा । समाज डोलविला
श्रमिक जनाचा फार लाडका । देवदूत ठरला ॥ ३ ॥
मातृभूमीच्या मुक्तीसाठी । रानी वनी फिरला
संग्रामातील वरी धुरंधर । इंग्रजांशी लढला ॥ ४ ॥
बेचाळीसचा लढा लढवूनी । अजिंक्य तो ठरला
प्रति-सरकारचे नाव गाजवूनी । सिंह प्रगट झाला ॥ ५ ॥
'राज्यवैभवी' स्वागत झाले । सागर उचंबळला
पाऊस पडला हार-फुलांचा । परिसर दरवळला ॥ ६ ॥
त्यागी निस्पृह राष्ट्रभक्त तो । कर्मयोगी ठरला
जमीन गुंठा घर खणाचे । नाही राहाण्याला ॥ ७ ॥
निरंतराचे नाव कमवूनी । अमर पदी गेला
नाना पाटील पुत्र लाडका । धन्य जगी झाला ॥ ८ ॥
राघव-कवीचे पूज्य दैवत । वियोग जाणवला
क्रांतिसिंहांना हार वाहुनी । जयजयकार केला ॥ ९ ॥

- राघव शिवणीकर

७७
क्रांतिसिंहांच्या रोजनिशीतील निवडक उतारे

(क्रांतिसिंह नाना पाटील यांच्या कन्या सौ. हौसाताई पाटील यांच्या घरी त्यांच्या पत्रव्यवहाराच्या गठ्ठ्यात सापडलेली ही दोन रोजनिशींची नोटबुक्स. त्यातील निवडक उतारे पुढे दिले आहेत.

या उताऱ्यांत क्रांतिसिंहांचे ४२ च्या क्रांतीबद्दलचे विचार, स्वतंत्र लोकशाही भारताबद्दलच्या आणि तरुण-तरुणींबद्दलच्या अपेक्षा, सर्वोदय, समाजवाद, साम्यवाद, वर्गसमन्वय इत्यादी कल्पनांविषयीचे चिंतन, इतर स्फुट विचार इत्यादींचा समावेश आहे.

या रोजनिशींचा काळ १९४६ ते १९४९ असा असून तो क्रांतिसिंहांच्या जीवनातील मोठा स्थित्यंतराचा काळ आहे. ज्या काँग्रेसचा एकनिष्ठ सेवक म्हणून त्यांनी कार्य केले, त्या काँग्रेसकडून स्वातंत्र्योत्तर काळात त्यांच्या अपेक्षा पूर्ण झाल्या नाहीत. शेतकरी व कष्टकरी सुखी होईल ही त्यांची आशा फोल ठरली. परिणामी, ते कार्ल मार्क्सच्या साम्यवादी तत्त्वज्ञानाकडे वळले. नव्हे, पुढे त्यांनी साम्यवादाचा स्वीकार करून त्याचा प्रचारही आरंभला. क्रांतिसिंहांच्या जीवनातील हा वैचारिक बदल त्यांच्या या रोजनिशीतील तुटक तुटक टिपणांतूनही जाणवतो. गरिबांच्या कल्याणाची तळमळ हेच त्यांच्या जीवनकार्याचे सूत्र होते, या जाणिवेचे दर्शनही त्यांच्या अनेक नोंदींतून प्रतीत होते.)

१. (१९४६ साली भूमिगत अवस्थेतून प्रकट झाल्यावर क्रांतिसिंहांचे अनेक ठिकाणी सत्कार झाले. अशाच एका सत्काराला उत्तर म्हणून दिलेले त्यांचे विचार)

आपण जे मानपत्र देऊन माझा गौरव केला, त्याबद्दल मी तुमचा आभारी आहे. मी तुमची सेवा करावयास तयार आहे. काँग्रेसचा सेवक म्हणून मी काम करताना काँग्रेसचा आदेश मी खेडोपाडी पोहोचवीत असे. गांधीजींनी ४२ साली 'चले जाव'ची घोषणा

केली; पण ब्रिटिश सरकार जावयास तयार होईल काय? त्यास लाथेची ठोकर द्यावयास आपण तयार झाले पाहिजे. ४२ साली जनतेतील ५०० तरुण मी हाताशी घेतले...

इंग्रजांची अशी नीती आहे की, आपले राज्य अबाधित चालण्यासाठी त्यांनी प्रत्येक वेळी आपल्या निरनिराळ्या जाती-जमातींमध्ये भांडणे लावली आहेत. (आता आपण) सर्वांनी जातपात विसरू या आणि काँग्रेसच्या लढ्यात सामील होऊ या.

सत्य आणि अहिंसेची शिदोरी घेऊन १२ वर्षे मी देशाची सेवा केली. त्याची ४२ साली मला फलश्रुती मिळाली. ४२ साली तरुणांची परीक्षा करून मी निवडक सैनिक निर्माण केले. या सैनिकांनी गांधीजींचा आदेश ऐकला व 'करेंगे या मरेंगे' चा मंत्र त्यांनी घोषिला. माझ्या क्रांतिकारकांनी नीतिबंधने पाळली. ती सैनिकांनी सतत आपल्या डोळ्यांसमोर ठेवली पाहिजेत.

२. (क्रांतिसिंहांच्या एका भाषणातील ४२ च्या ऑगस्ट क्रांतीविषयीचे हे विचार)

ऑगस्टची क्रांती सांगते, शक्ती म्हणजे जनतेचा विश्वास! ४२ साली मी काम केले! प्रति-सरकार शक्तीशी कायावाचामनेकरून समरस झालो व एकनिष्ठ राहिलो... सांप्रदायाचा अभिमान फुंकून देऊ या. देश कसा प्रगती करील हे पाहू या... जिथे जावे तिथे आपुलकीची सावली देणारा मला भेटला. 'मी' काम केले हा अहंकार मला कसा करता येईल? मला तुम्ही, जनतेने, जनतेच्या प्रतिकार प्रवृत्तीने सांभाळले...

३. (क्रांतिसिंहांनी एका देशप्रेमी मुलाला लिहिलेल्या पत्रातील मजकूर, ७-१-४६) अफाट दुनियेतील मानवतेचे खेळ खेळू इच्छिणाऱ्या भारताच्या लाडक्या कुमारा, तुझे श्रद्धेने ओथंबलेले काव्य मला मिळाले. त्यातील स्तुतीने मी दबलो असलो तरी त्या थबथबणाऱ्या अर्थपूर्ण भावनाचित्राने मी आनंदलो. तुझा अन् माझा समाज समाजातील दुःखीजन हा आहे. त्यांना सुखावण्यासाठी जगू, लढू, मरू...

४. (एक सुविचार)

स्वतंत्र हिंदमध्ये राज्यसत्तेविरुद्ध नकळत घडणारा गुन्हा म्हणजे

आळस. सध्याच्या स्थितीत मंदगतीने काम म्हणजे राजद्रोहच! सारीच कार्ये सारखीच वंद्य! त्यांत श्रेष्ठ / कनिष्ठ असे काही नाही. जी अप्रिय पण आवश्यक व अरुचकर असूनही निष्ठेने केली जाते, ती सेवा सर्वश्रेष्ठ होय. (मग) तिचे परंपरागत वर्गीकरण काहीही असो.

५. (क्रांतिसिंहांचे मुक्काम व कार्यक्रम यांची एक नोंद)

तारीख : ८-१-४७ रोजी पुणे

तारीख : ९-१-४७ रोजी कुंडल

तारीख : १०-१-४७ रोजी सकाळी माधवनगर मीटिंग, संध्याकाळी सप्तऋषी*** येथे विद्यार्थी संमेलनाचे अध्यक्ष म्हणून व्याख्यान, नंतर मेलने कुंडल.

तारीख : ११-१-४७ रोजी मातोश्री आजारी म्हणून मुक्काम

तारीख : १२-१-४७ रोजी खानापूर येथे शेतकरी परिषदेकरिता (अध्यक्ष)

तारीख : १३-१-४७ रोजी गोवा शिबिराचे उद्‌घाटन खानापूर, बेळगाव.

तारीख : १४-१-४७ रोजी सकाळी बेळगाव येथे कार्यकर्त्यांशी चर्चा- नंतर शहापूर येथे मराठा संघास भेट व व्याख्यान. पुढे कुस्त्यांकरिता गेलो. तेथे कुस्त्यांचे उद्‌घाटन (यानंतर एक पान गहाळ झाले आहे).

तारीख : २६-१-४७ पुणे ते सातारा, मुंबई इलाखा प्राथमिक शिक्षण खास अधिवेशन (उद्‌घाटन), पुढे रात्रीच्या गाडीने (हुबळीस) रवाना.

तारीख २७-१-४७ संध्याकाळी हुबळीच्या पुढे गुडगेरी (येथे) मुक्काम.

तारीख २८-१-४७ लक्ष्मीश्वर येथे व्याख्यान.

तारीख २९-१-४७ लक्ष्मीश्वर ते...

तारीख ३०-१-४७ ....

तारीख ३१-१-४७ कुंडल येथे

तारीख १-२-४७ सातारा रॅलीकरिता हजर

६. (दौऱ्यात परिचय झालेल्या एका सुशिक्षित मुलीस क्रांतिसिंहांचे

कौतुकाचे पत्र)

...तुझ्या गावी आलो, त्या वेळी तुझी भेट झाली. तुझ्यासारख्या मुलीला पाहिल्यानंतर मी तुझी माहिती विचारली. आपल्या अज्ञ समाजातील तुजसारख्या सुशिक्षित मुली म्हणजे आशादीप आहेत आणि म्हणूनच तू काय करत आहेस, हे कळणेसाठी मुद्दाम पत्र पाठवीत आहे. भारतात आज कशाची वाण असेल तर अशा तडफदार मुलींचीच...

७. भारताचे ध्येय-

धर्मातीत लोकसत्तात्मक राज्य हे काँग्रेसचे ध्येय होते. ६५ वर्षे तिने ते उराशी बाळगले. वर्किंग कमिटीने नुकत्याच केलेल्या ठरावात त्याचा पुनरुच्चार केला आहे. आजची अशांततेची परिस्थिती संपली की, भारत संपूर्णपणे धर्मातीत लोकशाही पद्धतीने राज्य म्हणून नांदू लागेल, असा मला विश्वास आहे...

८. (क्रांतिसिंहांचे परमेश्वराकडे मागणे)

देवा! सातारा जिल्ह्याला तुम्ही शूरत्व दिलेत! स्वाभिमान दिलात! त्यागबुद्धी दिलीत! आता दया, क्षमा, शांती हे वीरांचे खरे अलंकार द्या!

९. (स्वातंत्र्यानंतरची जबाबदारी)

आज तुमच्या खाद्यांवर फार मोठी जबाबदारी येऊन पडली आहे. तुम्ही स्वतंत्र हिंदुस्तानातील सैनिक आणि अधिकारी आहात. म्हणून जबाबदारीचे हे ओझे तुम्हाला वाहावे लागत आहे. कर्तव्यबुद्धी, इमानीपणा आणि स्वार्थत्यागाची भावना असलेली माणसे आज आपल्याला पाहिजेत...

१०. (गांधीजींचे खरे स्मारक)

ब्रिटिश राजवटीत आपण होतो त्याहून अधिक प्रामाणिक व कमी स्वार्थी झालो असे म्हणता येईल अशी आशा करावी काय? पिके अधिक पिकतील, अधिक जमीन लागवडीस लागेल, गुन्हे घटतील असे दृश्य दिसेल काय? तसे दिसले तरच गांधीजींचे खरे स्मारक (आपण) केले असे ठरेल!

११. (हिंदी संघराज्याकडून अपेक्षा)

हिंदी संघराज्यात मानवधर्म प्रस्थापित करा. त्यासाठी मनापासून

कार्य करा. हिंदी संघराज्य यानेच जगात आदर्शभूत होईल. आपला देश स्वावलंबी, सर्वोत्कृष्ट, वैभवशाली होण्यासाठी सर्व जाती, सर्व धर्म कायद्याने नष्ट करा. आर्थिक समानता निर्माण करा.

१२. (गांधीजींना आठवा)

इतरांच्या भावनांची कदर करा!
इतरांचा निवाडा सदयतेने करा!
स्वतः बावन न्यायनिष्ठुर राहा!
सन्मार्गापासून पदच्युत होण्याचा मोह झाला की, गांधीजींना आठवा!

१३. (जिजामातेचा आदर्श)

जिजामातेचा आदर्श डोळ्यांपुढे ठेवून स्वतंत्र भारताच्या उन्नतीसाठी झटा. म्हणजे तुम्ही आपले कर्तव्य पार पाडले असे मी म्हणेन. भारतात शेतकरी- कामकरी राज्याच्या प्रस्थापनेकरिता सुपुत्र निर्माण करा. त्याकरिता जिजामातेचे उदाहरण डोळ्यांपुढे ठेवा!

१४. (मार्क्स व सर्वोदयवादी)

कार्ल मार्क्सने इतिहासाचा अभ्यास करून किसान कामगारांचे राज्य वर्गलढ्याशिवाय करता येणार नाही असे म्हटले आहे.
किसान कामगारांचे राज्य होण्यासाठी त्यांची पिळवणूक करणारे भांडवलदार व सरंजामदार यांचा वर्गच नष्ट झाला पाहिजे; पण सर्वोदयवादी त्यांना जगवू इच्छितात. याचा अर्थ त्यांना हल्लीची भांडवलशाही समाजरचना काही किरकोळ सुधारणा करून जगवायची आहे असा होतो.

१५. (सारी शक्ती पणाला लावा)

पुराणकालीन धर्मामुळे व जुन्या सामाजिक रूढींमुळे समाजाकडून स्त्री जातीवर जो अन्याय होत असतो, त्या अन्यायाविरुद्ध बंड करून समाजात (स्त्रियांना) समान हक्क मिळविण्यासाठी आपली सारी शक्ती पणाला लावा.

१६. (राष्ट्रसेवा दलातील तरुणीस पत्र)

...तुझ्यामध्ये मला चांगले गुण दिसले. त्यांची चांगल्या प्रकारे जोपासना करून तू राष्ट्राच्या उन्नतीचा वाटा उचलला पाहिजेस,

कारण राष्ट्रगाड्याचे स्त्रिया हे एक चाक आहे. ते जर सुधारले नाही तर तो गाडा व्यवस्थित कसा चालेल? ही जबाबदारी पार पाडण्यासाठी तुमच्यासारख्या ध्येयवादी तरुणींची राष्ट्राला आज फार जरुरी आहे आणि ते कर्तव्य पार पाडण्यासाठी तुमच्या शाखेतील सर्व मुलींना तशा तऱ्हेचे वळण लावण्याची जबाबदारी तुम्हा ध्येयवादी मुलींवर आहे. ही जाणीव कायम डोळ्यांपुढे ठेवून काम कराल अशी इच्छा आहे.

१७. (वर्गहीन समाजाविषयीचा विचार)

समाजवाद्यांच्या परिभाषेत 'क्लासेस' व 'मासेस' असे शब्द रूढ आहेत. क्लास किंवा वर्ग ही संज्ञा वरिष्ठ वर्गाला म्हणजे धनिक व पांढरपेशा लोकांनाच लागू करण्यात येते; पण जनतेला वर्ग म्हणत नाहीत, कारण तिला आकार नाही, प्रमाण नाही, मर्यादा नाही. समाजवाद्यांना वर्गांची सत्ता नाहीशी करून वर्गहीन समाजाची स्थापना करावयाची आहे. वर्ग नाहीसे झाले की, फक्त जनताच उरते. म्हणून तिची सत्ता म्हणजे वर्गहीन समाज होय.

१८. (वर्गीय लढ्याविषयीचा विचार)

काँग्रेस सरकार आणि काँग्रेस म्हणते वर्गसमन्वय झाला पाहिजे. सर्वोदय ही कल्पना वर्ग समन्वयाची नवीन आवृत्ती आहे.

काँग्रेसच्या व काँग्रेस सरकारच्या म्हणण्याप्रमाणे गरीब-श्रीमंत यांचे हित कसे होईल? सावकार व ऋणको, जमीनदार व कूळ, कारखानदार व मजूर, पिळणारा व पिळला जाणारा, बुद्धिजीवि व श्रमजीवि, ऐतखाऊ व कष्ट करणारा, लांडगा व बकरी, मांजर व उंदीर... यांचा वर्गसमन्वय कसा होईल? शरीराला जशा जळवा लागतात, ज्वारीला जसा टोळ लागतो, तसे शेतकऱ्यास सावकार व जमीनदार या जळवा व टोळ लागले आहेत...

मूठभर श्रीमंत व अगणित कंगाल अशी विषमता सर्वत्र उत्पन्न झालेली असल्यामुळे या विषमतेच्या विषावर समाजवादाशिवाय दुसरे औषध नाही. याकरिता वर्गीय लढा झाला पाहिजे.

१९. (जुलमाविरुद्धचा लढा)

अन्यायासमोर मी नमणार नाही. पाशवी व जुलमी सत्तेला प्रणाम करणार नाही. ती जुलमी सत्ता मला चिरडेल, चिरडो! मी माझे

आत्मिक स्वातंत्र्य राखीन. हेच एक खरे स्वातंत्र्य. आम्ही निःशस्त्र असू, तरी आम्ही आसुरी सत्तेचे वटहुकूम मुकाट्याने मानणार नाही!

२०. ज्याच्या हातात उत्पादन साधने, तोच समाजातील सत्ताधारी वर्ग बनत असतो... कामगारांच्या व शेतकऱ्यांच्या श्रमफलांचा अपहार हाच जगातील सर्व भांडवलाचा मूळ झरा आहे. भांडवलदारांचे भांडवल व श्रीमंतांची श्रीमंती या अपहारावरच उभारलेली आहे... विषमतेने प्रस्थापित झालेल्या भांडवलशाही समाजरचनेत तिच्या नाशाची बीजे साठविलेली असून विरोध-विकास न्यायाने भांडवलप्रधान समाजरचनेचा नाश होऊन त्या ठिकाणी श्रमशक्ती-प्रधान समाजसत्तेचा उदय होणार आहे.

२१. (तुमचा-माझा मार्ग भिन्न आहे!)

स्वतःच्या तत्त्वासाठी एकटा राहून मी समाजाच्या टीकेचा विषय झालो असलो तरी मला त्याचं काही वाटत नाही, कारण मला ठाऊक आहे की, माझं विश्व मला निर्माण करायचं आहे...

काही काळ आम्ही एकत्र आलो असलो तरी आज आम्ही वेगवेगळ्या जगाचे प्रवासी आहोत हे नक्की आणि म्हणूनच आपण एकत्र येऊच शकत नाही. तुमचा व माझा मार्ग भिन्न आहे! आमचे कर्तृत्व आम्ही गहाण टाकले असते तर आम्हालाही मंत्रिपद मिळाले असते...

मालकी हक्क घालवू; बेरोजगारी, उपासमार याविरुद्ध लढा पुकारू; भांडवलदारांना चुचकारून, जमीनदारांना सांभाळून नुसती सारवासारव नको. अन्यायाचा प्रतिकार काँग्रेसमध्ये उरला नाही. तो तुमच्याजवळ आहे!

२२. (काही सुविचार)

१. जो स्वतःसाठी जगतो तो जिवंत असून मेल्यासारखाच आहे. जो दुसऱ्यासाठी जगतो तोच या जगात मरणावर मात करतो.

२. मनुष्याचे ज्ञान भराभर वाढत गेले; पण त्याची माणुसकी अद्यापही जिथल्या तिथेच आहे.

३. प्रेम हे नाजूक असले तरी सामर्थ्यवान आहे. त्याच्या जोरावर जगही जिंकता येते!

४. धनी होण्यापेक्षा ज्ञानी होण्याचा प्रयत्न करा!
५. कर्तव्यासाठी जगा आणि वेळ आलीच तर कर्तव्यपालनासाठी आपल्या प्राणाचे मोल - दान द्या!
६. विरोधी बातमीदारांची कुरकुर आणि नव्या जोड्याची करकर कितीही जपून चालले तरी कोणाला टाळता येत नाही.
७. विश्वास हा अपेक्षिलेल्या गोष्टींचे सार आणि न पाहिल्या गोष्टींचा पुरावा होय!
८. एक यंत्र पन्नास साध्या माणसांचे काम करू शकते; पण असंख्य यंत्रे एका असामान्य माणसाचे काम करू शकत नाहीत.
९. झोपून आयुष्य घालविण्यापेक्षा अपयशी झाले तरी चालेल!
१०. आपण कोठे आहोत ही गोष्ट मोठी नसून आपण कोणत्या दिशेने जात आहोत ही बाब महत्त्वाची आहे!

**

७८
क्रांतिसिंहांना अर्पण केलेली मानपत्रे

(भूमिगत अवस्थेतून प्रकट झाल्यानंतर व त्यानंतरही क्रांतिसिंह नाना पाटलांना महाराष्ट्रातील बहुतेक सर्व लहान-मोठ्या शहरांनी, नगर समित्यांनी आणि लोकल बोर्डांनी सत्कार करून मानपत्रे अर्पण केली. महाराष्ट्राबाहेर त्यांचे बडोदा, ग्वाल्हेर इत्यादी ठिकाणी सत्कार झाले. अशा सुमारे शंभर एक मानपत्रांतील आज फक्त चार मानपत्रे हाती आली आहेत. बाकीची मानपत्रे काळाच्या ओघात नष्ट पावून गेली. क्रांतिसिंहांच्या चरित्राचे एक साधन या दृष्टीने या मानपत्राचे महत्त्व आहे.)

क्रमांक एक

क्रांतिसिंह नाना पाटील यांना पुणे नगरपालिकेने दिलेले मानपत्र

"जय हिंद"

देशभक्त क्रांतिवीर नाना पाटील यांचे सेवेसी -

आम्ही पुणे नगरपालिकेचे अध्यक्ष, उपाध्यक्ष व सभासद या इतिहासप्रसिद्ध शहरात आपले अत्यंत मनःपूर्वक व आदरभावाने स्वागत करतो.

पुणे शहर हे पूर्वीपासून प्रसिद्ध असून या शहरात विविध व परस्परांशी विरोधी अशा वृत्तीच्या प्रेरणेमुळे अनेक सुखद व दुःखद घटना आतापर्यंत झाल्या असून अद्यापही होत आहेत. मराठी राज्याचे आद्य संस्थापक श्री शिवाजी महाराज यांनी स्वराज्याचा पाया घालून भगवा झेंडा वर चढविला. बहुजन समाजाची धार्मिक गुलामगिरी आणि स्त्रियांची व हरिजनांची सामाजिक गुलामगिरी नष्ट केली पाहिजे, अशी घोषणा करून नि त्यासाठी अनेक हालअपेष्टा सहन करून त्यागपूर्वक चिकाटीचे प्रयत्न करणारे म. फुले यांनी याच शहरात धार्मिक व

सामाजिक क्रांतीचे आपले कार्य केले. म. फुले यांच्या हातास हात लावून किंवा स्वतंत्रपणे सामाजिक सुधारणेचे कठीण कार्य करणारे न्यायमूर्ती रानडे, गोखले, आगरकर, लोकहितवादी वगैरे थोर समाजसुधारक याच शहरात अविरतपणे झटले. यांच्या उलट जीर्ण मताचे पाठीराखे म्हणून अनेक लहान-मोठे लोक या शहरात जन्माला येऊन त्यांनी म. फुले, दयानंद सरस्वती, रानडे, आगरकर यांना अनन्वितपणे छळण्यातच आपले जन्माचे सार्थक मानले. औदार्याच्या आणि विशाल सहिष्णुतेच्या पायावर आधारलेल्या हिंदू धर्मावर अस्पृश्यता हा एक डाग आहे, असे मानून त्या अस्पृश्यतेला नष्ट करण्यासाठी महर्षी अण्णासाहेब शिंदे यांनी याच शहरात आपली हरिजनसेवा केली. याच शहरात अस्पृश्यांच्या उद्धारासाठी म. गांधींनी आपले प्राण पणास लावले. विसाव्या शतकाच्या आरंभ काळी राजकीय चळवळीच्या मंदपणे वाहणाऱ्या वाऱ्याला आपल्या अप्रतिम वक्तृत्वाने व तेजस्वी लेखणीने झंझावाताचे रूप देणारे काळकर्ते शिवरामपंत परांजपे याच शहरात नांदले आणि 'स्वराज्य हा माझा जन्मसिद्ध हक्क आहे!' अशी दिव्य गर्जना करून खडतर कारावासाने पिचून न जाता इंग्रजशाहीचा पाया खिळखिळा करण्यासाठी लो. टिळक याच शहरात अविश्रांतपणे झगडले. त्याचप्रमाणे पुरोगामी, प्रतिगामी, जहाल, मवाळ, नव्याचे आग्रही आणि जुन्याचे अभिमानी अशा विरोधी मतांच्या गलबल्याचे पुणे हे आगर आहे. तसेच साहित्याचे, इतिहास संशोधनाचे व शिक्षणाचे पुणे हे माहेरघर आहे. अशा या शहराच्या वतीने आज आम्ही आपला सत्कार करीत आहोत.

आपण खेड्यात एका सामान्य शेतकरी कुळात जन्माला आलात; त्यामुळे आपले विशेष शिक्षण झाले नाही; पण आपणास उपजत प्राप्त झालेली तीव्र बुद्धी, धार्मिक व सामाजिक समतेची आपल्या ठिकाणी असलेली आवड याच्या जोरावर सामाजिक व धार्मिक समतेसाठी झगडणाऱ्या पंथाचा स्वीकार करून आपण त्याचा पाठपुरावा केलात. बहुसंख्य शेतकरी समाजाची धार्मिक खुळाच्या मगरमिठीतून सुटका करण्यासाठी गावोगाव अहोरात्र पायी हिंडून आपल्या तुफान वक्तृत्वाने त्यांच्यात अभूतपूर्व जागृती निर्माण केलीत.

वर्ष १९३० मध्ये आपण राष्ट्रीय सभेच्या झेंड्याखाली आलात, तेव्हापासून १९४२ पर्यंत एकंदर आठ वेळा आपण तुरुंगवास सहन

केलात. या कारावासाच्या मुदतीत आपणास अनेक खडतर कष्ट सहन करावे लागले. आनंदी स्वभाव ही आपणास परमेश्वराने दिलेली देणगी असल्यामुळे तुरुंगवासाचे कष्ट सहन करताना आपण आपली आनंदी वृत्ती ढळू दिली नाही. आपणास परमेश्वराच्या कृपेने चांगली शरीरसंपत्ती मिळाली आहे. आपण स्वतः पहिलवानकी करून उपजत प्राप्त झालेल्या शरीरसंपत्तीत चांगली भर घातली आहे व आपल्या शरीरसंपत्तीचा उपयोग, अनेक दुबळ्या व अशक्त बंदिवानांच्या वाट्याचे कष्टांचे काम करण्यासाठी तुरुंगात आपण उदारपणे केला आहे. जे रंजले गांजले त्यांना आपले म्हणून त्यांच्यासाठी आनंदाने कष्ट करण्याचे साधुत्व आपल्या ठिकाणी भरपूर आहे; ही गोष्ट बंदिवासांतही आपण अनेक प्रसंगी सिद्ध केली आहे.

वर्ष १९४२ मध्ये राष्ट्रीय सभेने 'चले जाव' ठराव मंजूर करून महात्मा गांधींनी 'करेंगे या मरेंगे' हा क्रांतिकारक आदेश देशाला दिला. 'करेंगे या मरेंगे' या महात्माजींच्या महान मंत्राचे खरे मर्म आपण ओळखले व त्यामुळे देशात ऑगस्ट ठरावानंतर जी क्रांती झाली, त्या क्रांतियुद्धामध्ये आपण अभूतपूर्व अशी कामगिरी केली आहे. स्वतःचे शिक्षण अपुरे, खेड्यांतील जनता दुफळीने व दारिद्र्याने जर्जर झालेली, खेड्यांतील तरुण वर्ग अडाणी व आडमुठा, सरकारी अधिकारी कठोर व जनतेला भिववून दबविण्याच्या कामांत पूर्ण तरबेज, इंग्रजांच्या नोकरवर्गाजवळ भरपूर शस्त्रसामग्री, पैशासाठी वाटेल ते फितुरीचे पाप करणाऱ्या लोभी लोकांचा देशात सुकाळ आणि मार्गदर्शन करण्यास समर्थ असे पुढारी अटकेत पडलेले, अशा अनेक प्रतिकूल अडचणींमुळे 'करेंगे या मरेंगे' या मंत्राचा जप करून क्रांतीची उठावणी करण्याचे कार्य महाकठीण. अशा प्रतिकूल परिस्थितीत महात्माजींच्या मंत्रावर पूर्ण निष्ठा ठेवून आणि स्वराज्य-संस्थापक शिवाजी महाराजांपासून गनिमीकाव्याचा धडा घेऊन आपण साताऱ्यातील सह्याद्रीच्या आश्रयाला गेलात आणि तेथे शेतकरी वर्गातील, शहरी पंडितांच्या दृष्टीने निरक्षर व आडदांड ठरलेल्या तरुणांचा मेळा जमवून त्यांच्यामध्ये सुप्त रूपाने असलेल्या धाडस, धैर्य, देशाभिमान, प्रसंगी उपयोगी पडणारी समयसूचकता व कल्पकता वगैरे अनेक अमोल गुणांना आपण जागृत केले. हातावर शिर घेऊन लढ्यास तयार झालेल्या या जवानांच्या एकनिष्ठ नेकजात पाठिंब्यावर

विश्वासून आपण क्रांतिकारक आघाडी उघडली आणि ब्रिटिश सरकारच्या आधुनिक शस्त्र-सामर्थ्याला निस्तेज करून साताऱ्यात 'प्रति-सरकार'ची स्थापना केलीत. ज्यांच्या साम्राज्यावर सूर्य कधीच मावळत नाही आणि ज्यांच्यापुढे हिटलर, मुसोलिनी व हिरोहिटो यांची तमा राहिली नाही, त्या हिकमती इंग्रज लोकांना साताऱ्याच्या शिवारात दे माय धरणी ठाय करून लोकांना चकित करणारी व आनंद देणारी अशी तेजस्वी कामगिरी आपण केली आहे. ज्या वेळी क्रांतीचा इतिहास लिहिला जाईल, त्या वेळी आपली व आपले धाडसी सहकारी यांची नांवे सुवर्णाक्षरांनी लिहिली जातील, असा आम्हाला विश्वास आहे.

इंग्रजी कायद्याने प्रस्थापित झालेल्या 'स्थानिक स्वराज्य संस्था' आणि सातारच्या डोंगराळ मुलखात आपण स्थापन केलेली 'स्वराज्य-संस्था' यांत केवढे अंतर आहे, हे या ठिकाणी विस्ताराने सांगण्याचे कारण आहे असे आम्हास वाटत नाही. आपण नवीन इतिहास निर्माण करून श्री शिवप्रभूंची पुन्हा एकदा आठवण करून दिलीत, एवढे सांगितले म्हणजे आपल्या कार्याची महती लक्षात येते.

क्रांतिवीर, आम्ही आपल्या पराक्रमाचे व कर्तबगारीचे समग्र वर्णन या मानपत्रात करू शकणार नाही. पंडित जवाहरलाल नेहरू यांनी, 'हिंदुस्थानात राष्ट्रीय सभेचे नाव साताऱ्याने उज्ज्वल पराक्रमाने राखले आहे,' असे प्रशंसोद्‌गार काढले आहेत. आपल्या या पराक्रमी क्रांतिकार्याबद्दल आमच्याप्रमाणे या देशातील बहुजन समाज सदैव अभिमानाने आपणास धन्यवाद देत राहील. देशभूषण सुभाषचंद्र बोस यांनी देशाच्या बाहेर जाऊन जे प्रचंड कार्य केले, त्याच प्रकारचे स्वातंत्र्यप्राप्तीसाठी अत्यंत उपयोगी ठरणारे कार्य या देशातच राहून व ४४ महिन्यांच्या दीर्घ काळात प्रत्येक क्षणाला ब्रिटिश व त्यांचे पगारी हस्तक यांच्याशी प्राणांची पर्वा न करता झगडून आपण केले आहे. आजपर्यंत सरकारी अधिकारी, विद्वान पुढारी अशा लोकांना मानपत्रे देऊन आमच्या नगरपालिकेने सन्मान केलेला आहे. स्वतःच्या अलौकिक कर्तृत्वाने बहुजन समाजात मान्यता मिळविलेल्या क्रांतिवीराचा यथोचित गौरव करण्याची संधी आज आम्हास मिळाली, याबद्दल आम्हास धन्यता वाटते.

आपणास हे मानपत्र आम्ही अत्यंत आदराने व अभिमानाने देत

आहोत. आपण त्याचा स्वीकार करून आम्हाला उपकृत करावे, अशी विनंती करून हे मानपत्र आपणास नम्रतापूर्वक अर्पण करतो.

आपले

दिनांक : ७ नोव्हेंबर १९४६ अध्यक्ष, उपाध्यक्ष, कार्याध्यक्ष नि सभासद,

पुणे नगरपालिका

**

क्रमांक दोन

क्रांतिसिंह नाना पाटील यांना पुणे जिल्हा लोकल बोर्डाने दिले मानपत्र

"वंदे मातरम"

दे. भ. क्रांतिवीर नाना पाटील यांचे सेवेसी-

आम्ही पुणे जिल्हा लोकल बोर्डाचे अध्यक्ष, उपाध्यक्ष व सभासद अत्यंत आदराने आपले या जिल्ह्यात मनःपूर्वक स्वागत करतो.

या जिल्ह्यात अनेक महत्त्वाच्या ऐतिहासिक घडामोडी झाल्या आहेत. संस्कृत भाषेत केवळ पंडित वर्गासाठी खास राखून ठेवलेले गीता ग्रंथांतील ज्ञानभांडार सामान्य जनतेला मुक्त हाताने लुटता यावे म्हणून ज्ञानेश्वरीसारखा लोकोत्तर ग्रंथ लिहिणारे ज्ञानेश्वर महाराज याच जिल्ह्यात आळंदी येथे अनेक वर्षे राहिले आणि अखेर तेथेच समाधिस्त झाले. श्री संत शिरोमणी तुकाराम महाराज यांचा जन्म देहू गावात झाला. त्यांनी वेदान्ताचे सार व व्यवहाराचे सार यांचा ज्यांत सुंदर मिलाफ झाला आहे, असे आपले रसाळ अभंग येथेच रचले. आपल्या अभंगवाणीने श्री तुकोबारायांनी सतत हरिनामाचा गजर करून निरक्षर जनतेला जो हितोपदेश केला; त्यामुळे लोकांत विलक्षण जागृती होऊन स्वराज्य स्थापनेच्या कार्यास बहुमोल मदत झाली. बहुजन समाजाचे शिक्षण आपल्या मूठभर लोकांच्या धार्मिक वर्चस्वाला विघातक होईल, अशा स्वार्थी कल्पनेने पछाडलेल्या काही लोकांनी लोकशिक्षणाचे कार्य करणाऱ्या ज्ञानेश्वर व तुकाराम या संतांचा छळ केला आणि तुकोबाचे अभंग

डोहात बुडविले. त्याच डोहाच्या काठावर आपण आज जमलो आहोत. संतांच्या मदतीने स्वराज्य स्थापनेचे अत्यंत बिकट कार्य पूर्णपणे यशस्वी करणारे श्री शिवाजी महाराज याच जिल्ह्यात शिवनेरी येथे जन्मले आणि त्यांचे बालपण पुण्यात गेले. छत्रपती संभाजी महाराजांची समाधी याच जिल्ह्यात आहे. पुढील छत्रपती दुबळ्या दिलाचे व निष्क्रिय निघाल्यामुळे प्रधान बळावून पेशवाई जन्माला आली आणि त्या पेशवाईची राजधानी याच जिल्ह्यात पुणे येथे अनेक वर्षे होती. निरनिराळ्या पेशव्यांच्या अमदानीत मराठी राज्याच्या आयुष्यातील अनेक आनंददायक व क्लेशकारक घटना याच जिल्ह्यात घडल्या. अखेर मराठ्यांच्या सत्तेचा अंत पाहण्याचे दुर्दैव याच जिल्ह्याच्या वाट्याला आले. 'इंग्रजी गुलामगिरी नष्ट करून सर्व जातींना समतेच्या विशाल पायावर अधिष्ठित करा,' अशी घोषणा करून या समता प्रस्थापनेच्या कार्यासाठी होईल तो छळ सोसून सहकुटुंब कर्तव्य करणारे महात्मा फुले याच जिल्ह्यात जन्माला आले व याच जिल्ह्यात स्वर्गवासी झाले. या देशाच्या उद्धारासाठी अहर्निश प्रयत्न करणारे न्यायमूर्ती रानडे, गोखले, टिळक, महर्षी शिंदे, आगरकर वगैरे अनेक तेजस्वी पुढारी व कार्यकर्ते याच जिल्ह्याच्या क्षेत्रात आमरण कार्यरत राहिले. राजकारण, समाजकारण व लोकशिक्षण अशा विविध क्षेत्रांत या जिल्ह्यातील हजारो कार्यकर्त्यांनी स्पृहणीय कामगिरी केली आहे. अशा या जिल्ह्यात आपले स्वागत करताना आम्हाला फार अभिमान वाटत आहे.

पाटीलसाहेब, आपल्या गत चरित्राकडे पाहिले म्हणजे कौतुक केल्यावाचून राहवत नाही. आपण एका लहान खेड्यात शेतकरी कुळात जन्माला आला. आपल्या धर्माने शिक्षणाची बाब विशिष्ट वर्गाची मिरासदारी केल्यामुळे व शेतकऱ्यांच्या मुलांना चांगले शिक्षण देणे हे साम्राज्यशाहीला, शेतकऱ्यांवर चरणाऱ्या भांडवलशाहीला आणि बुद्धिजीवि लोकांना आपल्या अनहिताचे वाटत असल्यामुळे, खेड्यात विद्यादानाची अद्यापही समाधानकारक सोय झालेली नाही. आपल्या बालपणात तर याहीपेक्षा वाईट परिस्थिती असणे साहजिक आहे; त्यामुळे आपले फार शिक्षण झाले नाही याचे आश्चर्य वाटत नाही. शाळेतील अपुऱ्या शिक्षणाची उणीव आपण प्रत्यक्ष अनुभवाच्या शाळेत शिक्षण घेऊन भरून काढलीत. शेतकरी वर्गाचे नुकसान त्याच्या अडाणीपणामुळे व

त्याच्या मनावर रूढीप्रधान आणि वर्णवर्चस्वावर आधारलेल्या धर्माचे जे दडपण आहे त्यामुळे होत आहे, हे प्रत्यक्ष अनुभवाने आपणास दिसून आले. सत्यशोधक समाजाच्या तत्त्वांचा अंगीकार करून सामाजिक व धार्मिक समतेचा महात्मा फुले यांनी दिलेला दिव्य संदेश आपण शेतकरी वर्गाच्या झोपडीपर्यंत पोहोचविण्याचा निश्चय केला व गावोगावी प्रचार करून अंधारात घोरत पडलेल्या शेतकऱ्यांना जागे केलेत. आपणाला परिणामकारक व प्रभावी वक्तृत्वाची मोठी देणगी लाभली. आपण शेतकऱ्यांच्या भाषेत बोलता व त्यामुळे आपला प्रत्येक शब्द अडाण्या-काबाड्यांच्या हृदयाला जाऊन भिडतो. आपल्या बोलण्याच्या शैलीमुळेच खेड्यांतील जनतेमध्ये लवकर व चांगली जागृती करता आली यात शंका नाही.

नानासाहेब, आपण १९३० साली राष्ट्रीय सभेच्या तिरंगी झेंड्याखाली आलात व एकंदर आठ वेळ कारावास भोगलात. महात्मा गांधींनी राष्ट्रीय सभेची धुरा आपल्या अंगावर घेण्यापूर्वी काँग्रेसमध्ये मुख्यत्वे शहरांतील शिकलेले पांढरपेशेच होते. केवळ तोंड-पाटीलकी करणाऱ्या या वावदुकांच्या पाठिंब्याने राष्ट्रीय सभा स्वातंत्र्य प्राप्त करू शकणार नाही, हे ओळखून महात्माजींनी 'खेड्याकडे चला' असा आदेश दिला. खेड्यांतील शेतकरी-कामकरी यांचा खंबीर पाठिंबा मिळाला तरच इंग्रजी सत्तेची पाळेमुळे खणून काढता येतील, हे जाणून महात्माजी आणि पंडित जवाहरलाल यांनी खेड्यांतील कष्टजीवि समाजासाठी राष्ट्रीय सभेचे द्वार उघडले. काँग्रेसच्या दृष्टिकोनात झालेला हा फरक चांगला आहे हे ओळखून ब्राह्मणेतर बहुजन समाज मोठ्या प्रमाणात काँग्रेसकडे वळला. धार्मिक व सामाजिक स्वातंत्र्यासाठीही झगडणे आपले अपरिहार्य कर्तव्य आहे, असे वाटू लागले. आपणाप्रमाणे आणि श्री. केशवराव जेधे यांच्याप्रमाणे प्रामाणिक सत्यशोधक पुढारी याचमुळे १९३० साली राष्ट्रीय सभेच्या सत्याग्रहाच्या रणसंग्रामात सामील झाले. महात्मा फुले यांचे उपासक आता महात्मा गांधी यांचे उपासक बनले. महात्मा गांधी यांच्या आदेशाप्रमाणे वेळोवेळी कारागृहात जाऊन आपण ज्या हालअपेष्टा सहन केल्या आणि जो त्याग केला त्याबद्दल कोणीही आपले अभिनंदन करील.

१९४२ साली राष्ट्रीय सभेने 'चले जाव'चा ठराव केला. ठरावाप्रमाणे वागा, असे लोकांना सांगताना महात्माजींनी 'करेंगे या मरेंगे' हा महामंत्र

जनतेला दिला. या मंत्राने आपले मन भारून गेले. अनेक वेळा आपण तुरुंगवासाचा अनुभव घेतलेला असल्यामुळे निव्वळ बंदिवास पत्करून 'चले जाव'च्या ठरावाची अंमलबजावणी होणार नाही हे आपण ओळखले आणि प्रत्यक्ष कृती करण्यासाठी आपण मनाची तयारी केली. खेड्यांतील जनता दुफळीने दुभंगलेली व दारिद्र्याने दबलेली, शेतकरी वर्गातील तरुणवर्ग बहुसंख्येने निरक्षर व साधा भोळा, सरकारी अधिकारी निष्ठूर पण दडपशाहीच्या कामांत पारंगत, आपल्या जवळ ना शिक्षण, ना शस्त्र, ना संपत्ती, सर्व पुढारी कारागृहांत जखडलेले. अशा अनेक घोर अडचणी आपणास आपल्या निश्चयापासून परावृत्त करण्यासाठी पुढे आल्या असतानाही आपण आपला निश्चय सोडला नाही. उलट डोंगर-कपारींत राहून व रानावनांत रात्री-बेरात्री उपाशीपोटी फिरून आपण देशासाठी प्राण अर्पण करण्यास तयार असलेले शेतकरी तरुण गोळा केलेत. शिवाजीमहाराजांनी मावळ्यांतून मराठे मर्द तयार केले. भारत-ललामभूत सुभाषचंद्र बोस यांनी देशाच्या बाहेर राहून, पोटासाठी इंग्रजांच्या सैन्यात गेलेल्या शिपायांतून आझाद हिंद सैन्याची प्रचंड संघटना निर्माण केली. त्याचप्रमाणे आपण आपल्या संघटनचातुर्याने अडाणी तरुणांतून स्वातंत्र्याचे शूर शिपाई निर्माण केलेत आणि त्यांच्या धाडसी सहकार्याने बिलंदर इंग्रजी अधिकाऱ्यांना व त्यांच्या फितूर पाठीराख्यांना पदोपदी धूळ चारून साताऱ्यात प्रति-सरकारची स्थापना केलीत. आपली व आपल्या शेकडो लढवय्या व त्यागी सहकाऱ्यांची भावी इतिहास मुक्त कंठाने प्रशंसा करील. १९४२ च्या ऑगस्टपासून जवळजवळ ४४ महिन्यांच्या दीर्घ काळात आपण प्रति-सरकारचा कारभार चालवून ग्रामराज्याची स्थापना, दारूबंदी, न्यायदान, गुंडांचे निर्मूलन वगैरे अनेक सुधारणा करून स्वातंत्र्यप्राप्तीनंतर कोणत्या सुधारणा कराव्यात आणि त्या कशा कराव्यात याचे प्रात्यक्षिक आपण भावी राज्यकर्त्याला देऊन ठेवले आहे. 'आपली भाषा व्याकरणशुद्ध नाही' असे आपण नेहमी म्हणता; पण आपली भाषा शुद्ध नसली तरी आपले आचरण शुद्ध आहे, याचे आम्हाला अधिक महत्त्व आहे. 'आपल्याला वाक्यरचना चांगली येत नाही' असेही आपण नेहमी सांगता. ज्याला चांगली वाक्यरचना येत नाही त्याने ग्रामराज्याची सुंदर व सुबक रचना केलेली पाहून इतिहास आपला अधिकच गौरव करील.

क्रांतिवीर, काही दिवसांपूर्वी आपल्या क्रांतिकार्याचे तोंडभरून वर्णन करणारी पुढारी मंडळी आता आपल्याला 'हिंसक' आणि 'दहशतवादी' म्हणू लागल्याचे ऐकू येते. काही अधिकारी मंडळी तर 'गुन्हेगार' म्हणूनही आपले वर्णन करू लागलेले क्वचित दिसतात. शिवाजी महाराजांनाही काही इंग्रज इतिहासकारांनी 'दरोडेखोर' म्हणून संबोधले आहे. बहुजनविरोधी मूठभर लोकांनी स्वतःच्या निष्क्रिय पांडित्याच्या अभिमानाने फुगून आपणाकडे तुच्छतेने पाहण्याचे कितीही प्रयत्न केले तरी आपल्या पराक्रमामुळे व आपण अतुल त्यागाने केलेल्या देशसेवेमुळे बहुसंख्य शेतकरी व कामकरी समाजाच्या अंतःकरणात आपणास मिळालेले मानाचे स्थान ध्रुवताऱ्याप्रमाणे, तेजस्वी व अढळ राहील, असा आम्हा सर्वांना पूर्ण विश्वास आहे.

या आटोपशीर मानपत्राच्या मर्यादेत आपल्या सर्व गुणांचे व कार्याचे महत्त्व वर्णन करणे अशक्य आहे. आपणास आम्ही अत्यंत नम्रतापूर्वक हे मानपत्र अर्पण करीत आहोत. त्याचा आपण स्वीकार करावा, अशी आपणास विनंती आहे.

जयहिंद!

आपले नम्र,

श्रीक्षेत्र देहू — अण्णासाहेब गोपाळराव आवटे, अध्यक्ष,

दि. ९-११-१९४६ — जिल्हा लोकल बोर्ड, पुणे.

आणि उपाध्यक्ष व सभासद, जिल्हा लोकल बोर्ड, पुणे.

**

क्रमांक तीन

॥ वंदे मातरम् ॥

मानपत्र

सासवड नगरपालिका

क्रांतिवीर नाना पाटील यांसी -

सन्मान्य महाशय,

आम्ही सासवड म्युनिसिपालिटीचे अध्यक्ष, उपाध्यक्ष व सभासद आमच्या या शहरात आपले प्रेमपूर्वक स्वागत करतो.

सासवड गाव ही पुण्यभूमी असून, येथे श्रीसद्गुरू सोपानमहाराज यांचे समाधिस्थान आहे. त्याचप्रमाणे हा गाव इतिहासप्रसिद्ध असून, स्वराज्याची स्थापना करणाऱ्या श्री छत्रपती शिवाजी महाराजांचे वास्तव्य येथे जवळच असलेल्या पुरंदर किल्ल्याच्या आसपास नेहमी असे. पेशव्यांच्या काळात तर ही दुय्यम राजधानी समजली जात असे.

येथील म्युनिसिपल कमिटीच्या स्थापनेस सुमारे साठ वर्षे झाली असून शिक्षण, आरोग्य, रस्ते व स्वच्छता इत्यादींकडे तिचे उत्तम लक्ष असते.

आपण काँग्रेसचे एकनिष्ठ सेवक असून, काँग्रेसच्या स्वातंत्र्याच्या झगड्यात आपण आतापर्यंत उत्तम प्रकारचा त्याग केला आहे. आपण १९३० सालापासून ते १९४२ सालापर्यंत आठ वेळा अत्यंत कष्टप्रद असा तुरुंगवास सहन केलेला आहे. १९४२ साली काँग्रेसने सुप्रसिद्ध 'चले जाव'चा ठराव पास केल्यानंतर महात्मा गांधींनी 'करेंगे या मरेंगे' असा दिव्य संदेश दिला. त्या संदेशाचा खरा अर्थ लक्षात घेऊन आपण शेतकरी वर्गातून देशासाठी प्राण अर्पण करणारे त्यागी तरुण हाताशी घेऊन 'प्रति-सरकार'ची स्थापना केलीत. आपण 'प्रति-सरकार' या नात्याने 'ग्रामराज्याची स्थापना', 'दारूबंदी' वगैरे ज्या अनेक बहुमोल चळवळी केल्यात त्याबद्दल आपणास आम्ही धन्यवाद देतो.

आपल्या रूपाने, देशातील सावकारशाही व नोकरशाही यांच्या कात्रीत सापडलेला शेतकरी प्रतिकार करण्यासाठी खडा झाला आहे, अशी आमची समजूत आहे. आपल्या हातून शेतकरी - कामगारांची संघटना होऊन काँग्रेसची शेतकरी कामकरी राज्य स्थापन करण्याची घोषणा प्रत्यक्ष अमलात येईल, अशी आशा प्रकट करून हे मानपत्र आपणास अर्पण करतो.

आपले नम्र,
अध्यक्ष व सभासद,
सासवड नगरपालिका, सासवड.

सासवड,
ता. ४ जानेवारी १९४७

क्रमांक चार

उत्तर सातारा जिल्हा लोकल बोर्डाने अर्पण केलेले मानपत्र
माननीय खासदार क्रांतिसिंह नाना पाटील!

प्रिय महाशय -

आम्ही उत्तर सातारा जिल्हा लोकल बोर्डाचे अध्यक्ष, उपाध्यक्ष व सभासद व्यक्तिशः आणि ग्रामीण जनतेचे प्रतिनिधी म्हणून, आपण आमच्या या जिल्हा बोर्डास दिलेल्या प्रथम भेटीच्या शुभ प्रसंगी आपले अंतःकरणपूर्वक स्वागत करतो.

माननीय अण्णा,

सतत क्रांतीच्या आघाडीवर ठाकलेल्या अशा या सातारा जिल्ह्याच्या एकेकाळी गाजलेल्या वाळवा तालुक्यामधील येडेमच्छिंद्र या गावी ३ ऑगस्ट १९०० रोजी एका शेतकरी कुटुंबात आपला जन्म झाला. आपण मराठी सातवी शिकल्यानंतर तलाठी म्हणून कामाला लागलात; परंतु आपला पिंड नोकरीचा नसल्यामुळे १९३० साली राजीनामा देऊन जनसेवा कार्यात हिरिरीने उडी घेतलीत. आपण जसे नामांकित कुस्तीगीर होता, तसेच वारकरी संप्रदायाचे संस्कारही आपणावर झाले होते. आपला पिंड सत्यशोधकाचा आहे. जेथे जेथे असत्य आणि अन्याय दिसेल तेथे तेथे आपण त्यावर प्रखर वार करता व सत्याची प्रस्थापना करता. तसेच समाजातील अनिष्ट रूढी, देव, देवऋषीच्या भ्रामक कल्पना यांनाही आपण कडाडून विरोध केलात.

१९३० सालच्या असहकार चळवळीत, दांडीच्या मीठ सत्याग्रहात, तसेच बिळाशीच्या जंगल सत्याग्रहात आपण पुढाकार घेतला होता. सरकारी पकड वॉरंटाला आव्हान देऊन आपण जनतेत प्रभावीपणे सतत प्रचार चालू ठेवलात आणि अटक होईपर्यंत आपण आपले काम चालू ठेवलेत. अटकेनंतर गांधी-आयर्विन करारामुळे आपण मुक्त झालात. १९३२ च्या आंदोलनात आपणाला पुन्हा अटक व शिक्षा झाली. तसेच १९३९ साली वैयक्तिक सत्याग्रहात सत्याग्रही म्हणून भाग घेऊन आपण कारावास सोसलात.

याप्रमाणे स्वातंत्र्यलढ्यात आपण वेळोवेळी जी राष्ट्रसेवा केलीत,

त्याचे शिखर म्हणजेच १९४२ च्या प्रचंड आंदोलनात सतत भूमिगत राहून व हातावर शिर घेऊन आपण दिलेला लढा! महात्माजींनी ब्रिटिशांना उद्देशून ‘चले जाव’ ही घोषणा केली ती आपण प्रत्यक्षात उतरविलीत. सातारा जिल्ह्यात काही काळ इंग्रजांचे राज्य अस्तित्वात नव्हते. त्या वेळी आपला व आपल्या शूर सहकाऱ्यांचा अंमल चालू होता. आपल्या पुढारीपणाखाली भूमिगत सेनेच्या मदतीने प्रति-सरकारचे राज्य चालू होते. आपण जनताभिमुख ग्रामराज्याची उभारणी केलीत. शक्तिमान इंग्रज सरकार आपणाला पकडण्यास असमर्थ ठरले. आपणाला पकडून देणाऱ्यास किंवा ठार मारणाऱ्यास ५००० रुपये इनाम जाहीर केले होते; परंतु आपल्यावरील प्रेमाने या गरीब जिल्ह्यातील कोणालाही त्या इनामाचा मोह झाला नाही. आपण ४४ महिने भूमिगत राहून सातारा जिल्ह्यातील क्रांतिकारक चळवळ यशस्वीपणे चालविलीत. इतकेच नव्हे तर धुळे खजिना आणि पे ट्रेन स्पेशलमधील रकमा मिळवून शिवछत्रपतींच्या मावळ्यांच्या गनिमी काव्याची धमक पुन्हा शत्रूला तुम्ही दाखविलीत; म्हणूनच महाराष्ट्रातील जनतेने सहजस्फूर्तपणे आपणास ‘क्रांतिसिंह’ हा बहुमोल किताब प्रेमाने बहाल केला आहे. आपण स्वातंत्र्यप्राप्तीच्या कार्यांतील एक प्रभावी शक्ती आहात. स्वातंत्र्यप्राप्तीकरिता सर्व शक्ती पणास लावणे हेच त्या वेळच्या सत्यशोधकांचे कार्य होते आणि आपण सर्वस्व पणाला ते लावून पारही पाडलेत. १९४२ च्या लढाऊ सामर्थ्याच्या जोरावर हैदराबाद संस्थानातील रझाकारी अन्यायविरोधी प्रतिकाराला आपण बहुमोल साहाय्य केल व मुख्यतः मराठवाड्यातील जनतेला सामर्थ्यशाली केले हे नमूद करणे आवश्यक आहे. श्रमजीवि जनतेला स्वातंत्र्याचे फायदे मिळाले पाहिजेत, याकरिता आपण अविश्रांत श्रम घेत आहात. स्वातंत्र्य आंदोलनात जनतेला दिलेली आश्वासने काँग्रेस पाळत नाही, अशी खात्री झाल्यानंतर आपण काँग्रेसचा त्याग करून सत्तेपेक्षा सत्य व न्यायाच्या बाजूचे आहात हे दाखवून दिलेत.

महाराष्ट्रातील शेतकरी-कामगार पक्षाची उभारणी करण्यात आपण पुढाकार घेतला होता. देशाच्या राज्यसत्तेवर मक्तेदार व बड्या भांडवलदारांची पकड अधिकाधिक घट्ट होत चालल्याने फक्त महाराष्ट्रातीलच नव्हे तर सर्व हिंदुस्थानातील शेतकरी-कामगारांना वर्गीय राजकारणावर एकत्र आणण्याकरिता कामगार किसान पक्षासह आपण हिंदुस्थानच्या कम्युनिस्ट

पक्षात सामील झालात. शेतकरी व कामगारांच्या वर्गीय संघटनेवर उभारलेला कम्युनिस्ट पक्ष हाच सत्याची व न्यायाची प्रस्थापना करू शकेल, अशी आपली मनोधारणा झाली. शेती क्षेत्रातील अजोड कार्यामुळे आपण महाराष्ट्र किसान सभेचे अध्यक्ष आहात. अखिल भारतीय किसान सभेच्या अध्यक्षपदी राहून आपण राष्ट्राच्या शेतकऱ्यांचे नेतृत्व केले. शेतकऱ्यांचे प्रतिनिधी म्हणून सोव्हिएट युनियनला गेलेल्या शिष्ट मंडळाचेही आपण नेतृत्व केले.

संयुक्त महाराष्ट्राच्या निर्मितीकरिता आपण जिवाचे रान करीत आहात. राज्य पुनर्रचना कमिशनच्या निवाड्याविरुद्ध आपण सामर्थ्यशाली आंदोलन केले. काँग्रेस सरकारने १६ जानेवारी १९५६ रोजी आपणाला स्थानबद्ध केले आणि नऊ महिन्यांनंतर आपली मुक्तता झाली. १९५७ च्या सार्वत्रिक निवडणुकीत संयुक्त महाराष्ट्र समितीला विजयी करण्यास आपण अविरत परिश्रम घेतलेत. उत्तर सातारा जिल्हा पार्लमेंट मतदारसंघातून १ लाख २७ हजार मते देऊन जनतेने आपणास सहर्ष विजयी केले. लोकसभेत प्रथमच संत ज्ञानेश्वर आणि तुकारामांच्या मराठी मायबोलीत संयुक्त महाराष्ट्राचा आवाज उठविण्याचा पहिला मान आपण मिळविलात. आपल्या प्रचारामुळेच मराठवाड्यातील निवडणुकीत संयुक्त महाराष्ट्र समिती विजयी झाली आणि आपल्या वारीने शेतकरी जागा व संघटित झाला आहे. म्हणूनच आपल्या खंबीर नेतृत्वामुळे संयुक्त महाराष्ट्राची सिद्धी व देशात शेतकरी आणि कामगारांचे राज्य निर्माण होईल अशी आम जनतेस खात्री वाटत आहे.

अनेक निकडीची कामे असतानाही आमच्या विनंतीला मान देऊन आपण येथे आलात, याबद्दल आपले मनोभावाने व नम्रतापूर्वक आभार मानून यापुढेही संयुक्त महाराष्ट्राची व बहुजन समाजाची सेवा दीर्घकाळ करण्यासाठी परमेश्वर आपणाला उदंड आयुष्य देवो, अशी त्याच्याजवळ प्रार्थना करून आम्ही आपली रजा घेतो.

आपले विश्वासू

सातारा, अध्यक्ष, उपाध्यक्ष व

ता. २७-७-१९५८ सभासद

**

७९
क्रांतिसिंहांची षष्ट्यब्दी : दै. मराठामधील वृत्तान्त : ऑगस्ट १९६०

३ ऑगस्ट १९६० रोजी मुंबईत क्रांतिसिंह नाना पाटलांची एकसष्टी मोठ्या प्रमाणावर साजरी झाली आणि त्यानिमित्त आचार्य अत्रे यांनी आपल्या 'दै. मराठा'मध्ये लिहिलेला हा अग्रलेख.

नाना पाटील

आज रोजी क्रांतिसिंह नाना पाटील यांच्या वयाला साठ वर्षे पूर्ण होऊन ते एकसष्टाव्या वर्षात प्रवेश करीत आहेत. याबद्दल त्यांच्यावर प्राणापलीकडे प्रेम करणारी महाराष्ट्रातील असंख्य जनता त्यांना हर्षोत्फुल्ल अंतःकरणांनी धन्यवाद दिल्यावाचून राहणार नाही. नाना पाटलांचे नाव कोणाला माहीत नाही? गेली अठरा वर्षे त्यांची कीर्ती या महाराष्ट्रात दुथडी भरून धो धो वाहाते आहे. त्यांच्या कीर्तीला आणि लोकप्रियतेला आजतागायत खळ म्हणून तो कसा माहीत नाही. या काळात पुष्कळ पुढारी आले नि गेले, मोठमोठे चढले नि पडले; पण नाना पाटलांचे स्वयंभू स्थान पूर्वी जसे होते तसेच आजही अभंग आहे. नाना पाटलांचे व्याख्यान आहे असे नुसते शब्द कानी पडायचा अवकाश की, हजारो श्रोत्यांची त्या ठिकाणी मुंग्यांसारखी रीघ लागून राहिलीच म्हणून समजा. खेडेगावात त्यांच्या व्याख्यानाला जी गर्दी तीच शहरात. श्रोत्यांची म्हणून त्यांना कधीही वाण नाही आणि एकदा ते बोलायला उभे राहिले म्हणजे दोन-अडीच तासांची निश्चिंती. टाळ्यांच्या कडकडाटात आणि हास्याच्या खळखळाटात सारे श्रोते कुठल्या कुठे वाहून जात त्याचा ऐकणाऱ्यालाही पत्ता नाही अन् बोलणाऱ्यालाही भान नाही. वक्तृत्व हे नाना पाटलांचे जबरदस्त सामर्थ्य आहे. त्यांच्यासारखा जबरदस्त वक्ता गेल्या शतकात महाराष्ट्रात झाला नाही. विद्वान माणसांना

भुलवणारे आणि डोलविणारे वक्ते या महाराष्ट्रात काही कमी झाले नाहीत; पण बहुजन समाजाच्या हृदयाची एकदम पकड घेणारे जे थोडेसे वक्ते होऊन गेले, त्यामध्ये लोकमान्य टिळकांनंतर नाना पाटलांचे नाव घ्यावे लागेल. आपल्या राजकीय व्याख्यानांतून लोकमान्य कधी आपल्या विद्वत्तेचे प्रदर्शन करीत नसत. सामान्य माणसाला समजेल अशा साध्या आणि सोप्या भाषेत ते त्याच्याशी बोलत; 'स्वराज्य म्हणजे चुका करण्याचा हक्क' ही लोकमान्यांनी स्वराज्याची केलेली सर्वांत सोपी व्याख्या आहे. म्हणूनच त्यांचे विरोधक त्यांना तेल्या-तांबोळ्यांचे पुढारी म्हणत असत. नाना पाटलांनी राजकारणाचे हे लोण मजुरांच्या थाळीपर्यंत आणि शेतकऱ्यांच्या झोपडीपर्यंत नेऊन पोहोचविले. नाना पाटलांच्या बोलण्याचे सारे तंत्रच मुळी वेगळे आहे. ते शेतकऱ्यांच्या भाषेत बोलतात. त्यांच्या तोंडातल्या म्हणी नि त्यांच्या जीवनातल्या कहाण्या ते सांगतात. त्यांची रूपके, त्यांच्या उपमा नि त्यांचे दृष्टांत यांच्यावर शंभर टक्के मराठमोळी शिक्का मारलेला असतो. महाराष्ट्रातल्या ग्रामीण भाषेचे, संस्कृतीचे आणि जीवनाचे अत्यंत तेजस्वी आणि हृदयंगम दर्शन श्रोत्यांना त्यांच्या व्याख्यानात होते. म्हणून महाराष्ट्रातली अज्ञानी, गरीब आणि भोळी जनता त्यांच्यावरून आपला जीव अक्षरशः ओवाळून टाकते! प्रत्येक मराठी माणसाला वाटते की, नाना पाटील हा माझा आहे; तो माझ्या हिताच्या तळमळीने बोलतो आणि तोच एकटा काय ते माझे कल्याण करील. एवढा अमाप विश्वास आणि एवढी अमर्याद श्रद्धा नाना पाटलांनी मराठी जनतेच्या अंतःकरणात निर्माण करून ठेवली आहे. म्हणूनच आजपर्यंत कधी कोणाला प्राप्त झाली नाही एवढी अपरंपार लोकप्रियता या महाराष्ट्रात त्यांना लाभली आहे. अगदी त्यांच्याशी तुलना करता येईल अशी एकच विभूती आमच्या डोळ्यांसमोर दिसते आणि ती म्हणजे गाडगे महाराजांची. नाना पाटील हा महाराष्ट्राच्या राजकारणातला गाडगे महाराजांचा एक अवतार आहे, असे म्हटले तरी चालेल. लोकांची मने जिंकण्याच्या दोघांच्याही तंत्रात विलक्षण साम्य आहे. बाकी गाडगे महाराज झाले काय किंवा तुकडोजी महाराज, भाऊराव पाटील अन् आमचे नाना पाटील झाले काय; ही असली नररत्ने केवळ महाराष्ट्राच्याच मातीत सापडायची. दुसरीकडे कुठेही नाही. महाराष्ट्राच्या भूमीचाच मुळी हा गुण आहे. कृष्णाकाठची माती

आणि सह्याद्रीचा खडक यांच्या मिश्रणात चंद्रभागेचे पाणी मिसळूनच मुळी नाना पाटलांचा पिंड निर्माण झाला आहे; त्यामुळे महाराष्ट्रातल्या झुंजार वृत्तीच्या आणि भोळ्या भक्तीच्या परंपरांचा सुंदर समन्वय त्यांच्या व्यक्तिमत्त्वात झालेला दिसून येतो. नानांच्या पिंडातला कण न् कण हा देशभक्ताचा नि क्रांतिकारकाचा आहे, नाहीतर कऱ्हाड तालुक्यातल्या बडतर्फ झालेल्या एकवेळच्या या तलाठ्याने महात्मा गांधींच्या स्वातंत्र्यलढ्यात दाखल होऊन त्यांच्या क्रांतिशक्तीचे लोण सातारा जिल्ह्यातल्या साऱ्या शेतकऱ्यांच्या झोपड्याझोपड्यांपर्यंत कसे पोहोचविले असते? आणि त्या ठिकाणी शेतकरी-कामकऱ्यांच्या ग्रामराज्याची मुहूर्तमेढ कशी रोवली असती? बेचाळीसच्या क्रांतिसंग्रामात जनतेचे प्रति-सरकार स्थापन करण्याचा जो अद्‌भुत चमत्कार नाना पाटलांनी करून दाखविला; त्यामुळेच भारतीय स्वातंत्र्याच्या इतिहासात नाना पाटलांचे नाव अजरामर झाले आहे. त्यांच्या क्रांतिकारक जीवनाचा त्याच वेळी जो भरभक्कम पाया घातला गेला त्याच्या आधारावर संयुक्त महाराष्ट्राच्या आंदोलनातील त्यांच्या अलौकिक पराक्रमांचे आणि अविस्मरणीय कामगिरीचे हे भव्य मंदिर उभारले गेले आहे. त्यावर समाजवादाचा सुवर्णकळस उभारण्याचे कार्य काय ते आता बाकी आहे. नाना पाटील कम्युनिस्ट आहेत म्हणून काही कोणी बिचकण्याचे कारण नाही, कारण ते 'मार्क्सवादी' असले तरी पंढरीच्या विठोबाची माळ त्यांच्या गळ्यात आहे हे कोणी विसरता कामा नये. त्यांचा प्राण आणि त्यांच्या सर्व निष्ठा महाराष्ट्रातच अडकल्या आहेत, म्हणून साडेतीन कोटी मराठी जनतेच्या प्रयत्नांनी निर्माण झालेल्या या महाराष्ट्र राज्यात जर उद्या समाजवाद यावयाचा असेल तर तो या 'मार्क्सवादी माळकऱ्या'च्या नेतृत्वाखालीच येईल याविषयी आम्हाला तिळमात्र शंका नाही. तेवढ्यासाठी परमेश्वराने त्यांना दीर्घायुष्य द्यावे!

(दै. मराठा, दि. २ ऑगस्ट १९६० मधून)

क्रांतिसिंह नाना पाटील यांच्या षष्ट्यब्दीचा कार्यक्रम

'दै. मराठा'च्या २ ऑगस्ट १९६० च्या अंकात आलेला क्रांतिसिंह नाना पाटील यांच्या षष्ट्यब्दीपूर्तीच्या समारंभाचा कार्यक्रम

मुंबई, मंगळवार - उद्या दि. ३ ऑगस्ट रोजी मुंबईत क्रांतिसिंह

नाना पाटील यांचा षष्ट्यब्दीपूर्ती समारंभ प्रचंड प्रमाणात साजरा करण्यात येणार असून, त्यासाठी क्रांतिसिंह पाटील यांचे दिल्लीहून पठाणकोट एक्स्प्रेसने सकाळी ७॥ वाजता दादर मध्य रेल्वेच्या स्टेशनवर आगमन होईल. या वेळी त्यांचे संयुक्त महाराष्ट्र समिती व मुंबईतील कामगारांच्या वतीने भव्य स्वागत करण्यात येणार आहे

(२) यानंतर क्रांतिसिंह नाना पाटील मुक्कामासाठी आचार्य अत्रे यांच्या घरी जातील.

(३) तेथे स्थानिक पुढाऱ्यांच्या गाठीभेटी घेतील.

(४) सायंकाळी ६ ॥ वाजता पाऊस नसल्यास क्रांतिसिंह नाना पाटील यांच्या सत्काराची जाहीर सभा कामगार मैदानावर भरेल. पाऊस असल्यास ही सभा परळच्या डॉ. शिरोडकर स्मारक मंदिरात भरेल. ज्या व्यक्तींना व संस्थांना क्रांतिसिंह नाना पाटलांना हार अर्पण करावयाचे असतील त्यांनी अर्धा तास अगोदर आपली नावे चिटणीसांकडे नोंदवावीत

सभेच्या सुरुवातीस शाहीर अमर शेख यांचे गीत झाल्यावर सेनापती बापट यांचे आशीर्वादपर भाषण होईल आणि नंतर आचार्य अत्रे. आमदार उद्धवराव पाटील, आमदार आर. डी. भंडारे, श्री. दत्ता देशमुख, कॉ. श्रीनिवास सरदेसाई यांची क्रांतिसिंह नाना पाटील यांच्या गुणगौरवपर भाषणे होतील. नंतर क्रांतिसिंह नाना पाटील सत्काराला उत्तर देतील.

(दै. मराठा, ३ ऑगस्ट १९६०)

३ ऑगस्ट १९६० रोजी मुंबईत आचार्य अत्रे यांच्या अध्यक्षतेखाली क्रांतिसिंह नाना पाटलांचा भव्य सत्कार झाला. त्या सत्काराचा दै. मराठाच्या ४ ऑगस्टच्या अंकात आलेला वृत्तान्त.

क्रांतिसिंह नाना पाटलांवर हजारो पुष्पहारांचा वर्षाव!

'समाजवादी भारतात समाजवादी महाराष्ट्र झालेला या डोळ्यांनी मला बघू दे!'- एकसष्टी समारंभात नाना पाटील यांची घोषणा

मुंबई, बुधवार - "अजून संयुक्त महाराष्ट्राची पुरती 'मळणी' झालेली नाही. मुंबई ही 'पहिली रास' मिळाली. अजून बेळगाव, कारवार, डांग, उंबरगाव, गोवा ही 'रास' राहिली आहे. अजून लई दाणे मागे उरले हायती. ते झोडपून काढल्याबिगर हा 'तिवठा' उचकटायचा न्हाई. माझा सारा जन्म शेतकऱ्यांत गेला आहे. त्या शेतकऱ्यांना आज काँग्रेसच्या राज्यात जगणे कठीण झाले आहे. आता मला साठ वर्षे पूर्ण झाली आहेत; म्हणजे मी पेन्शनीत निघायला हवे.

"पण अजून भरपूर ताकद आहे. मी रान उठवणारा गडी आहे. तुम्ही माळ्यावर रायफली घेऊन बसा. तुमच्यासमोर जनावराचे फरे पिटाळून आणतो. मग मारा एकेकाला गोळ्या. समाजवादी महाराष्ट्र होईपर्यंत आपला हा लढा थांबत नाही. मी कम्युनिस्ट पक्षाचा आहे म्हणून काहीजण टीका करतात; पण लक्षात ठेवा, मी कम्युनिस्ट म्हणूनच जगेन आणि कम्युनिस्ट म्हणूनच मरेन! पण त्याचा अर्थ असा की, मी जनतेचा आहे. गरिबांचे संसार सुखाचे झालेले डोळ्यांनी बघावेत एवढीच माझी इच्छा! नवबौद्धांवर अन्याय होता कामा नयेत! माझा सत्कार हा माझा नाही. सातारा जिल्ह्याची सारी शक्ती माझ्या मागे उभी आहे; म्हणून मी हा सातारा जिल्ह्याचा सत्कार समजतो!" असे अत्यंत भावपूर्ण उद्‌गार क्रांतिसिंह नाना पाटलांनी आचार्य अत्रे यांच्या अध्यक्षतेखाली भरलेल्या एकसष्टी सत्कार समारंभात हजारो स्त्री-पुरुष श्रोत्यांसमोर काढले.

सकाळपासून अतोनात पाऊस असल्यामुळे हा सत्कार समारंभ शिरोडकर सभागृहामध्येच करण्यात आला. सारे सभागृह सायंकाळी ५ वाजल्यापासून तुडुंब भरले होते. मुंगीलादेखील शिरकायला जागा नव्हती. व्यासपीठावर समितीचे सर्व पुढारी, आमदार, खासदार, अनेक आमंत्रित पाहुणे आणि क्रांतिसिंह नाना पाटलांचा सत्कार करण्यासाठी हार-उपहार घेऊन आलेले अनेक संस्थांचे प्रतिनिधी उपस्थित होते. मधूनच क्रांतिसिंहांच्या नावाच्या घोषणा रणशिंगांच्या ललकाऱ्यांबरोबर होत होत्या. बरोबर साडेसहा वाजता क्रांतिसिंह नाना पाटील, सेनापती बापट आणि प्रबोधनकार ठाकरे यांना घेऊन सभाध्यक्ष आचार्य अत्रे यांनी व्यासपीठावर प्रवेश केला, तेव्हा टाळ्यांच्या कडकडाटाने आणि संयुक्त महाराष्ट्राच्या घोषणांनी सारे सभागृह दणाणून गेले.

प्रारंभी महाराष्ट्र शाहीर अमर शेख आणि त्यांचे कलापथक यांनी 'महाराष्ट्र गीत' आणि 'रामराम राजा कुणबी हरे-राम' ही गीते म्हटल्यानंतर कॉ. बापूराव जगताप यांनी अध्यक्षांची सूचना केली. अध्यक्ष आचार्य अत्रे रीतसर स्थानापन्न झाल्यानंतर मग कॉ. प्रभाकर वैद्य यांनी पुढील मंडळींचे संदेश आणि तारा यांचा उल्लेख केला. कॉ. डांगे, साथी एस. एम. जोशी, कॉ. रणदिवे, माधवराव बागल, विदर्भकेसरी के. आर. पाटील, वऱ्हाड, प्रि. पाटील, सातारा, मधुकर भिसे, फलटण, ॲ. आनंदराव पवार, महाराष्ट्र एकीकरण समिती, कारवार, आमदार डी.जी. देशपांडे, बी. एस मोरे, औरंगाबाद, आमदार पाटकर, स. वि. केळकर, तुषार आनंदराव, सातारा, बापू वैद्य, सातारा, बाळासाहेब अत्रे, पुणे, टिळक, बार्शी, पुणे कम्युनिस्ट पार्टी, परांजपे, गोडबोले, अमरावती, डॉ. देवभक्त, पुणे, का. स. शिंदे, धों. म. मोहिते इत्यादी. यानंतर मुंबईतल्या आणि उपनगरांतल्या शेकडो संस्थांच्या प्रमुखांनी क्रां. नाना पाटलांना हार घातले. त्या सर्वांचा या ठिकाणी उल्लेख करता देणे शक्य नाही. शेवटचा हार समितीतर्फे खासदार दाजीबा देसाई यांनी घातला. हा सर्व विधी जवळजवळ पाऊण तास चालला होता. व्यासपीठावर हारांचा अक्षरशः डोंगर पसरला होता. कोणी नोटांचे हार घातले होते. शालजोड्या इत्यादी वस्त्रे यांचाही ढीग लागला होता.

त्यानंतर अध्यक्ष आचार्य अत्रे टाळ्यांच्या गजरात म्हणाले,

"साडेतीन कोटी मराठी जनतेच्या अतीव आनंदाचा हा प्रसंग आहे. आपण ज्यांची मूर्ती आज पूजत आहोत, त्या क्रांतिसिंह नाना पाटलांना आज ६१ वे वर्ष लागत आहे. सर्व लढ्यांमध्ये ज्यांनी अग्रभागी राहून भाग घेतला अशा क्रांतिकारकाने ६० वर्षे जगावे हा एक चमत्कार आहे. पराक्रमी माणसांचे आयुष्य क्षणभंगुर असते असा अनुभव आहे. नाना पाटील सिंह आहेत. सिंह म्हणजे जंगलचा राजा. त्यांचा सत्कार उघड्यावर जंगलात व्हावयास पाहिजे होता. त्यांचा सत्कार या लहानशा गुहेत कसा होणार? परंतु पावसाच्या कृपेमुळे आपल्याला हा सत्कार समारंभ या लहानशा जागेत करावा लागत आहे."

सर्वांनाच आनंद

"आज या प्रसंगी सर्वांनाच आनंद झाला आहे. पावसालाही आनंद

झाला आहे आणि काँग्रेसच्या वृत्तपत्रांनाही आनंद झाल्यासारखे दिसत आहे, कारण त्यांच्या तोंडून आज या सत्कार समारंभाबद्दल एक अवाक्षरही फुटत नाही. हे त्यांना झालेल्या आनंदाचे लक्षण आहे असे मी मानतो. संयुक्त महाराष्ट्र निर्मितीचे श्रेय कुणीही घेवो; परंतु संयुक्त महाराष्ट्र निर्मितीच्या लढ्यात नाना पाटलांचे नाव सुवर्णाक्षरांनी लिहिले जाईल.''

समितीचे कार्य संपलेले नाही

समितीचे कार्य अजून संपलेले नाही, असे सांगून आचार्य अत्रे म्हणाले की, ''समाजवादी भारतात समाजवादी महाराष्ट्र आणण्याचे कार्य अद्याप पुरे करावयाचे आहे व नाना पाटील ते करतील याबद्दल माझी खात्री आहे.''

सेनापती बापट यांचा आशीर्वाद

सेनापती बापट आपल्या भाषणात म्हणाले की, ''लढ्याचा नेता भक्कम पाहिजे. आपल्याला अजून मुख्य लढा लढावयाचा आहे आणि तो लढा समितीमार्फतच झाला पाहिजे. या लढ्याचे नेतृत्व करण्यासाठी नाना पाटलांसारखे नेते आपल्यात आहेत ही सुदैवाची गोष्ट आहे.'' प्रबोधनकार ठाकरे आपल्या भाषणात म्हणाले की, ''महाराष्ट्र हा भारताचा एक नासका-कुजका भाग आहे, असे ज्यांचे बाप बरळले त्यांनी हा भव्य समारंभ पाहावयास पाहिजे होता.''

महाराष्ट्र हे नेत्यांचे पोळे

श्री. दत्ता देशमुख आपल्या भाषणात म्हणाले की, ''महाराष्ट्र हे नेत्यांचे पोळे आहे. या नेत्यांचे वैयक्तिक श्रेष्ठत्व तर आहेच; परंतु महाराष्ट्राच्या समाजाची कर्तृत्वशीलता यांच्या मागे उभी आहे.''

समाजवाद लवकर येईल

सौ. उषाताई डांगे आपल्या भाषणात म्हणाल्या की, ''नानांचे व माझे घरगुती नाते आहे; आम्ही बहीण-भाऊ आहोत. घरगुती संभाषणात नाना ज्या वेळी प्रति-सरकारच्या एक/एक गोष्टी सांगतात, त्या वेळी मला वाटते की, क्रांती करावयास निघालेला हा मनुष्य इतका साधा कसा? नाना पाटलांसारखी माणसे आमच्या पक्षात आहेत म्हणूनच येथे

समाजवाद लवकर आल्याशिवाय राहणार नाही.''

''ज्या शिवाजी पार्कवर संयुक्त महाराष्ट्राच्या लढ्याचे महाभारत घडले त्या कुरुक्षेत्रावर छत्रपती शिवाजी महाराजांचा पुतळा उभारावयाचा आहे. या लढ्यासाठी नाना पाटील यांनी जे कार्य केले, त्याची आठवण म्हणून त्यांच्या पुढील वाढदिवसाला १ लाख रुपयांची थैली अर्पण करावयाची असा या सत्कार समितीचा संकल्प आहे,'' अशी घोषणा आचार्य अत्रे यांनी केली. त्या वेळी सभागृहात 'छत्रपती शिवाजी महाराज की जय', 'संयुक्त महाराष्ट्र समितीचा विजय असो' अशा घोषणा करण्यात आल्या.

गोमंतकाची मुक्ती

त्यानंतर गोवा जनता पक्षातर्फे बोलताना श्री. नारायण देसाई म्हणाले की, ''संयुक्त महाराष्ट्र व गोवामुक्ती या दोन्हींसाठी नानांनी कार्य केले. संयुक्त महाराष्ट्र त्यांनी हस्तगत केला आहे. गोव्याची मुक्ती मात्र करण्याचे राहिलेले आहे. हे कार्य त्यांनी पुरे करावे, अशी गोवेकर जनतेची इच्छा आहे.''

जनतेची नाडी नेहमीच नानांच्या हाती आहे, असे सांगून श्री. उद्धवराव पाटील म्हणाले, ''ज्या ज्या ठिकाणी नानांना अन्याय दिसला, त्या त्या ठिकाणी नानांनी उडी घेतली व अन्याय दूर केला.''

विधानसभेतील विरोधी पक्षाचे नेते श्री. आर. डी. भंडारे म्हणाले की, ''दादासाहेब गायकवाड यांच्या खांद्याला खांदा लावून नाना पाटील भूमिहीनांच्या चळवळीत लढले; तेव्हा नाना पाटील हे आमचेच आहेत, असे आम्ही समजतो. नाना पाटील हे पंढरीचे वारकरी असतील; मलासुद्धा तसे वारकरी होण्यास हरकत नाही.''

कॉ. श्रीनिवास सरदेसाई आपल्या भाषणात म्हणाले की, ''नाना पाटील यांच्या अंगात क्रांती भिनलेली आहे.''

कॉ. कृष्णा देसाई आपल्या भाषणात म्हणाले की, ''नाना पाटील यांचे कार्य इतके थोर आहे की, हा सत्कार सरकारतर्फे व्हावयास पाहिजे होता; परंतु आज सरकारात फक्त पांढऱ्या टोपीचीच बूज राखली जाते.''

बेळगावची लढाई

संयुक्त महाराष्ट्र समितीचे सरचिटणीस श्री. दाजीबा देसाई म्हणाले

की, “६० व्या वर्षीही अन्यायाविरुद्ध लढण्याची ताकद नाना पाटील यांच्या ठिकाणी आहे. साताऱ्यातील भाऊराव पाटील यांची शिक्षण संस्था सरकारच्या पैशांवर चालली नाही, जनतेच्या पैशांवर चालली. नाना पाटील यांच्या चळवळीही भांडवलदारांकडून मिळणाऱ्या पैशांवर चालल्या नाहीत. जनतेकडून मिळणाऱ्या पैशांवर चालल्या. महाराष्ट्रात शिकल्या सवरलेल्या मंडळींनी आपले रक्त सळसळते आहे की नाही हे तपासून पाहिले पाहिजे. याच ताकदीवर बेळगावची लढाई सुरू करावयाची आहे. बेळगावच्या लढाईचा मुहूर्त कोल्हापूरला करावयाचा आहे. हा मुहूर्त यशस्वी होवो.”

यानंतर टाळ्यांच्या प्रचंड कडकडाटात आणि रणभेरीच्या निनादात उत्तराचे भाषण करावयास क्रां. नाना पाटील उभे राहिले. श्री छत्रपती शिवाजी महाराज, लो. टिळक, म. फुले, डॉ. आंबेडकर, महात्मा कबीर यांना अभिवादन करून ते म्हणाले,

“आपण आज माझा फार मोठा सत्कार केलात; पण या गुणगौरवात अतिशयोक्ती आहे. आई ज्याप्रमाणे मुलांचे कौतुक करते तसे तुम्ही माझे केलेत (टाळ्या) त्याबद्दल मी तुमचा जन्मभर ऋणी राहीन. माझे घराणे पंढरीच्या वारकऱ्यांचे; पणजोबा, आजोबा, वडील हे सर्व वारकरी म्हणून त्यांनी लहानपणीच माझ्या गळ्यात पंढरीची माळ घातली; पण मी काही पंढरीची वारी केली नाही. मी केली येरवड्याची वारी! (प्रचंड हशा - टाळ्या) माझा विठोबा सोन्याचे कळस असलेल्या आणि चांदीची दारे असलेल्या पंढरीच्या देवळात नसून तो येरवड्याच्या तुरुंगात आहे; म्हणून तिथेच वाऱ्या करीत सुटलो! (पुन्हा प्रचंड टाळ्या)

महात्मा फुले यांचं मार्गदर्शन

त्यानंतर मला माझ्या आयुष्याचा खरा मार्ग कोणी दाखविला असेल तर तो महात्मा फुले यांनी (प्र. टाळ्या). तो महात्मा जर भेटला नसता तर आज हा वाढदिवस काही दिसला नसता! त्यांनी मला शिकविले धार्मिक अन् सामाजिक गुलामगिरीची बेडी तोडून टाका! नंतर मी झालो तलाठी. माझा नंबर लागला (हशा); पण मला कुस्त्यांचा लई नाद. सरकारी पैसा घातला कुस्त्यांच्या फडात! पण

पैशाची जबाबदारी मी माझ्यावर घेतली. पाटील निर्दोष सुटला. तेवढ्यात १९३० ची चळवळ सुरू झाली. मग त्या सुतकात ते सुतक फेडून (हशा). ६ महिने शिक्षा अन् १०० रुपये दंड झाला. भाषणात शिव्या देण्यात माझा लई हातखंडा. पोलीस पकडायला आले. त्यांना सांगितले, जरा लघवी करून येतो. बाहेर गेलो, मारली घोड्यावर टांग अन् झालो पसार! (हशाच हशा) पुढे अनेकदा तुरुंगात गेलो; पण आपल्या दोषांचे खापर सोबत्यांच्या डोक्यावर नाही कधी फोडले! स्वतः केलं नि स्वतःच भरलं! (प्रचंड टाळ्या) एवढे वय झाले; पण पुण्याच्या मोर्चात पोलिसांची फळी फोडून कशी झुकांडी देऊन तीन चौक्या ओलांडून गेलो ते आमच्या अत्रेसाहेबांना विचारा (टाळ्यावर टाळ्या) संयुक्त महाराष्ट्राचे राज्य आले. काँग्रेसवाले म्हणतात, 'आम्ही मिळविले.' ठीक आहे.

पटके उडविणारे दुसरेच

आमच्याकडे बैलांच्या झुंजी लागतात. एका गावाचा बैल जिंकतो अन् दुसऱ्या गावचे लोक पटके उडवायला लागतात. ते म्हणतात, आमच्या भागातला बैल जिंकला (हशा). अरे, पण तू त्या बैलाला कधी पाणी घातले होतेस का? तर न्हाई! मग पटका का उडवतोस? (हशा). तशी आम्ही मुंबई मिळवली. महाराष्ट्र राज्य मिळविले अन् हे लोक पटके उडवतात! (हशा) १ मेला एक मेला! अन् दुसरा जन्माला आला. (हशा) म्हणजे द्वैभाषिक मेले आणि महाराष्ट्र राज्य जन्माला आले. आता २ ऑक्टोबरला आमचा बेळगावचा लढा सुरू व्हायचा. आमचे माधवराव बागल होते मागे सीमा लढ्याचे सेनापती. ते म्हणतात, 'हातात हात घालून लढू' (हशा) ठीक आहे; पण बागलसाहेब तर कुस्ती व्हायच्या आधीच कपडे टाकून पसार झाले. (हशा) मी त्यांना म्हणतो - तुम्ही आखाड्यात या, कुस्ती लढा, उताणे पडा अन् पाहिजे तर जा! (हशाच हशा)

आमच्या समितीतील काही लोक काँग्रेसमध्ये गेले. त्यांना तिकडे हिरवे दिसले. (हशा) वाटले, खुपसावे त्यात तोंड (हशा). आपल्याकडे काय आहे? सगळेच वाळलेले. (हशा) पण आम्ही त्यांना सांगतो की, तिकडची जनावरे तुम्हाला खाऊन देतील का काही? लबाड यजमान पाहुण्याचे घोडे आपल्या तबेल्यात बांधतो अन् त्याच्या तोंडाला नुसता

तोबराच लावतो. आत चंदीबिंदी काही न्हाई. तशी काँग्रेसमध्ये गेलेल्या आमच्या पाहुण्यांची स्थिती झाली आहे.

काँग्रेसमध्ये गेलेल्या या मंडळींना माझे हे सांगणे आहे की, अरे, तुम्ही समितीच्या तिकिटावर निवडून आलात अन् काँग्रेसमध्ये जाता? एकाचे कुंकू लावता अन् दुसऱ्याबरोबर संसार करता (प्रचंड टाळ्या, हशा). समितीशी काडीमोड घ्या अन् मग जा कुणाचाही हात धरून! (हशा).

समाजवाद तेव्हाच येईल!

माझा सारा जन्म शेतकऱ्यांत गेला आहे. शेतकरी सुखी कसा होईल याची रात्रंदिवस मला तळमळ लागून राहिली आहे. आज शेतकऱ्यांचे दैनंदिन जीवन अशक्य झाले आहे!

आपल्या देशातले हे खादीचे कपडे अंगावर धारण करणारे, गांधी-नेहरूंचे फोटो आपल्या पेटीवर लावून त्यांची पूजा करणारे हे काळेबाजारवाले नष्ट झाल्यावाचून या देशात समाजवाद येणार नाही.

माझा सन्मान हा माझा नसून माझ्या सातारा जिल्ह्याचा आहे. श्रमकऱ्यांचे, कष्टकऱ्यांचे नि गरिबांचे संसार सुखाचे केलेल्या डोळ्यांनी पाहावेत एवढीच माझी इच्छा आहे. नवबौद्धांवरील अन्याय दूर व्हावा! तेवढ्यासाठी माझ्या देहातला शेवटचा रक्ताचा थेंब असेपर्यंत मी लढत राहीन!'' (टाळ्यांचा प्रचंड कडकडाट)

त्यानंतर शाहीर अमर शेख यांचे राष्ट्रगीत होऊन साडेचार तास चालेला हा अभूतपूर्व समारंभ संयुक्त महाराष्ट्राच्या आणि नाना पाटलांच्या जयजयकाराने समाप्त झाला.

नाना पाटील आणि ट्रॅक्टर

आचार्य अत्रे

क्रांतिसिंह नाना पाटलांनी १९५५ मध्ये सोविएत रशियाला भेट दिली होती, तेव्हा उजबेकिस्तानमध्ये ते ट्रॅक्टर चालवून पाहात असताना एक छायाचित्र काढले होते. ते भारतात परत आल्यावर त्यांना कुणीतरी विनोदाने विचारले, ''अण्णा, येताना तो ट्रॅक्टर का नाही आणलात?''

तेव्हा नाना पाटलांनी हसत हसत उत्तर दिले, "अहो, आपल्या देशात गोरगरीब शेतकऱ्याला साधी नांगराची बैलजोडी परवडण्याची पंचाईत; त्याला ट्रॅक्टरपायी कर्ज काढाया लागायचं नि कर्जापायी जमिनीचा लिलाव व्हायचा. म्हणजे जमिनीसाठी ट्रॅक्टर घेतला आणि ट्रॅक्टरसाठी जमीन गेली असं व्हायचं. त्यातनं अगदी गरिबाचं शेत एवढंसं की, ट्रॅक्टरचं एक टोक शेताच्या या बांधाला भिडलं तर दुसरं टोक पलीकडचा बांध फोडून दुसऱ्याच्या शेतात घुसायचं! मग त्याने ट्रॅक्टर फिरवायचा कसा नि कुठं? त्यासाठी पहिल्यांदा कसणाऱ्या शेतकऱ्याला जमीन मिळाया हवी नि मग त्याच्या खुशीने ती एकत्र आणाया हवी. म्हणजे पहिल्यांदा भांडवलशाहीची तणं खुरपून काढाया हवीत. मग क्रांतीचा जाळ पेटवून राब कराया हवा. मग समाजवादाच्या पेरणीसाठी नांगरटीची वेळ आली की, ट्रॅक्टरच आणायचा आहे."

(मराठा : दि. ३ ऑगस्ट १९६०)

भाई डांगे यांच्याकडून क्रांतिसिंहांचे अभीष्ट चिंतन

स्वातंत्र्य चळवळीच्या इतिहासात नाना पाटलांच्या नावाला एक विशिष्ट अर्थ आहे. हा अर्थ महाराष्ट्रातच मात्र जास्त मशहूर आहे. इतरत्र त्याची जाणीव कमी आहे. बेचाळीसच्या चळवळीमध्ये जे पत्री सरकार नावाजले गेले, त्याला महाराष्ट्र नाना पाटलांच्या नावाने ओळखतो. पत्री सरकार स्थापन करण्यात जरी अनेकांनी भाग घेतला तरी त्याची ग्वाही नाना पाटलांच्याच नावाने ऐकू येते. पत्री सरकार म्हणजे, ब्रिटिशांच्या विरुद्ध स्वातंत्र्याचा पुकार करून व हातात शस्त्रे घेऊन ज्या शेतकरी क्रांतिकारकांनी साताऱ्याच्या काही भागांत आपली प्रति-सरकार सत्ता स्थापन केली, त्याचे प्रतीक. स्वराज्याच्या चळवळीला हे एक निराळेच वळण होते. त्याचीच परिणती पुढे १९४६ मध्ये नाविकांच्या बंडांत व मुंबईच्या सार्वत्रिक संपात झाली. शेतकरी, सैन्य आणि कामगार असा त्रिवेणी संगम ४६ मध्ये घडून आला आणि त्याचा परिणाम व्हायचा तो झाला. १९४६ मध्ये हे सर्व प्रवाह चळवळीत एक झाले; पण संघटनेत दूर राहिले. पुढे हळूहळू स्वराज्यानंतर शेतकरी क्रांतीचा हा प्रवाह मार्क्सवादाकडे वळला. नाना पाटील कम्युनिस्ट

पार्टीमध्ये आले. नाना पाटलांचे चरित्र हे असे आहे. स्वातंत्र्याच्या चळवळीमध्ये दर दहा-पंधरा वर्षांनी जे ज्वलंत प्रवाह व त्यांचे नामवर पुढारी इतिहासात प्रगट होत असत, त्यामध्ये पत्री सरकार आणि नाना पाटील यांना महत्त्वाचे ऐतिहासिक स्थान आहे. हिंदी जनतेचे माजोरी भांडवलशाहीपासून रक्षण करणे आणि कामगार-शेतकरी वर्गाच्या मुख्य आधारावर देशाला समाजवादाकडे नेऊन समृद्ध करणे व त्यासाठी कुशल आणि अचूक अशी कम्युनिस्ट पार्टीची बांधणी करणे या अनेकविध कार्यांत त्यांना दीर्घायुष्य लाभून यश मिळो -

टिळक पुण्यतिथी - एस. ए. डांगे

(मराठा : ३ ऑगस्ट १९६० मधून)

नाना पाटलांच्या तेजस्वी वक्तृत्वशैलीचा एक नमुना

नाना पाटलांचे भाषण एक विलक्षण चीज आहे; अशी चीज जगात दुसरीकडे पाहावयाला मिळायची नाही. त्यांची भाषा वेगळी, त्यांचे तंत्र वेगळे, त्यांचे उपमा-दृष्टांत निराळे, प्रत्येकावर त्यांच्या व्यक्तित्वाचा जणू शिक्का मारला आहे. शेतकरी-कामगारांचा प्रचंड मेळावा समोर दिसला की, नानांच्या वक्तृत्वाला असे उधाण येते म्हणता! मग त्यांच्या रसवंतीचा लोंढा तीन-तीन तास अस्खलितपणे वाहत असतो. चौदा वर्षांपूर्वी औंधच्या राजेसाहेबांच्या अध्यक्षतेखाली औंध येथे झालेले त्यांचे एक भाषण आमच्या संग्रही होते. ते मुद्दाम इतक्या वर्षांनी आम्ही देतो आहोत. त्यात नाना पाटलांच्या बहुतेक सर्व तेजस्वी वैशिष्ट्यांचे वाचकांना दर्शन होईल.

हजारो श्रोत्यांच्या अंतःकरणाचा एका क्षणात ठाव घेणारे वक्तृत्व हा नाना पाटलांचा स्थायीभाव आहे. ब्रिटिश सरकारला नाना पाटलांची जी खरी भीती वाटत होती, ती त्यांच्या या अमोघ अस्त्राचीच! आजच्या काँग्रेस सरकारच्या थैलीशाही वृत्तीचे वाभाडे काढतानासुद्धा नाना पाटलांची वाणी तितक्याच सहजतेने आग ओकीत असते.

- आचार्य अत्रे

आज मला ग्रामराज्य मिळाले. माझा शेतकऱ्यांचा राजा एका शेतकऱ्याचे व्याख्यान ऐकायला आला. हेच माझे ग्रामराज्य. ज्ञानेश्वराने रेड्याला बोलायला लावले. मी शेतकरी. शिकलेल्या लोकांसमोर मी काय बोलणार? पण माझ्या राजाने ज्ञानेश्वराप्रमाणे मला बोलायला लावले आहे. (हशा)

राजा इंग्लंडात आणि शेतकरी शेतात; असलं ग्रामराज्य मला नको आहे. (हशा). मी बोलतो आहे आणि माझा राजा ते ऐकतो आहे, हे भाग्य केवढे! ज्ञानेश्वरीत म्हटले आहे की,

'भाग्याचा उदय, तेही जोडी संत काव्य ।' :

१९३० सालापासून गांधीबाबांच्या शिकवणीनुसार आम्ही स्वातंत्र्यासाठी लढलो आहोत. सत्य आणि अहिंसा यांचा आम्ही कधी भंग केला नाही आणि गांधीबाबांनी १९४२ साली जेव्हा मंत्र धाडला, 'चले जाव!' तेव्हा त्या मंत्राची आम्ही अंमलबजावणी सुरू केली; परंतु इंग्रजांचा न्याय न्यारा होता! पहिला मोर्चा आम्ही तासगावला नेला. तो एवढा मोठा मोर्चा होता की, नोकरशाहीची बोबडीच वळली. यातून काय निर्माण होणार अशी धडकी भरली आणि तिने हातपाय पाखडायला सुरुवात केली. इस्लामपूला किर्लोस्करवाडीचा पंड्या आणि कामेरीचा बारबटे, वडूजला निःशस्त्र परशराम पहिलवान, हे नोकरशाहीच्या अत्याचारांना बळी पडले! हा इंग्रजांचा न्याय! (धिक्कार!) या अन्यायी न्यायाने आम्हाला धडा दिला. मी आणि माझे सहकारी आम्ही धडा घेतला.

इंग्रजांच्या राज्यावर सूर्य कधी मावळत नाही म्हणे! पण सातारा जिल्ह्यात त्या सूर्यासमोर एक मोठा ढग आडवा आला. (हशा) कुठे आहे इथे इंग्रजी नोकरशाहीचं जुलमी राज्य? या राज्याबरोबरच धडाडणारे बंगले सती गेले. पूल कोसळून पडले. (प्रचंड टाळ्या) आमचे क्रांतिकारक सहकारी म्हणजे एकेक रत्ने आहेत - आणि त्यांनी पुन्हा स्वतःपाशी अनेक रत्नांचा साठा केला आहे. त्यांनी परीक्षा केली अन् एकापेक्षा एक बहाद्दर तरुण जमा केले. मेल चालू असताना डबा पेटवून उडी मारणारा तरुण माझ्यापाशी आहे. (प्रचंड टाळ्या). आमच्यासमोरचे (उभ्या असलेल्या शिपायांकडे बोट दाखवून) हे शिपाई करतील असं? (प्रचंड हशा) माझ्या राजासमोर मी सांगतो की, माझ्या घरात फुंकणीसुद्धा

नाही. दारू उडवतात ना वरती? त्याच्या फुंकण्या मी केल्यात. मग बंदुका कुठून येणार माझ्याजवळ? पण मग विचार केला, हे नाही चालायचं असं आणि घेतल्या झालं बंदुका हिसकून पोलिसांच्या! (हशा टाळ्या); पण बंदुकांनाबी शक्ती लागते. गाईच्या दुधाचा पाडा बनायचा. आता आलंया म्हशींचं दूध, तसंच धुंद करतं ते म्हशीवाणी (टाळ्या). माझ्या भुकेचं एक पाणसळ आहे माझ्याजवळ. ते मी डाव्या हातानं कपाळाला लावतो. अन् तितकं तडस झालं पोट की, मग उठतो. शक्तीचं माप हे असं आहे- तुम्हीच सांगा, मी मनात आणलं तर माझ्यासारख्याला दोन-चार शिपाई काय करणार? (हशा); पण आता 'च्या' आलाय ना. माझी भाषा नांगरी; पण मनातले सांगतो, आमचा पूर्वीचा कपडा पाहा, केवढा जाड आणि आताचा कपडा घ्या. इतका पातळ, इतका पातळ की पुरुष अगदी 'मलमलीत!' अन् बायका त्याबी अगदी 'पातळात'! मग कसं धडधाकट पोर निपजायचे? (हशा). ते मूलबी इमिटिशनचे! (आणखी हशा) हा सारा चहा बरं!

आमचं पूर्वीचं दिवाळीतलं राळं अगदी घट्ट आणि आता सारा 'पाक'! एवढंसं सारण काय पुरणार हो? आमच्या या शक्तीचा आम्हाला चळवळीत उपयोग झाला. रात्री-अपरात्री डोंगरातून, नदी-नाल्यांतून आम्ही सर्वत्र संचार केला तो या शक्तीमुळे; म्हणून माझे आपणाला हात जोडून सांगणे आहे की, बाबांनो, शक्ती वाढवा!

आमचे पूर्वीचे शिक्षण कसे होते? श्री गणेशाची अक्षरे होती. इंग्रजांनी ही पद्धत पार बदलली. त्यांनी काय केलं? श्री नेली तिकडे इंग्लंडात आणि आम्हापाशी काय ठेवले? शेवटचं गम रसतल! आणि सारा हिंदुस्थान रसातळाला नेला!

या इंग्रजी करणीला आमच्या रूढीची लई जोड मिळालीय. अजून बघा, पोर आजारी पडलं की, शेतकरी चालला देवऋषीकडे. आन मग अंगाऱ्याला सुरुवात. लागलं त्याच्या अंगात यायला! अहो, देव दिसला तरीदेखील मनात अन् विचारांत फरक पडतो. मग अंगात देव आला तर काय होईल? पण देवऋष्याला देणं काढायचं असतं. माझ्यासारख्याकडून एकच अंडे, जरा मोठा असला की कोंबडी, अन् मग बकरा! (हशा)

मी म्हणतो, ही देव अन् भुतं अन् म्हसोबा काय खुळं हैती? पोर पंधरा दिवस आजारी असतं, तेव्हा म्हसोबासमोरून काय कोंबडी-बकरी

जात नाहीत? पण त्या देवऋष्याला आमचा बकरा लागतो. गावापासून लांब एक देऊळ होतं. मी माझा अनुभव सांगतो. यापुढं तरी तुम्ही शाणं व्हावं म्हणून. त्या म्हसोबासमोरून म्हणे वस्तूच हलत नसे, कारण ती गुरवाला हवी असते (हशा). त्याने सांगितले, वस्तूला हात लावला की, जुलाब व्हायला सुरुवात होते. माझी तब्येत नव्हती ठीक. म्हटले, झाला जुलाब तर बरंच. मी गेलो अन् म्हसोबाचे चांदीचे डोळे होते, ते घेतले काढून; पण माझ्या परसाकडेत काही फरक नाही (हशा). म्हटले, म्हसोबाला लई काम असेल. माझ्याकडे लक्ष देण्याला फुरसत नसेल. (हशा)

मग मी गुरवाला विचारलं, "अजून देव का मला लागला नाही?"

"काय नेले?"

"डोळे चांदीचे."

"आरं, डोळेच नेले मग दिसणार कसं त्याला?"

"बोला आता!" - (प्रचंड हशा)

आणखी एक उदाहरण सांगतो. कॉलरा सुरू झाला की, मरीआईचा गाडा निघतो. मी साऱ्यांना म्हटले, "अरे, पाण्यात औषधे टाकून स्वच्छता करू; इनॉक्युलेशन करू." पण छट! गावच्या लोकांना पटेना. त्यांनी ठरवले, मंगळवार - शुक्रवार चाक फिरायचे नाही वेशीत. जात्याने दळायचं नाही. सारे व्यवहार बंद केल्यावर कसा जायचा रोग? याच वेळी आमच्या गावच्या शिवेतून एक आगगाडी जायची. मी विचारलं, "ही गाडी जातीया, हिची चाकं फिरत्याती; मग कसे हो?" (प्रचंड हशा)

पण घरच्या म्हातारीलाच फक्त उकाडा असतो. मी चिडून म्हटलं, "ती आगगाडी बंद करा की! न्हाय तर जा घरी, आई-भनीपासनं आरती घ्या ववाळून आणि निजा रेल्वेवर गाडी थांबवाया! ते नसंल जमत तर घ्या टोचून बघू?" (प्रचंड टाळ्या)

मग लोक वळणावर आले; पण तेवढ्यात एकाच्या अंगात आले. तो म्हणाला,

"अवो, आईच्या अंगात आलंय, आईला गाडा हवा; आईला ओटी हवी."

मी म्हटले, "अवो, आई लहान का आहे? या वयात कसली

ओटी?'' (हशा)

पण लोकांनी ऐकलं नाही. सुतार आणला. गाडा केला; पण तो गाडा कुठं सोडणार? दुसऱ्या गावात तो घालवायचा. पूर्वेला गाडा घालवायचा. तिकडे त्या गावात एकाचा जावई होता. मी म्हटलं, "अरे, तिकडं आई गेली तर जावयाला पटकी होईल. पोरीचे कुंकू पुसणार तू?'' (हशा)

तो म्हणाला, "खरंच की!'' मग गाडा गेला पश्चिमेला; पण तिकडं बी कुणाचा तरी मेव्हणा होता. उत्तरेकडे गेला. तिथं बी कुणाची पोर होती. अन् दक्षिणेकडे गेला तर आणखी कुणाची आई होती तिथं. अरे, मग आईचा गाडा कुठे घालवायचा आकाशात न्हाई तर पाताळात! (प्रचंड हशा नि टाळ्या).

मग मी घातला त्या देवऋष्याला खाली न उरावर बसून विचारले, "खरं सांग. काय आहे?''

"आता न्हाई अंगात येणार'' (प्रचंड हशा)

मला तुम्हाला सांगायचे ते हे की, विसाव्या शतकात असलं आंधळं जिणं नको.

हेच माझे राजकारण. शेतकऱ्याला या रूढीच्या खाचांतून वर आणणे अन् शक्तिवान करणं हेच माझं राजकारण. आमचं सारं मनगटी कंत्राट. मी अन् आमची तरुण मंडळी यांनी चांगला पेरा केलाय. नांगरणी झाली की, मी एकटा धरीन कुळवट. मग पेरायला येतील अच्युतरावसाहेब. नाहीतर राजेसाहेब हायतीच. साहेबांना मी सांगतो, ''साहेब, तुमची बुद्धी अन् आमची शक्ती, उत्तम! लई झकास होईल.'' (प्रचंड टाळ्या!)

माझ्या शेतकऱ्यांना मला आणखी थोडे सांगायचे आहे. रीण काढून सण करू नका. लग्न करताना सावकार लई चढवतो आपल्याला अन् कागद करून मारतो ठार.

वाजंत्रीवाल्यावाचून लगीनच न्हाई! पण त्यात लई ज्ञान आहे. वाजंत्रीत एक 'हुल्लर' असते. ती वाजताना सांगते - गप्प तुझी हट! गप्प तुझी हट! (हशा) अरे बाबा गप. हट बाजूला. न्हाईतर कर्जात मरशील.

अन् मग सूर सनई सांगते की, बाबांनो, कागद करूने. सनई

वाजवली की, पैशाला सूर लागलाच. मग हातीं न्हाईल भोपळा!

नंतर ढोलकं ओरडायला लागतं.

ठोकल्याशिवाय दाता न्हाई

की, लगेच ताशा बोलतो,

घीन तर घीन! घीन तर घीन! (हशा)

म्हणून मी म्हणतो, कर्जात रुतू नका. आपले 'गांधी लग्न' लावा! (टाळ्या)

पंडितजी समोर बसलेत. राजेसाहेब पण आहेत. मी त्यांच्यासमोर काय सांगणार? पण त्यांनी परवानगी दिली तर आम्ही काय केले, ते थोडं सांगतो.

१९४२ पासून आम्ही भूमिगत होतो. आम्हाला बंडखोर ठरविण्यात आलं आणि म्हणून आम्हाला पुराणातल्याप्रमाणे मंथन करावे लागले. या मंथनातून अमृतही बाहेर आले. थोडं विषही निघालं. परिस्थितीप्रमाणे या विषाकडे दुर्लक्ष करावं लागलं; पण आम्ही मिळवलं आहे लोकराज्य!

या लोकराज्यात आमच्यावर एक मोठा आरोप आहे की, आम्ही चुटकीसरशी न्यायदान केले. खरं आहे ते. कोर्टातल्याप्रमाणे आम्हाला खुर्च्या, पंखा अन् आराम नव्हता. आमच्या मागे हजार भानगडी होत्या. आम्हाला अंधारात काम करावं लागे. आमच्या हातून चुका झाल्या असतील; पण आता तुम्ही आम्हाला उजेडात आणले आहे. तुम्ही काँग्रेसला 'फुली' दिलीत, निवडून आणलंत आणि मंत्रिमंडळानं आज आम्हाला उजेडात आणले. हे श्रेय तुम्हाला!

त्या वेळी, अरे खोऱ्यापासून शुक्राचार्यांपर्यंत साऱ्या दरोडेखोरांचा आम्ही निःपात केला; पण त्या वेळीच नोकरशाही आमच्या मागे लागली होती.

आमच्या गरिबांना कसले शिपाई लाभणार? पण गांधीबाबानं सांगितले आणि आमची सारी भीती नाहीशी झाली. आमचा केवढा रुबाब? पकडले की, बाजूला चार शिपाई अन् मध्ये आमची सरकार स्वारी! लोकांना बाजूला करीत आमची स्वारी जायची. रेल्वेत चढायचे तर दार उघडायला शिपाई पुढे. संडासात जायचे तरी शिपाई हजर. अगदी हात खाली करून आमची बडदास्त राखी! (प्रचंड टाळ्या)

पण ही सारी बडदास्त निराळ्या अर्थाने होती. लोकमान्यांच्या

आठवणीत मी वाचलेय. टिळक अठरा महिने कारावासात होते; पण त्यांना कांदा-लसूण खायचा नव्हता, तरी दुसरं काहीही त्यांना दिलं नाही. तेव्हा टिळकांनी लिहिले - **''मी टाकीचे घाव खात आहे. श्रीकृष्णाचा जन्मदेखील तुरुंगातच झाला. स्वातंत्र्यपुताची तयारी इथे होत आहे.'' (टाळ्या)**

लोकमान्य टिळकांनी हा आदेश दिला. आम्हाला निर्भय केले. काल आम्हा बंडखोरांच्या मागे जे पोलीस लागले होते, तेच पोलीस थोड्या वेळापूर्वी विट्याला आम्हाला 'या! या!' करीत होते.

आमच्या हातून चुका झाल्या असतील; योग्य न्याय मिळाला नसेल तर क्षमा करा. आता यापुढे न्यायदान व्यवस्थित होण्याची योजना तयार होत आहे.

आम्ही ठोकाठोकी केली; पण न्याय देताना निरपराध्याला नाही बरं मारलं. दरोडेखोर अगर सरकारचे फितूर यांच्या तळव्यांचे माप आम्ही घेतले! ज्या दरोडेखोरांनी माझ्या नावावर दरोडे घातले, त्यांना पत्र्या लावून गुन्हे बाहेर काढावे लागले!

पुढील लढा होवो अगर न होवो, आपल्याला तयारी केली पाहिजे. हुकूम आला की, सिद्ध झाले पाहिजे. आपली तयारी, संघटना केवढी झाली पाहिजे, माहीत आहे?

तुकारामांच्या कीर्तनाच्या वेळी शिवाजीला पकडण्यासाठी शत्रू आला होता. शत्रूला सगळीकडे प्रत्येकजण शिवाजीच दिसला! तसे झाले पाहिजे. फराऱ्यांना सरकार पकडणार; पण सारेच फरारी. कोणाला पकडणार? आणि मग आपण फरारीच पाटील-तलाठ्यांना बंद करून ठेवू. पुढील लढ्यात आपल्याला रेल्वे-बंगले जाळावयाचे नाहीत. ते सारे आपल्याला वापरावयाचे आहेत. (टाळ्या)

आज मी चव्वेचाळीस महिन्यांनी आपल्यापुढे बोलतो आहे. सर्वांपेक्षा माझ्या माता - भगिनींचे माझ्यावर फार उपकार आहेत. त्यांनी आम्हाला पोसले अन् सांभाळले. त्यांचे रीण मी फेडू शकणार नाही. सध्या मी इतकेच सांगतो की, स्वातंत्र्य हेच माझे ध्येय! मी ते मिळवीन तरी, नाही तर या लढ्यात माझा परशराम पहिलवान तरी होईल!

मला नीट भाषा येत नाही. माझ्या राजासमोर मी वेडंवाकडं बोललो; पण माझी खात्री आहे की, माझ्या राजाला आज मोठं

समाधान झालं असेल! कारण त्याने आज आपल्या शेतकऱ्याला बोलताना पाहिलं. (टाळ्यांचा प्रचंड कडकडाट).

(मराठा : दि. ३ ऑगस्ट १९६० मधून)

नाना पाटलांच्या आठवणी

आचार्य प्र. के. अत्रे

९ ऑगस्ट १९४२ रोजी ब्रिटिश सरकारला 'चालते व्हा या देशातून' असे महात्माजींनी निक्षून सांगितले. त्यानंतर या देशात फार मोठे आंदोलन झाले. भारतातून इंग्रजांना हाकलून देण्यासाठी जनतेने फार मोठा उठाव केला. बंगालमध्ये मिदनापूर येथे, बिहारमध्ये भागलपूर येथे, संयुक्त प्रांतामध्ये बालिया येथे, मद्रासमध्ये रामनंद येथे आणि मुंबई प्रांतात साताऱ्यामध्ये क्रांतीचे अक्षरशः 'महाभारत' घडले. त्या वेळी नाना पाटलांचे नाव प्रथम माझ्या कानी आले. साताऱ्यामधल्या अभूतपूर्व घटनांची विलक्षण वर्णने जवळजवळ अडीच वर्षे रोजच्या रोज कोणा ना कोणाच्या तरी तोंडून ऐकत होतो. पुढे पंचेचाळीस सालच्या ऑगस्टमध्ये दुसऱ्या महायुद्धावर पडदा पडला आणि साताऱ्यावरचा पडदा एकदम वर गेला.

साताऱ्याबद्दल कुतूहल

२४ ऑगस्टला साताऱ्याच्या भीषण अत्याचाराची पहिली सचित्र बातमी प्रसिद्ध करून त्या वेळच्या मुंबई सरकारने सर्व देशाचे लक्ष साताऱ्याकडे वेधले. एकच पत्रक काढून सरकार थांबले नाही तर एकापेक्षाही एक भयंकर पत्रके काढून सातारा म्हणजे राक्षसी यमयातनांची एक नरकपुरीच आहे, असे जगाला भासवण्याचा मुंबई सरकारने आटोकाट प्रयत्न चालविला. सातारा जिल्ह्यात म्हणे दिवसाढवळ्या दहशतवादी राक्षसांच्या भयंकर टोळ्या हिंडत आहेत. गरीब जनतेवर भयंकर अत्याचार करीत आहेत. कोणाचे खून करीत आहेत, कोणाचे हातपाय तोडीत आहेत, कोणाच्या पायाला बैलाप्रमाणे पत्र्या वा घोड्याप्रमाणे नाल ठोकीत आहेत. सरकारी खजिने आणि आगगाड्या लुटीत आहेत. एक ना दोन अशा छप्पन्न गोष्टी मुंबई सरकार तिखट-मीठ लावून सांगू

लागले; त्यामुळे सर्वत्र खळबळ माजून राहिली. पत्र्या मारण्याच्या अन् हातपाय तोडण्याच्या गोष्टी कशा खऱ्या असतील असे म्हणावे तर ज्यांचे हातपाय तोडले होते, त्यांचे फोटोच सरकारने 'टाइम्स'मध्ये प्रसिद्ध केले होते. एवढेच करून मुंबई सरकार थांबले नाही, तर साताऱ्याच्या दक्षिण भागात त्याने गोरे लष्करसुद्धा पाठवून दिले. लोकांना वाटले की, साताऱ्यात एखादे प्रचंड युद्ध सुरू होते की काय?

सोली बाटलीवाला यांचे पत्रक

यामुळे सातारा जिल्ह्यातील नाना पाटलांचे 'पत्री सरकार' म्हणजे दरोडेखोर-डाकू अशा लोकांचे सरकार आहे आणि ते ऊठ-बस माणसांना पकडते आणि पत्र्या ठोकते, असा सार्वत्रिक समज होऊन बसला. त्यानंतर साताऱ्यातील खऱ्या परिस्थितीवर उजेड टाकणारे पहिले पत्रक सुप्रसिद्ध समाजवादी कार्यकर्ते सोली बाटलीवाला यांनी प्रसिद्ध केले. या पत्रकात त्यांनी मुंबई सरकारची बदनामी उघडकीस आणली आणि साताऱ्याच्या प्रति-सरकारने त्या जिल्ह्यामधील जनतेच्या जीवनात विधायक कार्य करून केवढी क्रांती घडवून आणली आहे, हे पुरावे देऊन सिद्ध केले. ते पत्रक वाचून सातारा जिल्ह्याबाहेरील जनतेला पहिल्याने प्रथम समजले की, बेचाळीसच्या ऑगस्टच्या आंदोलनात देशामध्ये इतर ठिकाणी कोणालाही जे करून दाखविता आले नाही, ते करून साताऱ्याने स्वातंत्र्याचा झेंडा सलामत राखला. सोली बाटलीवाला यांचे पत्रक वाचल्यानंतर स्वतः सातारा जिल्ह्यात जाऊन तेथील परिस्थिती समक्ष पाहून यावी, अशी इच्छा माझ्या मनामध्ये निर्माण झाली.

सोनियाचा दिवस

तेवढ्यात सार्वत्रिक निवडणुका सुरू झाल्या. त्यात मी गुंतलो होतो. प्रांतिक कायदे मंडळाच्या निवडणुका पुऱ्या होऊन मुंबई इलाख्यात पुन्हा काँग्रेस सरकारचे राज्य प्रस्थापित होईपर्यंत 'सातारा प्रकरण' जरा बाजूलाच पडल्यासारखे झाले. देशामध्ये काँग्रेसची राजवट सुरू होताच अनेक राजबंदी तुरुंगातून भराभर सुटू लागले. अनेक भूमिगतांना अभयदान मिळून ते भराभर जनतेपुढे प्रकट होऊ लागले. त्या मानाने भूमिगतांवरील पकडपत्रे रद्द व्हायला थोडासा उशीरच झाला. अखेर ती रद्द झाली आणि रविवार, ७ मे १९४६ रोजी सातारा प्रति-सरकारचे

नेताजी क्रांतिसिंह नाना पाटील आणि त्यांचे शेकडो पराक्रमी सहकारी मोठ्या वैभवाने एकदम प्रकट झाले. त्या वेळी सातारा जिल्ह्यातील जनतेने त्या सर्वांचे जे विराट स्वागत केले, त्याचे वर्णन करावयाला आजदेखील आमच्याजवळ शब्दच नाहीत. अशा रीतीने नाना पाटील सार्वजनिक आयुष्यात जे प्रथम प्रकट झाले ते जनतेच्या हृदयसिंहासनावर आरूढ झालेल्या एखाद्या बादशहाप्रमाणे! एवढी अफाट लोकप्रियता अलीकडच्या काळात महाराष्ट्रातल्या कोणाही राजकारणी पुरुषाला मिळाल्याचे आम्हाला आठवत नाही. त्यांच्या नावाभोवती इतक्या चमत्कारांचे आणि दंतकथांचे वलय निर्माण झाले होते की, कुठला तरी पुराणातला किंवा कथा-कादंबऱ्यांतला एखादा अद्‌भुतरम्य नायकच आपण बघतो आहोत असे लोकांना वाटू लागले.

क्रांतिसिंहांचे प्रति-सरकार

नाना पाटलांनी अन् त्यांच्या सहकाऱ्यांनी सातारा जिल्ह्यात खरोखरच अद्‌भुतरम्य चमत्कार करून दाखविला होता, कारण त्या ठिकाणी त्यांनी राजकीय स्वातंत्र्याचा जो अभिनव प्रयोग करून दाखविला तसा भारतीय राजकारणात कोणीही केला नव्हता. त्याला कारणही तसेच घडले. 'भारत छोडो'च्या चळवळीचे जे प्रभावी पडसाद सातारा जिल्ह्यात उमटले, ते चिरडून टाकण्यासाठी ब्रिटिश सरकारने दडपशाहीची आणि अत्याचाराची पराकाष्ठा केली. सातारा जिल्ह्यात पोलिसांनी धुमाकूळ घातला आणि त्यात गुंड, डाकू आणि दरोडेखोर यांची भर पडली. मग काय विचारता? लोकांना अगदी 'दे माय धरणी ठाय' असे होऊन गेले. न्याय, कायदा, सुव्यवस्था या गोष्टींचा मागमूस कुठे उरला नाही. अशा वेळी नाना पाटील आणि त्यांचे सहकारी यांनी धैर्य आणि प्रसंगावधान दाखवून जनतेच्या संरक्षणासाठी आणि सुव्यवस्थेसाठी 'प्रति-सरकार' निर्माण केले आणि सातारा जिल्ह्याच्या गावागावांतून ग्रामराज्ये स्थापन केली; त्यामुळे लोकांमध्ये एकदम धीर आला. त्यांना कोणीतरी त्राता मिळाला. प्रति-सरकारच्या आधारावर त्यांनी गावातल्या व्यसनांची आणि गुंडगिरीची ताबडतोब हकालपट्टी केली. प्रति-सरकारच्या कोर्टाकडून त्यांना थोडक्यात न्याय मिळू लागला. सारांश, प्रति-सरकारच्या राजवटीत जवळजवळ तीन वर्षे अर्ध्या सातारा जिल्ह्याने संपूर्ण स्वातंत्र्याचा मनसोक्त

आस्वाद घेतला. या काळात त्या ठिकाणी ब्रिटिश सत्ता औषधापुरतीदेखील शिल्लक राहिली नव्हती.

स्वातंत्र्यमय वातावरण

नाना पाटील प्रकट होण्याच्या आधी दोन आठवडे मी सातारा जिल्ह्यात दौरा काढून या गोष्टी समक्ष पाहून आलो. तेव्हा सातारा जिल्ह्यातले सारे वातावरण स्वातंत्र्यमय झाल्याचे मला प्रत्यक्ष आढळून आले. स्वातंत्र्याखेरीज त्यांना दुसऱ्या कोणत्याही गोष्टीची गोडी वाटेनाशी झाली होती. पूर्वीच्या काळी ज्या शेतकऱ्यांना लावण्या, छकडी आणि तमाशे यांची गोडी होती; तेच शेतकरी आता शेतात काम करताना 'अगं, स्वराज्य मिळवायचंय औंदा । म्हून कारभारनी सोडलाय धंदा' असली स्वातंत्र्यगीते गाऊ लागले होते. शेतकऱ्यांच्या बायका घरोघर 'गांधी माझा सखा गं । ओवी त्यांना गाईन । तुरुंगामध्ये जाऊन मी । स्वराज्य मिळवीन' असल्या स्वातंत्र्याच्या ओव्या म्हणत म्हणत दळण-कांडण करू लागल्या होत्या. जिकडे पाहावे तिकडे तिरंगी झेंडेच झेंडे! शेतात नांगरावर पाहावे तर तिरंगी झेंडा, जत्रेला जाताना शेतकऱ्याच्या हातात तिरंगी झेंडा. लग्नामध्ये आणि सणामध्ये तिरंगी झेंडे! राजकीय व्याख्यानांची तर सातारा जिल्ह्यातील शेतकऱ्यांमध्ये एवढी गोडी उत्पन्न झाली होती की, कुठे एका ठिकाणी कोणाचे व्याख्यान जाहीर झाले की, पंचवीस पंचवीस हजार शेतकरी लांबलांब पायी चालत येत अन् भूक-तहान विसरून तास न् तास स्वातंत्र्याचे कीर्तन ऐकत बसत. सारांश, सातारा जिल्ह्यामध्ये ही जी प्रचंड लोकजागृती आणि विचारक्रांती झालेली होती, तिचे सर्व श्रेय नाना पाटील आणि त्यांचे प्रति-सरकार यांनाच द्यावयाला हवे. ही गोष्ट सातारा जिल्ह्यातील दौऱ्यात मला समजून आली. मुंबईस परत आल्यानंतर 'नवयुग'चा सातारा प्रति-सरकार विशेषांक काढावयाचे मी निश्चित केले आणि १२ मे १९४६ रोजी नाना पाटलांच्या नि त्यांच्या सहकाऱ्यांच्या भूमिगत जीवनावर आणि प्रति-सरकारच्या कार्यावर भरपूर प्रकाश टाकणारा 'नवयुग'चा सचित्र विशेषांक मी प्रसिद्ध केला. नाना पाटलांचे त्या वेळपर्यंत उपलब्ध असलेले चरित्र आणि साताऱ्यात त्यांनी केलेल्या सर्व पराक्रमांची इत्थंभूत हकिगत महाराष्ट्राला 'नवयुग'नेच प्रथम करून दिली, या

गोष्टीचा मला नेहमीच अभिमान वाटतो.

मुंबईतील अपूर्व सोहळा

त्यानंतर २६ मे १९४६ रोजी सकाळी क्रांतिसिंह नाना पाटील आणि त्यांचे दोनशे सहकारी आगगाडीने मुंबईला आले. त्या वेळी मुंबई शहराने त्यांचे जे बादशाही स्वागत केले, त्याचे काय वर्णन करावे? त्या वर्षी अनेक क्रांतिकारक नररत्नांचे स्वागत करण्याचे भाग्य मुंबई शहराला लाभले होते. राष्ट्राध्यक्ष मौलाना आझाद आणि काँग्रेस कार्यकारिणीचे सभासद अहमदनगरच्या स्थानबद्धतेमधून सुटून मुंबईला आले, तेव्हा लाखो लोकांनी त्यांना अभिवादन केले. त्यानंतर अरुणा असफअली, अच्युतराव पटवर्धन, जयप्रकाश नारायण हे बेचाळीसच्या क्रांतीचे भूमिगत पुढारी प्रकट झाले, तेव्हा मुंबई शहराने त्या सर्वांचे मोठ्या थाटामाटाने नि उत्साहाने स्वागत केले; पण हे सर्व खरे असले तरी नाना पाटलांच्या स्वागताचा मुंबई शहरातला उन्माद आणि रुबाब काही वेगळाच होता. नाना पाटलांना पाहण्यासाठी सारी मुंबापुरी जणू काही वेडी झाली होती. त्या वेडेपणात केवळ कुतूहल नव्हते; आदर होता. आत्मीयता होती. गिरणगावापासून ते गिरगावापर्यंत आणि कुर्ल्यापासून ते कुलाब्यापर्यंत सारी स्वातंत्र्यप्रेमी जनता बोरीबंदरावर लोटली होती. भायखळ्याचा माळी आणि वरळीचा कोळी, गिरणीतला मजूर अन् कारखान्यातला कामगार, गायवाडीतला भटजी आणि भांगवाडीतला भाटिया, सैन्यातला शिलेदार अन् आरमारातला नावाडी, एवढेच नव्हे तर पिवळ्या पगड्यातले पोलीससुद्धा हातात फुलांचे हार घेऊन या क्रांतिवीराचे स्वागत करावयास सिद्ध झाले होते. मे महिन्याच्या उन्हात आझाद मैदानावरून नाना पाटलांची नि क्रांतिकारकांची विराट मिरवणूक निघाली. आघाडीला साताराचे 'तुफान सैनिक' शिस्तीने चालले होते. सायंकाळी दादरला शिवाजी पार्कच्या विस्तीर्ण मैदानात जेव्हा मिरवणूक विसर्जन पावली, तेव्हा तिचे विराट स्वरूप बघून शेजारच्या समुद्राला लाज वाटली असेल. महात्मा गांधींच्या सभेनंतर एवढी अफाट सभा शिवाजी पार्कवर पूर्वी भरली नव्हती. त्या सभेत नाना पाटलांच्या अलौकिक व्यक्तिमत्त्वाचे आणि गगनभेदी वक्तृत्वाचे मुंबईकरांना प्रथम दर्शन झाले आणि मुंबईकरांनी नाना पाटलांवरून आपले प्राण ओवाळून

टाकले. दुसऱ्या दिवशी नरे पार्कवर आणि तिसऱ्या दिवशी चौपाटीवर त्यांच्या सत्काराच्या अशाच अफाट सभा झाल्या. तीन दिवस नाना पाटलांनी सारी मुंबई गाजवून सोडली. त्या वेळच्या त्यांच्या भाषणातली एक तेजस्वी कल्पना अजून माझ्या आठवणीत आहे. ते म्हणाले, ''नांगराचा फाळ जुना झाला की, तो जमीन नांगरीत नाही. काँग्रेसचा मार्ग मला तसा वाटला. वाटले की, या नांगराचा फाळ बदलला पाहिजे. म्हणून मी त्याला क्रांतीचा फाळ लावून त्या फाळाने साताराची जमीन नांगरली.'' सातारा जिल्हा हा नांगराच्या कारखान्याबद्दल प्रसिद्ध आहे; पण काँग्रेसच्या नांगराला क्रांतीचा फाळ लावणारा कारखानदार त्याच जिल्ह्यात जन्माला येईल, अशी मात्र पूर्वी कोणालाच कल्पना नव्हती.

अखेर काँग्रेस सोडली

याच मुंबईच्या मुक्कामात नाना पाटलांची आणि माझी प्रथम ओळख झाली. थोडा वेळ ते माझ्या बिऱ्हाडी येऊनही गेले; पण त्या वेळी ते विशेष गडबडीत असल्याने त्यांचे नि माझे फारसे खासगी बोलणे होऊ शकले नाही. त्यानंतर व्याख्यानाच्या निमित्ताने त्यांच्या नि माझ्या वरचेवर गाठी पडू लागल्या. त्या काळात ते कट्टर काँग्रेसनिष्ठ होते. अर्थात जुन्या काँग्रेसचा मार्ग त्यांना पसंत नव्हता, त्याला अधिक क्रांतिकारक स्वरूप मिळावे असा त्यांचा आग्रह होता. देशाची फाळणी होऊन स्वातंत्र्य मिळाल्यानंतर मी काँग्रेसमधून बाहेर पडलो. नाना पाटलांनीही ताबडतोब काँग्रेसमधून बाहेर यावे अशी माझी इच्छा होती; पण त्यांच्या मनात त्या वेळी फार मोठे मंथन चालले होते. पुढे अठ्ठेचाळीस साली केशवराव जेधे, शंकरराव मोरे, भाऊसाहेब राऊत ही मंडळी काँग्रेसमधून बाहेर पडून त्यांनी 'शेतकरी कामगार पक्ष' काढल्यानंतर काही दिवसांनी नाना पाटील त्यांना जाऊन मिळाले. त्यानंतर त्यांच्या राजकीय विचारसरणीत झपाट्याने बदल होत गेला. काही केले तरी त्यांचा पिंड हा मुळचा क्रांतिकारकाचा आणि पुरोगामी विचारांचा, तेव्हा साहजिकच मार्क्सवादी तत्त्वज्ञानाचा त्यांच्या मनावर ताबडतोब पगडा बसला आणि ते झपाट्याने साम्यवादी राजकारणाकडे ओढले गेले. या कालखंडात त्यांचा नि माझा विशेष संबंध आला नाही, म्हणून त्यांच्यामध्ये ही जी आमूलाग्र वैचारिक क्रांती झाली, तिचा सर्व तपशील मला

सांगता येणार नाही. तथापि, जनतेच्या जीवनाशी समरस झालेला हा क्रियाशील क्रांतिकारक साम्यवादी तत्त्वज्ञानाखेरीज इतरत्र कुठेही स्थिर होणे मुळी अशक्यच होते. आपल्या पक्षपालटाचे समर्थन नाना पाटील आपल्या वैशिष्ट्यपूर्ण शैलीत इतक्या समर्पकपणे करीत की, ते ऐकल्यानंतर श्रोतेदेखील पसंतीदाखल माना डोलवीत. ते सांगत.

नव्या विचारांसाठी नवा मार्गच हवा

"समजा, मला कोल्हापुराहून मुंबईला जायचंय. पहिल्याने कोल्हापुराहून मिरजेला आलो. लोक म्हणाले, उतर या गाडीतून अन् बस पुण्याच्या गाडीत. मी म्हणालो, नाही; याच गाडीतून मुंबईला जायचंय. तेव्हा लोक म्हणाले, काय वेडबिड लागलंय काय तुला? मग मी या गाडीतून उतरून पुण्याच्या गाडीत बसलो. पुण्याला आल्यावर पुन्हा लोक म्हणाले, उतर या गाडीतून. मी म्हणालो, पुनःपुन्हा काय सांगता गाडीतून उतरायला? मी याच गाडीतून मुंबईला जाणार; तेव्हा लोक म्हणाले, अरे बाबा, या गाडीत बसशील तर परत माघारी जाशील. मुंबईला नाही गाडी जात ही; तेव्हा मग नाइलाजाने मी त्या गाडीतून उतरून मुंबईच्या गाडीत बसलो आणि मग मुंबईला पोहोचलो. तसे राजकीय पक्षांचे आहे. ज्याला शेतकरी कामगार राज्याच्या मुक्कामाला पोहोचयाचे आहे, त्याला त्या मुक्कामाला जो पक्ष नेईल त्याच पक्षाच्या गाडीत जाऊन बसावे लागेल. काँग्रेसच्या गाडीत बसून आपण त्या मुक्कामाला पोहोचणार नाही असे जेव्हा मला वाटले, तेव्हा तो पक्ष सोडून मी बाहेर पडू नाही तर काय करू?

स्थितप्रज्ञासारखी वृत्ती

संयुक्त महाराष्ट्राचा सत्याग्रह पंचावन्न साली सुरू झाल्यानंतर एखाद्या महापुराच्या लोंढ्याप्रमाणे गर्जत नाना पाटील त्या चळवळीत येऊन सामील झाले. त्यांच्या प्रतिमेला विलक्षण तेज चढले आणि त्यांच्या कर्तृत्वाला नवे मैदान मोकळे झाले. चळवळीचे केंद्रस्थान जरी मुंबई होते, तरी त्याचे लोण महाराष्ट्राच्या ग्रामीण भागात पोहोचवण्याचे जगड्व्याळ कार्य नानांनीच केले, तेव्हा त्यांना मुंबईचे मोरारजी सरकार फार काळ मोकळे ठेवणे अशक्यच होते. १६ जानेवारी १९५६ रोजी इतर पुढाऱ्यांसह त्यांना मुंबईला स्थानबद्ध करण्यात आले. दहा दिवसांनी

मी स्थानबद्ध झालो. त्यानंतर काही दिवसांनी आर्थर रोड जेलमध्ये आम्हा सर्वांच्या गाठीभेटी झाल्या. त्या वेळी नानांच्या प्रत्यक्ष सहवासाचा योग घडून आला.

बाहेर असो की तुरुंगात असो, नानांची वृत्ती एखाद्या स्थितप्रज्ञासारखी असे. तुरुंगाचे वातावरण त्यांच्या खिजगणतीतही नसे. जेव्हा पाहावे तेव्हा दाणे, गूळ, खोबरे यांची पिशवी जवळ घेऊन ते एखाद्या साधुपुरुषाप्रमाणे मांडी घालून हसतमुखाने बसलेले असत.

नियमित व्यायामाची सवय

माझी खोली त्यांच्या बाजूला असे. मी पहाटे पाच-साडेपाचला उठे; तेव्हा नानांच्या दालनाकडून 'ठो ठो' असा दंड थोपटल्याचा खणखणीत आवाज उमटे. प्रथम माझ्या काही लक्षात आले नाही. मी हळूच त्या दिशेला जाऊन दारांतून डोकावून पाहिले, तो नानांचा जोर-उठाबशांचा कार्यक्रम मोठ्या जोरात चाललेला आहे. त्यांचा पिंडच मुळी पहिलवानाचा. तो असा कसा सुटणार? दिवसभर ते आपला वेळ वर्तमानपत्र वाचण्यात घालवीत. आपल्याला व्याख्यानाच्या दृष्टीने उपयुक्त पडेल अशा मजकुराची कात्रणे ते काळजीपूर्वक कापून ठेवीत. एकदा आम्हा सर्वांना हायकोर्टात जावयाचे होते. 'हेबियस कॉर्पस'चा आम्ही अर्ज केला होता. तेव्हा पहिल्या वर्गाच्या स्थानबद्धांसाठी मजुरांना नेतात तसली उघडी लॉरी तुरुंगाबाहेर आणून ठेवण्यात आली होती. नाना पाटील दुसऱ्या वर्गात होते. त्यांनी ती उघडी लॉरी पाहताच असे आकाशपाताळ एक केले की, तुरुंगातले सारे अधिकारी आणि पोलीस शिपाई थरथरा कापू लागले. नाना पाटलांना इतके रागावलेले मी कधीच पाहिले नाही. दात-ओठ कराकरा चावीत ते पोलीस अधिकाऱ्याच्या अंगावर धावून गेले अन् त्याला एक अस्सल सणसणीत मराठी शिवी हासडून म्हणाले, "तुझा बाप जाईल या गाडीतून. मी नाही जाणार!'' शेवटी जेव्हा सर्व स्थानबद्धांना बंद गाडीतून हायकोर्टात नेण्याचे तुरुंगधिकाऱ्यांनी ठरविले तेव्हा नानांचा भडकलेला ज्वालामुखी शांत झाला. मांजर पाहिले की, कुत्रे जसे दात काढते, त्याप्रमाणे पोलीस दिसला रे दिसला की, नानांच्या अंगात सैतान संचारलाच समजा! मी त्यांना त्याबद्दल एकदा विचारले, तेव्हा ते चिडून म्हणाले, "छे, छे, छे! फार वाईट जात आहे

ही! ढुंगण म्हणू नये पवित्र अन् पोलीस म्हणू नये मित्र!'' आपल्याबरोबर असलेले सामान ते पोलिसाला उचलायला लावीत. त्यांनी ते नाही उचलले की, नाना गेलेच त्याच्या अंगावर गुरकावून! हायकोर्टात जाताना रस्त्यानं आणि त्या भव्य दगडी इमारतीमध्ये प्रवेश करताना 'मुंबईसह संयुक्त महाराष्ट्राच्या' ज्या सिंहगर्जना नाना करीत, त्या अद्याप माझ्या कानात निनादत आहेत!

गोळ्या पेरल्या म्हणजे गोळ्या उगवतात!

स्थानबद्धतेच्या आरोपाबाबत जी चौकशी कमिटी नेमली होती, तिच्यापुढे नाना पाटलांनी जे उत्तर दिले ते इतके बिनतोड होते की, कमिटीचे सभासद तोंडे वासून त्यांच्याकडे बघतच रहिले. नाना पाटलांच्या एका व्याख्यानात 'गोळ्या पेरल्या म्हणजे गोळ्या उगवतात' असे एक वाक्य होते. त्या वाक्याचा उल्लेख करून कमिटीने त्यांना विचारले की, हे वाक्य उच्चारून तुम्ही हिंसेला चिथावणी दिलीत की नाही? तेव्हा नाना पाटील मोकळेपणाने हसून म्हणाले, ''अहो, मी बोलून चालून शेतकरी माणूस. दुसरे काय सांगणार? गहू पेरले म्हणजे जसे गहू उगवतात, ज्वारी पेरली म्हणजे अशी ज्वारी उगवते, तशा गोळ्या पेरल्या तर गोळ्या उगवतील, असे मी म्हणालो.' यातून मी हिंसेचा प्रचार कसा केला? पोलिसांच्या हातातल्या बंदुका किंवा लाठ्या हिसकावून घेऊन त्यांचा उपयोग उलट त्यांच्यावरच करा, असे मी कधीही सांगितले नाही!''

यावर चौकशी कमिटी काय बोलणार? तथापि, तिने नाना पाटलांना बंधमुक्त करण्याचे मात्र नाकारले!

महाद्वैभाषिकाचा नायनाट करण्याची तुरुंगात तयारी

मी नाना पाटलांच्या पुष्कळ आधी सुटलो. ते ३१ ऑक्टोबर १९५६ रोजी नाशिकच्या तुरुंगातून बंधमुक्त झाले. दादरच्या स्टेशनवर त्यांच्या स्वागतासाठी प्रचंड जनसमुदाय जमला होता. तो नरक चतुर्दशीचा दिवस होता. त्या वेळी सत्काराला उत्तर देताना नाना पाटील म्हणाले, ''आज नरक चतुर्दशीच्या दिवशी बाहेर पडताना महाद्वैभाषिकाच्या नरकासुराचा नाश करावयाची प्रतिज्ञा करतच आम्ही बाहेर पडत आहोत. आता यशवंतराव चव्हाणांशी आम्हाला मुकाबला करावयाचा आहे.

ठीक आहे. आमच्याच गावचा तो गडी आहे. त्याच्या आमच्या शेतात फक्त एकच बांध आहे; त्यामुळे आम्ही त्याला चांगलेच ओळखून आहोत. आम्ही त्याला एवढेच बजावतो की, आता कुस्ती चितपट झाल्याखेरीज सुटायची नाही!''

घरी गेल्यानंतर मी नानांना विचारले,

"काय, तुरुंगातली काय हालहवाल?'' नाना हसून म्हणाले, "तुरुंग म्हणजे आमचा आखाडा. गेले साडेनऊ महिने आमची तयारी झाली होती.''

"कसली तयारी?'' मी आश्चर्याने विचारले.

"हे नवे महाद्वैभाषिक राज्य नष्ट करण्याची!'' नाना उद्गारले, तेव्हा आजूबाजूची सर्व मंडळी मोठमोठ्याने हसू लागली. "मुंबई, बेळगाव, कारवारसह संयुक्त महाराष्ट्र मिळाल्याखेरीज आपला हा लढा थांबणार कसा हो?''

"मध्यंतरी तुम्ही तुरुंगातून पळून गेलात अशी एक आवई बाहेर इकडे उठली होती!'' मी म्हणालो.

"हा सगळा सरकारचाच प्रचार, दुसरे काय?'' नाना हसून म्हणाले, "अहो, मला जर तुरुंगातून पळूनच जायचे होते तर, ते काय अवघड होते? पण एवढे कशाला? माझी इच्छा असती तर मी सरकारच्या हाती सापडलो तरी असतो का? मला काय भूमिगत होता आले नसते का? सरकार मला केव्हा पकडणार हे आधीपासूनच मला माहीत होते. सरकारजवळ जसे गुप्त पोलीस असतात, तसे आमच्याजवळ नसतात की काय?'' त्यानंतर थोड्याच दिवसांनी सार्वत्रिक निवडणुका होत्या. त्या बाबतीत मी त्यांचे मार्गदर्शन विचारले, तेव्हा ते म्हणाले, "येत्या निवडणुकीत जातीयतेला आव्हान देऊन काँग्रेसवाले जनतेचा बुद्धिभेद करण्याचा पराकाष्ठेचा प्रयत्न करतील, हे मी तुम्हाला सांगून ठेवतो. छत्रपती शिवाजी महाराजांनी ब्राह्मण आणि मराठा हा भेद कधी केला नाही. स्वराज्याशी द्रोह करणाऱ्या मराठ्यांना अत्यंत कडक शासन करावयाला त्यांनी मागेपुढे पाहिले नाही, माझीदेखील हीच भूमिका आहे. जो माझ्या चळवळीत आहे, तो माझा भाऊ. माझ्या चळवळीला विरोध करणारा माझा सख्खा भाऊ असला तरी त्याला मी माझा दुष्मन समजतो!''

संयुक्त महाराष्ट्रावर नानांचे अनंत उपकार

संयुक्त महाराष्ट्राच्या चळवळीत नाना पाटलांनी जी डोंगरासारखी कामगिरी केली त्याची कल्पना अद्याप पुष्कळांना यावयाची आहे! सतत तीन-चार वर्षे, दिवस-रात्र सर्व महाराष्ट्रामधून त्यांनी जो प्रवास केला आणि ज्या हजारो सभा घेतल्या आहेत; अन् त्यासाठी त्यांनी आपल्या हाडाची जी काडे केली आहेत, त्याचे वर्णन करावयाला आमच्यापाशी खरोखर शब्द नाहीत. महाराष्ट्रावर नाना पाटलांचे अनंत उपकार आहेत. ते त्यांचे ऋण जन्मोजन्मी फिटणार नाही, अशी निदान माझी तरी भावना आहे. मग इतरांना काहीही वाटो! नागपूर-उमरेडच्या पोटनिवडणुकीत कोणतेही साधन अथवा साहाय्य उपलब्ध नसताना खेड्याखेड्यांतून नाना पाटलांनी संयुक्त महाराष्ट्राच्या प्रचारासाठी जी अक्षरशः हमाली केली तिची आठवण झाली की, माझ्या डोळ्यांत पाणीच येते. बैलगाडीतून धक्के खात या गावातून त्या गावाला जायचे. तिथे आपल्या व्याख्यानाची जाहिरात आपणच करावयाची. आपणच व्यासपीठ बांधायचे. त्यावर ध्वनिक्षेपकही आपणच बसवायचा, असा त्यांचा रोजचा शिरस्ता असे. अशा परिस्थितीत त्यांचा आवाज किती खेडेगावांपर्यंत पोहोचू शकणार? उमरेडच्या व्याख्यानात कुणीतरी काँग्रेस गुंडांनी दोन बैल सोडले, तेव्हा एखाद्या मेघाप्रमाणे नाना कडाडले "अरे, त्या ब्रिटिशांच्या सिंहाला जिथे आम्ही भ्यालो नाही, तिथे या काँग्रेसवाल्यांच्या गायी-बैलांना आम्ही भिऊ होय?" त्याबरोबर टाळ्यांचा प्रचंड कडकडाट झाला आणि काँग्रेसच्या गुंडांना पळता भुई थोडी झाली!

'शिवशक्ती'चे नाना पाटलांच्या हस्ते झाले उद्घाटन

संयुक्त महाराष्ट्रावरील नाना पाटलांच्या महान ऋणातून अंशतः उतराई होण्याच्या बुद्धीने गेल्या वर्षीच्या १५ नोव्हेंबरला दैनिक मराठाच्या 'शिवशक्ती'चे उद्घाटन मी त्यांच्याच हातून करविले. त्या वेळी त्यांचे भाषण ऐकण्यासाठी शिवाजी पार्कवर जवळजवळ दीड ते दोन लाख लोक जमले होते. या वेळी नाना पाटलांनी जे तेजस्वी भाषणे केले, त्याने श्रोत्यांचे अक्षरशः कान 'दिपले' असतील. ते म्हणाले, "शिवशक्ती ही महाराष्ट्रातील साडेतीन कोटी मराठ्यांची शक्ती आहे. ही शिवाची

म्हणजे शंकराची शक्ती आहे. शंकराला तिसरा डोळा असतो. नेहमी भोळा असणारा शिव अतिशय अन्याय झाला तर तिसरा डोळा उघडतो. मग त्या आगीत कोण बेचिराख होईल हे सांगता येणार नाही. विरोधकांनी विष घातले तरी ते पचविण्याची ताकद या 'शिवशक्ती'त आहे. भगीरथाने आणलेली गंगा शिवाने आपल्या माथी धारण केली. तशी आमच्या या शिवशक्तीत उगम पावलेली गंगा सतत वाहात राहून शेवटी समाजवादाच्या सागराला मिळणार आहे." चीन-भारताच्या वादाबाबत ते म्हणाले, "महाराष्ट्राचा शेतकरी वीतभर बांधाकरता रक्त सांडतो. दिवाणी कोर्ट करतो. वळचणीचे पाणी कसे वाहील, यासाठी झगडतो; तो चीन आपली शीव ओलांडू पाहील तर गय करील होय? शिवेच्या आत चीन आल्याचे नेहरू सरकारने नुसते जाहीर करू द्या - मग पक्ष असो, समिती असो; परवानगी द्या की न द्या, मी स्वतः शिवेवर झगडायला जाईन!" त्या वेळी श्रोत्यांनी टाळ्यांचा जो गगनभेदी कडकडाट केला तो अविस्मरणीय आहे.

काँग्रेस अधिवेशनावर समितीचा प्रचंड मोर्चा

गेल्या जूनच्या तीन तारखेला पुण्यात भरलेल्या '**अखिल भारतीय काँग्रेस** समिती'च्या अधिवेशनापुढे बेळगावचा प्रश्न मांडण्यासाठी समितीने जो प्रचंड मोर्चा काढला, त्यात नाना पाटील अग्रभागी होते; मीही त्यांच्यासमवेत होतो. लकडी पुलाच्या अलीकडे लाठीबंद पोलिसांचे जबरदस्त कडे उभे होते. ते तोडून पुढे जायचे कसे हा प्रश्न आमच्यापुढे होता. धक्काबुक्की किंवा मारामारी तर करायची नाही, मग कडे तोडायचे कसे? एवढ्यात मागून प्रचंड रेटा आला. पोलीसही पुढून आडव्या लाठ्यांनी आम्हाला मागे रेटू लागले. आमची अक्षरशः दामटी वळली. तेवढ्यात नाना पाटलांनी बैठक मारून पोलिसांच्या पायामधून अशी काही जोराने पुढे सुरकांडी मारली की, तशा परिस्थितीतही मी त्यांच्याकडे आ वासून कौतुकाने पाहातच राहिलो. बोल बोल म्हणता ते पोलिसांची तीन कडी तोडून झपाट्याने लकडी पुलाच्या तोंडाशी जाऊन पोहोचले. तेथे मग पोलिसांनी त्यांना गराडा घातला आणि अटक केली. हा सर्व प्रकार अवघ्या दीड-दोन मिनिटांच्या आत झाला असेल! त्या वेळी माझी खात्री झाली की, खरोखरच नावाप्रमाणे हा क्रांतिसिंह आहे

खरा! वयाच्या साठाव्या वर्षी अंगात ही ताकद अन् चपळता; मग तरुणपणी ही स्वारी कशी असेल हे काय सांगावयाला हवे? पुढे आम्हा सर्वांना अटक करून खडकीच्या पोलीस स्टेशनात ठेवले. तासाभराने त्या ठिकाणी श्री. रघुनाथराव खाडिलकर आले. आमच्या मोर्चात त्यांनी भाग न घेतल्यामुळे सारे लोक त्यांच्यावर अतिशय चिडले होते; पण जेव्हा ते प्रत्यक्षच पोलीस स्टेशनात आले, तेव्हा आम्हाला वाटले की, त्यांनी मागाहून लोकलाजेस्तव अटकबिटक करून घेतली की काय? पण पाहतो तर ते नुसते आमच्या प्रकृतीची चौकशी करावयाला आले होते, कारण पोलिसांच्या दंगलीत पुष्कळांना मार बसल्याचे त्यांनी बाहेर ऐकले होते. ते ऐकताच नाना पाटील त्यांच्या अंगावर संतापून असे कडाडले म्हणता! "आम्ही जखमी झालो की मेलो याची चौकशी करण्याचा तुम्हाला काय अधिकार? शरम वाटली पहिजे तुम्हाला इथे यायची! चालते व्हा इथून!" बिचारे खाडिलकर, मान खाली घालून मुकाट्याने चालते झाले!

निष्ठेचा ज्वलंत अंगार

नाना पाटील म्हणजे संयुक्त महाराष्ट्राच्या प्रेमाचा आणि निष्ठेचा ज्वलंत अंगार आहे. बेचाळीसच्या क्रांतीत या अंगाराच्या ज्वाला जेवढ्या दाहक होत्या, तेवढ्या त्या आजही आहेत. जनतेचा कोणताही लढा असो; त्या लढ्यात नाना अग्रभागी नाहीत असे कधीही व्हावयाचे नाही; त्यामुळे महाराष्ट्रातल्या गरीब आणि श्रमजीवि जनतेला नाना पाटलांचा केवढा आधार वाटतो म्हणता? नाना पाटलांच्या अफाट लोकप्रियतेचे रहस्य या एका गोष्टीत आहे. कम्युनिस्ट पक्षाची कोणी कितीही बदनामी करो; पण त्या बदनामीचा किंवा विरोधी प्रचाराचा नाना पाटलांच्या महाराष्ट्रामधल्या लोकप्रियतेवर काडीइतकाही परिणाम झाला नाही. याचा बोध त्यांचे विरोधक ज्या दिवशी घेतील, त्या दिवशी त्यांचे कल्याण होईल! लढा म्हटला की, नाना पाटलांच्या अंगामध्ये असे स्फुरण संचारते म्हणता! येत्या दोन ऑक्टोबरला बेळगाव, कारवारच्या लढ्याचा जो सत्याग्रह कोल्हापूर येथे समिती सुरू करणार आहे, त्या सत्याग्रहाच्या आघाडीवर राहण्याची नानांनी सातारा येथे परवाच घोषणा केली. ते म्हणाले, "मी माझ्या आयुष्याची साठी

ओलांडून आता एकसष्टाव्या वर्षात पदार्पण करणार असलो तरी सीमा प्रदेशातील दहा लाख जनतेच्या मुक्ततेच्या संग्रामात भाग घेण्याची संधी समोर चालून आली असताना ती मी कशी दवडू? संयुक्त महाराष्ट्र समितीने आखलेल्या दोन ऑक्टोबरच्या सत्याग्रह संग्रामात मी आघाडीवरच राहीन! माझ्यासारखा वृद्ध या संग्रामात सामील होत असताना सळसळणाऱ्या रक्ताचे आमचे मराठी तरुण मागे राहतील का?''

यांचे नाव क्रांतिसिंह! सिंह एकसष्ट वर्षांचा झाला म्हणून त्याचा पराक्रम कधीही वृद्ध होत नाही! सिंह तो सिंहच!

(मराठा, दि. ३ ऑगस्ट १९६० मधून)

८०

क्रांतिसिंहांना नियतकालिकांनी वाहिलेली श्रद्धांजली

दै. केसरी : क्रांतिसिंहांचे कृतार्थ जीवन

श्री. नाना पाटील यांच्या निधनाने एक झुंजार व्यक्तिमत्त्व आणि झंझावाती नेतृत्व काळाच्या पडद्याआड गेले आहे. स्वातंत्र्योत्तर काळात जन्माला आलेल्या तरुण पिढीला कै. नाना पाटलांची महती फारशी ठाऊक नसली तर नवल नाही; तथापि स्वातंत्र्याच्या संधिकाळात यौवनाच्या उंबरठ्यावर उभ्या राहिलेल्या मराठी माणसाला नाना पाटील हे नाव उच्चारल्याबरोबर 'चले जाव'च्या स्वातंत्र्यलढ्यातले मंतरलेले दिवस आठवल्याखेरीज राहणार नाहीत. मातृभूमीच्या पायातल्या परवशतेच्या शृंखला तुटून राष्ट्र स्वतंत्र होण्यासाठी ज्या सहस्रावधी देशभक्तांचे श्रमसायास कारणी लागले, अशा नेत्या-कार्यकर्त्यांच्या नामावलीमध्ये कै. नाना पाटील यांचे नाव महाराष्ट्रात अग्रक्रमाने घेतले जाणे अगदी स्वाभाविक आहे. एकोणीसशे बेचाळीसच्या आंदोलनाचा पुकारा करताना गांधीजींनी ब्रिटिशांना 'चले जाव' या शब्दांत सुनावले; प्रत्येक भारतीय व्यक्तीने स्वतःला स्वतंत्र समजावे, असे आवाहन त्यांनी केले आणि 'करेंगे या मरेंगे' या निर्धाराने राष्ट्र स्वतंत्र होईपर्यंत परकीय सत्तेबरोबर मुकाबला करण्याचा आदेश दिला.

गांधीजींचा तो आदेश शिरोधार्य मानून देशाच्या एका कोपऱ्यात - सातारा जिल्ह्याच्या कुशीत प्रति-सरकार स्थापन करण्याचा पराक्रम गाजविणाऱ्यांचे अध्वर्यू कै. नाना पाटील होते. स्वातंत्र्यलढ्यातले अनेक सेनानी त्या वेळी प्रति-सरकार स्थापन करण्याची स्वप्ने पाहात होते. काही ठिकाणी तसे असफल प्रयत्नही झाले; परंतु साताऱ्यातल्या प्रयत्नाप्रमाणे ते साकार होऊ शकले नाहीत. नाना पाटलांनी प्रति-सरकार स्थापन केले आणि काही काळ ते धामधुमीने चालविलेही! याचे कारण त्यांनी जनतेचा संपूर्ण विश्वास संपादन करून त्या भागातल्या

सामान्यजनांना त्या महान कार्यात सहभागी करून घेतले होते हेच होय. एकोणीसशे बेचाळीस साली सातारा जिल्ह्यात झालेल्या स्वातंत्र्य आंदोलनामध्ये प्रत्येक गाव आणि त्या गावातले घर अन् घर सामील झाले होते. ब्रिटिश सरकारचे पोलीस खाते आणि लष्करी तुकड्या पाठीवर असूनही प्रति-सरकारचे बहुसंख्य भूमिगत नेते सरकारच्या हाती लागू शकले नाहीत. याचे रहस्य आम जनतेच्या त्यांना लाभलेल्या पाठिंब्यात होते. नाना पाटील यांचे शिक्षण अगदीच बेतास बात होते; परंतु जीवनाच्या प्रयोगशाळेत आणि गांधीजींनी उभारलेल्या स्वातंत्र्यलढ्यात त्यांचे जे शिक्षण झाले, त्या शिक्षणाने त्यांचा पिंड घडविला आणि एरवी गावकीचे महसुली दफ्तर सांभाळण्यात ज्याची हयात गेली असती, असा हा सह्याद्रीच्या कड्यासारखा टणक, खडबडीत आणि पहाडी व्यक्तिमत्त्वाचा नेता महाराष्ट्राला मिळवून दिला.

कै. नाना पाटील हे एक प्रकारे एकमेवाद्वितीय होते. सत्यशोधक समाजापासून कम्युनिस्ट पक्षापर्यंत त्यांनी केलेल्या राजकीय प्रवासाचा मागोवा घेतल्यावर असे आढळते की, ज्या ज्या वेळी संघटनेत किंवा पक्षामध्ये नाना पाटील होते, त्या त्या वेळी ती संघटना वा तो पक्ष तुलनेत थिटा ठरला आणि नाना पाटलांचे व्यक्तिमत्त्व उत्तुंग आणि भव्य कड्यासारखे भासत राहिले. ते जेव्हा सत्यशोधक समाजात कार्य करीत होते, तेव्हाही रूढार्थाने ते सत्यशोधक समाजी नव्हते. गांधीजींच्या चळवळीमध्ये ते तन-मनाने सामील झाले, तरी ते गांधीवादी नव्हते. नंतरच्या काळात त्यांनी शेतकरी कामगार पक्षाच्या हातात स्वतःचा हात दिला; परंतु त्या पक्षाच्या सत्ताकारणात ते कधी रमले नाहीत. कम्युनिस्ट पक्षाने त्यांना घट्ट आलिंगन देऊन आत्मसात करावयाचा प्रयत्न केला असतानाही नाना पाटील हे 'नाना पाटील' म्हणूनच दशांगुळे शिल्लक राहिले. कम्युनिस्टांना नाना पाटील पचविता आले नाहीत आणि त्यांच्याभोवती निर्माण झालेल्या वलयाचा लाभही त्या पक्षाला उठविता आला नाही.

तसे घडण्याचे महत्त्वाचे कारण म्हणजे नाना पाटलांचा विशाल मानवतावादी दृष्टिकोन आणि दीन-दलितांविषयी आणि गरिबांविषयीच्या करुणेचे त्यांच्या अंतःकरणात सतत स्रवत राहिलेले पाझर हेच होय. समाजाच्या दुर्बल घटकांचा कैवार घेऊन, दाटलेल्या गळ्याने जाहीर

गहिवर घालण्याची प्रथा अलीकडे रूढ झाली आहे. पंचतारांकित हॉटेलच्या वातानुकूलित भव्य दालनात उपस्थित निमंत्रितांना समाजातली विषमता नष्ट करण्याचे आवाहन करून थोर समाजकार्य केल्याच्या समाधानात मश्गुल होणाऱ्या राजकारणी बहुरुप्यांना नाना पाटलांच्या बावन्नकशी निष्ठेची कल्पना येणार नाही, कारण नाना पाटलांना राजकीय जीवनाच्या सुरुवातीलाच झालेला मानवतेचा साक्षात्कार सच्चा होता; मतलबी वा ढोंगी स्वरूपाचा नव्हता. हयातभर त्या सच्चाईशी त्यांनी इमान राखले. अर्थात त्या इमानदारीचे जबरदस्त मोलही त्यांना द्यावे लागले. बेचाळीसच्या आंदोलनातल्या अन्य काही नेत्यांप्रमाणे दिलात उमटणारे सच्चाईचे सूर त्यांनी जागच्या जागी दाबून टाकले असते, महाराष्ट्रातल्या खेड्यापाड्यांत विखुरलेल्या अर्धनग्न आणि अर्धपोटी शेतकरी कुटुंबांशी निर्माण झालेल्या भावबंधाचे रेशमी धागे सैल करून त्यातून निसटून जाण्याची चलाखी त्यांनी दाखविली असती आणि सत्तेच्या सिंहासनाच्या आश्रयाने होणाऱ्या लोभस खाणाखुणांवर ते लोभावले असते, तर कोणी सांगावे, निधनोत्तर त्यांना कदाचित दरबारी इतमामाने अखेरची सलामीही मिळाली असती.

परंतु नाना पाटलांचा पिंड हा भागवतधर्माच्या संस्कारांत मुरलेल्या खऱ्या कर्मयोग्याचा होता. ज्ञानेश्वरांचे वैराग्य आणि तुकारामांची निस्पृहता यांचे मनोज्ञ रसायन त्यांच्या व्यक्तिमत्त्वामध्ये तयार झाले होते; त्यामुळेच जीवनातली ऐन उमेदीची वर्षे क्रियाशील राजकारणात व्यतीत करूनही ते स्वतःचे जीवन जलाशयातल्या कमलदलासारखे ठेवू शकले. राजकारणामध्ये नेहमीच खळाळत वाहणाऱ्या संधिसाधू प्रवाहाचा स्पर्श त्यांचे जीवन नासू शकला नाही. त्यांची मानवतावादी प्रेरणा नेहमीच शुद्ध राहिली. जेवढ्या निष्ठेने आणि जिद्दीने त्यांनी प्रति-सरकारच्या वतीने ब्रिटिश सत्तेबरोबर लढा दिला, तेवढ्याच निर्धाराने आणि निष्ठेने पंढरपूरचे विठ्ठल मंदिर हरिजनांना खुले करण्यासाठी साने गुरुजींनी प्राणाची बाजी लावली, तेव्हा ते त्यांच्यामागे उभे राहिले. समतेसाठी साने गुरुजींनी चालू केलेल्या त्या संगरामध्ये गुरुजी आणि राष्ट्र सेवा दलाचे कलापथक सांगाती घेऊन नाना पाटलांनी उभा- आडवा महाराष्ट्र अक्षरशः पिंजून काढला आणि सामान्य मराठी जनतेच्या इच्छाशक्तीचे आणि जनताजनार्दनाच्या आशीर्वादाचे बळ साने गुरुजींच्या मागणीच्या

मागे उभे केले. श्री. नाना पाटील यांच्या त्या वेळच्या झंझावाती दौऱ्याने अस्पृश्यतानिवारण, सामाजिक समानतेची प्रस्थापना इत्यादींबाबत जेवढे अनुकूल जनमत तयार झाले तेवढे त्यापूर्वी कधीही झाले नव्हते.

संयुक्त महाराष्ट्राच्या आंदोलनाच्या पर्वात नाना पाटील यांच्या कार्यकर्तृत्वाचे वेगळेच तेजस्वी दर्शन घडले. संयुक्त महाराष्ट्राच्या निर्मितीचे स्वप्न साकार झाले तरच बहुजन समाजाचे, कामगारांचे आणि शेतकऱ्यांचे हित होईल अशी नाना पाटील यांची श्रद्धा होती; म्हणूनच बहुधा त्यांच्या वाणीला पुन्हा एकदा दुधारी तलवारीचे तेज त्या काळात प्राप्त झाले असावे. शहरी भागात कै. आचार्य अत्रे यांची गर्नाळी तोफ जेवढ्या तडफेने धडाडत असे तेवढ्याच तडफेने महाराष्ट्राच्या ग्रामीण भागात नाना पाटलांची महाकाली आग ओकत असे. ग्रामीण जनतेला समजेल अशा रांगड्या बोलीत, अस्सल गावरान पद्धतीने समर्पक उपमा, उत्प्रेक्षा आणि दृष्टांत यांसह नाना पाटलांची वाक्‌गंगा दुथडी भरून धो धो करीत वाहू लागे, तेव्हा श्रोतृवर्ग त्यांच्या प्रतिपादनाशी एकरूप होऊन मंत्रमुग्ध बनून राही. कै. सेनापती बापट, कै. साने गुरुजी, गाडगे महाराज. महात्मा फुले आदी विभूतींसाठी जे रसायन विधात्याने उपयोगात आणले होते, त्यापैकी थोडे थोडे एकत्र करून नाना पाटलांचे व्यक्तिमत्त्व नियतीने घडविले असावे. संसदीय लोकशाहीच्या पर्वाला प्रारंभ झाल्यावर सेवेचे राजकारण मागे पडले आणि सत्तेच्या राजकारणाचे डावपेच रंगू लागले; तसे नाना पाटील बाजूला सारले गेले. स्वातंत्र्यलढ्यातल्या कणभर पुण्याईच्या बळावर काही कार्यकर्ते बादशाही तख्ताला हात घालण्याएवढे समर्थ बनले आणि त्या लढ्यातली मणभर पुण्याई गाठीशी असूनही नाना पाटील मात्र ज्ञानोबा, तुकारामांच्या पाऊलखुणांनी मळलेली वारकऱ्यांची वाट तुडविण्यात जीवनाची कृतार्थता मानीत राहिले. लौकिकार्थाने त्यांचे जीवन यशस्वी झाले की अपयशी ठरले हे काळच ठरवील. कोणत्याही क्षुद्र किंवा महान लोभाला भुलून त्यांनी अंतःप्रेरणेशी प्रतारणा केली नाही, आत्म्याचा सौदा केला नाही व जनताजनार्दनाशी सतत इमान राखले आणि तसे करण्यासाठी द्यावी लागलेली जबर किंमत हसतमुखाने दिली असाच निर्वाळा इतिहास देईल.

(८ डिसेंबर ७६)

दै. सकाळ : क्रांतिसिंह नाना पाटील

क्रांतिसिंह नाना पाटील यांच्या निधनाने स्वातंत्र्यचळवळीतील एक खंदा वीर हरपला. एक बुलंद आवाज शांत झाला. गेला काही काळ नाना अपंगाचे जीवन जगत होते. स्वातंत्र्यलढ्याच्या मंतरलेल्या दिवसांत धगधगते, आघाडीवरले जीवन जगलेला हा क्रांतिकारक जणू शरपंजरी पडला होता. ते दिवस आठवणीत असलेले, ते दिवस जगलेले आणि ते दिवस अनुभवलेले अशा साऱ्यांनाच नानांच्या निधनाने तीव्र दुःख झाले असेल, यात शंका नाही. खासदारकीची वस्त्रे अंगावरून उतरण्यापूर्वीच्या थोड्या काळापासून म्हणजे दहा-बारा वर्षांपासून नाना राजकारणातून आणि प्रकाशाच्या झोतातून मागे पडत गेले होते; पण लोकांच्या स्मरणातून विशेषतः दक्षिण महाराष्ट्राच्या स्मरणातून तसे कधी मागे पडले नाहीत. नाना दक्षिण महाराष्ट्राचे आणि त्यातल्या त्यात जुन्या सातारा जिल्ह्याचे चालतेबोलते प्रतीक होते. तो भाग त्यांच्या निधनाने हेलावून जाईल यात शंका नाही. तिथली गावे, डोंगर, ओढे, नाले आणि ओहोळही नानांच्या आठवणीने आसवे ढाळतील.

प्रति-सरकारचे आणि लोकभाषेतील पत्री सरकारचे जनक यांच्या जीवनपटाकडे ओझरती नजर टाकली तरी, ते एक कर्तबगार जीवन जगले असे दिसेल. गरीब वारकरी घराण्यात जन्माला आलेल्या नानांच्या गळ्यात वारकरी पंथाची माळ बालपणीच पडली आणि आपल्या कृतीने ते तिला यथार्थ जागले असे म्हणावे लागेल. नाना दरवर्षी पताका घेऊन पंढरीला गेले नाहीत; पण गरिबांच्या कणवेची पताका हयातभर त्यांनी अंगी वागविली, यात कोणाचे दुमत असू शकत नाही. स्वातंत्र्यलढ्यानंतर नानांची कामगिरी लोकांपुढे पुन्हा आली ती संयुक्त महाराष्ट्राच्या चळवळीच्या निमित्ताने! त्यांचे वक्तृत्व लोकांना भारावून टाकी, ही ती कामगिरी होय. नानांनी लौकिक अर्थाने पक्षांतर केले. ते शेतकरी कामगार पक्षात होते. पुढे कम्युनिस्ट पक्षाकडे वळले; पण त्यांनी गरिबांचा पक्ष कधी सोडला नाही. बुलंद आवाजातील कणखर आणि धारदार स्वराने लोकांची हृदये जिंकीत ते दोनदा खासदार झाले; पण लोकांची जवळीक कधी सोडली नाही. साधी विचारसरणी, साधे बोल, सरळसोट बोलणे यातून नाना सरळ लोकांच्या हृदयाला हात घालीत

यात शंका नाही. खासदारकीचे मिळणारे वेतन आणि पहिल्या वर्गाच्या प्रवासाचा मिळणारा लाभ ही लोकांनी आपल्यावर मते देऊन केलेली कृपा असे ते मानीत आणि त्यांचे श्रोतेही या साध्या घटनेचे नानांनी केलेले वर्णन ऐकण्यात रंगून जात.

नानांचे शिक्षण मराठी सात यत्ता. म्हणजे विशेष म्हणता येणार नाही; पण ही पुस्तकी विद्येची उणीव त्यांना हयातभर नडली नाही; त्यांच्या कर्तबगारीला खीळ घालू शकली नाही. ते निराळीच पुस्तके वाचून आले होते. प्रारंभी गावकीच्या कारभारामध्ये अग्रगण्य मानल्या जाणाऱ्या तलाठ्याचा व्यवसाय करणारे नाना पुढे ग्रामराज्याच्या कल्पना उराशी धरून जिद्दीने स्वातंत्र्यलढ्यात उतरले आणि तडफेच्या झंझावाताने दक्षिण महाराष्ट्र ढवळून काढण्यात यशस्वी ठरले. हालांची, कष्टांची, आपत्तींची त्यांनी कधीच पर्वा केली नाही आणि आपत्तींना त्यांना सोडावेसे वाटले नाही. जीवनाच्या अखेरीस अपंगत्वाने त्यांची पाठशिवणी केली, ती त्यातूनच की काय न कळे!

स्वातंत्र्य मिळून तीस वर्षे होत आली. त्यानंतर नवी पिढी पुढे आली. बेचाळीसच्या लढ्यातील भारलेल्या वातावरणाची तिला ओळख नाही. नानांसारख्या क्रांतिकारकाचे समग्र चरित्र लिहिले गेले, त्यांच्याबरोबर असणाऱ्यांनी लिहिले किंवा आपले अनुभव कथन करून ते लिहवून घेतले तर मोठी कामगिरी होणार आहे. सरकारने या कामी आर्थिक साहाय्य केले, तर ते स्वस्तातही लोकांपुढे येऊ शकेल. भावी पिढ्यांना त्यातून नानांच्या कामगिरीचा परिचय होत राहील. लोकांतील भोळसटपणा दूर व्हावा, साक्षरता वाढावी यासाठी नानांनी मनःपूर्वक जे कार्य चालविले होते, ते पुढे चालविण्याची जबाबदारीही या निमित्ताने समाजसेवकांवर पडते. त्यांनी ती उचलण्यात आणि ते कार्य पुढे चालविण्यात नानांचे खरे स्मारक आहे. साधी भाषा, साधी राहणी आणि कार्यात आनंद ही त्यांची जीवनसूत्री पाळण्यात त्यांचे खरे स्मरण आहे.

(८ डिसेंबर ७६)

दै. महाराष्ट्र टाइम्स : झंझावाती योद्धा

नाना पाटील गेले. एका पराक्रमी योद्ध्याची जीवनज्योत मालवली.

गेली काही वर्षे विविध व्याधींनी नानांना एवढे जर्जर केले होते की, मृत्यूने त्यांची सुटका केली असेच म्हटले पाहिजे. तरीही दुःख याचे होते की, आपल्या साहसी कृत्यांनी एक काळ ज्याने स्वतःभोवती अद्‌भुतांचे वलय निर्माण केले, त्याच्या जीवनाची समाप्ती विकलांग अवस्थेत व्हावी! नियतीसमोर इलाज नसतो हेच खरे. नाना पाटील साताऱ्याच्या मातीचा झुंजारपणाचा गुण घेऊनच जन्माला आले. ऐन विशीत सत्यशोधक आंदोलनासाठी त्यांनी सातारा जिल्हा ढवळून काढला. महात्माजींच्या तीस सालच्या आंदोलनातही ते अग्रभागी होते. झंझावाती संचार करून महात्माजींचा संदेश त्यांनी आपल्या जिल्ह्याच्या कानाकोपऱ्यात पोहोचविला; पण नानांच्या सर्वांगीण कर्तृत्वाला उधाण आले ते १९४२ सालच्या 'चले जाव' आंदोलनात. सातारा जिल्ह्यात त्यांनी युयुत्सु तरुणांची संघटना बांधली आणि लोकयुद्धच सुरू केले. आज काय मैलच्या मैल विजेच्या नि टेलिग्राफच्या तारा तोडण्यात आल्या, उद्या काय रेल्वे स्टेशनाला आग लावली, परवा सरकारी चावड्या उद्‌ध्वस्त केल्या, दारूचे गुत्ते बेचिराख झाले, जुलमी सावकारांना लुटण्यात आले अशा बातम्या साताऱ्यातून येत असत आणि सारा महाराष्ट्र रोमांचित होई. एका व्यक्तीच्या पराक्रमाने लोकयुद्ध घडत नाही, हे खरे; पण नाना पाटील ही या लोकयुद्धामागील प्रमुख शक्ती होती. नाना एखाद्या गावात अकस्मात प्रकट होत आणि शेकडो लोकांना जमवून क्रांतीचे महत्त्व विशद करून सांगत. पोलिसांना ही बातमी लागून ते तेथे पोहोचेपर्यंत नाना नाहीसे झालेले असत नि डोंगरकपाऱ्या ओलांडून ३०-३५ मैल अंतरावरील दुसऱ्या एखाद्या गावी असेच अकस्मात प्रकट होत. पोलिसांनी त्यांना पकडण्यासाठी जंगजंग पछाडले; पण धावत्या गाडीतून उडी मारणाऱ्या व पुरात उडी मारून पैलतीर गाठणाऱ्या या मर्दापुढे त्यांना हात टेकावे लागले. नाना पाटील १७ व्या किंवा १८ व्या शतकात जन्मले असते तर तानाजी - येसाजी नि संताजी - धनाजी यांच्या मलिकेत जाऊन बसले असते. नानांना साहसाचे, पराक्रमाचे विलक्षण आकर्षण होते; पण त्यांच्या मनाच्या मुळाशी होती गरिबांची कणव. त्यांना देशाच्या स्वातंत्र्याची आस लागली होती. त्याचबरोबर या देशात समता निर्माण व्हावी, दारिद्र्य नाहीसे व्हावे याचाही ध्यास त्यांना लागला होता.

स्वातंत्र्य आल्यावरही नाना राजकारणात राहिले ते यामुळेच; पण संसदीय राजकारण त्यांना मानवले नाही. त्यांचा पिंड होता आंदोलकाचा; त्यामुळे संयुक्त महाराष्ट्राचा लढा सुरू होताच पुन्हा त्यांच्या कर्तृत्वाला तेज चढले. नानांचे वक्तृत्व महाराष्ट्रात गाजलेल्या वक्त्यांपेक्षा अगदी वेगळ्या ढंगाचे; पण अत्यंत लोभसवाणे! गाडगे महाराज, कैकाडी बुवा यांच्या कीर्तनांसारखी त्यांची भाषणे असत. मराठी मनाच्या काळजाचा ठाव घेणारे व त्याला खदखदून हसवून सोडणारे गावरान दृष्टांत हे त्यांच्या वक्तृत्वाचे प्रमुख वैशिष्ट्य. वक्तृत्वाला अभिनयाची जोड दिली तर भाषण अनेकपटींनी परिणामकारक होते, याची जाण नानांइतकी इतरांना क्वचितच असेल. त्यांचे केवळ हातच हलत नसत, तर साऱ्या शरीराच्या विविध हालचाली होत. व्यासपीठावर शड्डू ठोकणारे एक नानाच झाले. त्यांच्या बलदंड शरीरामुळे त्यांना ते शोभत असे; इतरांचे हसू झाले असते. ५७ सालच्या निवडणुकीनंतर नाना लोकसभेत जाऊन पोहोचले, तेथे मराठी भाषण करणारा हा पहिलाच खासदार. आयुष्याच्या उत्तरार्धात नाना कम्युनिस्ट व इतर डाव्या पक्षात वावरले, तरी जीवनाचा अखेरचा काळ त्यांनी रामनामाचा जप करण्यात व्यतीत केला. ते तुकाराम गाथा वाचीत नि पंढरपूरची वारीही करीत. अखेर वारकरी संप्रदाय हीच महाराष्ट्राची परंपरा आहे. अस्सल मराठी मातीचा हा पुरुष या परंपरेत रमला, हे स्वाभाविकच मानले पाहिजे. काळाच्या ओघात अनेक गोष्टी विसरल्या जातात, तसे नानांची मते, त्यांचे वक्तृत्व आदी गोष्टी विस्मृत होतील; पण सिंहासारख्या या योद्ध्याने स्वातंत्र्यसंग्रामात केलेल्या पराक्रमांचा विसर महाराष्ट्राला पडणार नाही.

(७ डिसेंबर ७६)

दै. प्रभात : क्रांतिसिंह नाना पाटील

भारतीय स्वातंत्र्यचळवळीतील थोर क्रांतिकारक आणि माजी खासदार क्रांतिसिंह नाना पाटील अखेर कालवश झाले! नाना पाटील म्हणजे बेचाळीसच्या क्रांतीच्या मंतरलेल्या दिवसांचा मांत्रिक होता, असे ग. दि. माडगुळकर म्हणाले, ते अगदी खरे आहे. नाना पाटलांचे नाव घेतले की, ब्रिटिश सत्ताधाऱ्यांचा थरकाप उडत असे; पण स्वातंत्र्यप्रेमी मराठी माणसाला स्फुरण येई, चैतन्य येई. नाना पाटील यांच्या नावाची जादूच

तेव्हा मंत्राप्रमाणे झाली होती.

वारकऱ्यांच्या घरात जन्माला आलेल्या नाना पाटील यांच्या गळ्यात बारशाच्या दिवशीच त्यांच्या आजीने तुळशीची माळ घातली आणि त्यांना वारकरी बनविले. पांडुरंगाच्या भक्तिदरबारात जाण्याची दीक्षा दिली; पण हा वारकरी पंढरीच्या पांडुरंगाचा भक्त राहिलाच नाही. त्याने जनताजनार्दनालाच पांडुरंग मानले आणि त्यांच्या सुख-दुःखात तो सहभागी झाला. त्यांचे दुःख, त्यांच्या वेदना दूर करण्यासाठी अतोनात कष्ट सहन केले.

या वारकऱ्याला स्वातंत्र्याची तहान लागली होती. वारकरी जसा पांडुरंगाच्या ओढीने ऊन, वारा, पाऊस यांची तमा न करता पंढरीची वाट चालतो आणि 'देहाते कोणे विचारी' म्हणतो, तसेच नानांचे झाले. व्ह. फा. झालेले क्रांतिसिंह तलाठी झाले; पण त्यांचे मन त्या सरकारी गुलामगिरीत कसे रमणार? ती नोकरी गेली.

ते सत्यशोधक चळवळीत आले आणि हे करीत असताना त्यांचे संसारात लक्षही उरले नाही. पत्नीचे निधन झाले. तिचे दर्शनदेखील त्यांना मिळाले नाही. वडील असेच खंगून गेले. नाना पाटलांना त्यांच्या अंत्यविधीलादेखील हजर राहता आले नाही. पत्नी गेली, वडील गेले, राहिली म्हातारी आई आणि तीन वर्षांची मुलगी; पण अशाही स्थितीत क्रांतिसिंहांची स्वातंत्र्य मिळविण्याची जिद्द सरली नव्हती. त्यांनी आई आणि मुलीच्या पालनपोषणाची जबाबदारी भावावर टाकली आणि क्रांतियज्ञात उडी घेतली.

क्रांतिसिंह नाना पाटील फार शिकले नव्हते; पण बोलत असे की बस्स! सामान्य माणसाला त्याच्या भाषेत क्रांतीचे तत्त्वज्ञान पटवून द्यावे ते नाना पाटलांनीच आणि आपल्याबरोबर लोकांना खेचावे ते नाना पाटलांनीच; अशी त्यांची अस्सल मऱ्हाटी वाणी होती. आपल्या वाणीने त्यांनी सातारा जिल्हा पेटविलाच; पण वेळ आली, तेव्हा ग्रामस्वराज्याची घोषणा करून हा वारकरी धारकरी झाला! हातात शस्त्रे घेऊन त्यांनी ब्रिटिश सत्तेला हैराण केले. अनेकदा पोलिसांशी समोर सामना देऊन त्यांना पळता भुई थोडी केली. सातारा जिल्ह्यातले प्रति-सरकार किंवा पत्री सरकार भारतीय स्वातंत्र्य चळवळीतले एक खास पान ठरले ते क्रांतिसिंहांच्या पराक्रमामुळेच! नाना पाटील स्वातंत्र्याच्या चळवळीत

गांधीजींच्या बरोबर होते. पुढे ते शेतकरी कामगार पक्ष, कम्युनिस्ट पक्षात गेले; पण सामान्य जनता आणि तिचे दुःख यापासून ते कधीच बाजूला गेले नाहीत. त्याचबरोबर त्यांनी कधी तडजोड करून सत्तेची अभिलाषा धरली नाही. कोणाशी वैर केले नाही. या क्रांतीचे ते सेनानी बनले तसेच शांतीचे पूजक राहिले.

एक कमी शिक्षण घेतलेली, सामान्य कुटुंबात जन्माला आलेली व्यक्ती स्वातंत्र्यप्रेमापायी केवढी क्रांती करू शकते आणि सामान्य माणसासाठी संसाराची धूळधाण झाली तरी ध्येयापासून कशी ढळत नाही याचे नाना पाटील म्हणजे एक उत्तम उदाहरण आहे. या क्रांतिसिंहाने आपल्या शेवटच्या भाषणात सांगितले की, 'आता आपल्याला गरिबीविरुद्ध आणखी एक लढाई करावयाची आहे.' ती लढाई जिंकण्यासाठी जिवाचे रान करणे म्हणजे क्रांतिसिंहांना श्रद्धांजली वाहणे आणि त्यांचे स्मरण करणे आहे.

(८ डिसेंबर, ७६)

दै. लोकसत्ता : पत्री सरकारचे जन्मदाते क्रांतिसिंह

क्रांतिसिंह नाना पाटील यांचे मिरज येथील वानलेस हॉस्पिटलमध्ये सोमवारी दुपारी २ च्या सुमारास निधन झाले. अर्थात त्यात अनपेक्षित असे काहीही नव्हते. वय झालेले, मधुमेहाच्या आणि किडनीच्या आजाराने विकलांग झालेले नाना आणखी काही दिवस काढण्याची शक्यता नव्हती. जगलेवाचले असते तर गेल्या काही वर्षांत जसा त्रास झाला तसाच त्रास, कदाचित जास्त त्रास त्यांना झाला असता; तेव्हा अमृतमहोत्सव होऊन, स्वातंत्र्यसैनिक या नात्याने बजावलेल्या कामगिरीची 'ताम्रपटा'द्वारे पावती मिळून नाना पाटील निवर्तले, यात शोकाकुल होण्यासारखे काही नाही. कोणीही माणूस दिवंगत झाल्यावर आणि त्यातही नाना पाटील यांच्यासारखा एक स्वातंत्र्यवीर दिवंगत झाल्यावर दुःख होणे स्वाभाविक आहे आणि सर्व महाराष्ट्राला तसे दुःख झाल्यावाचून राहणार नाही. शेतकरी-कामगार राज्याचे उद्दिष्ट सफल झाल्याचे ते पाहू शकले नसले, तरी एरवी कोणालाही समाधान वाटावे असे कर्तृत्व गाजवून ते गेले आणि गरीब, रांगड्या शेतकरी कुटुंबात जन्मलेल्या नाना पाटलांनी आपल्या कुटुंबाचे आणि देशाचे पांग फेडले, असे

म्हणण्यात अतिशयोक्तीही नाही.

नाना पाटलांच्या कर्तृत्वाची आजच्या तरुण पिढीला तशी ओळखही नाही. गेली दहा-बारा वर्षे तसे ते अज्ञातच होते. तशात ज्या कम्युनिस्ट पक्षात ते सामील झाले, त्या पक्षाबद्दल जनतेला फारशी आपुलकी नसल्याने नानांच्या वाट्यालाही त्या कालखंडात लोकप्रियता आली नाही. संयुक्त महाराष्ट्राची निर्मिती होऊन ती चळवळ हळूहळू संपुष्टात आल्यावर नाना पाटलांचे सार्वजनिक जीवनही मर्यादित झाले. कम्युनिस्ट पक्षाचे कार्य ते निष्ठेने करीत राहिले; कारण शेतकरी-कामगार राज्याची स्थापना हे त्यांचे उद्दिष्ट होते आणि कम्युनिस्ट पक्षच ते राज्य स्थापन करील आणि या देशातील दलितांचा उद्धार करील अशी त्यांची भोळीभाबडी व प्रामाणिक समजूत होती. अर्थात त्यांच्यासारख्या साध्या, सरळ माणसाला कोणताच राजकीय पक्ष तसा मानवणारा नव्हता, कारण सर्वच राजकीय पक्ष सत्ता संपादनाचा खेळ खेळत होते आणि त्या खेळात नाना तसे वाकबगारही नव्हते अगर सत्तास्थानाची त्यांना तशी लालसाही नव्हती. तसे असते तर त्यांनी काँग्रेसशी घरोबा केला असता आणि आपल्या ४२ च्या पुण्याईचे भांडवल करून, त्या भांडवलावर भरपूर व्याज त्यांनी पदरी पाडून घेतले असते. त्यांचे एकेकाळचे काही सहकारी आणि पत्री सरकारातील सहभागी आज उच्च स्थानांवर विराजमान असताना नाना पाटील एक प्रकारे उपेक्षेचे जीवन जगत होते; पण त्याबद्दल त्यांना खंत नव्हती. यातच त्यांचे मोठेपण सामावलेले आहे. 'क्रांतिसिंह' हा किताब जनतेने त्यांना बहाल केला, कारण स्वातंत्र्यलढ्यातील त्यांची कामगिरी होतीच सिंहासारखी आणि अखेरपर्यंत ते सिंहाच्या दिमाखाने व ऐटीनेच जीवन जगले आणि जनमानसातील त्यांचे स्थान अखेरपर्यंत कायम टिकले. अगदी अलीकडे म्हणजेच २३ नोव्हेंबरला त्यांचा विटे येथे अमृत महोत्सवानिमित्त खास जाहीर सत्कार झाला. २६ नोव्हेंबरला परराष्ट्रमंत्री श्री. यशवंतराव चव्हाण यांच्या अध्यक्षतेखाली त्यांचा इस्लामपूरला सत्कार होणार होता; पण विट्याच्या सभेतच एकाएकी त्यांची प्रकृती बिघडली आणि त्यांना मिरजेला हॉस्पिटलमध्ये दाखल करणे भाग पडले. ठरल्याप्रमाणे इस्लामपूरला सत्कार समारंभ झाला; पण तो नानांच्या अनुपस्थितीत आणि तरीही हजारो लोक सत्कार समारंभाला हजर होते - क्रांतिसिंहांच्या कर्तृत्वाची व देशप्रेमाची

पावती देण्यासाठी; कम्युनिस्ट म्हणून नव्हे, तर ४२च्या स्वातंत्र्यलढ्यातील आणि सं. महाराष्ट्राच्या लढ्यातील एक अग्रणी म्हणून!

शेतकरी कुटुंबात जन्मास आलेल्या नानांचे शिक्षण बेताचे झाले; पण तलाठी होण्यास ते पुरे होते आणि त्याप्रमाणे तलाठी या नात्याने त्यांनी आपल्या जीवनास प्रारंभही केला. त्याच कालखंडात सत्यशोधकांच्या विचारांचा त्यांच्या मनावर जबरदस्त प्रभाव पडला आणि ते त्या चळवळीत सामीलही झाले. पुढे गांधीजींनी स्वातंत्र्यासाठी सत्याग्रहाला प्रारंभ केला. ब्रिटिश सरकारच्या नोकऱ्या सोडण्याचे आवाहन केले. त्याचा परिणाम नाना पाटलांच्या मनावर झाला आणि त्यांनी तलाठ्याची नोकरी सोडली व ते काँग्रेसमध्ये दाखल झाले. सत्यशोधक विचारांची जी अनेक मंडळी काँग्रेसमध्ये आली त्यात नानाही होते आणि काँग्रेसमार्फत स्वातंत्र्य व समाजपरिवर्तन साध्य होईल, असा त्यांना विश्वास होता. काँग्रेसमध्ये ते जेधे, मोरे यांच्या अधिक सन्निध होते. सातारा भागातील एक धडाडीचे काँग्रेस कार्यकर्ते श्री. आत्माराम पाटील यांच्या हाताखाली त्यांनी आपल्या राजकीय जीवनाला प्रारंभ केला. पुढे आत्माराम पाटील निवर्तले आणि गांधीजींनी स्वातंत्र्यासाठी ४२ साली लढ्याची हाक दिली. ते काँग्रेसमध्ये होते व गांधीजींच्या आवाहनाला साद देऊन त्यांनी तलाठीपदाचा राजीनामा दिला होता, तरी ते गांधीवादी नव्हते. अहिंसेचे उपासक नव्हते आणि स्वातंत्र्यासाठी व बहुजन समाजाच्या हितासाठी हिंसाचारी मार्ग अवलंबिण्यास त्यांचा विरोधही नव्हता; त्यामुळेच ४२ च्या चळवळीत भूमिगत राहून त्यांनी 'पत्री सरकार'ची स्थापना केली आणि सातारा व त्याचा परिसर त्या चळवळीने व्यापून टाकला. बव्हंशी ग्रामीण जनता त्याच्याशी एकरूप झाली. त्यात दहशतीचाही थोडाफार भाग होताच; पण सर्वसामान्यपणे जनतेचा 'पत्री सरकार'ला पाठिंबा असल्यानेच दीर्घकाळ अनेक कार्यकर्ते भूमिगत राहू शकले.

ग. दि. माडगुळकर यांच्या शब्दांत सांगायचे तर ते 'मंतरलेले दिवस' होते. मुंबई, पुणे अशा मोठ्या शहरांतून ग्रामीण भागावर राज्य करण्याचे दिवस संपुष्टात आल्याचे धूर्त ब्रिटिशांनी हेरले. सत्तांतरासाठी वाटाघाटींना प्रारंभ करण्यामागील तेही एक कारण होते.

वाटाघाटी सफल होऊन सत्तांतर झाले; पण कोणत्या अवस्थेत व परिस्थितीत याची सर्वांनाच जाण आहे. राजकीय सत्ता हाती आली तरी

बहुजन समाजाचे हित काँग्रेसमार्फत साध्य होणार नाही या भावनेने जेधे-मोरे काँग्रेसमधून बाहेर पडले आणि त्यांनी शेतकरी कामगार पक्षाची स्थापना केली. तथापि, शे. का. पक्षही नाना पाटलांच्या प्रकृती-पिंडास मानवला नाही. त्या पक्षाने दाभाडी प्रबंध संमत केला, तरी त्या पक्षावरही ग्रामीण भागातील हितसंबंधी यांचेच वर्चस्व असल्याचे पाहून नाना पाटील यांनी पक्ष सोडला आणि ते कम्युनिस्ट पक्षात दाखल झाले. कम्युनिस्ट पक्ष नाना पाटलांना हवे असलेले कामगार-शेतकऱ्यांचे राज्य निर्माण करील असे त्यांना वाटल्याने ते त्या पक्षात दाखल झाले आणि पुढे जेधे, मोरे आदींनी काँग्रेसप्रवेश केला तरी क्रांतिसिंह कम्युनिस्ट पक्षातच राहिले.

त्यानंतर संयुक्त महाराष्ट्राची चळवळ सुरू झाली आणि त्या काळात नाना पाटलांनी पुन्हा एकदा मंतरलेल्या दिवसांची आठवण व्हावी अशी कामगिरी केली. मात्र, ते पत्री सरकार वा प्रति-सरकार या जुन्या मार्गाकडे वळले नाहीत. संयुक्त महाराष्ट्राच्या चळवळीत कम्युनिस्ट विशिष्ट राजकीय हेतूने सामील झाले; पण नाना पाटलांना त्या चळवळीत महाराष्ट्रातील शेतकरी-कामगारांचेच हित दिसत होते. ४२ चा स्वातंत्र्यलढा मागे घेतल्यानंतर ते संयुक्त महाराष्ट्राची निर्मिती होईपर्यंतच्या कालखंडातील नाना पाटील यांची भाषणे ज्यांनी ऐकली असतील ते धन्य होत. वक्तृत्वाचे एक निराळेच दर्शन त्यातून होत असे. फड जिंकणारे फर्डे वक्तृत्व नव्हते ते; पण समर्पक दृष्टांत देऊन श्रोत्यांच्या मनावर दीर्घकाळ परिणाम करणाऱ्या व जनतेला प्रत्यक्ष कार्यासाठी उद्युक्त करणाऱ्या सोप्या भाषेतील वक्तृत्वाचा तो अजब नमुना होता. अर्थातच स्थल-कालपरत्वे व्यक्तीच्या शब्दांना धार येते; पण तो संदर्भ तुटताच त्याच व्यक्तीचे कर्तृत्व आणि वक्तृत्व थिटे पडते. नाना पाटलांच्या सभांना गर्दी होई तरीही कम्युनिस्टांना पक्षसंवर्धनासाठी नानांचा फारसा उपयोग झाला नाही, कारण कम्युनिस्टांबद्दलच जनतेत आपुलकी नव्हती. त्याला नाना पाटील तरी काय करणार? साहजिकच हळूहळू नाना पाटील मागे पडले; पण त्यांना त्याची खंत नव्हती. सत्तास्थानासाठी ते घुटमळले नाहीत. त्यांनी स्वार्थासाठी पक्षांतर केले नाही. असा हा साधा, सरळ, बहुजन समाजासाठी तळमळणारा व लढणारा सैनिक आपल्या कर्तृत्वाचा ठसा मागे ठेवून गेला. भारतीय स्वातंत्र्याच्या इतिहासात

नाना पाटील यांच्या पत्री सरकारला व नाना पाटलांना निश्चित महत्त्वाचे स्थान असून, त्यांचे हे ऋण किमान महाराष्ट्राला तरी मान्य करावेच लागेल.

(७ डिसेंबर ७६)

दै. विशाल सह्याद्री : क्रांतिसिंह नाना पाटील

१९४२ च्या स्वातंत्र्यसंग्रामात सातारा जिल्ह्यात प्रति-सरकारची स्थापना करून तिचे धडाडीने नेतृत्व करणारे सेनानी नाना पाटील यांच्या निधनाने महाराष्ट्र एका सचोटीच्या कार्यकर्त्याला आणि धडाडीच्या नेत्याला मुकला आहे. देशाच्या स्वातंत्र्यासाठी त्यांनी केलेले अपार कष्ट, परकीयांविरुद्ध उभारलेल्या बंडाचे नेतृत्व आणि स्वातंत्र्यप्राप्तीनंतर स्वातंत्र्याचा लाभ गोरगरिबांना, दुर्बलांना, मागासलेल्यांना मिळावा म्हणून त्यांनी घेतलेले कष्ट याला तोड नाही. नाना पाटलांच्या अपूर्व त्यागाबद्दल आणि धडाडीबद्दल जनतेने त्यांना जी 'क्रांतिसिंह' पदवी बहाल केली, त्या पदवीचे त्यांनी आपल्या कामाने चीज केले.

येडेमच्छिंद्र येथे एका गरीब-शेतकरी कुटुंबात जन्मलेले, मराठी सातवीपर्यंत शिक्षण घेतलेले, वारकरी संप्रदायातील नाना पाटील पुढे एवढे मोठे कार्य करून दाखवतील याची कुणालाच कल्पना नव्हती. तलाठ्यापासून तो खासदारापर्यंत त्यांनी जी मजल मारली त्यात त्यांची बुद्धिमत्ता, कल्पकता, धडाडी, ओजस्वी वाणी आणि त्यागमय सेवा यांचा फार मोठा वाटा आहे. स्वातंत्र्यप्राप्तीपर्यंत त्यांनी काँग्रेसच्या चळवळीत तन-मनाने भाग घेतला. देशासाठी जेवढे देता येईल तेवढे दिले. स्वातंत्र्यप्राप्तीनंतर अल्पावधीतच आपला मार्ग वेगळा आहे, असे वाटून ते प्रथम शे. का. पक्षात आणि नंतर कम्युनिस्ट पक्षात सामील झाले व त्या पक्षाची आणि त्या पक्षामार्फत जनतेची तन-मन-धनाने सेवा केली. स्वातंत्र्याचा लाभ खऱ्या श्रमजीवि कारागिराला, शेतकऱ्याला मिळावा यासाठी त्यांनी अपार कष्ट घेतले. खासदारकीचा स्वतःकरिता उपभोग घेण्याऐवजी त्यांनी आपल्या पक्षाला आणि गरजू कार्यकर्त्यांना जास्तीतजास्त उपयोग करून दिला. कै. अण्णांनी (नाना पाटील) मागितले - मिळवले काही नाही; पण दिले मात्र खूप! खासदार या नात्याने दिल्लीत आम्ही शेजारी शेजारी राहात होतो. त्या वेळीं त्यांनी

सांगितलेली माहिती ऐकून, त्यांचे विचार ऐकून आमचे खूप शिक्षण झाले आणि ते अंगी बाणविण्याचा प्रयत्न करता आला. महात्मा फुले, कर्मवीर शिंदे भाऊराव पाटील आदींनी अज्ञान, रूढिप्रियता, अंधश्रद्धा यावर जसे कोरडे ओढले, समाजाच्या मनातील अंधकार नाहीसा करण्याचा जसा प्रयत्न केला तसेच काम अण्णांनीही आपल्या परीने केले.

नाना पाटील यांच्या वयाला पंचाहत्तर वर्षे पूर्ण झाल्याबद्दल गेल्या महिन्यात इस्लामपुरात सत्कार समारंभ आयोजित करण्यात आला होता. परराष्ट्रमंत्री ना. यशवंतराव चव्हाण हे दिल्लीहून मुद्दाम आले होते; पण समारंभापूर्वी दोन-तीन दिवस अगोदर अण्णांची प्रकृती ढासळली आणि ते समारंभाला हजर राहू शकले नाहीत. मग नाना पाटलांचा फोटो ठेवून, हार घालून सत्कार करण्यात आला. त्यानंतर काळाने आपले कठोर कर्तव्य बजावले आणि एका शूर स्वातंत्र्यसेनानीला, समाजसेवकाला, दीनांच्या कैवाऱ्याला आपल्यातून ओढून नेले. क्रांतिसिंह नाना पाटील यांना आम्ही भावपूर्ण श्रद्धांजली अर्पण करतो!

(८ डिसेंबर ७६)

दै. पुढारी : धगधगती क्रांतिज्वाला निमाली

क्रांतिसिंह नाना पाटील यांची जीवनज्योत अखेर दुर्धर व्याधीशी सामना देत देत निमाली आणि महाराष्ट्रातील दीप्तिमंत क्रांतिपर्वाचे एक ज्वलंत सेनानी कालोदरात विराम पावले. त्यांचा जीवनपट ही अद्‌भुत रोमहर्षक गाथा आहे. एका वारकरी घराण्यात जन्मलेले हे पुत्ररत्न पाच-सात क्रमिक बुके शिकून तलाठी झाले. आणि या तलाठ्यातून एक महान योद्धा, क्रांतिकारक निर्माण झाला. हे घडले कसे? कोणती संजीवनी त्यांना लाभली? याचा विचार जाणत्यांनी आपापल्या परीने जरूर करावा. लोण्यापेक्षाही मऊ अंतःकरणाचे नाना फत्तरापेक्षाही कठीण काळजाचे, साम्राज्य सरकारच्या रोखलेल्या संगिनींना फुलाप्रमाणे छातीवर झेलणारे कसे झाले हा काही आता वादग्रस्त विषय राहिलेला नाही. सगळा सातारा जिल्हा त्यांच्या पाठीशी अखंड उभा होता. त्या फळीत फट म्हणून पडण्याची शक्यता नव्हती, तेव्हा पोलीस खात्याने जंगजंग पछाडले, त्यांचा सुगावा देणाऱ्यांना मोठे बक्षीस जाहीर केले; सगळी

आधुनिक तंत्रे अवलंबिली तरी नानांचे कार्यक्रम बिनदिक्कत होत राहिले. पोलीस पार्टी उपस्थित असतानाच लोकांचा प्रचंड जनसमुदाय जमायचा. त्यात नानांचे भाषण व्हायचे आहे हे स्वतः नाना आल्यानंतर पोलिसांना कळायचे. सभा आणखी बराच वेळ चालणार आहे अशी पोलिसांची समजूत व्हायची, तशीच लोकांचीही आणि पोलिसांना हालचाली करण्यास अवसर न देता नाना वादळासारखे जसे येत तसेच निघूनही जात. म्हणजे सगळा देखावा अगदी पोलीस खात्यासमोर व्हायचा; पण हात चोळत बसण्याखेरीज पोलिसांना गत्यंतर राहायचे नाही. साताऱ्याचा डोंगराळ मुलूख, तशीच घोड्याची पक्की स्वारी यांचे त्यांना साहाय्य झाले हे खरे; पण खेडोपाडी बाजाराच्या दिवशी अगदी हमखास उगवणारे, लोकांना आपल्या व्याख्यानाचा धडाका ऐकवणारे, अगदी तडाखेबंद स्वरूपात महात्मा गांधींचा संदेश ऐकवणारे हे नररत्न गिरफ्तार करणे पोलिसांना शक्य झाले नाही. त्यांचे सहकारी केवढे मजबूत, पक्क्या दिलाचे होते! बहुतेक सगळे पहाडाचे पाणी प्यालेले, पोलादी कांबीचे आणि गावोगावी, घरोघरी त्यांच्याबद्दल जिव्हाळा ओतप्रोत भरून राहिलेला; त्यामुळे तर साताऱ्याने प्रति-सरकार अखेरपर्यंत चालविले. ही किमया इतरत्र कुठेही अवतरली नव्हती.

या प्रति-सरकारला तेव्हा 'पत्री सरकार' संबोधण्यात येत असे. त्याच्याबद्दल विविध प्रकारच्या हकिगती प्रसृत होत असत. पत्र्या मारणारे सरकार म्हणजे पत्री सरकार अशीही समजूत फैलावली होती. पायाच्या तळव्यावर वेताच्या दंडुक्याचे फटकारे म्हणजे पत्र्या. घोड्याला नाल ठोकतात तशा माणसाच्या पायात पत्र्याच्या नाली ठोकणे नव्हे. गोरगरिबांना छळणारे, पिळणारे, तसेच भेट देणारे कुणी असेल तर त्याला ही शिक्षा नाना पाटलांच्या प्रति-सरकारने ठेवलेली होती. पुढे चळवळ संपुष्टात आल्यानंतर कोल्हापुरात शाहू खासबाग मैदानात नानांचे भाषण झाले, तेव्हा पत्री सरकार म्हणजे काय याची माहिती त्यांनी स्वतःच सांगितली होती.

नानांचे भाषण हा अत्यंत रोमांचकारी असा अनुभव होता. व्याख्यानासाठी ते व्यासपीठावर येत तेच मुळी वाघाने तडफेने उडी घ्यावी त्याप्रमाणे! नंतर दंड थोपटून उभे राहात आणि त्यांची वाणी अमोघ स्वरूप धारण करीत असे. दृष्टांत असत ते सगळे शेतकरी

जीवनातले. नांगरापासून ढवळ्या-पवळ्याच्या मोटेपर्यंत. सगळा श्रोतृसमाज कायम फुललेला असे; पण या मराठमोळ्या भाषणात कूट राजनीतीचे वस्त्रहरण करण्याची शक्ती एवढी जबरदस्त होती की, तिला तोड नाही. सत्यशोधकी थाटाचे विवेचन त्यात पुष्कळ येत असे, कारण जोतिबा फुले यांच्या या चळवळीचे बाळकडू त्यांना मिळालेले होते. आपली ही विचारसंपदा सार्थकी लावण्याची संधी त्यांना तीस सालच्या कायदेभंगाच्या चळवळीत मिळाली. राजर्षी शाहू महाराजांच्या पुरस्कारामुळे सत्यशोधक समाज चळवळीचा फैलाव जसा कोल्हापूर, साताऱ्यात झाला होता, तसाच मुंबईत कामगार वसाहतीत पुष्कळ झाला होता. या कार्यकर्त्यांची वैचारिक संथा जशी पक्की होती, तशीच धारदार होती, आक्रमक होती. त्यात तावूनसुलाखून निघालेल्या नानांनी पुढे अनेक प्रचंड सभा गाजवून सोडल्या यात आश्चर्य नाही. त्यांचा बुलंद शब्द विशेषतः शेतकरी समाजाच्या काळजाचा अगदी सहज वेध घेत असे. काही अटीतटीच्या निवडणूक प्रसंगी भाषणासाठी त्यांना खास आमंत्रणे गेली आणि आपल्या व्याख्यानात त्यांनी चालू राजकारणाचे सूक्ष्म धागेदोरे एवढ्या प्रभावीपणे मांडले की, त्यांच्या भाषणामुळेच पारडे फिरले, अशी प्रशस्तीपत्रे त्यांना मिळाली आहेत. १९३० पासून त्यांचा हा क्रांतियज्ञ सुरू झाला, तो देश स्वतंत्र होईपर्यंत. या अत्यंत कठीण प्रसंगी त्यांना पडलेले सायास, सहन कराव्या लागलेल्या यातना सह्याद्रीचा काळा कातळही सोसू शकला नसता; पण नानांच्या अंतःकरणात एकदा चेतलेला हा क्रांतियज्ञाचा अंगार उत्तरोत्तर अधिकाधिक चेतला. महात्माजींवर त्यांची असीम श्रद्धा होती. ती तिळमात्रही ढळली नाही. असा हा क्रांतिसूर्य पार्थिव दृष्टीने अस्तमानास जात आहे, तरी हे धगधगते जीवन आपला संदेश कायम देत राहील. त्यांच्या आत्म्यास चिरशांती मिळो अशी परमेश्वराच्या चरणी विनम्र प्रार्थना!

(८ डिसेंबर ७६)

दै. तरुण भारत, पुणे : क्रांतिसिंह नाना पाटील

क्रांतिसिंह म्हणून स्वातंत्र्यसंग्रामात ज्यांचे नाव महाराष्ट्रात घरोघर पोहोचले, ते श्री. नाना पाटील अखेर वयाच्या ७७ व्या वर्षी सांगली येथे मृत्यू पावले. त्यांच्या मृत्यूने इतिहासाचा आणखी एक दुवा

निखळला आहे. नाना पाटील यांनी १९३० पासून आपली ऐन उमेदीतीत सुमारे १७ वर्षे अखंड संघर्षात घालविली. ब्रिटिश सत्तेला विरोध करणे आणि भूमिगत अवस्थेत किंवा तुरुंगात राहणे हाच त्यांचा या काळातील कार्यक्रम होता. अशा धकाधकीत व्यक्तिगत किंवा प्रापंचिक जीवन अनंत हालअपेष्टांनी भरलेले असते. नाना पाटील यांच्या वाट्याला या हालअपेष्टा भरपूर प्रमाणात आल्या. त्यांच्या कुटुंबाची वाताहत झाली. त्यांना दारिद्र्य पत्करावे लागले आणि स्वातंत्र्योत्तरही स्वास्थ असे त्यांना कधी मिळालेच नाही. स्वातंत्र्यापूर्वी व स्वातंत्र्योत्तर काळातही दलितांचा कैवार हेच त्यांच्या जीवनाचे अखंड सूत्र राहिले.

मनात असा विचार येतो की, १९४७ नंतर नाना पाटलांचे १९४२ च्या किंवा तत्पूर्वीच्या आंदोलनातील अनेक सहकारी काँग्रेस सरकारच्या दरबारात मानमान्यतेला चढले. यशवंतराव चव्हाण, वसंतदादा, किसन वीर, रत्नाप्पा कुंभार इत्यादी अनेक नावे या संदर्भात दृष्टीपुढे येतात. मग नाना पाटीलच उपेक्षित व प्रसंगी जीवननिर्वाहाच्या गरजांनाही वंचित का राहिले? त्याचे उत्तर नाना पाटलांच्या स्वभावातच शोधावे लागेल. ज्याने 'पत्री सरकार'चा प्रणेता म्हणून परकीय सरकारच्या उरात धडकी भरविली आणि काही काळ सांगली-सातारा जिल्ह्यांत ब्रिटिश राजवटीऐवजी ग्रामस्वराज्याची द्वाही फिरविली, त्याच्या स्वभावात सत्ताभिलाषा, वैभवाकांक्षा असती तर त्याला ती केव्हाही पूर्ण करून घेता आली असती; पण नाना पाटील यांनी त्यागाचे चेक वटविण्याचा मोह टाळला आणि शे. का. पक्षाचा झेंडा खांद्यावर घेतला. पददलितांचा कैवार घेऊन ते ठायीठायी उभे रहिले. त्यांचे वक्तृत्व अमोघ होते आणि त्यांच्या लढाऊपणाचे आकर्षणही जबरदस्त होते. संयुक्त महाराष्ट्राच्या आंदोलनात त्यांच्या या गुणांचा प्रत्यय आलाच. नाना पाटील दोनदा लोकसभेवर निवडून गेले; पण संसदीय राजकारण त्यांच्या प्रकृतीला मानवण्यासारखे नव्हते. ते त्यांनी आपले कार्यक्षेत्र कधी मानलेच नाही. महाराष्ट्राच्या ग्रामीण भागांतील दरिद्री शेतकरी व पीडित-शोषित समाजाच्या अभिवृद्धीसाठी क्रांतीचा संदेश सर्वत्र घुमविणे, लोकांना युयुत्सु बनविणे आणि त्यांच्या ठायी हवे ते मिळविण्याची धमक निर्माण करणे हेच नाना पाटलांचे खरे कार्य होते. त्यातच ते स्वातंत्र्यापूर्वी व स्वातंत्र्योत्तर काळातही रमले. अशा माणसाला जे सोसावे लागते ते त्यांनी निवांतपणे

सोसले.

नाना पाटील या नावाची उदंड दहशत त्यांच्या आंदोलनामुळे निर्माण झाली, तरी ते अगदी बारशापासून 'माळकरी' होते. 'पांडुरंगाचे निःसीम भक्त होते हे ध्यानात घेतले पाहिजे. व्यक्तिशः त्यांच्या स्वभावात क्रूरपणा नव्हता किंवा हिंसाचारात तामसी आनंदही त्यांनी कधी मानला नाही. अन्यायाची मात्र त्यांना विलक्षण चीड होती. असे दिसते की, संयुक्त महाराष्ट्राच्या निर्मितीनंतर त्यांच्या वृत्ती हळूहळू शांत होत गेल्या. ते कम्युनिस्ट पक्षात गेले तरी त्यांचा भावनात्मक पिंड कायम राहिला. त्यांची माळ व रामप्रभूचे नाम यांना त्यांनी कधी दूर केले नाही. उलट स्वातंत्र्योत्तर काळातील निवडणुकीचे, सत्तास्पर्धेचे, स्वार्थमयतेचे राजकारण अवलोकून ते अंतर्मुख झाले. त्यांनी एक प्रकारे वानप्रस्थाश्रम स्वीकारला. मधुमेहासारख्या रोगाने त्यांच्या शरीरात घर केले. त्यालाही ते शांतपणे तोंड देत राहिले. त्यांची भेट घेऊन येणारा कोणी त्यांच्या अवस्थेचे वर्णन करावयाचा ते ऐकून आतडे तुटायचे. गेल्या महिन्यातच त्यांच्या प्रकट सत्काराची योजना इस्लामपुरात आखली गेली. परराष्ट्रमंत्री यशवंतराव चव्हाण यांच्या हस्ते हा सत्कार व्हावयाचा होता. सत्कार समारंभ झाला; पण तो नाना पाटलांची प्रतिमा खुर्चीवर ठेवून; व्याधिजर्जर नाना पाटील त्या समारंभाला उपस्थित राहू शकले नाहीत. सत्कार करून घेण्यास ते आसुसलेले होते असेही नाही. समाजात जी क्रांती घडून यावी म्हणून नाना पाटलांनी देह कष्टविला ती क्रांती अद्याप सुदूर असतानाच नाना पाटलांनी श्रांत होऊन डोळे मिटले. जगाचा कायमचा निरोप घेतला. एक सिंहगर्जना चिरकालासाठी शांत झाली.

थोर व निर्मळ मन, असीम त्यागाची सिद्धता, सदैव जनताजनार्दनाच्या सेवेची आस आणि अन्यायाविरोधी युयुत्सु वृत्ती हे नाना पाटील यांच्या व्यक्तिमत्त्वात सहज प्रकट झालेले महनीय गुण होते. या गुणांनीच त्यांचे जीवन तेजस्वी, यज्ञमय आणि उपकारी बनविले. त्यांच्या जीवनातील १९४२ चे पर्व सर्वांचे लक्ष वेधून घेणारे ठरले तरी त्यात ध्येयासक्तीचे अखंड सूत्र अखेरपर्यंत दिसते. जुन्या पिढीतील ही उत्तुंग माणसे एकामागोमाग एक काळाच्या पडद्याआड जात आहेत. 'क्रांतिसिंह' नाना पाटलांचेही पार्थिव शरीर आपल्या कार्यक्षेत्राचा निरोप घेऊन पंचत्वात

विलीन झाले आहे; पण ज्या उद्दिष्टासाठी तो देह झिजला त्याचे स्मरण सर्वांनीच ठेवले पाहिजे. त्यांच्या प्रेरणादायी स्मृतीला लक्षावधी जनतेसह आमचे अभिवादन!

(८ डिसेंबर ७६)

दै. नवसंदेश : क्रांतिसिंहांचे महाप्रयाण

अखेर क्रांतिसिंहाचे महाप्रयाण झाले. ही दुष्ट वार्ता ज्या वेळी आम्हाला ऐकायला मिळाली, त्या वेळी आम्हाला अतिशय दुःख झाले. अर्थात ही बातमी अनपेक्षित नव्हती. गेल्या २५ तारखेलाच त्यांना इस्पितळात हलवावे लागले; त्यामुळे इस्लामपूरचा अमृतमहोत्सवाचा समारंभ त्यांच्याशिवाय पार पाडावा लागला. त्या समारंभासाठी परराष्ट्रमंत्री आले होते. डिसेंबरमध्ये कोल्हापूरलाही त्यांचा सभारंभ होणार होता. मुख्यमंत्र्यांनी तारीखही दिली होती; पण दैवगती मोठी विचित्र असते. ब्रिटिशांशी झुंजारपणे झुंजणारा हा क्रांतीचा सेनानी जीवनाच्या अखेरच्या काळात मृत्यूशी झुंज देत राहिला; पण परमेश्वराची शक्ती मोठी आहे. सगळे मानव त्या शक्तीपुढे नम्र होतात.

क्रांतिसिंह नाना पाटील म्हणजे धाडस आणि अमोघ वक्तृत्व यांचा एक अपूर्व संगम होता. म. गांधींच्या प्रभावाने प्रेरित होऊन त्यांनी स्वातंत्र्याच्या चळवळीत उडी घेतली. १९४० सालच्या वैयक्तिक कायदेभंगामध्ये बह्याच्या रामलिंग बेटावर त्यांनी सत्याग्रह केला; पण ते खरे चमकले १९४२ साली. बेचाळीसचा लढा सामान्य कार्यकर्त्यांनी चालविला होता, कारण प्रमुख लोकांना तुरुंगवास आला होता. रातोरात काही कार्यकर्ते भूमिगत झाले. त्यामध्ये नाना पाटील होते. कै. अण्णांनी त्या वेळी अनेक धाडसाची कामे केली. इस्लामपुरावर प्रचंड मोर्चा आणला होता. त्यानंतर धुळ्याचा खजिना लुटणे, शेणोलीजवळ पे-ट्रेन लुटणे, याचबरोबर प्रति-सरकार स्थापन करण्याचा केलेला प्रयत्न हे एक अपूर्व धाडस होते. त्याला जगाच्या क्रांतीच्या इतिहासात तोड नव्हती. त्याचे पडसाद ब्रिटनच्या पार्लमेंटमध्ये उमटले. त्यानंतर ते ज्या वेळी प्रकट झाले, त्या वेळी साताऱ्याच्या जनतेने त्यांचे अभूतपूर्व स्वागत केले. असे स्वागत आम्ही पाहिले नाही. आचार्य अत्रे यांनी तर त्यांना 'क्रांतिसिंह' ही पदवी दिली. स्वातंत्र्ययुद्धातील हा सेनापती

पुढच्या राजकारणात मात्र मागे पडला हा दैवदुर्विलास होय. १९४८ साली शेतकरी - कामगार पक्ष निघाला आणि क्रांतिसिंहांनी ती आघाडी सांभाळली. क्रांतिसिंह आणि तुळशीदास जाधवांनी वक्तृत्वाची कमाल केली. त्या वेळची नाना पाटील यांची भाषणे अक्षरशः गाजलेली आहेत. त्यानंतर प्रांतपुनर्रचनेच्या वेळी महाराष्ट्रावर अन्याय झाला; त्या वेळी साताऱ्याचा हा सिंह खवळून उठला. संयुक्त महाराष्ट्र समितीने जे काम केले त्याला तोड नाही. क्रांतिसिंहांनी मोरारजीभाई देसाईंवर केलेली टीका आणि रांगड्या भाषेतील उदाहरणे यांची लोकांना कायम आठवण राहील. बीडसारख्या परक्या जिल्ह्यातून ते लोकसभेवर निवडून गेले. त्यानंतर त्यांनी राजकारणसंन्यास घेतला. वाळव्याला कॉम्रेड नागनाथ नायकवडी यांच्याकडे व पंढरपूरला रामबागेत ते राहात होते. गेल्या वर्षी पुण्याचे महापौर वसंतराव थोरात त्यांना भेटायला आले. त्या वेळी त्याचे रामनाम स्मरण चालू होते. कोल्हापूरची काही मंडळी गेली नि पुन्हा एक वेळ ते प्रकाशात आले. अमृतमहोत्सवाची आणि सत्काराची तयारी सुरू झाली; पण कोणाचा सत्कार न घेता अगर कोणाचा निरोप न घेता, न बोलताच त्यांचे महाप्रयाण घडलेले आहे. एक विराट मानव अनंतात विलीन झाला आहे. आम्ही मंडळी शोकाकुल होणारच; पण ते आता अशा ठिकाणी गेलेत की राग, द्वेष, लोभ यांच्यापलीकडे ते आहेत. त्यांच्याबद्दल आम्हाला अतीव निष्ठा होत्या म्हणूनच या क्रांतिवीराला आम्ही साश्रू नयनांनी अभिवादन करीत आहोत. क्रांतिवीरा, आमचा हा अखेरचा प्रणाम घ्यावा!

(८ डिसेंबर ७६)

दै. राष्ट्रमत, गोवा : क्रांतिसिंह नाना पाटील

म. गांधींनी ब्रिटिशांना Quit India (भारत छोडो)चा अंतिम इशारा दिला आणि त्याच वेळी स्वातंत्र्यासाठी जनतेलाही Do or Die असा आदेश दिला. अर्थात ब्रिटिश सत्तेला हा शेवटचा हादरा होता. त्याआधी गांधीजींनी अहिंसात्मक व शांततेच्या मार्गाने देशव्यापी चळवळी केल्या, वाटाघाटीचाही मार्ग अनुसरला; परंतु त्यांचा ब्रिटिश सरकारवर विशेष परिणाम घडून आला नाही आणि म्हणूनच गांधीजींनी 'क्विट इंडिया'ची चळवळ पुकारली. या वेळी दुसरे महायुद्ध जोरात चालू होते. दोस्त

राष्ट्रांची पीछेहाट होत होती. तरीही भारतीय लोकांना स्वातंत्र्य देण्याबाबतची ब्रिटिश सरकारची ताठर भूमिका कायमच होती. भारतीय जनतेला विश्वासात घेऊन व त्यांना स्वराज्याचे हक्क देऊन चालू असलेले युद्ध खरोखरच 'लोकशाही'वादी राष्ट्रांचे युद्ध आहे हे सिद्ध करण्याची नामी संधी ब्रिटिशांना लाभली होती; परंतु असे काही न करता त्यांनी राष्ट्रीय नेत्यांना पकडून तुरुंगात डांबून ठेवले; त्यामुळे आगीचा डोंब अधिकच उसळला. स्वराज्याची आशा दुरावली. ब्रिटिशांच्या दडपशाहीला ऊत आला. जनता संतापली आणि 'एक धक्का और दो, ब्रिटिश राज तोड दो' या ईर्षेने पेटलेल्या नेतृत्वहीन जनतेने 'न भूतो' अशा आंदोलनाचा मार्ग स्वीकारला. गांधीजींनी 'डू और डाय'चा दिलेला आदेश शिरोधार्य मानून, जनतेने प्रचंड संख्येने या स्वातंत्र्ययज्ञकुंडात धडाधड उड्या घेतल्या. विशेषतः युवकांनी या लढ्याचा सारा भार स्वशिरावर घेतला आणि ज्याला जे सुचले त्या मार्गाने त्याने हा लढा चालू ठेवला. अशा 'पेटलेल्या' तरुणांपैकी एक श्री. नाना पाटील होते.

बेचाळीसच्या लढ्यात सर्वच ज्येष्ठ नेते गजाआड डांबले गेले. त्यांची जागा तरुणांनी घेतली; परंतु ते अचानक भूमिगतही झाले. गुप्तपणे ब्रिटिश सत्तेवर प्रहार करू लागले. त्यांनी गांधीजींच्या 'डू ऑर डाय'चा अर्थ स्वतःच्या सोयीप्रमाणे लावला आणि यामुळे पूर्वीचे शांततामय व अहिंसक चळवळीचे रूपही एकदम पालटले. विध्वंसक कारवाया सुरू झाल्या की, जेणेकरून ब्रिटिश सत्ता खिळखिळी होईल. या कारवायांची रूपेही भिन्नभिन्न होती. महाराष्ट्रातील सातारा जिल्ह्यात तर दहशतीचे वातावरण निर्माण झाले. देशद्रोही, समाजकंटक, गोरगरिबांचे रक्तशोषक इत्यादींना धारेवर धारले गेले. जुलमी सावकार आणि सरकारी अधिकाऱ्यांच्या पायाना पत्र्या ठोकण्यात आल्या. इतकेच नव्हे तर या जिल्ह्यातले प्रशासनच खिळखिळे झाले आणि त्यामुळे तेथे 'प्रति-सरकार'ची स्थापना झाली. यालाच पुढे 'पत्री सरकार' म्हटले जाऊ लागले.

या पत्री वा प्रति-सरकारचे नेते होते श्री. नाना पाटील. पुढे ते 'क्रांतिसिंह' नाना पाटील म्हणून संबोधले जाऊ लागले. त्यांनी ब्रिटिश सरकारला हैराण करून सोडले. त्यांना पकडून देण्यासाठी सरकारने बक्षीस जाहीर केले; परंतु एवढी हिम्मत कोणाचीच नव्हती, शिवाय

सामान्य जनता तर क्रांतिसिंहाच्या पाठीशी होती; त्यामुळे त्यांचा सर्वत्र संचार होत असतानाही त्यांचे क्रांतिकार्य सतत चालूच राहिले. त्यांच्या या आंदोलनामुळेच महाराष्ट्रात या क्रांतिलढ्याला खरा जोर आला. मुळातच ते स्वातंत्र्यप्रेमी आणि म्हणूनच त्यांनी सरकारी तलाठ्याची नोकरी सोडून तीस सालच्या स्वातंत्र्यलढ्यात सक्रिय भाग घेतला. त्यांचा पिंडच लढाऊ होता व म्हणूनच संयुक्त महाराष्ट्राच्या चळवळीतही ते आघाडीवरच रहिले. जनतेने त्यांना लोकसभेवर निवडून दिले आणि तेथेही त्यांनी या चळवळीचा जोरदार पुरस्कार केला. ते एक उत्तम वक्ते असल्याने त्यांच्या वाणीचा सामान्यजनांवर फार परिणाम होत असे. ते केवळ धडाडीचे कार्यकर्ते होते, एवढेच नव्हे तर धाडसी शूर पुरुष होते. शत्रूशी लढण्यासाठी त्यांनी गनिमी काव्याचा अवलंब केला. रातोरात डोंगर-दऱ्या पार करून ३०/४० मैलांची मजल मारीत ते अकस्मात गुप्त होत आणि अकस्मात पोलिसांसमोर प्रकट होत. सरकारी कचेऱ्या व पोलीस चौक्यांना त्यांनी आगी लावल्या. धावत्या आगगाडीतून उड्या मारल्या. जाहीर सभेत व्यासपीठावर ते चढत तेच एखाद्या मल्लाप्रमाणे शड्डू ठोकीत; त्यामुळे श्रोत्यांत स्फूर्तिदायक वातावरण निर्माण होई. हे सारे आता लोप पावले आहे. स्वातंत्र्यप्रेमाने पेटलेली ही मशाल निरंतर मालवली गेली आहे. तरीही त्यांचे कार्य व धडाडी युवकांना सदैव प्रेरणा देत राहील. क्रांतिसिंहाच्या पुण्यस्मृतीस आमचे विनम्र अभिवादन!

(८ डिसेंबर ७६)

साप्ताहिक युगांतर : क्रांतिसिंह नाना पाटील झिंदाबाद !

ता. ६ डिसेंबर १९७६ रोजी, दुपारी २ वाजता मिरज येथील वॉनलेस हॉस्पिटलमध्ये क्रांतिसिंह कॉ. नाना पाटील यांचे निधन झाले.

गेली काही वर्षे कॉ. नाना पाटील भीष्माचार्यांप्रमाणे शरशय्येवर पडले होते. जन्मभर देशासाठी आणि गोरगरीब जनतेसाठी अहोरात्र झगडणारा हा योद्धा अखेरीस तितक्याच निर्धाराने शारीरिक यातनांविरुद्ध लढला. या लढ्यातही आजूबाजूच्या लोकांना धीर देत राहिला. नाना पाटलांना, आमच्या अण्णांना वीराचे मरण लाभले. ते आम्हाला सोडून गेले असले तरी त्यांचे चैतन्य, त्यांची स्मृती, लक्षावधी कामगार-

शेतकऱ्यांना त्यांनी दिलेली स्फूर्ती चिरंतन टिकून राहील यात यत्किंचित संदेह नाही. नाना पाटील धारातीर्थी पडले. कॉ. नाना पाटील झिंदाबाद!

कॉ. नाना पाटील यांच्या जीवनाचे सार काय? आजच्या पिढीच्या तरुणांनी त्यांच्या चरित्रापासून काय शिकायचे? कोणते मार्गदर्शन घ्यायचे?

मार्गदर्शन हेच की, परतंत्र देशाच्या स्वातंत्र्यासाठी प्राणपणाने लढणारा, राष्ट्रीय स्वातंत्र्यासाठी आपले सर्वस्व अर्पण करणारा, ध्येयनिष्ठ आणि करारी पुरुष आजच्या युगात क्रमाक्रमाने कामगार-शेतकरी चळवळीत दाखल होतो; समाजवादाच्या चळवळीत सामील होतो, मार्क्सवाद-लेनिनवाद स्वीकारतो, कष्टकऱ्यांच्या आंतरराष्ट्रीय प्रतीकाचा, लाल झेंड्याचा जयजयकार करतो. ब्रिटिश सत्तेविरुद्ध बंड करून स्थापन केलेल्या प्रति-सरकारची ऐतिहासिक परिणती भारतात कामगार-शेतकऱ्यांचे समाजसत्तावादी राज्य प्रस्थापित करण्यात झाली पाहिजे; झाल्याशिवाय राहणार नाही हेच कॉ. नाना पाटील यांच्या कार्याचे सार आहे आणि हाच आजच्या पिढीला त्यांचा संदेश आहे.

भवन्ति नम्रास्तरवः फलागर्मः या न्यायाने कॉ. नाना पाटील यांचे कार्य जितके अधिक यशस्वी होत गेले, त्यांचे नेतृत्व जसे उंचावत गेले, तशी त्यांची नम्रताही वाढत गेली. आपले प्रचंड व्यक्तिमत्त्व घेऊन ते कम्युनिस्ट पक्षात आले; पक्षाचा एक निष्ठावंत नेता झाले तरीही त्यांच्या मनाला अहंकाराने कधी स्पर्श केला नाही. मार्क्सवादाचे तत्त्वज्ञान व पक्षाचे धोरण याचा ते फार परिश्रमपूर्वक अभ्यास करीत असत आणि आपल्या अनुपमेय भाषेमध्ये अवाढव्य सभांतून त्यांचा सतत प्रचार करीत असत.

आपण कम्युनिस्ट पक्षात कसे आलो, याबद्दल नाना पाटील एक मजेदार उदाहरण देत असत आणि अनेक सभांतून त्याचा पुनरुच्चार करीत असत. त्याचे वर्णन त्यांच्याच शब्दांतून केले पाहिजे :

"लोक म्हणतात की, नाना पाटील फार चांगला माणूस आहे; पण तो सतत आपला पक्ष बदलतो. अहो, पण खानदेशातून पंढरपूरला जायचे, तर मनमाडला गाडी बदलावी लागते, दौंडला बदलावी लागते, कुर्डुवाडीला बदलावी लागते; पण लक्ष्य एकच ना? आणि ते म्हणजे पंढरपूर. तसेच, अगदी तसेच जायचे कामगार-शेतकऱ्यांच्या राज्याकडे,

समाजवादाकडे! पहिली आणि दुसरी गाडी पोहोचली नाही, तर गाडी बदलायला नको? पण ही गाडी मात्र नक्की पोहोचणार, आता बदलण्याचा प्रश्न नाही.''

आज अण्णांच्या अशा असंख्य आठवणी येतात. त्यांचा करारी स्वभाव, त्यांचे मार्दव, त्यांची खेळकर वृत्ती व अनेक बाबतींतील त्यांचा हट्टी स्वभावही आठवतो. या साऱ्या स्मृती आमच्या मनात सदैव टवटवीत व ताज्यातवान्या राहणार.

नाना पाटलांचे चरित्र लिहिण्याचा हा प्रसंग नाही, येथे त्याची आवश्यकताही नाही. राष्ट्रीय स्वातंत्र्याच्या चळवळीत, भारतातील कामगार-शेतकऱ्यांच्या आणि कम्युनिस्ट चळवळीत क्रांतिसिंह नाना पाटील यांना एक अत्यंत उच्च स्थान आहे आणि ते अजरामर आहे. त्यांच्या स्मृतीला कम्युनिस्ट पक्षाच्या महाराष्ट्र राज्य कौन्सिलतर्फे आणि 'युगांतर'च्या संपादक मंडळातर्फे आज आम्ही गौरवाची आणि कृतज्ञतेची श्रद्धांजली अर्पण करीत आहोत.

भारतीय कम्युनिस्ट पक्षाचे
महाराष्ट्र राज्य कौन्सिल - 'युगांतर' संपादक मंडळ
(साप्ताहिक 'युगांतर', १२ डिसेंबर ७६)

New Age, Delhi : Comrade Nana Patil

KRANTISINGHA NANA PATIL known throughout as the revolutionary lion of Maharashtra, Veteran CPI and kisan leader, is no more. After a prolonged illness this distinguished and beloved leader breathed his last on December 6.

A stormy life has come to an end and a personality which dominated some of the most dynamic events in Maharashtra. He was 76 and leaves behind a daughter and two brothers.

Nana Patil shot into national prominence during the Quit India movement of 1942, when he set up the parallel government in the Satara district, starting 'guerilla' warfare against the British Sarkar. The parallel government was popularly known as "Patri Sarkar."

Born of peasant stock, he completed his language school,

joined government service and then resigned during the hectic days of the first non-co-operation movement. Nana Patil symbolised in his life the various phases of our national movement. He participated in 1930 in the Salt-Satyagraha and was imprisoned for six months. Again in 1932 he was arrested, released and rearrested for individual Satyagraha.

In 1942 he mobilised hundreds of workers and established the "Patri Sarkar." He established a guerilla force, peasant army, judiciary and parallel economy - a Gramrajya in every village in Satara.

However, he soon got disillusioned with the Congress Policies and later with the Socialist Party. He studied marximum and soon set up the Workers and Peasants Party in Maharashtra. He toured the length and breadth of the State preaching Marximum and explaining the meaning of class struggle. He built up and led the Kisan Sabha.

Powerful oratory and a dynamic personality combined to make Nana Patil a popular and loved leader whose simple language held mass peasant gatherings spell-bound for five hours and more at a time.

His work and experiences made him eventually join the CPI in 1952 in its ranks he continued his stormy and self-sacrificing career.

In 1955 he was elected President of the AIKS and he led an AIKS delegation to the USSR.

The Samyukta Maharashtra Movement again saw Nana Patil active in turbulent politics, organising the peasantry and facing incarceration.

Nana Patil was twice elected to Parliament, in 1957 and 1967. He will however always be remembered as the courageous leader of the masses, specially of the landless peasants whom he united in great struggles and through which he united the followers of the RPI and CPI among the most downtrodden of our people.

NEW Age mourns the passing away of this veteran Communist revolutionary and sends its heart-felt condolences to the bereaved family.

(12 December 76)

**

क्रांतिसिंह - कालपट

३ ऑगस्ट १९००	-	जन्म, बहे (बोरगाव, ता. वाळवा) येथे.
१९१८	-	मराठी सातवी परीक्षा उत्तीर्ण.
१९१८ ते १९२६	-	सत्यशोधक समाजाचे कार्यकर्ते, सत्यशोधक चळवळीत सक्रिय सहभाग, ग्रामीण समाजात जनजागृतीचे कार्य.
१९२०	-	विवाह, दुधोंडीचे कृष्णा नलवडे यांची कन्या आकुबाई हिच्याशी.
१९२०	-	तलाठी म्हणून सरकारी नोकरीत प्रवेश.
१९२६	-	कन्या हौसाबाई यांचा जन्म.
१९२७	-	राष्ट्रीय चळवळीत प्रवेश, काँग्रेसच्या प्रचारकार्यात सहभाग.
१९२८	-	सरकारी नोकरीचा त्याग.
१९३०	-	सविनय कायदेभंगाच्या चळवळीत सहभाग, बिळाशी येथील जंगल सत्यागृहाचे नेतृत्व.
१९३०	-	पत्नी आकुबाई यांचा मृत्यू.
१९३०-३२	-	सरकारच्या पकड वॉरंटाला धाब्यावर बसवून ग्रामीण भागात काँग्रेस प्रचाराची जोरदार मोहीम, ग्रामीण जनतेला निर्भय बनण्याची शिकवण.
१९३२	-	राष्ट्रीय चळवळीतील सहभागाबद्दल पहिला तुरुंगवास, येरवडा जेलमध्ये सक्तमजुरीची शिक्षा.
१९३३-३४	-	आणखी दोन वेळा तुरुंगवासाची शिक्षा.
१९३७	-	प्रांतिक कायदे मंडळाच्या निवडणुकीत काँग्रेसच्या प्रचाराची आघाडी सांभाळली.
१९४०	-	कन्या हौसाबाई यांचा भगवानराव पाटील (हणमंत वडिये) यांच्याशी विवाह.
१९४०	-	बहे, बोरगाव या ठिकाणी वैयक्तिक सत्याग्रह,

		नऊ महिन्यांची कारावासाची शिक्षा.
१९४१	-	हणमंत वडिये या ठिकाणी दुसरा वैयक्तिक सत्याग्रह, चार महिन्यांची कारावासाची शिक्षा.
१९४१	-	कोल्हापूर संस्थानातील दुष्काळी परिषदेत बंदीहुकूम मोडून भाग घेतल्याबद्दल सक्तमजुरीची शिक्षा.
१९३२ ते ४२	-	या दहा वर्षांच्या कालावधीत वेगवेगळ्या कारणांसाठी एकूण आठ वेळा तुरुंगवासाची शिक्षा.
१९४२	-	'चले जाव' आंदोलनात सहभाग, प्रति-सरकारची स्थापना.
१९४२ ते ४६	-	भूमिगत राहून प्रति-सरकारचे नेतृत्व. तुफान सेनेची निर्मिती, ग्रामराज्याची स्थापना.
१९४६	-	भूमिगत अवस्थेतून प्रकट. महाराष्ट्रात गावोगावी अभूतपूर्व स्वागत व सत्कार समारंभ.
१९४७	-	शेतकरी कामगार संघाच्या प्रचारासाठी महाराष्ट्रभर दौरे. ठिकठिकाणी शेतकरी परिषदांचे आयोजन.
१९४८	-	शेतकरी कामगार पक्षात प्रवेश.
१९४८-५०	-	शेतकरी कामगार पक्षाच्या प्रचारासाठी महाराष्ट्रभर दौरे.
१९५१	-	शेतकरी कामगार पक्षातून बाहेर. कामगार किसान पक्षाची स्थापना.
१९५३	-	भारतीय कम्युनिस्ट पक्षात प्रवेश.
१९५४	-	महाराष्ट्र किसान सभेच्या अध्यक्षपदी निवड.
१९५४	-	भारतीय किसान संस्थेच्या उपाध्यक्षपदी निवड.
१९५५	-	भारतीय किसान सभेच्या अध्यक्षपदी पुन्हा निवड.
१९५५	-	सोव्हिएत युनियनच्या सदिच्छा भेटीस गेलेल्या किसान प्रतिनिधी मंडळाचे नेतृत्व. पूर्व युरोपीय राष्ट्रांचा दौरा.

१९५५ - संयुक्त महाराष्ट्र आंदोलनात बिनीचा सेनानी म्हणून कार्य. गोवा आंदोलनात सहभाग.

१९५६ - संयुक्त महाराष्ट्र आंदोलनातील सहभागाबद्दल नऊ महिने नाशिक कारावासात स्थानबद्ध.

१९५७ - सार्वत्रिक निवडणुकीत संयुक्त महाराष्ट्र समितीच्या प्रचारकार्याची धुरा.

१९५७ - सातारा मतदारसंघातून लोकसभेवर प्रचंड बहुमताने निवड.

१९५८-५९ - कर्नाटकातील मराठी भाषक प्रदेशाचा महाराष्ट्रात समावेश करावा या मागणीसाठी सुरू केलेल्या सीमा आंदोलनात सहभाग. कारवार आघाडीवरील सत्याग्रहाचे नेतृत्व. कर्नाटक सरकारच्या शिमोगा लॉकअप जेलमध्ये कारावास.

१९६३-६५ - कर्मवीर दादासाहेब गायकवाड यांच्या सहकार्याने भूमिहीन शेतमजुरांचे आंदोलन उभारले.

१९६५ - महाराष्ट्रातील डाव्या पक्षांनी उभारलेल्या महागाईविरोधी आंदोलनात सहभाग. येरवडा जेलमध्ये स्थानबद्ध.

१९६७ - बीड मतदारसंघातून लोकसभेवर निवड.

१९६८ - अखिल भारतीय शेतमजूर संघटनेची स्थापना. या संघटनेचे पहिले अध्यक्ष म्हणून निवड.

१९७२ - मधुमेहाच्या आजारात पायास जखम झाल्यामुळे पिंढरीपासून पाय काढावा लागला.

२३ नोव्हेंबर १९७६ - विटा येथे पुरोगामी विद्यार्थी युवक संघटनेच्या वतीने अमृतमहोत्सवी सत्कार. (शेवटचा जाहीर कार्यक्रम)

६ डिसेंबर १९७६ - मिरज येथील मिशन हॉस्पिटलमध्ये निधन.

(क्रांतिसिंह नाना पाटील स्मरणिकेतून)

**

‘क्रांतिसिंह नाना पाटील’ ग्रंथ प्रकाशित झाल्यावर संपादक डॉ. जयसिंगराव पवार यांना आलेल्या पत्रांतील मान्यवरांचे निवडक अभिप्राय

भाई माधवराव बागल, कोल्हापूर

‘क्रांतिसिंह नाना पाटील’ हा ग्रंथ म्हणजे बहुजन समाजाची गीता आहे. संपादकांना सहस्त्र धन्यवाद!

क्रांतिअग्रणी जी. डी. लाड, कुंडल, जि. सांगली

“आपण एक उत्कृष्ट काम केले आहे. क्रांतिसिंहांच्या धगधगत्या जीवनातील चैतन्याचे दर्शन होणे आवश्यक होते. ते कार्य पार पाडण्याचा आपण प्रयत्न केलात. क्रांतिसिंहांचा राजकीय छावा म्हणून मी त्यांनी दिलेल्या प्रेरणा जोपासत आहे.”

शंकरराव खरात, पुणे

क्रांतिसिंह नाना पाटील यांचे एक चिरंतन स्मारक केल्याचे तुम्हाला मोठे श्रेय मिळेल. क्रांतिसिंह एक कालखंड घेऊन पुढे चालले होते. त्या दृष्टीने या ग्रंथाला मोठे महत्त्व आहे.”

यदुनाथ थत्ते, पुणे

“आपण ग्रंथाचे संपादन अतिशय कष्टाने केले आहे. आपण हा ग्रंथ संपादित करून मराठी माणसांवर मोठेच उपकार केले आहेत आणि त्याबद्दल सर्व मंडळी आपली कृतज्ञ राहातील.”

ग. स. ऊर्फ दादासाहेब अळतेकर, पुणे

“आपला ग्रंथ अंतरंगाने अनेक विद्वानांच्या आणि क्रांतिसिंहांच्या सहकाऱ्यांच्या लेखांनी जसा समृद्ध आहे तसा बाह्यांगानेही आकर्षक व क्रांतिसिंहांच्या कार्यास साजेसा आहे. ग्रंथाच्या निर्मितीसाठी आपण किती परिश्रम घेतलेत, याचा अचंबा वाटतो!”

डॉ. वा. ना. कुबेर, पुणे

"हा अंतर्बाह्य देखणा ग्रंथ सिद्ध करून आपले कार्यकुशलत्व सिद्ध केलेत; पण एका मोठ्या आवश्यक अशा (विलंबित) कार्यासाठी अनेकांना एकत्र आणलेत ही फार मोठी जमेची बाजू आहे. याबद्दल अवघा महाराष्ट्र आपला ऋणी राहील."

वामन होवाळ, मुंबई

"सदर ग्रंथासाठी आपण घेतलेले परिश्रम जाणवतात. आपले संपादन, कष्ट व जिद्द यांचे कौतुक करावे तेवढे थोडेच आहे. यात अनेक मान्यवरांचे समाविष्ट केलेले लेख केवळ आपल्या चिकाटीमुळेच उपलब्ध झाले आहेत."

शाहीर आत्माराम पाटील, मुंबई

"४२ च्या क्रांतीतील अनेक धगधगायमान क्रांतिवीरांच्या करणीतून आणि अनेक साहित्यिकांच्या झरणीतून प्रकट झालेला हा अंतर्बाह्य अप्रतिम ग्रंथ पंचतत्त्वविलीन पू. अण्णांच्या प्रचंड व प्रदीर्घ जीवितकार्याची महाराष्ट्राला व राष्ट्राला आचंद्रसूर्य प्रेरणा देणारा ठरला आहे."

ज्येष्ठ स्वातंत्र्यसैनिक रा. वि. पाटील, पलूस, जि. सांगली.

"सदरचे पुस्तक वाचत असताना प्रत्यक्ष आपण त्या काळात वावरत आहोत असे वाटून अंगावर शहारे उभे राहातात. क्रांतिसिंहांचे सुख-दुःखाचे अनेक प्रसंग मी स्वतः पाहिलेले असल्यामुळे आज ग्रंथ वाचत असताना डोळ्यांतून अश्रुधारा वाहू लागल्या. सदर ग्रंथाचे वाचन आम्ही आमच्या येथील हुतात्मा स्मारक जागेत लाउड स्पीकर लावून सामुदायिकपणे केले."

ज्येष्ठ स्वातंत्र्यसैनिक बाळकूअण्णा मोहिते, मोहित्यांचे वडगाव, जि. सांगली

"आपले कितीही अभिनंदन केले तरी ते अपुरे पडणार आहे. आपण केलेले काम लाख मोलाचे आहे. हा समग्र इतिहास मी प्रत्यक्ष डोळ्यांनी पाहिला आहे आणि तोच इतिहास आपण पुस्तकरूपाने आमच्या हातात

दिला आहे. तो वाचून अतिशय धन्यता वाटली. आपणास त्रिवार धन्यवाद!''

डॉ. उत्तमराव पाटील, शिरपूर, जि. धुळे

''शिवछत्रपतींनंतर त्यांच्या कार्याची पुनरावृत्ती करणारा, महाराष्ट्राच्या नव्या इतिहासाचा हा दस्तऐवज जनतेसमोर आणण्याचे ऐतिहासिक कार्य आपण केले आहे, त्याला तोड नाही... क्रांतिसिंह नाना पाटील व त्यांच्या साथीदारांनी स्थापन केलेल्या प्रति-सरकारच्या ऐतिहासिक कार्यावर शिक्कामोर्तब करण्याचे आपण हक्कदार झालात हे विशेष होय. ज्यांना क्रांतिसिंहांच्या कार्याचेच काय पण नावाचेही वावडे होते आणि आहे त्यांना आपले हे पुस्तक झणझणीत अंजनच आहे!''

नीलिमा भावे : ललित मासिक, ऑगस्ट १९८४

''या ग्रंथातून केवळ नाना पाटलांचे व्यक्तिमत्त्वच नव्हे तर त्या काळची सामाजिक परिस्थितीदेखील जिवंत होते. विशेषतः सातारा जिल्ह्यातील राजकीय जाणिवेची सामाजिक पार्श्वभूमी, पत्री सरकारची स्थापना, स्वरूप व कार्यपद्धती, ४२ ची चळवळ जिवंत ठेवणारे गावोगावचे अनामिक मदतनीस हे सर्व चित्र समोर उभे राहाते. आपल्या रांगड्या वक्तृत्वाने लाखाची सभा तीन/तीन तास मंत्रमुग्ध करून ठेवणारे नाना पाटील त्या काळाची गरज म्हणूनच उदयास आले होते, असे वाटू लागते.''

क्रांतिसिंह नाना पाटील : सूची

(टीप : प्र. - प्रस्तावना, ले. - लेख)

**